ആലിസ് പോലൊരു പട്ടണം

ആലിസ് പോലൊരു പട്ടണം

Alice poloru pattanam
World Classics
Novel

Nevil Shute

Translation
P Sarathchandran

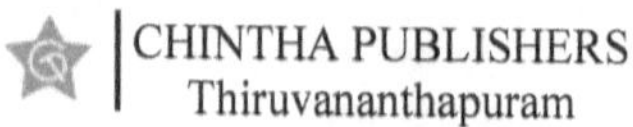CHINTHA PUBLISHERS
Thiruvananthapuram

© Rights Reserved

First Edition
April 2023

Second Impression
April 2024

Published
Chintha Publishers, Thiruvananthapuram

Printed at
Repro India Ltd. Mumbai

Cover Design
Vinod Mangoes

ISBN : 978-93-94753-91-4

CO - 3249 / 6934

₹ **540**

Email: chinthapublishers@gmail.com
Website: www.chinthapublishers.com

A version is available at National Libraries
Kolkata, Mumbai, Chennai and Delhi

Distribution
DESHABHIMANI BOOKHOUSE
H O Thiruvananthapuram 695035

Branch
Head Office Kunnukuzhi • Statue Thiruvananthapuram
Saphalyam Complex Thiruvananthapuram • KSRTC Bus Station Ernakulam
Machingal Lane Thrissur • IG Road Kozhikode
Mavoor Road Kozhikode • NGO Union Building Kannur
Central Bus Terminal Complex Thavakkara Kannur

ആലിസ് പോലൊരു പട്ടണം

നെവിൽ ഷൂട്ട്

പരിഭാഷ
പി ശരത്ചന്ദ്രൻ

ചിന്ത പബ്ലിഷേഴ്സ്
തിരുവനന്തപുരം-695 035
വില : ₹ 540

നെവിൽ ഷൂട്ട്

ഇംഗ്ലണ്ടിലെ മിഡിൽസെക്സിൽ ജനനം. ഓക്സ്ഫോഡ് സർവ്വകലാശാലയിൽ നിന്നും ബിരുദം. എയ്റോനോട്ടിക് എഞ്ചിനീയറായി സേവനമനുഷ്ഠിച്ചു. റോയൽ മിലിട്ടറി അക്കാദമിയിൽ നിന്നും പരിശീലനം നേടി. വെടിവയ്പു വിദഗ്ദ്ധൻ. സൈനികനായി സേവനം ചെയ്തിട്ടുണ്ട്. *സ്റ്റീഫൻ മോറിസ്* എന്ന നോവലാണ് ആദ്യ കൃതി. 1950 ൽ പ്രസിദ്ധീകൃതമായ A Town Like Alice ഏറ്റവും ശ്രദ്ധേയമായ നോവൽ. ഇരുപതാം നൂറ്റാണ്ടിലെ ഏറ്റവും വിശിഷ്ടമായ നൂറ് പുസ്തകങ്ങളിൽ ഒന്നായി ഈ നോവൽ കണക്കാ ക്കപ്പെടുന്നു.

പി ശരത്ചന്ദ്രൻ

ആലപ്പുഴ ജില്ലയിൽ മുതുകുളത്ത് 1949 ൽ ജനിച്ചു. അച്ഛൻ: മഹാകവി അഴകത്ത് പത്മനാഭക്കുറുപ്പിന്റെ ചെറുമകൻ പരമേശ്വരനുണ്ണിത്താൻ. അമ്മ: പ്രശസ്ത സാഹിത്യകാ രനും ചലച്ചിത്രകാരനുമായ പി പത്മരാജന്റെ സഹോദരി പത്മിനി അമ്മ.
എഞ്ചിനീയറിങ്ങിൽ ഡിഗ്രി.
ആനുകാലികങ്ങളിൽ എഴുതിയ ചെറുകഥകൾ പുറമെ വിശ്വസാഹിത്യത്തിലെ നിരവധി നോവലുകളുടെ മലയാള പരിഭാഷകൾ പ്രസിദ്ധീകരിച്ചിട്ടുണ്ട്.

ഭാര്യ   : ശിവലത
മകൻ   : ഉണ്ണികൃഷ്ണൻ
വിലാസം : ടി സി 29/1065, അംബാ ഗാർഡൻസ്
                   പാൽക്കുളങ്ങര, തിരുവനന്തപുരം.
ഫോൺ   : 9947070782

പ്രസാധകക്കുറിപ്പ്

നെവിൽ ഷൂട്ടിന്റെ വിഖ്യാത നോവലാണ് ആലിസ് പോലൊരു പട്ടണം. 1950 ലാണീ കൃതി പ്രസിദ്ധീകരിക്ക പ്പെട്ടത്. ജീൻ പാഗറ്റ് എന്ന ഇംഗ്ലീഷ് വനിത രണ്ടാം ലോക മഹായുദ്ധത്തിൽ തടവുകാരിയായി മലയയിൽ കഴിയവെ സഹതടവുകാരനുമായി പ്രണയത്തിലാവുന്നു. അയാൾ ക്കൊപ്പം കഴിയാൻ അവൾ ആസ്ട്രേലിയയിലേക്കു പോകുന്നു. പാരമ്പര്യമായി അവളിലേക്ക് എത്തിച്ചേർന്ന വൻ സ്വത്തുപ യോഗിച്ച് അവൾ ആലിസ് പോലൊരു പട്ടണം പടുത്തു യർത്താൻ നടത്തുന്ന പരിശ്രമങ്ങളാണ് ഈ നോവലിൽ നാം വായിക്കുന്നത്. ജീനിന്റെ യുദ്ധകാല ജീവിതത്തിലേക്ക് ഈ നോവൽ ആഴത്തിൽ കടന്നുപോകുന്നു. മലയയിലെ ജപ്പാൻ അധിനിവേശത്തിന്റെ ഭീകരമുഖം ഇതിൽ അനാ വൃതമാകുന്നു. ചരിത്ര സംഭവങ്ങളുടെ പിൻബലം ഈ ആഖ്യായികയ്ക്ക് ആധികാരികത നല്കുന്നു. യുദ്ധവും പ്രണയവും ചരിത്രവും ഇടകലരുന്ന ഈ നോവൽ ലോകത്തെ ഏറ്റവും മികച്ച നൂറ് നോവലുകളിൽ ഒന്നായി കണക്കാക്കപ്പെടുന്നു.

ചിന്ത പബ്ലിഷേഴ്സ്

ഒന്ന്

ആയിരത്തിത്തൊള്ളായിരത്തി അഞ്ച് മാർച്ചിൽ ജെയിംസ് മാക്ഫാ ഡൻ മരിച്ചത് അയാളുടെ നാല്പത്തി ഏഴാം വയസ്സിലായിരുന്നു. അയാൾ ആ സമയത്ത് ഡ്രിഫ്ഫീൽഡ് പോയിന്റ് ടു പോയിന്റ് ബസിൽ യാത്ര ചെയ്യുകയായിരുന്നു.

അയാൾ അയാളുടെ സമ്പത്തിന്റെ ഭൂരിഭാഗവും മകൻ ഡഗ്ലസിന് വേണ്ടി മാറ്റിവെച്ചിരുന്നു. ആ സമയത്ത് മാക്ഫാഡന്മാരും ഡൽഹൗസി മാരും പെർത്തിലാണ് താമസിച്ചിരുന്നത്. അങ്ങനെ ആ സമയത്ത് ചെറു പ്പക്കാരനായിരുന്ന ഡഗ്ലസ് മാക്ഫാഡന്റെ സ്കൂളിലെ കൂട്ടുകാരനായി രുന്ന ജോക്ക് ഡൽഹൗസി ചാൻസറിലെയിനിലുള്ള 'ഓവൻ ഡൽഹൗസി ആന്റ് പീറ്റേഴ്സ്' എന്ന വക്കീലന്മാരുടെ കമ്പനിയിലെ ജൂനിയർ പങ്കാ ളിയാകാൻവേണ്ടി ലണ്ടനിൽ പോയിട്ടുണ്ടായിരുന്നു. ഇപ്പോൾ ആ കമ്പ നിയിലെ മുതിർന്ന അംഗം ഞാനാണ്. ഓവനും ഡൽഹൗസിയും പീറ്റേഴ്സും വളരെ വർഷങ്ങൾക്കുമുമ്പ് മരിച്ചുപോയിരുന്നു. പക്ഷേ, ഞാൻ ഒരിക്കലും കമ്പനിയുടെ പേരിൽ മാറ്റം വരുത്തിയിരുന്നില്ല.

ഡഗ്ലസ് മാക്ഫാഡൻ അയാളുടെ കാര്യങ്ങൾ ജോക്ക് ഡൽഹൗ സിയെ ഏല്പിച്ചുകൊടുത്തത് സ്വാഭാവികമായിരുന്നു. 1928 ൽ മരിക്കു ന്നതുവരെ മിസ്റ്റർ ഡൽഹൗസി അത് സ്വയം കൈകാര്യം ചെയ്യുകയാ യിരുന്നു. ജോലി വിഭജിച്ചപ്പോൾ ഞാൻ മിസ്റ്റർ മാക്ഫാഡനെ എന്റെ ഇടപാടുകാരുടെ പട്ടികയിൽ ചേർത്തിരുന്നു. അതിനുശേഷം മറ്റ് കാര്യ ങ്ങളുടെ സമ്മർദ്ദത്തിൽ ഞാൻ അയാളെപ്പറ്റി മറന്നുപോയിരിക്കുകയാ യിരുന്നു.

1935 വരെ അയാളെ സംബന്ധിക്കുന്ന ഒരു ഇടപാടും എന്റെ അടുത്ത് വന്നിരുന്നില്ല. ആ സമയത്ത് അയറിലെ ഒരു മേൽവിലാസത്തിൽനിന്നും

അയാളുടെ ഒരു എഴുത്ത് എനിക്ക് കിട്ടിയിരുന്നു. അയാളുടെ അളിയൻ 'ആർതർ പാഗറ്റ്' മലയായിലെ ഒരു കാറപകടത്തിൽ കൊല്ലപ്പെട്ടിരുന്ന തായി ആ എഴുത്തിൽ പറഞ്ഞിരുന്നു. അതുകൊണ്ട് അയാളുടെ സഹോ ദരി ജീനിനെയും അവളുടെ രണ്ട് കുട്ടികളെയും സഹായിക്കാൻ വേണ്ടി അയാളുടെ വിൽപത്രം മാറ്റിയെഴുതാൻ ആഗ്രഹിക്കുന്നതായും പറഞ്ഞി ട്ടുണ്ടായിരുന്നു. എനിക്ക് ഈ ഇടപാടുകാരനെപ്പറ്റി ഒന്നുംതന്നെ അറിയി ല്ലായിരുന്നു എന്ന് പറയുന്നതിൽ വിഷമം ഉണ്ട്. അയാൾ വിവാഹിതൻ ആയിരുന്നില്ലെന്നും അയാൾക്ക് സ്വന്തം മക്കൾ ഇല്ലായിരുന്നു എന്നും എനിക്ക് അറിവുണ്ടായിരുന്നില്ല. അയാൾ ലണ്ടൻവരെ യാത്ര ചെയ്യാനുള്ള ആരോഗ്യം ഇല്ലെന്ന് പറഞ്ഞുകൊണ്ട് എഴുത്ത് അവസാനിപ്പിക്കുകയാ യിരുന്നു. ഒരുപക്ഷേ, കമ്പനിയിലെ ഒരു പ്രായംകുറഞ്ഞ അംഗത്തെ നേരിൽക്കണ്ട് കാര്യങ്ങൾ ക്രമീകരിക്കാൻവേണ്ടി അയയ്ക്കാവുന്നതാ ണെന്നും അയാൾ അഭിപ്രായപ്പെട്ടിരുന്നു.

ഇത് എന്റെ ചട്ടവട്ടങ്ങളുമായി നല്ലതുപോലെ യോജിക്കുന്നതായി രുന്നു. ഈ എഴുത്ത് കിട്ടുന്ന സമയത്ത് ഞാൻ രണ്ടാഴ്ചത്തെ മീൻപിടു ത്തത്തിനുവേണ്ടി അവധിയെടുത്ത് ലോക്ഷീലിലേക്ക് പോകാൻ തുട ങ്ങുകയായിരുന്നു. തെക്കോട്ടുള്ള യാത്രയ്ക്കിടയിൽ അയാളെ സന്ദർശി ക്കാമെന്ന് ഞാൻ അയാൾക്ക് മറുപടി എഴുതി. അയാളുടെ കാര്യങ്ങൾ സംബന്ധിച്ചുള്ള ഫയൽ ഒഴിവുസമയത്ത് വായിച്ചുനോക്കാൻവേണ്ടി ഞാൻ പെട്ടിയുടെ അടിയിൽ സൂക്ഷിച്ചുവച്ചു.

അയറിൽ എത്തിയപ്പോൾ 'സ്റ്റേഷൻ ഹോട്ടലിൽ' ഞാൻ മുറിയെടുത്തു. കാരണം എന്റെ താമസസൗകര്യത്തെപ്പറ്റി ഞങ്ങളുടെ എഴുത്തുകുത്തിൽ യാതൊരു പരാമർശവും നടത്തിയിരുന്നില്ല. ഞാൻ എന്റെ വേഷം മാറി കോട്ട് ധരിച്ചുകൊണ്ട് എന്റെ ഇടപാടുകാരനെ കാണാൻ പോയി.

ഞാൻ പ്രതീക്ഷിച്ചിരുന്ന രീതിയിലല്ല അയാൾ ജീവിച്ചിരുന്നത്. എനിക്ക് അയാളുടെ സമ്പത്തിനെപ്പറ്റി കൂടുതലൊന്നും അറിയില്ലായി രുന്നു. എന്റെ ഇടപാടുകാരൻ ഒന്നോ രണ്ടോ ജോലിക്കാരുമായി ഒരു വീട്ടിൽ താമസിക്കുകയായിരിക്കും എന്നാണ് ഞാൻ കരുതിയിരുന്നത്. ഒരുപക്ഷേ, അയാളുടെ സമ്പത്ത് ഇരുപതിനായിരം ഡോളറിൽ കൂടു തൽ കാണും എന്നായിരുന്നു എന്റെ പ്രതീക്ഷ. അതിനുപകരം കടൽക്ക രയിൽ നിന്ന് അല്പം ദുരെയായി ഒരു സ്വകാര്യ ഹോട്ടലിൽ ഒരു കിടക്ക മുറിയും ഒരു ഇരിപ്പുമുറിയുമാണ് അയാൾക്കുണ്ടായിരുന്നതെന്ന് ഞാൻ കണ്ടെത്തി. ആ സമയത്ത് അയാൾക്ക് കഷ്ടിച്ച് അൻപത് വയസ്സ് കഴി ഞ്ഞിരിക്കും. എന്നെക്കാൾ പത്ത് വയസ്സ് അയാൾക്ക് കുറവായിരുന്നെ ങ്കിലും അയാൾ ഒരു അവശന്റെ ജീവിതമാണ് നയിച്ചിരുന്നതെന്ന് വ്യക്തമായിരുന്നു. അയാൾ എൺപത് വയസ്സുള്ള ഒരു വൃദ്ധനെപ്പോലെ മെലിഞ്ഞിരുന്നു. അയാൾക്ക് അസാധാരണമായ വാർദ്ധക്യത്തിന്റെ ലക്ഷണം ഉണ്ടായിരുന്നു. അത് എനിക്ക് ഒട്ടുംതന്നെ ഇഷ്ടപ്പെട്ടിരുന്നില്ല. അയാളുടെ ഇരിപ്പുമുറിയുടെ എല്ലാ ജനലുകളും അടച്ചിരിക്കുകയായി

രുന്നു. തടാകങ്ങളുടെയും ചതുപ്പുനിലങ്ങളുടെയും ശുദ്ധമായ കാറ്റിനു ശേഷം ഈ മുറി അടഞ്ഞതും കാറ്റ് കടക്കാത്തതുമാണെന്ന് ഞാൻ മന സ്സിലാക്കി. അയാൾക്ക് ജനാലകളിൽ കൂട്ടിലിട്ട ധാരാളം പച്ചക്കിളികൾ ഉണ്ടായിരുന്നു. കിളികളുടെ ഗന്ധം ആ മുറിയെ വളരെ ദുസ്സഹമാക്കി യിരുന്നു. മുറിക്കുള്ളിലെ മൊത്തം സാധനങ്ങളിൽനിന്നും അയാൾ അതി നുള്ളിൽ താമസം തുടങ്ങിയിട്ട് ധാരാളം വർഷങ്ങൾ കഴിഞ്ഞിട്ടുണ്ടെന്ന് വ്യക്തമായിരുന്നു.

ഞങ്ങൾ വില്പത്രത്തെപ്പറ്റി ചർച്ച ചെയ്യുന്നതിനിടയിൽ അയാൾ അയാളുടെ ജീവിതത്തെപ്പറ്റി ചില കാര്യങ്ങൾ എന്നോടു പറഞ്ഞു. ഞാൻ നേരിട്ട് അയാളെ കാണാൻ എത്തിയതിൽ അയാൾക്ക് വളരെ തൃപ്തിയും ആദരവും ഉണ്ടായിരുന്നു. അയാൾ സ്കോട്ട്‌ലന്റ് ഉച്ചാരണരീതിയിലാണ് സംസാരിച്ചിരുന്നതെങ്കിലും കാഴ്ചയിൽ വിദ്യാഭ്യാസം ഉള്ളവനാണെന്ന് തോന്നിയിരുന്നു. "മിസ്റ്റർ സ്ട്രാച്ചൻ, ഞാൻ വളരെ അടങ്ങിയൊതുങ്ങി ജീവിക്കുകയാണ്." അയാൾ പറഞ്ഞു. "ദൂരെയുള്ള ദേശങ്ങളിൽ പോകു ന്നതിന് ആരോഗ്യം എന്നെ അനുവദിക്കുന്നില്ല. വെളിച്ചമുള്ള ഒരുദിവസം ഞാൻ പുറത്തേക്ക് നോക്കിയിരിക്കുന്നത് കാണുകയാണെങ്കിൽ മാഗി എന്നെ വീണ്ടും ഈ കസേരയിൽ പിടിച്ചിരുത്തി ഉരുട്ടിക്കൊണ്ടുപോകും – മാഗി ഈ വീട് നോക്കിനടത്തുന്ന മിസിസ്സ് ഡോയലിന്റെ മകളാണ്. ഇവിടെ അവർ എന്നെ വളരെ നന്നായി നോക്കുന്നുണ്ട്."

വില്പത്രത്തിന്റെ കാര്യത്തിലേക്ക് തിരിഞ്ഞപ്പോൾ അയാൾക്ക് സഹോദരി 'ജീൻ പാഗറ്റ്' അല്ലാതെ മറ്റ് അടുത്ത ബന്ധുക്കൾ ആരും ഇല്ലെന്ന് എന്നോടു പറഞ്ഞു. "ക്ഷമിക്കണം. എന്റെ അച്ഛൻ ഒരുപക്ഷേ, നിങ്ങൾ ഇവിടെ എടുത്തുചാട്ടം എന്ന് പറയുന്നതരത്തിൽ, ഒന്നോ രണ്ടോ എടുത്തുചാട്ടങ്ങൾ ആസ്ട്രേലിയായിൽ ഉപേക്ഷിച്ചിട്ടുണ്ടാകാം." അയാൾ പറഞ്ഞു. "അതു സംബന്ധിച്ച് എന്തെങ്കിലുമുണ്ടെന്ന് ഞാൻ പറയില്ല. എന്തായാലും ഞാൻ ഒരിക്കലും ഒരാളെപ്പോലും കണ്ടുമുട്ടിയിട്ടില്ല. ഒരു ളോടും എഴുത്തുകുത്ത് നടത്തിയിട്ടില്ല. എന്റെ അമ്മ വിഷമിച്ചിരുന്നെന്ന് ജീൻ ഒരിക്കൽ എന്നോട് പറഞ്ഞിരുന്നു. സ്ത്രീകൾ തീർച്ചയായും ഈ കാര്യങ്ങൾ സംസാരിക്കും. എന്റെ അച്ഛൻ സ്ത്രീകളിൽ താല്പര്യമുള്ള ഒരു മനുഷ്യനായിരുന്നു."

അയാളുടെ സഹോദരി 'ജീൻ' 1914–18 യുദ്ധത്തിലെ സ്ത്രീകളുടെ സേനയിലെ (WAAC) ഒരു ഉദ്യോഗസ്ഥയായിരുന്നു. അവൾ 1917 ലെ വസന്തത്തിൽ ഒരു ക്യാപ്റ്റൻ പാഗറ്റിനെ വിവാഹം കഴിച്ചിരുന്നു. 'അത് സാധാരണ രീതിയിലുള്ള ഒരു വിവാഹം ആയിരുന്നില്ല." അയാൾ എന്തൊ ക്കെയോ ആലോചിച്ചുകൊണ്ട് പറഞ്ഞു. "പട്ടാളത്തിൽ ചേരുന്നതുവരെ എന്റെ സഹോദരി ഒരിക്കലും സ്കോട്ട്‌ലാന്റുവിട്ട് പുറത്തുപോയിട്ടില്ലെന്ന് നിങ്ങൾ ഓർക്കണം. അവൾ ജീവിതത്തിന്റെ ഭൂരിഭാഗവും ചെലവഴിച്ചത് പെർത്തിൽ ആയിരുന്നു. ആർതർ പാഗറ്റ് ഹാം-ഷെയറിലെ സൗത്ത് ആംപ്റ്റണിൽനിന്നുള്ള ഒരു ഇംഗ്ലീഷുകാരൻ ആയിരുന്നു. ആർതറിന്

എതിരായി എനിക്ക് ഒരു കാര്യവുമില്ല. പക്ഷേ, ഞങ്ങൾ എല്ലാവരും ജീൻ ഒരു സ്കോട്ട്ലാന്റുകാരനെ വിവാഹം കഴിക്കുമെന്ന് സ്വാഭാവികമായും ചിന്തിച്ചിരുന്നു. എങ്കിലും അത് ഒരു സന്തോഷമുള്ള വിവാഹം ആയിരു ന്നെന്ന് ഞാൻ പറയില്ല—അല്ലെങ്കിൽ മറ്റു വിവാഹങ്ങളെപ്പോലെ അതും സന്തോഷകരം ആയിരുന്നില്ല."

യുദ്ധത്തിനുശേഷം ആർതർ പാഗറ്റിന് മലയായിൽ ടായ്പിങ്ങിന് അടുത്തുള്ള ഏതോ ഒരു റബ്ബർ എസ്റ്റേറ്റിൽ ജോലി കിട്ടിയിരുന്നു. ജീൻ തീർച്ചയായും അയാളോടൊപ്പം അവിടെ പോയിരുന്നു. ആ കാലംതൊട്ട് ഡഗ്ലസ് മാക്ഫാഡൻ അയാളുടെ സഹോദരിയെ അധികമൊന്നും കണ്ടി ട്ടില്ല. 1926 ലും അതിനുശേഷം 1932 ലും അവർ അവധിക്ക് വീട്ടിൽ വന്നി രുന്നു. അവർക്ക് രണ്ട് കുട്ടികൾ ഉണ്ടായിരുന്നു. 1918 ൽ ജനിച്ച ഡൊണാൾഡും 1921 ൽ ജനിച്ച ജീനും. അവരുടെ അമ്മ 1932 ൽ മലയാ യിലേക്ക് തിരിച്ചുപോയപ്പോൾ ഈ കുട്ടികളെ രണ്ടും സൗത്ത് ആംപ്ട ണിലെ സ്കൂളിൽ പോകാൻവേണ്ടി അവർ അവരെ ഞങ്ങളുടെ അച്ഛന മ്മമാരോടൊപ്പം താമസിപ്പിച്ചിരിക്കുകയായിരുന്നു. എന്റെ കക്ഷി 1932 ൽ കുട്ടികളെ അവരുടെ അമ്മ സ്കോട്ട്ലന്റിൽ കൂട്ടിക്കൊണ്ടുവന്നപ്പോൾ ഒരു പ്രാവശ്യം മാത്രമാണ് ഈ കുട്ടികളെ നേരിട്ട് കണ്ടിട്ടുള്ളത്.

ഇപ്പോഹിനടുത്ത് എവിടെയോവെച്ച് ആർതർ പാഗറ്റ് ഒരു മോട്ടോർ അപകടത്തിൽ കൊല്ലപ്പെട്ടിരുന്നു. നിലവിലുള്ള അവസ്ഥ ഇതായിരുന്നു. അയാൾ കോലാലംപൂരിൽനിന്ന് അതിവേഗത്തിൽ വീട്ടിലേക്ക് രാത്രിയിൽ ഡ്രൈവ് ചെയ്യുമ്പോൾ വണ്ടി റോഡിൽനിന്നും തെന്നിമാറി ഒരു മരത്തിൽ ഇടിക്കുകയായിരുന്നു. ഒരുപക്ഷേ, അയാൾ ഉറങ്ങിപ്പോയതായിരിക്കും. അയാളുടെ വിധവ ജീൻപാഗറ്റ് ഇംഗ്ലണ്ടിലായിരുന്നു. അയാളുടെ മരണ ത്തിന് ഒരുവർഷത്തോളം മുമ്പ് അവർ വീട്ടിൽ തിരിച്ചെത്തിയിരുന്നു. അവർ കുട്ടികളുടെ സ്കൂളിനടുത്ത് സൗത്ത് ആംപ്റ്റണ് തൊട്ടടുത്തായി ബാസറ്റിൽ ഒരു ചെറിയ വീട് എടുത്തിരുന്നു. അതു തീർച്ചയായും ബുദ്ധി പൂർവ്വം എടുത്ത ഒരു തീരുമാനമായിരുന്നു. പക്ഷേ, അതുകൊണ്ട് സഹോ ദരനും സഹോദരിക്കും പരസ്പരം അടുത്തടുത്ത് താമസിക്കാൻ കഴി യാതെവന്നത് കഷ്ടമാണെന്ന് എനിക്ക് തോന്നിയിരുന്നു. എന്റെ കക്ഷി അവർക്കിടയിലുള്ള ദൂരത്തെപ്പറ്റി ഒന്നിൽ കൂടുതൽ തവണ പരാമർശിച്ച തുകൊണ്ട് അയാൾക്ക് അതിനെപ്പറ്റി പശ്ചാത്താപം ഉണ്ടെന്ന് ഞാൻ സങ്ക ല്പിച്ചിരുന്നു.

അയാൾ അയാളുടെ വില്പത്രം മാറ്റി എഴുതാൻ ആഗ്രഹിച്ചു. നില വിലുള്ള വില്പത്രം വളരെ ലളിതമായിരുന്നു. അതിൽ അയാളുടെ മൊത്തം സമ്പത്തും സഹോദരി ജീനിന് കൊടുത്തിരിക്കുകയായിരുന്നു. "ഞാൻ അതിൽ മാറ്റംവരുത്തില്ല" അയാൾ പറഞ്ഞു. "പക്ഷേ, ആ വില്പത്രം ഉണ്ടാക്കുമ്പോൾ ആർതർ പാഗറ്റ് ജീവിച്ചിരിക്കുകയായിരു ന്നെന്ന് നിങ്ങൾ ഓർക്കണം. കാര്യങ്ങളുടെ രീതി അനുസരിച്ച് ജീനിന് എന്റെ സമ്പത്ത് പാരമ്പര്യമായി ലഭിക്കുമ്പോൾ ആർതർ പാഗറ്റ് ജീവി

ച്ചിരിക്കും എന്നാണ് ഞാൻ പ്രതീക്ഷിച്ചിരുന്നത്. വ്യവഹാരങ്ങളുടെ കാര്യ
ത്തിൽ അവളുടെ വഴികാട്ടിയായി അയാൾ കാണും എന്നാണ് ഞാൻ
പ്രതീക്ഷിച്ചിരുന്നത്. ഞാൻ വളരെക്കാലം ജീവിച്ചിരിക്കില്ല."

സ്ത്രീകൾ സമ്പത്ത് നോക്കിനടത്താൻ കഴിവില്ലാത്തവരാണെന്ന്
അടിയുറച്ച വിശ്വാസം അയാൾക്കുള്ളതായി എനിക്ക് തോന്നുന്നുണ്ടായി
രുന്നു. അവർക്ക് പ്രത്യേക ചുമതലകളൊന്നും ഇല്ലെന്നും അവർ ആരു
ടെയെങ്കിലുമൊരുത്തന്റെ കാരുണ്യത്തിൽ ആയിരിക്കും ജീവിക്കുക
എന്നും അയാൾ വിശ്വസിച്ചിരുന്നു. അതുകാരണം അയാളുടെ മരണ
ശേഷം സഹോദരിക്ക് അയാളുടെ സമ്പത്ത് ഉപയോഗപ്പെടണമെന്ന്
ആഗ്രഹം ഉണ്ടായിരുന്നു എങ്കിലും, ആ സമയത്ത് ഒരു സ്കൂൾ കുട്ടി
ആയിരുന്ന അവളുടെ മകൻ ഡൊണാൾഡിന് മൊത്തം സ്വത്തിന്റെയും
പിൻതുടർച്ചാവകാശം ലഭിക്കുന്നതിനുവേണ്ടി ഒരു 'ട്രസ്റ്റ്' രൂപീകരിക്കാൻ
അയാൾ ആഗ്രഹിച്ചിരുന്നു. അതിന് നിശ്ചയമായും പ്രത്യേക ബുദ്ധി
മുട്ടൊന്നുമില്ല. അയാൾ മനസ്സിൽ കണ്ട തരത്തിലുള്ള ഒരു ട്രസ്റ്റിന്റെ
അനുകൂലവും പ്രതികൂലവുമായ പരിഗണനകൾ ഞാൻ അയാൾക്ക് പറ
ഞ്ഞുകൊടുത്തു. അയാൾ ഇപ്പോൾ താമസിച്ചുകൊണ്ടിരിക്കുന്ന വീടിന്റെ
ഉടമസ്ഥയായ മിസിസ്സ്. ഡോയലിന് സ്വത്തിന്റെ ചെറിയൊരു പങ്കിൽ
പിൻതുടർച്ചാവകാശം നല്കുന്നതിനെപ്പറ്റി ഞാൻ അയാളെ ഓർമ്മിപ്പി
ച്ചിരുന്നു. അയാളുടെ മരണസമയത്ത് അവരോടൊപ്പമാണ് അയാൾ താമ
സിക്കുന്നതെങ്കിൽ അത് ഒരിക്കലും അസ്ഥാനത്തുള്ള ഒരു നടപടി
അല്ലെന്നും ഞാൻ അയാളെ ഓർമ്മപ്പെടുത്തി. അയാൾ അതിനോട്
യോജിപ്പ് പ്രകടിപ്പിച്ചു. അതിനുശേഷം മറ്റ് അടുത്ത ബന്ധുക്കളൊന്നും
ജീവിച്ചിരിപ്പില്ലെന്ന് എന്നോട് അയാൾ പറഞ്ഞു. പിന്നീട് അയാളുടെ സമ്പ
ത്തിന്റെ മൊത്തം ചുമതല ഏറ്റെടുത്തുകൊണ്ട് അയാളുടെ വിൽപത്ര
ത്തിന്റെ നടത്തിപ്പുകാരനായി മാറാൻ എനിക്ക് കഴിയുമോ എന്നായിരുന്നു
അയാളുടെ ചോദ്യം. അത് നിശ്ചയമായും ഒരു കുടുംബവക്കീൽ ഇട
യ്ക്കിടയ്ക്ക് അയാളുടെ ചുമലിൽ കയറ്റിവെക്കുന്ന ഒരുതരം ഇടപാട്
ആണ്. എന്റെ പ്രായം കണക്കിലെടുത്തുകൊണ്ട് എന്റെകൂടെ മറ്റൊരു
ചുമതലക്കാരനെക്കൂടി നിയമിക്കണമെന്ന് ഞാൻ അയാളോട് ആവശ്യ
പ്പെട്ടു. ഞങ്ങളുടെ കമ്പനിയിലെ പ്രായംകുറഞ്ഞ പങ്കാളിയായ മിസ്റ്റർ.
ലസ്റ്റർ റോബിൻസണെ എന്റെകൂടെ ഉൾപ്പെടുത്താൻ അയാൾ സമ്മ
തിച്ചു. ഞങ്ങളുടെ തൊഴിൽപരമായ സേവനത്തിനുള്ള കൂലിയുടെ നിബ
ന്ധനയും അയാൾ അംഗീകരിച്ചു.

അവശേഷിച്ചിരുന്നത് ഏറക്കുറെ ലളിതമായ ഒരു വിൽപത്രത്തിന്റെ
അയഞ്ഞുപോയ അറ്റങ്ങൾ ക്രമീകരിക്കുന്നത് മാത്രമായിരുന്നു. അയാളും
സഹോദരിയും ഡൊണാൾഡിന് ഇരുപത്തൊന്ന് വയസ്സ് തികയുന്നതിനു
മുമ്പ് മരിച്ചുപോകുകയാണെങ്കിൽ എന്തുചെയ്യണം എന്ന് ഞാൻ അയാ
ളോട് ചോദിച്ചു. ഡൊണാൾഡിന് പ്രായപൂർത്തിയാകുമ്പോൾ ട്രസ്റ്റിന്റെ
ചുമതല അവസാനിപ്പിക്കണം എന്നും അയാൾക്ക് സമ്പത്ത് പൂർണ്ണമായും

പിൻതുടർച്ചാവകാശമായി ലഭിച്ചിരിക്കണമെന്നും ഉള്ള നിർദ്ദേശം ഉൾപ്പെടുത്താൻ ഞാൻ അയാൾക്ക് പറഞ്ഞുകൊടുത്തു. അയാൾ ഇതിനോട് യോജിച്ചു. ഞാൻ എന്റെ കടലാസിൽ മറ്റൊരു കുറിപ്പ് എഴുതിച്ചേർത്തു.

"ഡൊണാൾഡ് അയാളുടെ അമ്മ മരിക്കുന്നതിനുമുമ്പ് മരിക്കുകയാണെങ്കിൽ അല്ലാത്തപക്ഷം ഡൊണാൾഡും അയാളുടെ അമ്മയും നിങ്ങൾ മരിക്കുന്നതിനുമുമ്പ് മരിക്കുകയാണെങ്കിൽ സമ്പത്ത് ജീൻ എന്ന പെൺകുട്ടിക്ക് കൈമാറ്റം ചെയ്യപ്പെടും. അവൾ പ്രായപൂർത്തിയാകുമ്പോൾ ട്രസ്റ്റ് മുമ്പ് പറഞ്ഞതുപോലെ പിരിച്ചുവിടപ്പെടും. ശരിയല്ലേ?" ഞാൻ ചോദിച്ചു.

"അവൾക്ക് ഇരുപത്തൊന്ന് ആകുമ്പോൾ എന്നാണോ നിങ്ങൾ ഉദ്ദേശിച്ചത്?" അയാൾ ചോദിച്ചു.

ഞാൻ തലയാട്ടി. "അതെ, അവളുടെ സഹോദരന്റെ കാര്യത്തിൽ നമ്മൾ അതാണ് തീരുമാനിച്ചത്."

അയാൾ തലകുലുക്കി. "മിസ്റ്റർ സ്ട്രാച്ചൻ, എന്റെ അഭിപ്രായം പറയാമെങ്കിൽ അത് ഏറ്റവും ഔചിത്യമില്ലാത്ത കാര്യം ആണെന്നാണ് ഞാൻ വിചാരിക്കുന്നത്. ഇരുപത്തിയൊന്ന് വയസ്സുള്ളപ്പോൾ ഒരു കൊച്ചു പെൺകുട്ടിയും അവളുടെ സ്വന്തം സമ്പത്ത് ഭരിക്കാൻ യോഗ്യ ആയിരിക്കില്ല. ആ പ്രായത്തിലുള്ള ഒരു പെൺകുട്ടി അവളുടെ ലൈംഗികാകർഷണത്തിന്റെ അനുഗ്രഹത്തിലാണ്. മിസ്റ്റർ സ്ട്രാച്ചന് മനസ്സിലാകും — അവളുടെ ലൈംഗികാകർഷണത്തിന്റെ അനുഗ്രഹം എന്താണെന്ന്? ട്രസ്റ്റ് അതിനേക്കാൾ വളരെക്കൂടുതൽ കാലത്തേക്ക് തുടരണമെന്നാണ് ഞാൻ ആഗ്രഹിക്കുന്നത്. ഏറ്റവും കുറഞ്ഞത് അവൾക്ക് നാല്പത് ആകുന്നതുവരെ."

കഴിഞ്ഞകാലത്തെ പല അനുഭവങ്ങളിൽനിന്നും ഒരു വലിയ സമ്പത്തിനെ പൂർണ്ണമായും നിയന്ത്രിക്കാൻ ഇരുപത്തൊന്ന് വയസ്സുള്ള പെൺകുട്ടിക്ക് പ്രായം അല്പം കുറവാണെന്ന് സമ്മതിക്കാതിരിക്കാൻ എനിക്ക് കഴിഞ്ഞില്ല. പക്ഷേ, നാല്പത് വളരെ കൂടുതലാണെന്ന് തോന്നി. ഇരുപത്തഞ്ച് ന്യായമായ പ്രായം ആയിരിക്കും എന്നുള്ള എന്റെ സ്വന്തം കാഴ്ചപ്പാട് ഞാൻ പറഞ്ഞു. ഒട്ടും മനസ്സില്ലാതെ അയാൾ മുപ്പത്തിയഞ്ചിലേക്ക് മടങ്ങിയെത്തി. എനിക്ക് അയാളെ ആ അഭിപ്രായത്തിൽനിന്ന് അല്പംപോലും തള്ളിനീക്കാൻ കഴിഞ്ഞിരുന്നില്ല. അയാൾക്ക് ക്ഷമ നശിച്ചെന്ന് വ്യക്തമായിരുന്നു. അതിനോടൊപ്പം അയാളുടെ അസ്വസ്ഥത കൂടി ക്കൊണ്ടിരുന്നു. അവസാനം ഞങ്ങളുടെ ട്രസ്റ്റിന്റെ പരമാവധി കാലയളവ് അവളുടെ മുപ്പത്തിയഞ്ചുവയസ്സായി ഞാൻ അംഗീകരിച്ചു. അതിന്റെ അർത്ഥം അന്നത്തെ വളരെ സംശയകരമായ ചുറ്റുപാടുകളിൽ ആ ട്രസ്റ്റ് അന്നുമുതൽ ഇരുപത്തൊന്നു വർഷത്തേക്ക് തുടരുന്നതായിരിക്കും. കാരണം ജീൻ എന്ന പെൺകുട്ടി ജനിച്ചത് 1921 ൽ ആയിരുന്നു. അപ്പോൾ വർഷം 1935 ആയിരുന്നു. ഞങ്ങളുടെ വ്യവഹാരം അതോടെ അവസാനിച്ചു. ഞാൻ അയാളോട് വിടപറഞ്ഞതിനുശേഷം വിൽപത്രം എഴുതി

യുണ്ടാക്കാൻ വേണ്ടി ലണ്ടനിലേക്ക് തിരിച്ചുപോയി. വില്പത്രം പിന്നീട് ഞാൻ അയാൾക്ക് ഒപ്പിടാൻവേണ്ടി അയച്ചുകൊടുത്തു. എന്റെ കക്ഷിയെ വീണ്ടും ഒരിക്കൽക്കൂടി ഞാൻ കണ്ടിട്ടില്ല.

അയാളുമായുള്ള ബന്ധം മുറിഞ്ഞുപോയത് എന്റെ തെറ്റായിരുന്നു. വസന്തത്തിൽ അവധിയെടുക്കുന്നത് വളരെ വർഷങ്ങളായുള്ള എന്റെ ശീലമായിരുന്നു. ആ സമയത്ത് ഞാൻ ഭാര്യയോടൊപ്പം രണ്ടാഴ്ചത്തെ മീൻപിടിത്തത്തിനുവേണ്ടി സ്കോട്ട്‌ലാന്റിലെ ലോക്ഷീലിൽ പോകും. ഇത് എല്ലാക്കാലവും തുടരും എന്നാണ് ഞാൻ വിചാരിച്ചിരുന്നത്. അടുത്തവർഷം വടക്കുനിന്നുള്ള എന്റെ യാത്രയ്ക്കിടയിൽ എന്റെ ഈ കക്ഷിയെ അയാൾക്കുവേണ്ടി എനിക്ക് ചെയ്യാൻകഴിയുന്ന മറ്റെന്തെങ്കിലും കാര്യങ്ങളുണ്ടോ എന്ന് അന്വേഷിക്കാൻവേണ്ടി നിശ്ചയമായും സന്ദർശിക്കണമെന്ന് ഞാൻ ചിന്തിച്ചിരുന്നു. പക്ഷേ, ചില സമയങ്ങളിൽ കാര്യങ്ങൾ വ്യത്യസ്തമായി പരിണമിക്കും. വിചാരിക്കുന്നതുപോലെ നടക്കില്ല. 1935 ലെ തണുപ്പുകാലത്ത് ലൂസി മരിച്ചു. ഞാൻ അത് വർണ്ണിക്കാൻ ആഗ്രഹിക്കുന്നില്ല. പക്ഷേ, ഞങ്ങളുടെ വിവാഹം കഴിഞ്ഞിട്ട് ഇരുപത്തിയേഴ് വർഷങ്ങൾ കഴിഞ്ഞിരുന്നു — എന്തായാലും അത് അങ്ങേയറ്റം വേദനാജനകം ആയിരുന്നു. ഞങ്ങളുടെ രണ്ട് ആൺമക്കളും വിദേശത്തായിരുന്നു. ഹാരി ചൈനയിലെ സ്റ്റേഷനിൽ ഉണ്ടായിരുന്ന അവന്റെ മുങ്ങിക്കപ്പലിലും മാർട്ടിൻ ബാർസായിലെ അവന്റെ പഴയ എണ്ണക്കമ്പനിയിലും ആയിരുന്നു. എനിക്ക് വീണ്ടും ലോക്ഷീലിലേക്ക് പോകാനുള്ള മനസ്സ് ഉണ്ടായിരുന്നില്ല. ഞാൻ പിന്നീട് ലോക്ഷീലിൽ പോയിട്ടുണ്ടായിരുന്നില്ല. ഞാൻ ഞങ്ങളുടെ വീട്ടുപകരണങ്ങളും വിംബിൾഡൺ കോമണിലെ ഞങ്ങളുടെ വീടും ഒഴിവാക്കാൻവേണ്ടി ഒരു വില്പന നടത്തിക്കഴിഞ്ഞിരുന്നു. അതുപോലെയുള്ള ഒരു സമയത്ത് ഒരു പുതിയ തുടക്കത്തിനുവേണ്ടി ഒരാൾക്ക് പരിശ്രമിക്കേണ്ടി വരും. മരിച്ച സന്തോഷങ്ങളുടെ ചിതാഭസ്മങ്ങൾക്ക് മുകളിൽ ജീവിക്കുന്നത് ഒരു നല്ല ജീവിതമല്ല.

ഞാൻ 'ബക്കിങ് ഹാംഗേറ്റ്' തെരുവിലെ കൊട്ടാരത്തിന്റെ കുതിരലായങ്ങൾക്ക് എതിർവശത്തായി ഒരു ഫ്ളാറ്റ് വാങ്ങി. പാൾമാൾ തെരുവിലെ എന്റെ ക്ലബ്ബിൽനിന്നും പാർക്ക് കുറുകെക്കടന്നാൽ എന്റെ ഫ്ളാറ്റിൽ എത്തും. എന്റെ വിംബിൾഡണിലെ വീട്ടിൽനിന്നും ഉള്ള ചില വീട്ടുപകരണങ്ങൾകൊണ്ട് ഞാൻ വീടൊരുക്കി. രാവിലെ വന്ന് എന്റെ ഭക്ഷണം തയ്യാറാക്കാനും വീട് വൃത്തിയാക്കാനും വേണ്ടി എനിക്ക് ഒരു സ്ത്രീയെ കിട്ടി. അതിനോടൊപ്പം ഇവിടെ എന്റെ ജീവിതത്തെ വീണ്ടും സൃഷ്ടിക്കാനുള്ള ശ്രമം ഞാൻ ആരംഭിച്ചു. ക്ലബ്ബിലെ മറ്റ് അംഗങ്ങളുടെ അനുഭവത്തിൽനിന്ന് ഞാൻ അതിന്റെ താളക്രമം നല്ലതുപോലെ മനസ്സിലാക്കിയിരുന്നു. എന്റെ ഫ്ളാറ്റിനുള്ളിൽ പ്രഭാതഭക്ഷണം. ചാൻസറിലെയിനിലെ എന്റെ ഓഫീസിലേക്ക് പാർക്കിലൂടെയുള്ള നടത്തം. എന്റെ മേശപ്പുറത്തെ ചെറിയ ഉച്ചഭക്ഷണത്തോടെ മുഴുവൻ പകൽ സമയവും ചെലവഴിക്കേണ്ടിവരുന്ന ജോലിയുടെ തിരക്കുകൾ. ആറുമണിക്ക് പത്രം വായിക്കാനും

പരദൂഷണത്തിനും ഭക്ഷണം കഴിക്കാനും ഭക്ഷണത്തിനുശേഷം ബ്രിഡ്ജ് കളിക്കാനുംവേണ്ടി ക്ലബ്ബിലേക്ക് പോകുന്നു. ഇതാണ് 1936 ലെ വസന്ത ത്തിൽ ഞാൻ വീണുപോയ ദിനചര്യ. ഇപ്പോഴും ഞാൻ അതിനു ള്ളിൽത്തന്നെയാണ്.

ഞാൻ പറഞ്ഞ ഈ കാര്യങ്ങൾ എല്ലാംകൂടി ഡഗ്ലസ് മാക്ഫാഡ നിൽനിന്നും എന്റെ മനസ്സിനെ എടുത്തുമാറ്റി. എന്റെ സ്വന്തം കാര്യങ്ങൾക്ക് പകുതിയിലേറെ മനസ്സ് കൊടുത്തുകൊണ്ട് എനിക്ക് എന്റെ ഓഫീസിൽ അടിയന്തരമായ ഇടപാടുകൾ ആവശ്യമുള്ള കക്ഷികളെ മാത്രമേ ശ്രദ്ധി ക്കാൻ കഴിഞ്ഞിരുന്നുള്ളൂ. ഈ കാലത്ത് എനിക്ക് മറ്റൊരു താല്പര്യം വർദ്ധിച്ചിരുന്നു. യുദ്ധം വരുന്നുണ്ടെന്ന് വളരെ വ്യക്തമായിരുന്നു. സജീ വമായ സൈനിക സേവനത്തിന് പ്രായക്കൂടുതൽ ഉണ്ടായിരുന്ന ഞങ്ങ ളുടെ ക്ലബ്ബിലെ ചിലർ വിമാനാക്രമണത്തിന്റെ മുൻകരുതലുകളിൽ വലിയ താല്പര്യമെടുക്കാൻ ആരംഭിച്ചിരുന്നു. നീണ്ടകഥ ചുരുക്കി എഴുതിയാൽ പിന്നീട് സിവിൽ ഡിഫൻസ് എന്ന് വിളിക്കപ്പെടാൻ ഇടയായ സംഘടന അടുത്ത എട്ടുവർഷത്തെ എന്റെ മുഴുവൻ ഒഴിവുസമയവും വലിച്ചെടുത്ത് സ്വന്തമാക്കിയിരുന്നു. ഞാൻ ഒരു മേൽനോട്ടക്കാരനായി മാറി. *ലണ്ടൻ ബ്ലിറ്റ്സിന്റെ സമയത്തും അതിന്റെ തുടർച്ചയായി യുദ്ധം മന്ദഗതിയിൽ തുടർന്നിരുന്ന സമയത്തും ഞാൻ വെസ്റ്റ് മിനിസ്റ്റർ ജില്ലയുടെ ചുമതല യിൽ ഉണ്ടായിരുന്നു. മിക്കവാറും എന്റെ എല്ലാ ജീവനക്കാരും സേവന ത്തിനുവേണ്ടി പോയിരുന്നു. എനിക്ക് ഓഫീസ് ഏറക്കുറെ തനിയെ ഓടി ക്കേണ്ടിവന്നിരുന്നു. ആ വർഷങ്ങളിലൊന്നും ഞാൻ ഒറ്റ അവധിപോലും എടുത്തിരുന്നില്ല. ഏതെങ്കിലും രാത്രിയിൽ ഞാൻ അന്ന് അഞ്ച് മണി ക്കൂറിൽ കൂടുതൽ ഉറങ്ങിയിരുന്നോ എന്ന് എനിക്ക് സംശയമുണ്ട്. അവ സാനം 1945 ൽ സമാധാനം എത്തിയപ്പോൾ എന്റെ തലമുടി വെളുത്തു പോയിരുന്നു. എന്റെ തലയ്ക്ക് വിറയൽ ഉണ്ടായിരുന്നു. പിന്നീടുവന്ന വർഷങ്ങളിൽ അവസ്ഥ അല്പം മെച്ചപ്പെട്ടെങ്കിലും തീർച്ചയായും ഞാൻ വൃദ്ധന്മാരുടെ നിരയിൽ അണിചേർക്കപ്പെട്ടുകഴിഞ്ഞിരുന്നു.

1948 ജനുവരിയിൽ ഒരു വൈകുന്നേരത്ത് എനിക്ക് എയറിൽനിന്ന് ഒരു ടെലഗ്രാം കിട്ടി. അത് വിശദീകരിച്ചു.

മിസ്റ്റർ: ഡഗ്ലസ് മാക്ഫാഡൻ കഴിഞ്ഞ രാത്രിയിൽ മരണപ്പെട്ടു. ദയ വായി ശവസംസ്കാരത്തിനുള്ള നിർദ്ദേശം നല്കുക.

ഡ്രോയൽ

ബാൽമോറൽ ഹോട്ടൽ

എയർ

എനിക്ക് ഓർമ്മയിൽ പരതേണ്ടി വന്നിരുന്നു. യുദ്ധത്തിന്റെ വർഷ ങ്ങളിലൂടെ മിസ്റ്റർ മാക്ഫാഡൻ ആരായിരുന്നെന്ന് കണ്ടെത്താൻ എനിക്ക് ഭയമായിരുന്നു. പതിമൂന്ന് വർഷങ്ങൾക്കുമുമ്പ് സംഭവിച്ചതെന്തായിരുന്നെ

ന്നുള്ളതിന്റെ വിശദാംശങ്ങൾ ഓർമ്മിച്ചെടുക്കാൻ എനിക്ക് ഫയലുകൾ മറിച്ചുനോക്കേണ്ടി വന്നിരുന്നു. ശവസംസ്കാരം നടത്താൻ എയറിൽ ആരുംതന്നെ ഇല്ലെന്നുള്ളത് ഏറക്കുറെ അസാധാരണമായ കാര്യമാ ണെന്ന് എനിക്ക് തോന്നി. ഞാൻ ഉടൻതന്നെ എയറിലേക്ക് ഒരു ട്രങ്ക് കാൾ ബുക്ക് ചെയ്തു. മിസിസ്സ് ഡോയലുമായി സംസാരിച്ചിരുന്നു. ഫോണിൽ അവരുടെ സംസാരം വ്യക്തമായിരുന്നില്ല. പക്ഷേ, അവൾക്ക് അയാളുടെ ബന്ധുക്കളെപ്പറ്റി കൃത്യമായ അറിവില്ലെന്ന് എനിക്ക് മനസ്സി ലായി. വളരെക്കാലമായി മിസ്റ്റർ മാക്ഫാഡൻ സന്ദർശകർ ആരുംതന്നെ ഉണ്ടായിരുന്നില്ല. നിശ്ചയമായും ഞാൻ നേരിട്ട് എയറിൽ പോകണം അല്ലെ ങ്കിൽ മറ്റൊരാളെ അയയ്ക്കണം. അടുത്ത രണ്ട് ദിവസം അടിയന്തരമായ ജോലികൾ ഉണ്ടായിരുന്നില്ല. ഈ കാര്യം അല്പം ബുദ്ധിമുട്ട് ആയിരി ക്കുമെന്ന് തോന്നിയിരുന്നു. എനിക്ക് യുദ്ധത്തിൽനിന്ന് ഒരു ബ്രിഗേഡിയ റായി തിരിച്ചെത്തിയ എന്റെ പങ്കാളിയായ മിസ്റ്റർ ലർസ്റ്റർ റോബിൻസ ണുമായി എനിക്ക് സംസാരിക്കേണ്ട കാര്യം ഉണ്ട്. ഞാൻ എന്റെ മേശ പ്പുറം അടുക്കിവച്ചിട്ട് അന്നു രാത്രിയിൽ ഗ്ലാസ് ഗോയിലേക്കുള്ള ട്രെയി നിൽ കയറി. രാവിലെ വേഗതകുറഞ്ഞ മറ്റൊരു ട്രെയിനിൽ ഞാൻ എയ റിലേക്ക് പോയി.

ഞാൻ ബാൽമോറൽ ഹോട്ടലിൽ എത്തിയപ്പോൾ ഉടമസ്ഥനും ഭാര്യയും ദുഃഖസൂചകമായ വസ്ത്രം ധരിച്ചിരുന്നത് ഞാൻ കണ്ടു. അവർക്ക് വിഷമം ഉണ്ടെന്ന് വ്യക്തമായിരുന്നു. അവർക്ക് അവരുടെ അസാ ധാരണ താമസക്കാരനെ ഇഷ്ടമായിരുന്നു. ഒരുപക്ഷേ, കൂടുതലും അവ രുടെ സേവനംകൊണ്ട് ആയിരിക്കും അയാൾ ഇത്രയുംകാലം ജീവിച്ചി രുന്നത്. മരണത്തിന്റെ കാരണത്തെപ്പറ്റി നിഗൂഢത ഒന്നും ഉണ്ടായിരു ന്നില്ല. ഞാൻ ഡോക്ടറോട് സംസാരിച്ച് അയാളുടെ അസുഖത്തിന്റെ എല്ലാ കാര്യങ്ങളും കേട്ടിരുന്നു. അവസാനം അയാളുടെ കൂടെ ഉണ്ടായി രുന്നത് ഡോക്ടർ ആയിരുന്നു. കാരണം ഡോക്ടർ താമസിച്ചിരുന്നത് വെറും രണ്ടു വീടുകളുടെ അകലത്തിൽ ആയിരുന്നു. മരണ സർട്ടിഫി ക്കറ്റ് നേരത്തേതന്നെ ഒപ്പിട്ടിട്ടുണ്ടായിരുന്നു. ഞാൻ തിരിച്ചറിയലിനുവേണ്ടി ചുരുങ്ങിയ സമയം മൃതദേഹത്തിൽ നോക്കിനിന്നു. അതിനുശേഷം മര ണവുമായി ബന്ധപ്പെട്ട പലതരത്തിലുള്ള ചടങ്ങുകളിലൂടെ കടന്നുപോയി. ബന്ധുക്കളില്ലെന്നുള്ള കാര്യം ഒഴിച്ചുനിർത്തിയാൽ എല്ലാ ചടങ്ങുകളും നേർവഴിക്കായിരുന്നു.

"അയാൾക്ക് ആരെങ്കിലും ഉണ്ടായിരുന്നോ എന്ന് എനിക്ക് സംശയം ഉണ്ട്." മിസ്റ്റർ ഡോയൽ പറഞ്ഞു. "ഒരുകാലത്ത് അയാളുടെ സഹോ ദരി അയാൾക്ക് എഴുത്തെഴുതാറുണ്ടായിരുന്നു. 1938 ൽ ആണെന്നാണ് തോന്നുന്നത്, അവൾ അയാളെ കാണാൻ വന്നിട്ടുണ്ടായിരുന്നു. അവൾ താമസിച്ചിരുന്നത് സൗത്ത് ആംപ്റ്റണിൽ ആയിരുന്നു. പക്ഷേ, അയാൾക്ക് അവളുടെ അടുത്തുനിന്ന് ഒന്നോ രണ്ടോ വർഷമായി ഒന്നോ രണ്ടോ ബില്ലുകളൊഴിച്ച് മറ്റൊന്നുംതന്നെ കിട്ടിയിരുന്നില്ല.

അയാളുടെ ഭാര്യ പറഞ്ഞു. "തീർച്ചയായും സഹോദരി മരിച്ചു പോയി. അവൾ മരിച്ചുപോയില്ലേ? യുദ്ധത്തിന്റെ അവസാനസമയത്ത് ഏതോ ഒരുദിവസം അയാൾ നമ്മളോട് പറഞ്ഞത് ഓർക്കുന്നില്ലേ?"

"എനിക്ക് ഓർമ്മയില്ല." അയാൾ പറഞ്ഞു. "ആ സമയത്ത് കൂടുതൽ കാര്യങ്ങൾ നടക്കുന്നുണ്ടായിരുന്നു. ഒരുപക്ഷേ, അവൾ മരിച്ചിരിക്കും."

ബന്ധുക്കളുണ്ടെങ്കിലും ശവസംസ്കാരത്തിനുള്ള ക്രമീകരണങ്ങൾ ചെയ്യാതിരിക്കാൻ പറ്റില്ല. ഞാൻ അന്ന് ഉച്ചതിരിഞ്ഞ് അതിനുള്ള കാര്യ ങ്ങൾ ചെയ്തു. അതുകഴിഞ്ഞപ്പോൾ ഞാൻ അയാളുടെ മേശപ്പുറത്തെ കടലാസുകൾ നോക്കാനിരുന്നു. ഒരു കണക്ക് പുസ്തകത്തിലെ ഒന്നോ രണ്ടോ തുകകളും അയാളുടെ ചെക്കിന്റെ കൗണ്ടർ ഫോയിലിനു പിന്നിൽ എഴുതിയിരുന്ന തുകകളുംകൂടി എന്റെ കണ്ണു തുറപ്പിച്ചു. അടുത്ത ദിവസം രാവിലെ ചെയ്യേണ്ട ആദ്യത്തെ കാര്യം ബാങ്ക് മാനേജരുമായി സംസാരി ക്കുന്നതാണെന്ന് എനിക്ക് വ്യക്തമായിരുന്നു. അയാളുടെ സഹോദരിയുടെ വീട് വാടകയ്ക്ക് കൊടുക്കുന്നതിനെപ്പറ്റി 1941 ൽ സഹോദരി എഴുതിയ ഒരു എഴുത്ത് ഞാൻ കണ്ടെത്തി. തീർച്ചയായും അവൾ മരിച്ചിട്ടുണ്ടെ ങ്കിൽ അവളുടെ മരണത്തിനുമുകളിൽ ആ എഴുത്ത് വെളിച്ചം വീശിയില്ല. പക്ഷേ, അത് കുട്ടികളെപ്പറ്റി കാര്യമായ വാർത്തകൾ വെളിപ്പെടുത്തു ന്നുണ്ടായിരുന്നു. ആ സമയത്ത് അവർ രണ്ടുപേരും മലയായിൽ ആയി രുന്നു. അന്ന് ഇരുപത്തിമൂന്ന് വയസ്സ് ഉണ്ടായിരുന്ന ആൺകുട്ടി ഡൊണാൾഡ് കോലാസെലൻഗോറിനടുത്തുള്ള ഒരു റബ്ബർത്തോട്ടത്തിൽ ജോലി ചെയ്യുകയായിരുന്നു. അയാളുടെ സഹോദരി ജീൻ കോലാലം പൂരിലുള്ള ഒരു ഓഫീസിൽ ജോലി ചെയ്യുകയായിരുന്നു. അവൾ 1939 ലെ തണുപ്പുകാലത്ത് അയാളുടെ അടുത്ത് പോയിട്ടുണ്ടായിരുന്നു.

അഞ്ചുമണിക്ക് ഞാൻ ഹോട്ടലിലെ ബൂത്തിൽനിന്നുകൊണ്ട് ലണ്ട നിലെ എന്റെ ഓഫീസിലേക്ക് ട്രങ്കാൾ ബുക്കുചെയ്ത് എന്റെ പങ്കാളി യോട് സംസാരിച്ചു. "ലസ്റ്റർ, ശ്രദ്ധിച്ചുകേൾക്കണം." ഞാൻ പറഞ്ഞു. "ബന്ധുക്കളെ സംബന്ധിച്ച് ചില ബുദ്ധിമുട്ടുകൾ ഉണ്ടെന്ന് ഞാൻ നിങ്ങ ളോട് പറഞ്ഞിരുന്നു. എനിക്ക് ഇവിടെ ഒരു ബന്ധുവിനെപ്പോലും കണ്ടെ ത്താൻ കഴിഞ്ഞില്ലെന്ന് പറയാൻ വിഷമം ഉണ്ട്. തല്ക്കാലം മറ്റന്നാൾ രണ്ടുമണിക്ക് സെയിന്റ് ഇനോക്ക് ശ്മശാനത്തിൽ ശവസംസ്കാരം നട ത്താൻ ഞാൻ ക്രമീകരണങ്ങൾ ചെയ്തിട്ടുണ്ട്. എന്റെ അറിവിൽ ജീവി ച്ചിരിക്കുന്നതായി അല്ലെങ്കിൽ ജീവിച്ചിരുന്നതായി എനിക്കറിവുള്ള അയാ ളുടെ ബന്ധുക്കൾ സൗത്ത് ആംപ്ടണിൽ ആയിരുന്നു. അയാളുടെ സഹോദരി മിസിസ്സ് ആർതർ പാഗറ്റ് 1941 ൽ. നം. 17, റൊനാൻസ് റോഡ്, ബസറ്റിൽ താമസിച്ചിരുന്നു. അത് സൗത്ത് ആംപ്റ്റണടുത്ത് എവിടെയോ ആണ്. ആർതർ പാഗറ്റിന്റെ അച്ഛനമ്മമാരും ഈ ജില്ലയിൽ താമസിച്ചി രുന്നു. മിസിസ്സ് ആർതർ പാഗറ്റിന്റെ ക്രിസ്ത്യൻ പേര് ജീൻ എന്നായി രുന്നു അതെ, ആ സഹോദരി രോഗി ആയിരുന്നു. അവർക്ക് രണ്ടു കുട്ടി

കൾ ഉണ്ടായിരുന്നു. ഡൊണാൾഡും ജീൻ പാഗറ്റും. പക്ഷേ, 1941 ൽ അവർ രണ്ടുപേരും മലയായിൽ ആയിരുന്നു. അവർക്ക് എന്ത് സംഭവിച്ചെന്ന് ദൈവത്തിന് അറിയാം. ഞാൻ ഇപ്പോൾ അവരെ അന്വേഷിച്ച് കൂടുതൽ സമയം പാഴാക്കാൻ പോകുന്നില്ല. പക്ഷേ, സൗത്ത് ആംപ്റ്റണിലെ ഈ പാഗറ്റുകളിൽ ഏതെങ്കിലും ഒരാളെ കണ്ടെത്തി ശവസംസ്കാരം അറി യിക്കാൻവേണ്ടി എന്ത് ചെയ്യാൻ പറ്റുമെന്ന് നിങ്ങൾക്ക് ഹാരിസിനോട് ചോദിക്കാൻ കഴിയില്ലേ? ഹാരിസിന് ടെലഫോൺ ബുക്ക് എടുത്ത് സൗത്ത് ആംപ്റ്റണിലെ പാഗറ്റുകളെ ഒന്നൊന്നായി വിളിച്ചുനോക്കാൻ എളുപ്പമായിരിക്കും. അവിടെ പാഗറ്റുകൾ ധാരാളം കാണും എന്ന് ഞാൻ വിചാരിക്കുന്നില്ല."

അടുത്തദിവസം രാവിലെ ഞാൻ ബാങ്കിൽനിന്ന് തിരിച്ചുവന്ന നിമി ഷത്തിൽ ലസ്റ്റർ എന്നെ ഫോണിൽ വിളിച്ചു. "എനിക്ക് ഒന്നും വളരെ വ്യക്തമായി അറിയാൻ കഴിഞ്ഞിട്ടില്ല." അയാൾ പറഞ്ഞു. "പക്ഷേ, ഒരു കാര്യം ഞാൻ കണ്ടുപിടിച്ചു. മിസിസ്സ് പാഗറ്റ് 1942 ൽ മരിച്ചു — അതു കൊണ്ട് അവർ ഇതിൽ ഇല്ല. അവർ വിമാനാക്രമണ രക്ഷാകേന്ദ്ര ത്തിൽനിന്നും പുറത്തുവന്നാണ് ന്യൂമോണിയ പിടിച്ച് മരിച്ചത് — ഹാരിസ് ഇത് ആശുപത്രിയിൽ നിന്ന് അറിഞ്ഞതാണ്. മറ്റു പാഗറ്റുകളുടെ കാര്യം പറഞ്ഞാൽ അവർ ടെലഫോൺ ഡയറക്ടറിയിൽ ഏഴുപേർ ഉണ്ട്. ഞങ്ങൾ അവരെയെല്ലാം വിളിച്ചുനോക്കി. അവരിൽ ഒരാൾക്കും നിങ്ങ ളുടെ കുടുംബവുമായി ഒരു ബന്ധവുമില്ല. പക്ഷേ, അവരിൽ ഒരു മിസിസ്സ് യൂസ്റ്റസ് പാഗറ്റ് നിങ്ങൾ അന്വേഷിക്കുന്ന കുടുംബം എഡ്വേഡ് പാഗറ്റു കളുടെ കുടുംബമാണെന്ന് വിചാരിക്കുന്നു. ഒന്നാം സൗത്ത് ആംപ്റ്റൺ വ്യോമാക്രമണത്തിനുശേഷം അവർ നോർത്ത് വെയിൽസിലേക്ക് പോയി."

"നോർത്ത് വെയിൽസിൽ എവിടെയാണെന്ന് എന്തെങ്കിലും അറി വുണ്ടോ?"

"ഒരു സൂചനയും ഇല്ല." അയാൾ പറഞ്ഞു. "ഇപ്പോൾ നിങ്ങൾക്ക് ചെയ്യാൻ കഴിയുന്ന ഒരേയൊരു കാര്യം ശവസംസ്കാരവുമായി മുന്നോട്ടു പോകുന്നതാണെന്നാണ് ഞാൻ വിചാരിക്കുന്നത്."

"ഞാനും അതുതന്നെയാണ് വിചാരിക്കുന്നത്" ഞാൻ മറുപടി പറഞ്ഞു. "പക്ഷേ, ഹാരിസിനോട് ഈ കാര്യങ്ങളെല്ലാം തുടരാൻ പറ യണം. കാരണം ശവസംസ്കാരം കഴിഞ്ഞാലും നമുക്ക് അനന്തരാവ കാശികളെ കണ്ടെത്തണം. ഞാൻ ഇപ്പോൾ ബാങ്കിൽ പോയിരുന്നു. അവിടെ ഒരുവിധം വലിയ സമ്പത്തുണ്ട്. ഞങ്ങൾ ട്രസ്റ്റികൾ ആണെന്ന് നിങ്ങൾക്ക് അറിയാം."

അന്ന് ബാക്കിസമയം മുഴുവൻ ഞാൻ അയാളുടെ വ്യക്തിപരമായ എഴുത്തുകളും കടലാസുകളും എന്റെ ഓഫീസിലേക്ക് കൊണ്ടുപോകാൻ വേണ്ടി പെറുക്കിക്കെട്ടിവെക്കുകയായിരുന്നു. വീട്ടുപകരണങ്ങൾ ആ സമ യത്ത് കുറവായിരുന്നു. ഉള്ളതെല്ലാം ഒരുപക്ഷേ, അനന്തരാവകാശികൾക്ക് വേണ്ടിവരും എന്ന ഉദ്ദേശ്യത്തോടെ അവ രണ്ട് മുറികളിലാക്കി സൂക്ഷി

ക്കാനുള്ള ക്രമീകരണങ്ങൾ നടത്തി. വസ്ത്രങ്ങൾ എയറിൽ അതിന്റെ ആവശ്യമുള്ളവർക്ക് കൊടുക്കാൻ വേണ്ടി ഞാൻ ഡോയലിന്റെ വീട്ടിൽ ഏല്പിച്ചു. അടുത്ത ദിവസം രാവിലെ എനിക്ക് ബാങ്ക് മാനേജരുമായി മറ്റൊരു കൂടിക്കാഴ്ച ഉണ്ടായിരുന്നു. അതിനുശേഷം ഞാൻ ടെലഫോൺ ചെയ്ത് ലണ്ടനിലേക്കുള്ള രാത്രിവണ്ടിയിൽ സ്ലീപ്പർ ടിക്കറ്റ് ബുക്ക് ചെയ്തു. വൈകുന്നേരം ഞങ്ങൾ ഡഗ്ലസ് മാക്ഫാഡന്റെ ശവസംസ്കാരം നടത്തി.

ജനുവരിയിലെ ആ വൈകുന്നേരത്ത് സെമിത്തേരിയിൽ തണുപ്പ് കൂടുതൽ ആയിരുന്നു. അച്ഛനും അമ്മയും മകളും ഉൾപ്പെടുന്ന ഡോയ ലിന്റെ വീട്ടുകാരും ഞാനും മാത്രമാണ് അനുശോചിക്കാൻ ഉണ്ടായിരു ന്നത്. ഞങ്ങൾ ശവസംസ്കാരം നടത്തുന്ന മനുഷ്യനെപ്പറ്റി ഞങ്ങളിൽ ഒരാൾക്കും ഒന്നുംതന്നെ അറിയില്ലെന്നുള്ളത് എത്രമാത്രം വിചിത്രമാ ണെന്ന് ഞാൻ ആലോചിച്ചിരുന്നതായി എനിക്ക് ഓർമ്മയുണ്ട്. ആ സമയംകൊണ്ട് ഡോയലിന്റെ കുടുംബത്തെപ്പറ്റി എനിക്ക് വലിയ ബഹു മാനം തോന്നുന്നുണ്ടായിരുന്നു. മിസ്റ്റർ മാക്ഫാഡൻ അവർക്കുവേണ്ടി അല്പം സമ്പത്ത് മാറ്റിവെച്ചിട്ടുണ്ടെന്ന് ആദ്യമായി ഞാൻ പറഞ്ഞപ്പോൾ അവർ വികാരാധീനരായി മാറി. യഥാർത്ഥത്തിൽ, തുടക്കത്തിലത് സ്വീക രിക്കാൻ അവർ ആഗ്രഹിച്ചിരുന്നില്ല. അവർ അയാൾക്ക് രണ്ട് മുറികളും വർഷങ്ങളോളം ഭക്ഷണവും നല്കിയതിന് വേണ്ടത്ര പണം നല്കിക്ക ഴിഞ്ഞിട്ടുണ്ടെന്ന് അവർ പറഞ്ഞു. അവർ അയാൾക്കുവേണ്ടി മറ്റെന്തെ ങ്കിലും ചെയ്തിട്ടുണ്ടെങ്കിൽ അത് അവർ അയാളെ ഇഷ്ടപ്പെട്ടിരുന്നതു കൊണ്ട് മാത്രമാണെന്നും അവർ പറഞ്ഞു. ആ ജനുവരി വൈകുന്നേ രത്ത് ശവക്കുഴിയുടെ അടുത്ത് അയാൾക്കുവേണ്ടി വിഷമിക്കാൻ സുഹൃ ത്തുക്കൾ ഉണ്ടെന്നുള്ളത് ചെറിയ കാര്യം ആയിരുന്നില്ല.

അങ്ങനെ ആയിരുന്നു അതിന്റെ അവസാനം. അതിനുശേഷം ഞാൻ ഡോയലുകളുടെ അടുക്കളയോടു ചേർന്നുള്ള സ്വീകരണമുറിയിൽ എത്തി അവരോടൊപ്പം ചായ കുടിച്ചിരുന്നു. ചായകുടി കഴിഞ്ഞ് ലണ്ടനിലേക്ക് പോകുന്ന രാത്രിയിലെ ട്രെയിനിൽ രണ്ട് പെട്ടിയിൽ കടലാസുകളും എന്റെ സാധനങ്ങളും എടുത്തുകൊണ്ട് ഗ്ലാസ്ഗോയിലേക്ക് പുറപ്പെട്ടു. അനന്ത രാവകാശിയെ കണ്ടെത്തുന്നത് ബുദ്ധിമുട്ടാണെന്ന് തെളിഞ്ഞാൽ എന്റെ ഒഴിവുസമയത്ത് കടലാസുകൾ പരിശോധിച്ച് നോക്കിയതിനുശേഷം മാക്ഫാഡന്റെ സ്വത്തിനെ പാരമ്പര്യസ്വത്തിന്റെ ഭാഗമായി ഡോയലു കൾക്ക് കൈമാറ്റംചെയ്യാം എന്നാണ് ഞാൻ ഉദ്ദേശിച്ചിരുന്നത്.

സത്യത്തിൽ ഹാരിസ് കൂടുതൽ ബുദ്ധിമുട്ടില്ലാതെ അനന്തരാവകാ ശിയെ കണ്ടെത്തി. ചെറുപ്പക്കാരനായ ഹാരിസിന് ഒരാഴ്ചയ്ക്കുള്ളിൽ അതിനെപ്പറ്റി ചിലതെല്ലാം മനസ്സിലാക്കാൻ കഴിഞ്ഞിരുന്നു. താമസിയാതെ കോൽവിൻബേയിലെ പെൺകുട്ടികളുടെ സ്കൂളിലെ പ്രധാനാധ്യാപിക ആയിരുന്ന ഒരു മിസ് അഗതാ പാഗറ്റിൽനിന്നും ഞങ്ങൾക്ക് ഒരു എഴുത്ത് കിട്ടി. അവൾ മലയായിൽവെച്ച് മോട്ടോർ അപകടത്തിൽ കൊല്ലപ്പെട്ട

ആർതർ പാഗറ്റിന്റെ ഒരു സഹോദരി ആയിരുന്നു. അവൾ ആർതർ പാഗ
റ്റിന്റെ ഭാര്യ ജീൻ 1942 ൽ സൗത്ത് ആംപ്റ്റണിൽവച്ച് മരിച്ചുപോയെ
ന്നുള്ള കാര്യം സ്ഥിരീകരിച്ചിരുന്നു. അതിനോടൊപ്പം അവൾ, അവരുടെ
മകൻ ഡൊണാൾഡും മരിച്ചെന്നുള്ള പുതിയ വിവരംകൂടി കൂടിച്ചേർത്തി
രുന്നു. അയാൾ മലയായിലെ ജയിലിലെ ഒരു യുദ്ധത്തടവുകാരൻ ആയി
രുന്നു. അയാൾ തടവറയിലാണ് മരിച്ചത്. എന്തായാലും അവളുടെ അന
ന്തിരവൾ ജീൻ 'ലണ്ടൻ ജില്ലയിൽ' ജീവിച്ചിരിക്കുന്നുണ്ട്. പ്രധാനാധ്യാ
പികയ്ക്ക് അവളുടെ വീടിന്റെ മേൽവിലാസം അറിയില്ലായിരുന്നു. കാരണം
അവൾ താമസിച്ചിരുന്ന മുറി ഒന്നോ രണ്ടോ പ്രാവശ്യം മാറിയിട്ടുണ്ടായി
രുന്നു. അതുകൊണ്ട് പ്രധാനാധ്യാപിക അവൾക്ക് എഴുത്ത് എഴുതിയി
രുന്നത് അവളുടെ കമ്പനിയുടെ മേൽവിലാസത്തിൽ ആയിരുന്നു. അവൾ
'പാക്ക് ആന്റ് ലെവി ലിമിറ്റഡ്' എന്ന സ്ഥാപനത്തിന്റെ ഓഫീസിലാണ്
ജോലി ചെയ്തിരുന്നത്. ഓഫീസിന്റെ മേൽവിലാസം ഹൈഡ്, പെരി
വെയിൽ, ലണ്ടൻ, ന്യൂ വെസ്റ്റ് മിനിസ്റ്റർ എന്നതായിരുന്നു.

എനിക്ക് ഈ എഴുത്ത് രാവിലത്തെ എഴുത്തുകളിൽനിന്ന് കിട്ടി.
ഞാൻ മറ്റ് എഴുത്തുകൾ ഓടിച്ചു വായിച്ചതിനുശേഷം ഈ എഴുത്ത്
വീണ്ടുമെടുത്ത് വായിച്ചിരുന്നു. പിന്നീട് എന്റെ സെക്രട്ടറിയെക്കൊണ്ട്
മാക്ഫാഡന്റെ ഫയൽ എടുപ്പിച്ച് വിൽപത്രം വീണ്ടും വായിച്ചുനോക്കി.
ഞാൻ മറ്റുചില കടലാസുകളും സ്വത്തിനെപ്പറ്റിയുള്ള എന്റെ കുറിപ്പു
കളും പരിശോധിച്ചു. അവസാനം ഞാൻ ടെലിഫോൺ ഡയറക്ടറിയിൽ
അഭയംപ്രാപിച്ച് 'പാക് ആന്റ് ലെവി' ചെയ്തിരുന്ന ജോലി കണ്ടെത്താ
നുള്ള ശ്രമം നടത്തിയിരുന്നു.

താമസിയാതെ ഞാൻ എന്റെ കസേരയിൽനിന്ന് എഴുന്നേറ്റ് ജനുവ
രിയിലെ വിരസവും നിർജ്ജീവവുമായ ലണ്ടനിലെ തെരുവിലേക്ക് ജന
ലിലൂടെ നോക്കിക്കൊണ്ട് നിന്നിരുന്നു. എന്തെങ്കിലും ചെയ്യാൻ തീരുമാനം
എടുക്കുന്നതിനുമുമ്പ് അല്പം ആലോചിക്കാൻ ഞാൻ ഇഷ്ടപ്പെട്ടിരുന്നു.
അതിനുശേഷം ഞാൻ റോബിൻസണിന്റെ ഓഫീസിലേക്ക് പോയി.
അയാൾ പറഞ്ഞുകൊടുത്ത് എഴുതിക്കുകയായിരുന്നു. അയാളുടെ ജോലി
അവസാനിച്ച് പെൺകുട്ടി മുറിയിൽനിന്ന് പോകുന്നതുവരെ ഞാൻ അയാ
ളുടെ നെരിപ്പോടിനടുത്ത് നിന്നുകൊണ്ട് സ്വയം ചൂടുപിടിപ്പിച്ചു.

"എനിക്ക് ആ മാക്ഫാഡന്റെ അനന്തരാവകാശിയെ കിട്ടി." ഞാൻ
പറഞ്ഞു. "ഞാൻ ഹാരിസിനോട് പറയും."

"ശരി" അയാൾ പറഞ്ഞു. "നിങ്ങൾ മകനെ കണ്ടെത്തിയോ?"

"ഇല്ല." ഞാൻ പറഞ്ഞു. "ഞാൻ മകളെ കണ്ടെത്തി. മകൻ മരിച്ചു
പോയി." അയാൾ ചിരിച്ചു. "ഭാഗ്യദോഷം – അതിന്റെ അർത്ഥം അവൾക്ക്
മുപ്പത്തിയഞ്ച് ആകുന്നതുവരെ നമ്മൾ ട്രസ്റ്റികളാണ്. അങ്ങനെ അല്ലേ?"

ഞാൻ തലയാട്ടി.

"അവൾക്ക് ഇപ്പോൾ എത്ര വയസ്സുണ്ട്?"

ഞാൻ ഒരു മിനിറ്റ് നേരം കണക്കുകൂട്ടി "ഇരുപത്തിയാറോ ഇരുപ

ത്തിയേഴോ കാണും."

"നമുക്ക് ബുദ്ധിമുട്ടുകളുടെ ഒരു കെട്ട് സമ്മാനിക്കാൻ വേണ്ട പ്രായം ആയിട്ടുണ്ട്."

"എനിക്കറിയാം."

"അവൾ എവിടെയാണ്? എന്ത് ചെയ്യുന്നു?"

"അവൾ പെരിവെയിലിലെ ഒരു ഹാന്റ് ബാഗ് നിർമ്മാണ കമ്പനി യിൽ ക്ലാർക്കോ ടൈപ്പിസ്റ്റോ ആണ്." ഞാൻ പറഞ്ഞു. "ഞാൻ ഇപ്പോൾ അവൾക്ക് ഒരു എഴുത്ത് തയ്യാറാക്കാൻ തുടങ്ങുകയാണ്."

അയാൾ പുഞ്ചിരിച്ചു. "തലതൊട്ടപ്പൻ മാലാഖ."

"അത് വളരെ ശരിയാണ്."

ഞാൻ മുറിയിൽ തിരിച്ചുവന്ന് കുറച്ചുസമയം ആ എഴുത്തിനെക്കു റിച്ച് ആലോചിച്ചുകൊണ്ടിരുന്നു. ആദ്യമായി ഈ ചെറുപ്പക്കാരിക്ക് എഴു തുമ്പോൾ അത് ഔപചാരികമായ രീതിയിലായിരിക്കണമെന്ന് എനിക്ക് തോന്നുന്നുണ്ടായിരുന്നു. അവസാനം ഞാൻ എഴുതി.

പ്രിയപ്പെട്ട മാഡം,

ജനുവരി ഇരുപത്തിയൊന്നിന് അയറിൽവെച്ച് മിസ്റ്റർ ഡഗ്ലസ് മാക്ഫാഡൻ മരിച്ചെന്നുള്ള വിവരം ഞങ്ങൾക്ക് നിങ്ങളെ അറിയിക്കേണ്ടി വന്നതിൽ വളരെ വിഷമം ഉണ്ട്. അദ്ദേഹത്തിന്റെ വിൽപത്രത്തിന്റെ നട ത്തിപ്പുകാർ എന്ന നിലയിൽ ഞങ്ങൾക്ക് അതിന്റെ ഗുണഭോക്താക്കളെ കണ്ടെത്താൻ അല്പം ബുദ്ധിമുട്ട് അനുഭവിക്കേണ്ടിവന്നിട്ടുണ്ട്. പക്ഷേ, മുൻകാലങ്ങളിൽ മലയായിലും സൗത്ത് ആംപ്റ്റണിലും താമസിച്ചിരുന്ന ആർതർ പാഗറ്റിന്റെയും ജീനിന്റെയും മകൾ നിങ്ങളാണെങ്കിൽ സ്വത്തിന്റെ ഒരു പങ്കിന് നിങ്ങൾക്കും അർഹതയുള്ളതായി തോന്നുന്നുണ്ട്.

ഈ കാര്യം കൂടുതൽ ചർച്ചചെയ്യാൻ വേണ്ടി നിങ്ങളുടെ സൗകര്യം അനുസരിച്ച് ഞങ്ങളെ സന്ദർശിക്കാനുള്ള സമയം തീരുമാനിക്കാൻ ടെലി ഫോൺ ചെയ്യുന്നതിൽ നിങ്ങൾക്ക് വിരോധം ഇല്ലല്ലൊ?

നിങ്ങളുടെ ജനന സർട്ടിഫിക്കറ്റ്, തിരിച്ചറിയൽ കാർഡ്, മറ്റെന്തെ ങ്കിലും രേഖകൾ വേണം എന്ന് നിങ്ങൾക്ക് തോന്നുന്നുണ്ടെങ്കിൽ അത്തരം രേഖകൾ തുടങ്ങിയവ എല്ലാം നിങ്ങളുടെ വ്യക്തിവിവരങ്ങളുടെ തെളിവായി തുടക്കത്തിൽ ഹാജരാക്കേണ്ടി വരും.

നിങ്ങളുടെ വിശ്വസ്തൻ

ഓവൻ ഡൽഹൗസിക്കും പീറ്റേഴ്സിനും വേണ്ടി

എൻ എച്ച് സ്ട്രാച്ചൻ,

അടുത്ത ദിവസം അവൾ എന്നെ വിളിച്ചു. അവൾക്ക് നല്ല പരിശീ ലനം കിട്ടിയ ഒരു സെക്രട്ടറിയുടെ വളരെ ഹൃദ്യമായ ശബ്ദം ഉണ്ടായി രുന്നു. അവൾ പറഞ്ഞു. "മിസ്റ്റർ സ്ട്രാച്ചൻ, ഇത് ജീൻ പാഗറ്റാണ് സംസാ രിക്കുന്നത്. 29-ാം തീയതി അയച്ച എഴുത്ത് എനിക്ക് കിട്ടി. എനിക്ക് അത്ഭുതം തോന്നുന്നു- നിങ്ങൾ ശനിയാഴ്ച രാവിലെ ജോലി ചെയ്യു ന്നുണ്ടോ? ഞാൻ ഒരു ജോലി ചെയ്യുന്നുണ്ട്. അതുകൊണ്ട് എന്റെ ഏറ്റവും

നല്ല ദിവസം ശനിയാഴ്ചയാണ്."

ഞാൻ മറുപടി പറഞ്ഞു. "ഞങ്ങൾ ശനിയാഴ്ച രാവിലെ ജോലി ചെയ്യുന്നുണ്ട്. നിങ്ങൾക്ക് ഏത് സമയം സൗകര്യമായിരിക്കും?"

"പത്തരമണി എന്ന് തീരുമാനിക്കാമോ?" ഞാൻ എന്റെ ലെറ്റർപാ ഡിൽ കുറിച്ചു വെച്ചു. "തീർച്ചയായും തീരുമാനിക്കാം. നിങ്ങൾക്ക് ജനന സർട്ടിഫിക്കറ്റ് കിട്ടിയോ?"

"എനിക്ക് അത് കിട്ടിയിട്ടുണ്ട്. എന്റെ കൈവശമുള്ള മറ്റൊരു കാര്യം എന്റെ അമ്മയുടെ വിവാഹസർട്ടിഫിക്കറ്റാണ് — അതുകൊണ്ട് പ്രയോ ജനം ഉണ്ടെങ്കിൽ."

ഞാൻ പറഞ്ഞു. "ഉണ്ട്. അതുകൂടി കൊണ്ടുവരണം. മിസ് പാഗറ്റ്, ശനിയാഴ്ച നിങ്ങളെ കാണാം എന്ന് ഞാൻ പ്രതീക്ഷിക്കുന്നു. എന്റെ പേർ ചോദിച്ചാൽ മതി - മിസ്റ്റർ നോയൽ സ്ട്രാച്ചൻ എന്ന് പറഞ്ഞാൽ മതി. ഞാനാണ് മുതിർന്ന പങ്കാളി."

ശനിയാഴ്ച കൃത്യം പത്തരമണിക്ക് അവൾ എന്റെ ഓഫീസിൽ പ്രത്യക്ഷപ്പെട്ടിരുന്നു. അവൾ ശരാശരി ഉയരവും കറുത്ത തലമുടിയുമുള്ള ഒരു പെൺകുട്ടി ആയിരുന്നു. അല്ലെങ്കിൽ ഒരു സ്ത്രീ ആയിരുന്നു. അവൾ തരക്കേടില്ലാത്ത വിധത്തിൽ സുന്ദരി ആയിരുന്നു. അവൾക്ക് ചുറ്റും ഒരു ശാന്തത ഉണ്ടായിരുന്നു. പലപ്പോഴും സ്കോട്ട്ലാന്റിൽ നിന്നുള്ള സ്ത്രീക ളിൽ നിങ്ങൾ കാണുന്ന സൗന്ദര്യം എന്നല്ലാതെ മറ്റൊരു രീതിയിൽ അത് വിവരിക്കാൻ എനിക്ക് ബുദ്ധിമുട്ട് തോന്നുന്നു. അവൾ ഇരുണ്ട നീല നിറമുള്ള കോട്ടും സ്കർട്ടും ആണ് ധരിച്ചിരുന്നത്. ഞാൻ എഴുന്നേറ്റ് അവൾക്ക് കൈകൊടുത്തുകൊണ്ട് എന്റെ മേശയുടെ മറുവശത്ത് അവൾക്കുവേണ്ടി ഒരു കസേര നീക്കിയിട്ടതിനുശേഷം മേശചുറ്റിവന്ന് എന്റെ കസേരയിൽ ഇരുന്നു. ഞാൻ കടലാസുകൾ തയ്യാറാക്കിവെച്ചി രുന്നു.

"മിസ് പാഗറ്റ്" ഞാൻ പറഞ്ഞു. "ഞാൻ നിങ്ങളെപ്പറ്റി നിങ്ങളുടെ അമ്മാവിയിൽനിന്നാണ് മനസ്സിലാക്കിയത്. അവർ നിങ്ങളുടെ അമ്മാവി ആണെന്നാണ് ഞാൻ വിചാരിക്കുന്നത്. ശരിയല്ലേ? കോൾവിൻ ബേയിൽ താമസിക്കുന്ന മിസ് അഗതാ പാഗറ്റ്."

അവൾ തലകുലുക്കി. "അഗ്ഗി അമ്മാവിക്ക് നിങ്ങളുടെ എഴുത്ത് കിട്ടി യെന്ന് അമ്മാവി എന്നോട് പറഞ്ഞു. ശരിയാണ്. അവർ എന്റെ അമ്മാവി ആണ്."

"സൗത്ത് ആംപ്റ്റണിലും മലയായിലും താമസിച്ചിരുന്ന ആർതറി ന്റെയും ജീനിന്റെയും മകൾ ആണെന്നാണ് ഞാൻ മനസ്സിലാക്കുന്നത്. ശരിയല്ലേ?"

അവൾ തലയാട്ടി. "ശരിയാണ്. എനിക്ക് എന്റെ ജനന സർട്ടിഫി ക്കറ്റും അമ്മയുടെ ജനനസർട്ടിഫിക്കറ്റും അതുകൂടാതെ അമ്മയുടെ വിവാഹ സർട്ടിഫിക്കറ്റും കിട്ടിയിട്ടുണ്ട്." അവൾ ബാഗിൽനിന്ന് സർട്ടി ഫിക്കറ്റുകൾക്കൊപ്പം അവളുടെ തിരിച്ചറിയൽ കാർഡ് കൂടി പുറത്തെ

ടുത്ത് എന്റെ മേശപ്പുറത്ത് വച്ചു.

ഞാൻ ഈ രേഖകൾ കവറിൽ നിന്ന് പുറത്തെടുത്ത് ശ്രദ്ധയോടെ വായിച്ചുനോക്കി. അതിനെപ്പറ്റി സംശയം ഉണ്ടായിരുന്നില്ല. ഞാൻ അന്വേ ഷിച്ചുകൊണ്ടിരുന്ന വ്യക്തി അവൾ ആയിരുന്നു. ഞാൻ കസേരയിൽ ചാരി ഇരുന്നുകൊണ്ട് ഉടൻതന്നെ എന്റെ കണ്ണാടി ഊരിമാറ്റി. "മിസ് പാഗറ്റ് പറയണം" ഞാൻ പറഞ്ഞു. "അടുത്തകാലത്ത് മരിച്ചുപോയ നിങ്ങളുടെ അമ്മാവനെ എന്നെങ്കിലും നിങ്ങൾ കണ്ടിട്ടുണ്ടോ? മിസ്റ്റർ ഡഗ്ലസ് മാക്ഫാ ഡനെ കണ്ടിട്ടുണ്ടോ?"

അവൾ മറുപടി പറയാൻ മടിച്ചു. അതിനുശേഷം അവൾ പറഞ്ഞു. "ഞാൻ അതിനെപ്പറ്റി ഒരുപാട് ആലോചിച്ചു." അവസാനം അവൾ മനസ്സ് തുറന്നു. "ഞാൻ അദ്ദേഹത്തെ എന്നെങ്കിലും കണ്ടുമുട്ടിയിട്ടുണ്ടെന്ന് സത്യത്തിൽ ഉറപ്പുപറയാൻ കഴിയില്ല. പക്ഷേ, എനിക്ക് ഏതാണ്ട് പത്തു വയസ്സ് ഉള്ളപ്പോൾ അമ്മ എന്നെ ഒരാളെ കാണിക്കാൻ വേണ്ടി സ്കോട്ട്ലാന്റിൽ കൊണ്ടുപോയിരുന്നു. അത് അദ്ദേഹമായിരിക്കും എന്നാണ് ഞാൻ വിചാരിക്കുന്നത്. ഞങ്ങൾ ഒന്നിച്ചാണ് പോയിരുന്നത്. അമ്മയും ഞാനും ഡൊണാൾഡും. ഒരു കാറ്റ് കടക്കാത്ത മുറിക്കുള്ളിൽ ധാരാളം കൂട്ടിലാക്കിയ പക്ഷികൾ ഉണ്ടായിരുന്ന വീട്ടിലെ ഒരു വൃദ്ധനെ എനിക്ക് ഓർമ്മയുണ്ട്. അത് ഡഗ്ലസ് അമ്മാവൻ ആയിരുന്നെന്നാണ് ഞാൻ വിചാരിക്കുന്നത്. പക്ഷേ, എനിക്ക് സത്യത്തിൽ ഉറപ്പില്ല."

അത് അയാൾ എന്നോട് പറഞ്ഞിട്ടുള്ള കാര്യങ്ങളുമായി ഒത്തുപോ കുന്നുണ്ടായിരുന്നു. 1932 ലെ കുട്ടികളോടൊപ്പമുള്ള അയാളുടെ സഹോ ദരിയുടെ സന്ദർശനം. അന്ന് ഈ പെൺകുട്ടിക്ക് പതിനൊന്ന് വയസ്സ് കണ്ടിരിക്കും. "മിസ് പാഗറ്റ്, നിങ്ങളുടെ സഹോദരൻ ഡൊണാൾഡിന്റെ വിവരങ്ങൾ പറയൂ." ഞാൻ ആവശ്യപ്പെട്ടു. "അയാൾ ഇപ്പോൾ ജീവിച്ചി രിക്കുന്നുണ്ടോ?"

അവൾ ഇല്ലെന്നുള്ള അർത്ഥത്തിൽ തലകുലുക്കി. "അയാൾ 1943 ൽ ഒരു തടവുകാരനായിരുന്ന സമയത്ത് മരിച്ചു. നമ്മൾ സിങ്കപ്പൂരിൽവെച്ച് കീഴടങ്ങിയപ്പോൾ ജപ്പാൻകാർ അയാളെ പിടികൂടിയിരുന്നു. അതിനു ശേഷം അയാളെ റെയിൽവെയിലേക്ക് അയച്ചിരുന്നു."

ഞാൻ അമ്പരന്നുപോയി. "റെയിൽവെയിലേക്ക് അയച്ചെന്നോ?"

അവൾ എന്നെ ശാന്തമായി നോക്കി. അവളുടെ നോട്ടത്തിൽ ഇംഗ്ല ണ്ടിൽ താമസിച്ചിരുന്നവരുടെ അറിവുകേടിനോടുള്ള സഹിഷ്ണുത കാണാൻ കഴിഞ്ഞിരുന്നെന്നാണ് ഞാൻ വിചാരിക്കുന്നത്. "യുദ്ധത്തട വുകാരുടെ അദ്ധ്വാനംകൊണ്ട് സയാമിനും ബർമ്മായ്ക്കും ഇടയിൽ ജപ്പാൻകാർ നിർമ്മിച്ച റെയിൽവെ. അവിടെ തീവണ്ടിപ്പാളത്തിൽ കുറുകെ ഇട്ട ഓരോ കട്ടത്തടിക്കും ഒരു മനുഷ്യൻ വീതം മരിച്ചിട്ടുണ്ട്. അതിൽ ഇരുന്നൂറ് മൈലോളം നീളം ഉണ്ടായിരുന്നു. ഡൊണാൾഡ് അവരിൽ ഒരാളായിരുന്നു."

അവിടെ നിമിഷനേരത്തേക്ക് ഒരു നിശ്ശബ്ദത ഉണ്ടായിരുന്നു. അവ

സാനം ഞാൻ പറഞ്ഞു. "എനിക്ക് വളരെ വിഷമം ഉണ്ട്. ഒരു കാര്യം എനിക്ക് നിങ്ങളോട് ചോദിക്കാതിരിക്കാൻ കഴിയില്ല. എനിക്ക് ചോദിക്കുന്നതിൽ പ്രയാസം ഉണ്ട്. ഒരു മരണ സർട്ടിഫിക്കറ്റ് ഉണ്ടായിരുന്നോ?"

അവൾ എന്നെ തുറിച്ചുനോക്കി. "ഞാൻ അത്രമാത്രം ആലോചിക്കാൻ പാടില്ല."

"ഓ..." ഞാൻ എന്റെ കസേരയിൽ ചാരിയിരുന്ന് വില്പത്രം കൈയിലെടുത്തു. "ഇത് മിസ്റ്റർ ഡഗ്ലസ് മാക്ഫാഡന്റെ വില്പത്രം ആണ്." ഞാൻ പറഞ്ഞു. "മിസ് പാഗറ്റ്, എന്റെ കൈയിൽ അതിന്റെ ഒരു പകർപ്പുണ്ട്. അത് നിങ്ങൾക്കുള്ളതാണ്. പക്ഷേ, അതിലുള്ളത് എന്താണെന്ന് നിയമപരമല്ലാത്ത സാധാരണഭാഷയിൽ നിങ്ങളോട് പറയുന്നത് കൂടുതൽ നല്ലതാണെന്നാണ് ഞാൻ വിചാരിക്കുന്നത്. നിങ്ങളുടെ അമ്മാവൻ രണ്ട് ചെറിയ ഒസ്യത്തുക്കൾ തയ്യാറാക്കിയിരുന്നു. ബാക്കിയുള്ള സ്വത്ത് മുഴുവൻ അദ്ദേഹം നിങ്ങളുടെ സഹോദരൻ ഡൊണാൾഡിനുവേണ്ടി ട്രസ്റ്റിനെ ഏല്പിച്ചിരിക്കുകയായിരുന്നു. മരിക്കുന്നതുവരെ ട്രസ്റ്റിൽനിന്നുള്ള വരുമാനം നിങ്ങളുടെ അമ്മയ്ക്ക് ആണെന്നാണ് ട്രസ്റ്റിൽ പറഞ്ഞിരുന്നത്. നിങ്ങളുടെ സഹോദരന് പ്രായപൂർത്തിയാകുന്നതിനുമുമ്പ് അമ്മ മരിച്ചാൽ അയാൾക്ക് ഇരുപത്തെന്ന് വയസ്സ് ആകുന്നതുവരെ ട്രസ്റ്റ് തുടരേണ്ടതാണ്. അയാൾ സ്വത്തിന്റെ പൂർണ്ണ അവകാശിയായി മാറിക്കഴിയുമ്പോൾ ട്രസ്റ്റ് പിരിച്ചുവിടപ്പെടും. പക്ഷേ, നിങ്ങളുടെ സഹോദരൻ അനന്തരാവകാശം കിട്ടുന്നതിനുമുമ്പ് മരിച്ചു. അപ്പോൾ അമ്മയുടെ കാല ശേഷം ബാക്കിസ്വത്ത് കിട്ടേണ്ടത് നിങ്ങൾക്കായിരുന്നു. പക്ഷേ, അങ്ങനെ സംഭവിച്ചാൽ ട്രസ്റ്റ് നിങ്ങൾക്ക് മുപ്പത്തഞ്ച് വയസ്സ് തികയുന്നതുവരെ അതായത് 1956 വരെ തുടർന്നിരിക്കണം. ഞങ്ങൾക്ക് നിങ്ങളുടെ സഹോദരന്റെ മരണത്തിനുള്ള തെളിവ് ലഭിക്കേണ്ടത് ആവശ്യമാണെന്ന് നിങ്ങൾ തീർച്ചയായും അംഗീകരിക്കും."

അല്പസമയം സംശയിച്ചുനിന്നതിനു ശേഷം അവൾ പറഞ്ഞു. "മിസ്റ്റർ. സ്ട്രാച്ചൻ, ഞാൻ അങ്ങേയറ്റം മണ്ടിയാണെന്ന് പേടി തോന്നുന്നു. നിങ്ങൾക്ക് ഡൊണാൾഡ് മരിച്ചതിന്റെ എന്തെങ്കിലും തെളിവ് വേണം എന്ന് എനിക്ക് മനസ്സിലായി. പക്ഷേ, അത് കിട്ടിക്കഴിഞ്ഞാൽ ഡഗ്ലസ് അമ്മാവൻ ബാക്കിവെച്ച സ്വത്ത് മുഴുവൻ എനിക്ക് അനന്തരാവകാശമായി ലഭിക്കുമെന്നാണോ നിങ്ങൾ ഉദ്ദേശിച്ചത്?"

"ഏറക്കുറെ അതുതന്നെയാണ് ഉദ്ദേശിച്ചത്." ഞാൻ മറുപടി പറഞ്ഞു. "1956 വരെ നിങ്ങൾക്ക് സ്വത്തിൽനിന്നുള്ള വരുമാനം മാത്രമേ ലഭിക്കുകയയുള്ളൂ. അതിനുശേഷം സമ്പത്ത് നിങ്ങളുടെ ആയിരിക്കും. നിങ്ങൾക്ക് അത് ഇഷ്ടമുള്ളതുപോലെ ചെയ്യാം?"

"അദ്ദേഹം എത്രമാത്രം സ്വത്ത് ബാക്കിവെച്ചിട്ടുണ്ട്?"

ഞാൻ എന്റെ മുമ്പിലിരുന്ന രേഖകളിൽനിന്ന് ഒരു കടലാസ് ഥിര ഞ്ഞെടുത്ത് ഒരു അന്തിമ പരിശോധനയ്ക്കുവേണ്ടി അതിലെ അക്കങ്ങളിലൂടെ കണ്ണോടിച്ചു. "മരണത്തിന്റെ ബാദ്ധ്യതകൾ തീർത്തുകഴിഞ്ഞാൽ

ഇന്നത്തെ വിലയ്ക്ക് അൻപത്തിമൂവായിരം പൗണ്ടിന്റെ സ്വത്ത് കാണും. മിസ് പാഗറ്റ്, അത് ഇന്നത്തെ വിലയ്ക്കാണെന്ന് ഞാൻ വ്യക്തമാക്കുക യാണ്. 1956 ൽ നിങ്ങൾക്ക് അതാണ് കിട്ടാൻ പോകുന്നതെന്ന് വിചാരി ക്കരുത്. ഓഹരി വിപണി ഇടിഞ്ഞാൽ അത് നിക്ഷേപ സർട്ടിഫിക്കറ്റുക ളെപ്പോലും ബാധിക്കും."

അവൾ എന്നെ തുറിച്ചുനോക്കി. "അൻപത്തിമൂവായിരം പൗണ്ടോ?"

ഞാൻ തലകുലുക്കി. "അത്രയും ഉണ്ടെന്നാണ് തോന്നുന്നത്."

"മിസ്റ്റർ സ്ട്രാച്ചൻ അതിൽനിന്ന് വർഷംതോറും എന്ത് കിട്ടും?"

ഞാൻ മുമ്പിൽ ഇരുന്ന കടലാസിലെ അക്കങ്ങളിൽ കണ്ണോടിച്ചു. "ഇപ്പോൾ അത് ട്രസ്റ്റി ഓഹരികളിൽ നിക്ഷേപിച്ചിരിക്കുകയാണ്. ഒരു വർഷം 1550 പൗണ്ടോളം മൊത്തം വരുമാനം ലഭിക്കും." അതിൽനിന്ന് വരുമാന നികുതി കുറയ്ക്കണം. മിസ് പാഗറ്റ്, നിങ്ങൾക്ക് വർഷത്തിൽ ചെലവാക്കാൻ ഏതാണ്ട് തൊള്ളായിരം പൗണ്ട് കാണും."

"ഹോ..." വളരെനേരം നിശ്ശബ്ദത ആയിരുന്നു. അവൾ മേശപ്പുറ ത്തേക്ക് വളരെനേരം നോക്കിയിരുന്നു. പിന്നീട് അവൾ തല ഉയർത്തി എന്നെനോക്കി പുഞ്ചിരിച്ചു. "അതുമായി യോജിച്ചുപോകാൻ അല്പ സമയം വേണ്ടി വരും." അവൾ സൂചിപ്പിച്ചു. "മിസ്റ്റർ സ്ട്രാച്ചൻ, ഞാൻ എല്ലാ സമയത്തും ഉപജീവനത്തിനുവേണ്ടിയാണ് ജോലി ചെയ്തിരുന്ന തെന്നാണ് ഞാൻ ഉദ്ദേശിച്ചത്. വിവാഹിതയാകുമ്പോൾ അല്ലാതെ ഞാൻ മറ്റെന്തെങ്കിലും ജോലിചെയ്യുമെന്ന് ഒരുകാലത്തും വിചാരിച്ചിട്ടില്ല. ഇത് മറ്റൊരുതരം ജോലി ആണല്ലോ. പക്ഷേ, എനിക്ക് ഒരിക്കലും വീണ്ടും ജോലി ചെയ്യേണ്ട ആവശ്യം ഇല്ലെന്നാണ് ഇതിന്റെ അർത്ഥം. എനിക്ക് ആഗ്രഹമുണ്ടെങ്കിൽ മാത്രം ജോലി ചെയ്താൽ മതിയാകും."

അവസാനത്തെ വാചകത്തിലൂടെ അവൾ ശരിയായ വിശദീകരണ മാണ് നടത്തിയത്.

"അത് വളരെ ശരിയാണ്." ഞാൻ പറഞ്ഞു. "നിങ്ങൾക്ക് ആഗ്രഹം ഇല്ലെങ്കിൽ നിങ്ങൾ ജോലിചെയ്യേണ്ട ആവശ്യമില്ല."

"ഓഫീസിൽ പോയില്ലെങ്കിൽ എനിക്ക് എന്തുചെയ്യാൻ പറ്റും എന്ന് അറിയില്ല." അവൾ പറഞ്ഞു. "എനിക്ക് മറ്റൊരു ജീവിതം ഉണ്ടായിരു ന്നില്ല."

"അപ്പോൾ നിങ്ങൾ ഓഫീസിൽ പോകുന്നത് തുടരണം." ഞാൻ അവളെ സൂക്ഷ്മമായി നോക്കിക്കൊണ്ട് പറഞ്ഞു.

അവൾ ചിരിച്ചു. "എനിക്ക് ചെയ്യാൻപറ്റുന്ന ഒരേയൊരുകാര്യം അതാ ണെന്നാണ് ഞാൻ വിചാരിക്കുന്നത്."

ഞാൻ കസേരയിൽ പിന്നോട്ട് ചാരിയിരുന്നു. "മിസ് പാഗറ്റ്, ഞാൻ ഇപ്പോൾ അനുഭവസമ്പത്തുള്ള ഒരു മനുഷ്യനാണ്. എന്റെ കാലത്ത് ഞാൻ ധാരാളം തെറ്റുകൾ ചെയ്തിട്ടുണ്ട്. അതിൽനിന്ന് ഒരുകാര്യം ഞാൻ മനസ്സിലാക്കി. വളരെ തിടുക്കത്തിൽ എന്തെങ്കിലും ചെയ്യുന്നത് ഒരിക്കലും ബുദ്ധിയല്ല. ഈ പാരമ്പര്യസ്വത്ത് നിങ്ങളുടെ ചുറ്റുപാടുകളിൽ വലിയ

വ്യത്യാസം വരുത്തുമെന്നാണ് ഞാൻ മനസ്സിലാക്കുന്നത്. എന്റെ ഉപദേശം പറയാമെങ്കിൽ നിങ്ങൾ എന്തായാലും ഇപ്പോഴുള്ള ജോലിയിൽ തുടരണം. ഈ സമയത്ത് പെട്ടെന്ന് പാരമ്പര്യസ്വത്തിനെപ്പറ്റി ഓഫീസിൽ സംസാ രിക്കുന്നത് ഞാൻ വിലക്കുന്നു. അതിനുള്ള ഒരു കാരണം സ്വത്തിന്റെ പലിശ പോലും നിങ്ങൾക്ക് ലഭിക്കാൻ ഏതാനും മാസങ്ങൾ കഴിയും. ആദ്യമായി നിങ്ങളുടെ സഹോദരന്റെ മരണത്തിനുള്ള നിയമപരമായ തെളിവ് നമുക്ക് നേടിയെടുക്കണം. അതിനുശേഷം സ്കോട്ട്ലാന്റിലെ അധികാരികളിൽനിന്ന് സ്വത്തിന്റെയും പിന്തുടർച്ചാവകാശത്തിന്റെയും നികുതിക്കുവേണ്ടി നിക്ഷേപത്തിന്റെ ഒരുപങ്ക് സ്വീകരിക്കാം എന്ന ഉറപ്പ് വാങ്ങിയെടുക്കണം. നിങ്ങൾ "പാക്ക് ആന്റ് ലെവി" എന്ന കമ്പനിയിൽ ചെയ്തിരുന്ന ജോലി എന്താണെന്ന് എന്നോട് പറയണം."

"ഞാൻ ഷോർട്ട് ഹാന്റ് എഴുതുന്ന ടൈപ്പിസ്റ്റാണ്." അവൾ പറഞ്ഞു. "ഇപ്പോൾ ഞാൻ മിസ്റ്റർ പാക്കിന്റെ സെക്രട്ടറിയായി ജോലി ചെയ്യുന്നു."

"മിസ് പാഗറ്റ് താമസിക്കുന്നത് എവിടെയാണ്?"

അവൾ പറഞ്ഞു. "എനിക്ക് ഈലിങ്ങിലെ പൊതുസ്ഥലം കഴിഞ്ഞ് ചാംപ്യൻ റോഡിലെ 43-ാം നമ്പർ കെട്ടിടത്തിൽ സ്വീകരണമുറിയോടു ചേർന്നുള്ള ഒരു കിടക്കമുറി കിട്ടിയിട്ടുണ്ട്. അത് വളരെ സൗകര്യപ്രദ മാണ്. പക്ഷേ, നിശ്ചയമായും എനിക്ക് പലപ്പോഴും പുറത്തുനിന്ന് ഭക്ഷണം കഴിക്കേണ്ടിവരും."

ഞാൻ ഒരു മിനിറ്റ് ആലോചിച്ചു. "നിങ്ങൾക്ക് ഈലിങ്ങിൽ ധാരാളം സുഹൃത്തുക്കൾ ഉണ്ടോ? നിങ്ങൾ അവിടെ എത്രകാലമായി താമസി ക്കുന്നു?"

"എനിക്ക് ഒരുപാട് ആളുകളെ അറിയില്ല." അവൾ മറുപടി പറഞ്ഞു. "കമ്പനിയിൽ ജോലിചെയ്യുന്ന ഒന്നോ രണ്ടോ ആളുകളുടെ കുടുംബ ങ്ങളെ അറിയാം. ഞാൻ തിരിച്ചുവന്ന് അവിടെ താമസം തുടങ്ങിയിട്ട് ഇപ്പോൾ രണ്ടുവർഷം കഴിഞ്ഞിരിക്കുന്നു. ഞാൻ പുറത്ത് മലയായിൽ ആയിരുന്നു. മിസ്റ്റർ സ്ട്രാച്ചൻ, ഞാൻ മൂന്നരക്കൊല്ലം ഒരുതരത്തിലുള്ള യുദ്ധത്തടവുകാരി ആയിരുന്നു. അതിനുശേഷം ഞാൻ വീട്ടിൽ എത്തി യപ്പോൾ എനിക്ക് 'പാക്ക് ആന്റ് ലെവി'യിലെ ഈ ജോലി കിട്ടി."

ഞാൻ കടലാസിൽ അവളുടെ മേൽവിലാസം കുറിച്ചുവച്ചതിനു ശേഷം പറഞ്ഞു. "മിസ് പാഗറ്റ്, തല്ക്കാലത്തേക്ക് എനിക്ക് ഇതേരീതി യിൽ തുടരേണ്ടതുണ്ട്. ഞാൻ തിങ്കളാഴ്ച യുദ്ധകാര്യാലയവുമായി കൂടി യാലോചിച്ച് കഴിയുന്നത്ര വേഗത്തിൽ നിങ്ങളുടെ സഹോദരനെപ്പറ്റിയുള്ള തെളിവ് കൈവശപ്പെടുത്തും. അദ്ദേഹത്തിന്റെ പേരും നമ്പരും യൂണിറ്റും എനിക്ക് പറഞ്ഞുതരണം." അവൾ അതെല്ലാം പറഞ്ഞു. ഞാൻ അതെല്ലാം എഴുതിയെടുത്തു. "അത് കിട്ടിക്കഴിഞ്ഞാൽ ഉടൻതന്നെ ഞാൻ വിൽപത്രം തെളിയിക്കാൻവേണ്ടി സമർപ്പിക്കും. അത് തെളിഞ്ഞു കഴി ഞ്ഞതിനുശേഷം ട്രസ്റ്റ് ആരംഭിച്ച് നിങ്ങൾക്ക് പൂർണ്ണമായും അനന്തരാ വകാശം ലഭിക്കുന്നതുവരെ തുടരും."

അവൾ എന്നെ തല ഉയർത്തി നോക്കി. "എനിക്ക് ഈ ട്രസ്റ്റിനെക്കു
റിച്ച് പറഞ്ഞുതരില്ലെ?" അവൾ ചോദിച്ചു. "നിയമപരമായ കാര്യങ്ങളിൽ
ഞാൻ മെച്ചമല്ലെന്നുള്ള ഭയം എനിക്ക് ഉണ്ട്."

ഞാൻ തലകുലുക്കി. "നിശ്ചയമായും നിങ്ങൾ മെച്ചമല്ല. ശരിയാണ്.
ഞാൻ നിങ്ങൾക്ക് തരാൻ പോകുന്ന വിൽപത്രത്തിന്റെ പകർപ്പിൽനിന്ന്
അതു മുഴുവൻ നിയമപരമായ ഭാഷയിൽ നിങ്ങൾക്ക് മനസ്സിലാക്കാൻ
പറ്റും. പക്ഷേ, അതിന്റെ അർത്ഥം ഇതാണ്. വിൽപത്രം ഉണ്ടാക്കുന്ന
സമയത്ത് നിങ്ങളുടെ അമ്മാവന് സ്ത്രീകൾക്ക് സ്വന്തം പണം
കൈകാര്യം ചെയ്യുന്നതിനുള്ള കഴിവിനെപ്പറ്റി വളരെ മോശം അഭിപ്രായം
ആയിരുന്നു. ഞാൻ ഇത്തരം ഒരുകാര്യം പറയുന്നതിൽ എന്നോട് ക്ഷമി
ക്കണം. പക്ഷേ, മൊത്തം കാര്യങ്ങളും നിങ്ങൾ അറിഞ്ഞിരിക്കുന്നതാണ്
നിങ്ങൾക്ക് കൂടുതൽ മെച്ചം."

അവൾ ചിരിച്ചു. "മിസ്റ്റർ സ്ട്രാച്ചൻ, അദ്ദേഹത്തിനുവേണ്ടി നിങ്ങൾ
ദയവായി ക്ഷമ ചോദിക്കരുത്."

"തുടക്കത്തിൽ നിങ്ങൾക്ക് നാല്പത് വയസ്സ് ആകുന്നതുവരെ സ്വത്ത്
പൂർണ്ണമായും നിങ്ങൾക്ക് അനന്തരാവകാശമായി ലഭിക്കുന്നതിന്
അയാൾക്ക് അല്പംപോലും ആഗ്രഹമുണ്ടായിരുന്നില്ല." ഞാൻ പറഞ്ഞു.
"ഞാൻ ആ കാഴ്ചപ്പാടിനെ എതിർത്തു. പക്ഷേ, വിൽപത്രത്തിൽ
ഇപ്പോൾ ഉള്ളതിലും കുറഞ്ഞ ഒരു കാലയളവിലേക്ക് അയാളെ കൊണ്ടു
വരാൻ എനിക്ക് സാധിച്ചില്ല. ഈ സമയത്ത് ട്രസ്റ്റിന്റെ ജോലി ഇതാണ്.
വിൽപത്രം എഴുതിയ മനുഷ്യൻ ട്രസ്റ്റികളെ നിയമിക്കുന്നു. ഈ വ്യവ
ഹാരത്തിൽ ഞാനും എന്റെ പങ്കാളിയുമാണ് ട്രസ്റ്റികൾ. അവരാണ് അവ
രുടെ കഴിവിനൊത്ത് സ്വത്ത് സംരക്ഷിക്കുന്നതും ട്രസ്റ്റിന്റെ കാലാവധി
അവസാനിക്കുമ്പോൾ അവകാശിക്ക് കൈമാറുന്നതും."

"എനിക്ക് മനസ്സിലായി. ഡഗ്ലസ് അമ്മാവന് ഞാൻ വളരെപ്പെട്ടെന്ന്
അൻപത്തിമൂവായിരം പൗണ്ടും ചെലവാക്കും എന്നുള്ള ഭയമുണ്ടായി
രുന്നു."

ഞാൻ തലകുലുക്കി "അത് അദ്ദേഹത്തിന്റെ മനസ്സിൽ ഉണ്ടായിരുന്നു.
നിശ്ചയമായും അദ്ദേഹത്തിന് മിസ് പാഗറ്റിനെ അറിയില്ല. അതുകൊണ്ട്
ഈ തീരുമാനത്തിൽ വ്യക്തിപരമായി ഒന്നുംതന്നെ ഇല്ല. ചെറുപ്പത്തിൽ
സ്ത്രീകൾ വലിയ തുകകൾ കൈകാര്യം ചെയ്യാൻ പുരുഷന്മാരെക്കാൾ
മോശമാണെന്ന് അദ്ദേഹത്തിന് തോന്നിയിരുന്നു."

അവൾ ശാന്തമായി പറഞ്ഞു. "അദ്ദേഹം ചിന്തിച്ചത് ഒരുപക്ഷേ,
ശരിയായിരിക്കാം." അവൾ ഒരുമിനിറ്റ് ആലോചിച്ചതിനുശേഷം പറഞ്ഞു.
"അപ്പോൾ എനിക്ക് മുപ്പത്തഞ്ച് വയസ്സ് ആകുന്നതുവരെ ആ പണം
നിങ്ങൾ സംരക്ഷിക്കും. അതുവരെ പലിശ ചെലവാക്കാൻ വേണ്ടി എന്നെ
ഏല്പിക്കാൻ പോകുകയാണ്. വർഷത്തിൽ തൊള്ളായിരം. ശരിയല്ലേ?"

"നിങ്ങളുടെ വരുമാന നികുതിയുടെ കാര്യങ്ങൾ ഞങ്ങൾ നിർവ്വഹി
ക്കണമെന്ന് ആഗ്രഹിക്കുന്നുണ്ടെങ്കിൽ നിങ്ങൾക്ക് ലഭിക്കുന്ന തുക

ഏതാണ്ട് അത്രത്തോളം വരും." ഞാൻ പറഞ്ഞു. "ഞങ്ങൾക്ക് പണം ഏത് രീതിയിലും ക്രമീകരിക്കാൻ പറ്റും. ഉദാഹരണത്തിന് മാസത്തിൽ ഒരു ചെക്ക്, അല്ലെങ്കിൽ മൂന്നുമാസത്തിൽ ഒരു ചെക്ക്. നിങ്ങൾക്ക് അർദ്ധ വാർഷികമായി മുറപ്രകാരമുള്ള കണക്കുകളുടെ ഔദ്യോഗിക അറിയി പ്പുകൾ ലഭിക്കും."

അവൾ ജിജ്ഞാസയോടെ ചോദിച്ചു. "ഇതെല്ലാം എനിക്കുവേണ്ടി ചെയ്യുന്നതിനുള്ള നിങ്ങളുടെ ശമ്പളം എങ്ങനെയാണ്?"

ഞാൻ പുഞ്ചിരിച്ചു. "മിസ് പാഗറ്റ്, അത് വളരെ മുൻകരുതലോടെ യുള്ള ഒരു ചോദ്യമാണ്. നിങ്ങൾക്ക് വില്പത്രത്തിൽ ഒരു നിബന്ധന കാണാൻ പറ്റും. നമ്പർ എട്ട് ആണെന്നാണ് ഞാൻ വിചാരിക്കുന്നത്. അത് ട്രസ്റ്റിൽനിന്നുള്ള വരുമാനം കണക്കാക്കി ഞങ്ങൾക്ക് ഈടാക്കാൻ പറ്റും. തീർച്ചയായും നിങ്ങൾ എന്തെങ്കിലും നിയമപരമായ ബുദ്ധിമുട്ടിൽ ഉൾപ്പെടുകയാണെങ്കിൽ കഴിയുന്നത്ര ഏത് സഹായവും നല്കാൻ ഞങ്ങൾ തയ്യാറായിരിക്കും. അത്തരം വിഷയങ്ങളിൽ ഞങ്ങൾ നിങ്ങളിൽ നിന്ന് സാധാരണ നിരക്കിലുള്ള കൂലി വാങ്ങിക്കും."

അവൾ അപ്രതീക്ഷിതമായി പറഞ്ഞു. "എനിക്ക് ഇതിലും മെച്ച മായ ആരോടെങ്കിലും ചോദിക്കാൻ ഇല്ല." ഇത് പറഞ്ഞതിനുശേഷം അവൾ എന്നെ ഒളിഞ്ഞുനോക്കിക്കൊണ്ട് കുസൃതിച്ചിരിയോടെ പറഞ്ഞു. "ഇന്നലെ ഞാൻ ഈ കമ്പനിയെപ്പറ്റി ചില അന്വേഷണങ്ങൾ നടത്തിയി രുന്നു."

"അതുശരി... അന്വേഷണങ്ങൾ തൃപ്തികരമായിരുന്നെന്ന് ഞാൻ പ്രതീക്ഷിക്കുന്നു."

"വളരെ തൃപ്തികരം." അവൾക്ക് ഞങ്ങളെപ്പറ്റി വിവരം നല്കിയ വ്യക്തി പറഞ്ഞകാര്യം അവൾ പറഞ്ഞില്ല. അയാൾ ഞങ്ങളെ വിവരി ച്ചത് ബാങ്ക് ഓഫ് ഇംഗ്ലണ്ടുപോലെ ഉറപ്പുള്ളതും ചക്കരപ്പാവുപോലെ ഒട്ടിപ്പിടിക്കുന്നതുമാണെന്ന് പിന്നീട് അവൾ എന്നോട് പറഞ്ഞിരുന്നു. "മിസ്റ്റർ സ്ട്രാച്ചൻ, ഞാൻ വളരെ നല്ല കൈകളിലാണ് എത്തിയിരിക്കുന്ന തെന്ന് എനിക്ക് അറിയാം."

ഞാൻ തലയാട്ടി. "അതാണ് ഞാനും ആഗ്രഹിക്കുന്നത്. മിസ് പാഗറ്റ്, ചിലപ്പോൾ ഈ ട്രസ്റ്റ് അസഹ്യമാണെന്ന് നിങ്ങൾക്ക് തോന്നും എന്നുള്ള ഭയം എനിക്കുണ്ട്. മിസ് പാഗറ്റ്, അത് അങ്ങനെ ആകാതിരിക്കാൻ കഴി യുന്നതെല്ലാം ചെയ്യാമെന്ന് നിങ്ങൾക്ക് ഉറപ്പുതരാൻ എനിക്ക് കഴിയും. മരണപത്രിക എഴുതിവച്ച മനുഷ്യൻ യഥാർത്ഥത്തിൽ പ്രതിനിധിയുടെ പ്രയോജനത്തിനാണെന്ന് ട്രസ്റ്റികൾക്ക് തൃപ്തി തോന്നുന്ന വിഷയങ്ങ ളിൽ അവർക്ക് സമ്പത്ത് സാക്ഷാൽക്കരിക്കാനുള്ള ചില അധികാരങ്ങൾ ട്രസ്റ്റികൾക്ക് നല്കിയിട്ടുണ്ടെന്ന് വില്പത്രത്തിൽനിന്ന് ഒരുപക്ഷേ, നിങ്ങൾക്ക് മനസ്സിലാക്കാൻ പറ്റും."

"എനിക്ക് യഥാർത്ഥത്തിൽ ധാരാളം പണത്തിന്റെ ആവശ്യം ഉണ്ടെ ങ്കിൽ ഒരു ശസ്ത്രക്രിയയ്ക്കോ അല്ലെങ്കിൽ അതുപോലെയുള്ള ഏതെ

ങ്കിലും ആവശ്യത്തിനോ, നിങ്ങൾ ആ ആവശ്യത്തെ അംഗീകരിക്കുക യാണെങ്കിൽ, അത്രയും പണം എനിക്ക് ഉപയോഗിക്കാൻവേണ്ടി നിങ്ങൾക്ക് നല്കാൻ കഴിയും. ശരിയല്ലേ?"

ആ പെൺകുട്ടി വളരെ വേഗത്തിൽ കാര്യം മനസ്സിലാക്കി. "അത് വളരെ നല്ല ഒരു ഉദാഹരണം ആണെന്നാണ് ഞാൻ വിചാരിക്കുന്നത്. അസുഖം വരുമ്പോൾ വരുമാനം തികയാതെ വരുകയയാണെങ്കിൽ നിങ്ങ ളുടെ പ്രയോജനത്തിനുവേണ്ടി നിങ്ങളുടെ സ്വത്തിന്റെ ഒരുഭാഗം നിശ്ച യമായും എനിക്ക് നിങ്ങൾക്ക് വിട്ടുതരാൻ കഴിയണം."

അവൾ എന്നെനോക്കി പുഞ്ചിരിച്ചുകൊണ്ട് പറഞ്ഞു. "ഇത് ഏറ ക്കുറെ നീതിന്യായക്കോടതിയിലെ പാറാവുകാരനെപ്പോലെ ആണ്. അല്ലെ ങ്കിൽ അതുപോലെ ഏതോ ഒന്നാണ്."

ഈ താരതമ്യം എന്നെ ചെറിയതോതിൽ സ്പർശിച്ചിരുന്നു. ഞാൻ പറഞ്ഞു. "മിസ് പാഗറ്റ്, നിങ്ങൾക്കിതിനെ ആ രീതിയിൽ കാണാൻ താല്പര്യം ഉണ്ടെങ്കിൽ ഞാൻ വളരെക്കൂടുതൽ ആദരിക്കപ്പെട്ടതായി എനിക്ക് തോന്നണം. ഈ വിൽപത്രം നിങ്ങളുടെ ജീവിതത്തിന്റെ അവ സ്ഥകളിൽ അനിവാര്യമായയും ഒരു അട്ടിമറി നടത്താൻ പോകുകയാണ്. ഈ മാറ്റത്തിൽ എനിക്ക് എന്തെങ്കിലും സഹായം നിങ്ങൾക്ക് ചെയ്യാൻ കഴിയുകയാണെങ്കിൽ എനിക്ക് അതിൽ വളരെ സന്തോഷമായിരിക്കും." ഞാൻ വിൽപത്രത്തിന്റെ ഒരു പകർപ്പ് അവളെ ഏല്പിച്ചു. "നോക്കൂ, ഇത് വിൽപത്രം ആണ്. നിങ്ങൾ ഇത് കൊണ്ടുപോയി ഒറ്റയ്ക്കിരുന്ന് ശാന്തമായി വായിക്കാനാണ് ഞാൻ നിർദ്ദേശിക്കുന്നത്. തല്ക്കാലത്തേക്ക് സർട്ടിഫിക്കറ്റുകൾ ഞാൻ സൂക്ഷിച്ചോളാം. കാര്യങ്ങളെപ്പറ്റി ഒന്നോ രണ്ടോ ദിവസം നിങ്ങൾക്ക് ഉത്തരം വേണ്ട ധാരാളം ചോദ്യങ്ങൾ ഉണ്ടായിരിക്കും എന്നെനിക്ക് ഉറപ്പുണ്ട്. നിങ്ങൾക്ക് വീണ്ടും എന്നെവന്ന് കാണുന്നതിന് വിരോധം ഒന്നും ഇല്ലല്ലോ?"

അവൾ പറഞ്ഞു. "ഞാൻ വരും. എനിക്ക് ചോദിച്ചറിയാൻ ധാരാളം കാര്യങ്ങൾ കാണുമെന്ന് എനിക്കറിയാം. പക്ഷേ, ഇപ്പോൾ എനിക്ക് അതൊന്നും ആലോചിക്കാൻ കഴിയുന്നില്ല. ഇതെല്ലാം വളരെപ്പെട്ടെന്നാണ് സംഭവിച്ചത്."

ഞാൻ എന്റെ ഡയറി എടുത്ത് നോക്കിയതിനുശേഷം പറഞ്ഞു. "അടുത്ത ആഴ്ച മധ്യത്തോടെ നമുക്ക് വീണ്ടും കണ്ടുമുട്ടാം" ഞാൻ ഡയറിയുടെ താളുകൾ മറിച്ചു. "നിശ്ചയമായും നിങ്ങൾക്ക് ജോലി കാണും, മിസ് പാഗറ്റ്, നിങ്ങൾ എപ്പോഴാണ് ഓഫീസിൽനിന്നു പുറത്തു വരുന്നത്?"

അവൾ പറഞ്ഞു. "അഞ്ചുമണിക്ക്."

"ബുധനാഴ്ച വൈകിട്ട് ആറുമണിക്ക് വരാൻ നിങ്ങൾക്ക് ബുദ്ധിമു ട്ടുണ്ടോ? ആ സമയംകൊണ്ട് നിങ്ങളുടെ സഹോദരന്റെ കാര്യത്തിൽ എന്തെങ്കിലും അറിവ് കിട്ടും എന്നാണ് ഞാൻ വിചാരിക്കുന്നത്."

അവൾ പറഞ്ഞു. "മിസ്റ്റർ സ്ട്രാച്ചൻ ആ സമയത്ത് വരാൻ എനിക്ക്

ബുദ്ധിമുട്ടൊന്നും ഇല്ല. പക്ഷേ, നിങ്ങൾ അല്പം താമസിക്കില്ലേ? നിങ്ങൾക്ക് വീട്ടിൽ തിരിച്ചുപോകാൻ ആഗ്രഹം കാണില്ലേ?"

ഞാൻ ഓർമ്മിക്കാതെ പറഞ്ഞുപോയി. "ഞാൻ ക്ലബ്ബിലേക്കാണ് പോകുന്നത്. പറഞ്ഞതുതെറ്റി. ബുധനാഴ്ച ആറുമണിക്ക് എനിക്ക് മറ്റ് തിരക്കുകളൊന്നുമില്ല." ഞാൻ എന്റെ കടലാസിൽ അത് കുറിച്ചുവച്ചതി നുശേഷം സംശയത്തോടെ പറഞ്ഞു. "ഒരുപക്ഷേ, അതിനുശേഷം നിങ്ങൾക്ക് ജോലി ഒന്നും ഇല്ലെങ്കിൽ ക്ലബ്ബിൽവന്ന് സ്ത്രീകളുടെ ഭക്ഷ ണമുറിയിൽ ഇരുന്ന് ആഹാരം കഴിക്കാൻ ബുദ്ധിമുട്ടുണ്ടോ?" ഞാൻ ചോദിച്ചു. "അത് വളരെ ആഡംബരമുള്ള സ്ഥലം അല്ലെന്നുള്ള ഭയം എനിക്കുണ്ട്. പക്ഷേ, ഭക്ഷണം വളരെ നല്ലതാണ്."

അവൾ സത്യസന്ധമായി പുഞ്ചിരിച്ചുകൊണ്ട് പറഞ്ഞു. "മിസ്റ്റർ സ്ട്രാച്ചൻ, എനിക്ക് അത് ഇഷ്ടമായിരിക്കും. എന്നോട് ചോദിച്ചത് നിങ്ങ ളുടെ വലിയ മനസ്സാണ്."

ഞാൻ എഴുന്നേറ്റു. "അപ്പോൾ വീണ്ടും കാണാം. ബുധനാഴ്ച ആറു മണിക്ക്. അതിനിടയിൽ വളരെ തിടുക്കത്തിൽ ഒന്നുംതന്നെ ചെയ്യരുത്. എടുത്തുചാട്ടംകൊണ്ട് ഒരിക്കലും ഫലം കിട്ടില്ല."

അവൾ പോയി. ഞാൻ എന്റെ മേശപ്പുറം വൃത്തിയാക്കിയതിനുശേഷം ഉച്ചഭക്ഷണം കഴിക്കാൻവേണ്ടി ക്ലബ്ബിലേക്ക് ഒരു ടാക്സി പിടിച്ചു. ഉച്ചഭ ക്ഷണം കഴിഞ്ഞ് ഞാൻ നെരിപ്പോടിന്റെ മുമ്പിലിരുന്ന് പത്തുമിനിറ്റ് ഉറ ങ്ങിയിരുന്നു. ഉണർന്നപ്പോൾ എനിക്ക് എന്തെങ്കിലും വ്യായാമം വേണ മെന്ന് തോന്നുന്നുണ്ടായിരുന്നു. അതുകൊണ്ട് ഞാൻ കോട്ടും തൊപ്പിയും ധരിച്ചുകൊണ്ട് ഏറക്കുറെ യാതൊരു ലക്ഷ്യവുമില്ലാതെ സെയിന്റ് ജെയിംസ് തെരുവിലൂടെ പിക്കാഡില്ലി വഴി പാർക്ക് വരെ നടന്നുപോയി രുന്നു. നടന്നുകൊണ്ടിരിക്കുമ്പോൾ ആ പുതിയ ചെറുപ്പക്കാരി അവളുടെ വാരാന്ത്യം ചെലവഴിക്കുന്നത് എങ്ങനെയായിരിക്കും എന്ന് ഞാൻ കൗതു കത്തോടെ ആലോചിച്ചിരുന്നു. അവൾ അവളുടെ സുഹൃത്തുക്കളോട് അവളുടെ ഭാഗ്യത്തിന്റെ വിശദാംശങ്ങൾ പറയുന്നുണ്ടാകും. അല്ലെങ്കിൽ സ്വന്തം പ്രതീക്ഷകളെ താലോലിച്ചുകൊണ്ട് എവിടെയെങ്കിലും അടങ്ങി യൊതുങ്ങി ഇരിക്കുകയായിരിക്കും. അല്ലെങ്കിൽ ഏതെങ്കിലും ചെറുപ്പ ക്കാരന്റെ കൂടെ പുറത്ത് പോകുമായിരിക്കും. അവൾക്ക് ഇപ്പോൾ തെര ഞ്ഞെടുക്കാൻ ധാരാളം ചെറുപ്പക്കാർ ഉണ്ടായിരിക്കും. ഞാൻ വിദ്വേഷ ത്തോടെ ആലോചിച്ചു. അതിനുശേഷം അവൾ എല്ലാംകൊണ്ടും വിവാ ഹത്തിന് യോഗ്യ ആയിരുന്നതുകൊണ്ട് അവരിൽനിന്ന് ഇപ്പോൾത്തന്നെ തെരഞ്ഞെടുപ്പ് നടത്തിക്കഴിഞ്ഞിരിക്കും. ഞാൻ വെറുതെ ആലോചിച്ചു. നിശ്ചയമായും അവളുടെ സൗന്ദര്യവും അവളുടെ പെരുമാറ്റവും ഞാൻ കണക്കിലെടുത്തിരുന്നു. അവൾ വിവാഹിത ആയിരുന്നില്ലെന്നുള്ളത് എന്നെ ഏറക്കുറെ വിസ്മയിപ്പിച്ചിരുന്നു.

ഞാൻ വൈകുന്നേരം ക്ലബ്ബിൽവച്ച് ആഭ്യന്തര കാര്യാലയത്തിലെ ഒരു ഉദ്യോഗസ്ഥനോട് ഒരു യുദ്ധത്തടവുകാരന്റെ മരണം തീർച്ചപ്പെടു

ത്തുന്നതിനുള്ള നടപടികളെപ്പറ്റി സംസാരിച്ചിരുന്നു. തിങ്കളാഴ്ച യുദ്ധ കാര്യാലയവുമായും ആഭ്യന്തരകാര്യാലയവുമായും ഞാൻ ധാരാളം ടെലി ഫോൺ സംഭാഷണങ്ങൾ നടത്തിയിരുന്നു. ഞാൻ സംശയിച്ചിരുന്ന കാര്യം എനിക്ക് കണ്ടെത്താൻ കഴിഞ്ഞു. മരണകാരണം തെളിയിക്കു ന്നതിന് വളരെ അസാധാരണമായ ഒരു നടപടി ഉണ്ടായിരുന്നു. പക്ഷേ, മരിച്ചുപോയ മനുഷ്യനെ തടവറയുടെ താവളത്തിൽ പരിചരിച്ച ഒരു ഡോക്ടർ ഉണ്ടെങ്കിൽ അയാളുടെ മരണസർട്ടിഫിക്കറ്റ് ആയിരുന്നു പൊതു വായി സ്വീകാര്യത നേടിയിരുന്ന നടപടി. ഈ സന്ദർഭത്തിൽ ബക്കൻ ഹാമിൽ ചികിത്സിച്ചുകൊണ്ടിരുന്ന ഫെരിസ് എന്ന ഒരു ഡോക്ടർ ഉണ്ടാ യിരുന്നു. അയാൾ ബർമ്മാ-സയാം റെയിൽവെ കടന്നുപോകുന്ന ടാക്കു നാൽ ജില്ലയിലെ 206-ാം നമ്പർ താവളത്തിലെ ഡോക്ടർ ആയിരുന്നു. ഈ ഡോക്ടർക്ക് നിയമം അനുസരിച്ചുള്ള മരണസർട്ടിഫിക്കറ്റ് തരാൻ കഴിയുമെന്ന് യുദ്ധകാര്യാലയത്തിലെ ഒരു ഉദ്യോഗസ്ഥൻ എന്നെ ഉപദേ ശിച്ചു.

ഞാൻ അടുത്ത ദിവസം രാവിലെ അദ്ദേഹത്തെ വിളിച്ചു. അദ്ദേഹം ചികിത്സ ആരംഭിച്ചിരുന്നു. ഞാൻ എന്റെ ആവശ്യം എന്താണെന്ന് അദ്ദേ ഹത്തിന്റെ ഭാര്യയെ പറഞ്ഞുമനസ്സിലാക്കാൻ ശ്രമിച്ചു. പക്ഷേ, അവർക്ക് അത് കൂടുതൽ സങ്കീർണ്ണമായിരുന്നെന്നാണ് ഞാൻ വിചാരിക്കുന്നത്. ഞാൻ ആറരയ്ക്ക് വൈകുന്നേരത്തെ ശസ്ത്രക്രിയയ്ക്ക് ശേഷം അദ്ദേ ഹത്തെ വിളിച്ചിട്ടുവന്ന് കാണണം എന്നായിരുന്നു അവരുടെ നിർദ്ദേശം. ബക്കൻഹാമിലേക്ക് ദൂരം കൂടുതൽ ആയിരുന്നതുകൊണ്ട് ഞാൻ മറു പടി പറയാൻ അറച്ചുനിന്നു. പക്ഷേ, ആ പെൺകുട്ടിക്കുവേണ്ടി പെട്ടെന്ന് സർട്ടിഫിക്കറ്റിന് വേണ്ട കാര്യങ്ങൾ ചെയ്യാൻ എനിക്ക് ആകാംക്ഷ ഉണ്ടാ യിരുന്നു. അതുകൊണ്ട് ഈ ഡോക്ടറെ കാണാൻവേണ്ടി ഞാൻ വൈകു ന്നേരത്ത് പുറത്തേക്ക് പോയി.

അയാൾ മുപ്പത്തഞ്ച് വയസ്സിൽ കൂടുതലുള്ള ഒരു ചുറുചുറുക്കുള്ള മനുഷ്യനായിരുന്നു. അയാൾക്ക് വളരെ തീക്ഷ്ണമായ ഫലിതബോധം ഉണ്ടായിരുന്നു. ഒരുകാലത്ത് അയാൾ ഒരു അജാനബാഹു ആയിരുന്നു കാണും. കാഴ്ചയിൽ അയാൾ ജീവിതകാലം മുഴുവൻ ഇംഗ്ലണ്ടിലെ ഒരു ഗ്രാമത്തിൽ ജോലി ചെയ്തവനെപ്പോലെ ആരോഗ്യവാൻ ആയിരുന്നു. അയാൾ അയാളുടെ അവസാനത്തെ രോഗികളെ പൂർത്തിയാക്കുന്ന സമ യത്താണ് ഞാൻ അയാളോട് സംസാരിച്ചത്. അയാൾക്ക് അപ്പോൾ സംസാരിക്കാൻ അല്പം ഒഴിവ് സമയം ഉണ്ടായിരുന്നു.

"ലഫ്റ്റനന്റ് പാഗറ്റ്" അയാൾ ആലോചനയോടെ പറഞ്ഞു. "ഡൊണാൾഡ് പാഗറ്റ് എനിക്ക് അറിയാം. അയാളുടെ പേര് ഡൊണാൾഡ് എന്നായിരുന്നോ?" ആയിരുന്നെന്ന് ഞാൻ മറുപടി പറഞ്ഞു. "നിശ്ചയ മായും എനിക്ക് അയാളെ വ്യക്തമായി ഓർമ്മയുണ്ട്. ശരിയാണ്. എനിക്ക് മരണ സർട്ടിഫിക്കറ്റ് എഴുതാൻ പറ്റും. അത് അയാൾക്ക് വലിയ നന്മ യൊന്നും ചെയ്യുമെന്ന് ഞാൻ വിചാരിക്കുന്നില്ലെങ്കിലും അയാൾക്കുവേണ്ടി

അത് ചെയ്യാൻ എനിക്ക് താല്പര്യമുണ്ട്."

"അത് അയാളുടെ സഹോദരിക്ക് സഹായകമാകും." ഞാൻ പ്രസ്താ വിച്ചു. "അനന്തരാവകാശത്തിന്റെ ഒരു പ്രശ്നമുണ്ട്. അതിനുവേണ്ട കാര്യ ങ്ങൾ പെട്ടെന്ന് നമ്മൾ ചെയ്തുകൊടുത്താൽ അവൾക്ക് അത് കൂടുതൽ മെച്ചമാണ്."

അയാൾ ലെറ്റർപാഡ് കൈനീട്ടി എടുത്തു. "അവൾക്ക് അവളുടെ സഹോദരനെപ്പോലെ ധൈര്യമുണ്ടോ?"

"അയാൾ ഒരു നല്ല മനുഷ്യൻ ആയിരുന്നോ?"

ഡോക്ടർ തലയാട്ടി. "അതെ." അയാൾ പറഞ്ഞു. "അയാൾ ഇരുണ്ട നിറമുള്ള ഒരു വിളറിയ കോമളനായിരുന്നു. പക്ഷേ, അയാൾ വളരെ നല്ല മനുഷ്യനായിരുന്നു. പട്ടാളത്തിനു പുറത്തുള്ള ജീവിതത്തിൽ അയാൾ ഒരു തോട്ടം ഉടമ ആയിരുന്നെന്നാണ് ഞാൻ വിചാരിക്കുന്നത്.- എന്താ യാലും അയാൾ മലയായുടെ സന്നദ്ധഭടന്മാരിൽ ഉണ്ടായിരുന്നു. അയാൾ മലായ്ഭാഷ വളരെ മെച്ചപ്പെട്ട രീതിയിൽ സംസാരിച്ചിരുന്നു. അയാൾ സിയാമീസ് ഭാഷയും ഒരുവിധം കൈകാര്യം ചെയ്തിരുന്നു. അയാൾക്ക് ഈ ഭാഷകൾ അറിയാവുന്നതുകൊണ്ട് ക്യാമ്പിൽ അയാൾ വളരെ പ്രയോ ജനമുള്ള ഒരു മനുഷ്യനായിരുന്നു. ഞങ്ങൾ അവിടുത്തെ ഗ്രാമീണരു മായി ധാരാളം കരിഞ്ചന്ത നടത്തിയിരുന്നു. അതുകൂടാതെ അയാൾ ആളു കൾ ഇഷ്ടപ്പെടുന്ന ഒരുതരം ഉദ്യോഗസ്ഥനായിരുന്നു. അയാൾ പോയത് ഒരു വലിയ നഷ്ടം ആയിരുന്നു."

"എങ്ങനെയാണ് അയാൾ മരിച്ചത്?" ഞാൻ ചോദിച്ചു.

അയാൾ പേന എഴുതാൻ തയ്യാറാക്കി കടലാസിൽവെച്ചുകൊണ്ട് വെറുതെ ഇരുന്നു. "നിങ്ങൾക്ക് വേണമെങ്കിൽ അരഡസൻ കാര്യങ്ങ ളിൽ നിന്ന് ഒരെണ്ണം തെരഞ്ഞെടുക്കാം. നിശ്ചയമായും ഒരു പോസ്റ്റ്മോർട്ടം നടത്താൻ എനിക്ക് സമയം ഉണ്ടായിരുന്നില്ല. നമുക്കുമാത്രം അറിയാൻ ഞാൻ പറയാം. സത്യത്തിൽ എനിക്കറിയില്ല. അയാൾ സമയമായപ്പോൾ മരിച്ചെന്ന് മാത്രമാണ് ഞാൻ വിചാരിക്കുന്ന ത്. പക്ഷേ, അയാൾ ഒരു ഡസൻ സാധാരണ മനുഷ്യരെ കൊല്ലാൻപറ്റുന്ന കാര്യങ്ങളിൽനിന്നും രക്ഷനേടിയിരുന്നു. അതുകൊണ്ട് ഒരാൾ സർട്ടിഫിക്കറ്റിൽ എഴുതുന്നതിൽ എത്രമാത്രം കാര്യം ഉണ്ടെന്ന് എനിക്കറിയില്ല. മരണകാരണത്തെ അടിസ്ഥാനമാക്കി നിയമപരമായ കാര്യങ്ങൾ ഒന്നും ഇല്ല. ഉണ്ടോ."

"ഒരിക്കലുമില്ല." ഞാൻ പറഞ്ഞു. "മരണത്തിന്റെ സാക്ഷ്യപ്പെടു ത്തൽ മാത്രമാണ് എന്റെ ആവശ്യം?"

അയാൾ വീണ്ടും ഓർമ്മകളിലേക്ക് തിരിച്ചുപോയി. "അയാൾക്ക് ഇടത്കാലിൽ ഉഷ്ണമേഖലയിൽ കാണാറുള്ള ഒരു വലിയ വ്രണം ഉണ്ടാ യിരുന്നു. അത് നിശ്ചയമായും അയാളുടെ മൊത്തം ശരീരത്തെയും ബാധി ച്ചിരുന്നു. അയാൾ കൂടുതൽ ജീവിച്ചിരുന്നെങ്കിൽ ഞങ്ങൾക്ക് അയാളുടെ കാല് മുറിച്ചുമാറ്റേണ്ടി വരുമെന്നാണ് ഞാൻ വിചാരിച്ചിരുന്നത്. അയാൾ

നടക്കാൻ പറ്റുന്ന കാലത്തോളം രോഗം അറിയിക്കാൻ മടിക്കുന്നവരിൽ ഒരാൾ ആയിരുന്നു. ഈ വ്രണം ഉണ്ടാക്കാൻ കാരണം അതായിരുന്നു. അയാൾ വ്രണവുമായി ആശുപത്രിയിൽ ആയിരുന്നപ്പോൾ അയാൾക്ക് മസ്തിഷ്കത്തെ ബാധിക്കുന്ന മലമ്പനി പിടിപെട്ടിരുന്നു. നമ്മൾ ഞര മ്പിലൂടെ കടത്തിവിടാൻ സ്വന്തം ക്വിനൈൻലായനികൾ കണ്ടെത്തുന്ന തുവരെ ഈ നശിച്ചരോഗം ചികിത്സിക്കാൻ ഒന്നുംതന്നെ ഉണ്ടായിരുന്നില്ല. അത് ചെയ്യുന്നതിലൂടെ നമ്മൾ ഭയാനകമായ ഒരു സാഹസമാണ് നടത്തിയത്. പക്ഷേ, മറ്റൊന്നുംതന്നെ ചെയ്യാൻ ഉണ്ടായിരുന്നില്ല. അതു കൊണ്ട് നമ്മൾ ധാരാളം ആളുകളെ രക്ഷപ്പെടുത്തി. പാഗറ്റ് അവരിൽ ഒരാൾ ആയിരുന്നു. അയാൾ അതിൽനിന്ന് വളരെപ്പെട്ടെന്ന് രക്ഷനേടി. അവ നമുക്ക് കോളറ പിടിപെടുന്നതിന്റെ തൊട്ടുമുമ്പായിരുന്നു. കോളറ താവളങ്ങളിലൂടെയും ആശുപത്രികളിലൂടെയും മാത്രം അല്ല, എല്ലാ സ്ഥലങ്ങളിലൂടെയും കടന്നുപോയി. നമുക്ക് രോഗികളെ മാറ്റിനിർത്താൻ കഴിഞ്ഞിരുന്നില്ല. അല്ലെങ്കിൽ അതുപോലെ ഒരു കാര്യവും ചെയ്യാൻ കഴി ഞ്ഞിരുന്നില്ല. എനിക്ക് വീണ്ടും അതുപോലെ ഒരു കാഴ്ച കാണാൻ ആഗ്രഹമില്ല. നമുക്ക് ഒന്നും ഉണ്ടായിരുന്നില്ല. ഒന്നും. ഉപ്പുപോലും. പറ യത്തക്ക മരുന്നില്ല. ഉപകരണം ഇല്ല. പഴയ മണ്ണെണ്ണ പാട്ട കൊണ്ടാണ് ഞങ്ങൾ ബെഡ്പാനുകൾ നിർമ്മിച്ചിരുന്നത്. പാഗറ്റിന് അതു പിടിപെട്ടി രുന്നു. നിങ്ങൾ അത് വിശ്വസിക്കുമോ? പക്ഷേ, അയാൾ കോളറയെ തോല്പിച്ചു. ഞങ്ങൾക്ക് കോളറയെ തടഞ്ഞുനിർത്തുന്ന ചില കുത്തി വെയ്പുകൾ ലഭിച്ചിരുന്നു. അത് ഞങ്ങൾ അയാൾക്ക് കൊടുത്തിരുന്നു. ഒരുപക്ഷേ, അത് അയാളെ സഹായിച്ചുകാണും. കുറഞ്ഞപക്ഷം ഞങ്ങൾ അത് അയാൾക്ക് കൊടുത്തിട്ടുണ്ടെന്നാണ് ഞാൻ വിചാരിക്കു ന്നത്. തീർച്ചയായും കോളറ മാറിയപ്പോൾ അയാൾ വളരെ ക്ഷീണിച്ചു പോയിരുന്നു. വ്രണത്തിന് കുറവ് ഉണ്ടായിരുന്നില്ല. ഏതാണ്ട് ഒരാഴ്ച കഴിഞ്ഞപ്പോൾ അയാൾ മരിച്ചു. രാത്രിയിൽ ആയിരുന്നു. ഹൃദയത്തിന്റെ പ്രശ്നം ആയിരുന്നിരിക്കും. ഞാൻ ചെയ്യാൻ പോകുന്ന കാര്യം നിങ്ങ ളോട് പറയാം. മരണകാരം ഞാൻ കോളറ എന്ന് എഴുതും. ഇതിനു വേണ്ടി ഇത്രയും ദൂരം നിങ്ങൾക്ക് വരേണ്ടിവന്നതിൽ എനിക്ക് വിഷമം ഉണ്ട്."

സർട്ടിഫിക്കറ്റ് വാങ്ങുമ്പോൾ ഞാൻ ചോദിച്ചു. "ഇതിൽ ഏതെങ്കിലും സാറിന് പിടിപെട്ടിരുന്നോ?"

അയാൾ ചിരിച്ചു. "ഞാൻ ഭാഗ്യമുള്ളവരിൽ ഒരാൾ ആയിരുന്നു. എനിക്ക് ലഭിച്ചത് വയറിളക്കവും മലമ്പനിയും മാത്രം ആയിരുന്നു. വെറും സാധാരണ മലമ്പനി. മസ്തിഷ്കത്തെ ബാധിക്കുന്ന മലമ്പനിപോലും അല്ല. എന്റെ ബുദ്ധിമുട്ട് കഠിനാദ്ധ്വാനം ആയിരുന്നു. പക്ഷേ, മറ്റുള്ള വർക്കും അത് ഉണ്ടായിരുന്നു. ഞങ്ങൾ വളരെക്കാലം വലിയ സമ്മർദ്ദ ത്തിൽ ആയിരുന്നു. ഞങ്ങൾക്ക് പനയോല കുടിലുകൾക്കുള്ളിൽ നിലത്തും കട്ടിലിലുമായി കിടക്കുന്ന നൂറുകണക്കിന് രോഗികൾ ഉണ്ടാ

യിരുന്നു. ഏറക്കുറെ മുഴുവൻ സമയവും മഴ പെയ്തുകൊണ്ടിരുന്നു. കിട
ക്കകൾ ഇല്ല. പുതപ്പുകൾ ഇല്ല. ഉപകരണങ്ങൾ ഇല്ല. നല്ല മരുന്നുകൾ
ഇല്ല. ഞങ്ങൾക്ക് വിശ്രമിക്കാൻ പറ്റില്ലെന്നു മാത്രം. ഞങ്ങൾ ഉറങ്ങിവീഴു
ന്നതുവരെ ജോലിചെയ്യുന്നു. അതിനുശേഷം എഴുന്നേറ്റ് ജോലി തുടരു
ന്നു. ഞങ്ങളുടെ ജോലി ഒരിക്കലും അവസാനിക്കുന്നില്ല. ഞങ്ങൾക്ക്
വെറുതെയിരിക്കാൻ അല്ലെങ്കിൽ നടക്കാൻ പോകാൻ ഞങ്ങളെക്കൊണ്ട്
അത്യാവശ്യമുള്ള ഒരു രോഗിയെ ഉപേക്ഷിക്കേണ്ടിവരും. അരമണി
ക്കൂർപോലും ഞങ്ങളുടെ ആവശ്യങ്ങൾക്ക് ലഭിക്കുമായിരുന്നില്ല?.

അയാൾ അല്പസമയത്തേക്ക് സംസാരം അവസാനിപ്പിച്ചു. താര
തമ്യം ചെയ്താൽ ഞാൻ പങ്കെടുത്ത യുദ്ധം എത്രമാത്രം എളുപ്പമായി
രുന്നെന്ന് ആലോചിച്ചുകൊണ്ട് ഞാൻ നിശ്ശബ്ദനായി കാത്തിരുന്നു. "അത്
രണ്ടുവർഷം ഒരു വ്യത്യാസവുമില്ലാതെ തുടർന്നുകൊണ്ടിരുന്നു." അയാൾ
പറഞ്ഞു. "ചില സമയങ്ങളിൽ ഞങ്ങൾ അല്പം വിഷാദത്തിൽ ആയി
രുന്നു. കാരണം ഞങ്ങൾക്ക് ഒരു പ്രസംഗം കേൾക്കാൻപോലും സമയം
കിട്ടിയിരുന്നില്ല."

"നിങ്ങൾ പ്രസംഗങ്ങൾ നടത്തിച്ചിരുന്നോ?"

"നടത്തിച്ചിരുന്നു. ഞങ്ങൾ ക്യാമ്പിലുള്ള ആളുകളെക്കൊണ്ട്
ധാരാളം പ്രസംഗങ്ങൾ നടത്തിച്ചിരുന്നു. കോക്സിന്റെ 'ഓറഞ്ച് ആപ്പിൾ'
എങ്ങനെയാണ് വളർത്തുന്നത്? അല്ലെങ്കിൽ 'ടിടി മോട്ടോർ സൈക്കിലു
കളുടെ മത്സരയോട്ടം എങ്ങനെ ആണ്?' അല്ലെങ്കിൽ 'ഹോളിവുഡ്ഡിലെ
ജീവിതം;'- പക്ഷേ, ഡോക്ടറമ്മാർക്ക് സാധാരണ അതിൽ പങ്കെടുക്കാൻ
സാധിക്കില്ല. ഞാൻ കോക്സിന്റെ 'ഓറഞ്ച് ആപ്പിളിനെ' പറ്റിയുള്ള
പ്രസംഗം കേൾക്കാൻ താവളത്തിന്റെ അറ്റത്ത് പോകുന്ന സമയത്ത്
ആയിരിക്കും മറ്റൊരാൾക്ക് അപസ്മാരം വരുന്നത്."

ഞാൻ പറഞ്ഞു. "അത് നിശ്ചയമായും ഭയാനകമായ ഒരു അനു
ഭവം ആയിരുന്നുകാണും."

അയാൾ ആലോചനയിൽ മുഴുകിക്കൊണ്ട് തല്ക്കാലത്തേക്ക്
സംസാരം അവസാനിപ്പിച്ചു. "ആ പ്രദേശം അത്രമാത്രം മനോഹരമായി
രുന്നു." അയാൾ പറഞ്ഞു.

"മൂന്ന് ബുദ്ധക്ഷേത്രങ്ങളുള്ള ആ ചുരം ലോകത്തിലെ ഏറ്റവും
മനോഹരമായ സ്ഥലങ്ങളിലൊന്നായിരിക്കും എന്ന് ഉറപ്പാണ്. നിങ്ങൾക്ക്
അവിടെ നദി താഴോട്ട് ഒഴുകിക്കൊണ്ടിരിക്കുന്ന വിശാലമായ താഴ്വരയും
കാടും അതിനോടൊപ്പം പർവ്വതങ്ങളും ഉണ്ട്. ഞങ്ങൾ നദിക്കരയിൽ
ഇരുന്ന് പർവ്വതങ്ങൾക്ക് പിന്നിൽ സൂര്യൻ അസ്തമിക്കുന്നത് കാണാറു
ണ്ടായിരുന്നു. ചിലപ്പോൾ ഇത് ഒരു അവധിദിവസത്തിൽ സന്ദർശിക്കാൻ
പറ്റിയ ഏറ്റവും മനോഹരമായ സ്ഥലമാണെന്ന് പറഞ്ഞിരുന്നു. ഒരു തട
വറയുടെ സങ്കേതം എത്രമാത്രം ഭയാനകം ആണെങ്കിലും ആ സ്ഥലം
മനോഹരം ആണെങ്കിൽ ഒരു വ്യത്യാസം അനുഭവപ്പെടുന്നുണ്ട്.

ബുധനാഴ്ച വൈകുന്നേരം ജീൻ പാഗറ്റ് എന്നെ കാണാൻ എത്തി

യപ്പോൾ ഞാൻ നടത്തിയിട്ടുള്ള പുരോഗതി അവളെ അറിയിക്കാൻ തയ്യാ
റായിരുന്നു. ആദ്യം ഞാൻ ഒന്നോരണ്ടോ മുറപ്രകാരമുള്ള കാര്യങ്ങൾ
സംസാരിച്ചു. പിന്നീട് എയറിൽ സൂക്ഷിച്ചിട്ടുള്ള വീട്ടുപകരണങ്ങളെപ്പറ്റി
സംസാരിച്ചു. അതിൽ അവൾക്ക് വലിയ താല്പര്യം ഉണ്ടായിരുന്നില്ല.
"അവ എല്ലാം വിൽക്കാമായിരുന്നു. അല്ലേ?" അവൾ അഭിപ്രായപ്പെട്ടു.
"നമുക്ക് അത് ഒരു ലേലത്തിന് വെയ്ക്കാൻ പറ്റില്ലേ?"

"അത് ചെയ്യുന്നതിനുമുമ്പ് ഒരുപക്ഷേ, അല്പം കാത്തിരിക്കുന്നതു
കൊണ്ട് കുഴപ്പമില്ല." ഞാൻ സൂചിപ്പിച്ചു. "നിങ്ങൾ ഒരു ഫ്ളാറ്റോ വീടോ
സജ്ജീകരിക്കാൻ ഒരുപക്ഷേ, ആഗ്രഹിച്ചെന്നു വരും."

അവൾ മൂക്കുചുളിച്ചു. "അങ്ങനെ ചെയ്താലും ഡഗ്ലസ് അമ്മാവന്റെ
വീട്ടുപകരണങ്ങൾ കൊണ്ട് അത് അലങ്കരിക്കാനുള്ള ആഗ്രഹം
എനിക്കുണ്ടെന്ന് തോന്നുന്നില്ല." അവൾ പറഞ്ഞു.

എന്തായാലും സ്വന്തം പദ്ധതികൾക്ക് കൂടുതൽ വ്യക്തത ലഭിക്കു
ന്നതുവരെ അതുസംബന്ധിച്ച് ഒന്നും ചെയ്യില്ലെന്ന് അവൾ സമ്മതിച്ചു.
അതിനുശേഷം ഞങ്ങൾ മറ്റു വിഷയങ്ങളിലേക്ക് കടന്നു. "നിങ്ങളുടെ
സഹോദരന്റെ മരണസർട്ടിഫിക്കറ്റ് എനിക്ക് കിട്ടിയിട്ടുണ്ട്." ഞാൻ
പറഞ്ഞു. പെട്ടെന്ന് "മിസ്റ്റർ സ്ട്രാച്ചൻ, ഡൊണാൾഡ് മരിക്കാൻ കാരണം
എന്തായിരുന്നു?" എന്ന് അവൾ ചോദിക്കുമ്പോൾ ഞാൻ അതിനെപ്പറ്റി
അവളോട് പറയാൻ തുടങ്ങുകയായിരുന്നു.

ഞാൻ ഒരുനിമിഷം അറച്ചുനിന്നു. ഡോക്ടർ. ഫെരിസിൽനിന്ന്
ഞാൻ കേട്ടിരുന്ന അരോചകമായ കഥ ഇത്രമാത്രം പ്രായംകുറഞ്ഞ ഒരു
ചെറുപ്പക്കാരിയോട് പറയാൻ ഞാൻ ആഗ്രഹിച്ചിരുന്നില്ല. "മരണകാരണം
കോളറ ആയിരുന്നു." അവസാനം ഞാൻ പറഞ്ഞു.

ആ മറുപടി പ്രതീക്ഷിച്ചിരുന്നതാണെന്ന മട്ടിൽ അവൾ തലയാട്ടി.
"പാവം" അവൾ ശാന്തമായി പറഞ്ഞു. "മരിക്കാനുള്ള വളരെ നല്ല വഴി
അല്ല."

അവളുടെ വിഷമം കുറയ്ക്കാൻവേണ്ടി ഞാൻ നിശ്ചയമായും എന്തെ
ങ്കിലും പറയണം എന്ന് എനിക്ക് തോന്നി. "അയാളെ ചികിത്സിച്ച ഡോക്ട
റുമായി ഞാൻ വളരെ നേരം സംസാരിച്ചിരുന്നു." ഞാൻ പറഞ്ഞു.
"അയാൾ വളരെ ശാന്തമായി ഉറക്കത്തിൽ മരിക്കുകയായിരുന്നു."

അവൾ എന്നെ സൂക്ഷിച്ചുനോക്കി. "ശരി, അപ്പോൾ അത് കോളറ
ആയിരുന്നില്ല" അവൾ പറഞ്ഞു. "കോളറകൊണ്ട് നിങ്ങൾ മരിക്കുന്നത്
ആ രീതിയിൽ അല്ല."

ആവശ്യമില്ലാത്ത വേദനയിൽനിന്ന് അവളെ ഒഴിവാക്കാനുള്ള എന്റെ
ശ്രമത്തിൽ ഞാൻ ചെറിയ തോതിൽ പരാജയപ്പെട്ടിരുന്നു. "അയാൾക്ക്
ആദ്യം കോളറ ഉണ്ടായിരുന്നു. പക്ഷേ, അയാൾ രക്ഷപ്പെട്ടു. മരണത്തി
നുള്ള യഥാർത്ഥകാരണം ഒരുപക്ഷേ, കോളറ കാരണം വന്ന ഹൃദയ
സ്തംഭനം ആയിരുന്നിരിക്കാം."

അവൾ ഒരു മിനിറ്റുനേരം ആലോചിച്ചുകൊണ്ടിരുന്നു. "അയാൾക്ക്

മറ്റെന്തെങ്കിലും അസുഖം ഉണ്ടായിരുന്നോ?" അവൾ ചോദിച്ചു.

ശരി. അപ്പോൾ നിശ്ചയമായും എനിക്ക് അറിയാവുന്നത് എല്ലാം അവ ളോട് പറയുന്നതിൽ പ്രശ്നം ഉണ്ടായിരുന്നില്ല. ഉഷ്ണമേഖലയിലെ വ്രണ ങ്ങൾപോലെയുള്ള അസുഖങ്ങളുടെ ചികിത്സയിലെ അപ്രിയമായ വിശ ദാംശങ്ങളിലുള്ള അവളുടെ അറിവ് അവൾ മലയായിൽ ജപ്പാൻകാരുടെ തടവുകാരി ആയിരുന്നെന്ന് ഓർമ്മ വരുന്നതുവരെ എന്നെ അത്ഭുതപ്പെ ടുത്തിയിരുന്നു. "വ്രണം പെട്ടെന്ന് കൂടാതിരുന്നത് അയാളുടെ ഭാഗ്യ ദോഷം." അവൾ ശാന്തമായി പറഞ്ഞു. "കാല് മുറിച്ചുമാറ്റിയിരുന്നെങ്കിൽ അവർ അയാളെ റെയിൽവെയിൽ നിന്ന് പറഞ്ഞുവിടുമായിരുന്നു. അങ്ങ നെയാണെങ്കിൽ അയാൾക്ക് തലച്ചോറിനെ ബാധിക്കുന്ന മലമ്പനി വരി ല്ലായിരുന്നു. കോളറയും വരില്ലായിരുന്നു."

"അയാൾ ഇത്രമാത്രം അസുഖങ്ങളെ അതിജീവിക്കാൻ കാരണം അയാളുടെ ആരോഗ്യമുള്ള ശരീരപ്രകൃതി ആയിരുന്നുകാണും." ഞാൻ പറഞ്ഞു.

"അയാൾക്ക് ആരോഗ്യം ഉണ്ടായിരുന്നില്ല." അവൾ ഉറപ്പിച്ച് പറഞ്ഞു. "ഡൊണാൾഡ്ഡിന് എന്നും ചുമയും ജലദോഷവും അതുപോലെയുള്ള മറ്റ് അസുഖങ്ങളും ഉണ്ടായിരുന്നു. അയാൾക്ക് ഉണ്ടായിരുന്നത് വളരെ ശക്തമായ ഫലിതബോധം ആയിരുന്നു. അയാൾ എപ്പോഴും രക്ഷപ്പെടു ന്നത് അതുകാരണം ആണെന്നാണ് ഞാൻ വിചാരിച്ചിരുന്നത്. അയാൾക്ക് സംഭവിക്കുന്ന ഓരോ കാര്യവും അയാളെ സംബന്ധിച്ചിടത്തോളം ഓരോ തമാശ ആയിരുന്നു."

എന്റെ ചെറുപ്പത്തിൽ പെൺകുട്ടികൾക്ക് കോളറയെപ്പറ്റിയോ വലിയ വ്രണങ്ങളെപ്പറ്റിയോ അറിവ് ഉണ്ടായിരുന്നില്ല. അവളോട് എങ്ങനെയാണ് ഇടപെടേണ്ടതെന്ന് എനിക്ക് വ്യക്തമായി അറിയില്ലായിരുന്നു. ഞാൻ വീണ്ടും എനിക്ക് ഉറപ്പുണ്ടായിരുന്ന നിയമപരമായ കാര്യങ്ങളിലേക്ക് സംഭാഷണത്തെ തിരിച്ചെത്തിച്ചു. ഞാൻ അവളുടെ അനന്തരാവകാശ ത്തിനുള്ള കേസിന്റെ പുരോഗതി അവളെ കാണിച്ചുകൊടുത്തു. താമ സിയാതെ ഞാൻ അവളെ താഴത്തെ നിലയിലേക്ക് വിളിച്ചുകൊണ്ടുവന്നു. ഞങ്ങൾ ഒരു ടാക്സിയെടുത്ത് ഭക്ഷണം കഴിക്കാൻവേണ്ടി ക്ലബ്ബിലേക്ക് പോയി.

അന്ന് അവളെ സൽക്കരിക്കുന്നതിന് എനിക്ക് ഒരു കാരണം ഉണ്ടാ യിരുന്നു. ഈ ചെറുപ്പക്കാരിയുമായി വരാൻപോകുന്ന ഏതാനും വർഷ ങ്ങളിൽ എനിക്ക് കൊള്ളാവുന്ന ഒരു ഇടപാടിനുള്ള സാധ്യത ഉണ്ടായി രുന്നു. ഞാൻ അവളെപ്പറ്റിയുള്ള കാര്യങ്ങൾ മനസ്സിലാക്കാൻ ആഗ്രഹി ച്ചിരുന്നു. എനിക്ക് അവളുടെ വിദ്യാഭ്യാസത്തെപ്പറ്റിയോ അവളുടെ ആ സമയത്തെ ജീവിത പാശ്ചാത്തലത്തെപ്പറ്റിയോ ഉഷ്ണമേഖലയിലെ രോഗ ങ്ങളെ പറ്റിയുള്ള അവളുടെ അറിവിനെപ്പറ്റിയോ ഫലത്തിൽ ഒന്നുംതന്നെ അറിവുണ്ടായിരുന്നില്ല. ഉഷ്ണമേഖലയിലെ രോഗങ്ങളെപ്പറ്റിയുള്ള അവ ളുടെ അറിവിൽ ഞാൻ ഇതിനകംതന്നെ ആശങ്കയിലായിരുന്നു. ഞാൻ

അല്പം വീഞ്ഞിനോടൊപ്പം ഒരു നല്ല വിരുന്ന് നല്കിക്കൊണ്ട് അവൾക്ക് സംസാരിക്കാനുള്ള പ്രേരണ നല്കാൻ ആഗ്രഹിച്ചിരുന്നു. അവളുടെ താല്പര്യങ്ങൾ എന്തായിരുന്നെന്ന് എനിക്ക് മനസ്സിലാക്കാൻ കഴിയുക യാണെങ്കിൽ ഒരു ട്രസ്റ്റി എന്ന നിലയ്ക്കുള്ള എന്റെ ജോലി വളരെ എളു പ്പത്തിലാക്കാൻ കഴിയും. അതുകൊണ്ടാണ് ഞാൻ അവളെ ക്ലബ്ബിന്റെ സ്ത്രീകളുടെ ഭാഗത്തേക്ക് കൂട്ടിക്കൊണ്ടുവന്നത്. അത് സംഗീതം ഇല്ലാതെ ഞങ്ങൾക്ക് വേണ്ടത്ര സമയമെടുത്ത് ഭക്ഷണം കഴിക്കാനും സംസാരിക്കാനും പറ്റുന്ന ഒരു മാന്യമായ സ്ഥലമായിരുന്നു. ഒരു ഭക്ഷ ണശാലയിൽ വലിയ ശബ്ദവും ബഹളവും ഉണ്ടെങ്കിൽ എന്റെ ക്ഷമ നശി ക്കുമെന്ന് ഞാൻ മനസ്സിലാക്കിയിട്ടുണ്ട്.

മുഖം കഴുകി വൃത്തിയാക്കാൻ പോകേണ്ടത് എവിടെയാണെന്ന് ഞാൻ അവൾക്ക് കാണിച്ചുകൊടുത്തു. അവൾ അത് ചെയ്തുകൊണ്ടി രുന്നപ്പോൾ ഞാൻ അവളുടെ ഷെറി കൊണ്ടുവരാൻ പറഞ്ഞു. അവൾ എന്റെ അടുത്തേക്ക് വന്നപ്പോൾ ഞാൻ സ്വീകരണമുറിയിലെ കസേര യിൽനിന്ന് എഴുന്നേറ്റ് അവൾക്ക് ഒരു സിഗററ്റ് കൊടുത്തു. അതിനുശേഷം ഞാൻതന്നെ അത് അവൾക്കുവേണ്ടി കത്തിച്ചുകൊടുത്തു; "ആഴ്ച അറു തികളിൽ നിങ്ങൾ എന്താണ് ചെയ്യുന്നത്?" ഞങ്ങൾ ഇരിക്കുന്നതിനിട യിൽ ഞാൻ ചോദിച്ചു. "നിങ്ങൾ പുറത്തുപോയി ആഘോഷിക്കാ റുണ്ടോ?"

അവൾ തലകുലുക്കി "ഞാൻ കൂടുതലായി ഒന്നുംതന്നെ ചെയ്യാ റില്ല. ഞാൻ എന്റെ ഓഫീസിലുള്ള ഒരു കൂട്ടുകാരിയോട് ശനിയാഴ്ച ഉച്ചയ്ക്ക് ഭക്ഷണം കഴിക്കാൻ കാണാമെന്ന് പറഞ്ഞിട്ടുണ്ടായിരുന്നു. അതിനുശേഷം കർസണിൽപോയി ബറ്റ് ഡേവിസിന്റെ പുതിയ സിനിമ കാണാമെന്ന് സമ്മതിച്ചിരുന്നു. അതുകൊണ്ട് ഞങ്ങൾ അത് ചെയ്തു."

"നിങ്ങൾ നിങ്ങളുടെ സൗഭാഗ്യത്തെപ്പറ്റി അവളോട് പറഞ്ഞി ട്ടുണ്ടോ?" അവൾ തലകുലുക്കി "ഞാൻ ഒരാളോടും പറഞ്ഞിട്ടില്ല." അവൾ സംസാരം നിർത്തിയതിനുശേഷം അവളുടെ ഷെറി നുണഞ്ഞു. അവൾ ഷെറിയും സിഗററ്റും വളരെ മനോഹരമായി കൈകാര്യം ചെയ്തിരുന്നു. "അത് സംഭവിക്കാൻ ഇടയില്ലാത്ത ഒരു കഥപോലെ തോന്നുന്നുണ്ട്." അവൾ ചിരിച്ചുകൊണ്ട് പറഞ്ഞു. "ഞാൻതന്നെ അത് വിശ്വസിച്ചിട്ടുണ്ടോ എന്ന് സത്യത്തിൽ എനിക്ക് അറിയില്ല."

ഞാൻ അവളോടൊപ്പം പുഞ്ചിരിച്ചു. "ഒരു കാര്യവും സംഭവിക്കുന്ന തുവരെ സത്യം അല്ല." ഞാൻ പ്രസ്താവിച്ചു. "ആദ്യത്തെ ചെക്ക് ഞങ്ങൾ നിങ്ങൾക്ക് അയച്ചുതരുമ്പോൾ ഇത് സത്യമാണെന്ന് നിങ്ങൾ വിശ്വസിക്കും. അത് സംഭവിക്കുന്നതിനുമുമ്പ് ഇത് വിശ്വസിക്കാൻ വലിയ ബുദ്ധിമുട്ടായിരിക്കും."

അവൾ ചിരിച്ചു. "ഒരേ ഒരുകാര്യം ഓർമ്മിക്കാതിരുന്നെങ്കിൽ ഇത് ഞാൻ വിശ്വസിക്കില്ലായിരുന്നു. എന്തെങ്കിലും കാര്യമില്ലാതെ നിങ്ങൾ എന്റെ കാര്യങ്ങൾക്കുവേണ്ടി ഇത്രയും സമയം പാഴാക്കുമെന്ന് ഞാൻ

വിശ്വസിക്കുന്നില്ല."

"അത് അങ്ങേയറ്റം സത്യമാണ്." ഞാൻ അല്പസമയം ആലോചി ച്ചതിനുശേഷം മറുപടി പറഞ്ഞു. "ഒന്നോ രണ്ടോ മാസങ്ങൾക്കു ശേഷം ട്രസ്റ്റിൽനിന്നുള്ള വരുമാനം കിട്ടിത്തുടങ്ങുമ്പോൾ അതുകൊണ്ട് എന്താണ് ചെയ്യാൻ പോകുന്നതെന്ന് ഇതുവരെ നിങ്ങൾ ആലോചിച്ചിട്ടുണ്ടോ? നികുതികുറച്ചുകഴിഞ്ഞാൽ മാസംതോറുമുള്ള നിങ്ങളുടെ ചെക്ക് എഴു പത്തിയഞ്ച് പൗണ്ടോളം കാണും. അത്തരം ചെക്കുകൾ വന്നുതുടങ്ങു മ്പോൾ നിലവിലുള്ള ജോലി തുടരാൻ നിങ്ങൾ ആഗ്രഹിക്കുന്നില്ലെന്നാണ് ഞാൻ വിശ്വസിക്കുന്നത്."

"ഇല്ല." അവൾ ഒരു മിനിറ്റുനേരം അവളുടെ സിഗററ്റിൽനിന്ന് ഉയ രുന്ന പുകയിലേക്ക് കണ്ണുനട്ട് ഇരുന്നു. "ഞാൻ ജോലി അവസാനിപ്പി ക്കാൻ ആഗ്രഹിക്കുന്നില്ല. ജോലികൊണ്ട് പ്രയോജനം ഉണ്ടെങ്കിൽ ഒന്നും സംഭവിച്ചിട്ടില്ലാത്തതുപോലെ "പാക്ക് ആന്റ് ലെവിയിലെ ജോലി തുടരു ന്നതിൽ എനിക്ക് യാതൊരു ബുദ്ധിമുട്ടും ഇല്ല." അവൾ പറഞ്ഞു. "പക്ഷേ, അതുകൊണ്ട് പ്രയോജനം ഒന്നും ഇല്ല. ഞങ്ങൾ ഉണ്ടാക്കുന്നത് സ്ത്രീക ളുടെ ബാഗും ചെരിപ്പും വിലയേറിയ ചെറിയ ആഭരണസഞ്ചികളുമാണ് – ബോണ്ട് സ്ട്രീറ്റിലെ കടകളിൽ ബുദ്ധിയേക്കാൾ കൂടുതൽ പണമുള്ള മന്ദബുദ്ധികളായ സ്ത്രീകൾക്ക് മുപ്പത് ഗിനീസിന് വില്ക്കുന്നതരത്തി ലുള്ള സഞ്ചി; വിലയേറിയ തുകലിലുള്ള പൊങ്ങച്ചസഞ്ചി; അതുപോ ലെയുള്ള എല്ലാ സാധനങ്ങളും. നിങ്ങൾക്ക് ജീവിക്കാനുള്ളത് സമ്പാദി ക്കണമെങ്കിൽ അത്തരം ഒരു സ്ഥലത്ത് ജോലി ചെയ്യുന്നതുകൊണ്ട് കുഴപ്പമൊന്നുമില്ല. ആ കച്ചവടത്തെപ്പറ്റി എല്ലാം മനസ്സിലാക്കാൻ പറ്റുന്ന തുകൊണ്ട് ജോലിയോട് താല്പര്യവും ഉണ്ടായിരിക്കും."

"ജോലികൾ പഠിക്കുമ്പോൾ നിങ്ങൾക്ക് കൂടുതൽ ജോലികളിലും താല്പര്യം കാണും." ഞാൻ പറഞ്ഞു.

അവൾ എന്റെ മുഖത്തേക്ക് നോക്കി. "അത് ശരിയാണ്. ഞാൻ അവിടെ ചെലവാക്കിയ സമയം ശരിക്കും ആസ്വദിക്കുകയായിരുന്നു. പക്ഷേ, ഈ പണമെല്ലാം ഉള്ളപ്പോൾ എനിക്ക് അതുമായി തുടരാൻ പറ്റില്ല. കൂടുതൽ അനുകൂലമായ എന്തെങ്കിലും കാര്യം ചെയ്യണം. പക്ഷേ, എന്ത് ചെയ്യണമെന്ന് എനിക്ക് അറിയില്ല." അവൾ അല്പം ഷെറി കുടിച്ചു. "ഞാൻ ഒരു ജോലിയും മനസ്സിലാക്കിയിട്ടില്ലെന്ന് നിങ്ങൾക്ക് മനസ്സിലാ യിട്ടുണ്ട്. ഷോർട്ട് ഹാന്റും ടൈപ്പിങ്ങും അല്പസ്വല്പം കണക്കെഴുത്തും. എനിക്ക് ഒരിക്കലും ഒരു ശരിയായ വിദ്യാഭ്യാസം കിട്ടിയിരുന്നില്ല – ഞാൻ ഉദ്ദേശിച്ചത് സാങ്കേതിക വിദ്യാഭ്യാസം ആണ്. ഒരു ഡിഗ്രി എടുക്കുക, അല്ലെങ്കിൽ അതുപോലെ എന്തെങ്കിലും കാര്യം."

ഞാൻ ഒരുനിമിഷം ആലോചിച്ചു. "മിസ് പാഗറ്റ് എനിക്ക് വളരെ വ്യക്തിപരമായ ഒരുകാര്യം ചോദിക്കാൻ പറ്റുമോ?"

"തീർച്ചയായും ചോദിക്കാം."

"സമീപഭാവിയിൽ നിങ്ങൾ വിവാഹം കഴിക്കാൻ ഇടയുണ്ടെന്ന്

നിങ്ങൾ വിചാരിക്കുന്നുണ്ടോ?"

"ഇല്ല. മിസ്റ്റർ സ്ട്രാച്ചൻ, വിവാഹം കഴിക്കാനുള്ള സാദ്ധ്യത ഒട്ടും തന്നെ ഇല്ലെന്നാണ് ഞാൻ വിചാരിക്കുന്നത്. ആ കാര്യം തീർച്ചയായും ഒരാൾക്ക് ഉറപ്പിച്ച് പറയാൻ കഴിയില്ല; പക്ഷേ, അങ്ങനെ സംഭവിക്കു മെന്ന് ഞാൻ വിചാരിക്കുന്നില്ല."

ഞാൻ അഭിപ്രായം പറയാതെ തലയാട്ടി. "ശരി, അപ്പോൾ ഒരു സർവ്വകലാശാലയിലെ പഠനത്തെപ്പറ്റി നിങ്ങൾ ചിന്തിച്ചിരുന്നോ?"

അവൾ കണ്ണുകൾ വിശാലമായി തുറന്ന് എന്റെ മുഖത്തേക്ക് നോക്കി. "ഇല്ല– ഞാൻ അത് ആലോചിച്ചിരുന്നില്ല. മിസ്റ്റർ സ്ട്രാച്ചൻ, എനിക്ക് അത് ചെയ്യാൻ പറ്റില്ല – എനിക്ക് അതിനുള്ള ബുദ്ധി ഇല്ല. എനിക്ക് ഒരു സർവ്വ കലാശാലയിൽ പ്രവേശനം ലഭിക്കില്ല." അവൾ സംസാരം അല്പസമ യത്തേക്ക് അവസാനിപ്പിച്ചു. "സ്കൂളിലെ എന്റെ ക്ലാസിൽ ഞാൻ ഒരി ക്കലും മിടുക്കിയായിരുന്നില്ല. എല്ലാസമയത്തും ഞാൻ ക്ലാസിലെ പകുതി കുട്ടികളിലും താഴെ ആയിരുന്നു. ഒരിക്കലും എനിക്ക് ആറാം ക്ലാസിലേക്ക് പ്രവേശിക്കാൻ കഴിഞ്ഞിട്ടില്ല."

"അത് വെറുതെ ഒന്ന് ആലോചിച്ചതായിരുന്നു." അയാൾ പറഞ്ഞു. "ഒരുപക്ഷേ, നിങ്ങൾക്ക് അതിൽ താല്പര്യംകാണും എന്ന് ഞാൻ സംശ യിച്ചിരുന്നു."

അവൾ തലകുലുക്കി. "എനിക്ക് ഇപ്പോൾ വീണ്ടും സ്കൂളിലേക്ക് മടങ്ങിപ്പോകാൻ കഴിയില്ല." അവൾ പറഞ്ഞു. "എനിക്ക് പ്രായം വളരെ കൂടുതൽ ആണ്."

ഞാൻ അവളെ നോക്കി പുഞ്ചിരിച്ചു. "നിങ്ങൾ പറയുന്നതുപോലെ യുള്ള പ്രായക്കൂടുതൽ ഒന്നുമില്ല." ഞാൻ പ്രസ്താവിച്ചു.

ഏതോ ചെറിയ കാരണംകൊണ്ട് ആ ചെറിയ അഭിനന്ദനം പരാജ യപ്പെട്ടു. "ഞാൻ ഓഫീസിലെ ചില പെൺകുട്ടികളുമായി എന്നെ താര തമ്യപ്പെടുത്തുമ്പോൾ എനിക്ക് ഏതാണ്ട് എഴുപതായിട്ടുണ്ടെന്ന് എനിക്ക് അറിയാം." അവൾ ശാന്തമായി പറഞ്ഞു. ഇപ്പോൾ അവൾ ചിരിക്കുന്നു ണ്ടായിരുന്നില്ല.

ഞാൻ ഇപ്പോൾ അവളെപ്പറ്റി ചില കാര്യങ്ങൾ കണ്ടെത്തിക്കൊണ്ടി രിക്കുകയായിരുന്നു. പക്ഷേ, ആ സാഹചര്യത്തിന് അയവുവരു ത്താൻവേണ്ടി നമുക്ക് ഭക്ഷണം കഴിക്കാൻ പോകാമെന്ന് ഞാൻ സൂചി പ്പിച്ചു. ഭക്ഷണത്തിനുള്ള ഓർഡർ കൊടുത്തുകഴിഞ്ഞപ്പോൾ ഞാൻ പറഞ്ഞു. "യുദ്ധത്തിൽ എന്താണ് നിങ്ങൾക്ക് സംഭവിച്ചതെന്ന് എന്നോട് പറയാം. നിങ്ങൾ പുറത്തു മലയായിൽ ആയിരുന്നു. ആയിരുന്നില്ലെ?"

അവൾ തലയാട്ടി. "എനിക്ക് 'കോലാപെരാക് പ്ലാന്റേഷൻ' കമ്പനി യുടെ ഓഫീസിൽ ഒരു ജോലി ഉണ്ടായിരുന്നു. അത് എന്റെ അച്ഛൻ ജോലി ചെയ്തിരുന്ന കമ്പനി ആയിരുന്നു. ഡൊണാൾഡ്യും അവരോ ടൊപ്പം ആയിരുന്നു."

"നിങ്ങൾക്ക് യുദ്ധത്തിൽ എന്താണ് സംഭവിച്ചത്? ഞാൻ ചോദിച്ചു.

"നിങ്ങൾ ഒരു തടവുകാരി ആയിരുന്നോ?"

"ഒരുതരത്തിലുള്ള തടവുകാരി ആയിരുന്നു." അവൾ പറഞ്ഞു.

"ഒരു താവളത്തിലായിരുന്നോ?"

"അല്ല." അവൾ പറഞ്ഞു. "അവർ ഞങ്ങളെ ഒരുവിധം സ്വതന്ത്ര രായി ഉപേക്ഷിച്ചിരുന്നു." അതിനുശേഷം അവൾ വളരെ വ്യക്തമായി സംഭാഷണം മാറ്റിക്കൊണ്ട് പറഞ്ഞു. "മിസ്റ്റർ. സ്റ്റ്രാച്ചർ, നിങ്ങൾക്ക് എന്താണ് സംഭവിച്ചത്? നിങ്ങൾ മുഴുവൻ സമയവും ലണ്ടനിൽ ആയി രുന്നോ?"

അവൾ സംസാരിക്കാൻ ആഗ്രഹിക്കുന്നില്ലെങ്കിൽ എനിക്ക് അവളോട് അവളുടെ യുദ്ധാനുഭവങ്ങളെപ്പറ്റി സംസാരിക്കണമെന്ന് നിർബ്ബന്ധം പിടി ക്കാൻ കഴിയില്ല. അതുകൊണ്ട് ഞാൻ അവളോട് എന്റെ അനുഭവങ്ങൾ സത്യസന്ധമായി പറഞ്ഞു. അതിൽനിന്ന് മാറി പെട്ടെന്ന് ഞാൻ അവ ളോട് എന്റെ രണ്ട് ആൺമക്കളെപ്പറ്റി പറഞ്ഞുകൊണ്ടിരിക്കുകയാണെന്ന് ഞാൻ കണ്ടെത്തി. ചൈനാ സ്റ്റേഷനിലെ ഹാരിയും ബസ് റായിലെ മാർട്ടിനും അവരുടെ യുദ്ധ ഓർമ്മകളും അവരുടെ കുടുംബങ്ങളും കുട്ടി കളും എല്ലാം എന്റെ സംസാരത്തിൽ ഉണ്ടായിരുന്നു. "ഞാൻ മൂന്ന് തവണ ഒരു മുത്തച്ഛൻ ആയിട്ടുണ്ട്." ഞാൻ വ്യസനത്തോടെ പറഞ്ഞു. "നാലാമത്തെ തവണ ഞാൻ ഉടൻതന്നെ മുത്തച്ഛൻ ആകുമെന്നാണ് വിശ്വസിക്കുന്നത്."

അവൾ ചിരിച്ചു. "നാലാംതവണ മുത്തച്ഛനാകുമ്പോൾ എന്താണ് തോന്നുന്നത്?"

"മുമ്പ് തോന്നിയതുതന്നെ ആണ് തോന്നുന്നത്!" ഞാൻ അവളോട് പറഞ്ഞു. "പ്രായം കൂടുമ്പോൾ നിങ്ങൾക്ക് ഒരു കാര്യത്തിലും ഒരു വ്യത്യാസം തോന്നില്ല."

ഇപ്പോൾ ഞാൻ അവളുടെ സ്വന്തം കാര്യങ്ങളിലേക്ക് ഞങ്ങളുടെ സംഭാഷണത്തെ തിരിച്ചെത്തിച്ചു. ഒരുവർഷത്തെ തൊള്ളായിരത്തിനുമു കളിൽ അവൾക്ക് എന്തുതരം ജീവിതമാണ് നയിക്കാൻ കഴിയുന്നതെന്ന് ഞാൻ അവൾക്ക് ചൂണ്ടിക്കാണിച്ചു കൊടുത്തു. "ഡവൻഷയറിൽ ഒരു വീടും ചെറിയ കാറും ദിവസവേതനക്കാരിയായ ഒരു ജോലിക്കാരിയും നിങ്ങൾക്ക് ഉണ്ടായിരിക്കും. അതിനുശേഷവും വിദേശയാത്രകൾക്കു വേണ്ടി ന്യായമായ ഒരു തുക നിങ്ങൾക്ക് ചെലവഴിക്കാൻ കാണും. "ഞാൻ എന്തെങ്കിലും കാര്യത്തിനുവേണ്ടി ജോലിചെയ്യാതെ സ്വയം എന്ത് ചെയ്യണമെന്ന് എനിക്ക് മനസ്സിലാകില്ല." അവൾ പറഞ്ഞു. "ഞാൻ എന്തെ ങ്കിലും കാര്യത്തിനുവേണ്ടി എപ്പോഴും ജീവിതകാലം മുഴുവൻ ജോലി ചെയ്തിട്ടുണ്ട്."

ദൈവം അയച്ചുതന്ന ശമ്പളമില്ലാതെ ജോലി ചെയ്യുന്ന ഒരു ഒന്നാം തരം ഷോർട്ട് ഹാന്റ് ടൈപ്പിസ്റ്റിനെ കണ്ടെത്തണമെന്ന് ആഗ്രഹമുള്ള ധാരാളം ഉദാരചിത്തരായ അപേക്ഷകരെ എനിക്ക് പരിചയം ഉണ്ടെന്ന് ഞാൻ അവളോട് പറഞ്ഞു. അവൾ അവരെപ്പറ്റി വിമർശിക്കാനുള്ള പ്രവ

ണതയുള്ളവൾ ആയിരുന്നു. "ഒരു കാര്യം ശരിക്കും പ്രയോജനകരം ആണെങ്കിൽ അതിന് ശമ്പളം കിട്ടും" അവൾ പറഞ്ഞു. നിശ്ചയമായും ഒരു കച്ചവടത്തിന്റെ ശക്തമായ ജന്മവാസന അവളുടെ ഉള്ളിൽ ഒളിഞ്ഞു കിടക്കുന്നുണ്ടായിരുന്നു. പ്രയോജനമുള്ള കാര്യമാണെങ്കിൽ അവർക്ക് നിശ്ചയമായും ശമ്പളം കൊടുക്കാത്ത ഒരു സെക്രട്ടറിയുടെ ആവശ്യം വരില്ല."

"ധർമ്മസ്ഥാപനങ്ങൾ ചെലവ് കുറയ്ക്കാൻ ഇഷ്ടപ്പെടുന്നവരാണ്." ഞാൻ അഭിപ്രായപ്പെട്ടു.

"ഒരു സെക്രട്ടറിക്ക് ശമ്പളം കൊടുക്കാൻ പണമില്ലാത്ത ഒരു ധർമ്മ സ്ഥാപനത്തിന് ധാരാളം നന്മകൾ ചെയ്യാൻ കഴിയുമെന്ന് ഞാൻ തീർച്ച യായും ആലോചിച്ചിട്ടില്ല." അവൾ പറഞ്ഞു. "ഞാൻ എന്തെങ്കിലും കാര്യ ത്തിനുവേണ്ടി ജോലി ചെയ്യുകയാണെങ്കിൽ അത് ശരിക്കും പ്രയോജന കരം ആയിരിക്കണമെന്നാണ് എന്റെ ആഗ്രഹം."

ആശുപത്രിയിൽ രോഗികളുടെ ക്ഷേമത്തിന്റെ ചുമതലക്കാരി എന്ന നിലയിലുള്ള ജോലിയെപ്പറ്റി ഞാൻ അവളോട് പറഞ്ഞു. അതിൽ അവൾ വലിയ താല്പര്യം കാണിച്ചിരുന്നു. അവൾ പറഞ്ഞു. "മിസ്റ്റർ സ്ട്രാച്ചർ അതൊരാൾ ഒരുപക്ഷേ, ഒട്ടിപ്പിടിക്കാൻ സാദ്ധ്യതയുള്ള ഒരു ജോലി ആണെന്നാണ് ഞാൻ വിചാരിക്കുന്നത്. പക്ഷേ, ആ ജോലിയെപ്പറ്റി ആലോചിക്കുന്നതിൽ തെറ്റില്ല."

"ശരി, നിങ്ങൾക്ക് നിങ്ങളുടേതായ സമയമെടുത്ത് ആലോചിക്കാം." ഞാൻ പറഞ്ഞു. "തിടുക്കത്തിൽ ഒരു കാര്യവും ചെയ്യേണ്ട ആവശ്യമില്ല."

അവൾ എന്നെ നോക്കി ചിരിച്ചു. "അത് നിങ്ങളുടെ ജീവിതത്തെ നയിക്കുന്ന നിയമം ആണെന്നാണ് ഞാൻ വിചാരിക്കുന്നത്. ഒരു കാര്യവും തിരക്കിട്ട് ചെയ്യാതിരിക്കുക."

ഞാൻ പുഞ്ചിരിച്ചു. "ഒരുപക്ഷേ, നിങ്ങൾക്ക് അതിനെക്കാൾ മോശ പ്പെട്ട ഒരു നിയമം കാണും."

ഭക്ഷണം കഴിഞ്ഞുള്ള കാപ്പികുടിക്ക് ശേഷം ഞാൻ അവളുടെ കല കളോടുള്ള ആഭിമുഖ്യം പരിശോധിച്ചു. അവൾക്ക് തയ്ക്കുമ്പോൾ റേഡി യോയിലെ പാട്ട് ഇഷ്ടമായിരുന്നു. അതല്ലാതെ അവൾക്ക് സംഗീതത്തെ പ്പറ്റി ഒന്നുംതന്നെ അറിയില്ല. സുഖപര്യവസായിയായ നോവലുകൾ അവർക്കിഷ്ടമായിരുന്നു. അതല്ലാതെ അവൾക്ക് സാഹിത്യത്തെപ്പറ്റി ഒന്നു മറിയില്ല." അവൾക്ക് അറിവുള്ള എന്തിന്റെയെങ്കിലും പകർപ്പായിട്ടുള്ള ചിത്രങ്ങൾ അവൾക്ക് ഇഷ്ടമായിരുന്നു. പക്ഷേ, അവൾ ഒരിക്കലും ചിത്ര കലാ അക്കാഡമിയിൽ പോയിട്ടുണ്ടായിരുന്നില്ല. ശില്പകലയെപ്പറ്റി അവൾക്ക് ഒരു കാര്യവും അറിയില്ല. ഒരു വർഷം തൊള്ളായിരം കിട്ടുന്ന ലണ്ടനിലുള്ള ഒരു ചെറുപ്പക്കാരി എന്ന നിലയിൽ കലകളിലും സാമൂ ഹികമായ ജീവിതത്തിലുമുള്ള അവളുടെ അറിവില്ലായ്മ എനിക്ക് ദയ നീയമാണെന്ന് തോന്നിയിരുന്നു.

"ഒരു രാത്രിയിൽ ഒരു സംഗീതനാടകത്തിന് വരാൻ നിങ്ങൾക്ക്

താല്പര്യം ഉണ്ടോ?" ഞാൻ ചോദിച്ചു.

അവൾ പുഞ്ചിരിച്ചു. "എനിക്ക് അത് മനസ്സിലാകുമോ?"

"നിശ്ചയമായും മനസ്സിലാകും. എന്താണ് നടന്നു കൊണ്ടിരിക്കുന്ന
തെന്ന് ഞാൻ അന്വേഷിച്ച് അറിയാം. ഞാൻ ഇംഗ്ലീഷിലുള്ളതും എളുപ്പ
മുള്ളതുമായ എന്തെങ്കിലും തെരഞ്ഞെടുക്കാം."

"എന്നോട് ഇത് ചോദിച്ചത് നിങ്ങളുടെ വലിയ നന്മ ആണ്. പക്ഷേ,
നിങ്ങൾക്ക് കൂടുതൽ സന്തോഷം ബ്രിഡ്ജ് കളിക്കുന്നതാണെന്ന് എനിക്ക്
ഉറപ്പാണ്."

"ഒരിക്കലുമല്ല." ഞാൻ പറഞ്ഞു. "ഞാൻ ഒരു നൃത്തനാടകത്തിനോ
അതുപോലെയുള്ള എന്തെങ്കിലും കാര്യത്തിനോ പോയിട്ട് വർഷങ്ങൾ
കഴിഞ്ഞു."

അവൾ പുഞ്ചിരിച്ചു. "നിശ്ചയമായും എനിക്ക് നൃത്തനാടകത്തിന്
വരാൻ താല്പര്യമാണ്." അവൾ പറഞ്ഞു. "ഞാൻ എന്റെ ജീവിതത്തിൽ
ഒരിക്കലും ഒരു നൃത്തനാടകം കണ്ടിട്ടില്ല; എന്താണ് സംഭവിക്കുന്നതെന്ന്
എനിക്ക് അറിയില്ല."

ഞങ്ങൾ ഒരുമണിക്കൂറിൽ കൂടുതൽ സമയം ഈ കാര്യങ്ങൾ
സംസാരിച്ചുകൊണ്ടിരുന്നു. ഒൻപതരയായപ്പോൾ അവൾ പോകാൻ
വേണ്ടി എഴുന്നേറ്റു. നഗരപ്രാന്തത്തിലുള്ള അവളുടെ താമസസ്ഥലത്തെ
ത്താൻ അവൾക്ക് മുക്കാൽ മണിക്കൂർ വേണം. അവൾ സെയിന്റ്
ജെയിംസ് പാർക്ക് സ്റ്റേഷനിൽനിന്ന് പോകുന്നതുകൊണ്ട് ഞാൻ അവ
ളോടൊപ്പം പോയിരുന്നു. രാത്രി ഇരുട്ടിക്കഴിഞ്ഞ് ഇത്രയും പ്രായം
കുറഞ്ഞ ഒരു സ്ത്രീ പാർക്കിലൂടെ തനിച്ച് നടക്കുന്നതിനെപ്പറ്റി ഞാൻ
ആലോചിച്ചിരുന്നില്ല.

സ്റ്റേഷന്റെ വെളിച്ചമുള്ള മേലാപ്പിന് താഴെയുള്ള നനഞ്ഞ കല്പ്പട
വിലെ ഇരുട്ടിൽ നിന്നുകൊണ്ട് അവൾ കൈവീശി.

"മിസ്റ്റർ സ്ട്രാച്ചൻ, ഭക്ഷണത്തിനും നിങ്ങൾ എനിക്കുവേണ്ടി ചെയ്തു
തന്ന എല്ലാ കാര്യങ്ങൾക്കും വേണ്ടി അളവറ്റ നന്ദി," അവൾ പറഞ്ഞു.

"മിസ് പാഗറ്റ്, അത് എനിക്ക് ഒരു വലിയ സന്തോഷം ആയിരുന്നു."
ഞാൻ മറുപടി പറഞ്ഞു. ഞാൻ അത് അർത്ഥശൂന്യമായി പറഞ്ഞതായി
രുന്നില്ല.

അവൾ സംശയിച്ചുനിന്നു. അതിനുശേഷം പുഞ്ചിരിച്ചുകൊണ്ട് പറ
ഞ്ഞു. "മിസ്റ്റർ സ്ട്രാച്ചൻ, നമുക്ക് പരസ്പരം ഒരു നല്ല ഇടപാട് ഉണ്ടാ
കാൻ പോകുകയാണ്. എന്റെ പേര് ജീൻ എന്നാണ്. നിങ്ങൾ മിസ് പാഗറ്റ്
എന്ന വിളി തുടരുകയാണെങ്കിൽ എനിക്ക് ഭ്രാന്ത് പിടിക്കും."

"നിങ്ങൾക്ക് ഒരു കിഴവൻ നായയെ പുതിയ വേലത്തരങ്ങൾ പഠി
പ്പിക്കാൻ പറ്റില്ല." ഞാൻ പരുങ്ങലോടെ പറഞ്ഞു.

അവൾ ചിരിച്ചു. "പ്രായം കൂടുന്തോറും നമുക്ക് ഒരു വ്യത്യാസവും
വരില്ലെന്ന് നിങ്ങൾ പറഞ്ഞിട്ട് ഇപ്പോൾ കൂടുതൽ സമയം കഴിഞ്ഞിട്ടില്ല.
നമുക്ക് അത് ശ്രമിക്കാൻ പറ്റും. ശീലിക്കാനും പറ്റും."

"ഞാൻ ഇതു മനസ്സിൽ സൂക്ഷിക്കും." ഞാൻ പറഞ്ഞു. "നിങ്ങൾക്ക് ഇപ്പോൾ എല്ലാം ശരിയായി കൈകാര്യം ചെയ്യാൻ പറ്റുമെന്ന് ഉറപ്പാണ്."

"നിശ്ചയമായും പറ്റും. മിസ്റ്റർ സ്റ്റോച്ചൻ, ഗുഡ് നൈറ്റ്."

വിഷയത്തിൽനിന്ന് വഴുതി മാറിക്കൊണ്ട് ഞാൻ പറഞ്ഞു. "ഗുഡ് നൈറ്റ്. നൃത്തനാടകത്തെപ്പറ്റി ഞാൻ നിങ്ങളെ അറിയിക്കാം."

വിൽപത്രം അംഗീകരിച്ചുകിട്ടാൻ എടുത്ത പിന്നീടുള്ള ആഴ്ചകളിൽ ഞാൻ അവളെ ധാരാളം സംഭവങ്ങൾക്ക് കൂട്ടിക്കൊണ്ടുപോയിരുന്നു. ഞായറാഴ്ച ഉച്ചതിരിഞ്ഞ് ഞങ്ങൾ ഒന്നിച്ച് പലതവണ ആൽബർട്ട് ഹാളിലും ആർട്ട് ഗാലറികളിലും, ചിത്രപ്രദർശനങ്ങൾക്കും പോയി. പകരം അവൾ എന്നെ ഒന്നോ രണ്ടോ തവണ സിനിമയ്ക്ക് കൊണ്ടു പോയിരുന്നു. അവൾ കലയെക്കുറിച്ച് വളരെ മഹത്തായ ആസ്വാദനം ശീലമാക്കിയിരുന്നതായി സത്യത്തിൽ എനിക്ക് പറയാൻ കഴിയില്ല. അവൾ സംഗീതത്തെക്കാൾ ചിത്രങ്ങൾ ഇഷ്ടപ്പെട്ടിരുന്നു. സംഗീതം ആണെങ്കിൽ അവൾ നൃത്തനാടകത്തിന്റെ രൂപത്തിലാണ് അതിനെ കൂടുതൽ ഇഷ്ട പ്പെട്ടിരുന്നത്. കൂടുതൽ ലളിതമായ സംഗീതം അവൾക്ക് കൂടുതൽ നല്ല സംഗീതമായിരുന്നു. അവൾ ചെവികൾ കൈയേറ്റം ചെയ്യപ്പെടുന്ന സമ യത്ത് നോക്കിയിരിക്കാനുള്ള എന്തെങ്കിലും കാര്യം ഉണ്ടായിരിക്കുന്നത് ഇഷ്ടപ്പെട്ടിരുന്നു. ഈ പറഞ്ഞ വിനോദയാത്രകൾക്കിടയിൽ അവൾ പല പ്രാവശ്യം ബക്കിങ്ഹാം ഗേറ്റിലുള്ള എന്റെ ഫ്ളാറ്റിൽ വന്നിരുന്നു. ഏതാ ക്കെയോ യാത്രകൾ കഴിഞ്ഞ് ഞങ്ങൾ ഫ്ളാറ്റിൽ എത്തിയപ്പോൾ അവൾ അടുക്കള തിരിച്ചറിഞ്ഞുകൊണ്ട് ഒന്നോ രണ്ടോ തവണ ചായ ഉണ്ടാക്കി യിരുന്നു. അതിനുമുമ്പ് ഞാൻ ഒരിക്കലും എന്റെ ആൺമക്കളുടെ ഭാര്യ മാർ ഒഴിച്ച് മറ്റ് സ്ത്രീകളെ എന്റെ ഫ്ളാറ്റിൽ സ്വീകരിച്ചിരുന്നില്ല. അവൾ ചില സമയങ്ങളിൽ ലണ്ടനിൽ വരുമ്പോൾ എന്റെ ഒഴിഞ്ഞു കിടക്കുന്ന മുറി ഒന്നോ രണ്ടോ രാത്രികളിൽ ഉപയോഗിക്കാറുണ്ടായിരുന്നു.

അവളുടെ ഇടപാട് മാർച്ചിൽ പൂർത്തിയായിരുന്നു. എനിക്ക് അവ ളുടെ ആദ്യത്തെ ചെക്ക് അവളുടെ മേൽവിലാസത്തിൽ അയച്ചുകൊടു ക്കാൻ കഴിഞ്ഞിരുന്നു. അവൾ ഉടൻതന്നെ ജോലി ഉപേക്ഷിച്ചിരുന്നില്ല. പതിവുപോലെ അവൾ ഓഫീസിൽ പോക്ക് തുടർന്നു. അവൾ അതിന്റെ വരുമാനംകൊണ്ട് ജീവിക്കാൻ തുടങ്ങുന്നതിനുമുമ്പ് വളരെ ബുദ്ധിപൂർവ്വം അതിൽനിന്ന് ഒരു ചെറിയ കരുതൽ ധനം ചേർത്തുവയ്ക്കാൻ ആഗ്രഹി ച്ചിരുന്നു. കൂടാതെ ആ സമയത്ത് ചെയ്യാൻ ആഗ്രഹിക്കുന്നത് എന്താ ണെന്ന് അവൾ മനസ്സിൽ തീരുമാനം എടുത്തിരുന്നില്ല.

ഏപ്രിലിലെ ഒരു ഞായറാഴ്ചയിലെ അവസ്ഥ അതായിരുന്നു. അന്നത്തെ ദിവസം ഞാൻ അവൾക്ക് ഒരു ചെറിയ വിനോദയാത്ര ഏർപ്പ ടാക്കിയിരുന്നു. ഉച്ചഭക്ഷണത്തിന് അവൾ ഫ്ളാറ്റിൽ എത്താമെന്ന് സമ്മ തിച്ചിരുന്നു. അതിനുശേഷം അവൾ ഒരിക്കലും കണ്ടിട്ടില്ലാത്ത ഹാംപ്ടൺ കോർട്ടിലേക്ക് ഞങ്ങൾക്ക് പോകാം എന്നാണ് പദ്ധതി ഇട്ടിരുന്നത്. പഴയ കൊട്ടാരവും അവിടെ വിരിയുന്ന വസന്തത്തിലെ പൂക്കളും അവളെ

സന്തോഷിപ്പിക്കുമെന്നാണ് ഞാൻ ചിന്തിച്ചിരുന്നത്. ഞാൻ പല ദിവസ ങ്ങളായി ഈ യാത്ര പ്രതീക്ഷിക്കുന്നുണ്ടായിരുന്നു. തീർച്ചയായും എന്റെ പ്രതീക്ഷകൾ അവസാനിപ്പിച്ചുകൊണ്ട് അന്ന് മഴ പെയ്തിരുന്നു.

അവൾ നനഞ്ഞുകുതിർന്ന ഒരു കുടയുമായി വെള്ളം ഇറ്റിറ്റു വീഴുന്ന ഒരു കടുംനീല മഴക്കോട്ടും ധരിച്ച് ഉച്ചഭക്ഷണത്തിന് തൊട്ടുമുമ്പ് എന്റെ ഫ്ളാറ്റിൽ വന്നു. ഞാൻ അവളുടെ കോട്ട് ഊരിയെടുത്ത് അടുക്കളയിൽ തൂക്കിയിട്ടു. അവൾ ഒഴിഞ്ഞുകിടന്ന എന്റെ മുറിക്കുള്ളിൽ കയറി സ്വയം വൃത്തിയാക്കിയതിനുശേഷം സ്വീകരണ മുറിയിൽ നിന്നിരുന്ന എന്റെ അടു ത്തേക്ക് വന്നു. അവിടെ ഞങ്ങൾ എതിർവശത്തുള്ള കൊട്ടാരത്തിന്റെ കുതിരാലയങ്ങളിൽ മഴയ്ക്ക് ശക്തികൂടുന്നതും നോക്കിനില്ക്കുമ്പോൾ അന്ന് വൈകുന്നേരം യാത്രയ്ക്ക് പകരം എന്താണ് ചെയ്യാൻ പോകുന്ന തെന്ന് ഞങ്ങൾ അത്ഭുതപ്പെട്ടിരുന്നു.

ഉച്ചഭക്ഷണത്തിനുശേഷം നെരിപ്പോടിന് മുമ്പിൽ കാപ്പി കുടിച്ചു കൊണ്ടിരുന്നിരുന്ന സമയത്തും എന്ത് ചെയ്യണം എന്ന കാര്യത്തിൽ ഞങ്ങൾ തീരുമാനം എടുത്തിരുന്നില്ല. ഞാൻ ഒന്നോ രണ്ടോ കാര്യങ്ങൾ സൂചിപ്പിച്ചിരുന്നു. പക്ഷേ, അവൾ മറ്റു കാര്യങ്ങളെപ്പറ്റി ആലോചിക്കുക യാണെന്ന് തോന്നി. കാപ്പി കുടിച്ചുകഴിഞ്ഞപ്പോൾ അത് പുറത്തുവന്നു. അവൾ പറഞ്ഞു.

"മിസ്റ്റർ സ്ട്രാച്ചൻ; ആദ്യം ചെയ്യാൻ ആഗ്രഹിക്കുന്നത് എന്താണെന്ന് ഞാൻ തീരുമാനിച്ചു കഴിഞ്ഞു."

ഞാൻ ചോദിച്ചു. "അത് എന്താണ്?"

അവൾ മറുപടി പറയാൻ മടിച്ചുനിന്നു. "ഇത് വളരെ വിചിത്രം ആണെന്ന് നിങ്ങൾ ചിന്തിക്കാൻ പോകുകയാണെന്ന് എനിക്ക് അറിയാം. പണം ഈ രീതിയിൽ ചെലവാക്കാൻ പോകുന്നത് വലിയ മണ്ടത്തരം ആണെന്ന് ഒരുപക്ഷേ, നിങ്ങൾ ആലോചിക്കാൻ ഇടയുണ്ട്. പക്ഷേ, ഞാൻ ഇതാണ് ചെയ്യാൻ ആഗ്രഹിക്കുന്നത്. ഒരുപക്ഷേ, ഇത് നമ്മൾ പുറത്തു പോകുന്നതിനുമുമ്പ് നിങ്ങളോട് പറയുന്നതാണ് നല്ലതെന്ന് ഞാൻ വിചാ രിക്കുന്നു."

നെരിപ്പോടിന് മുമ്പിൽ ഇളംചൂട് ഉണ്ടായിരുന്നു. പുറത്ത് ആകാശം ഇരുണ്ടിരുന്നു. നനഞ്ഞ നടവഴിയിലൂടെ മഴ അരുവിപോലെ താഴോട്ട് ഒഴുകിക്കൊണ്ടിരുന്നു.

ഞാൻ മറുപടി പറഞ്ഞു. "ജീൻ ഒരിക്കലും ഞാൻ അത് മണ്ടത്തരം ആണെന്ന് കരുതില്ല. എന്താണ് നിങ്ങൾ ചെയ്യാൻ ആഗ്രഹിക്കുന്നത്?"

അവൾ പറഞ്ഞു. "ഞാൻ മലയായിലേക്ക് ഒരു കിണർ കുഴിക്കാൻ വേണ്ടി തിരിച്ചുപോകാൻ ആഗ്രഹിക്കുന്നു."

രണ്ട്

അവൾ അത് പറഞ്ഞതിനുശേഷം ഒരു നീണ്ട ഇടവേള ആയിരു
ന്നെന്നാണ് എന്റെ ഓർമ്മ. ഞാൻ മൊത്തത്തിൽ അമ്പരന്നുപോയതായി
എനിക്ക് ഓർമ്മയുണ്ട്. എന്തു പറയണം എന്ന് അറിയാത്ത സമയങ്ങ
ളിൽ നിശ്ശബ്ദതയെ അഭയം പ്രാപിക്കുന്ന എന്റെ ശീലത്തിലേക്ക് പിൻവാ
ങ്ങിയതായി ഞാൻ ഓർക്കുന്നുണ്ട്. എന്റെ നിശ്ശബ്ദതയിൽ അവൾ പരി
ഹാസം അനുഭവിച്ചിട്ടുണ്ടാകും എന്നാണ് ഞാൻ വിചാരിക്കുന്നത്.
കാരണം അവൾ എന്റെ അടുത്തേക്ക് കുനിഞ്ഞിരുന്നുകൊണ്ട് പറഞ്ഞു.
"ഞാൻ ചെയ്യാൻ ആഗ്രഹിക്കുന്നത് വിചിത്രമായ സംഗതിയാണെന്ന്
എനിക്കറിയാം. അതിനെപ്പറ്റി ഞാൻ നിങ്ങളോട് പറയട്ടേ?"

ഞാൻ പറഞ്ഞു. "നിശ്ചയമായും പറയാം. ഇതിന് യുദ്ധത്തിലെ നിങ്ങ
ളുടെ അനുഭവങ്ങളുമായി എന്തെങ്കിലും ബന്ധമുണ്ടോ?"

അവൾ തലയാട്ടി. "അതിനെപ്പറ്റി ഞാൻ നിങ്ങളോട് പറഞ്ഞിട്ടില്ല.
അതിനെപ്പറ്റി സംസാരിക്കാൻ എനിക്ക് പ്രശ്നം ഉള്ളതുകൊണ്ടല്ല. പക്ഷേ,
ഞാൻ അതിനെ പറ്റി ഇപ്പോൾ ഒരിക്കലും ചിന്തിക്കാത്തതുകൊണ്ടാണ്.
അത് വർഷങ്ങൾക്ക് മുമ്പ് മറ്റാർക്കോ സംഭവിച്ചതുപോലെയാണ് എനിക്ക്
ഇപ്പോൾ തോന്നുന്നത്. നിങ്ങൾ ഒരു പുസ്തകത്തിൽ വായിച്ച ഏതോ
ഒരു കാര്യംപോലെ! ഒരിക്കലും അത് എനിക്ക് സംഭവിച്ചതല്ലെന്ന മട്ടി
ലാണ് ഇപ്പോൾ അനുഭവപ്പെടുന്നത്."

"അതിനെ ആ രീതിയിൽ മറന്നുകളയുന്നതല്ലേ കൂടുതൽ നല്ലത്?"

അവൾ തലകുലുക്കി. "ഇപ്പോൾ അങ്ങനെ അല്ല. ഇപ്പോൾ എനിക്ക്
ഈ പണം ലഭിച്ചിട്ടുണ്ട്." അവൾ അല്പസമയത്തേക്ക് സംസാരിച്ചില്ല.
"നിങ്ങൾ എനിക്ക് വലിയ ഉപകാരമാണ് ചെയ്തുതന്നത്" അവൾ
പറഞ്ഞു. "ഞാൻ അത് നിങ്ങളോട് പറഞ്ഞു മനസ്സിലാക്കാൻ ആഗ്രഹി
ക്കുന്നു."

അവളുടെ ജീവിതം മൂന്നുഭാഗങ്ങളായി ചിതറി വീണിരിക്കുകയാ
ണെന്ന് അവൾ പറഞ്ഞു. ആദ്യത്തെ രണ്ട് ഭാഗങ്ങൾ ബാക്കിയുള്ള ഭാഗ
വുമായി വളരെ വ്യത്യസ്തമാണ്. അവയെ അവളുടെ ഇപ്പോഴത്തെ ജീവി
താവസ്ഥയുമായി കഷ്ടിച്ച് പൊരുത്തപ്പെടുത്താൻപോലും അവൾക്ക്
സാധിക്കുന്നില്ല. ആദ്യം സൗത്ത് ആംപ്റ്റണിൽ അമ്മയുടെ കൂടെ ജീവി
ച്ചിരുന്ന അവൾ ഒരു സ്കൂൾക്കുട്ടി ആയിരുന്നു. അവർ പട്ടണത്തിന്
വെളിയിലുള്ള ഒരു തെരുവിലെ മൂന്ന് കിടക്കമുറികളുള്ള ഒരു ചെറിയ
വീട്ടിലാണ് താമസിച്ചിരുന്നത്. അതിനുമുമ്പ് അവർ എല്ലാവരും മലയാ
യിൽ ജീവിച്ചിരുന്ന ഒരു കാലഘട്ടം ഉണ്ടായിരുന്നു. പക്ഷേ, അവൾക്ക്
പതിനൊന്ന് വയസ്സും അവളുടെ ചേട്ടൻ ഡൊണാൾഡിന് പതിനാലും
ഉള്ളസമയത്ത് അവർ മലയായിലെ താമസം മതിയാക്കിയിരുന്നു. ആ
ആദ്യകാലങ്ങളെപ്പറ്റി അവൾക്ക് താറുമാറായിപ്പോയ ഓർമ്മകളാണ് ഉണ്ടാ
യിരുന്നത്. ഭാര്യ കുട്ടികളെ വീട്ടിലേക്ക് കൂട്ടിക്കൊണ്ടു വന്നിരുന്നതുകാ
രണം ആർതർ പാഗറ്റ് മരിക്കുന്ന സമയത്ത് മലയായിൽ തനിച്ചായിരു
ന്നെന്ന് വ്യക്തമായിരുന്നു.

സാധാരണ നഗരപ്രാന്തത്തിലെ ഇംഗ്ലീഷുകാരുടെ കുട്ടികളുടെ നില
വാരം അനുസരിച്ചുള്ള ജീവിതമാണ് അവൾ ജീവിച്ചിരുന്നത്. സൗമ്യ
മായ താളക്രമത്തിൽ കടന്നുപോകുന്ന സ്കൂൾ ദിവസങ്ങൾക്കും അവധി
ദിവസങ്ങൾക്കും ശേഷം വർഷത്തിൽ ഒരിക്കലുള്ള ആഗസ്തിലെ മൂന്നാ
ഴ്ചത്തെ അവധിയുടെ ആവേശം വൈറ്റിലെ ദ്വീപിലോ, സീവ്യൂവിലോ
അല്ലെങ്കിൽ ഫ്രഷ്‌വാട്ടർ ഗ്രാമത്തിലോ ചെലവഴിക്കുന്ന മൂന്നാഴ്ചകൾ.
ഒരുകാര്യം അവരെ മറ്റു കുടുംബങ്ങളിൽനിന്നും വ്യത്യസ്തരാക്കിയി
രുന്നു. അവർ എല്ലാവരും സംസാരിച്ചിരുന്നത് മലായ്ഭാഷ ആയിരുന്നു.
നിശ്ചയമായും കുട്ടികൾ അത് പഠിച്ചത് വീട്ടുജോലിക്കാരിയിൽനിന്ന് ആയി
രുന്നു. അവരുടെ അമ്മ ഇംഗ്ലണ്ടിലും അത് തുടർന്നുകൊണ്ടുപോകാൻ
അവരെ പ്രോത്സാഹിപ്പിച്ചു. ആദ്യം അത് ഒരു തമാശയും കുടുംബത്തിന്റെ
ഒരു രഹസ്യഭാഷയും ആയിരുന്നു. പിന്നീട് അതിന് ഒരു കൃത്യമായ
കാരണം ഉണ്ടായിരുന്നു. 'ഈ പോഹിന്' അടുത്തുവെച്ച് ആർതർ പാഗ
റ്റിന്റെ കാർ മരത്തിൽ ഇടിക്കുമ്പോൾ അയാൾ കമ്പനിയുടെ ആവശ്യ
ത്തിനുവേണ്ടി യാത്ര ചെയ്യുകയായിരുന്നു. അങ്ങനെ അയാളുടെ ഭാര്യ
കമ്പനിയുടെ വ്യവസ്ഥ അനുസരിച്ചുള്ള പെൻഷന് അർഹത നേടിയി
രുന്നു. അയാൾ കഴിവും സാമർത്ഥ്യവും ഉള്ള ഒരു മനുഷ്യൻ ആയിരു
ന്നു. കോലാ പെരാക്ക് പ്ലാന്റേഷൻ കമ്പനി അയാളുടെ ഭാര്യയുടെ
അഭ്യർത്ഥനയോട് നീതിപുലർത്തിക്കൊണ്ട് അയാളുടെ മകൻ
ഡൊണാൾഡിന് പത്തൊൻപതുവയസ്സ് തികഞ്ഞപ്പോൾ കമ്പനിയിൽ ഒരു
സ്ഥാനം വാഗ്ദാനം ചെയ്തുകൊണ്ട് എഴുത്ത് എഴുതിയിരുന്നു. ഇത്
എല്ലാവരും സ്വാഗതംചെയ്ത ഒരു നല്ല അവസരം ആയിരുന്നു. അതാ
യത് ഡൊണാൾഡ് റബ്ബർത്തോട്ടത്തിലെ ജോലി ഒരു തൊഴിലായി സ്വീക
രിച്ചുകൊണ്ട് മലയായിലേക്ക് പോകുകയായിരുന്നു. ഒരു നല്ല തുടക്കം

നല്കുന്നതിന് മലായ്ഭാഷ അയാൾക്ക് വളരെ പ്രധാനപ്പെട്ട ഒരു കാര്യമായിരുന്നു. കിഴക്കൻ പ്രദേശത്തേക്ക് ജോലിക്ക് പോകുന്ന ചുരുക്കം കുട്ടികൾക്ക് മാത്രമാണ് മലായ് ഭാഷ സംസാരിക്കാൻ കഴിഞ്ഞിരുന്നത്. ഒരു വിവേകമുള്ള സ്കോട്ട്ലാന്റുകാരി ആയിരുന്ന അവരുടെ അമ്മ കുട്ടികൾ മലായ് ഭാഷ മറക്കാതിരിക്കാൻ മുൻകരുതലുകൾ എടുത്തിരുന്നു.

ജീൻ സൗത്ത് ആംപ്ടൺ നഗരത്തെ വേണ്ടത്ര ഇഷ്ടപ്പെട്ടിരുന്നു. വീടും സ്കൂളും റീഗൽ സിനിമാശാലയും ഐസ് സ്കേറ്റിങ്ങിനുള്ള ഹിമ പ്പരപ്പുംകൂടി തീർത്ത ശാന്തമായ പ്രവർത്തന മണ്ഡലത്തിൽ അവൾക്ക് സന്തോഷമുള്ള ഒരു ബാല്യകാലം ഉണ്ടായിരുന്നു. ഈ സ്വാധീനശക്തി കളിൽ അവൾക്ക് ഏറ്റവും കൂടുതൽ ഓർമ്മയുള്ളത് ഹിമപ്പരപ്പ് ആയിരു ന്നു. വാട്ട്യൂഫെലിന്റെ സ്കേറ്റിങ് നൃത്തവുമായി അവളുടെ മനസ്സിനുള്ള ബന്ധം ആയിരുന്നു ഈ ഓർമ്മയുടെ കാരണം. "അത് മനോഹരമായ സ്ഥലം ആയിരുന്നു." അവൾ പഴയകാര്യങ്ങൾ ഓർത്ത് നെരിപ്പോടിലെ തീയിലേക്ക് നോക്കിയിരുന്നുകൊണ്ട് പറഞ്ഞു. "അത് സത്യത്തിൽ വലു തായിരുന്നെന്ന് ഞാൻ വിചാരിക്കുന്നില്ല." അത് തടികൊണ്ടുള്ള ഒരു കെട്ടിടമായിരുന്നു എന്നാണ് ഞാൻ വിചാരിക്കുന്നത്. അത് ഒന്നും യുദ്ധ കാലത്ത് ഏതോ കാര്യത്തിന് വേണ്ടി സജ്ജീകരിച്ച ഒരു കെട്ടിടത്തിന് രൂപമാറ്റം വരുത്തിയതാണെന്നാണ് ഞാൻ വിചാരിക്കുന്നത്. എനിക്ക് ഓർമ്മയുള്ള കാലംമുതൽ ഞങ്ങൾ അവിടെ ആഴ്ചയിൽ രണ്ടുപ്രാവശ്യം എങ്കിലും സ്കേറ്റിങ് നടത്തിയിരുന്നു. അത് എല്ലാ സമയത്തും മനോ ഹരമായിരുന്നു - സംഗീതം, ശുചിത്വം, ചുറുചുറുക്കുള്ള ചലനങ്ങൾ, അതിന്റെകൂടെ അവിടെ വരുന്ന മൊത്തം ആൺകുട്ടികളും പെൺകുട്ടി കളും, നിറമുള്ള വിളക്കുകൾ, കാഴ്ചക്കാർ, അവിടുത്തെ മഞ്ഞു തറ–ഞാൻ കൂട്ടത്തിൽ വളരെ മെച്ചമായിരുന്നു. അമ്മ എനിക്ക് ഒരു വേഷം വാങ്ങിത്തന്നിരുന്നു. കറുത്ത നിറമുള്ള ഇറുകിയ കാലുറയും മേൽവ സ്ത്രവും, അതിനോടൊപ്പം ഒരു നീളം കുറഞ്ഞ പാവാടയും നിങ്ങൾക്ക് അറിയാമായിരിക്കും. മഞ്ഞിന്റെ മുകളിലുള്ള നൃത്തം അത്ഭുതകരം ആയി രുന്നു..."

അവൾ എന്റെ മുഖത്തേക്ക് നോക്കി. "മലയായിൽവെച്ച് ഞങ്ങൾ മലമ്പനിയും വയറുകടിയും വന്നു മരിച്ചുകൊണ്ടിരുന്നപ്പോൾ, വേഷ ങ്ങളോ ഭക്ഷണമോ ഇല്ലാതെ മഴയത്ത് പനിച്ചുവിറച്ച് കിടന്നിരുന്നപ്പോൾ, ആർക്കും വേണ്ടാത്തവർ ആയിരുന്നതുകൊണ്ട് ഞങ്ങൾക്ക് പോകാൻ ഒരു സ്ഥലംപോലും ഇല്ലാതിരുന്നപ്പോൾ, ഞാൻ ഏറ്റവും കൂടുതൽ ആലോചിച്ചിരുന്നത് സൗത്ത് ആംപ്റ്റണിലെ മഞ്ഞുതറയെപ്പറ്റി ആയിരു ന്നു. അത് ഞാൻ ശീലിച്ച ജീവിതത്തിന്റെ ഒരുതരം അടയാളമായിരു ന്നു- ഒരാളുടെ മനസ്സിൽ കാത്തുസൂക്ഷിക്കേണ്ട ഏതോ ഒരു കാര്യം." അവൾ അല്പസമയം സംസാരം നിർത്തി. "ഇംഗ്ലണ്ടിൽ തിരിച്ചെത്തിയ പ്പോൾ ഞാൻ കൈയോടെ സൗത്ത് ആംപ്റ്റണിലേക്ക് പോയിരുന്നു. എനിക്ക് അവിടെ മറ്റ് ചിലകാര്യങ്ങൾ ഉണ്ടായിരുന്നു. പക്ഷേ, കഴിഞ്ഞു

പോയ വർഷങ്ങൾ മുഴുവൻ ഞാൻ സത്യത്തിൽ ഒരുദിവസം അവിടെ
എത്തി സ്കേറ്റ് ചെയ്യുമെന്ന് സ്വയം എനിക്ക് വാക്ക് കൊടുത്തുകൊണ്ടി
രിക്കുകയായിരുന്നു. മുമ്പ് സ്കേറ്റിങ് നടത്തിയിരുന്ന ആ സ്ഥലം ആക്ര
മിക്കപ്പെട്ടിരുന്നു. ഇപ്പോൾ ആ സ്ഥലം കരിപുരണ്ട് എരിഞ്ഞുതീർന്ന ഒരു
പുറംതോട് മാത്രം ആയിരുന്നു. സൗത്ത് ആംപ്റ്റണിൽ ഇപ്പോൾ സ്കേറ്റി
ങ്ങിനുള്ള ഹിമപ്പരപ്പ് ഉണ്ടായിരുന്നില്ല. ഞാൻ ബൂട്ടുകളും സ്കേറ്റുകളും
കൈയിൽ പിടിച്ചുകൊണ്ട് കല്ല് പാകിയ നിരത്തിൽ ടാക്സിക്കാറിനോ
ടൊപ്പം കാത്തുനിന്നു. എനിക്ക് നിരാശ കാരണം കരയാതിരിക്കാൻ കഴി
ഞ്ഞില്ല. ടാക്സി ഡ്രൈവർ എന്നെപ്പറ്റി എന്ത് ചിന്തിച്ചുകാണുമെന്ന്
എനിക്കറിയില്ല."

1937 ൽ ജീനിന് പതിനാറ് വയസ്സ് ആയിരുന്ന സമയത്ത് അവളുടെ
സഹോദരൻ മലയായിലേക്ക് പോയി. പതിനേഴാമത്തെ വയസ്സിൽ അവൾ
സ്കൂളിൽനിന്ന് മാറി സൗത്ത് ആംപ്റ്റണിലെ ഒരു വാണിജ്യ സംബന്ധ
മായ കോളേജിൽ ചേർന്ന് ആറുമാസത്തിനുശേഷം ഒരു ഷോർട്ട്ഹാന്റ്
ടൈപ്പിസ്റ്റിന്റെ യോഗ്യതാ പത്രവുമായി പുറത്തുവന്നു. അവൾ പിന്നീട്
ഒരു വർഷത്തോളം ഒരു വക്കീലിന്റെ ഓഫീസിൽ ജോലി ചെയ്തു.
പക്ഷേ, ഈ വർഷത്തിൽ അവളുടെ മലയായിലെ ഭാവി രൂപപ്പെടുകയാ
യിരുന്നു. അവളുടെ അമ്മ കോലാ പരാക്ക് പ്ലാന്റേഷൻ കമ്പനിയുടെ
നടത്തിപ്പുകാരുമായുള്ള അടുപ്പം കാത്തുസൂക്ഷിച്ചിരുന്നു. കോലാ പരാക്ക്
പ്ലാന്റേഷൻ കമ്പനിയുടെ ചെയർമാൻ ഡൊണാൾഡിനെപ്പറ്റിയുള്ള
പ്ലാന്റേഷൻ മാനേജരുടെ റിപ്പോർട്ടുകളിൽ വളരെ സംതൃപ്തനായിരുന്നു.
മലയായിൽ അവിവാഹിതകളായ പെൺകുട്ടികൾ ഒരുകാലത്തും ധാരാളം
ഉണ്ടായിരുന്നില്ല. അതുകൊണ്ട് കോലാലംപൂരിലെ ഹെഡ്ഓഫീസിൽ
ജീനിന് ഒരു ജോലി കണ്ടെത്തണം എന്ന ആവശ്യവുമായി മിസിസ്സ് പാഗറ്റ്
സമീപിച്ചപ്പോൾ കമ്പനിയുടെ ചെയർമാൻ അത് കാര്യമായി പരിഗണി
ച്ചു. കമ്പനി അതിന്റെ മാനേജർമാർ നാട്ടുകാരായ സ്ത്രീകളെ വിവാഹം
കഴിക്കുന്നതോ അവരുമായി അടുപ്പം കാത്തുസൂക്ഷിക്കുന്നതോ അഭി
കാമ്യമാണെന്ന് വിശ്വസിച്ചിരുന്നില്ല. അതിനെ തടഞ്ഞു നിർത്താനുള്ള
വ്യക്തമായ വഴി വിവാഹം കഴിയാത്ത പെൺകുട്ടികൾക്ക് ഇംഗ്ലണ്ടിൽനിന്ന്
പുറത്തുവരാനുള്ള പ്രോത്സാഹനം നല്കുകയായിരുന്നു. ഇവിടെ ഉണ്ടാ
യിരുന്നത് കമ്പനിക്ക് പരിചയമുള്ള ഒരു കുടുംബത്തിലെ പെൺകുട്ടി
ആയിരുന്നു. അതുകൂടാതെ അവൾക്ക് മലായ് ഭാഷ സംസാരിക്കാനും
കഴിയും. ഇംഗ്ലണ്ടിൽനിന്നുള്ള ഒരു ഷോർട്ട്ഹാന്റ് ടൈപ്പിസ്റ്റിന് അപൂർവ
മെന്ന് കരുതാവുന്ന ഒരു നേട്ടം അതുകൊണ്ട് ജീനിന് ജോലി കിട്ടി.

ഇതെല്ലാം നടന്നുകൊണ്ടിരിക്കുമ്പോൾ യുദ്ധം പൊട്ടിപ്പുറപ്പെട്ടു. തുട
ക്കത്തിൽ ഈ യുദ്ധം ഇംഗ്ലണ്ടിൽ കാര്യമായി അനുഭവപ്പെട്ടിരുന്നില്ല.
ഇത്തരം ഒരു ബാലിശമായ കാര്യത്തിനുവേണ്ടി ജീനിന്റെ ജോലിയെ
തകിടം മറിക്കേണ്ട ആവശ്യമുണ്ടെന്ന് തോന്നിയില്ല. കൂടാതെ മിസിസ്സ്
പാഗറ്റിന്റെ അഭിപ്രായത്തിൽ ഇംഗ്ലണ്ടിൽ യുദ്ധം ആളിക്കത്തുകയാണെ

ങ്കിൽ മലയായിൽ ജീനിന്റെ കാര്യം കൂടുതൽ മെച്ചപ്പെടും. അങ്ങനെ 1939 ലെ തണുപ്പുകാലത്ത് ജീൻ മലയായിലേക്ക് പോയി.

പതിനെട്ട് മാസത്തോളം അവൾക്ക് മനോഹരമായ സമയം ആയിരുന്നു. അവളുടെ ഓഫീസ് സെക്രട്ടേറിയറ്റിന്റെ തൊട്ടടുത്ത് ആയിരുന്നു. സെക്രട്ടേറിയറ്റ് ബ്രിട്ടീഷ് ഭരണത്തിന്റെ ശക്തി ബോദ്ധ്യപ്പെടുത്താൻ വേണ്ടി കൂടുതൽ സ്ഥലം ഉണ്ടായിരുന്നകാലത്ത് നിർമ്മിച്ച ഒരു കൂറ്റൻ കെട്ടിടമാണ്. അത് ക്രിക്കറ്റ് മൈതാനത്തിന്റെ മറുവശത്തെ ക്ലബ്ബിന്റെ മുന്നിലായിരുന്നു. ഒരുവശത്തേക്ക് മാറി ഒരു ഇംഗ്ലീഷ് പള്ളിയുടെ ഒന്നാം തരം ഉദാഹരണമുണ്ട്. ഇവിടെ എല്ലാവരും ഔപചാരികമായ സുഖസൗ കര്യങ്ങളുമായി കൃത്യമായും ഒരു "ഇംഗ്ലീഷ് ജീവിത"മാണ് ജീവിച്ചിരു ന്നത്. ധാരാളം ഒഴിവുസമയം, ധാരാളം വിരുന്നുകൾ, ധാരാളം നൃത്ത ങ്ങൾ ഈ കാര്യങ്ങളെല്ലാം കൂടുതൽ ആകർഷണീയമാക്കിക്കൊണ്ട് ധാരാളം ജോലിക്കാർ. ആദ്യത്തെ ഏതാനും ആഴ്ചകൾ ജീൻ കമ്പനി യുടെ ഒരു മാനേജരുടെ കൂടെ ആണ് താമസിച്ചത്. അതിനുശേഷം അവൾക്ക് "ട്യൂഡർ റോസ്" എന്ന ഹോട്ടലിൽ ഒരു മുറി ലഭിച്ചു. അത് ഒരു ഇംഗ്ലീഷ് സ്ത്രീ നടത്തിക്കൊണ്ടിരുന്ന ഒരു സ്വകാര്യ ഹോട്ടൽ ആയി രുന്നു. സത്യത്തിൽ അത് സെക്രട്ടേറിയറ്റിലും മറ്റ് ഓഫീസുകളിലും ജോലിയുള്ള അവിവാഹിതർക്കുള്ള ഒരു താമസസ്ഥലം ആയിരുന്നു.

"സത്യം പറഞ്ഞാൽ അത് അങ്ങേയറ്റം മെച്ചമായിരുന്നു." അവൾ പറഞ്ഞു. "അവിടെ എല്ലാ ദിവസവും രാത്രിയിൽ ഒരു നൃത്തമോ വിരുന്നോ ഉണ്ടായിരുന്നു. വീട്ടിലേക്ക് ഒരു എഴുത്ത് എഴുതാനുള്ള സമയം കണ്ടെത്താൻ ഒരാൾക്ക് ഏതോ ഒരു അത്യാവശ്യം ഉണ്ടെന്ന് വിളിച്ചു കൂവേണ്ടി വന്നിരുന്നു."

ജപ്പാനിൽനിന്നുള്ള കരകൗശലവസ്തുക്കൾക്കൊപ്പം യുദ്ധം കടന്നു വന്നപ്പോൾ അവൾക്കോ അവളുടെ കൂട്ടത്തിൽ ഉള്ളവർക്കോ അതിന്റെ യഥാർത്ഥ അപകടം മനസ്സിലായിരുന്നില്ല. 1941 ലെ ഡിസംബർ ഏഴ് അമേ രിക്കയെ യുദ്ധത്തിലേക്ക് കൊണ്ടുവന്നപ്പോൾ അത് ഒരു നല്ലകാര്യം ആയിരുന്നു. ചെറുപ്പക്കാർ ജോലിയിൽനിന്ന് അവധി എടുക്കുന്നതും യൂണിഫോമിൽ കാണപ്പെടുന്നതും ഒഴിച്ച് അമേരിക്കയുടെ വരവിന് കോലാലംപൂരിലെ വിരുന്നുകളിൽ കൂടുതൽ അർത്ഥങ്ങൾ ഒന്നും ഉണ്ടാ യിരുന്നില്ല. മലയായുടെ വടക്കുഭാഗത്ത് ജപ്പാൻകാർ എത്തിയ സമയത്തും അപകടത്തെപ്പറ്റി ആലോചിച്ചിരുന്നില്ല. മുന്നൂറ് മൈൽ നീളത്തിലുള്ള പർവ്വതവും കാടും വടക്ക് നിന്നുള്ള ആക്രമണത്തിന് എതിരായുള്ള ഒരു തടസ്സമായിരുന്നു 'പ്രിൻസ് ഓഫ് വെയിൽസും'[1] 'റീപൾസും'[2] മുങ്ങി യത് ആദ്യത്തെ വിവാഹഭ്യർത്ഥന നിരസിച്ച ഒരു പത്തൊൻപതുകാ രിക്ക് അർത്ഥമില്ലാത്ത ഒരു ദുരന്തസംഭവം ആയിരുന്നു.

കുറഞ്ഞ സമയംകൊണ്ട് വിവാഹിതരായ സ്ത്രീകളെയും കുട്ടിക

1,2   1941 ഡിസംബർ പത്തിന് മുങ്ങിയ ബ്രിട്ടീഷ് കപ്പലുകൾ

ളെയും സിങ്കപ്പൂരിലേക്ക് ഒഴിപ്പിച്ചിരുന്നു. ജപ്പാൻകാർ ഇതുവരെ ഒരു സൈന്യവും മുമ്പ് ഒരിക്കലും നുഴഞ്ഞുകയറിയിട്ടില്ലാത്ത കാട്ടിലൂടെ പെട്ടെന്ന് ഉപദ്വീപ് വഴി കടന്നുകയറാൻ തുടങ്ങിയപ്പോൾ സാഹചര്യം ഗൗരവമുള്ളതാണെന്ന് തോന്നാൻ തുടങ്ങി. ജീനിനെ മേലധികാരി ഓഫീ സിലേക്ക് വിളിപ്പിച്ച് അവർ ഓഫീസ് അടയ്ക്കുകയാണെന്ന് പരുഷമായി പറഞ്ഞ ദിവസം കടന്നുവന്നത് ആ സമയത്തായിരുന്നു. അവൾക്ക് പെട്ടിയുമെടുത്ത് സിങ്കപ്പൂരിലേക്കുള്ള ആദ്യത്തെ ട്രെയിൻ പിടിക്കാൻ സ്റ്റേഷനിൽ എത്തേണ്ടിയിരുന്നു. അയാൾ അവൾക്ക് "റാഫിൾസ് പ്ലേസി"ലെ ഒരു മേൽവിലാസവും ആ മേൽവിലാസത്തിലുള്ള അവരുടെ പ്രതിനിധിയുടെ പേരും നല്കിക്കൊണ്ട് വീട്ടിൽ പോകാൻവേണ്ടി അവിടെ ഹാജരാക്കാൻ പറഞ്ഞു. ഓഫീസിൽ ഉണ്ടായിരുന്ന മറ്റ് അഞ്ച് പെൺകു ട്ടികൾക്കും ഈ നിർദ്ദേശം ലഭിച്ചിരുന്നു.

ജപ്പാൻകാർ ഈ സമയത്ത് ഏകദേശം നൂറോളം മൈൽ വടക്കോ ട്ടുമാറിയുള്ള ഈ പോയ്ക്ക് അടുത്തുള്ളതായി വാർത്ത ഉണ്ടായിരുന്നു.

ആ സമയംകൊണ്ട് അവസ്ഥയുടെ ഗൗരവസ്വഭാവം എല്ലാവർക്കും വ്യക്തമായിരുന്നു. ജീൻ ബാങ്കിൽപോയി അവളുടെ മൊത്തം പണവും പിൻവലിച്ചു. അത് ഏതാണ്ട് അറുന്നൂറ് സ്ട്രെയിറ്റ്സ് ഡോളർ ഉണ്ടായി രുന്നു. എന്തായാലും അവൾ സ്റ്റേഷനിലേക്ക് പോയില്ല. പോയിരുന്നെ ങ്കിൽ അവൾക്ക് സിങ്കപ്പൂരിൽ എത്താൻ കഴിയില്ലെന്ന് സംശയം ഉണ്ടാ യിരുന്നു. കാരണം ആ സമയത്ത് മുന്നേറിക്കൊണ്ടിരുന്ന പട്ടാളത്തിന്റെ ട്രെയിനുകൾ കാരണം റെയിൽവെ പൂർണ്ണമായും തടസ്സപ്പെട്ടിരുന്നു. അതു കൊണ്ട് അവൾ പകരം മിസിസ്സ് ഹോളണ്ടിനെ കാണാൻവേണ്ടി ബാറ്റു റ്റാസിക്കിലേക്ക് പോയി.

ബാറ്റുറ്റാസിക് കോലാലംപൂരിന് വടക്ക് പടിഞ്ഞാറായി ഇരുപത് മൈൽ ദൂരെയുള്ള ഒരു സ്ഥലമാണ്. മിസ്റ്റർ ഹോളണ്ട് നാല്പതു വയ സ്സുള്ള ഒരു മനുഷ്യനായിരുന്നു. ഒരു ഈയഖനിയുടെ മാനേജർ. അയാൾ ഏഴു വയസ്സുള്ള ഫ്രഡിക്കും മൂന്നുവയസ്സുള്ള ജയിനിനും പത്തുമാസം പ്രായമുള്ള റോബിനും ഐലീൻ എന്ന അയാളുടെ ഭാര്യക്കും ഒപ്പം ഖനി യുടെ അടുത്തുള്ള വളരെ ശാന്തമായ ഒരു ബംഗ്ലാവിലാണ് താമസിച്ചിരു ന്നത്. 'ഐലീൻ ഹോളണ്ട്' മാതൃഭാവം ഉള്ള ഒരു മധ്യവയസ്ക ആയി രുന്നു. ഹോളണ്ടിന്റെ കുടുംബം ഒരിക്കലും വിരുന്നുകൾക്കോ നൃത്ത ങ്ങൾക്കോ പോയിരുന്നില്ല. അവർ ആ ശൈലിയിലുള്ളവർ ആയിരുന്നില്ല. അവർ നിശ്ശബ്ദരായി വീട്ടിൽ ഇരുന്നുകൊണ്ട് അവരുടെ സമീപത്തുകൂടി ലോകത്തെ മുന്നോട്ടുപോകാൻ അനുവദിച്ചു. അവർ ജീൻ വന്നുചേർന്ന സമയത്തുതന്നെ അവരോടൊപ്പം വന്ന് താമസിക്കാൻ ക്ഷണിച്ചിരുന്നു. അവൾ അവരുടെ സൗഹൃദത്തിൽ സ്വസ്ഥത കണ്ടെത്തിയിരുന്നു. അതി നുശേഷം അവൾ പലപ്രാവശ്യം അവരെ കാണാൻ വേണ്ടി അവിടെ പോയിരുന്നു. അവൾക്ക് ഡങ്കുപ്പനിയുടെ ഒരു ചെറിയ ആക്രമണം ഉണ്ടാ യിരുന്ന സമയത്ത് ആരോഗ്യം വീണ്ടെടുക്കാൻ വേണ്ടി ഒരാഴ്ചയോളം

അവരോടൊപ്പം ചെലവഴിച്ചിരുന്നു. കഴിഞ്ഞ ദിവസം മിസ്റ്റർ ഹോളണ്ട് അയാളുടെ കുടുംബത്തെ കോലാലമ്പൂരിലെ റെയിൽവെ സ്റ്റേഷനിൽ കൊണ്ടുവന്നിരുന്നെന്നും അവരെ ട്രെയിനിൽ കയറ്റാൻ ട്രെയിനിൽ കയറ്റാൻ അയാൾക്ക് കഴിഞ്ഞിരുന്നില്ലെന്നും അതുകൊണ്ട് അവർ തിരിച്ചു വീട്ടിലേക്ക് പോയെന്നും അവൾ കേട്ടിട്ടുണ്ടായിരുന്നു. അതുകൊണ്ട് ഹോളണ്ടിന്റെ കുടുംബത്തെക്കണ്ട് കുട്ടികളുടെ കാര്യത്തിൽ അവളുടെ സഹായം വാഗ്ദാനംചെയ്യാതെ വിട്ടുപോകാൻ കഴിയില്ലെന്ന് ജീനിനു തോന്നി, എലീൻ ഹോളണ്ട് ഒരു നല്ല അമ്മ ആയിരുന്നു. അതോടൊപ്പം ഒരു നല്ല ഭാര്യയുമായിരുന്നു. പക്ഷേ, അവർ ഒഴിപ്പിക്കലിന്റെ സമയത്ത് മൂന്ന് കുട്ടികളോടൊപ്പം യാത്ര ചെയ്യാൻ പ്രാപ്തയായിരുന്നില്ല.

ജീൻ ബസിൽക്കയറി ഒരുവിധം എളുപ്പത്തിൽ ബറ്റുറ്റാസിക്കിൽ എത്തി. അവൾ ഏകദേശം ഉച്ചയോടെയാണ് എത്തിച്ചേർന്നത്. മിസിസ്സ് ഹോളണ്ട് കുട്ടികളോടൊപ്പം തനിച്ചായിരുന്നു. പട്ടാളം ഖനിയുടെ ഉടമ സ്ഥതയിലുള്ള എല്ലാ ട്രക്കുകളും കാറുകളും എടുത്തുകൊണ്ടുപോയി രുന്നു. ഹോളണ്ടിന്റെ കുടുംബത്തിനുവേണ്ടി ബാക്കിവന്നിരുന്നത് അവ രുടെ ക്യാൻവാസ് വരെ തേഞ്ഞ ടയറുകൾ ഉള്ള പഴയ 'ഓസ്റ്റിൻ പന്ത്രണ്ട്' മാത്രമായിരുന്നു. ഇപ്പോൾ അവർക്ക് അവിടെനിന്ന് ഒഴിഞ്ഞു പോകാനുള്ള ഒരേയൊരു വാഹനം ഈ പഴയ ഓസ്റ്റിൻ ആയിരുന്നു. അത് സിങ്കപ്പൂർ വരെ അവരെ കൊണ്ടുപോകാൻ കഴിവുള്ളതാണെന്ന് തോന്നിയില്ല. രണ്ട് പുതിയ ടയറുകൾ വാങ്ങാൻവേണ്ടി മിസ്റ്റർ ഹോളണ്ട് അതിരാവിലെ സിങ്കപ്പൂരിലേക്ക് പോയിരിക്കുകയായിരുന്നു. അയാൾ തിരി ച്ചുവരാത്തതിൽ മിസിസ്സ് ഹോളണ്ടിന് പരിഭ്രമം തുടങ്ങിക്കഴിഞ്ഞിരുന്നു.

ബംഗ്ലാവിൽ എല്ലാ കാര്യങ്ങളും താറുമാറായിക്കഴിഞ്ഞിരുന്നു. ജോലി ക്കാരി വീട്ടിലേക്ക് പോയിരുന്നു. അല്ലെങ്കിൽ അവൾക്ക് അറിയിപ്പ് കൊടു ത്തിട്ടുണ്ടായിരുന്നു. വീട് മുഴുവൻ നിറച്ചതും പകുതി നിറച്ചതും തുറന്നു വെച്ചതുമായ പെട്ടികൾകൊണ്ട് നിറഞ്ഞുകവിഞ്ഞിരുന്നു. ഫ്രെഡി കുള ത്തിൽ പോയി ദേഹം മുഴുവൻ ചേറു പുരട്ടിക്കൊണ്ട് തിരിച്ചെത്തിയി രുന്നു. ജെയിൻ കരഞ്ഞുകൊണ്ട് പെട്ടികൾക്കിടയിൽ കടന്നിരുന്ന അവ ളുടെ പാത്രത്തിന് മുകളിൽ ഇരിക്കുകയായിരുന്നു. മിസിസ്സ് ഹോളണ്ട് കുഞ്ഞിനെ താലോലിച്ചുകൊണ്ട് ഉച്ചഭക്ഷണത്തിനുള്ള നിർദ്ദേശങ്ങൾ കൊടുക്കുന്നതിനിടയിൽ ജെയിനിനെ ശ്രദ്ധിക്കുകയും തിരിച്ചെത്തിയിട്ടി ല്ലാത്ത ഭർത്താവിനെപ്പറ്റി ഉൽക്കണ്ഠപ്പെടുകയും ആയിരുന്നു. ജീൻ ഫ്രെഡിയെ കുളിപ്പിച്ചതിനുശേഷം ജെയിനിനെ പരിചരിച്ചു. താമസി യാതെ അവർ എല്ലാവരുംകൂടി ഉച്ചഭക്ഷണം കഴിച്ചു.

മിസ്റ്റർ ഹോളണ്ട് സന്ധ്യയാകുന്നതുവരെ തിരിച്ചുവന്നിരുന്നില്ല. ഒഴിഞ്ഞ കൈയോടെയാണ് അയാൾ തിരിച്ചെത്തിയത്. കോലാലമ്പൂരിലെ ടയറുകളുടെ ശേഖരം മുഴുവൻ രാജ്യത്തിന്റെ അധീനതയിലായിക്കഴി ഞ്ഞിരുന്നു. എന്തായാലും രാവിലെ എട്ടുമണിക്ക് ഒരു ബസ് സിങ്കപ്പൂരി ലേക്ക് പോകുന്നുണ്ടെന്ന് അയാൾ കണ്ടെത്തി. അയാൾ വീട്ടുകാർക്ക്

വേണ്ടി അതിൽ ടിക്കറ്റുകൾ ഏർപ്പാട് ചെയ്തു. അയാൾക്ക് അവസാനം അഞ്ചു മൈൽ ദൂരം മറ്റ് വാഹനങ്ങൾ ഇല്ലാത്തതുകൊണ്ട് നടക്കേണ്ടി വന്നിരുന്നു. അഞ്ചു മൈൽദൂരം ഉച്ചസമയത്ത് ടാറിട്ട റോഡിലൂടെ ചൂട് സഹിച്ചുകൊണ്ട് നടക്കുന്നത് തമാശ അല്ല. അയാൾ വിയർപ്പുകൊണ്ട് നനഞ്ഞു കുതിർന്നു പോയിരുന്നു. വിശപ്പുകൊണ്ട് അങ്ങേയറ്റം ക്ഷീണി തനായിരുന്നു.

അന്ന് രാത്രിയിൽ അവർ കോലാലംപൂരിലേക്ക് തിരിച്ചിരുന്നെങ്കിൽ കാര്യങ്ങൾ കുറേക്കൂടി മെച്ചപ്പെടുമായിരുന്നു. പക്ഷേ, അവർ തിരിച്ചിരു ന്നില്ല. രാത്രിയിൽ റോഡിലൂടെയുള്ള എല്ലാ സഞ്ചാരങ്ങളും സൈന്യം നിരോധിച്ചിരിക്കുകയായിരുന്നു. ഓസ്റ്റിനിൽ യാത്ര ആരംഭിച്ചിരുന്നെങ്കിൽ കാഞ്ചിവലിക്കാൻ സന്തോഷമുള്ള കാവൽഭടന്മാരുടെ വെടിയുണ്ടകളുടെ അപകടം മറികടക്കേണ്ടിവരുമായിരുന്നു. അവർ അതിരാവിലെ യാത്രതിരി ക്കാൻ തീരുമാനിച്ചു. അങ്ങനെയാണെങ്കിൽ എട്ട് മണിക്ക് മുമ്പ് കോലാലംപൂരിൽ എത്താൻ ധാരാളം സമയമുണ്ട്. ജീൻ അവരോടൊപ്പം ബംഗ്ലാവിൽ രാത്രി കഴിച്ചുകൂട്ടി. അവൾ അസ്വസ്ഥതയോടെ ഉണർന്നു കിടക്കുകയായിരുന്നു. രാത്രിയിൽ ഒരിക്കൽ ബിൽ ഹോളണ്ട് എഴുന്നേറ്റ് വരാന്തയിലേക്ക് പോകുന്നത് അവൾ കേട്ടിരുന്നു. കൊതുകുവ ലയ്ക്കുള്ളിൽനിന്നും ചുഴിഞ്ഞുനോക്കിയപ്പോൾ അയാൾ നക്ഷത്രങ്ങളെ നോക്കിക്കൊണ്ട് അനങ്ങാതെ നില്ക്കുന്നത് അവൾക്ക് കാണാൻ കഴി ഞ്ഞിരുന്നു. അവൾ കൊതുകുവലയ്ക്കുള്ളിൽ നിന്ന് ചാടിയിറങ്ങി അവ ളുടെ കിമോണ ധരിച്ചു. മലയായിൽ മനുഷ്യർ ഉറങ്ങുന്നത് വളരെക്കു റച്ച് വസ്ത്രങ്ങൾ ധരിച്ചുകൊണ്ടാണ്. അവൾ വരാന്തയിലൂടെ അയാളുടെ അടുത്തേക്ക് നടന്നുചെന്നു. "എന്താണ് ഇവിടെ നില്ക്കുന്നത്?" അവൾ ശബ്ദംതാഴ്ത്തി ചോദിച്ചു.

"വെറുതെ" അയാൾ പറഞ്ഞു. "എന്തോ കേട്ടതുപോലെ തോന്നി. അത്രേ ഉള്ളൂ."

"ആരെങ്കിലും വളപ്പിൽ ഉണ്ടോ?"

"ഇല്ല. അതല്ല."

"പിന്നെ എന്താണ്?"

"എനിക്ക് എവിടെയോ വെടിയൊച്ച കേട്ടെന്ന് തോന്നി." അയാൾ പറഞ്ഞു. "ഒരു തോന്നൽ ആയിരിക്കും." അവർ ചീവീടുകളുടെയും തവ ളകളുടെയും ശബ്ദത്തിന് മുകളിലൂടെ ചെവിയോർത്തുകൊണ്ട് നിന്നു. അയാൾ പെട്ടെന്ന് പറഞ്ഞു. "ദൈവമേ, നേരം വെളുത്തെങ്കിൽ?"

അവർ ഉറങ്ങാൻ വേണ്ടി തിരിച്ചുപോയി. അന്നു രാത്രിയിൽ ബിഡോ റിൽ ഉണ്ടായിരുന്ന ഞങ്ങളുടെ സൈന്യനിരയുടെ പിന്നിൽ സ്ലിംനദിയുടെ അടുത്തുവരെ ജപ്പാൻകാർ നുഴഞ്ഞുകയറിയിരുന്നു. വെറും അൻപത് മൈൽ ദൂരത്ത് അവരെത്തിയിരുന്നു.

അവർ എല്ലാവരും നേരം പുലരുന്നതിനുമുമ്പ് എഴുന്നേറ്റ് മങ്ങിയ വെളിച്ചത്തിൽ ഓസ്റ്റിന്റെ അകത്ത് അവരുടെ ചുമടുകളുമായി കയറിക്ക

ഴിഞ്ഞിരുന്നു. മൂന്ന് മുതിർന്നവരും മൂന്ന് കുട്ടികളും അവരുടെ ചുമടു
കളും നിറഞ്ഞപ്പോൾ ഓസ്റ്റിനുള്ളിൽ സ്ഥലം ഉണ്ടായിരുന്നില്ല. മിസ്റ്റർ
ഹോളണ്ട് ജോലിക്കാർക്ക് പണം നല്കി പറഞ്ഞുവിട്ടതിനുശേഷം കോലാ
ലംപൂരിലേക്കുള്ള വഴിയിലൂടെ യാത്രതിരിച്ചു. പക്ഷേ, അവർ രണ്ടുമൈൽ
പോകുന്നതിനുമുമ്പ് ക്യാൻവാസ് പുറത്തു കാണിച്ചിരുന്ന ടയർ പൊട്ടി.
കരുതലായി സൂക്ഷിച്ചിരുന്ന ഒരുവശം പൊള്ളിയ ടയർ മാറ്റിയിടുന്നതി
നിടയിൽ അവർക്ക് അരമണിക്കൂർ നീണ്ടുനിന്ന പിരിമുറുക്കമുള്ള ഒരിട
വേള ഉണ്ടായിരുന്നു. ഈ ടയർ പഞ്ചറാകുന്നതിന് മുമ്പ് അവരെ അര
മൈൽകൂടി മാത്രം മുന്നോട്ടുകൊണ്ടുപോയി. മിസ്റ്റർ ഹോളണ്ട് നിരാശ
കൊണ്ട് മുന്നോട്ടുപോകാൻ വീണ്ടും പരിശ്രമിച്ചു. രണ്ട് മൈലുകൾക്ക്
ശേഷം ഒരു വീലിന്റെ കമ്പികൾ ഒടിഞ്ഞു. ഓസ്റ്റിൻ അതിന്റെ ഓട്ടം അവ
സാനിപ്പിച്ചു. ആ സമയത്ത് അവർ കോലാലംപൂരിൽനിന്ന് പതിനഞ്ച്
മൈൽ ദൂരെ ആയിരുന്നു. സമയം ഏഴര കഴിഞ്ഞിരുന്നു.

മിസ്റ്റർ ഹോളണ്ട് അവരെ അവിടെ ഇരുത്തിയതിനുശേഷം ഒരു
മൈൽ ദൂരെയുള്ള തോട്ടത്തിന്റെ ബംഗ്ലാവിലേക്ക് പോയി. അവിടെ വാഹ
നങ്ങൾ ഒന്നും ഉണ്ടായിരുന്നില്ല. തലേന്ന് മാനേജർ സ്ഥലം വിട്ടിരുന്നു.
അയാൾ നിരാശനായാണ് തിരിച്ചെത്തിയത്. തിരിച്ചെത്തിയപ്പോൾ കുട്ടി
കൾ അസ്വസ്ഥരാണെന്ന് അയാൾക്ക് മനസ്സിലായി. അയാളുടെ ഭാര്യ
ബംഗ്ലാവിലേക്ക് തിരിച്ചുപോകുന്നതിനുവേണ്ടി വാശിപിടിക്കുന്നുണ്ടായി
രുന്നു. ഈ ചുറ്റുപാടിൽ ഏറ്റവും നല്ലകാര്യം അതുതന്നെയാണെന്ന്
അയാൾക്കും തോന്നി. സാധനങ്ങൾ പൂട്ടിയിട്ട കാറിനുള്ളിൽ ഉപേക്ഷിച്ച്
വീട്ടിലേക്കുള്ള അഞ്ച് മൈൽ ദൂരം തിരിച്ചുനടക്കുമ്പോൾ അവർ ഓരോ
രുത്തരും ഓരോ കുട്ടിയെ എടുത്തുകൊണ്ടാണ് പോയിരുന്നത്.

നേരം വെളുത്ത് ആദ്യമായി ചൂട് അനുഭവപ്പെടുന്ന സമയത്ത് അവർ
അങ്ങേയറ്റം ക്ഷീണിതരായി വീട്ടിലെത്തി. റഫ്രിജറേറ്ററിൽനിന്ന് തണുത്ത
പാനീയങ്ങൾ കുടിച്ചതിനുശേഷം എല്ലാവരും ക്ഷീണം മാറ്റാൻ വേണ്ടി
കിടന്നു. ഒരു മണിക്കൂറിനുശേഷം അവൾ ബംഗ്ലാവിന്റെ പുറത്ത് ഓട്ടം
നിർത്തിയ ഒരു ലോറിയുടെ ശബ്ദംകേട്ട് ഞെട്ടിയുണർന്നു. ചെറുപ്പക്കാര
നായ ഒരു പട്ടാള ഉദ്യോഗസ്ഥൻ വീട്ടിനുള്ളിലേക്ക് പെട്ടെന്ന് കടന്നുവ
ന്നു.

"നിങ്ങളിപ്പോൾ ഇവിടംവിട്ട് പോകണം" അയാൾ പറഞ്ഞു. "ഞാൻ
നിങ്ങളെ ലോറിയിൽ കയറ്റികൊണ്ടുപോകാം. നിങ്ങൾ എത്രപേർ ഉണ്ട്."

ജീൻ കുട്ടികളുടെ എണ്ണവും ചേർത്ത് പറഞ്ഞു. "ആറ്. നിങ്ങൾക്ക്
ഞങ്ങളെ കോലാലംപൂരിലേക്ക് കൊണ്ടുപോകാൻ കഴിയുമോ?"

പട്ടാളക്കാരൻ ചെറുതായി പുഞ്ചിരിച്ചു. "ഇല്ല. എനിക്ക് പറ്റില്ല. ഞാൻ
അവസാനം കേട്ടതുവെച്ച് ജപ്പാൻകാർ കെർലിങ്ങിൽ ഉണ്ട്." കെർലിങ്
വെറും ഇരുപത് മൈൽ ദൂരം ആയിരുന്നു. "ഞാൻ നിങ്ങളെ പനോങ്ങി
ലേക്ക് കൊണ്ടുപോകുകയാണ്. ഇപ്പോൾ അവർ കൂടുതൽ തെക്കോട്ട്
എത്തിക്കാണും. നിങ്ങൾക്ക് അവിടെനിന്ന് സിങ്കപ്പൂരിലേക്ക് പോകാനുള്ള

ഒരു ബോട്ട് കിട്ടും." സൈനിക ഉദ്യോഗസ്ഥൻ അവരുടെ സാധനങ്ങൾ എടുക്കാൻവേണ്ടി ലോറി തിരിച്ചുവിടാൻ വിസമ്മതിച്ചു. ഒരുപക്ഷേ, അയാ ളുടെ തീരുമാനം ശരിയായിരിക്കാം. ലോറിക്കുള്ളിൽ കുടിയൊഴിപ്പിക്ക ലിനിടയിൽ താറുമാറക്കപ്പെട്ട ധാരാളം കുടുംബങ്ങൾ ഉണ്ടായിരുന്നു. കൂടാതെ ഓസ്റ്റിൻ കിടന്നിരുന്നത് ശത്രുവിന്റെ ദിശയിൽ അഞ്ചുമൈൽ കൂടി മുന്നോട്ടുമാറി ആയിരുന്നു.

കോലായുടെ അർത്ഥം അഴിമുഖം എന്നാണ്. കോലാപനോങ് പനോങ് നദിയുടെ തുടക്കത്തിലുള്ള ഒരു ചെറിയ പട്ടണം ആണ്. അവിടെ ഒരു ഡിസ്ട്രിക്ട് കമ്മീഷണറുടെ ഓഫീസ് ഉണ്ട്. ലോറി അയാളുടെ ഓഫീസിൽ എത്തിയ സമയത്ത് ലോറിക്കുള്ളിൽ നാല്പതോളം പുരു ഷന്മാരും സ്ത്രീകളും ഉണ്ടായിരുന്നു. കൂടാതെ ചുറ്റുപാടുമുള്ള തോട്ട ങ്ങളിൽനിന്ന് ബലപ്രയോഗത്തിലൂടെ ഒഴിപ്പിച്ചെടുത്ത കുട്ടികളും ഉണ്ടാ യിരുന്നു. കൂടുതൽ സ്ത്രീകളും താരതമ്യേന സാമ്പത്തികശേഷി കുറഞ്ഞ കുടുംബങ്ങളിൽനിന്നുള്ള ഇംഗ്ലീഷുകാരികൾ ആയിരുന്നു. ഈയഖനികളിലെ ഫോർമാന്മാരുടെയും റെയിൽവെയിലെ ഗാങ്മാന്മാ രുടെയും ഭാര്യമാർ. അവരിൽ ചിലർക്ക് ജപ്പാന്മാരുടെ മുന്നേറ്റത്തിന്റെ വേഗതയും അതിലെ അപകടവും മനസ്സിലാക്കാൻ കഴിവുള്ളവർ ആയി രുന്നു. സെക്രട്ടേറിയറ്റിലെ ജോലിക്കാർ, മറ്റു ഗവൺമെന്റ് ഉദ്യോഗസ്ഥർ, തോട്ടം മാനേജറമ്മാർ തുടങ്ങിയവർക്ക് ചെലവഴിക്കാൻ കൂടുതൽ പണവും വിവരങ്ങൾ അറിയാൻ കൂടുതൽ മെച്ചപ്പെട്ട സാഹചര്യങ്ങളും ഉണ്ടായിരുന്നതുകൊണ്ട് അവർക്ക് അവരുടെ കുടുംബത്തെ നല്ല സമയ ത്തുതന്നെ സിങ്കപ്പൂരിൽ എത്തിക്കാൻ കഴിഞ്ഞിരുന്നു. അവസാന നിമിഷം ലോറിയിൽ പെറുക്കിയെടുക്കാൻ വേണ്ടി ബാക്കിവന്നവർ ഏറ്റവും കഴിവു കുറഞ്ഞവർ ആയിരുന്നു.

ലോറി ഡിസ്ട്രിക്ട് കമ്മീഷണറുടെ ഓഫീസിൽ ഓട്ടം നിർത്തി. കീഴുദ്യോഗസ്ഥൻ ഓഫീസിനുള്ളിലേക്ക് കയറിപ്പോയി. ഡിസ്ട്രിക് കമ്മീ ഷണർ വളരെ പെട്ടെന്ന് പുറത്തുവന്ന് ലോറിക്കുള്ളിൽ തിക്കിത്തിരക്കുന്ന സ്ത്രീകളെയും കുട്ടികളെയും അവരോടൊപ്പമുള്ള ഏതാനും പുരുഷ ന്മാരെയും നോക്കി. "കർത്താവേ!" പുതിയ ചുമതലയുടെ വ്യാപ്തി മന സ്സിലാക്കിയപ്പോൾ ഡിസ്ട്രിക്ട് കമ്മീഷണൻ ശബ്ദം താഴ്ത്തി പറഞ്ഞു. "ശരി, അവരെ അവിടെ കാണുന്ന അക്കൗണ്ട്സ് ഓഫീസിലേക്ക് വണ്ടി യിൽ കൊണ്ടുപോകൂ. അവർ അതിന്റെ വരാന്തയിൽ ഒന്നോ രണ്ടോ മണിക്കൂർ ഇരിക്കേണ്ടിവരും. ഞാൻ അവർക്കുവേണ്ടി എന്തെങ്കിലും വഴി കണ്ടെത്താൻ ശ്രമിക്കാം. ഒരുപാട് കറങ്ങിനടക്കരുതെന്ന് അവരോട് പറ യണം." അയാൾ ഓഫീസിലേക്ക് തിരിച്ചുപോയി. "എനിക്ക് അവരെ മീൻപിടിക്കുന്ന ബോട്ടുകളിൽ തിരിച്ചയയ്ക്കാൻ പറ്റുമെന്നാണ് ഞാൻ വിചാരിക്കുന്നത്." അയാൾ പറഞ്ഞു. "അവിടെ അത്തരം ബോട്ടുകളിൽ ചിലത് ബാക്കിയുണ്ട്. എനിക്ക് ചെയ്യാൻ പറ്റുന്നതിന്റെ പരമാവധി അതാ ണ്. എന്റെ കൈവശം യന്ത്രബോട്ടില്ല."

അക്കൗണ്ട്സ് ഓഫീസിന്റെ വരാന്തയിൽ ആൾക്കൂട്ടത്തെ ലോറി യിൽനിന്ന് ഇറക്കിക്കഴിഞ്ഞിരുന്നു. ഇവിടെ അവർക്ക് അല്പസമയം നടു നിവർത്താനും അവരോടൊപ്പം ഉള്ളവരെ കണ്ടെത്താനും കഴിഞ്ഞിരുന്നു. ഓഫീസിന്റെ വരാന്തയിൽ നിഴലും തണുപ്പും തണുത്ത വെള്ളവും ഉണ്ടാ യിരുന്നു. വരാന്തയിൽ ഭിത്തിയും ചാരി ഇരുന്നിരുന്ന എലീനിനെ കുട്ടി കളോടൊപ്പം ഉപേക്ഷിച്ചതിനുശേഷം ജീനും ബിൽ ഹോളണ്ടുംകൂടി അവർക്ക് നഷ്ടപ്പെട്ട സാധനങ്ങൾക്ക് പകരം എന്തെങ്കിലും കണ്ടെത്താൻ കഴിയുമെന്നുള്ള പ്രതീക്ഷയോടെ ഗ്രാമത്തിനുള്ളിലേക്ക് നടന്നു. അവർക്ക് ചെറിയകുട്ടിക്ക് വേണ്ടി ഒരു മുലക്കുപ്പിയും, അല്പം ക്വയിനായും, വയ റുകടിക്കുള്ള ചില മരുന്നുകളും രണ്ട് ടിൻ ബിസ്കറ്റും മൂന്നുടിൻ സംസ്ക രിച്ച ഇറച്ചിയും വാങ്ങാൻ കഴിഞ്ഞിരുന്നു. അവർ കൊതുകുവ ലയ്ക്കുവേണ്ടി ശ്രമിച്ചിരുന്നു. പക്ഷേ, അത് മുഴുവൻ വിറ്റുപോയിരുന്നു. ജീൻ സ്വയം ഏതാനും സൂചികളും നൂലും വാങ്ങി. തോളിൽ തൂക്കുന്ന ഒരു വലിയ ക്യാൻവാസ് സഞ്ചി കണ്ടപ്പോൾ അതും ജീൻ വിലകൊ ടുത്ത് സ്വന്തമാക്കി. പിന്നീടുള്ള മൂന്നു വർഷം അവൾ ആ സഞ്ചി കൊണ്ടു നടന്നിരുന്നു.

ചായയുടെ സമയത്ത് അവർ വാരന്തയിലേക്ക് തിരിച്ചുപോയി. അവർ വാങ്ങിയ സാധനങ്ങൾ പ്രദർശിപ്പിച്ചുകഴിഞ്ഞിരുന്നു.

അഴിമുഖത്തെ വിളക്കുമാടത്തിന്റെ സൂക്ഷിപ്പുകാർ സന്ധ്യയോടെ 'ഓസ്പ്രെ' നദിയിലൂടെ വരുന്നുണ്ടെന്ന് ഡിസ്ട്രിക്ക് കമ്മീഷണറെ ടെലി ഫോൺ ചെയ്തറിയിച്ചു. 'ഓസ്പ്രെ' മലക്കാ കടലിടുക്ക് കടന്നെത്തുന്ന സുമാട്രയിൽനിന്നുള്ള കള്ളക്കടത്തുകാരെ അന്വേഷിച്ച് കടലോരംവഴി തലങ്ങും വിലങ്ങും ഓടിക്കൊണ്ടിരുന്ന കസ്റ്റംസിന്റെ യന്ത്രബോട്ട് ആയി രുന്നു. അത് ഏകദേശം നൂറ്റിമുപ്പത് അടി നീളമുള്ളതും സാധാരണഗതി യിൽ പെനാംഗിൽ നങ്കൂരമിട്ട് കിടക്കുന്നതുമായ ഡീസൽ എൻജിനുള്ള ഒരു കപ്പൽ ആയിരുന്നു. ഡിസ്ട്രിക്ക് കമ്മീഷണറുടെ മുഖം തെളിഞ്ഞു. അയാളുടെ പ്രശ്നങ്ങളുടെ പരിഹാരം ഇവിടെ ഉണ്ടായിരുന്നു. ഓസ്പ്രെ യുടെ ദൗത്യം എന്തുതന്നെ ആയിരുന്നാലും അതിന് തീരത്തടുക്കുന്ന തിന് അയാളുടെ അംഗീകാരം വേണം. കപ്പൽ നങ്കൂരം ഇടുന്നതിനിട യിൽ അയാൾ കപ്പിത്താനുമായി കുടിക്കാഴ്ച നടത്താൻ വേണ്ടി ഓഫീ സിൽനിന്ന് ഇറങ്ങി കപ്പൽത്തുറയിലൂടെ കപ്പലിനടുത്തേക്ക് നടന്നു.

കപ്പൽ നദിയുടെ വളവ് തിരിഞ്ഞു. അതിനുള്ളിൽ പട്ടാളം ആയിരു ന്നെന്ന് അയാൾക്ക് മനസ്സിലായി. കൈത്തോക്കുകളും അവരെക്കാൾ പൊക്കമുള്ള ബയണറ്റുകൾ ഉറപ്പിച്ച തോക്കുകളും ഉള്ള നരച്ച പച്ച നിറമുള്ള യൂണിഫോം ധരിച്ച ഉറച്ച ശരീരമുള്ള ഉയരംകുറഞ്ഞ മനു ഷ്യർ. കപ്പൽ ഓരം ചേർന്ന് മുന്നോട്ടുവന്നു. അയാളുടെ എല്ലാ പരിശ്രമ ങ്ങളുടെയും അന്ത്യം ഇതായിരുന്നെന്ന് തിരിച്ചറിഞ്ഞുകൊണ്ട് ഡിസ്ട്രിക്ട് കമ്മീഷണർ അസ്വസ്ഥതയോടെ കപ്പലിനെ നോക്കിക്കൊണ്ട് നിന്നു.

ജപ്പാൻകാർ തീരത്തേക്ക് ഇരച്ചിറങ്ങിവന്ന് ഉടൻതന്നെ അയാളെ

അറസ്റ്റു ചെയ്തു. അവർ പ്രതിരോധത്തിന്റെ ഏറ്റവും ചെറിയ ലക്ഷണം കണ്ടാൽപോലും വെടിവെയ്ക്കാനുള്ള തയ്യാറെടുപ്പോടെ അയാളുടെ പിന്നിൽ തോക്കുകൾ ചൂണ്ടിക്കൊണ്ട് ഓഫീസിലേക്ക് തുറമുഖത്തുകൂടി നടത്തിക്കൊണ്ടുപോയി. പക്ഷേ, അവിടെ പ്രതിരോധിക്കാൻ പട്ടാളക്കാർ ഉണ്ടായിരുന്നില്ല. ലോറി ഓടിച്ചിരുന്ന ഉദ്യോഗസ്ഥൻപോലും അയാളുടെ സംഘത്തോട് ഒത്തുചേരാൻ വേണ്ടി ലോറിയുമായി സ്ഥലം വിട്ടിരുന്നു. ഒരു വെടിപോലും ഉതിർക്കാതെ പട്ടാളക്കാർ അവിടം മുഴുവൻ പരന്നു. അവർ വരാന്തയിൽ പട്ടാളത്തെക്കണ്ട് മരവിച്ച് ഇരുന്നുപോയ ഒഴിപ്പിക്ക പ്പെട്ട മനുഷ്യരുടെ അടുത്തേക്ക് വന്നു. പെട്ടെന്ന് തോക്കുകളും ബയണ റ്റുകളും നിരന്നു. അവരുടെ വാച്ചുകളും ഫൗണ്ടൻപേനകളും മോതിര ങ്ങളും ഉപേക്ഷിക്കാൻ ആജ്ഞ ലഭിച്ചിരുന്നു. പുരുഷന്മാരുടെ ഉപദേശം അനുസരിച്ച് സ്ത്രീകൾ നിശ്ശബ്ദരായി അവയെല്ലാം ഉപേക്ഷിച്ചു. മറ്റുതര ത്തിലുള്ള ഉപദ്രവമൊന്നും നേരിടേണ്ടിവന്നില്ല. ജീനിന് അവളുടെ വാച്ച് നഷ്ടപ്പെട്ടിരുന്നു. അവളുടെ സഞ്ചിയിൽ അവർ ഫൗണ്ടൻ പേനയ്ക്ക് വേണ്ടി പരിശോധന നടത്തിയിരുന്നു. പക്ഷേ, അവൾ അത് അവളുടെ സാധനങ്ങൾക്കൊപ്പം പൊതിഞ്ഞുകെട്ടിക്കഴിഞ്ഞിരുന്നു.

സന്ധ്യകഴിഞ്ഞപ്പോൾ ഒരു ഉദ്യോഗസ്ഥൻ പെട്ടെന്ന് കടന്നുവന്ന് റാന്തൽ വിളക്കിന്റെ വെളിച്ചത്തിൽ വാരാന്തയിലെ ആൾക്കൂട്ടത്തെ പരി ശോധിച്ചു. അയാൾ വരാന്തയിലൂടെ വിളക്ക് മുന്നോട്ട് ഉയർത്തിപ്പിടിച്ചു കൊണ്ട് റാന്തലിന്റെ വെളിച്ചത്തിൽ വരാന്തയിൽ കൂട്ടം കൂടിയിരുന്നിരുന്ന സംഘങ്ങളെ ഒന്നൊന്നായി പരിശോധിച്ചു. അയാളുടെ തൊട്ടുപിന്നിൽ ബയണറ്റുകൾ ഉറപ്പിച്ച നിറതോക്കുകളുമായി രണ്ട് പട്ടാളക്കാർ അക മ്പടി സേവിക്കുന്നുണ്ടായിരുന്നു. കൂടുതൽ കുട്ടികളും കരയാൻ ആരം ഭിച്ചു. പരിശോധന അവസാനിച്ചു. അയാൾ മുറി ഇംഗ്ലീഷിൽ ഒരു പ്രഭാ ഷണം നടത്തി. "ഇപ്പോൾ നിങ്ങൾ തടവുകാരാണ്." അയാൾ പറഞ്ഞു. "ഇന്നു രാത്രിയിൽ നിങ്ങൾ ഇവിടെയാണ് താമസിക്കുന്നത്. നാളെ ഒരു പക്ഷേ, നിങ്ങൾ തടവുകാരുടെ താവളത്തിലേക്ക് പോകും. നിങ്ങൾ നല്ല കാര്യങ്ങൾ ചെയ്തുകൊണ്ട് ആജ്ഞകൾ അനുസരിക്കുക. ജപ്പാൻ സൈനികരിൽനിന്നും നിങ്ങൾക്ക് നല്ല കാര്യങ്ങൾ ലഭിക്കും. നിങ്ങൾ മോശം കാര്യങ്ങൾ ചെയ്താൽ അവർ നിങ്ങളെ ഉടൻതന്നെ വെടിവെച്ച് കൊല്ലും. അതുകൊണ്ട് എല്ലാ സമയത്തും നല്ല കാര്യങ്ങൾ മാത്രം ചെയ്യുക. ഉദ്യോഗസ്ഥൻ കടന്നുവരുന്ന സമയത്തെല്ലാം നിങ്ങൾ എഴു ന്നേറ്റു നിന്ന് തലകുമ്പിടണം. അതൊരു നല്ല കാര്യമാണ്. ഇപ്പോൾ നിങ്ങൾക്ക് ഉറങ്ങാം."

ഒരു മനുഷ്യൻ ചോദിച്ചു. "ഞങ്ങൾക്ക് കിടക്കകളും കൊതുകുവല കളും ലഭിക്കുമോ?"

"ജപ്പാൻ സൈനികർക്ക് കിടക്കകളും കൊതുകുവലകളും ഇല്ല. ഒരുപക്ഷേ, നാളെ നിങ്ങൾക്ക് കിടക്കകളും കൊതുകുവലകളും ലഭിക്കും?"

മറ്റൊരാൾ ചോദിച്ചു. "ഞങ്ങൾക്ക് അത്താഴം എന്തെങ്കിലും ഉണ്ടോ?" ഇതിന് വിശദീകരണം വേണ്ടിവന്നു. "ആഹാരം?"

"നാളെ നിങ്ങൾക്ക് ആഹാരം ഉണ്ട്." വരാന്തയുടെ രണ്ട് അറ്റത്തും രണ്ട് കാവല്ക്കാരെ കാവൽ ഏല്പിച്ചതിനുശേഷം ഉദ്യോഗസ്ഥൻ സ്ഥലം വിട്ടു.

കോലപനോങ് ചെളിവെള്ളം നിറഞ്ഞ ഒരു നദിയുടെ കരയിലായി കണ്ടൽക്കാടുകൾ നിറഞ്ഞ ഒരു ചതുപ്പുസ്ഥലം ആയിരുന്നു. "കൊതുക് ശല്യം രൂക്ഷം ആയിരുന്നു. കുട്ടികൾ രാത്രി മുഴുവൻ ഞരങ്ങുന്നുണ്ടാ യിരുന്നു. അവർ മുതിർന്നവരുടെ ഉറക്കം കെടുത്തിക്കൊണ്ട് വെറിപിടിച്ച് അലമുറയിട്ടിരുന്നു. രാത്രി സാവധാനം നിയന്ത്രണങ്ങളുടെ ഞെരിച്ചുട യ്ക്കുന്ന കഷ്ടപ്പാടിനും കൊതുകുകളുടെ പീഡനത്തിനും ഇടയിലൂടെ കടന്നുപോകുന്നുണ്ടായിരുന്നു. വരാന്തയുടെ പരുക്കൻ തറയിൽ കിടന്നി രുന്ന തടവുകാരിൽ പലരും അല്പംപോലും ഉറങ്ങിയിരുന്നില്ല. നേരം പുലരാറായപ്പോൾ ജീൻ അല്പസമയം മയങ്ങിപ്പോയിരുന്നു. പുലരുന്ന തിന് ഒരു മണിക്കൂർമുമ്പ് മുന്നറിയിപ്പ് തരുന്ന കൊതുകുകളുടെ കൂടുതൽ തീക്ഷ്ണമായ ആക്രമണത്തോടൊപ്പം കുട്ടികളുടെ പുതിയ നിലവിളികൾ കേട്ടുകൊണ്ട് ജീൻ കണ്ണുതുറന്നു. ആദ്യകിരണങ്ങൾ കടന്നുവന്നപ്പോൾ തടവുകാർ വളരെ ശോചനീയമായ അവസ്ഥയിൽ ആയിരുന്നു.

അക്കൗണ്ട്സ് ഓഫീസിനുപിന്നിൽ ഒരു കക്കൂസ് ഉണ്ടായിരുന്നു. കക്കൂസ് ഉപയോഗിക്കേണ്ടവരുടെ എണ്ണം കണക്കാക്കുമ്പോൾ അത് അങ്ങേയറ്റം അപര്യാപ്തമായിരുന്നു. അവർ അതിനെ പരമാവധി പ്രയോ ജനപ്പെടുത്തി. എന്താണ് സംഭവിക്കാൻ പോകുന്നത് എന്ന് അറി യാൻവേണ്ടി കാത്തിരിക്കുന്നതൊഴിച്ച് മറ്റൊന്നുംതന്നെ ചെയ്യാൻ ഉണ്ടാ യിരുന്നില്ല. ടിന്നുകളിൽ കിട്ടുന്ന ഇറച്ചിയും ബിസ്കറ്റുംകൊണ്ട് ഹോളണ്ടും എലീനും ചേർന്ന് കുട്ടികൾക്കുവേണ്ടി സാൻഡ്‌വിച്ചുകൾ ഉണ്ടാക്കി. ഈ ചെറിയ പ്രാതലിനുശേഷം അവർക്ക് കൂടുതൽ ഉന്മേഷം തോന്നി. മറ്റു പലരുടെയും കൈവശം ചെറിയ അളവിൽ എന്തെങ്കിലും ഭക്ഷണസാധനങ്ങൾ ഉണ്ടായിരുന്നു. ഒന്നും ഇല്ലാത്തവർക്ക് ഉള്ളവർ പകു ത്തുനല്കി. അന്ന് രാവിലെ ജപ്പാൻകാർ തടവുകാർക്ക് യാതൊരു ഭക്ഷ ണവും നല്കിയിരുന്നില്ല.

പത്തുമണി കഴിഞ്ഞപ്പോൾ ചോദ്യം ചെയ്യൽ ആരംഭിച്ചിരുന്നു. ഓരോരോ കുടുംബങ്ങളായി തടവുകാരെ ഡിസ്ട്രിക്ട് കമ്മീഷണറുടെ ഓഫീസിലേക്ക് കൂട്ടിക്കൊണ്ടുപോയിരുന്നു. അവിടെ ഇടതുവശത്ത് ഒരു ചെറിയ നോട്ട്ബുക്കിൽ കാര്യങ്ങൾ കുറിച്ചെടുത്തുകൊണ്ടിരുന്ന ഒരു ലഫ്റ്റനന്റിനോടൊപ്പം ഒരു ജപ്പാൻകാരനായ ക്യാപ്റ്റൻ ഇരിക്കുന്നുണ്ടാ യിരുന്നു. പിന്നീട് അയാൾ ക്യാപ്റ്റൻ യോനിയാത്ത ആണെന്ന് ജീൻ തിരിച്ചറിഞ്ഞിരുന്നു. ജീൻ ഉള്ളിലേക്ക് കടന്നുചെന്നത് ഹോളണ്ടിനും ഭാര്യക്കും ഒപ്പമായിരുന്നു. അവൾ ആരാണെന്ന് ക്യാപ്റ്റൻ അന്വേഷിച്ച പ്പോൾ ആ കുടുംബത്തോടൊപ്പം യാത്രചെയ്യുന്ന ഒരു സുഹൃത്ത്

ആണെന്ന് അവൾ വിശദീകരിച്ചിരുന്നു. കൂടാതെ കോലാലംപൂരിൽ എന്ത് ജോലിയാണ് ചെയ്തിരുന്നതെന്നും അവൾ ക്യാപ്റ്റനോട് വിസ്തരിച്ചു പറഞ്ഞു. അതിനെല്ലാംകൂടി കൂടുതൽ സമയം വേണ്ടിവന്നില്ല. അവസാനം ക്യാപ്റ്റൻ പറഞ്ഞു. "ആണുങ്ങൾ ഇന്ന് തടവുകാരുടെ താവള ത്തിലേക്ക് പോകും. പെണ്ണുങ്ങളും കുട്ടികളും ഇവിടെ താമസിക്കും. ആണുങ്ങൾ പോകുന്നത് വൈകുന്നേരത്താണ്. അതുകൊണ്ട് ഇപ്പോൾ നിങ്ങൾക്ക് യാത്ര പറയാൻ വൈകുന്നേരംവരെ സമയം ഉണ്ട്. നിങ്ങൾക്ക് നന്ദി."

അവർ ഇത് ഭയന്നിരുന്നു. വരാന്തയിൽവച്ച് അവർ ഇത് ചർച്ച ചെയ്തിരുന്നു. പക്ഷേ, ഇത് ഇത്രയും പെട്ടെന്ന് കടന്നുവരുമെന്ന് അവർ പ്രതീക്ഷിച്ചിരുന്നില്ല. ഹോളണ്ട് ചോദിച്ചു. "സ്ത്രീകളെയും കുട്ടികളെയും പറഞ്ഞയയ്ക്കുന്നത് എവിടെയാണെന്ന് ഞങ്ങൾക്ക് അറിയാൻ പറ്റുമോ?" അവരുടെ താവളം എവിടെ ആയിരിക്കും?"

ഉദ്യോഗസ്ഥൻ പറഞ്ഞു. "ഇംപീരിയൽ ജാപ്പനീസ് സൈന്യം സ്ത്രീകളോടും കുട്ടികളോടും യുദ്ധം ചെയ്യില്ല. ഒരുപക്ഷേ, ഒരു ക്യാമ്പിലും അവർ പോവില്ല. അവർ നല്ല കാര്യങ്ങൾ ചെയ്യുകയാണെ ങ്കിൽ. ഒരുപക്ഷേ, അവർ വീടുകളിൽത്തന്നെ താമസിക്കും. ജപ്പാൻ സൈനികർ എല്ലാ സമയത്തും സ്ത്രീകളോടും കുട്ടികളോടും കരുണ കാണിക്കാറുണ്ട്."

അവർ വരാന്തയിലേക്ക് തിരിച്ചുപോയി മറ്റുകുടുംബങ്ങളുമായി നില വിലുള്ള അവസ്ഥയെപ്പറ്റി ചർച്ചകൾ നടത്തി. അതിനെപ്പറ്റി അവിടെ അപ്പോൾ ഒന്നുംതന്നെ ചെയ്യാൻ ഉണ്ടായിരുന്നില്ല. യുദ്ധത്തിൽ പുരുഷ ന്മാരെ സ്ത്രീകളിൽനിന്നും കുട്ടികളിൽനിന്നും മാറ്റി പ്രത്യേക താവള ങ്ങളിൽ തടങ്കലിലാക്കുന്നത് പതിവാണ്. പക്ഷേ, അതുകൊണ്ട് അത് സഹിക്കുന്നതിനുള്ള ബുദ്ധിമുട്ടിന് ഒട്ടുംതന്നെ കുറവ് ഉണ്ടായിരുന്നില്ല. ഹോളണ്ടിന്റെ കുടുംബത്തിൽ അവളുടെ സാന്നിദ്ധ്യം ആവശ്യം ഇല്ലാ ത്തതാണെന്ന് ജീനിനുതോന്നി. അവൾ വരാന്തയുടെ അറ്റത്തുപോയി വിഷാദം പതംവരുത്തിയ ചെറുപ്പത്തിന്റെ ഉന്മേഷവുമായി ഇനി മുന്നോട്ട് എന്താണ് സംഭവിക്കുന്നതെന്ന അത്ഭുതത്തോടെ പുറത്തേക്ക് നോക്കി ഇരുന്നു. ഒരുകാര്യം ഉറപ്പായിരുന്നു. അവർക്ക് ഒരു രാത്രികൂടി വരാന്ത യിൽ കഴിയേണ്ടി വരുകയാണെങ്കിൽ അവൾക്ക് ഏതെങ്കിലും കൊതു കുതിരി സമ്പാദിക്കാതിരിക്കാൻ കഴിയില്ല.

ഒരു പരീക്ഷണം എന്ന രീതിയിൽ അവൾ കാവൽഭടന്റെ ശ്രദ്ധ ആകർഷിച്ചതിനുശേഷം അവളുടെ കൈയിലെ കൊതുകുകടിയുടെ തടി പ്പുകൾ ചൂണ്ടിക്കാണിച്ചു. അതിനുശേഷം അവൾ ഗ്രാമത്തിന്റെ ഭാഗ ത്തേക്ക് വിരൽചൂണ്ടിക്കൊണ്ട് വരാന്തയിൽനിന്നും മുറ്റത്തേക്കിറങ്ങി. പെട്ടെന്ന് അയാൾ ബയണറ്റ് ചൂണ്ടിക്കൊണ്ട് അവളുടെ അടുത്തേക്ക് പാഞ്ഞുവന്നു. അവൾ അമിതവേഗത്തിൽ വരാന്തയിലേക്ക് ചാടിക്കയറി. അതു ചെയ്യാൻ പാടില്ലെന്ന് വ്യക്തമായിരുന്നു. അയാൾ സംശയത്തോടെ

നെറ്റിചുളിച്ചുകൊണ്ട് അവളെ നോക്കിയതിനുശേഷം അയാളുടെ പഴയ സ്ഥാനത്തേക്ക് തിരിച്ചുപോയി.

അവിടെ മറ്റൊരു വഴികൂടി ഉണ്ടായിരുന്നു. കക്കൂസ് കെട്ടിടത്തിന്റെ പിൻവശത്തുള്ള ഒരു മതിലിനോട് ചേർന്ന് ആയിരുന്നു. അവിടെ കാവല്ക്കാരൻ ഉണ്ടായിരുന്നില്ല. കാരണം കെട്ടിടത്തെ പ്രദക്ഷിണം വെച്ച് മുൻവശത്ത് വരാതെ ആർക്കും പുറത്തുപോകാൻ കഴിയുമായിരുന്നില്ല. കുറച്ചുസമയം കഴിഞ്ഞ് അവൾ പിൻവശത്തെ വാതിലിലൂടെ പുറത്തി റങ്ങി. കെട്ടിടം കാവല്ക്കാരുടെ കണ്ണിൽനിന്ന് അവൾക്ക് സംരക്ഷണം നല്കി. അവൾ നാലുചുറ്റും നോക്കി. ഒരു വിളിപ്പാട് ദൂരത്ത് ഏതാനും കുട്ടികൾ കളിക്കുന്നുണ്ടായിരുന്നു.

അവൾ മലായ്ഭാഷയിൽ സ്നേഹത്തോടെ വിളിച്ചു. "ഇവിടെ വരെ ഒന്ന് വരുമോ?"

ഒരു പെൺകുട്ടി അവളുടെ അടുത്തേക്ക് വന്നു. അവൾക്ക് ഏതാണ്ട് പന്ത്രണ്ട് വയസ്സ് ഉണ്ടായിരുന്നു. ജീൻ ചോദിച്ചു. "നിന്റെ പേര് എന്താണ്?"

അവൾ നാണത്തോടെ കുലുങ്ങിച്ചിരിച്ചു. "ഹാലിജാ."

ജീൻ ചോദിച്ചു. "നിനക്ക് മരുന്ന് വില്ക്കുന്ന കട അറിയുമോ? ഒരു ചൈനാക്കാരന്റെ കട."

അവൾ തലകുലുക്കി. "ചാൻ കോക് ഫ്യൂആനിന്റെ കടയല്ലേ?"

ജീൻ പറഞ്ഞു. "ചാൻ കോക് ഫ്യൂആനിന്റെ അടുത്തുപോയി ഞാൻ പറയുന്ന കാര്യം അയാളോട് പറയണം. പറഞ്ഞാൽ അയാൾ എന്റെ അടുത്തുവരും. വന്നാൽ ഞാൻ നിനക്ക് പത്തു സെന്റ് തരും. അമ്മയെ കൊതുക് കടിച്ചെന്ന് അയാളോട് പറയണം." അവൾ കൊതുക് കടിച്ച പാടുകൾ കാണിച്ചുകൊടുത്തു. "അയാൾ കൊതുകിനെ ഓടിക്കാൻ പുര ട്ടുന്ന കുഴമ്പ് വരാന്തയിൽ കൊണ്ടുവന്നാൽ ഒരുപാട് അമ്മമാർക്ക് അത് വില്ക്കാൻ പറ്റും. നീ ഇത്രയും ചെയ്താൽ മതി. അയാൾ കുഴമ്പും കൊണ്ട് വരുകയാണെങ്കിൽ ഞാൻ നിനക്ക് പത്ത് സെന്റ് തരും."

കുട്ടി തലകുലുക്കിക്കൊണ്ട് സ്ഥലം വിട്ടു. ജീൻ വരാന്തയിലേക്ക് തിരിച്ചുപോയി കാത്തുനിന്നു. അല്പസമയത്തിനുള്ളിൽ ട്യൂബുകളും ഡപ്പികളും നിറഞ്ഞ ഒരു തളിക ചുമന്നുകൊണ്ട് ചൈനാക്കാരൻ പ്രത്യ ക്ഷപ്പെട്ടു. അയാൾ കാവല്ക്കാരന്റെ അടുത്തുചെന്ന് കൈവശം ഉണ്ടാ യിരുന്ന സാധനങ്ങൾ വില്ക്കാനുള്ള അയാളുടെ ആഗ്രഹം അറിയിച്ചു. ചെറിയ തോതിലുള്ള സംശയനിവാരണത്തിനുശേഷം കാവല്ക്കാരൻ അനുവാദം കൊടുത്തു. ജീനിന് കൊതുകിനെ അകറ്റുന്ന കുഴമ്പിന്റെ ആറ് ട്യൂബുകൾ കിട്ടി. ബാക്കിയുള്ള ട്യൂബുകൾ എല്ലാം വളരെ പെട്ടെന്ന് മറ്റു സ്ത്രീകൾ സ്വന്തമാക്കിയിരുന്നു. ഹാലിജായ്ക്ക് പത്തു സെന്റ് ലഭിച്ചു.

ഈ സമയത്ത് ഒരു ജപ്പാൻകാരൻ സേവകൻ രണ്ട് തൊട്ടി നേർത്ത മത്സ്യസൂപ്പും അരത്തൊട്ടി ചോറും കൊണ്ടുവന്നു. അത് കൈയിൽ എടു ത്തുകഴിക്കാനുള്ള പാത്രങ്ങളോ കോപ്പകളോ ഉണ്ടായിരുന്നില്ല. ആ സമ

യത്ത് പലർക്കും പല അളവിൽ യാതൊരു തത്ത്വദീക്ഷയും ഇല്ലാതെ ഭക്ഷണം പങ്കിടുന്ന തടവുകാരുടെ ജീവിതരീതിയുമായി അവർക്ക് പൊരു ത്തപ്പെടാൻ കഴിഞ്ഞിരുന്നില്ല. ചിലർക്ക് മറ്റു ചിലരെക്കാൾ കൂടുതൽ ലഭി ച്ചിരുന്നു. ചിലർക്ക് കുറച്ച് ഭക്ഷണം ലഭിച്ചു. ചിലർക്ക് ഒന്നും ലഭിച്ചില്ല. എന്തായാലും അവർ കരുതിവെച്ചിരുന്ന ഭക്ഷണം അവസാനിച്ചിരുന്നില്ല. അതുകൊണ്ട് അവരിൽ ചിലർ കൈവശം ഉണ്ടായിരുന്ന ബിസ്കറ്റുകളി ലേക്ക് പിൻവാങ്ങി.

അന്ന് ഉച്ചതിരിഞ്ഞ് പുരുഷന്മാരെ അവരുടെ കുടുംബങ്ങളിൽ നിന്ന് വേർപെടുത്തി. ബിൽ ഹോളണ്ട് അമ്മയെപ്പോലെയുള്ള അയാളുടെ തടി ച്ചിയായ ഭാര്യയോട് യാത്ര പറഞ്ഞതിനുശേഷം ജീനിന്റെ നേർക്ക് തിരി ഞ്ഞത് നിറഞ്ഞ കണ്ണുകളോടെ ആയിരുന്നു. "ജീൻ, ഞാൻ പോകട്ടെ." അയാൾ പറഞ്ഞു. പെട്ടെന്നുതന്നെ അയാൾ കൂട്ടിച്ചേർത്തു. "ജീൻ കഴി യുമെങ്കിൽ അവരോട് യോജിച്ചുപോകൂ. അങ്ങനെ ചെയ്യില്ലേ?"

അവൾ തലകുലുക്കി. "ഞാൻ അങ്ങനെ ചെയ്യാം. ഞങ്ങൾ എല്ലാ വരും ഒരു താവളത്തിൽ ഒന്നിച്ചായിരിക്കും."

പുരുഷന്മാരെ ഒന്നിച്ച് നിരത്തിനിർത്തി. കാവല്ക്കാരുടെ മേൽനോ ട്ടത്തിൽ അവരെ അവിടെനിന്ന് നടത്തിക്കൊണ്ടുപോയി.

പിന്നീട് ആ സംഘത്തിൽ പതിനൊന്ന് വിവാഹം കഴിഞ്ഞ സ്ത്രീകളും രണ്ട് പെൺകുട്ടികളും ഉണ്ടായിരുന്നു (ജീനും അവിടെയു ണ്ടായിരുന്ന ഒരു കുടുംബത്തിനൊപ്പം താമസിച്ചിരുന്ന ഏലൻഫോർബ്സ് എന്ന വിളർച്ചയുള്ള പെൺകുട്ടിയും) അവൾ വിവാഹം കഴിക്കാൻ വേണ്ടി വിദേശത്തേക്ക് വന്നതായിരുന്നു. പക്ഷേ, അത് സംഭവിച്ചിരുന്നില്ല. ഇവരെ കൂടാതെ കൈക്കുഞ്ഞുങ്ങൾതൊട്ട് പതിനാല് വയസ്സുള്ള പെൺകുട്ടിവരെ ഉൾപ്പെടുന്ന പല പ്രായത്തിലുള്ള പത്തൊൻപത് കുട്ടികളും സംഘത്തിൽ ഉണ്ടായിരുന്നു. മൊത്തം എണ്ണിനോക്കിയാൽ മുപ്പത്തിരണ്ട് മനുഷ്യർ. കൂടു തൽ സ്ത്രീകൾക്കും അവരുടെ സ്വന്തം ഭാഷ ഒഴിച്ച് മറ്റൊരു ഭാഷയും സംസാരിക്കാൻ കഴിഞ്ഞിരുന്നില്ല. എലീൻ ഹോളണ്ട് ഉൾപ്പെടെ വളരെ ക്കുറച്ച് സ്ത്രീകൾക്ക് അവരുടെ ജോലിക്കാരെ നിയന്ത്രിക്കാനുള്ള അള വിൽ മലായ് ഭാഷയും ഇംഗ്ലീഷും സംസാരിക്കാൻ കഴിഞ്ഞിരുന്നു. പക്ഷേ, കൂടുതലൊന്നും സംസാരിക്കാൻ കഴിഞ്ഞിരുന്നില്ല. അവർ അക്കൗണ്ട്സ് ഓഫീസിൽ നാല്പത്തിയൊന്ന് ദിവസം താമസിച്ചു.

രണ്ടാമത്തെ രാത്രി ആദ്യത്തേതിന് സമാനമായിരുന്നു. ഒരേയൊരു വ്യത്യാസം ഓഫീസിന്റെ കതകുകൾ അവർക്കുവേണ്ടി അന്ന് തുറന്നിട്ടി രിക്കുകയായിരുന്നു. അവരെ മുറികൾ ഉപയോഗിക്കാൻ അനുവദിച്ചിരുന്നു. വൈകുന്നേരം അവർക്ക് രണ്ടാമത്തെ മത്സ്യസൂപ്പ് കൊടുത്തിരുന്നു. പക്ഷേ, മറ്റൊന്നുംതന്നെ അവരുടെ ഉപയോഗത്തിനുവേണ്ടി ഏർപ്പാടാ ക്കിയിരുന്നില്ല. കിടക്കകൾ ഇല്ല, പുതപ്പുകൾ ഇല്ല, കൊതുകുവലകൾ ഇല്ല. ചില സ്ത്രീകൾക്ക് അവരുടെ ഭാണ്ഡത്തിനുള്ളിൽ പുതപ്പുകൾ ഉണ്ടായിരുന്നു. പക്ഷേ, എല്ലാവർക്കും പങ്കുവയ്ക്കാനുള്ള അളവിൽ ഉണ്ടാ

യിരുന്നില്ല. മിസിസ്സ് ഹോഴ്സ് ഫാൾ എന്ന കർക്കശ മുഖഭാവമുള്ള സ്ത്രീ ക്യാപ്റ്റൻ യോനിയാറ്റാ വന്നപ്പോൾ അവരുടെ അവസ്ഥയിലുള്ള എതിർപ്പ് അയാളെ അറിയിച്ചുകൊണ്ട് കിടക്കകളും കൊതുകുവലകളും ആവശ്യ പ്പെട്ടു.

"കൊതുകുവലകളും കിടക്കകളും ഇല്ല." അയാൾ പറഞ്ഞു. "നിങ്ങ ളുടെ കാര്യത്തിൽ വിഷമമുണ്ട്. ജപ്പാനിലെ സ്ത്രീകൾ പായയിലും തറ യിലും കിടന്നുറങ്ങും. എല്ലാ ജപ്പാൻകാരും പായയിൽ കിടന്നുറങ്ങും. നിങ്ങൾ അഹങ്കാരമുള്ള ചിന്തകൾ ഉപേക്ഷിക്കണം. അത് വളരെ മോശം കാര്യമാണ്. ജപ്പാനിലെ സ്ത്രീകളെപ്പോലെ നിങ്ങൾ പായയിൽ കിടന്ന് ഉറങ്ങണം."

"പക്ഷേ, ഞങ്ങൾ ഇംഗ്ലീഷുകാർ ആണ്." അവൾ കോപത്തോടെ പറഞ്ഞു. "ഞങ്ങൾ മൃഗങ്ങളെപ്പോലെ തറയിൽക്കിടന്ന് ഉറങ്ങാറില്ല!"

അയാളുടെ കണ്ണുകൾ കല്ലിച്ചു. അയാൾ കാവൽ ഭടന്മാരോട് ആംഗ്യം കാണിച്ചു. അവർ അവളുടെ ഓരോ കൈയിലും മുറുകെപ്പിടിച്ചു. അതി നുശേഷം അയാൾ അവളുടെ മുഖത്ത് കൈപ്പത്തികൊണ്ട് നാലുതവണ ആഞ്ഞടിച്ചു. "വളരെ മോശം ചിന്തകൾ" അയാൾ പറഞ്ഞു. അതിനു ശേഷം അയാൾ തിരിച്ചുപോയി. കിടക്കകളെപ്പറ്റി കൂടുതലൊന്നും അയാൾ പിന്നീട് പറഞ്ഞില്ല.

അയാൾ അവരെ പരിശോധിക്കാൻ അടുത്തദിവസം രാവിലെ അവിടെ വന്നു. മിസിസ്സ് ഹോഴ്സ് ഫാൾ വെള്ളം എത്തിച്ചുതരണമെന്ന് ധൈര്യമായി പറഞ്ഞു. കുട്ടികളെ കുളിപ്പിക്കേണ്ടത് ആവശ്യമാണെന്നും മറ്റുള്ളവർക്കും കുളി അഭിലഷണീയമായ കാര്യമാണെന്നും അവർ ചൂണ്ടിക്കാട്ടി. അന്ന് ഉച്ചതിരിഞ്ഞ് ഓഫീസിലെ ഏറ്റവും ചെറിയ മുറി യ്ക്കുള്ളിലേക്ക് ഒരു വീപ്പ കൊണ്ടുവന്നുവച്ചിരുന്നു. അവർ ഈ മുറിയെ ഒരു കുളിമുറിയാക്കി. കൂലിക്കാർ വീപ്പയിൽ വെള്ളം നിറച്ചുകൊണ്ടിരുന്നു. ആദ്യകാലത്തുള്ള ദിവസങ്ങളിൽ കൂടുതൽ സ്ത്രീകളുടെ കൈയിലും പണം ഉണ്ടായിരുന്നു. ചാൻകോക്ക് ഫ്യൂആനിലെ അനുകരിച്ചുകൊണ്ട് ഗ്രാമത്തിലെ കച്ചവടക്കാർ തടവുകാർക്ക് സാധനങ്ങൾ വില്ക്കാൻവേണ്ടി വന്നിരുന്നു. തടവുകാർ ജീവിച്ചുപോകാൻ അത്യാവശ്യം വേണ്ടിവരുന്ന സാധനങ്ങൾ വാങ്ങിക്കൂട്ടി.

സാവധാനം അവർ അവരുടെ കഷ്ടപ്പാടുകളുമായി പരിചയപ്പെട്ടു. കുട്ടികൾ വളരെ പെട്ടെന്ന് പരാതികൾ ഇല്ലാതെ തറയിൽക്കിടന്ന് ഉറ ങ്ങാൻ പഠിച്ചു. ചെറുപ്പക്കാരികൾ കൂടുതൽ സമയമെടുത്തു. മുപ്പതുക ഴിഞ്ഞ സ്ത്രീകൾ വേദനകൊണ്ട് ഉണരാതെ അരമണിക്കൂറിൽ കൂടു തൽ ഉറങ്ങിയിരുന്നില്ല. പക്ഷേ, അവരും ഉറങ്ങി. യുദ്ധരംഗത്തെ സൈനി കപ്രവർത്തനങ്ങൾ അവസാനിക്കുന്നതുവരെ വിജയികളായ ജപ്പാൻ കാർക്ക് സ്ത്രീകൾക്കുള്ള തടങ്കൽതാവളങ്ങൾ നിർമ്മിക്കാൻ സമയമില്ലെന്ന് അവരോട് ക്യാപ്റ്റൻ യോനിയാറ്റാ വിശദീകരിച്ചിരുന്നു. 'മലയാ' മുഴുവൻ പിടിച്ചടക്കിക്കഴിയുമ്പോൾ കുന്നുകൾക്ക് മുകളിലുള്ള

പ്രശസ്ത സുഖവാസകേന്ദ്രമായ കാമറോൺ മലമ്പ്രദേശത്തു പണിയുന്ന വിശാലമായ താവളത്തിലേക്ക് കൊണ്ടുപോകുമെന്നും ക്യാപ്റ്റൻ അവരെ അറിയിച്ചു. അവിടെ അവർക്ക് അവർ ശീലിച്ച കിടക്കകളും കൊതുകുവല കളും ഉൾപ്പെടെയുള്ള എല്ലാ സുഖസൗകര്യങ്ങളും ലഭിക്കും. പക്ഷേ, ഈ ആഹ്ലാദങ്ങൾ നേടുന്നതിന് അവർ നിശ്ചയമായും നല്ല കാര്യങ്ങൾ ചെയ്തുകൊണ്ട് ഇപ്പോൾ താമസിക്കുന്ന സ്ഥലത്തുതന്നെ കഴിഞ്ഞുകൂ ടണം. 'നല്ല കാര്യങ്ങൾ' എന്നതിന്റെ അർത്ഥം അയാൾ അടുത്തുവരു മ്പോൾ എഴുന്നേറ്റുനിന്ന് തലകുമ്പിടുന്ന ജോലി ആയിരുന്നു. ഏതാനും മുഖങ്ങളിൽ കൈപ്പത്തികൊണ്ടുള്ള അടിയും ഏതാനും കണങ്കാലുക ളിൽ ക്യാപ്റ്റൻ യോനിറ്റായയുടെ ബൂട്ടുകൊണ്ടുള്ള ചവിട്ടും കിട്ടിയതിനു ശേഷം ഈ നല്ല കാര്യങ്ങൾ ചെയ്യാൻ അവർ പഠിച്ചു.

അവർക്ക് കൊടുത്തിരുന്ന ഭക്ഷണം ജീവൻ നിലനിർത്താൻ അത്യാ വശ്യമുള്ള തരത്തിലുള്ളതായിരുന്നു. അതിന് രണ്ടുനേരം മീൻസൂപ്പും ചോറും എന്നതിൽനിന്ന് യാതൊരു വ്യത്യാസവും ഉണ്ടായിരുന്നില്ല. പരാതികൊണ്ട് പ്രയോജനം ഇല്ലായിരുന്നു. കൂടാതെ അത് അപകടക രവും ആയിരുന്നു. ക്യാപ്റ്റൻ യോനിയാറ്റയുടെ അഭിപ്രായത്തിൽ ഇതെല്ലാം പരാതിക്കാരന്റെ ധാർമ്മികമായ നന്മയ്ക്കുവേണ്ടി നിയന്ത്രി ക്കേണ്ട അഹങ്കാരം ഉൾക്കൊള്ളുന്ന ചിന്തകൾ ആയിരുന്നു. എന്തായാലും ഗ്രാമത്തിലെ ഒരു ചൈനാക്കാരന്റെ ഹോട്ടലിന് ഭക്ഷണം വിതരണം ചെയ്യാൻ കഴിഞ്ഞിരുന്നു. പണം ഉണ്ടായിരുന്ന സമയത്ത് കൂടുതൽ കുടും ബങ്ങളും ഒരുനേരത്തെ ഭക്ഷണം ഈ ഹോട്ടലിൽനിന്ന് വരുത്തിയിരുന്നു.

അവർക്ക് എന്തെങ്കിലും തരത്തിലുള്ള ചികിത്സയോ മരുന്നുകളോ ലഭിച്ചില്ല. ഒരാഴ്ച കഴിഞ്ഞപ്പോൾ അവർക്ക് വയറുകടി വന്നു. കക്കൂസി ലേക്ക് പോകുന്ന അമ്മമാരെ തടസ്സപ്പെടുത്തിക്കൊണ്ട് നിലവിളിക്കുന്ന കുട്ടികൾ രാത്രിയെ ഭീകരമാക്കിയിരുന്നു. എല്ലാ സമയത്തും മലമ്പനി പിന്നണിയിൽ ഉണ്ടായിരുന്നു. എന്നും വിലകൂടിക്കൊണ്ടിരുന്ന ക്വിനൈൻ ചാൻ കോക്ക് ഫ്യൂവാന്റെ കടയിൽനിന്നും അവർക്ക് ഈ സമയത്ത് വാങ്ങാൻ കഴിഞ്ഞിരുന്നതുകൊണ്ട് മലമ്പനിയെ നിയന്ത്രിക്കാൻ കഴി ഞ്ഞു. വയറുകടി നിയന്ത്രിക്കാൻ വേണ്ടി ക്യാപ്റ്റൻ യോനിയാറ്റാ സൂപ്പിന്റെ അളവ് കുറച്ചുകൊണ്ട് ചോറിന്റെ അളവ് കൂട്ടി. കൂടാതെ ചോറിന്റെ കൂടെ നേരത്തെ സൂപ്പ് ഉണ്ടാക്കിയിരുന്ന അളിഞ്ഞ മീനിന്റെ ഒരുഭാഗം ഉണക്കി ഉണക്കമീനാക്കി മാറ്റി അവർക്ക് കൊടുത്തു. കുറച്ച് ദിവസങ്ങൾക്ക് ശേഷം ഇംഗ്ലീഷ് ശീലങ്ങൾക്കുള്ള ഒരു ആനുകൂല്യം എന്ന മട്ടിൽ അയാൾ ഉച്ച തിരിഞ്ഞ് ആഹാരത്തിന്റെ കൂടെ ഒരു തൊട്ടിച്ചായ കൂടി കൂട്ടിച്ചേർത്തു.

ഈ സമയത്തെല്ലാം ഹോളണ്ടുകളുടെ മൂന്നുകുട്ടികളെ ശ്രദ്ധിക്കുന്ന ജോലി ജീൻ മിസിസ്സ് ഹോളണ്ടിന്റെ കൂടെ പങ്കിട്ടിരുന്നു. ഭക്ഷണത്തി ലുള്ള വ്യത്യാസം ഉണ്ടാക്കിയ തളർച്ച നിശ്ചയമായും അവൾ അനുഭവി ക്കുന്നുണ്ടായിരുന്നു. പക്ഷേ, മിക്ക രാത്രികളിലും വിളിച്ചുണർത്തുന്നതു വരെ അവൾ ഉറങ്ങിയിരുന്നു. എലീൻ ഹോളണ്ട് കൂടുതൽ കഷ്ടപ്പെട്ടു.

അവൾക്ക് കൂടുതൽ പ്രായം ഉണ്ടായിരുന്നു. അവൾക്ക് തറയിൽക്കിടന്ന് ഉറങ്ങാൻ കഴിഞ്ഞില്ല. അവൾക്ക് ചെറുപ്പത്തിന്റെ കഴിവുകൾ പലതും നഷ്ടപ്പെട്ടിരുന്നു. അവളുടെ ഭാരം വളരെ പെട്ടെന്ന് കുറഞ്ഞുപോയി.

മുപ്പത്തിയഞ്ചാമത്തെ ദിവസം എസ്മാ ഹാരിസൺ മരിച്ചു.

'എസ്മാ' എട്ടുവയസ്സുള്ള ഒരു കുട്ടി ആയിരുന്നു. അവൾക്ക് കുറച്ചുദിവസങ്ങളായി വയറുകടി ഉണ്ടായിരുന്നു. അവൾ ശരിക്കും ക്ഷീണിതയായിരുന്നു. അവൾക്ക് ഉറക്കം കുറഞ്ഞു. കൂടുതൽ സമയവും അവൾ കരയുകയായിരുന്നു. പെട്ടെന്ന് അവൾക്ക് പനി വന്നു. മലമ്പനി പിടികൂടിയതോടെ രണ്ടുദിവസം അവൾക്ക് നൂറ്റിനാല് ഡിഗ്രി ചൂട് ഉണ്ടായിരുന്നു. കുട്ടിയെ ഒരു ആശുപത്രിയിൽക്കൊണ്ടുപോയി ഡോക്ടറെ കാണിക്കണമെന്ന് മിസിസ്സ് ഹോഴ്സ് ഫാൾ ക്യാപ്റ്റൻ യോനിയാറ്റായോട് പറഞ്ഞു. അയാൾ തനിക്ക് വിഷമം ഉണ്ടെന്നും പക്ഷേ, ആശുപത്രികൾ ഒന്നും ഇല്ലെന്നും മറുപടി പറഞ്ഞു. അയാൾ ഒരു ഡോക്ടറെ കൊണ്ടുവരാൻ ശ്രമിച്ചുനോക്കും. പക്ഷേ, എല്ലാ ഡോക്ടറമ്മാരും ചക്രവർത്തിയുടെ ജയിക്കുന്ന പട്ടാളത്തിനൊപ്പം യുദ്ധം ചെയ്യുകയായിരുന്നു. അന്ന് വൈകുന്നേരം എസ്മയ്ക്ക് തുടർച്ചയായി സന്നി വന്നുകൊണ്ടിരുന്നു. നേരം പുലരുന്നതിന് തൊട്ടുമുമ്പ് അവൾ മരിച്ചു.

അന്നുരാവിലെ മോസ്ലമിലെ സെമിത്തേരിയിൽ അവളെ മറവുചെയ്തു. അവളുടെ അമ്മയേയും മറ്റു ചില സ്ത്രീകളെയും ശവസംസ്കാരത്തിൽ പങ്കെടുക്കാൻ അനുവദിച്ചിരുന്നു. അവർ വായിക്കുന്നത് തിരിച്ചറിയാൻ കഴിയാത്ത മലയാക്കാരുടെയും പട്ടാളക്കാരുടെയും മുന്നിൽവെച്ച് നമ്മുടെ പ്രാർത്ഥനാ പുസ്തകത്തിൽനിന്നും ആരാധന ചൊല്ലി ചടങ്ങുകൾ അവസാനിപ്പിച്ചു. അക്കൗണ്ട്സ് ഓഫീസിലെ ജീവിതം പഴയതുപോലെ വീണ്ടും മുമ്പോട്ടുപോയി. പക്ഷേ, ഇപ്പോൾ മരണത്തിന്റെ പേടി സ്വപ്നങ്ങൾ ഉറക്കത്തിൽ കുട്ടികളെ പിന്തുടർന്നുകൊണ്ടിരുന്നു.

ആറ് ആഴ്ച കഴിഞ്ഞപ്പോൾ ക്യാപ്റ്റൻ യോനിയാറ്റാ രാവിലത്തെ പരിശോധനകൾക്ക് ശേഷം അവരോട് സംസാരിച്ചു. മുഷിഞ്ഞ വേഷം ധരിച്ച മെലിഞ്ഞ സ്ത്രീകൾ കുട്ടികളെ എടുത്തുകൊണ്ട് വരാന്തയുടെ നിഴലിൽനിന്നു. ഈ സമയംകൊണ്ട് മുതിർന്നവരിൽ പലരും രോഗികളായി മാറിയിരുന്നു. കൂടുതൽ കുട്ടികളും അസുഖങ്ങൾ കാരണം മെലിഞ്ഞു പോയിരുന്നു.

അയാൾ പറഞ്ഞു "ജപ്പാന്റെ സർവ്വാധിപത്യമുള്ള സൈന്യം സിങ്കപ്പൂരിൽ പ്രവേശിച്ചിരിക്കുന്നു. മലയാ അതോടെ സ്വതന്ത്രമാണ്. ഈ സമയത്ത് ആണുങ്ങൾക്കും പെണ്ണുങ്ങൾക്കും കുട്ടികൾക്കുമുള്ള തടങ്കൽപാളയങ്ങളുടെ പണി നടന്നുകൊണ്ടിരിക്കുകയാണ്. തടങ്കൽ പാളയങ്ങൾ സിങ്കപ്പൂരിൽ ആണ്. നിങ്ങൾ അവിടെ പോകും. നിങ്ങളുടെ ഇവിടുത്തെ ജീവിതം മോശമായിപ്പോയതിൽ എനിക്ക് വിഷമം ഉണ്ട്. പക്ഷേ, ഇനിയും അത് മെച്ചപ്പെടും. നാളെ നിങ്ങൾ കോലാലംപുരിലേക്ക് തിരിക്കുന്നു. കോലാലംപുരിൽനിന്ന് സിങ്കപ്പൂരിലേക്ക് പോകുന്നത് ട്രെയിനിൽ ആയി

രിക്കുമെന്നാണ് ഞാൻ വിചാരിക്കുന്നത്. സിങ്കപ്പൂരിൽ നിങ്ങൾ വളരെ സന്തോഷത്തിൽ ആയിരിക്കും. നന്ദി."

പനോങ്ങിൽ നിന്ന് കോലാലംപൂരിലേക്ക് നാല്പത്തിയേഴ് മൈൽ ദൂരം ഉണ്ട്. അയാൾക്ക് അത് പറയാൻ ഒരുമിനിറ്റ് മതിയായിരുന്നു. മിസിസ്സ് ഹോഴ്സ്ഫാൾ ചോദിച്ചു. "ഞങ്ങൾ കോലാലംപൂരിലേക്ക് എങ്ങനെയാണ് പോകുന്നത്? ലോറി ഉണ്ടാകുമോ?"

അയാൾ പറഞ്ഞു. "വളരെ വിഷമം ഉണ്ട്. ലോറി ഇല്ല." നിങ്ങൾക്ക് നടന്നുപോകാം. ജപ്പാന്റെ പട്ടാളം നിങ്ങളെ സഹായിക്കും."

അവൾ പറഞ്ഞു. "ഞങ്ങൾക്ക് ഈ കുട്ടികളുമായി നടക്കാൻ പറ്റില്ല. ഞങ്ങൾക്ക് ഒരു ലോറി കിട്ടണം."

ഇതെല്ലാം മോശം ചിന്തകൾ ആയിരുന്നു. അയാളുടെ കണ്ണുകൾ രൂക്ഷമായി. "നിങ്ങൾക്ക് നടന്നുപോകാം." അയാൾ ആവർത്തിച്ചു.

"പക്ഷേ, ഞങ്ങൾ ഞങ്ങളുടെ സാധനങ്ങൾ എന്തുചെയ്യും?"

"നിങ്ങൾക്ക് ചുമക്കാൻ കഴിയുന്നത് കൂടെക്കൊണ്ടുപോകാം. ഉടൻതന്നെ നിങ്ങളുടെ പിന്നാലെ സാധനങ്ങൾ അയച്ചുതരും." അയാൾ തിരിച്ചുപോയി.

അന്നത്തെ പകൽ മുഴുവൻ അവർ നിരാശയോടെ സ്തംഭിച്ചിരുന്നു. സാധനങ്ങൾ ഉണ്ടായിരുന്നവർ കൂട്ടത്തിൽനിന്ന് അത്യാവശ്യം ഉള്ളവ തെരഞ്ഞെടുക്കാൻവേണ്ടി പരിശ്രമിച്ചുകൊണ്ടിരുന്നു. അത്യാവശ്യമുള്ള ഭാരംകുറവുള്ള സാധനങ്ങൾ കണ്ടെത്താൻ അവർ ബുദ്ധിമുട്ടി. ഒരു സ്കൂളിലെ അദ്ധ്യാപിക ആയിരുന്ന മിസിസ്സ് ഹോഴ്സ് ഫാൾ നേതാ വിന്റെ സ്ഥാനം ഏറ്റെടുത്തുകൊണ്ട് അവരെ സഹായിച്ചു. അവർക്കു വേണ്ട ഉപദേശങ്ങൾ കൊടുത്തുകൊണ്ട് മിസിസ്സ് ഹോഴ്സ് ഫാൾ അവർക്കിടയിലൂടെ ഓടിനടന്നു. അവർക്കും ഒരു കുട്ടി ഉണ്ടായിരുന്നു. ജോൺ എന്ന് പേരുള്ള പത്തുവയസ്സുള്ള ആൺകുട്ടി. അവരുടെ അവസ്ഥ കൂടുതൽ സ്ത്രീകളെക്കാളും മെച്ചം ആയിരുന്നു. കാരണം ആ പ്രായ ത്തിലുള്ള ഒരു ആൺകുട്ടിയുടെ അത്യാവശ്യവസ്തുക്കൾ ചുമക്കാൻ ഒരു സ്ത്രീക്ക് കഴിയുമായിരുന്നു. കൂടുതൽ ചെറിയ കുട്ടികളുള്ള അമ്മമാ രുടെ അവസ്ഥ വാസ്തവത്തിൽ വളരെ മോശം ആയിരുന്നു.

ജീനിനും മിസിസ്സ് ഹോളണ്ടിനും പ്രശ്നങ്ങൾ കുറവായിരുന്നു. സാധ നങ്ങൾ അവർക്ക് നഷ്ടപ്പെട്ടിരുന്നതുകൊണ്ട് തെരഞ്ഞെടുപ്പിന്റെ പ്രശ്നം ഉയർന്നുവന്നില്ല. അവർക്ക് മാറിധരിക്കാനുള്ള ഏതാനും വസ്ത്രങ്ങളാണ് ഉണ്ടായിരുന്നത്. അവർക്കുള്ളതെല്ലാം ജീനിന്റെ സഞ്ചിയിൽ എളുപ്പത്തിൽ ശേഖരിച്ചുവെയ്ക്കാൻ പറ്റും. അവർ രണ്ട് പുതപ്പ് മൂന്ന് ഭക്ഷണം കഴി ക്കുന്ന പാത്രങ്ങൾ മൂന്നുസ്പൂണുകൾ ഒരു കത്തി ഒരു മുള്ള് എന്നിവ സമ്പാദിച്ചിരുന്നു. ഇവയെല്ലാം കൂടി ഒരു പുതപ്പിനുള്ളിൽ കെട്ടിവെയ്ക്കാൻ അവർ തീരുമാനിച്ചു. അത് കെട്ടിവെയ്ക്കാനും തോളിൽ തൂക്കിയിടാനും പറ്റുന്ന ഒരു ചരട് അവരുടെ കൈയിൽ ഉണ്ടായിരുന്നു. അതുകൊണ്ട് ഒരാൾക്ക് സഞ്ചിയും ഒരാൾക്ക് ഈ കെട്ടും ചുമക്കാൻ കഴിയും. അവ

രുടെ ഏറ്റവും വലിയ പ്രശ്നം ഒരുകാലത്ത് പരിഷ്കൃതമായിരുന്ന അവ രുടെ ഷൂസുകൾ ആയിരുന്നു. അവ ദീർഘദൂരം നടക്കാൻ അല്പംപോലും യോജിച്ചവ ആയിരുന്നില്ല.

വൈകുന്നേരത്ത് അവരുടെ അടുത്തുനിന്ന് കുട്ടികൾ ഒഴിഞ്ഞുപോ യപ്പോൾ ഒരു മൂലയ്ക്ക് കൊച്ചുകുഞ്ഞിനോടൊപ്പം അവർ ഒറ്റപ്പെട്ടുപോ യിരുന്നു. മിസിസ് ഹോളണ്ട് ശബ്ദം താഴ്ത്തി പറഞ്ഞു. "എന്റെ കുട്ടീ, ഞാൻ പിന്നോട്ട് പോകില്ല. പക്ഷേ, എനിക്ക് കൂടുതൽ ദൂരം നടക്കാൻ പറ്റുമെന്ന് തോന്നുന്നില്ല. അടുത്തകാലത്ത് ഞാൻ വളരെ മോശം ആയി ട്ടുണ്ട്."

"അതെല്ലാം ശരിയാകും." അതൊന്നും ശരിയാകാൻ പോകുന്നി ല്ലെന്ന് അറിവുണ്ടായിരുന്നിട്ടും ജീൻ പറഞ്ഞു. "നിങ്ങൾ മറ്റ് പലരെക്കാളും ആരോഗ്യമുള്ളവൾ ആണ്." ഈ പറഞ്ഞത് ഒരുപക്ഷേ, സത്യം ആയി രുന്നിരിക്കാം. "നമുക്ക് കുട്ടികൾ കാരണം വളരെ സാവധാനം നടക്കേ ണ്ടിവരും, നമുക്ക് ഇതിന് പല ദിവസങ്ങൾ വേണ്ടിവരും."

"എന്റെ കുട്ടീ, അത് എനിക്ക് അറിയാം. പക്ഷേ, രാത്രിയിൽ നമ്മൾ എവിടെയാണ് താമസിക്കാൻ പോകുന്നത്? അതിന് അവർ എന്താണ് ചെയ്യാൻ പോകുന്നത്?"

ആ ചോദ്യത്തിന് അവരുടെ കൈയിലും ഒരു മറുപടി ഉണ്ടായിരു ന്നില്ല.

നേരം പുലർന്നപ്പോൾത്തന്നെ അവരുടെ ചോറ് കൊണ്ടുവന്നിരുന്നു. ഏതാണ്ട് എട്ടുമണിയായപ്പോൾ നാല് പട്ടാളക്കാരോടൊപ്പം ക്യാപ്റ്റൻ യോനിയാറ്റാ പ്രത്യക്ഷപ്പെട്ടു. യാത്രയിൽ അവരുടെ കാവല്ക്കാരായി മാറുന്ന നാല് പട്ടാളക്കാർ. "ഇന്ന് നിങ്ങൾ അയർ പെഞ്ചിസിലേക്ക് നടക്കും." അയാൾ പറഞ്ഞു. "മനോഹരമായ ദിവസം, യാത്ര എളുപ്പ മാണ്. നിങ്ങൾ പെഞ്ചിസിൽ എത്തുമ്പോൾ ഒന്നാംതരം അത്താഴം ഉണ്ട്. നിങ്ങൾ അവിടെ സന്തോഷത്തിലായിരിക്കും."

ജീൻ മിസിസ്സ് ഹോഴ്സ് ഫാളിനോട് ചോദിച്ചു. "അയർ പെഞ്ചിസി ലേക്ക് എന്ത് ദൂരമുണ്ട്?"

"പത്തു പതിനഞ്ച് മൈൽ കാണുമെന്നാണ് ഞാൻ വിചാരിക്കുന്നത്. നമ്മളിൽ ചിലർ ഒരിക്കലും അത്രയും ദൂരം നടക്കില്ല."

ജീൻ പറഞ്ഞു. "നമുക്ക് പട്ടാളക്കാർ ചെയ്യുന്നതുപോലെ ചെയ്യാം. ഓരോ മണിക്കൂറിലും വിശ്രമം എടുക്കാം. നമുക്ക് അങ്ങനെ ചെയ്യ രുതോ?"

"അവർ നമ്മളെ അനുവദിക്കുമെങ്കിൽ."

കക്കൂസിൽനിന്ന് അവസാനത്തെ കുട്ടിയെ പുറത്തെടുത്ത് സ്ത്രീകളെ എല്ലാം തയ്യാറാക്കിയെടുക്കാൻ ഒരു മണിക്കൂർ സമയം എടു ത്തു. കാവല്ക്കാർ യാത്ര തുടങ്ങാൻ കാത്തിരുന്നു. യാത്ര തുടങ്ങുന്നത് അവർക്ക് ഒരു ചെറിയ കാര്യം ആയിരുന്നു. അവസാനം ക്യാപ്റ്റൻ യോനി യാറ്റാ വീണ്ടും പ്രത്യക്ഷപ്പെട്ടു. അയാളുടെ കണ്ണുകൾ ദേഷ്യംകൊണ്ട്

ചുവന്നിരുന്നു. "ഇപ്പോൾ നിങ്ങൾക്ക് നടക്കാം." അയാൾ പറഞ്ഞു. "ഇവിടെ പോകാതെ ബാക്കിവരുന്ന സ്ത്രീകൾക്ക് അടികിട്ടും. വളരെ മോശമായ രീതിയിൽ അടികിട്ടും. നിങ്ങൾ നല്ല കാര്യങ്ങൾ ചെയ്ത് സന്തോഷിക്കണം. ഇപ്പോൾ നടക്കാം."

നടക്കുന്നതല്ലാതെ മറ്റ് കാര്യങ്ങൾ ഒന്നും ചെയ്യാനില്ല. അവർ ചെറിയ സംഘങ്ങളായി പിരിഞ്ഞ് എവിടെയെങ്കിലും തണൽ ഉണ്ടോ എന്ന് അന്വേ ഷിച്ചുകൊണ്ട് ചുട്ടുപൊള്ളുന്ന ടാറിട്ട റോഡിലൂടെ മുന്നോട്ട് നടന്നു. ജീൻ തോളിൽ തൂക്കിയിട്ട പുതപ്പുകളുടെ ഭാരവും ചുമന്ന് നാലുവയസ്സുള്ള ജെയിനിനെ കൈപിടിച്ചു മുന്നോട്ട് നടത്തിക്കൊണ്ട് മിസിസ്സ് ഹോണ്ടി നോടൊപ്പം മുന്നോട്ടുനീങ്ങി. ഏഴുവയസ്സുള്ള ഫ്രെഡി ചാക്കുസഞ്ചിയും ഏറ്റവും ഇളയവനായ റോബിനെയും ചുമന്നുകൊണ്ട് നടക്കുന്ന അവന്റെ അമ്മയുടെ വശം ചേർന്ന് മുന്നോട്ട് നടന്നു. അവർക്കുമുമ്പിൽ ജപ്പാൻകാ രനായ പട്ടാള ഉദ്യോഗസ്ഥനും പിന്നിൽ മൂന്ന് സാധാരണ പട്ടാളക്കാരും നടക്കുന്നുണ്ടായിരുന്നു.

അമ്മമാർ കൈക്കുഞ്ഞുങ്ങളുമായി ഇടയ്ക്കിടയ്ക്ക് കുറ്റിച്ചെടികളുടെ പിന്നിലേക്ക് പിൻവാങ്ങിക്കൊണ്ടിരുന്നതുകൊണ്ട് സ്ത്രീകൾ വളരെ സാവധാനത്തിലാണ് മുന്നോട്ടു നീങ്ങിയിരുന്നത്. ഒരു മണിക്കൂർ തുടർച്ച യായി നടന്നതിനുശേഷം വിശ്രമം എടുക്കുന്ന പ്രശ്നം ഉണ്ടായിരുന്നില്ല. അതിന്റെ കാരണം വയറുകടി ആയിരുന്നു. ആ നിമിഷത്തിൽ വയറു കടി പിടിപെടാത്തവർക്ക് യാത്ര വഴിയരികിൽ തളരുന്നതുവരെയുള്ള അവ സാനിക്കാത്ത കാത്തുനില്പുകളുടെ തുടർച്ചയായി മാറുകയായിരുന്നു. കാരണം ആരെങ്കിലും പിന്നിൽ അവശേഷിച്ചാൽ അവർകൂടി എത്തിച്ചേ രാതെ മുന്നോട്ടുനീങ്ങാൻ ജപ്പാൻകാരനായ പട്ടാള ഉദ്യോഗസ്ഥൻ അനു വദിച്ചിരുന്നില്ല. ജപ്പാൻകാരായ പട്ടാളക്കാർ അവരുടെ ചുമതലയുടെ പരി ധിക്കുള്ളിൽ മനുഷ്യത്വമുള്ളവർ ആയിരുന്നു. ഓരോരുത്തരും കുട്ടികളെ ചുമന്നുകൊണ്ട് നടന്നുതുടങ്ങിയിട്ട് മണിക്കൂറുകൾ കഴിഞ്ഞിരുന്നു.

സാവധാനം പകൽ കടന്നുപോയി. ആദ്യഘട്ടത്തിൽ സംഘം അയർ പെഞ്ചിസിൽ എത്തുന്നതുവരെ ആഹാരമോ പാർപ്പിടമോ ഉണ്ടായിരിക്കു കയില്ലെന്ന് ജപ്പാൻകാരനായ പട്ടാള ഉദ്യോഗസ്ഥൻ വ്യക്തമാക്കിയിരു ന്നു. അവർ അവിടെ എത്താനെടുക്കുന്ന സമയം അയാൾക്ക് അപ്രധാന മാണെന്ന് തോന്നി. ആദ്യത്തെ ദിവസം അവർ മണിക്കൂറിൽ ഒന്നരമൈൽ മുന്നോട്ടുപോയിരുന്നില്ല. പകൽ അവസാനിക്കാറായപ്പോൾ പ്രത്യേകിച്ച് പ്രായമായ സ്ത്രീകൾ ഉൾപ്പെടെ അവർക്ക് എല്ലാവർക്കും പാദങ്ങൾ വേദ നിച്ചുതുടങ്ങിയിരുന്നു. അവരുടെ ഷൂകൾ ദീർഘദൂരം നടക്കുന്നതിന് അനു യോജ്യമായിരുന്നില്ല. ടാറിന്റെ ചൂടുകൊണ്ട് അവരുടെ പാദങ്ങൾ പൊള്ളി പ്പോയിരുന്നു. അതുകൊണ്ട് അവരിൽ പലരും നേരത്തെതന്നെ തളരു ന്നുണ്ടായിരുന്നു. ഷൂ ഇല്ലാത്ത ചില കുട്ടികൾ ഒരു പ്രശ്നവും ഇല്ലാതെ മുന്നോട്ടുനീങ്ങി. ജീൻ കുറച്ചുസമയം അവരെ ശ്രദ്ധിച്ചതിനുശേഷം അവ ളുടെ ഷൂ ഊരിമാറ്റി കൈയിൽ പിടിച്ചുകൊണ്ട് പരിചയം ഇല്ലാത്ത വഴി

യിലൂടെ നടത്തം തുടർന്നു. ഇടയ്ക്കിടയ്ക്ക് ടാറിൽ ഉരഞ്ഞ് അവളുടെ കാലിന്റെ വെള്ള വേദനിച്ചെങ്കിലും കണങ്കാലുകളുടെ വേദന അവസാനിച്ചിരുന്നു. നഗ്നപാദങ്ങളിൽ അവളുടെ നടത്തം മെച്ചപ്പെട്ടിരുന്നു. പക്ഷേ, എലീൻ ഹോളണ്ട് അത് ശ്രമിച്ചുനോക്കാൻ ധൈര്യപ്പെട്ടിട്ടില്ല.

അവർ അന്നു വൈകുന്നേരം ഏതാണ്ട് ആറുമണിയോടെ അയർ പെഞ്ചിസിലേക്ക് നീങ്ങിനിരങ്ങിയെത്തി. ആ സ്ഥലം സമീപപ്രദേശങ്ങളിലെ ധാരാളം റബ്ബർ തോട്ടങ്ങളിലെ ജോലിക്കാർക്ക് താമസിക്കാനുള്ള മലയായിലെ ഒരു ഗ്രാമം ആയിരുന്നു. ഒരു തോട്ടത്തിന്റെ റബ്ബർ പാൽ സംസ്കരണ ശാലയുടെ തൊട്ടടുത്ത് റബ്ബർഷീറ്റുകൾ തൂക്കിയിട്ട് പുക കൊള്ളിക്കാൻ ഉപയോഗിക്കുന്ന ഓലമേഞ്ഞ ഒരു പുര അവിടെ ഉണ്ടായിരുന്നു. അത് ഇപ്പോൾ ഒഴിഞ്ഞുകിടക്കുകയായിരുന്നു. സ്ത്രീകളെ അതിനുള്ളിലേക്ക് കയറ്റിവിടുകയായിരുന്നു. അവർ ക്ഷീണത്തിന്റെ മയക്കത്തോടെ തറയിൽ ഇരുന്നു. ഇപ്പോൾ പട്ടാളക്കാർ ഒരു തൊട്ടി ചായയും ഒരു തൊട്ടി ചോറും കുറച്ച് ഉണക്കമീനും കൊണ്ടുവന്നിരുന്നു. കൂടുതൽ സ്ത്രീകളും കപ്പ് കണക്കിന് ചായ അകത്താക്കി. ചുരുക്കം ചിലർക്ക് ആഹാരം കഴിക്കാനുള്ള വിശപ്പ് ഉണ്ടായിരുന്നില്ല.

പകൽ വെളിച്ചം അവസാനിക്കാറായപ്പോൾ ജീൻ പുറത്തുവന്ന് നാലുചുറ്റും നോക്കി. കാവൽക്കാർ ഒരു ചെറിയ അടുപ്പിൽ ഭക്ഷണം പാകം ചെയ്യുന്നതിന്റെ തിരക്കിൽ ആയിരുന്നു. അവൾ സൈന്യത്തിലെ ഉദ്യോഗസ്ഥന്റെ അടുത്തുചെന്ന് അവൾക്ക് ഗ്രാമത്തിൽ പോകാൻ കഴിയുമോ എന്ന് ചോദിച്ചു. അയാൾക്ക് കാര്യം മനസ്സിലായി. അയാൾ തല യാട്ടി. ക്യാപ്റ്റൻ യോനിയാറ്റാ അടുത്തില്ലാത്തപ്പോൾ അച്ചടക്കത്തിൽ അയവുണ്ടായിരുന്നു.

ഗ്രാമത്തിൽ തുണികളും മധുര പലഹാരങ്ങളും സിഗററ്റും പഴങ്ങളും വില്ക്കുന്ന ഒന്നോ രണ്ടോ ചെറിയ കടകൾ അവൾ കണ്ടുപിടിച്ചു. അവൾ മാമ്പഴം വില്പനയ്ക്ക് വച്ചിരിക്കുന്നതുകണ്ടു. കൈയിൽ ഉണ്ടായിരുന്ന തുച്ഛമായ പണം സംരക്ഷിക്കാൻ വേണ്ടി അവൾ മലയാക്കാരിയോട് വില പേശി ഒരു ഡസൻ മാമ്പഴം വാങ്ങി. അവൾ ഒരെണ്ണം ഉടൻതന്നെ കഴിച്ചു. അവൾക്ക് അത് മെച്ചം ആണെന്ന് തോന്നി. കോലാപനോങ്ങിൽ വച്ച് അവർ പഴങ്ങൾ ഒന്നുംതന്നെ കഴിച്ചിരുന്നില്ല. അവൾ തിരിച്ചുചെന്നപ്പോൾ പട്ടാളക്കാർ വെളിച്ചെണ്ണ ഒഴിച്ച് കത്തിക്കുന്ന ഒരുതിരിമാത്രം ഉള്ള ഒരു വിളക്ക് ലഭ്യമാക്കിയിരുന്നു.

അവൾ എലീനും കുട്ടികൾക്കും മറ്റുള്ളവർക്കും ഇടയിൽ മാമ്പഴം പങ്കിട്ടു കൊടുത്തു. അത് ഒരു വൻവിജയമാണെന്ന് അവൾക്ക് മനസ്സിലായി. സ്ത്രീകളിൽനിന്ന് ലഭിച്ച പണത്തിന്റെ ബലത്തോടെ അവൾ വീണ്ടും ഗ്രാമത്തിൽ പോയി നാലു ഡസൻ കൂടി വാങ്ങിക്കൊണ്ടുവന്നിരുന്നു. ഇപ്പോൾ മൊത്തം സ്ത്രീകളും കുട്ടികളും മൂക്കറ്റംവരെ മാങ്ങ കുത്തിനിറച്ചിരുന്നു. പട്ടാളക്കാർ മറ്റൊരു തൊട്ടിനിറയെ ചായയുമായി കടന്നുവന്നിരുന്നു. അവരുടെ അദ്ധ്വാനത്തിനുപകരം അവർക്ക് ഓരോരു

ത്തർക്കും ഓരോ മാമ്പഴം വീതം ലഭിച്ചു. അങ്ങനെ ഉന്മേഷം തിരിച്ചുകി
ട്ടിയ സ്ത്രീകൾക്ക് ചോറിന്റെ ഭൂരിഭാഗവും കഴിക്കാൻ കഴിഞ്ഞിരുന്നു.
താമസിയാതെ അവർ തളർന്നുറങ്ങി.

പനയോല കൊണ്ടുമേഞ്ഞ പുരയ്ക്കുള്ളിൽ മുഴുവൻ എലികൾ
ആയിരുന്നു. രാത്രി മുഴുവൻ അവ അവരുടെ പുറത്തുകൂടി ഓടിക്കൊ
ണ്ടിരുന്നു. നേരം വെളുത്തപ്പോൾ പല കുട്ടികൾക്കും കടികിട്ടിയിരുന്നെന്ന്
കണ്ടെത്തിയിരുന്നു.

അവർ പുതിയ സ്ഥലത്ത് തലേന്നത്തെ ക്ഷീണത്തിന്റെ പിരിമുറ
ക്കത്തോടെ ഉണർന്നു. അവർക്ക് വീണ്ടും നടക്കാൻ കഴിയുമെന്ന് തോന്നി
യിരുന്നില്ല. പട്ടാള ഉദ്യോഗസ്ഥൻ അവരെ നിർബ്ബന്ധിച്ച് മുന്നോട്ട് നടത്തി.
ഈ പ്രാവശ്യം താവളം അസഹാൻ എന്ന സ്ഥലം ആയിരുന്നു. അവിടെ
എത്താൻ തലേന്നത്തെ താവളംവരെയുള്ള ദൂരം ഇല്ലായിരുന്നു. ഏക
ദേശം പത്തുമൈൽ. അവർക്ക് അവിടെ എത്താനും കഴിഞ്ഞദിവസത്തെ
സമയം ആവശ്യമായി വന്നു. ഈ പ്രാവശ്യം താമസത്തിന്റെ കാരണം
പ്രധാനമായും മിസിസ്സ് കൊള്ളാർഡ് ആയിരുന്നു. അവർ പത്തും ഏഴും
വയസ്സുള്ള "ഹാരി" "ബെൻ" എന്നീ രണ്ട് കുട്ടികളുടെ അമ്മയായ ഒരു
തടിച്ചി ആയിരുന്നു. നാല്പത്തഞ്ച് വയസ്സുള്ള അവർ പനോങ്ങിൽവച്ച്
വയറുകടികൊണ്ടും മലമ്പനികൊണ്ടും നരകിച്ചിരുന്നു. അവർ ഇപ്പോൾ
അങ്ങേയറ്റം ക്ഷീണിച്ചുപോയിരുന്നു. ഓരോ പത്ത് മിനിറ്റിലും അവർക്ക്
നടത്തംനിർത്തി വിശ്രമിക്കേണ്ടിവന്നിരുന്നു. അവർ നടത്തം നിർത്തു
മ്പോൾ എല്ലാവരും നടത്തം നിർത്തും. കാരണം സൈനികോദ്യോഗസ്ഥൻ
അവരെ വേർപിരിഞ്ഞ് സഞ്ചരിക്കാൻ അനുവദിച്ചിരുന്നില്ല. അവർക്ക് ഭാരം
ചുമക്കേണ്ടിവന്നിരുന്നില്ല. പ്രായം കുറഞ്ഞ സ്ത്രീകൾ ഊഴംവെച്ച് അവ
രോടൊപ്പം നടന്ന് അവർക്കുവേണ്ട സഹായങ്ങൾ ചെയ്തിരുന്നു.

ഉച്ചതിരിഞ്ഞപ്പോൾ അവർക്ക് കാണത്തക്കവിധത്തിലുള്ള നിറവ്യ
ത്യാസം ഉണ്ടായിരുന്നു. അവരുടെ ഏറക്കുറെ ചുവപ്പ് നിറമുള്ള മുഖം
ഇപ്പോൾ ചെറിയ തോതിൽ നീലനിറമായി മാറിയിരുന്നു. കൂടാതെ നെഞ്ചി
നകത്തെ വേദനയെപ്പറ്റി അവർ തുടർച്ചയായി പരാതി പറയുന്നുണ്ടായി
രുന്നു. അവസാനം അസഹാനിൽ എത്തിച്ചേർന്നപ്പോൾ അവർക്ക് തനിയെ
നടക്കാൻ കഴിഞ്ഞിരുന്നില്ല. അവരുടെ താമസസ്ഥലം മറ്റൊരു റബ്ബർപുര
ആയിരുന്നു. അവർ മിസിസ്സ് കൊള്ളാർഡിനെ അതിനുള്ളിലേക്ക് ഏറ
ക്കുറെ ചുമന്നുകൊണ്ട് പോകുകയായിരുന്നു. കിടക്കുമ്പോൾ വേദനയു
ണ്ടെന്ന് പറഞ്ഞതുകൊണ്ട് അവർ അവരെ ഭിത്തിയിൽ ചാരി ഇരുത്തി.
അവർക്ക് ശ്വസിക്കാൻ കഴിഞ്ഞിരുന്നില്ല. ആരോ വെള്ളം എടുത്തുകൊണ്ട്
വന്ന് അവരുടെ മുഖം കഴുകി. അവർ പറഞ്ഞു. "എല്ലാവരോടും നന്ദി
പറയുന്നു. കുറച്ചുവെള്ളം ഹാരിക്കും ബെന്നിനും കൊടുക്കണം." ഒരു
സ്ത്രീ കുട്ടികളുടെ മുഖം കഴുകാൻവേണ്ടി അവരെ പുറത്തേക്ക് കൂട്ടി
ക്കൊണ്ടുപോയി. അവർ തിരിച്ചുവന്നപ്പോൾ മിസിസ്സ് കൊള്ളാർഡ് ഒരു
വശം ചരിഞ്ഞ് വീണുപോയിരുന്നു. അവർക്ക് ബോധം ഇല്ലായിരുന്നു.

അരമണിക്കൂറിനുശേഷം അവർ മരിച്ചു.

അന്ന് വൈകുന്നേരം അവർക്ക് നല്കാൻ ജീനിന് കൂടുതൽ പഴ ങ്ങൾ ലഭിച്ചു. അന്ന് അവൾക്ക് പാമ്പഴവും ഏത്തപ്പഴവും കിട്ടി. കൂടാതെ കുട്ടികൾക്ക് കൊടുക്കാൻ മധുരപലഹാരങ്ങളും ലഭിച്ചു. മധുരപലഹാര ങ്ങൾ എത്തിച്ചുകൊടുത്തിരുന്ന മലയാക്കാരി അവരുടെ പഴങ്ങൾക്ക് വില വാങ്ങാൻ വിസമ്മതിച്ചു. "അതുവേണ്ട" അവൾ പറഞ്ഞു. "ജപ്പാൻ പട്ടാ ളക്കാർ നിങ്ങളോട് മോശമായാണ് ഇടപെടുന്നത്. ഇത് ഞങ്ങളുടെ സമ്മാനം ആണ്." ജീൻ ഓലപ്പുരയിലേക്ക് തിരിച്ചുപോയി മറ്റുള്ളവരോട് സംഭവിച്ചതെല്ലാം പറഞ്ഞു. അതുകൊണ്ട് പ്രയോജനം ഉണ്ടായി.

അടുപ്പിൽ എരിഞ്ഞുകൊണ്ടിരുന്ന തീയുടെ മങ്ങിയ വെളിച്ചത്തിൽ മിസിസ്സ് ഹോഴ്സ്ഫാളും ജീനുംകൂടി ഇംഗ്ലീഷിൽ ഏതാനും വാക്കുകൾ മാത്രം പറയുന്ന പട്ടാള ഉദ്യോഗസ്ഥനുമായി ഒരു കൂടിക്കാഴ്ച നടത്തി. "നാളെ നടത്തം ഇല്ല." അവർ പറഞ്ഞു. "നടത്തം ഇല്ല. നാളെ-വിശ്രമം -ഉറക്കം. മറ്റന്നാൾ നടത്തം. നാളെ നടന്നാൽ കൂടുതൽ സ്ത്രീകൾ മരിക്കും. നാളെ വിശ്രമം. ഒരു ദിവസം നടത്തം. ഒരു ദിവസം വിശ്രമം."

അയാൾക്ക് അവർ പറഞ്ഞ ഇംഗ്ലീഷ് വാക്കുകൾ മനസ്സിലാക്കാൻ കഴിഞ്ഞിരുന്നോ? അവർക്ക് അറിയില്ല. "നാളെ" അയാൾ പറഞ്ഞു. "സ്ത്രീ ഭൂമിയുടെ ഉള്ളിൽ."

മിസിസ്സ് കൊള്ളാർഡിന്റെ ജഡം രാവിലെ കുഴിച്ചിടണം. അത് ആവശ്യം ആയിരിക്കും. അത് അതിരാവിലെ തുടങ്ങാറുള്ള നടത്തത്തെ തടസ്സപ്പെടുത്തും. കൂടാതെ അത് പത്ത് മൈൽ ദൂരെയുള്ള താവളത്തിൽ എത്തുന്നതിനെ ഏറക്കുറെ അസാദ്ധ്യമാക്കുകയും ചെയ്യും. അവർ ഇതിൽക്കയറി പിടിച്ചു. "നാളെ സ്ത്രീയെ ഭൂമിയിൽ കുഴിച്ചിടും." അവർ പറഞ്ഞു. "നാളെ ഇവിടെ താമസിക്കുന്നു."

അയാൾക്ക് അത് മനസ്സിലാക്കാൻ കഴിഞ്ഞെന്ന് ഉറപ്പില്ലാതെ അവർക്ക് ആ പ്രശ്നം അവിടെ ഉപേക്ഷിക്കേണ്ടി വന്നിരുന്നു. അയാൾ മറ്റുമൂന്ന് സാധാരണ സൈനികരോടൊപ്പം അടുപ്പിന്റെ മുന്നിൽ ഇരുന്നു. പിന്നീട് വിവരം മനസ്സിലായതിന്റെ പുഞ്ചിരിയോടെ അയാൾ ജീനിനെ സമീപിച്ചിരുന്നു. "ഒരു ദിവസം നടക്കുക. ഒരു ദിവസം ഉറങ്ങുക." അവൾ പറഞ്ഞു. "സ്ത്രീകൾ മരിക്കില്ല." അയാൾ ഉത്സാഹത്തോടെ തലയാട്ടി. അവൾ മിസിസ്സ് ഹോഴ്സ്ഫാളിനെ വിളിച്ചുവരുത്തി. അവർ എല്ലാവരും കൂടി സന്തോഷത്തോടെ ഒന്നിച്ച് തലയാട്ടി. ആദരവിന്റെ അടയാളമായി അവർ അയാൾക്ക് ഒരു ഏത്തപ്പഴം കൊടുത്തു. നയതന്ത്രപരമായ ഈ വിജയത്തിൽ അവർ അങ്ങേയറ്റത്തെ ആഹ്ലാദത്തിൽ ആയിരുന്നു.

അന്ന് മുഴുവൻ ജീൻ കാലിൽ ചെരിപ്പില്ലാതെ നടക്കുകയായിരുന്നു. ഒന്നോ രണ്ടോ തവണ അവളുടെ കാൽവിരലുകൾ എന്തിലൊക്കെയോ തട്ടി കാൽനഖങ്ങൾ ഒടിഞ്ഞുപോയിരുന്നു. പക്ഷേ, വളരെക്കാലമായി അനുഭവിച്ചിട്ടില്ലാത്ത ഉന്മേഷം അവൾക്ക് അന്നത്തെ സന്ധ്യയിൽ അനു ഭവപ്പെട്ടിരുന്നു. രാത്രി ആയപ്പോൾ നടത്തത്തിന്റെ പരിണിതഫലം

സ്ത്രീകൾക്കെല്ലാം അവരുടെ പ്രായത്തിന് അനുസൃതമായി പലവിധ
ത്തിൽ സ്വയം പ്രത്യക്ഷപ്പെട്ടു തുടങ്ങി. മുപ്പതുവയസ്സിന് താഴെയുള്ള
സ്ത്രീകളും കുട്ടികളും പനോങ്ങിൽനിന്ന് യാത്ര തുടങ്ങുന്ന സമയത്തെ
ക്കാൾ മെച്ചപ്പെട്ട അവസ്ഥയിൽ ആയിരുന്നു. പഴങ്ങളും മധുരപലഹാര
ങ്ങളുംകൊണ്ട് കൈവരിച്ച ആഹാരത്തിൽ വന്ന മികവും, വ്യായാമവും
അവർക്ക് ഉന്മേഷം പകർന്നു നല്കിയിരുന്നു. കൂടുതൽ പ്രായമുള്ള
സ്ത്രീകൾ കൂടുതൽ മോശമായ അവസ്ഥയിൽ ആയിരുന്നു. അവരെ
സംബന്ധിച്ചിടത്തോളം ഈ പ്രയോജനങ്ങളെക്കാൾ മുൻതൂക്കം ക്ഷീണ
ത്തിനായിരുന്നു. അവർ ഒന്നിലും താല്പര്യം ഇല്ലാതെ ക്ഷീണംകൊണ്ട്
ഭക്ഷണം കഴിക്കാൻ പോലും കഴിയാതെ കുട്ടികളുടെ ഉപദ്രവം സഹി
ച്ചുകൊണ്ട് ഇരുട്ടിൽ എവിടെയെങ്കിലും കിടന്നു. അല്ലെങ്കിൽ ഇരുന്നു
പലർക്കും ക്ഷീണംകൊണ്ട് ഉറങ്ങാൻ പോലും കഴിഞ്ഞിരുന്നില്ല.

അവർ രാവിലെതന്നെ മിസിസ്സ് കൊള്ളാർഡിനെ മറവുചെയ്തു.
അവിടെ അവർക്ക് ശ്മശാനം അടുത്തെങ്ങും ഉണ്ടായിരുന്നില്ല. പക്ഷേ,
മലയക്കാരനായ പ്രമാണി അവർക്ക് ശവക്കുഴി കുഴിക്കാൻ പറ്റുന്ന ചവ
റുകൂനയുടെ തൊട്ടടുത്തുള്ള സ്ഥലം കാണിച്ചുകൊടുത്തു. സൈന്യ
ത്തിലെ ഉദ്യോഗസ്ഥന് രണ്ട് കൂലിക്കാരെ കിട്ടി. അവർ ആഴംകുറഞ്ഞ
ഒരു കുഴി കുഴിച്ചു. അവർ മിസിസ്സ് കൊള്ളാർഡിനെ ഒരു പുതപ്പിൽ
പൊതിഞ്ഞ് കുഴിയിലേക്ക് താഴ്ത്തി. മിസിസ്സ് ഹോഴ്സ് ഹാൾ പ്രാർത്ഥനാ
പുസ്തകത്തിൽനിന്ന് ഏതാനും വരികൾ വായിച്ചു. അതിനുശേഷം
അവർക്ക് ഒരു പുതപ്പ് വേണ്ടെന്നുവയ്ക്കാൻ കഴിയാത്തതുകൊണ്ട് അവർ
അത് പുറത്തെടുത്തതിനുശേഷം മിസിസ്സ് കൊള്ളാർഡിന്റെ ജഡം
മണ്ണിട്ടു മൂടി. അവർക്കുവേണ്ടി ഒരു ചെറിയ തടിക്കുരിൾ പണം വാങ്ങാതെ
പണിഞ്ഞുകൊടുത്ത ഒരു ആശാരിയെ ജീൻ കണ്ടെത്തി. അയാൾ ഒരു
മുസ്ലീം ആയിരുന്നു. അല്ലെങ്കിൽ ഒരുപക്ഷേ, മറ്റൊരു ദേശക്കാരൻ ആയി
രുന്നു. പക്ഷേ, ഒരു ക്രിസ്ത്യാനിയുടെ ശവസംസ്കാരച്ചടങ്ങ് മലയായിൽ
എങ്ങനെയാണ് നടത്തുന്നതെന്ന് അയാൾക്ക് അറിയാമായിരുന്നു. അവർ
ഒരു നിറംമങ്ങാത്ത പെൻസിൽകൊണ്ട് കുരിശിന്റെ മുകളിൽ ജൂലിയ
കൊള്ളാർഡ് എന്ന് എഴുതി. മരണത്തീയതിയും കുറിച്ചു. അതിനുതാഴെ
എന്ത് തിരുവചനം എഴുതണം എന്നതിനെപ്പറ്റി അവർ ചർച്ച നടത്തിയി
രുന്നു. അവസാനം അവർ ഒത്തുതീർപ്പിൽ എത്തി. 'സമാധാനം – സന്മ
നസ്സ് ഉള്ളവർക്ക് സമാധാനം' എന്ന് കുറിക്കുന്നതിനോട് എല്ലാവരും
യോജിച്ചു. അതിൽ എല്ലാവരും തൃപ്തരായി.

ശവസംസ്കാരം കഴിഞ്ഞ് എല്ലാവരും കൂട്ടംകൂടി ഇരുന്ന് വസ്ത്ര
ങ്ങൾ കഴുകി. അവർക്കിടയിൽ സോപ്പ് അപൂർവ്വ വസ്തുവായി മാറിക്കൊ
ണ്ടിരിക്കുകയായിരുന്നു. ഭക്ഷണം കഴിഞ്ഞ് മിസിസ്സ് ഹോഴ്സ് ഫാൾ
ഒരുതരത്തിലുള്ള ഒരു സമ്മേളനം നടത്തിക്കൊണ്ട് പണത്തിന്റെ
അവസ്ഥ പരിശോധിച്ചു. പകുതി സ്ത്രീകളുടെ കൈവശം പണം ഉണ്ടാ
യിരുന്നില്ല. ബാക്കിയുള്ളവർക്ക് എല്ലാവർക്കും കൂടി ഉണ്ടായിരുന്നത് പതി

നഞ്ച് ഡോളർ മാത്രമായിരുന്നു. മിസിസ്സ് ഹോഴ്സ് ഫാൾ ഇത് എല്ലാ വർക്കും വേണ്ടിയുള്ള ഒരു പൊതുമുതലാക്കി മറ്റാമെന്ന് അഭിപ്രായപ്പെട്ടു. പക്ഷേ, പണം കൈവശം ഉണ്ടായിരുന്ന അമ്മമാർ ഇത് അവരുടെ സ്വന്തം കുട്ടികൾക്കുവേണ്ടി സൂക്ഷിക്കാനാണ് ഇഷ്ടപ്പെട്ടത്. പണം വളരെ കുറ വായിരുന്നതുകൊണ്ട് അവർക്ക് അതിനെപ്പറ്റി ഒരു പ്രശ്നം ഉണ്ടാക്കണം എന്ന അഭിപ്രായം ഉണ്ടായിരുന്നില്ല. അല്ലെങ്കിൽ അതിനുള്ള മൂല്യം ആ ചെറിയ തുകയ്ക്ക് ഉണ്ടായിരുന്നില്ല. എന്തായാലും അവർ അതു കൊണ്ടുള്ള ആഹാരം തുല്യമായി പങ്കിടാമെന്ന് സമ്മതിച്ചിരുന്നു. അതി നുശേഷം അവർ അവരുടെ ഭക്ഷണസമയങ്ങളിൽ കൂടുതൽ മെച്ചപ്പെട്ട രീതിയിലുള്ള ക്രമീകരണങ്ങൾ നടത്തിയിരുന്നു.

ഉച്ചയോടെ ഡിസ്ട്രിക്റ്റ് കമ്മീഷണറുടെ കാറിൽ കോലാലംപുരി ലേക്ക് കാറിൽ പോയിരുന്ന ക്യാപ്റ്റൻ യോനിയാറ്റാ ഓർക്കാപ്പുറത്ത് കട ന്നുവന്നിരുന്നു. അയാൾ അവർ നടക്കുന്നില്ലെന്ന് മനസ്സിലാക്കിക്കൊണ്ട് കോപത്തോടെ വണ്ടിയിൽനിന്ന് ചാടിയിറങ്ങി. അയാൾ ഏതാനും മിനിറ്റ് നേരം സൈന്യത്തിലെ ഉദ്യോഗസ്ഥനെ ജാപ്പനീസ് ഭാഷയിൽ ചീത്ത വിളിച്ചു. ആ മനുഷ്യൻ ന്യായീകരണമോ വിശദീകരണമോ നടത്താതെ ബഹുമാനത്തോടെ കഴുത്തുളുക്കിയവനെപ്പോലെ നിവർന്നുനിന്നു. അതി നുശേഷം അയാൾ സ്ത്രീകളുടെ നേർക്ക് തിരിഞ്ഞു. "നിങ്ങൾ എന്താണ് നടക്കാതിരിക്കുന്നത്?" അയാൾ കോപത്തോടെ ചോദിച്ചു. "വളരെ മോശം കാര്യം. നിങ്ങൾ നടക്കുന്നില്ലെങ്കിൽ ഭക്ഷണം ഇല്ല."

മിസിസ്സ് ഹോഴ്സ് ഹാൾ അയാളെ മുഖത്തോടുമുഖം നേരിട്ടു. "ഇന്നലെ രാത്രിയിൽ മിസിസ്സ് കൊള്ളാർഡ് മരിച്ചു. ഞങ്ങൾ അവരെ അവിടെ സംസ്കരിച്ചു. നിങ്ങൾ എല്ലാ ദിവസവും ഞങ്ങളെ ഇങ്ങനെ നട ത്തുകയാണെങ്കിൽ ഞങ്ങൾ എല്ലാവരും മരിക്കുമെന്ന് ഉറപ്പാണ്. ഈ സ്ത്രീ കൾക്ക് നടക്കാനുള്ള ആരോഗ്യം ഇല്ല. അത് നിങ്ങൾക്ക് അറിയാം."

"ഏത് സ്ത്രീയാണ് മരിച്ചത്?" അയാൾ അന്വേഷിച്ചു. "എന്താണ് അസുഖം?"

"അവർക്ക് മലമ്പനിയും വയറുകടിയും ഉണ്ടായിരുന്നു. അതെല്ലാം ഞങ്ങളിൽ പലർക്കും ഉണ്ടായിരുന്നു. ഇന്നലത്തെ നടത്തത്തിനുശേഷം ഉണ്ടായിരുന്ന ക്ഷീണംകൊണ്ടാണ് അവർ മരിച്ചത്. നിങ്ങൾ അകത്തു വന്ന് മിസിസ്സ് ഫ്രീത്തിനെയും ജൂഡി തോംസണെയും നേരിട്ട് കാണു ന്നത് നല്ലകാര്യം ആണ്. അവർക്ക് ഇന്ന് നടക്കാൻ കഴിയുമെന്ന് എനിക്ക് തോന്നുന്നില്ല."

അയാൾ കുടിലിനുള്ളിൽക്കടന്ന് പകുതി ഇരുട്ടിൽ ഒന്നിലും താല്പര്യം ഇല്ലാതെ വെറുതെ ഇരുന്നിരുന്ന രണ്ടോ മൂന്നോ സ്ത്രീകളെ അല്പസമയം നോക്കിക്കൊണ്ടുനിന്നു. അതിനുശേഷം അയാൾ സൈന്യ ത്തിലെ ഉദ്യോഗസ്ഥനോട് ഏതോ ഒരുകാര്യം സംസാരിച്ചതിനുശേഷം അയാളുടെ കാറിനടുത്തേക്ക് തിരിച്ചുനടന്നു. കാറിന്റെ വാതിലിനടുത്തെ ത്തിയപ്പോൾ അയാൾ മിസിസ്സ് ഹോഴ്സ് ഹാളിനെ തിരിഞ്ഞുനോക്കി.

"സ്ത്രീ മരിച്ചതിൽ വളരെ വിഷമം ഉണ്ട്" അയാൾ പറഞ്ഞു. "ഒരുപ ക്ഷേ, കോലാലംപൂരിൽ ഒരു ലോറി കിട്ടാൻ സാദ്ധ്യത കാണും ഞാൻ ചോദിച്ചു നോക്കാം." അയാൾ കാറോടിച്ചുകൊണ്ട് അകന്നുപോയി.

അയാളുടെ വാക്കുകൾ പെട്ടെന്ന് സ്ത്രീകളുടെ ഇടയിൽ പ്രചാരം നേടി. അയാൾ അവർക്കുവേണ്ടി ഒരു ലോറി കണ്ടെത്താനാണ് പോയി രിക്കുന്നത്. അവർ കോലാലംപൂരിലേക്ക് ഒരു ലോറിയിലാണ് പോകാൻ പോകുന്നത്. ഇനി മുതൽ നടത്തം ഉണ്ടായിരിക്കില്ല. എന്തായാലും കാര്യ ങ്ങൾ മോശമായിരുന്നില്ല. കോലാലംപൂരിൽനിന്ന് അവരെ ട്രെയിനിലാണ് സിങ്കപ്പൂരിലേക്ക് അയയ്ക്കാൻ പോകുന്നത്. അവിടെ അവരെ മറ്റ് ഇംഗ്ലീ ഷുകാരികളുടെ കൂടെ അവർക്ക് യോജിച്ച ഒരു താവളത്തിൽ താമസിപ്പിക്കും. അവിടെ താമസിച്ചുകൊണ്ട് അവർക്ക് അവരുടെ ജീവിതം ശരിയായ രീതി യിൽ ക്രമപ്പെടുത്തിയെടുക്കാം. അതിനുശേഷം അവർക്ക് അവരുടെ കുട്ടി കളെ സംരക്ഷിക്കാൻ പറ്റും. തടവുകാരുടെ താവളത്തിൽ ഒരു ഡോക്ടറും കാണും. അതിനോടൊപ്പം അവിടെ കാര്യമായ അസുഖങ്ങൾ ഉള്ളവരെ ചികിത്സിക്കാൻ വേണ്ടി ഒരുതരത്തിലുള്ള ഒരു ആശുപത്രിയും ഉണ്ടായി രിക്കും. അവർ വളരെക്കൂടുതൽ ശുഭാപ്തിവിശ്വാസം ഉള്ളവരായി മാറി. ഒന്നിലും താല്പര്യം കാണിക്കാത്തവർക്ക് പോലും ഉത്സാഹം തിരിച്ചു കിട്ടി. അവർ പുറത്തുവന്ന് കുളിച്ച് സ്വയം നാലാളുടെ മുന്നിൽ ചെല്ലാവു ന്നവരായി മാറി. അന്ന് വൈകുന്നേരം അവർക്ക് അവരുടെ വേഷം ഒരു വലിയ വിഷയം ആയിരുന്നു. കോലാലംപൂർ അവർ സാധനങ്ങൾ വാങ്ങുന്ന പട്ടണം ആയിരുന്നു. അവിടെയുള്ളവർക്ക് അവരെ പരിചയം ഉണ്ടായിരുന്നു. അവർക്കുവേണ്ടി ലോറി വരുന്നതിനുമുമ്പ് തീർച്ചയായും അവർക്ക് കൂടുതൽ നല്ല വേഷങ്ങൾ ധരിക്കാതിരിക്കാൻ കഴിയില്ല.

സന്ധ്യയാകുന്നതിന് ഏകദേശം ഒരു മണിക്കൂർമുമ്പ് ക്യാപ്റ്റൻ യോനിയാറ്റാ വീണ്ടും പ്രത്യക്ഷപ്പെട്ടു. പിന്നീട് അയാളെ അഭിവാദനം ചെയ്ത പട്ടാളക്കാരനോട് ക്യാപ്റ്റൻ വീണ്ടും സംസാരിച്ചു. അതിനുശേഷം അയാൾ സ്ത്രീകളുടെ നേർക്ക് തിരിഞ്ഞു. "നിങ്ങൾ കോലാലംപൂരിൽ പോകുന്നില്ല." അയാൾ പറഞ്ഞു. "നിങ്ങൾ സ്വറ്റൻഹാം തുറമുഖത്തേക്ക് പോകുന്നു. ഇംഗ്ലീഷുകാർ പാലങ്ങൾ നശിപ്പിച്ചു. അതുകൊണ്ട് സിംഗ പ്പൂരിലേക്കുള്ള തീവണ്ടിപ്പാത നല്ലതല്ല. നിങ്ങൾ ഇപ്പോൾ സ്വറ്റൻഹാം തുറമുഖത്തേക്ക് പോകുന്നു. അതിനുശേഷം നിങ്ങളെ സിങ്കപ്പൂരിലേക്ക് കപ്പലിൽ കൊണ്ടുപോകും."

അവിടെ ഞെട്ടിപ്പോയ ആൾക്കൂട്ടത്തിന്റെ നിശ്ശബ്ദത ഉണ്ടായിരുന്നു. അതിനുശേഷം മിസിസ്സ് ഹോഴ്സ് ഫാൾ ചോദിച്ചു. "ഞങ്ങളെ സ്വറ്റൻഹാം തുറമുഖത്തേക്ക് കൊണ്ടുപോകാൻ ലോറി ഉണ്ടോ?"

അയാൾ പറഞ്ഞു. "വളരെ വിഷമം ഉണ്ട്. ലോറി ഇല്ല. നിങ്ങൾ സാവധാനം നടന്നാൽ മതി. സ്വറ്റൻഹാം തുറമുഖത്തിൽ എത്താൻവേണ്ടി നിങ്ങൾക്ക് രണ്ടോമൂന്നോ ദിവസം നടക്കാം. അതിനുശേഷം കപ്പലിൽ നിങ്ങൾക്ക് സിംഗപ്പൂരിലേക്ക് പോകാം."

അസഹാനിൽനിന്ന് സ്വറ്റൻഹാം തുറമുഖത്തേക്ക് ഏകദേശം മുപ്പ തുമൈൽ ഉണ്ട്. മിസിസ്സ് ഹോഴ്സ് ഫാൻ പറഞ്ഞു. "ക്യാപ്റ്റൻ യോനി യാറ്റാ, ദയവായി യുക്തിപൂർവ്വം കാര്യങ്ങൾ കാണണം. ഞങ്ങളുടെ കൂട്ട ത്തിൽ കൂടുതൽ സ്ത്രീകളും കൂടുതൽ ദൂരം നടക്കാൻ കഴിയുന്ന അവ സ്ഥയിൽ അല്ല. ഏതെങ്കിലും വിധത്തിൽ കുട്ടികൾക്കുവേണ്ടി ഏതെ ങ്കിലും വാഹനം എത്തിക്കാൻ നിങ്ങൾക്ക് കഴിയില്ലെ?"

അയാൾ പറഞ്ഞു. "എല്ലാ സമയത്തും ഇംഗ്ലീഷുകാരികൾക്ക് അഹ ങ്കാരമുള്ള ആലോചനകളാണ്. ജപ്പാൻകാരികൾ വളരെ വേഗത്തിൽ നടക്കും. നാളെ നിങ്ങൾ 'ബക്രി' വരെ നടന്നാൽ മതിയാകും." അയാൾ കാറിൽ കയറിപ്പോയി. അവർ അയാളെ അവസാനമായി കണ്ടത് അപ്പോൾ ആയി രുന്നു.

ബക്രിയിൽ എത്താൻ സ്വറ്റൻഹാം തുറമുഖത്തിന്റെ ദിശയിൽ പതി നൊന്ന് മൈൽ മുന്നോട്ടു നടക്കണം. പരിപാടിയിൽ വന്ന വ്യത്യാസം അവർക്ക് അങ്ങേയറ്റത്തെ നിരാശയാണ് നല്കിയിരുന്നത്. കാരണം അത് അവരുടെ വിധിയുടെ അനിശ്ചിതത്വത്തെയാണ് കാണിച്ചിരുന്നത്. നിരാ ശയോടെ മിസിസ്സ് ഹോളൻഡ് പറഞ്ഞു. "പാലങ്ങൾ തകർക്കപ്പെട്ടെന്ന് അയാൾ എന്തുകൊണ്ട് പനോങ്ങിൽവച്ച് മനസ്സിലാക്കിയില്ലെന്ന് എനിക്ക് മനസ്സിലാകുന്നില്ല. നമ്മളെ കോലാലംപൂരിലേക്ക് പറഞ്ഞുവിടേണ്ട കാര്യം ഉണ്ടായിരുന്നില്ല. നമ്മൾ സ്വറ്റൻഹാം തുറമുഖത്ത് എത്തുമ്പോൾ അവിടെ കപ്പൽ ഉണ്ടോ എന്ന് ആർക്കും സംശയം തോന്നാം."

അതിനുവേണ്ടി ഒരു കാര്യവും ചെയ്യാനില്ല. അടുത്തദിവസം രാവിലെ അവർ റോഡിലൂടെ വീണ്ടും നടത്തം തുടങ്ങി. രണ്ട് സൈനികരെ പിൻവ ലിച്ചുകഴിഞ്ഞെന്ന് അവർക്ക് മനസ്സിലായി. സൈനിക ഉദ്യോഗസ്ഥന്റെ കൂടെ അവരുടെ കാവലിനുവേണ്ടി അവശേഷിച്ചിരുന്നത് ഒറ്റ സൈനി കൻ മാത്രമായിരുന്നു. ഇതുകൊണ്ട് അവരുടെ കാവലിന് ഒരു കുറവും സംഭവിച്ചിരുന്നില്ല. കാരണം അവർക്ക് രക്ഷപ്പെടാനുള്ള ശ്രമം നടത്താ നുള്ള ആഗ്രഹം ഇല്ലായിരുന്നു. പക്ഷേ, അത് പ്രായംകുറഞ്ഞ കുട്ടികളെ എടുത്തുകൊണ്ടുനടക്കുന്നതിൽ കാവല്ക്കാരുടെ ഭാഗത്തുനിന്ന് ഉണ്ടാ യിരുന്ന സഹായത്തെ പകുതിയായി കുറച്ചു. അതുകൊണ്ട് ഈ കാര്യം അമ്മമാരുടെ ചുമലിലേക്ക് ഒരു അധികഭാരം അടിച്ചേല്പിച്ചു.

അന്ന് ആദ്യമായി 'ജീൻ' 'റോബിൻ' എന്ന കുട്ടിയെ എടുത്തു. മിസിസ്സ് ഹോളൻഡ് നടക്കാൻ വളരെ ബുദ്ധിമുട്ടിയിരുന്നതുകൊണ്ട് അവരെ കുട്ടിയെ എടുക്കുന്ന ജോലിയിൽ നിന്ന് ഒഴിവാക്കേണ്ടത്. ആവശ്യം ആയിരുന്നു. മിസിസ്സ് ഹോളൻഡ് ഈ സമയത്തും ഫ്രെഡിയെ ഒപ്പം നടത്തിക്കൊണ്ട് ക്യാൻവാസ് സഞ്ചി ചുമക്കുന്നുണ്ടായിരുന്നു. പക്ഷേ, കുഞ്ഞിനെ എടുത്തതും പുതപ്പും മറ്റു ചെറിയ സാധനങ്ങളും അടങ്ങിയ കെട്ട് ചുമന്നതും ജെയിനിന്റെ കൈപിടിച്ച് നടത്തിക്കൊണ്ടി രുന്നതും ജീൻ ആയിരുന്നു. അവൾ മുമ്പ് നടന്നതുപോലെ ഷൂസ് ഇല്ലാതെ ആണ് നടന്നിരുന്നത്. ചില പരീക്ഷണങ്ങൾക്ക് ശേഷം കുഞ്ഞിനെ ചുമ

ക്കാനുള്ള ഏറ്റവും എളുപ്പവഴി മലയായിലെ സ്ത്രീകളെപ്പോലെ കുഞ്ഞിനെ അവളുടെ ഇടുപ്പിൽ ഇരുത്തുന്നതാണെന്ന് അവൾ കണ്ടെത്തി.

മറ്റ് ഏത് കുട്ടിയെക്കാളും കുറഞ്ഞ ഉൽക്കണ്ഠ മാത്രമേ കുഞ്ഞ് അവർക്ക് നല്കിയിരുന്നുള്ളൂ. ഇത് സത്യത്തിൽ വിസ്മയകരം ആയിരുന്നു. അവർ കുഞ്ഞിന് ചോറും മീൻചാറും കൊടുത്തു. അത് പ്രയോ ജനം ചെയ്തു. ആറാഴ്ചയിൽ ഒരിക്കൽ അതിന് വയറുകടി വരുന്നതായി തോന്നി. അവർ അതിന് ചെറിയ അളവിൽ ഗ്ലോബറുടെ ഉപ്പ് കൊടുത്തു. വയറുകടിമാറി. അതിനെ കൊതുകുകൾ ഒരിക്കലും ബുദ്ധിമുട്ടിക്കുന്ന തായി തോന്നിയില്ല. ഒരിക്കലും അതിന് പനി പിടിപെട്ടിരുന്നില്ല. മറ്റ് കുട്ടി കൾക്ക് ഭാഗ്യം കുറവായിരുന്നു. രണ്ട് കുട്ടികൾക്കും ഇടയ്ക്കിടയ്ക്ക് വയ റുകടി വരുന്നുണ്ടായിരുന്നു. അവർ ഇപ്പോൾ അതിൽനിന്ന് രക്ഷപ്പെട്ടെന്ന് തോന്നിയിരുന്നെങ്കിലും രണ്ടുപേരും അങ്ങേയറ്റം മെലിഞ്ഞു പോയിരുന്നു.

അന്ന് രാത്രിയിൽ അവർ ഉറങ്ങിയത് ബക്രിയിലെ ഈയഖനിയുടെ മാനേജരായ ഒരു ഇംഗ്ലീഷുകാരന്റെ ബംഗ്ലാവിൽ ആയിരുന്നു. ഏഴോ എട്ടോ ആഴ്ചകൾക്കുമുമ്പ് അയാൾ ബംഗ്ലാവ് ഉപേക്ഷിച്ചുപോയിരുന്നു. രണ്ട് ഭാഗത്തുനിന്നുമുള്ള പട്ടാളം അതിനുശേഷം അവിടെ താമസിച്ചിരു ന്നു. മലയാക്കാർ അവിടെ കൊള്ള നടത്തിയതിനുശേഷം അവശേഷിച്ചി രുന്നത് കെട്ടിടത്തിന്റെ ഭിത്തികൾ മാത്രം ആയിരുന്നു. എന്തായാലും കുളി മുറി അഴുക്ക് പിടിച്ച് വൃത്തികെട്ടു കിടന്നിരുന്നെങ്കിലും അവിടെ ഒരു വിറകുപുരയും വെള്ളം ചൂടാക്കാനുള്ള അടുപ്പും ഉണ്ടായിരുന്നത് അത്ഭുത പ്പെടുത്തുന്ന കാര്യമായിരുന്നു. പട്ടാള ഉദ്യോഗസ്ഥൻ അയാളുടെ വാക്ക് പാലിച്ചുകൊണ്ട് ഇവിടെ ഒരു ദിവസത്തെ വിശ്രമം അനുവദിച്ചുകൊടുത്തു. അവർ തുണി കഴുകാനും കുളിക്കാനും ഉപയോഗിച്ചത് കൂടുതലും ചൂടു വെള്ളം ആയിരുന്നു. അവസ്ഥ ചെറിയ അളവിൽ മെച്ചപ്പെട്ടപ്പോൾ അവർ ഉന്മേഷം വീണ്ടെടുത്തു.

"കപ്പലിൽ ചൂടുവെള്ളം ഉണ്ടായിരിക്കുമെന്നാണ് ഞാൻ വിചാരിക്കു ന്നത്." മിസിസ്സ് ഹോളൻഡ് പറഞ്ഞു. "സാധാരണ ചൂടുവെള്ളം കാണും ഇല്ലേ?"

അടുത്ത ദിവസം അവർ 'ഡിലിത്ത്' എന്ന സ്ഥലത്തേക്ക് വീണ്ടും നടന്നു. ഇത് കൂടുതലും റബ്ബർത്തോട്ടങ്ങളിലെ നടവഴികളിലൂടെയുള്ള നടത്തം ആയിരുന്നു. കൂടുതൽ നടവഴികളും മരങ്ങളുടെ തണലിനെ ആശ്രയിച്ച് ആയിരുന്നു. ഇത് അവരെ സംബന്ധിച്ചിടത്തോളം ആഷ്വാദ കരം ആയിരുന്നു. പ്രായംകൂടിയ സ്ത്രീകൾക്കുപോലും അന്നത്തെ ദിവസം കഷ്ടപ്പാട് അനുഭവപ്പെട്ടിരുന്നില്ല. ഇടയ്ക്കിടയ്ക്ക് റബ്ബർപ്പാൽ എടു ക്കുന്ന മലയാക്കാരികളോട് വഴി ചോദിച്ചുകൊണ്ടിരുന്ന പട്ടാള ഉദ്യോഗ സ്ഥന് അവരുടെ മറുപടി മനസ്സിലാക്കാൻ ബുദ്ധിമുട്ട് ഉണ്ടായിരുന്നു. അവ രുടെ മറുപടി തനിക്ക് മനസ്സിലാകുന്നുണ്ടെന്ന് ജീൻ കണ്ടെത്തി. അവർക്ക് ആവശ്യമുള്ള നിർദ്ദേശങ്ങൾ മനസ്സിലാക്കാൻ കഴിഞ്ഞെങ്കിലും അവ പട്ടാള ഉദ്യോഗസ്ഥന് വിവരിച്ചുകൊടുക്കാൻ ജീനിന് ബുദ്ധിമുട്ടേണ്ടിവന്നിരുന്നു.

വൈകുന്നേരത്തോടെ അവർ ഒരു യോജിപ്പിലെത്തി. "സംസാരിക്കാൻ ബുദ്ധിമുട്ടു കാണിക്കാത്ത റബ്ബർപ്പാൽ എടുക്കുന്ന മലയാക്കാരികളോട് ജീൻ സംസാരിക്കണം" അവൾ അത് പട്ടാള ഉദ്യോഗസ്ഥന് പറഞ്ഞു കൊടുക്കാൻ പറ്റുന്ന വിധത്തിലുള്ള ഒരു ആംഗ്യഭാഷ വികസിപ്പിച്ചെടു ത്തു. ആ സമയം മുതൽ സംഘത്തിന് മുന്നോട്ടു പോകാൻ പറ്റുന്ന ഏറ്റവും ദൈർഘ്യം കുറഞ്ഞവഴി കണ്ടെത്താനുള്ള ചുമതല ജീനിന് ആയിരുന്നു.

ഉച്ചതിരിഞ്ഞ് മരിച്ചുപോയ മിസിസ്സ് കൊള്ളാർഡിന്റെ ഇളയ മകൻ ബെൻകൊള്ളാർഡിന് എന്തോ ഒന്നിന്റെ മുകളിൽ കയറിചവിട്ടി വിഷ പ്പല്ലു കൊണ്ടുള്ള കടികിട്ടിയിരുന്നു. മറ്റാർക്കും അതിനെ കാണാൻ കഴി ഞ്ഞിരുന്നില്ല. അല്പസമയം കഴിഞ്ഞ് അത് കാഴ്ചയിൽ ഒരു വണ്ട് ആണെന്ന് തോന്നുമെന്ന് ബെൻ പറഞ്ഞു. അത് ഒരു തേൾ ആയിരുന്നി രിക്കാൻ സാദ്ധ്യത ഉണ്ട്. മിസിസ്സ് ഹോഴ്സ് ഫാൾ ചുമതല ഏറ്റെടുത്തു കൊണ്ട് അവനെ നിലത്തുകിടത്തി മുറിവിൽനിന്നും വിഷം ചുണ്ടുകൊണ്ട് വലിച്ചെടുക്കാൻ ശ്രമിച്ചു. പക്ഷേ, പെട്ടെന്ന് പാദം നീരുവന്ന് വീർത്തു. പുകച്ചിൽ പാദത്തിൽനിന്ന് സഞ്ചരിച്ച് കാൽമുട്ടുവരെ എത്തി. വേദന നിശ്ചയമായും ഉണ്ടായിരുന്നു. അവൻ നിർത്താതെ കരയുന്നുണ്ടായിരു ന്നു. അവനെ എടുത്തുകൊണ്ട് നടക്കുകയല്ലാതെ മറ്റൊന്നുംതന്നെ ചെയ്യാൻ ഉണ്ടായിരുന്നില്ല. പക്ഷേ, ഇത് നടന്നുതളർന്ന സ്ത്രീകളെ സംബന്ധിച്ചിടത്തോളം എളുപ്പമുള്ള കാര്യം ആയിരുന്നില്ല. കാരണം അവൻ സാമാന്യം നല്ല ഭാരമുള്ള ഏഴുവയസ്സുള്ള ഒരു ആൺകുട്ടി ആയി രുന്നു. മിസിസ്സ് ഹോഴ്സ് ഫാൾ ഒരു മണിക്കൂറോളം അവനെ ചുമന്നിരു ന്നു. അതിനുശേഷം ബാക്കിദൂരം മുഴുവൻ പട്ടാള ഉദ്യോഗസ്ഥനാണ് അവനെ ചുമന്നുകൊണ്ട് നടന്നത്. അവർ 'ഡി ലിറ്റിൽ' എത്തിയപ്പോൾ കാൽവണ്ണ നീരുവന്ന് വീർത്തിട്ടുണ്ടായിരുന്നു. കാൽമുട്ടുകൾ മര വിച്ചുപോയിരുന്നു.

ഡിലിറ്റിൽ അവർക്ക് ഭക്ഷണമോ താമസസൗകര്യമോ ഉണ്ടായിരു ന്നില്ല. ആ സ്ഥലം മലയായിലെ ലക്ഷണമൊത്ത ഒരു ഗ്രാമപ്രദേശം ആയി രുന്നു. നിലത്തുനിന്ന് നാലടി പൊക്കത്തിലുള്ള തൂണുകളിൽ തടികൊണ്ട് നിർമ്മിച്ച പനയോല മേഞ്ഞ വീടുകൾ. വീടിന്റെ താഴെയുള്ള ഭാഗം പട്ടി കൾക്ക് ഉറങ്ങാനും പക്ഷികൾക്ക് കൂടുകൂട്ടാനും വേണ്ടി ഒഴിച്ചിട്ടിരിക്കു കയായിരിക്കും. സൈനികോദ്യോഗസ്ഥൻ മലയായിലെ ഗ്രാമത്തലവനോട് കൂടിയാലോചന നടത്തിക്കൊണ്ടിരിക്കുമ്പോൾ അവർ അവിടെ ക്ഷീണിച്ച് നിലത്ത് ഇരിക്കുകയായിരുന്നു. വളരെ പെട്ടെന്ന് പട്ടാളക്കാരൻ ജീനിനെ അന്വേഷിച്ചു. ജീൻ ആംഗ്യഭാഷയും ചേർത്ത് മൂന്ന് ഭാഷകളിലുള്ള ചർച്ച യിൽ പങ്കുചേർന്നു. ഗ്രാമത്തിൽ അരി ഉണ്ടായിരുന്നു. അവർക്കുള്ള ഭക്ഷണം ഗ്രാമീണർക്ക് തയ്യാറാക്കാൻ കഴിഞ്ഞു. പക്ഷേ, ഗ്രാമത്തല വൻ പ്രതിഫലം ആഗ്രഹിച്ചിരുന്നു. എന്നെങ്കിലും ഒരിക്കൽ അവർക്ക് അതിന്റെ വില ലഭിക്കും എന്ന പട്ടാള ഉദ്യോഗസ്ഥന്റെ ഉറപ്പിന്റെ പുറത്ത്

അവർക്ക് ഭക്ഷണം കൊടുക്കാമെന്ന് ഗ്രാമത്തലവനെക്കൊണ്ട് സമ്മതി പ്പിക്കാൻ വളരെ കൂടുതൽ ബുദ്ധിമുട്ടേണ്ടിവന്നിരുന്നു. താമസസൗകര്യം അയാൾ യാതൊരു ദാക്ഷിണ്യവും ഇല്ലാതെ നിരസിച്ചു. സംഘത്തിന് കോഴികൾക്കും പട്ടികൾക്കും ഒപ്പം വീടിനടിയിൽ കിടന്ന് ഉറങ്ങേണ്ടിവരും. പിന്നീട് ഒരു വീട്ടിൽനിന്ന് ആളുകളെ ഒഴിപ്പിച്ചുതരാമെന്ന് അയാൾ സമ്മ തിച്ചു. അതുകൊണ്ട് മുപ്പത് മനുഷ്യർക്ക് പതിനഞ്ച് അടി സമചതുര ത്തിലുള്ള ഒരു മേല്ക്കൂരയ്ക്ക് അടിയിൽക്കിടന്ന് ഉറങ്ങാൻ പറ്റും.

ജീൻ അവളുടെ സംഘത്തിന് മുറിയുടെ ഒരു മൂല നേടിയെടുത്തു. എലീൻ ഹോളൻഡ് കുട്ടികളോടൊപ്പം കൈക്കുഞ്ഞുമായി അവിടെ കുടി യേറി. അവരുടെ മൂലയിൽനിന്നും ഏതാനും അടി ദൂരത്ത് മിസിസ്സ് ഹോഴ്സ് ഫാൾ ബെൻ കൊള്ളാർഡിനെ ആശ്വസിപ്പിക്കാൻ ശ്രമിച്ചുകൊ ണ്ടിരുന്നു. ഏതോ ഒരാൾക്ക് പെർമാംഗനേറ്റിന്റെ പരലുകൾ ഉണ്ടായിരു ന്നു. മറ്റൊരാൾക്ക് ഒരു പഴയ ക്ഷൗരക്കത്തിയും ഉണ്ടായിരുന്നു. ഇവ രണ്ടും ഉപയോഗിച്ച് അവർ കുട്ടിയുടെ കരച്ചിൽ കണക്കിലെടുക്കാതെ മുറിവ് അല്പംകൂടി വലുതാക്കി. അവർ മുറിപ്പാടിൽ പെർമാംഗനേറ്റ് പര ലുകൾ വെച്ച് തുണികൊണ്ട് പൊതിഞ്ഞുവച്ചു. അതിന്റെ പുറത്ത് അവർ ആവി പിടിച്ചു. ജീനിന് ചെയ്യാൻപറ്റുന്ന ഒരു കാര്യവും ഉണ്ടായിരുന്നില്ല. അവൾ പുറത്തിറങ്ങി അലഞ്ഞുതിരിഞ്ഞു.

അവിടെ ഒരുതരത്തിലുള്ള ഒരു ഗ്രാമീണ അടുക്കള ഉണ്ടായിരുന്നു. അവിടെ ചോറ് ഉണ്ടാക്കിക്കൊണ്ടിരുന്ന ഗ്രാമീണ സ്ത്രീകളുടെ പ്രവർത്ത നത്തിന് ജപ്പാൻ സൈനികൻ മേൽനോട്ടം വഹിക്കുന്നുണ്ടായിരുന്നു. അടു ത്തുള്ള ഒരു വീടിന്റെ പടിക്കെട്ടിന് മുകളിൽ ഒരു നീളംകൂടിയ കുഴലിൽനിന്ന് പുകവലിച്ചുകൊണ്ട് ഗ്രാമത്തലവൻ ഇരിക്കുന്നുണ്ടായിരുന്നു. അയാൾ ലുങ്കി ഉടുത്ത ഒരു തലനരച്ച കിഴവൻ ആയിരുന്നു. ജീൻ അയാളുടെ അടുത്തുചെന്ന് സാമാന്യം ശങ്കയോടെ മലായ്ഭാഷയിൽ പറഞ്ഞു. "ഞങ്ങൾ ഇവിടെ വരാൻ നിർബ്ബന്ധിതരായതിൽ എനിക്ക് വിഷമം ഉണ്ട്. നിങ്ങൾക്ക് ഇത് ബുദ്ധിമുട്ടായിക്കാണും."

അയാൾ എഴുന്നേറ്റുനിന്ന് തലകുമ്പിട്ടു. "സ്ത്രീകളെ ഈ അവസ്ഥ യിൽ കാണുന്നതിൽ ഞങ്ങൾക്ക് വിഷമം ഉണ്ട്. നിങ്ങൾ ദൂരെനിന്നാണോ വരുന്നത്?"

അവൾ പറഞ്ഞു. "ഇന്നിപ്പോൾ ബക്രിയിൽ നിന്നാണ്."

അയാൾ അവളെ വീട്ടിനുള്ളിലേക്ക് കൂട്ടിക്കൊണ്ടുപോയി. അവിടെ കസേര ഉണ്ടായിരുന്നില്ല. അവൾ കതകുകൾ ഇല്ലാത്ത വാതിലിന്റെ അടുത്ത് അയാളുടെ കൂടെ തറയിൽ ഇരുന്നു. അയാൾ അവരുടെ ചരിത്രം ചോദിച്ചു. അവൾ എന്താണ് സംഭവിച്ചെന്ന് പറഞ്ഞു. അയാൾ മുരണ്ടു. താമസിയാതെ അയാളുടെ ഭാര്യ വീടിനുള്ളിൽനിന്ന് പഞ്ചസാരയോ പാലോ ഇല്ലാത്ത രണ്ട് കപ്പ് കാപ്പിയും ചുമന്നുകൊണ്ട് പുറത്തുവന്നു. ജീൻ മലായ് ഭാഷയിൽ അവർക്ക് നന്ദി പറഞ്ഞു. അവർ നാണത്തോടെ പുഞ്ചിരിച്ചതിനുശേഷം വീണ്ടും വീടിനുള്ളിലേക്ക് പിൻവാങ്ങി.

പെട്ടെന്ന് ഗ്രാമത്തലവൻ പറഞ്ഞു. "പൊക്കം കുറഞ്ഞ മനുഷ്യൻ" അയാൾ ഉദ്ദേശിച്ചത് ജപ്പാന്റെ പട്ടാള ഉദ്യോഗസ്ഥനെ ആയിരുന്നു. "പറ യുന്നത് നിങ്ങൾക്ക് നാളെക്കൂടി ഇവിടെ താമസിക്കണം എന്നാണ്."

ജീൻ പറഞ്ഞു. "എല്ലാ ദിവസവും ഞങ്ങൾക്ക് തുടർച്ചയായി നട ക്കാൻ പറ്റുന്നില്ല. ഞങ്ങൾ കൂടുതൽ ക്ഷീണിച്ചിട്ടുണ്ട്. ഒന്നിടവിട്ടുള്ള ദിവ സങ്ങളിൽ വിശ്രമിക്കാൻ ജപ്പാൻകാർ ഞങ്ങളെ അനുവദിച്ചിട്ടുണ്ട്. ഞങ്ങൾക്ക് നാളെ ഇവിടെ താമസിക്കാൻ പറ്റിയാൽ അത് ഞങ്ങൾക്ക് ഒരു വലിയ സഹായം ആയിരിക്കും. ആഹാരത്തിന്റെ പണം നല്കാൻ പറ്റും എന്നാണ് പട്ടാള ഉദ്യോഗസ്ഥൻ പറയുന്നത്."

"ഉയരം കുറഞ്ഞ ആ മനുഷ്യർ ഒരിക്കലും ഭക്ഷണത്തിന്റെ പണം തരില്ല." ഗ്രാമത്തലവൻ പറഞ്ഞു. "എന്തായാലും നിങ്ങൾക്ക് താമസി ക്കാം."

അവൾ പറഞ്ഞു. "എനിക്ക് നിങ്ങളോട് നന്ദി പറയുന്നത് ഒഴിച്ച് മറ്റൊന്നുംതന്നെ ചെയ്യാൻ കഴിയില്ല."

അയാൾ നരച്ച തല ഉയർത്തിനോക്കി. "നാലാം അദ്ധ്യായത്തിൽ ഈ കാര്യം എഴുതിയിട്ടുണ്ട്. മനുഷ്യന്റെ ആത്മാവിന് അതിമോഹത്തോട് സ്വാഭാവികമായ ചായ്വ് ഉണ്ട്. നിങ്ങൾക്ക് സ്ത്രീകളോട് അനുകമ്പയും അവരോട് തെറ്റുചെയ്യാൻ ഭയവും ഉള്ളവനാണെങ്കിൽ നിങ്ങൾ എന്ത് ചെയ്താലും ദൈവം അതു നല്ലവണ്ണം മനസ്സിലാക്കും."

ഭക്ഷണം തയ്യാറാവുന്നതുവരെ അവൾ വൃദ്ധന്റെ കൂടെ ഇരുന്നു. അതിനുശേഷം അവൾ ഭക്ഷണം കഴിക്കാൻ പോയി. മറ്റ് സ്ത്രീകൾ അവളെ ജിജ്ഞാസയോടെ നോക്കി. "നിങ്ങൾ പഴയ കൂട്ടുകാരെപ്പോലെ ഗ്രാമത്തലവന്റെ കൂടെ ഇരുന്ന് സംസാരിക്കുന്നതു കണ്ടു." ഒരു സ്ത്രീ പറഞ്ഞു.

ജീൻ പുഞ്ചിരിച്ചു. "അയാൾ എനിക്ക് ഒരു കപ്പ് കാപ്പി തന്നു."

"അവരോട് അവരുടെ ഭാഷയിൽ സംസാരിച്ചാൽ ചില കാര്യങ്ങൾ മനസ്സിലാക്കാൻ പറ്റും. ശരിയല്ലേ? അയാൾ എന്തിനെപ്പറ്റിയാണ് പറ ഞ്ഞത്?"

ജീൻ ഒരു മിനിറ്റ് നേരം ആലോചിച്ചു. "നമ്മുടെ യാത്രയെപ്പറ്റി അതും ഇതും ഒക്കെ പറഞ്ഞു. ദൈവത്തെ സംബന്ധിച്ചും കുറച്ചു കാര്യങ്ങൾ പറഞ്ഞു."

സ്ത്രീകൾ അവളെ തുറിച്ചുനോക്കി. "അയാളുടെ ദൈവത്തെപ്പറ്റി യല്ലേ പറഞ്ഞത്. യഥാർത്ഥ ദൈവത്തെപ്പറ്റി അല്ലല്ലോ?"

"അയാൾ ഏത് ദൈവം ആണെന്ന് പ്രത്യേകം പറഞ്ഞില്ല. ദൈവം എന്ന് മാത്രമാണ് പറഞ്ഞത്." ജീൻ പറഞ്ഞു.

അവർ അന്നത്തെ വിശ്രമത്തിനുശേഷം അടുത്ത ദിവസം സ്വറ്റൻഹാം തുറമുഖത്തുനിന്നും മൂന്നുനാലുമൈൽ ദൂരെയുള്ള ക്ലാങ്ങി ലേക്ക് നടന്നു. ബെൻ കൊള്ളാർഡിന്റെ അവസ്ഥ മെച്ചപ്പെട്ടിരുന്നില്ല. കാല് നീരു വന്ന് വീർത്തിരിക്കുകയായിരുന്നു. അവന്റെ പ്രധാന ബുദ്ധിമുട്ട്

ഇപ്പോൾ ശാരീരികമായ തളർച്ച ആയിരുന്നു. കുത്ത് കിട്ടിയതിനുശേഷം അവൻ ഒന്നുംതന്നെ കഴിച്ചിട്ടുണ്ടായിരുന്നില്ല. കാരണം വയറിനുള്ളിൽ ഒന്നുംതന്നെ തങ്ങിനിന്നിരുന്നില്ല. കുട്ടികളിൽ ഒരാൾക്കുപോലും നടക്കാനുള്ള ശക്തി അവശേഷിച്ചിരുന്നില്ല. ഗ്രാമത്തലവൻ മുളയും പട്ടികയും പനയോലപ്പായയും കൊണ്ട് അവനുവേണ്ടി ഒരു മഞ്ചം നിർമ്മിക്കാൻ ഗ്രാമീ ണരോട് നിർദ്ദേശിച്ചു. അവർ അവനെ ഈ മഞ്ചത്തിൽ കിടത്തിയതിനു ശേഷം മാറിമാറി ചുമക്കുകയായിരുന്നു.

അന്ന് വൈകുന്നേരം അവർ ക്ലാങ്ങിൽ എത്തി. അവിടെ ഒരു ഒഴി ഞ്ഞുകിടക്കുന്ന സ്കൂളിന്റെ കെട്ടിടം ഉണ്ടായിരുന്നു. സൈനികൻ അവരെ അവിടെ താമസിപ്പിച്ചതിനുശേഷം അടുത്തുള്ള ജപ്പാന്റെ പാളയത്തി ലേക്ക് അവരുടെ വരവ് അറിയിക്കാനും അവർക്കുള്ള ഭക്ഷണം ഏർപ്പാ ടാക്കാനും വേണ്ടി പോയിരുന്നു.

ഉടൻതന്നെ ആറ് പട്ടാളക്കാരെ നയിച്ചുകൊണ്ട് ഒരു പട്ടാള ഉദ്യോഗ സ്ഥൻ അവരെ പരിശോധിക്കാൻവേണ്ടി എത്തിച്ചേർന്നു. മേജർ നിമു എന്ന പേരിൽ അവർ തിരിച്ചറിഞ്ഞ ഈ ഉദ്യോഗസ്ഥൻ നല്ല ഇംഗ്ലീഷ് സംസാരിച്ചിരുന്നു. അയാൾ ചോദിച്ചു. "നിങ്ങൾ എല്ലാവരും ആരൊക്കെ യാണ്? നിങ്ങൾ ഇവിടെ എന്തുചെയ്യാൻ വന്നതാണ്?"

അവർ അയാളെ അമ്പരപ്പോടെ നോക്കി. മിസിസ്സ് ഹോഴ്സ് ഫാൾ പറഞ്ഞു. "ഞങ്ങൾ പനോങ്ങിൽനിന്നുള്ള തടവുകാർ ആണ്. ഞങ്ങൾ സിങ്കപ്പൂരിലെ യുദ്ധത്തടവുകാരുടെ താവളത്തിലേക്ക് പോകുന്നതിനിട യിലാണ് ഇവിടെ എത്തിയത്. ഞങ്ങളെ സിങ്കപ്പൂരിലേക്ക് കപ്പലിൽ പറ ഞ്ഞുവിടാൻ വേണ്ടി ക്യാപ്റ്റൻ യോനിയാറ്റായാണ് ഞങ്ങളെ ഇങ്ങോട്ട് പറഞ്ഞുവിട്ടത്."

"ഇവിടെ കപ്പൽ ഒന്നും ഇല്ല." അയാൾ പറഞ്ഞു. "നിങ്ങൾ പനോങ്ങിൽ താമസിക്കണമായിരുന്നു."

തർക്കിച്ചതുകൊണ്ട് പ്രയോജനം ഇല്ലായിരുന്നു. കൂടാതെ അവർക്ക് അതിനുള്ള ശക്തിയും ഇല്ലായിരുന്നു. "ഞങ്ങളെ ഇങ്ങോട്ട് പറഞ്ഞുവിട്ട തായിരുന്നു." മിസിസ്സ് ഹോഴ്സ് ഫാൾ മന്ദബുദ്ധിയെപ്പോലെ ആവർത്തി ച്ചുകൊണ്ടിരുന്നു.

"അവർക്ക് നിങ്ങളെ ഇങ്ങോട്ട് പറഞ്ഞുവിടാൻ അധികാരം ഇല്ല." അയാൾ കോപത്തോടെ പറഞ്ഞു. "ഇവിടെ തടവുകാരുടെ താവളം ഒന്നും ഇല്ല."

അവിടെ വളരെനേരം നീണ്ടുനിന്ന ഒരു നിശ്ശബ്ദത ഉണ്ടായിരുന്നു. സ്ത്രീകൾ നൈരാശ്യത്തോടെ അയാളെ തുറിച്ചുനോക്കി. മിസിസ്സ് ഹോഴ്സ് ഫാൾ വീണ്ടും അവരുടെ ശക്തി സംഭരിച്ചെടുത്തു. "ഞങ്ങൾക്ക് ഒരു ഡോക്ടറെ കാണാൻ കഴിയുമോ?" അവർ ചോദിച്ചു. "ഞങ്ങളിൽ ചിലർക്കെല്ലാം അസുഖങ്ങൾ കൂടുതലാണ്. പ്രത്യേകിച്ചും ഒരു കുട്ടിക്ക്. ഒരു സ്ത്രീ വഴിക്ക് വച്ച് മരിച്ചുപോയിരുന്നു."

"അവർ എങ്ങനെയാണ് മരിച്ചത്?" അയാൾ പെട്ടെന്ന് ചോദിച്ചു.

"പ്ലേഗ് ആയിരുന്നോ?"

"പകർച്ചവ്യാധി ഒന്നും ആയിരുന്നില്ല. അവർ ക്ഷീണം കാരണമാണ് മരിച്ചത്?"

"നിങ്ങളെ എല്ലാം പരിശോധിക്കാൻ ഞാൻ ഒരു ഡോക്ടറെ പറ ഞ്ഞുവിടാം. ഇന്നു രാത്രിയിൽ നിങ്ങൾ ഇവിടെ താമസിക്കും. പക്ഷേ, കൂടുതൽ കാലം നിങ്ങൾക്ക് ഇവിടെ താമസിക്കാൻ പറ്റില്ല. തടവുകാർക്ക് കൊടുക്കാനുള്ള ഭക്ഷണവിഹിതം എന്റെ കൈവശം ഇല്ല." അയാൾ താവളത്തിലേക്ക് തിരിച്ചുനടന്നു.

സ്കൂൾ കെട്ടിടത്തിന് ഒരു പുതിയ കാവല്ക്കാരനെ നിയമിച്ചിരുന്നു. സൗഹൃദം കാണിച്ചിരുന്ന സൈനിക ഉദ്യോഗസ്ഥനെ പിന്നീട് ഒരിക്കലും അവർ കണ്ടിട്ടില്ല. അയാളെ പനോങ്ങിലേക്ക് തിരിച്ചയച്ചുകാണും. ഒരു മണിക്കൂറിനുള്ളിൽ വളരെ ചെറുപ്പക്കാരനായ ഒരു ജപ്പാൻകാരൻ ഡോക്ടർ അവരുടെ അടുത്ത് വന്നിരുന്നു. അയാൾ അവരെ എല്ലാം ഒന്നൊന്നായി പകർച്ചവ്യാധി ഉണ്ടോ എന്ന് പരിശോധിച്ചു. അയാൾ തിരി ച്ചുപോകാൻ തുടങ്ങുമ്പോൾ അവർ അയാളെക്കൊണ്ട് ബെൻ കൊള്ളാർഡിന്റെ കാല് പരിശോധിപ്പിച്ചു. അയാൾ അവരോട് ആവി പിടി ക്കുന്നത് തുടരാൻ നിർദ്ദേശിച്ചു. അവനെ ആശുപത്രിയിലേക്ക് കൊണ്ടു പോകാൻ പറ്റില്ലേ എന്ന് ചോദിച്ചപ്പോൾ അയാൾ തോളുകൾ ഉയർത്തി ക്കൊണ്ട് പറഞ്ഞു. "ഞാൻ അന്വേഷിച്ചു നോക്കട്ടെ."

അവർ ആ സ്കൂൾ കെട്ടിടത്തിൽ രണ്ട് ദിവസം താമസിച്ചു. മൂന്നാം ദിവസം അവർ ബെൻ കൊള്ളാർഡിന്റെ അവസ്ഥ മോശപ്പെട്ടിരുന്നതു കൊണ്ട് ഡോക്ടറെ വീണ്ടും വിളിച്ചുവരുത്തി. ഡോക്ടർ മടിയോടെ അവനെ ഒരു ലോറിയിൽ ആശുപത്രിയിലേക്ക് മാറ്റാൻ നിർദ്ദേശിച്ചു. ആറാം ദിവസം അവൻ മരിച്ച വാർത്ത അവർ കേട്ടു.

ജീൻ പാഗറ്റ് എന്റെ സ്വീകരണമുറിയിലെ നെരിപ്പോടിനടുത്ത് തറ യിൽ ചുരുണ്ടുകൂടി ഇരുന്നു. പുറത്ത് ദിശമാറി വന്ന ഒരു കാറ്റ് ജനാല യിൽ ചിതറി വീഴുന്ന ഒരു മഴയെ ലണ്ടനിലേക്ക് വിളിച്ചുകൊണ്ടുവന്നി രുന്നു.

"തടങ്കൽ താവളങ്ങളിൽ യുദ്ധകാലം ചെലവഴിച്ച ആളുകൾ അവർ ക്കുണ്ടായിരുന്ന മോശം കാലത്തെപ്പറ്റി ധാരാളം പുസ്തകങ്ങൾ എഴുതി യിട്ടുണ്ട്." ജീൻ പാഗറ്റ് നെരിപ്പോടിലെ കനലുകളിൽനിന്ന് കണ്ണെടു ക്കാതെ ശാന്തമായി പറഞ്ഞു. "തടങ്കൽത്താവളത്തിന് പുറത്ത് എന്താ യിരുന്നെന്ന് അവർക്ക് അറിയില്ല."

മൂന്ന്

അവർ പതിനൊന്നു ദിവസം സംഭവിക്കാൻ പോകുന്നത് എന്താ ണെന്ന് അറിയാതെ ക്ലാങ്ങിൽ താമസിച്ചു. ഭക്ഷണം മോശം ആയിരുന്നു. അതിന്റെകൂടെ അത് ആവശ്യത്തിന് ഉണ്ടായിരുന്നില്ല. സമീപത്തൊന്നും കടകൾ ഉണ്ടായിരുന്നില്ല. കടകൾ ഉണ്ടായിരുന്നെങ്കിലും അവരെക്കൊണ്ട് വലിയ പ്രയോജനം ഒന്നും ഉണ്ടാകുമായിരുന്നില്ല. കാരണം അവരുടെ പണം ഇപ്പോൾ ഏറക്കുറെ ചെലവഴിച്ചുകഴിഞ്ഞിരുന്നു. പന്ത്രണ്ടാം ദിവസം അവർക്ക് തയ്യാറെടുക്കാൻവേണ്ടി അരമണിക്കൂർ അനുവദിച്ചു കൊണ്ട് മേജർ നിമു അവരോട് ഡിക്സൺ തുറമുഖത്തേക്ക് നടക്കാൻ നിർദ്ദേശിച്ചു. അവരെ നോക്കാൻവേണ്ടി ഒരു കീഴുദ്യോഗസ്ഥനെ അയാൾ വിനിയോഗിച്ചു. അവിടെ അവരെ സിങ്കപ്പൂരിലേക്ക് കൊണ്ടുപോകാൻ ഒരു കപ്പൽ ഉണ്ടായിരിക്കാൻ സാദ്ധ്യതയുണ്ടെന്ന് അയാൾ പറഞ്ഞു. അവിടെ കപ്പൽ ഇല്ലെങ്കിൽ തടങ്കൽപ്പാളയങ്ങളുടെ ദിശയിലേക്ക് അവർ നടന്നു പോകണം.

അത് നടന്നത് 1942 മാർച്ച് മദ്ധ്യത്തോടെ ആയിരുന്നു. ക്ലാങ്ങിൽ നിന്ന് 'ഡിക്സൺ തുറമുഖത്തേക്ക്' അൻപത് മൈൽ ആണ്. പക്ഷേ, ഇത്രയും കാലംകൊണ്ട് അവരുടെ നടത്തം ഇപ്പോൾ എന്നത്തേതിലും സാവധാനം ആയിരുന്നു. ഡിക്സൺ തുറമുഖത്ത് എത്താൻ അവർക്ക് മാസാവസാനം വരെ നടക്കേണ്ടിവന്നിരുന്നു. മിസിസ്സ് ഹോഴ്സ് ഫാൾ ഒരു ഗ്രാമത്തിൽവച്ച് മലേറിയാവന്ന് കിടപ്പിലായതുകൊണ്ട് അവർക്ക് അവിടെ പല ദിവസങ്ങൾ കഴിച്ചുകൂട്ടേണ്ടി വന്നു. ചിലസമയങ്ങളിൽ അവർക്ക് നൂറ്റിയഞ്ച് ഡിഗ്രിവരെ പനി ഉണ്ടായിരുന്നു. അവർ അസുഖ ത്തിൽനിന്ന് രക്ഷപ്പെട്ട് ഒരാഴ്ച സമയംകൊണ്ട് നടന്നുതുടങ്ങി. പക്ഷേ, അവർ ഒരിക്കലും അവരുടെ മനസ്സിന്റെ കരുത്ത് വീണ്ടെടുത്തില്ല. ആ

സമയം മുതൽ നേതൃത്വത്തിന്റെ ഭാരം ജീനിന്റെ തോളുകളിലേക്ക് കൈമാറ്റം ചെയ്യപ്പെട്ടിരുന്നു.

'ഡിക്സൺ തുറമുഖത്ത്' എത്തുന്ന സമയത്ത് അവരുടെ വസ്ത്രങ്ങൾ ദയനീയമായ അവസ്ഥയിൽ ആയിരുന്നു. ധരിക്കാൻ മറ്റൊരു വസ്ത്രം ഉള്ളത് വളരെക്കുറച്ച് സ്ത്രീകൾക്ക് മാത്രം ആയിരുന്നു. കാരണം അവർ ചുമടിന്റെ ഭാരം കഴിയുന്നത്ര ചുരുക്കിയിരുന്നു. ജീനിനും മിസിസ്സ് ഹോളണ്ടിനും അവർ യാത്ര തുടങ്ങിയപ്പോൾ മുതൽ ധരിക്കുന്ന കോട്ടൺ ഫ്രോക്കുകൾ അല്ലാതെ മറ്റൊന്നുംതന്നെ ഉണ്ടായിരുന്നില്ല. അവ ഇപ്പോൾ കഴുകിക്കഴുകി കീറിപ്പറിഞ്ഞുപോയിരുന്നു. ആദ്യം മുതൽ ജീൻ ഷൂ ധരിക്കാതെയാണ് നടന്നിരുന്നത്. ഷൂ ഇല്ലാതെ യാത്ര തുടരാനാണ് അവൾ ഉദ്ദേശിച്ചിരുന്നത്. അവൾ ഇപ്പോൾ മലയാക്കാരികളുടെ വേഷം ധരിക്കാനുള്ള നടപടിയെടുത്തു. അവൾ സലാക്കിലെ ഒരു ഇന്ത്യാക്കാരനായ വ്യാപാരിക്ക് ഒരു ചെറിയ സൂചിപ്പതക്കം പതിമൂന്ന് ഡോളറിന് വിറ്റു. അതിൽനിന്നും അമൂല്യമായ രണ്ട് ഡോളർ കൊടുത്ത് ഒരു വിലകുറഞ്ഞ ലുങ്കി വാങ്ങിച്ചു.

സരോങ് മൂന്നടി വ്യാസമുള്ള തുണികൊണ്ടുള്ള ഒരു കുഴലാണ്. നിങ്ങൾ അതിനുള്ളിലേക്ക് കയറിനിന്നുകൊണ്ട് ഒരു ടൗവ്ൽ പോലെ അതിനെ നിങ്ങളുടെ അരക്കെട്ടിന് മുകളിലൂടെ ചുറ്റിവെയ്ക്കുന്നു. ഉറങ്ങുമ്പോൾ നിങ്ങളത് അഴിച്ചിടുന്നു. അപ്പോൾ അത് നിങ്ങളെ പൊതിയുന്ന ഒരു അയഞ്ഞ പുതപ്പായിരിക്കും. നിങ്ങൾക്ക് അതിനുള്ളിൽനിന്നും ഉരുണ്ട് പുറത്തുപോകാൻ കഴിയില്ല. അത് നിർമ്മിക്കാനും കഴുകാനും ഏറ്റവും എളുപ്പമായതുകൊണ്ട് ഏറ്റവും കൂടുതൽ ഉപയോഗത്തിലുള്ള വേഷം ആണ്. മേൽവസ്ത്രം നിർമ്മിക്കാൻ അവൾ അവളുടെ കോട്ടൺഫ്രോക്കിന്റെ പിഞ്ചിപ്പോയ താഴത്തെഭാഗം മുറിച്ചുമാറ്റി ഒരുതരം പുതിയവേഷം തയ്യാറാക്കി. തുടക്കത്തിൽ മറ്റു സ്ത്രീകൾ ദേശവാസികളുടെ വേഷത്തിലേക്കുള്ള ഈ പതനത്തെ അല്പംപോലും അംഗീകരിച്ചില്ല. പിന്നീട് അവരിൽ കൂടുതൽ സ്ത്രീകളും അവരുടെ വേഷം കീറിപ്പറിഞ്ഞപ്പോൾ ജീനിന്റെ മാതൃക പിന്തുടർന്നിരുന്നു.

ഡിക്സൺ തുറമുഖത്ത് അവർക്ക് അഭയസ്ഥാനം ഉണ്ടായിരുന്നില്ല. അവർക്ക് കപ്പലും ഉണ്ടായിരുന്നില്ല. ഒരു കൊപ്രാപ്പുരയിൽ വേണ്ടത്ര സംരക്ഷണം ഇല്ലാതെ പത്തുദിവസം കഴിഞ്ഞുകൂടാൻ അവർക്ക് അനുവാദം കിട്ടി. അതിനുശേഷം ജപ്പാന്റെ സൈനികോദ്യോഗസ്ഥൻ അവർ ഒരു ശല്യമാണെന്ന തീരുമാനത്തിൽ എത്തി. അയാൾ അവരെ സിറാംബനിലേക്കുള്ള വഴിയിലേക്ക് തള്ളിവിട്ടു. അവരെ ഒരു താവളത്തിൽ എത്തിക്കേണ്ടത് അവരെ പിടിച്ചടക്കിയവരുടെ ചുമതല ആയിരുന്നു. അയാളുടെ സ്വാഭാവിക നടപടിക്രമം അവരെ ഒഴിവാക്കുന്ന ജോലി ആയിരുന്നു. അയാളുടെ മേഖലയിൽ നിന്ന് പുറത്താക്കണം. തുടർച്ചയായ അവരുടെ സാന്നിദ്ധ്യംകൊണ്ട് അവർക്കുവേണ്ടി ആഹാരവും സൈന്യവും മരുന്നും എത്തിച്ചുകൊടുക്കാൻ പരമാധികാരമുള്ള ജപ്പാൻ പട്ടാളത്തോട്

ആവശ്യപ്പെടാൻ അയാൾ നിർബ്ബന്ധിനാകും.

ഡിക്സൺ തുറമുഖത്തിനും സിറംബാനിനും ഇടയിലുള്ള സിലെ യുവിൽവച്ച് ജെയിന്റെ മരണം നടന്നത് ഹോളണ്ടിന്റെ കുടുംബത്തിൽ സംഭവിച്ച ഒരു അത്യാഹിതം ആയിരുന്നു. അവർ വിശ്രമത്തിനുവേണ്ടി റബ്ബർ പുകയ്ക്കുന്ന ഒരു കുടിലിൽ താമസിച്ചിരുന്നു. പകലത്തെ നട ത്തിനിടയിൽ അവൾക്ക് പനി പിടിച്ചിരുന്നു. ജപ്പാൻകാരായ കാവല്ക്കാ രിൽ ഒരുവൻ കൂടുതൽ സമയവും അവളെ ചുമക്കുകയായിരുന്നു. ഏതാനും ദിവസങ്ങൾക്കുമുമ്പ് ഒരു അപകടത്തിൽ അവരുടെ തെർമോ മീറ്റർ ഉടഞ്ഞുപോയിരുന്നു. ഇപ്പോൾ മലമ്പനിയുള്ള രോഗികളുടെ ചൂട് പറയാൻ അവർക്ക് വഴി ഉണ്ടായിരുന്നില്ല. പക്ഷേ, അവൾക്ക് അങ്ങേയ റ്റത്തെ ചൂട് ഉണ്ടായിരുന്നു. അവരുടെ കൈവശം അല്പം ക്വിന യിൽബാക്കി ഉണ്ടായിരുന്നു. പക്ഷേ, അത് കൂടുതൽ കഴിപ്പിക്കാൻ അവർക്ക് സാധിച്ചില്ല. അവർ ജപ്പാന്റെ സൈനികോദ്യോഗസ്ഥനെ അനു നയിപ്പിച്ച് നടക്കുന്നതിനുപകരം അവിടെ താമസിക്കാനുള്ള അനുവാദം നല്കുന്നതിന് പ്രേരിപ്പിച്ചു. ജീനും എലീൻ ഹോളണ്ടും രാത്രിയിൽ എലി കളും പകൽസമയത്ത് പിടക്കോഴികളും പരക്കംപായുന്ന ആ നാറുന്ന സ്ഥലത്ത് അവളോടൊപ്പം രാത്രി മുഴുവൻ ഉറങ്ങാതെ കഴിച്ചുകൂട്ടി. രണ്ടാ മത്തെ ദിവസം വൈകുന്നേരത്തോടെ അവൾ മരിച്ചു.

മിസിസ്സ് ഹോളണ്ട് ജീൻ പ്രതീക്ഷിച്ചിരുന്നതിനേക്കാൾ മെച്ചപ്പെട്ട രീതിയിൽ അതിനെ നേരിട്ടു. "ഇത് ദൈവത്തിന്റെ തീരുമാനമാണ്." അവർ ശാന്തമായി പറഞ്ഞു. "ദൈവം അവളുടെ അച്ഛന് ഇത് കേൾക്കുമ്പോൾ താങ്ങാനുള്ള കരുത്ത് കൊടുക്കും." അവർ ചെറിയ കുഴിമാടത്തിനടുത്ത് നിന്നത് വരണ്ട കണ്ണുകളോടെ ആയിരുന്നു. അവർ കുരിശിൽ എഴുതാ നുള്ള വചനം തെരഞ്ഞെടുത്തു. "എന്റെ അടുത്ത് എത്തുന്ന കുട്ടികൾ കഷ്ടപ്പെടുന്നില്ല." അവർ ശാന്തമായി പറഞ്ഞു. "അവളുടെ അച്ഛന് ഇത് ഇഷ്ടമാകുമെന്നാണ് ഞാൻ വിചാരിക്കുന്നത്."

അന്ന് രാത്രിയിലെ ഇരുട്ടിൽ ഏതോ സമയത്ത് ജീൻ ഉണർന്നപ്പോൾ അവൾ അവരുടെ കരച്ചിൽ കേട്ടിരുന്നു.

'റോബിൻ' എന്ന ചെറിയ കുട്ടി ഇതിനെയെല്ലാം അതിജീവിച്ചിരുന്നു. അവൻ നല്ലപോലെ വേവിച്ചെടുത്ത ചോറ് മാത്രം കഴിച്ചതും തിളപ്പിച്ച സൂപ്പ് മാത്രം കുടിച്ചതും യാദൃച്ഛികമായി സംഭവിച്ചതായിരുന്നു. പക്ഷേ, ഇത് അവൻ വയറിന്റെ അസുഖങ്ങളിൽനിന്ന് താരതമ്യേന സ്വതന്ത്രമായി മാറിയതിനുള്ള വിശദീകരണം ആയിരിക്കാം. എല്ലാ ദിവസവും ജീൻ അവനെ ഒക്കത്ത് ചുമക്കുന്നുണ്ടായിരുന്നു. നിശ്ചയമായും അവളുടെ ആരോഗ്യം പനോങ് വിട്ടുപോരുന്ന സമയത്തേക്കാൾ മെച്ചപ്പെട്ടിരുന്നു. ക്ലാങ്ങിൽവച്ച് അവൾക്ക് അഞ്ച് ദിവസത്തോളം പനി ഉണ്ടായിരുന്നു. പക്ഷേ, വയറുകടി അവളെ ഇടയ്ക്കിടയ്ക്ക് ബുദ്ധിമുട്ടിച്ചിരുന്നില്ല. അവൾ നല്ലവണ്ണം ഭക്ഷണം കഴിച്ചിരുന്നു. തുടർച്ചയായി വെയിലുകൊണ്ട് അവ ളുടെ നിറം കൂടുതൽ ഇരുണ്ടുപോയിരുന്നു. അവൾ ഇടുപ്പിൽ ചുമന്നു

കൊണ്ടുനടന്നിരുന്ന കുട്ടിയുടെ നിറവും ഇരുണ്ടുപോയിരുന്നു.

സിറംബാനിലൂടെയാണ് റെയിൽവെ കടന്നുപോകുന്നത്. അവർ അവിടെ എത്തുമ്പോൾ അവിടെനിന്ന് സിങ്കപ്പൂരിലേക്ക് ട്രെയിൻ കാണു മെന്ന് പ്രതീക്ഷിച്ചിരുന്നു. ഏപ്രിൽ മദ്ധ്യത്തോടെ അവർ സിറംബാനിൽ എത്തി. പക്ഷേ, അവിടെ അവർക്ക് ട്രെയിൻ ഉണ്ടായിരുന്നില്ല. ട്രെയിൻ ഒരുപക്ഷേ, ഓടിക്കൊണ്ടിരുന്നത് പരിമിതമായ രീതിയിൽ ആയിരിക്കാം. ഒരുപക്ഷേ, സിങ്കപ്പൂർവഴി ട്രെയിൻ ഉണ്ടായിരുന്നുകാണില്ല. കൂടുതൽ താമസം വരാതെ ജപ്പാൻകാരൻ അവരെ ടാംപ്ലനിലേക്കുള്ള പൊതുവഴി യിലൂടെ നടത്തി തുടങ്ങിയിരുന്നു. പക്ഷേ, അതുവരെ സംഘത്തിലെ മറ്റ് അംഗങ്ങളെയൊന്നും അവർക്ക് നഷ്ടപ്പെട്ടിരുന്നില്ല.

വിവാഹിതയാകാൻ വേണ്ടി വിദേശത്തേക്ക് വന്നിട്ടും വിവാഹിത യാകാൻ കഴിയാത്ത അവരുടെ സംഘത്തിലെ ഏകപെൺകുട്ടി എലൻ ഫോർബ്സ് ആയിരുന്നു. രണ്ടുമാസത്തോളം അടുത്ത് ഇടപഴകി ജീവി ച്ചപ്പോൾ ജീനിന് അവളുടെ സാഹചര്യം മനസ്സിലാക്കാൻ കഴിഞ്ഞിരു ന്നു. എലന് അനുസരണയും ബുദ്ധിയും ഇല്ല. പക്ഷേ, കാണാൻ തര ക്കേടില്ലാത്ത ഒരു പെൺകുട്ടി ആയിരുന്നു. ജപ്പാന്റെ സൈനികരുമായി അവൾ വളരെക്കൂടുതൽ സ്വാതന്ത്ര്യത്തോടെ പെരുമാറിയിരുന്നു. സിറം ബാനിൽ അവരെ താമസിപ്പിച്ചിരുന്നത് പട്ടണത്തിന്റെ പ്രാന്തപ്രദേ ശത്തുള്ള ഒരു സ്കൂളിൽ ആയിരുന്നു. സിറംബാൻ പട്ടാളക്കാരെക്കൊണ്ട് നിറഞ്ഞിരിക്കുകയായിരുന്നു. രാവിലെ ഉണർന്നപ്പോൾ എലൻ അവിടെ ഉണ്ടായിരുന്നില്ല. അവർ പിന്നീട് ഒരിക്കലും അവളെ കണ്ടിട്ടില്ല.

ജീനും മിസിസ്സ് ഹോഴ്സ് ഫാളും ഓഫീസറെ കാണണമെന്ന് ആവ ശ്യപ്പെട്ടു. അവർ അവരുടെ സംഘത്തിലെ ഒരാളെ കാണാനില്ലെന്നും ഒരുപക്ഷേ, പട്ടാളക്കാർ ചതിച്ചോ ബലം പ്രയോഗിച്ചോ പിടിച്ചുകൊണ്ട് പോയിരിക്കാമെന്നും ഓഫീസറെ ധരിപ്പിച്ചു. അയാൾ അന്വേഷണങ്ങൾ നടത്താമെന്ന് വാക്ക് പറഞ്ഞു. അതിനുശേഷം ഒരു കാര്യവും നടന്നില്ല. രണ്ട് ദിവസം കഴിഞ്ഞ് ടാംപിനിലേക്ക് റോഡിലൂടെ നടന്നുപോകാനുള്ള ആജ്ഞ അവർക്ക് ലഭിച്ചു. അവരെ സൈനികരുടെ മേൽനോട്ടത്തിൽ ടാംപിനിലേക്ക് കൊണ്ടുപോയി.

അവർ ഏതാനും ദിവസങ്ങൾ ടാംപിനിൽ താമസിച്ചു. അവിടെ അവർക്ക് വേണ്ടത്ര ഭക്ഷണം ലഭിച്ചിരുന്നില്ല. മിക്കവാറും അവർ പട്ടിണി ആയിരുന്നു. അവരുടെ അഭ്യർത്ഥന കണക്കിലെടുത്തുകൊണ്ട് അവി ടുത്തെ മേധാവി അവരെ മുൻകരുതലോടെ മലാക്കായിലേക്ക് പറഞ്ഞു വിട്ടു. പക്ഷേ, അവിടെ കപ്പൽ ഉണ്ടായിരുന്നില്ല. മലാക്കായിലെ ചുമതല പ്പെട്ട ഉദ്യോഗസ്ഥൻ അവരെ ടാംപിനിലേക്ക് തിരിച്ചയച്ചു. അവർ നിരാശ യോടെ ടാംപിനിലേക്ക് ആയാസപ്പെട്ട് തിരിച്ചുപോന്നു. ആലോർ ഗജാ യിൽവെച്ച് ജൂഡി തോംസൺ മരിച്ചു. ടാംപിനിൽ താമസിക്കുന്നതിന്റെ അർത്ഥം കൂടുതൽ മരണം ആയിരുന്നു. അതുകൊണ്ട് കാൽനടയായി സിങ്കപ്പൂരിലേക്കുള്ള യാത്ര തുടരുന്നത് അവർക്ക് കൂടുതൽ മെച്ചം ആയി

രിക്കുമെന്ന് അവർ അഭിപ്രായപ്പെട്ടു. അതിനുശേഷം റോഡ് വഴി അവരെ ഗമാസിയിലേക്ക് കൊണ്ടുപോകാൻ ഒരു പട്ടാളക്കാരനെ നിയമിച്ചിരുന്നു.

മേയ്മാസം മദ്ധ്യത്തോടെ ഗമാസിൽ എത്തുന്നതിനുമുമ്പ് അയർകു നിങ്ങിൽവച്ച് മിസിസ്സ് ഹോഴ്സ്ഫാൾ മരിച്ചു. അവർ സത്യത്തിൽ രണ്ട് മാസം മുമ്പ് സംഭവിച്ച മലേറിയായുടെ ആക്രമണത്തിൽനിന്ന് അല്ലെ ങ്കിൽ അന്ന് പിടികൂടിയത് എത്തരം പനിയായിരുന്നോ അതിൽനിന്ന് ഒരി ക്കലും പരിപൂർണ്ണമായി രക്ഷപ്പെട്ടിരുന്നില്ല. അസുഖം എന്തുതന്നെ ആയി രുന്നെങ്കിലും അത് അവരെ വളരെയധികം തളർത്തിയിരുന്നു. അയർകുനിങ്ങിൽവച്ച് വീണ്ടും അവർക്ക് വയറുകടി ശക്തിപ്പെട്ടു. പിന്നീട് രണ്ട് ദിവസങ്ങൾക്കുള്ളിൽ ഒരുപക്ഷേ, ഹൃദയസ്തംഭനംകൊണ്ട് അല്ലെ ങ്കിൽ ക്ഷീണംകൊണ്ട് അവർ മരിച്ചു. ഏതുസമയത്തും കാഴ്ചയിൽ മരണം അടുത്തെത്തിയെന്ന് തോന്നിക്കുന്ന പൊക്കം കുറഞ്ഞ മിസിസ്സ് ഫ്രിത്ത് എന്ന വിളർച്ച ബാധിച്ച അൻപത്തഞ്ചുകാരി ഒരിക്കലും മരണ ത്തിന് അടിമപ്പെട്ടില്ല. അവർ ജോണി ഹോഴ്സ് ഫാളിന്റെ ചുമതല ഏറ്റെ ടുത്തിരുന്നു. അത് അവർക്ക് ഒരു നല്ല ലോകത്തെ സമ്മാനിച്ചു. ആ ദിവസം മുതൽ മിസിസ്സ് ഫ്രിത്തിന്റെ ജീവിതം മെച്ചപ്പെട്ടിരുന്നു. അവർ രാത്രിയിലെ കരച്ചിലെ ഒഴിവാക്കി.

മൂന്നുദിവസങ്ങൾ കഴിഞ്ഞ് അവർ ഗമാസിൽ എത്തി. പതിവുപോലെ ഇവിടെയും അവരെ ഒരു സ്കൂൾ കെട്ടിടത്തിനുള്ളിൽ താമസിപ്പിച്ചു. ആ പട്ടണത്തിലെ ജപ്പാൻ സേനയുടെ ഉപനായകനായിരുന്ന ക്യാപ്റ്റൻ നിയൂസി അന്ന് വൈകുന്നേരം അവരെ പരിശോധിക്കാൻ വന്നിരുന്നു. അവർ അയാളുടെ പട്ടണത്തിൽ എത്തുന്നതുവരെ അയാൾക്ക് അവരെ പറ്റി യാതൊരു വിവരവും ഉണ്ടായിരുന്നില്ല. ഇത് വളരെ സാധാരണ സംഭവം ആയിരുന്നു. ജീൻ വിശദീകരണത്തിനുള്ള തയ്യാറെടുപ്പ് നട ത്തിയിരുന്നു. അവർ സിങ്കപ്പൂരിലെ താവളത്തിലേക്ക് പോകാൻ വേണ്ടി നടത്തിക്കൊണ്ടുവന്ന തടവുകാരാണെന്ന് അവൾ അയാളോട് വിശദീകരിച്ചു.

അയാൾ പറഞ്ഞു "തടവുകാർ സിങ്കപ്പൂരിൽ പോകില്ല. നിങ്ങളെ പറ്റി വിഷമം ഉണ്ട്. കർശനമായ ആജ്ഞ കിട്ടിയിട്ടുണ്ട്. നിങ്ങൾ എവിടെ നിന്നാണ് വരുന്നത്?"

അവൾ അയാളോട് പറഞ്ഞു. "ഞങ്ങൾ രണ്ടുമാസമായി യാത്ര ചെയ്യുകയാണ്." ധാരാളം നിരാശകളിൽ നിന്ന് ജനിച്ച ശാന്തതയോടെ അവൾ പറഞ്ഞു. "ഞങ്ങൾക്ക് നിശ്ചയമായും ഒരു താവളത്തിനുള്ളിൽ പ്രവേശനം കിട്ടണം. അല്ലെങ്കിൽ ഞങ്ങൾ തീർച്ചയായും മരിക്കും. ഞങ്ങ ളിൽ ഏഴുപേർ വഴിയിൽവച്ച് മരിച്ചുകഴിഞ്ഞു. ഞങ്ങളെ തടവുകാരായി പിടിച്ചപ്പോൾ മുപ്പത്തിരണ്ടുപേർ ഉണ്ടായിരുന്നു. ഇപ്പോൾ ഉള്ളത് ഇരുപ ത്തഞ്ചാണ്. ഞങ്ങൾക്ക് ഇതുപോലെ മുന്നോട്ടുപോകാൻ കഴിയില്ല. നിങ്ങൾ അത് മനസ്സിലാക്കണം."

അയാൾ പറഞ്ഞു. "സിങ്കപ്പൂരിലേക്ക് തടവുകാർ പോകില്ല. നിങ്ങളെ പറ്റി വളരെ വിഷമമുണ്ട്. പക്ഷേ, കർശനമായ ആജ്ഞ കിട്ടിയിട്ടുണ്ട്.

സിങ്കപ്പൂരിൽ തടവുകാർ കൂടുതലാണ്."

അവൾ പറഞ്ഞു. "ക്യാപ്റ്റൻ നിയൂസി, അത് സ്ത്രീകൾ ആയിരി
ക്കില്ല. തീർച്ചയായും പുരുഷന്മാരായിരിക്കും."

"സിങ്കപ്പൂരിലേക്ക് തടവുകാർ പോകില്ല." അയാൾ പറഞ്ഞു. "കർശ
നമായ ആജ്ഞയുണ്ട്."

"ശരി, ഞങ്ങൾക്കിവിടെ താമസിക്കാൻ പറ്റുമോ? ഞങ്ങൾക്ക് ഇവിടെ
ഒരു ഡോക്ടറെ കിട്ടുമോ?"

അയാളുടെ കണ്ണുകൾ ചുരുങ്ങി. "ഒരു തടവുകാരനും ഇവിടെ താമ
സിക്കില്ല."

"പക്ഷേ, ഞങ്ങൾ എന്തുചെയ്യും? ഞങ്ങൾ എവിടെപ്പോകും?"

"നിങ്ങളെപ്പറ്റി വളരെ വിഷമം ഉണ്ട്." അയാൾ പറഞ്ഞു. "നിങ്ങൾ
എവിടെയാണ് പോകുന്നതെന്ന് നാളെ ഞാൻ നിങ്ങളോട് പറയാം."

അയാൾ തിരിച്ചുപോയതിനുശേഷം അവൾ സ്ത്രീകളുടെ അടുത്തു
ചെന്നു. "അയാൾ പറഞ്ഞതെല്ലാം നിങ്ങൾ കേട്ടു." അവൾ പറഞ്ഞു.
"എന്തായാലും നമ്മൾ സിങ്കപ്പൂരിലേക്ക് പോകുന്നില്ലെന്നാണ് അയാൾ
പറയുന്നത്."

സ്ത്രീകൾക്ക് ആ വാർത്തയിൽ വലിയ പുതുമയൊന്നും ഉണ്ടായി
രുന്നില്ല. അവർ ഒരോ ദിവസവും ജീവിക്കുക എന്ന ശീലത്തിലേക്ക് വീണു
കഴിഞ്ഞിരുന്നു. കൂടാതെ സിങ്കപ്പൂർ വളരെയധികം അകലെ ആയിരുന്നു.
"അവർക്ക് നമ്മളെ ഒരു സ്ഥലത്തും ആവശ്യമില്ലെന്ന് തോന്നുന്നു"
മിസിസ്സ് പ്രൈസ് വിഷാദത്തോടെ പറഞ്ഞു. "ബോബി, വീണ്ടും നീ
ആമിയെ ഉപദ്രവിക്കുന്നതു കണ്ടാൽ ഞാൻ നിന്നെ നിന്റെ അച്ഛൻ തല്ലു
ന്നതുപോലെ തല്ലും. ഞാൻ സത്യമാണ് പറയുന്നത്."

മിസിസ്സ് ഫെയ്ത്ത് പറഞ്ഞു. "അവർ നമ്മളെ വെറുതെ വിടുകയാ
ണെങ്കിൽ നമുക്ക് ഇതുപോലെയുള്ള ഒരു ഗ്രാമത്തിൽ ഒരു ചെറിയ സ്ഥലം
കണ്ടുപിടിക്കാൻ പറ്റും. ഇതെല്ലാം അവസാനിക്കുന്നതുവരെ നമുക്ക്
അവിടെ താമസിക്കാൻ പറ്റും."

ജീൻ മിസിസ്സ് ഫെയ്ത്തിനെ സൂക്ഷിച്ചു നോക്കി. "അവർക്ക് നമ്മളെ
തീറ്റിപ്പോറ്റാൻ കഴിയില്ല." അവൾ സാവധാനം പറഞ്ഞു. പക്ഷേ, അത്
ഒരു മനോഹരമായ ആശയം ആയിരുന്നു. അവൾ അത് മനസ്സിന്റെ മറു
പുറത്ത് കുറിച്ചുവച്ചു.

"നമുക്ക് അമൂല്യമായ അല്പം ആഹാരമാണ് കിട്ടുന്നത്." മിസിസ്സ്
ഫെയ്ത്ത് പറഞ്ഞു. "ഞാൻ എന്റെ എല്ലാ പിറന്നാളിനും 'ടാംപിൻ' എന്ന്
പറയുന്ന ആ നശിച്ച സ്ഥലം ഓർമ്മിക്കും."

അടുത്ത ദിവസം ക്യാപ്റ്റൻ നിയൂസി വന്നിരുന്നു. "ഇപ്പോൾ നിങ്ങൾ
കുവാൻ ടാനിലേക്ക് പോകുന്നു." അയാൾ പറഞ്ഞു. "കുവാൻടാനിലെ
സ്ത്രീകളുടെ താവളം വളരെ നല്ലതാണ്. അവിടെ നിങ്ങൾക്ക് സന്തോഷം
ആയിരിക്കും."

കുവാൻടാൻ എവിടെയാണെന്ന് ജീനിന് അറിയില്ലായിരുന്നു. അവൾ

ചോദിച്ചു. "കുവാൻടാൻ എവിടെയാണ്? ദൂരെയാണോ?"

"കുവാൻടാൻ കടൽക്കരയിലാണ്." അയാൾ പറഞ്ഞു. "ഇപ്പോൾ നിങ്ങൾ അവിടെയാണ് പോകുന്നത്."

അവളുടെ പിന്നിൽനിന്ന് ആരോ ഒരാൾ പറഞ്ഞു. "അത് നൂറുമൈൽ ദൂരെയാണ്. കിഴക്കേത്തീരത്ത്?"

"ശരിയാണ്." ക്യാപ്റ്റൻ നിയൂസി പറഞ്ഞു.

"ഞങ്ങൾക്ക് അവിടെ ട്രെയിനിൽ പോകാൻ പറ്റുമോ?" ജീൻ അന്വേ ഷിച്ചു.

"എനിക്ക് വിഷമം ഉണ്ട്. ട്രെയിൻ ഇല്ല. നിങ്ങൾ ഓരോ ദിവസവും പത്തുപതിനഞ്ച് മൈൽ വീതം നടന്നാൽ മതി. വളരെ പെട്ടെന്ന് അവിടെ എത്തിച്ചേരും. അവിടെ നിങ്ങൾക്ക് വളരെ സന്തോഷമായിരിക്കും."

അവൾ ശാന്തമായി പറഞ്ഞു. "ക്യാപ്റ്റൻ ഞങ്ങളിൽ ഏഴ് പേർ ഈ നടത്തംകൊണ്ട് മരിച്ചുകഴിഞ്ഞിരിക്കുന്നു. നിങ്ങൾ ഞങ്ങളെ ഈ പറയുന്ന കുവാൻടാനിലേക്ക് നടത്തുകയാണെങ്കിൽ കൂടുതൽ ആളുകൾ മരിക്കും. അവിടെയെത്താൻ ഞങ്ങൾക്ക് ഒരു ലോറി കിട്ടുമോ?"

"പറയാൻ പ്രയാസമുണ്ട്. ലോറി ഇല്ല." അയാൾ പറഞ്ഞു. "പെട്ടെന്ന് നിങ്ങൾ അവിടെയെത്തും."

അയാൾ പെട്ടെന്ന് യാത്ര തിരിക്കാൻ ആവശ്യപ്പെട്ടിരുന്നു. പക്ഷേ, അപ്പോൾ രാവിലെ പതിനൊന്നുമണി കഴിഞ്ഞിരുന്നു. അവർ പ്രതിഷേ ധിച്ചു. ജീൻ അയാളുമായി ക്ഷമയോടെ ചർച്ചകൾ നടത്തി. അവൾ നാളെ പുലർച്ചെ യാത്ര തുടങ്ങിയാൽ മതിയെന്ന് അയാളെക്കൊണ്ട് സമ്മതി പ്പിച്ചു. ഇതിലും കൂടുതലായി അവൾക്ക് ഒന്നുംതന്നെ ചെയ്യാൻ കഴിയു മായിരുന്നില്ല. എങ്ങനെയായാലും ക്യാപ്റ്റൻ നിയൂസിയെക്കൊണ്ട് ഇറ ച്ചിക്കറിയും ചോറും ഉൾപ്പെടെയുള്ള ഒരു നല്ല അത്താഴം അവർക്ക് ഏർപ്പാടാക്കാനും അവൾക്ക് കഴിഞ്ഞിരുന്നു.

ഗമാസിൽനിന്ന് കുവാൻടാനിലേക്ക് ഏകദേശം നൂറ്റി എഴുപത് മൈൽ ദൂരം ഉണ്ട്. അവിടെയെത്താൻ നേരിട്ടുള്ള വഴി ഇല്ല. മെയ് അവ സാനത്തോടെ ആണ് അവർ ഗമാസിൽനിന്ന് യാത്ര തിരിച്ചത്. അവർ മുമ്പ് യാത്രചെയ്ത വേഗത കണക്കാക്കി ഈ യാത്രയ്ക്ക് ആറാഴ്ച വേണ്ടിവരുമെന്ന് ജീൻ കണക്കുകൂട്ടി. എല്ലാസമയത്തും അവർ പ്രതീക്ഷി ച്ചിരുന്നതുപോലെ അൻപതു മൈലിനുള്ളിൽ അവർക്ക് ഏതെങ്കിലും വാഹനം ലഭിക്കുമെന്ന് അവർ ആലോചിക്കുന്നുണ്ടായിരുന്നു. ഇപ്പോൾ അവസാനം വിശ്രമിക്കാൻ പറ്റും എന്ന മങ്ങിയ പ്രതീക്ഷ മാത്രമാണ്. അവർക്കുണ്ടായിരുന്നത്. അവർക്ക് മുന്നിൽ ഇപ്പോൾ ആറാഴ്ചത്തെ യാത്രകൂടി ബാക്കി ഉണ്ടായിരുന്നു. സത്യത്തിൽ കുവാൻടാനിൽ അവർക്കുവേണ്ടി ഒരു താവളം ഉണ്ടായിരിക്കുമെന്ന് അവരിൽ ഒരാൾ പോലും വിശ്വസിച്ചിരുന്നില്ല.

"നിങ്ങൾ നമുക്ക് ഇവിടെ ഒരു താവളം ഉണ്ടാക്കുന്നതിനെപ്പറ്റി പറ ഞ്ഞത് അയാൾക്ക് ഇഷ്ടമായിട്ടില്ല." മിസിസ്സ് ഫ്രിത്ത് പറഞ്ഞു.

"അയാൾക്ക് ഇത് ഇഷ്ടമായില്ലെന്ന് എനിക്ക് മനസ്സിലായി."

"നമ്മളെ ഒഴിവാക്കാനാണ് അയാൾ ആഗ്രഹിക്കുന്നത്." ജീൻ പറ ഞ്ഞു. "അവർക്ക് നമ്മുടെ ശല്യം ഒഴിവാക്കണം."

അടുത്ത ദിവസം രാവിലെ അവർ യാത്ര തിരിച്ചു. അവരുടെ കൂടെ ഒരു പട്ടാള ഉദ്യോഗസ്ഥനും കാവല്ക്കാരനായി ഒരു സാധാരണ പട്ടാള ക്കാരനും ഉണ്ടായിരുന്നു. ഗമസ് തീവണ്ടിപ്പാളങ്ങൾ സന്ധിക്കുന്ന ഒരു സ്ഥലമാണ്. കിഴക്കൻ തീരദേശ റെയിൽവെ ഇവിടെ നിന്ന് വടക്കോട്ട് തിരിയുന്നു. റെയിൽപ്പാത വടക്കുള്ള ഏതോ തന്ത്രപ്രധാനമായ സ്ഥല ത്തേക്ക് മാറ്റിയിട്ടുണ്ടെന്ന് ഒരു കേട്ടുകേൾവി ഉണ്ടായിരുന്നു. സ്ത്രീകൾക്ക് അതിനെപ്പറ്റി ഉൽക്കണ്ഠ ഇല്ലായിരുന്നു. റെയിൽപ്പാളത്തിലൂടെ നടക്കു ന്നതിലാണ് അവർക്ക് ഉൽക്കണ്ഠ ഉണ്ടായിരുന്നത്. എല്ലാ ദിവസവും വെയിലത്ത് നടക്കണം എന്നാണ് അതിന്റെ അർത്ഥം ട്രെയിനിൽ യാത്ര ചെയ്യുന്നതിനുള്ള സാധ്യത ഉണ്ടായിരുന്നില്ല.

അവർ ഒരാഴ്ച ഒന്നിടവിട്ടുള്ള ദിവസങ്ങളിൽ പത്തുമൈലോളം നട ന്നിരുന്നു. അതിനുശേഷം പനി പടർന്നുപിടിച്ചു. അവർക്ക് അത് എന്താ യിരുന്നെന്ന് ഒരിക്കലും മനസ്സിലായില്ല. 'ആമിപ്രൈസി'ൽ നിന്നാണ് പനി തുടങ്ങിയത്. ആമി പ്രൈസിന് ഉയർന്ന ചൂടും മൂക്കൊലിപ്പും ഉണ്ടായിരു ന്നു. അത് ഒരുപക്ഷേ, പൊങ്ങൻപനി ആയിരുന്നിരിക്കാം. പക്ഷേ, കുട്ടി കളെ അവരുടെ ജീവിതത്തിന്റെ വ്യവസ്ഥകളിൽ തനിയെ താമസിപ്പി ക്കാൻ അവർക്ക് കഴിയില്ല. തുടർന്നുള്ള ആഴ്ചകളിൽ അത് ഒരു കുട്ടി യിൽനിന്നും മറ്റൊരു കുട്ടിയിലേക്ക് പടർന്നു. 'ആമി പ്രൈസ്' സാവധാനം അസുഖത്തിൽ നിന്ന് കരകയറി. പക്ഷേ, അവൾ വീണ്ടും നടക്കാൻ തുട ങ്ങുമ്പോൾ ഏഴ് മറ്റ് കുട്ടികൾ കിടപ്പായിക്കഴിഞ്ഞിരുന്നു. വിയർപ്പിൽ കുതിർന്ന ചെറിയ മുഖങ്ങൾ കഴുകിത്തുടച്ച് വൃത്തിയാക്കി നനഞ്ഞ വസ്ത്രങ്ങൾ മാറ്റി പുതിയ വേഷങ്ങൾ ലഭ്യതയ്ക്കനുസരിച്ച് അണിയി ക്കാൻ മാത്രമേ അവർക്ക് കഴിഞ്ഞിരുന്നുള്ളൂ. മറ്റൊന്നും അവർക്ക് ചെയ്യാൻ കഴിഞ്ഞിരുന്നില്ല. അവർ ഇപ്പോൾ ഈ രോഗം ഏറ്റവും കൂടു തൽ ഉണ്ടായിരുന്ന 'ബഹാവു' എന്ന സ്ഥലത്തെ റെയിൽവെ സ്റ്റേഷ നിലെ കാത്തിരിപ്പ് മുറിയിലും പ്ലാറ്റ്ഫോമിലുമായി കഴിച്ചുകൂട്ടി. അവർക്ക് ഭാഗ്യം ഉണ്ടായിരുന്നില്ല. കാരണം അവർ എത്തുന്നതിന് മൂന്നു ദിവസം മുമ്പുവരെ ബഹാവുവിൽ ഒരു ഡോക്ടർ ഉണ്ടായിരുന്നു. ജപ്പാൻ പട്ടാള ത്തിലെ ഒരു ഡോക്ടർ. പക്ഷേ, അയാൾ അയാളുടെ ലോറിയിൽ 'കോലാ ക്ലാവാങ്ങി'ലേക്ക് പോയിക്കഴിഞ്ഞിരുന്നു. അവർക്ക് ഗ്രാമമുഖ്യനെ സ്വാധീ നിച്ച് അയാളെ കണ്ടെത്താൻവേണ്ടി ആളുകളെ പറഞ്ഞുവിടാൻ കഴി ഞ്ഞിരുന്നെങ്കിലും അവർ അയാളെ ഒരിക്കലും കണ്ടുമുട്ടിയില്ല. അതു കൊണ്ട് അവർക്ക് ഡോക്ടറുടെ സഹായം ലഭിച്ചിരുന്നില്ല.

ബഹാവുവിൽവെച്ച് ഹാരി കൊള്ളാർഡ്, സൂസൻ ഫ്ലച്ചർ, ഡോറിസ് സൈമണ്ട്സ്, ഫ്രഡി ഹോളണ്ട് എന്നീ നാലു കുട്ടികൾ മരണപ്പെട്ടു. ഡോറിസ് സൈമണ്ട്സിന്റെ പ്രായം വെറും മൂന്നുവയസ്സ് മാത്രമായിരുന്നു.

ജീനിന് സ്വാഭാവികമായും ഏറ്റവും കൂടുതൽ അടുപ്പം ഫ്രഡി ഹോള
ണ്ടിനോട് ആയിരുന്നു. പക്ഷേ, അവൾക്ക് കാര്യമായി ഒന്നുംതന്നെ
ചെയ്യാൻ കഴിഞ്ഞില്ല. പനിയുടെ ആദ്യ ദിവസത്തിൽത്തന്നെ അവൻ മരി
ക്കാൻ പോകുകയാണെന്ന് അവൾ ഊഹിച്ചിരുന്നു. ഈ സമയത്തിനു
ള്ളിൽ അവൾക്ക് ദുഃഖകരമായ അനുഭവങ്ങളുടെ ഒരു കലവറ സ്വന്തമാ
യിക്കഴിഞ്ഞിരുന്നു. കുട്ടികളിൽപോലും അവരുടെ മരണവുമായി വരുന്ന
അസുഖത്തിനോട് ഒരു ഉദാസീനത ഉണ്ടായിരുന്നു. അവർ ജീവിക്കാനുള്ള
ശ്രമം നടത്താൻപോലും ശക്തരല്ലെന്നുള്ള തോന്നലിലായിരുന്നു. ഈ
സമയംകൊണ്ട് അവർ എല്ലാവരും മരണം എന്ന യാഥാർത്ഥ്യവുമായി
പൊരുത്തപ്പെട്ടു കഴിഞ്ഞിരുന്നു. ദുഃഖവും കണ്ണുനീരും അവരെ ശല്യ
പ്പെടുത്തുന്നത് അവസാനിപ്പിച്ചിരുന്നു. ഒരു മനുഷ്യൻ മരിച്ചുകഴിയുമ്പോൾ
ചെയ്തിരിക്കേണ്ട ചില കാര്യങ്ങൾ ഉണ്ടായിരുന്നു. കാലുകൾ നിവർത്തി
വെക്കണം. ശവക്കുഴി കുരിശ്. ആരാണ് മരിച്ചതെന്നും കൃത്യമായി ശവ
ക്കുഴി എവിടെയായിരുന്നെന്നും ഒരു ഡയറിയിൽ കുറിച്ചുവെക്കണം.
അതോടെ ആ കാര്യം അവസാനിച്ചു. അവർക്ക് അനന്തരചിന്തകൾക്കുള്ള
ഊർജ്ജം ഉണ്ടായിരുന്നില്ല.

ജീനിന്റെ ആലോചനകൾ ഇപ്പോൾ മിസിസ്സ് ഹോളണ്ടിനെപ്പറ്റി ആയി
രുന്നു. ഫ്രഡിയെ കുഴിച്ചിട്ടുകഴിഞ്ഞ് ഐലീനിന്റെ ശ്രദ്ധയെ കുഞ്ഞി
ലേക്ക് കൊണ്ടുവരാൻ ജീൻ ശ്രമിച്ചിരുന്നു. കാരണം കഴിഞ്ഞ ഏതാനും
ആഴ്ചകളായി ഭക്ഷണം കഴിപ്പിക്കാനും കുളിപ്പിക്കാനും എടുത്തുകൊണ്ട്
നടക്കാനും വേണ്ടി കുഞ്ഞിനെ ജീനിന്റെ കൈയിൽ ഏല്പിച്ചിരിക്കുക
യായിരുന്നു. അവൾ ഈ സമയംകൊണ്ട് അതിനോട് വളരെക്കൂടുതൽ
അടുത്തുകഴിഞ്ഞിരുന്നു. പ്രായത്തിൽ മൂത്ത രണ്ട് കുട്ടികളും മരിച്ചുക
ഴിഞ്ഞപ്പോൾ ജീൻ 'റോബിൻ' എന്ന കൊച്ചുകുഞ്ഞിനെ അതിന്റെ
അമ്മയെ ഏല്പിച്ചത് അവൾ അതിനെ ഒഴിവാക്കാൻ ആഗ്രഹിച്ചിരുന്ന
തുകൊണ്ട് ആയിരുന്നില്ല. അതിന്റെ കാരണം ഐലീൻ ഹോളണ്ടിന്
എന്തെങ്കിലും താല്പര്യമുള്ള ഒരു കാര്യം കണ്ടെത്തണമെന്ന് അവൾക്ക്
തോന്നിയതുകൊണ്ട് ആയിരുന്നു. കുഞ്ഞ് ആ താല്പര്യം അവർക്ക്
നല്കുമെന്നുള്ള തോന്നൽ അവൾക്ക് ഉണ്ടായിരുന്നു. പക്ഷേ, ഈ പരീ
ക്ഷണം ഒരു വലിയ വിജയം ആയിരുന്നില്ല. ഈ സമയംകൊണ്ട് ഐലീൻ
കുട്ടിയെ ചുമന്നുകൊണ്ട് നടക്കാൻ പറ്റാത്തവിധത്തിൽ തളർന്നുപോയി
രുന്നു. അതിന്റെ കൂടെ കളിക്കാൻവേണ്ട ഉത്സാഹം അവൾക്ക് ഉണ്ടായി
രുന്നില്ല. അതിനുംപുറമെ കുട്ടി വളരെ ദിവസങ്ങളായി തന്നെ എടുത്തു
കൊണ്ടുനടന്നിരുന്ന പ്രായംകുറഞ്ഞ സ്ത്രീയെ അമ്മയെക്കാൾ കൂടു
തൽ ഇഷ്ടപ്പെടുന്നുണ്ടെന്നും ഏറക്കുറെ വ്യക്തമായിരുന്നു.

"അവൻ സത്യത്തിൽ എന്റേത് അല്ലെന്നുപോലും തോന്നുന്നുണ്ട്."
ഒരിക്കൽ മിസിസ്സ് ഐലീൻ ഹോളണ്ട് പറഞ്ഞു. "അവനെ നിങ്ങൾ എടു
ത്തോളൂ. നിങ്ങളുടെ കൈയിൽ ഇരിക്കാനാണ് അവൻ ഇഷ്ടപ്പെടുന്നത്."
അന്നു മുതൽ കുഞ്ഞിന്റെ കാര്യങ്ങൾ അവർ പങ്കുവെച്ചു. അതിന് ചോറും

സൂപ്പും കൊടുക്കുന്നത് ഐലീൻ ആയിരുന്നു. പക്ഷേ, അതിനെ കളിപ്പി ച്ചിരുന്നത് ജീൻ ആയിരുന്നു.

അവർ ബഹാവുവിലെ റെയിൽവെ സിഗ്നൽ ബോക്സിനു പിന്നി ലുള്ള നാല് ചെറിയ കുഴിമാടങ്ങൾ ഉപേക്ഷിച്ചതിനുശേഷം മുളകൊ ണ്ടുള്ള രണ്ട് മഞ്ചങ്ങളും ചുമന്ന് നടത്തം തുടർന്നു. ഈ മഞ്ചങ്ങളിൽ ഏറ്റവും തളർന്ന കുട്ടികൾ ഊഴമനുസരിച്ച് യാത്ര ചെയ്തിരുന്നു. ഈ യാത്രയിലുടനീളം ജപ്പാന്റെ കാവൽഭടന്മാർ മനുഷ്യത്വം ഉള്ളവരും യുക്തിപൂർവ്വം ഇടപെടുന്നവരുമാണെന്ന് അവർക്ക് മനസ്സിലാക്കാൻ കഴിഞ്ഞു. അവർ ശീലങ്ങളിൽ പടിഞ്ഞാറൻ ആശയങ്ങളിൽനിന്ന് വളരെ ദൂരം മാറിനില്ക്കുന്നവരായിരുന്നു. പക്ഷേ, അവർ സ്ത്രീകളുടെ ദൗർബ ല്യങ്ങളോട് സഹിഷ്ണുത കാണിക്കുന്നവരും കുട്ടികളോട് ആഴത്തിലുള്ള സ്നേഹമുള്ളവരും ആയിരുന്നു. സൈനിക ഉദ്യോഗസ്ഥന് ഒരു കുട്ടിയെ തോളിൽ ഇരുത്തിക്കൊണ്ട് മറ്റൊരു കുട്ടി വിശ്രമിച്ചിരുന്ന മഞ്ചം നാലു മണിക്കൂറോളം ചുമന്നുകൊണ്ട് നടക്കാൻ കഴിഞ്ഞിരുന്നു. അവിടെ പതി വുപോലെയുള്ള ഭാഷയുടെ ബുദ്ധിമുട്ട് ഉണ്ടായിരുന്നു. ഈ സമയംകൊണ്ട് സ്ത്രീകൾ ഏതാനും ജാപ്പനീസ് വാക്കുകൾ കൈക്ക ലാക്കി. പക്ഷേ, മലായ്ഭാഷ നല്ലവണ്ണം സംസാരിക്കാൻ കഴിയുന്ന ഒരേ ഒരു വ്യക്തി ജീൻ ആയിരുന്നു. ഗ്രാമീണരോട് അന്വേഷണങ്ങൾ നടത്തിയതും ചിലപ്പോൾ ജാപ്പനീസ് ഭാഷ പരിഭാഷപ്പെടുത്തിയതും ജീൻ ആയിരുന്നു.

മിസിസ്സ് ഫ്രിത്ത് ജീനിനെ വളരെക്കൂടുതൽ അത്ഭുതപ്പെടുത്തി. അവർ അൻപതിന് മുകളിൽ പ്രായമുള്ള ഒരു പൊക്കം കുറഞ്ഞ സ്ത്രീ ആയിരുന്നു. യാത്രയുടെ തുടക്കത്തിൽ അവർ വളരെ ക്ഷീണിതയായി രുന്നു. അതിന്റെ കൂടെ അവരുടെ തുടർച്ചയായുള്ള ദുശ്ശകുനങ്ങളുടെ പ്രവചനങ്ങൾ മൂലം അവർ മറ്റുള്ളവർക്ക് ഒരുതരം ശല്യം ആയിരുന്നു. ദിവസേന അവർക്ക് വേണ്ടത്ര ബുദ്ധിമുട്ടുകൾ ഉണ്ടായിരുന്നതുകൊണ്ട് അവർ കൂടുതൽ ബുദ്ധിമുട്ടുകൾക്കുവേണ്ടി ഭാവിയിലേക്ക് നോക്കുന്നു ണ്ടായിരുന്നില്ല. ജോണി ഹോഴ്സ് ഫാളിന്റെ ഉത്തരവാദിത്വം ഏറ്റെടു ത്തുകഴിഞ്ഞപ്പോൾ മിസിസ്സ് ഫ്രിത്ത് ഒരു പുതിയ ജീവിതശൈലിയിലേക്ക് വന്നിരുന്നു. അവരുടെ ആരോഗ്യം മെച്ചപ്പെട്ടു. അവർ ഇപ്പോൾ മറ്റുള്ള വർക്കൊപ്പം നടക്കുന്നുണ്ടായിരുന്നു. അവർ പതിനഞ്ച് കൊല്ലത്തോളം മലയായിൽ ജീവിച്ചിട്ടും അവർക്ക് അവിടുത്തെ ഭാഷയിലെ ഏതാനും വാക്കുകൾ മാത്രമാണ് സംസാരിക്കാൻ കഴിഞ്ഞിരുന്നത്. പക്ഷേ, അവർക്ക് ആ രാജ്യത്തെപ്പറ്റിയും അവിടുത്തെ രോഗങ്ങളെപ്പറ്റിയും ആഴ ത്തിലുള്ള അറിവ് ഉണ്ടായിരുന്നു. അവർ കുവാൻടാനിലേക്ക് പോകുന്ന തിൽ മിസിസ്സ് ഫ്രിത്തിന് സന്തോഷമായിരുന്നു. അവർ പറഞ്ഞു. "അവിടെ നല്ല പരിതസ്ഥിതി ആണ്. പടിഞ്ഞാറൻ പ്രദേശത്തേക്കാൾ ആരോഗ്യത്തോടെ ജീവിക്കാൻ പറ്റും. അവിടുത്തെ ആളുകൾ കൂടുതൽ മെച്ചമാണ്. അവിടെ എത്തിയാൽ നമുക്ക് സുഖം ആണ്. നിങ്ങൾ അതു മനസ്സിലാക്കണം."

കാലം കടന്നുപോകുന്നതിനൊപ്പം കൂടുതൽ ഉപദേശങ്ങൾക്കും

സാന്ത്വനങ്ങൾക്കും വേണ്ടി ജീൻ മിസിസ്സ് ഫ്രിത്തിനോട് കൂടുതൽ അടുത്തു.

'അയർക്രിങ്ങിൽ' വച്ച് മിസിസ്സ് ഹോളണ്ടിന്റെ എല്ലാ ശക്തിയും അവസാനിച്ചു. അവർ നടക്കുന്നതിനിടയിൽ രണ്ടുതവണ തറയിൽ വീണിരുന്നു. മറ്റുള്ളവർ അവരെ നടക്കാൻ മാറിമാറി സഹായിക്കുകയായിരുന്നു. മെലിഞ്ഞുപോയ അവസ്ഥയിൽ പോലും അവർക്ക് കൂടുതൽ ഭാരം ഉണ്ടായിരുന്നു. കൂടാതെ അവരെ മഞ്ചത്തിൽ കിടത്തുന്നതിന്റെ അർത്ഥം ഒരു കുട്ടിയെ മഞ്ചത്തിൽനിന്ന് മാറ്റിനിർത്തുന്നു എന്നതാണ്. ഇത്തരം ഒരു കാര്യം ആലോചിക്കുന്നതുപോലും അവർ അംഗീകരിച്ചില്ല. കൂടാതെ അവരുടെ ഭാരം ചുമന്നുകൊണ്ട് കൂടുതൽ ദൂരം നടക്കാനുള്ള ശേഷി ആ സമയത്ത് അവരിൽ ഒരാൾക്കുപോലും അപ്പോൾ ഉണ്ടായിരുന്നില്ല. അവർ സ്വന്തം കാലിൽ ആടിയാടി നടന്നു. പക്ഷേ, അയർക്രിങ്ങിൽ എത്തിയപ്പോഴേക്കും മുമ്പ് മിസിസ്സ് കൊള്ളാർഡിന്റെ നിറത്തിനുവന്ന വ്യത്യാസം അവരുടെ നിറത്തിനും വന്നിരുന്നു. അത് ഒരു മോശം സൂചന ആയിരുന്നു.

അയർക്രിങ് ഒരു റെയിൽവെ സ്റ്റേഷന്റെ അടുത്തുള്ള ഒരു ചെറിയ ഗ്രാമം ആണ്. അവിടുത്തെ സ്റ്റേഷന് കെട്ടിടങ്ങൾ ഉണ്ടായിരുന്നില്ല. ഗ്രാമ ത്തലവനുമായി കൂടിയാലോചന നടത്തിയപ്പോൾ മുമ്പ് പലതവണ സംഭവിച്ചതുപോലെ അയാൾ ഒരുവീട് ഒഴിപ്പിച്ച് തരുകയായിരുന്നു. അവർ മിസിസ്സ് ഹോളണ്ടിനെ നിഴലുള്ള ഒരു മൂലയിൽ തലയിണയിൽ തല ഉയർത്തിവെച്ച് കിടത്തി മുഖം കഴുകിച്ചു. അവർക്കു കൊടുക്കാൻ ബ്രാണ്ടിയോ മറ്റെന്തെങ്കിലും ഉത്തേജക മരുന്നുകളോ അവരുടെ കൈവശം ഉണ്ടായിരുന്നില്ല. അവർക്ക് കിടന്ന് വിശ്രമിക്കാൻ കഴിഞ്ഞിരുന്നില്ല. അതുകൊണ്ട് അവർ അവരെ ഭിത്തികളുടെ താങ്ങ് ലഭിക്കുന്ന ഒരു മൂലയിൽ ചാരി ഇരുത്തുകയായിരുന്നു. അവർ അന്ന് വൈകുന്നേരം അല്പം സൂപ്പ് കുടിച്ചു. പക്ഷേ, മറ്റ് ഭക്ഷണങ്ങൾ എല്ലാം നിരസിച്ചു. ഇത് അവസാനം ആണെന്ന് അവർക്ക് സ്വയം ബോദ്ധ്യപ്പെട്ടിരുന്നു.

"എന്റെ കുട്ടീ, എനിക്ക് വളരെ വിഷമം ഉണ്ട്." അർദ്ധരാത്രിയോടെ അവർ ശബ്ദം താഴ്ത്തി പറഞ്ഞു. "നിങ്ങൾക്ക് ഇത്രയധികം ബുദ്ധിമുട്ട് ഉണ്ടാക്കിയതിൽ വിഷമം ഉണ്ട്. ബില്ലിനെ ഓർത്ത് എനിക്ക് വിഷമം തോന്നുന്നു. നിങ്ങൾ ബില്ലിനെ വീണ്ടും കാണുകയാണെങ്കിൽ ദുഃഖിക്ക രുത് എന്ന് പറയണം. നല്ല സ്ത്രീയെ കണ്ടെത്തിയാൽ വീണ്ടും വിവാഹം കഴിക്കണമെന്ന് ബില്ലിനോട് പറയണം. വൃദ്ധനാണെന്നമട്ടിൽ പെരുമാറ രുത്."

ഒന്നോ രണ്ടോ മണിക്കൂറുകൾക്ക് ശേഷം അവർ പറഞ്ഞു. "കുഞ്ഞിന് നിങ്ങളോടുള്ള അടുപ്പം നല്ല കാര്യം ആണെന്നാണ് ഞാൻ വിചാരിക്കുന്നത്. അതിന് ഭാഗ്യം ഉണ്ട്. ഇല്ലേ?"

നേരം പുലർന്നിട്ടും അവർക്ക് ജീവൻ ഉണ്ടായിരുന്നു. പക്ഷേ, ബോധം ഇല്ലായിരുന്നു. മറ്റുള്ളവർ അവർക്ക് ചെയ്യാൻ കഴിയുന്ന ചെറിയ

കാര്യങ്ങൾ എല്ലാം ചെയ്തു. പക്ഷേ, അവരുടെ ശ്വാസം കൂടുതൽ കൂടു തൽ ദുർബ്ബലമായി. ഉച്ചയായപ്പോൾ അവർ മരിച്ചു. അന്ന് വൈകുന്നേരം അവർ അവരെ ഗ്രാമത്തിലെ മുസ്ലീങ്ങളുടെ ഒരു ശ്മശാനത്തിൽ മറവു ചെയ്തു.

അയർക്രിങ്ങിൽവെച്ച് അവർ ഇതുവരെ കടന്നുവന്നതിൽ ഏറ്റവും അനാരോഗ്യകരമായ ജില്ലയിലേക്ക് കടന്നുചെല്ലുകയായിരുന്നു. മലയാ യുടെ കേന്ദ്രഭാഗത്തെ പർവ്വതങ്ങൾ ഇപ്പോൾ അവരുടെ ഇടതുഭാഗത്ത് ആയിരുന്നു. അവർ വടക്കോട്ട് നടക്കുമ്പോൾ കിഴക്കൻ തീരത്തേക്ക് ഒഴു കുന്ന പഹാങ്നദിയുടെ ഏറ്റവും ഉയർന്നഭാഗത്തേക്കാണ് അവർ കട ന്നുചെല്ലുന്നത്. ഇവിടെ നദി അസംഖ്യം പോഷകനദിയായി പടർന്നു ഒഴു കുന്നു. മെൻകുവാങ്, പെർടാങ്, ബിലൻഗു തുടങ്ങിയ ധാരാളം പോഷകനദികൾ സമതലത്തിലൂടെ ഒഴുകി നാല്പത് മൈലോളം നീള ത്തിലുള്ള പ്രദേശത്തെ കണ്ടൽക്കാടുകൾ നിറഞ്ഞ ചതുപ്പുനിലമാക്കി മാറ്റിയിരുന്നു. പാമ്പുകളും മുതലകളും കൊതുകുകളും നിറഞ്ഞ ഒരു രാജ്യം. പകൽ മുഴുവൻ ചൂട് ആയിരുന്നു. രാത്രിയിൽ നനഞ്ഞുകുതിർന്ന ഒരു മൂടൽമഞ്ഞ് കടന്നുവന്ന് അവരെ യാതൊരു ദയയും ഇല്ലാതെ മര വിപ്പിച്ചുകൊണ്ടിരുന്നു.

അവർ ഈ ദേശത്ത് വന്ന് രണ്ട് ദിവസം കഴിഞ്ഞപ്പോൾ അവരിൽ പലരും പനികൊണ്ട് കഷ്ടപ്പെടുന്നുണ്ടായിരുന്നു. അത് അവർക്ക് പരിചി തമായ മലമ്പനി പോലെ ആണെന്ന് തോന്നിയിരുന്നില്ല. അത് ഒരുപക്ഷേ, ഡങ്കിപ്പനി ആയിരുന്നിരിക്കാം. അവർക്ക് ഈ സമയത്ത് അത് ചികിത്സി ക്കാൻ കഴിഞ്ഞിരുന്നില്ല. കൂടുതലും അത് ചികിത്സിക്കാൻ പണം ഇല്ലാ ത്തതുകൊണ്ട് ആയിരുന്നില്ല. അവർ കടന്നുപോയിരുന്ന കാടുപിടിച്ച ഗ്രാമ ങ്ങളിൽ മരുന്നുകിട്ടാൻ ഇല്ലാത്തതുകൊണ്ട് ആയിരുന്നു. ജീൻ പട്ടാള ഉദ്യോഗസ്ഥനോട് ഉപദേശം ചോദിച്ചപ്പോൾ അയാൾ അവരെ ഈ നശിച്ച പ്രദേശത്തുനിന്നും കഴിയുന്നതുംവേഗം പുറത്തുചാടാനാണ് ഉപദേശിച്ച ത്. ഈ സമയത്ത് ജീനിനും പനി ഉണ്ടായിരുന്നു. അവൾക്കുചുറ്റും നട ന്നുകൊണ്ടിരുന്ന എല്ലാ കാര്യങ്ങളിലും ഒരു അവ്യക്തത തോന്നിയിരു ന്നു. അവൾക്ക് തലവെട്ടിപ്പൊളിക്കുന്ന തലവേദന ഉണ്ടായിരുന്നു. കണ്ണു കൾക്ക് ഒരു മങ്ങൽ അനുഭവപ്പെട്ടിരുന്നു. അവൾ മിസിസ്സ് ഫ്രിത്തിനോട് ഉപദേശം തേടി.

മിസിസ്സ് ഫ്രിത്ത് പ്രഖ്യാപിച്ചു. "എന്റെ കുട്ടീ, അയാൾ പറയുന്നത്. ശരിയാണ്. ഇതിലും മെച്ചപ്പെട്ട സ്ഥലം ഈ ചതുപ്പുപ്രദേശത്ത് നമുക്ക് താമസിക്കാൻ കിട്ടില്ല. എന്നോട് നിങ്ങൾ ചോദിച്ചാൽ നമ്മൾ എല്ലാ ദിവ സവും നടന്നുകൊണ്ടിരിക്കണമെന്നാണ് ഞാൻ വിചാരിക്കുന്നത്."

ജീൻ അവരുടെ ശ്രദ്ധയെ ക്ഷണിച്ചുവരുത്തി. "മിസിസ്സ് സൈമൺ സിനെ എന്ത് ചെയ്യാൻ പറ്റും?"

"അവരുടെ അവസ്ഥ കൂടുതൽ മോശമാകുകയാണെങ്കിൽ പട്ടാള ക്കാർ അവരെ ചുമക്കുമായിരിക്കും. എനിക്ക് അറിയില്ല. ഇത് കൊടും

ക്രൂരതയാണെന്ന് എനിക്ക് ഉറപ്പുണ്ട്. പക്ഷേ, നമുക്ക് പോകണമെന്നു ണ്ടെങ്കിൽ പോകുന്നതാണ് കൂടുതൽ നല്ലത്. ഇവിടെനിന്ന് വേഗം പുറ ത്തുകടക്കാം. അതാണ് ഞാൻ പറയുന്നത്. ഇവിടെ ഈ വൃത്തികെട്ട സ്ഥലത്ത് ചുറ്റിത്തിരിഞ്ഞാൽ ഒരു നല്ല കാര്യവും നമ്മൾ നടത്താൻ പോകുന്നില്ല."

അതിനുശേഷം അവർ പനിയും ക്ഷീണവും അസുഖവും കണക്കി ലെടുക്കാതെ എല്ലാ ദിവസം നടന്നുകൊണ്ടിരുന്നു. ജീൻ ചുമന്നുകൊണ്ട് നടന്നിരുന്ന റോബിൻ ഹോളണ്ട് എന്ന കൊച്ചുകുഞ്ഞിനും പനി കിട്ടി. ഇത് അവനെ പിടികൂടുന്ന ആദ്യത്തെ രോഗം ആയിരുന്നു. അവൾ അവനെ മെന്ത്രിയിലെ ഗ്രാമത്തലവനെ കാണിച്ചു. അയാളുടെ ഭാര്യ ഒരു മുഷിഞ്ഞ ചിരട്ടയിൽ ഏതോ ഒരു മരത്തൊലിയിൽനിന്ന് ചൂടുള്ള ഒരു കഷായം നിർമ്മിച്ചു. ജീൻ അതിന്റെ സ്വാദ് നോക്കി. അതിന് അങ്ങേയ റ്റത്തെ കയ്പ് ആയിരുന്നു. അത് ഒരുതരം ഔഷധം ആയിരിക്കുമെന്ന് അവൾ വിധി പറഞ്ഞു. അവൾ അൽപം ഔഷധം കുഞ്ഞിന് കൊടുത്ത തിനുശേഷം അവളും കുടിച്ചു. അത് രാത്രിയിൽ അവർക്ക് രണ്ടുപേർക്കും ഗുണം ചെയ്യുന്നതായി തോന്നി. പകൽസമയത്തെ യാത്ര തുടങ്ങുന്നതിനുമുമ്പ് പല സ്ത്രീകളും ഈ ഔഷധം കുടിച്ചു. അതുകൊണ്ട് ഗുണവും ഉണ്ടായി.

ചതുപ്പ് നിലങ്ങളിൽനിന്ന് ടിമർലോ പട്ടണം കഴിഞ്ഞുള്ള ഉയരം കൂടിയ സ്ഥലത്തെത്താൻ അവർ പതിനൊന്ന് ദിവസം എടുത്തു. അവർ മിസിസ്സ് സൈമൺസിനെയും മിസിസ്സ് ഫ്ലച്ചറേയും ഗില്ലിയൻ തോംസൺ എന്ന ചെറിയ കുട്ടിയെയും പിന്നിലാക്കിക്കൊണ്ട് മുന്നോട്ടുപോയി. അവർ കൂടുതൽ ആരോഗ്യകരമായ ഉയർന്ന പ്രദേശത്തെത്തി അവിടെ ഒരു ദിവ സത്തെ വിശ്രമത്തിന് ധൈര്യം കാണിക്കുമ്പോൾ ജീൻ വളരെ കൂടു തൽ തളർന്നുകഴിഞ്ഞിരുന്നു. പക്ഷേ, പനി അവളെ ഉപേക്ഷിച്ചുപോയി രുന്നു. കുഞ്ഞിന് അസുഖം ഉണ്ടായിരുന്നെങ്കിലും അതിന് ഇപ്പോഴും ജീവൻ ഉണ്ടായിരുന്നു. പ്രഭാതത്തിൽ അത് ഏറക്കുറെ നിർത്താതെ കര യുന്നുണ്ടായിരുന്നു.

മുൻകാലങ്ങളിൽ അവരെ തളർത്തിയിരുന്നെങ്കിലും ഇപ്പോൾ അവർക്ക് പ്രചോദനമായത് മിസിസ്സ് ഫ്രിത്ത് ആയിരുന്നു. "ഇപ്പോൾ മുതൽ മുന്നോട്ടുള്ള മുഴുവൻ സമയവും കാര്യങ്ങൾ മെച്ചപ്പെട്ടുകൊണ്ടി രിക്കും." അവർ മറ്റുള്ളവരോട് പറഞ്ഞു. "നമ്മൾ കടൽത്തീരത്തോട് കൂടുതൽ അടുക്കുമ്പോൾ കാര്യങ്ങൾ മെച്ചപ്പെടണം. കിഴക്കൻ കടൽ ത്തീരം മനോഹരമാണ്. കുളിക്കാൻ നല്ല കടൽപ്പുറങ്ങൾ ഉണ്ട്. എല്ലാ സമയത്തും കടൽക്കാറ്റ് വീശും. അത് ആരോഗ്യം മെച്ചപ്പെടുത്തുന്ന കാറ്റാണ്."

അവർ പെട്ടെന്ന് ഒരു കുന്നിൻമുകളിലുള്ള കാട് പിടിച്ചുകിടക്കുന്ന ഒരു ഗ്രാമത്തിൽ വന്നുചേർന്നു. അവർ ഒരിക്കലും അതിന്റെ പേര് മന സ്സിലാക്കിയിരുന്നില്ല. ഇത് ജങ്കാനദിയുടെ മുകൾഭാഗത്തായിരുന്നു. ഈ സമയംകൊണ്ട് അവർ റെയിൽപ്പാതയിൽനിന്നും വിട്ടുമാറി ഒരു കാട്ടുവ

ഴിയിലൂടെ കിഴക്കോട്ട് നീങ്ങുകയായിരുന്നു. ചിലപ്പോൾ ഈ വഴി കുവാൻടാനിലേക്ക് പോകുന്ന പ്രധാനവഴിയുമായി കൂട്ടിമുട്ടാൻ സാദ്ധ്യത ഉണ്ടായിരുന്നു. ഈ ഗ്രാമത്തിൽ കാറ്റും തണുപ്പും ഉണ്ടായിരുന്നു. മനു ഷ്യർ അനുകമ്പയുള്ളവരും ഉദാരമതികളും ആയിരുന്നു. അവർ സ്ത്രീകൾക്ക് ഉറങ്ങാൻ ഒരു വീട് കൊടുത്തു. അതിനോടൊപ്പം ആഹാ രവും പഴങ്ങളും പനിക്കുള്ള മുൻപുപറഞ്ഞ മരത്തൊലിയുടെ കഷാ യവും കൊടുത്തു. അവർ തണുപ്പുള്ള ഇളങ്കാറ്റും തെളിച്ചമുള്ള രാത്രി കളും ആസ്വദിച്ചുകൊണ്ട് ആറുദിവസം അവിടെ താമസിച്ചിരുന്നു. അവ സാനം അവിടെനിന്ന് വീണ്ടും നടക്കാൻ തുടങ്ങുമ്പോൾ അവരുടെ ആരോഗ്യം മെച്ചപ്പെട്ടിരുന്നു. മരിച്ചുപോയ സ്ത്രീ ഒരിക്കലും എതിർത്തി രിക്കില്ല എന്ന ചിന്തയോടെ അവർ മിസിസ്സ് ഫ്ളച്ചറിന്റെ ഒരു സ്വർണ്ണപ്പ തക്കം അവർക്ക് നല്കിയ ആഹാരത്തിനും അനുകമ്പയ്ക്കും വിലയായി ഗ്രാമത്തലവനെ ഏല്പിച്ചു.

നാല് ദിവസങ്ങൾക്ക് ശേഷം വന്ന വൈകുന്നേരത്ത് അവർ മറാ നിൽ എത്തി. കുവാൻടാനിൽനിന്ന് കെർലിങ്ങിലേക്ക് മലയ് ഉപദ്വീപ് കുറുകെക്കടന്നുകൊണ്ട് മറാനിലേക്ക് ഒരു ടാറിട്ട റോഡ് പോകുന്നുണ്ട്. ഈ റോഡ് ഒരുപക്ഷേ, അൻപതോളം വീടുകളും ഒരു സ്കൂളും ഏതാനും നാടൻകടകളുമുള്ള ഈ ഗ്രാമത്തിലൂടെയാണ് കടന്നുപോകുന്നത്. അര മൈലോളം ഗ്രാമത്തിൽനിന്ന് വടക്കോട്ടു മാറിയാണ് അവർ ഈ റോഡിൽ എത്തിച്ചേർന്നത്. റെയിൽ പാളത്തിലൂടെയും കാട്ടുവഴികളിലൂടെയുമുള്ള അഞ്ചുദിവസത്തെ നടത്തത്തിനുശേഷം ഈ വഴിയിൽ പരിഷ്കാരത്തിന്റെ തെളിവുകൾ കണ്ടത് ആവരെ വളരെക്കൂടുതൽ സന്തോഷിപ്പിച്ചു. അവർ ഉന്മേഷത്തോടെ ഗ്രാമത്തിലേക്ക് നടന്നു. അവിടെ അവരുടെ മുമ്പിൽ അവർ രണ്ടു ലോറികളും അവ പണിഞ്ഞുകൊണ്ടിരിക്കുന്ന രണ്ട് വെള്ള ക്കാരെയും കണ്ടു. ജപ്പാൻകാരായ കാവല്ക്കാർ അവിടെ കാവൽ നില്ക്കു ന്നുണ്ടായിരുന്നു.

അവർ പെട്ടെന്ന് റെയിൽപ്പാളങ്ങളും പാളങ്ങൾക്ക് കുറുകെ ഇടുന്ന തടിക്ഷണങ്ങളും കയറ്റിയിരുന്ന ലോറികളുടെ അടുത്തേക്ക് നടന്നു ചെന്നു. ലോറികൾ കുവാൻടാനിലേക്ക് പോകുകയാണെന്ന സൂചന നല്കുന്ന ദിശയിലാണ് കിടന്നിരുന്നത്. അതിൽ ഒരെണ്ണം തടിക്കട്ടകളും ജാക്കിയുംകൊണ്ട് ഉയർത്തി നിർത്തിയിരുന്നു. രണ്ട് വെള്ളക്കാരും അതിന്റെ അടിയിൽക്കിടന്ന് ജോലി ചെയ്യുകയായിരുന്നു. അവർ മെലി ഞ്ഞവർ ആയിരുന്നെങ്കിലും ആരോഗ്യമുള്ളവർ ആയിരുന്നു. ഉറച്ച മാംസ പേശികളുള്ളവർ ആയിരുന്നു. അവർ അഞ്ചുമാസത്തിനിടയിൽ ആ സ്ത്രീകൾ കാണുന്ന ആദ്യത്തെ വെള്ളക്കാർ ആയിരുന്നു. അവർ മുട്ടു വരെയുള്ള കാലുറയും പട്ടാള ബൂട്ടും ആണ് ധരിച്ചിരുന്നത്. സോക്സ് അണിഞ്ഞിരുന്നില്ല. അവരുടെ ശരീരം സൂര്യതാപമേറ്റ് തവിട്ടുനിറമായി മാറിയിരുന്നു.

അവർ ലോറിയുടെ നാലുചുറ്റും കൂട്ടംകൂടി നിന്നു. അവരുടെ

കാവല്ക്കാരൻ ജാപ്പനീസ് ഭാഷയിൽ ലോറിയുടെ കാവല്ക്കാരോട് സംസാരിക്കാൻ തുടങ്ങി. പിൻഭാഗത്തെ ആക്സിലിന്റെ അടിയിൽ കിട ന്നിരുന്നവരിൽ ഒരാൾ അയാളുടെ കാഴ്ചയിൽ വന്നിരുന്ന നഗ്നപാദങ്ങ ളിലേക്കും സ്ത്രീകളുടെ വസ്ത്രങ്ങളിലേക്കും നോക്കി കൈയിൽ ഒരു സ്പാനർ ഉയർത്തിക്കൊണ്ട് പറഞ്ഞു. "ഈ നാടോടിപ്പെണ്ണുങ്ങൾ അല്പം പിന്നോട്ട് മാറി നിന്നാൽ ഞങ്ങൾക്ക് അല്പം വെളിച്ചം കിട്ടും."

ചില സ്ത്രീകൾ ചിരിച്ചു. അതിന്റെകൂടെ മിസിസ്സ് ഫ്രിത്ത് പറഞ്ഞു. "ചെറുപ്പക്കാരന് ഈ ഭാഷ എന്നോട് പറയാതിരിക്കാൻ കഴിയും."

അവർ ലോറിയുടെ അടിയിൽനിന്ന് ഉരുണ്ടു പുറത്തുവന്ന് സ്ത്രീക ളുടെയും കുട്ടികളുടെയും നഗ്നപാദങ്ങളുടെ നിറം നോക്കിക്കൊണ്ട് പറ ഞ്ഞു. "ആരാണ് അത് പറഞ്ഞത്?" സ്പാനർ ഉള്ള മനുഷ്യൻ ചോദിച്ചു. "നിങ്ങളിൽ ആരാണ് ഇംഗ്ലീഷ് പറയുന്നത്?" അയാൾ ഓരോ വാക്കും മനഃപൂർവ്വം നിർത്തിനിർത്തിയാണ് സംസാരിച്ചത്.

ജീൻ ചിരിച്ചുകൊണ്ട് പറഞ്ഞു. "ഞങ്ങൾ എല്ലാവരും ഇംഗ്ലീഷുകാ രാണ്."

അയാൾ അവളുടെ പന്നിവാലുപോലെ മെടഞ്ഞു കെട്ടിവെച്ച കറുത്ത തലമുടിയും തവിട്ടുനിറമുള്ള കണംകൈയും നാടൻ വേഷവും ശ്രദ്ധി ച്ചുകൊണ്ട് തുറിച്ചുനോക്കി. അവളുടെ ഇടുപ്പിൽ ഉണ്ടായിരുന്ന തവിട്ടു നിറമുള്ള കുഞ്ഞും അയാളുടെ ശ്രദ്ധയിൽ ഉണ്ടായിരുന്നു. അവളുടെ കീറിപ്പറിഞ്ഞ മേലുടുപ്പിന്റെ കഴുത്തിലൂടെ മാറിടത്തിന്റെ വെളുത്ത തൊലിയുടെ ഒരു രേഖ പുറത്തുകാണുന്നുണ്ടായിരുന്നു. "മലയായിൽ ജനിച്ചവർ ആണോ?" അയാൾ ചോദിച്ചു.

"അല്ല. ഞങ്ങൾ എല്ലാവരും യഥാർത്ഥത്തിൽ ഇംഗ്ലീഷുകാർ ആണ്. യഥാർത്ഥ ഇംഗ്ലീഷുകാർ." അവൾ പറഞ്ഞു. "ഞങ്ങൾ തടവുകാർ ആണ്."

അയാൾ എഴുന്നേറ്റ് നിന്നു. അയാൾ ഇരുപത്തേഴോ ഇരുപത്തെട്ടോ വയസ്സുള്ള ആരോഗ്യവാനായ ഒരു ചെറുപ്പക്കാരൻ ആയിരുന്നു.

"നിങ്ങൾ തടവുകാർ ആണോ?" അവൾ ചോദിച്ചു.

അയാൾ സാവധാനം പുഞ്ചിരിച്ചു. "നമ്മൾ തടവുകാർ ആണോ?" അയാൾ അവളുടെ ചോദ്യംകേട്ട് അത്ഭുതപ്പെട്ടു.

അവൾ മുമ്പ് കണ്ടിട്ടില്ലാത്ത ഏതോ ഒരു കാര്യം ഈ മനുഷ്യനെ സംബന്ധിച്ച് ഉണ്ടായിരുന്നു. "നിങ്ങൾ ഇംഗ്ലീഷുകാരൻ ആണോ?" അവൾ ചോദിച്ചു.

"ഭയം വേണ്ട." അയാൾ പറഞ്ഞു. "ഞങ്ങൾ ആസ്ട്രേലിയാക്കാർ ആണ്."

അവൾ ചോദിച്ചു. "ഇവിടെ നിങ്ങൾ പാളയത്തിനുള്ളിൽ ആണോ?"

അയാൾ തലകുലുക്കി. "ഞങ്ങൾ കുവാൻടാനിൽനിന്ന് വരുന്ന താണ്." അയാൾ പറഞ്ഞു. "പക്ഷേ, ഞങ്ങൾ പകൽമുഴുവൻ ഈ ലോറി കൾ ഓടിച്ച് ഈ സാധനങ്ങൾ തീരപ്രദേശത്തേക്ക് കൊണ്ടുവരികയാണ്."

അവൾ പറഞ്ഞു. "ഞങ്ങൾ കുവാൻടാനിൽ ഉള്ള സ്ത്രീകളുടെ പാളയ ത്തിലേക്ക് പോകുകയാണ്."

അയാൾ അവളെ അമ്പരപ്പോടെ നോക്കി. "അത് ഞെട്ടിപ്പിക്കുന്ന ഒരു വഞ്ചനയാണ്." അയാൾ പതുക്കെപ്പറഞ്ഞു. "കുവാൻടാനിൽ സ്ത്രീകളുടെ തടങ്കൽപാളയങ്ങൾ ഒന്നുംതന്നെ ഇല്ല. അവിടെ ഒരു സാധാ രണ തടങ്കൽപാളയം പോലുമില്ല. ഞങ്ങൾ ലോറി ഡ്രൈവർമാർ ആയ തുകൊണ്ട് ഞങ്ങൾക്കുവേണ്ടി ഒരു ചെറിയ താല്ക്കാലിക താവളമാണ് ആകെയുള്ളത്. കുവാൻടാനിൽ സ്ത്രീകളുടെ തടങ്കൽ പാളയം ഉണ്ടെന്ന് ആരാണ് നിങ്ങളോട് പറഞ്ഞത്?"

"ജപ്പാൻകാരാണ് പറഞ്ഞത്. അവർ ഞങ്ങളെ അങ്ങോട്ട് പറഞ്ഞു വിടുന്നെന്നാണ് പറഞ്ഞത്." അവൾ നെടുവീർപ്പിട്ടു. "അത് മറ്റൊരു കള്ളമാണ്."

"ആ ക്രൂരന്മാർ എന്തും പറയും?" അയാൾ സാവധാനം പുഞ്ചി രിച്ചു. "നിങ്ങൾ മലയാക്കാർ ആണെന്നാണ് ഞാൻ വിചാരിച്ചത്." അയാൾ പറഞ്ഞു. "നിങ്ങൾ ഇംഗ്ലീഷുകാർ ആണെന്നാണ് നിങ്ങൾ പറയുന്നത്. ഈ ദൂരം മുഴുവൻ താണ്ടി ഇവിടെ എത്തിയവർ?"

അവൾ തലകുലുക്കി. "അതാണ് ശരി. ഞങ്ങളിൽ ചിലർ ഇവിടെ എത്തിയിട്ട് പത്തോ പതിനഞ്ചോ വർഷങ്ങൾ കഴിഞ്ഞിട്ടുണ്ട്. പക്ഷേ, ഞങ്ങൾ എല്ലാം ഇംഗ്ലീഷുകാർ ആണ്."

"അങ്ങനെയാണെങ്കിൽ ഈ കുട്ടികൾ. അവരും ഇംഗ്ലീഷുകാർ ആണോ?"

"അവർ എല്ലാവരും അങ്ങനെതന്നെ ആണ്."

അയാൾ സാവധാനം പുഞ്ചിരിച്ചു. "ഞാൻ ആദ്യമായി ഒരു ഇംഗ്ലീ ഷുകാരിയോട് സംസാരിക്കുമ്പോൾ കാഴ്ചയിൽ ഇംഗ്ലീഷുകാരികൾ നിങ്ങ ലെപ്പോലെ ആണെന്ന് ഒരിക്കലും വിചാരിച്ചിരുന്നില്ല."

"നിങ്ങളും ഒരു എണ്ണച്ചായ ചിത്രത്തിൽ കാണുന്ന രൂപം അല്ല." ജീൻ പറഞ്ഞു.

മറ്റയാൾ ഒരുകൂട്ടം സ്ത്രീകളോട് സംസാരിക്കുകയായിരുന്നു. മിസിസ്സ് ഫ്രിത്തും മിസിസ്സ് പ്രൈസും ജീനിനോടൊപ്പം ആയിരുന്നു. ആ ആസ്ത്രേലിയക്കാരൻ അവരുടെ നേർക്ക് തിരിഞ്ഞു. "നിങ്ങൾ എവിടെ നിന്നാണ് വരുന്നത്?" അയാൾ അന്വേഷിച്ചു.

മിസിസ്സ് ഫ്രിത്ത് പറഞ്ഞു. "പടിഞ്ഞാറൻ തീരത്തുള്ള പനോങ്ങിൽ ഒരു ബോട്ടിൽ കയറാൻ എത്തിയതാണ്."

"പക്ഷേ, നിങ്ങൾ ഇപ്പോൾ എവിടെ നിന്നാണ് വരുന്നത്?"

ജീൻ പറഞ്ഞു. "ഞങ്ങളെ കുവാൻടാനിലേക്ക് നടത്തിക്കൊണ്ടു പോയി."

"പനോങ്ങിൽനിന്നുള്ള മുഴുവൻ ദൂരവും നടന്നുകാണില്ല."

അവൾ ചെറുതായി ചിരിച്ചു. "ഞങ്ങൾ എല്ലാ സ്ഥലങ്ങളിലും എത്തി യിരുന്നു- സ്വറ്റൻഹാം തുറമുഖത്തും ഡിസ്കൺ തുറമുഖത്തുമെല്ലാം

ഞങ്ങൾ പോയിരുന്നു. ഞങ്ങൾ ഏതാണ്ട് അഞ്ഞൂറ് മൈൽ ഇപ്പോൾ നടന്നുകഴിഞ്ഞെന്നാണ് എന്റെ വിശ്വാസം."

അയാൾ അത്ഭുതത്തോടെ പറഞ്ഞു. "എനിക്ക് ഇത് ഒരു ചതിയാ ണെന്ന് തോന്നുന്നു. നിങ്ങൾ ഒരു പാളയത്തിൽ അല്ലെങ്കിൽ ഭക്ഷണ ത്തിന് എന്ത് ചെയ്യും?"

"ഞങ്ങൾ ഓരോ രാത്രിയിലും ഒരു ഗ്രാമത്തിൽ താമസിക്കും." അവൾ പറഞ്ഞു. "ഇവിടെ താമസിക്കാൻ ഒരു സ്ഥലം കണ്ടെത്തണം. ഒരുപക്ഷേ, ഇതുപോലെയുള്ള ഒരു സ്ഥലത്ത് ഞങ്ങളുടെ താമസസ്ഥലം മിക്കവാറും ഒരു സ്കൂൾ ആയിരിക്കും. ഓരോ ഗ്രാമത്തിലും അവിടെ കിട്ടുന്ന ഭക്ഷണമാണ് ഞങ്ങൾ കഴിക്കുന്നത്."

അയാൾ പറഞ്ഞു. "ഞാൻ എന്റെ ചങ്ങാതിയോട് പറയുന്നതുവരെ കാത്തുനില്ക്കൂ." അയാൾ മറ്റേയാളുടെ അടുത്തേക്ക് തിരിഞ്ഞുനിന്നു. "അവർക്ക് കിട്ടിയ ചതിയെപ്പറ്റി നിങ്ങൾക്ക് മനസ്സിലായോ?" അയാൾ പറഞ്ഞു. "പിടികൂടപ്പെട്ട സമയം മുതൽ അവർ നടന്നുകൊണ്ടിരിക്കുകയാണ്."

ഒന്നാമൻ ജീനിനെ തിരിഞ്ഞുനോക്കി. "നിങ്ങളിൽ ആർക്കെങ്കിലും അസുഖം വന്നാൽ എന്തുചെയ്യും?"

അവൾ മറുപടി പറഞ്ഞു. "ഞങ്ങൾക്ക് അസുഖം വന്നാൽ ഞങ്ങൾ മരിക്കും. അല്ലെങ്കിൽ അസുഖം ഭേദമാകും. ഞാൻ കഴിഞ്ഞ മൂന്ന് മാസ മായി ഒരു ഡോക്ടറെ കണ്ടിട്ടില്ല. ഞങ്ങളുടെ കൈവശം മിക്കവാറും മരുന്നുകൾ ഒന്നുംതന്നെ ബാക്കിയില്ല. അതുകൊണ്ട് സാധാരണനിലയിൽ ഞങ്ങൾ മരിക്കുന്നു. ഞങ്ങൾ പിടികൂടപ്പെടുമ്പോൾ മുപ്പത്തിരണ്ടുപേർ ഉണ്ടായിരുന്നു. ഇപ്പോൾ ഞങ്ങൾ പതിനേഴാണ് ബാക്കിയുള്ളത്."

ആസ്ട്രേലിയക്കാരൻ ശാന്തമായി പറഞ്ഞു. "എന്റെ ദൈവമേ!"

ജീൻ പറഞ്ഞു. "നിങ്ങൾ ഇന്നു രാത്രിയിൽ ഇവിടെയാണോ താമ സിക്കുന്നത്?"

അയാൾ ചോദിച്ചു. "നിങ്ങളോ?"

"ഞങ്ങൾ ഇവിടെ താമസിക്കും." അവൾ പറഞ്ഞു. "അവർ ഞങ്ങളെ നിങ്ങളുടെ ലോറിയിൽ കയറ്റിയില്ലെങ്കിൽ ഞങ്ങൾ നാളെയും ഇവിടെത്തന്നെ താമസിക്കും. ഞങ്ങൾക്ക് കുട്ടികളെ എല്ലാ ദിവസവും നടത്തിക്കൊണ്ടുപോകാൻ പറ്റില്ല. ഞങ്ങൾ ഒരുദിവസം നടക്കും. അടുത്ത ദിവസം വിശ്രമിക്കും."

അയാൾ പറഞ്ഞു. "നിങ്ങൾ താമസിക്കുകയാണെങ്കിൽ ഞങ്ങളും താമസിക്കുകയാണ്. ഞങ്ങൾക്ക് വീണ്ടും ഇളക്കിമാറാത്ത പോലെ ഈ ആക്സിൽ ഉറപ്പിച്ചുനിർത്താൻ കഴിയും." അയാൾ അല്പസമയം ആലോ ചിച്ചുകൊണ്ട് സമയംകളഞ്ഞു. "നിങ്ങളുടെ കൈയിൽ മരുന്ന് ഒന്നും ഇല്ലേ?" അവൾ ചോദിച്ചു.

"നിങ്ങൾക്ക് എന്ത് മരുന്നാണ് വേണ്ടത്?" അവൾ പെട്ടെന്ന് ചോദിച്ചു. "നിങ്ങളുടെ കൈയിൽ ഗ്ലോബർ സാൾട്ട് ഉണ്ടോ?"

അയാൾ തലകുലുക്കി. "നിങ്ങൾക്ക് അതാണോ വേണ്ടത്?"

"ഞങ്ങളുടെ കൈവശം ഒന്നുംതന്നെ ഇല്ല." അവൾ പറഞ്ഞു. "കിറൈനെനാണ് ഞങ്ങൾ ആഗ്രഹിക്കുന്നത്. കുട്ടികളുടെ തൊലിപ്പുറ ത്തുള്ള ചർമ്മരോഗങ്ങൾക്ക് എന്തെങ്കിലും കിട്ടണം എന്ന ആഗ്രഹമുണ്ട്. അതെല്ലാം ഇവിടെ കിട്ടാൻ ഇടയുണ്ടോ?"

അയാൾ ശാന്തമായി മറുപടി പറഞ്ഞു. "ഞാൻ ശ്രമിച്ചുനോക്കാം. നിങ്ങളുടെ കൈയിൽ പണം എന്തെങ്കിലും ഉണ്ടോ?"

മിസിസ്സ് ഫ്രിത്ത് നെടുവീർപ്പിട്ടു. "ആറുമാസം ജപ്പാൻകാരുടെ കൂടെ താമസിക്കുമ്പോൾ ഞങ്ങൾക്കുള്ളതെല്ലാം അവർ സ്വന്തമാക്കിക്കഴിഞ്ഞു. ഞങ്ങളുടെ കല്യാണമോതിരങ്ങൾ പോലും."

ജീൻ പറഞ്ഞു. "ബാക്കിവന്ന വളരെക്കുറച്ച് ആഭരണങ്ങൾ ഞങ്ങ ളുടെ കൈവശം ഉണ്ട്. അതിൽ ചിലതെല്ലാം ഞങ്ങൾക്ക് വില്ക്കാൻ കഴി ഞ്ഞാൽ."

അയാൾ പറഞ്ഞു. "എനിക്ക് എന്തുചെയ്യാൻ കഴിയുമെന്ന് ആദ്യം പരിശോധിച്ചു നോക്കണം. എവിടെയെങ്കിലും ഉറങ്ങാൻ പറ്റിയ സ്ഥലം നിങ്ങൾ കണ്ടെത്തണം. നിങ്ങളെ ഞാൻ പിന്നീട് വന്ന് കാണാം."

"ശരി."

അവൾ അവരുടെ സൈനികോദ്യോഗസ്ഥന്റെ അടുത്തുചെന്ന് തല കുമ്പിട്ടു. കാരണം അയാൾക്ക് അത് ഇഷ്ടമായിരുന്നു. കൂടാതെ ഈ കുമ്പി ടൽ കാരണം അവർക്ക് അവരുടെ കാര്യങ്ങൾ കൂടുതൽ എളുപ്പത്തിലാ ക്കാൻ കഴിഞ്ഞിരുന്നു. "സർ, ഇന്ന് രാത്രിയിൽ ഉറങ്ങുന്നത് എവിടെ യാണ്? കുട്ടികൾക്ക് നിശ്ചയമായും ഉറങ്ങണം. നമുക്ക് ഉറങ്ങാനുള്ള സ്ഥലത്തിനുവേണ്ടി ഗ്രാമത്തലവനെ കാണാം. ശരിയല്ലേ?"

അയാൾ അവളോടൊപ്പം എഴുന്നേറ്റുചെന്ന് അവർ ഗ്രാമത്തലവനെ കണ്ടുപിടിച്ച് സ്കൂളിന്റെ കെട്ടിടം തടവുകാർക്ക് താല്ക്കാലികമായി വിട്ടു കൊടുക്കുന്നതിനെപ്പറ്റിയും ഭക്ഷണത്തിനുള്ള അരി അനുവദിക്കുന്നതി നെപ്പറ്റിയും ചർച്ച നടത്തി. സംഘത്തിൽ മുപ്പത് ആളുകൾ ഉണ്ടായിരുന്ന സമയത്ത് അനുഭവിച്ചതരത്തിൽ മുഖത്തുനോക്കിയുള്ള നിരസിക്കൽ ഇപ്പോൾ ആളുകളുടെ എണ്ണം കുറഞ്ഞപ്പോൾ അവർക്ക് അനുഭവി ക്കേണ്ടി വന്നിരുന്നില്ല. എണ്ണത്തിൽവന്ന കുറവ് അവർക്ക് താമസവും ഭക്ഷണവും കൂടുതൽ എളുപ്പത്തിലാക്കി. അവർ സ്കൂൾ കെട്ടിടത്തിൽ താമസിച്ചുകൊണ്ട് പതിവായുള്ള തുണികഴുകലും വീട്ടുജോലികളും ആരംഭിച്ചു. അവർ കൂടുതൽ സമയം ഇതിനുവേണ്ടിയാണ് ചെലവഴിച്ചത്. അവർ എല്ലാവരും കുവാൻടാനിൽ സ്ത്രീകളുടെ താവളം ഇല്ലെന്നുള്ള വാർത്ത രഹസ്യമായി പ്രതീക്ഷിച്ചിരുന്നു. പക്ഷേ, ആ വാർത്ത അവർക്ക് ഒരു വലിയ നിരാശയായിരുന്നു.

ആസ്ട്രേലിയാക്കാർ ലോറിയിൽ അവർ ചെയ്തുകൊണ്ടിരുന്ന ജോലിയിലേക്ക് തിരിച്ചുപോയി. ആക്സിലിന്റെ അടിയിൽ കിടന്നുകൊണ്ട് ജീൻ സംസാരിച്ചിട്ടുള്ള വെള്ളത്തലമുടിക്കാരൻ അയാളുടെ ചങ്ങാതി യോട് പറഞ്ഞു. "ഇതുപോലെയുള്ള ഒരു ചതിയെപ്പറ്റി ഞാൻ ഒരിക്കലും

കെട്ടിട്ടില്ല. നമുക്ക് ഇന്നു രാത്രിയിൽ ഇവിടെ താമസിക്കാനുള്ള അനു
വാദം തരാൻ അയാൾ സമ്മതിക്കണം. അതിന് നമ്മൾ എന്തുചെയ്യും?
ഞാൻ അവർക്ക് ചില മരുന്നുകൾ കിട്ടാനുള്ള ശ്രമം നടത്താമെന്ന് പറ
ഞ്ഞിട്ടുണ്ട്."

അവർ ലോറി നിന്നുപോകാൻ കാരണമായ ബ്രേക്കിന്റെ തകരാറ്
പരിഹരിച്ചുകഴിഞ്ഞിരുന്നു. മറ്റയാൾ പറഞ്ഞു. "ആ ഷാഫ്റ്റ് വലിച്ച് പുറ
ത്തെടുക്കണം. അത് അഴുക്ക് പിടിച്ച ഭാഗങ്ങളുടെ ഒരു നല്ല കാഴ്ച ആയി
രിക്കും. അതിന്റെ അർത്ഥം നമുക്ക് ലോറിക്കുള്ളിൽ ഉറങ്ങാം എന്നാണ്."

"ഞാൻ അവർക്ക് ചില മരുന്നുകൾ കിട്ടാൻ ശ്രമിക്കാമെന്ന് പറഞ്ഞി
രുന്നു."

"അതിന് നിങ്ങൾ എന്തുചെയ്യാനാണ് പോകുന്നത്?"

"ഏറ്റവും എളുപ്പവഴി പെട്രോൾ ആണെന്നാണ് ഞാൻ വിചാരിക്കു
ന്നത്."

ഭാരം കൂടിയ നാലടി നീളമുള്ള ഷാഫ്റ്റ് അവർ ഇളക്കി എടുത്ത
പ്പോൾ നേരം ഇരുട്ടിത്തുടങ്ങിയിരുന്നു. കറുത്ത എണ്ണ ഇറ്റുവീണുകൊണ്ടി
രുന്ന ഷാഫ്റ്റ് അവരുടെ ചുമതലയുള്ള ജപ്പാന്റെ സൈനികോദ്യോഗ
സ്ഥന്റെ മുമ്പിൽ അവരുടെ കഠിനാദ്ധ്വാനത്തിന്റെ തെളിവായി പ്രദർശി
പ്പിച്ചു. "ഇന്നുരാത്രിയിൽ ഇവിടെ ഉറങ്ങാം." അവർ പറഞ്ഞു. സൈനി
കന് സംശയം ഉണ്ടായിരുന്നു. പക്ഷേ, അയാൾ സമ്മതിച്ചു. തീർച്ചയായും
അയാൾക്ക് മറ്റൊന്നും ചെയ്യാൻകഴിയുമായിരുന്നില്ല. അയാൾ അയാളുടെ
കൂടെയുള്ള സൈനികന്റെ ചുമതലയിൽ അവരെ വിട്ടുകൊടുത്തതിനു
ശേഷം അവരുടെ ആഹാരം ഏർപ്പാട് ചെയ്യാൻ അവിടെനിന്ന് പോയി.

വെള്ളത്തലമുടിക്കാരൻ പെട്രോളിന്റെ പേർ പറഞ്ഞ് വീടിന്റെ പിൻവ
ശത്തെ അരണ്ടവെളിച്ചത്തിലേക്ക് പിൻമാറി. അയാൾ വളരെ പെട്ടെന്ന്
നിരന്നുനില്ക്കുന്ന വീടുകളുടെ പിന്നിലേക്ക് തെന്നിമാറിക്കൊണ്ട് അറു
ന്നൂറ് അടി താഴെ ഗ്രാമത്തിന്റെ അറ്റംവരെ പോകുന്ന തെരുവിലേക്ക്
കടന്നുചെന്നു. ഇവിടെ ഒരു പഴയ ബസ് ഓടിക്കുന്ന ഒരു ചൈനാക്കാ
രൻ ഉണ്ടായിരുന്നു. മറാനിലൂടെയുള്ള പല യാത്രകളിലും ആസ്ട്രേലി
യക്കാരൻ ഈ സ്ഥലം ശ്രദ്ധിച്ചിട്ടുണ്ടായിരുന്നു. അവർ പതിവായി ഈ
തെരുവിലൂടെ സഞ്ചരിച്ചിരുന്നു.

അയാൾ മനഃപൂർവ്വം പെട്ടെന്ന് പറഞ്ഞു. "ജോണി, നിങ്ങൾ
പെട്രോൾ വാങ്ങാറില്ലേ? നിങ്ങൾ എന്ത് വിലയാണ് കൊടുക്കുന്നത്?"
വാങ്ങാൻ ആഗ്രഹിക്കുന്നവനും വില്ക്കാൻ ആഗ്രഹിക്കുന്നവനും തമ്മിൽ
അറിയപ്പെടാത്ത ഭാഷയുടെ പ്രതിബന്ധം എത്രമാത്രം ചെറുതാണെ
ന്നുള്ള സത്യം അസാധാരണമായ കാര്യമാണ്. വിലപേശലിന്റെ ഒരു ഘട്ട
ത്തിൽ ആസ്ട്രേലിയക്കാരൻ "ഗ്ലോബർ സാൾട്ട്, ക്വിനൈൻ, ത്വക് രോഗ
ത്തിനുള്ള കുഴമ്പ്" എന്നിങ്ങനെ വലിയ അക്ഷരങ്ങളിൽ എഴുതി വെച്ച
ഒരു കടലാസിനെ അവർ അഭയം പ്രാപിച്ചു.

അയാൾ കക്കൂസിന്റെ പിന്നിൽ ഒളിപ്പിച്ചുവച്ചിരുന്ന രണ്ട് ഗ്യാലന്റെ

മൂന്ന് തകരപ്പാത്രങ്ങളിലെ പെട്രോളും ഒരു റബ്ബർക്കുഴലും എടുത്തു കൊണ്ട് വീടിന്റെ പിൻവശത്ത് ഒളിച്ചുനിന്നു.

വേഗത്തിൽ കാലുറയുടെ ബട്ടൺ ഇടുകയാണെന്ന് ഭാവിച്ചുകൊണ്ട് അയാൾ ലോറികളുടെ അടുത്ത് തിരിച്ചെത്തി.

അല്പസമയത്തിനുശേഷം അയാൾ സ്കൂളിന്റെ കെട്ടിടത്തിലേക്ക് വന്നു. അപ്പോൾ സമയം പത്തുമണിയോട് അടുത്തുകാണും. ജപ്പാന്റെ പട്ടാളക്കാരിൽ ഒരാൾ രാത്രിമുഴുവൻ കാവൽ ഉണ്ടെന്നായിരുന്നു സങ്ക ല്പം. പക്ഷേ, കഴിഞ്ഞ അഞ്ച് ആഴ്ചകളിലും സ്ത്രീകൾക്ക് രണ്ട് കാവല്ക്കാർ ഉണ്ടായിരുന്നു. എന്നാൽ അഞ്ച് ആഴ്ചയിലും സ്ത്രീകളിൽ ഒരാളും രക്ഷപ്പെടാനുള്ള ഏറ്റവും ചെറിയ താല്പര്യംപോലും പ്രകടിപ്പി ച്ചിരുന്നില്ല. അവരുടെ കാവല്ക്കാർ രാത്രിയിൽ കാവൽ ഇരിക്കുന്ന ജോലി ഉപേക്ഷിച്ചിട്ട് ഏതാനും ദിവസങ്ങൾ കഴിഞ്ഞിരുന്നു. എന്തായാലും കാവല്ക്കാർ എവിടെയാണെന്ന് ആസ്ട്രേലിയാക്കാരൻ ഉറപ്പുവരുത്തി യിരുന്നു. അവർ ലോറിയുടെ കാവല്ക്കാരുമായി സംസാരിച്ചു നില്ക്കു ന്നത് കണ്ടപ്പോൾ അയാൾ നിശ്ശബ്ദമായി സ്കൂളിലെത്തി.

പൊതുവായ വാതിലിനടുത്ത് എത്തിയപ്പോൾ അയാൾ ശാന്തമായി പറഞ്ഞു. "നിങ്ങളിൽ ഏത് സ്ത്രീയാണ് വൈകുന്നേരം സംസാരിച്ചിരു ന്നത്? കുഞ്ഞിനെ എടുത്തിരുന്ന സ്ത്രീ."

ജീൻ ഉറക്കത്തിലായിരുന്നു. അവർ അവളെ ഉണർത്തി. അവൾ അവ ളുടെ വേഷം ശരിയാക്കിക്കൊണ്ട് വാതിലിനടുത്തേക്ക് വന്നു. അവൾക്ക് വേണ്ടി അയാളുടെ കൈവശം ചില ചെറിയ പൊതികൾ ഉണ്ടായിരുന്നു. "അത് ക്വിനൈൻ ആണ്." അയാൾ പറഞ്ഞു. "അത് നിങ്ങൾക്ക് കൂടു തൽ വേണമെങ്കിൽ എനിക്ക് എത്തിച്ചുതരാൻ പറ്റും. 'ഗ്ലോബർസാൾട്ട്' എനിക്ക് കിട്ടിയില്ല. പക്ഷേ, ഇതാണ് ചൈനാക്കാർ വയറുകടിക്ക് കഴി ക്കുന്നത്. അതെല്ലാം എഴുതിയിരിക്കുന്നത് ചൈനീസ് ഭാഷയിൽ ആണ്. പക്ഷേ, അയാൾ പറയുന്നത് അതിന്റെ അർത്ഥം അതിൽനിന്ന് മൂന്ന് ഇലകൾ എടുത്ത് ചൂടുവെള്ളത്തിൽ പൊടിച്ചുചേർത്ത് ഓരോ നാലുമ ണിക്കൂറിലും കഴിക്കണമെന്നാണ്. അത് ഒരു മുതിർന്ന മനുഷ്യന്റെ കാര്യമാണ്. അതുകൊണ്ട് ഗുണമുണ്ടെങ്കിൽ അതിന്റെ 'ലേബൽ' സൂക്ഷിച്ചുവെക്കണം. ഒരുപക്ഷേ, ഒരു ചൈനീസ് മരുന്നുകടയിൽ നിന്ന് ഇത് നിങ്ങൾക്ക് വാങ്ങാൻ പറ്റും. എനിക്ക് തൊലിയിൽ പുരട്ടാനുള്ള ഈ കുഴമ്പ് കിട്ടിയത് ചൈനീസ് മരുന്നുകടയിൽനിന്നാണ്. നിങ്ങൾക്ക് ഇത് കൂടുതൽ വേണമെങ്കിൽ അവിടെനിന്ന് വാങ്ങാം."

അവൾ അതെല്ലാം അയാളുടെ കൈയിൽനിന്ന് നന്ദിപൂർവ്വം സ്വീക രിച്ചു. "ഇത് വളരെ വലിയ കാര്യമാണ്." അവൾ ശാന്തമായി പറഞ്ഞു. "ഇതിനെല്ലാംകൂടി വില എന്താണ്?"

"അത് കുഴപ്പം ഇല്ല." അയാൾ പറഞ്ഞു. "അത് മറ്റയാൾ കൊടുത്തു. പക്ഷേ, അത് എത്രയാണെന്ന് അയാൾക്ക് അറിയില്ല."

അവൾ അയാളോട് വീണ്ടും നന്ദി പറഞ്ഞു. "നിങ്ങൾ ഇവിടെ

എന്താണ് ചെയ്യുന്നത്?" അവൾ ചോദിച്ചു. "ഈ ലോറികളുമായി നിങ്ങൾ എവിടെയാണ് പോകുന്നത്?"

"കുവാൻടാനിൽ പോകുകയാണ്." അയാൾ പറഞ്ഞു. "ഇന്ന് രാത്രി യിൽ ഞങ്ങൾ അവിടെ തിരിച്ചെത്തേണ്ടതാണ്. പക്ഷേ, എന്റെ ചങ്ങാതി 'ബൻലഗാറ്റ്' ലോറി കഷണങ്ങളാക്കി ഇട്ടിരിക്കുകയാണ്. അതുകൊണ്ട് ഞങ്ങൾ അത് മാറ്റിവെച്ചു. ഞങ്ങൾ നാളെ അവിടെയെത്തും. അല്ലെ ങ്കിൽ ഞങ്ങൾ വേണമെങ്കിൽ അത് ഒരു ദിവസംകൂടി വലിച്ചുനീട്ടും. എങ്കിലും അത് അപകടം ആണെന്നാണ് ഞാൻ വിചാരിക്കുന്നത്." ജപ്പാൻകാർക്കുവേണ്ടി അവർ ആറുപേർ ആറ് ലോറികൾ ഓടിച്ചിരു ന്നെന്ന് അയാൾ അവളോട് പറഞ്ഞു. അവർ പതിവായി കുവാൻടാ നിൽനിന്ന് ഏതാണ്ട് നൂറ്റിമുപ്പത് മൈൽ ദൂരെയുള്ള 'ജിറാൻടുട്' എന്ന റെയിൽവെസ്റ്റേഷനിലേക്ക് ലോറി ഓടിച്ചുകൊണ്ടിരിക്കുകയായിരുന്നെന്ന് അയാൾ പറഞ്ഞു. അവർ ഒരു ദിവസം ലോറി ഓടിച്ച് അവിടെ എത്തിയ തിനുശേഷം അടുത്ത ദിവസം റെയിൽപ്പാളങ്ങളും കുറുകെയിടുന്ന തടി കഷണങ്ങളും കയറ്റിക്കൊണ്ട് കുവാൻടാനിലെത്തി അവയെല്ലാം തുറ മുഖത്തിനടുത്ത് ഇറക്കിവെക്കുന്നു. അവിടെനിന്ന് അതെല്ലാം ഏതോ അറി യപ്പെടാത്ത സ്ഥലത്തേക്ക് കൊണ്ടുപോയിരുന്നു. "അത് മറ്റ് എവിടെയോ ഒരു റെയിൽവെ പണിയാനാണെന്നാണ് ഞാൻ വിചാരിക്കുന്നത്." അയാൾ പറഞ്ഞു. ഒരു ദിവസം ഭാരം കയറ്റിയ ഒരു ലോറി ചുട് കാലാവ സ്ഥയിൽ നൂറ്റിമുപ്പത് മൈൽ ഓടിച്ച് കുവാൻടാനിലെത്താൻ ചിലപ്പോൾ അവർക്ക് കഴിയാറില്ല. അങ്ങനെ സംഭവിക്കുമ്പോൾ അവർ ഒരു രാത്രി ഗ്രാമത്തിൽ ചെലവഴിച്ചിരുന്നു. അവർ എത്തിച്ചേരാൻ വൈകുന്നത് കുവാൻടാനിൽ പ്രത്യേകം ശ്രദ്ധിക്കപ്പെട്ടിരുന്നില്ല.

അയാൾ മുമ്പുപോയിരുന്നത് ജോഹോറിലുള്ള ഏതോ സ്ഥല ത്തേക്ക് ആയിരുന്നു. അയാൾ രണ്ടുമാസമായി കുവാൻടാനിൽനിന്ന് ലോറികൾ ഓടിക്കുന്നുണ്ടായിരുന്നു. "ഒരു തടങ്കൽ പാളയത്തിൽ താമ സിക്കുന്നതിലും നല്ലതാണ്." അയാൾ പറഞ്ഞു.

അവൾ സ്കൂളിലേക്കുള്ള വഴിയിൽ ഏറ്റവും മുകളിലുള്ള മൂന്നാ മത്തെ പടിക്കെട്ടിൽ ഇരുന്നു. അയാൾ അവളുടെ മുമ്പിൽ നിലത്ത് കുത്തി യിരുന്നു. അയാൾ നിലത്തിരിക്കാൻ സ്വീകരിച്ചരീതി അവളെ വിസ്മയി പ്പിച്ചു. കാരണം അയാൾ ഇരുന്നത് ഏറക്കുറെ ഒരു നാട്ടുകാരൻ ഇരി ക്കുന്ന രീതിയിൽ ആയിരുന്നു. പക്ഷേ, അയാൾ ഇടതുകാൽ നീട്ടിവെച്ചി രുന്നു. "നിങ്ങൾ ആസ്ത്രേലിയയയിൽ ഒരു ലോറിഡ്രൈവർ ആയിരുന്നോ?" അവൾ ചോദിച്ചു.

"എനിക്ക് ഭയം ഇല്ല." അയാൾ പറഞ്ഞു. "ഞാൻ കന്നുകാലികളെ നോക്കുന്നവൻ ആയിരുന്നു. ഞാൻ 'ക്ലോൺകറി' കഴിഞ്ഞുള്ള 'ക്വീൻസ് ലാന്റി"ലാണ് ജനിച്ചത്. എന്റെ ആളുകൾ എല്ലാം ക്വീൻസ് ലാന്റുകാ രാണ്. എന്റെ അച്ഛൻ വന്നത് ലണ്ടനിലുള്ള ഹാമർസ്മിത്ത് എന്ന സ്ഥലത്തുനിന്ന് ആയിരുന്നു. അദ്ദേഹം ഒരു കുതിരവണ്ടി ഓടിച്ചിരുന്നു.

അങ്ങനെ അദ്ദേഹം കുതിരകളെപ്പറ്റി മനസ്സിലാക്കി. അദ്ദേഹം ക്വീൻസ് ലാന്റിൽ വന്നത് കോബ് ആന്റ് കമ്പനിക്കുവേണ്ടി ജോലി ചെയ്യാൻ ആയി രുന്നു. അങ്ങനെ അമ്മയെ കണ്ടു. പക്ഷേ, ഞാൻ കുറച്ചുകാലമായി ക്ലോൺകറിയിൽ പോയിട്ടില്ല. ഞാൻ കുറച്ചുകാലമായി 'വൊല്ലാറ' എന്ന സ്ഥലത്തുള്ള ഒരു പടിഞ്ഞാറൻ പ്രദേശത്ത് ജോലി ചെയ്യുകയായിരുന്നു. അത് സ്പ്രിങ്സിൽനിന്ന് നൂറ്റിപ്പത്ത് മൈൽ തെക്ക് പടിഞ്ഞാറ് ഭാഗ ത്തേക്ക് മാറിയാണ്."

അവൾ ചെറുതായി ചിരിച്ചു. "അപ്പോൾ ഈ സ്പ്രിങ്സ് എവിടെ യാണ്?"

അയാൾ പറഞ്ഞു. "ആലിസ് സ്പ്രിങ്സിൽ ആസ്ട്രേലിയയുടെ മധ്യഭാഗത്ത്. അവിടെനിന്ന് ഡാർവ്വിനിലേക്കും അഡാലൈഡിലേക്കും തുല്യദൂരം ആണ്."

അവൾ പറഞ്ഞു. "ഞാൻ കരുതിയിരുന്നത് ആസ്ട്രേലിയയുടെ മധ്യ ഭാഗം മുഴുവൻ മരുഭൂമി ആണെന്നായിരുന്നു."

അയാൾ അവളുടെ അറിവുകേടിൽ അസ്വസ്ഥനായി. "എന്റെ കർത്താവേ!" അയാൾ കരുതിക്കൂട്ടി പറഞ്ഞു. "ആലിസ് ഒരു ഒന്നാം തരം സ്ഥലം ആണ്. ആലിസിൽ ധാരാളം വെള്ളമുണ്ട്. അവിടെയുള്ള മനുഷ്യർ പുൽത്തകിടി നനയ്ക്കാൻ വേണ്ടി രാത്രിമുഴുവൻ വെള്ളം തുറ ന്നുവിട്ടിരിക്കുകയാണ്. ആ പ്രദേശത്ത് കൂടുതൽ സ്ഥലങ്ങളും വരണ്ടു കിടക്കുകയാണ്. പക്ഷേ, അരുവികളുടെ വശങ്ങളിൽ നല്ലപോലെ പുല്ലു വളരുന്നുണ്ട്. അതുപറഞ്ഞാൽ, നിങ്ങൾ വെള്ളം അന്വേഷിക്കുകയാണെ ങ്കിൽ അവിടെ എല്ലാ സ്ഥലത്തും വെള്ളം ഉണ്ട്. ഇപ്പോൾ വർഷത്തിൽ രണ്ടുമാസം മഴയുള്ളപ്പോൾ മാത്രം ഒഴുകുന്ന ഒരു അരുവിയുടെ കാര്യം പറയാം. മഴ ഇല്ലെങ്കിൽ അത് ഒഴുകില്ല. നിങ്ങൾക്ക് അവിടെ ഒരു മണൽമൂ ടിയ കൈത്തോട് ഉണ്ടായിരിക്കും. നിങ്ങൾക്ക് അവിടെ നട്ടുച്ചയ്ക്ക് പോലും ഒരടികുഴിച്ചാൽ വെള്ളം കിട്ടും." അയാളുടെ ചുറുചുറുക്കില്ലാത്ത സംസാ രരീതി അസാധാരണമായ രീതിയിൽ സാന്ത്വനം നല്കുന്നതായിരുന്നു. "നിങ്ങൾ അതുപോലെയുള്ള ഒരുസ്ഥലത്ത് പോയാൽ മണ്ണിന്റെ മുക ളിൽ ധാരാളം ചെറിയ കുഴികൾ കാണാൻ കഴിയും. അതെല്ലാം കംഗാരു ക്കൾ വെള്ളത്തിനുവേണ്ടി കുഴിച്ച കുഴികൾ ആണ്. എവിടെ വെള്ളം കിട്ടും എന്ന് അവയ്ക്കറിയാം. ജനവാസം ഇല്ലാത്ത സ്ഥലങ്ങളിലെല്ലാം വെള്ളം ഉണ്ട്. പക്ഷേ, അത് എവിടെയാണെന്ന് നിങ്ങൾ കണ്ടെത്തണം."

"നിങ്ങൾ ഈ വൊല്ലാറാ എന്ന സ്ഥലത്ത് എന്താണ് ചെയ്തിരു ന്നത്?" അവൾ ചോദിച്ചു. "നിങ്ങൾ ആടിനെ സംരക്ഷിക്കുകയായി രുന്നോ?"

അയാൾ തലകുലുക്കി. "ആലിസിന്റെ ചുറ്റുവട്ടത്തൊന്നും നിങ്ങൾക്ക് ആടുകളെ കാണാൻ കഴിയില്ല. അവിടുത്തെ ചൂട് ആടുകൾക്ക് സഹി ക്കാൻ പറ്റില്ല. വൊല്ലാറാ കന്നുകാലികളുടെ ഒരു സ്ഥലം ആണ്."

"നിങ്ങൾക്ക് എത്ര കന്നുകാലികൾ ഉണ്ടായിരുന്നു?"

"ഞാൻ വിട്ടുപോരുമ്പോൾ ഏതാണ്ട് പതിനെണ്ണായിരം." അയാൾ പറഞ്ഞു. "മഴയ്ക്കനുസരിച്ച് അത് കുറഞ്ഞും കൂടിയും ഇരിക്കും."

"പതിനെണ്ണായിരം? അത് എത്ര വലിയ സംഖ്യയാണ്?"

"വൊല്ലാറായുടെ വിസ്തീർണ്ണം രണ്ടായിരത്തി എഴുന്നൂറോളം വരും."

"രണ്ടായിരത്തി എഴുന്നൂറ് ഏക്കർ!" അവൾ പറഞ്ഞു.

"അപ്പോൾ ധാരാളം സ്ഥലം ഉണ്ട്."

അയാൾ അവളെ അത്ഭുതത്തോടെ തുറിച്ചുനോക്കി. "ഏക്കർ അല്ല." അയാൾ പറഞ്ഞു. "ചതുരശ്ര മൈൽ. വൊല്ലാറ രണ്ടായിരത്തി എഴുന്നൂറ് ചതുരശ്ര മൈൽ ആണ്."

അവൾ ഞെട്ടിപ്പോയിരുന്നു. "അത് ഒരു മേച്ചിൽ സ്ഥലം ആണോ?"

"അത് ഒറ്റ വസ്തു ആണ്." അയാൾ മറുപടി പറഞ്ഞു.

"പക്ഷേ, എങ്ങനെയായാലും അത് നടത്തിക്കൊണ്ടുപോകാൻ നിങ്ങൾ എത്രപേർ ഉണ്ടായിരുന്നു?"

അയാളുടെ മനസ്സ് നല്ലപോലെ ഓർമ്മയുണ്ടായിരുന്ന സംഭവങ്ങൾക്ക് ചുറ്റും സ്നേഹത്തോടെ ഓടിനടന്നു.

"അവിടെ മിസ്റ്റർ. ഡുവീൻ ഉണ്ടായിരുന്നു, ടോമി ഡുവീൻ കാര്യസ്ഥൻ അയാൾ ആണ്. പിന്നെ ഞാൻ. ഞാനാണ് കന്നുകാലി നോട്ടക്കാരുടെ തലവൻ – അല്ലെങ്കിൽ ഞാൻ ആയിരുന്നു. ഞാൻ തിരിച്ചു ചെല്ലുമ്പോൾ എനിക്ക് ഒരു സ്ഥാനം അവിടെ കാത്തുസൂക്ഷിക്കുമെന്ന് ടോമി പറഞ്ഞിരുന്നു. ഒരു ദിവസം വല്ലോറായിലേക്ക് തിരിച്ചുപോകാൻ എനിക്ക് ഇഷ്ടമായിരിക്കും..." അയാൾ അല്പസമയം ആലോചിച്ചു "ഞങ്ങൾ മറ്റ് മൂന്ന് കന്നുകാലിനോട്ടക്കാർ കൂടി അവിടെ ഉണ്ടായിരുന്നു - വെള്ളക്കാർ" അയാൾ പറഞ്ഞു. "അതുകൂടാതെ ഹാപ്പിയും മൂണ്ലൈറ്റും നുഗറ്റും സ്നോയിയും ടർമാക്കും ഉണ്ടായിരുന്നു." അയാൾ ഒരു മിനിറ്റ് നേരം ആലോചിച്ചു; "ഞങ്ങൾക്ക് ഒൻപത് ആദിവാസികൾ ഉണ്ടായിരുന്നു." അയാൾ പറഞ്ഞു. "അത്രതന്നെ. ശരിയാണ്."

"ഒൻപത് എങ്ങനെയുള്ളവർ ആണ് ഉണ്ടായിരുന്നത്?"

"കറുത്ത ആൺകുട്ടികൾ – കറുത്ത കന്നുകാലി നോട്ടക്കാർ."

"പക്ഷേ, പതിമൂന്ന് പേരാണ് ഉള്ളത്?" അവൾ പറഞ്ഞു.

"അതു ശരിയാണ്. മിസ്റ്റർ സുവീനെക്കൂടി കണക്കു കൂട്ടിയാൽ പതിനാലായി."

"പക്ഷേ, പതിനാല് മനുഷ്യർക്ക് ആ കന്നുകാലികളെ മുഴുവൻ നോക്കിനടത്താൻ പറ്റുമോ?" അവൾ ചോദിച്ചു.

"പറ്റും." അയാൾ പറഞ്ഞു. "വൊല്ലാറ ഒരു രീതിയിൽ നിയന്ത്രണങ്ങൾ ഇല്ലാത്ത സ്ഥലമാണ്. കാരണം അവിടെ അതിരുകൾ ഒന്നും തന്നെ ഇല്ല. അവിടെ വടക്കുഭാഗത്ത് നമുക്ക് പാൾമർ നദിയും ലവി പർവ്വതനിരയും ഉണ്ട്. പടിഞ്ഞാറ് മണൽപ്രദേശമാണ് നാല്ക്കാലികൾ അവിടെ പോകില്ല. തെക്ക് വശത്ത് കെർനോട്ട് മലനിരയും കിഴക്ക് ഓർമ്മിറോഡ്

കുന്നും ടിൻസും ഉണ്ട്. അതുപോലെയുള്ള ഒരു പ്രദേശത്ത് പതിനാലു പേർ മതിയാകും. നമുക്ക് കൂടുതൽ വെള്ളക്കാർ ഉണ്ടെങ്കിൽ കൂടുതൽ എളുപ്പമായിരിക്കും. പക്ഷേ, നിങ്ങൾക്ക് അവരെ ലഭിക്കില്ല. ഈ ആദി വാസികൾ! അവർ എല്ലാ സമയത്തും അലഞ്ഞുതിരിഞ്ഞുകൊണ്ടിരിക്കും."

"അതെന്താണ്?" അവൾ ചോദിച്ചു.

"അലഞ്ഞുതിരിയുന്നതോ? ആദിവാസി ഒരു ദിവസം മുമ്പിൽവന്ന് പറയും. "യജമാനൻ, ഞാൻ ഇപ്പോൾ പുറപ്പെടുകയാണ്." നിങ്ങൾക്ക് അയാളെ പിടിച്ചുനിർത്താൻ കഴിയില്ല. അയാൾ ഒരു കാലുറയും പഴയ തൊപ്പിയും തോക്ക് ഉണ്ടെങ്കിൽ തോക്കും എടുത്തുകൊണ്ട് അലഞ്ഞു തിരിയാൻ വേണ്ടി അവിടെനിന്ന് സ്ഥലംവിടും. തോക്ക് ഇല്ലെങ്കിൽ ഒരു കുന്തവും എറിയാനുള്ള വടിയും അയാളുടെ കൈയിൽ ഉണ്ടാകും. അതി നുശേഷം രണ്ടോ മൂന്നോ മാസം അയാൾ ദൂരെ ആയിരിക്കും."

"പക്ഷേ, അയാൾ എവിടെയാണ് പോകുന്നത്?"

"വെറും യാത്രകൾ. ഒരു പുറപ്പെടലിൽ അവർ വളരെദൂരം പോകുന്നു." അയാൾ പറഞ്ഞു. "ഒരുപക്ഷേ, നാന്നൂറോ അഞ്ഞൂറോ മൈലുകൾ കാണും. പിന്നീട് അയാൾ വേണ്ടത്ര യാത്ര ചെയ്തുകഴിയുമ്പോൾ സ്ഥലത്ത് തിരിച്ചുവന്ന് വീണ്ടും ജോലിചെയ്യാൻ ചേരും. പക്ഷേ, അടുത്ത ആഴ്ച അവർ അവിടെ ഉണ്ടായിരിക്കുമോ എന്ന് നിങ്ങൾക്ക് ഒരിക്കലും അറിയില്ല എന്നതാണ് ആദിവാസികളെക്കൊണ്ടുള്ള ബുദ്ധിമുട്ട്."

അവിടെ അല്പസമയത്തേക്ക് ഒരു നിശ്ശബ്ദത ഉണ്ടായിരുന്നു. വീടു കളിൽനിന്നും പുറത്താക്കപ്പെട്ട അവർ ചുട്ടുപൊള്ളുന്ന ആ രാത്രിയിൽ ഒഴിഞ്ഞു കിടന്നിരുന്ന ആ സ്കൂൾ കെട്ടിടത്തിന്റെ പടിക്കെട്ടിൽ നിശ്ശബ്ദ രായി ഇരുന്നു. നിലാവിൽ അവരുടെ തലയ്ക്ക് മുകളിലൂടെ വരണ്ട ചർമ്മ ത്തിന്റെ ചിറകുകളുടെ മർമ്മരവുമായി കടവാവലുകൾ അഹംഭാവ ത്തോടെ പറന്നകന്നു. "പതിനെണ്ണായിരം കന്നുകാലികൾ." അവൾ വിസ്മയത്തോടെ പറഞ്ഞു.

"ഏറക്കുറെ അത് ശരിയാണ്." അയാൾ പറഞ്ഞു. "ഒരു നല്ല മഴ കിട്ടിയാൽ ഇരുപത്തേഴായിരമോ ഇരുപത്തീരായിരമോ ആകാൻ സാദ്ധ്യത ഉണ്ട്. ഒരു കൊല്ലം പിന്നീട് വരൾച്ചയാണെങ്കിൽ അത് പന്തീ രായിരത്തിലേക്കോ പതിമൂവായിരത്തിലേക്കോ കുറയും. ഓരോ കൊല്ല ത്തിലും വരൾച്ച കാരണം ഞങ്ങൾക്ക് ഏകദേശം മൂവായിരംവരെ നഷ്ട പ്പെട്ടിരുന്നതിന്റെ കണക്ക് ഞാൻ തയ്യാറാക്കിയിരുന്നു."

"പക്ഷേ, നിങ്ങൾക്ക് അവയ്ക്ക് വെള്ളം എത്തിക്കാൻ കഴിയില്ലേ?"

അയാൾ സാവധാനം പുഞ്ചിരിച്ചു. "പതിനാല് ആളുകളെക്കൊണ്ട് പറ്റില്ല. വടക്കേ ക്വീൻ ലാന്റിലും ഈ പ്രദേശത്തുംകൂടി ഓരോ വർഷവും ഇംഗ്ലണ്ടിനെ മുഴുവൻ തീറ്റിപ്പോറ്റാനുള്ള കന്നുകാലികൾ ദാഹിച്ച് ചത്തു വീഴുന്നു. വൊല്ലോറായിൽ കുതിരകളുടെ കാര്യമാണ് കൂടുതൽ കഷ്ടം."

"കുതിരകളോ?"

"കൊള്ളാം." അയാൾ പറഞ്ഞു. "ഞങ്ങൾക്ക് ഏറക്കുറെ മൂവായിര

ത്തോളം കുതിരകൾ ഉണ്ടായിരുന്നു. പക്ഷേ, നിങ്ങൾക്ക് അവയെ ക്കൊണ്ട് ഒന്നും ചെയ്യിക്കാൻ കഴിയില്ല. അവയെല്ലാം ക്ഷുദ്രജീവികളാണ്. വർഷങ്ങൾക്ക് മുമ്പ് വൊല്ലൊറാ ഒരു കുതിരയുടെ സ്ഥലം ആയിരുന്നു. അന്ന് അവിടെനിന്ന് ഇന്ത്യൻ പട്ടാളത്തിന് കുതിരകളെ വിറ്റിരുന്നു. പക്ഷേ, ഇപ്പോൾ കുതിരകളെ വില്ക്കാൻ പറ്റില്ല. തീർച്ചയായും ഞങ്ങൾ ഏതാനും കുതിരകളെ ഉപയോഗിക്കുന്നുണ്ട്. ഒരുപക്ഷേ, നൂറെണ്ണം കാണും. ചുമക്കാനും മറ്റ് ജോലികൾക്കും കൂടി. നിങ്ങൾക്ക് അവയെ വെടിവെക്കാതെ ഒഴിവാക്കാൻ പറ്റില്ല. നിങ്ങൾക്ക് ഒരു കന്നുകാലിനോട്ട ക്കാരനെ ഒരിക്കലും കുതിരയെ വെടിവെക്കാൻ കിട്ടില്ല. കന്നുകാലി കൾക്ക് കിട്ടേണ്ട തീറ്റ മുഴുവൻ അവ തിന്നും. അതിന്റെകൂടെ അത് നശി പ്പിക്കുകയും ചെയ്യും. കുതിര മേഞ്ഞുനടന്ന സ്ഥലത്ത് കന്നുകാലികൾ മേയാൻ ഇഷ്ടപ്പെടുന്നില്ല." അവൾ ചോദിച്ചു. "വൊല്ലാറയുടെ നീളവും വീതിയും എത്രയാണ്?"

അയാൾ പറഞ്ഞു. പറയാം. കിഴക്കുനിന്ന് പടിഞ്ഞാറോട്ട് ഏതാണ്ട് തൊണ്ണൂറ് മൈൽ ഉണ്ടെന്ന് ഞാൻ പറയും. വടക്കുനിന്ന് തെക്കോട്ട് ഏറ്റവും വീതികൂടിയ ഭാഗത്ത് നാല്പത്തഞ്ചു മൈലോ അൻപതു മൈലോ വീതികാണും. പക്ഷേ, അത് കാര്യങ്ങൾ നടത്തിക്കൊണ്ടുപോ കാൻ നല്ല സ്ഥലമാണ്. കാരണം പുരയും പറമ്പും മദ്ധ്യഭാഗത്താണ്. അതുകൊണ്ട് ഏതെങ്കിലും ഒരു വഴിയിലേക്ക് കൂടുതൽ ദൂരം ഇല്ല. ഏറ്റവും കൂടുതൽ ദൂരം കെർനോട്ട് മലനിരയിലേക്കാണ്. അത് അറു പത് മൈലോളം കാണും."

"വീട്ടിൽനിന്ന് അറുപത് മൈൽ? അവിടെ ആണോ നിങ്ങൾ താമ സിക്കുന്നത്?"

"അത് ശരിയാണ്."

"അവിടെ മറ്റ് ഏതെങ്കിലും വീട് ഉണ്ടോ?"

അയാൾ അവളെ തുറിച്ചുനോക്കി. "ഒരു സ്ഥലത്ത് ഒരു വീട് മാത്രം. ചില വീടുകൾക്ക് ഒരു പ്രത്യേകം ലായം ഉണ്ട്. ജോലിക്കാർക്ക് പുതപ്പു കളും അല്പം ആഹാരസാധനങ്ങളും സൂക്ഷിക്കാനുള്ള ഒരു സ്ഥലം. പക്ഷേ, കൂടുതൽ സാധനങ്ങൾ സൂക്ഷിക്കാൻ പറ്റില്ല."

"അപ്പോൾ, ഏറ്റവും അകലെയുള്ള കെർനോട്ട് മലനിരയിൽ എത്താൻ നിങ്ങൾക്ക് എത്രസമയം വേണ്ടിവരും."

"മലനിരയിൽ എത്താനോ? അവിടെ ചെന്നിട്ട് തിരിച്ചുവരാൻ ഒരു പക്ഷേ, ഒരാഴ്ച വേണ്ടിവരും. അത് കുതിരകൾ നിങ്ങളുടെ കൂടെ ഉണ്ടെ ങ്കിൽ ആണ്. ഒരു അത്യാവശ്യത്തിന് നിങ്ങൾ അത് ഒന്നര ദിവസംകൊണ്ട് ചെയ്തെന്നുവരും. പക്ഷേ, കുതിരകൾ അല്പം സാവധാനത്തിലാണ് പോകുന്നതെങ്കിലും ഏറ്റവും നല്ലത് കുതിരകൾതന്നെയാണ്. കുതിരകൾ നിങ്ങൾ അതിനെ സിനിമയിൽ കാണുന്നതുപോലെ അല്ല. ആളുകൾക്ക് എല്ലാ സമയത്തും എല്ലാ സ്ഥലത്തും അതിന്റെ മുകളിൽ കയറി പാഞ്ഞു നടക്കാൻ പറ്റില്ല. അവനെ നിങ്ങൾ ഈ പ്രദേശത്ത് ആ രീതിയിൽ ഉപ

യോഗിക്കുകയയാണെങ്കിൽ നിങ്ങൾ പെട്ടെന്ന് തളർന്നുപോകും."

അവർ സ്കൂൾ കെട്ടിടത്തിലേക്കുള്ള വഴിയിൽ ഒരു മണിക്കൂറിൽ അധികം സമയം സംസാരിച്ചുകൊണ്ടിരുന്നു. അവസാനം കന്നുകാലിക ളുടെ നോട്ടക്കാരൻ നിലത്തുനിന്ന് എഴുന്നേറ്റു.

"ഞാൻ ഇവിടെ നിശ്ചയമായും കൂടുതൽ സമയം ഇരിക്കാൻ പാടില്ല. മറ്റേക്കൂട്ടർ ഉണർന്ന് എഴുന്നേറ്റ് തിരിച്ചുവന്നാൽ? കൂടാതെ എന്റെ ചങ്ങാതി എന്തുവിചാരിക്കും. എനിക്ക് എന്ത് സംഭവിച്ചെന്ന് അയാൾ അത്ഭുതപ്പെടുകയായിരിക്കും."

ജീൻ എഴുന്നേറ്റ് നിന്നു. "ഈ സാധനങ്ങൾ ഞങ്ങൾക്ക് കൊണ്ടു ത്തന്നത് ഞങ്ങൾക്ക് ചെയ്തുതരുന്ന വലിയ ഉപകാരമാണ്. ഞങ്ങൾക്ക് ഇതെല്ലാം എത്രമാത്രം അത്യാവശ്യമാണെന്ന് നിങ്ങൾക്ക് അറിയില്ല. നിങ്ങ ളുടെ പേർ എന്താണെന്ന് എന്നോട് പറയില്ലേ?"

"ജോ ഹാർമാൻ" അയാൾ പറഞ്ഞു. "ചിലർ എന്നെ സാർജന്റ് ഹാർമാൻ എന്ന് വിളിക്കും– ചിലർ വിളിക്കുന്നത് കന്നുകാലികളുടെ നോട്ട ക്കാരൻ ഹാർമാൻ എന്നാണ്." അയാൾ അറച്ചുനിന്നു. "നിങ്ങളെ ഞാൻ ഇന്ന് ആസ്ട്രേലിയാക്കാർ എന്ന് പറഞ്ഞതിൽ വിഷമം ഉണ്ട്. അത് ഒരു കഴമ്പില്ലാത്ത ഫലിതം ആയിരുന്നു."

അവൾ പറഞ്ഞു. "എന്റെ പേർ ജീൻ പാഗറ്റ് എന്നാണ്."

"അതുകേട്ടാൽ സ്കോട്ട്ലാന്റിലെ പേർ പോലെ ഉണ്ട്."

"അത് അവിടുത്തെ പേരാണ്." അവൾ പറഞ്ഞു. "ഞാൻ സ്കോട്ട്ലാന്റുകാരി അല്ല. പക്ഷേ, എന്റെ അമ്മ പെർത്തിൽ[1] നിന്ന് ആയി രുന്നു."

"എന്റെ അമ്മയുടെ കുടുംബം സ്കോട്ട്ലാന്റിൽ ആയിരുന്നു." അയാൾ പറഞ്ഞു. "അവർ ഇൻവർനസ്സിൽ[2] നിന്ന് വന്നവർ ആണ്."

അവൾ കൈനീട്ടി. "ശുഭരാത്രി" അവൾ പറഞ്ഞു. "മറ്റൊരു വെള്ള ക്കാരനോട് സംസാരിക്കാൻ കഴിഞ്ഞത് ഭാഗ്യമായി."

അയാൾ അവളുടെ കൈപ്പത്തിയിൽ പിടിച്ചു. അയാളുടെ പൗരുഷ മുള്ള ഹസ്തദാനത്തിൽ അവൾക്കുള്ള അസാമാന്യമായ സാന്ത്വനം ഉണ്ടായിരുന്നു. "മിസിസ്സ് പാഗറ്റ്" അയാൾ പറഞ്ഞു. "നിങ്ങളുടെ സംഘ ത്തിന് ഞങ്ങളുടെ കൂടെ ലോറിയിൽ യാത്ര ചെയ്യാൻ പറ്റുമോ എന്ന് അവരോട് ചോദിക്കാൻ ശ്രമിക്കാം. അവർ അത് സമ്മതിച്ചില്ലെങ്കിൽ നമുക്ക് അത് ഉപേക്ഷിക്കേണ്ടിവരും. അങ്ങനെയാണെങ്കിൽ നിങ്ങൾ കുവാൻടാ നിൽ എത്തുന്നതിനുമുമ്പ് ഞാൻ വീണ്ടും നിങ്ങളെ വഴിയിൽവെച്ച് കാണും. നിങ്ങൾക്ക് മറ്റെന്തെങ്കിലും വേണോ?"

"സോപ്പ്" അവൾ പറഞ്ഞു. "നിങ്ങൾക്ക് സോപ്പ് ഞങ്ങൾക്ക് എത്തി ച്ചുതരാൻ എന്തെങ്കിലും വഴിയുണ്ടോ?"

"അതിന് വഴിയുണ്ട്."

---

1. മദ്ധ്യ സ്കോട്ട്ലാന്റിലെ പട്ടണം
2. സ്കോട്ട്ലാന്റിലെ പട്ടണം.

"ഞങ്ങൾക്ക് അല്പംപോലും സോപ്പ് ഇല്ല." അവൾ പറഞ്ഞു. "എന്റെ കൈയിൽ മരിച്ചുപോയ ഒരു സ്ത്രീയുടെ ഒരു ചെറിയ സ്വർണ്ണ പ്പതക്കം ഉണ്ട്. അതിന്റെ ഉള്ളിൽ ചെറിയ ഒരു മുടിക്കഷണം പറ്റിയിരിപ്പു ണ്ടെന്നാണ് ഞാൻ വിചാരിക്കുന്നത്. ഞാൻ അത് ഇവിടെ വിറ്റിട്ട് സോപ്പ് വാങ്ങാനുള്ള ശ്രമം നടത്താൻ പോകുകയായിരുന്നു."

"അത് കൈയിൽ സൂക്ഷിച്ചുകൊള്ളൂ." അയാൾ പറഞ്ഞു. "സോപ്പ് ഞാൻ നിങ്ങൾക്ക് എത്തിച്ചുതരാം."

"ഞങ്ങൾക്ക് അതുകൂടി അങ്ങേയറ്റം ആവശ്യമാണ്. ഇപ്പോൾ ഈ മരുന്നും നിങ്ങളാണ് ഞങ്ങൾക്ക് തന്നത്." അവൾ പറഞ്ഞു.

"നിങ്ങൾക്ക് അത് കിട്ടും." അയാൾ അല്പസമയം അറച്ചുനിന്നു. അതിനുശേഷം പറഞ്ഞു. "ഞാൻ വളരെക്കൂടുതൽ സംസാരിച്ചു. ജന വാസമില്ലാത്ത നാടിന്റെ കാര്യങ്ങളും മറ്റും പറഞ്ഞ് നിങ്ങൾക്ക് മടുപ്പ് തോന്നിക്കാണും."

"എനിക്ക് മടുപ്പ് തോന്നിയിട്ടില്ല." അവൾ പറഞ്ഞു. "ഗുഡ്നൈറ്റ്, സാർജെന്റ്."

"ഗുഡ്നൈറ്റ്."

രാവിലെ അവൾക്ക് കിട്ടിയത് എന്തെല്ലാമാണെന്ന് ജീൻ സ്ത്രീകൾക്ക് കാണിച്ചുകൊടുത്തു. "നിങ്ങൾ അയാളോട് വളരെ നേരം സംസാരിക്കു ന്നത് ഞാൻ കേട്ടു." മിസിസ്സ് പ്രൈസ് പറഞ്ഞു. "നല്ല ചെറുപ്പക്കാരൻ."

"അയാൾ വളരെ ഗൃഹാതുരത്വമുള്ള ചെറുപ്പക്കാരൻ ആണ്." ജീൻ പറഞ്ഞു. "അയാൾ വരുന്ന കന്നുകാലികളുടെ സ്ഥലത്തെക്കുറിച്ച് പറ യാൻ അയാൾക്ക് വലിയ താല്പര്യം ആണ്.

"ഗൃഹാതുരത്വം" മിസിസ്സ് പ്രൈസ് പറഞ്ഞു. "നമ്മൾ എല്ലാവരും അങ്ങനെയല്ലേ?"

അന്ന് രാവിലെ സ്ത്രീകളെ ലോറിയിൽ യാത്രചെയ്യാൻ അനുവദി ക്കാത്ത അവരുടെ സൂക്ഷിപ്പുകാരനുമായി ആസ്ട്രേലിക്കാരൻ ചുറുചു റുക്കോടെ തർക്കിച്ചിരുന്നു. അവരുടെ കാഴ്ചപ്പാടിൽ ഇതിന് ചില കാര ണങ്ങൾ ഉണ്ടായിരുന്നു. മൊത്തത്തിൽ അധികഭാരം കയറ്റിയ രണ്ട് ലോറി കളിലുമായി പതിനേഴ് സ്ത്രീകളും കുട്ടികളുംകൂടി കയറിയാൽ അത് അവ നിന്നുപോകാനുള്ള അവസാനത്തെ കച്ചിത്തുരുമ്പായിരിക്കും. അങ്ങനെയാണെങ്കിൽ ഓഫീസറുടെ കൈയിൽ നിന്ന് അടിമാത്രം മേടിച്ച് രക്ഷപ്പെടുകയാണെങ്കിൽ അവരുടെ കാവല്ക്കാർ ഭാഗ്യവാന്മാരാണെന്ന് പറയേണ്ടിവരും. ഹാർമാനിനും ലാഗറ്റിനും ഒന്നിച്ച് പണിയെടുത്ത് പിൻഭാ ഗത്തെ ആക്സിൽ വീണ്ടും ഉറപ്പിക്കേണ്ടിവന്നു. പത്തുമണിയോടെ അവർ ജോലികഴിഞ്ഞ് റോഡിൽ ഇറങ്ങാൻ തയ്യാറായിക്കഴിഞ്ഞിരുന്നു.

ജോ ഹാർമാൻ പറഞ്ഞു. "ഞാൻ ഇത് അല്പം അയച്ചുവെക്കു മ്പോൾ ആ തന്തയില്ലാത്തവനോട് എന്തെങ്കിലും സംസാരിച്ചുകൊണ്ടി രിക്കണം. അവൻ ഇത് ശ്രദ്ധിക്കരുത്." അയാൾ ജപ്പാൻകാരനായ കാവല്ക്കാരനെ ആണ് സൂചിപ്പിച്ചത്. കാവല്ക്കാരന്റെ കണ്ണില്പെടാതെ

പൈപ്പിന്റെ മൂട്ടിൽനിന്ന് ഇറ്റുവീഴുന്ന പെട്രോളുമായി ഹാർമാനെ മുന്നിൽ ഓടിക്കാൻ അനുവദിച്ചുകൊണ്ട് അവർ ഉടൻതന്നെ യാത്രതുടങ്ങി. അത് പെട്രോൾ തീരുന്ന സമത്തെ ഒരു ഒഴികഴിവിനുവേണ്ടി ആയിരുന്നു.

മാറാനിൽനിന്ന് കുവാൻടാനിലേക്ക് അൻപതു മൈൽ ആണ്. അന്നത്തെ ദിവസം സ്ത്രീകൾ മാറാനിൽ വിശ്രമിച്ചു. അടുത്ത ദിവസം ടാറിട്ട റോഡിലൂടെയുള്ള നടത്തം ആരംഭിച്ചു. അവർ അന്നുരാത്രിയിൽ ബുവാൻ എന്ന് പറയുന്ന ഗ്രാമത്തിൽ എത്തിച്ചേർന്നു. 'ജീൻ' ജോ ഹാർമാന്റെ ലോറി തിരിച്ചുവരുന്നത് കാണാൻകഴിയും എന്ന പ്രതീക്ഷ യിൽ എല്ലാ ലോറികളും ശ്രദ്ധിക്കുന്നുണ്ടായിരുന്നു. അത് രാത്രി യിൽത്തന്നെ പെട്രോൾ ഇല്ലാതെ പോഹോയിയിൽ ചലിക്കാൻ പറ്റാതെ കിടക്കുകയാണെന്ന് അവൾ അറിഞ്ഞിരുന്നില്ല. അവർ അടുത്ത ദിവസം ബുഹാനിലെ ചരിഞ്ഞമേല്ക്കൂരയുള്ള ഒരു കെട്ടിടത്തിൽ താമസിച്ചു. സ്ത്രീകൾ ജീനിനോടൊപ്പം ലോറി വരുന്നത് ശ്രദ്ധിക്കാൻവേണ്ടി മാറി മാറി കാത്തിരുന്നു. അവരുടെ ആരോഗ്യം ഏറക്കുറെ മെച്ചപ്പെട്ടുകഴിഞ്ഞി രുന്നു. റെയിൽവെ പാളങ്ങൾക്കും കാട്ടുവഴികൾക്കും ശേഷം ടാറിട്ട റോഡി ലൂടെയുള്ള നടത്തം കൂടുതൽ എളുപ്പമായിരുന്നു. അതിന്റെ കൂടെ അവർക്ക് മരുന്നുകളുടെ പ്രയോജനം ഇതിനകം ലഭിച്ചുകഴിഞ്ഞിരുന്നു. കൂടാതെ ആ പ്രദേശത്തിന്റെ ഉയരവും ശാന്തതയും വർദ്ധിച്ചിരുന്നു. അവ രുടെ കൂട്ടത്തിൽ കൂടുതൽ ഭാവനയുള്ളവർ അവർക്ക് കടലിന്റെ മണം ശ്വസിക്കാൻ കഴിയുന്നുണ്ടെന്ന് പറഞ്ഞുതുടങ്ങിയിരുന്നു. അവസാനം രണ്ട് ആസ്ട്രേലിയക്കാരുമായുള്ള അവരുടെ സമ്പർക്കത്തിന് അവരുടെ മനോവീര്യത്തെ പറയത്തക്ക വിധത്തിൽ സ്വാധീനിക്കാൻ കഴിഞ്ഞിരുന്നു.

അവർ ജോ ഹാർമാന്റെ ലോറി തിരിച്ചുപോകുന്നത് കണ്ടിരുന്നില്ല. പകരം വൈകുന്നേരത്ത് ലൈഫ്ബോയ് സോപ്പിന്റെ ആറ് കട്ടകളുടെ ഒരു ബ്രൗൺപേപ്പർ പൊതിയുമായി ഒരു മലയാക്കാരി പെൺകുട്ടി അവ രുടെ അടുത്ത് എത്തി. അതിന്റെ പുറത്തെ മേൽവിലാസം മിസിസ്സ് പാഗ റ്റിന്റേത് ആയിരുന്നു. പൊതിയുടെ മുകളിൽ ഒരു കുറിപ്പ് എഴുതിച്ചേർത്തിരുന്നു.
'പ്രിയ സുഹൃത്തിന്,

ഞങ്ങൾക്ക് ഇപ്പോൾ കിട്ടിയ കുറച്ച് സോപ്പ് ഞാൻ അയച്ചുതരുന്നു. പക്ഷേ, പിന്നീട് എനിക്ക് കൂടുതൽ കിട്ടും. നിങ്ങളെ കാണാൻ കഴിയാ ത്തതിൽ വിഷമം ഉണ്ട്. പക്ഷേ, മറ്റവൻ ലോറി നിർത്താൻ ഞങ്ങളെ അനുവദിക്കില്ല. അതുകൊണ്ട് ഞാൻ ഇത് മറാനിലെ ചൈനാക്കാരനെ ഏല്പിച്ചിരുന്നു. ഇത് നിങ്ങൾക്ക് എത്തിച്ചുതരാം എന്നാണ് അയാൾ പറ ഞ്ഞത്. ഞങ്ങൾ തിരിച്ചുവരുന്നത് ശ്രദ്ധിക്കണം. ആ സമയത്ത് ഞാൻ വണ്ടിനിർത്താൻ ശ്രമിക്കാം.

ജോ ഹാർമാൻ.'

സ്ത്രീകൾ സന്തോഷത്തിൽ ആയിരുന്നു. 'ലൈഫ് ബോയ്' മിസിസ്സ് വാർനർ നിർവൃതിയോടെ സോപ്പിന്റെ കഷണം മണപ്പിച്ചുകൊണ്ട് പറഞ്ഞു. "അതിലെ അണുനാശിനിയുടെ മണം മണപ്പിച്ചാൽ നിങ്ങൾക്ക്

അറിയാൻ പറ്റും. അവർക്ക് ഇത് എവിടുന്ന് കിട്ടിയെന്നാണ് ജീൻ വിചാ
രിക്കുന്നത്?"

"ഞാൻ രണ്ട് ഊഹങ്ങൾ നടത്തി" ജീൻ മറുപടി പറഞ്ഞു. "ഒന്നു
കിൽ അവർ ഇത് മോഷ്ടിച്ചിരിക്കും. അല്ലെങ്കിൽ ഇത് വാങ്ങാൻവേണ്ടി
അവർ മറ്റെന്തെങ്കിലും മോഷ്ടിച്ചിരിക്കും." സത്യത്തിൽ രണ്ടാമത്തെ
ഊഹം ശരിയായിരുന്നു. പഹോലിയിൽവച്ച് അവരുടെ ജപ്പാൻകാരനായ
കാവല്ക്കാരൻ ഗ്രാമത്തിലെ കിണറിന്റെ അടുത്ത് കാല് കഴുകാൻ വേണ്ടി
അയാളുടെ ബൂട്ട് ഊരിവച്ചിരുന്നു. അയാൾ മുപ്പതു സെക്കന്റ് സമയമെ
ടുത്ത് കാൽ കഴുകിയതിനുശേഷം തിരിഞ്ഞുനോക്കി. ബൂട്ടുകൾ അപ്ര
ത്യക്ഷപ്പെട്ടിരുന്നു. അത് ആസ്ട്രേലിയക്കാരിൽ ഒരാൾ ആയിരിക്കണം.
കാരണം മറ്റേദിശയിൽനിന്നും അവർ രണ്ടുപേരും ഉടൻതന്നെ പ്രത്യ
ക്ഷപ്പെട്ടിരുന്നു. ഈ രഹസ്യം ഒരിക്കലും തെളിയിക്കപ്പെട്ടിട്ടില്ല. എന്താ
യാലും ബെൻ ലാഗറ്റ് അങ്ങേയറ്റം സഹായിച്ചിരുന്നു. അയാൾ ഉറങ്ങുന്ന
ഒരു ജപ്പാൻകാരന്റെ ബൂട്ട് മോഷ്ടിച്ച് അവരുടെ കാവല്ക്കാരന് അന്ന്
രാത്രിയിൽത്തന്നെ കൊടുത്തു. അയാൾ സന്തോഷംകൊണ്ട് ഒരു ഡോളർ
ബെൻ ലാഗറ്റിന് കൊടുത്തിരുന്നു.

അടുത്ത ദിവസം സ്ത്രീകൾ ബെർക്കപൊറിലേക്ക് നടന്നു. അവർ
ആ പ്രദേശത്തെ കൂടുതൽ മെച്ചപ്പെട്ട ഭാഗത്തേക്ക് ഇപ്പോൾ കടന്നുചെ
ല്ലുകയായിരുന്നു. കുന്നിൻചെരുവുകളെ വലംവെച്ച് പോകുന്ന വഴിയുടെ
ഭൂരിഭാഗത്തും മരങ്ങൾ വീഴ്ത്തിയ നിഴലുകൾ ഉണ്ടായിരുന്നു. മിസിസ്സ്
ഹോഴ്സ് ഫാളിന്റെ ഒരു ജോഡി പഴയ ചെരിപ്പ് മിസിസ്സ് പ്രൈസിന്റെ
കൈവശം ഉണ്ടായിരുന്നു. അവർ സത്യത്തിൽ അവ ഉപയോഗിക്കാതെ
ആഴ്ചകളായി ചുമന്നുകൊണ്ട് നടക്കുകയായിരുന്നു. അത് ബെർക്കാപൊ
റിൽ എത്തിയവഴി സംഘത്തിലെ എല്ലാ അംഗങ്ങൾക്കും ഓരോ കരിക്ക്
വീതം നല്കുന്നതിന് പകരമായി വിറ്റു. കരിക്കിൻ വെള്ളത്തിലെ വിറ്റാ
മിനുകൾ അവർക്ക് നല്ലത് ചെയ്യും എന്ന ചിന്തയാണ് അവർ ഇത്
വില്ക്കാനുള്ള കാരണം. ബെർക്കാപൊറിൽ അവർ റോഡ് വക്കിലുള്ള
ഒരു വലിയ കൊപ്രാപ്പുരയിലാണ് താമസിച്ചത്. സന്ധ്യക്ക് തൊട്ടുമുമ്പ്
ബെൻലാഗറ്റും ജോ ഹാർമാനും ഓടിച്ചിരുന്ന പരിചിതമായ രണ്ട് ലോറി
കളും ഗ്രാമത്തിൽ എത്തിച്ചേർന്നിരുന്നു. അവർ പഴയതുപോലെ
റെയിൽവെ പാളങ്ങളും പാളങ്ങൾക്ക് കുറുകെ ഇടാനുള്ള തടിക്കഷണ
ങ്ങളും കയറ്റി തീരപ്രദേശത്തേക്ക് പോകുകയായിരുന്നു.

ജീനും മറ്റ് പലരും ഒന്നിച്ച് ജപ്പാൻകാരനായ പട്ടാളക്കാരനോടൊപ്പം
അവരെ കാണാൻവേണ്ടി റോഡ് മുറിച്ച് നടന്നുചെന്നു. ജപ്പാൻകാരായ
കാവല്ക്കാർ സംസാരത്തിലേക്ക് വഴുതിവീണു. ജോ ഹാർമാൻ ജീനിന്റെ
മുഖത്തേക്ക് നോക്കി. "ഞങ്ങൾക്ക് ഈ പ്രാവശ്യം കുവാൻടാനിൽ ഇറ
ക്കാൻവേണ്ടി ജെറാൻടട്ടിൽനിന്ന് സമയത്തിന് ഭാരം കയറ്റാൻ കഴി
ഞ്ഞില്ല." അയാൾ പറഞ്ഞു. "ബെന്നിന് ഒരു പന്നിയെ കിട്ടിയിട്ടുണ്ട്."

"ഒരു പന്നിയെ കിട്ടിയെന്നോ?" അവർ ബെന്നിന്റെ ലോറിക്ക് ചുറ്റും

കൂട്ടംകൂടി. പന്നിയുടെ ജഡം ലോറിയിൽ കയറ്റിയിരുന്ന സാധനങ്ങളുടെ മുകളിൽ കിടക്കുകയായിരുന്നു. അത് സാമാന്യം പരുക്ക് പറ്റിയ അവ സ്ഥയിൽ ആയിരുന്നു. ഈച്ചകൾ അതിനെ പൊതിഞ്ഞു കഴിഞ്ഞിരുന്നു. ടികംനദിയുടെ അടുത്തുള്ള ഏതോ സ്ഥലത്തുവച്ച് മുമ്പിൽ ലോറി ഓടി ച്ചുകൊണ്ടിരുന്ന ബെൻ ഈ പന്നി റോഡിൽ നില്ക്കുന്നത് കണ്ടിരുന്നു. അയാൾ അരമൈലോളം ദൂരം അതിനെ ലോറിയിൽ പിന്തുടർന്നിരുന്നു. അയാളുടെ വശത്ത് ഇരുന്നിരുന്ന ജപ്പാൻകാരനായ പട്ടാളക്കാരൻ അയാ ളുടെ തോക്കുകൊണ്ട് ആറുതവണ വെടിവച്ചു. ഏഴാമത്തെ വെടിയുണ്ട കൊണ്ട് അത് താഴെ വീഴുന്നതുവരെയുള്ള എല്ലാ വെടിയുണ്ടകളുടെയും ഉന്നം തെറ്റിപ്പോയിരുന്നു. അതിന് വെടിയേറ്റിരുന്നതുകൊണ്ട് ബെന്നിന് മുൻവശത്തെ ഒരു ടയർ അതിന്റെ മുകളിലൂടെ കയറ്റിയിറക്കാൻ കഴിഞ്ഞു. അവർ ലോറി നിർത്തിയതുകൊണ്ട് തൊട്ടുപിന്നിൽ ലോറി ഓടിച്ചുകൊണ്ടിരുന്ന ഹാർമാനും ലോറി നിർത്തിയിരുന്നു. രണ്ട് ആസ്ട്രേ ലിയക്കാരും ജപ്പാന്റെ പട്ടാളക്കാരനും ചേർന്ന് ചൈനാക്കാരനായ കച്ചവ ടക്കാരൻ അയാളുടെ പന്നിയുടെ വില ചോദിച്ച് രോഷാകുലനായി എത്തി ച്ചേരുന്നതിനുമുമ്പ് അതിനെ ലോറിയുടെ മുകളിൽ എടുത്തിട്ട് ലോറി ഓടിച്ച് രക്ഷപ്പെടാൻ അവർക്ക് കഴിഞ്ഞിരുന്നു. ഹാർമാൻ ജീനിനോട് ശബ്ദംതാഴ്ത്തി പറഞ്ഞു. "നമുക്ക് ഈ വൃത്തികെട്ടവന്മാർക്ക് കഴിയുന്നത്ര ഇറച്ചി തിന്നാൻ അനുവദിക്കേണ്ടിവരും. അല്പം അവർക്ക് കൊണ്ടുപോ കാൻ കൊടുക്കേണ്ടിയും വരും. അത് ഞാൻ നോക്കിക്കോളാം. നിങ്ങൾക്കുള്ളത് അവിടെ ഉണ്ടായിരിക്കും. ഞാൻ അത് ശ്രദ്ധിച്ചുകൊള്ളാം."

അന്ന് രാത്രിയിൽ സ്ത്രീകൾക്ക് മുപ്പത്തഞ്ച് റാത്തലോളം വേവിച്ച പന്നിയിറച്ചി കിട്ടിയിരുന്നു. അവർ കൊപ്രാശേഖരിച്ചിരുന്ന മുറിയുടെ പിൻവശത്ത് ചിരട്ട കത്തിച്ച് അടുപ്പുകൂട്ടി. അവർ അവർക്ക് കിട്ടിയ റേഷൻ അരികൊണ്ട് കഞ്ഞിയുണ്ടാക്കി. ആ സമയത്ത് ആവശ്യത്തി നുള്ള ഇറച്ചി കഴിച്ചതിനുശേഷം അവർ വീണ്ടും റോഡിലൂടെ നടക്കാൻ തുടങ്ങുന്നതിനുമുമ്പ് മൂന്ന് തവണത്തെ ഭക്ഷണത്തിനുള്ള ഇറച്ചി അവ രുടെ കൈവശം ബാക്കിവന്നിരുന്നു. അവർ പല മാസങ്ങൾക്കുള്ളിൽ ലഭിച്ച ആദ്യത്തെ സ്വാദുള്ള ഭക്ഷണത്തിനുശേഷം വഴിയോരത്ത് വിശ്ര മിക്കുകയായിരുന്നു. പെട്ടെന്ന് ആസ്ട്രേലിയക്കാർ അവരോട് സംസാരി ക്കാൻ വേണ്ടി കടന്നുവന്നിരുന്നു.

ജോ ഹാർമാൻ ജീനിന്റെ അടുത്തെത്തി. "എനിക്ക് കൂടുതൽ പന്നി യിറച്ചി എത്തിക്കാൻ കഴിയാത്തതിൽ വിഷമം ഉണ്ട്." അയാൾ ക്വീൻസ്ലാന്റിലെ ഉച്ചാരണത്തിൽ പതുക്കെപ്പറഞ്ഞു. "എനിക്ക് അതിന്റെ ഭൂരിഭാഗവും ആ വൃത്തികെട്ട മറ്റവമ്മാർക്ക് കൊടുക്കേണ്ടിവന്നു."

അവൾ പറഞ്ഞു. "അത് ധാരാളം ആയിരുന്നു. ഞങ്ങൾ അത് കഴിച്ച് കഴിച്ച് തീർക്കുകയായിരുന്നു. അതിനുശേഷവും നാളെ കഴിക്കാൻ ധാരാളം ബക്കിയിരിപ്പുണ്ട്. ഞങ്ങൾക്ക് ഇതുപോലെ ഒരു ഭക്ഷണം എന്നാണ് കിട്ടിയതെന്ന് എനിക്ക് അറിയില്ല."

"അത് നിങ്ങൾക്ക് ആവശ്യം ആയിരുന്നെന്ന് ഞാൻ പറയും." അയാൾ പ്രസ്താവിച്ചു. "എനിക്ക് അങ്ങനെ പറയാമെങ്കിൽ നിങ്ങളിൽ ഒരാളുടെ ശരീരത്തിൽപോലും അല്പം മാംസം ഇല്ലെന്ന് ഞാൻ പറയും."

അയാൾ സ്ത്രീകളുടെ അടുത്ത് ഒരു പ്രത്യേകരീതിയിൽ കുത്തി യിരുന്നു.

"ഞങ്ങൾ വളരെ കൂടുതൽ മെലിഞ്ഞിട്ടുണ്ടെന്ന് എനിക്കറിയാം." ജീൻ പറഞ്ഞു. "പക്ഷേ, ഞങ്ങൾ പണ്ടത്തേതിലും മെച്ചപ്പെട്ട ഒരു കാഴ്ച ആണ്. നിങ്ങൾ ഗ്ലാബർ സാൾട്ടിന് പകരംതന്ന ചൈനീസ് സാധനം, അത് ശരിയായ രീതിയിൽ പ്രവർത്തിച്ചിരുന്നു. അതുകൊണ്ട് ആ അസുഖം പിടിച്ചുനിർത്താൻ കഴിഞ്ഞു."

"നല്ല കാര്യം" അയാൾ പറഞ്ഞു. "ഒരുപക്ഷേ, കുറച്ചുകൂടി ആ ചൈനീസ് സാധനം നമുക്ക് കൂവാൻടാനിൽനിന്ന് ലഭിക്കുമായിരിക്കും."

"പന്നിയെ ദൈവം അയച്ചുതന്നതാണ്. അതും അതിന്റെ കൂടെ ഉണ്ടാ യിരുന്ന പഴങ്ങളും. ഇന്ന് ഞങ്ങൾക്ക് കുറച്ച് പച്ചത്തേങ്ങ കിട്ടി. ഇത് വരെ ബെറിബെറിയോ അതുപോലെ എന്തെങ്കിലും അസുഖമോ ഞങ്ങൾക്ക് കിട്ടിയിട്ടില്ല. ഇതുവരെ ഞങ്ങൾക്ക് അങ്ങേയറ്റത്തെ ഭാഗ്യം ഉണ്ടായിരുന്നു."

"അത് നമുക്ക് പുതിയ അരി കിട്ടിയതുകൊണ്ടാണ്." ഓർക്കാപ്പു റത്ത് മിസിസ്സ് ഫ്രിത്ത് പറഞ്ഞു. "ഗ്രാമപ്രദേശത്ത് ആയിരുന്നതുകൊണ്ട് എല്ലാം സമയത്തും പുതിയ അരി കിട്ടുന്നുണ്ടായിരുന്നു. ബെറിബറി തരു ന്നത് പഴയ അരി ആണ്."

ആസ്ട്രേലിയാക്കാരൻ ഒരു മരക്കമ്പ് ചവച്ചുകൊണ്ട് ആലോചനയിൽ മുഴുകി. "നിങ്ങൾക്ക് കിട്ടിയ ജീവിതം ഒരുതരം തമാശ ആണ്." അയാൾ അവസാനം പറഞ്ഞു. "ഇതുപോലെയുള്ള ഒരു സ്ഥലത്തെ ജീവിതം."

അയാൾ ജീനിന്റെ നേർക്ക് തിരിഞ്ഞു. "നിങ്ങൾ എല്ലാവരും മലയാ യിൽ എന്താണ് ചെയ്തിരുന്നത്?" അയാൾ ചോദിച്ചു.

"ഞങ്ങളിൽ കൂടുതൽ പേരും വിവാഹിതർ ആയിരുന്നു." അവൾ പറഞ്ഞു. "ഞങ്ങളുടെ ഭർത്താക്കന്മാർക്ക് ഇവിടെ ജോലി ഉണ്ടായിരുന്നു."

മിസിസ്സ് ഫ്രിത്ത് പറഞ്ഞു. "എന്റെ ഭർത്താവ് റെയിൽവെയിലെ ഡിസ്ട്രിക്ട് എഞ്ചിനീയർ ആയിരുന്നു. ഞങ്ങൾക്ക് എന്നും കജാങ്ങിൽ വളരെ നല്ല ഒരു ബംഗ്ലാവ് ഉണ്ടായിരുന്നു."

ഹാർമാൻ പറഞ്ഞു. "എല്ലാ ഭർത്താക്കന്മാരും പ്രത്യേകം പ്രത്യേകം തടവിലാക്കപ്പെട്ടെന്നാണ് ഞാൻ വിചാരിക്കുന്നത്?"

"അതു ശരിയാണ്." മിസിസ്സ് പ്രൈസ് പറഞ്ഞു. "എന്റെ ആർതർ സിങ്കപ്പൂരിലാണ്. അദ്ദേഹം ഡിക്സൺ തുറമുഖത്ത് ഉണ്ടായിരുന്നപ്പോൾ ഞാൻ അദ്ദേഹത്തെപ്പറ്റി കേട്ടിരുന്നു. അവർ എല്ലാവരും സിങ്കപ്പൂരിൽ ആണെന്നാണ് ഞാൻ വിചാരിക്കുന്നത്."

"നിങ്ങൾ രാജ്യം മുഴുവൻ നടന്നുകൊണ്ടിരിക്കുമ്പോൾ അവർ ഒരു താവളത്തിൽ സ്വസ്ഥമായി ഇരിക്കുന്നു." അയാൾ പറഞ്ഞു.

"അതു ശരിയാണ്" മിസിസ്സ് ഫ്രിത്ത് പറഞ്ഞു. "എങ്കിലും എല്ലാം കഴിഞ്ഞ് അവർക്ക് സുഖം ആണെന്ന് അറിഞ്ഞാൽ മതിയായിരുന്നു."

ഹാർമാൻ പറഞ്ഞു. "അവർ നിങ്ങളെ തള്ളിവിടുന്നതു കണ്ടിട്ട് അവർക്ക് നിങ്ങളെ എന്തുചെയ്യണമെന്ന് അറിയില്ലെന്നാണ് എനിക്ക് തോന്നുന്നത്. നിങ്ങളെ യുദ്ധം കഴിയുന്നതുവരെ ഒരു സ്ഥലത്ത് താമ സിപ്പിക്കുന്നതിന് ഇതുപോലെ ബുദ്ധിമുട്ട് ഉണ്ടാകാൻ സാദ്ധ്യത ഇല്ല."

മിസിസ്സ് ഫ്രിത്ത് പറഞ്ഞു. "ഞാൻ ചിന്തിച്ചിരുന്ന കാര്യം അതാണ്."

ജീൻ പറഞ്ഞു. "എനിക്ക് അറിയാം മിസിസ്സ് ഫ്രിത്ത് ഈ അഭി പ്രായം പറഞ്ഞതുമുതൽ ഞാനും ഇതിനെപ്പറ്റി ആലോചിച്ചിരുന്നു. നമുക്ക് ഭക്ഷണം തരുന്നത് ജപ്പാൻകാർ ആണെന്നുള്ളതാണ് കുഴപ്പം. അല്ലെങ്കിൽ അവർ നമുക്ക് ഭക്ഷണം തരുന്ന ജോലി ഗ്രാമീണരെക്കൊണ്ട് ചെയ്യിപ്പിക്കുന്നു. ഗ്രാമീണർക്ക് ഒരിക്കലും അതിന്റെ പണം കിട്ടില്ല. നമുക്ക് നിലനില്ക്കാനുള്ളത് നമ്മൾതന്നെ സമ്പാദിക്കേണ്ടിവരും. നമ്മൾ എങ്ങനെ സമ്പാദിക്കുമെന്ന് എനിക്ക് മനസ്സിലാകുന്നില്ല."

ഹാർമാൻ പറഞ്ഞു. "അത് ഒരു വെറും ആശയം ആയിരുന്നു." അതിനുശേഷം അയാൾ പെട്ടെന്ന് പറഞ്ഞു. "എനിക്ക് ഒന്നോ രണ്ടോ കോഴിയെ എവിടെ നിന്ന് കിട്ടുമെന്ന് അറിയാമെന്നാണ് എന്റെ വിശ്വാസം. മറ്റന്നാൾ ഞങ്ങൾ വരുമ്പോൾ പറ്റുമെങ്കിൽ ഞാൻ അത് നിങ്ങൾക്ക് എറി ഞ്ഞുതരാം."

ജീൻ പറഞ്ഞു. "ഞങ്ങൾ ഇതുവരെ നിങ്ങൾക്ക് സോപ്പിന്റെ വില തന്നിട്ടില്ല."

"അത് മറന്നേക്കൂ." അയാൾ പറഞ്ഞു. "ഞാൻ അതിന് പണം കൊടുത്തിട്ടില്ല. ഞാൻ അത് ഒരു ജോഡി റബ്ബർ ബൂട്ടുമായി കൈമാറ്റം ചെയ്തതാണ്." അയാൾ യാതൊരു ഭാവമാറ്റവും ഇല്ലാതെ പറഞ്ഞു. "നിങ്ങൾക്ക് സോപ്പ് കിട്ടി; മറ്റയാൾക്ക് ഒരു ജോഡി ബൂട്ട് കിട്ടി. അതിന്റെ കൂടെ ബെന്നിന് ഒരു ഡോളറും കിട്ടി." അയാൾ പറഞ്ഞു. "എല്ലാവർക്കും സന്തോഷമായി."

ജീൻ ചോദിച്ചു. "നിങ്ങൾ കോഴിയെ വാങ്ങാൻ പോകുന്നത് ഈ രീതിയിൽ ആണോ?"

"ഒരു തരത്തിൽ അല്ലെങ്കിൽ മറ്റൊരു തരത്തിൽ ഞാൻ നിങ്ങൾക്ക് കോഴിയെ എത്തിച്ചുതരും." അയാൾ പറഞ്ഞു. "നിങ്ങൾക്ക് നല്ല ഭക്ഷ ണത്തിന്റെ ആവശ്യം ഉണ്ട്."

അവൾ പറഞ്ഞു. "അപകടത്തിനുള്ള സാദ്ധ്യതകൾ ഒഴിവാക്കണം."

"നിങ്ങൾ കറമ്പികൾ സ്വന്തം കാര്യങ്ങൾ നോക്കിയാൽ മതി." അയാൾ പറഞ്ഞു. "എന്ത് കിട്ടിയാലും അത് സ്വീകരിക്കണം. നിങ്ങൾ ഒരു തടവുകാരൻ ആയിരിക്കുമ്പോൾ അതാണ് നിങ്ങൾക്ക് ചെയ്യാൻ കഴി യുന്നത്. നിങ്ങൾക്ക് കിട്ടുന്നത് എന്തായാലും സ്വീകരിക്കുക."

അവൾ ചിരിച്ചുകൊണ്ട് പറഞ്ഞു. "ശരി." അയാൾ അവളെ കറമ്പി എന്ന് വിളിച്ചത് സത്യത്തിൽ അവർക്ക് ഇഷ്ടപ്പെട്ടു. അത് അവളുടെ

വെയിലേറ്റ് നിറം മങ്ങിയ തൊലിയെ പറ്റിയും മലയാക്കാരിയെപ്പോലെ ഇടുപ്പിൽ ചുമന്നുകൊണ്ടുനടന്ന കുട്ടിയെപ്പറ്റിയും മലയായിലെ വേഷത്തെപ്പറ്റിയും ഉള്ള അയാളുടെ പരിഹാസം ആയിരുന്നു. അതിനോ ടൊപ്പം അത് ഈ അപരിചിതനും അവൾക്കും ഇടയിലുള്ള ഒരു നേർത്ത സ്നേഹബന്ധം കൂടി ആയിരുന്നു. കറുമ്പികൾ എന്ന വാക്ക് അവളുടെ മനസ്സിലേക്ക് ആസ്ട്രേലിയയെ വിളിച്ചുവരുത്തി. ഒരുപക്ഷേ, അയാൾക്ക് സ്വന്തം നാടിനെപ്പറ്റി സംസാരിക്കാൻ താല്പര്യം ഉണ്ടെന്ന് മനസ്സിലാ ക്കിയതുകൊണ്ട് അല്ലെങ്കിൽ അവൾക്ക് അത് അറിയാനുള്ള താല്പര്യം ഉള്ളതുകൊണ്ട് അവൾ ചോദിച്ചു. "ആസ്ട്രേലിയയിലുള്ള നിങ്ങളുടെ പ്രദേശത്തു ചൂട് കൂടുതൽ ആണോ? ഇതിനേക്കാൾ കൂടുതൽ ചൂടുണ്ടോ?"

"അവിടെ ചൂടുണ്ട്." അയാൾ പറഞ്ഞു. "വൊല്ലാറായിൽ അത് നൂറ്റി എട്ടുവരെ ഉയരാൻ സാദ്ധ്യതയുണ്ട്. പക്ഷേ, അത് ഇവിടുത്തെ ചൂട് പോലെ അല്ല. അത് ഒരുതരം വരണ്ട ചൂടാണ്. അതുകൊണ്ട് നിങ്ങൾ ഇവിടുത്തെപ്പോലെ വിയർക്കില്ല." അയാൾ ഒരു മിനിറ്റ് ആലോചിച്ചു. "ഞാൻ ഒരു ദിവസം ഒരു കുതിരയെ പരിശീലിപ്പിക്കുന്നതിനിടയിൽ ജീനി യുടെ മുകളിൽ നിന്ന് എടുത്തെറിയപ്പെട്ടു. എന്റെ തുട ചതഞ്ഞുപോയി. അത് ഒരു ആശുപത്രിക്കാർ ശരിയാക്കി. അവർ ഒരുതരം വിളക്ക് അവിടെ ഉപയോഗിച്ചിരുന്നു. സൂര്യരശ്മി വിളക്ക് എന്നാണ് അവർ അതിനെപ്പറ്റി പറഞ്ഞത്. പേശികൾ ബലപ്പെടുത്താൻ ആയിരുന്നെന്നാണ് എന്റെ ഓർമ്മ. ഇംഗ്ലണ്ടിൽ നിങ്ങൾക്ക് ആ സാധനങ്ങൾ ഒക്കെ ഉണ്ടോ?"

അവൾ തലകുലുക്കി "അത് അങ്ങനെയാണോ?"

"ആണ്" അയാൾ പറഞ്ഞു. "അതിന് നിങ്ങൾക്ക് ഒരു തണുത്ത ബിയർ കുടിക്കണം എന്ന് തോന്നിപ്പിക്കുന്ന ഒരുതരം വരണ്ട ചൂടാണ്."

"ആപ്രദേശം കാണാൻ എങ്ങനെ ആണ്?" അവൾ അന്വേഷിച്ചു. സ്വന്തം നാടിനെപ്പറ്റിയുള്ള അന്വേഷണം അയാളെ തൃപ്തിപ്പെടുത്തി. അയാൾക്ക് സംസാരം ഇഷ്ടപ്പെടണം എന്ന് അവൾ ആഗ്രഹിച്ചിരുന്നു. അയാൾ അവരോട് വലിയ അനുകമ്പ കാണിച്ചിരുന്നു.

"അവിടെ ചെങ്കല്ലാണ്." അയാൾ പറഞ്ഞു. "ആലിസിന് സമീപം ഉള്ള എന്റെ സ്ഥലം ഉൾപ്പെടെ എല്ലാ പ്രദേശങ്ങളിലും ചുവന്ന മണ്ണാണ്. മക്ഡൊനാൾസും ലെവിസും കെർനോട്ട്സും എല്ലാം നീലാകാശത്തേക്ക് ഉയർന്നു നില്ക്കുന്ന ചുവന്ന മലനിരകൾ ആണ്. വൈകുന്നേരത്ത് അവിടെ മുഴുവൻ ഊതനിറമാണ്. അതിന്റെ കൂടെ എല്ലാത്തരം നിറ ങ്ങളും ഉണ്ട്. മഴ കഴിയുമ്പോൾ അവിടെ മുഴുവനും പച്ചനിറം പടരും. വരണ്ടപ്രദേശങ്ങളിലെല്ലാം ഉണക്കപ്പുല്ലിന്റെ വെള്ളിത്തിളക്കം ആണ്." അയാൾ ഒരു ഇടവേള എടുത്തു. "എല്ലാവരും സ്വന്തം സ്ഥലം ഇഷ്ടപ്പെ ടുന്നുണ്ടെന്നാണ് ഞാൻ വിചാരിക്കുന്നത്." അയാൾ ശാന്തമായി പറഞ്ഞു. "എന്റെ സ്ഥലം സ്പ്രിങ്സിന്റെ ചുറ്റുവട്ടത്താണ്. അഡ്ലെഡിൽനിന്നും തെക്കൻ പ്രദേശങ്ങളിൽനിന്നും വരുന്ന മനുഷ്യർ പറയുന്നത് ആലിസ് ഒരു മോശം പട്ടണം ആണെന്നാണ്. ഞാൻ ഒരിക്കൽ മാത്രം അഡ്ലെ

ഡിൽ പോയിരുന്നു. അത് ഒരു മോശം സ്ഥലമാണെന്നാണ് ഞാൻ വിചാ രിച്ചിരുന്നത്. സ്പ്രിങ്ങ്സിന് ചുറ്റുപാടും ഉള്ള സ്ഥലങ്ങൾ എല്ലാം എനിക്ക് മനോഹരം ആണ്."

അയാൾ ആലോചനയിൽ മുഴുകി "തെക്ക് നിന്നും കലാകാരന്മാർ വന്ന് ആ പ്രദേശത്തിന്റെ ചിത്രങ്ങൾ വരയ്ക്കാൻ ശ്രമിക്കാറുണ്ട്." അയാൾ പറഞ്ഞു. "ശരിയായി വരച്ച ഒരാളെ മാത്രമാണ് ഞാൻ കണ്ടിട്ടുള്ളത്. അയാൾ ആസ്ട്രേലിയക്കാരനായ ഒരു ഗോത്രവർഗ്ഗക്കാരൻ ആയിരുന്നു. ഹെർമാൻസ് ബർഗ്ഗിൽനിന്നുള്ള ഒരു ആൽബർട്ട്. ഒരിക്കൽ ആരോ അയാൾക്ക് ഒരു ബ്രഷും കുറച്ച് ചായങ്ങളും കൊടുത്തു. അയാൾ അവ രിൽ ആരേക്കാളും മെച്ചപ്പെട്ട തരത്തിൽ അത് പൂർത്തിയാക്കി. സത്യം. അയാൾ അത് ചെയ്തു. പക്ഷേ, അയാൾ ഒരു ഗോത്രവർഗ്ഗക്കാരൻ ആയി രുന്നു. അതിന്റെകൂടെ അയാൾ അയാളുടെ സ്വന്തം സ്ഥലം ആണ് പെയിന്റ് ചെയ്തത്. അതിന്റെ വ്യത്യാസം അതാണെന്നാണ് ഞാൻ വിചാ രിക്കുന്നത്."

അയാൾ അവളുടെ മുഖത്തേക്ക് നോക്കി. "നിങ്ങളുടെ സ്ഥലം ഏതാണ്?" അയാൾ ചോദിച്ചു. "നിങ്ങൾ വരുന്നത് എവിടെ നിന്നാണ്?"

അവൾ പറഞ്ഞു. "തെക്കേ ആംപ്റ്റൺ."

"വലിയ കപ്പലുകൾ പോകുന്ന സ്ഥലം."

"അത് ശരിയാണ്."

"ആ പ്രദേശം എങ്ങനെ ആണ്?" അയാൾ ചോദിച്ചു.

അവൾ ഇടുപ്പിൽ ഇരുന്നിരുന്ന കുട്ടിയുടെ സ്ഥാനം മാറ്റിക്കൊണ്ട് ലുങ്കിക്കുള്ളിൽ കാലുകൾ ഇളക്കി. "ചുറ്റുപാടും മനോഹരമായ പ്രദേശ ങ്ങൾ ഉണ്ടെങ്കിലും ആ സ്ഥലത്തിന് പ്രത്യേകിച്ച് സൗന്ദര്യമൊന്നും ഇല്ല. ചുറ്റുപാടുമുള്ള 'ന്യൂഫോറസ്റ്റും' 'അയിൽ ഓഫ് വൈറ്റും' മറ്റും വളരെ ഭംഗിയുള്ള സ്ഥലങ്ങളാണ്. നിങ്ങൾക്ക് സ്പ്രിങ്ങ്സ് നിങ്ങളുടെ സ്ഥലം ആകുന്നതുപോലെ എനിക്ക് ആ സ്ഥലങ്ങളെല്ലാം എന്റെ സ്ഥലമാണ്. ഞാൻ ഈ കാലവും കഴിഞ്ഞ് ജീവിച്ചിരിക്കുകയാണെങ്കിൽ നിശ്ചയ മായും അവിടേക്ക് തിരിച്ചുപോകും. കാരണം ഞാൻ ആ സ്ഥലത്തെ അത്രത്തോളം സ്നേഹിക്കുന്നു." അവൾ ഒരു നിമിഷം സംസാരം നിർത്തി. "അവിടെ ഒരു മഞ്ഞിന്റെ നിരപ്പുള്ള തറ ഉണ്ടായിരുന്നു." അവൾ പറഞ്ഞു. "ഞാൻ സ്കൂൾക്കുട്ടി ആയിരുന്ന സമയത്ത് അതിന്റെ മുക ളിൽ പതിവായി നൃത്തംചെയ്തിരുന്നു. ഒരിക്കൽ വീണ്ടും അവിടെ തിരി ച്ചെത്തി ഞാൻ അവിടെ വീണ്ടും നൃത്തംചെയ്യും."

"ഞാൻ ഒരിക്കൽപോലും മഞ്ഞിന്റെ നിരപ്പുതറ കണ്ടിട്ടില്ല." ആലി സിൽനിന്നുള്ള മനുഷ്യൻ പറഞ്ഞു. "ഞാൻ അതിന്റെ ചിത്രങ്ങൾ കണ്ടി ട്ടുണ്ട്. സിനിമകളിലും കണ്ടിട്ടുണ്ട്."

അവൾ പറഞ്ഞു. "അത് അത്രത്തോളം രസം ആയിരുന്നു..."

പെട്ടെന്ന് അയാൾ പോകാൻവേണ്ടി എഴുന്നേറ്റു. അവൾ അയാളോ ടൊപ്പം റോഡ് കുറുകെക്കടന്ന് എല്ലാ സമയത്തും ചെയ്യുന്നതുപോലെ

ഇടുപ്പിൽ ചുമന്നുകൊണ്ടുനടന്നിരുന്ന കുട്ടിയുമായി ലോറികളുടെ അടു ത്തേക്ക് നടന്നു. "എനിക്ക് നാളെ നിങ്ങളെ കാണാൻ പറ്റിയെന്ന് വരില്ല." അയാൾ പറഞ്ഞു. "ഞങ്ങൾ അതിരാവിലെ യാത്ര തുടങ്ങും. പക്ഷേ, ഞാൻ അതിനടുത്തദിവസം ഇതുവഴി തിരിച്ചുവരും."

"ഞങ്ങൾ ആ ദിവസം പോഹോയിലേക്ക് നടക്കുന്നുണ്ടാകും എന്നാണ് ഞാൻ വിചാരിക്കുന്നത്." അവൾ പറഞ്ഞു.

"ഞാൻ ആ കോഴികളെ നിങ്ങൾക്ക് കൊണ്ടുത്തരാൻ പറ്റുമോ എന്ന് ശ്രമിച്ചുനോക്കട്ടെ." അയാൾ പറഞ്ഞു.

നിലാവുള്ള വഴിയിൽ അവളുടെ അടുത്ത് നിന്നിരുന്ന അയാളുടെ മുഖത്തേക്ക് തിരിഞ്ഞു നോക്കിക്കൊണ്ട് അവൾ പറഞ്ഞു. "ജോ, ഞാൻ പറയുന്നത് ശ്രദ്ധിക്കണം." അവൾ തുടർന്നു. "ഇറച്ചിക്കുവേണ്ടി ബുദ്ധി മുട്ടുണ്ടെങ്കിൽ ഞങ്ങൾക്ക് അത് വേണമെന്ന് ആഗ്രഹം ഇല്ല. ഞങ്ങൾക്ക് വേണ്ടി സോപ്പ് കൊണ്ടുത്തന്നത് വലിയ ഉപകാരം ആയിരുന്നു. പക്ഷേ, നിങ്ങൾ അതിനുവേണ്ടി അയാളുടെ ബൂട്ട് മോഷ്ടിച്ചത് വലിയ സാഹസമായിരുന്നു."

"അത് ഒരു പ്രശ്നമില്ല." അയാൾ സാവധാനം പറഞ്ഞു. "എങ്ങനെ ചെയ്യണം എന്ന് മനസ്സിലായാൽ പിന്നെ നിങ്ങൾക്ക് വളരെ എളുപ്പത്തിൽ ഇവരെ പറ്റിക്കാം."

"നിങ്ങൾ ഞങ്ങൾക്കുവേണ്ടി വളരെ അധികം കാര്യങ്ങൾ ചെയ്തു." അവൾ പറഞ്ഞു. "പന്നി, മരുന്നുകൾ, സോപ്പ്. കഴിഞ്ഞ കുറച്ചു ദിവസ ങ്ങളിൽ ഈ സാധനങ്ങൾ ഞങ്ങളുടെ ജീവിതത്തെ മാറ്റിമറിച്ചു. ഇതൊക്കെ ചെയ്യാൻ നിങ്ങൾ സാഹസം കാണിച്ചിട്ടുണ്ടെന്ന് എനിക്ക് അറിയാം. ദയവായി മുൻകരുതൽ ഉണ്ടായിരിക്കണം."

"എന്നെപ്പറ്റി വേവലാതി വേണ്ട." അയാൾ പറഞ്ഞു. "ഞാൻ കോഴിക്കുവേണ്ടി പരിശ്രമിച്ചുനോക്കും. പക്ഷേ, ചൂട് കൂടുകയാണെങ്കിൽ ഞാൻ അത് ഉപേക്ഷിക്കും. ഞാൻ അതിനുവേണ്ടി അന്വേഷിച്ചു നടക്കില്ല."

"അത് വാക്കാണോ?" അവൾ ചോദിച്ചു.

"നിങ്ങൾ എന്നെപ്പറ്റി വേവലാതിപ്പെടേണ്ട." അയാൾ പറഞ്ഞു. "നിങ്ങൾക്ക് ആവശ്യത്തിന് ബുദ്ധിമുട്ടുകൾ ഉണ്ട്. പക്ഷേ, നമ്മൾ ജീവി ച്ചിരിക്കുകയാണെങ്കിൽ അതിൽനിന്നെല്ലാം തീർച്ചയായും പുറത്തുവരും. നമ്മൾ യുദ്ധം അവസാനിക്കുന്നതുവരെ ജീവിച്ചിരുന്നാൽ മാത്രം മതി – ഒരു രണ്ട് വർഷം കൂടി."

"അതിന് അത്രയുംകാലം വേണ്ടിവരും എന്ന് നിങ്ങൾ വിചാരിക്കു ന്നുണ്ടോ?" അയാൾ ചോദിച്ചു.

"അതുപോലെയുള്ള കാര്യങ്ങളിൽ ബെന്നിന് എന്നെക്കാൾ വളരെ കൂടുതൽ അറിവുണ്ട്." അയാൾ പറഞ്ഞു. "അയാൾ ചിന്തിക്കുന്നത് ഏതാണ്ട് രണ്ട് വർഷം വേണ്ടിവരും എന്നാണ്." അയാൾ അവളെ നോക്കി ചിരിച്ചു. "നിങ്ങൾ ആ കോഴികളെ സ്വീകരിക്കുന്നതായിരിക്കും കൂടുതൽ നല്ല കാര്യം."

"ഞാൻ അത് നിങ്ങൾക്ക് വിടുന്നു." അവൾ പറഞ്ഞു. "നിങ്ങൾ എന്തെങ്കിലും കാര്യത്തിന് പിടിക്കപ്പെട്ടതിനുശേഷം അത് വാങ്ങിക്കൊണ്ട് വരുകയാണെങ്കിൽ ഞാൻ ഒരുകാലത്തും എനിക്ക് മാപ്പുകൊടുക്കില്ല."

"ഞാൻ പിടിക്കപ്പെടില്ല." അയാൾ അവൾക്ക് കൈകൊടുക്കാൻ ഉദ്ദേശിക്കുന്നതുപോലെ ഒരു കൈനീട്ടിയതിനുശേഷം വേണ്ടെന്നുവച്ചു. "ശ്രീമതി. കറമ്പിക്ക് ശുഭരാത്രി."

അവൾ ചിരിച്ചു. "ജോ വീണ്ടും എന്നെ ശ്രീമതി. കറമ്പി എന്ന് പറഞ്ഞാൽ ഞാൻ ഒരുതേങ്ങ എടുത്ത് തലമണ്ട അടിച്ചുപൊട്ടിക്കും. ഗുഡ്നൈറ്റ് ജോ."

അവർ ലോറികൾ പോകുന്ന ശബ്ദം കേട്ടെങ്കിലും അടുത്തദിവസം രാവിലെ അവർക്ക് അയാളെ കാണാൻ കഴിഞ്ഞിരുന്നില്ല. അന്നത്തെ ദിവസം അവർ ബർക്കാപോറിൽ വിശ്രമിച്ചു. അത് അവരുടെ പതിവു രീതി ആയിരുന്നു. അടുത്തദിവസം അവർ പോഹോയിലേക്ക് നടന്നു. ഹാർമാനും ലാഗറ്റും ഓടിച്ചിരുന്ന രണ്ട് ലോറികളും ജറാൻടെട്ടിലേക്കുള്ള വഴിയിൽവെച്ച് ഏതാണ്ട് ഉച്ചയോടെ അവരെ കടന്നുപോയി. ഒഴിഞ്ഞ ലോറികൾ ഓടിച്ചിരുന്ന രണ്ട് ഡ്രൈവറമ്മാരും പോകുന്നതിനിടയിൽ സ്ത്രീകളെ നോക്കി കൈവീശി. അവർ തിരിച്ചും കൈവീശി. ഡ്രൈവറമ്മാരുടെ ഒരു വശത്ത് ഇരുന്നിരുന്ന ജപ്പാന്റെ പട്ടാളക്കാർ കോപത്തോടെ ഡ്രൈവറമ്മാരെ നോക്കി. ലോറിയിൽനിന്ന് കോഴികൾ ഒന്നുംതന്നെ വലിച്ചെറിയപ്പെട്ടില്ല. ലോറികൾ നിർത്തിയതുമില്ല. ഒരുതരത്തിൽ ജീനിന് ഏറക്കുറെ ആശ്വാസം കിട്ടിയിരുന്നു. ഈ സമയംകൊണ്ട് ഈ പുരുഷന്മാരുടെ മനോഭാവം അവൾക്ക് അറിയാമായിരുന്നു. സ്ത്രീകൾക്ക് സഹായം ആകുമെന്ന് അവർ വിചാരിക്കുന്ന ഒരു കാര്യത്തിൽനിന്നും അവരെ പിന്തിരിപ്പിക്കാൻ ഏത് അപകടത്തിനും കഴിയില്ലെന്ന് അവൾക്ക് ഉറപ്പായിരുന്നു. കോഴികൾ ഇല്ലാത്തതിന്റെ അർത്ഥം അവർക്ക് ബുദ്ധിമുട്ടേണ്ടി വന്നില്ല എന്നാണ്. ആ ദിവസം അവൾ മനഃസമാധാനത്തോടെ നടന്നു.

അന്ന് രാത്രിയിൽ അവരെ താമസിപ്പിച്ചിരുന്ന വീട്ടിലേക്ക് മലയാക്കാരനായ ഒരു ചെറിയകുട്ടി ജീനിനെ കാണാൻവേണ്ടി ഒരു പച്ചനിറത്തിലുള്ള ചാക്കും ചുമന്നുകൊണ്ട് വന്നിരുന്നു. അവനെ പറഞ്ഞയച്ചത് ഗാംബാംഗിലുള്ള ഒരു ചൈനാക്കാരൻ ആണെന്നാണ് അവൻ പറഞ്ഞത്. സഞ്ചിക്കുള്ളിൽ ഒരു വയസ്സ് തികയാത്ത അഞ്ച് പൂവൻകോഴികൾ കാലുകൾ കെട്ടിയിട്ട നിലയിൽ ജീവനോടെ ഉണ്ടായിരുന്നു. കിഴക്കൻ നാടുകളിൽ വളർത്തുപക്ഷികളെ ജീവനോടെ കടത്തിക്കൊണ്ടുപോകുന്നത് പതിവുള്ള രീതി ആണ്.

കോഴികളുടെ വരവോടെ ജീൻ ബുദ്ധിമുട്ടിലായി. അവൾ മിസിസ്സ് ഫ്രിത്തുമായി കൂടിയാലോചിച്ചു. അഞ്ച് പൂവൻകോഴികളെക്കൊന്ന് പപ്പും പൂടയും പറിച്ച് കാവല്ക്കാരുടെ ശ്രദ്ധയിൽ പെടാതെ പാചകം ചെയ്യാൻ അവർക്ക് കഴിയില്ലായിരുന്നു. കാവല്ക്കാരുടെ ആദ്യത്തെ ചോദ്യം പൂവൻകോഴികൾ എവിടെനിന്ന് വന്നു എന്ന് ആയിരിക്കും? ജീനിന് ആ ചോദ്യ

ത്തിന്റെ ഉത്തരം അറിയുമായിരുന്നെങ്കിൽ ഒരു കള്ളം കെട്ടിച്ചമയ്ക്കുന്ന
തിന് കൂടുതൽ എളുപ്പം ഉണ്ടായിരുന്നു. അവർക്ക് ആസ്ട്രേലിയക്കാർ
നല്കിയ പണംകൊണ്ട് വാങ്ങിയതാണെന്ന് പറയാൻ പറ്റുമായിരുന്നു.
പക്ഷേ, പോഹോയിൽ എവിടെനിന്ന് വാങ്ങി എന്ന് പട്ടാളക്കാരൻ ചോദി
ച്ചാൽ മറുപടി പറയാൻ ബുദ്ധിമുട്ടായിരുന്നു. പോഹോയി സാമാന്യം പ്രതി
കൂലമായ ഒരു ഗ്രാമം ആയിരുന്നു. സ്ത്രീകൾക്കുവേണ്ടി ഒരു വീട് ഒഴി
പ്പിച്ചെടുത്ത് ഗ്രാമത്തെ സംബന്ധിച്ചിടത്തോളം ഒരു യഥാർത്ഥ ബുദ്ധി
മുട്ട് ആയിരുന്നു. ഒരു കാപട്യത്തിനും ഗ്രാമവാസികളിൽനിന്ന് അവർക്ക്
സഹകരണം കിട്ടുമെന്ന് പ്രതീക്ഷിക്കാൻ കഴിയില്ല. അവസാനം അത്
ആസ്ട്രേലിയക്കാർ നല്കിയ പണംകൊടുത്ത് വാങ്ങിയതാണെന്ന് പറ
യാൻ അവർ തീരുമാനിച്ചു. ലിമാവു എന്ന ഗ്രാമത്തിൽനിന്നു പൂവൻകോ
ഴികളെ വാങ്ങി പോഹോയിലേക്ക് അയയ്ക്കാൻ ബർക്കാപോറിൽവെച്ച്
ഇടപാട് ചെയ്തതാണെന്ന് അവർക്ക് പറയാൻ കഴിയും. അത് ഒരാൾ
കൂടുതൽ അന്വേഷണങ്ങൾക്ക് മുതിരാൻ ഇടവരുത്താത്ത തരത്തിൽ
സുതാര്യമായ ഒരു കഥ ആയിരുന്നു.

എങ്കിലും അഞ്ച് പൂവൻകോഴികളിൽ ഒന്നിനോട് കാവല്ക്കാർ
കാരണം അവർക്ക് വിടപറയേണ്ടിവരും എന്ന് അവർ ദുഃഖത്തോടെ തീരു
മാനിച്ചു. സമ്മാനമായി കിട്ടുന്ന ഒരു കോഴി കാരണം ഗൗരവമുള്ള ഒരു
അന്വേഷണത്തിലേക്ക് കടക്കാതെ ഈ കാര്യത്തിൽ ഇടപെടാൻ പട്ടാള
ക്കാരൻ നിർബ്ബന്ധിതനാകും. അക്കാരണത്താൽ ജീൻ ചാക്കും എടുത്ത്
പട്ടാളക്കാരനെ കണ്ടുപിടിക്കാൻ പോയി.

അവൾ അയാളുടെ മാനസികാവസ്ഥ മെച്ചപ്പെടുത്താൻവേണ്ടി
അയാളെ കണ്ടപ്പോൾ തല കുമ്പിട്ടു. "സർ" അവൾ പറഞ്ഞു. "ഇന്നത്തെ
നല്ല അത്താഴത്തിന് ഞങ്ങൾ പൂവൻ കോഴികളെ വാങ്ങി. "അവൾ സഞ്ചി
തുറന്ന് അതിനുള്ളിൽ കിടന്നിരുന്ന കോഴികളെ കാണിച്ചു. അതിനു
ശേഷം അവൾ സഞ്ചിക്കുള്ളിൽ കൈകടത്തി ഒരെണ്ണത്തെ പുറത്തെ
ടുത്തു. "സാറിന്" അവൾക്ക് സംഭരിക്കാൻ കഴിയുന്ന മൊത്തം നിഷ്ക
ളങ്കതയും മുഖത്ത് പ്രകടിപ്പിച്ചുകൊണ്ട് പുഞ്ചിരിച്ചു.

അത് അയാൾക്ക് ഒരു വലിയ ആശ്ചര്യം ആയിരുന്നു. അവർക്ക്
ഇത്രയധികം പണം ഉണ്ടെന്ന് അയാൾക്ക് അറിയില്ലായിരുന്നു. അയാൾ
അവരുടെ കൂടെ വന്നതിനുശേഷം ഇതിനുമുമ്പ് തേങ്ങയും ഏത്തപ്പഴവും
ഒഴിച്ച് മറ്റൊന്നുംതന്നെ അവർ ഒരിക്കലും വാങ്ങിയിരുന്നില്ല. "നിങ്ങൾ
വാങ്ങിയതാണോ?"

അവൾ തലയാട്ടി. "ലിമാവുവിൽനിന്ന് ആണോ? നമുക്ക് എല്ലാ
വർക്കും ഇന്ന് വളരെ നല്ല അത്താഴം ആയിരിക്കും."

"പണം എവിടെനിന്ന് കിട്ടി?" അയാൾ അന്വേഷിച്ചു. അവർ ഒരി
ക്കലും അയാളെ ഇതിനുമുമ്പ് ചതിച്ചിട്ടില്ലാത്തതുകൊണ്ട് സംശയം ഉദി
ച്ചിരുന്നില്ല. അയാൾക്ക് വെറും ജിജ്ഞാസ ആയിരുന്നു. ക്ഷണനേര
ത്തേക്ക് ആസ്ട്രേലിയക്കാരെ പറ്റി സൂചിപ്പിക്കാതെ സഹജാവബോധം

കൊണ്ട് അവർ ചില ആഭരണങ്ങൾ വിറ്റെന്ന് പറയാൻ അവൾ ആലോ ചിച്ചു. പക്ഷേ, വളരെപ്പെട്ടെന്ന് അവൾ ഇത് വേണ്ടെന്ന് വച്ചു. അവൾ എല്ലാ കോണുകളിൽനിന്നും ആലോചിച്ച് തയ്യാറാക്കിയ കോഴിക്കുള്ള പണം അവർക്ക് ഒരു തടവുകാരൻ നല്കിയെന്നുള്ള കഥയിൽ നിശ്ചയ മായും ഉറച്ചുനില്ക്കണം. അവൾ പറഞ്ഞു. "ഞങ്ങൾ വളരെ മെലിഞ്ഞു പോയെന്ന് അവർ പറഞ്ഞു. ജപ്പാൻകാർക്കും തടവുകാർക്കും ഇന്ന് രാത്രി യിൽ നല്ല അത്താഴം കഴിക്കാൻ പറ്റും എന്ന് അവർ പറഞ്ഞു."

അയാൾ രണ്ടുവിരലുകൾ ഉയർത്തി. "രണ്ടെണ്ണം."

അവളുടെ ഉള്ളിൽ തീയാളി. "സാറിന് രണ്ടെണ്ണം ഇല്ല. ഒരെണ്ണം." അവൾ പറഞ്ഞു. ഇത് സാറിനുള്ള ഒരു സമ്മാനം ആണ്. കാരണം നിങ്ങൾ ഞങ്ങളോട് വലിയ കരുണ കാണിച്ചിരുന്നു. നിങ്ങൾ ഞങ്ങളെ സാവധാനം നടക്കാൻ അനുവദിച്ചിരുന്നു. ഞങ്ങളുടെ കുട്ടികളെ നിങ്ങൾ ചുമന്നുകൊണ്ടുനടന്നു. അഞ്ചെണ്ണം മാത്രമാണ് ഉള്ളത്." അവൾ അയാളെ ചാക്ക് തുറന്ന് കാണിച്ചു. അയാൾ ശ്രദ്ധയോടെ അവയുടെ എണ്ണം എടുത്തു. അവയ്ക്ക് പതിവിലും കൂടുതൽ വലിപ്പം ഉണ്ടെന്നും അവയുടെ നിറം കടുംകറുപ്പ് ആണെന്നും സത്യത്തിൽ അവൾ ശ്രദ്ധി ച്ചത് ആ സമയത്ത് മാത്രം ആയിരുന്നു. "സാറിന് ഒരെണ്ണം, നാലെണ്ണം ഞങ്ങൾക്ക്."

അയാൾ ചാക്ക് താഴെവച്ചുകൊണ്ട് തലയാട്ടി. പിന്നീട് അയാൾ അവ ളെനോക്കി പുഞ്ചിരിച്ചുകൊണ്ട് പൂവൻകോഴികളെ കക്ഷത്തിൽ അടുക്കി പ്പിടിച്ചുകൊണ്ട് അയാളുടെ ഭക്ഷണം തയ്യാറാക്കിക്കൊണ്ടിരുന്ന അടുക്ക ളയുടെ അടുത്തേക്ക് നടന്നു.

ആ ദിവസം കുവാൻടാനിൽ കാര്യമായ ഒരു ബഹളം പുരോഗമി ക്കുന്നുണ്ടായിരുന്നു. അവിടുത്തെ അധികാരം ഉള്ള ഉദ്യോഗസ്ഥൻ 1943 ലും 1944 ലും ബർമ്മാസിയാം റെയിൽവെയുടെ 302-ാം നമ്പർ താവള ത്തിൽ നടത്തിയ ക്രൂരതകൾക്ക് യുദ്ധകുറ്റങ്ങളുടെ നീതിന്യായക്കോടതി 1946 ൽ വിചാരണ നടത്തി വധശിക്ഷ വിധിച്ച ക്യാപ്റ്റൻ. സുഗാമോ ആയിരുന്നു. ആ സമയത്ത് മലയായിലെ കിഴക്കൻ റെയിൽവെയുടെ സാധ നങ്ങൾ സിയാമിലേക്ക് കപ്പലിൽ കയറ്റി അയയ്ക്കാൻ വേണ്ടിയുള്ള ഒഴി പ്പിക്കലിന്റെ മേൽനോട്ടം ആയിരുന്നു അയാളുടെ കുവാൻടാനിലെ ചുമ തല. അയാൾ ജീവിച്ചത് കുവാൻടാനിലെ ഡിസ്ട്രിക്ട് കമ്മീഷണർ താമ സിച്ചിരുന്ന വീട്ടിൽ ആയിരുന്നു. ഡിസ്ട്രിക്ട് കമ്മീഷണർ ഇംഗ്ലണ്ടിൽ നിന്നും 1939 ൽ ഇറക്കുമതിചെയ്ത ഇരുപത് ബ്ലാക്ക് ലഗോൺ കോഴി കളെ ക്യാപ്റ്റൻ സുമാഗോ കൈവശപ്പെടുത്തിയിരുന്നു. അന്ന് രാവിലെ ക്യാപ്റ്റൻ സുമാഗോ ഉണർന്നപ്പോൾ അയാളുടെ ഇരുപത് ബ്ലാക്ക് ലഗോൺ കോഴികളിൽ അഞ്ചെണ്ണവും ഒരുകാലത്ത് ഡിസ്ട്രിക്ട് കമ്മീ ഷണറുടെ എഴുത്തുകളും ഇപ്പോൾ കോഴികൾക്കുള്ള ധ്യാനങ്ങളും നിറ ച്ചിരുന്ന പച്ചനിറത്തിലുള്ള ചാക്കും നഷ്ടപ്പെട്ടിരുന്നു.

ക്യാപ്റ്റൻ സുഗാമോ വലിയ ദേഷ്യക്കാരൻ ആയിരുന്നു. അയാൾ

മിലിറ്ററി പൊലീസിനെ വിളിച്ച് അവരെ ജോലി ഏല്പിച്ചു. അവരുടെ സംശയം ഉടൻതന്നെ ആ ജില്ലയിൽ ചെറിയ മോഷണങ്ങളുടെ രേഖ കൾ ഉള്ള ആസ്ട്രേലിയക്കാരായ ലോറി ഡ്രൈവറമ്മാരുടെ പുറത്തു വീണു. അവരുടെ ജോലിയുടെ രീതി അവർക്ക് ധാരാളം അവസരങ്ങൾ അനുവദിച്ചിരുന്നു. ഓരോ മനുഷ്യരും എവിടെയാണെന്ന് ഉറപ്പുവരുത്താൻ കഴിയാത്ത തരത്തിൽ ഇരുട്ടുള്ള രാത്രികളിൽ പലപ്പോഴും ലോറികൾക്ക് പണി നടത്തേണ്ടിവരും. ഇന്ധനം നിറയ്ക്കേണ്ടിവരും. അന്ന് മോഷണം പുറത്തുകൊണ്ടുവരാൻ കഴിയുന്ന കോഴിത്തൂവലുകളുടെയും ചാക്കി ന്റെയും എന്തെങ്കിലും സൂചനകൾക്കുവേണ്ടി അവരുടെ താവളത്തിൽ പരിശോധന നടന്നു. പക്ഷേ, രണ്ട് കാര്യങ്ങളും കണ്ടെത്താൻ കഴിഞ്ഞില്ല. എങ്കിലും സൈന്യത്തിന്റെ സ്റ്റോറിൽനിന്നും മോഷ്ടിക്കപ്പെട്ട പാട്ടകളിൽ അടച്ച ആഹാരസാധനങ്ങളും സിഗററ്റുകളും കണ്ടെത്തി.

ക്യാപ്റ്റൻ സുമാഗോ തൃപ്തനായില്ല. അയാൾക്ക് എന്നത്തെക്കാളും ദേഷ്യംവന്നു. ഇപ്പോൾ ഈ കാര്യത്തിൽ നാണക്കേടിന്റെ ഒരു പ്രശ്നം കൂടി ഉയർന്നുവന്നിരുന്നു. അധികാരമുള്ള ഉദ്യോഗസ്ഥന്റെ വീട്ടിൽനിന്നും ഉള്ള ഈ മോഷണം അയാളുടെ ഉദ്യോഗത്തിന്റെ നേർക്കുള്ള വ്യക്ത മായ അധിക്ഷേപം ആയിരുന്നു. അതുവഴി സർവ്വാധിപത്യമുള്ള ജപ്പാന്റെ പട്ടാളത്തോടുള്ള പരിഹാസം ആയിരുന്നു. അയാൾ കുവാൻടാൻ പട്ടണം മുഴുവൻ പരിശോധിക്കാൻ ആജ്ഞാപിച്ചു. പിറ്റേന്ന് ഓരോ വീട്ടിലും മിലി റ്ററി പൊലീസിന്റെ നിർദ്ദേശങ്ങൾ അനുസരിച്ച് കറുത്ത തൂവലുകളു ടെയും പച്ച സഞ്ചിയുടെയും സൂചനകൾക്കുവേണ്ടി പട്ടാളക്കാർ കടന്നു ചെന്നിരുന്നു. പക്ഷേ, അതുകൊണ്ട് ഒരു ഫലവും ഉണ്ടായില്ല.

അയാളുടെ പട്ടാളത്തിലെ പദവിയുടെ നേർക്ക് സംഭവിച്ച പരിഹാ സത്തിന്റെ മുകളിൽ അടയിരിക്കുന്നത് തുടർന്നുകൊണ്ടിരുന്ന ക്യാപ്റ്റൻ അയാളുടെ പട്ടാളത്താവളത്തിലുള്ള സൈനികരെ പരിശോധിക്കാൻ ആജ്ഞ പുറപ്പെടുവിച്ചു. അതുകൊണ്ടും ഫലം ഉണ്ടായില്ല.

ഒരു വഴി ബാക്കി ഉണ്ടായിരുന്നു. ആസ്ട്രേലിയാക്കാർ ഓടിച്ചിരുന്ന ലോറികളിൽ മൂന്നെണ്ണം ജറാൻടട്ടിലേക്കുള്ള യാത്രയിലോ തിരിച്ചുള്ള യാത്രയിലോ ആയിരുന്നു. അടുത്ത ദിവസം ഈ ലോറികൾ അന്വേഷിച്ച് നാല് മിലിറ്ററി പൊലീസുകാരുടെ സംഘത്തെ ക്യാപ്റ്റൻ പറഞ്ഞയച്ചു. ഈ ലോറികളുടെ ഡ്രൈവറമ്മാരെയും ഈ കാര്യത്തെപ്പറ്റി അറിവ് ഉണ്ടാ യിരിക്കാൻ ഇടയുള്ള ഏതൊരു മനുഷ്യനെയും ചോദ്യം ചെയ്യാൻ വേണ്ടി യാണ് അവരെ പറഞ്ഞയച്ചത്. പോഹോയിക്കും ബ്ലാറ്റിനും ഇടയിൽവെച്ച് അവർ ചുമടുകളും ചുമന്നുകൊണ്ട് നടക്കുന്ന സ്ത്രീകളും കുട്ടികളും അടങ്ങുന്ന ഒരു സംഘത്തെ കാണാൻ ഇടയായി. അവർക്ക് മുന്നിൽ ഒരു തോളിൽ തോക്കും മറ്റേത്തോളിൽ ഒരു പച്ചനിറമുള്ള ചാക്കുംതൂക്കിയിട്ട് ജപ്പാന്റെ ഒരു പട്ടാളക്കാരൻ നടക്കുന്നുണ്ടായിരുന്നു. ബ്രേക്കിന്റെ നില വിളിയോടെ ലോറി ഓട്ടം നിർത്തി.

അടുത്ത രണ്ട് മണിക്കൂർ ആസ്ട്രേലിയക്കാർ അവൾക്ക് പണം

നല്കിയെന്നും കോഴികളെ അവൾ ലിമാവുവിൽനിന്ന് പണം കൊടുത്ത്
വാങ്ങിയെന്നും ഉള്ള കഥയിൽ ജീൻ ഉറച്ചുനിന്നു. അവർ വഴിയിൽവച്ച് തന്നെ
ഒരുതരം മൂന്നാംമുറയ്ക്ക് സമാനമായ ചോദ്യം ചെയ്യലിന് അവളെ വിധേ
യമാക്കി. മനഃപൂർവ്വം അവർ ചോദ്യങ്ങൾ ആവർത്തിച്ചു. അവളുടെ ശ്രദ്ധ
അലഞ്ഞുതിരിയുകയാണെന്ന് തോന്നിയപ്പോൾ അവർ അവളുടെ മുഖത്ത്
അടിച്ചു. മുഴങ്കാലിൽ തൊഴിച്ചു. അല്ലെങ്കിൽ പട്ടാളബൂട്ടുകൊണ്ട് അവ
ളുടെ നഗ്നമായ പാദങ്ങൾ ചവിട്ടിമെതിച്ചു. അതു ഒരു ചീഞ്ഞുനാറിയ
കഥ ആണെന്നും അവർ അത് വിശ്വസിക്കുന്നില്ലെന്നും അവൾക്ക് തോന്നു
ന്നുണ്ടായിരുന്നു. അവൾക്ക് മറ്റൊരു കഥ പറയാൻ അറിയാത്തതുകൊണ്ട്
നിരാശയോടെ അവൾ ആ കഥയിൽത്തന്നെ ഉറച്ചുനിന്നു. ആ സമയത്ത്
റോഡിലൂടെ മൂന്ന് ലോറികൾ ഒന്നിനു പിറകേ ഒന്നായി കടന്നുവന്നു.
രണ്ടാമത്തെ ലോറിയുടെ ഡ്രൈവർ ആയിരുന്ന ജോ ഹാർമാനെ അവ
രോടൊപ്പം ഉള്ള പട്ടാളക്കാരൻ പെട്ടെന്ന് തിരിച്ചറിഞ്ഞു. അയാളുടെ
നേർക്ക് ബയണറ്റ് ചൂണ്ടിക്കൊണ്ട് അവർ അയാളെ ജീനിന്റെ മുമ്പിൽ
കൊണ്ടുവന്നു. മിലിറ്ററി പൊലീസിലെ ഉദ്യോഗസ്ഥൻ ചോദിച്ചു. "ഈ
മനുഷ്യൻ ആണോ?"

അവൾ തീവ്രനൈരാശ്യത്തോടെ പറഞ്ഞു. "ഞാൻ ജോ എനിക്ക്
കോഴിയെ വാങ്ങാൻതന്ന നാല് ഡോളറിന്റെ കാര്യം ഇവരോട് പറയു
കയായിരുന്നു. പക്ഷേ, ഇവർ അത് വിശ്വസിക്കുന്നില്ല."

മിലിറ്ററി പൊലീസുകാരൻ പറഞ്ഞു. "നിങ്ങൾ കോഴികളെ മോഷ്ടി
ച്ചതാണ്. സഞ്ചി ഇവിടെ ഉണ്ട്."

ജോ ചോര ഒലിച്ചുകൊണ്ടിരിക്കുന്ന പെൺകുട്ടിയുടെ മുഖത്തേക്കും
പാദങ്ങളിലേക്കും നോക്കി. "നിങ്ങൾ എന്ത് വൃത്തികേടാണ് കാണിച്ചത്.
അവളെ നിങ്ങൾ ഉപദ്രവിക്കരുത്." അയാൾ ക്വീൻസ് ലാന്റിലെ ശൈലി
യിൽ വലിച്ചുനീട്ടലോടെ സാവധാനം ദേഷ്യപ്പെട്ടു. "ആ വൃത്തികെട്ട
കോഴികളെ ഞാനാണ് മോഷ്ടിച്ചത്. അവൾക്ക് അത് കൊടുത്തതു
ഞാനാണ് അതിനിപ്പോൾ എന്തുവേണം?"

ലണ്ടനിലെ എന്റെ മുറിക്കുള്ളിൽ ഇരുട്ട് മൂടുകയായിരുന്നു. കാറും
കോളും നിറഞ്ഞ വൈകുന്നേരത്ത് സമയത്തിനുമുമ്പ് കടന്നുവരുന്ന
ഇരുട്ട്. മഴ ഇപ്പോഴും ജനാലയുടെ മുകളിൽ താളം പിടിക്കുന്നുണ്ടായി
രുന്നു. പെൺകുട്ടി അവളുടെ വിഷാദാത്മകമായ ചിന്തകളിൽ മുഴുകി
നെരിപ്പോടിലെ തീനാളങ്ങളിലേക്ക് നോക്കിയിരുന്നു. "അവർ അയാളെ
കുരിശിലേറ്റി." അവൾ പെട്ടെന്ന് പറഞ്ഞു. "അവർ ഞങ്ങളെ മുഴുവൻ
കുവാൻടാനിലേക്ക് കൊണ്ടുപോയി. അവർ അയാളുടെ കൈപ്പത്തികൾ
ഒരു മരത്തിൽ ചേർത്തുവച്ച് ആണിയടിച്ചതിനുശേഷം തല്ലിക്കൊന്നു.
അവർ അയാളെ തല്ലിക്കൊല്ലുന്നതു നോക്കിനില്ക്കാൻ ഞങ്ങളെ നിർബ
ന്ധിച്ചു. അവിടെനിന്ന് മാറിനില്ക്കാൻ ഞങ്ങളെ അവർ അനുവദിച്ചില്ല."

നാല്

ഞാൻ പറഞ്ഞു. "എനിക്ക് സത്യത്തിൽ അങ്ങേയറ്റത്തെ വിഷമം ഉണ്ട്."

അവൾ തല ഉയർത്തി. "നിങ്ങൾ വിഷമിക്കേണ്ട കാര്യമില്ല." അവൾ മറുപടി പറഞ്ഞു. "അത് യുദ്ധത്തിൽ സംഭവിക്കാൻ ഇടയുള്ള ഒരു കാര്യം ആയിരുന്നു. അത് വളരെക്കാലം മുമ്പാണ്. ഇപ്പോൾ ആറോളം വർഷ ങ്ങൾ കഴിഞ്ഞു. ക്യാപ്റ്റൻ സുഗാമോയെ തൂക്കിലേറ്റുകയായിരുന്നു. അതി നുവേണ്ടി അല്ല. റെയിൽവെയിൽ അയാൾ ചെയ്തുകൂട്ടിയ കാര്യങ്ങൾക്കു വേണ്ടി ആയിരുന്നു. അതെല്ലാം ഇപ്പോൾ കഴിഞ്ഞിരിക്കുന്നു. അത് ഏറ ക്കുറെ മറന്നുകഴിഞ്ഞിട്ടുണ്ട്."

കുവാൻടാനിൽ തീർച്ചയായും സ്ത്രീകളുടെ താവളം ഉണ്ടായിരു ന്നില്ല. ക്യാപ്റ്റൻ സുഗാമോ കൂടുതൽ സ്ത്രീകളും കുട്ടികളും ഉള്ളതി നെപ്പറ്റി ഏതെങ്കിലും വിധത്തിൽ വിഷമിക്കുന്ന മനുഷ്യൻ ആയിരുന്നില്ല. ടെന്നീസ് കോർട്ടുകൾക്ക് മുകളിലുള്ള കളിസ്ഥലത്തിന്റെ അടുത്തുള്ള മരത്തിൽ വധശിക്ഷ നടത്തിയത് നട്ടുച്ചയ്ക്ക് ആയിരുന്നു. കൈകളിൽ ആണിതറച്ച് ചോര ഒലിപ്പിച്ചുകൊണ്ട് തൂങ്ങിക്കിടക്കുന്ന ശരീരത്തിന്റെ വിറയൽ അവസാനിക്കുന്നതുവരെ ക്യാപ്റ്റൻ സുഗാമോ അയാളുടെ മുമ്പിൽ ആ സ്ത്രീകളെ നിരത്തി നിർത്തിയിരുന്നു.

"നിങ്ങൾ വളരെ മോശം മനുഷ്യർ ആണ്." അയാൾ പറഞ്ഞു. "നിങ്ങൾക്ക് ഇവിടെ സ്ഥലം ഇല്ല. ഞാൻ നിങ്ങളെ 'കോടാ ബാഹ്റു'വി ലേക്ക് അയയ്ക്കുന്നു. നിങ്ങൾ ഇപ്പോൾ അങ്ങോട്ട് നടക്കണം."

അവർ ഭയാനകമായ ആ സ്ഥലത്തുനിന്നും അവരുടെ ഗതികേടിന്റെ തിടുക്കത്തോടെ ഒരു വാക്കുപോലും മറുപടി പറയാതെ ഇറങ്ങിനടന്നു. ഗമാസിൽനിന്നും അവരെ അനുഗമിച്ചിരുന്ന പട്ടാളക്കാരനെ ആണ് അവ

രോടൊപ്പം അയച്ചിരുന്നത്. കാരണം കോഴിയുടെ പങ്ക് സ്വീകരിച്ചതിന്റെ ദുഷ്പേര് അയാൾക്ക് ലഭിച്ചുകഴിഞ്ഞിരുന്നു. അയാളോട് അവരോടൊപ്പം തുടരാൻ ആജ്ഞാപിച്ചത് അയാൾക്കുള്ള ഒരു ശിക്ഷ ആയിരുന്നു. ജപ്പാൻകാരുടെ കണ്ണിൽ എല്ലാ തടവുകാരും നാണംകെട്ട ജന്തുക്കൾ ആയിരുന്നു. അവർക്ക് സംരക്ഷണം കൊടുത്തുകൊണ്ട് അവരെ അനു ഗമിക്കുന്നത് ഏറ്റവും താണ നിലവാരമുള്ള മനുഷ്യനെപ്പോലും പരിഹ സിക്കുന്ന തരത്തിലുള്ള ഒരു ഹീനജോലി ആയിരുന്നു. ആദരണീയനായ ഒരു ജപ്പാൻകാരൻ തടവുകാരനാക്കപ്പെടുന്നതിന് മുമ്പ് സ്വയം മരിക്കും. ഒരുപക്ഷേ, ഈ കാര്യത്തിന്റെ പ്രാധാന്യം വ്യക്തമാക്കാൻ വേണ്ടി ആയി രിക്കണം മറ്റ് പട്ടാളക്കാരെയെല്ലാം ഒഴിവാക്കിക്കൊണ്ട് കുവാൻടാൻ മുതൽ അവരുടെ കാവലിന് ദുഷ്പേര് ലഭിച്ച പട്ടാളക്കാരനെ മാത്രം നിയോഗി ച്ചിരുന്നത്.

അങ്ങനെ ദിവസങ്ങൾ എണ്ണി ജീവിച്ചുകൊണ്ട് അവർ വീണ്ടും യാത്ര ആരംഭിച്ചു. ജൂലൈ പകുതിയോടെ അവർ കുവാൻടാൻ വിട്ടു. കുവാൻടാനിൽനിന്ന് 'കോടാബാഹ്റു'വിലേക്ക് ഏതാണ്ട് ഇരുന്നൂറ് മൈൽ ദൂരം ഉണ്ട്. അസുഖങ്ങൾ കാരണം ധാരാളം ദിവസങ്ങളിൽ വിശ്രമം അനു വദിച്ചുകൊണ്ടുള്ള അവരുടെ യാത്ര കോടാബാഹ്റുവിൽ എത്താൻ ഏറ്റവും കുറഞ്ഞത് രണ്ട് മാസം വേണ്ടിവരും എന്ന് ജീൻ പ്രതീക്ഷിച്ചി രുന്നു.

ആദ്യ ദിവസം അവർ ബസാറായിൽ എത്തി. കടൽത്തീരത്ത് പന കൾ നിരന്നുനില്ക്കുന്ന ഇളം ചുവപ്പുനിറമുള്ള ഒരു മണൽ പ്രദേശം. ഇത് വളരെ മനോഹരമായ സ്ഥലം ആണ്. പക്ഷേ, അവർക്ക് ഉറങ്ങാൻ കഴിഞ്ഞിരുന്നില്ല. കാരണം കൂടുതൽ കുട്ടികളും രാത്രിയിൽ അവർ കാണാൻ ഇടയായ ഭീകരമായ കാഴ്ചയുടെ ഓർമ്മയിൽ രാത്രിയിൽ ഉണർന്നുകിടന്ന് നിലവിളിക്കുകയായിരുന്നു. അവർക്ക് കുവാൻടാനിന് വളരെ അടുത്ത് താമസിക്കാനുള്ള കഴിവ് ഉണ്ടായിരുന്നില്ല. അവർക്ക് അത് താങ്ങാൻപറ്റുന്ന കാര്യം ആയിരുന്നില്ല. അടുത്ത ദിവസം അവർ ബാലോക്‌വരെ സഞ്ചരിച്ചു. അതു കൂടുതൽ പനകളുള്ള മറ്റൊരു ഗ്രാമം ആണ്. ഇവിടെ അവർ ഒരു ദിവസം വിശ്രമിച്ചു.

സാവധാനം അവർക്ക് ഒരു പുതിയ പ്രദേശത്ത് പ്രവേശിച്ചിരിക്കുക യാണെന്ന് മനസ്സിലായി. മലയായുടെ വടക്ക് കിഴക്കൻ തീരപ്രദേശം വളരെ മനോഹരം ആണ്. താരതമ്യേന ആ പ്രദേശം ആരോഗ്യദായ കവും ആണ്. അവിടം പാറക്കൂട്ടങ്ങൾ നിറഞ്ഞ മുനമ്പുകളും പനമര ങ്ങൾ അതിരിടുന്ന ദീർഘമായ മണൽപരപ്പുകൾ ഉള്ള കടൽത്തീരങ്ങളും കൊണ്ട് വളരെ മനോഹരമാണ്. സാധാരണ അവിടെ കടലിൽനിന്നുള്ള പരിശുദ്ധമായ കാറ്റുണ്ട്. കൂടാതെ എല്ലാ ഗ്രാമങ്ങളിലും ശുദ്ധമായ മത്സ്യ ങ്ങളുടെ ഒരു ധാരാളിത്തം കാണാൻ കഴിയുന്നു. പനോങ്ങിൽനിന്ന് വിട്ടു പോന്നതിനുശേഷം സ്ത്രീകൾക്ക് ആദ്യമായി ചോറിനോടൊപ്പം വേണ്ടത്ര പ്രോട്ടീൻ ലഭിച്ചിരുന്നു. പെട്ടെന്ന് അവരുടെ ആരോഗ്യം സാവധാനത്തിൽ

ഒരു പുരോഗതി കാണിച്ചുതുടങ്ങി. അവരിൽ ഭൂരിഭാഗം സ്ത്രീകളും ദിവ
സംതോറും ഇളംചൂടുള്ള കടലിൽ കുറഞ്ഞത് ഒരു പ്രാവശ്യം എങ്കിലും
കുളിക്കുന്നുണ്ടായിരുന്നു. അവർ അനുഭവിച്ചിരുന്ന ത്വക് രോഗങ്ങളിൽ
ചിലതെങ്കിലും ഈ ഉപ്പുവെള്ള ചികിത്സകൊണ്ട് കുറഞ്ഞു തുടങ്ങിയി
രുന്നു. കുട്ടികൾക്ക് മാസങ്ങളായി നഷ്ടപ്പെട്ടിരുന്ന കളിക്കാനുള്ള ഉത്സാഹം
ആദ്യമായി തിരിച്ചുവന്നിരുന്നു.

സത്യത്തിൽ പട്ടാള ഉദ്യോഗസ്ഥൻ ഒഴിച്ച് അവരുടെ എല്ലാം അവസ്ഥ
മെച്ചപ്പെട്ടിരുന്നു. പട്ടാളക്കാരന് ഇപ്പോൾ അവരെപ്പറ്റി സംശയം ഉണ്ടായി
രുന്നു. അയാൾ കുട്ടികളെ എടുത്തില്ല. അല്ലെങ്കിൽ ഒരുതരത്തിലും അവരെ
സഹായിച്ചില്ല. അവർ അയാളെ കുറ്റപ്പെടുത്തുന്നുണ്ടെന്നുള്ള തോന്നൽ
അയാൾക്ക് ഉണ്ടായിരുന്നു. അയാൾക്ക് ഇപ്പോൾ സംസാരിക്കാൻ സ്വന്തം
സമൂഹത്തിൽനിന്നുള്ള ചങ്ങാതി ഉണ്ടായിരുന്നില്ല. വൈകുന്നേരങ്ങളിൽ
അയാൾ അവരിൽനിന്നെല്ലാം ഒറ്റപ്പെട്ട് മാറിയിരുന്ന് ധാരാളം കാര്യങ്ങൾ
ചിന്തിച്ചിരുന്നു. ഒരിക്കലോ രണ്ടുതവണയോ ജീൻ ബോധപൂർവ്വം
അയാളെ ഉന്മേഷവാനാക്കാൻ വേണ്ടി പിടികൂടിയിരുന്നു. ഒരു തടവുകാ
രിയുടെയും കാവല്ക്കാരന്റെയും വേഷങ്ങളിലെ അത്യപൂർവ്വമായ ഒരു
പരിവർത്തനം. ഈ യാത്രയിൽ അവർ വളരെ ചുരുക്കം ജപ്പാൻകാരെ
മാത്രമാണ് കണ്ടുമുട്ടിയത്. വല്ലപ്പോഴും അവർ ഒരു നദീതീരത്തെ ഗ്രാമ
ത്തിലോ അല്ലെങ്കിൽ ഒരു താല്ക്കാലിക വിമാനത്താവളത്തിലോ ഉള്ള
ഒരു നിയുക്തസൈന്യത്തെ കണ്ടുമുട്ടിയെന്നുവരും. അത്തരം ഒരു
സ്ഥലത്ത് എത്തുമ്പോൾ പട്ടാളക്കാരൻ സ്വയം മോടിവരുത്തിക്കൊണ്ട്
ചുമതലക്കാരനായ ഉദ്യോഗസ്ഥനുമുമ്പിൽ ഹാജരാകും. സാധാരണ
അയാൾ ഉടൻതന്നെവന്ന് അവരെ പരിശോധിക്കും. പക്ഷേ, കുവാൻടാ
നിനും കോടാബാഹ്രുവിനും ഇടയിൽ വ്യവസായങ്ങൾ ഇല്ലായിരുന്നു.
ആ വഴിയിൽ മീൻപിടുത്തക്കാരുടെ ഗ്രാമങ്ങൾ അല്ലാതെ വലിയ നഗര
ങ്ങൾ ഇല്ലായിരുന്നു. ഈ രണ്ട് കാര്യങ്ങളും ഇല്ലാത്തതുകൊണ്ട് മലയാ
ഉപദ്വീപിന്റെ കിഴക്ക് ഭാഗത്ത് ഒരു ആക്രമണം ഉണ്ടാകും എന്നുള്ള
പ്രതീക്ഷ ഉണ്ടായിരുന്നില്ല. പല സന്ദർഭങ്ങളിലും പട്ടാളക്കാരൻ ഒഴിച്ച്
മറ്റൊരു ജപ്പാൻകാരനെപ്പോലും സ്ത്രീകൾക്ക് കാണാൻ കഴിഞ്ഞിട്ടി
ല്ലാത്ത ആഴ്ചകൾ കടന്നുപോയിരുന്നു.

അവർ സാവധാനം തീരപ്രദേശത്തുകൂടി യാത്രചെയ്തുകൊണ്ടി
രുന്നപ്പോൾ സ്ത്രീകളുടെയും കുട്ടികളുടെയും അവസ്ഥ വളരെയധികം
മെച്ചപ്പെട്ടിരുന്നു. അവർ ഏകദേശം ആറ് മാസം മുമ്പ് പനോങ്ങിൽനിന്ന്
യാത്ര തുടങ്ങിയ നിസ്സഹായരായ പലതരം മനുഷ്യരുടെ ഒരു സംഘ
മായി ഇപ്പോൾ മാറിയിരുന്നു. സംഘത്തിലെ ഏറ്റവും ദുർബ്ബലരായ അംഗ
ങ്ങളെ മരണം യാതൊരു കരുണയും ഇല്ലാതെ ഒഴിവാക്കിക്കൊണ്ട് സംഘ
ത്തിന്റെ അംഗസംഖ്യ പകുതിയായി കുറച്ചപ്പോൾ ഗ്രാമങ്ങളിലെ അവ
രുടെ താല്ക്കാലിക താമസത്തിനും ഭക്ഷണത്തിനുമുള്ള പ്രശ്നങ്ങളുടെ
പരിഹാരം കൂടുതൽ എളുപ്പമായിത്തീർന്നു. കൂടാതെ അവർക്ക് ഇപ്പോൾ

കൂടുതൽ അനുഭവങ്ങൾ ഉണ്ടായിരുന്നു. അവർ മലമ്പനിക്കും വയറുക ടിക്കും ഉള്ള ദേശീയമായ മരുന്നുകൾ ഉപയോഗിക്കാൻ മനസ്സിലാക്കിക്ക ഴിഞ്ഞിരുന്നു. അവർ ദേശീയമായ രീതിയിൽ വസ്ത്രം ധരിക്കാനും കുളി ക്കാനും ഉറങ്ങാനും പഠിച്ചുകഴിഞ്ഞു. അതിന്റെ ഫലമായി പ്രാകൃതമായ അവസ്ഥയിൽ പടിഞ്ഞാറൻ ജീവിത രീതികൾ നിലനിർത്തിക്കൊണ്ടു പോകാൻ വേണ്ടി പോരാടിക്കൊണ്ടിരിക്കുമ്പോൾ അവർക്ക് ഇപ്പോൾ കൂടു തൽ വിശ്രമസമയം ലഭിച്ചിരുന്നു. ഒന്നിടവിട്ടുള്ള ദിവസങ്ങളിലെ പത്തു മൈൽ നടത്തം ഇപ്പോൾ ഒരു വലിയ ഭാരം ആയിരുന്നില്ല. ഇടയ്ക്കുള്ള ദിവസം അവർക്ക് കുട്ടികൾക്കുവേണ്ടി കൂടുതൽ സമയം ലഭിച്ചിരുന്നു. താമസിയാതെ ഒരുകാലത്ത് ഒരു സ്കൂൾ അദ്ധ്യാപികയായിരുന്ന മിസിസ്സ് വാർണർ കുട്ടികൾക്ക് വേണ്ടി ഒരു ക്ലാസ് ആരംഭിച്ചു. അവരുടെ വിശ്രമ ദിവസത്തിൽ ഇത് ഒരു സാധാരണ സ്കൂളായി മാറിയിരുന്നു.

ജീൻ റോബിൻ ഹോളണ്ട് എന്ന അവളുടെ കൈവശമുള്ള കുട്ടിയെ എങ്ങനെ നടക്കണം എന്ന് പഠിപ്പിക്കാൻ തുടങ്ങി. അവന് വീണ്ടും ആരോഗ്യം ലഭിച്ചിരുന്നു. അതിന്റെകൂടെ അവന്റെ ഭാരം അവൾക്ക് എടു ക്കാവുന്നതിലും കൂടുന്നുണ്ടായിരുന്നു. കാരണം അവന് ഇപ്പോൾ പതി നാറുമാസം പ്രായം ഉണ്ടായിരുന്നു. ചൂട് കാലാവസ്ഥയിൽ ഏതെങ്കിലും വസ്ത്രങ്ങൾകൊണ്ട് അവൾ ഒരിക്കലും അവനെ പീഡിപ്പിച്ചിരുന്നില്ല. അവൻ മലയായിലെ ഏത് കുഞ്ഞിനെയുംപോലെ പനമരങ്ങളുടെ അല്ലെ ങ്കിൽ കാറ്റാടിമരങ്ങളുടെ നിഴലിൽ നഗ്നനായി ഇഴഞ്ഞുനടന്നു. അല്ലെ ങ്കിൽ മണൽപരപ്പിനുമുകളിലെ വെയിലിൽ ഇഴഞ്ഞുനടന്നു. അവനും ഒരു മലയായിലെ കുട്ടിയെപ്പോലെ ഏകദേശം തവിട്ടുനിറം ആയിരുന്നു.

തുടർന്നുവന്ന ആഴ്ചകളിൽ അവർ അവിടെയുള്ള ധാരാളം മീൻപി ടുത്തക്കാരുടെ ഗ്രാമങ്ങൾ താണ്ടി കടൽത്തീരത്തുകൂടി സാവധാനം വട ക്കോട്ട് നീങ്ങി. ഉലാർ, ചന്ദാർ, കാലോങ്, കിമാസിക് എന്നിവയോടൊപ്പം മറ്റ് ധാരാളം ഗ്രാമങ്ങളും അവർ നടന്നുതീർത്തിരുന്നു. അവർക്ക് ചെറിയ അസുഖങ്ങൾ പിടിപെട്ടിരുന്നു. സംഘത്തിലെ പലപല അംഗങ്ങളുടെയും പനി വിയർത്ത് ഒഴിഞ്ഞുപോകുന്നതുവരെ അവർ ഏതാനും ദിവസങ്ങൾ അവിടെയും ഇവിടെയും ചെലവഴിച്ചിരുന്നു. പക്ഷേ, അവർക്ക് കൂടുതൽ മരണങ്ങൾ കാണേണ്ടിവന്നില്ല. കുവാൻടാനിൽ കാണാൻ ഇടയായ അവ സാനത്തെ ഭീകരതയെപ്പറ്റി അവർ പിന്നീട് ഒരിക്കലും സംസാരിച്ചിരു ന്നില്ല. ഓരോരുത്തരും അതിനെ മറ്റുള്ളവരുടെ ഓർമ്മയിലേക്ക് വീണ്ടും വിളിച്ചുകൊണ്ട് വരാൻ ഭയക്കുന്നുണ്ടായിരുന്നു. പക്ഷേ, ഓരോരു ത്തർക്കും അത് അവരുടെ ഭാഗ്യത്തിൽ വ്യത്യാസം വരുത്തിയെന്നുള്ള അഭിപ്രായം രഹസ്യമായി ഉണ്ടായിരുന്നു.

മിസിസ്സ് ഫ്രിത്തിനെ ഈ തോന്നൽ കൂടുതൽ ആഴത്തിൽ ബാധി ച്ചിരുന്നു. അവർ അങ്ങേയറ്റത്തെ സമയനിഷ്ഠയോടെ രാവിലെയും വൈകിട്ടും പ്രാർത്ഥനകൾ ചൊല്ലുന്ന അങ്ങേയറ്റം ഈശ്വരവിശ്വാസിയായ ഒരു ചെറിയ സ്ത്രീ ആയിരുന്നു. ഞായറാഴ്ച എപ്പോൾ ആണെന്ന് എല്ലാ

സമയത്തും പറഞ്ഞിരുന്നത് മിസിസ്സ് ഫ്രിത്ത് ആയിരുന്നു. അന്നത്തെ ദിവസം അവർ കേൾക്കാൻവരുന്ന ആർക്കുവേണ്ടിയും പ്രാർത്ഥനാ പുസ്തകവും *ബൈബിളും* ഒരു മണിക്കൂർനേരം ഉറക്കെ വായിക്കും. അത് അവരുടെ വിശ്രമദിവസം ആണെങ്കിൽ അവർ ഈ സേവനം പതിനൊന്ന് മണി ആയെന്ന് അവർക്ക് തോന്നുന്നതുവരെ നീട്ടിക്കൊണ്ടുപോകും. കാരണം രാവിലത്തെ പ്രാർത്ഥനയ്ക്കുള്ള കൃത്യസമയം പതിനൊന്ന് മണി ആയിരുന്നു.

മിസിസ്സ് ഫ്രിത്ത് അവർക്ക് സംഭവിച്ച ഓരോ കാര്യങ്ങളിലും ദൈവ ത്തിന്റെ ഇടപെടൽ അന്വേഷിച്ചിരുന്നു. ഈ കാര്യം മനസ്സിൽ വച്ചുകൊണ്ട് അവരുടെ അനുഭവങ്ങൾക്ക് മുകളിൽ അടയിരുന്നപ്പോൾ അവർക്ക് ചില സാമ്യങ്ങൾ തോന്നിയിരുന്നു. അവർ ഒരു കുരിശിലേറ്റലിനെക്കുറിച്ച് വീണ്ടും വീണ്ടും വായിച്ചിരുന്നു. ഇപ്പോൾ മറ്റൊന്നുകൂടി സംഭവിച്ചിരി ക്കുന്നു. അവരുടെ മനസ്സിൽ ആസ്ട്രേലിയക്കാരന് അസുഖങ്ങൾ സുഖ പ്പെടുത്താനുള്ള ശക്തി ഉണ്ടായിരുന്നു. കാരണം അയാൾ കൊണ്ടുവന്ന മരുന്നുകൊണ്ട് അവരുടെ വയറുകടിയും ജോണി ഹോഴ്സ്ഹാളിന്റെ പുഴു കടിയും സുഖപ്പെട്ടിരുന്നു. അവർക്കുവേണ്ടിയുള്ള അയാളുടെ മരണ ത്തിനുശേഷം അവർ എല്ലാവരും എല്ലാ രീതിയിലും അനുഗ്രഹീതരായി ക്കഴിഞ്ഞിരുന്നു. ദൈവം അദ്ദേഹത്തിന്റെ മകനെ താഴെ ഭൂമിയിലുള്ള പാലസ്തീനിലേക്ക് പറഞ്ഞുവിടുകയായിരുന്നു. ആ കാര്യം വീണ്ടും ദൈവം മലയായിൽ ചെയ്താൽ അതിൽ എന്താണ് അത്ഭുതപ്പെടാനു ള്ളത്?

വളരെക്കാലം നീണ്ടുനില്ക്കുന്ന ദുരിതങ്ങളിൽ അകപ്പെട്ട് മുൻകാല ബന്ധങ്ങളിൽ നിന്നും പൂർണ്ണമായി വിട്ടുമാറിയ മനുഷ്യർ തികച്ചും അസാ ധാരണമായ ഒരു ജീവിതരീതി സ്വീകരിക്കാൻ നിർബ്ബന്ധിതരാകുമ്പോൾ പലപ്പോഴും വിചിത്രമായ മാനസികാവസ്ഥ വികസിച്ചുവരാറുണ്ട്. മിസിസ്സ് ഫ്രിത്ത് സ്വന്തം കാഴ്ചപ്പാടുകൾ മറ്റുള്ളവരുടെ മുകളിൽ അടിച്ചേല്പി ച്ചിരുന്നില്ല. എന്നിട്ടും അവർ അനിവാര്യമായും സ്വയം വിശ്വസിക്കാൻ ആരംഭിച്ചിരുന്ന കാര്യം മറ്റ് സ്ത്രീകൾക്കും മനസ്സിലാക്കാൻ കഴിഞ്ഞി രുന്നു. ആദ്യം അത് അവിശ്വാസത്തോടെയാണ് സ്വീകരിക്കപ്പെട്ടത്. പക്ഷേ, അത് ആഴത്തിൽ ഗൗരവമുള്ള ചിന്ത ആവശ്യമുള്ള ഒരു കാര്യമായി പരി ഗണിക്കപ്പെട്ടിരുന്നു. കൂടുതൽ സ്ത്രീകളും അവസരം കിട്ടിയാൽ പള്ളിയിൽ പോകുന്നവർ ആയിരുന്നു. ഹൃദയത്തിന്റെ ആഴങ്ങളിൽ അവർ ദൈവത്തിന്റെ സഹായം ആഗ്രഹിക്കുന്നുണ്ടായിരുന്നു. ഈ ആഴ്ചകളി ലൂടെ അവരുടെ ശരീരത്തിന്റെ ആരോഗ്യം മെച്ചപ്പെട്ടപ്പോൾ മതപരമായ ചിന്തകൾക്കുള്ള അവരുടെ കഴിവും മെച്ചപ്പെട്ടു. ആഴ്ചകൾ കടന്നുപോ യപ്പോൾ ആസ്ട്രേലിയക്കാരനെക്കുറിച്ചുള്ള കൃത്യമായ ഓർമ്മകൾ മങ്ങി ത്തുടങ്ങി. പകരം അയാൾ സങ്കല്പിച്ചിരിക്കാൻ ഇടയില്ലാത്ത മറ്റൊരാ ളെപ്പറ്റിയുള്ള സംഭ്രമജനകവും മനോഹരവുമായ ഓർമ്മകൾ അവിടെ തിരിച്ചെത്തി. മിസിസ്സ് ഫ്രിത്ത് വിശ്വസിക്കുന്ന ഈ വിശ്വാസികൾ പ്രയാ

സമുള്ള പ്രത്യേക സംഭവം ഒരുപക്ഷേ, സത്യമായിരിക്കാം. അതിന്റെ അർത്ഥം നിശ്ചയമായും അവർ ദൈവത്തിന്റെ കൈകളിൽ ആയിരുന്നു എന്നാണ്. അപ്പോൾ ഒന്നിനും അവരെ തൊടാൻ കഴിയില്ല. അപ്പോൾ അവരുടെ എല്ലാ ബുദ്ധിമുട്ടികളെയും മറികടന്ന് അവർ വിജയിക്കും. അതി നോടൊപ്പം ഒരു ദിവസം അവർ അവരുടെ വീടുകൾ, അവരുടെ ഭർത്താ ക്കന്മാർ, അവരുടെ പടിഞ്ഞാറൻ ജീവിതരീതി തുടങ്ങിയവ എല്ലാംതന്നെ വീണ്ടും നേടിയെടുക്കും. അവർ തിരിച്ചുകിട്ടിയ പുതിയ ശക്തിയോടെ നടന്നുതുടങ്ങി.

സ്ത്രീകൾക്ക് ഉപകാരപ്രദം ആണെന്ന് വ്യക്തതയുള്ള ഈ വ്യമോ ഹങ്ങളെ ഇല്ലാതാക്കാൻവേണ്ടി ജീൻ ഒന്നുംതന്നെ ചെയ്തിരുന്നില്ല. പക്ഷേ, അവളുടെ മനസ്സിനെ ഇത് സ്വാധീനിച്ചിരുന്നില്ല. അവരിൽ ഏറ്റവും ഇളയവൾ അവളായിരുന്നു. അതിന്റെകൂടെ അവിവാഹിതയായ ഒരേ യൊരു പെൺകുട്ടി അവൾ മാത്രമായിരുന്നു. അവൾ ജോ ഹാർമാനെ പറ്റി വളരെ വ്യത്യസ്തമായ ഒരു വിശ്വാസം രൂപപ്പെടുത്തിയിട്ടുണ്ടായി രുന്നു. അവൾക്ക് അയാളെ വളരെ മനുഷ്യത്വമുള്ള വളരെ സാധാരണ ക്കാരനായ ഒരു മനുഷ്യനായി പരിചയം ഉണ്ടായിരുന്നു. അയാൾ അവ ളോട് സംസാരിക്കാൻ വരുന്ന സമയത്തെല്ലാം അവൾ കൂടുതൽ ചന്തമു ള്ളവൾ ആയിരുന്നെന്നും അവളുടെ ആകർഷണം വർദ്ധിച്ചിരുന്നെന്നും അവൾക്ക് അറിവുണ്ടായിരുന്നു. അത് അയാളുടെ "മിസിസ്സ് കറമ്പി" എന്ന വിളി വീണ്ടും വിളിക്കാൻ അനുവദിച്ചുകൊണ്ടുള്ള ഉപബോധമന സ്സിന്റെ ഒരു ന്യായീകരണ രീതി ആയിരുന്നു അവളുടെ ഇടുപ്പിൽ ഇരു ന്നിരുന്ന കുഞ്ഞ് അവളെ മറ്റ് വിവാഹിതരായ സ്ത്രീകളുടെ കൂട്ടത്തിൽ ഉൾപ്പെടുത്താനുള്ള കാരണമാണെങ്കിൽ അവൾക്ക് അതിൽ പരാതി യൊന്നും ഉണ്ടായിരുന്നില്ല. ആ അസാധാരണമായ ചൂടുള്ള രാത്രികളിൽ അല്പം വസ്ത്രങ്ങൾ മാത്രം ധരിച്ച അവർക്കിടയിൽ അവൾ ഒരു അവി വാഹിതയാണെന്ന് അയാൾ മനസ്സിലാക്കിയിരുന്നെങ്കിൽ എന്ത് വേണ മെങ്കിലും എത്രയുംവേഗം സംഭവിക്കാവുന്നതാണെന്ന് അവൾക്ക് അറി വുണ്ടായിരുന്നു. അയാളെ പറ്റിയുള്ള അവളുടെ ദുഃഖം മറ്റുള്ള സ്ത്രീക ളുടെ ദുഃഖത്തെക്കാൾ കൂടുതൽ സത്യസന്ധവും കൂടുതൽ ആഴമുള്ളതും ആയിരുന്നു. അതിന്റെ കാരണം അയാൾ ദിവ്യൻ ആയിരുന്നു എന്ന് അവൾ ചിന്തിച്ചിരുന്നതുകൊണ്ട് ആയിരുന്നില്ല. അവൾക്ക് സ്വന്തം മന സ്സിൽ അയാൾ ദിവ്യനല്ലെന്ന് പൂർണ്ണമായും ഉറപ്പുണ്ടായിരുന്നതുകൊണ്ട് ആയിരുന്നു.

ആഗസ്ത് അവസാനത്തോടെ അവർ 'കുവാൻടനിനും' 'കോടാബാ ബ്രുവിനും' മദ്ധ്യത്തിലുള്ള 'കോലാതലാങ്' എന്ന പേരുള്ള ഗ്രാമത്തിൽ ആയിരുന്നു. 'തലാങ്' പരന്നുകിടക്കുന്ന നെല്പാടങ്ങൾക്കിടയിലൂടെ അല ഞ്ഞുതിരിയുന്ന ഒരു ചെറിയ നദി ആണ്. കടലിൽ ഒഴുകിവീഴുന്ന 'തലാങ് നദിയിൽ' ഒഴുകുന്നത് കലക്കവെള്ളം ആണ്. നദിയുടെ തെക്കുവശത്തെ തീരത്ത് ആണ് ഗ്രാമം നിലകൊള്ളുന്നത്. അത് പനകളും കാറ്റാടിമര

ങ്ങളും അതിക്രമിച്ചു കടന്നുവന്ന തെക്കൻ ചൈനാ കടലിലെ നീലത്തി
രമാലകൾ പതയുന്ന വെള്ളമണലിന്റെ നീണ്ട കടൽത്തീരങ്ങളുള്ള മനോ
ഹരമായ സ്ഥലം ആണ്. ഗ്രാമം മീൻപിടുത്തവും നെല്പാടങ്ങളും
കൊണ്ടാണ് ജീവിക്കുന്നത്. പതിനഞ്ചോളം മത്സ്യബന്ധന ബോട്ടുകൾ
നദിയിൽ മീൻപിടുത്തം നടത്തുന്നുണ്ട്. അവിടെ തടിയും പനയോ
ലയുംകൊണ്ട് നിർമ്മിച്ച നാടൻകടകളാൽ ചുറ്റപ്പെട്ട ഒരു ഗ്രാമീണ കവല
ഉണ്ട്. ഇതിന്റെ പിന്നിലായി നദീതീരത്തിനടുത്തുള്ള നെല്പാടങ്ങളിലെ
നെല്ല് സൂക്ഷിക്കാൻ വേണ്ടിയുള്ള ഒരു സംഭരണ കേന്ദ്രം നിലകൊള്ളു
ന്നു. ഈ സമയത്ത് ഈ സംഭരണകേന്ദ്രം ഒഴിഞ്ഞുകിടക്കുകയായിരു
ന്നു. സംഘത്തെ ഇവിടെയാണ് താമസിപ്പിച്ചിരുന്നത്.

ജപ്പാന്റെ പട്ടാളക്കാരൻ ഇവിടെവെച്ച് പനിപിടിച്ച് കിടപ്പിലായി. ഒരു
പക്ഷേ, മലമ്പനി ആയിരിക്കും. കുവാൻടാൻ മുതൽ അയാൾക്ക് മാറ്റം
ഉണ്ടായിരുന്നു. അയാൾ വിഷണ്ണനായിരുന്നു. അയാൾ സൗഹൃദത്തിന്റെ
കുറവ് വളരെ കൂടുതൽ അനുഭവിക്കുന്നുണ്ടെന്ന് തോന്നി. സ്ത്രീകൾ
കൂടുതൽ ശക്തരായപ്പോൾ അയാൾ കൂടുതൽ ദുർബ്ബലനായി. തുടക്ക
ത്തിൽ അവർക്ക് ഇത് അസാധാരണം ആയിരുന്നു. കാരണം അയാൾക്ക്
മുമ്പ് ഒരിക്കലും അസുഖം ബാധിച്ചിരുന്നില്ല. ആദ്യം ഈ വൃത്തികെട്ട
മര്യാദയില്ലാത്ത ഉയരം കുറഞ്ഞ മനുഷ്യൻ ദുഃഖിതനായപ്പോൾ അവർക്ക്
ആശ്വാസവും സന്തോഷവും തോന്നിയിരുന്നു. പക്ഷേ, അയാൾ കൂടു
തൽ ദുഃഖിതനായപ്പോൾ അവരുടെ വികാരങ്ങളുടെ അസാധാരണമായ
ഒരു അപചയം അവർ അനുഭവിച്ചിരുന്നു. വളരെക്കാലമായി അയാൾ
അവരോടൊപ്പം ഉണ്ടായിരുന്നു. അയാൾ അയാളുടെ ചുമതലകളുടെ പരി
ധിക്കുള്ളിൽ നിന്നുകൊണ്ട് അവർക്കുവേണ്ടി ചെയ്യാവുന്ന കാര്യങ്ങൾ
ചെയ്തുകൊടുത്തിട്ടുണ്ട്. അയാൾ സ്വമനസ്സാലെ അവരുടെ കുട്ടികളെ
എടുത്തുകൊണ്ട് നടന്നിരുന്നു. കുട്ടികൾ മരിക്കുമ്പോൾ അയാൾ കര
ഞ്ഞിരുന്നു. അയാൾക്ക് പനി ഉണ്ടായിരുന്നെന്ന് വ്യക്തമായപ്പോൾ അയാ
ളുടെ തോക്കും പട്ടാളവേഷവും ബൂട്ടുകളും സാധനങ്ങൽ നിറച്ച
സഞ്ചിയും അവർ മാറിമാറി ചുമന്നുകൊണ്ട് നടക്കുകയായിരുന്നു. അതു
കൊണ്ട് മിസിസ്സ് വാർണ്ണർ കാലുറ മാത്രം ധരിച്ച ചെറിയ മനുഷ്യനെ
നയിച്ചുകൊണ്ട് പോകുന്ന ഒരു അസാധാരണ ജാഥ പോലെയാണ് അവർ
ഗ്രാമത്തിൽ എത്തിയത്. അയാൾ കൂടുതൽ ആശ്വാസത്തോടെയാണ് നഗ്ന
പാദനായി നടന്നിരുന്നത്. മറ്റുസ്ത്രീകൾ അവരുടെ ഭാരങ്ങളും അയാളുടെ
ചുമടുകളും ചുമന്നുകൊണ്ട് അയാളുടെ പിന്നിലാണ് നടന്നിരുന്നത്.

ജീൻ ഗ്രാമത്തലവനെ കണ്ടെത്തി. അൻപത് വയസ്സോളം പ്രായം
ഉള്ള മാറ്റ് അമിൻ ബിൻ ടൈബ് എന്ന മനുഷ്യനോട് അവൾ സാഹചര്യ
ങ്ങൾ വിവരിച്ചു. "ഞങ്ങൾ കുവാൻടാനിൽനിന്ന് കോടാബാഹ്രുവിലേക്ക്
നടക്കുന്ന യാത്രവുകാരാണ്. ഈ ജപ്പാൻകാരൻ ഞങ്ങളുടെ കാവല്ക്കാ
രൻ ആണ്." അവൾ പറഞ്ഞു. "അയാൾക്ക് പനി കൂടുതൽ ആണ്.
അയാളെ കിടത്താൻവേണ്ടി ഞങ്ങൾക്ക് മേല്ക്കൂരയുള്ള ഒരു വീട് കണ്ടെ

ത്താണം. ഞങ്ങളുടെ ഭക്ഷണത്തിനും താമസത്തിനും വേണ്ടി ജപ്പാൻ പട്ടാളത്തിന്റെ പേരിൽ ഉള്ള ചീട്ട് ഒപ്പിടാൻ അയാൾക്ക് അധികാരം ഉണ്ട്. അത് അയാളുടെ അസുഖം ഭേദമാകുമ്പോൾ നിങ്ങൾക്കുവേണ്ടി അയാൾ അതു ചെയ്യും. നിങ്ങൾക്ക് അയാൾ അതിനുള്ള ഒരു കടലാസ് തരും. തീർച്ചയായും ഞങ്ങൾക്ക് ഉറങ്ങാനും ഭക്ഷണം കഴിക്കാനും ഒരു സ്ഥലം വേണം.”

മാറ്റ് അമിൻ പറഞ്ഞു. “എന്റെ കൈയിൽ മദാമ്മമാർക്ക് ഉറങ്ങാൻ പറ്റിയ സ്ഥലം ഇല്ല.”

ജീൻ പറഞ്ഞു. “ഞങ്ങൾ ഇപ്പോൾ മദാമ്മമാർ അല്ല. ഞങ്ങൾ തടവുകാർ ആണ്. നിങ്ങളുടെ സ്ത്രീകൾ ജീവിക്കുന്നതുപോലെ ജീവിക്കാൻ ഞങ്ങൾ ഇപ്പോൾ ശീലിച്ചുകഴിഞ്ഞു. ഞങ്ങൾക്ക് ഇപ്പോൾ കിടന്നുറങ്ങാനും ഭക്ഷണം പാകംചെയ്യാനും വേണ്ടി മേല്ക്കുരയുള്ള ഒരു തറ മാത്രം മതിയാകും.”

“ഞങ്ങൾ കഴിക്കുന്നതെല്ലാം നിങ്ങൾക്കും കഴിക്കാം.” അയാൾ പറഞ്ഞു. “പക്ഷേ, മദാമ്മമാർ അങ്ങനെ ജീവിക്കുന്നത് പതിവുള്ള കാഴ്ച അല്ല.”

അയാൾ പട്ടാളക്കാരനെ സ്വന്തം വീട്ടിലേക്ക് കൂട്ടിക്കൊണ്ടുപോയി ചകിരിനിറഞ്ഞ മെത്തയും തലയിണയും കാണിച്ചുകൊടുത്തു. അയാൾക്ക് സ്വന്തമായി ഉണ്ടായിരുന്ന ഒരു കൊതുകുവലയും അയാൾ വാഗ്ദാനം ചെയ്തു. പക്ഷേ, പട്ടാളക്കാരന് കിട്ടാവുന്ന ഇളംകാറ്റ് പൂർണ്ണമായും അയാൾക്ക് ആവശ്യം ഉണ്ടെന്ന് സ്ത്രീകൾ മനസ്സിലാക്കിയിരുന്നതുകൊണ്ട് അവർ കൊതുകുവല നിരസിച്ചു. അവർക്ക് ക്വിനൈൻ ബാക്കി ഉണ്ടായിരുന്നില്ല. പക്ഷേ, ഗ്രാമത്തലവൻ അയാളുടേതായ ഒരു ഇറക്ക് കഷായം നിർമ്മിച്ച് അതിൽനിന്ന് അല്പം മരുന്ന് പട്ടാളക്കാരന് കൊടുത്തതിനുശേഷം അയാളെ നോക്കാനുള്ള ചുമതല ഭാര്യയെ ഏല്പിച്ചു. പിന്നീട് അയാൾ അവർക്കുള്ള താമസസ്ഥലവും ഭക്ഷണവും കണ്ടെത്താൻ വേണ്ടി പുറത്തുപോയി.

രാത്രി മുഴുവൻ പനി കൂടുതലായിരുന്നു. രാവിലെ അയാളുടെ പനി എങ്ങനെയുണ്ടെന്ന് അറിയാൻവേണ്ടി അവർ എത്തിയപ്പോൾ അയാളുടെ മുഖത്തേക്ക് ഒരുതവണ നോക്കാൻപോലും അവർ ധൈര്യപ്പെട്ടില്ല. ആ സമയത്തും അയാളുടെ പനി കുറഞ്ഞിരുന്നില്ല. അയാൾ കൂടുതൽ ക്ഷീണിതനായിരുന്നു. അയാൾ സ്വയം പ്രതീക്ഷയ്ക്ക് വകയില്ലെന്ന് കരുതുന്നുണ്ടെന്ന് അവർക്ക് തോന്നിയിരുന്നു. അത് ഒരു നല്ല സൂചന ആയിരുന്നില്ല. അന്ന് മുഴുവൻ അവർ അയാളുടെ അടുത്ത് മാറിമാറി ഇരുന്നുകൊണ്ട് അയാളുടെ മുഖം കഴുകുകയും ശരീരം തുടയ്ക്കുകയും ചെയ്തു. ഇടയ്ക്കിടയ്ക്ക് അയാളുടെ താല്പര്യങ്ങൾ ഉത്തേജിപ്പിക്കാൻ വേണ്ടി അവർ അയാളോട് സംസാരിച്ചു. പക്ഷേ, അതൊന്നും വലിയ തോതിൽ വിജയിച്ചില്ല. വൈകുന്നേരം ജീനാണ് അയാളോടൊപ്പം ഇരുന്നിരുന്നത്. അയാൾ അനക്കമില്ലാതെ മലർന്നുകിടന്ന് വളരെക്കൂടുതൽ വിയർത്തു. അവൾ

ചോദിച്ചതിനൊന്നും അയാൾ മറുപടി പറഞ്ഞിരുന്നില്ല.

അയാൾക്ക് താല്പര്യമുള്ള എന്തെങ്കിലും കാര്യം അന്വേഷിക്കുന്ന തിനിടയിൽ അവൾ അയാളുടെ പട്ടാളവേഷം കൈയിലെടുത്ത് പോക്ക റ്റിൽ ഉണ്ടായിരുന്ന കണക്ക് ബുക്ക് കണ്ടെത്തി. അവൾ അതിനുള്ളിൽ ഒരു വീടിന്റെ വാതിലിൽ നാല് കുട്ടികളോടൊപ്പം നില്ക്കുന്ന ഒരു ജപ്പാൻകാരിയുടെ ഫോട്ടോഗ്രാഫ് കണ്ടു. അവൾ പറഞ്ഞു. "സാറിന്റെ മക്കൾ?" അവൾ അത് അയാൾക്ക് കൊടുത്തു. അയാൾ ഒന്നും പറയാതെ അതിലേക്ക് നോക്കിയതിനുശേഷം അവൾക്ക് അത് തിരിച്ചുകൊടുത്തു. ഒരുനിമിഷം കഴിഞ്ഞ് അത് ഉപേക്ഷിക്കാൻ അയാൾ അവളോട് ആംഗ്യം കാണിച്ചു.

അയാളുടെ പട്ടാളവേഷം താഴെവെക്കുന്ന സമയത്ത് അവൾ അയാളെ നോക്കിയിരുന്നു. അയാളുടെ കണ്ണിൽനിന്നും ഊറിയിറങ്ങിയ കണ്ണുനീർ അയാളുടെ കവിളിലെ വിയർപ്പ് കണങ്ങളുമായി കൂടിക്കലെരു ന്നുണ്ടായിരുന്നു. അവൾ വളരെ സാവധാനം അതെല്ലാം തുടച്ചുമാറ്റി.

അയാളുടെ ക്ഷീണം കൂടിക്കൂടി വന്നു. രണ്ട് ദിവസം കഴിഞ്ഞ് രാത്രി യിൽ അയാൾ മരിച്ചു. അയാൾ മരിക്കുന്നതിന് ഒരു പ്രത്യേക കാരണം ഉള്ളതായി തോന്നിയില്ല. പക്ഷേ, കുവാൻടാനിൽവച്ച് സംഭവിച്ച നാണ ക്കേട് അയാൾക്ക് ഒരു ഭാരമായിരുന്നു. അയാൾക്ക് ജീവിക്കാനുള്ള ആഗ്ര ഹവും താല്പര്യവും നഷ്ടപ്പെട്ടുപോയതായി തോന്നി. അവർ അയാളെ ഗ്രാമത്തിന് പുറത്തുള്ള ഒരു ശ്മശാനത്തിൽ അടക്കം ചെയ്തു. ഇഷ്ടമുണ്ടായിരുന്ന ഒരു പഴയ കൂട്ടുകാരൻ എന്ന നിലയിൽ അവരുടെ കൂട്ടത്തിൽ ഉണ്ടായിരുന്ന കൂടുതൽ ആളുകളും അയാൾക്കുവേണ്ടി ചെറി യതോതിൽ കരഞ്ഞിരുന്നു.

പട്ടാളക്കാരന്റെ മരണം അവരെ ഏറ്റവും അസാധാരണമായ ഒരു അവസ്ഥയിൽ എത്തിച്ചിരുന്നു. അവർ ഇപ്പോൾ ഒരു കാവല്ക്കാരൻ പോലും ഇല്ലാത്ത തടവുകാർ ആയിരുന്നു. അന്ന് വൈകുന്നേരം ശവ സംസ്കാരത്തിനുശേഷം അവർ ഇതിനെപ്പറ്റി വളരെനേരം സംസാരിച്ചു. "നമ്മൾ ഇപ്പോളുള്ള ഈ സ്ഥലത്ത് താമസിക്കാതിരിക്കാനുള്ള കാരണ ങ്ങൾ ഒന്നും ഞാൻ കാണുന്നില്ല." മിസിസ്സ് ഫ്രിത്ത് പറഞ്ഞു. "ഇത് നമ്മൾ താമസിച്ചിട്ടുള്ള ഏത് സ്ഥലത്തിനും ഒപ്പം നല്ല സ്ഥലം ആണ്. അയാൾ അങ്ങനെയാണ് പറഞ്ഞിരുന്നത്. നമുക്ക് വഴിയിൽനിന്നും അല്പം അകന്നുമാറിയുള്ള ഒരു സ്ഥലം കണ്ടെത്തി അവിടെ താമസി ക്കണം."

ജീൻ പറഞ്ഞു. "എനിക്കറിയാം. എങ്കിലും നമുക്ക് തീരുമാനിക്കേണ്ടി വരുന്ന രണ്ട് കാര്യങ്ങൾ ഉണ്ട്. ഒന്നാമത്തെ കാര്യം ചിലപ്പോൾ ജപ്പാ ൻകാർ നമ്മൾ ഇവിടെ താമസിക്കുന്നുണ്ടെന്ന് കണ്ടുപിടിക്കാൻ സാദ്ധ്യത ഉണ്ട്. അങ്ങനെയാണെങ്കിൽ ജപ്പാൻകാരെ അറിയിക്കാതെ നമ്മളെ ഇവിടെ താമസിപ്പിച്ചതിന് ഗ്രാമത്തലവൻ ബുദ്ധിമുട്ടിലാകും. ഒരുപക്ഷേ, അവർ അയാളെ കൊല്ലാൻ ഇടയുണ്ട്. അവർ എങ്ങനെയാണെന്ന്

നിങ്ങൾക്ക് അറിവുണ്ട്."

"ഒരുപക്ഷേ, അവർ നമ്മളെ കണ്ടെത്താൻ ഇടയില്ല." മിസിസ്സ് പ്രൈസ് പറഞ്ഞു.

"മാറ്റ് അമിൻ അത്തരം സാഹസത്തിന് മുതിരുന്ന മനുഷ്യൻ ആണെന്ന് ഞാൻ വിചാരിക്കുന്നില്ല." ജീൻ പറഞ്ഞു. "അയാൾക്ക് അങ്ങനെ ചെയ്യാനുള്ള കാരണങ്ങൾ ഒന്നുംതന്നെ ഇല്ല. നമ്മൾ ഇവിടെ താമസിക്കുകയാണെങ്കിൽ അയാൾ നേരിട്ട് ജപ്പാൻകാരുടെ അടുത്തു പോയി നമ്മൾ ഇവിടെ ഉണ്ടെന്ന് പറഞ്ഞുകൊടുക്കും." അവൾ അല്പ സമയം സംസാരം നിർത്തിവെച്ചു. "മറ്റൊരുകാര്യം നമ്മൾ മദാമ്മമാരാ യതുകൊണ്ട് മാത്രം പതിനേഴ് പേർ ഉള്ള നമ്മുടെ സംഘത്തിന് ഗ്രാമീ ണർ എന്നും ഭക്ഷണം തന്നുകൊണ്ടിരിക്കുമെന്ന് നമുക്ക് പ്രതീക്ഷിക്കാൻ പറ്റില്ല. നമ്മളെ ഒഴിവാക്കാൻ വേണ്ടിമാത്രം അവർ ജപ്പാൻകാരെ പോയി കാണും."

മിസിസ്സ് ഫ്രിത്ത് പറഞ്ഞു. "ഒരുപക്ഷേ, നമുക്ക് നമ്മുടെ ഭക്ഷണ ത്തിനുള്ള വക വളർത്തിയെടുക്കാൻ കഴിയും. നമ്മൾ നടന്നുവന്ന നെല്പാടങ്ങളുടെ പകുതിയോളം ഈ വർഷം ഞാറു നട്ടിട്ടില്ല."

ജീൻ മിസിസ്സ് ഫ്രിത്തിനെ സൂക്ഷിച്ചുനോക്കി. "അത് വളരെ ശരി യാണ്. അവർ നട്ടിട്ടില്ല. അത് എന്താണെന്ന് എനിക്ക് അത്ഭുതം തോന്നി യിരുന്നു."

"പുരുഷന്മാർ എല്ലാം തീർച്ചയായും യുദ്ധത്തിന് പോയിരിക്കും." മിസിസ്സ് വാർണർ പറഞ്ഞു. "അവർ റെയിൽവെ നിർമ്മാണത്തിൽ കൂലി പ്പണി സ്വീകരിച്ചിരിക്കും. അല്ലെങ്കിൽ അതുപോലെ എന്തെങ്കിലും ജോലി ചെയ്യുന്നുണ്ടാകും."

ജീൻ ശബ്ദം താഴ്ത്തി പറഞ്ഞു. "നിങ്ങൾ ഇതിനെപ്പറ്റി എന്താണ് വിചാരിക്കുന്നത്. മാറ്റ് അമീനോട് നമ്മളെ ഇവിടെ താമസിക്കാൻ അനു വദിക്കുകയാണെങ്കിൽ നമ്മൾ എല്ലാവരും നെല്പാടങ്ങളിൽ ജോലി ചെയ്യുമെന്ന് പറയുന്നതിനെപ്പറ്റി എന്താണ് അഭിപ്രായം?"

മിസിസ്സ് പ്രൈസ് ചിരിച്ചു. "മലയായിലെ പെൺകുട്ടികളെപ്പോലെ ഞാൻ എന്റെ ഈ ശരീരവുംകൊണ്ട് മുട്ടറ്റം ചേറിൽ ഇറങ്ങിനടന്ന് ഞാറു നടുന്നതിനെപ്പറ്റി ആണോ നിങ്ങൾ പറയുന്നത്?"

ജീൻ ക്ഷമാപണത്തിന്റെ സ്വരത്തിൽ പറഞ്ഞു. "അത് ഒരു വെറും ആലോചന മാത്രം ആയിരുന്നു."

"പക്ഷേ, അത് വളരെ നല്ല ആലോചന ആണ്." മിസിസ്സ് വാർണർ പറഞ്ഞു. "നമുക്ക് ഇവിടെ സുഖമായി താമസിച്ച് ജീവിക്കാൻ പറ്റുമെ ങ്കിൽ നെല്പാടങ്ങളിൽ ജോലി ചെയ്യാൻ എനിക്ക് മടി ഇല്ല."

മിസിസ്സ് ഫ്രിത്ത് പറഞ്ഞു. "നമ്മൾ നെല്ല് കൃഷി ചെയ്യുകയാണെ ങ്കിൽ ഒരുപക്ഷേ, അവർ നമ്മളെ ഇവിടെ താമസിക്കാൻ അനുവദിക്കും. ഞാൻ ജപ്പാൻകാർ അനുവദിക്കും എന്നാണ് ഉദ്ദേശിച്ചത്. എന്തായാലും അങ്ങനെയാണെങ്കിൽ നമ്മൾ എന്തെങ്കിലും പ്രയോജനമുള്ള കാര്യമാണ്

ചെയ്യുന്നത്. നമ്മൾ അപ്പോൾ രാജ്യം മുഴുവൻ വീടില്ലാതെ അലഞ്ഞുതി
രിയുന്ന അനാഥപ്പട്ടികളെപ്പോലെ ആയിരിക്കില്ല.”

അടുത്ത ദിവസം രാവിലെ ജീൻ ഗ്രാമത്തലവനെ കാണാൻ പോയി.
അവൾ പുഞ്ചിരിച്ചുകൊണ്ട് അയാളെ നോക്കി കൈകൂപ്പി. മലായ് ഭാഷ
യിൽ അവൾ പറഞ്ഞു. “മാറ്റ് അമിൻ; ഈ വർഷം നെല്പാടങ്ങളിൽ
ഞാറ് നടാത്തത് എന്തുകൊണ്ടാണ്? ഞങ്ങൾ ഇങ്ങോട്ട് വരുമ്പോൾ പല
സ്ഥലങ്ങളും ഞാറു നടാതെ കിടക്കുന്നത് കണ്ടിരുന്നു.”

അയാൾ പറഞ്ഞു. “മുക്കുവർ ഒഴിച്ച് മറ്റുള്ള പുരുഷന്മാർ മുഴുവൻ
സൈന്യത്തിനുവേണ്ടി ജോലിചെയ്യുകയാണ്.” അയാൾ ജപ്പാൻ
സൈന്യത്തെ ആണ് ഉദ്ദേശിച്ചത്.

“തീവണ്ടിപ്പാതയുടെ പണിയിലാണോ?”

“അല്ല. അവർ ഗോങ് കെടാക്കിൽ ആണ്. അവർ വളരെ നീളം
കൂടിയ ഒരു പ്രദേശം നിരപ്പുള്ള ഭൂമിയാക്കി മാറ്റിക്കൊണ്ടിരിക്കുകയാണ്.
ആ സ്ഥലം അവർ നിരപ്പാക്കി ടാറും കല്ലുംകൊണ്ട് വിമാനം ഇറങ്ങാൻ
വേണ്ടി തയ്യാറാക്കുകയാണ്.”

“അവർ ഉടൻതന്നെ ഞാറുനടാൻ വേണ്ടി തിരിച്ചു വരുന്നുണ്ടോ?”

“അത് ദൈവത്തിന്റെ കൈയിൽ ആണ്. പക്ഷേ, അവർ അടു
ത്തൊന്നും തിരിച്ചുവരുമെന്ന് ഞാൻ വിചാരിക്കുന്നില്ല. ഗോങ് കെടാക്കിലെ
ഈ ജോലി കഴിയുമ്പോൾ മച്ചാങ്ങിൽ ഇതുപോലെ ഉള്ള വേറൊരു
സ്ഥലം ഉണ്ട്. ഇതുപോലെയുള്ള ജോലി ചെയ്യാൻ മറ്റൊരു സ്ഥലം ടാൻ
യോങ് മാറ്റിലും ഉണ്ട്. ഒരു മനുഷ്യൻ ജപ്പാൻകാരുടെ അധികാരത്തിലാ
യിക്കഴിഞ്ഞാൽ അയാൾക്ക് അവിടെനിന്ന് രക്ഷപ്പെട്ട് വീട്ടിൽ തിരിച്ചെ
ത്താൻ എളുപ്പമല്ല.”

“അപ്പോൾ ആര് ഞാറും നടും? കൊയ്ത്ത് നടത്തും.”

“സ്ത്രീകൾ അവർക്ക് ചെയ്യാൻ കഴിയുന്നത് ചെയ്യും. അടുത്ത
വർഷം നെല്ല് കുറവായിരിക്കും. ഇവിടെ കുറവ് വരില്ല. കാരണം നമുക്ക്
കഴിക്കാനുള്ള നെല്ല് നമ്മൾ വിൽക്കാൻ പോകുന്നില്ല. ജപ്പാൻകാർക്ക്
വിൽക്കാൻ നമ്മുടെ കൈയിൽ വേണ്ടത്ര നെല്ല് ഉണ്ടായിരിക്കില്ല. അവർ
എന്താണ് കഴിക്കാൻ പോകുന്നതെന്ന് എനിക്ക് അറിയില്ല. പക്ഷേ, എന്താ
യാലും അത് അരി ആയിരിക്കില്ല.”

ജീൻ പറഞ്ഞു. “എനിക്ക് മാറ്റ് അമീനോട് ചില ഗൗരവമുള്ള കാര്യ
ങ്ങൾ ചർച്ച ചെയ്യാനുണ്ട്. ഞങ്ങളുടെ കൂട്ടത്തിൽ ഒരു പുരുഷൻ ഉണ്ടാ
യിരുന്നെങ്കിൽ ഞങ്ങൾക്കുവേണ്ടി സംസാരിക്കാൻ ഞാൻ അയാളെ പറ
ഞ്ഞയയ്ക്കുമായിരുന്നു. പക്ഷേ, പുരുഷന്മാർ ഒന്നുംതന്നെ ഇല്ല.
സ്ത്രീകൾക്കുവേണ്ടി ഒരു സ്ത്രീയുമായി കാര്യം സംസാരിക്കണമെന്ന്
ഞാൻ ആവശ്യപ്പെട്ടാൽ നിങ്ങൾക്ക് അത് അപമാനമാണെന്ന് ഞാൻ
ചിന്തിക്കുന്നില്ല.” ഒരു മുഹമ്മദീയനോടുള്ള ശരിയായ സമീപനം സംബ
ന്ധിച്ചുള്ള ചില കാര്യങ്ങൾ ഇപ്പോൾ അവൾ മനസ്സിലാക്കിയിട്ടുണ്ട്.

അയാൾ തലകുമ്പിട്ടതിനുശേഷം അവളെ വീടിനുള്ളിലേക്ക് നയിച്ചു.

അവിടെ ഇടിഞ്ഞുപൊളിഞ്ഞ ഒരു വരാന്ത ഉണ്ടായിരുന്നു. അവർ വരാന്തയിൽ എത്തി പരസ്പരം മുഖത്തു നോക്കിക്കൊണ്ട് തറയിൽ ഇരുന്നു. അയാൾ പറ്റെ വെട്ടിയ മുടിയും മേൽമീശയും ഉള്ള ഒരു വൃദ്ധൻ ആയിരുന്നു. അയാൾ ലുങ്കിപോലെയുള്ള സരോങ് ധരിച്ചിരുന്നു. അരക്കെട്ട് വരെ അയാൾ നഗ്നനായിരുന്നു. അയാളുടെ മുഖത്തിന് കടുപ്പം ഉണ്ടായിരുന്നു. പക്ഷേ, ക്രൂരത ഉണ്ടായിരുന്നില്ല. അയാൾ വീടിനകത്ത് ഉണ്ടായിരുന്ന ഭാര്യയോട് കാപ്പികൊണ്ടുവരാൻ വിളിച്ചു പറഞ്ഞു.

കാപ്പി പ്രത്യക്ഷപ്പെടുന്നതുവരെ ജീൻ വിനയത്തോടെ സംസാരിച്ചുകൊണ്ട് കാത്തിരുന്നു. അവൾ ഈ പെരുമാറ്റരീതി ഗ്രാമത്തിലെ ആറു മാസത്തെ ജീവിതംകൊണ്ട് മനസ്സിലാക്കിയതായിരുന്നു. പാലോ പഞ്ചസാരയുടെ മധുരമോ ഇല്ലാത്ത ചായ രണ്ട് കട്ടിയുള്ള ഗ്ലാസുകളിൽ കൊണ്ടുവരപ്പെട്ടു. അവൾ അയാളെ നോക്കി തലകുമ്പിട്ടതിനുശേഷം ചായയുടെ രുചിനോക്കി. ഗ്ലാസ് വീണ്ടും താഴെ വെച്ചുകൊണ്ട് അവൾ പറഞ്ഞു, "ഞങ്ങൾ ഒരു ബുദ്ധിമുട്ടിൽ ആണ്. ഞങ്ങളുടെ കാവല്ക്കാരൻ മരിച്ചു. ഇപ്പോൾ ഞങ്ങളുടെ ജീവിതം ഞങ്ങളുടെ കൈകളിൽ മാത്രമല്ല. അത് നിങ്ങളുടെ കൈകളിലും കൂടി ആണ്. നിങ്ങൾക്ക് ഞങ്ങളുടെ കഥ അറിയാം. ഞങ്ങൾ തടവുകാരാക്കപ്പെട്ടത് പനോങ്ങിൽവച്ച് ആയിരുന്നു. അതിനുശേഷം ഈ സ്ഥലത്ത് വന്നുചേരുന്നതിന് മുമ്പ് ഞങ്ങൾ വളരെ കൂടുതൽ മൈലുകൾ നടന്നുകഴിഞ്ഞിട്ടുണ്ട്. ഒരു ജാപ്പനീസ് സൈന്യാധിപനും ഞങ്ങളെ സ്വീകരിക്കാൻ പോകുന്നില്ല. ഒരാളും ഞങ്ങളെ ഒരു താല്ക്കാലിക താവളത്തിലാക്കി ഭക്ഷണം തരാൻ പോകുന്നില്ല. കാരണം ഓരോ സൈന്യാധിപനും ഈ ചുമതലകൾ മറ്റേ സൈന്യാധിപന്റെ ആണെന്നാണ് വിശ്വസിക്കുന്നത്. അതുകൊണ്ട് അവർ ഞങ്ങളെ കാവല്ക്കാരന്റെ മേൽനോട്ടത്തിൽ ഒരു പട്ടണത്തിൽനിന്ന് മറ്റൊരു പട്ടണത്തിലേക്ക് നടത്തുന്നു. ആറുമാസമായി ഇത് നടന്നുകൊണ്ടിരിക്കുകയാണ്. ഈ സമയംകൊണ്ട് ഞങ്ങളുടെ സംഘത്തിലെ പകുതി അംഗങ്ങൾ വഴിയിൽ മരിച്ചുകഴിഞ്ഞു."

അയാൾ താല്പര്യത്തോടെ തലതിരിച്ചു. "ഇപ്പോൾ ഞങ്ങളുടെ കാവലിന് ഉണ്ടായിരുന്ന പട്ടാളക്കാരൻ മരിച്ചു." അവൾ പറഞ്ഞു. "ഞങ്ങൾ എന്തുചെയ്യും? ഒരു ജപ്പാൻ സൈന്യാധിപനെ കണ്ടെത്തി അയാളുടെ മുമ്പിൽ ഹാജരാകുന്നതുവരെ നടത്തം തുടരുകയാണെങ്കിൽ അയാൾക്ക് ഞങ്ങളെ ആവശ്യം കാണില്ല. ഈ രാജ്യത്ത് ഒരാൾക്കുപോലും ഞങ്ങളെ ആവശ്യം ഇല്ല. ഞങ്ങൾ പുരുഷന്മാർ ആയിരുന്നെങ്കിൽ കൊന്നുകളയുന്നതുപോലെ അവർ ഞങ്ങളെ പെട്ടെന്ന് കൊല്ലാൻ പോകുന്നില്ല. മറ്റ് ഏതെങ്കിലും ഒരു സ്ഥലത്തേക്ക് പറഞ്ഞയച്ചുകൊണ്ട് അവർ ഞങ്ങളെ ഒഴിവാക്കും. ഒരുപക്ഷേ, ഞങ്ങൾ കടന്നുവന്ന സ്ഥലം പോലെയുള്ള ഏതോ ചതുപ്പിലേക്ക് ആയിരിക്കാം. അവർ ഞങ്ങളെ പറഞ്ഞുവിടുന്നത്. ആവിധത്തിൽ വീണ്ടും രോഗങ്ങൾ കാരണം ഞങ്ങൾ ഓരോരുത്തരായി എല്ലാവരും മരിച്ചുവീഴും. ഞങ്ങൾ ജപ്പാൻകാരുടെ മുമ്പിൽ ഹാജരാവു

കയാണെങ്കിൽ ഇതാണ് ഞങ്ങൾക്ക് ഇപ്പോൾ സംഭവിക്കാൻ പോകു
ന്നത്."

അയാൾ മറുപടി പറഞ്ഞു. "മാലാഖമാർ പറഞ്ഞതായി എഴുതിയി
ട്ടുണ്ട്- ഓരോ ആത്മാവും മരണത്തിന്റെ സ്വാദ് അറിയും. ഞങ്ങളുടെ
അടുത്തേക്ക് തിരിച്ചെത്തുന്നതുവരെ നന്മയും തിന്മയും നിങ്ങളിൽ
ഞങ്ങൾ പരീക്ഷിച്ച് നിങ്ങൾക്ക് ഞങ്ങൾ തെളിച്ചുതരും."

ഡിലിറ്റിലെ ഗ്രാമത്തലവന്റെ വാക്കുകൾ അവൾ പെട്ടെന്ന് ഓർമ്മി
ച്ചെടുത്തു. അവൾ പറഞ്ഞു. "നിങ്ങൾക്ക് സ്ത്രീകളോട് അനുകമ്പയും
അവരോട് തെറ്റ് ചെയ്യാൻ ഭയവും ഉണ്ടെങ്കിൽ നിങ്ങൾ ചെയ്യുന്ന കാര്യ
ങ്ങൾ ദൈവത്തിന് നല്ല രീതിയിൽ പരിചിതമായിരിക്കും എന്നുകൂടി എഴു
തിയിട്ടുണ്ട്."

അയാൾ അവളെ സൂക്ഷിച്ചുനോക്കി. "അത് എവിടെയാണ് എഴു
തിയിട്ടുള്ളത്?"

അവൾ പറഞ്ഞു. "നാലാമത്തെ സൂറായിൽ."

"നിങ്ങൾ ആ മതവിശ്വാസി ആണോ?" അവൾ തലയാട്ടി. "ഞാൻ
നിങ്ങളെ കബളിപ്പിക്കാൻ ആഗ്രഹിക്കുന്നില്ല. ഞാൻ ഒരു ക്രിസ്ത്യാനി
ആണ്. ഞങ്ങൾ എല്ലാവരും ക്രിസ്ത്യാനികൾ ആണ്. ഞങ്ങൾ വന്ന
വഴിയിലുള്ള ഒരു ഗ്രാമത്തലവന് ഞങ്ങളോട് ദയ ഉണ്ടായിരുന്നു. ഞാൻ
അയാൾക്ക് നന്ദി പറഞ്ഞപ്പോൾ അയാൾ ഇത് എന്നോട് പറഞ്ഞു.
എനിക്ക് *ഖുറാൻ* അറിയില്ല."

"നിങ്ങൾ വളരെ ബുദ്ധിയുള്ള സ്ത്രീ ആണ്." അയാൾ പറഞ്ഞു.
"നിങ്ങൾക്ക് എന്താണ് വേണ്ടതെന്ന് പറയൂ."

"ഞങ്ങളുടെ സംഘത്തിന് ഈ ഗ്രാമത്തിൽ താമസിച്ചുകൊണ്ട്
നെൽപാടങ്ങളിൽ നിങ്ങളുടെ സ്ത്രീകൾ ജോലി ചെയ്യുന്നതുപോലെ
ജോലി ചെയ്യണം." അവൾ പറഞ്ഞു. അയാൾ അവളെ അത്ഭുതത്തോടെ
തുറിച്ചുനോക്കി. "ഇത് നിങ്ങൾക്ക് അപകടം വിളിച്ചുവരുത്തും."

അവൾ പറഞ്ഞു. "അത് ഞങ്ങൾക്ക് നല്ലവണം അറിയാം. ഞങ്ങൾ
ഇവിടെയുണ്ടെന്ന് നിങ്ങൾ അവരെ അറിയിക്കുന്നതിനുമുമ്പ് ജപ്പാന്റെ
ഉദ്യോഗസ്ഥർക്ക് കണ്ടെത്താൻ കഴിഞ്ഞാൽ അവർക്ക് അങ്ങേയറ്റത്തെ
ദേഷ്യംവരും. അതുകൊണ്ട് നിങ്ങൾ ഇത് അനുവദിക്കണമെന്നാണ് എന്റെ
ആഗ്രഹം. ഞങ്ങളോടൊപ്പം ചെയ്യേണ്ട ജോലികൾ ഞങ്ങൾക്ക് കാണി
ച്ചുതരാൻവേണ്ടി ഒന്നോ രണ്ടോ നിങ്ങളുടെ സ്ത്രീകളെക്കൂടി നിങ്ങൾ
അയച്ചുതരണം. ഞങ്ങൾ ഉറങ്ങാനുള്ള സ്ഥലത്തിനും ആഹാരത്തിനും
വേണ്ടി മാത്രം ജോലി ചെയ്യും.

രണ്ടാഴ്ച ജോലി ചെയ്തുകഴിയുമ്പോൾ ഞാൻ നേരിട്ട് ചെന്ന് ഉദ്യോ
ഗസ്ഥനെക്കണ്ട് ഈ കാര്യം ബോധിപ്പിക്കും. ഗ്രാമത്തലവൻ എന്ന നില
യിൽ നിങ്ങൾ എന്റെ കൂടെവന്ന് ഞങ്ങളെ ജോലി ചെയ്യാൻ അനുവദി
ച്ചാൽ ജപ്പാൻകാർക്ക് വേണ്ടി കൂടുതൽ നെല്ല് കൃഷി ചെയ്യാൻ പറ്റും
എന്ന് ഉദ്യോഗസ്ഥനോട് പറയണം. ഇതെല്ലാം ആണ് ഞാൻ ആഗ്രഹി

ക്കുന്നത്."

"വെള്ളക്കാരികൾ നെല്പാടത്ത് ജോലി ചെയ്യുന്നതായി ഞാൻ ഇതു വരെ കേട്ടിട്ടില്ല." അയാൾ പറഞ്ഞു.

അവൾ ചോദിച്ചു. "വെള്ളക്കാരികൾ ഞങ്ങൾ നടക്കുന്നതുപോലെ നടന്നുനടന്ന് മരിച്ചുവീഴുന്നതായി നിങ്ങൾ എന്നെങ്കിലും കേട്ടിട്ടുണ്ടോ?" അയാൾ മറുപടി പറഞ്ഞില്ല.

"ഞങ്ങൾ നിങ്ങളുടെ കൈകളിൽ ആണ്." അവൾ പറഞ്ഞു. "ഞങ്ങ ളുടെ വഴിക്ക് മറ്റ് ഏതെങ്കിലും സ്ഥലത്തേക്ക് പോകാൻ നിങ്ങൾ പറയു കയാണെങ്കിൽ ഞങ്ങൾക്ക് പോകാതിരിക്കാൻ പറ്റില്ല. പോകുന്ന വഴി യിൽ എവിടെയെങ്കിലും വച്ച് നിശ്ചയമായും ഞങ്ങൾ മരിക്കും. അപ്പോൾ ഇത് നിങ്ങൾക്കും ദൈവത്തിനും ഇടയിലുള്ള ഒരു കാര്യം ആയിരിക്കും. നിങ്ങളുടെ പാടങ്ങൾ കൃഷി ചെയ്തുകൊണ്ട് സമാധാനമായി ജീവിക്കാൻ നിങ്ങൾ ഞങ്ങളെ അനുവദിക്കുകയാണെങ്കിൽ ഇംഗ്ലീഷുകാർ ഇവിടെ വിജയികളായി തിരിച്ചെത്തുമ്പോൾ നിങ്ങൾ വലിയ രീതിയിൽ ആദരി ക്കപ്പെടും. അവസാനം അവരാണ് വിജയിക്കാൻ പോകുന്നത്. ഇപ്പോൾ ഈ പൊക്കം കുറഞ്ഞവർ ആണ് അധികാരത്തിൽ ഉള്ളത്. പക്ഷേ, അമേ രിക്കക്കാരെ അവർക്ക് വിജയിക്കാൻ കഴിയില്ല. ലോകത്തിലെ എല്ലാ സ്വത ന്ത്രമനുഷ്യരെയും അവർക്ക് വിജയിക്കാൻ കഴിയില്ല. ഒരു ദിവസം ഇംഗ്ലീ ഷുകാർ തിരിച്ചെത്തും."

അയാൾ പറഞ്ഞു. "ആ ദിവസം കാണാൻ എനിക്ക് സന്തോഷം ആയിരിക്കും."

അവർ കാപ്പി നുണഞ്ഞുകൊണ്ട് അല്പസമയം നിശ്ശബ്ദത പാലിച്ചു. പെട്ടെന്ന് ഗ്രാമത്തലവൻ പറഞ്ഞു. "ഇത് ഗ്രാമത്തെ മുഴുവൻ ബാധി ക്കുന്ന കാര്യം ആണ്. അതുകൊണ്ട് അലക്ഷ്യമായി തീരുമാനം എടു ക്കാൻ പറ്റില്ല. ഞാൻ ഇതിനെക്കുറിച്ച് ആലോചിച്ചതിനുശേഷം എന്റെ സഹോദരങ്ങളുമായി സംസാരിക്കും."

ജീൻ തിരിച്ചുപോയി. അന്ന് വൈകുന്നേരം ഗ്രാമത്തലവന്റെ വീടിന് മുന്നിൽ ഒരുകൂട്ടം ആളുകൾ അയാളുടെ കൂടെ കുത്തിയിരിക്കുന്നത് അവൾ കണ്ടു. ആ സമയത്ത് 'കോലാ തലാങ്ങിൽ' ചെറുപ്പക്കാർ കുറ വായിരുന്നതുകൊണ്ട് അവർ എല്ലാവരും വൃദ്ധന്മാർ ആയിരുന്നു. ഒരു പക്ഷേ, ഈ സമ്മേളനത്തിലേക്ക് ചെറുപ്പക്കാരെ പ്രവേശിപ്പിച്ചിരിക്കില്ല. അന്ന് സന്ധ്യയോടെ മറ്റ് അമിൻ ഗോഡൗണിൽവന്ന് പാഗറ്റ് മദാമ്മയെ അന്വേഷിച്ചു. ജീൻ കുട്ടിയെ എടുത്തുകൊണ്ട് അയാളുടെ അടുത്തെത്തി. അവൾ ഒരു ചെറിയ മണ്ണെണ്ണ വിളക്കിന്റെ വെളിച്ചത്തിൽ അയാളോട് സംസാരിച്ചുകൊണ്ട് നിന്നു.

"നമ്മൾ ചർച്ച ചെയ്തിരുന്ന കാര്യത്തെപ്പറ്റി ഞങ്ങൾ ചർച്ച നടത്തി." അയാൾ പറഞ്ഞു. "ഞങ്ങളുടെ നെല്പാടങ്ങളിൽ മദാമ്മമാർ ജോലി ചെയ്യുന്നത് ഒരു അസാധാരണ കാര്യം ആണ്. വെള്ളക്കാർ തിരിച്ചു വരു മ്പോൾ അവർ ഇത് മനസ്സിലാക്കില്ലെന്ന് എന്റെ ചില സഹോദരന്മാർക്ക്

സംശയം ഉണ്ട്. നിങ്ങളുടെ ഇഷ്ടം നോക്കാതെ ഞങ്ങൾ നിങ്ങളെക്കൊണ്ട് ജോലി ചെയ്യിച്ചെന്ന് പറഞ്ഞ്. അവർ കോപിക്കും."

ജീൻ പറഞ്ഞു. "അവർ അങ്ങനെ പറഞ്ഞാൽ അവരെ കാണിക്കാൻ വേണ്ടി ഞങ്ങൾ ഇപ്പോൾ നിങ്ങൾക്ക് ഒരു എഴുത്ത് തരാം."

അയാൾ തലയാട്ടി. "അതിന്റെ ആവശ്യം ഇല്ല. അവർ തിരിച്ചുവരു മ്പോൾ ഈ കാര്യം നിങ്ങളുടെ താല്പര്യം ആയിരുന്നെന്ന് അവരോട് പറഞ്ഞാൽ മതി."

അവൾ പറഞ്ഞു. "ഞങ്ങൾ അത് ചെയ്യും."

അവർ അടുത്തദിവസം ജോലിചെയ്യാൻ പോയി. ആ സമയത്ത് സംഘത്തിൽ ജീനും ആറ് വിവാഹിതകളും ജീനിന്റെ കുട്ടി ഉൾപ്പെടെ പത്ത് കുട്ടികളും ഉണ്ടായിരുന്നു. ഗ്രാമത്തലവൻ ഫാത്തിമാ ബിന്തിഡാ റസ്, റൈഹനാ ബിന്തി ഹസ്സൻ എന്നീ രണ്ട് മലയാക്കാരായ പെൺകു ട്ടികളോടൊപ്പം അവരെ പാടത്തേക്ക് കൂട്ടിക്കൊണ്ടുപോയി. അയാൾ ജോലി തുടങ്ങാൻവേണ്ടി കാട്ടുപുല്ല് മൂടിക്കിടന്ന ഏഴ് ചെറിയ പാടങ്ങൾ അവർക്ക് നല്കി. അത് അവർക്ക് എളുപ്പത്തിൽ കൈകാര്യം ചെയ്യാൻ പറ്റുന്ന കാര്യം ആയിരുന്നു. പാടങ്ങൾക്ക് അടുത്ത് വിശ്രമിക്കാൻ വേണ്ടി മേല്ക്കൂരയുള്ള ഒരു തിട്ട ഉണ്ടായിരുന്നു. അവർ ഏറ്റവും ഇളയ കുട്ടി കളെ അവിടെ ഇരുത്തിയതിനു ശേഷം ജോലിക്ക് പോയി.

ഏഴ് സ്ത്രീകളും ആരോഗ്യം ഉള്ളവർ ആയിരുന്നു. കൃഷി ജോലി കൾ താങ്ങാൻ കഴിവില്ലാത്തവർ യാത്രയ്ക്കിടയിൽ മരിച്ചുപോയിരുന്നു. ബാക്കിവന്നവർ നിശ്ചയദാർഢ്യവും മനക്കരുത്തും ഉള്ളവർ ആയിരുന്നു. അവർക്ക് എല്ലാവർക്കും മനക്കരുത്തിനൊപ്പം നല്ല ഫലിതബോധവും ഉണ്ടായിരുന്നു. മുറ്റം ചേറിലും വെള്ളത്തിലും നിന്നുകൊണ്ടുള്ള ജോലി യുമായി അവർ പരിചിതരായിക്കഴിഞ്ഞപ്പോൾ അവർക്ക് ഈ ജോലിയിൽ ബുദ്ധിമുട്ട് തോന്നിയില്ല. ജോലി പരിചയിച്ചുകഴിഞ്ഞപ്പോൾ മലയാക്കാ രികൾ ചെയ്യുന്ന ജോലി വെള്ളക്കാരികൾക്കും ചെയ്യാൻ കഴിയുമെന്ന് അല്ലെങ്കിൽ അതിലും കൂടുതൽ ജോലി ചെയ്യാൻ കഴിയുമെന്ന് ഗ്രാമത്തെ ബോധ്യപ്പെടുത്താനുള്ള അത്യാഗ്രഹം അവരെ പിടികൂടിയിരുന്നു.

മണ്ണ് കുട്ടിവച്ച് നിർമ്മിച്ച പൊക്കംകുറഞ്ഞ വരമ്പുകൾ ചുറ്റിലും ഉള്ള ചെറിയ പാടങ്ങളിലാണ് നെല്ല് വളരുന്നത്. അതുകൊണ്ട് അരുവിയിലെ വെള്ളം ഇഷ്ടാനുസരണം പാടങ്ങളിലേക്ക് എത്തിക്കാൻ കഴിയും. വെള്ളം വീണ്ടും പുറത്തേക്ക് ഒഴുക്കിവിടുമ്പോൾ അടിത്തട്ടിലെ ഭൂമി മിനുസമുള്ള ചെളി ആണ്. കളകൾ കൈകൊണ്ട് പിഴുതുമാറ്റാൻ പറ്റും. അതിന്റെ കൂടെ ഭൂമി കിളച്ച് ഞാറ് നടാനുള്ള തയ്യാറെടുപ്പുകൾ നടത്താനും കഴിയും. ഇതുപോലെയുള്ള ഒരു പാടത്ത് നെല്ല് വിതറിയാണ് ഞാറ് വളർത്തു ന്നത്. അവ അതിനുശേഷം ചേറുള്ള പാടത്തേക്ക് പിഴുതുമാറ്റി നിരപി ടിച്ച് നടുന്നു. അതിനുശേഷം ഏതാനും ദിവസത്തേക്ക് വീണ്ടും പാടത്ത് വെള്ളം കയറ്റുന്നു. ഏതാനും ദിവസങ്ങൾക്കു ശേഷം വീണ്ടും വെള്ളം പുറത്തേക്ക് ഒഴുക്കുന്നു. ചൂട് കാലാവസ്ഥയിൽ ഈ രീതിയിൽ വെള്ളം

കയറ്റി ഇറക്കുമ്പോൾ വളരെ പെട്ടെന്ന് ഞാറ് ഗോതമ്പിന്റെ ഉയരത്തി
ലേക്ക് തണ്ടിന്റെ അറ്റത്ത് നെല്ക്കതിരുമായി വളരുന്നു. നെല്ക്കതിരു
കൾ ഒരു ചെറിയ കത്തികൊണ്ട് കൊയ്തെടുക്കുന്നു. കതിരുകൾ
ചാക്കിൽനിറച്ച് പതിർ മാറ്റാൻവേണ്ടി ഗ്രാമത്തിലേക്ക് കൊണ്ടുപോകുന്നു.
കച്ചിതിന്നാനും അത് ചവിട്ടിമെതിച്ച് വളമാക്കി മാറ്റാനുംവേണ്ടി അതിനു
ശേഷം പോത്തുകളെ പാടത്തേക്ക് ഇറക്കി വിടുന്നു. വീണ്ടും ഈ ജോലി
കൾ ആവർത്തിക്കാൻ വേണ്ടി പാടം തയ്യാറാക്കിക്കഴിഞ്ഞു. സാധാരണ
യായി വർഷത്തിൽ രണ്ട് പ്രാവശ്യം നെല്ലിന്റെ വിളവെടുപ്പ് നടക്കുന്നു.

പരിചയിച്ചു കഴിയുമ്പോൾ പാടത്തെ ജോലി നിങ്ങൾക്ക് അപ്രിയ
മായിരിക്കില്ല. ചൂട് കൂടുതലുള്ള ഒരു രാജ്യത്ത് ചുളിഞ്ഞ പനയോല
കൊണ്ടുള്ള ഒരു വലിയ തൊപ്പിയും അണിഞ്ഞ് കൂടുതൽ വേഷങ്ങളും
അഴിച്ചുമാറ്റിയതിനുശേഷം ചെളിയിലും വെള്ളത്തിലും കളിക്കുന്നതിനേ
ക്കാൾ മെച്ചപ്പെട്ട കാര്യങ്ങൾ നിങ്ങൾക്ക് ചെയ്യാൻ കഴിയും. രണ്ടാഴ്ച
കൊണ്ട് സ്ത്രീകൾക്ക് ഈ ജോലി തൃപ്തികരമായി മാറി. എല്ലാ കുട്ടി
കൾക്കും തുടക്കം മുതൽ ഈ ജോലി ഇഷ്ടമായിരുന്നു. ആ സമയത്ത്
ഒരു ജപ്പാൻകാരൻപോലും ഗ്രാമത്തിലേക്ക് വന്നിരുന്നില്ല.

പതിനാറാം ദിവസം മാറ്റ് അമീനോടൊപ്പം ജീൻ ജപ്പാൻകാരെ അന്വേ
ഷിച്ച് യാത്ര ആരംഭിച്ചു. അവർ സൈനികോദ്യോഗസ്ഥന്റെ തോക്കും
ഉപകരണങ്ങളും യൂണിഫോമും കണക്ക് പുസ്തകവും കൂടെക്കൊണ്ടു
പോയിരുന്നു. അവിടെനിന്ന് ഇരുപത്തേഴ് മൈൽ ദൂരെ 'കുവാല റാക്കിറ്റ്'
എന്ന സ്ഥലത്ത് ജപ്പാൻകാരുടെ ഒരു നിയുക്ത സൈന്യം താവളം അടി
ച്ചിരുന്നു. അവർ അങ്ങോട്ട് പോയി.

ഇത്രയും ദൂരെ നടക്കാൻ അവർക്ക് രണ്ട് ദിവസം വേണ്ടിവന്നു. ഒരു
ദിവസം അവൾ ബുക്കിറ്റ് പിറാ എന്ന സ്ഥലത്ത് ഗ്രാമത്തലവനോടൊപ്പം
താമസിച്ചിരുന്നു. ജീൻ വീടിന്റെ പിൻവശത്തുള്ള വസതിയിൽ സ്ത്രീക
ളോടൊപ്പമാണ് ഉറങ്ങിയത്. അടുത്ത ദിവസം വൈകുന്നേരത്ത് അവർ
കുവാല റക്കിറ്റിൽ എത്തി. അത് ഒരു വലിയ ഗ്രാമം ആയിരുന്നു. അല്ലെ
ങ്കിൽ ഒരു ചെറിയ പട്ടണം ആയിരുന്നു. ഇവിടെവെച്ച് മാറ്റ് അമീൻ അവളെ
മലയായിലെ ഭരണകൂടത്തിന്റെ ഒരു ഉദ്യോഗസ്ഥനായ തുങ്കു ബന്താര
രാജായുടെ വീട്ടിലേക്ക് കൂട്ടിക്കൊണ്ടുപോയി. തുങ്കു ബന്താര മികച്ചരീതി
യിൽ ഇംഗ്ലീഷ് ഭാഷ സംസാരിക്കുന്ന ഒരു മെലിഞ്ഞ മലയാക്കാരൻ ആയി
രുന്നു. മാറ്റ് അമീനിൽനിന്നും ജീനിൽനിന്നും കേൾക്കാൻ ഇടയായ കഥ
കളിൽ അയാൾക്ക് കലർപ്പില്ലാത്ത ഉൽക്കണ്ഠ ഉണ്ടായിരുന്നു.

"എനിക്ക് വളരെ വിഷമം ഉണ്ട്." ഒടുവിൽ അയാൾ പറഞ്ഞു.
"എനിക്ക് നിങ്ങളെ സഹായിക്കാൻ വേണ്ടി കൂടുതൽ കാര്യങ്ങളൊന്നും
ചെയ്യാൻ കഴിയില്ല. കാരണം ഞങ്ങൾ ചെയ്യുന്ന എല്ലാ കാര്യങ്ങളും
ജപ്പാൻകാരുടെ നിയന്ത്രണത്തിലാണ്. നിങ്ങൾക്ക് നെല്പാടങ്ങളിൽ
ജോലി ചെയ്യേണ്ടിവരുന്നത് മോശം കാര്യമാണ്."

"അത് ഒട്ടുംതന്നെ മോശംകാര്യം അല്ല." ജീൻ പറഞ്ഞു. "സത്യ

ത്തിൽ അത് ഞങ്ങൾക്ക് ഇഷ്ടം ആണ്. ഞങ്ങൾ അവിടെ മാറ്റ് അമീനോ
ടൊപ്പം താമസിക്കാനാണ് ആഗ്രഹിക്കുന്നത്. ഈ ജില്ലയിൽ
ജപ്പാൻകാർക്ക് സ്ത്രീകൾക്കുവേണ്ടിയുള്ള ഒരു താവളം ഉണ്ടെങ്കിൽ
അവർ ഞങ്ങളെ ആ താവളത്തിൽ എത്തിക്കുമെന്നാണ് ഞാൻ കരുതു
ന്നത്. അവർക്ക് താവളം ഇല്ലെങ്കിൽ മലയാമുഴുവൻ അലഞ്ഞുതിരിയാൻ
ഞങ്ങൾക്ക് ആഗ്രഹം ഇല്ല. ഞങ്ങളിൽ പകുതിയോളം ആളുകൾ ഈ
അലച്ചിൽ കാരണം നേരത്തേതന്നെ മരിച്ചു കഴിഞ്ഞു."

"നിങ്ങൾ ഇന്ന് രാത്രിയിൽ ഞങ്ങളുടെ കൂടെ താമസിക്കണം."
അയാൾ പറഞ്ഞു. "നാളെ ജപ്പാന്റെ ഉദ്യോഗസ്ഥനോട് ഞാൻ സംസാരി
ക്കുന്നുണ്ട്. എന്തായാലും ഇവിടെ സ്ത്രീകൾക്കുള്ള താവളം ഇല്ല." അന്ന്
രാത്രിയിൽ ജീൻ ഏഴുമാസത്തിനിടയിൽ ആദ്യമായി ഒരു കിടക്കയിൽ
കിടന്ന് ഉറങ്ങി. അവൾ അതിനെ ഒരു വലിയ കാര്യമായി പരിഗണിച്ചില്ല.
നിലത്തുകിടന്നുള്ള ഉറക്കം പതിവായിരുന്നതുകൊണ്ട് അത് അവൾക്ക്
മെത്തയിലെ ഉറക്കത്തേക്കാൾ മെച്ചമാണെന്ന് തോന്നിയിരുന്നു. സത്യ
ത്തിൽ അവൾ മെത്തയിൽ നിന്ന് താഴെ ഇറങ്ങി കിടന്നിരുന്നില്ല. പക്ഷേ,
അവൾ അങ്ങനെ ചെയ്യണം എന്നുള്ള ആഗ്രഹത്തിന്റെ അടുത്തുവരെ
എത്തിയിരുന്നു. തലയിൽ വെള്ളം കോരി ഒഴിച്ചുള്ള കുളി എന്തായാലും
ഒരു ആഹ്ലാദം ആയിരുന്നു. അവൾ കുളിക്കാൻ കൂടുതൽ സമയം ചെല
വഴിച്ചിരുന്നു.

രാവിലെ അവൾ മാറ്റ് അമീനോടും തുങ്കു ബന്താരയോടും ഒപ്പം
ജപ്പാന്റെ ഉദ്യോഗസ്ഥനെ കാണാൻ പോയി. അവൾ ഒരിക്കൽക്കൂടി അവ
ളുടെ കഥ പറഞ്ഞു. ഉദ്യോഗസ്ഥൻ കാലിഫോർണിയാ സർവ്വകലാശാ
ലയിൽ പോയിട്ടുണ്ടായിരുന്നു. അയാൾ ഒന്നാംതരം അമേരിക്കൻ ഇംഗ്ലീഷ്
സംസാരിച്ചിരുന്നു. അയാൾക്ക് അനുകമ്പ ഉണ്ടായിരുന്നു. പക്ഷേ,
സൈന്യം കൈകാര്യം ചെയ്യേണ്ട വിഷയമായതുകൊണ്ട് അയാൾക്ക് തട
വുകാരുടെ കാര്യത്തിൽ ഒന്നുംതന്നെ ചെയ്യാൻ ഇല്ലെന്ന് പ്രഖ്യാപിച്ചു.
അയാൾ എന്തായാലും പട്ടാളത്തിലെ അധികാരമുള്ള ഉദ്യോഗസ്ഥനായ
കേണൽ മാറ്റിസാകായെ കാണാൻ അവരോടൊപ്പം ചെന്നിരുന്നു. ജീൻ
അവളുടെ കഥ ഒരിക്കൽക്കൂടി പറഞ്ഞു.

കേണൽ മാറ്റിസാകാ സ്ത്രീത്തടവുകാരെ ഒരു ശല്യമായാണ് കണ്ടി
രുന്നതെന്ന് വളരെ വ്യക്തമായിരുന്നു. അവരുടെ കാവലിനുവേണ്ടി അയാ
ളുടെ സൈന്യത്തിലെ ഒരംഗത്തെപ്പോലും വിട്ടുകൊടുക്കാൻ അയാൾക്ക്
ഉദ്ദേശ്യം ഉണ്ടായിരുന്നില്ല. അയാൾ തനിച്ച് തീരുമാനം എടുത്തിരുന്നെ
ങ്കിൽ ഒരുപക്ഷേ, അയാൾ അവരോട് നടത്തം തുടരാൻ ആവശ്യപ്പെടു
മായിരുന്നു. പക്ഷേ, തുങ്കു ബന്താരയായും ജപ്പാന്റെ ഉദ്യോഗസ്ഥനും അയാ
ളുടെ ഓഫീസിൽ എത്തിയിരുന്നതുകൊണ്ട് അയാൾക്ക് അങ്ങനെ
ചെയ്യാൻ കഴിയില്ലെന്ന യാഥാർത്ഥ്യം അയാൾ അംഗീകരിച്ചു. അവസാനം
മൊത്തം കാര്യങ്ങളിൽനിന്നും സ്വന്തം കൈകഴുകിക്കൊണ്ട് ഉദ്യോഗസ്ഥ
നോട് ഏറ്റവും നല്ലതെന്ന് അയാൾ ചിന്തിക്കുന്ന കാര്യം നടത്താൻ

കേണൽ മാറ്റിസാകാ അനുവാദം കൊടുത്തു. സ്ത്രീകൾക്ക് തല്ക്കാല ത്തേക്ക് ഇപ്പോൾ താമസിക്കുന്ന സ്ഥലത്ത് താമസിക്കാമെന്ന് ഉദ്യോഗ സ്ഥൻ ബന്താരായോട് പറഞ്ഞു. ജീൻ മാറ്റ് അമീനോടൊപ്പം കൗലാ തലാങ്ങിലേക്ക് തിരിച്ചുവന്നു.

അവർ അവിടെ മൂന്നുകൊല്ലം കഴിച്ചുകൂട്ടി.

"അത് ഒരാളുടെ ജീവിതത്തിൽനിന്നും മുറിച്ചുമാറ്റി പാഴായിപ്പോയ മൂന്ന് വർഷങ്ങൾ ആയിരുന്നു." അവൾ പറഞ്ഞു. അവൾ സംശയത്തോടെ തല ഉയർത്തി എന്നെ നോക്കി. "കുറഞ്ഞപക്ഷം ഞാൻ അങ്ങനെ വിചാ രിക്കുന്നു. എനിക്ക് മലയായെ പറ്റി ധാരാളം കാര്യങ്ങൾ അറിയാം. പക്ഷേ, അതുകൊണ്ട് ഇംഗ്ലണ്ടിൽ വലിയ പ്രയോജനം ഇല്ല."

"ജീവിതം അവസാനിക്കുന്നതുവരെ അത് പാഴായിപ്പോയോ എന്ന് നിങ്ങൾക്ക് തിരിച്ചറിയാൻ കഴിയില്ല." ഞാൻ പറഞ്ഞു. "ഒരുപക്ഷേ, അപ്പോൾ പോലും."

അവൾ തലകുലുക്കി. "അത് ശരിയാണെന്നാണ് എനിക്ക് തോന്നു ന്നത്." അവൾ തീക്കനൽ ഇളക്കുന്ന കമ്പി എടുത്ത് അതിന്റെ അറ്റത്തു നിന്നും ചാരം ചുരണ്ടിക്കളയാൻ ആരംഭിച്ചു. "അവർക്ക് ഞങ്ങളോട് വലിയ അനുകമ്പ ഉണ്ടായിരുന്നു." അവൾ പറഞ്ഞു.

"അവരുടെ പരിധിക്കും പരിമിതിക്കും ഉള്ളിൽനിന്നുകൊണ്ട് അവർക്ക് ഇതിലും കൂടുതൽ നന്മ ചെയ്യാൻ കഴിയില്ലായിരുന്നു. ഞങ്ങൾക്ക് ആദ്യത്തെ ആഴ്ചകളിൽ നെല്പാടത്തെ ജോലി കാണിച്ചു തന്ന ഫാത്തിമാ എന്ന പെൺകുട്ടി അങ്ങേയറ്റം സ്നേഹമുള്ളവൾ ആയി രുന്നു. ഞാൻ അവളെ നല്ലതുപോലെ മനസ്സിലാക്കിയിട്ടുണ്ട്."

"നിങ്ങൾ അവിടെയാണോ തിരിച്ചുപോകാൻ ആഗ്രഹിക്കുന്നത്." ഞാൻ ചോദിച്ചു.

അവൾ പറഞ്ഞു. "ഇപ്പോൾ എനിക്ക് പണം ഉള്ളതുകൊണ്ട് അവർക്കുവേണ്ടി ചിലത് ചെയ്യാൻ എനിക്ക് താല്പര്യം ഉണ്ട്. ഞങ്ങൾ അവരുടെ കൂടെ മൂന്ന് വർഷം ജീവിച്ചു. അവർ ഞങ്ങൾക്കുവേണ്ടി എല്ലാ കാര്യങ്ങളും ചെയ്തുതന്നു. അവർ ഞങ്ങളെ സ്വീകരിച്ച് അവരുടെ കൂടെ താമസിപ്പിച്ചില്ലായിരുന്നെങ്കിൽ ഞങ്ങൾ എല്ലാവരും യുദ്ധം അവസാനി ക്കുന്നതിന് മുമ്പ് മരിച്ചുപോകുമായിരുന്നു. ഇപ്പോൾ എനിക്ക് ആവശ്യ ത്തിനുള്ള പണം ഉണ്ട്. അവർക്ക് ഒന്നുംതന്നെ ഇല്ല."

"നിങ്ങൾക്ക് വളരെയധികം പണമൊന്നും ഇല്ലെന്നും ഓർമ്മ വേണം." ഞാൻ പറഞ്ഞു. "മലയായിലേക്കുള്ള യാത്രയ്ക്ക് ചെലവ് കൂടു തൽ ആണ്."

അവൾ പുഞ്ചിരിച്ചു. "എനിക്ക് അറിയാം ഞാൻ അവർക്ക് ചെയ്തു കൊടുക്കണമെന്ന് വിചാരിക്കുന്ന കാര്യത്തിന് വലിയ ചെലവ് വരില്ല. ഞങ്ങൾക്ക് ആ ഗ്രാമത്തിൽ വെള്ളം ചുമന്നുകൊണ്ട് വരണം. അത് സ്ത്രീകളുടെ ജോലി ആണ്. വളരെ ഭയാനകമായ ഒരു ജോലി. ആ വെള്ളം നിങ്ങൾക്ക് കുളിക്കാനും തുണികഴുകാനും ഉപയോഗിക്കാം.

പക്ഷേ, കുടിക്കാനുള്ള വെള്ളം ഒരു മൈൽ ദൂരെയുള്ള അരുവിയിൽനിന്ന് കൊണ്ടുവരണം. ഞങ്ങൾ വെള്ളം കൊണ്ടുവരാൻവേണ്ടി ഓരോ തോളിലും രണ്ടുവീതം ചുരയ്ക്കയുടെ തോട് തൂക്കിയിട്ട നീളം ഉള്ള കമ്പുകളുമായി പോകുന്ന പതിവ് ഉണ്ടായിരുന്നു. രാവിലെയും വൈകിട്ടും രണ്ടുനേരം ഞങ്ങൾ പോയിരുന്നു. ഒരു മൈൽ അങ്ങോട്ടും ഒരു മൈൽ തിരിച്ച് ഇങ്ങോട്ടും. ഒരു ദിവസം അങ്ങനെ നാല് മൈൽ ദൂരം ഫാത്തി മായും മറ്റ് പെൺകുട്ടികളും അതിനെപ്പറ്റി ചിന്തിച്ചിരുന്നില്ല. അത് ഗ്രാമം എല്ലാക്കാലത്തും ചെയ്തുകൊണ്ടിരുന്ന ജോലിയാണ്. തലമുറതലമുറ യായി തുടർന്നുവരുന്ന ജോലി."

"അതുകൊണ്ടാണ് നിങ്ങൾ കിണർ കുഴിക്കാൻ ആഗ്രഹിക്കുന്നത്. അല്ലേ?"

അവൾ തലകുലുക്കി. "ഇത് ആ സ്ത്രീകൾക്കുവേണ്ടി എനിക്ക് ചെയ്യാൻ കഴിയുന്ന ഒരു കാര്യമാണ്. അവരുടെ ജീവിതം കൂടുതൽ സുഖ കരമാക്കുന്ന ഒരു കാര്യം. അവർ ഞങ്ങളുടെ ജീവിതം കൂടുതൽ സുഖ കരമാക്കിയതുപോലെ. ഗ്രാമത്തിന്റെ ഒത്തനടുക്ക് ഒരു കിണർ – എല്ലാ വീടുകളിൽനിന്നും നൂറുവാര അകലത്തിൽ ഒരു കിണർ. അവർക്ക് അതാണ് വേണ്ടത്. അവിടെ മുഴുവൻ വെള്ളം ഉള്ളതുകൊണ്ട് പത്തടി യിൽ കൂടുതൽ കുഴിക്കേണ്ടിവരില്ലെന്ന് എനിക്ക് ഉറപ്പാണ്. കൂടിപ്പോയാൽ പതിനഞ്ചടി. തിരിച്ചുപോയാൽ അവർക്കുവേണ്ടി കിണർ കുഴിക്കുന്നവ രുടെ ഒരു സംഘത്തെ ഏർപ്പാടാക്കാൻ എനിക്ക് പറ്റും. എന്തായാലും തെളിഞ്ഞ മനസ്സാക്ഷിയോടെ എനിക്ക് ഈ പണം ആസ്വദിക്കാൻ കഴി യും." അവൾ വീണ്ടും എന്റെ മുഖത്തേക്ക് നോക്കി. "നിങ്ങൾ അത് ബാലിശമാണെന്ന് വിചാരിക്കുന്നുണ്ടോ?"

"ഇല്ല." ഞാൻ പറഞ്ഞു. "ഞാൻ അങ്ങനെ വിചാരിക്കുന്നില്ല. ഞാൻ വിചാരിക്കുന്ന ഒരേയൊരു കാര്യം അത് കുറേക്കൂടി അടുത്തുവേണം എന്നാണ്. അവിടെ എത്തി തിരിച്ചുവരുന്നത് ഒരുവർഷത്തെ വരുമാന ത്തിൽ ഒരുവലിയ ഇടിവ് ഉണ്ടാകും."

"അത് എനിക്ക് അറിയാം." അവൾ പറഞ്ഞു "പണം തീർന്നുപോ യാൽ ഞാൻ സിങ്കപ്പൂരിൽ എവിടെയെങ്കിലും ഒരു ജോലി സ്വീകരിച്ച് അല്പം പണം സമ്പാദിക്കും."

ഞാൻ ചോദിച്ചു. "ആ രാജ്യം നിങ്ങൾക്ക് നല്ലതുപോലെ അറിയാം. നിങ്ങൾക്ക് അവിടെ താമസിച്ച് ഒരുജോലി ചെയ്യാൻ പറ്റില്ലേ?"

അവൾ പറഞ്ഞു. "1945 ൽ എനിക്ക് അത് ആലോചിക്കാൻ കഴിയു മായിരുന്നില്ല. ഞങ്ങൾ എല്ലാവരും വീട്ടിൽ തിരിച്ചെത്താൻ വേണ്ടി മരി ക്കുകയായിരുന്നു. അവർ ഞങ്ങൾക്കുവേണ്ടി കോടാബാഹ്രുവിൽനിന്ന് മൂന്ന് ലോറികൾ അയച്ചുതന്നിരുന്നു. ഞങ്ങളെ ആ ലോറികളിൽ വിമാ നത്താവളത്തിൽ കൊണ്ടുപോയി ആസ്ട്രേലിയക്കാർ ജോലി ചെയ്യുന്ന ഒരു ഡക്കോട്ടാ വിമാനത്തിൽ സിങ്കപ്പൂരിലേക്ക് പറത്തിവിട്ടു. അവിടെ വച്ച് ഞാൻ ബിൽ ഹോളണ്ടിനെ കണ്ടു. എനിക്ക് ഐലീനെപ്പറ്റിയും

ഫ്രെഡിയെ പറ്റിയും ജെയിനിനെപ്പറ്റിയും പറയേണ്ടിവന്നു." അവളുടെ ശബ്ദം താഴ്ന്നു. "റോബിൻ ഒഴിച്ച് മറ്റുള്ളവരെപ്പറ്റി പറയേണ്ടിവന്നു. ആ സമയത്ത് അവന് നാല് വയസ്സ് ഉണ്ടായിരുന്നു. നല്ല ആരോഗ്യമുള്ള ഒരു ചെറുക്കൻ. അവർ എന്നെ റോബിനെ പരിചരിക്കാൻവേണ്ടി ബില്ലിനോ ടൊപ്പം വീട്ടിലേക്ക് പോകാൻ അനുവദിച്ചിരുന്നു. റോബിൻ നിശ്ചയമായും എന്നെ അവന്റെ അമ്മയായിട്ടാണ് കണ്ടിരുന്നത്." അവൾ പുഞ്ചിരിച്ചു. "ബിൽ റോബിന്റെ ബന്ധം സ്ഥിരമാക്കണമെന്ന് ആഗ്രഹിച്ചിരുന്നു." അവൾ പറഞ്ഞു. "എനിക്ക് അത് കഴിയില്ല. എനിക്ക് അയാൾ ആഗ്രഹി ക്കുന്ന തരത്തിലുള്ള ഒരു ഭാര്യയാകാൻ കഴിയില്ല."

ഞാൻ ഒന്നും പറഞ്ഞില്ല.

"ഞങ്ങൾ നാട്ടിൽ എത്തിയപ്പോൾ ഇംഗ്ലണ്ട് വളരെ മനോഹരമായി രുന്നു." അവൾ പറഞ്ഞു. "ഞാൻ യുദ്ധത്തെപ്പറ്റിയും കിഴക്കൻനാടിനെ പ്പറ്റിയും മറന്ന് വീണ്ടും ഒരു സാധാരണ പൗരനെപ്പോലെ ജീവിക്കാൻ ആഗ്രഹിച്ചിരുന്നു. 'പാക്ക് ആന്റ് ലെവി'യിലെ ജോലി എനിക്ക് കിട്ടി. ഇപ്പോൾ ഞാൻ അവിടെ ജോലി ചെയ്യാൻ തുടങ്ങിയിട്ട് രണ്ട് വർഷം കഴിഞ്ഞിരിക്കുന്നു. സ്ത്രീകളുടെ ആഡംബരവസ്തുക്കളുടെ വില്പന യുമായി മാത്രം ബന്ധം. യുദ്ധങ്ങൾ, അസുഖങ്ങൾ, മരണങ്ങൾ, ഇത്തരം കാര്യങ്ങളുമായി യാതൊരു ബന്ധവും ഇല്ല. മൊത്തത്തിൽ എനിക്ക് അവിടെ സന്തോഷമുള്ള സമയം ആയിരുന്നു."

വീട്ടിൽ എത്തിയപ്പോൾ അവൾ അവിടെ വളരെക്കൂടുതൽ ഒറ്റപ്പെട്ടു പോയിരുന്നു. സിംഗപ്പൂരിൽ എത്തിയപ്പോൾ അവൾ അവളുടെ അമ്മയ്ക്ക് കമ്പിയടിച്ചിരുന്നു. അതിനുശേഷം വളരെ താമസിച്ച് ക്ലോവിൻബേയി ലുള്ള അവളുടെ അഗതാ അമ്മാവിയിൽ നിന്ന് അവളുടെ അമ്മ മരിച്ചു പോയെന്ന വാർത്ത അറിയിച്ചുകൊണ്ടുള്ള കമ്പി കിട്ടി. സിംഗപ്പൂർ വിട്ടു പോരുന്നതിനുമുമ്പ് ബർമ്മാ-സിയാം റെയിൽവെയുടെ ജോലിക്കിടയിൽ അവളുടെ സഹോദരൻ ഡൊണാൾഡ് മരിച്ചെന്ന് അവൾ കേട്ടിരുന്നു. സ്വാതന്ത്ര്യം തിരിച്ചുപിടിച്ചപ്പോൾ നിശ്ചയമായും ഈ ലോകത്ത് ഒറ്റപ്പെ ട്ടതായി അവൾക്ക് തോന്നിയിട്ടുണ്ടാകും. ആ സമയത്ത് വിവാഹവാഗ്ദാനം നിരസിച്ചതിലൂടെ അവൾ സ്വഭാവത്തിന്റെ കരുത്ത് കാണിച്ചതായി എനിക്ക് തോന്നി. അവൾ ലിവർപൂളിൽ എത്തി കോൾവിൻ ബേയിലുള്ള അഗാ താഅമ്മാവിയുടെ കൂടെ ഏതാനും ആഴ്ചകൾ താമസിക്കാൻ വേണ്ടി പോയിരുന്നു. അതിനുശേഷം ഒരു ജോലി അന്വേഷിച്ച് അവൾ ലണ്ടനി ലേക്ക് പോയി.

അയറിലുള്ള അവളുടെ വൃദ്ധനായ അമ്മാവനുമായി സമ്പർക്ക ത്തിൽ വരാതിരുന്നത് എന്തുകൊണ്ടാണെന്ന് ഞാൻ അന്വേഷിച്ചു. "സത്യം പറഞ്ഞാൽ അദ്ദേഹത്തെപ്പറ്റി ഞാൻ മറന്നുപോയി. അഥവാ ഞാൻ അദ്ദേഹത്തെപ്പറ്റി ആലോചിച്ചിരുന്നെങ്കിലും അത് അദ്ദേഹം മരി ച്ചുകാണും എന്ന് ആയിരിക്കും. ഞാൻ അദ്ദേഹത്തെ എനിക്ക് പതിനൊന്നു വയസ്സ് ഉള്ളപ്പോൾ ഒരുതവണ മാത്രമാണ് കണ്ടിട്ടുള്ളത്. അമ്മയുടെ

സമ്പത്ത് എല്ലാം അവസാനിച്ചിരുന്നു. അമ്മയുടെ വളരെക്കുറച്ച് കടലാ സുകൾ മാത്രമാണ് ബാക്കി ഉണ്ടായിരുന്നത്. കാരണം മിന്നൽ ആക്ര മണം ഉണ്ടാകുമ്പോൾ അവയെല്ലാം സൗത്ത് ആംപ്ടണിലെ പാഗറ്റുക ളുടെ വീട്ടിൽ ആയിരുന്നു. ഡഗ്ലസ് അമ്മാവനെപ്പറ്റി ഞാൻ ആലോചിച്ചി രുന്നെങ്കിൽ അദ്ദേഹം എവിടെയാണ് ജീവിക്കുന്നതെന്ന് എനിക്ക് അറി യാൻ കഴിയുമായിരുന്നു..."

മഴ ഇപ്പോഴും പെയ്തുകൊണ്ടിരിക്കുകയായിരുന്നു. അന്ന് വൈകു ന്നേരം പുറത്തുപോകാനുള്ള പദ്ധതി ഉപേക്ഷിച്ചുകൊണ്ട് എന്റെ ഫ്ളാറ്റിൽത്തന്നെ ചായ കുടിക്കാമെന്ന് ഞങ്ങൾ തീരുമാനിച്ചു. അവൾ എന്റെ ചെറിയ അടുക്കളയിൽ കയറി ചായ തയ്യാറാക്കാൻ തുടങ്ങി. ഞാൻ റൊട്ടിമുറിച്ചെടുത്ത് വെണ്ണപുരട്ടി. അവൾ ട്രേയുമായി മുറിക്കു ള്ളിലേക്ക് വന്നപ്പോൾ ഞാൻ ചോദിച്ചു. "അപ്പോൾ നിങ്ങൾ മലയായിൽ പോകുന്നത് എപ്പോൾ ആണ്?"

അവൾ പറഞ്ഞു. "മേയ്മാസം അവസാനത്തോടെ ഒരു യാത്ര നട ത്താമെന്നാണ് ഞാൻ വിചാരിക്കുന്നത്. അതുവരെ 'പാക് ആന്റ് ലെവി'യിലെ ജോലി തുടരാം." അവൾ പറഞ്ഞു. "അതിന് ആറാഴ്ച സമയം ഉണ്ട്. ആ സമയംകൊണ്ട് എന്റെ യാത്രയ്ക്കുള്ളത് ഞാൻ സമ്പാ ദിച്ചിട്ടുണ്ടാകും. കഴിഞ്ഞ രണ്ടുവർഷത്തെ ശമ്പളത്തിൽനിന്നും ഞാൻ ഇതുവരെ അറുപത് പൗണ്ട് സമ്പാദിച്ചിട്ടുണ്ട്" അവൾ യാത്രയുടെ ചെലവ് മനസ്സിലാക്കിയിരുന്നു. ഒരു ഡസനോളം യാത്രക്കാരെ സിങ്കപ്പൂ രിലേക്ക് ന്യായമായ യാത്രക്കൂലി വാങ്ങിക്കൊണ്ടു പോകുന്ന ചരക്കുക പ്പലുകളുടെ ഒരു നിരതന്നെ അവൾ കണ്ടെത്തിക്കഴിഞ്ഞിരുന്നു. "കോടാ ബാഹ്റു"വിൽ നിന്ന് സിങ്കപ്പൂരിലേക്ക് പറക്കേണ്ടി വരും എന്നാണ് ഞാൻ വിചാരിക്കുന്നത്." അവൾ പറഞ്ഞു. "മലയായിൽ വിമാനയാത്ര നട ത്തുന്ന കമ്പനി കുവാൻ ടാനിലേക്കും അവിടെനിന്ന് കോടാബാഹ്റുവി ലേക്കും പറക്കുന്നുണ്ട്. കോടാബാഹ്റുവിൽനിന്ന് കോലാ തലങ്ങിലേക്ക് എങ്ങനെ യാത്ര ചെയ്യുമെന്ന് എനിക്ക് അറിയില്ല. പക്ഷേ, എന്തെങ്കിലും വഴി കാണും എന്നാണ് എന്റെ പ്രതീക്ഷ."

അവൾക്ക് അതുവരെയുള്ള ദൂരം നടക്കാനുള്ള കഴിവ് ഉണ്ടായിരുന്നു. ഞാൻ ആലോചിച്ചു. മലയായുടെ ഹൃദയത്തിലൂടെയുള്ള ഒരു യാത്ര ഇപ്പോൾ അവളെ സംബന്ധിച്ചിടത്തോളം ഒരു ചെറിയ കാര്യമാണ്. അവൾ അവളുടെ കഥ പറഞ്ഞുകൊണ്ടിരുന്നപ്പോൾ ഞാൻ സ്ഥലങ്ങൾ കണ്ടെത്താൻ വേണ്ടി അറ്റ്ലസ് നോക്കിയിരുന്നു. ഇപ്പോൾ ഞാൻ അത് വീണ്ടും നോക്കി. "നിങ്ങൾക്ക് കുവാൻടാനിൽ വിമാനം ഇറങ്ങാം." ഞാൻ പറഞ്ഞു. "അവിടെനിന്ന് ദൂരം കുറവാണ്."

"എനിക്ക് അറിയാം" അവൾ പറഞ്ഞു. "അല്പം ദൂരക്കുറവുണ്ടെന്ന് എനിക്ക് അറിയാം. പക്ഷേ, വീണ്ടും അവിടെ പോകുന്നത് സഹിക്കാൻ പറ്റില്ല." അവളുടെ ശബ്ദത്തിൽ ഒരു തീവ്രദുഃഖം ഉണ്ടായിരുന്നു.

സാഹചര്യം മയപ്പെടുത്താൻ വേണ്ടി ഞാൻ അലസമായി പറഞ്ഞു.

"മലയായിലെ ഈ പേരുകൾ ഓർമ്മിക്കാൻ എനിക്ക് വർഷങ്ങൾ വേണ്ടി വരും."

"അതിന്റെ അർത്ഥം അറിയാമെങ്കിൽ നിങ്ങൾക്ക് അത് എളുപ്പം ആണ്." അവൾ പറഞ്ഞു. "അത് ഇംഗ്ലീഷ് പേരുപോലെ ആണ്. ബാഹ്രു വിന്റെ അർത്ഥം പുതിയത് എന്നാണ്. കോടായുടെ അർത്ഥം കോട്ട. മലായ് ഭാഷയിൽ 'പുതിയ കോട്ട' അതാണ് അതിന്റെ അർത്ഥം."

അവൾ പെരിവെയിലിലെ അവളുടെ ജോലി തുടർന്നു. ഞാൻ ചാൻസറി ലെയിനിലെ എന്റെ ജോലിയും തുടർന്നു. പക്ഷേ, എന്റെ മന സ്സിൽനിന്നും അവളുടെ കഥ എടുത്തുമാറ്റാൻ എനിക്ക് കഴിഞ്ഞിരുന്നില്ല. എന്റെ ക്ലബ്ബിൽ മലയായിലെ പൊലീസിൽ ഉണ്ടായിരുന്ന "റൈറ്റ്" എന്ന് പേരുള്ള ഒരു മനുഷ്യൻ ഉണ്ടായിരുന്നു. അയാൾ മലയായെ ജപ്പാൻകാർ കീഴ്പ്പെടുത്തിയിരുന്ന സമയത്ത് ഒരു തടവുകാരൻ ആയിരുന്നു. ഒരു രാത്രി യിൽ അത്താഴത്തിന് ഞാൻ അയാളുടെ അടുത്ത് ഇരുന്നു. എനിക്ക് ഇതി നെപ്പറ്റി അയാളോട് സൂചിപ്പിക്കാതിരിക്കാൻ കഴിഞ്ഞില്ല. "കഴിഞ്ഞ ദിവസം എന്റെ ഒരുകക്ഷി മലയായെപ്പറ്റി ഒരു അസാധാരണമായ കഥ പറഞ്ഞു." ഞാൻ പറഞ്ഞു. "അവൾ ജപ്പാൻകാർ താവളത്തിലാക്കാൻ നിരസിച്ച ഒരു സംഘത്തിലെ അംഗം ആയിരുന്നു."

അയാൾ കത്തി താഴെവച്ചു. "പനോങ്ങിൽ നിന്ന് പിടികൂടി മലയാ മുഴുവൻ നടന്ന സംഘത്തിലെ അംഗം അല്ലല്ലോ?"

"ആ സംഘം തന്നെ." ഞാൻ പറഞ്ഞു. "നിങ്ങൾക്ക് അവരെ പറ്റി അറിവുണ്ടോ?"

"അറിവുണ്ട്." അയാൾ പറഞ്ഞു. "അത് നിങ്ങൾ പറഞ്ഞതുപോലെ അങ്ങേയറ്റം അസാധാരണമായ കാര്യം ആയിരുന്നു. ജപ്പാന്റെ സൈന്യ ധിപന്മാർ അവരെ അവസാനം കിഴക്കൻ അതിർത്തിയിലുള്ള ഏതോ ഗ്രാമത്തിൽ താമസിക്കാൻ അനുവാദം കിട്ടുന്നതുവരെ പല പല സ്ഥല ങ്ങളിലേക്ക് നടത്തുകയായിരുന്നു. യുദ്ധം കഴിയുന്നതുവരെ അവർ പിന്നീട് അവിടെയാണ് താമസിച്ചിരുന്നത്. അവരുടെ നേതാവായി ഒരു നല്ല പെൺകുട്ടി ഉണ്ടായിരുന്നു. അവൾ മലായ് ഭാഷ തടസ്സം ഇല്ലാതെ സംസാരിക്കുമായിരുന്നു. അവൾ ശ്രദ്ധ അർഹിക്കുന്ന ആരെങ്കിലും ആയി രുന്നില്ല. അവൾ കോലാലംപൂരിൽ ഒരു ഷോർട്ട് ഹാന്റ് ടൈപ്പിസ്റ്റ് ആയി രുന്നു. വളരെ നല്ല കൂട്ടത്തിൽ ഉള്ളവൾ."

ഞാൻ തലകുലുക്കി. "എന്റെ കക്ഷി അവൾ ആണ്."

"അവൾ ആണോ! ഞാൻ അവൾക്ക് എന്ത് സംഭവിച്ചെന്ന് എന്നും അത്ഭുതപ്പെട്ടിട്ടുണ്ട്. അവൾ ഇപ്പോൾ എന്ത് ചെയ്യുന്നു?"

"അവൾ ഇപ്പോൾ വീണ്ടും പെരിവെയിലിൽ ഉണ്ട്. അവൾ വീണ്ടും ഷോർട്ട് ഹാന്റ് ടൈപ്പിസ്റ്റ് ആണ്. അവിടെയുള്ള ഒരു ഹാന്റ്ബാഗ് ഫാക്ട റിയിലാണ് അവൾ ജോലി ചെയ്യുന്നത്."

"സത്യം ആണോ!" അയാൾ അല്പം ഭക്ഷണം കഴിച്ചതിനുശേഷം പറഞ്ഞു. "ഞാൻ ആ പെൺകുട്ടിക്ക് ഏതെങ്കിലും തരത്തിലുള്ള ഒരു

കീർത്തിമുദ്ര ലഭിക്കുമെന്ന് വിചാരിച്ചിരുന്നു. ഭാഗ്യദോഷത്തിന് അത്തരം ആളുകൾക്ക് കൊടുക്കാൻ പറ്റുന്ന പുരസ്കാരങ്ങൾ ഒന്നുംതന്നെ ഇല്ല. ആ സംഘത്തിൽ അവളുടെ അത്രയും കഴിവുള്ള മറ്റൊരാൾ ഉണ്ടായിരു ന്നില്ല."

"അവരിൽ പകുതി ആളുകൾ മരിച്ചതായി ഞാൻ മനസ്സിലാക്കുന്നു." ഞാൻ പറഞ്ഞു.

അയാൾ തലകുലുക്കി. "ഞാൻ അത് സത്യമാണെന്ന് വിശ്വസി ക്കുന്നു. അവസാനം അവൾ നെല്പാടത്തെ ജോലിയിൽ അവരെ സ്ഥിര മായി പിടിച്ചുനിർത്തി. അതിനുശേഷം അവർക്ക് പ്രശ്നം ഒന്നും ഉണ്ടാ യിരുന്നില്ല."

ജീൻ പാഗറ്റ് ഈ രാജ്യം വിടുന്നതിന് ആറാഴ്ച മുമ്പുവരെ ഞാൻ അവളെ ഇടയ്ക്കിടയ്ക്ക് കാണാറുണ്ടായിരുന്നു. ലണ്ടനിലെ കപ്പൽ തുറ യിലേക്കുള്ള യാത്ര അവർ മുൻകൂട്ടി ഇടപാട് ചെയ്തത് ജൂൺ രണ്ടാം തീയതി ആയിരുന്നു. മേയ് അവസാനത്തോടെ ജോലി ഉപേക്ഷിക്കുമെന്ന് അവൾ അവളുടെ കമ്പനിയിൽ അറിയിച്ചിട്ടുണ്ടായിരുന്നു. അതിൽ അവ ളുടെ കമ്പനിക്ക് സാമാന്യം ബുദ്ധിമുട്ട് ഉണ്ടായിരുന്നെന്ന് അവൾ എന്നോട് പറഞ്ഞിരുന്നു. അതുകൊണ്ട് അവർ ഉടൻതന്നെ അവളുടെ ശമ്പളത്തിൽ പത്തുഷില്ലിങ്ങിന്റെ വർദ്ധന വാഗ്ദാനം ചെയ്തു. ഈ കാര്യം കണക്കി ലെടുത്ത് അവൾ മിസ്റ്റർ പാക്കിനോട് അവളുടെ പൈതൃകസ്വത്തിനെ പറ്റി പറഞ്ഞു. അയാൾ അനിവാര്യമായതിനെ അംഗീകരിക്കുകയും ചെയ്തു.

ഞാൻ ജൂലൈ, ഓഗസ്റ്റ്, സെപ്തംബർ എന്നീ മാസങ്ങളിലെ അവ ളുടെ വരുമാനം അവൾക്ക് സിംഗപ്പൂരിൽ ലഭിക്കാനുള്ള ക്രമീകരണങ്ങൾ നടത്തി. ഞാൻ അതിനുവേണ്ടി അവൾക്ക് ചാർട്ടേഡ് ബാങ്കിൽ ഒരു അക്കൗണ്ട് ആരംഭിച്ചു. അവളുടെ യാത്രയുടെ സമയം അടുക്കുന്നതി നോടൊപ്പം അവളെപ്പറ്റിയുള്ള എന്റെ ആധി വർദ്ധിച്ചുകൊണ്ടിരുന്നു. അത് വരുമാനത്തേക്കാൾ കൂടുതൽ പണം അവൾ ചെലവഴിക്കും എന്ന ഭയം കൊണ്ട് ആയിരുന്നില്ല. എന്റെ ഭയം അവളുടെ ചെലവ് അവൾ വിചാരിക്കുന്നതിനേക്കാൾ കൂടുതൽ കാണും എന്ന ആലോചനയിൽനിന്ന് ആയിരുന്നു. ഈ ദിവസങ്ങളിൽ കിഴക്കൻ രാജ്യങ്ങളിൽ സഞ്ചരിക്കുന്ന ഒരു മനുഷ്യന് വർഷത്തിൽ തൊള്ളായിരം എന്നത് പരിമിതമായ ഒരു തുക ആയിരുന്നു.

ഞാൻ ആ കാര്യം അവൾ പുറപ്പെടുന്നതിന് ഒരാഴ്ച മുമ്പ് അവ ളോട് സൂചിപ്പിച്ചു. "നിങ്ങൾ ഇപ്പോൾ സാമാന്യം സമ്പത്തുള്ള ഒരു സ്ത്രീ ആണെന്നുള്ള കാര്യം മറക്കരുത്." ഞാൻ പറഞ്ഞു. "നിങ്ങളുടെ വരു മാനംകൊണ്ട് ജീവിക്കുന്നതിൽ യാതൊരു തെറ്റും ഇല്ല. നിശ്ചയമായും നിങ്ങളെപ്പറ്റി എനിക്ക് ശ്രദ്ധ ഉണ്ടായിരിക്കണം. പക്ഷേ, നിങ്ങളുടെ അമ്മാ വന്റെ വില്പത്രത്തിലൂടെ എനിക്ക് ധാരാളം വിവേചനാധികാരങ്ങൾ ലഭി ച്ചിട്ടുണ്ടെന്നുള്ള കാര്യം മറക്കരുത്. നിങ്ങൾക്ക് എന്തെങ്കിലും ബുദ്ധിമുട്ട്

വന്ന് പണത്തിന്റെ ആവശ്യം വന്നാൽ ഉടൻതന്നെ എനിക്ക് ഒരു കമ്പി അടിക്കണം. ഉദാഹരണത്തിന് നിങ്ങൾക്ക് എന്തെങ്കിലും അസുഖം പിടി പെട്ടാൽ."

അവൾ പുഞ്ചിരിച്ചു. "നിങ്ങൾ ഇത് പറഞ്ഞതിന് ഞാൻ നിങ്ങളോട് കടപ്പെട്ടിരിക്കുന്നു. വളരെ നന്ദിയുണ്ട്." അവൾ പറഞ്ഞു. "സത്യം പറ ഞ്ഞാൽ എനിക്ക് അസുഖം വരും എന്ന് ഞാൻ വിചാരിക്കുന്നില്ല. പണം ഇല്ലാതെ വന്നാൽ ഒരു ജോലി കണ്ടെത്തുന്നതിനെപ്പറ്റി ആണ് ഞാൻ ആലോചിക്കുന്നത്. എന്തായാലും ഒരു നിശ്ചിത ദിവസം എനിക്ക് ഇംഗ്ല ണ്ടിൽ തിരിച്ചെത്തേണ്ട കാര്യം ഇല്ല."

ഞാൻ പറഞ്ഞു. "വളരെക്കാലം ദൂരെ താമസിക്കരുത്."

അവൾ പുഞ്ചിരിച്ചു. "മിസ്റ്റർ സ്ട്രാച്ചൻ; ഞാൻ കൂടുതൽക്കാലം അവിടെ താമസിക്കില്ല." അവൾ പറഞ്ഞു. "ഈ കാര്യം കഴിഞ്ഞാൽ എനിക്ക് മലയായിൽ താമസിക്കാൻ മറ്റ് കാര്യങ്ങൾ ഒന്നുംതന്നെ ഇല്ല."

തീർച്ചയായും അവൾ ഇലിങ്ങിലുള്ള അവളുടെ മുറി ഉപേക്ഷിക്കു കയായിരുന്നു. ഇംഗ്ലണ്ടിൽനിന്ന് തിരിച്ചുവരുന്നതുവരെ അവളുടെ പെട്ടി കൾ എന്റെ ഫ്ളാറ്റിലെ സ്റ്റോർമുറിയിൽ വെക്കുന്നതിനെപ്പറ്റി അവൾ എന്നോട് ചോദിച്ചിരുന്നു. അവൾ കപ്പൽ കയറുന്നതിന്റെ തലേന്ന് പകൽസ മയത്ത് പെട്ടികൾ കൊണ്ടുവന്നു. അതിന്റെ കൂടെ പെട്ടിക്കുള്ളിൽ വെക്കാൻ കഴിയാത്ത ഒരു ജോഡി സ്കേറ്റുകളും സ്കേറ്റിങ് ബൂട്ടുകളും കൂടി ഉണ്ടായിരുന്നു. ഒരു പെട്ടി മാത്രമാണ് കൂടെ കൊണ്ടുപോകുന്ന തെന്ന് അവൾ പിന്നീട് എന്നോട് പറഞ്ഞു.

"പക്ഷേ, നിങ്ങളുടെ ഉഷ്ണമേഖലയിലെ സാധനങ്ങളുടെ സഞ്ചി എവിടെ?" ഞാൻ ചോദിച്ചു. "നിങ്ങൾ അത് മുൻകൂട്ടി അയച്ചിട്ടുണ്ടോ?"

അവൾ പുഞ്ചിരിച്ചു. "അത് ഈ പെട്ടിയിൽ ഉണ്ട്." അവൾ പറഞ്ഞു. "മലമ്പനി തടയാനുള്ള അൻപത് ഗുളികകളും വയറിളക്കത്തിനുള്ള നൂറ് ഗുളികകളും കൊതുകിനെ അകറ്റുന്ന ചില ദ്രാവകങ്ങളും അതിന്റെകൂടെ എന്റെ പഴയ ലുങ്കിയും. ഞാൻ മലയായിലെ ഒരു പ്രഭ്വിയാകാൻ വേണ്ടി അല്ല പോകുന്നത്."

അവളെ യാത്രയാക്കാൻവേണ്ടി കപ്പൽത്തുറയിലേക്ക് വരാൻ അവൾക്ക് ഞാൻ അല്ലാതെ ഒരാൾപോലും ഉണ്ടായിരുന്നില്ല. അവൾ ഈ ലോകത്ത് അങ്ങേയറ്റം ഒറ്റപ്പെട്ടുപോയിരുന്നു. അവിടെ വരാൻ ഇഷ്ടപ്പെ ട്ടിരുന്ന അവളുടെ കൂട്ടുകാർ എല്ലാവരും അവരവരുടെ ജോലിയിൽ ആയി രുന്നു. അവർക്ക് അവധി ലഭിച്ചിരുന്നില്ല. ഞാൻ അവളെ ഒരു ടാക്സി യിലാണ് കൊണ്ടുപോയത്. അവൾ ലോകത്തിന്റെ പകുതിഭാഗം ചുറ്റി യുള്ള ഈ യാത്രയെ ഒരു പതിവുകാര്യം പോലെയാണ് പരിഗണിച്ചിരു ന്നത്. ചിസ്റ്റിൽ ഹസ്റ്റിൽ ഒരു ആഴ്ച അറുതിക്ക് പോകുന്ന എന്റെ തലമു റയിലെ ഒരു പെൺകുട്ടി നടത്തുന്ന തയ്യാറെടുപ്പിനെക്കാൾ കൂടുതലായി യാതൊരു തയ്യാറെടുപ്പും അവൾ ഈ യാത്രയ്ക്കുവേണ്ടി നടത്തിയിരു ന്നില്ല. കപ്പൽ പുതിയതായിരുന്നു. എല്ലാ കാര്യങ്ങൾക്കും വൃത്തിയും

തിളക്കവും ഉണ്ടായിരുന്നു. പരിചാരകൻ അവളുടെ മുറി തുറന്നപ്പോൾ അവൾ അത്ഭുതപ്പെട്ടുപോയി. കാരണം അയാൾ ആ ചെറിയ മുറി മുഴു വൻ പൂക്കൾകൊണ്ട് അലങ്കരിച്ചിരുന്നു. "നോയൽ, നോക്കൂ!" അവൾ പറഞ്ഞു. "ഈ പൂക്കൾ മുഴുവൻ കണ്ടുനോക്കൂ!" അവൾ പരിചാരകന്റെ നേർക്ക് തിരിഞ്ഞുനിന്നു. "എവിടെനിന്നാണ് ഇവയെല്ലാം വന്നിരിക്കുന്നത്? കമ്പനിയിൽനിന്ന് ആയിരിക്കില്ല."

"ഇന്നലെ വൈകുന്നേരം മൂന്ന് പെട്ടികളിലാണ് അവ എത്തിയത്." പരിചാരകൻ മറുപടി പറഞ്ഞു. "അവ നല്ല ഒരു കാഴ്ചയാണ്. മിസിസ്സ് അങ്ങനെ തോന്നുന്നില്ലേ?"

അവൾ എന്നെ പിടികൂടി. "ഞാൻ ഇത് നിങ്ങൾ അയച്ചതാണെന്ന് വിശ്വസിക്കുന്നു." അവൾ അല്പസമയം കഴിഞ്ഞ് പറഞ്ഞു. "നിങ്ങളുടെ നന്മ."

"ഇംഗ്ലണ്ടിലെ പൂക്കൾ" ഞാൻ പറഞ്ഞു. "നിങ്ങളെ ഇംഗ്ലണ്ടിലേക്ക് തിരിച്ചുവരുന്ന കാര്യം വെറുതെ ഒന്ന് ഓർമ്മപ്പെടുത്താൻ വേണ്ടി ആണ്." അപ്പോൾ പോലും അവൾ തിരിച്ചുവരാൻ പോകുന്നില്ലെന്നുള്ള ഒരു തോന്നൽ എനിക്ക് ഉണ്ടായിരുന്നു.

അവൾ എന്താണ് ചെയ്യാൻ പോകുന്നതെന്ന് എനിക്ക് തിരിച്ചറിയാൻ കഴിയുന്നതിനുമുമ്പ് അവൾ ഒരു കൈകൊണ്ട് എന്നെ ചുറ്റിവരിഞ്ഞു കൊണ്ട് എന്റെ ചുണ്ടുകളിൽ ചുംബിച്ചു. "നോയൽ, അത് ഈ പൂക്കൾക്ക് വേണ്ടിയാണ്" അവൾ ശാന്തമായി പറഞ്ഞു. "പൂക്കൾക്ക് വേണ്ടിയും എനിക്ക് വേണ്ടി നിങ്ങൾ ചെയ്തുതന്ന എല്ലാ കാര്യങ്ങൾക്ക് വേണ്ടിയും ആണ്." ഞാൻ അങ്ങേയറ്റം പരിഭ്രമിച്ചു പോയതുകൊണ്ട് എനിക്ക് അവ ളോട് ഇത്രമാത്രമാണ് പറയാൻ കഴിഞ്ഞത്. "നിങ്ങൾ തിരിച്ചു വരുമ്പോൾ ഞാൻ അതുപോലെയുള്ള മറ്റ് പൂക്കൾ നിങ്ങൾക്ക് വേണ്ടി കൊണ്ടുവരും."

ഞാൻ അവളുടെ കപ്പൽ പോകുന്നതിനുവേണ്ടി കാത്തുനിന്നിരു ന്നില്ല. കാരണം വേർപിരിയിലുകൾ പെട്ടെന്നാണെങ്കിൽ സാമാന്യം നിർവ്വി കാരമായ സംഗതിയാണ്. ഞാൻ ടാക്സിയിൽ എന്റെ ഫ്ളാറ്റിലേക്ക് തിരി ച്ചുപോയത് തനിച്ചായിരുന്നു. എന്റെ മുറിയുടെ എതിർവശത്തുള്ള കുതി രലായത്തിന്റെ അലങ്കരിച്ച ഭിത്തിയിലേക്ക് നോക്കി അവളുടെ കപ്പൽ ഗ്രേവ് സെൻഡും ടിൽബറിയും ഷോബറിയും നോർത്ത് ഫോർലാന്റും നദിയിലൂടെ സഞ്ചരിച്ച് അവളെ കൂട്ടിക്കൊണ്ട് അവളുടെ വഴിക്ക് പോകു ന്നത് ആലോചിച്ചുകൊണ്ട് വളരെനേരം ചെലവഴിച്ചതിന്റെ ഓർമ്മ എനിക്ക് ഉണ്ടായിരുന്നു. അതിനുശേഷം ഞാൻ സ്വയം ഉണർന്ന് അവളുടെ പെട്ടി എന്റെ സ്റ്റോർമുറിയുടെ ഒരു മൂലയിലേക്ക് മാറ്റിവെച്ചു. അതിനുശേഷം ഞാൻ എന്റെ കൈയിൽ അവളുടെ ബൂട്ടുകളും സ്കേറ്റുകളും എടുത്തു കൊണ്ട് കുറച്ചുസമയം വെറുതെ നിന്നു. ഞാൻ അവളുടെ സ്വന്തം സാധ നങ്ങൾ എവിടെവെക്കുമെന്നാണ് ആലോചിച്ചിരുന്നത്. അവസാനം ഞാൻ അവയെല്ലാം എന്റെ മുറിയിൽ കൊണ്ടുപോയി എന്റെ അലമാരയുടെ അടിയിൽ സൂക്ഷിച്ചുവച്ചു. കാരണം അവ മോഷ്ടിക്കപ്പെടുകയാണെങ്കിൽ

ഞാൻ ഒരിക്കലും എനിക്ക് സ്വയം മാപ്പുകൊടുക്കില്ല. അവൾ ഒരാൾ സ്വന്തം മകളാക്കാൻ ഇഷ്ടപ്പെടുന്ന തരത്തിലുള്ള ഒരു പെൺകുട്ടി ആയിരുന്നു. പക്ഷേ, ഞങ്ങൾക്ക് ഒരിക്കലും ഒരു മകൾ ഉണ്ടായിരുന്നില്ല.

അവൾ അവളുടെ കപ്പലിൽ ലോകത്തിന്റെ പകുതിയോളം ഭാഗങ്ങ ളിൽ യാത്രചെയ്തു. അവൾ സന്ദർശിച്ച പല തുറമുഖങ്ങളിൽനിന്നും എനിക്ക് അവൾ എഴുത്തെഴുതി. മാർസിലസ്, നാപ്പിൾസ്, അല ക്സാൻഡ്രിയ, ഏഡൻ, കൊലംബോ, പെനാങ് തുടങ്ങിയ തുറമുഖങ്ങ ളിൽ നിന്നെല്ലാം എഴുത്തുകൾ വന്നിരുന്നു. റ്റെറ്റിന് എല്ലാ സമയത്തും അവളെപ്പറ്റി താല്പര്യമുണ്ടായിരുന്നു. കാരണം അയാൾ മലയായിൽവച്ച് അവളെപ്പറ്റി കേട്ടിരുന്നു. ഞാൻ എനിക്ക് കിട്ടുന്ന അവളുടെ പുതിയ എഴു ത്തുകൾ അയാളുടെ അടുത്ത് കൊണ്ടുപോകുന്നത് ശീലമാക്കിയിരുന്നു. ഞാൻ അവളുടെ കപ്പൽയാത്രയെപ്പറ്റി അയാളോട് പറയാറുണ്ടായിരുന്നു കോടാബാഹ്രുവിലെ രാജാവിന്റെ ബ്രിട്ടീഷ് ഉപദേശകനെ അയാൾക്ക് നല്ല പരിചയമുണ്ടായിരുന്നു. ഉപദേശകൻ ഒരു മിസ്റ്റർ വിൽസൺ ഹേയ്സ് ആയിരുന്നു. ഞാൻ അയാളെക്കൊണ്ട് കഴിയുന്ന സഹായങ്ങൾ ജീൻ പാഗറ്റിന് ചെയ്തുകൊടുക്കണമെന്ന് ആവശ്യപ്പെടുന്ന ഒരു കത്ത് വിൽസൺ ഹേയ്സിന്റെ മേൽവിലാസത്തിൽ അയപ്പിച്ചിരുന്നു. അത് ഏറ ക്കുറെ ആവശ്യമുള്ള കാര്യമായിരുന്നെന്ന് അയാൾ എന്നോട് പറഞ്ഞു. കാരണം കോടാബാഹ്രുവിൽ ഒരു സ്ത്രീക്ക് താമസിക്കാൻ കഴിയുന്നത് അവിടെയുള്ള ഒരു ബ്രിട്ടീഷുകാരന്റെ കൂടെ മാത്രമായിരുന്നു. വിൽസൺ ഹേയ്സിന്റെ സൗഹൃദത്തോടെയുള്ള മറുപടി ഞങ്ങൾക്ക് ലഭിച്ചു. അതിൽ അയാൾ അവളെ പ്രതീക്ഷിക്കുന്നതായി പറഞ്ഞിരുന്നു.

അവൾ സിങ്കപ്പൂരിൽ കഴിഞ്ഞത് ഒരു രാത്രിയിൽ മാത്രം ആയിരുന്നു. രാവിലെ അവൾ ആദ്യത്തെ വിമാനത്തിൽ കോടാബാഹ്രുവിലേക്ക് പോയി. ഡക്കോട്ടാവിമാനം പല സ്ഥലങ്ങളും സന്ദർശിച്ചുകൊണ്ട് മല യാമുഴുവൻ അലഞ്ഞുതിരിഞ്ഞതിനുശേഷം വൈകുന്നേരത്തോടെ അവളെ കോടാബാഹ്രുവിലെ താല്ക്കാലിക വിമാനത്താവളത്തിൽ ഇറക്കി. അവൾ ലണ്ടനിൽനിന്ന് യാത്രതിരിച്ച ഇളം ചാരനിറമുള്ള കോട്ടും ധരിച്ചുകൊണ്ട് ഡക്കോട്ടയിൽനിന്ന് പുറത്തിറങ്ങി. വിൽസൺ ഹെയ്സ് ഭാര്യയോടൊപ്പം വിമാനത്താവളത്തിൽ ഉണ്ടായിരുന്നു.

ഒരു വർഷം കഴിഞ്ഞ് അയാൾ അവധിക്ക് വന്നപ്പോൾ യൂണിവേ ഴ്സിറ്റി ക്ലബ്ബിൽവച്ച് ഞാൻ വിൽസൺ ഹെയ്സിനെ കണ്ടിരുന്നു. അയാൾ ഉയരവും ഇരുനിറവും നീണ്ടമുഖവുമുള്ള ശാന്തനായ ഒരു മനുഷ്യനായി രുന്നു. അയാൾ അവളെ കാണാൻ വേണ്ടി വിമാനത്താവളത്തിൽ വന്നി രുന്നത് കണ്ടപ്പോൾ അവൾ അല്പം അമ്പരന്നുപോയതായി അയാൾ പറഞ്ഞു. മലയായുടെ ആ ഭാഗത്ത് അവൾ വളരെ പ്രസിദ്ധയായിരു ന്നെന്ന് അവൾ മനസ്സിലാക്കിയിരുന്നതായി തോന്നിയില്ല. ഞങ്ങൾ എഴു തുന്നതിനുമുമ്പ് വിൽസൺ ഹെയ്സ് അവളെപ്പറ്റി എല്ലാ കാര്യങ്ങളും അറിഞ്ഞിട്ടുണ്ടായിരുന്നു. നിശ്ചയമായും യുദ്ധത്തിനുശേഷം അയാൾ

അവളെപ്പറ്റി ഒന്നുംതന്നെ കേട്ടിരുന്നില്ല. അവൾ അവരെ കാണാൻവേണ്ടി തിരിച്ചുവരുന്നുണ്ടെന്ന് അറിയിച്ചുകൊണ്ടുള്ള ഞങ്ങളുടെ എഴുത്ത് കിട്ടി യപ്പോൾ അയാൾ മാറ്റ് അമീനെ ഈ വിവരം അറിയിച്ചിരുന്നു. മാറ്റ് അമീൻ അവളെ കൗലാതലാങ്ങിലേക്ക് കൊണ്ടുപോകാൻവേണ്ടി അയാളുടെ ജീപ്പ് ഡ്രൈവർ ഉൾപ്പെടെ തയ്യാറാക്കി നിർത്തിയിരുന്നു. അത് അയാളെ സംബന്ധിച്ചിടത്തോളം വലിയ മാന്യത ആണെന്നാണ് ഞാൻ ചിന്തിച്ചി രുന്നത്. ഞാൻ അത് അയാളോട് പറയുകയും ചെയ്തു. യുദ്ധത്തിനു ശേഷം കോലാതലാങ് ജില്ലയിൽ ബ്രിട്ടീഷുകാരുടെ അന്തസ്സ് ഉയർന്നി രുന്നെന്ന് അയാൾ പറഞ്ഞു. അതിന്റെ കാരണം ഈ പെൺകുട്ടിയുടെയും അവളുടെ സംഘത്തിന്റെയും സാന്നിദ്ധ്യം ആയിരുന്നെന്നും അയാൾ സൂചിപ്പിച്ചു.

അവൾ രണ്ടു രാത്രികൾ റസിഡൻസിയിൽ താമസിച്ചു. കൂടാതെ സ്ഥലത്തെ കടകളിൽനിന്നും ഏതാനും വസ്തുക്കൾ വാങ്ങി അടുത്ത ദിവസം രാവിലെ ജീപ്പിൽ യാത്ര തിരിക്കുമ്പോൾ അവൾ ധരിച്ചിരുന്നത് ദേശീയമായ വേഷങ്ങൾ ആയിരുന്നു. പെട്ടിയും മറ്റുസാധനങ്ങളും അവൾ മിസിസ്സ് വിൽസൺ ഹെയ്സിനെ ഏല്പിച്ചിരുന്നു. ഭേദപ്പെട്ട സാമ്പത്തി കനിലയുള്ള ഒരു നാട്ടുകാരി കൈയിൽ കരുതാൻ ഇടയുള്ള സാധന ങ്ങൾ മാത്രമാണ് അവളും കരുതിയിരുന്നത്. അവളുടെ പാദങ്ങളുടെ മൃദു ത്വത്തിനുള്ള ഒരു ആനുകൂല്യം എന്ന നിലയിൽ അവൾ ചെരിപ്പ് ധരിച്ചി രുന്നു. വെയിലടിക്കാതിരിക്കാൻ വേണ്ടി അവൾ ഒരു ചെറിയ കുട എടു ത്തിരുന്നു. അവൾ ആ നാട്ടിലെ രീതിയിൽ തലമുടി ഉച്ചിയിൽ കെട്ടിവെ ച്ചിരുന്നു. അവളുടെ കൈയിൽ പനയോലകൊണ്ടുള്ള ഒരു ചെറിയ സഞ്ചി ഉണ്ടായിരുന്നു. പക്ഷേ, അതിനുള്ളിൽ ഒന്നും ഇല്ലെന്ന് മിസിസ്സ് വിൽസൺ ഹെയ്സ് അവരുടെ ഭർത്താവിനോട് പറഞ്ഞിരുന്നു. അവൾ ടുത്ത്ബ്രഷ് എടുത്തിരുന്നു. പക്ഷേ, പേസ്റ്റ് എടുത്തിരുന്നില്ല. അവൾ വസ്ത്രം മാറ്റാൻ വേണ്ടി ഒരു പുതിയ ലുങ്കിയും അതിനുയോജിച്ച ഒരു മേൽവസ്ത്രവും കരുതിയിരുന്നു. കൂടാതെ ഒരു ടൗവ്വലും രോഗാണുക്കളെ നശിപ്പിക്കുന്ന ഒരു സോപ്പും ഏതാനും മരുന്നുകളും കൂടി അവർ കൈയിൽ സൂക്ഷിച്ചി രുന്നു. കൂട്ടുകാർക്കുള്ള സമ്മാനങ്ങൾ എന്ന നിലയിൽ മൂന്ന് സൂചിപ്പത്ര ക്കങ്ങൾ അവൾ സൂക്ഷിക്കുന്നുണ്ടായിരുന്നു. പക്ഷേ, അവൾ സൗന്ദര്യ വർദ്ധക വസ്തുക്കൾ ഒന്നുംതന്നെ കരുതിയിരുന്നില്ല. ഇത്രയും സാധന ങ്ങളായിരുന്നു അവളുടെ കൈവശം ഉണ്ടായിരുന്നത്.

"അവൾ ഇങ്ങനെ പോകുന്നത് വിവേകം ആണെന്നാണ് ഞാൻ ആലോചിച്ചത്." വിൽസൺ ഹെയ്സ് പറഞ്ഞു. "അവൾ ഇംഗ്ലീഷുകാരി യുടെ വേഷത്തിൽ സഞ്ചരിച്ചിരുന്നെങ്കിൽ അവൾ അവരെ വിഷമിപ്പിക്കു മായിരുന്നു. അവൾ നാട്ടിലെ വേഷത്തിലാണ് പോയതെന്ന് അറിഞ്ഞ പ്പോൾ സ്ഥലവാസികളായ ചില ഇംഗ്ലീഷുകാർ ശരിക്കും തകർന്നുപോ യിരുന്നു. അവൾ പോകുന്നതു കണ്ടപ്പോൾ അത് ഒരു നല്ലകാര്യം ആണെ ന്നാണ് ഞാൻ വിചാരിച്ചത്." അയാൾ അല്പസമയം സംസാരിച്ചില്ല.

"എന്തായാലും യുദ്ധസമയത്ത് മുഴുവൻ ഈ രീതിയിലാണ് അവൾ വേഷം ധരിച്ചിരുന്നത്. അന്നൊന്നും അവൾ ആരെയെങ്കിലും തരംതാ ഴ്ത്തിയതായി ആരും സംസാരിച്ചിട്ടില്ല."

കോടാബാഹ്രുവിൽനിന്ന് കോലാതലാങ്ങിലേക്ക് ഒരു ദിവസം നീണ്ടു നില്ക്കുന്ന ജീപ്പുയാത്രയുണ്ട്. റോഡുകൾ വളരെ മോശമാണ്. നാല് പ്രധാന നദികൾ കുറുകെക്കടക്കണം. അതുകൊണ്ട് ജീപ്പ് ബോട്ടിൽക്ക യറ്റി ധാരാളം കടവുകൾ താണ്ടി അക്കരെ എത്തിക്കേണ്ടിവരുന്നു. നൂറു മൈൽ സഞ്ചരിക്കാൻ അവൾക്ക് പതിനാല് മണിക്കൂർ വേണ്ടിവന്നു. അവർ കോലാതലാങ്ങിലേക്ക് ജീപ്പ് ഓടിക്കുമ്പോൾ നേരം ഇരുട്ടിക്കഴി ഞ്ഞിരുന്നു. നിഴൽ മൂടിയ ഗ്രാമത്തിലൂടെ ജീപ്പ് ഓടിയപ്പോൾ അവിടെ ആവേശത്തിന്റെ ഒരു മുരളൽ ഉണ്ടായിരുന്നു. ആളുകൾ അവരുടെ ലുങ്കി കൾ വാരിച്ചുറ്റിക്കൊണ്ട് വീടുകളിൽനിന്ന് പുറത്തുവന്നിരുന്നു. ആ രാത്രി പൗർണ്ണമി ആയിരുന്നു. അതുകൊണ്ട് ജീപ്പ് ഓടിക്കാനുള്ള വെളിച്ചം ഉണ്ടാ യിരുന്നു. അവർ ഗ്രാമത്തലവന്റെ വീടിനു മുന്നിൽ വണ്ടിനിർത്തി. അവൾ അല്പം ക്ഷീണത്തോടെ ജീപ്പിൽനിന്ന് പുറത്തിറങ്ങി അയാളുടെ അടു ത്തെത്തി തൊഴുകൈയോടെ മലായ് ഭാഷയിൽ പറഞ്ഞു. "മാറ്റ് അമീൻ, ഞാൻ തിരിച്ചുവന്നു. അല്ലെങ്കിൽ ആവശ്യം കഴിഞ്ഞപ്പോൾ എല്ലാം മറ ന്നുപോയെന്ന് നിങ്ങൾ വിചാരിക്കും."

അയാൾ പറഞ്ഞു. "നിങ്ങൾ പോയതിനുശേഷം ഞങ്ങൾ നിങ്ങളെ പറ്റി ചിന്തിച്ചിരുന്നു. സംസാരിച്ചിരുന്നു." ആ സമയംകൊണ്ട് ആളുകൾ അവർക്കുചുറ്റും തടിച്ചുകൂടിയിരുന്നു. ഒരു കൈക്കുഞ്ഞിനെ എടുത്തു കൊണ്ട് അവളുടെ അടുത്തേക്ക് ആൾക്കൂട്ടത്തിനിടയിലൂടെ കടന്നുവരുന്ന ഫാത്തിമായെ അവൾ കണ്ടു. അവളുടെ ലുങ്കിയിൽ പിടിച്ച് ഞാന്നുകിട ക്കുന്ന മറ്റൊരു ചെറിയ കുട്ടിയും അവളോടൊപ്പം ഉണ്ടായിരുന്നു. ഫാത്തിമ ആൾക്കൂട്ടത്തെ വകഞ്ഞുമാറ്റി മുന്നോട്ടുവന്ന് അവളുടെ കൈയിൽ കയറിപിടിച്ചുകൊണ്ട് പറഞ്ഞു. "നമ്മൾ കണ്ടിട്ട് വളരെക്കാലം കഴിഞ്ഞു." അവിടെ റഹാനായും യാക്കോബും തൈബും തൈബിന്റെ സഹോദരൻ സമയത്തും മറ്റു പലരും ഉണ്ടായിരുന്നു. സമത്തിന്റെ അനി യൻ ഇബ്രാഹിം ഇപ്പോൾ ഒരു ചെറുപ്പക്കാരൻ ആയിരുന്നു. അവരിൽ ചിലരെ അവൾക്ക് അറിയില്ല. കാരണം അവൾ അവിടെനിന്ന് പോയതി നുശേഷം പുരുഷന്മാർ ജോലി സ്ഥലങ്ങളിൽ നിന്ന് മടങ്ങിയെത്തിയിരു ന്നു. അങ്ങനെ അവിടെ ധാരാളം പുതുമുഖങ്ങൾ ഉണ്ടായിരുന്നു.

ഡിറാഹ്മാൻ ബിൻ ഇസ്മായൽ എന്ന ചെറുപ്പക്കാരനുമായി ഫാത്തി മായുടെ വിവാഹം നടന്നിരുന്നു. അവൾ അയാളെ മുന്നോട്ട് കൂട്ടിക്കൊ ണ്ടുവന്ന് വെള്ളക്കാരിയെ പരിചയപ്പെടുത്തി. ജീൻ അയാളുടെ മുമ്പിൽ തലകുമ്പിട്ടുകൊണ്ട് അവളുടെ മുഖം മൂടാൻ ഒരു ഷോൾ കൊണ്ടുവരേ ണ്ടതായിരുന്നു എന്ന് ആഗ്രഹിച്ചു. ഒരു അപരിചിതനെ പരിചയപ്പെടു ത്തുന്ന സമയത്ത് അത് ഒരു മര്യാദയുള്ള പെരുമാറ്റമായി കരുതപ്പെടു മായിരുന്നു. അവൾ കൈപ്പത്തി ഉയർത്തി മുഖംമൂടിക്കൊണ്ട് പറഞ്ഞു.

"എനിക്ക് മുഖപടം ഇല്ലാത്തതിൽ ക്ഷമിക്കണം." അയാൾ തലകുമ്പിട്ടു കൊണ്ട് പറഞ്ഞു. "അത് സാരമില്ല." ഫാത്തിമാ പെട്ടെന്ന് ഇടയ്ക്ക് കയറി പറഞ്ഞു. "ഞങ്ങളുടെ കൂടെ താമസിക്കുന്ന സമയത്ത് വെള്ളക്കാരികൾ മുഖം മറച്ചില്ലെന്ന് എല്ലാവർക്കും അറിയാം. ആ കാര്യം അയാൾക്കും അറിയാം. കാരണം പലതരം ആളുകൾക്ക് പലതരം രീതികളാണ്. ജീൻ! നിങ്ങൾ തിരിച്ചുവന്നതിൽ ഞങ്ങൾക്ക് വളരെ സന്തോഷമുണ്ട്."

അവൾ 'മാറ്റ് അമീനു'മായി സംസാരിച്ച് ഡ്രൈവറുടെ താമസ ത്തിന്റെ കാര്യം ശരിയാക്കി. അതിനുശേഷം അവൾ ഫാത്തിമായുടെ കൂടെ അവളുടെ ഭർത്താവിന്റെ വീട്ടിലേക്ക് പോയി. അവർ അവളോട് ഭക്ഷണം കഴിച്ചോ എന്ന് അന്വേഷിച്ചു. അവൾ ഇല്ലെന്ന് മറുപടി പറഞ്ഞു. അവർ അവൾക്ക് ചോറും ചെമ്മീൻകറിയും തയ്യാറാക്കിക്കൊടുത്തു. പെട്ടെന്ന് അവൾ പനയോല സഞ്ചികൊണ്ടുള്ള ഒരു തലയണ ഉണ്ടാക്കി മുമ്പ് ആയിരം തവണ ഉറങ്ങിയിട്ടുള്ളതുപോലെ ഒരു പായ വിരിച്ച് കിട ന്നുറങ്ങി. മൂന്നുവർഷം മെത്തയിൽക്കിടന്ന് ഉറങ്ങിയതിനുശേഷം അവൾ നിലത്തുകിടന്ന് നല്ലവണ്ണം ഉറങ്ങിയെന്നു പറഞ്ഞാൽ അത് പൂർണ്ണമായും ശരിയായ ഒരു പ്രസ്താവന ആയിരിക്കില്ല. രാത്രിയിൽ അവൾ പലപ്രാ വശ്യം ഉണർന്ന് ഇരുട്ടിലെ ശബ്ദങ്ങൾക്ക് ചെവികൊടുത്തു. വീടിനുചുറ്റും നിലാവ് പടരുന്നത് അവൾ കണ്ടു. അവൾക്ക് സന്തോഷം തോന്നുന്നു ണ്ടായിരുന്നു.

അടുത്ത ദിവസം ഫാത്തിമായോടും മറിയത്തിനോടും വൃദ്ധയായ സുബൈബദയോടും അവൾ സംസാരിച്ചിരുന്നു. അവർ വീടിന്റെ പിൻവ ശത്ത് പുരുഷന്മാരിൽനിന്ന് ഒഴിഞ്ഞ് ഭക്ഷണം പാകംചെയ്യുന്ന പാത്ര ങ്ങൾക്ക് ചുറ്റും കുത്തിയിരിക്കുകയായിരുന്നു. "ഞാൻ ദൂരെയായിരുന്ന പ്പോൾ എല്ലാ ദിവസവും ഈ സ്ഥലത്തെക്കുറിച്ച് ആലോചിച്ചിരുന്നു." അവൾ പറഞ്ഞു. അത് പൂർണ്ണമായും സത്യമായിരുന്നില്ല. പക്ഷേ, സത്യ ത്തോട് അടുത്തെത്തിയിരുന്നു. "ഞാൻ ഇവിടെ ജോലി ചെയ്ത് ജീവി ച്ചിരുന്ന കാലത്തെപ്പോലെ നിങ്ങളും ജോലിചെയ്ത് ജീവിക്കുന്നതിനെ പ്പറ്റി ഞാൻ ആലോചിച്ചിരുന്നു. ഞാൻ ഇംഗ്ലണ്ടിലെ ഒരു ഓഫീസിൽ ജോലി ചെയ്യുകയായിരുന്നു. എന്റെ രാജ്യത്ത് സ്ത്രീകൾ ജോലി ചെയ്യണം. ഞാൻ ഒരു ദരിദ്രയാണെന്ന് നിങ്ങൾക്ക് അറിയാം. ഞാൻ എനിക്ക് യോജിച്ച ഒരു ഭർത്താവിനെ കണ്ടെത്തുന്നതുവരെ ജീവിക്കാൻ വേണ്ടി എനിക്ക് ജോലി ചെയ്യണം." സ്ത്രീകൾ പൊട്ടിച്ചിരിച്ചു. വൃദ്ധ യായ സുബൈദ പറഞ്ഞു. "ഒരു സ്ത്രീക്ക് ജീവിക്കാൻവേണ്ടി ജോലി ചെയ്യേണ്ടിവരുന്നത് വളരെ വിചിത്രമാണ്."

മറിയം പറഞ്ഞു. "കുവാലാ റാക്കിറ്റിൽ ഒരു ബാങ്കിൽ ജോലി ചെയ്യുന്ന നമ്മുടെ കൂട്ടത്തിലെ ഒരു സ്ത്രീ ഉണ്ട്. ഞാൻ അവളെ ഒരു ജനലിൽക്കൂടി കണ്ടിട്ടുണ്ട്. അവൾ ഒരു യന്ത്രത്തിൽ കൈവിരലു കൾകൊണ്ട് എന്തൊക്കെയോ ചെയ്യുന്നുണ്ടായിരുന്നു. ക്ലിക്, ക്ലിക്, ക്ലിക് എന്ന് ശബ്ദം കേൾക്കാം."

ജീൻ തലകുലുക്കി. "എന്റെ രാജ്യത്ത് അതുപോലെ ഒരു യന്ത്ര ത്തിൽ പ്രവർത്തിച്ചാണ് ഞാനും ജീവിക്കാനുള്ള വക സമ്പാദിച്ചത്. സാറിന് എഴുത്തുകൾ ആ രീതിയിൽ ടൈപ്പ് ചെയ്തുകൊടുക്കുന്നതാണ് എന്റെ ജോലി. പക്ഷേ, അടുത്തകാലത്ത് എന്റെ അമ്മാവൻ മരിച്ചു. അദ്ദേഹം എന്റെ സ്ഥലത്തുനിന്നും ദൂരെയാണ് താമസിച്ചിരുന്നത്. ഞാൻ അദ്ദേഹത്തെ ഒരിക്കൽ മാത്രമാണ് കണ്ടിട്ടുള്ളത്. പക്ഷേ, അദ്ദേഹത്തിന് മറ്റ് ബന്ധുക്കൾ ഒന്നുമില്ല. അദ്ദേഹത്തിന്റെ ആസ്തിയുടെ അനന്തരാവ കാശി ഞാനാണ്. അതുകൊണ്ട് ഇപ്പോൾ എനിക്ക് ആഗ്രഹം ഉണ്ടെ ങ്കിൽ മാത്രം ജോലി ചെയ്താൽ മതി." സ്ത്രീകൾക്ക് ഇടയിലൂടെ അഭി നന്ദനത്തിന്റെ ഒരു മുരളൽ നിമിഷനേരത്തേക്ക് കടന്നുപോയി. ആൾക്കൂ ട്ടത്തിന്റെ വലിപ്പം കൂട്ടാൻവേണ്ടി രണ്ട് മൂന്ന് സ്ത്രീകൾ കൂടി സംഘ ത്തിൽ ചേർന്നിരുന്നു. "ഇപ്പോൾ ജീവിതത്തിൽ ആദ്യമായി സ്വന്തം പണം ഉള്ളതുകൊണ്ട് ഞാൻ കോലാതലാങ്ങിലുള്ള നിങ്ങളെപ്പറ്റിയും ഞങ്ങൾ നിങ്ങളോടൊപ്പം തടവുകാരായി ജീവിച്ചപ്പോൾ നിങ്ങൾ ഞങ്ങളോടു കാണിച്ച അനുകമ്പയെപ്പറ്റിയും എന്നത്തേതിലും കൂടുതൽ ചിന്തിച്ചിരു ന്നു. ഞാൻ ഈ സ്ഥലത്തിനോട് നന്ദിയുള്ളവൾ ആയിരിക്കണമെന്ന് എനിക്ക് തോന്നി. ഈ നന്ദി ഒരു സ്ത്രീയിൽനിന്ന് കോലതലാങ്ങിലെ സ്ത്രീകൾക്കുള്ള ഒരു സമ്മാനമാണ്. ഇതിന് പുരുഷന്മാരുമായി യാതൊരു ബന്ധവുമില്ല."

അവൾക്ക് ചുറ്റും നിന്നിരുന്ന സ്ത്രീകൾക്കിടയിൽനിന്ന് സന്തോ ഷവും ആവേശവും നിറഞ്ഞ ഒരു കുശുകുശുപ്പ് ഉയർന്നു. വൃദ്ധയായ സുബൈദ പറഞ്ഞു. "എല്ലാം പുരുഷന്മാർക്കാണ് ലഭിക്കുന്നതെന്ന് പറ യുന്നത് സത്യമാണ്." ഈ മതനിന്ദ കേട്ട് ഒന്നോരണ്ടോ സ്ത്രീകൾ ഭയ ന്നുപോയതായി തോന്നി.

"ഈ സ്ഥലത്ത് ഒരു കിണർ വേണമെന്ന് ഞാൻ പലതവണ ആലോ ചിച്ചിരുന്നു." ജീൻ പറഞ്ഞു. "അത് വന്നാൽ നിങ്ങൾക്ക് രാവിലെയും വൈകിട്ടും അരുവിയിൽനിന്ന് വെള്ളം കൊണ്ടുവരേണ്ടിവരില്ല. നിങ്ങൾക്ക് വീട്ടിൽനിന്ന് കൂടിയാൽ അൻപത് ചുവട് നടന്നാൽ മതിയാകും. അവിടെ നല്ല വെള്ളമുള്ള ഒരു കിണറും അത് കോരിയെടുക്കാനുള്ള തൊട്ടിയും ഉണ്ടാവും. നിങ്ങൾക്ക് തണുത്ത നല്ലവെള്ളം ആവശ്യമുള്ള സമയ ത്തെല്ലാം നിങ്ങൾക്ക് അത് കോരിയെടുക്കാൻ പറ്റും." വീണ്ടും അവിടെ അഭിനന്ദനത്തിന്റെ ഒരു ചെറിയ ആരവം ഉണ്ടായിരുന്നു. "കിണറിനുചുറ്റും മിനുസമുള്ള കല്ലുകൾ ഉണ്ടായിരിക്കും. ചെറുപ്പക്കാർ നിങ്ങൾക്കുവേണ്ടി വെള്ളം കോരിയെടുക്കുമ്പോൾ നിങ്ങൾക്ക് ആ കല്ലുകളുടെ പുറത്തി രുന്ന് സംസാരിക്കാം. തൊട്ടടുത്ത് മിനുസമുള്ള കല്ലോ കോൺക്രീറ്റോ കൊണ്ടുള്ള നീണ്ട കുളിപ്പുര ഉണ്ടായിരിക്കും. നിങ്ങൾക്ക് വസ്ത്രം നന യ്ക്കുമ്പോൾ പരസ്പരം മുഖത്തുനോക്കി സംസാരിക്കാൻ പറ്റും. നാലു ചുറ്റും മതിൽ ഉള്ളതുകൊണ്ട് പുരുഷന്മാർക്ക് നിങ്ങളെ കാണാൻ പറ്റില്ല." ആരവം ആവേശത്തിന്റെ ബഹളമായി മാറിയിരുന്നു. "ഞാൻ നന്ദിപ്രക

ടനമായി ചെയ്യാൻ ആഗ്രഹിക്കുന്ന കാര്യം ഇതാണ്. കിണർ കുഴിക്കുന്ന ഒരു സംഘത്തെ ഞാൻ നിയോഗിക്കും. അവർ കിണർ കുഴിക്കും. കൽപ്പണി നടത്തുന്ന കൊത്തന്മാർക്കും കുളിപ്പുര പണിയുന്ന ആശാരി മാർക്കും ഞാൻ ശമ്പളം നല്കും. പക്ഷേ, അകത്തുള്ള ജോലികൾക്ക് എന്നെ ഉപദേശിക്കാൻ അനുഭവസമ്പത്തുള്ള രണ്ട് മൂന്ന് സ്ത്രീകൾ ഉണ്ടായിരിക്കണം എന്നാണ് എന്റെ ആഗ്രഹം. ഇത് ഒരു സ്ത്രീയുടെ സ്ത്രീകൾക്കുള്ള ഒരു സമ്മാനമാണ്. ഈ കാര്യത്തിൽ സ്ത്രീകൾ പറ യുന്നതുപോലെ പുരുഷന്മാർ ജോലി ചെയ്യണം."

അവിടെ വളരെനേരത്തേക്ക് ഒരു സംവാദത്തിന്റെ ഒരു ബഹളം ഉണ്ടായിരുന്നു. ഇത്തരം ഒരു കാര്യത്തിന് പുരുഷന്മാരുടെ അനുവാദം കിട്ടുമോ എന്ന് ചില സ്ത്രീകൾക്ക് സംശയമുണ്ടായിരുന്നു. അവർക്കുമുമ്പ് അവരുടെ അമ്മമാരും അമ്മൂമ്മമാരും തൃപ്തരായിരുന്ന ഒരു ക്രമീകരണത്തിൽ മാറ്റംവരുത്തുന്നത് അധാർമ്മികമായ ഒരു ആഗ്രഹമല്ലേ എന്ന് മറ്റ് ചില സ്ത്രീകൾക്കും സംശയം ഉണ്ടായിരുന്നു. പക്ഷേ, ഇത് നിറവേറ്റാൻ പറ്റിയാൽ വരുന്ന മാറ്റത്തെപ്പറ്റി കൂടുതൽ സ്ത്രീകളും താല്പര്യമുള്ളവരായിരുന്നു. ഈ ആശയം പരിചിതമായ പ്പോൾ അവർക്ക് അതിനോട് ഇഷ്ടം തോന്നി. അവർ അതിനെ വിശദ മായി പരിശോധിച്ചു. കിണർ എവിടെ വേണമെന്നും കുളിപ്പുര എവിടെ വേണമെന്നും കോൺക്രീറ്റ് കുളവും ഓവുചാലും എവിടെയായിരിക്ക ണമെന്നും മറ്റും അവർ വിശദമായി ചർച്ചകൾ നടത്തി. രണ്ട് മണിക്കൂറു കൾക്ക് ശേഷം അവർ ഈ ആശയം പൂർണ്ണമനസ്സോടെ സ്വീകരിച്ചു. കിണർ അവരുടെ ഒരു യഥാർത്ഥ ആവശ്യം നിറവേറ്റിയിരുന്നതുകൊണ്ട് ജീനിന് ഈ സമ്മാനത്തിൽ സംതൃപ്തി ഉണ്ടായിരുന്നു. ഇതിനെക്കാൾ അധികം അവൾ മറ്റൊന്നും തന്നെ അവർക്ക് നല്കണമെന്ന് അവർ തെര ഞ്ഞെടുത്തിരിക്കാൻ സാദ്ധ്യതയില്ല.

അന്ന് വൈകുന്നേരം മാറ്റ് അമീന്റെ വീടിന്റെ വരാന്തയിൽ മുമ്പ് പല പ്രാവശ്യം സ്ത്രീകളുടെ കാര്യങ്ങൾ പറയാൻ വേണ്ടി ഇരുന്നിട്ടുള്ളതു പോലെ ജീൻ അയാളുടെ മുഖത്തു നോക്കിക്കൊണ്ട് ഇരിക്കുന്നുണ്ടായി രുന്നു. അവൾ കാപ്പി രുചിച്ചുനോക്കി. "ഞാൻ നിങ്ങളോട് സംസാരി ക്കാൻവേണ്ടി വന്നതാണ്." അവൾ പറഞ്ഞു. "കാരണം ഞാൻ ഈ സ്ഥലത്തിനോട് നന്ദിപ്രകടനം നടത്താൻ ആഗ്രഹിക്കുന്നു. അതുകൊണ്ട് വെള്ളക്കാരികൾ ഇവിടെ വന്നപ്പോൾ നിങ്ങൾ അവരോട് അകുമ്പ കാണി ച്ചിരുന്നെന്ന് ആളുകൾ ഓർമ്മിക്കാൻ ഇടയുണ്ട്."

അയാൾ പറഞ്ഞു. "ഭാര്യ പകൽ മുഴുവൻ മറ്റു സ്ത്രീകളോട് ഈ കാര്യം മാത്രം സംസാരിച്ചുകൊണ്ടിരിക്കുകയായിരുന്നു. നിങ്ങൾ ഒരു കിണർ നിർമ്മിക്കാൻ ആഗ്രഹിക്കുന്നുണ്ടെന്നാണ് അവർ സംസാരിച്ചത്."

ജീൻ പറഞ്ഞു. "അത് സത്യമാണ്. ഇത് കോലാതലാങ്ങിനോട് ഇംഗ്ലീഷുകാരികൾ കാണിക്കുന്ന ഒരു നന്ദിപ്രകടനമാണ്. പക്ഷേ, ഞങ്ങൾ സ്ത്രീകളായതുകൊണ്ട് ഇത് ഈ പ്രദേശത്തെ സ്ത്രീകൾക്കുള്ള ഒരു

സമ്മാനം ആയിരിക്കുന്നതാണ് കൂടുതൽ ഉചിതം. ഞങ്ങൾ ഇവിടെ ജീവി ച്ചിരുന്നകാലത്ത് അരുവിയിൽനിന്ന് രണ്ടുനേരം വെള്ളം കൊണ്ടുവരുന്നത് ഒരു വലിയ അദ്ധ്വാനമായിരുന്നു. ഞാൻ ഇംഗ്ലണ്ടിൽവെച്ച് ഇവിടുത്തെ സ്ത്രീകളെപ്പറ്റി ആലോചിച്ചിരുന്നു. ഇത്രയുംദൂരം വെള്ളം കൊണ്ടുവ രുന്ന ഇവിടുത്തെ സ്ത്രീകളെയോർത്ത് എനിക്ക് വിഷമം തോന്നി. അതു കൊണ്ടാണ് എന്റെ നന്ദിപ്രകടനം ഗ്രാമത്തിന്റെ നടുക്കുള്ള ഒരു കിണർ ആയിരിക്കണമെന്ന് ഞാൻ ആഗ്രഹിച്ചത്."

അയാൾ പറഞ്ഞു. "അവർക്ക് മുമ്പുള്ള അവരുടെ അമ്മമാർക്കും അമ്മൂമ്മമാർക്കും അരുവി തൃപ്തികരമായിരുന്നു. അവർക്ക് ഒരു കിണർ ലഭിച്ചാൽ ജീവിതത്തിലെ അവരുടെ അവസ്ഥയ്ക്ക് മുകളിലുള്ള പദ്ധതി കളെപ്പറ്റി അവർ ആലോചിക്കും."

അവൾ ക്ഷമയോടെ മറുപടി പറഞ്ഞു. "അവർക്ക് കിണർ ലഭിച്ചാൽ നിങ്ങളെ കൂടുതൽ ആത്മാർത്ഥമായി സേവിക്കാനുള്ള ഉത്സാഹം അവർക്ക് കാണും. മൂന്ന് മാസം ഗർഭം ഉള്ളപ്പോൾ ഈ വെള്ളം ചുമന്ന് കൊണ്ടുവന്നത് കാരണം ഗർഭം അലസിപ്പോയ റൈഹാനാ ബിന്തി ഇസ്മേയൽ എന്ന സ്ത്രീയെ മാറ്റ് അമീന് ഓർമ്മയുണ്ടോ?" അവൾ ഇത്തരം ഒരു കാര്യം പറഞ്ഞതിൽ അയാൾ അത്ഭുതപ്പെട്ടുപോയിരുന്നു. പക്ഷേ, ഇംഗ്ലീഷുകാരികൾ എന്തും സംസാരിക്കും. "അതിനുശേഷം ഒരു വർഷത്തോളം അവൾക്ക് അസുഖം ആയിരുന്നു. പിന്നീട് ഒരിക്കലും അവ ളുടെ ഭർത്താവിന് അവളെക്കൊണ്ട് ഗുണം ഉണ്ടായിരുന്നെന്ന് വിചാരി ക്കുന്നില്ല. നന്ദിപ്രകടനമായി ഞാൻ നല്കാൻ ആഗ്രഹിക്കുന്ന ഈ കിണർ ഉണ്ടായിരുന്നെങ്കിൽ ആ അപകടം സംഭവിക്കുമായിരുന്നില്ല."

അയാൾ പറഞ്ഞു. "സ്ത്രീകളുടെയും പുരുഷന്മാരുടെയും ജീവിതം ദൈവമാണ് തീരുമാനിക്കുന്നത്."

അവൾ പുഞ്ചിരിച്ചു. "അത് എഴുതി വച്ചിട്ടുണ്ട്. പുരുഷന്മാരുടെ മന സ്സിൽ സ്വാഭാവികമായും അത്യാഗ്രഹം ഉണ്ടായിരിക്കും. പക്ഷേ, നിങ്ങൾ സ്ത്രീകളോട് അനുകമ്പയും അവരോട് തെറ്റ് ചെയ്യാൻ ഭയവും ഉള്ളവ നാണെങ്കിൽ ദൈവത്തിന് നിങ്ങൾ ചെയ്യുന്ന കാര്യങ്ങൾ നല്ല രീതിയിൽ പരിചിതമായിരിക്കും."

അയാൾ പൊട്ടിച്ചിരിച്ചുകൊണ്ട് അയാളുടെ തുടയിൽ അടിച്ചു. "നിങ്ങൾ ഇവിടെ താമസിച്ചിരുന്ന സമയത്ത് എന്തെങ്കിലും ആവശ്യമുള്ള പ്പോൾ പലതവണ നിങ്ങൾ ഇത് എന്നോട് പറഞ്ഞിട്ടുണ്ട്."

"സ്ത്രീകൾക്ക് കിണർ നല്കുന്നത് മഹാമനസ്കതയായിരിക്കും." അവൾ പറഞ്ഞു.

അയാൾ വീണ്ടും ചിരിച്ചുകൊണ്ട് മറുപടി പറഞ്ഞു. "ഞാൻ ജീനി നോട് ഒരു കാര്യം പറയാം. നിങ്ങൾ വാക്ക് പറഞ്ഞ ഈ കിണർപോലെ സ്ത്രീകൾ എന്തെങ്കിലും കാര്യം ആഗ്രഹിക്കുകയാണെങ്കിൽ അവർക്ക് അത് ലഭിക്കാനാണ് സാദ്ധ്യത. പക്ഷേ, ഇത് ഗ്രാമത്തെ മൊത്തത്തിൽ ബാധിക്കുന്ന കാര്യമാണ്. നിശ്ചയമായും എനിക്ക് എന്റെ സഹോദരന്മാ

രുമായി കൂടിയാലോചിക്കണം."

അടുത്ത ദിവസം രാവിലെ ചന്തയുടെ കെട്ടിടത്തിന്റെ നിഴലിൽ പുരു ഷന്മാർ യോഗം ചേർന്നു. ഉടൻതന്നെ അവർ ജീനിനെ വിളിച്ചുവരുത്തി. അവൾ സ്ത്രീകൾക്ക് ചേർന്നരീതിയിൽ അല്പം ദൂരെ മാറി അവരോ ടൊപ്പം കുത്തിയിരുന്നു. അവർ അവളോട് കിണർ എവിടെയാണ് നിർമ്മി ക്കുന്നതെന്നും അലക്ക് പുര എവിടെയാണെന്നും ചോദിച്ചു. എല്ലാം അവ രുടെ കൈയിലാണെന്ന് അവൾ പറഞ്ഞു. പക്ഷേ, അത് ചെയ്സാന്റെ കടയുടെ പിന്നിലും അഹമ്മദിന്റെ വീടിന്റെ മുന്നിലും കാണുന്ന അല്പം ഒഴിഞ്ഞ സ്ഥലത്താണെങ്കിൽ സ്ത്രീകൾക്ക് കൂടുതൽ സൗകര്യം ആയി രിക്കുമെന്ന് അവൾ കൂട്ടിച്ചേർത്തു. അപ്പോൾ അവർ ഒന്നിച്ച് എഴുന്നേറ്റു പോയി സ്ഥലം കണ്ടതിനുശേഷം ചർച്ചകൾ നടത്തി. ഗ്രാമത്തിലെ മൊത്തം സ്ത്രീകളും അവരുടെ ഭർത്താക്കന്മാർ ഈ പ്രധാന തീരു മാനമെടുക്കുന്നതും അവർക്ക് തുല്യയാണെന്നമട്ടിൽ ജീൻ അവരോട് സംസാരിക്കുന്നതും നാലുചുറ്റും കൂട്ടംകൂടി നിന്നുകൊണ്ട് ശ്രദ്ധിക്കുന്നു ണ്ടായിരുന്നു.

അവൾ അവരെ ധൃതിപിടിപ്പിച്ചില്ല. അവൾ ഈ ഗ്രാമത്തിൽ മൂന്നു വർഷം ജീവിച്ചിട്ടുണ്ട്. പുതിയ രീതികളെ സമീപിക്കുന്നതിലുള്ള അവ രുടെ ജാഗ്രതയെപ്പറ്റി അവൾക്കറിയാം. തീരുമാനമെടുക്കാൻ അവർക്ക് രണ്ടുദിവസം വേണ്ടിവന്നു. കിണർ കുഴിക്കുന്നത് ഒരു നല്ലകാര്യമാണ്. അതുകൊണ്ട് ദൈവകോപം അവരുടെ പുറത്തേക്ക് ഒഴുകിയിറങ്ങില്ല.

കിണർ കുഴിക്കുന്നത് വൈദഗ്ദ്ധ്യം ആവശ്യമുള്ള ജോലിയാണ്. ഈ ജോലി ഏല്പിക്കാൻ പറ്റിയ ഒരു കുടുംബം മാത്രമാണ് തീരപ്രദേശത്ത് ഉണ്ടായിരുന്നത്. അവർ കുവാൻടാനിൽ നിന്ന് ഏകദേശം അഞ്ച് മൈൽ ദൂരത്താണ് താമസിച്ചിരുന്നത്. മാറ്റ് അമീൻ ജാവിലിപിയിൽ ഇമാമിനുള്ള ഒരു എഴുത്ത് പറഞ്ഞെഴുതിച്ചു. അതിനുശേഷം അവർ അത് കുവാലാ റാക്കിറ്റിൽ കൊണ്ടുപോയി പോസ്റ്റ് ചെയ്തു. ജീൻ കോടാബാഹ്രു വിൽനിന്ന് അഞ്ച് ചാക്ക് സിമന്റ് കൊണ്ടുവരാൻ ജോലിക്കാരെ പറഞ്ഞ യച്ചതിനുശേഷം സാഹചര്യം വികസിച്ചുവരാൻ വേണ്ടി ആഴ്ചകളോളം കാത്തിരുന്നു.

അവൾ കൂടുതൽ സമയവും മുക്കുവരോടൊപ്പം അവരുടെ ബോട്ടു കളിൽ ചെലവഴിച്ചു. അല്ലെങ്കിൽ കടപ്പുറത്തിരുന്ന് കുട്ടികളുടെ കൂടെ കളിച്ചു. അവൾ അവരെ മൺകോട്ടകൾ നിർമ്മിക്കാനും മണ്ണിൽ വിരലു കൾകൊണ്ട് കളംവരച്ച് പലതരം കളികൾ കളിക്കാനും പഠിപ്പിച്ചു. അവൾ ധാരാളം നീന്തി. പലതവണ കുളിച്ചു. വിളവെടുപ്പ് സമയത്ത് ഒരാഴ്ച യോളം നെല്പാടങ്ങൾ കൊയ്തു. അവൾ ഈ മനുഷ്യരോടൊപ്പം വള രെക്കാലം ജീവിച്ചിട്ടുണ്ട്. സമയം കടന്നുപോകുന്നതിനെപ്പറ്റി അവൾക്ക് ആക്ഷേപമില്ലായിരുന്നു. അവൾക്ക് ക്ഷമ ഉണ്ടായിരുന്നു. അവൾക്ക് ജോലി ചെയ്യേണ്ട ആവശ്യമില്ലാത്ത ഈ സമയത്ത് മുന്നോട്ടുള്ള കാലം എന്താണ് ചെയ്യാൻ പോകുന്നതെന്ന് ആലോചിക്കാൻ കഴിഞ്ഞു. അവൾ

അവിടെ മടിപിടിച്ച് മുന്നാഴ്ച കാത്തിരുന്നു. അവൾക്ക് അത് മടുപ്പുളവാ
ക്കുന്നതായി തോന്നിയില്ല.

ഈ സമയംകൊണ്ട് കിണർ കുഴിക്കുന്നവരും സിമന്റും എത്തി
ച്ചേർന്നു. ജോലി ആരംഭിച്ചു. കിണർ കുഴിക്കുന്നവർ നരച്ചതാടിയുള്ള
സുലൈമാനും അയാളുടെ യാക്കോബ് എന്നും ഹുസൈൻ എന്നും
പേരുള്ള രണ്ട് ആൺമക്കളുംകൂടിയുള്ള ഒരു കുടുംബം ആയിരുന്നു.
അവർ സ്ഥലം അളന്നും കിണറിന് തെരഞ്ഞെടുത്ത സ്ഥലത്തിന്റെ
യുക്തി പരിശോധിച്ച് വിദഗ്ദ്ധ അഭിപ്രായം രൂപീകരിച്ചും ഒരു ദിവസം
ചെലവാക്കി. അവസാനം ജോലി തുടങ്ങിയപ്പോൾ അവർ അത് വളരെ
പ്പെട്ടെന്ന് നല്ല രീതിയിൽ പൂർത്തിയാക്കി. ഒരാൾ കുഴിയിലും രണ്ടുപേർ
പുറത്തുമായി അവർ രാവിലെ മുതൽ സന്ധ്യവരെ ജോലി ചെയ്തു.

വൃദ്ധനായ സുലൈമാൻ ഗ്രാമത്തിന് അറിവുകളുടെ ഒരു ഖനി
ആയിരുന്നു. കാരണം അയാൾ കിണർ കുഴിച്ചും അറ്റകുറ്റപ്പണി നട
ത്തിയും മലയായുടെ കിഴക്കൻ സമുദ്രതീരത്തുകൂടി അങ്ങോട്ടും
ഇങ്ങോട്ടും യാത്രചെയ്ത് കൂടുതൽ ഗ്രാമങ്ങളിലും ഇടയ്ക്കിടയ്ക്ക്
സന്ദർശനം നടത്തിയിരുന്നു. കോലാതലാങ്ങിലെ സ്ത്രീകളും പുരുഷ
ന്മാരും പുതിയ കിണറിന്റെ ജോലി പുരോഗമിക്കുന്നത് കണ്ടുകൊണ്ട്
നാലുചുറ്റും കൂടിയിരുന്ന വൃദ്ധനുമായി സംസാരിച്ച് കടൽത്തീരത്തെ
അവരുടെ ബന്ധുക്കളുടെയും പരിചയക്കാരുടെയും വാർത്തകൾ ശേഖ
രിക്കുന്നത് പതിവായിരുന്നു. ജീൻ അവിടെ ഉണ്ടായിരുന്ന ഒരു വൈകു
ന്നേരത്ത് അവൾ അയാളോട് ചോദിച്ചു. "നിങ്ങൾ കുവാൻടാനിൽ
നിന്നാണോ വരുന്നത്?"

"ബാറ്റു സാവാഹിൽ നിന്നാണ്." വൃദ്ധൻ പറഞ്ഞു. "അവിടെ
എത്താൻ കുവാൻടാനിൽനിന്ന് രണ്ട് മണിക്കൂർ നടക്കണം. ഞങ്ങളുടെ
വീട് അവിടെയാണ്. പക്ഷേ, ഞങ്ങൾ വലിയ സഞ്ചാരികളാണ്."

ഒരുനിമിഷത്തെ നിശ്ശബ്ദതയ്ക്ക് ശേഷം അവൾ ചോദിച്ചു. "യുദ്ധ
ത്തിന്റെ ആദ്യവർഷത്തിൽ കുവാൻടാന്റെ ചുമതല ഉണ്ടായിരുന്ന
ജപ്പാൻകാരൻ ക്യാപ്റ്റൻ സുഗാമോയെ നിങ്ങൾക്ക് ഓർമ്മയുണ്ടോ?"

"തീർച്ചയായും ഓർമ്മയുണ്ട്." വൃദ്ധൻ മറുപടി പറഞ്ഞു. "അയാൾ
അങ്ങേയറ്റം കൊള്ളരുതാത്തവനാണ്. അയാൾ പോയപ്പോൾ ഞങ്ങൾക്ക്
സന്തോഷം ആയിരുന്നു. അയാൾക്കു ശേഷം വന്ന ക്യാപ്റ്റൻ ഇച്ചിനോ
അയാളേക്കാൾ മെച്ചം ആയിരുന്നു."

സുഗാമോ മരിച്ചത് അയാൾ അറിഞ്ഞിട്ടില്ലെന്ന് തോന്നി. ജീനിന്
അത്ഭുതം തോന്നുന്നുണ്ടായിരുന്നു. യുദ്ധകുറ്റങ്ങളുടെ തെളിവ് ശേഖരി
ക്കുന്ന അന്വേഷണക്കോടതി കുവാൻടാനിൽ നിന്ന് തെളിവെടുത്തിരിക്കും.
അവൾ അയാളോട് പറഞ്ഞു. "ക്യാപ്റ്റൻ സുഗാമോ മരിച്ചു. സിയാം
റെയിൽവെക്ക് വേണ്ടി അയാളെ ബർമ്മയിലേക്ക് അയച്ചിരുന്നു. അവിടെ
അയാൾ പല അക്രമങ്ങൾക്കും പല കൊലപാതകങ്ങൾക്കും കാരണ
മായി. പക്ഷേ, യുദ്ധം കഴിഞ്ഞപ്പോൾ സഖ്യകക്ഷികൾ അയാളെ പിടി

കൂടി. അയാളെ കൊലപാതകത്തിന് വിചാരണ നടത്തി പനോങ്ങിൽ കൊണ്ടുപോയി തൂക്കിലേറ്റുകയായിരുന്നു."

"ഇതു കേട്ടതിൽ എനിക്ക് സന്തോഷമുണ്ട്." വൃദ്ധൻ മറുപടി പറഞ്ഞു. "എനിക്ക് എന്റെ മക്കളോട് പറയണം." അയാൾ കിണറിനു ള്ളിലേക്ക് കുനിഞ്ഞുകൊണ്ട് വാർത്ത വിളിച്ചു പറഞ്ഞു. അല്പസമയം അതിനെപ്പറ്റി ചർച്ച നടന്നിരുന്നു. അതിനുശേഷം അവർ അവരുടെ ജോലി തുടർന്നു.

ജീൻ ചോദിച്ചു. "കുവാൻടാനിൽ അയാൾ ധാരാളം ദുഷ്ടതകൾ പ്രവർത്തിച്ചിരുന്നോ?" ഒരെണ്ണം ഇപ്പോഴും അവളുടെ മനസ്സിൽ ഭീകര മായ പുതുമയോടെ നിറഞ്ഞു നില്ക്കുന്നുണ്ടായിരുന്നു. പക്ഷേ, അവൾക്ക് അത് സ്വയം നേരിട്ട് സംസാരിക്കാൻ കഴിഞ്ഞിരുന്നില്ല.

സുലൈമാൻ പറഞ്ഞു. "ധാരാളം മനുഷ്യരെ പീഡിപ്പിച്ചിട്ടുണ്ട്."

അവൾ പറഞ്ഞു. "ഞാൻ ഒരെണ്ണം നേരിട്ട് കണ്ടിട്ടുണ്ട്." അതിന് പുറത്തുവരാതിരിക്കാൻ കഴിയില്ല. അവൾക്ക് ഈ വൃദ്ധനോട് എന്ത് വേണമെങ്കിലും പറയാം. "ഞങ്ങൾക്ക് പട്ടിണി കിടന്ന് അസുഖം വന്ന പ്പോൾ ഞങ്ങളെ സഹായിച്ച തടവുകാരനായ ഒരു പട്ടാളക്കാരൻ ഉണ്ടാ യിരുന്നു. ജപ്പാൻകാർ അയാളെ പിടികൂടി കൈയിൽ ആണിയടിച്ച് കുരി ശിൽക്കയറ്റി."

"എനിക്ക് ഓർമ്മയുണ്ട്." വൃദ്ധൻ പറഞ്ഞു. "അയാൾ കുവാൻടാ നിലെ ആശുപത്രിയിൽ ഉണ്ടായിരുന്നു."

ജീൻ അയാളെ തുറിച്ചുനോക്കി. "അയാൾ എന്നാണ് ആശുപത്രി യിൽ ഉണ്ടായിരുന്നത്? അയാൾ മരിച്ചോ?"

"അവർ രണ്ടുപേർ ഉണ്ടായിരുന്നെന്നാണ് തോന്നുന്നത്." അയാൾ കിണറ്റിനുള്ളിൽ ഉണ്ടായിരുന്ന യാക്കോബിനോട് വിളിച്ചു ചോദിച്ചു. "യുദ്ധം തുടങ്ങിയ വർഷം കുവാൻടാനിൽ വച്ച് പീഡിപ്പിച്ച് കുരിശിലേ റ്റിയ ഇംഗ്ലീഷുകാരനെ ഈ ഇംഗ്ലീഷുകാരിക്ക് പരിചയമുണ്ട്. അയാൾ മരിച്ചുപോയോ?"

ഹുസൈൻ ഇടയ്ക്കുകയറി പറഞ്ഞു. "പീഡിപ്പിക്കപ്പെട്ടവൻ ആസ്ട്രേലിയാക്കാരൻ ആയിരുന്നു. അയാൾ തല്ലുകൊണ്ടത് കോഴിയെ മോഷ്ടിച്ചതിനായിരുന്നു."

വൃദ്ധൻ പറഞ്ഞു. "തല്ലുകൊണ്ടത് കറുത്തകോഴികളെ മോഷ്ടിച്ച തിനായിരുന്നു. പക്ഷേ, അയാൾ ജീവനോടെ ഉണ്ടോ അതോ അയാൾ മരിച്ചോ?"

യാക്കോബ് കിണറിന്റെ അടിത്തട്ടിൽനിന്ന് വിളിച്ചുപറഞ്ഞു. "ക്യാപ്റ്റൻ സുഗാമോ അന്ന് രാത്രിയിൽ അയാളെ അവിടെനിന്ന് കൊണ്ടുപോയിരുന്നു. അവർ അയാളുടെ കൈനഖങ്ങൾ പിഴുതെടുത്തു. പക്ഷേ, അയാൾ ജീവനോടെയിരിക്കുന്നുണ്ട്."

അഞ്ച്

ആയിരത്തിത്തൊള്ളായിരത്തി നാല്പത്തിരണ്ടിലെ ആ ജൂലൈ വൈകുന്നേരം ഒരു പട്ടാളക്കാരൻ ഡിസ്ട്രിക്ട് കമ്മീഷണറുടെ ഓഫീസിൽ ക്യാപ്റ്റൻ സുഗാമോയെ കാണാൻ വന്നിരുന്നു. അയാൾ ആസ്ട്രേലിയക്കാരൻ ഇപ്പോഴും ജീവനോടെയുണ്ടെന്ന് അറിയിച്ചു. ഇത് വളരെ വിചിത്രവും രസകരവുമാണെന്ന് ക്യാപ്റ്റന് തോന്നി. അയാളുടെ രാത്രി ഭക്ഷണത്തിനു മുമ്പ് അരമണിക്കൂർകൂടി ഉള്ളതുകൊണ്ട് സുഗാമോ കളികൾ നടത്താനുള്ള മൈതാനത്തിൽ പട്ടാളക്കാരൻ അറിയിച്ച കാര്യം പരിശോധിക്കാൻ വേണ്ടി ചുറ്റിത്തിരിഞ്ഞിരുന്നു.

അവിടെ മരത്തിലേക്ക് നോക്കിക്കൊണ്ട് ഒരു ശരീരം ആ സമയത്തും കൈകൾകെട്ടി തൂക്കിയിട്ടിരുന്നു. ഇരുണ്ട മാംസപിണ്ഡത്തിൽനിന്നും രക്തം ഒഴുകിവീണ് രൂപപ്പെട്ട നീർച്ചുഴി ഇപ്പോൾ സൂര്യന്റെ ചുടുതട്ടി വരണ്ടുപോയിരുന്നു. ഈച്ചകളുടെ ഒരു വലിയ സംഘം ശരീരത്തെ പൊതിഞ്ഞിരുന്നു. പക്ഷേ, അയാൾ ജീവനോടെ ഉണ്ടെന്നുള്ളതിൽ സംശയം ഇല്ല. ക്യാപ്റ്റൻ സുഗാമോ അടുത്തെത്തിയപ്പോൾ മരണത്തിന്റെ ഉമ്മറപ്പടിയിലെത്തിയ ആസ്ട്രേലിയക്കാരൻ കണ്ണുതുറന്ന് അയാളെ തിരിച്ചറിഞ്ഞുകൊണ്ട് സൂക്ഷിച്ചുനോക്കി.

ഒരു ജപ്പാൻകാരന്റെ മനസ്സ് പടിഞ്ഞാറുള്ളവർക്ക് പൂർണ്ണമായും മനസ്സിലാക്കാൻ എന്നെങ്കിലും കഴിയുമോ? സംശയമുണ്ട്. തന്നെ ആസ്ട്രേലിയക്കാരൻ തിരിച്ചറിഞ്ഞെന്ന് മനസ്സിലായപ്പോൾ ക്യാപ്റ്റൻ സുഗാമോ ആദരവോടെ പിച്ചിച്ചീന്തിയ ശരീരത്തിന്റെ മുമ്പിൽ തലകുനിച്ചുകൊണ്ട് തികഞ്ഞ ആത്മാർത്ഥതയോടെ പറഞ്ഞു. "മരിക്കുന്നതിനുമുമ്പ് നിങ്ങൾക്കുവേണ്ടി എനിക്ക് എന്തെങ്കിലും ചെയ്യാൻ പറ്റുമോ?"

ക്യാപ്റ്റൻ സുഗാമോ മരത്തിൽ ആണിയടിച്ച് ഉറപ്പിച്ച മനുഷ്യമാംസത്തിലേക്ക് നോക്കിക്കൊണ്ടു നിന്നു. അയാളുടെ മുഖഭാവത്തിൽ ഒരു

വികാരവും പ്രകടമായിരുന്നില്ല.

ആസ്ട്രേലിയക്കാരൻ വൃക്തമായി പറഞ്ഞു. "തന്തയില്ലാത്ത നിന്റെ ഒരു കറുത്തകോഴിയെ എനിക്ക് വേണം. ഒരു കുപ്പി ബിയറും വേണം."

പെട്ടെന്ന് ക്യാപ്റ്റൻ സുഗാമോ അയാളുടെ വീട്ടിലേക്ക് തിരിച്ചുനടന്നു. വീട്ടിലേക്ക് കയറുമ്പോൾ അയാൾ പൊട്ടിക്കാത്ത ഒരു കുപ്പി ബിയറും ഒരു ഗ്ലാസും വാങ്ങിക്കൊണ്ടുവരാൻ ജോലിക്കാരനോട് വിളിച്ചു പറഞ്ഞു. പക്ഷേ, ബിയർകുപ്പി തുറക്കരുതെന്ന് അയാൾ പ്രത്യേകം ഓർമ്മിപ്പിച്ചു.

ബിയർ കിട്ടില്ലെന്ന് ജോലിക്കാരൻ തർക്കിച്ചു. ക്യാപ്റ്റൻ. സുഗാ മോക്ക് അത് മുൻകൂട്ടി അറിയുന്ന കാര്യമായിരുന്നു. പക്ഷേ, അയാൾ അയാളുടെ ജോലിക്കാരനെ പട്ടണത്തിലെ ഏതെങ്കിലും ചൈനീസ് ഭക്ഷ ണശാലയിൽ ബിയർ ഉണ്ടോ എന്നറിയാൻ പറഞ്ഞുവിട്ടു. ഒരു മണിക്കൂ റിനുള്ളിൽ അയാൾ തിരിച്ചുവന്നു. ക്യാപ്റ്റൻ സുഗാമോ അയാൾ ബിയർ അന്വേഷിച്ച് പോയപ്പോൾ ഇരുന്നിരുന്ന സ്ഥലത്തുതന്നെ ഇരിക്കുന്നുണ്ടാ യിരുന്നു. അയാൾ വലിയ ഭയത്തോടെ കുവാൻടാനിൽ ഒരിടത്തും ഒരു കുപ്പി ബിയർ കിട്ടാനില്ലെന്ന വാർത്ത അയാളുടെ മേലുദ്യോഗസ്ഥനെ അറിയിച്ചു.

ക്യാപ്റ്റൻ സുഗാമോയ്ക്ക് മരണം ഒരു അനുഷ്ഠാനമായിരുന്നു. ആസ്ട്രേലിയക്കാരനോടുള്ള അയാളുടെ സമീപനത്തിൽ വിശുദ്ധിയുടെ അംശം ഉണ്ടായിരുന്നു. അയാളുടെ ഇരയുടെ അന്ത്യാഭിലാഷം മനസ്സി ലാക്കിയതിനുശേഷം അത് നടപ്പാക്കിക്കൊടുക്കാൻവേണ്ടി അയാൾ സ്വയം സമർപ്പിച്ചിരുന്നു. ബിയർ കുപ്പി ലഭ്യമായിരുന്നെങ്കിൽ അയാൾ അയാ ളുടെ ബാക്കിയുള്ള കറുത്തകോഴികളിൽ ഒന്നിനെ ബലികൊടുക്കുമാ യിരുന്നു. പാകംചെയ്ത ഇറച്ചിയും ബിയറുംകൂടി അയാൾതന്നെ മര ത്തിലെ മരിച്ചുകൊണ്ടിരിക്കുന്ന ശരീരത്തിന്റെ മുന്നിലേക്ക് എടുത്തുകൊ ണ്ടുപോകാനും സാദ്ധ്യത ഉണ്ടായിരുന്നു. അങ്ങനെ ചെയ്യുന്നതുവഴി അയാളുടെ താഴെ ജോലിചെയ്യുന്ന സൈനികർക്ക് ജപ്പാൻകാരനായ യോദ്ധാവിന്റെ ധീരോദാത്തതയ്ക്കും മര്യാദയ്ക്കുമുള്ള ഒരു ഉദാഹരണം പ്രകടിപ്പിക്കാൻ കഴിയുമായിരുന്നു. ഭാഗ്യദോഷംകൊണ്ട് ബിയർകുപ്പി ഏർപ്പാടാക്കാൻ അയാൾക്ക് കഴിഞ്ഞില്ല. ബാക്കിയുള്ള കറുത്ത കോഴി കളിൽ ഒന്നിനെ ബലി കൊടുക്കുന്നതിൽ അർത്ഥമില്ല. ചടങ്ങിൽ അയാ ളുടെ ഭാഗം പൂർത്തിയാക്കാൻ അയാൾക്ക് കഴിഞ്ഞില്ല. മരിച്ചുകൊണ്ടിരി ക്കുന്ന മനുഷ്യന്റെ അന്ത്യാഭിലാഷം അനുവദിച്ചുകൊണ്ട് മര്യാദ കാണി ക്കാൻ അയാൾക്ക് സാധിച്ചില്ല. അതുകൊണ്ട് ആസ്ട്രേലിയക്കാരനെ മരി ക്കാൻ അനുവദിക്കരുത്. അല്ലെങ്കിൽ അയാൾ സ്വയം അവഹേളിക്കപ്പെടും.

അയാൾ കീഴുദ്യോഗസ്ഥനെ അന്വേഷിച്ചു. സൈനികൻ എത്തിയ പ്പോൾ സ്ട്രെച്ചറും അത് ചുമക്കാനുള്ള ആളുകളുമായി കളിക്കാനുള്ള മൈതാനത്തേക്ക് പോകാൻ ആജ്ഞാപിച്ചു. അവരുടെ ചുമതല ആ മനു ഷ്യന്റെ നഖങ്ങൾ പിഴുതെടുത്തതിനുശേഷം മറ്റ് പീഡനങ്ങൾക്ക് ഇര യാക്കാതെ മരത്തിൽനിന്ന് ഇറക്കി സ്ട്രെച്ചറിൽ കമഴ്ത്തിക്കിടത്തി ആശു

പത്രിയിൽ എത്തിക്കുമ്പോൾ അവസാനിക്കുന്നു.

ജീനിന് ആസ്ട്രേലിയക്കാരൻ ഇപ്പോഴും ജീവനോടെ ഉണ്ടെന്നുള്ള വാർത്ത ഒരു വാതിൽ തുറന്നിടുന്നതുപോലെയാണ് എത്തിച്ചേർന്നത്. ഈ അവിശ്വസനീയമായ വസ്തുതയെപ്പറ്റി ആലോചിക്കാൻ അവൾ കടൽത്തീരത്തിന്റെ അറ്റത്തുണ്ടായിരുന്ന കാറ്റാടിമരത്തിന്റെ തണലി ലേക്ക് നടന്നുപോയി. അവൾ തണലിലിരുന്നു. സൂര്യകിരണങ്ങളേറ്റ് മിന്നി ത്തിളങ്ങുന്ന കടൽത്തീരത്തിനും പതയുന്ന തിരമാലകൾക്കും തൂവെള്ള നിറം ആയിരുന്നു. കടലിന് നീലനിറം ആയിരുന്നു. പെട്ടെന്ന് അവൾക്ക് താൻ ആറുവർഷമായി നടന്നുകൊണ്ടിരിക്കുന്ന ഒരു ഇരുണ്ട തുരങ്കത്തിൽ നിന്ന് പുറത്തുവന്നതായി തോന്നി. അവൾ പ്രാർത്ഥിക്കാൻ ശ്രമിച്ചു. പക്ഷേ, അവൾ ഒരിക്കലും മതപരമായ വിശ്വാസങ്ങൾ ഉള്ളവളായിരു ന്നില്ല. അവൾക്ക് ആ സമയത്തെ അവളുടെ വികാരങ്ങളെ എങ്ങനെ പ്രാർത്ഥനയായി രൂപാന്തരപ്പെടുത്തും എന്ന് അറിയില്ലായിരുന്നു. ഏതോ കാലത്ത് സ്കൂളിൽ ചൊല്ലിയിരുന്ന ഒരു പ്രാർത്ഥനയുടെ ചില വരികൾ ഓർമ്മിക്കാൻ മാത്രമാണ് അവൾക്ക് കഴിഞ്ഞത്. ആ വൈകുന്നേരത്ത് അവൾ ആ വരികൾ വീണ്ടും വീണ്ടും ആവർത്തിച്ചു. കിണർ കുഴിക്കു ന്നവർ അവളുടെ മനസ്സിലെ കൂരിരുട്ടിനെ ലഘൂകരിക്കുന്നുണ്ടായിരുന്നു.

അന്നുതന്നെ അവൾ തിരിച്ചുപോയി സുലൈമാനോട് സംസാരിച്ചി രുന്നു. പക്ഷേ, അയാൾക്കോ ആൺമക്കൾക്കോ കൂടുതൽ വിവരങ്ങൾ നല്കാൻ കഴിഞ്ഞില്ല. ആസ്ട്രേലിയക്കാരൻ കുവാൻടാനിലെ ആശുപ ത്രിയിൽ വളരെക്കാലം ഉണ്ടായിരുന്നു. പക്ഷേ, എത്രകാലം ഉണ്ടായിരു ന്നെന്ന് പറയാൻ അവർക്ക് കഴിഞ്ഞിരുന്നില്ല. അയാൾ ഒരുവർഷം ആശു പത്രിയിൽ ഉണ്ടായിരുന്നെന്ന് യാക്കോബ് പറഞ്ഞു. അയാൾ ഉദ്ദേശിച്ചത് കൂടുതൽ കാലം എന്നുമാത്രം ആണെന്ന് വളരെപ്പെട്ടെന്ന് അവൾക്ക് മന സ്സിലായി. ഹുസൈൻ മൂന്നുമാസം എന്ന് പറഞ്ഞു. സുലൈമാൻ അയാൾ ആശുപത്രിയിൽ എത്രകാലം ഉണ്ടായിരുന്നെന്ന് അറിയില്ലായിരുന്നു. പക്ഷേ, അയാളെ സിങ്കപ്പൂരിലേക്കുള്ള ഒരു കപ്പലിൽ ഒരു തടവുകാരുടെ താവളത്തിൽ എത്തിക്കാൻവേണ്ടി പറഞ്ഞയച്ചെന്നും ആ സമയത്ത് അയാൾ രണ്ടുകക്ഷത്തിലും വടികുത്തിയാണ് നടന്നിരുന്നതെന്നും സുലൈമാൻ പറഞ്ഞു. അയാൾ എന്നാണ് സിങ്കപ്പൂരിലേക്ക് പോയതെന്ന് അവരുടെ സംസാരത്തിൽനിന്ന് കണ്ടെത്താൻ അവൾക്ക് കഴിഞ്ഞില്ല.

അതുകൊണ്ട് അവൾക്ക് അതിനുള്ള ശ്രമം ഉപേക്ഷിക്കേണ്ടിവന്നു. കിണറും അലക്കുപുരയും പൂർത്തിയാക്കുന്നതുവരെ അവൾ കോലാത ലാങ്ങിൽ താമസിച്ചു. മുതിർന്ന സ്ത്രീകളുമായി അലക്കുപുരയെപ്പറ്റി യുള്ള ചർച്ച അവൾ നടത്തിക്കഴിഞ്ഞിരുന്നു. അടിത്തട്ടിൽ വെള്ളം കണ്ട ദിവസം ആശാരിമാർ അലക്കുപുരയുടെ തൂണുകൾ ഉയർത്താൻ ആരം ഭിച്ചു. കിണറും അലക്കുപുരയും ഏറക്കുറെ ഒരേസമയത്ത് അവർ പൂർത്തിയാക്കി. നല്ലവെള്ളം ലഭിക്കുന്നതുവരെ കിണറിൽനിന്ന് ചെളി വെള്ളം കോരിക്കളയുന്നതിനുവേണ്ടി രണ്ട് ദിവസം ചെലവഴിച്ചിരുന്നു.

അതിനുശേഷം അലക്കുപുരയിൽ സന്തോഷത്തോടെ കൂട്ടംകൂടി നില്ക്കുന്ന സ്ത്രീകൾക്കിടയിൽ നിന്നുകൊണ്ട് സ്വന്തം കൈലി കഴുകി ക്കൊണ്ടുള്ള ഒരു ഉദ്ഘാടനം ജീൻ നടത്തിയിരുന്നു. പുരുഷന്മാർ സ്ത്രീകളെ ഇത്രമാത്രം പൊട്ടിച്ചിരിക്കാൻ ഇടയാക്കിയ എന്തെങ്കിലും കാര്യം അനുവദിച്ചുകൊടുത്തതിൽ വീഴ്ച സംഭവിച്ചോ എന്ന് അത്ഭുതപ്പെട്ടു.

അടുത്തദിവസം ഒരു ജീപ്പ് എത്തിക്കാൻ വിൽസൺ-ഹെയ്സിനോട് ആവശ്യപ്പെട്ടുകൊണ്ടുള്ള ഒരു ടെലഗ്രാം അയയ്ക്കാൻവേണ്ടി അവൾ ഒരു ജോലിക്കാരനെ കോലാറാക്കിറ്റിലേക്ക് പറഞ്ഞുവിട്ടു. ഒന്നൊരണ്ടോ ദിവസം കഴിഞ്ഞ് ജീപ്പ് എത്തിച്ചേർന്നു. അവൾ നന്മകൾ നേർന്നുകൊണ്ട് കണ്ണിൽ ചെറിയ നനവുമായി ജീപ്പിൽ കയറി. അവൾ സ്വന്തം നാട്ടി ലേക്ക് സ്വന്തക്കാരുടെ അടുത്തേക്ക് തിരിച്ചുപോകുകയായിരുന്നു. പക്ഷേ, അവൾ മൂന്നുവർഷത്തെ അവളുടെ ജീവിതം ഈ തിരിച്ചുപോക്കിനു പിന്നിൽ ഉപേക്ഷിച്ചിട്ടുണ്ട്. അത് ഒരിക്കലും എളുപ്പത്തിൽ ചെയ്യാവുന്ന ഒരു കാര്യമില്ല.

അന്ന് നേരം ഇരുട്ടിക്കഴിഞ്ഞ് ക്ഷീണംകൊണ്ട് ഭക്ഷണം പോലും കഴിക്കാൻ പറ്റാതെ അവൾ കോടാബാഹ്രുവിലെ താമസസ്ഥലത്ത് എത്തിച്ചേർന്നു. മിസിസ്റ്റ് വിൽസൺ ഹെയ്സ് കുറച്ച് പഴങ്ങളും ചായയും അവളുടെ മുറിയിലേക്ക് എത്തിച്ചിരുന്നു. അവൾ വളരെക്കൂടുതൽ സമയമെടുത്ത് കുളിച്ചു. അവസാനമായി അവൾ ആ നാട്ടിലെ വസ്ത്ര ങ്ങൾ ധരിച്ചു. അവൾ തണുപ്പുള്ള ആ വലിയ മുറിയിലെ കൊതുക് വലയ്ക്കുള്ളിലേക്ക് ഉറക്കം തൂങ്ങിക്കൊണ്ട് ഇഴഞ്ഞുകയറി. അവൾ അപ്പോൾ ആലോചിച്ചത് കന്നുകാലികളുടെ നോട്ടക്കാരനായ ഹാർമാ നെപ്പറ്റി ആയിരുന്നു. അയാൾ അവളോടു പറഞ്ഞിരുന്ന ആലിസ് സ്പ്രിങ്ങിന്റെ അടുത്തുള്ള ചുവന്ന നാടിനെപ്പറ്റിയായിരുന്നു. കാട്ടുകുതി രകളെപ്പറ്റി ആയിരുന്നു.

അവൾ വിൽസൺ ഹെയ്സിന്റെ കൂടെ അടുത്തദിവസം രാവിലെ താമസസ്ഥലത്തെ തോട്ടത്തിൽ നടക്കാനിറങ്ങിയിരുന്നു. അവൾ അയാ ളോട് കോലാതലാങ്ങിൽ അവൾ ചെയ്ത കാര്യങ്ങളെപ്പറ്റി സംസാരിച്ചു. അലക്കുപുരയുടെ ആശയം എവിടെനിന്ന് കിട്ടിയതാണെന്ന് അയാൾ അവ ളോട് അന്വേഷിച്ചു. "അവർക്ക് ആവശ്യമതാണെന്ന് വ്യക്തമായിരുന്നു." അവൾ പറഞ്ഞു. "പൊതുസ്ഥലത്ത് അവരുടെ വസ്ത്രങ്ങൾ കഴുകാൻ സ്ത്രീകൾക്ക് ഇഷ്ടമല്ല. പ്രത്യേകിച്ചും മുസ്ലീം സ്ത്രീകൾക്ക് ഒട്ടും ഇഷ്ടമല്ല."

അയാൾ അതിനെപ്പറ്റി ഒരുമിനിറ്റ് സമയം ആലോചിച്ചു. "ഒരുപക്ഷേ, നിങ്ങൾ ഒരു കാര്യം തുടങ്ങിവെച്ചിരിക്കുകയാണ്." അവസാനം അയാൾ അഭിപ്രായപ്പെട്ടു. "നിങ്ങൾക്ക് എവിടെനിന്നാണ് ഇതിന്റെ പദ്ധതി കിട്ടി യത് – ഓവുചാലിന്റെ ക്രമീകരണവും മറ്റും."

"ഞങ്ങൾ അത് സ്വയം കണ്ടെത്തി" അവൾ പറഞ്ഞു. "അവർക്ക് വേണ്ടത് എന്താണെന്ന് അവർക്ക് വ്യക്തമായി അറിയാമായിരുന്നു."

അവർ തവിട്ടുനിറമുള്ള ചെളിവെള്ളം ഒഴുകുന്ന നദിയുടെ കരപറ്റി

വെറുതെ നടന്നു. നടത്തയ്ക്കിടയിൽ അവൾ അയാളോട് ആസ്ട്രേലിയ ക്കാരനെ പറ്റി പറഞ്ഞു. കാരണം അവൾക്ക് ഇപ്പോൾ അതിനെപ്പറ്റി സ്വാത ന്ത്ര്യത്തോടെ സംസാരിക്കാം. അവൾ എന്താണ് നടന്നതെന്ന് അയാളോട് പറഞ്ഞു. "അയാളുടെ പേര് ജോ ഹാർമാൻ എന്ന് ആയിരുന്നു." അവൾ പറഞ്ഞു. "അയാൾ വന്നത് ആലിസ് സ്പ്രിങ്സിന്റെ അടുത്തുനിന്നായി രുന്നു. എനിക്ക് അയാളെ വീണ്ടും കാണണമെന്നുണ്ട്. എനിക്ക് അയാ ളെപ്പറ്റി സിങ്കപ്പൂരിൽനിന്ന് എന്തെങ്കിലും കണ്ടെത്താൻ കഴിയുമെന്ന് നിങ്ങൾ വിചാരിക്കുന്നുണ്ടോ?"

അയാൾ തലകുലുക്കി. "സിങ്കപ്പൂരിൽ ഇപ്പോൾ യുദ്ധത്തടവുകാരുടെ എന്തെങ്കിലും രേഖകൾ ഉണ്ടെന്ന് ഞാൻ വിചാരിക്കുന്നില്ല."

"അപ്പോൾ അയാളെപ്പറ്റി എങ്ങനെ കണ്ടെത്താൻ കഴിയും?"

"അയാൾ ആസ്ട്രേലിയക്കാരൻ ആണെന്നല്ലെ നിങ്ങൾ പറഞ്ഞത്?"
അവൾ തലകുലുക്കി.

"നിങ്ങൾ കാൻബറായിലേക്ക് എഴുത്ത് എഴുതണമെന്നാണ് ഞാൻ വിചാരിക്കുന്നത്." അയാൾ പറഞ്ഞു. "അവർക്ക് അവിടെ തടവുകാരുടെ രേഖകൾ കാണും. അതിനുള്ള സാദ്ധ്യത ഉണ്ട്. അയാൾ ഏത് സംഘത്തിൽ ആയിരുന്നെന്ന് നിങ്ങൾ അറിഞ്ഞിട്ടില്ലെന്നാണ് ഞാൻ വിചാരിക്കുന്നത്."

അവൾ തലകുലുക്കി. "എനിക്ക് അറിയില്ല."

"അതുകൊണ്ട് കണ്ടെത്താൻ ബുദ്ധിമുട്ട് ആയിരിക്കും. നിശ്ചയ മായും ധാരാളം ജോ ഹാർമാന്മാർ കാണും. സൈന്യത്തിന്റെ മന്ത്രിക്ക് എഴുത്ത് എഴുതിക്കൊണ്ടുവേണം ഇത് ആരംഭിക്കാൻ — അവർ അയാളെ വിളിക്കുന്നത് അങ്ങനെ ആണ് — യുദ്ധത്തിന്റെ ഓഫീസിന്റെ തലവൻ. സൈന്യത്തിന്റെ മന്ത്രി, കാൻബറാ, ആസ്ട്രേലിയ എന്ന മേൽവിലാസ ത്തിൽ എഴുതിയാൽ മതി. അതുകൊണ്ട് ഒരുപക്ഷേ, എന്തെങ്കിലും പ്രയോജനം കാണും, നിങ്ങൾക്ക് വേണ്ടത് എന്താണ്? അയാൾക്ക് എഴു ത്തെഴുതാനുള്ള മേൽവിലാസം ആണെന്നാണ് ഞാൻ വിചാരിക്കുന്നത്. ശരിയല്ലെ?"

ജീൻ നദിയുടെ മറുകരയിൽ ഉണ്ടായിരുന്ന റബ്ബർമരങ്ങളിലേക്കും തെങ്ങുകളിലേക്കും തുറിച്ചുനോക്കി. "സത്യം പറഞ്ഞാൽ ഒരുതരത്തി ലുള്ള ഒരു മേൽവിലാസം എന്റെ കൈയിൽ ഉണ്ട്. യുദ്ധത്തിന് മുമ്പ് ആലിസ് സ്പ്രിങ്സിന് അടുത്തുള്ള വൊല്ലാറ എന്ന സ്ഥലത്ത് ഒരു കന്നു കാലികളുടെ കേന്ദ്രത്തിൽ അയാൾ ജോലിചെയ്തിരുന്നു. അയാൾക്ക് ആ ജോലി ഏത് സമയത്തും ചെയ്യാൻ കഴിയുമെന്നാണ് എന്നോട് പറ ഞ്ഞിരുന്നത്."

അയാൾ പറഞ്ഞു. "നിങ്ങളുടെ കൈവശം ആ മേൽവിലാസം ഉണ്ടെ ങ്കിൽ അയാളെ കണ്ടെത്താൻ കാൻബറായിലേക്ക് എഴുതുന്നതിലും നല്ലത് ആ വഴിക്ക് ശ്രമിക്കുന്നതാണ്."

"ഞാൻ എഴുതിനോക്കാം." അവൾ സാവധാനം പറഞ്ഞു. "എനിക്ക് അയാളെ വീണ്ടും കാണണമെന്നുണ്ട്. ഞങ്ങൾ കാരണമാണ് അതെല്ലാം

സംഭവിച്ചത്."

അവളുടെ ഉദ്ദേശ്യം സിങ്കപ്പൂരിലേക്ക് തിരിച്ചുപോയി ഇംഗ്ലണ്ടിലേ ക്കുള്ള കപ്പലിനുവേണ്ടി അവിടെ കാത്തുനില്ക്കാനായിരുന്നു. ചെലവ് കുറഞ്ഞ ഒരു യാത്രയ്ക്ക് കൂടുതൽകാലം കാത്തുനില്ക്കേണ്ടി വന്നാൽ ആഴ്ചകളോളം അല്ലെങ്കിൽ മാസങ്ങളോളം നീണ്ടുനില്ക്കുന്ന ഒരു ജോലി കണ്ടെത്താനാണ് അവൾ ഉദ്ദേശിച്ചിരുന്നത്. അടുത്തദിവസം മലയൻ എയർവെയ്സ് കോടാബാഹ്രുവിൽ എത്തിയിരുന്നു. സിങ്കപ്പൂരിലേക്ക് പോകുന്നവഴി അടുത്ത ദിവസം ആ ഡക്കോട്ടാ വിമാനം കോടാബാഹ്രു വിൽ എത്തി. അന്ന് വൈകുന്നേരം അത്താഴം കഴിഞ്ഞ് അവൾ വിൽസൺ ഹെയ്സിനോട് വീണ്ടും സംസാരിച്ചു.

"ഞാൻ കുവാൻടാനിൽ ഇറങ്ങുകയയാണെങ്കിൽ ഒരു ദിവസം താമ സിക്കാൻ എനിക്ക് അവിടെ മുറികിട്ടുമെന്ന് നിങ്ങൾ വിചാരിക്കുന്നുണ്ടോ?" അവൾ ചോദിച്ചു.

അയാൾ അനുകമ്പയോടെ അവളെ നോക്കി "അവിടെ തിരിച്ചുപോ കാൻ നിങ്ങൾക്ക് ആഗ്രഹമുണ്ടോ?"

"ഉണ്ടെന്നാണ് ഞാൻ വിചാരിക്കുന്നത്." അവൾ പറഞ്ഞു. "അവിടെ എത്തി ആശുപത്രിയിലുള്ള ആളുകളെക്കണ്ട് എനിക്ക് എന്തുചെയ്യാൻ പറ്റുമെന്ന് കണ്ടെത്തണം."

അയാൾ പറഞ്ഞു. "നിങ്ങൾ അവിടെ ഡേവിഡ് ബാവന്റെയും ജോയ്സിന്റെയും കൂടെ താമസിക്കുന്നതാണ് കൂടുതൽ നല്ലത്. ബോവൻ ജില്ലയിലെ കമ്മീഷണറാണ്. നിങ്ങൾക്ക് താമസസൗകര്യം നല്കാൻ അയാൾക്ക് സന്തോഷമായിരിക്കും."

"ഞാൻ ആളുകൾക്ക് ഒരു ഉപദ്രവമാകാൻ ആഗ്രഹിക്കുന്നില്ല." അവൾ പറഞ്ഞു. "അവിടെ എനിക്ക് താമസിക്കാൻ പറ്റിയ സത്രം ഒന്നുമില്ലേ? എന്തായാലും എനിക്ക് ഈ രാജ്യം ഒരുവിധം പരിചിതമാണ്."

"അതുകൊണ്ടാണ് ബോവന് നിങ്ങളെ കാണാൻ ഇഷ്ടമായിരിക്കും എന്ന് ഞാൻ പറഞ്ഞത്." അയാൾ പ്രസ്താവിച്ചു. "ഈ ഭാഗങ്ങളിൽ നിങ്ങൾ വേണ്ടത്ര പ്രശസ്തയാണെന്ന് നിങ്ങൾ തീർച്ചയായും തിരിച്ച റിഞ്ഞുകാണും. നിങ്ങൾ സത്രത്തിൽ താമസിക്കുകയയാണെങ്കിൽ അയാൾ നിരാശപ്പെടും."

അവൾ അയാളെ അത്ഭുതത്തോടെ നോക്കി "ആളുകൾ എന്നെ പറ്റി അങ്ങനെ വിചാരിക്കുന്നുണ്ടോ? ഏത് മനുഷ്യനും ചെയ്യുന്നതുമാത്ര മാണ് ഞാൻ ചെയ്തത്."

"അത് എന്തെങ്കിലുമാകട്ടെ" അയാൾ മറുപടി പറഞ്ഞു. "നിങ്ങൾ അത് ചെയ്തു. അതാണ് സത്യം."

അടുത്ത ദിവസം അവൾ കുവാൻടാനിന്റെ മുകളിലൂടെ പറന്നിരുന്നു. വിമാനത്തിലെ ജോലിക്കാരിൽ ആരെങ്കിലും അവളെപ്പറ്റി പറഞ്ഞിട്ടുണ്ടാ കും. കാരണം മലയാക്കാരിയായ പരിചാരിക അരമണിക്കൂർ കഴിഞ്ഞ പ്പോൾ അവളുടെ അടുത്തുവന്ന് പറഞ്ഞു. "മിസ് പാഗറ്റ്, നമ്മൾ ഇപ്പോൾ

കോലാതലാങ്ങിന്റെ അടുത്തെത്തും. നിങ്ങൾ ഇപ്പോൾ പൈലറ്റിന്റെ മുറി
യിലെത്തി അതെല്ലാം കാണാൻ ആഗ്രഹിക്കുന്നുണ്ടോ എന്ന് ക്യാപ്റ്റൻ
ഫിൽസ്ബി ചോദിച്ചു." അവൾ വാതിൽകടന്ന് മുന്നോട്ടുപോയി പൈല
റ്റുകളുടെ നടുക്ക് നിന്നു. അവർ ഡക്കോട്ടാവിമാനം എഴുന്നൂറ് അടിയി
ലേക്ക് താഴ്ത്തിക്കൊണ്ടുവന്നു. അവൾക്ക് കിണറും അലക്കുപുരയുടെ
മേൽക്കൂരയും കാണാൻ കഴിഞ്ഞിരുന്നു. ആളുകൾ വിമാനത്തിന്റെ
നേർക്ക് നോക്കുന്നതും കാണാമായിരുന്നു. ഫാത്തിമായും സുബെെദായും
മാറ്റ് അമീനും ഉണ്ടായിരുന്നു. പിന്നീട് അവർ ഉയരത്തിലെത്തി കോലാ
തലാങ്ങിനെ പിൻതള്ളിക്കൊണ്ട് തീരപ്രദേശത്തിന്റെ മുകളിലൂടെ പറ
ന്നുപോയി.

ബോവന്റെ കുടുംബം കുവാൻടാനിൽ നിന്ന് പത്തുമൈൽ ദൂരെയുള്ള
താല്ക്കാലിക വിമാനത്താവളത്തിൽവച്ച് അവളെ കണ്ടു. അന്ന് രാവിലെ
വിൽസൺ ഹെയ്സ് അവർക്ക് ഒരു സൂചന നല്കിയിരുന്നു. അവർ വളരെ
സഹൃദയരായ ദമ്പതികളായിരുന്നു. പലപ്പോഴും ക്യാപ്റ്റൻ സുഗാമോ
ഒരു കപ്പ് ചായകുടിച്ചുകൊണ്ട് ഇരിക്കാറുണ്ടായിരുന്ന ഡിസ്ട്രിക്ട് കമ്മീ
ഷണറുടെ വീട്ടിൽ അവർ ഉണ്ടായിരുന്ന സമയത്ത് പീഡിപ്പിക്കപ്പെട്ട
ആസ്ട്രേലിയക്കാരനായ പട്ടാളക്കാരനെപ്പറ്റി കുറച്ച് കാര്യങ്ങൾ അവരോട്
പറയുന്നതിന് അവൾക്ക് ബുദ്ധിമുട്ട് ഉണ്ടായിരുന്നില്ല. ഇപ്പോൾ ആശുപ
ത്രിയുടെ ചുമതല സിസ്റ്റർ ഫ്രോസ്റ്റിനാണെന്ന് അവർ പറഞ്ഞു. പക്ഷേ,
1942 ൽ ഉണ്ടായിരുന്ന ജീവനക്കാരിലാരെങ്കിലും അവിടെ ഇപ്പോൾ ഉണ്ടോ
എന്ന് അവർക്ക് സംശയമായിരുന്നു. ചായകുടി കഴിഞ്ഞ് അവർ സിസ്റ്റർ
ഫ്രോസ്റ്റിനെ കാണാൻവേണ്ടി പോയി.

സിസ്റ്റർ ഫ്രോസ്റ്റ് അവരെ അണുനാശിനിയുടെ ഗന്ധവും അങ്ങേ
യറ്റം വൃത്തിയുമുള്ള പ്രധാന നഴ്സിന്റെ മുറിയിലാണ് സ്വീകരിച്ചത്.
അവർ ഏറക്കുറെ നാല്പത് വയസ്സുള്ള ഒരു ഇംഗ്ലീഷുകാരി ആയിരുന്നു.
"ഇവിടെ ഇപ്പോൾ അന്നുണ്ടായിരുന്ന ജീവനക്കാരിൽ ഒരാൾ പോലും
ഇല്ല." അവർ പറഞ്ഞു. "ഇതുപോലെയുള്ള സ്ഥലത്തെ നഴ്സുകൾ
എല്ലാസമയത്തും വിവാഹിതരാകാൻവേണ്ടി പിരിഞ്ഞുപോകുന്നു.
ഞങ്ങൾ അവരെ ഒരിക്കലും രണ്ടുവർഷത്തിൽ കൂടുതൽ ഇവിടെ കണ്ടി
ട്ടില്ല. എന്ത് നിർദ്ദേശിക്കണമെന്ന് എനിക്കറിയില്ല."

ബോവൻ ചോദിച്ചു. "ഫിലിപ്പ് വില്യംസ് എന്ത് ചെയ്യുന്നു? അവൾ
ഇവിടെ നഴ്സ് ആയിരുന്നു. ശരിയല്ലേ?"

"അവളോ" സിസ്റ്റർ ഫ്രോസ്റ്റ് അവജ്ഞയോടെ പറഞ്ഞു. "അവൾ
യുദ്ധത്തിന്റെ ആദ്യഭാഗത്ത് ആ മനുഷ്യനെ വിവാഹം കഴിക്കുന്നതുവരെ
ഇവിടെ ഉണ്ടായിരുന്നു. അവൾക്ക് ഒരുപക്ഷേ, ഇതിനെപ്പറ്റി എന്തെങ്കിലും
അറിയാമായിരിക്കും."

അവർ ആശുപത്രിയിൽനിന്ന് പുറത്തുവന്ന് ഫിലിസ് വില്യംസിനെ
കണ്ടെത്താൻ വണ്ടിയോടിച്ചുകൊണ്ടിരിക്കുമ്പോൾ മിസിസ്സ് ബോവൻ
ജീനിനെ അറിയിച്ചു. "അവൾ ഒരു മിശ്രയൂറോപ്യൻ ഏഷ്യൻ വംശജ

ആണ്." അവൾ പറഞ്ഞു. "നല്ല കറുപ്പാണ്. ഏറക്കുറെ ഒരു മലയാക്കാ
രിയെപ്പോലെ കറുത്തതാണ്. അവൾ സിനിമക്കാരനായിരുന്ന 'ബൺ
തായ്‌ലീൻ' എന്ന ചൈനാക്കാരനെയാണ് വിവാഹം കഴിച്ചത്. പക്ഷേ,
അവരുടെ ബന്ധം നല്ലരീതിയിൽ തുടരുന്നുണ്ടെന്നാണ് തോന്നുന്നത്.
നിശ്ചയമായും അവൾ ഒരു റോമൻ കാത്തലിക് ആയിരുന്നു."

ബൺ തായ്‌ലീനിന്റെ കുടുംബം തുറമുഖത്തിന്റെ മുകൾഭാഗത്തുള്ള
കുന്നിലെ പൊളിഞ്ഞുവീഴാറായ തടികൊണ്ടുള്ള വീട്ടിലാണ് താമസിച്ചി
രുന്നത്. അവർക്ക് കാർ അവിടെ കൊണ്ടുപോകാൻ കഴിഞ്ഞിരുന്നില്ല.
പക്ഷേ, കാർ വഴിയിൽ നിർത്തിയിട്ടതിനുശേഷം ചപ്പ് ചവറുകൾ ചിതറി
ക്കിടന്നിരുന്ന ഒരു ഇടവഴിയിലൂടെ അവർ മുന്നോട്ടു നടന്നു. അവർ ഫിലിപ്പ്
വില്യംസിനെ അവരുടെ വീട്ടിലെത്തി കണ്ടുപിടിച്ചു. അവർ ചുറ്റും നാല്
കുട്ടികളും അഞ്ചാമത്തെ കുട്ടി ഉടൻതന്നെ പുറത്തുവരുമെന്നും ഉറപ്പുള്ള
സന്തോഷവതിയായ ഇരുണ്ടനിറമുള്ള ഒരു സ്ത്രീ ആയിരുന്നു. അവരെ
കണ്ടതിൽ അവൾക്ക് സന്തോഷം ഉണ്ടായിരുന്നു. അവൾ അവരെ ഒരു
വൃത്തിഹീനമായ മുറിയിലേക്ക് കൂട്ടിക്കൊണ്ടു പോയി. മുറിക്കുള്ളിലെ
മുഖ്യ അലങ്കാരങ്ങൾ ബിയർകോപ്പകളും കിരീടധാരണ സമയത്തെ വേഷ
ങ്ങൾ അണിഞ്ഞുനില്ക്കുന്ന രാജാവും രാജ്ഞിയും ഒന്നിച്ചുള്ള ഒരു
വലിയ എണ്ണച്ചായ ചിത്രത്തിന്റെ പകർപ്പും ആയിരുന്നു.

അവൾ വളരെ നല്ല ഇംഗ്ലീഷാണ് സംസാരിച്ചിരുന്നത്. "ഓർമ്മയുണ്ട്.
ആ പാവം പയ്യനെ എനിക്ക് ഓർമ്മയുണ്ട്." അവൾ പറഞ്ഞു "ജോ ഹാർമൻ
അവന്റെ പേര് അങ്ങനെ ആയിരുന്നു. ഞാൻ അവനെ മൂന്നോ നാലോ
മാസം പരിചരിച്ചിരുന്നു. വന്നപ്പോൾ അവന്റെ അവസ്ഥ വളരെ മോശമായി
രുന്നു. അവൻ ജീവിക്കുമെന്ന് ഞങ്ങളിൽ ഒരാളും ചിന്തിച്ചിട്ടില്ല. പക്ഷേ,
അവൻ രക്ഷപ്പെട്ടു. അവൻ തീർച്ചയായും വളരെ ചിട്ടയുള്ള ജീവിതം
നയിച്ചുകാണും. കാരണം അവന്റെ മുറിവുകൾ അത്ഭുതപ്പെടുത്തുന്ന
രീതിയിൽ സുഖപ്പെട്ടു. അവൻ ഒരു നായയെപ്പോലെ ആയിരുന്നു
എന്നാണ് അവൻ പറഞ്ഞത്. അവൻ പൂർണ്ണമായും രക്ഷപ്പെട്ടു."

അവൾ ജീനിന്റെ മുഖത്തേക്ക് നോക്കി. "പനോങ്ങിൽനിന്ന്
സ്ത്രീകളും കുട്ടികളും അടങ്ങുന്ന സംഘത്തെ നയിച്ചിരുന്ന സ്ത്രീ നിങ്ങ
ളാണോ?" അവൾ ചോദിച്ചു. "നിങ്ങൾ ആയിരിക്കുമെന്ന് ഞാൻ വിചാരി
ച്ചിരുന്നു. നിങ്ങൾ വീണ്ടും ഇവിടെ വരുമെന്ന് തോന്നി! അവൻ എല്ലാ
സമയത്തും നിങ്ങളുടെ സംഘത്തെപ്പറ്റിയും നിങ്ങളെപ്പറ്റിയും അറിയാൻ
ആഗ്രഹിച്ചിരുന്നു. ആർക്കെങ്കിലും നിങ്ങൾ സഞ്ചരിച്ചിരുന്ന വഴി അറി
യാമോ എന്ന് അന്വേഷിച്ചിരുന്നു. നിശ്ചയമായും ഞങ്ങൾക്ക് അറിയില്ലാ
യിരുന്നു. ക്യാപ്റ്റൻ സുഗാമോയുടെ മനോഭാവം കണക്കിലെടുത്ത്
നിങ്ങൾക്ക് കണ്ടെത്താൻ വേണ്ടിയുള്ള ചോദ്യങ്ങൾ ഒരാൾപോലും അയാ
ളോട് ചോദിച്ചിരുന്നില്ല." അവൾ ജീനിന്റെ നേർക്ക് തിരിഞ്ഞു.

"ഞാൻ നിങ്ങളുടെ പേര് മറന്നുപോയി?"

"പാഗറ്റ്. ജീൻ പാഗറ്റ്."

മിശ്രയൂറോപ്യൻ ഏഷ്യൻ വംശജ അമ്പരന്നുപോയതുപോലെ തോന്നി. "ഈ പേര് അല്ലായിരുന്നു. അയാൾ പറഞ്ഞത് മറ്റൊരാളെ പറ്റി ആയിരിക്കാം? അയാൾ അവളുടെ പേര് പറഞ്ഞിരുന്നു. പക്ഷേ, അത് ഇപ്പോൾ എനിക്ക് ഓർക്കാൻ കഴിയുന്നില്ല. പക്ഷേ, അത് ഈ പേര് അല്ലാ യിരുന്നു. ഞാൻ അത് നിങ്ങൾ ആയിരിക്കും എന്നാണ് വിചാരിച്ചത്."

"മിസിസ്സ് ഫ്രിത്ത് എന്നാണോ?"

അവൾ തലകുലുക്കി. "ഞാൻ പെട്ടെന്ന് ഓർമ്മിച്ചു പറയാം."

ജീനിന് മുൻകൂട്ടി അറിയാവുന്ന കാര്യങ്ങൾക്കമപ്പുറം മറ്റൊന്നും തന്നെ അവൾക്ക് പറയാൻ കഴിഞ്ഞിരുന്നില്ല. യാത്ര ചെയ്യാറായപ്പോൾ ആസ്ട്രേലിയക്കാരനെ സിങ്കപ്പൂരിലെ ഒരു തടങ്കൽപാളയത്തിലേക്ക് പറ ഞ്ഞയച്ചിരുന്നു. അവൾ പിന്നീട് അയാളെപ്പറ്റി കൂടുതലൊന്നും അറിഞ്ഞി ട്ടുണ്ടായിരുന്നില്ല.

അവർ ഉടൻതന്നെ ചപ്പ് ചവറുകൾ ചിതറിക്കിടന്നിരുന്ന ഇടവഴിയി ലൂടെ കാറിനടുത്തേക്ക് തിരിച്ചുനടന്നു. അവർ ഏതാണ്ട് കാറിനടുത്ത് എത്തിയപ്പോൾ വരാന്തയിൽ നിന്നിരുന്ന സ്ത്രീ അവരോട് വിളിച്ചു പറഞ്ഞു. "ഇപ്പോൾ എനിക്ക് ആ പേര് ഓർമ്മവന്നു. മിസിസ്സ് കറമ്പി? അവൾ നിങ്ങളുടെ സംഘത്തിൽ ഉണ്ടായിരുന്നോ? അവൻ എപ്പോഴും മിസിസ്സ് കറമ്പിയെപ്പറ്റിയാണ് സംസാരിച്ചിരുന്നത്."

ജീൻ ചിരിച്ചുകൊണ്ട് വിളിച്ചു പറഞ്ഞു. "അയാൾ എന്നെ പതി വായി വിളിക്കുന്നത് അങ്ങനെ ആയിരുന്നു!"

സ്ത്രീ സംതൃപ്തയായി. "അവൻ എപ്പോഴും പറഞ്ഞുകൊണ്ടിരു ന്നത് നിശ്ചയമായും നിങ്ങളെപ്പറ്റി ആയിരിക്കുമെന്ന് ഞാൻ ആലോചിച്ചി രുന്നു."

കാറിൽ ഡിസ്ട്രിക്ട് കമ്മീഷണറുടെ വീട്ടിലേക്ക് തിരിച്ചുപോകു മ്പോൾ അവർ വിനോദങ്ങൾക്കുള്ള സ്ഥലത്തിന് മുന്നിലൂടെ കടന്നു പോയി. ഒന്നോ രണ്ടോ ദമ്പതികൾ ടെന്നീസ് കളിക്കുന്നുണ്ടായിരുന്നു. അവിടെ ഇരുണ്ട നിറമുള്ള ഒരു പെൺകുട്ടിയുടെ കൂടെ ഒരു ചെറുപ്പക്കാ രനായ വെള്ളക്കാരൻ കളിച്ചിരുന്നു. മരം ഇപ്പോഴും കളിസ്ഥലത്തിന് മുക ളിൽ പടർന്നുകിടന്നിരുന്നു. രണ്ട് മലായ് സ്ത്രീകൾ കൃത്യമായും പീഡി പ്പിക്കപ്പെട്ട മനുഷ്യന്റെ കാലുകൾ തൂങ്ങിക്കിടന്ന സ്ഥലത്തിന്റെ താഴെ അന്ന് ചോരവീണ് കുതിർന്ന മണ്ണിലിരുന്ന് വെടി പറയുന്നുണ്ടായിരുന്നു. അവരുടെ കുട്ടികൾ ചുറ്റുപാടും കളിച്ചു നടന്നിരുന്നു. വൈകുന്നേരത്തെ വെളിച്ചത്തിൽ എല്ലാ കാര്യങ്ങളും വളരെ ശാന്തമാണെന്ന് തോന്നി.

അന്ന് രാത്രി ജീൻ ബോവന്റെ വീട്ടിൽ ചെലവഴിച്ചു. അടുത്തദിവസം അവൾ ഒരു ഡക്കോട്ടാവിമാനത്തിൽ സിങ്കപ്പൂരിലേക്ക് പോയി. വിൽസൺ ഹെയ്സ് ഹോട്ടലുകളെപ്പറ്റി അവൾക്ക് പറഞ്ഞുകൊടുത്തിരുന്നു. അവൾ പള്ളിയുടെ എതിർവശത്തുള്ള അഡൽഫി ഹോട്ടലിലാണ് താമസിച്ചത്.

രണ്ട് ദിവസം കഴിഞ്ഞ് അവൾ അവിടെനിന്ന് എനിക്ക് എഴുത്ത് എഴു തി. അത് ഏതാണ്ട് എട്ട് പേജ് നീളമുള്ള ഒരു നീണ്ട എഴുത്തായിരുന്നു.

എഴുത്തിലെ മഷി അല്പം പടർന്നിരുന്നു. ഈർപ്പമുള്ള സ്ഥലത്തിരുന്ന് എഴുതിയതുകൊണ്ട് കൈപ്പത്തിയുടെ നനവ് കാരണം ആണ് മഷി പടർന്നത്. ആദ്യം കോലാതലാങ്ങിൽ എന്താണ് നടന്നതെന്ന് അവൾ എന്നോട് സൂചിപ്പിച്ചു. അവൾ കിണർ കുഴിക്കുന്നവരെപ്പറ്റി പറഞ്ഞതി നുശേഷം ജോ ഹാർമാൻ ഇപ്പോഴും ജീവിച്ചിരിപ്പുണ്ടെന്ന് എന്നെ അറി യിച്ചു. അതിനുശേഷം അവൾ തുടർന്നു.

"വീണ്ടും അയാളുമായി ബന്ധപ്പെടാൻ എന്ത് ചെയ്യണമെന്ന് ഞാൻ അത്ഭുതപ്പെടുകയായിരുന്നു. ഞങ്ങൾ കാരണമായിരുന്നു അതെല്ലാം സംഭ വിച്ചതെന്ന് നിങ്ങൾ മനസ്സിലാക്കണം. അയാൾ ഞങ്ങൾക്കുവേണ്ടിയാണ് കോഴികളെ മോഷ്ടിച്ചത്. ക്യാപ്റ്റൻ സുഗാമോ ഏത് തരക്കാരനായിരു ന്നെന്ന് തീർച്ചയായും അയാൾക്ക് അറിവ് കാണും. കോഴിയെ മോഷ്ടി ക്കുന്നതിനുള്ള അപകട സാദ്ധ്യതയും അയാൾ മനസ്സിലാക്കിയിരിക്കും. അയാൾ ഇപ്പോൾ എവിടെയാണ് ജീവിക്കുന്നതെന്ന് എനിക്ക് കണ്ടെത്താ തിരിക്കാൻ കഴിയില്ല. ഈ വിധത്തിൽ പീഡിപ്പിക്കപ്പെട്ട് ഭീകരമായി പരുക്ക് പറ്റിയതിനുശേഷം അയാൾക്ക് കന്നുകാലികളുടെ നോട്ടക്കാരനായി ജോലി ചെയ്യാൻ കഴിയുമെന്ന് ഞാൻ വിശ്വസിക്കുന്നില്ല. അയാൾ എങ്ങനെയെങ്കിലും സ്വന്തം കാലിൽ നില്ക്കാൻ ആഗ്രഹിക്കുന്ന മനു ഷ്യനായിരുന്നു എന്നാണ് എന്റെ വിശ്വാസം. അയാൾ ഈ സമയത്തും ആശുപത്രിയിൽ പരുക്കുകളുമായി ജീവിക്കുന്നതിനെപ്പറ്റി എനിക്ക് ആലോചിക്കാൻ പോലും പറ്റുന്നില്ല.

ഞാൻ അയാൾ പറഞ്ഞിരുന്ന ആലിസ് സ്പ്രിങ്സിന് അടുത്തുള്ള വൊല്ലാറാ എന്ന കന്നുകാലി വളർത്തൽ കേന്ദ്രത്തിലേക്ക് എഴുത്ത് എഴു താമെന്ന് ആലോചിച്ചിരുന്നു. പക്ഷേ, വീണ്ടും ആലോചിച്ചപ്പോൾ അയാൾക്ക് ജോലിചെയ്യാൻ കഴിഞ്ഞില്ലെങ്കിൽ അയാൾ അവിടെ ഉണ്ടാ വില്ലെന്ന് ഞാൻ തിരിച്ചറിഞ്ഞു. കൂടാതെ അതുപോലെ ഒരു സ്ഥലത്തു നിന്നുള്ള ഒരു എഴുത്തിന് ഒരുകാലത്തും മറുപടി ലഭിക്കാൻ പോകു ന്നില്ല. എന്തായാലും അയാളുടെ ജീവിതകാലത്ത് മറുപടി ലഭിക്കില്ല. കാൻബറായിലേക്ക് എഴുത്തെഴുതി എന്തെങ്കിലും കണ്ടെത്താൻ കഴി യുമോ എന്ന് ഞാൻ ചിന്തിച്ചിരുന്നു. പക്ഷേ, അതുകൊണ്ടും പ്രയോ ജനം ഇല്ല. നോയലിന് ഈ എഴുത്ത് എഴുതാൻ തുടങ്ങിയപ്പോൾ പറ യാൻ ഞാൻ ആഗ്രഹിച്ച കാര്യത്തിലേക്ക് ഇപ്പോൾ എത്തിച്ചേർന്നിരിക്കു ന്നു. അത് ഒരു വലിയ ഞെട്ടലുണ്ടാക്കുമെന്ന് ഞാൻ പ്രതീക്ഷിക്കുന്നില്ല. ഞാൻ ഇവിടെനിന്ന് ആസ്ട്രേലിയായ്ക്ക് പോകുകയാണ്.

ഇങ്ങനെ ചെയ്യുന്നതുകൊണ്ട് എനിക്ക് പരിപൂർണ്ണമായ ഭ്രാന്താ ണെന്ന് വിചാരിക്കരുത്. ഇവിടെനിന്ന് ഡാൻവിനിലേക്കുള്ള യാത്രാക്കൂലി അറുപത് പൗണ്ട് ആണ്. ഡാൻവിനിൽനിന്ന് ആലിസ് സ്പ്രിങ്സിലേക്ക് ബസിൽ പോകാൻ പറ്റും. രണ്ടോ മൂന്നോ ദിവസത്തെ യാത്ര വേണ്ടിവ രും. പക്ഷേ, പറക്കുന്നതിനേക്കാൾ ചെലവ് കുറവായിരിക്കും. ഇവിടുത്തെ ഹോട്ടലിലെ കണക്ക് തീർത്തതിനുശേഷം എന്റെ കൈവശം നിശ്ചയ

മായും നൂറ്റിയേഴ് പൗണ്ട് കാണും. അടുത്ത മാസത്തെ ചെലവിന് അത് തികയില്ല. ഞാൻ ആലിസ് സ്പ്രിങ്സിലേക്ക് പോകാമെന്നാണ് വിചാരി ക്കുന്നത്. അവിടെയെത്തിയതിനുശേഷം വെല്ലാറാ എന്ന സ്ഥലത്ത് ചെന്ന് അയാളെപ്പറ്റി അന്വേഷിക്കാം. ആ ജില്ലയിലുള്ള ആരെങ്കിലും അയാൾക്ക് എന്താണ് സംഭവിച്ചതെന്നും അയാൾ ഇപ്പോൾ എവിടെ ഉണ്ടെന്നും അന്വേഷിച്ചിട്ടുണ്ടാകും.

ഇവിടെ ചരക്കുകപ്പലിലെ ചില ഉദ്യോഗസ്ഥർ താമസിക്കുന്നുണ്ട്. നല്ല ചെറുപ്പക്കാരാണ്. അവർ പറയുന്നത് ടൗൺസ് വില്ലിൽ നിന്നുള്ള ചരക്കുകപ്പലിൽ ഇംഗ്ലണ്ടിലേക്ക് തിരിച്ചുപോകാൻ ഒരു മുറി എനിക്ക് ലഭി ക്കാൻ സാദ്ധ്യതയുണ്ടെന്നാണ്. അത് ആസ്ട്രേലിയയുടെ കിഴക്കൻ തീര ത്താണ്. അവിടെ കപ്പൽ ഇല്ലെങ്കിൽ ബ്രിസ്ബെയിനിൽനിന്ന് എനിക്ക് കപ്പൽ കിട്ടും. ഞാൻ ഇവിടുത്തെ ചാർട്ടേഡ് ബാങ്കിലെ ഒരു ഉദ്യോഗ സ്ഥനുമായി സംസാരിച്ചു. എന്റെ അടുത്തമാസത്തെ പണം ആലിസ് സ്പ്രിങ്സിലെ ന്യൂ സൗത്ത് വെയിൽസ് ബാങ്കിലേക്ക് മാറ്റാൻ ഏർപ്പാടു ചെയ്തു. അതുകൊണ്ട് ടൗൺസ് വില്ലിലോ ബ്രിസ്ബെയിനിലോ എത്തി ച്ചേരാനുള്ള പണം എന്റെ കൈവശമുണ്ടായിരിക്കും. എനിക്ക് എഴുത്ത് എഴുതുന്നത് ആലിസ് സ്പ്രിങ്സിലെ ന്യൂ സൗത്ത് വെയിൽസ് ബാങ്കിന്റെ മേൽവിലാസത്തിൽ ആയിരിക്കണം.

ഇന്ന് വ്യാഴാഴ്ച. ഇന്ന് ഞാൻ ഇവിടെ നിന്ന് പോകുകയാണ്. അതു കൊണ്ട് നിങ്ങൾക്ക് ഈ എഴുത്ത് കിട്ടുന്ന സമയത്ത് ഞാൻ ആസ്ട്രേലി യയിൽ ആയിരിക്കും. ഞാൻ നിങ്ങൾക്ക് ഒരു ഭയങ്കര ശല്യം ആണെന്ന് എനിക്ക് തോന്നുന്നു. പക്ഷേ, നാട്ടിൽ എത്തുമ്പോൾ എനിക്ക് നോയലി നോട് പറയാൻ ഭയങ്കരമായ ധാരാളം കാര്യങ്ങൾ കാണും. ടൗൺസ് വില്ലിൽനിന്നോ ബ്രിസ് ബെയിനിൽനിന്നോ നാട്ടിലേക്കുള്ള യാത്രയ്ക്ക് മൂന്നു മാസത്തിൽ കൂടുതൽ വേണമെന്ന് ഞാൻ വിചാരിക്കുന്നില്ല. അതു കൊണ്ട് ക്രിസ്മസിന് ഞാൻ ഇംഗ്ലണ്ടിൽ ഉണ്ടായിരിക്കും."

ഞാൻ ഈ എഴുത്ത് നിരാശയോടെ വീണ്ടും വീണ്ടും വായിച്ചു. അവൾ തിരിച്ചുവരുമ്പോൾ അവളുടെ സൽക്കാരത്തിനുള്ള പദ്ധതികൾ സത്യത്തിൽ ഞാൻ ആസൂത്രണം ചെയ്തിരുന്നു. ഒറ്റപ്പെട്ട ജീവിതം നയി ക്കുന്ന വൃദ്ധന്മാർ ഇത്തരം കാര്യങ്ങളിൽ ഏറക്കുറെ മന്ദബുദ്ധിയായി മാറും. ലെസ്റ്റർ റോബിൻസൺ എന്റെ ഓഫീസിലേക്ക് കൈയിൽ കട ലാസ് കെട്ടുമായി കടന്നുവരുമ്പോൾ ഞാൻ അവളുടെ എഴുത്ത് മൂന്നാ മത്തെ പ്രാവശ്യം വായിക്കുകയായിരുന്നു. ഞാൻ എഴുത്ത് താഴെവച്ചു കൊണ്ട് പറഞ്ഞു. "ആ പാഗറ്റ് എന്ന പെൺകുട്ടിയെ നിങ്ങൾക്ക് ഓർമ്മ യില്ലേ? നമ്മൾ ട്രസ്റ്റികളായുള്ള ആ മാക്ഫാഡന്റെ സമ്പത്തിന്റെ അവ കാശി. എന്തായാലും അവൾ നാട്ടിലേക്ക് തിരിച്ചുവരുന്നില്ല. അവൾ മല യായിൽനിന്ന് ആസ്ട്രേലിയയിലേക്ക് പോകുന്നു."

അയാൾ എന്റെ മുഖത്തേക്ക് കണ്ണോടിച്ചു. എനിക്ക് തോന്നിയ നിരാശ മുഖത്ത് തെളിഞ്ഞിരുന്നതായി എനിക്ക് തോന്നി. കാരണം

അയാൾ സാവധാനം പറഞ്ഞു. "നമുക്ക് ഒരു ബുദ്ധിമുട്ട് നല്കാനുള്ള പ്രായം അവൾക്കുണ്ടെന്ന് ഞാൻ നിങ്ങളോട് പറഞ്ഞിരുന്നു." ഞാൻ വളരെ പെട്ടെന്ന് അയാൾ എന്താണ് ഉദ്ദേശിച്ചതെന്ന് മനസ്സിലാക്കാൻ വേണ്ടി അയാളുടെ മുഖത്തേക്ക് നോക്കി. പക്ഷേ, അയാൾ കോൾച്ചസ്റ്ററിലെ അംഗീകാരമില്ലാത്ത ഒരു റോഡിനെപ്പറ്റി സംസാരിച്ചു തുടങ്ങിയിരുന്നു. ആ നിമിഷം കടന്നുപോയി.

ഞാൻ എന്റെ ജോലി തുടർന്നുകൊണ്ടിരുന്നു. പക്ഷേ, ആ ഇരുണ്ട മനോഭാവം നിലനില്ക്കുന്നുണ്ടായിരുന്നു. അന്ന് രാത്രിയിൽ ക്ലബ്ബിൽ എത്തിയ സമയത്തും അത് എന്റെകൂടെ ഉണ്ടായിരുന്നു. അത്താഴത്തിനുശേഷം ഹോയ്സിന്റെ ഒരു പുസ്തകവുമായി ഞാൻ വായനാമുറിയിൽ ഇരിപ്പുറപ്പിച്ചു. ലാറ്റിൻഭാഷ വായിക്കുന്നതിനുള്ള അതൃദ്ധ്യാനം എന്നെ മെച്ചപ്പെട്ട മാനസികാവസ്ഥയിൽ എത്തിക്കുമെന്ന് ഞാൻ വിചാരിച്ചു. പക്ഷേ, ഞാൻ, മനോഹരമായി ചിരിക്കുന്ന അവൾ ഒരു ദീർഘദൂരം ബസിൽ ആലിസ് സ്പ്രിങ്സിലേക്ക് യാത്ര ചെയ്യുന്നതിനെപ്പറ്റി ആലോചിച്ചുകൊണ്ടിരുന്നു. ഞാൻ വിലക്ഷണമായ ഈ സങ്കല്പങ്ങളിൽനിന്ന് മോചിതനാകുന്നതുവരെ എന്റെ ആലോചന തുടർന്നു. അവസാനം ഞാൻ എഴുന്നേറ്റ് പുസ്തകം അലമാരയിൽ വെച്ചു.

എന്റെ ഒരു കക്ഷി പുറത്തേക്ക് പോകുന്നതിനിടയിൽ 'ഡെറക്ക് ഹാരിസ്' എന്റെ മുറിക്കുള്ളിൽ കടന്നുവന്നത് തീർച്ചയായും ഒരാഴ്ചയ്ക്ക് ശേഷം ആയിരിക്കും. ഡെറക്ക് ഞങ്ങളുടെ വകുപ്പുകൾ മനസ്സിലാക്കിയിട്ടുള്ള രണ്ട് ഗുമസ്തന്മാരിൽ ഒരാളാണ്. ഒരു ദിവസം ഞാൻ അയാളെ എന്റെ പങ്കാളിയാക്കുമെന്നുള്ള പ്രതീക്ഷ എനിക്കുണ്ട്. സന്തോഷ മുഖമുള്ള ഒരു ചെറുപ്പക്കാരൻ. അയാൾ പറഞ്ഞു. "സാർ, സാറിന് ഒരു അപരിചിതനുവേണ്ടി ഏതാനും മിനിറ്റുകൾ ചെലവഴിക്കാൻ പറ്റുമോ?"

"ഏത് അപരിചിതൻ?"

അയാൾ പറഞ്ഞു. "ഹാർമാൻ എന്ന് പേരുള്ള ഒരാൾ. അയാൾ ഏതാണ്ട് ഒരു മണിക്കൂർ മുമ്പുവന്ന് സന്ദർശനസമയം ഉറപ്പാക്കാതെ സാറിനെ കാണണമെന്ന് പറഞ്ഞു. സാർ തിരക്കിലായിരുന്നതുകൊണ്ട് എനിക്ക് അയാളെ കാണാൻ പറ്റുമോ എന്ന് കാവല്ക്കാരൻ 'ഗണ്ണിങ്' എന്നോട് ചോദിച്ചു. ഞാൻ അയാളോട് സംസാരിച്ചിരുന്നു. പക്ഷേ, അയാൾക്ക് കാണേണ്ടത് സാറിനെ ആണ് അയാളുടെ വരവിന് മിസ് പാഗറ്റുമായി എന്തോ ബന്ധമുണ്ടെന്ന് എനിക്ക് മനസ്സിലായി."

ഈ പേര് മുമ്പ് എവിടെയാണ് കേട്ടതെന്ന് എനിക്ക് അറിയാമായിരുന്നു. പക്ഷേ, ഇത് തികച്ചും അവിശ്വസനീയം ആയിരുന്നു. ഞാൻ ചോദിച്ചു. "അയാളെ കണ്ടിട്ട് എന്തുതോന്നുന്നു?"

അയാൾ പറഞ്ഞു. "ഒരു കുടിയേറ്റക്കാരൻ ആണെന്ന് തോന്നുന്നു. ഒരുപക്ഷേ, ഒരു ആസ്ട്രേലിയക്കാരൻ"

"അയാൾ മര്യാദക്കാരനാണോ?"

"സാർ, ഞാൻ അങ്ങനെയാണ് വിചാരിക്കുന്നത്. അയാൾ ഏതോ

ഒരുവർഗ്ഗത്തിൽ ഉള്ള ഒരു ഗ്രാമീണൻ ആണ്."

ഈ പറഞ്ഞകാര്യങ്ങൾ എല്ലാം യോജിക്കുന്നുണ്ടായിരുന്നു. എങ്കിലും ആസ്ട്രേലിയക്കാരനായ ഒരു കന്നുകാലി നോട്ടക്കാൻ ചാൻസറി ഇടവഴിയിലുള്ള എന്റെ ഓഫീസിലേക്കുള്ള വഴി കണ്ടെത്തി യത് തികച്ചും അവിശ്വസനീയം ആയിരുന്നു. "അയാളുടെ പേരിൽ ജോസഫ് എന്നോ മറ്റോ ഉണ്ടോ?" ഞാൻ ചോദിച്ചു.

"ജോ ഹാർമാനെ സാറിന് പരിചയമുണ്ടോ? ഞാൻ അയാളോട് മുക ളിലേക്ക് വരാൻ പറയട്ടേ?"

ഞാൻ തലകുലുക്കി "ഇപ്പോൾ അയാളെ കാണാം." ഹാരിസ് അയാളെ കൊണ്ടുവരാൻ വേണ്ടി താഴത്തെ നിലയിലേക്ക് പോയി. ഞാൻ ഈ സന്ദർശനത്തിന്റെ ഉദ്ദേശ്യം എന്താണെന്നും അയാൾ എങ്ങനെ എത്തിച്ചേർന്നെന്നും എന്റെ കക്ഷിയുടെ ഇടപാടുകളെപ്പറ്റി അയാളോട് എത്രമാത്രം പറയാൻ കഴിയുമെന്നും ആലോചിച്ചുകൊണ്ട് ആളൊഴിഞ്ഞ ഇടവഴിലേക്ക് നോക്കിനിന്നു.

ഹാരിസ് അയാൾക്ക് അകത്തേക്കുള്ള വഴി കാണിച്ചുകൊടുത്തു. അയാളെ നേരിടാൻവേണ്ടി ഞാൻ തിരിഞ്ഞുനിന്നു.

അയാൾ ഏതാണ്ട് അഞ്ചടി പത്തിഞ്ച് പൊക്കവും മനോഹരമായ മുടിയുമുള്ള ഒരു മനുഷ്യൻ ആയിരുന്നു. അയാൾ ഉറച്ച ശരീരമുള്ള വനായിരുന്നു. പക്ഷേ, തടിച്ചതായിരുന്നില്ല. ഞാൻ അയാളുടെ പ്രായം മുപ്പതിനും മുപ്പത്തഞ്ചിനും ഇടയിലാണെന്ന് തീരുമാനിച്ചു. അയാളുടെ മുഖത്തിന് തവിട്ടുനിറമായിരുന്നു. പക്ഷേ, തൊലിക്ക് വൃത്തിയുണ്ടായി രുന്നു. അയാൾ സുന്ദരനായിരുന്നില്ല. അയാളുടെ മുഖം ചതുരാകൃതിയിൽ ആയിരുന്നു. പക്ഷേ, അത് വളരെ നിഷ്കളങ്കം ആയിരുന്നു. വിചിത്ര മായ പരുക്കൻ ചലനങ്ങളോടെ അയാൾ എന്റെ അടുത്തേക്ക് നടന്നുവന്നു.

ഞാൻ അയാൾക്ക് കൈകൊടുത്തു. "മിസ്റ്റർ ഹാർമാൻ" ഞാൻ പറ ഞ്ഞു. "എന്റെ പേര് സ്ട്രാച്ചൻ എന്നാണ്. നിങ്ങൾ എന്നെ കാണാൻ വന്ന താണോ?" സംസാരിക്കുന്നതിനിടയിൽ എനിക്ക് അയാളുടെ കൈ ശ്രദ്ധി ക്കാതിരിക്കാൻ കഴിഞ്ഞില്ല. കൈയുടെ പിൻവശത്ത് ഒരു വലിയ പാട് ഉണ്ടായിരുന്നു.

അയാൾ അല്പം പരുങ്ങലോടെ പറഞ്ഞു. "ഞാൻ കൂടുതൽ സമയം നിങ്ങളെ ബുദ്ധിമുട്ടിക്കില്ല." അയാൾ അസ്വസ്ഥനായിരുന്നു. അയാൾക്ക് അമ്പരപ്പുണ്ടെന്ന് വ്യക്തമായിരുന്നു.

ഞാൻ പറഞ്ഞു. "ഹാർമാൻ ഇരിക്കൂ. നിങ്ങൾക്കുവേണ്ടി എനിക്ക് എന്തുചെയ്യാൻ കഴിയുമെന്ന് പറയൂ." ഞാൻ അയാളെ എന്റെ മുമ്പിൽ കിടന്നിരുന്ന കക്ഷികൾക്കായുള്ള കസേരയിൽ ഇരുത്തിയതിനുശേഷം ഒരു സിഗററ്റ് അയാൾക്ക് കൊടുത്തു. അയാൾ പോക്കറ്റിൽനിന്ന് മെഴുക് കൊണ്ടുള്ള ഒരു തീപ്പെട്ടിക്കൊള്ളി ഒരു തകരപ്പെട്ടിയിൽനിന്ന് പുറത്തെ ടുത്ത് അയാൾക്ക് പൊള്ളൽ ഏല്ക്കാതെ തള്ളവിരൽകൊണ്ട് വൈദ ഗ്ദ്ധ്യത്തോടെ കത്തിച്ചു. അയാൾ ഒരു റെഡിമേയ്ഡ് സ്യൂട്ടാണ് ധരിച്ചി

രുന്നത്. വളരെ പുതിയ ഒരു സ്യൂട്ട്. ലണ്ടനിൽ ധരിക്കാൻവേണ്ടി അസാ
ധാരണമായ അലങ്കാരങ്ങളുള്ള ഒരു ടൈ അയാൾ വാങ്ങിയിരുന്നു.

"നിങ്ങൾക്ക് മിസ് ജീനിനെപ്പറ്റി എന്നോട് പറയാൻ കഴിയുമെന്നാണ്
എന്റെ വിശ്വസം," അയാൾ പറഞ്ഞു. "അവൾ എവിടെയാണ് താമസം
എന്നോ മറ്റോ? അല്ലെങ്കിൽ അതുപോലെ എന്തെങ്കിലും."

ഞാൻ പുഞ്ചിരിച്ചു. "മിസ്റ്റർ ഹാർമാൻ, മിസ് പാഗറ്റ് എന്റെ ഒരു
കക്ഷി ആണ്." ഞാൻ പറഞ്ഞു. "അത് നിങ്ങൾ തീർച്ചയായും അറി
ഞ്ഞിരിക്കും. പക്ഷേ, ഒരു കക്ഷിയുടെ ഇടപാട് പൂർണ്ണമായും സ്വകാര്യ
മാണെന്ന് നിങ്ങൾക്കറിയാം. നിങ്ങൾ അവളുടെ ഒരു സുഹൃത്ത്
ആണോ?"

ചോദ്യം അയാളെ കൂടുതൽ അമ്പരപ്പിച്ചതായി തോന്നി. "ആണെന്ന്
പറയാം." അയാൾ മറുപടി പറഞ്ഞു. "ഞങ്ങൾ യുദ്ധസമയത്ത് മലയാ
യിൽ വച്ച് കണ്ടുമുട്ടി. ഞാൻ ആരാണെന്ന് തീർച്ചയായും നിങ്ങളോട്
പറയണം. ഞാൻ ക്വീൻസ് ലാന്റ്കാരൻ ആണ്. ഞാൻ വിൽസ്
ടൗണിൽനിന്ന് ഏകദേശം ഇരുപത് മൈൽ ദൂരെ ഒരു തൊഴിൽ ചെയ്യുന്നു.
അയാൾ വളരെ സാവധാനത്തിൽ സംസാരിച്ചത് അമ്പരപ്പുകൊണ്ട് ആയി
രുന്നില്ല. അത് അയാളുടെ സംസാരരീതിയാണെന്ന് തോന്നി. "എന്റെ
സ്ഥലത്തിന്റെ പേര് 'മിഡ് ഹസ്റ്റ്' എന്നാണ്. മിഡ് ഹസ്റ്റ്, വിൽസ്ടൗൺ
എന്നാണ് മേൽവിലാസം."

ഞാൻ എന്റെ നോട്ട്ബുക്കിൽ കുറിച്ചു വച്ചതിനുശേഷം അയാളെ
നോക്കി പുഞ്ചിരിച്ചു. "മിസ്റ്റർ ഹാർമാൻ, നിങ്ങൾ വീട്ടിൽനിന്ന് വളരെ
ദൂരത്താണ്."

"വളരെ ശരിയാണ്." അയാൾ മറുപടി പറഞ്ഞു. "എനിക്ക് മിസ്
പാഗറ്റും ഇംഗ്ലണ്ടിന്റെ വടക്കുഭാഗത്തുള്ള ഗേറ്റ് ഷെഡ് എന്ന സ്ഥലത്തു
നിന്നുള്ള ഒരു ചെരുപ്പുകുത്തിയും മാത്രമാണ് ഇവിടെ പരിചയക്കാരായി
ഉള്ളത്. ഞാൻ അയാളെ ഒരു തടങ്കൽപാളയത്തിൽ വച്ച് കണ്ടുമുട്ടിയ
താണ്. ഞാൻ ഇവിടെ ഒരു അവധിക്കാലത്തിന് വന്നതാണെന്ന് നിങ്ങൾക്ക്
വേണമെങ്കിൽ പറയാം. ഒരുപക്ഷേ, ഞാൻ ഇംഗ്ലണ്ടിൽ ഉണ്ടെന്ന് അറി
ഞ്ഞാൽ മിസ് പാഗറ്റ് സന്തോഷിക്കും എന്ന് ഞാൻ വിചാരിച്ചു. പക്ഷേ,
എനിക്ക് അവളുടെ മേൽവിലാസം അറിയത്തില്ല."

"ഇത് നിങ്ങളെ സംബന്ധിച്ചിടത്തോളം ഒരു അവധിക്കാലത്തിനുവ
രാൻ ദൂരം കൂടുതലുള്ള ഒരു സ്ഥലമാണ്." ഞാൻ അഭിപ്രായപ്പെട്ടു.
അയാൾ ഒരു ഇളിഞ്ഞ ചിരിചിരിച്ചു.

"എനിക്ക് അത് ഭാഗ്യംകൊണ്ട് ലഭിച്ചതാണ്. ഞാൻ കാസ്കറ്റിൽ
വിജയിച്ചു."

"ഈ കാസ്കറ്റ് എന്താണ്?"

"സ്വർണ്ണ കാസ്കറ്റ്. അത് നിങ്ങൾക്ക് ഇവിടെ ഇല്ലേ?"

ഞാൻ തലകുലുക്കി. "ഞാൻ അത് ഒരിക്കലും കേട്ടിട്ട് പോലുമില്ല."

"എന്റെ ദൈവമേ! ഞങ്ങൾക്ക് ക്വീൻസ് ലാന്റിൽ അതില്ലാതെ മെച്ച

പ്പെടാൻ പറ്റില്ല. അതു ആശുപത്രികൾ പണിയാൻ പണം കൊണ്ടുവ
രുന്ന സർക്കാരിന്റെ ഭാഗ്യക്കുറി ആണ്. ഞാൻ ആയിരം പൗണ്ട് നേടി.
ഇംഗ്ലീഷ് പൗണ്ട് അല്ല. ആസ്ട്രേലിയൻ പൗണ്ട്. പക്ഷേ, ഞങ്ങൾക്ക്
അത് ആയിരം പൗണ്ട് തന്നെയാണ്. ഞാൻ എല്ലാ കാസ്കറ്റിലും എല്ലാ
വരെയും പോലെ ഒരു ടിക്കറ്റ് എടുക്കും. നിങ്ങൾക്ക് ഒരു സമ്മാനം കിട്ടി
യില്ലെങ്കിൽ ഒരുതവണ നിങ്ങൾക്ക് ആശുപത്രിയിൽ എത്താം. അതു കൂടു
തൽ പ്രയോജനകരമായി മാറുന്ന സമയമുണ്ട്. നിങ്ങൾ വിൽസ്ടൗണിൽ
കാസ്കറ്റ് കൊണ്ട് പണിഞ്ഞ ആശുപത്രി ഒന്ന് കാണണം. അവിടെ മൂന്ന്
വാർഡുകൾ ഉണ്ട്. ഓരോ വാർഡിലും രണ്ട് കിടക്കകൾ വീതം ഉണ്ട്.
നേഴ്സ്മാർക്ക് രണ്ട് മുറികൾ ഉണ്ട്. ഡോക്ടർക്ക് പ്രത്യേകം ഒരു വീടുണ്ട്.
പക്ഷേ, വിൽസ്ടൗൺ ഒറ്റപ്പെട്ട സ്ഥലമായതുകൊണ്ട് ഇതുവരെ
ഞങ്ങൾക്ക് ഒരു ഡോക്ടറെ കിട്ടിയിട്ടില്ല. ഞങ്ങൾക്ക് ഒരു എക്സ്റെ
യന്ത്രം ഉണ്ട്. നേഴ്സ്മാർക്ക് 'കേൺസ് ആംബുലൻസ്' വിളിക്കാൻ
വേണ്ടി ഒരു കമ്പിയില്ലാക്കമ്പി ഉണ്ട്- 'കേൺസ്' വിമാനം ആണെന്ന്
നിങ്ങൾക്ക് അറിയാം. കാസ്കറ്റ് ഇല്ലാതെ ഞങ്ങൾക്ക് അതിൽ യാത്ര
ചെയ്യാൻ പറ്റില്ല."

എനിക്ക് അല്പം താല്പര്യം ഉണ്ടായിരുന്നെന്ന് പറയാതിരിക്കുന്നത്
ശരിയല്ല. "കാസ്കറ്റ് വിമാനത്തിനുള്ള പണം കൊടുക്കുമോ?"

അയാൾ തലകുലുക്കി. "നിങ്ങൾ ഏഴ് പൗണ്ട് വീതം വർഷത്തിൽ
പത്തുതവണ 'കേൺസ് ആംബുലൻസിന്' കൊടുക്കുന്നു. ഓരോ കുടും
ബവും അങ്ങനെ ചെയ്യുന്നു. അതിനുശേഷം നിങ്ങൾക്ക് അസുഖം വന്ന്
കേൺസിൽ യാത്ര ചെയ്യേണ്ടി വരുകയാണെങ്കിൽ നേഴ്സ് കമ്പിയില്ലാ
ക്കമ്പി വഴി കേൺസിനെ അറിയിക്കുന്നു. വിമാനം നിങ്ങളെ ആശുപത്രി
യിലേക്ക് കൊണ്ടുപോകുന്നു. നിങ്ങൾ ഓരോ വർഷവും പത്തുതവണ
ഏഴ് പൗണ്ട് വീതം കൊടുക്കുകയാണെങ്കിൽ അതെല്ലാം സൗജന്യമാണ്."

"നിങ്ങൾ കേൺസിൽനിന്ന് എതുമാത്രം ദൂരത്താണ്."

"ഏതാണ്ട് മുന്നൂറ് മൈലോളം ദൂരെയാണ്." ഞാൻ ഇപ്പോൾ പരി
ഗണനയിലുള്ള വിഷയത്തിലേക്ക് തിരിച്ചുവന്നു. ഞാൻ പറഞ്ഞു. "മിസ്റ്റർ
ഹാർമാൻ, ഞാൻ മിസ് പാഗറ്റിന്റെ വക്കീൽ ആണെന്ന് നിങ്ങൾക്ക്
എങ്ങനെ മനസ്സിലായി?"

"അവൾ സൗത്ത് ആംപ്റ്റണിലാണ് താമസിച്ചിരുന്നതെന്ന് ഞങ്ങൾ
മലയായിൽവച്ച് കണ്ടുമുട്ടുന്ന സമയത്ത് അവൾ പറഞ്ഞിരുന്നു." അയാൾ
പറഞ്ഞു. "എനിക്ക് മേൽവിലാസം ഒന്നും അറിയില്ല. അതുകൊണ്ട് ഞാൻ
അവിടെ പോയി ഒരു ഹോട്ടലിൽ താമസിച്ചു. കാരണം ഞാൻ ഇംഗ്ല
ണ്ടിൽ ഉണ്ടെന്ന് അറിയാൻ അവൾക്ക് താല്പര്യം കാണും എന്ന് ഞാൻ
വിചാരിച്ചു. ഞാൻ ബോംബ് ചെയ്ത ഒരു പട്ടണം മുമ്പ് ഒരിക്കലും കണ്ടി
ട്ടില്ല. എന്റെ ദൈവമേ! പിന്നീട് ഞാൻ ടെലിഫോൺ ബുക്ക് നോക്കി
ധാരാളം ആളുകളോട് ചോദിച്ചു. അവളും അവളുടെ അമ്മാവിയുംകൂടി
വെയിൽസിലെ കോൾവിൻ ബേ എന്ന സ്ഥലത്ത് താമസിച്ചിരുന്നു എന്ന

വാർത്തയല്ലാതെ മറ്റൊന്നും എനിക്ക് കണ്ടെത്താൻ കഴിഞ്ഞില്ല. അതു കൊണ്ട് ഞാൻ കോൾവിൽ ബേയിലേക്ക് പോയി."

"നിങ്ങൾ അവിടെ പോയിരുന്നോ?"

അയാൾ തലയാട്ടി. "അവളുടെ അമ്മാവി ഞാൻ എന്തോ തട്ടിപ്പ് ഉദ്ദേശിച്ച് വന്നതാണെന്ന് വിചാരിച്ചു." അയാൾ തുറന്നു പറഞ്ഞു. "അവൾ എവിടെയാണ് താമസിക്കുന്നതെന്ന് അവർ പറഞ്ഞില്ല. അവളുടെ ട്രസ്റ്റി നിങ്ങൾ ആയിരുന്നു എന്ന വാർത്ത മാത്രമാണ് അവർ എന്നോട് പറ ഞ്ഞത്. അതുകൊണ്ടാണ് ഞാൻ ഇവിടെ വന്നത്."

"നിങ്ങൾ എന്നാണ് ഇംഗ്ലണ്ടിൽ എത്തിയത്?"

"കഴിഞ്ഞ വ്യാഴാഴ്ച. അഞ്ചുദിവസം മുമ്പ്."

"നിങ്ങൾ സൗത്ത് ആംപ്റ്റണിലാണോ വിമാനം ഇറങ്ങിയത്?"

അയാൾ തലകുലുക്കി. "ഞാൻ ആസ്ട്രേലിയയിൽനിന്ന് ക്വാൻടാ സിന്റെ വിമാനത്തിലാണ് പറന്നത്. മിഡ് ഹസ്റ്റിൽ എനിക്കുവേണ്ടി കാര്യ ങ്ങൾ നോക്കുന്ന ഒരു നല്ല കന്നുകാലി സംരക്ഷകൻ ഉണ്ട്. 'ജിംലനൻ' കുറച്ചുകാലത്തേക്ക് കാര്യങ്ങളെല്ലാം നോക്കിക്കൊള്ളും. പക്ഷേ, മിഡ് ഹസ്റ്റിൽനിന്ന് മൂന്നുമാസത്തിൽ കൂടുതൽ മാറിനില്ക്കാൻ ഞാൻ ആഗ്ര ഹിക്കുന്നില്ല. ഉൾക്കടലിലെ രാജ്യത്ത് ഈ സമയം ഒരു അയഞ്ഞ സമയം ആണ്. ഞങ്ങൾ ഈ വർഷം മാർച്ചിൽ ആലോചന നടത്തി കന്നുകാലി കളെ ഏപ്രിലിൽ ജുലിയാ ക്രീക്കിൽ എത്തിച്ചു. അത് അവസാനത്തെ റെയിൽവേസ്റ്റേഷൻ ആണെന്ന് നിങ്ങൾക്ക് മനസ്സിലായിക്കാണും. ഞാൻ ഏതാണ്ട് ആയിരത്തി നാന്നൂറോളം കന്നുകാലികളെ തപ്പിപ്പിടിച്ചെടുക്കാൻ വേണ്ടി വിറ്റിരുന്നു. അവയെ ട്രെയിനിൽക്കയറ്റിയതിനുശേഷം കിണർ കുഴിക്കുന്നവർക്കുവേണ്ടി എനിക്ക് മിഡ് ഹസ്റ്റിൽ തിരിച്ചെത്തണം. ഞാൻ മിസിസ്സ് സ്പിയേഴ്സിന്റെ തറവാട്ടിൽനിന്ന് ഇരുപതുമൈൽ തെക്ക് കിഴ ക്കോട്ട് മാറിയുള്ള വില്ലോക്രീക്കിൽ ഒരു കിണർ കുഴിക്കാൻ അവരെ കൊണ്ട് സമ്മതിപ്പിച്ചിരുന്നു. മിഡ്ഹസ്റ്റിന്റെ ഉടമസ്ഥ അവരാണ്. അവർ ഒരു ദിവസം മുപ്പതിനായിരം ഗാലനിൽ കൂടുതൽ ഉപയോഗിക്കുന്നുണ്ട്. ഇത് അവസാനം ഒരു വലിയ വ്യത്യാസം വരുത്താൻ പോകുകയാണ്. അത് മൂന്നാഴ്ച മുമ്പാണ് തുടങ്ങിയത്. അവസാനിക്കുന്നതിനുമുമ്പ് ഒക്ടോബർ അവസാനത്തോടെ ക്രിസ്മസിന്റെ മഴ തുടങ്ങുന്നതിനുമുമ്പ് കന്നുകാലികളെ കൊണ്ടുവരാൻ വേണ്ടി എനിക്ക് മിഡ് ഹസ്റ്റിൽ നിശ്ച യമായും തിരിച്ചെത്തണം. അതുകൊണ്ട് ഈ അവധിക്ക് പറക്കുന്നതാണ് കൂടുതൽ മെച്ചം എന്ന് ഞാൻ വിചാരിച്ചു."

ഇംഗ്ലണ്ടിലേക്ക് പറക്കുന്നത് അയാളുടെ ആയിരം പൗണ്ടിൽ കാര്യ മായ ഒരു തുള ഉണ്ടാക്കുമെന്ന് ഞാൻ ആലോചിച്ചു. "നിങ്ങൾ ലണ്ട നിൽ വന്നതിനുശേഷം സൗത്ത് ആംപ്ടണിലേക്ക് പോകുകയായിരുന്നു. ശരിയല്ലേ?"

"ശരിയാണ്." അയാൾ പറഞ്ഞു.

"അവിടെനിന്ന് നിങ്ങൾ നോർത്ത് വെയിൽസിലേക്ക് പോയി.

അവിടെ നിന്നാണ് നിങ്ങൾ ഇവിടെ എത്തിയത്. ശരിയല്ലേ?"

ഞാൻ അയാളുടെ കണ്ണുകളിലേക്ക് നോക്കിക്കൊണ്ട് പുഞ്ചിരിച്ചു. "നിങ്ങൾ മിസ് പാഗറ്റിനെ കാണാൻ വളരെയധികം ആഗ്രഹിക്കുന്നുണ്ട്."

അയാൾ എന്നെനോക്കി. "ഞാൻ ആഗ്രഹിക്കുന്നുണ്ട്."

ഞാൻ എന്റെ കസേരയിൽ ചാരിക്കിടന്നു. "മിസ്റ്റർ ഹാർമാൻ, ഞാൻ നിങ്ങളെ നിരാശപ്പെടുത്താൻ പോകുകയാണെന്ന് ഭയക്കുന്നു. മിസ് പാഗറ്റ് വിദേശത്താണ്."

അയാൾ ഒരുനിമിഷം തലകുനിച്ച് അയാളുടെ തൊപ്പിയിൽ നോക്കി ഇരുന്നു. പിന്നീട് അയാൾ തല ഉയർത്തി. "അവൾ ദൂരെയാണോ?" അയാൾ ചോദിച്ചു. "അവൾ ഫ്രാൻസിലോ മറ്റോ ആണോ?"

ഞാൻ തലകുലുക്കി. "അവൾ കിഴക്കൻ പ്രദേശത്ത് യാത്ര ചെയ്യു കയാണ്."

അയാൾ സാവധാനം പറഞ്ഞു. "ശരി."

എനിക്ക് ഈ മനുഷ്യനെ ഇഷ്ടപ്പെടാതിരിക്കാനും ബഹുമാനിക്കാ തിരിക്കാനും കഴിഞ്ഞില്ല. അയാൾ പന്തീരായിരത്തോളം മൈലുകൾ താണ്ടിവന്നത് ജീൻ പാഗറ്റിനെ കണ്ടെത്താൻ വേണ്ടി ആണെന്ന് വ്യക്തമായിരുന്നു. ഇപ്പോൾ അയാൾ അവളെ കണ്ടെത്താൻ പോകുന്നില്ല. ചുരുക്കിപ്പറഞ്ഞാൽ ഇത് ഭാഗ്യദോഷം ആയിരുന്നു. അയാൾ അതിനെ സമചിത്തതയോടെ സ്വീകരിച്ചിരുന്നു. ഈ കാര്യത്തെപ്പറ്റി ആലോചി ക്കാൻ കുറച്ചുസമയം കൂടിവേണം എന്ന് എനിക്ക് തോന്നി.

ഞാൻ പറഞ്ഞു. "നിങ്ങൾ ഒരു എഴുത്ത് എഴുതിത്തരുകയാണെ ങ്കിൽ ഞാൻ അത് അവൾക്ക് അയച്ചുകൊടുക്കാം. അതാണ് നിങ്ങൾക്ക് വേണ്ടി എനിക്ക് ചെയ്യാൻ കഴിയുന്ന ഏറ്റവും വലിയ കാര്യം. പക്ഷേ, മറുപടി കിട്ടാൻ നിങ്ങൾക്ക് ഒരു മാസമോ മറ്റോ കാത്തിരിക്കേണ്ടിവരും."

അയാൾ ചിരിച്ചു. "അത് ചെയ്യാൻ എനിക്ക് താല്പര്യം ആണ്. ഈ വഴി മുഴുവൻ താണ്ടിയതിനു ശേഷം അവൾ യാത്രയിലാണെന്ന് കണ്ടെ ത്തുമെന്ന് ഞാൻ ഒരിക്കലും ആലോചിച്ചിരുന്നില്ല."

അയാൾ ഒരു മിനിറ്റ് ആലോചിച്ചു. "എഴുത്തിൽ ഞാൻ എന്ത് മേൽവിലാസമാണ് എഴുതേണ്ടത്?"

"മിസ്റ്റർ ഹാർമാൻ, എനിക്ക് എന്റെ കക്ഷിയുടെ മേൽവിലാസം നിങ്ങൾക്ക് തരാൻ കഴിയില്ല." ഞാൻ പറഞ്ഞു. "എന്റെ അഭിപ്രായം നിങ്ങൾ നാളെ രാവിലെ അവൾക്ക് ഒരു എഴുത്തെഴുതി എന്നെ ഏല്പി ക്കണം എന്നാണ്. ഈ എഴുത്ത് എന്റെ കൈയിൽ കിട്ടിയത് എങ്ങനെയെന്ന് വിവരിക്കുന്ന ഒരു കുറിപ്പുകൂടി എഴുതിച്ചേർത്തുകൊണ്ട് ഞാൻ ഇത് അവൾക്ക് അയച്ചുകൊടുക്കും. അതിനുശേഷം അവൾ നിങ്ങളെ കാണാൻ ആഗ്രഹിക്കുന്നുണ്ടെങ്കിൽ അവൾ നിങ്ങളുമായി നേരിട്ട് ബന്ധ പ്പെടും."

"അവൾക്ക് എന്നെ കാണാൻ ആഗ്രഹം ഉണ്ടെന്ന് നിങ്ങൾക്ക് തോന്നുന്നില്ലേ?" അയാൾ വിഷാദത്തോടെ ചോദിച്ചു.

ഞാൻ പുഞ്ചിരിച്ചു. "മിസ്റ്റർ ഹാർമാൻ ഞാൻ അങ്ങനെയൊന്നും അല്ല പറഞ്ഞത്. അവളെ കാണാൻവേണ്ടി നിങ്ങൾ ഇംഗ്ലണ്ടിൽ ഉണ്ടാ യിരുന്നെന്ന് അറിഞ്ഞാൽ നിശ്ചയമായും അവൾ നിങ്ങൾക്ക് എഴുത്തെഴുതും എന്ന് എനിക്ക് ഉറപ്പുണ്ട്. ഞാൻ പറയുന്നത് എനിക്ക് അവളുടെ താല്പര്യങ്ങൾ കണക്കിലെടുക്കണം എന്നാണ്. ഈ ഓഫീ സിൽ വന്ന് അവളുടെ മേൽവിലാസം ആവശ്യപ്പെടുന്ന ഒരാൾക്കും ഞാൻ അത് കൊടുക്കാൻ പോകുന്നില്ല." ഞാൻ അല്പസമയം സംസാരം നിർത്തിയതിനുശേഷം തുടർന്നു. "ഒരു കാര്യം നിങ്ങൾ മനസ്സിലാക്കു ന്നത് കൂടുതൽ നല്ലതാണ്. മിസ് പാഗറ്റ് ഒരുവിധം ധനികയാണ്. ധാരാളം പണം കൈവശമുള്ള സ്ത്രീകളെ ദല്ലാളമ്മാർ ബുദ്ധിമുട്ടിക്കാനുള്ള സാഹചര്യം കൂടുതലാണ്. നിങ്ങൾ ഒരു ദല്ലാൾ ആണെന്നും നിങ്ങൾ അവളുടെ പണത്തിന്റെ പിന്നാലെ ആണെന്നും അല്ല ഞാൻ പറയുന്ന ത്. ഞാൻ പറയുന്നത് നിങ്ങൾ നിശ്ചയമായും അവൾക്ക് എഴുത്ത് എഴു തണം എന്നു മാത്രമാണ്. അതിനുശേഷം നിങ്ങളെ കാണണോ എന്ന് അവൾ തീരുമാനിക്കട്ടെ. നിങ്ങൾ അവളുടെ ഒരു സുഹൃത്താണെങ്കിൽ ഈ തീരുമാനം ന്യായമാണെന്ന് നിങ്ങൾക്ക് മനസ്സിലാകും."

അയാൾ എന്നെ തുറിച്ചുനോക്കി. "ഒരിക്കലും അവൾക്ക് പണം ഉണ്ടെന്ന് എനിക്ക് അറിയില്ലായിരുന്നു. അവൾ ഓഫീസിലെ വെറും ടൈപ്പിസ്റ്റ് മാത്രം ആണെന്നാണ് എന്നോട് പറഞ്ഞത്."

"അത് സത്യമാണ്." ഞാൻ പറഞ്ഞു.

"അടുത്തകാലത്ത് അവൾക്ക് കുറച്ച് പണം അനന്തരാവകാശമായി ലഭിച്ചു."

അയാൾ മറുപടി പറഞ്ഞില്ല.

"മിസ്റ്റർ ഹാർമാൻ, നിങ്ങൾ നാളെ തിരിച്ചുവരുകയാണെങ്കിൽ" ഞാൻ പറഞ്ഞു. ഞാൻ എന്റെ ഡയറിയിൽ കണ്ണോടിച്ചു. "രാവിലെ പന്ത്ര ണ്ടുമണിയോടെ വരണം. നിങ്ങൾക്ക് പറയാനുള്ളതെല്ലാം പറ ഞ്ഞുകൊണ്ട് അവൾക്ക് ഒരു എഴുത്ത് എഴുതി കൊണ്ടുവരണം. ഞാൻ അത് അവൾക്ക് നാളെ വൈകുന്നേരം അയച്ചുകൊടുക്കും."

"ശരി" അയാൾ പറഞ്ഞു. അയാൾ എഴുന്നേറ്റു. ഞാനും അയാളോ ടൊപ്പം എഴുന്നേറ്റു. "മിസ്റ്റർ ഹാർമാൻ എവിടെയാണ് താമസിക്കുന്നത്?" ഞാൻ ചോദിച്ചു.

"കിങ്സ്‌വെ പാലസ് ഹോട്ടലിൽ"

"ശരി" ഞാൻ പറഞ്ഞു. "നാളെ രാവിലെ പന്ത്രണ്ടുമണിക്ക് ഞാൻ നിങ്ങളെ പ്രതീക്ഷിക്കും."

ഞാൻ അന്ന് വൈകുന്നേരം മുഴുവൻ മിസ്റ്റർ ഹാർമാന് മേൽവി ലാസം കൊടുക്കാതിരുന്നത് ശരിയായിരുന്നോ എന്ന ആലോചനയ്ക്കു വേണ്ടി ചെലവഴിച്ചു. ഞാൻ ഇങ്ങനെയൊരു കാര്യം ചെയ്തെന്നറി ഞ്ഞാൽ ജീൻ അങ്ങേയറ്റം കോപിക്കും. പ്രത്യേകിച്ചും ആസ്ട്രേലിയ മുഴുവൻ അവൾ അയാളെ അന്വേഷിച്ചു നടക്കുന്ന ഈ സമയത്ത്. അതേ

സമയം ഞാൻ ചെയ്തകാര്യം അയാളുടെ എഴുത്ത് അവൾക്ക് ലഭിക്കു
ന്നതിന് യാതൊരു താമസവും സൃഷ്ടിക്കുന്നില്ല. ഇപ്പോൾ അവളെ സംബ
ന്ധിക്കുന്ന എല്ലാ കാര്യങ്ങളും അയാൾക്ക് കാണാൻവേണ്ടി മേശപ്പുറത്ത്
നിരത്തുന്നതിൽ അർത്ഥം ഉണ്ടായിരുന്നില്ല. ആറു വർഷങ്ങൾക്കുശേഷം
ജീൻ പാഗറ്റിനെ വീണ്ടും കാണാൻ അയാൾക്ക് ആഗ്രഹം ഉണ്ടായതിന്റെ
സത്യം എന്തായിരിക്കും എന്ന ചിന്ത എന്നെ അല്പം അത്ഭുതപ്പെടു
ത്തുന്നുണ്ടായിരുന്നു. അതിനെപ്പറ്റിയുള്ള ഒന്നോ രണ്ടോ ചോദ്യങ്ങൾ
പ്രസക്തമാണെന്ന് തോന്നി. അയാൾ എഴുത്തുമായി എന്നെ കാണാൻ
വരുമ്പോൾ ഒരു ചെറിയ ചോദ്യംചെയ്യൽ നടത്താൻ ഞാൻ തയ്യാറെടുത്തു.

അടുത്ത ദിവസം രാവിലെ പന്ത്രണ്ടുമണിക്ക് അയാൾ പ്രത്യക്ഷ
പ്പെട്ടില്ല. ഞാൻ അയാളെ ഒരുമണിവരെ കാത്തിരുന്നതിനുശേഷം ഉച്ചഭ
ക്ഷണം കഴിക്കാൻ പോയി.

മൂന്ന് മണി ആയപ്പോഴേക്കും ഞാൻ അല്പം അസ്വസ്ഥനായിരുന്നു.
മേൽക്കൈ അയാളുടെ കൈകളിലേക്ക് കടന്നുപോയിരിക്കുന്നു. അയാൾ
ഒരിക്കലും എന്നെ കാണാൻവേണ്ടി തിരിച്ചുവരാതെ അപ്രത്യക്ഷപ്പെടു
കയാണെങ്കിൽ ജീൻ പാഗറ്റ് എന്നോട് അങ്ങേയറ്റം കോപിക്കും. അതിൽ
തെറ്റ് പറയാനില്ല. കക്ഷികളുടെ തിരക്കിനിടയിൽ ഞാൻ കിങ്ങ്സ്വെ
പാലസ് ഹോട്ടലിലേക്ക് ഫോൺ ചെയ്തു മിസ്റ്റർ ജോസഫ് ഹാർമാ
നോട് സംസാരിക്കണമെന്ന് ആവശ്യപ്പെട്ടു. മിസ്റ്റർ ഹാർമാൻ പ്രഭാതഭ
ക്ഷണം കഴിഞ്ഞ് പുറത്തുപോയെന്നും സന്ദേശങ്ങൾ ഒന്നും തന്നെ
ഏല്പിച്ചിട്ടില്ലെന്നുമായിരുന്നു മറുപടി. അയാൾ തിരിച്ചുവരുമ്പോൾ
എനിക്ക് ഫോൺ ചെയ്യണമെന്നുള്ള ഒരു സന്ദേശം ഞാൻ ആ ഹോട്ട
ലിൽ അയാൾക്കുവേണ്ടി ഉപേക്ഷിച്ചു.

ആ ദിവസം അയാൾ ഫോൺ ചെയ്തില്ല.

അന്ന് രാത്രിയിൽ പത്തരമണിക്ക് ഞാൻ വീണ്ടും ഹോട്ടലിൽ
വിളിച്ചു. പക്ഷേ, എനിക്ക് കിട്ടിയ മറുപടി ഹാർമാൻ വന്നിട്ടില്ലെന്നായിരുന്നു

അടുത്ത ദിവസം രാവിലെ എട്ടുമണിക്ക് ഞാൻ വീണ്ടും ഹോട്ടലിൽ
വിളിച്ചുനോക്കി. പക്ഷേ, ഹാർമാൻ തിരിച്ചെത്തിയിട്ടില്ലെന്നായിരുന്നു മറു
പടി. ഹാർമാൻ ഹോട്ടലിലെ മുറി ഒഴിഞ്ഞിട്ടില്ലെന്നും അയാളുടെ സാധ
നങ്ങൾ ഇപ്പോഴും മുറിക്കുള്ളിൽ ഇരിക്കുന്നുണ്ടെന്നും അവർ പറഞ്ഞു.
കൂടാതെ അയാൾ ഇന്നലെ മുറിയിൽ ഉറങ്ങാൻ ഉണ്ടായിരുന്നില്ലെന്നും
അവർ കൂട്ടിച്ചേർത്തു.

ഞാൻ ഓഫീസിൽ എത്തിയപ്പോൾ ഉടൻതന്നെ 'ഡരക് ഹാരി
സിനെ" വിളിച്ചു കൊണ്ടുവരാൻ വേണ്ടി ഒരാളെ പറഞ്ഞയച്ചു. "ഹാരിസ്"
ഞാൻ പറഞ്ഞു. "നിങ്ങൾ ആ ഹാർമാൻ എന്ന മനുഷ്യനെ കണ്ടെത്താ
നുള്ള ശ്രമം നടത്തണമെന്നാണ് എന്റെ ആഗ്രഹം. അയാൾ ഒരു ആസ്ട്രേ
ലിയക്കാരനാണ്," ഞാൻ അയാളോട് സംഭവിച്ചകാര്യങ്ങൾ ചുരുക്കിപ്പ
റഞ്ഞു. "ഞാൻ ആ ഹോട്ടലിൽ ഒരിക്കൽക്കൂടി വിളിച്ചുനോക്കാം.
വിവരമൊന്നും ലഭിച്ചില്ലെങ്കിൽ പൊലീസ് സ്റ്റേഷനുകൾ വഴി ശ്രമിക്കാം.

ഞാൻ അയാൾക്ക് ഒരു മോശപ്പെട്ട വാർത്ത നല്കിയെന്നാണ് വിചാരി ക്കുന്നത്. അയാൾ നിരാശനായി ഒറ്റപ്പെട്ട് ഇറങ്ങിത്തിരിച്ചിരിക്കാൻ ഇട യുണ്ട്."

അയാൾ പതിനഞ്ചു മിനിറ്റിനുള്ളിൽ തിരിച്ചുവന്നു. "സാറിന് തീർച്ച യായും ദിവ്യദൃഷ്ടിയുണ്ട്." അയാൾ പറഞ്ഞു. "അയാൾ ഇന്ന് രാവിലെ കുടിച്ച് താറുമാറായി ബോട്സ്റ്റ്രീറ്റിൽ വന്നിരുന്നു. അവർ അയാളെ രാത്രി മുഴുവൻ സ്റ്റേഷനിൽ സൂക്ഷിക്കുകയായിരുന്നു."

"അയാൾ മിസ് പാഗറ്റിന്റെ ഒരു സുഹൃത്താണ്" ഞാൻ പറഞ്ഞു. "ഹാരിസ് ബോട്സ്റ്റ്രീറ്റുവരെ പോയി അയാളെ കണ്ട് നിങ്ങൾ ആരാണെന്ന് അയാളോട് പറയണം. അവർ ഏത് കോടതിയിലാണ് അയാളെ കൊണ്ടു വരുന്നത്?"

"മിസ്റ്റർ ഹോർലറുടെ കോടതിയിൽ."

ഞാൻ എന്റെ വാച്ചിൽ കണ്ണോടിച്ചു. "ഇപ്പോൾത്തന്നെ അങ്ങോട്ട് പൊയ്ക്കോളൂ. ഹാർമാന്റെ കൂടെ ഉണ്ടാവണം. അയാളുടെ കൈവശം പണമില്ലെങ്കിൽ ഹാരിസ് പിഴ കൊടുക്കണം. അതിനുശേഷം എന്നെ വിളിക്കണം. എല്ലാം ശരിയാണെങ്കിൽ അയാളെ ഒരു ടാക്സിയിൽ എന്റെ ഫ്ളാറ്റിലേക്ക് കൊണ്ടുവരണം. നിങ്ങളെ ഞാൻ അവിടെവെച്ച് കാണും."

അന്നത്തെ ദിവസം ലസ്റ്ററിന് കൈകാര്യം ചെയ്യാൻ പറ്റാത്തതോ നീട്ടിവെക്കേണ്ടി വരുന്നതോ ആയ ഒരു കാര്യവും എന്റെ മേശപ്പുറത്ത് ഉണ്ടായിരുന്നില്ല. എന്റെ വീട് വൃത്തിയാക്കുന്ന സ്ത്രീയെ സമയത്തിന് പിടികൂടി ഒരു കിടക്കകൂടി തയ്യാറാക്കിയിടണമെന്ന് പറയാൻ വേണ്ടി ഉടൻതന്നെ ഞാൻ ഫ്ളാറ്റിൽ തിരിച്ചെത്തി. ഫ്ളാറ്റിൽ മൂന്നോ നാലോ പേർക്കുള്ള ഭക്ഷണം ഉണ്ടായിരിക്കണമെന്ന് അവളോട് പറഞ്ഞതിനു ശേഷം അവളെ പണം ഏല്പിച്ചുകൊണ്ട് ഏത് ഭക്ഷണം കിട്ടിയാലും വാങ്ങാൻ വേണ്ടി പറഞ്ഞുവിട്ടു.

അരമണിക്കൂർ കഴിഞ്ഞ് ഹാരിസ് ഹാർമാനോടൊപ്പം ഫ്ളാറ്റിൽ എത്തിച്ചേർന്നു. ആസ്ട്രേലിയക്കാരൻ അല്പംകൂടി ക്ഷീണിതനാണെന്ന് തോന്നി. ജയിലറയിലെ ഒരു ദിവസത്തെ താമസത്തിനുശേഷം അയാൾ ഗൗരവക്കാരനും സന്തോഷവാനും ആയിരുന്നു. പക്ഷേ, അയാൾക്ക് അയാളുടെ ഒരു ഷൂവും കഴുത്തുപട്ടയും തൊപ്പിയും നഷ്ടപ്പെട്ടിരുന്നു. ഞാൻ അയാളെ സ്വീകരണമുറിയിൽവെച്ച് കണ്ടു. "ഗുഡ്മോർണിങ് മിസ്റ്റർ ഹാർമാൻ" ഞാൻ പറഞ്ഞു. "നിങ്ങൾ ഇവിടെ തിരിച്ചെത്തി കുളിയും മറ്റും നടത്തുമെന്നാണ് ഞാൻ വിചാരിച്ചത്. നിങ്ങൾ ഹോട്ടലിലേക്ക് തിരി ച്ചുപോകാതിരിക്കണമായിരുന്നു."

"ഞാൻ മദ്യത്തിൽ ആയിരുന്നു." അയാൾ പെട്ടെന്ന് എന്റെ കണ്ണു കളിലേക്ക് നോക്കി.

"അതെനിക്ക് മനസ്സിലായി. വെള്ളത്തിന് കുളിക്കാനുള്ള ചൂടുണ്ട്. കുളിമുറിയിൽ റേസർ ഇരിപ്പുണ്ട്." ഞാൻ അയാളെ കൂട്ടിക്കൊണ്ടുപോയി വീടിന്റെ ഭൂമിശാസ്ത്രം കാണിച്ചുകൊടുത്തു. "ഈ മുറി നിങ്ങൾക്ക് ഉപ

യോഗിക്കാം" ഞാൻ അയാളെ നോക്കി പുഞ്ചിരിച്ചു. "ഞാൻ നിങ്ങൾക്ക് ഒരു വൃത്തിയുള്ള ഷർട്ട് കൊണ്ടുവരാം. നിങ്ങൾക്ക് എന്റെ ഒരു ജോഡി ഷൂസുകൾ ഇട്ടുനോക്കാം അവ ചെറുതാണെങ്കിൽ മറ്റൊന്ന് വാങ്ങാൻ വേണ്ടി ഒരാളെ പറഞ്ഞുവിടാം."

അയാൾ തലയാട്ടി "നിങ്ങൾ എന്തിനാണ് എനിക്കുവേണ്ടി ഇതെല്ലാം ചെയ്യുന്നതെന്ന് എനിക്ക് അറിയില്ല. എനിക്ക് കുഴപ്പമൊന്നുമില്ല."

"നിങ്ങൾ താടിവടിച്ച് കുളിക്കുകയാണെങ്കിൽ നിങ്ങൾക്ക് കൂടുതൽ കുഴപ്പം കാണില്ല." ഞാൻ പറഞ്ഞു.

"മിസ് പാഗറ്റിന്റെ സുഹൃത്തിനെ ഇതുപോലെ ഞാൻ തെരുവിൽ അലഞ്ഞുതിരിയാൻ അനുവദിച്ചെന്ന് അറിഞ്ഞാൽ അവൾ ഒരിക്കലും എന്നോട് ക്ഷമിക്കില്ല."

അയാൾ എന്നെ ജിജ്ഞാസയോടെ നോക്കി. പക്ഷേ, ഞാൻ അയാളെ ഉപേക്ഷിച്ചിട്ട് സ്വീകരണമുറിയിലേക്ക് പോയി. ഹാരിസ് എനിക്കുവേണ്ടി അവിടെ കാത്തിരിക്കുന്നുണ്ടായിരുന്നു. "ഹാരിസിന് നന്ദി." ഞാൻ പറഞ്ഞു. "അവിടെ പിഴ ഉണ്ടായിരുന്നെന്നാണ് ഞാൻ വിചാരിക്കുന്നത്."

"നാല്പത് ഷില്ലിങ്" അയാൾ പറഞ്ഞു. "അത് ഞാൻ കൊടുത്തു."

ഞാൻ പണം അയാൾക്ക് കൊടുത്തു. "അയാളുടെ കൈവശം ചില്ലറ എന്തോ ഉണ്ടായിരുന്നു." അയാൾ മറുപടി പറഞ്ഞു. "കൈവശം എഴുപത് പൗണ്ടോളം ഉണ്ടായിരുന്നെന്നാണ് അയാൾ പറഞ്ഞത്. പക്ഷേ, ഉറപ്പില്ല."

"പണം നഷ്ടപ്പെട്ടതിൽ അയാൾക്ക് വിഷമം ഉണ്ടെന്ന് തോന്നുന്നില്ല." ഞാൻ പറഞ്ഞു.

"അതിൽ അയാൾക്ക് വിഷമം ഉണ്ടെന്ന് ഞാനും വിചാരിക്കുന്നില്ല." അയാൾ പൊട്ടിച്ചിരിച്ചു. "അതിൽ അയാൾക്ക് വലിയ സന്തോഷം ഉണ്ടെന്ന് തോന്നുന്നു."

ഞാൻ ഹാരിസിനെ ഓഫീസിലേക്ക് തിരിച്ചയച്ചതിനുശേഷം ഹാർമാൻ കുളിച്ചുകൊണ്ടിരിക്കുന്ന സമയത്ത് ഏതാനും എഴുത്തുകൾ എഴുതാൻവേണ്ടി ഇരിപ്പുറപ്പിച്ചു. അയാൾ താമസിയാതെ അല്പം ആത്മ വിശ്വാസക്കുറവോടെ സ്വീകരണമുറിയിലേക്ക് വന്നു. അയാളുടെ ഒട്ടും വഴക്കമില്ലാത്ത നടത്തം ഞാൻ വീണ്ടും ശ്രദ്ധിച്ചു. "എന്താണ് പറയേ ണ്ടതെന്ന് എനിക്ക് അറിയില്ല." അയാൾ അയാളുടെ ചുറുചുറുക്കില്ലാത്ത ഉച്ചാരണത്തിൽ പറഞ്ഞു. "എന്നോടൊപ്പം ഉണ്ടായിരുന്ന കോമാളികൾക്ക് കൈവശം ഉണ്ടായിരുന്ന മൊത്തം പണവും കിട്ടി. അതുകൊണ്ട് ഹാരി സിന് പിഴ കൊടുക്കേണ്ടിവന്നു. പക്ഷേ, എന്റെ കൈയിൽ കുറച്ചുകൂടി പണം ഉണ്ട്. ബ്രിസ്ബെനിലെ കൈയിൽ കുറച്ചുകൂടി പണം ഉണ്ട്. ബ്രിസ്ബെനിലെ ബാങ്കിന്റെ 'ലറ്റർ ഓഫ് ക്രെഡിറ്റ്' എന്ന് പറയുന്ന ഒരു കാര്യം എനിക്ക് ലഭിച്ചിട്ടുണ്ട്. അതിന്റെ പേരിൽ എനിക്ക് കുറച്ച് പണം ലഭിക്കും. എനിക്ക് അയാളുടെ പണം തിരിച്ചുകൊടുക്കാൻ പറ്റും."

"അത് കുഴപ്പം ഇല്ല." ഞാൻ പറഞ്ഞു. "നിങ്ങൾ പ്രാതൽ കഴിച്ചോ?"

"ഇല്ല."

"എന്തെങ്കിലും കഴിക്കുന്നോ?"

"എനിക്കറിയില്ല. ഒരുപക്ഷേ, ഹോട്ടലിൽനിന്ന് എന്തെങ്കിലും കിട്ടും."

"നിങ്ങൾ അങ്ങനെ ചെയ്യേണ്ട കാര്യമില്ല." ഞാൻ പറഞ്ഞു. "എന്റെ ജോലിക്കാരി ഇപ്പോഴും ഇവിടെയുണ്ട്. അവൾ നിങ്ങൾക്ക് എന്തെങ്കിലും പ്രാതൽ കൊണ്ടുവരും." ഞാൻ പുറത്തിറങ്ങി പ്രാതൽ സംഘടിപ്പിച്ചതി നുശേഷം തിരിച്ചുവന്നപ്പോൾ അയാൾ ജനലിന്റെ അടുത്തുനില്ക്കുന്നതു കണ്ടു. "നിങ്ങൾ തിരിച്ചുവന്നപ്പോൾ ആ എഴുത്ത് കൊണ്ടുവന്നില്ല." ഞാൻ പറഞ്ഞു.

"ഞാൻ എന്റെ മനസ്സ് മാറ്റി." അയാൾ പറഞ്ഞു. "ഞാൻ അത് വേണ്ടെന്ന് വെയ്ക്കാൻ പോകുകയാണ്."

"വേണ്ടെന്ന് വെയ്ക്കുകയാണോ?"

"അത് കുഴപ്പമില്ല." അയാൾ പറഞ്ഞു. "ഞാൻ എഴുത്തെഴുതാൻ പോകുന്നില്ല."

"അത് ഖേദകരമാണെന്നു തോന്നുന്നു." ഞാൻ ശബ്ദം താഴ്ത്തി പറഞ്ഞു.

"ആയിരിക്കാം. ഞാൻ അതിനെപ്പറ്റി വളരെനേരം ആലോചിച്ചിരുന്നു. പക്ഷേ, ഞാൻ എഴുത്ത് എഴുതുന്നില്ല. ഞാൻ അത് തീരുമാനിച്ചു. അതു കൊണ്ടാണ് നിങ്ങൾ പറഞ്ഞ സമയത്ത് ഞാൻ തിരിച്ചു വരാതിരുന്നത്."

"നിങ്ങളുടെ ഇഷ്ടംപോലെ." ഞാൻ പറഞ്ഞു. "ഒരുപക്ഷേ, പ്രഭാത ഭക്ഷണം കഴിയുമ്പോൾ നിങ്ങൾ അതിനെപ്പറ്റി എന്നോട് കുറച്ചുകൂടി സംസാരിക്കാൻ ഇഷ്ടപ്പെടും."

ഞാൻ അയാളെ പ്രഭാതഭക്ഷണം കഴിക്കാൻ പറഞ്ഞുവിട്ടതിനു ശേഷം എന്റെ എഴുത്തുകൾ പൂർത്തിയാക്കാൻ വേണ്ടി ഇരുന്നു. എന്റെ ജോലിക്കാരി അത് ഭക്ഷണമുറിയിൽ എത്തിച്ചു. പതിനഞ്ച് മിനിറ്റുക ഴിഞ്ഞ് അയാൾ സ്വീകരണമുറിയിൽ എന്റെ അടുത്ത് തിരിച്ചെത്തി.

"ഞാൻ ഇപ്പോൾ പോകുന്നതായിരിക്കും കൂടുതൽ നല്ലത്." അയാൾ പരുങ്ങലോടെ പറഞ്ഞു. "ഞാൻ കുറച്ചുകഴിഞ്ഞ് തിരിച്ചുവന്ന് ഷൂസ് ആ സ്ത്രീയുടെ കൈവശം ഏല്പിക്കുന്നതുകൊണ്ട് കുഴപ്പം ഇല്ലല്ലോ."

ഞാൻ എഴുന്നേറ്റ് നിന്നുകൊണ്ട് ഒരു സിഗററ്റ് അയാൾക്ക് കൊടുത്തു. "നിങ്ങൾ പോകുന്നതിനുമുമ്പ് നിങ്ങളെപ്പറ്റി കുറച്ചുകൂടി കാര്യങ്ങൾ എന്നോട് പറയരുതോ?" ഞാൻ ചോദിച്ചു. ഒന്നോ രണ്ടോ ദിവസത്തിനുള്ളിൽ ഞാൻ മിസ് പാഗറ്റിന് എഴുത്ത് എഴുതുന്നുണ്ട്. നിങ്ങ ളെപ്പറ്റി എല്ലാ കാര്യങ്ങളും അറിയാൻ അവൾക്ക് താല്പര്യം ഉണ്ടെന്ന് ഉറപ്പാണ്."

അയാൾ കൈകയിൽ സിഗററ്റുമായി എന്നെ തുറിച്ചുനോക്കി. "ഞാൻ ഇവിടെ എത്തിയിരുന്നെന്ന് നിങ്ങൾ അവളെ എഴുതി അറിയിക്കാൻ പോകുകയാണോ?"

"തീർച്ചയായും എഴുതും."

അയാൾ ഒരു നിമിഷം മറുപടിപറയാതെനിന്നു. അതിനുശേഷം ക്വീൻസ് ലാന്റുകാരുടെ രീതിയിൽ സാവധാനം പറഞ്ഞു. "മിസ്റ്റർ സ്ട്രാച്ചൻ, ഇതിനെപ്പറ്റി മറന്നു കളയുന്നതാണ് കൂടുതൽ നല്ലത്. ഒന്നും പറയാതിരുന്നാൽ മതി."

ഞാൻ ഒരു തീപ്പെട്ടിക്കൊള്ളി ഉരച്ച് അയാളുടെ സിഗററ്റ് കത്തിച്ചു കൊടുത്തു. "ഇത് ഞാൻ നിങ്ങളോട് അവളുടെ പാരമ്പര്യ സ്വത്തിനെ പറ്റി പറഞ്ഞതുകൊണ്ടാണോ?"

"നിങ്ങൾ ആ പണത്തിന്റെ കാര്യമാണോ പറയുന്നത്?"

"അതെ."

അയാൾ പല്ലിളിച്ചു. "മറ്റ് ഏത് മനുഷ്യനെയും പോലെ അവൾക്ക് ലഭിക്കുന്നതിനെ ഞാൻ കാര്യമാക്കുന്നില്ല. ഇല്ല. ഇത് വിൽസ്ടൗൺ ആണ്."

തീർച്ചയായും അയാൾ പറഞ്ഞത് ഗ്രീക്ക് ഭാഷയോളം പോലും എനിക്ക് വ്യക്തമായിരുന്നില്ല. "ജോ, ഇവിടെയിരുന്ന് ഒന്ന് രണ്ട് കാര്യ ങ്ങൾ എന്നോട് പറയുന്നതുകൊണ്ട് നിങ്ങൾക്ക് ഉപദ്രവം ഒന്നും ഉണ്ടാ വില്ല." ഞാൻ അയാളെ ജോ എന്ന് വിളിച്ചത് ആ വിളി അയാളുടെ പിരി മുറുക്കം കുറയ്ക്കുമെന്ന് ഞാൻ വിചാരിച്ചിരുന്നു.

"കൂടുതൽ പറയാൻ എനിക്ക് അറിയില്ല." അയാൾ ആത്മവിശ്വാസം ഇല്ലാതെ പറഞ്ഞു.

"എന്തായാലും ഇരിക്കൂ." ഞാൻ ഒരുനിമിഷം ആലോചിച്ചതിനു ശേഷം പറഞ്ഞു. "മിസ് പാഗറ്റിനെ നിങ്ങൾ ആദ്യം കാണുന്നത് യുദ്ധ സമയത്താണെന്നാണ് ഞാൻ വിചാരിക്കുന്നത്. ശരിയാണോ?"

"ശരിയാണ്."

"അത് മലയായിൽ നിങ്ങൾ രണ്ടുപേരും തടവുകാർ ആയിരുന്ന സമയത്താണോ?"

"അതെ. ശരിയാണ്."

"1942 ൽ ആയിരിക്കും?"

"അതെ. ശരിയാണ്."

"അതിനുശേഷം നിങ്ങൾ അവളെ കണ്ടിട്ടില്ല. എഴുത്ത് എഴുതിയി ട്ടില്ല."

"അതെ. ശരിയാണ്."

ഞാൻ പറഞ്ഞു. "നിങ്ങൾ ഇപ്പോൾ അവളെ കാണണമെന്ന് വള രെയധികം ആഗ്രഹിക്കുന്നത് എന്തുകൊണ്ടാണെന്ന് എനിക്ക് മനസ്സിലാ കുന്നില്ല. എന്തായാലും നിങ്ങൾ അവളെ കണ്ടിട്ട് ആറ് വർഷങ്ങൾ കഴി ഞ്ഞിരിക്കുന്നു. ഇപ്പോൾ അവളെ കാണാൻ പെട്ടെന്നുള്ള ഒരു പ്രേരണ എന്താണ്?" അയാൾ എങ്ങനെയോ അവളുടെ പണത്തെപ്പറ്റി കേട്ടിട്ടു ണ്ടെന്നുള്ള തോന്നൽ എന്റെ മനസ്സിൽ ഉണ്ടായിരുന്നു. അയാൾ പല്ലിളി ച്ചുകൊണ്ട് എന്നെ നോക്കി. "ഞാൻ അവളൊരു വിവാഹിതയാണെന്ന്

വിചാരിച്ചു."

ഞാൻ അയാളെ സൂക്ഷിച്ചുനോക്കി. "അവൾ വിവാഹം കഴിച്ചിട്ടി ല്ലെന്ന് എന്നാണ് നിങ്ങൾ കണ്ടെത്തിയത്?"

"ഞാൻ അത് കണ്ടുപിടിച്ചത് ഈ മേയ്മാസത്തിലായിരുന്നു. മല യായിലെ കോടാ ബാഹ്രു എന്ന സ്ഥലത്തുനിന്നും അവളെ പുറത്തേക്ക് പറത്തിക്കൊണ്ടുപോയ പൈലറ്റിനെ ഞാൻ കണ്ടുമുട്ടിയിരുന്നു. അത് ജൂലിയ ക്രീക്കിൽ വച്ച് ആയിരുന്നു."

അയാൾ ജിംലനനും സഹായികളായ രണ്ട് ആസ്ട്രേലിയക്കാ രോടുമൊപ്പം അയാളുടെ ആയിരത്തിനാനൂറ് കന്നുകാലികളെ മിഡ് ഹസ്റ്റ് സ്റ്റേഷനിൽനിന്നും ജൂലിയാ ക്രീക്കിലേക്ക് തെളിച്ചുകൊണ്ടുപോയിരുന്നു. നോർമാൻ നദി, സാക്സ് ബൈ നദി, ഫ്ലിൻ ഡൈയേഴ്സ് നദി എന്നി വയുടെ വഴിക്ക് മിഡ് ഹസ്റ്റിൽനിന്നും ജൂലിയാ ക്രീക്കിലേക്ക് ഏതാണ്ട് മൂന്നുമൈൽ ഉണ്ട്. മാർച്ച് അവസാനത്തോടെ അവർ മിഡ് ഹസ്റ്റ് വിട്ടു. അവർ കന്നുകാലികളെ ജൂലിയാക്രീക്കിലുള്ള ഏറ്റവും അറ്റത്തെ റെയിൽവേസ്റ്റേഷനിൽ ദിവസം പത്തുമൈൽ വീതം നടത്തി മേയ്മാസം മൂന്നാംതീയതി എത്തിച്ചു. കന്നുകാലികളെ റെയിൽവെയുടെ സ്ഥലത്ത് കെട്ടിയിട്ടുകൊണ്ട് അവർ അവയെ ട്രെയിനുകളിൽ കയറ്റാനുള്ള ജോലി ആരംഭിച്ചു. അതിന് ഏകദേശം മൂന്നു ദിവസം വേണ്ടിവന്നു.

ഈ സമയത്ത് ജിംലനനും ജോ ഹാൻമാനും താമസിച്ചിരുന്നത് ജൂലിയാ ക്രീക്കിലെ പോസ്റ്റ് ഓഫീസ് ഹോട്ടലിൽ ആയിരുന്നു. വളരെ ചൂടുള്ള കാലാവസ്ഥ ആയിരുന്നു. അവർ കന്നുകാലികളെ വണ്ടിയിൽ കയറ്റാൻവേണ്ടി ദിവസം പതിനാലു മണിക്കൂർ ജോലി ചെയ്യുന്നുണ്ടായി രുന്നു. ജോലിചെയ്യാത്ത സമയത്തെല്ലാം അവർ ഹോട്ടലിലെ ബാറിൽ കടുപ്പം കുറഞ്ഞ തണുത്ത ആസ്ട്രേലിയൻ ബിയർ കുടിച്ചുകൊണ്ട് നില്ക്കുകയായിരുന്നു. ഒരു വൈകുന്നേരം അവർ അങ്ങനെ നിന്നിരുന്ന സമയത്ത് യുണിഫോം ധരിച്ച രണ്ട് ചുറുചുറുക്കുള്ള മനുഷ്യർ ബാറി ലെത്തി രണ്ടുതവണ മദ്യം കൊണ്ടുവരാൻവേണ്ടി ഉച്ചത്തിൽ വിളിച്ചുപ റഞ്ഞു. അവർ എഞ്ചിനിലെ എണ്ണച്ചോർച്ച പരിഹരിക്കാൻവേണ്ടി ഒരു രാത്രി മുഴുവൻ അവിടെ നിർത്തിയിട്ട ട്രാൻസ് ആസ്ട്രേലിയാ എയർ ലൈൻസിന്റെ ഡക്കോട്ടാ വിമാനത്തിലെ പൈലറ്റുകൾ ആയിരുന്നു.

പ്രധാന പൈലറ്റിന്റെ അടുത്ത കസേരയിൽ താനാണ് ഇരിക്കുന്ന തെന്ന് ജോ ഹാർമാൻ മനസ്സിലാക്കി. ജോ ഒരിക്കൽ അമേരിക്കൻ സൈന്യ ത്തിന്റേതായിരുന്ന പച്ചനിറത്തിലുള്ള ഒരു പഴയ തൊപ്പിയും ബനിയനും മുഷിഞ്ഞ കാക്കിനിക്കറുമാണ് ധരിച്ചിരുന്നത്. പൈലറ്റിന്റെ വൃത്തിയു മായി അയാളുടെ വേഷത്തിന് അസാധാരണമായ അന്തരം ഉണ്ടായിരുന്നു. പക്ഷേ, പൈലറ്റ് ഇത്തരം ഗ്രാമീണരുമായി പരിചിതനായിരുന്നു. അവർ യുദ്ധത്തെപ്പറ്റിയുള്ള സംസാരത്തിലേക്ക് എത്തിച്ചേർന്നു. അല്പസമയ ത്തിനുള്ളിൽ അവർ രണ്ടുപേരും മലയായിൽ ജോലി ചെയ്തിരുന്നതായി പരസ്പരം കണ്ടെത്തി. ജോ ഹാർമാൻ അയാളുടെ കൈകളിലെ മുറി

പ്പാടുകൾ കാണിച്ചുകൊടുത്തു. പൈലറ്റുകൾ താല്പര്യത്തോടെ അവ പരിശോധിച്ചു. അയാൾ അനുഭവിച്ച പീഡനങ്ങൾ എല്ലാം പൈലറ്റുക ളോട് പറഞ്ഞു. അവർ അയാൾക്കുവേണ്ടി മറ്റൊരു മദ്യം കൂടി വിളിച്ചു പറഞ്ഞു.

പ്രധാന പൈലറ്റ് പെട്ടെന്ന് പറഞ്ഞു. "ഒരിക്കലും ജയിൽതാവള ത്തിൽ പ്രവേശിപ്പിക്കപ്പെടാതിരുന്ന സ്ത്രീകളുടെയും കുട്ടികളുടെയും ഒരുസംഘം ആണ് ഞാൻ കണ്ടിട്ടുള്ളതിൽവച്ച് ഏറ്റവും വിചിത്രമായ കാര്യം. അവർ യുദ്ധത്തിന്റെ കൂടുതൽ സമയവും മലയായിലെ ഒരു ഗ്രാമത്തിലെ നെൽവയലുകളിൽ പണിയെടുക്കുകയായിരുന്നു."

ജോ പെട്ടെന്ന് ചോദിച്ചു. "അത് മലയായിൽ എവിടെ ആയിരുന്നു? ഞാൻ ആ സംഘത്തെ കണ്ടുമുട്ടിയിരുന്നു."

പൈലറ്റ് പറഞ്ഞു. "അത് കുവാൻടാനിനും കോടാബാഹ്രുവിനും ഇടയിലുള്ള ഏതോ സ്ഥലം ആയിരുന്നു. ഞങ്ങൾ തിരിച്ചുചെന്നപ്പോൾ അവരെ ട്രക്കിൽക്കയറ്റി കോടാ ബാഹ്രുവിലേക്ക് കൊണ്ടുപോയിരുന്നു. ഞാൻ അവരെ അവിടെനിന്ന് സിങ്കപ്പൂരിലേക്ക് വിമാനത്തിൽ കൊണ്ടു പോയിരുന്നു. അവർ മുഴുവൻ ഇംഗ്ലീഷുകാർ ആയിരുന്നു. പക്ഷേ, അവർ കാഴ്ചയിൽ മലയാക്കാരെപ്പോലെ തോന്നിച്ചിരുന്നു. സ്ത്രീകൾ മുഴുവൻ മലയാക്കാരികളുടെ വേഷത്തിൽ ആയിരുന്നു. കൂടാതെ അവർക്ക് നല്ല തവിട്ടുനിറം ആയിരുന്നു."

ജോ പറഞ്ഞു. "അപ്പോൾ അവരോടൊപ്പം ഒരു മിസ് പാഗറ്റ് ഉണ്ടാ യിരുന്നോ?" ജീൻ യുദ്ധത്തെ അതിജീവിച്ചു എന്ന് അറിയുന്നത് അയാൾക്ക് വളരെയധികം പ്രധാനപ്പെട്ട കാര്യം ആയിരുന്നു.

പൈലറ്റ് പറഞ്ഞു. "ഒരു മിസ് പാഗറ്റ് ഉണ്ടായിരുന്നു. അവൾ ഒരു ഒന്നാംതരം പെൺകുട്ടി ആയിരുന്നു. അവൾ അവരുടെ നേതാവായി രുന്നു."

ജോ ഹാർമാൻ പറഞ്ഞു. "വിവാഹിത ആയിരുന്നില്ലേ? ഒരു ചെറിയ കുട്ടി ഉണ്ടായിരുന്നില്ലേ?" കറുത്ത മുടിയുള്ള ഒരു പെൺകുട്ടി അല്ലേ?"

പൈലറ്റ് പറഞ്ഞു. "അത് ശരിയാണ്. കറുത്തമുടി. അവളുടെ കൂടെ ഏതാണ്ട് നാല് വയസ്സുള്ള ഒരു ആൺകുട്ടി ഉണ്ടായിരുന്നു. പക്ഷേ, അത് അവളുടെ കുട്ടി ആയിരുന്നില്ല. മരിച്ചുപോയ മറ്റൊരു സ്ത്രീയുടെ കുട്ടി ആയിരുന്നു. അതിനെ സംരക്ഷിക്കുന്നത് അവൾ ആയിരുന്നു. എനിക്ക് ആ കാര്യം അറിയാം. കാരണം അവൾ ആ സംഘത്തിലെ ഏക അവി വാഹിത ആയിരുന്നു. അവൾ അവരുടെ നേതാവായിരുന്നു. മിസ് ജീൻ പാഗറ്റ്. യുദ്ധത്തിനുമുമ്പ് അവൾ കോലാലംപൂരിൽ ഒരു വെറും ടൈപ്പിസ്റ്റ് ആയിരുന്നു."

ജോ അയാളെ സൂക്ഷിച്ചുനോക്കി. "അവൾ വിവാഹം കഴിഞ്ഞ സ്ത്രീ ആണെന്നാണ് ഞാൻ വിചാരിച്ചിരുന്നത്."

"അവൾ വിവാഹം കഴിച്ചിരുന്നില്ല. ആ കാര്യം എനിക്ക് അറിയാം. കാരണം. അവരുടെയെല്ലാം വിവാഹമോതിരങ്ങൾ ജപ്പാൻകാർ അവരെ വേർതിരിച്ചറിയാൻ വേണ്ടി ഊരി വാങ്ങിയിരുന്നു. ഈ ഒരു പെൺകുട്ടി

മിസ് പാഗറ്റ് ഒഴിച്ച് മറ്റുള്ളവർ എല്ലാം വിവാഹിതകൾ ആയിരുന്നു. അവൾ മാത്രം മിസ് ജീൻ പാഗറ്റ് ആയിരുന്നു."

"അതു ശരിയാണ്." ജോ ഹാർമാൻ സാവധാനം പറഞ്ഞു. "അവ ളുടെ പേര് ജീൻ എന്ന് ആയിരുന്നു." അയാൾ പെട്ടെന്ന് ബാർ ഉപേക്ഷി ച്ചിട്ട് വരാന്തയിൽ ഇറങ്ങിനിന്ന് നക്ഷത്രങ്ങളെ നോക്കിനിന്നു. ഉടൻതന്നെ അയാൾ റെയിൽവെയുടെ അങ്കണത്തിലേക്ക് നടന്നു. അവിടെ അയാൾ ചാരിനില്ക്കാൻ പറ്റിയ ഒരു പടിവാതിൽ കണ്ടെത്തിയിരുന്നു. അവിടെ അയാൾ വീണ്ടും ആലോചനയിൽ മുഴുകി വളരെ നേരം നിന്നു. അടുത്ത ദിവസം രാവിലെ അയാൾ ആലോചിച്ചുകൊണ്ടിരുന്ന കാര്യങ്ങളെപ്പറ്റി എന്റെ ഫ്ളാറ്റിൽവച്ച് കൂടുതൽ ഒന്നുംതന്നെ എന്നോട് പറഞ്ഞില്ല. "അവൾ ഒരു ആസ്ട്രേലിയൻ പെൺകുട്ടി ആയിരുന്നു." അയാൾ പറ ഞ്ഞു. "ഞാൻ എന്നെങ്കിലും വിവാഹം കഴിക്കുകയാണെങ്കിൽ അത് അവളെപ്പോലെയുള്ള ഒരു പെൺകുട്ടിയെ ആയിരിക്കും."

ഞാൻ പുഞ്ചിരിച്ചു. "എനിക്ക് മനസ്സിലായി." ഞാൻ പറഞ്ഞു. "അതു കൊണ്ടാണ് നിങ്ങൾ ഇംഗ്ലണ്ടിൽ എത്തിയത്."

"അത് ശരിയാണ്." അയാൾ ഒന്നും സംഭവിക്കാത്തതുപോലെ പറ ഞ്ഞു. അയാൾ ജിംലനനോടും ആസ്ട്രേലിയൻ കന്നുകാലി നോട്ടക്കാര നോടും ഒപ്പം പതിനഞ്ച് ചുമട്ടുകുതിരകളെയുംകൊണ്ട് മിഡ് ഹസ്റ്റിലേക്ക് തിരിച്ചുപോയിരുന്നു. അത് അവർക്ക് ഏതാണ്ട് പത്തുദിവസം വേണ്ടി വന്ന ഒരു യാത്ര ആയിരുന്നു. അവർ കന്നുകാലികളെ കൂട്ടം കൂട്ടമായി റെയിൽവെ സ്റ്റേഷനിൽ എത്തിക്കുന്ന ജോലി ഫെബ്രുവരിയിൽ ആരം ഭിച്ചതുകൊണ്ട് മൂന്ന് മാസം തുടർച്ചയായി അയാൾ കുതിരപ്പുറത്ത് ആയി രുന്നു. "ഇതുകൂടാതെ കിണറിന്റെ കാര്യം ശ്രദ്ധിക്കണമായിരുന്നു." അയാൾ പറഞ്ഞു. "ഞാൻ മിസിസ്സ് സ്പിയേഴ്സിനോട് കിണർ കുഴി ക്കുന്ന ജോലിയിൽ എന്റെ ശ്രദ്ധവേണമെന്ന് നിർബ്ബന്ധം പിടിച്ചിരുന്നതു കൊണ്ട് അതിന്റെ ജോലി പൂർത്തിയാക്കുന്നതിനുമുമ്പ് എനിക്ക് അവിടെനിന്ന് വിടപറയാൻ കഴിഞ്ഞിരുന്നില്ല. പക്ഷേ, അതിനുശേഷം ഞാൻ സ്ഥലം വിട്ടിരുന്നു. ഒരു ബുധനാഴ്ച ഞാൻ 'ജോൺ ഡഫി'യുടെ കൂടെ [1]'ക്യാൻസി'ലേക്ക് പോയി. അതുകൊണ്ട് 'ബ്രിസ് ബെയിനി'[2]ലും എത്തി. ഞാൻ ഇവിടെ വന്നത് ബ്രിസ് ബെയിനിൽ നിന്നാണ്.

"സ്വർണ്ണ കാസ്കറ്റിന്[3] എന്ത് സംഭവിച്ചു?"

അയാൾ അല്പം പരുങ്ങലോടെ പറഞ്ഞു. "ഞാൻ അതിനെപ്പറ്റി നിങ്ങളോട് പറഞ്ഞില്ല. ഞാൻ കാസ്കറ്റ് വിജയിച്ചിരുന്നു. ഈ വർഷം അല്ല. ഞാൻ വിജയിച്ചത് 1946 ൽ ആയിരുന്നു. ഞാൻ ക്വീൻസ് ലാൻഡിൽ തിരിച്ചെത്തിയതിന്റെ അടുത്ത വർഷം. പറഞ്ഞതുപോലെ ഞാൻ ആയിരം പൗണ്ട് നേടിയിരുന്നു."

"എനിക്ക് മനസ്സിലായി." ഞാൻ പറഞ്ഞു. "നിങ്ങൾ അത് ചെലവാ

1.	ആസ്ട്രേലിയയിലെ ഒരു ടൂറിസ്റ്റ് കേന്ദ്രം

2,	ആസ്ട്രേലിയയിലെ മറ്റൊരു മലമ്പ്രദേശത്തുള്ള മറ്റൊരു ടൂറിസ്റ്റ് കേന്ദ്രം

ക്കിയിട്ടില്ല. അല്ലേ?

അയാൾ തലയാട്ടി. "ഞാൻ അത് സൂക്ഷിച്ചുവെച്ചിരിക്കുകയാണ്. ഒരുപക്ഷേ, ഒരുകാലത്ത് സ്വന്തമായി എനിക്ക് സ്ഥലം വാങ്ങാൻ വേണ്ടി അല്ലെങ്കിൽ കന്നുകാലികളുടെ കച്ചവടത്തിനുവേണ്ടി ഞാൻ അത് സൂക്ഷിച്ചിരിക്കുകയാണ്."

"ഇപ്പോൾ നിങ്ങളുടെ കൈവശം എത്ര മാത്രം ബാക്കിയുണ്ടെന്നാണ് നിങ്ങൾ വിചാരിക്കുന്നത്?"

അയാൾ പറഞ്ഞു. "ഞങ്ങളുടെ പണത്തിൽ ഒരു അഞ്ഞൂറ് പൗണ്ട് 'ലറ്റർ ഓഫ് ക്രഡിറ്റൽ' ഉണ്ട്. അത്രമാത്രം ആണ് എന്റെ കൈവശം ഉള്ളതെന്നാണ് ഞാൻ വിചാരിക്കുന്നത്. അതായത് നിങ്ങളുടെ നാന്നൂറ് പൗണ്ട്. നിശ്ചയമായും മാനേജർ എന്ന നിലയിലുള്ള എന്റെ ശമ്പളം വിൽസ്ടൗണിലെ ബാങ്കിൽ വരുന്നുണ്ട്."

ഞാൻ അല്പസമയം നിശ്ശബ്ദനായി പുകവലിച്ചുകൊണ്ടിരുന്നു. ഈ മനുഷ്യനെപ്പറ്റി സഹതപിക്കാതിരിക്കാൻ എനിക്ക് കഴിഞ്ഞിരുന്നില്ല. ആറു വർഷം മുമ്പ് അയാൾ ജീൻ പാഗറ്റിനെ കണ്ടുമുട്ടിയിരുന്നതുകൊണ്ട് അവളോട് സാമ്യമുള്ള ഒരാളെ കണ്ടെത്താൻ കഴിയുമെന്നുള്ള പ്രതീക്ഷയിൽ അവളുടെ രൂപം മനസ്സിൽ കൊണ്ടുനടക്കുകയായിരുന്നു. അവൾ വിവാഹം കഴിച്ചിട്ടില്ലെന്ന് കേട്ടപ്പോൾ അയാളുടെ സമ്പാദ്യം മുഴുവൻ പിൻവലിച്ചു കൊണ്ട് അവളെ ഇപ്പോഴും അവിവാഹിതയായി കണ്ടെത്താൻ കഴിയും എന്നുള്ള പ്രതീക്ഷയോടെ ലോകത്തിന്റെ പകുതിദൂരം സഞ്ചരിച്ച് ഇംഗ്ലണ്ടിൽ എത്തിയതാണ്. ഇത് ഒരു ചൂതുകളിക്കാരന്റെ പ്രവൃത്തി ആയി രുന്നു. പക്ഷേ, അയാളുടെ ജീവിതംപോലും ഒരുപക്ഷേ, ചൂതുകളികളി ലൂടെ നിർമ്മിച്ചതായിരിക്കാം. ജനവാസം ഇല്ലാത്ത സ്ഥലങ്ങളിൽ ജീവി തത്തിന് മറ്റൊരു വിധത്തിൽ ആയിരിക്കാൻ കഴിയില്ല. ജീൻ പാഗറ്റിനെ വിവാഹം കഴിക്കാനുള്ള ഒരു അവസരം വിലയ്ക്കുവാങ്ങാൻ കഴിയുക യാണെങ്കിൽ അതിനുവേണ്ടി എത്ര പണം ചെലവാക്കാനും അയാൾ വ്യക്തമായി ആലോചിച്ചിട്ടുണ്ടായിരുന്നു.

അവൾ ഇപ്പോൾ അയാളുടെ രാജ്യത്ത് അയാളെ അന്വേഷിക്കുക യാണെന്ന് ചിന്തിക്കുന്നത് ഒരു വിരോധാഭാസം ആയിരുന്നു. അയാളോട് ആ സത്യം പറയാൻ ഞാൻ പൂർണ്ണമായും തയ്യാറെടുത്തിട്ടുണ്ടെന്ന് എനിക്ക് തോന്നിയിരുന്നില്ല.

"മിസ് പാഗറ്റിന് എഴുത്ത് എഴുതാമെന്നുള്ള ആശയം നിങ്ങൾ ഉപേ ക്ഷിച്ചതിന്റെ കാരണം എനിക്ക് ഈ സമയത്തും മനസ്സിലാകുന്നില്ല." ഞാൻ അവസാനം പറഞ്ഞു. "നിങ്ങൾ വിൽസ് ടൗണിനെപ്പറ്റി ഏതോ കാര്യം പറഞ്ഞിരുന്നു."

"ശരിയാണ്." അവിടെ ഒരു ഇടവേള ഉണ്ടായിരുന്നു. അതിനുശേഷം അയാൾ അയാളുടെ സമാധാനമുള്ള സംസാരരീതിയിൽ പറഞ്ഞു.

---

3. ആസ്ട്രേലിയയിലെ ഒരുതരം ചൂതാട്ടം.

"മിസ്റ്റർ സ്ട്രാച്ചനെ വിട്ടുപോയതിനുശേഷം ഞാൻ ധാരാളം കാര്യങ്ങളെ പറ്റി ആലോചിച്ചിരുന്നു. ഒരുപക്ഷേ, ഞാൻ മിഡ്ഹസ്റ്റ് വിടുന്നതിനുമുമ്പ് ഒരിക്കലും ആലോചിച്ചിട്ടില്ലാത്ത ഒരു കാര്യം ഞാൻ ചിന്തിച്ചത് ഒരുപക്ഷേ, കൂടുതൽ മെച്ചപ്പെട്ട കാര്യം ആയിരിക്കാം. പണക്കാരിയായ പെൺകു ട്ടിയെ വിവാഹം കഴിക്കുന്നതിനെപ്പറ്റി എനിക്ക് എതിർപ്പുള്ള ആശയങ്ങൾ ഒന്നുംതന്നെ ഇല്ല. അവൾ അനുയോജ്യമായ പെണ്ണാണെങ്കിൽ അവൾക്ക് പണം ഉണ്ടായിരിക്കുന്നത് ഏത് പുരുഷനെയും പോലെ എന്നെയും കോരിത്തരിപ്പിക്കും. പക്ഷേ, അതിൽ അതിലും കൂടുതൽ കാര്യങ്ങളുണ്ട്."

അയാൾ വീണ്ടും അല്പസമയത്തേക്ക് സംസാരം അവസാനിപ്പിച്ചു. "ഞാൻ വരുന്നത് ജനവാസമില്ലാത്ത സ്ഥലത്തുനിന്നാണ്." അയാൾ സാവധാനം പറഞ്ഞു. "കന്നുകാലികളുടെ മേൽനോട്ടമാണ് എനിക്ക് അറി യാവുന്ന ഒരേയൊരു ജോലി. അവിടെയാണ് ഞാൻ കൂടുതൽ സമയവും ജീവിക്കുന്നത്. വലിയ പട്ടണങ്ങളായ ബ്രിസ്ബെയിനോ സിഡ്നിയോ എനിക്ക് തിരിച്ചറിയാൻ കഴിയില്ല. കെയേൻസ് എന്ത് ദൂരത്താണെന്നു പോലും എനിക്ക് അറിയില്ല. എന്തായാലും അവിടെയൊന്നും എനിക്ക് ചെയ്യാൻപറ്റുന്ന ജോലിയൊന്നും ഉണ്ടായിരിക്കില്ല. എനിക്ക് ഒരിക്കലും കൂടുതൽ വിദ്യാഭ്യാസം കിട്ടിയിട്ടില്ല. ഞാൻ ജീവിക്കുന്ന സ്ഥലത്ത് ഒരി ക്കലും വിദ്യാഭ്യാസം ലഭിക്കില്ല. ഞാൻ പണം ഉണ്ടാക്കില്ലെന്ന് ഞാൻ പറയുകയില്ല. എനിക്ക് കൂടുതൽ കന്നുകാലി മേൽനോട്ടക്കാരെയുംകാൾ മെച്ചപ്പെട്ട രീതിയിൽ അവയുടെ ഒരു കേന്ദ്രം നോക്കിനടത്താൻ കഴിയും അവയെ ശരിയായ വിലയ്ക്ക് എനിക്ക് വില്ക്കാൻ കഴിയുമെന്നും തോന്നു ന്നുണ്ട്. എനിക്ക് ഒരുകാലത്ത് സ്വന്തമായി ഒരു കന്നുകാലി കേന്ദ്രം കിട്ടു മെന്നാണ് ഞാൻ പ്രതീക്ഷിക്കുന്നത്. അൻപതിനായിരം പൗണ്ട് തികയു മ്പോൾ കേന്ദ്രങ്ങൾ അവസാനിപ്പിക്കുന്ന ധാരാളം ഉടമസ്ഥന്മാർ ഉണ്ട്. പക്ഷേ, ഞാൻ അവിടെവരെ എത്തുകയാണെങ്കിൽ എന്നെ എന്തിനുവേ ണ്ടിയാണോ രൂപപ്പെടുത്തിയിരിക്കുന്നത് ഞാൻ ആളൊഴിഞ്ഞ ആ സ്ഥലത്ത് താമസിച്ചുകൊണ്ട് ആ ജോലി തുടർന്നുപോകും. മിസ്റ്റർ സ്ട്രാച്ച നോട് ഞാൻ ഒരുകാര്യം പറയാം. ആളൊഴിഞ്ഞ ആ സ്ഥലം സ്ത്രീകൾക്ക് അല്പംപോലും യോജിച്ചതല്ല."

"ഏത് രീതിയിൽ" ഞാൻ ശബ്ദം താഴ്ത്തി അന്വേഷിച്ചു. ഞങ്ങൾ ഇപ്പോൾ ഏതോ ഒരു കാര്യത്തിലേക്ക് ഇറങ്ങിവരുകയായിരുന്നു.

അയാൾ അല്പം പരിഹാസത്തോടെ ചിരിച്ചു. "ഒരു ഉദാഹരണ ത്തിന് വിൽസ്ടൗണിനെ പരിഗണിക്കാം. അവിടെ കേൾക്കാൻ ഒരു റേഡിയോ സ്റ്റേഷൻ ഇല്ല. ഉള്ളത് ബ്രിസ്ബെയിനിൽനിന്നുള്ള സംപ്രേ ക്ഷണം ആണ്. അത് വന്നുംപോയും ഇരിക്കും. അവിടെ പുതിയ പഴ ങ്ങളും പച്ചക്കറികളും വാങ്ങാനുള്ള കട ഇല്ല. നഴ്സ് പറയുന്നത് അവിടെ ക്ഷയരോഗം ധാരാളം വൃദ്ധരെ ബാധിക്കുന്നുണ്ടെന്നാണ്. അവിടെ പുതിയ പാൽ ഇല്ല. അവിടെ വസ്ത്രങ്ങൾ വില്ക്കുന്ന കട ഇല്ല. ഒരു സ്ത്രീക്ക് 'ബിൽ ഡങ്കന്റെ' കടയിലുള്ളത് മാത്രമേ വാങ്ങാൻ കഴിയുള്ളൂ. ഒരാൾക്ക്

ഉണക്കക്കടലയും അങ്ങനെയുള്ള സാധനങ്ങളും മാത്രമേ വാങ്ങാൻ പറ്റൂ. വിൽസ്ടൗണിൽ ഐസ്ക്രീം ഇല്ല. അവിടെ ഒരിടത്തും ഒരു സ്ത്രീക്ക് പത്രമോ മാസികയോ പുസ്തകമോ വാങ്ങാനുള്ള കട ഇല്ല. ഞങ്ങൾക്ക് വിൽസ് ടൗണിൽ ഒരു ഡോക്ടറെ കൊണ്ടുവരാൻ പറ്റാത്തതുകൊണ്ട് അവിടെ ഡോക്ടർ ഇല്ല. അവിടെ ടെലഫോൺ ഇല്ല. അവിടെ ചൂടുകാലം വന്നാലും ഒരു സ്ത്രീക്ക് മനോഹരമായ നീന്തൽവേഷം അണിഞ്ഞ് നീന്താൻ പറ്റിയ നീന്തൽക്കുളം ഇല്ല. അവിടെ മറ്റു ചെറുപ്പക്കാരികൾ ഇല്ല. അവിടെ പതിനേഴിനും നാല്പതിനും ഇടയിലുള്ള അഞ്ച് സ്ത്രീക ളിൽ കൂടുതൽ ഉണ്ടെന്ന് ഞാൻ വിശ്വസിക്കുന്നില്ല. അവർ വീട് വിട്ടു പോകാൻ പ്രായമാകുമ്പോൾ വീടിന് പുറത്തുവന്ന് പട്ടണത്തിലേക്ക് പോകുന്നു. അല്പം സാധനങ്ങൾ വാങ്ങാൻ കെയിൻസിൽ എത്തണമെ ങ്കിൽ നിങ്ങൾക്ക് പണം ചെലവാക്കി പറക്കാം. അല്ലെങ്കിൽ നിങ്ങൾക്ക് നാലുദിവസം ഒരു ജീപ്പ് ഓടിക്കാം. അതിനുശേഷം ജീപ്പിന്റെ മൊത്തം ടയറും മാറ്റണമെന്ന് നിങ്ങൾക്ക് കണ്ടെത്താൻ കഴിയും." അയാൾ അല്പ സമയം സംസാരം അവസാനിപ്പിച്ചു. "ഒരു പുരുഷന് അവിടം ജോലി ചെയ്ത് ജീവിക്കാനും നല്ല രീതിയിൽ പണം സമ്പാദിക്കാനും പറ്റിയ മഹത്തായ ഒരു രാജ്യമാണ്. പക്ഷേ, ഒരു സ്ത്രീക്ക് ഒട്ടും യോജിക്കാൻ പറ്റിയ സ്ഥലം അല്ല."

"അവിടുത്തെ ഒറ്റപ്പെട്ട എല്ലാ പട്ടണങ്ങളും ഇതുപോലെ ആണോ?" ഞാൻ ചോദിച്ചു.

"കൂടുതൽ പട്ടണങ്ങളും ഇതുപോലെ ആണ്." അയാൾ പറഞ്ഞു. 'കുറി' പോലെയുള്ള കൂടുതൽ വലിയ പട്ടണങ്ങളും ഉണ്ട്. പക്ഷേ, കമൂ വിൽ, നോർമാൻടൺ, ബ്രൂക്ക് ടൗൺ, ക്രിയോഡോൺ, ജോർജ് ടൗൺ തുടങ്ങിയവ എല്ലാം വിൽടൗണിന് സമാനമായ പട്ടണങ്ങളാണ്." അയാൾ ഒരുനിമിഷം സംസാരം അവസാനിപ്പിച്ചുകൊണ്ട് ആലോചനയിൽ മുഴുകി. "സ്ത്രീകൾക്ക് നല്ലതാണെന്ന് പറയാവുന്ന ഒരു പട്ടണമുണ്ട്. ആലിസ് സ്പ്രിങ്സ്. ആലിസ് ഒരു മനോഹരമായ പട്ടണമാണ്. എന്റെ വാക്ക്. ഒരു പെൺകുട്ടിക്ക് എല്ലാ കാര്യങ്ങളും അവിടെ കിട്ടുന്നുണ്ട്– രണ്ട് സിനി മാപ്പുരകൾ, പഴങ്ങൾ, ഐസ്ക്രീം, പുതിയ പാൽ, എസ്റ്റി മക്ലീന്റെ നീന്തൽക്കുളം അവിടെയുള്ള ധാരാളം പെൺകുട്ടികൾ വിവാഹിതരായ ചെറുപ്പക്കാരികൾ— ഇതൊന്നുമല്ല; ഇതിന്റെ കൂടെ ജീവിക്കാൻ ഒന്നാം തരം വീടുകൾ. ആലിസ് എങ്ങനെയായാലും മനോഹരമായ പട്ടണമാണ്." അയാൾ പറഞ്ഞു. "പക്ഷേ, ഒന്നേ ഒന്ന് അത് മാത്രം ആണ്."

"അത് എങ്ങനെ പറ്റി?" ഞാൻ ചോദിച്ചു."മറ്റുള്ളവയിൽ നിന്ന് ആലി സിന്റെ വൃത്യസ്തമാക്കുന്നത് എന്ത് കാര്യം ആണ്?"

"എനിക്ക് അറിയില്ല." അയാൾ തല ചൊറിഞ്ഞുകൊണ്ട് പറഞ്ഞു. "അതിന്റെ കാരണം ആലിസ് വികസിച്ചുകൊണ്ടിരിക്കുന്നതാണ്. അത് മാത്രം ആണെന്നാണ് ഞാൻ വിചാരിക്കുന്നത്."

ഞാൻ ആ വിഷയം ഉപേക്ഷിച്ചു. "നിങ്ങൾ ഉദ്ദേശിക്കുന്നത് മിസ്

പാഗറ്റ് നിങ്ങളെ വിവാഹം കഴിക്കാൻ സമ്മതിച്ചാൽ അവൾക്ക് വിൽസ് ടൗണിൽ വളരെ സന്തോഷകരമായ ജീവിതം കാണില്ലെന്നാണ്. അല്ലേ?"

അയാൾ തലകുലുക്കി. "അത് ശരിയാണ്." അയാൾ പറഞ്ഞു. അയാളുടെ കണ്ണുകളിൽ വേദന ഉണ്ടായിരുന്നു. "കാര്യങ്ങൾ എല്ലാം ഞാൻ മലയായിൽവച്ച് അവളെ കണ്ടുമുട്ടുമ്പോൾ അങ്ങേയറ്റം വ്യത്യസ്തമായിരുന്നെന്ന് ഇപ്പോൾ എനിക്ക് തോന്നുന്നുണ്ട്. അവൾ ഒരു തടവുകാരിയായിരുന്നെന്ന് നിങ്ങൾക്ക് ഓർമ്മവേണം. അവൾക്ക് ഒന്നും ഉണ്ടായിരുന്നില്ല. എനിക്കും ഒന്നുംതന്നെ ഉണ്ടായിരുന്നില്ല. അതുകൊണ്ട് ഞങ്ങൾ ഒരു ജോഡിയായിരുന്നു. അവൾ വിവാഹം കഴിക്കാതിരിക്കാനുള്ള സാദ്ധ്യത ഉണ്ടെന്ന് എനിക്ക് മനസ്സിലായപ്പോൾ ഞാൻ ഇവിടെ യെത്തിച്ചേരാൻ വെപ്രാളപ്പെടുകയായിരുന്നു. ഞാൻ ആളൊഴിഞ്ഞ പട്ടണത്തെപ്പറ്റി ആലോചിക്കുന്നുണ്ടായിരുന്നില്ല. അല്ലെങ്കിൽ മിസ് പാഗറ്റ് ഒന്നും ഇല്ലാത്തവളാണെന്ന് ഞാൻ ആലോചിച്ചാൽ മാത്രമെ വിൽസ്ടൗൺ അവൾക്ക് കുഴപ്പമില്ലാത്ത സ്ഥലം ആണെന്ന് എനിക്ക് ചിന്തിക്കാൻ കഴിയുകയുള്ളൂ. ഞാൻ ഉദ്ദേശിച്ചത് എന്താണെന്ന് മനസ്സിലായില്ലേ?" അയാൾ അപേക്ഷിക്കുന്ന മട്ടിൽ എന്റെ മുഖത്തേക്ക് നോക്കി. "പക്ഷേ, അതിനുശേഷം ഇംഗ്ലണ്ടിലെ സൗത്ത് ആംപ്റ്റണിൽ ഞാൻ എത്തിയപ്പോൾ അവിടെ ആളുകൾ ജീവിക്കുന്ന രീതി ഞാൻ നേരിട്ടു കണ്ടു. ആ സ്ഥലം ബോംബിട്ട് കൊള്ളയടിക്കപ്പെട്ടിരുന്നെങ്കിലും ഞാൻ ലണ്ടനിലും കോൾവിൻ ബേയിലും ആ സമയത്ത് പോയിരുന്നു. നിങ്ങൾ എന്നോട് അവൾ പണക്കാരിയായി മാറിക്കഴിഞ്ഞെന്ന് പറയുന്ന സമയത്ത് അവൾ ജീവിക്കുന്നത് എങ്ങനെയായിരിക്കുമെന്ന് ഞാൻ ആലോചിച്ചു. വിൽസ്ടൗണിൽ കിട്ടാത്ത എന്തൊക്കെ സാധനങ്ങൾ അവൾ പതിവായി ഉപയോഗിക്കുന്നുണ്ടായിരിക്കും എന്ന് ഞാൻ ആലോചിച്ചു. അതിനു ശേഷം അല്പം വേഗത്തിൽ പ്രവർത്തിക്കുന്നതിനെ പറ്റി ഞാൻ ചിന്തിച്ചു. ഇംഗ്ലണ്ടിൽനിന്ന് നേരിട്ട് ആളൊഴിഞ്ഞ പട്ടണത്തിൽ എത്തുന്ന പെൺകുട്ടിയുടെ കാര്യത്തിൽ ഈ സ്ഥലത്തിന് എന്ത് നല്കാനുണ്ടെന്ന് എനിക്ക് അറിയില്ല. സ്വന്തം പണമുള്ള പെൺകുട്ടിയുടെ കാര്യത്തിൽ കാര്യങ്ങൾ കൂടുതൽ മോശം ആയിരിക്കും." അപ്പോൾ സംസാരം നിർത്തിക്കൊണ്ട് എന്നെനോക്കി പല്ലിളിച്ചു. "അതുകൊണ്ട് ഞാൻ മദ്യത്തിനുവേണ്ടി വീട്ടിൽ നിന്ന് പുറത്തേക്ക് പോയി."

എല്ലാ ചുറ്റുപാടുകളിലുമുള്ള അയാളുടെ പ്രവർത്തനരീതികൾ വളരെ ചുമതലാബോധത്തോടെയാണെന്ന് എനിക്ക് ഇപ്പോൾ തോന്നുന്നുണ്ടായിരുന്നു. പക്ഷേ, അതിനുവേണ്ടി അയാൾക്ക് എഴുപത് പൗണ്ടിന്റെ ചെലവ് വന്നത് അനുകമ്പ അർഹിക്കുന്ന കാര്യമായിരുന്നു. ഞാൻ പറഞ്ഞു. "ജോ, നമ്മൾ ഈ കാര്യത്തെപ്പറ്റി അല്പംകൂടി ആലോചിക്കണം എന്നാണ് ഞാൻ ആഗ്രഹിക്കുന്നത്. നിങ്ങളെ ഫണ്ടെന്ന് മിസ് പാഗറ്റിന് എഴുത്ത് എഴുതണമെന്നാണ് ഞാൻ വിചാരിക്കുന്നത്. നിങ്ങൾ ഒരു കാര്യം മനസ്സിലാക്കണം. നിങ്ങൾ മരിച്ചെന്നാണ് അവൾ വിചാരിച്ചി

രിക്കുന്നത്."

അയാൾ എന്നെ സൂക്ഷിച്ചുനോക്കി. "അപ്പോൾ നിങ്ങൾക്ക് എന്നെ പറ്റി അറിയാം. അല്ലേ?"

"കൂടുതൽ അറിയില്ല." ഞാൻ പറഞ്ഞു. "നിങ്ങൾ അവൾക്കുവേണ്ടി കോഴികളെ മോഷ്ടിച്ചെന്നും ജപ്പാൻകാർ നിങ്ങളെ ആണിയടിച്ചുറപ്പിച്ച് തല്ലിച്ചതച്ചെന്നും എനിക്ക് അറിയാം. നിങ്ങൾ മരിച്ചുപോയെന്നാണ് അവൾ വിചാരിച്ചിരിക്കുന്നത്."

"ഞാൻ മരണത്തിന് അടുത്തെത്തിയിരിക്കുന്നു." അയാൾ വിഡ്ഢി ച്ചിരി ചിരിച്ചുകൊണ്ട് പറഞ്ഞു. "അത് അവൾ നിങ്ങളോട് പറഞ്ഞിരുന്നു. അല്ലേ?"

ഞാൻ തലകുലുക്കി. "അത് അവൾക്ക് ആഴത്തിലുള്ള ഒരു വലിയ ദുഃഖമായിരുന്നു." ഞാൻ ശാന്തമായി പറഞ്ഞു. "അവൾ അതുപോലെ തുടരണമെന്ന് നിങ്ങൾ ആഗ്രഹിക്കുന്നുണ്ടാവില്ല. അത് അവളുടെ കുറ്റം ആണെന്നാണ് അവൾ വിചാരിക്കുന്നത്."

"അത് ഒരുതരത്തിലും അവളുടെ കുറ്റമായിരുന്നില്ല." അയാൾ അയാളുടേതായ ചുറുചുറുക്കില്ലാത്ത സംസാരരീതിയിൽ പറഞ്ഞു. "ഞാൻ അവിടെച്ചെന്ന് അതിൽ തലയിടരുതെന്ന് അവൾ എന്നോട് പറ ഞ്ഞിരുന്നു. ഞാൻ അതിനെ അവിടെച്ചെന്ന് വിലകൊടുത്ത് വാങ്ങിക്കൊ ണ്ടുവന്നു. അത് ഒരിക്കലും അവളുടെ കുറ്റം ആയിരുന്നില്ല."

"നിങ്ങൾ അവൾക്ക് എഴുതണമെന്നാണ് ഞാൻ വിചാരിക്കുന്നത്." ഞാൻ ആവർത്തിച്ചു.

അവിടെ വളരെനേരം നീണ്ടുനില്ക്കുന്ന ഒരു ഇടവേള ഉണ്ടായിരു ന്നു.

"ഞാൻ എഴുതുകയാണെങ്കിൽ അവളോട് എന്തു പറയണമെന്ന് എനിക്ക് അറിയില്ല." അയാൾ പിറുപിറുത്തു.

അതിനെപ്പറ്റി ഉൽക്കണ്ഠപ്പെടുന്നതിൽ കാര്യമില്ല. ഞാൻ എഴുന്നേ റ്റുകൊണ്ട് പറഞ്ഞു. "അതിനെപ്പറ്റി അല്പസമയം ചിന്തിച്ചുനോക്കൂ. നിങ്ങൾക്ക് എന്നാണ് ആസ്ട്രേലിയയിൽ തിരിച്ചെത്തേണ്ടത്?"

"ഞാൻ ഒക്ടോബർ അവസാനത്തോടെ സ്ഥലത്ത് തിരിച്ചുചെന്നി ല്ലെങ്കിൽ ഞാൻ മിസിസ്സ് സ്പിയേഴ്സിനോട് ചെയ്തത് ശരിയായെന്ന് പറയാൻ കഴിയില്ലെ" അയാൾ പറഞ്ഞു. "അവരോട് ഒരു വഞ്ചന കാണി ക്കാൻ ഞാൻ ആഗ്രഹിക്കുന്നില്ല."

"അതുവഴി നിങ്ങൾക്ക് രണ്ടരമാസം ലഭിക്കും." ഞാൻ പറഞ്ഞു. "നിങ്ങൾക്ക് വന്നപ്പോൾ ഇവിടെ എത്തിച്ചേരാനുള്ള വിമാനടിക്കറ്റിന് എത്ര മാത്രം ചെലവ് വന്നു."

"മുന്നൂറ്റി ഇരുപത്തഞ്ച് പൗണ്ട്." അയാൾ പറഞ്ഞു.

"നിങ്ങളുടെ കൈയിൽ "ലെറ്റർ ഓഫ് ക്രെഡിറ്റിന്റെ" അഞ്ഞൂറുപൗണ്ട് ബാക്കി ഉണ്ട്."

"അതു ശരിയാണ്."

"നിങ്ങൾ വിമാനത്തിൽ തിരിച്ചുപോകാനാണോ ആഗ്രഹിക്കുന്നത്? അതോ കപ്പലിലാണോ പോകുന്നത്? നിങ്ങൾക്ക് വേണമെങ്കിൽ കടൽയാത്രയെപ്പറ്റി എനിക്ക് കണ്ടെത്താൻ കഴിയും. ചരക്കുകപ്പലിലാണെങ്കിൽ യാത്രയ്ക്ക് എൺപത് പൗണ്ട് ചെലവാകും എന്നാണ് ഞാൻ വിചാരിക്കുന്നത്. പക്ഷേ, നിങ്ങൾക്ക് ഉടൻതന്നെ ഒരു രണ്ടാഴ്ചയ്ക്കുള്ളിൽ യാത്ര തുടങ്ങേണ്ടിവരും."

"ഇവിടെ താമസിക്കുന്നതുകൊണ്ട് പ്രത്യേകിച്ച് കാര്യമൊന്നുമില്ല." അയാൾ പരിക്ഷീണനായി പറഞ്ഞു. "അവൾ ഇംഗ്ലണ്ടിലേക്ക് തിരിച്ചുവരാനുള്ള അവസരങ്ങൾ ഒന്നുംതന്നെ ഇല്ല. ശരിയല്ലേ?"

"ആ സമയത്ത് ഇല്ലായിരുന്നെന്നാണ് ഞാൻ വിചാരിക്കുന്നത്."

"ഞാൻ കൈവശമുള്ള തുക ലാഭിച്ചുകൊണ്ട് കടൽവഴി തിരിച്ചു പോകുന്നതായിരിക്കും കൂടുതൽ നല്ലത്."

"അത് ബുദ്ധിയാണെന്നാണ് ഞാൻ വിചാരിക്കുന്നത്." ഞാൻ പറഞ്ഞു. "ഈ യാത്രയുടെ സൗകര്യം കണ്ടെത്താൻ എന്റെ ഓഫീസിൽ ഉള്ളവരോട് പറയാം. അതിനിടയിൽ നിങ്ങൾക്ക് ഇങ്ങോട്ട് താമസം മാറ്റരുതോ? പോകുന്നതുവരെ ആ ഒഴിവുള്ള മുറി നിങ്ങൾക്ക് ഉപയോഗിക്കാം. അപ്പോൾ നിങ്ങൾക്ക് ഹോട്ടലിൽ താമസിക്കുന്നതിനേക്കാൾ ചെലവ് കുറവായിരിക്കും."

"അത് നിങ്ങൾക്ക് ബുദ്ധിമുട്ടല്ലേ?"

"അല്പം പോലും ഇല്ല." ഞാൻ പറഞ്ഞു. "ഏറക്കുറെ പകൽസമയത്ത് കൂടുതലും ഞാൻ പുറത്താണ്. നിങ്ങൾക്ക് ഇഷ്ടം ആണെങ്കിൽ അവിടെ താമസിക്കണം. അവിടെ താമസിച്ചാൽ എനിക്ക് അത് വലിയ സന്തോഷം ആയിരിക്കും."

അയാൾ അത് സമ്മതിച്ചു. ഈ ചെറിയ സന്ദർശനത്തിൽ അയാൾ ഇംഗ്ലണ്ടിൽ ഏറ്റവും കൂടുതൽ കാണാൻ ആഗ്രഹിക്കുന്നത് എന്താണെന്ന് ഞാൻ അയാളോട് ചോദിച്ചു. അയാൾ അയാളുടെ അച്ഛൻ ജനിച്ച ഹാർമർസ്മിത്തിലെ അക്ക്ഷോ റോഡിലുള്ള പഞ്ഞൊൻപതാം നമ്പർ വീട് കാണണമെന്ന് പറഞ്ഞു. ബ്രിസ്ബെയിനിൽവെച്ച് അയാൾ കേട്ടിരുന്ന ഒരു പാട്ടിന്റെ റേഡിയോയിലൂടെയുള്ള പ്രക്ഷേപണം നേരിട്ട് കാണണമെന്ന് ആഗ്രഹിച്ചിരുന്നു.

"അവർക്ക് ആലിസിൽ ഒരു റേഡിയോ സ്റ്റേഷൻ ഉണ്ട്." അയാൾ പ്രതീക്ഷയോടെ പറഞ്ഞു. "പട്ടണത്തിനുള്ളിൽത്തന്നെ ഉണ്ട്." അയാൾക്ക് ഇംഗ്ലണ്ടിൽനിന്നുമുള്ള പന്തയക്കുതിരകളെപ്പറ്റിയും കന്നുകാലികളെപ റ്റിയും കാണാൻ കഴിയുന്ന കാര്യങ്ങളെല്ലാം കാണണമെന്ന് ആഗ്രഹം ഉണ്ടായിരുന്നു. അയാൾക്ക് ജീനികൾ കടിഞ്ഞാണുകൾ തുടങ്ങിയവയിൽ താല്പര്യം ഉണ്ടായിരുന്നു. പക്ഷേ, അവയെപ്പറ്റി അവിടെ ഉള്ളവരെ പഠിപ്പിക്കാൻ അയാളുടെ കൈവശം കൂടുതൽ കാര്യങ്ങളൊന്നും ഉണ്ടായിരുന്നില്ല.

ഹാമർസ്മിത്തിൽ എത്താൻ നിശ്ചയമായും ബുദ്ധിമുട്ട് ഉണ്ടായിരു

ന്നില്ല. അന്ന് വൈകുന്നേരം ഞാൻ അയാളെ ഒരു ബസിൽ കയറ്റി ഇരു ത്തിയതിനുശേഷം അവഗണിച്ചിരുന്ന ജോലികൾ നോക്കാൻവേണ്ടി എന്റെ ഓഫീസിലേക്ക് മടങ്ങി. എന്നെ കാണാൻവന്ന കക്ഷികളെ ഒഴിവാക്കി ക്കഴിഞ്ഞും എനിക്ക് മറ്റ് നിരവധി കാര്യങ്ങളെപ്പറ്റി ആലോചിക്കാൻ ഉണ്ടാ യിരുന്നു. ജീൻ പാഗറ്റ് ഈ മനുഷ്യനെ കണ്ടുമുട്ടുമ്പോൾ വിവാഹം കഴി ക്കാൻ തെരഞ്ഞെടുത്തിട്ടുണ്ടെങ്കിൽ അത് പൂർണ്ണമായും അവളുടെ സ്വന്തം കാര്യം എന്ന നിലയ്ക്കാണ്. പക്ഷേ, അവൾ അങ്ങനെ ചെയ്യാ നുള്ള സാദ്ധ്യതയില്ലെന്ന് പറയാൻ കഴിയില്ല. ഇത്തരത്തിലുള്ള ഒരു വിവാ ഹത്തിന്റെ ഔചിത്യത്തെപ്പറ്റി മറ്റൊരാൾ എന്തുതന്നെ വിചാരിച്ചാലും ജോ ഹാർമാൻ ചില വളരെ നല്ല യോഗ്യതകൾ ഉണ്ടെന്നുള്ളത് നിഷേ ധിക്കാൻ കഴിയില്ല. അയാൾ കഠിനാദ്ധ്വാനിയാണെന്ന് തോന്നി. അയാൾ പ്രണയിച്ചിരുന്ന പെൺകുട്ടിയെ അന്വേഷിച്ച് ലോകത്തിന്റെ പകുതിദൂരം പറന്ന കാര്യം ഒഴിച്ചുനിർത്തിയാൽ അയാൾ ഒരുതരത്തിലുള്ള ധൂർത്തും കാണിക്കുന്നവനല്ല. അയാൾ ജീവിത വിജയം നേടാൻ സാദ്ധ്യതയുണ്ട്. അയാൾ ഒരു നല്ല ഭർത്താവാകാൻ യോഗ്യതയുള്ള ഒരു മനുഷ്യനാണെന്ന് ഉറപ്പാണ്.

ഈ കാര്യത്തിൽ അന്വേഷണം അർഹിക്കുന്ന മറ്റൊരു വശം കൂടി യുണ്ട്. ജീൻ പാഗറ്റ് അത് മനസ്സിലാക്കിയിട്ടുണ്ടോ എന്ന് അറിയില്ല. എന്താ യാലും അത് അറിഞ്ഞിരുന്നാലും ഇല്ലെങ്കിലും അവളുടെ വംശ പാരമ്പ ര്യത്തിൽ ആസ്ട്രേലിയ ഉണ്ടായിരുന്നു. അവൾ ഒരിക്കലും അവളുടെ അപ്പൂപ്പനായിരുന്ന ജെയിംസ് മാക്ഫാഡനെപ്പറ്റി ഒരിക്കലും സൂചിപ്പിച്ചി രുന്നില്ല. അവൾ അയാളെപ്പറ്റി ആലോചിച്ചിരിക്കാൻ സാദ്ധ്യത ഇല്ലാത്ത താണ് അതിന്റെ കാരണമെന്ന് എനിക്ക് തോന്നിയിരുന്നു. എങ്കിലും അവ ളുടെ സമ്പത്തിന്റെ യഥാർത്ഥ ഉറവിടം അയാൾ ആയിരുന്നു. ആ സമ്പത്ത് അയാൾ ഇംഗ്ലണ്ടിൽ തിരിച്ചെത്തി യോർക്ക്ഷെയറിലൂടെ ഒരു 'പോയിന്റ് ടു പോയിന്റ്' ബസിൽ യാത്ര ചെയ്യുന്നതിനിടയിൽ അയാളുടെ കഴുത്ത് ഒടിയുന്നതുവരെ ആസ്ട്രേലിയയിൽനിന്ന് സമ്പാദിച്ചതാണെന്ന് വ്യക്തമാ യിരുന്നു. ജെയിംസ് മാക്ഫാഡനെപ്പറ്റി കുറച്ചുകൂടി കാര്യങ്ങൾ കണ്ടെ ത്തുന്നത് രസകരമായിരിക്കുമെന്ന് ഞാൻ ചിന്തിച്ചു. അയാളും അയാ ളുടെ സമ്പത്ത് ഉണ്ടാക്കിയത് ആളൊഴിഞ്ഞ ഒരു കന്നുകാലി വളർത്തൽ കേന്ദ്രത്തിലൂടെ ആയിരുന്നോ? അയാൾ ജോ ഹാർമാനെപ്പോലെയുള്ള മറ്റൊരാൾ ആയിരുന്നോ?

അന്ന് വൈകുന്നേരം ഞാൻ എന്റെ ജോലിക്കാരിയെ മാക്ഫാഡന്റെ പെട്ടിയിലെ സാധനങ്ങൾ കൊണ്ടുവരാൻ പറഞ്ഞുവിട്ടു. എന്റെ അവ സാനത്തെ കക്ഷിയും പോയതിനുശേഷം പഴയ ആധാരങ്ങളും വില്പ ത്രങ്ങളും ഞാൻ പരിശോധിക്കാൻ ഇരുന്നു.

ഞാൻ കണ്ടെത്തിയ ഒരേയൊരു സൂചന 1903 സെപ്തംബർ 18-ാം തീയതിയിലെ ജെയിംസ് മാക്ഫാഡന്റെ വില്പത്രത്തിൽ ആയിരുന്നു.

"പടിഞ്ഞാറൻ ആസ്ട്രേലിയയിലെ ഹാൾസ്ക്രീക്കിലും, യോർക്ക്

ഷോർ താലൂക്കിലെ കിർക്ക്ബൈ ചതുപ്പിന്റെ വശത്തുള്ള ലൗഡെയിൽ മനോറിലുമുള്ള ജെയിംസ് നെൽസൺ മാക്ഫാഡൻ എന്ന ഞാൻ ഇതി നാൽ പഴയ എല്ലാ വിൽപത്രങ്ങളും പിൻവലിക്കുന്നതായി..." എന്നായി രുന്നു ആ വിൽപത്രത്തിന്റെ തുടക്കം. ആ സമയത്ത് ഹാൾസ്ക്രീക്കിനെ പറ്റി എനിക്ക് ഒരു കാര്യവും അറിയില്ലായിരുന്നു. പക്ഷേ, ഭാവിയിലെ അന്വേഷണത്തിനുവേണ്ടി ആ പേര് ഞാൻ കുറിച്ചുവച്ചു. അത് മാത്രമാണ് അവിടെ ഉണ്ടായിരുന്നത്.

എനിക്ക് അന്ന് വൈകുന്നേരം മാർക്കസ് ഫർനിയെ അയാളുടെ ബി ബി സിയുടെ ഓഫീസിലെ ടെലിഫോണിൽ ലഭിച്ചു. എനിക്ക് 'മച്ച് ഫൈൻഡിങ് ഇൻ ദി മാർഷ്'ന്റെ ഒരു ടിക്കറ്റ് ലഭിക്കുമോ എന്ന് ചോദിച്ചു. ടിക്കറ്റിന് വലിയ മത്സരം ഉണ്ടെന്ന് തോന്നിയതുകൊണ്ട് അതിനുവേണ്ടി ജോ ഹാർമാനെപ്പറ്റി അയാളോട് പറയേണ്ടിവന്നിരുന്നു. അയാൾ ഉടൻതന്നെ ജോ ഹാർമാനെ 'നഗരത്തിൽ ഇന്ന്' എന്ന പരിപാടിക്ക് വേണ്ടി അഭിമുഖം നടത്തണമെന്ന ആവശ്യം മുന്നോട്ടുവച്ചു. ഞാൻ അത് ഹാർമാ നോട് പറയാം എന്ന് അയാളോട് പറഞ്ഞു. അയാൾ ടിക്കറ്റ് കൊടുത്തു വിടാം എന്നുവാക്ക് പറഞ്ഞു. പിന്നീട് ഞാൻ അയാളുടെ സ്ഥലത്ത് പാര മ്പര്യമുള്ള ഹിയർ ഫോർഡ് കന്നുകാലികളുടെ കൂട്ടം സ്വന്തമായുള്ള സർ ഡെന്നിഡ് ഫ്രാംപ്ടണെ കണ്ട് ജോ ഹാർമാനെ പറ്റി അയാളോട് പറഞ്ഞു. അയാൾ ഒന്ന് രണ്ട് രാത്രികൾ ചെലവിടാൻവേണ്ടി ജോ ഹാർമാനെ ക്ഷണിച്ചു.

ഞാൻ ഏഴുമണിയോടെ എന്റെ ഫ്ളാറ്റിൽ തിരിച്ചെത്തി. ജോ ഹാർ മാൻ അവിടെ ഉണ്ടായിരുന്നു. അയാൾ ബാങ്കിലും ഹോട്ടലിലും പോയി രുന്നു. അയാൾ അയാളുടെ പെട്ടി എന്റെ ഒഴിവുള്ള മുറിയിലേക്ക് കൊണ്ടു വന്നിരുന്നു. ഞാൻ അയാളോട് ഹാമർസ്മിത്തിലെ അയാളുടെ അച്ഛന്റെ വീട് കണ്ടെത്തിയോ എന്ന് അന്വേഷിച്ചു.

"ഞാൻ കണ്ടുപിടിച്ചു." അയാൾ പറഞ്ഞു.

"വളരെ മോശം ആണോ?"

അയാൾ പല്ലിളിച്ചു. "മോശം എന്ന് പറഞ്ഞാൽ പോരാ— അതിനും അപ്പുറം ആണ്. ഞങ്ങൾക്ക് ആസ്ട്രേലിയയിൽ ചില ചേരിപ്രദേശങ്ങൾ ഉണ്ട്. പക്ഷേ, ഇതുപോലെ ഒരെണ്ണംപോലും ഇല്ല. അച്ഛൻ അവിടെനിന്ന് ക്വീൻസ് ലാന്റിലേക്ക് വന്നത് ശരിയായ കാര്യം ആയിരുന്നു."

ഞാൻ അയാൾക്ക് ഒരു ഗ്ലാസ് ഷെറി കൊടുത്തു. പക്ഷേ, അയാൾക്ക് ഇഷ്ടം ബിയർ ആയിരുന്നു. ഞാൻ പുറത്തുപോയി ഒരു കുപ്പി അയാൾക്കു വേണ്ടി വാങ്ങിക്കൊണ്ടുവന്നു. "നിങ്ങളുടെ അച്ഛൻ എന്നാണ് ഈ രാജ്യം വിട്ടുപോയത്?" ഞാൻ അന്വേഷിച്ചു.

"1904 ൽ" അയാൾ പറഞ്ഞു. "അച്ഛൻ കോബ് ആന്റ് കോയിലെ ജോലിക്കായി കുറിയിലേക്കാണ് പോയത്. അവർ മോട്ടോർ വാഹനം വരുന്നതിനുമുമ്പ് യാത്രാവണ്ടികൾ ഓടിച്ചിരുന്നു. അച്ഛന് ആ സമയത്ത് നിശ്ചയമായും പതിനഞ്ച് എണ്ണം ഉണ്ടായിരുന്നു. അച്ഛൻ ഒന്നാം യുദ്ധ

ത്തിൽ ആസ്ട്രേലിയയോടൊപ്പം ഗല്ലി പൊലിയിൽ യുദ്ധം ചെയ്തി രുന്നു.”

“അച്ഛൻ ഇപ്പോൾ ഉണ്ടോ? അതോ മരിച്ചുപോയോ?”

“1940 ൽ അച്ഛൻ മരിച്ചു. ഞാൻ പട്ടാളത്തിൽ ചേർന്ന സമയത്താണ് അച്ഛൻ മരിക്കുന്നത്.” അയാൾ അല്പസമയം സംസാരിച്ചില്ല. “അമ്മ ഇപ്പോഴും ജീവിച്ചിരിക്കുന്നുണ്ട്. അമ്മ എന്റെ സഹോദരി ഏമിയുടെ കൂടെ കുറിയിൽ ഉണ്ട്.” ഞാൻ ചോദിച്ചു. “നിങ്ങൾക്ക് ഹാൾഡ് ക്രീക്ക് എന്ന സ്ഥലം പരിചയം ഉണ്ടോ?”

“പടിഞ്ഞാറൻ ആസ്ട്രേലിയയിൽ അല്ലേ? സ്വർണ്ണം ഉണ്ടായിരുന്ന സ്ഥലം അല്ലേ?”

“സ്ഥലം അതായിരിക്കും.” ഞാൻ പറഞ്ഞു. “അവിടുത്തെ സ്വർണ്ണ ഖനികൾ ഇപ്പോഴും ഉണ്ടോ?”

“അവർ ഇപ്പോൾ അവിടെ ജോലി ചെയ്യുന്നുണ്ടെന്ന് ഞാൻ വിചാ രിക്കുന്നില്ല.” അയാൾ പറഞ്ഞു. “ഉൾക്കടൽ പ്രദേശത്തെ ക്വീൻസ് ലാന്റിൽ ഉണ്ടായിരുന്നതുപോലെ തൊണ്ണൂറുകളിൽ അവിടെ ധാരാളം സ്വർണ്ണം ഉണ്ടായിരുന്നു. ഞാൻ ഒരിക്കലും ഹാൾഡ് ക്രീക്കിൽ പോയി ട്ടില്ല. പക്ഷേ, അവിടം ക്രോയിഡോൺ പോലെ ആയിരിക്കുമെന്ന് വിചാ രിച്ചിരുന്നു. ക്രോയിഡോണിൽ ധാരാളം സ്വർണ്ണം ഉണ്ടായിരുന്നു. അത് പത്തുവർഷത്തോളം നീണ്ടുനിന്നു. അതിനുശേഷം സ്വർണ്ണത്തിനു വേണ്ടി അവർക്ക് വളരെക്കൂടുതൽ ആഴത്തിലേക്ക് പോകേണ്ടിവന്നിരുന്നു. അതിനുശേഷം അതുകൊണ്ട് ലാഭം ഇല്ലാതായി. ഒരുകാലത്ത് ഇതിന്റെ ജോലിയിൽ മുപ്പതിനായിരം ആളുകൾ ഉണ്ടായിരുന്നെന്നാണ് അവർ പറ യുന്നത്. ഇപ്പോൾ ഇരുന്നൂറ് പേരാണ് അവിടെ ഉള്ളത് നോർമാൻ ടണി ന്റെയും ബ്രൂക്ക് ടൗണിന്റെയും വിൽസ്ടൗണിന്റെയും അവസ്ഥ ഇതു തന്നെയാണ്. ഒരുകാലത്ത് അവയെല്ലാം സ്വർണ്ണത്തിളക്കമുള്ള പട്ടണ ങ്ങൾ ആയിരുന്നു.”

“നിങ്ങൾ ഒരിക്കലും ഹാൾഡ് ക്രീക്കിൽ ഉണ്ടായിരുന്ന മാക്ഫാ ഡൻ എന്ന മനുഷ്യനെപ്പറ്റി കേട്ടിട്ടുണ്ടായിരുന്നില്ല. അല്ലേ?”

അയാൾ തലകുലുക്കി “ഞാൻ ഒരിക്കലും ആ പേര് കേട്ടിട്ടുണ്ടായി രുന്നില്ല.”

ഞാൻ ‘മച്ച് ഫൈൻഡിങ് ഇൻ ദി മാർഷ്’ എന്ന പരിപാടി അയാൾ പ്രക്ഷേപണം ചെയ്യണമെന്ന് അവർ ആഗ്രഹിക്കുന്നുണ്ടെന്നും എനിക്ക് ശനിയാഴ്ച രാത്രിയിൽ പ്രക്ഷേപണം നടത്തുന്ന ആ പരിപാടിക്ക് ഒരു ടിക്കറ്റ് കിട്ടിയിട്ടുണ്ടെന്നും അയാളോട് പറഞ്ഞു. അയാൾ ആശങ്കയോടെ ഇത് ചെയ്യാമെന്ന് സമ്മതിച്ചു. സമയമായപ്പോൾ ഞാൻ ശ്രദ്ധിച്ചുകേട്ടു. അയാൾ അത് വിസ്മയിപ്പിക്കുന്ന പൂർണ്ണതയോടെ ചെയ്തെന്നാണ് ഞാൻ വിചാരിക്കുന്നത്. അവതാരകൻ വളരെ വൈദഗ്ദ്ധ്യത്തോടെ അയാളെ നയിച്ചുകൊണ്ടിരുന്നു. മിഡ്ഹസ്റ്റിലെ കന്നുകാലി കേന്ദ്രത്തെ പറ്റിയും അയാൾ ഉൾക്കടൽ രാജ്യം എന്ന് വിളിക്കുന്ന കാർപ്പന്റേറിയായ്ക്

താഴെയുള്ള മേച്ചിൽ പ്രദേശത്തെപ്പറ്റിയും ഹാർമാൻ ആറേഴ് മിനിറ്റ് സമയം സംസാരിച്ചു. അടുത്ത ദിവസം പരിപാടി എത്രമാത്രം മെച്ചമാ യിരുന്നെന്ന് എന്നോട് പറയാനുള്ള ഫോൺ വിളിക്കാനുള്ള സമയം കണ്ടെത്താൻ വേണ്ടി മാർക്കസ് ഫെർനി ബുദ്ധിമുട്ട് അനുഭവിച്ചിരുന്നു. "അയാളെപ്പേലെയുള്ള കൂടുതൽ ചങ്ങാതിമാരെ ഇടയ്ക്കൊക്കെ നമുക്ക് കിട്ടണമെന്ന് മാത്രം ആണ് ഞാൻ ആഗ്രഹിക്കുന്നത്." ഫെർനി പറഞ്ഞു. "നിങ്ങൾ കളങ്കമില്ലാത്തവരെ കേൾക്കുമ്പോൾ അത് ഒരു വ്യത്യാസം സൃഷ്ടിക്കുന്നുണ്ട്."

ഞാൻ ഞായറാഴ്ച സർ ഡന്നിസ് ഫ്രാംപ്ടണിന്റെ പശുക്കളെ കാണാൻ വേണ്ടി ടൗണ്ടണിലേക്ക് പോകുന്ന ട്രെയിനിൽ അയാളെ പറ ഞ്ഞുവിട്ടു. അയാൾക്ക് കൂടുതൽ സമയം ബാക്കി ഉണ്ടായിരുന്നില്ല. കാരണം അടുത്ത വെള്ളിയാഴ്ച ന്യൂസിലാന്റിലേക്ക് ഒരു കപ്പൽ പോകു ന്നുണ്ടായിരുന്നു. ഞാൻ അതിൽ അയാൾക്കുവേണ്ടി ഒരു ചെലവുകു റഞ്ഞ ബെർത്ത് സമ്പാദിച്ചെടുത്തിരുന്നു. അയാൾ കണ്ട കാര്യങ്ങ ളുടെയെല്ലാം സമൃദ്ധിയുമായി ബുധനാഴ്ച തിരിച്ചുവന്നിരുന്നു. "അയാൾക്ക് അവിടെ ആസ്ത്രേലിയയിലെ പശുക്കളുടെ ഒരുകൂട്ടം സ്വന്ത മായുണ്ട്." അയാൾ പറഞ്ഞു. "പത്തുവർഷം ഉൾക്കടൽ രാജ്യത്ത് പശു വളർത്തലിൽ പഠിച്ചതിനേക്കാൾ കൂടുതൽ കാര്യങ്ങൾ അവിടുത്തെ രണ്ടു ദിവസംകൊണ്ട് എനിക്ക് പഠിക്കാൻ കഴിഞ്ഞു. നിശ്ചയമായും മിഡ്ഹസ്റ്റ് പോലെയുള്ള ഒരു സ്ഥലത്ത് അയാൾ ചെയ്യുന്നതെല്ലാം നിങ്ങൾക്ക് ചെയ്യാൻ കഴിയില്ല. പക്ഷേ, എനിക്ക് അതിനെപ്പറ്റി ധാരാളം ആലോചി ക്കാനുണ്ട്."

"നിങ്ങൾ കന്നുകാലികളുടെ പ്രജനനം ആണോ ഉദ്ദേശിച്ചത്?"

"ഉൾക്കടൽ പ്രദേശത്ത് ഞങ്ങൾ കന്നുകാലികൾക്ക് ഗുണമേന്മ ഉദ്ദേ ശിച്ച് പ്രജനനം നടത്താറില്ല." അയാൾ പറഞ്ഞു. "ഞങ്ങൾ ആകെ ചെയ്യു ന്നത് അലഞ്ഞുതിരിയുന്ന മൂരിക്കാളകളെ കാണുമ്പോൾ അവയെ വെടി വെയ്ക്കുന്നതുമാത്രമാണ്. അതുകൊണ്ട് പ്രജനനത്തിന് നിങ്ങൾക്ക് ഏറ്റവും നല്ല മൂരിക്കാളകളെ മാത്രം നിലനിർത്താൻ പറ്റും. അയാൾക്ക് ഉള്ളതുപോലെ പാരമ്പര്യമുള്ള പശുക്കളുടെ സംഘം ഇവിടെയും ഉണ്ടാ വണം എന്നാണ് എന്റെ ആഗ്രഹം. ഒരു പ്രദർശനത്തിന് പുറത്ത് ഞാൻ ഒരിക്കലും ഇത്തരത്തിലുള്ള മൃഗങ്ങളെ കണ്ടിട്ടില്ല."

ഭക്ഷണത്തിനുശേഷം ഞാൻ അയാളോട് അല്പസമയം മിസ് പാഗ റ്റിനെപ്പറ്റി സംസാരിച്ചിരുന്നു. "ഒന്ന് രണ്ട് ദിവസത്തിനകം ഞാൻ അവൾക്ക് നിങ്ങളുടെ മേൽവിലാസം അയച്ചുകൊടുക്കും." ഞാൻ പറഞ്ഞു. "നിങ്ങളെ കൈവിട്ടുപോയതിൽ അവൾക്ക് വലിയ വിഷമം കാണുമെന്ന് എനിക്ക് അറിയാം. നിങ്ങൾ അവിടെയെത്തുമ്പോൾ മിഡ്ഹ സ്റ്റിൽനിന്ന് അവൾ എഴുതിയ എഴുത്ത് നിങ്ങൾക്ക് കാണാൻ കഴിയു മെന്നാണ് ഞാൻ വിചാരിക്കുന്നത്. നിങ്ങൾക്ക് എഴുത്ത് കിട്ടുമെന്ന് എനിക്കറിയാം. കാരണം ഞാൻ എഴുത്ത് വിമാനത്തിൽ അയയ്ക്കാൻ

പോകുന്നതുകൊണ്ട് അവൾ തീർച്ചയായും നിങ്ങൾക്കുള്ള എഴുത്ത് വിമാനത്തിൽ അയയ്ക്കുമെന്ന് ഉറപ്പാണ്."

ഈ കാര്യം ആലോചിച്ചപ്പോൾ അയാളുടെ മുഖം പ്രത്യാശകൊണ്ട് കൂടുതൽ തിളങ്ങിയിരുന്നു. "ഞാൻ ഇവിടെനിന്ന് അവൾക്ക് എഴുതുമെന്ന് വിചാരിക്കുന്നില്ല." അയാൾ പറഞ്ഞു. "നിങ്ങൾ അങ്ങനെ ചെയ്യാൻ പോകുകയാണെങ്കിൽ ഞാൻ കാത്തിരിക്കും. അവളുടെ എഴുത്ത് കിട്ടുമ്പോൾ ഞാൻ മറുപടി എഴുതും. ഒരുതരത്തിൽ ഞാൻ ഇവിടെവെച്ച് അവളെ കാണാത്തതിൽ എനിക്ക് സന്തോഷമുണ്ട്. ഒരുപക്ഷേ, ഇതെല്ലാം ഏറ്റവും നല്ലതിനുവേണ്ടി ആയിരിക്കാം."

അവൾ ആസ്ട്രേലിയയിൽ ഉണ്ടായിരുന്നെന്ന് അയാളോട് പറയാനുള്ള ആഗ്രഹം എന്റെ നാക്കിന്റെ തുമ്പത്തുവരെ എത്തിയിരുന്നു. പക്ഷേ, ഞാൻ നിയന്ത്രിച്ചുനിർത്തി. ജോ ഹാർമാൻ എന്റെ അടുത്ത് വരുന്നതിന് ഒരു ദിവസംമുമ്പ് ഞാൻ ആലിസ് സ്പ്രിങ്സിലുള്ള അവൾക്ക് എഴുത്ത് എഴുതിയിരുന്നു. ഇപ്പോൾ ഏത് ദിവസവും ഞാൻ അവളുടെ ഒരു എഴുത്ത് പ്രതീക്ഷിച്ചിരുന്നു. കാരണം അവൾ ആഴ്ചയിൽ ഒരിക്കൽ ഒരു എഴുത്ത് എഴുതാറുണ്ടായിരുന്നു. ആവശ്യമെങ്കിൽ എനിക്ക് അയാളുടെ മേൽവിലാസം അവൾക്ക് കമ്പിയടിച്ച് അറിയിക്കാൻ കഴിയും. അപ്പോൾ പോരില്ല. പക്ഷേ, ഈ അവസ്ഥയിൽ അവളെപ്പറ്റിയുള്ള എല്ലാ വിവരങ്ങളും അയാളുടെ മുമ്പിൽ നിരത്താനുള്ള കാരണങ്ങൾ ഇല്ല.

രണ്ട് ദിവസം കഴിഞ്ഞ് ഏതാനും മാസങ്ങൾക്ക് മുമ്പ് ജീൻ പാഗറ്റിനെ കപ്പൽത്തുറയിൽനിന്ന് യാത്രയാക്കിയതുപോലെ ഞാൻ അയാളെ യാത്രയാക്കി. ഞാൻ നീക്കുപാലത്തിലൂടെ താഴോട്ടിറങ്ങാൻവേണ്ടി തിരിഞ്ഞ സമയത്ത് അയാൾ കാർക്കശ്യത്തോടെ പറഞ്ഞു. "എനിക്ക് വേണ്ടി മിസ്റ്റർ സ്ട്രാച്ചൻ ഇത്രയധികം കാര്യങ്ങൾ ചെയ്തുതന്നതിന് നന്ദിയുണ്ട്. ഞാൻ മിഡ്ഹസ്റ്റിൽ നിന്ന് നിങ്ങൾക്ക് എഴുത്ത് എഴുതും." അയാൾ അയാളുടെ കൈപ്പത്തി അനുഭവിച്ച എല്ലാ പീഡനങ്ങൾക്കും ബദലായി എന്റെ കൈപിടിച്ച് കുലുക്കി. ഞാൻ വേദനകൊണ്ട് പുളഞ്ഞുപോയി.

ഞാൻ നീക്കുപാലത്തിലൂടെ താഴോട്ട് ഇറങ്ങാൻവേണ്ടി തിരിഞ്ഞുകൊണ്ട് പറഞ്ഞു. "അതുകൊണ്ട് കുഴപ്പമൊന്നുമില്ല. ജോ വീട്ടിൽ തിരിച്ചെത്തുമ്പോൾ നിങ്ങൾക്ക് മിസ് പാഗറ്റിന്റെ ഒരു എഴുത്ത് കിട്ടും. ഒരു പക്ഷേ, അതിലും കൂടുതൽ കാര്യങ്ങൾ നിങ്ങൾക്ക് കണ്ടെത്താൻ കഴിഞ്ഞെന്നുവരും."

അവസാനം പറഞ്ഞ പ്രസ്താവന നടത്തിയതിന് എനിക്ക് ന്യായം ഉണ്ടായിരുന്നു. കാരണം അന്നത്തെ പോസ്റ്റിൽ എനിക്ക് അവളുടെ എഴുത്ത് കിട്ടിയത് എന്റെ പോക്കറ്റിൽ ഉണ്ടായിരുന്നു. അതിൽ വിൽസ്ടൗൺ എന്ന തപാൽമുദ്ര പതിഞ്ഞിട്ടുണ്ടായിരുന്നു.

ആറ്

ജീൻ പാഗറ്റ് ഡാർവ്വിൻ വിമാനത്താവളത്തിലെ ആൾക്കൂട്ടത്തിനി
ടയിലെ നടവഴിയിലൂടെ പുറത്തേക്ക് വരുമ്പോൾ അവൾ വന്യവും യുക്തി
രഹിതവുമായ ആഹ്ലാദത്തിൽ ആയിരുന്നു. സത്യത്തിൽ ആ സമയം വരെ
അയാൾ ഒരിക്കലും യുദ്ധത്തിൽനിന്ന് യഥാർത്ഥത്തിൽ മോചനം നേടി
യിരുന്നില്ലെന്നാണ് ഞാൻ വിചാരിക്കുന്നത്. സ്വന്തം രാജ്യത്തേക്ക് അവളെ
തിരിച്ചയച്ച സമയത്താണ് മിസ് പാഗറ്റ് ഇംഗ്ലണ്ടിൽ എത്തിയത്. അവൾ
രണ്ടുവർഷത്തോളം 'പാക്ക് ആന്റ് ലെവി'യിലെ ജോലി കാര്യക്ഷമമായി
ചെയ്തിരുന്നു. പക്ഷേ, അവൾ ജോലി ചെയ്തിരുന്നത് ഒരു അൻപതുവ
യസ്സുകാരിയുടെ രീതിയിൽ ആയിരുന്നു. അവൾ ജീവിച്ചു. പക്ഷേ,
അവൾക്ക് ജീവിതത്തിനോട് വലിയ താല്പര്യമില്ലായിരുന്നു. അവളുടെ
മനസ്സിന്റെ പശ്ചാത്തലത്തിന്റെ ആഴങ്ങളിൽ കുവാൻടാനിലെ ദുരന്തസം
ഭവം അവളുടെ യുവത്വത്തെ നശിപ്പിച്ചുകൊണ്ട് അവശേഷിച്ചിരുന്നു. ഒരി
ക്കൽ അവൾ എന്നോട് എഴുപത് വയസ്സായതുപോലെ തോന്നുന്നു എന്ന്
പറഞ്ഞപ്പോൾ സത്യത്തിൽ അവൾ ഒരു സത്യം പറയുകയായിരുന്നു

നേരം ഇരുട്ടിക്കഴിഞ്ഞ് എട്ടേകാലോടെ അവൾ വിമാനം ഇറങ്ങി.
അവൾ ഡാർവ്വിൻ വിമാനത്താവളത്തിൽ വിമാനം ഇറങ്ങുമ്പോൾ
'ക്വാണ്ടസ് എയർവെയ് ഡാർവ്വിൻ ഹോട്ടലിൽ' അവൾക്കുവേണ്ടി ഒരു
മുറി മുൻകൂട്ടി പറഞ്ഞുറപ്പിച്ചിരുന്നു. കോൺക്രീറ്റ് തറയിൽ കാലുകുത്തിയ
നിമിഷത്തിൽ അവൾ വിമാനത്താവളത്തിലെ കസ്റ്റംസ് ഓഫീസിലേക്ക്
നയിക്കപ്പെട്ടിരുന്നു. ഇടനാഴിയുടെ ചുവട്ടിൽ അവളെ ശ്രദ്ധാപൂർവ്വം പരി
ശോധിക്കാൻ വേണ്ടി മൂന്ന് ചെറുപ്പക്കാർ ഉണ്ടായിരുന്നു. ആ സമയത്ത്
അവൾ അവരെ വിമാനത്താവളത്തിലെ ഉദ്യോഗസ്ഥന്മാരാണെന്നാണ്
വിചാരിച്ചിരുന്നത്. പിന്നീടാണ് അവരെല്ലാം ആസ്ട്രേലിയയിലെ വിവിധ
പത്രങ്ങളുടെ ലേഖകന്മാരായിരുന്നെന്ന് അവൾ കണ്ടെത്തിയത്. നിശ്ച

യമായും ഇത് പത്രപ്രവർത്തനത്തിലെ ഏറ്റവും മോശമായ കർത്തവ്യം ആയിരിക്കും ഓരോ വിമാനത്തിലും ഒരു പ്രധാനമന്ത്രിയോ അല്ലെങ്കിൽ രണ്ടുതലയുള്ള ഒരു സ്ത്രീയോ കാണുമെന്നുള്ള പ്രതീക്ഷയിൽ ഡാർവ്വിൻ വിമാനത്താവളത്തിലെത്തുന്ന ഓരോ യാത്രക്കാരനുമായും കൂടിക്കാഴ്ച നടത്തുന്നത് അങ്ങേയറ്റം മോശം പത്രപ്രവർത്തനമാണ്.

അവൾ കസ്റ്റംസ് പരിശോധന കഴിഞ്ഞ് പുറത്തുവന്നപ്പോൾ ഉടൻതന്നെ അവരിൽ ഒരാൾ അവളുടെ അടുത്തെത്തിയിരുന്നു. ഈ യാത്ര ക്കാരുടെ സംഘത്തിൽനിന്നും ഒരു കഥ സൃഷ്ടിക്കാനുള്ള ഒരു കാര്യവും അവിടെ ഉണ്ടായിരുന്നില്ല. എന്തായാലും പുഞ്ചിരിക്കുന്ന ഒരു പെൺകുട്ടി ഒരു ചെറിയ നേട്ടമായിരുന്നു. അയാൾ പറഞ്ഞു. "മിസ് പാഗറ്റ് അല്ലേ? നിങ്ങൾ ഇവിടെ ഇറങ്ങുകയാണെന്നും ഡാർവ്വിൻ ഹോട്ടലിലാണ് താമ സിക്കുന്നതെന്നും എന്നോട് വിമാനത്തിലെ ഒരു ജോലിക്കാരി പറഞ്ഞു. പട്ടണംവരെ നിങ്ങളെ ഞാൻ എന്റെ വണ്ടിയിൽ കൊണ്ടുപോകുന്നതിൽ വിരോധമുണ്ടോ? എന്റെ പേര് സ്റ്റുവർട്ട് ഹോപ്കിൻസൺ എന്നാണ്. ഞാൻ ഇവിടുത്തെ *സിഡ്നി മോണിട്ടറിന്റെ* പ്രതിനിധി ആണ്."

അവൾ പറഞ്ഞു. "മിസ്റ്റർ ഹോപ്കിൻസൺ; ഞാൻ നിങ്ങളെ നിങ്ങ ളുടെ വഴിയിൽനിന്ന് മാറ്റാൻ ആഗ്രഹിക്കുന്നില്ല. നിങ്ങൾ പറഞ്ഞത് ഒരു വലിയ ഉപകാരമാണ്."

അയാൾ പറഞ്ഞു. "ഞാനും അവിടെയാണ് താമസിക്കുന്നത്." അയാൾക്ക് പുറത്ത് നിർത്തിയിട്ടിരുന്ന ഒരു ചെറിയ 'വോക്സാൾ' കാർ ഉണ്ടായിരുന്നു. അയാൾ അവളുടെ പെട്ടി എടുത്ത് കാറിന്റെ പിൻസീ റ്റിൽവച്ചു. അവർ സിങ്കപ്പൂരിൽനിന്നുള്ള യാത്രയെപ്പറ്റി സംസാരിച്ചു കൊണ്ട് കാറിൽ കയറി. 'വെസ്റ്റീസ് മീറ്റ്വർക്ക്സ്'ന്റെ അവശിഷ്ടങ്ങൾ പിന്തള്ളിക്കൊണ്ട് കാർ മുന്നോട്ടുപോയപ്പോൾ അയാൾ പെട്ടെന്ന് പറഞ്ഞു. "മിസ് പാഗറ്റ് നിങ്ങൾ ഇംഗ്ലീഷുകാരി ആണ്. അല്ലേ?" അവൾ സമ്മതിച്ചു. "നിങ്ങൾ ആസ്ട്രേലിയ സന്ദർശിക്കാനുള്ള കാരണം എന്നോട് പറയാൻ ഇഷ്ടപ്പെടുന്നുണ്ടോ?"

അവൾ ചിരിച്ചു. "ധാരാളം കാരണങ്ങൾ ഒന്നുമില്ല. അത് വ്യക്തി പരം ആണ്. അതിൽനിന്ന് ഒരു കഥ സൃഷ്ടിക്കാൻ പറ്റില്ല. ഇവിടെ നിന്നാണോ ഞാൻ ഇറങ്ങി നടക്കേണ്ടത്?"

"നിങ്ങൾ അത് ചെയ്യേണ്ട ആവശ്യമില്ല." അയാൾ പറഞ്ഞു. "അത് വെറും ഒരു ആലോചന ആയിരുന്നു. ഒരാഴ്ചയായി ഞാൻ ഒരു കഥ പോലും പൂർണ്ണമാക്കിയിട്ടില്ല."

"ഞാൻ 'ഡാർവ്വിൻ' വിസ്മയകരമാണെന്ന് പറഞ്ഞാൽ മതിയോ? അതുകൊണ്ട് പ്രയോജനമുണ്ടോ? ലണ്ടനിൽ നിന്നുവന്ന ടൈപ്പിസ്റ്റ് ഡാർവ്വിൻ വിമാനത്താവളം വിസ്മയകരമാണെന്ന് വിചാരിക്കുന്നു! അങ്ങനെ എന്തെങ്കിലും തലക്കെട്ട് മതിയോ?"

"നിങ്ങൾ ടൈപ്പിസ്റ്റ് ആണോ? ഞങ്ങൾക്ക് *മോണിട്ടറിൽ* ലണ്ടനെ വിമർശിക്കാൻ കഴിയില്ല." അവൾ തലയാട്ടി.

"വിവാഹം കഴിക്കാൻ പുറത്തുവന്നതാണോ?"

"അതാണെന്ന് ഞാൻ വിചാരിക്കുന്നില്ല."

അയാൾ നെടുവീർപ്പിട്ടു. "ഒരു കഥമെനയാൻ നിങ്ങളെക്കൊണ്ട് വലിയ ഗുണം ഉണ്ടാവില്ലെന്ന് ഞാൻ സംശയിക്കുന്നു."

അവൾ പറഞ്ഞു. "മിസ്റ്റർ ഹോപ്കിൻസൺ, ഇവിടെനിന്ന് ആലിസ് സ്പ്രിങ്സിലേക്ക് എങ്ങനെയാണ് ബസുകൾ പോകുന്നതെന്ന് പറഞ്ഞു തരാൻ പറ്റുമോ? ഞാൻ അവിടെ പോകാൻ ആഗ്രഹിക്കുന്നുണ്ട്. എന്റെ കൈവശം ധാരാളം പണം ഇല്ല. അതുകൊണ്ട് ഞാൻ ബസിൽ പോകാ മെന്ന് വിചാരിച്ചു. ബസിൽ പോകാൻ പറ്റും. ഇല്ലേ?"

"തീർച്ചയായും പോകാൻ പറ്റും." അയാൾ പറഞ്ഞു. "ഒരു ബസ് ഇന്നുരാവിലെ പോയി. ഇപ്പോൾ നിങ്ങൾ തിങ്കളാഴ്ചവരെ കാത്തിരി ക്കേണ്ടി വരും. വാരാന്ത്യത്തിൽ അവർ ബസ് ഓടിക്കാറില്ല."

"എത്രസമയം യാത്ര ചെയ്യേണ്ടിവരും?"

"രണ്ട് ദിവസം. നിങ്ങൾ തിങ്കളാഴ്ച യാത്ര ആരംഭിച്ച് അന്ന് രാത്രി യിൽ ഡാലി വാട്ടേഴ്സിൽ ബസ് നിർത്തിയിടുന്നു. ചൊവ്വാഴ്ച രാത്രിയോടെ നിങ്ങൾ എത്തിച്ചേരും അത് വളരെ മോശപ്പെട്ട യാത്ര അല്ല. പക്ഷേ, ചൂട് കാലാവസ്ഥ ആയിരിക്കുമെന്ന് നിങ്ങൾക്ക് അറിയാമായിരിക്കും."

അയാൾ അവളെ ഹോട്ടലിൽ ഇറക്കിയതിനുശേഷം അയാളുടെ ബാഗ് അയാൾ സ്വയം സ്വീകരണമുറിയിലേക്ക് അവൾക്കുവേണ്ടി ചുമ ന്നുകൊണ്ടുവന്നു. ഡാർവ്വിൻ ഹോട്ടലിൽ ചൂടായിരുന്നു. ഏറ്റവും ചെറിയ ചലനങ്ങൾ പോലും അവളുടെ ദേഹത്തുകൂടി വിയർപ്പിന്റെ അരുവികളെ വിളിച്ചുവരുത്തുന്നുണ്ടായിരുന്നു. ഇതിൽ അവൾക്ക് പുതുമ ഉണ്ടായിരു ന്നില്ല. കാരണം ഉഷ്ണമേഖല അവൾക്ക് പരിചിതമായിരുന്നു. അവൾ കതക് കുറ്റിയിട്ടതിനുശേഷം വസ്ത്രങ്ങൾ അഴിച്ചുമാറ്റി കുളിമുറിയിൽ കയറി കുളിച്ചു. വാഷ്ബേസിനിൽ ചില തുണികൾ കഴുകിയെടുത്തു. പേരിന് വസ്ത്രം ധരിച്ചുകൊണ്ട് അവൾ ഉറങ്ങാൻ കിടന്നു.

അടുത്ത ദിവസം അതിരാവിലെ അവൾ ഉണർന്ന് കുറച്ചുസമയം പുലരിയുടെ കുളിരിൽ സ്വന്തം അവസ്ഥയെപ്പറ്റി ആലോചിച്ചുകൊണ്ട് വെറുതെ കിടന്നു. നിശ്ചയമായും ജോ ഹാർമാനെ കണ്ടെത്തി സംസാ രിക്കണമെന്നത് അവളെ സംബന്ധിച്ചിടത്തോളം അനിവാര്യമായിരുന്നു. എങ്കിലും മിസ്റ്റർ ഹോപ്കിൻസണുമായുള്ള കണ്ടുമുട്ടൽ അവൾക്ക് മുന്നോട്ടുപോകുമ്പോൾ ചില ബുദ്ധിമുട്ടുകൾ ഉണ്ടായിരിക്കുമെന്ന് മുന്ന റിയിപ്പ് നല്കിയിരുന്നു. ഈ ചെറുപ്പക്കാർ എത്രമാത്രം സന്തോഷത്തോടെ ഇടപെട്ടാലും അവരുടെ ചുമതല പേപ്പറിന് ഒരു കഥ ലഭിക്കുക എന്ന തായിരിക്കും. അവൾക്ക് തലക്കെട്ടുകളിൽ ഇടംനേടണമെന്ന ആഗ്രഹം ഉണ്ടായിരുന്നില്ല. 'പെൺകുട്ടി അവൾക്കുവേണ്ടി കുരിശിലേറ്റപ്പെട്ട പോരാ ളിയെ അന്വേഷിച്ച് ബ്രിട്ടനിൽനിന്ന് പറന്നെത്തുന്നു....?' അവൾ ഒരു പുരു ഷനായിരുന്നെങ്കിൽ ഇത് കൂടുതൽ എളുപ്പമായിരിക്കും.

എന്തായാലും അവൾ പുരുഷനല്ല. അവൾ സ്വയം ഒരു കഥ കണ്ടു

പിടിക്കാനുള്ള ജോലി ആരംഭിച്ചു. അവസാനം പോസ്റ്റ് ഓഫീസിൽ ജോലിചെയ്യുന്ന ഹോംസ് എന്ന മനുഷ്യനെ വിവാഹം ചെയ്ത അഡ ലൈഡിൽ താമസിക്കുന്ന സഹോദരിയോടൊപ്പം താമസിക്കാൻ പോകു കയാണെന്ന് പറയാൻ അവൾ തീരുമാനമെടുത്തു. അത് ഒരുവിധം സുര ക്ഷിതമാണെന്ന് തോന്നിയിരുന്നു. അവൾ ഡാർവ്വിനിൽ എത്തി ആലിസ് സ്പ്രിങ്സ് വഴിയാണ് സഞ്ചരിച്ചിരുന്നത്. കാരണം ജോ ഹാർമാൻ എന്ന് പേരുള്ള അവളുടെ ഒരു അകന്നബന്ധു അവിടെ ജോലി ചെയ്യുന്നുണ്ടെന്ന് കരുതപ്പെട്ടിരുന്നു. പക്ഷേ, അയാൾ ഒൻപതുവർഷമായി വീട്ടിലേക്ക് എഴുത്ത് എഴുതിയിട്ടില്ല. അവളുടെ അമ്മാവൻ ഇപ്പോഴും അയാൾ ജീവ നോടെ ഉണ്ടോ എന്ന് അറിയാൻ ആഗ്രഹിച്ചിരുന്നു. ആലിസ് സ്പ്രിങ്സിൽനിന്നും അഡ്ലൈഡിലേക്ക് അവൾ ട്രെയിനിൽ പോകും.

അവൾ ഡാർവ്വിനിൽ എന്തിന് വന്നു എന്ന് ഈ കഥ വ്യക്തമായി വിശദീകരിച്ചിരുന്നില്ല. ഇതിനെപ്പറ്റി ആലോചിച്ചുകൊണ്ട് കിടക്കയിൽ കിട ക്കുമ്പോൾ ഇത് വളരെ വിശ്വസനീയമായ കഥയാണെന്ന് അവൾക്ക് തോന്നി. അവൾ എഴുന്നേറ്റ് പ്രാതൽ കഴിക്കാൻവേണ്ടി താഴത്തെ നില യിലേക്ക് ഇറങ്ങിവരുമ്പോൾ ഈ കഥ സ്റ്റുവർട്ട് ഹോപ്കിൻസണിന്റെ മുകളിൽ പരീക്ഷിക്കാൻ അവൾ തീരുമാനിച്ചു. ബസിൽപോകാൻ മുൻകൂട്ടി ടിക്കറ്റെടുക്കുന്ന ഓഫീസിലേക്കുള്ള വഴി കാണിച്ചുകൊടുക്കാൻ വേണ്ടി അന്ന് രാവിലെ അയാൾ അവളോടൊപ്പം വരുന്ന സമയത്ത് അവൾക്ക് അതിനുള്ള അവസരം ലഭിച്ചു. അരമണിക്കൂർ സംഭാഷണ ത്തിനിടയിൽ അവൾ ഈ കഥയെ ചെറിയ ചെറിയ കലാപരമായ കഷ ണങ്ങളാക്കി പുറത്തുവിട്ടു. *സിഡ്നി മോനിട്ടറിന്റെ* പ്രതിനിധി ചോദ്യ ങ്ങളില്ലാതെ അതു മുഴുവൻ വിഴുങ്ങി. അതുകൊണ്ട് അവൾക്ക് സ്വയം അല്പം നാണക്കേട് തോന്നുന്നുണ്ടായിരുന്നു.

അയാൾ അവളെ ഒരു പാൽക്കടയിലേക്ക് കൂട്ടിക്കൊണ്ടുപോയി. അവൾ അവിടെ ഒരു കൊക്കക്കോളായുമായി നിലയുറപ്പിച്ചു. അവൾ ചോദിച്ചു? "ഈ ജോ ഹാർമാൻ ആലിസ് സ്പ്രിങ്സിൽ ഒമ്പത് വർഷം മുമ്പ് എന്ത് ചെയ്യുകയായിരുന്നു?"

അവൾ കൊക്കക്കോള കുഴലിലൂടെ വലിച്ചുകുടിച്ചു. "അയാൾ ഒരു കന്നുകാലി വളർത്തൽ കേന്ദ്രത്തിലെ നോട്ടക്കാരൻ ആയിരുന്നു." അവൾ നിഷ്കളങ്കമായി പറഞ്ഞു.

"കന്നുകാലി സംരക്ഷകൻ. അല്ലേ? നിങ്ങൾക്ക് ആ കേന്ദ്രത്തിന്റെ പേര് അറിയാമോ?"

"വെല്ലാറാ." അവൾ പറഞ്ഞു. "പേര് അതാണ് വെല്ലാറാ. അത് ആലിസ് സ്പ്രിങ്സിന് അടുത്തല്ലേ?"

"എനിക്ക് അറിയില്ല." അയാൾ പറഞ്ഞു. കണ്ടുപിടിക്കാൻ ശ്രമിക്കാം."

അയാൾ ഉച്ചഭക്ഷണത്തിനു ശേഷം *അഡിലൈഡ് ഹെറാൾഡ്* പത്ര ത്തിന്റെ ലേഖകൻ ഹാൾപോർട്ടറോടൊപ്പം അവളുടെ അടുത്ത് തിരിച്ചു വന്നു. "വെല്ലാറാ ആലിസ് സ്പ്രിങ്സിൽനിന്നും വളരെ ദൂരത്താണ്."

മിസ്റ്റർ പോർട്ടർ പറഞ്ഞു. "കന്നുകാലികളുടെ കേന്ദ്രത്തിലേക്ക് ഇരുപത് മൈൽദൂരം ഉറപ്പാണ്. നിങ്ങൾ ഉദ്ദേശിക്കുന്നത് ടോമി ഡുവീനിന്റെ സ്ഥലം അല്ലേ?"

"ആ സ്ഥലം ആണെന്നാണ് ഞാൻ വിചാരിക്കുന്നത്." അവൾ പറഞ്ഞു. "ആലിസ് സ്പ്രിങ്സിൽനിന്ന് അവിടെ പോകാൻ ബസ് ഉണ്ടോ?"

"ബസ് ഇല്ല. ഒരു ട്രക്ക് ഓടിച്ച് പോകാൻ പറ്റും. മറ്റ് വഴി ഒന്നും ഇല്ല." ഹോപ്കിൻസൺ പറഞ്ഞു. "ഇത് എഡ്ഡി മക്ലീനിന്റെ വഴിയിലുള്ള ഒരു സ്ഥലമാണ്. അങ്ങനെ അല്ലേ?"

"നിങ്ങൾ ഇപ്പോൾ അത് ഓർമ്മപ്പെടുത്തി പറഞ്ഞത് ശരിയാണ്." പോർട്ടർ ജീനിന്റെ നേർക്ക് തിരിഞ്ഞു. "മക്ലീൻ എയർവെയ്സ് മിക്ക കേന്ദ്രങ്ങളിലും ആഴ്ചയിൽ ഒരു ദിവസം തപാൽ ഉരുപ്പടികൾ എത്തി ക്കാൻ വേണ്ടിവരുന്നുണ്ട്." അയാൾ പറഞ്ഞു "നിങ്ങൾക്ക് ഒരുപക്ഷേ, വിമാനത്തിൽ എത്താം എന്ന് കണ്ടെത്താൻ കഴിയും. അങ്ങനെയാണെ ങ്കിൽ അത് ഏറ്റവും എളുപ്പമാണ്."

പത്രലേഖകന്മാരെ പറ്റിയുള്ള അവളുടെ അറിവുകളെ രൂപപ്പെടു ത്തിയത് സിനിമ ആയിരുന്നു. യഥാർത്ഥ ജീവിതത്തിൽ അവർ അനുക മ്പയും സഹായിക്കാനുള്ള മനസ്സുമുള്ള മനുഷ്യരാണെന്നുള്ള കണ്ടെ ത്തൽ അവൾക്ക് ഒരു അത്ഭുതം ആയിരുന്നു. ആത്മാർത്ഥമായ കൃത ജ്ഞതയോടെ അവൾ അവർക്ക് നന്ദി പറഞ്ഞു. അവർ അവളെ ഡാർവ്വിൻ മൊത്തം ഒരു കാറിൽ ചുറ്റിനടന്ന് കാണിച്ചുകൊടുത്തു. മനോഹരമായ വെള്ളമണൽ നിറഞ്ഞ കടൽത്തീരവും ആകാശനീലിമയാർന്ന കടലും എത്തിയപ്പോൾ ഒരു കുളിവിരുന്ന് ഒരുപക്ഷേ, ഒരു നല്ലകാര്യം ആയിരി ക്കുമെന്ന് സൂചിപ്പിച്ചുകൊണ്ട് അവൾ ആർത്തുവിളിച്ചു.

"അതിന് ഒന്നോ രണ്ടോ തടസ്സങ്ങൾ ഉണ്ട്." മിസ്റ്റർ പോർട്ടർ പറഞ്ഞു. "ഒന്ന് സ്രാവുകൾ ആണ്. മുട്ടറ്റം വെള്ളത്തിലേക്ക് ഇറങ്ങി യാൽ അവ നിങ്ങളെ പിടികൂടും. മറ്റൊന്ന് ചീങ്കണ്ണികൾ ആണ്. അതു കൂടാതെ പാറമീൻ ഉണ്ട്. അവൻ കടലോരത്ത് കിടക്കും. നിങ്ങൾ അവന്റെ മുകളിൽ കാലെടുത്തു വയ്ക്കുന്നതുവരെ കല്ലാണെന്നുതോന്നും. അവൻ അപ്പോൾ ഒരു അരക്കുപ്പി വിഷം നിങ്ങളുടെ നേർക്ക് ചീറ്റും. 'ബ്ലൂബോ ട്ടിൽ ജെല്ലി ഫിഷും' നല്ലതല്ല. പക്ഷേ, എന്നെ പരിഭ്രമിപ്പിക്കുന്ന കാര്യം 'പവിഴച്ചെവി' ആണ്."

"എന്താണ് അത്?"

"ഇവിടുത്തെ പൊടിഞ്ഞ പവിഴമണ്ണ് നിങ്ങളുടെ ചെവിക്കുള്ളിൽ കട ക്കുമ്പോൾ തലയ്ക്കകത്ത് മുളച്ചുവരുന്ന ഒരുതരം വളർച്ച ആണ്. "പവി ഴച്ചെവി."

എന്തായാലും ഡാർവ്വിനിൽ കുളിക്കുന്നില്ല എന്ന തീരുമാനത്തിൽ ജീൻ എത്തിച്ചേർന്നിരുന്നു. എങ്ങനെയായാലും അവൾക്ക് കുളിക്കാൻ സാധിച്ചിരുന്നു. കാരണം ഞായറാഴ്ച അവർ അവളെ ഏതാണ്ട് നാല്പത്

മൈൽ തെക്കോട്ട് മാറിയുള്ള ബാറിസ്പ്രിങ് എന്നുപേരുള്ള ജലാശയ ത്തിലേക്കുള്ള വഴിയിലൂടെ കാർ ഓടിച്ച് കൊണ്ടുപോയിരുന്നു. കുളിക്കാ നുള്ള വേഷത്തിൽ അവൾ പ്രത്യക്ഷപ്പെട്ടപ്പോൾ പത്രലേഖകന്മാർ അവളെ ജിജ്ഞാസയോടെ നോക്കി. കാരണം കോലാതലാങ്ങിൽ ദേശീയ വേഷങ്ങളിൽ ചെലവഴിച്ച ആഴ്ചകൾ കാരണം അവളുടെ ശരീ രത്തിന്റെ അപൂർവ്വ ഭാഗങ്ങൾ വെയിൽതട്ടി തവിട്ടുനിറം കൈവരിച്ചിരുന്നു.

അവൾക്ക് സംഭവിച്ച ആദ്യത്തെ അബദ്ധം അതായിരുന്നു. ഈ പെൺ കുട്ടി അവർക്ക് ആവശ്യമുള്ള ഒരു കഥ കൈവശം വച്ചിട്ടുണ്ടെന്നുള്ള സംശയം ആദ്യമായി അവരുടെ മനസ്സിലൂടെ കടന്നുപോയി. കഴിയുമെ ങ്കിൽ അവർക്ക് അത് അവളുടെ ഉള്ളിൽനിന്ന് പുറത്തെടുക്കണം.

"ജോ ഹാർമാൻ" സ്റ്റുവർട്ട് ഹോപ്കിൻസൺ ഹാൾപോർട്ടറോട് ബുദ്ധിപൂർവ്വം പറഞ്ഞു. "ഈ പേര് ഞാൻ കേട്ടിട്ടുണ്ടെന്ന് ഉറപ്പാണ്. പക്ഷേ, എവിടെയാണ് കേട്ടതെന്ന് ഓർമ്മിച്ചെടുക്കാൻ പറ്റുന്നില്ല."

കുളികഴിഞ്ഞ് അവർ തിരിച്ചുവരാൻ വണ്ടി ഓടിച്ചുകൊണ്ടിരിക്കു മ്പോൾ ലേഖകന്മാർ അവളോട് ഡാർവ്വിനെപ്പറ്റി പറഞ്ഞു. അവർ വരച്ചു കാട്ടിയ ചിത്രം വളരെ മ്ലാനമായ ഒന്നായിരുന്നു. "ഇവിടെ സംഭവിക്കുന്ന എല്ലാ കാര്യങ്ങളും വഞ്ചനയിൽ അവസാനിക്കുന്നു." ഹാൾപോർട്ടർ പറഞ്ഞു. "ഇറച്ചി ഫാക്ടറി തൊഴിലാളികളുടെ കലഹം കാരണം വർഷങ്ങളായി അടഞ്ഞുകിടക്കുന്നു- അവർക്ക് ധാരാളം പണിമുടക്കുകൾ ഉണ്ടായിരു ന്നു. അവർക്ക് അത് അടയ്ക്കേണ്ടി വന്നു. തീവണ്ടിപ്പാത തെക്കോട്ട് ആലിസ് വരെ പോയി ആലിസിൽ നിന്ന് അഡ്ലൈഡിലേക്ക് പോകുന്ന പാതയുമായി ഒന്നിക്കാൻ ഉദ്ദേശിച്ചുള്ളതായിരുന്നു—ഭൂഖണ്ഡത്തിന്റെ വടക്ക് തൊട്ട് തെക്കുവരെ അത് പൂർത്തിയാക്കിയിരുന്നെങ്കിൽ ഒരുപക്ഷേ, ഒരു നല്ലകാര്യം ആയിരുന്നു. പക്ഷേ, അത് ബിർഡംവരെ പോയിട്ട് നിന്നു പോയി. ഇപ്പോൾ എന്ത് നടക്കുന്നുണ്ടെന്നു ദൈവത്തിന് അറിയാം. നമ്മൾ പോകുന്ന ഈ വഴി റെയിൽപ്പാതയെ അതിന്റെ ഇടപാടിൽനിന്ന് പുറ ന്തള്ളി അതിന് എന്നെങ്കിലും എന്തെങ്കിലും ഇടപാട് ഉണ്ടായിരുന്നോ? അവിടെ ഒരുകാലത്ത് ഒരു ഐസ് ഫാക്ടറി ഉണ്ടായിരുന്നു. പക്ഷേ, അത് അടച്ചുപോയിക്കഴിഞ്ഞു." അയാൾ അല്പസമയം നിശ്ശബ്ദനായി. "ഇവിടെ നിങ്ങൾ പോകുന്നിടത്തെല്ലാം ശ്രമിച്ച് പരാജയപ്പെട്ട കാര്യങ്ങളുടെ അവ ശിഷ്ടങ്ങൾ നിങ്ങൾക്ക് കാണാൻ പറ്റും."

"അത് എന്തുകൊണ്ടാണ്?" ജീൻ ചോദിച്ചു. "ഇത് ഒരു മോശം സ്ഥലം അല്ല. ഇവിടെ ആശ്ചര്യകരമായ ഒരു തുറമുഖം ഉണ്ട്."

"തീർച്ചയായും ഉണ്ട്. ഈ സ്ഥലം സിംഗപ്പൂർ പോലെ ഒരു വലിയ തുറമുഖം ആകേണ്ടതായിരുന്നു. ഇത് വടക്കൻ തീരത്തെ ചെറുതോ വലുതോ ആയ ഒരേയൊരു പട്ടണം ആണ്. എനിക്ക് അറിയില്ല. ഞാൻ ഇവിടെ വന്നിട്ട് വളരെക്കാലം കഴിഞ്ഞിരിക്കുന്നു. ഈ കാര്യം ആണ് എനിക്ക് തലവേദന തരുന്നത്."

സ്റ്റുവർട്ട് ഹോപ്കിൻസൺ വിദ്വേഷത്തോടെ പറഞ്ഞു. "ആസ്ട്രേ

ലിയയിൽ ആളൊഴിഞ്ഞ സ്ഥലങ്ങൾ ഉണ്ട്." അയാൾ ജീനിനെ നോക്കി പുഞ്ചിരിച്ചു. "ആസ്ട്രേലിയയിൽ അങ്ങനെയുള്ള സ്ഥലങ്ങൾ ധാരാളം ഉണ്ട് – പ്രത്യേകിച്ചും വടക്കൻ ആസ്ട്രേലിയയിൽ."

അവൾ ചോദിച്ചു. "ആലിസ് സ്പ്രിങ്ങ്സ് ഇതുപോലെ ആണോ?" ആറുവർഷം മുമ്പ് ജോ ഹാർമാൻ അവളുടെ മുകളിലേക്ക് കോരിയൊ ഴിച്ച ആലിസിനെപ്പറ്റിയുള്ള തിളക്കമുള്ള ഓർമ്മകളിൽനിന്നും ഈ സ്ഥലം വളരെയധികം വ്യത്യസ്തമായിരുന്നു.

ഹാപ്കിൻസൺ പറഞ്ഞു. "ഈ സ്ഥലംപോലെ അല്ല. ആലിസ് വ്യത്യസ്തമാണ്. ആലിസ് പട്ടണത്തിന് കുഴപ്പമൊന്നുമില്ല."

"ആലിസ് എന്തുകൊണ്ടാണ് വ്യത്യസ്തമാകുന്നത്?" അവൾ ചോദിച്ചു.

"സത്യത്തിൽ എനിക്ക് അറിയില്ല. നിശ്ചയമായും അഡ്‌ലൈഡി ലേക്ക് കന്നുകാലികളെ ട്രക്കിൽക്കയറ്റി അയയ്ക്കാൻ പറ്റുന്ന അവസാ നത്തെ റെയിൽവെ സ്റ്റേഷൻ ആലിസ് ആണ് – ഒരു കാര്യം അതാണ്. ആലിസ് പക്ഷേ, പുരോഗമിച്ചുകൊണ്ടിരിക്കുന്ന ഒരു സ്ഥലമാണ്. അവിടെ എല്ലാത്തരം കാര്യങ്ങളും നടന്നുകൊണ്ടിരിക്കുന്നുണ്ട്. 'മോനിട്ടർ' എന്നെ ഇങ്ങോട്ട് അയയ്ക്കാതെ ആലിസിലേക്ക് അയയ്ക്കേണമേ എന്ന് ഞാൻ ദൈവത്തിനോട് പ്രാർത്ഥിക്കുന്നു."

അന്നുരാത്രിയിൽ അവൾ അവളുടെ രണ്ട് ചങ്ങാതിമാരോടും വിട പറഞ്ഞുകൊണ്ട് അതിരാവിലെ ആലിസ് സ്പ്രിങ്സിലേക്കുള്ള ബസിൽ യാത്രതിരിച്ചു. ബസ് നല്ല വലിപ്പമുള്ള ഒരു പുതിയ ബെഡ് ഫോർഡ് ആയിരുന്നു. അത് കച്ചവട സാധനങ്ങളും യാത്രയുടെ ചുമടുകളും നിറച്ച മറ്റൊരു വണ്ടിയെ കെട്ടിവലിച്ചിരുന്നു. അത് ശീതീകരിച്ചിരുന്നില്ലെങ്കിലും സാമാന്യം സൗകര്യപ്രദമായിരുന്നു. അതു വിശാലമായ ഒഴിഞ്ഞ ടാറിട്ട വഴിയിലൂടെ മണിക്കൂറിൽ അൻപത് മൈൽ വേഗതയിൽ നേവിയിൽനിന്ന് വിരമിച്ച ജോലിക്കാരുമായി താഴോട്ട് സാവധാനം ഓടിക്കൊണ്ടിരുന്നു.

ഉച്ചഭക്ഷണത്തിനുവേണ്ടി ബസ് നിർത്തിയിട്ട 'കാതറിൻ' എന്ന സ്ഥലം വളർച്ച മുരടിച്ച യൂക്കാലിപ്റ്റസ് മരങ്ങളുടെ കാട് ആയിരുന്നു. ആ മരങ്ങളുടെ വിളിപ്പേര് 'പശമരം' എന്നാണെന്ന് ജീൻ കണ്ടുപിടിച്ചിരു ന്നു. ഈ മരങ്ങൾക്കിടയിൽ പുല്ല് മേഞ്ഞിട്ടില്ലാത്ത ഉപയോഗിക്കപ്പെടാതെ കിടക്കുന്ന വിജനമായ പുൽത്തകിടികൾ ഉണ്ടായിരുന്നു. അവൾ ടനന്റ് ക്രീക്കിലേക്ക് പോകുന്ന ബാങ്ക് ഇൻസ്പെക്ടറായ സഹയാത്രികനുമായി ഈ പ്രദേശത്തെപ്പറ്റി ചർച്ച നടത്തി ഈ തീരപ്രദേശം അവൾക്ക് മന സ്സിലാക്കാൻ പറ്റാത്ത ഏതോ കാരണംകൊണ്ട് കൃഷിക്ക് അനുയോജ്യ മല്ലെന്ന് അവൾക്ക് വിവരം ലഭിച്ചു. കാതറൈനിനുശേഷം ഈ പ്രദേശം ക്രമേണ കൂടുതൽ കൂടുതൽ വരണ്ടുതുടങ്ങിയിരുന്നു. അങ്ങിങ്ങായി ഉണ്ടായിരുന്ന മരങ്ങൾ കൂടുതൽ കൂടുതൽ ഉണങ്ങിത്തുടങ്ങിയിരുന്നു. വൈകുന്നേരത്തോടെ മരുഭൂമിക്ക് സമാനമായ ഒരു പ്രദേശത്തുകൂടി അവ രുടെ ബസ് ഓടിക്കൊണ്ടിരിക്കുകയായിരുന്നു.

സന്ധ്യക്ക് അവർ ഡാലി വാട്ടേഴ്സ് എന്ന സ്ഥലത്ത് യാത്ര അവ സാനിപ്പിച്ചു. ഡാലി വാട്ടേഴ്സിൽ ഒരു ഹോട്ടലും ഒരു പോസ്റ്റ് ഓഫീസും ഒരു വലിയ വിമാനത്താവളവും ഉണ്ടെന്ന് അവൾ കണ്ടെത്തി. എന്താ യാലും മറ്റൊന്നുംതന്നെ അവിടെ ഉണ്ടായിരുന്നില്ല. ഹോട്ടൽ പുരുഷ ന്മാർക്കും സ്ത്രീകൾക്കുംവേണ്ടി നിർമ്മിച്ച തടികൊണ്ടുള്ള ഒറ്റ നില കുടി ലുകൾ ആയിരുന്നു. അല്ലെങ്കിൽ അവ പൊതു ശയനമുറികൾ ആയി രുന്നു. ജീനിന് അപരിചിതമായിരുന്നെങ്കിലും അവയ്ക്ക് വേണ്ടത്ര സുഖ സൗകര്യങ്ങൾ ഉണ്ടായിരുന്നു. സന്ധ്യക്ക് ചായ കുടിക്കുന്നതിനുമുമ്പ് അവൾ പുറത്തിറങ്ങി ചുറ്റിനടന്നുകൊണ്ട് നാലുചുറ്റും കണ്ണോടിച്ചു. ഹോട്ട ലിന്റെ മുമ്പിൽ ജോ ഹാർമാൻ ഇരിക്കാറുണ്ടായിരുന്ന പ്രത്യേക രീതി യിൽ ഒരു കാൽ നീട്ടിവച്ച് നിലത്തിരുന്ന് മൂന്ന് ചെറുപ്പക്കാർ വാതോ രാതെ സംസാരിക്കുന്നുണ്ടായിരുന്നു. അവർ വളരെ കട്ടികുറഞ്ഞ അടി ഭാഗമുള്ള ഷൂകളും ഒരുതരം ജോധ്പൂർ കാലുറകളും ധരിച്ചിരുന്നു. അവർ നിലത്തിരുന്ന് ശ്രദ്ധയോടെ ചീട്ടുകളിക്കുകയായിരുന്നു. തനിക്ക് ആദ്യ മായി കാണാൻ ഇടവന്ന കന്നുകാലി നോട്ടക്കാർ അവർ ആയിരുന്നെന്ന് അവൾക്ക് മനസ്സിലായി.

അവൾ അവരെ താല്പര്യത്തോടെ നോക്കി. പട്ടാളത്തിൽ ചേരുന്ന തിന് മുമ്പ് ജോ ഹാർമാൻ ഇതുപോലെ ആയിരുന്നിരിക്കുമെന്ന് അവൾ ആലോചിച്ചു. അവരിൽ ഒരാളുടെ അടുത്തെത്തി അവളെപ്പറ്റി എന്തെ ങ്കിലും അറിഞ്ഞിട്ടുണ്ടോ എന്ന് ചോദിക്കാനുള്ള പരിഹാസ്യമായ ഒരു പ്രലോഭനത്തെ അവൾ ചെറുത്തുനിർത്തി.

അടുത്ത ദിവസം അതിരാവിലെ 'മിൽനേഴ്സ് കായലും' 'ന്യൂകാ സിൻ വാട്ടേഴ്സും' 'മുക്കുറ്റി ബോറും' പിന്തള്ളിക്കൊണ്ട് ബസ് 'ടെനന്റ് ക്രീക്ക്' ലക്ഷ്യംവച്ച് ടാറിട്ട റോഡിലൂടെ തെക്കോട്ട് യാത്ര തിരി ച്ചിരുന്നു. അവർ യാത്ര ചെയ്തുകൊണ്ടിരിക്കുമ്പോൾ സസ്യങ്ങൾ വിര ളമായിക്കൊണ്ടിരുന്നു. ടെനന്റ് ക്രീക്കിൽ ഭക്ഷണത്തിനുവേണ്ടി ബസ് നിർത്തുന്നതുവരെ സൂര്യന്റെ ചൂട് കൂടിക്കൊണ്ടിരുന്നു. ആ പ്രദേശ ത്തിന്റെ ബാക്കിഭാഗം പൂർണ്ണമായും മരുഭൂമിയായി മാറിക്കഴിഞ്ഞിരുന്നു. അവർ വൂച്ചോപ്പ്, ബാരോക്രീക്ക്, ഐലിറോൺ തുടങ്ങിയ പേരു കൾകൊണ്ട് മാന്യതനല്കിയിരുന്ന രണ്ടോ മൂന്നോ തീരെ ചെറിയ സ്ഥല ങ്ങൾ പിന്നിട്ട് അസഹനീയമായ ചുടുള്ള വഴിയിലൂടെ അൻപതുമുതൽ അൻപത്തഞ്ച് മൈൽവരെയുള്ള വേഗതയിൽ യാത്ര ചെയ്തിരുന്നു. വൈകുന്നേരത്തോടെ അവർ മക്ഡൊനാൽ പ്രദേശത്തേക്ക് സഞ്ചരിച്ചു കൊണ്ടിരിക്കുകയാണെന്ന് അവൾ കണ്ടെത്തിയിരുന്നു. സന്ധ്യയോടെ അവർ സാവധാനം ആലിസ് സ്പ്രിങ്സിൽ എത്തി 'ഡാൽ ബോട്ട് ആംസ്' ഹോട്ടലിൽ പ്രവേശിച്ചു.

ജീൻ ആലീസ് സ്പ്രിങ്സിലെ മിക്കവാറും മറ്റ് കെട്ടിടങ്ങളുടെ രീതി യിൽ ഒരു നിലമാത്രമുള്ള ബംഗ്ലാവുപോലുള്ള ഹോട്ടലിൽ പ്രവേശിച്ച് ഒരു മുകപ്പുള്ള മുറി നേടിയെടുത്തു. അവർ എത്തിച്ചേർന്ന സമയത്തു

തന്നെ ചായ കൊണ്ടുകൊടുത്തിരുന്നു. ആസ്ട്രേലിയയിലെ ഗ്രാമീണ ഹോട്ടലുകളിൽ ഭക്ഷണ സമയത്ത് ഹാജരായില്ലെങ്കിൽ ഒന്നുംതന്നെ ലഭിക്കില്ലെന്ന് അവൾക്ക് അറിവുണ്ടായിരുന്നു. അവൾ ചായകുടി കഴിഞ്ഞ് വേഷം മാറി പുറത്തിറങ്ങി വിശാലമായ വഴികളിലൂടെ പട്ടണം പരിശോധിച്ചുകൊണ്ട് സാവധാനം ചുറ്റിത്തിരിഞ്ഞു.

അവൾക്ക് ആ പട്ടണം ജോ ഹാർമാൻ അവളോട് വിവരിച്ചിരുന്നതു പോലെ ധാരാളം ചെറുപ്പക്കാരുള്ള ഹൃദ്യമായ ഒരു സ്ഥലം ആണെന്ന് മനസ്സിലായി. ആലിസിന്റെ ഉഷ്ണമേഖലയിലെ ചുറ്റുപാടുകളും അവിടുത്തെ വീടുകളുടെ ബംഗ്ലാവിനോട് സാമ്യമുള്ള നിർമ്മാണ രീതിയും സമീപത്തുള്ള ഒരു ഇംഗ്ലീഷ് പ്രാന്തപ്രദേശത്തിന്റെ അവ്യക്തമായ സൂചന ആയിരുന്നു. അത് അവൾക്ക് വീട്ടിൽ എത്തിയതുപോലെയുള്ള ഒരു തോന്നലിന് കാരണമായി. അവിടെ സ്വകാര്യതയ്ക്ക് വേണ്ടി നാലു ചുറ്റും കുറ്റിച്ചെടികൾകൊണ്ടുള്ള വേലിക്കുള്ളിലുള്ള ചെറിയ തോട്ടത്തിന്റെ നടുക്ക് നില്ക്കുന്ന ഒറ്റപ്പെട്ട വീടുകൾ ഉണ്ടായിരുന്നു. തെരുവുകളിൽ ഇംഗ്ലീഷ് തെരുവുകളുടെ രീതിയിൽ നടപ്പാതയുടെ അരികു ചേർന്ന് തണൽമരങ്ങൾ നട്ടുപിടിപ്പിച്ചിരുന്നു. മക്ഡൊനൽ പർവതനിരകളിലേക്ക് നോക്കാതിരിക്കുമ്പോൾ അവൾക്ക് ഏറക്കുറെ കുട്ടിക്കാലത്തെ ബാസറ്റിൽ തിരിച്ചെത്തിയതായി സങ്കല്പിക്കാൻ കഴിഞ്ഞിരുന്നു. അവൾക്ക് ഇപ്പോൾ ആലിസ് ഒരു നല്ല സ്ഥലമാണെന്ന് എല്ലാവരും പറയുന്നതിന്റെ അർത്ഥം ശരിക്കും മനസ്സിലായി. ഒരുപക്ഷേ, അവൾക്ക് ഇവിടുത്തെ നഗരപ്രാന്തത്തിലുള്ള വീടുകളിൽ ഒന്നിൽ ഒന്നോ രണ്ടോ കുട്ടികളുമായി താമസിച്ചുകൊണ്ട് സന്തോഷമുള്ള ഒരു ജീവിതം കെട്ടിപ്പടുക്കാൻ പറ്റുമെന്ന് ഉറപ്പ് തോന്നുന്നുണ്ടായിരുന്നു.

അവൾ പൊതുവഴിയിൽ തിരിച്ചെത്തി കടകളിൽ നോക്കിക്കൊണ്ട് വെറുതെ ചുറ്റിത്തിരിഞ്ഞു. ഈ പട്ടണത്തിൽ ബുദ്ധിയുള്ള ഒരു പെൺകുട്ടിക്ക് വേണ്ട എല്ലാ കാര്യങ്ങളും ഉണ്ടായിരുന്നു എന്നുള്ള ചിന്ത നൂറ് ശതമാനം സത്യം ആയിരുന്നു – ഒരു മുടി അലങ്കരിക്കുന്ന കട; ഒന്നോ രണ്ടോ നല്ല തുണിക്കടകൾ, രണ്ട് സിനിമാ തിയേറ്ററുകൾ. ഏകദേശം ഒൻപതുമണിയോടെ അവൾ ഒരു പാൽക്കടയിൽ കയറി അവൾക്കു വേണ്ടി ഒരു ഐസ്ക്രീം സോഡാ വാങ്ങിച്ചു. ഇത് ജനവാസം ഇല്ലാത്ത പ്രദേശം ആയിരുന്നെങ്കിൽ ഇതിനെക്കാൾ മോശമായ ധാരാളം സ്ഥലങ്ങൾ ഉണ്ടായിരിക്കുമെന്ന് അവൾ ആലോചിച്ചു.

അടുത്ത ദിവസം രാവിലത്തെ ഭക്ഷണത്തിനുശേഷം അവൾ ഹോട്ടലിന്റെ നടത്തിപ്പുകാരിയായ ഒരു മിസിസ്സ് ഡ്രൈവറെ ഹോട്ടലിന്റെ ഓഫീസിൽ പോയി കണ്ടുപിടിച്ചു. അവൾ പറഞ്ഞു. "കഴിഞ്ഞ പത്തുവർഷമായി വീട്ടിലേക്ക് എഴുത്ത് എഴുതിയിട്ടില്ലാത്ത എന്റെ ഒരു അകന്ന ബന്ധുവിനെ കണ്ടെത്താൻ ഞാൻ ആഗ്രഹിക്കുന്നു." അവൾ അഡ്‌ലൈഡിലുള്ള സഹോദരിയോടൊപ്പം താമസിക്കാൻ വേണ്ടി ലണ്ടനിന്നും അങ്ങോട്ടുള്ള യാത്രയിലാണെന്നുള്ള അവളുടെ കഥ മിസിസ്സ് ഡ്രൈവറോട് പറ

ഞ്ഞു. "ഞാൻ ഈ വഴി വരുമെന്നും ആലിസ് സ്പ്രിങ്ങിൽ ഇറങ്ങി 'ജോ'യെ പറ്റി എന്തെങ്കിലും അറിയാൻ ശ്രമിക്കുമെന്നും എന്റെ അമ്മാ വനോട് പറഞ്ഞിരുന്നു." അവൾ കഥ പറഞ്ഞു നിർത്തി.

മിസിസ്സ് ഡ്രൈവറിന് താല്പര്യം ഉണ്ടായിരുന്നു. "അയാളുടെ പേര് എന്താണ്?"

"ജോ ഹാർമാൻ."

"ജോ ഹാർമാൻ! വൊല്ലാറായിൽ ജോലി ചെയ്തിരുന്നു. അല്ലേ?"

"അത് ശരിയാണ്." ജീൻ പറഞ്ഞു. "അയാൾ ഈ സമയത്തും അവിടെ ഉണ്ടെന്ന് നിങ്ങൾക്ക് അറിവുണ്ടോ?"

മിസിസ്സ് ഡ്രൈവർ തലകുലുക്കി. "യുദ്ധം കഴിഞ്ഞ സമയത്ത് അയാൾ ഇവിടെ വരുന്ന പതിവ് ഉണ്ടായിരുന്നു. പക്ഷേ, ഇവിടെ അയാൾ ആറുമാസത്തോളം മാത്രം ആണ് ഉണ്ടായിരുന്നത്. ഞാൻ ഇവിടെ എത്തി യത് യുദ്ധസമയത്ത് ആയിരുന്നു. അതിനുമുമ്പുള്ള ഒരു കാര്യവും എനിക്ക് അറിയില്ല. അയാൾ ജപ്പാൻകാരുടെ ഒരു തടവുകാരൻ ആയിരു ന്നു. അവർ അയാളെ അങ്ങേയറ്റം മോശമായി കൈകാര്യം ചെയ്തിരു ന്നു. അവർ അയാളുടെ കൈപ്പത്തികളിൽ ആണി അടിച്ചുകയറ്റി. കുരി ശിലേറ്റിയവന്റെ തഴമ്പുകളും കൊണ്ടാണ് അയാൾ തിരിച്ചുവന്നത്. അതു പോലെ എന്തൊക്കെയോ ഉപദ്രവങ്ങൾ അവർ നടത്തിയിരുന്നു."

ജീൻ ആശ്ചര്യവും നടുക്കവും പ്രകടിപ്പിച്ചു. "അയാൾ ഇപ്പോൾ എവിടെയാണെന്ന് നിങ്ങൾക്ക് അറിവുണ്ടോ?"

"എനിക്ക് അറിയില്ല. ഒരുപക്ഷേ, ജോലിക്കാരിൽ ആർക്കെങ്കിലും അറിവുണ്ടായിരിക്കും."

ആലിസ് സ്പ്രിങ്സിൽ മുപ്പത് വർഷമായി താമസിക്കുന്ന അപ്ര ധാന ജോലികൾ ചെയ്യുന്ന ആർട്ട് ഫോസ്റ്റർ എന്ന വൃദ്ധൻ പറഞ്ഞു. "ജോ ഹാർമാൻ? അയാൾ വന്നത് ക്വീൻസ് ലാന്റിൽ നിന്ന് ആയിരുന്നു. അയാൾ അങ്ങോട്ടുതന്നെ തിരിച്ചുപോയി. അയാൾ യുദ്ധം കഴിഞ്ഞ് ആറു മാസത്തോളം വൊല്ലാറായിൽ ഉണ്ടായിരുന്നു. പിന്നീട് അയാൾക്ക് ഉൾക്ക ടലിലെ ഒരു സ്ഥലത്ത് കന്നുകാലികളുടെ നോട്ടക്കാരനായി ജോലി കിട്ടി."

ജീൻ ചോദിച്ചു. "നിങ്ങൾക്ക് അയാളുടെ മേൽവിലാസം അറി യില്ലേ?"

"എനിക്ക് അറിയില്ല. വൊല്ലാറായിൽനിന്ന് വരുന്ന ടോമി ഡ്യുവീന് അറിയാമായിരിക്കും."

"അയാൾ ഒട്ടെറെ തവണ പട്ടണത്തിൽ വരാറുണ്ടോ?"

"ഉവ്വ്. അയാൾ വെള്ളിയാഴ്ച പട്ടണത്തിൽ ഉണ്ടായിരുന്നു. ഏതാണ്ട് മൂന്ന് നാല് ആഴ്ചകൾക്ക് ഇടയിൽ അയാൾ ഒരു തവണ വരുന്നുണ്ട്."

ജീൻ നിഷ്കളങ്കമായി ചോദിച്ചു. "ജോ ഹാർമാൻ ക്വീൻസ് ലാന്റി ലേക്ക് പോയപ്പോൾ അയാളുടെ കുടുംബത്തെക്കൂടി കൊണ്ടുപോയിരി ക്കുമെന്നാണ് ഞാൻ വിചാരിക്കുന്നത്. ഇപ്പോഴും അവർ ഇവിടെ താമ സിക്കുന്നുണ്ടോ?"

വൃദ്ധൻ അവളെ തുറിച്ചുനോക്കി. "ജോ ഹാർമാന് കുടുംബം ഉണ്ടാ
യിരുന്നതായി ഞാൻ ഒരു കാലത്തും കേട്ടിട്ടില്ല. ഞാൻ അറിഞ്ഞിടത്തോളം
അയാൾ വിവാഹിതൻ ആയിരുന്നില്ല."

അവൾ ആത്മരക്ഷാർത്ഥം പറഞ്ഞു. "എന്റെ ഇംഗ്ലണ്ടിൽ ഉള്ള
അമ്മാവൻ അയാൾ വിവാഹം കഴിച്ചിട്ടുണ്ടെന്നാണ് വിചാരിക്കുന്നത്."

"ഞാൻ ഒരു ഭാര്യയെപ്പറ്റി ഒരിക്കലും കേട്ടിട്ടില്ല." വൃദ്ധൻ പറഞ്ഞു.

ജീൻ ഈ കാര്യത്തെപ്പറ്റി ഒരു മിനിറ്റ് ആലോചിച്ചു. അതിനുശേഷം
മിസിസ്സ് ഡ്രൈവറോട് പറഞ്ഞു. "വെല്ലാറായിൽ ഒരു ടെലഫോൺ
ഉണ്ടോ? മിസ്റ്റർ ഡുവീൻ അയാളുടെ മേൽവിലാസം അറിയുമെങ്കിൽ
അയാളെ വിളിച്ചുചോദിച്ച് അത് മേടിക്കാനാണ് ഞാൻ ഇഷ്ടപ്പെടുന്നത്."

"അവിടെ ടെലിഫോൺ ഒന്നും ഇല്ല." അവൾ പറഞ്ഞു. "നിശ്ചയ
മായും അവർ രാവിലെയും വൈകുന്നേരവും വെല്ലാറായിൽനിന്ന് സംസാ
രിക്കുന്നത് റേഡിയോയിലൂടെ ആണ്. ആശുപത്രിയിൽ നിന്നുള്ള സേവ
നത്തിനുവേണ്ടി ഡോക്ടർമാർക്ക് പറന്നെത്തേണ്ടി വരും. അതിനുവേണ്ടി
അവിടെ ആശുപത്രിയിൽ നിന്നുള്ള ഒരു വിമാനം ഉണ്ടായിരുന്നു.
റേഡിയോ ടെലിഫോണിൽ സന്ദേശങ്ങൾ അയയ്ക്കാനും വാർത്തകൾ
കൈമാറാനും രോഗികളുടെ അസുഖത്തിന്റെ വിവരങ്ങൾ അന്വേഷിച്ച്
അറിയാനുംവേണ്ടി ആശുപത്രിയിലെ ഒരു വിദഗ്ദ്ധൻ രാവിലെയും
വൈകിട്ടും നാല്പതോ അൻപതോ കേന്ദ്രങ്ങളിൽനിന്നുള്ള വിളിയും
പ്രതീക്ഷിച്ച് ആശുപത്രിയിൽ ചെവിയോർത്ത് ഇരിക്കുന്നുണ്ടാകും. മറ്റേ
അറ്റത്ത് കേന്ദ്രത്തിലെ വീട്ടമ്മയാണ് ടെലിഫോണിൽ സംസാരിക്കുന്നത്.
ഇന്ന് രാത്രിയിൽ മിസിസ്സ് ഡുവീൻ റേഡിയോ ടെലിഫോണിൽ ഉണ്ടാ
യിരിക്കുമെന്ന് ഉറപ്പാണ്. കാരണം അവരുടെ സഹോദരി എമി പ്രസവി
ക്കാൻ വേണ്ടി ഇവിടെ ആശുപത്രിയിൽ ഉണ്ട്. പ്രസവം നടന്നോ എന്ന്
അറിയാൻ എഡിത്ത് ആഗ്രഹിക്കും. നിങ്ങൾ ഒരു കമ്പിസന്ദേശം തയ്യാ
റാക്കി ആശുപത്രിയിലെ മിസ്റ്റർ ടൈലറെ ഏല്പിക്കുകയാണെങ്കിൽ
അയാൾ അത് ഇന്നുരാത്രിയിൽ അവർക്ക് കൈമാറും."

ജീൻ മുറിയിൽ തിരിച്ചെത്തി അനുയോജ്യമായ ഒരു കമ്പിസന്ദേശം
എഴുതി തയ്യാറാക്കി ആശുപത്രിയിൽകൊണ്ടുവന്ന് മിസ്റ്റർ ടൈലറെ
ഏല്പിച്ചു. അയാൾ അത് വെല്ലാറായിലേക്ക് കൈമാറാമെന്ന് സമ്മതിച്ചു.
"എട്ടുമണിയാകുമ്പോൾ ഇവിടെ തിരിച്ചുവരണം. അവൾക്ക് ഈ മേൽവി
ലാസം നേരിട്ട് പരിചിതമാണെങ്കിൽ ഒരുപക്ഷേ, എനിക്ക് മറുപടി ലഭി
ച്ചേക്കും. അവർക്ക് അത് അന്വേഷിച്ച് അറിയണമെങ്കിൽ അവർ മറുപടി
നാളെ രാവിലെ ആയിരിക്കും അയച്ചുതരുന്നത്." അയാളുടെ മറുപടി
അവളെ അന്നത്തെ ബാക്കിയുള്ള സമയം മുഴുവൻ സ്വതന്ത്രയാക്കി മാറ്റി
യിരുന്നു. അവൾ മറ്റൊരു ഐസ്ക്രീം സോഡയ്ക്ക് വേണ്ടി പാൽക്കട
യിലേക്ക് തിരിച്ചുപോയി.

പാൽക്കടയിൽ അവൾ ഒരു സുഹൃത്തിനെ സമ്പാദിച്ചു.
'റോസ്സോയർ' എന്ന് പേരുള്ള ഒരു പെൺകുട്ടി. മിസ് സോയറിന്

ഏതാണ്ട് പതിനെട്ടു വയസ്സോളം പ്രായം ഉണ്ടായിരുന്നു. അവൾ ഉച്ചതി രിഞ്ഞ് ഒരു വസ്ത്രക്കടയിൽ ജോലി ചെയ്തിരുന്നു. ജീൻ ഇംഗ്ലണ്ടിൽനിന്ന് വന്നതാണെന്ന് കേട്ടപ്പോൾ അവൾക്ക് വലിയ താല്പര്യം ഉണ്ടായിരു ന്നു. അവർ കുറച്ച് സമയം ഇംഗ്ലണ്ടിനെപ്പറ്റി സംസാരിച്ചു. "നിങ്ങൾക്ക് ആലിസ് എത്രമാത്രം ഇഷ്ടപ്പെട്ടു?" അവൾ പെട്ടെന്ന് ചോദിച്ചു. അവ ളുടെ ശബ്ദത്തിൽ അവിടുത്തെ രീതി അനുസരിച്ചുള്ള വെറുപ്പിന്റെ ഒരു സ്പർശം ഉണ്ടായിരുന്നു.

"എനിക്ക് ഈ സ്ഥലം ഇഷ്ടമാണ്." ജീൻ നിഷ്കളങ്കമായി പറഞ്ഞു. "ഞാൻ ഇതിലും മോശപ്പെട്ട ധാരാളം സ്ഥലങ്ങൾ കണ്ടിട്ടുണ്ട്. നിങ്ങൾക്ക് ഇവിടെ വളരെ നല്ല ഒരു സമയം ഉണ്ടായിരിക്കാൻ ഇടയുണ്ടെന്നാണ് ഞാൻ ആലോചിക്കുന്നത്."

പെൺകുട്ടി പറഞ്ഞു. "എനിക്ക് ഈ സ്ഥലം ഇഷ്ടമാണ്. മുമ്പ് ഞങ്ങൾ 'ന്യൂ കാസിലിൽ' ആയിരുന്നു. പിന്നീട് അച്ഛന് ഇവിടെ ബാങ്ക് മാനേജരായി ജോലി കിട്ടി. ഇത് തീരെ മോശം സ്ഥലം ആയിരിക്കുമെന്ന് ഞങ്ങൾ എല്ലാവരും വിചാരിച്ചിരുന്നു. എന്റെ എല്ലാ കൂട്ടുകാരും ഇത്തരം ആളൊഴിഞ്ഞ സ്ഥലങ്ങൾ വളരെ മോശം ആണെന്ന് എന്നോട് പറഞ്ഞു. എനിക്ക് ഇവിടെ പിടിച്ചുനില്ക്കാൻ കഴിയില്ലെന്നാണ് ഞാൻ വിചാരിച്ചി രുന്നത്. പക്ഷേ, ഇപ്പോൾ ഞാൻ ഇവിടെ എത്തിയിട്ട് പതിനഞ്ച് മാസ ങ്ങൾ കഴിഞ്ഞിരിക്കുന്നു. ഈ സ്ഥലം വളരെ മോശമൊന്നുമല്ല."

"ആലിസ് പ്രായേണ കൂടുതൽ മെച്ചപ്പെട്ട സ്ഥലം ആണ്. അങ്ങനെ അല്ലേ?"

"അങ്ങനെയാണ് അവർ പറയുന്നത്— ഞാൻ മറ്റൊരിടത്തും പോയി ട്ടില്ല. തീർച്ചയായും ഇവ എല്ലാംതന്നെ വളരെ അടുത്തകാലത്ത് വന്ന താണ്. യുദ്ധത്തിനുമുമ്പ് ഈ കടകളിൽ ഒരെണ്ണംപോലും ഇവിടെ ഉണ്ടാ യിരുന്നില്ലെന്നാണ് അവർ പറയുന്നത്."

ഈ പട്ടണത്തിന്റെ ചരിത്രത്തിന്റെ ഒരു ചെറിയഭാഗം ജീൻ മനസ്സി ലാക്കി. ഇതിന്റെ വളർച്ചയുടെ വേഗതയിൽ അവൾക്ക് അത്ഭുതം തോന്നി. 1928 ൽ മൂന്ന് വീടുകളും ഒരു മദ്യശാലയുമാണ് ഇവിടെ ഉണ്ടായിരുന്നത്. ഒഡ്നഡാറ്റാ പട്ടണത്തിൽനിന്ന് റെയിൽപ്പാത ഇവിടെ എത്തിയത് ഈ വർഷത്തിൽ ആയിരുന്നു. പറന്നെത്തുന്ന ഡോക്ടറുടെ വൈദ്യസേവനം ആരംഭിച്ചത് ഏതാണ്ട് 1930 ൽ ആയിരുന്നു. ചുറ്റുപാടുമുള്ള ജില്ലകളിൽ ചെറിയ ആശുപത്രികൾ അങ്ങിങ്ങായി ഈ സമയത്ത് സ്ഥാപിക്കപ്പെട്ടി രുന്നു. നേഴ്സ്മാർ അതീവ വേഗതയിൽ വിവാഹം കഴിച്ചിരുന്നു. പഴയ കുടുംബങ്ങളിൽ കൂടുതലും ഈ നേഴ്സ്മാരുടെ വീടുകൾ ആയിരുന്നെന്ന് ജീൻ മനസ്സിലാക്കി. 1939 ൽ ജനസംഖ്യ ഏകദേശം മുന്നൂറോളം ആയി രുന്നു. യുദ്ധം വന്നപ്പോൾ ഈ പട്ടണം പട്ടാളത്തിന്റെ ഒരു താല്ക്കാ ലിക സ്ഥാനമായി മാറിയിരുന്നു. യുദ്ധത്തിനുശേഷം 1945 ൽ ജനസംഖ്യ ഏകദേശം എഴുന്നൂറ്റി അൻപതായി ഉയർന്നിട്ടുണ്ടായിരുന്നു. ജീൻ അവിടെ ഉണ്ടായിരുന്ന സമയത്ത് അത് ഏകദേശം ആയിരത്തി ഇരു

ന്നൂറ് ആയിരുന്നു. "ഈ പുതിയ വീടുകളും കടകളും ഉയരുമ്പോൾ ആളു കൾ ഏതുനേരവും ഇങ്ങോട്ട് വന്നുകൊണ്ടിരിക്കുകയാണെന്ന് തോന്നു ന്നുണ്ട്." മിസ്. സോയർ പറഞ്ഞു.

ജീൻ വൈകിട്ട് അല്പം താമസിച്ച് നീന്താൻ വരണമെന്ന് അവൾ നിർദ്ദേശിച്ചു. "മിസിസ്സ് മക്ലീനിന് വിമാനത്താവളത്തിനു പുറത്ത് തൊട്ട ടുത്തായി ഒരു മനോഹരമായ നീന്തൽക്കുളം സ്വന്തമായുണ്ട്." അവൾ പറഞ്ഞു. "ഞാൻ അവരെ ടെലിഫോണിൽ വിളിച്ച് നിങ്ങളെക്കൂടി എന്റെ കൂടെ കൊണ്ടു വരാമോ എന്ന് ചോദിക്കാം."

അവൾ വൈകുന്നേരം അഞ്ചുമണിക്ക് ജീനിനെ അന്വേഷിച്ചുകൊണ്ട് വിളിച്ചിരുന്നു. അങ്ങനെ നീന്തൽക്കുളത്തിൽവച്ച് ജീൻ നീന്തൽസംഘ ത്തിൽ അംഗമായി. വൈകുന്നേരത്തെ വെയിൽകൊണ്ടുകൊണ്ട് എർവ്വാ കൊടുമുടിയിലേക്ക് നോക്കിയിരിക്കുമ്പോൾ ജീൻ ആലിസ് സ്പ്രിങ്സിലെ സാമൂഹ്യജീവിതത്തിൽ ആണ്ടുപോയിരുന്നു. കൂടുതൽ വിവാഹം കഴി ക്കാത്ത പെൺകുട്ടികളും വിവാഹം കഴിഞ്ഞ സ്ത്രീകളും മുപ്പത് വയ സ്സിൽ താഴെ ആയിരുന്നു. അവർ നല്ല വിദ്യാഭ്യാസവും ഇംഗ്ലണ്ടിലെ വാർത്തകൾക്കുവേണ്ടി ആർത്തിയുമുള്ള ഉദാരമതികളായ മനുഷ്യരാ ണെന്ന് അവൾ കണ്ടെത്തി. അവരിൽ ഒരാൾപോലും ഇംഗ്ലണ്ടിൽ എന്നെ ങ്കിലും ഉണ്ടായിരുന്നില്ലെങ്കിലും അവരിൽ ചിലർ ഇംഗ്ലണ്ടിനെപ്പറ്റി വളരെ സ്വാഭാവികമായി സംസാരിച്ചിരുന്നു. ഒരു ദിവസം ഒരു യാത്ര നട ത്താൻവേണ്ടി അവൾക്ക് വീട്ടിൽ പോകാൻ കഴിയുമെന്ന് അവരിൽ ഓരോ രുത്തരും ഒരു അതിമോഹം മനസ്സിൽ താലോലിച്ചിരുന്നു. സന്ധ്യയോടെ ജീൻ അഹങ്കാരമില്ലാത്ത ഒരു മാനസികാവസ്ഥയിൽ ആയിരുന്നു. അവ ളുടെ രാജ്യത്തെക്കുറിച്ച് ഇവിടെയുള്ള ഈ നല്ല മനുഷ്യൻ വളരെക്കൂടു തൽ മനസ്സിലാക്കിയിരിക്കുന്നു.

തണുപ്പുള്ള രാത്രിയിൽ ചായയ്ക്കുശേഷം അവൾ ആശുപത്രിയി ലേക്ക് സാവധാനം നടന്നു. ജോ ഹാർമാന്റെ മേൽവിലാസം അവൾക്ക് കൊടുക്കാൻ മിസിസ്സ് ഡുവീനിന് കഴിഞ്ഞിരുന്നില്ല. പക്ഷേ, അയാൾ ഉൾക്കടൽ പ്രദേശത്ത് ഏതോ ഒരു സ്ഥലത്ത് ഒരു റോഡിയോയിലൂടെ കണ്ടെത്താൻ കഴിയുമെന്ന് മിസിസ്സ് ഡുവീൻ സ്ഥിരീകരിച്ചിരുന്നു. അവൾ അവളുടെ ഭർത്താവിനോട് നാളെ രാവിലത്തെ റേഡിയോ പരിപാടിയി ലൂടെ അവൾക്ക് ഒരു സന്ദേശം അയച്ചുകൊടുക്കാൻ പറയും.

മേൽവിലാസം കിട്ടിയാൽ എന്ത് ചെയ്യാൻ പറ്റും എന്നതിനെപ്പറ്റി അന്ന് രാത്രിയിൽ ജീൻ ധാരാളം കാര്യങ്ങൾ ആലോചിച്ചിരുന്നു. ഇപ്പോൾ തുടക്കത്തിൽ ഉണ്ടായിരുന്ന അവളുടെ ആശങ്കകളുടെ ചുരുൾ അഴിഞ്ഞു കഴിഞ്ഞെന്ന് വ്യക്തം ആയിരുന്നു. ജോ ഹാർമാൻ അയാളുടെ പരിക്കു കളിൽ നിന്ന് നല്ല രീതിയിൽ രക്ഷപ്പെട്ടുവെന്ന് ആളൊഴിഞ്ഞ ഈ പ്രദേ ശത്തെ അയാളുടെ ജോലിതുടരാൻ പ്രാപ്തനാണെന്ന് ഉറപ്പായിക്കഴി ഞ്ഞിരുന്നു. ഈ കാര്യങ്ങൾക്ക് ഇങ്ങനെയാകാൻ കഴിഞ്ഞതിൽ അവൾക്ക് അത്ഭുതം തോന്നുന്നുണ്ടായിരുന്നു. പക്ഷേ, അയാൾ നിയന്ത്രിക്കാൻ കഴി

യാത്തവൻ ആയിരുന്നു. ഇപ്പോൾ അയാളെ കണ്ടെത്താൻ നിർബ്ബന്ധി ക്കപ്പെടുന്ന ആവശ്യങ്ങൾ ഒന്നുംതന്നെ അവർക്ക് ഉണ്ടായിരുന്നില്ലെങ്കിലും അയാളെ വീണ്ടും കാണാതെ ആസ്ട്രേലിയയിൽനിന്ന് തിരിച്ചുപോകാൻ സാധിക്കില്ലെന്ന് അവൾക്ക് തോന്നി. അവർ തമ്മിൽ വളരെക്കൂടുതൽ കാര്യങ്ങൾ കൈമാറിക്കഴിഞ്ഞിരുന്നു. അയാളെ കാണുമ്പോൾ അമ്പര ന്നുപോകും എന്ന ഭയം അവൾക്ക് ഉണ്ടായിരുന്നില്ല. അവൾ അയാളുടെ അതിജീവനത്തെപ്പറ്റി കേട്ടിട്ടുണ്ടായിരുന്നെന്നും അയാൾക്ക് കുഴപ്പം ഒന്നും ഇല്ലെന്ന് സ്വയം തൃപ്തിപ്പെടുത്താൻ വേണ്ടിയാണ് ഇവിടെ സംസാ രിക്കുന്നതെന്നും അയാളോട് തുറന്നുപറയാൻ കഴിയുമെന്ന് അവൾക്ക് തോന്നി. അതിനുശേഷം എന്തെങ്കിലും സംഭവിച്ചാൽ അത് സംഭവിക്കാ വുന്ന കാര്യങ്ങളിൽ ഒന്നുമാത്രം ആയിരിക്കും.

അവൾ ചെറിയ പുഞ്ചിരിയോടെ ഉറക്കത്തിലേക്ക് ഒഴുകിപ്പോയി.

രാവിലെ റേഡിയോ പരിപാടി കഴിഞ്ഞ് അവൾ ആശുപത്രിയിൽ പോയിരുന്നു. വിൽസ്ടൗണിന് അടുത്തുള്ള മിഡ്ഹസ്റ്റിലെ കന്നുകാലി കേന്ദ്രത്തിന്റെ നടത്തിപ്പുകാരനാണ് ജോ ഹാർമാൻ എന്ന് അവൾക്ക് മനസിലായി. അവൾ മുമ്പ് ഒരിക്കലും വിൽസ്ടൗണിനെപ്പറ്റി കേട്ടിരുന്നി ല്ല. മിസ്റ്റർ ടൈലർ വിവിധ റേഡിയോ സൗകര്യങ്ങളും ഒറ്റപ്പെട്ട കേന്ദ്രങ്ങ ളുടെ തരംഗദൈർഘ്യങ്ങളും കാണിച്ചുകൊടുക്കാൻ വേണ്ടി രൂപകല്പന ചെയ്തിട്ടുള്ള ആസ്ട്രേലിയയുടെ ഒരു ഭൂപടം പുറത്തെടുത്ത് കാർപ ന്റേറിയാ ഉൾക്കടൽ പ്രദേശത്തെ ഗിൽബർട്ട് അഴിമുഖത്തുള്ള വിൽസ്ടൗൺ അവൾക്ക് കാണിച്ചുകൊടുത്തു.

"അത് ഏത് തരത്തിലുള്ള സ്ഥലം ആണ്." അവൾ അയാളോട് ചോദിച്ചു. "അത് ഇതുപോലെയുള്ള ഒരു സ്ഥലം ആണോ?"

അയാൾ ചിരിച്ചു. "അത് ഒരു നല്ല പശുപരിപാലനകേന്ദ്രം ആണ്." അയാൾ ഭൂപടം പരിശോധിച്ചു. "എന്തായാലും അവിടെ അടിയന്തരഘട്ട ങ്ങളിൽ വിമാനം നിർത്താനുള്ള ഒരു താല്ക്കാലിക കേന്ദ്രം ഉണ്ട്. അവിടെ മറ്റൊന്നും കൂടുതലായി ഉണ്ടെന്ന് ഞാൻ വിചാരിക്കുന്നില്ല. ഞാൻ ഒരി ക്കലും അവിടെ പോയിട്ടില്ല. അവിടെ പോയിട്ടുള്ള ഒരാളെ പറ്റിയും ഞാൻ ഒരിക്കലും കേട്ടിട്ടില്ല."

"ഞാൻ അവിടെ പോകുകയാണ്." അവൾ പറഞ്ഞു. "ഈ യാത്ര മുഴുവൻ നടത്തിയിട്ട് എനിക്ക് ജോ ഹാർമാനെ കാണാതിരിക്കാൻ പറ്റില്ല."

"അവിടെ ജീവിതം ദുസ്സഹമാകാൻ ഇടയുണ്ട്." അയാൾ പറഞ്ഞു.

"അവിടെ ഒരു ഹോട്ടൽ ഉണ്ടായിരിക്കുമോ?"

"അവിടെ ഹോട്ടൽ ഉണ്ടായിരിക്കും. ഉറപ്പാണ്. അവർക്ക് അവരുടെ മദ്യം കിട്ടിയിരിക്കണം."

അവൾ ആശുപത്രിയിൽനിന്ന് പുറത്തിറങ്ങി പലതും ആലോചിച്ചു കൊണ്ട് പാൽക്കടയിലെത്തി ഐസ്ക്രീം സോഡാ കൊണ്ടുവരാൻ പറ യുമ്പോൾ ഇതുപോലെ മറ്റൊരു സോഡാ കഴിക്കുന്നതിനുമുമ്പ് സുദീർഘ മായ ഒരു കാലഘട്ടം നിലകൊള്ളുന്നുണ്ടെന്ന് അവൾക്ക് തോന്നുന്നുണ്ടാ

യിരുന്നു. സോഡാ അവസാനിച്ചപ്പോൾ തെരുവിലൂടെ അല്പദൂരം നട
ന്നിട്ട് അവൾ മാസികകളും ബുക്കുകളും വില്ക്കുന്ന കടയിൽക്കയറി
ആസ്ട്രേലിയയുടെ ഒരു ഭൂപടവും ബസുകളുടെ ഒരു സമയവിവരപ്പട്ടി
കയും വിമാനക്കമ്പനിയുടെ ഒരു സമയവിവരപ്പട്ടികയും വാങ്ങി. അതി
നുശേഷം വീണ്ടും പാൽക്കടയിൽ എത്തി ഈ അച്ചടിച്ച കടലാസുകൾ
മനസ്സിലാക്കുന്നതിനിടയിൽ മറ്റൊരു ഐസ്ക്രീം സോഡാകൂടി അവൾ
അകത്താക്കി.

പെട്ടെന്ന് റോസ്സോയർ അവളുടെ പട്ടിയുമായി പാൽക്കടയിലേക്ക്
വന്നിരുന്നു അവൾ പറഞ്ഞു. "ജോ ഹാർമാൻ ജീവിക്കുന്ന സ്ഥലം ഞാൻ
കണ്ടെത്തി. ഇപ്പോൾ അവിടെ എങ്ങനെ എത്തുമെന്ന് എനിക്ക് കണ്ടുപി
ടിക്കണം. അവിടെ പോകുന്ന ബസൊന്നും ഇല്ലെന്നാണ് തോന്നുന്നത്."

അവർ രണ്ടുപേരുംകൂടി സമയവിവരപ്പട്ടിക പരിശോധിച്ചു. "പറക്കു
ന്നത് കൂടുതൽ എളുപ്പമായിരിക്കും." റോസ് സോയർ പറഞ്ഞു. "ഈ
കാലത്ത് എല്ലാവരും ആ വിധത്തിലാണ് പോകുന്നത്. അതുകൂടുതൽ
ചെലവാണ്. പക്ഷേ, ദീർഘകാലത്തെ യാത്ര കണക്കിലെടുക്കുമ്പോൾ
ചെലവ് കൂടുതൽ അല്ല. നിങ്ങൾ കരയിലൂടെ പോകാൻ ശ്രമിച്ചാൽ
നിങ്ങൾക്ക് ധാരാളം ഭക്ഷണവും ധാരാളം ഹോട്ടലുകളും വേണ്ടിവരും.
അടുത്ത തിങ്കളാഴ്ച ക്ലോൺകറിയിലേക്ക് പോകുന്ന മക്ലീൻ വിമാന
ത്തിൽ എനിക്ക് കയറണം."

അതിന്റെ അർത്ഥം ആലിസ് സ്പ്രിങ്സിൽ കുറച്ചുദിവസങ്ങൾ കൂടി
താമസിക്കണം എന്നാണ്. പക്ഷേ, ചെയ്യാവുന്നതിൽ ഏറ്റവും നല്ല കാര്യം
അതാണെന്ന് തോന്നിയിരുന്നു. "നിങ്ങൾക്ക് ഞങ്ങളുടെ കൂടെവന്ന് താമ
സിക്കാൻ കഴിയും." റോസ് സോയർ പറഞ്ഞു. "അച്ഛനും അമ്മയ്ക്കും
ഇംഗ്ലണ്ടിൽനിന്ന് വരുന്ന ആരെങ്കിലും വന്നാൽ ഇഷ്ടപ്പെടും. ഹോട്ടൽ
വളരെ മെച്ചമല്ല. അല്ലേ? തീർച്ചയായും ഞാൻ ആ ഹോട്ടലിൽ ഒരിക്കലും
പോയിട്ടില്ല."

"അവിടെ അല്പം ബിയർ കുടി ഉണ്ട്." ജീൻ പറഞ്ഞു. സ്ത്രീകൾക്ക്
മദ്യശാലയിലേക്കുള്ള പ്രവേശനം അസാധ്യമാക്കിക്കൊണ്ടുള്ള ആസ്ട്രേ
ലിയയിലെ കർശന നിയമത്തെപ്പറ്റി അവൾക്ക് മുൻകൂട്ടി അറിവ് ലഭിച്ചി
രുന്നു. "അത് ഒരുപാട് ബുദ്ധിമുട്ട് ഉണ്ടാക്കുന്നില്ലെന്ന് നിങ്ങൾക്ക് ഉറപ്പു
ണ്ടെങ്കിൽ ഞാൻ നിങ്ങളുടെ വീട്ടിൽവരും."

"നിങ്ങൾ ഉണ്ടാവുന്നത് ഞങ്ങൾക്ക് ഇഷ്ടമായിരിക്കും. ഒരാൾക്ക് ഇംഗ്ല
ണ്ടിൽ നിന്ന് വരുന്ന ആരോടെങ്കിലും സംസാരിക്കാൻ കഴിയുന്നത് അത്ര
ത്തോളം അപൂർവ്വമാണ്." അവർ സോയറുടെ വീട്ടിലേക്ക് നടന്നുപോയി.
വഴിയിൽവച്ച് അവർ മിസിസ്സ് മക്ലീൻ കുട്ടികളുടെ വണ്ടി തള്ളിക്കൊണ്ട്
വരുന്നതു കണ്ടു. അവർ നടത്തം നിർത്തി. അതിനുശേഷം ജീൻ പറ
ഞ്ഞു. "എനിക്ക് ഉൾക്കടൽ പ്രദേശത്തെ വിൽസ്ടൗണിൽ ജോ
ഹാർമാനെ കാണാൻവേണ്ടി പോകേണ്ടിവന്നിരിക്കുന്നു. തിങ്കളാഴ്ചത്തെ
നിങ്ങളുടെ വിമാനത്തിൽ എനിക്ക് കോൺകറിവരെ പോകാൻ ഒരു സീറ്റ്

കിട്ടാൻ സാദ്ധ്യതയുണ്ടോ?"

"നിങ്ങൾക്ക് അത് കിട്ടുമെന്നാണ് ഞാൻ വിചാരിക്കുന്നത്. ഞാൻ ഇപ്പോൾ ഓഫീസിലേക്ക് പോകാൻ പോകുകയാണ്. ഞാൻ നിങ്ങളെ തിങ്കളാഴ്ചത്തേക്ക് കുറിച്ചുവെക്കാൻ പറയാം. ക്ലോൻകറിയിൽ നിന്ന് വിൽസ്ടൗണിലേക്കുള്ള നിങ്ങളുടെ യാത്ര ശരിയാക്കാൻ അവരോട് ഞാൻ പറയണോ? ക്ലോൻകറിയിൽനിന്ന് നിങ്ങൾക്ക് അവിടെ നേരിട്ട് പോകാമെന്നാണ് ഞാൻ വിചാരിക്കുന്നത്. പക്ഷേ, അവർക്ക് അത് കണ്ടെ ത്താൻ പറ്റും. കോൺകറിയിൽനിന്നും വിൽസ്ടൗണിലേക്കുള്ള നിങ്ങ ളുടെ യാത്രയ്ക്ക് മുൻകൂട്ടി സീറ്റ് ഉറപ്പാക്കാൻ അവർക്ക് കഴിയും. നിങ്ങൾക്ക് വേണമെങ്കിൽ അവർ അത് ചെയ്തുതരും."

"അത് നിങ്ങളുടെ അങ്ങേയറ്റത്തെ നന്മ ആണ്." ജീൻ പറഞ്ഞു. "അവർ അത് ചെയ്തുതന്നാൽ എനിക്ക് സഹായമായിരിക്കും."

"ശരി. ഇന്ന് വൈകുന്നേരം നീന്തൽക്കുളത്തിൽ വരുന്നുണ്ടോ?"

"വരുന്നുണ്ട്."

അവർ സോയർ താമസിക്കുന്ന വീട്ടിലേക്ക് പ്രവേശിച്ചു. ഇംഗ്ലീഷ് പൂക്കൾ നിറഞ്ഞ ചെറിയ പൂന്തോട്ടത്തിനരുകിലുള്ള പുൽത്തകിടിയുടെ നടുക്ക് നില്ക്കുന്ന വള്ളിറോസച്ചെടി പടന്നുകയറിക്കിടക്കുന്ന മനോഹ രമായ ഒരു ബംഗ്ലാവ്. മിസിസ്സ് സോയർ പ്രായോഗിക ബുദ്ധിയുള്ള ഒരു വൃദ്ധ ആയിരുന്നു. അവർ ജീനിനെ സ്വാഗതം ചെയ്തു. "ആ വൃത്തി കെട്ട സ്ഥലത്തേക്കാൾ നിങ്ങൾ ഞങ്ങളുടെ കൂടെ താമസിക്കാൻ ഇവി ടെവന്നത് നിങ്ങളെ സംബന്ധിച്ചിടത്തോളം കൂടുതൽ മെച്ചമാണ്? ആസ്ട്രേലിയയിലെ ഒരു സ്ത്രീയുടെ ഹോട്ടലുകളോടുള്ള മൊത്തം വെറുപ്പും പുറത്തെടുത്തുകൊണ്ട് അവർ പറഞ്ഞു. "മിസ് പാഗറ്റ്, നിങ്ങൾ വന്നത് നിങ്ങളുടെ നല്ല മനസ്സാണ്. ഇന്നലെ റോസ് നിങ്ങളെപ്പറ്റി ഞങ്ങ ളോട് പറഞ്ഞിരുന്നു. സ്വന്തം നാട്ടിൽനിന്നുള്ള ഒരുത്തിയെ കണ്ടുമുട്ടിയ തിൽ സന്തോഷമുണ്ട്."

അവൾ അവളുടെ സാധനങ്ങൾ പെട്ടിക്കുള്ളിൽ നിറയ്ക്കാൻ വേണ്ടി ഹോട്ടലിലേക്ക് തിരിച്ചുപോയി. പോകുന്ന വഴിക്ക് അവൾ പോസ്റ്റ് ഓഫീ സിൽ കയറി. കാൽമണിക്കൂറോളം ഒരു പെൻസിലിന്റെ അറ്റം കടിച്ചുവ ലിച്ചുകൊണ്ട് ചെലവഴിച്ചു. അവൾ ജോ ഹാർമാനെ കാണാൻ വരുന്നു ണ്ടെന്ന് അയാളോട് പറയുന്ന ഒരു ടെലിഗ്രാം എഴുതിത്തയ്യാറാക്കാൻ ശ്രമിക്കുകയായിരുന്നു. അവസാനം അവൾ തീർച്ചപ്പെടുത്തി.

"ക്വുവാൻടാനിലെ പൈശാചികതയിൽനിന്നുള്ള നിങ്ങളുടെ തിരിച്ചു വരവിനെപ്പറ്റി വളരെ അടുത്തകാലത്ത് കേട്ടതിൽ സന്തോഷം ഉണ്ട്. ഞാൻ ഇപ്പോൾ ആസ്ട്രേലിയയിൽ ഉണ്ട്. അടുത്ത ആഴ്ച നിങ്ങളെ കാണാൻവേണ്ടി ഞാൻ വിൽസ്ടൗണിൽ വരുന്നുണ്ട്."

ജീൻ പാഗറ്റ്

അവൾ സോയരുടെ വീട്ടിൽ ഒരു ടാക്സിയിൽ പെട്ടിയുമായെത്തി അവരോടൊപ്പം താമസിച്ച് പുതിയ സാഹചര്യങ്ങളുമായി പൊരുത്തപ്പെട്ടു.

അവൾ അനുകമ്പയുള്ള ഈ മനുഷ്യരോടൊപ്പം നാലുദിവസം താമസി ച്ചിരുന്നു. മൂന്നാം ദിവസം എത്തിയപ്പോൾ അവരോട് തുടർച്ചയായി കള്ളം പറഞ്ഞുകൊണ്ടിരിക്കുന്നത് സഹിക്കാൻ അവൾക്ക് കഴിഞ്ഞിരുന്നില്ല. മല യായിൽ സംഭവിച്ചത് എന്തായിരുന്നെന്ന് അവൾ റോസ് സോയറോടും അവളുടെ അമ്മയോടും പറഞ്ഞു. എന്തുകൊണ്ടാണ് അവൾ ജോ ഹാർമാനെ അന്വേഷിക്കുന്നതെന്ന് അവൾ വിശദീകരിച്ചു. ഈ കഥ പറഞ്ഞു പരത്തരുതെന്ന് അവൾ യാചിച്ചു. ഇത് പത്രങ്ങളിൽ വാർത്ത യാകുമെന്ന് അവൾക്ക് അങ്ങേയറ്റത്തെ ഭയം തോന്നിയിരുന്നു. അവർ അവളുടെ ആവശ്യം അംഗീകരിച്ചു. പക്ഷേ, മിസ്റ്റർ സോയർ ഓഫീ സിൽനിന്ന് വീട്ടിലെത്തുമ്പോൾ അയാളോട് വീണ്ടും ഈ കഥ പറയണ മെന്ന് അവർ അവളോട് ആവശ്യപ്പെട്ടു.

മിസ്റ്റർ സോയർക്ക് അന്ന് വൈകിട്ട് അവൾക്ക് സ്വകാര്യതാ ല്പര്യമുള്ള ഒരുപാട് കാര്യങ്ങൾ അവളോട് പറയാൻ ഉണ്ടായിരുന്നു "ജോ ഹാർമാൻ ഒരുപക്ഷേ, അവിടെ ഒരു നല്ല കാര്യത്തിന് എത്തിയ തായിരിക്കും." അയാൾ പറഞ്ഞു. "ഉൾക്കടൽ പ്രദേശങ്ങൾ ഇപ്പോൾ വളരെ ന്യായമായി പ്രവർത്തിക്കുന്നില്ല. പക്ഷേ, അയാൾ ചെറുപ്പമാണ്. ആസ്ട്രേലിയയിൽ വളരെപ്പെട്ടെന്ന് കാര്യങ്ങൾ സംഭവിക്കാറുണ്ട്. ഇരു പതുകൊല്ലം മുമ്പ് ഈ പട്ടണം ഒന്നുമായിരുന്നില്ല. ഇപ്പോൾ ഇതൊന്ന് കണ്ടുനോക്കൂ! ഉൾക്കടൽ പ്രദേശങ്ങൾക്ക് അവയുടെ അനുഗ്രഹമായി ഒരു കാര്യം പൊതുവായിയുണ്ട്. അത് മഴയത്ത് ഇവിടെ ഒരുവർഷം ഞങ്ങൾക്ക് ആറോ ഏഴോ ഇഞ്ച് മഴ ലഭിക്കും. ലണ്ടനിൽ ലഭിക്കുന്ന തിന്റെ ഏകദേശം കാൽഭാഗം മഴ. ജോ ഹാർമാൻ ഉള്ള സ്ഥലത്ത് അവർക്ക് ഒരുപക്ഷേ, മുപ്പത് ഇഞ്ച് ലഭിക്കാൻ സാദ്ധ്യത ഉണ്ട്. അതാ യത് ഇംഗ്ലണ്ടിനെക്കാൾ കൂടുതൽ മഴ."

അയാൾ പൈപ്പിൽനിന്നും പുകവലിച്ചെടുത്തു. "നിങ്ങൾ ഒരുകാര്യം ശ്രദ്ധിക്കണം." അവൾ പറഞ്ഞു. അത് അവർക്ക് വലിയ ഗുണമൊന്നും ചെയ്യുന്നില്ല. വലിയതോതിലുള്ള മഴകൊണ്ട് അവർക്ക് പ്രയോ ജനമൊന്നും ഇല്ല. കാരണം ഈ മഴ മുഴുവൻ പെയ്യുന്നത് രണ്ട് മാസ ത്തിനുള്ളിൽ ആണ്. എന്നിട്ട് വെള്ളം മുഴുവൻ കടലിലേക്ക് ഒഴുകിപ്പോ കുന്നു. അത് നിങ്ങൾക്ക് ഇംഗ്ലണ്ടിൽ കിട്ടുന്ന മഴപോലെ വർഷം മുഴു വൻ നീണ്ടുനില്ക്കുന്നില്ല. കഴിഞ്ഞ വർഷം ഞാൻ നാട്ടിൽനിന്നുള്ള ഒരു ചങ്ങാതിയെ കണ്ടുമുട്ടിയിരുന്നു. അയാൾ പറഞ്ഞത് നിങ്ങൾക്ക് ഓരോ നദികളിലും ഓരോ മൂന്നു മൈൽ ദൂരത്തിലും ഓരോ ചിറകൾ ഉണ്ടായിരിക്കു മെന്നാണ്. അതാണ് ആസ്ട്രേലിയായിൽ ഇല്ലാത്ത കാര്യം. തടാകങ്ങ ളിലെ വെള്ളത്തിന്റെ സംരക്ഷണം അല്ലെങ്കിൽ സംഭരണം. അതിൽ അവർ കുറച്ചൊക്കെ കാര്യങ്ങൾ ചെയ്യുന്നുണ്ട്. പക്ഷേ, വേണ്ടത്ര ചെയ്യുന്നില്ല."

സോയറിന്റെ കുടുംബത്തോടൊപ്പം ചെലവഴിച്ച ദിവസങ്ങളിൽ റോസ് സോയറുടെ ഇതുവരെ ഗൗരവം കൈവരിച്ചിട്ടില്ലാത്ത പ്രണയക ഥയെ പറ്റി ജീൻ നിശ്ചയമായും കേട്ടിരുന്നു. അത് ഒരു റോഡ് നിർമ്മി

ക്കാൻ അവസരം കിട്ടിയാൽ റോഡ് നിർമ്മിക്കുന്ന മിസ്റ്റർ ബില്ലി വേക്ക്‌ലിങ്ങിനെ കേന്ദ്രീകരിച്ചുകൊണ്ട് ആയിരുന്നു. "അയാൾ യുദ്ധത്തിൽ അങ്ങേയറ്റം മെച്ചപ്പെട്ടരീതിയിൽ പ്രവർത്തിച്ചു." റോസ് സോയർ ജീനി നോട് പറഞ്ഞു. "ഇരുപത്തിമൂന്ന് വയസ്സ് ഉള്ളപ്പോൾ അയാൾ ക്യാപ്റ്റൻ ആയിരുന്നു. പക്ഷേ, അയാൾക്ക് നിങ്ങളുടെ ജോ ഹാർമാനുമായി താര തമ്യപ്പെടുത്താൻ ഒന്നുംതന്നെ ഇല്ല. എനിക്കുവേണ്ടി അയാളെ ഇതുവരെ കുരിശിലേറ്റിയിട്ടില്ല..."

"ഞാൻ ജോ ഹാർമാനുമായി പ്രണയത്തിലല്ല." ജീൻ അല്പം അന്തസ്സോടെ പറഞ്ഞു. "എനിക്ക് അയാൾക്ക് കുഴപ്പമില്ലെന്ന് മാത്രം മന സ്സിലാക്കിയാൽ മതി."

റോസ് ചുറ്റുവട്ടത്ത് അവൾക്ക് യോജിച്ച ഒരു ജോലിക്ക് വേണ്ടി ഇപ്പോഴും അന്വേഷിക്കുന്നുണ്ടായിരുന്നു.

"എനിക്ക് കട ഇഷ്ടമാണ്." അവൾ പറഞ്ഞു. "എനിക്ക് എന്നെങ്കിലും നിങ്ങൾ ചെയ്യുന്നതുപോലെ ഷോർട്ട്ഹാന്റ് എഴുതാൻ കഴിഞ്ഞിരുന്നില്ല. ഞാൻ ഒരു കട ഏറക്കുറെ ഇഷ്ടപ്പെടുന്നുണ്ട്. പക്ഷേ, ഒരു വസ്ത്രക്കട എത്രമാത്രം ഇഷ്ടപ്പെടുമെന്ന് എനിക്ക് അറിയില്ല. ഒരു വേഷം അണി ഞ്ഞുകാണുന്നതുവരെ ഒരാൾക്ക് ഏത് വേഷം യോജിക്കും എന്ന് എനിക്ക് ഒരിക്കലും പറയാൻ കഴിയില്ല. ഞാൻ ഒരു വസ്ത്രം രൂപകല്പന ചെയ്യു മെന്ന് ഒരുകാലത്തും വിചാരിച്ചിട്ടില്ല. ഞാൻ ഒരു പാൽക്കട നടത്താൻ ഇഷ്ടപ്പെടും. അതാണ് ഞാൻ ഇഷ്ടപ്പെടുന്നത്. അത് എപ്പോഴും ഒരുപോലെ രസമായിരിക്കും എന്ന് ഉറപ്പാണ് — ഒരു പാലുകട നടത്തിപ്പ്.."

ജീൻ മിസ്റ്റർ സോയറെ ബാങ്കിൽ അയാളുടെ ജോലിസ്ഥലത്ത് സന്ദർശനം നടത്തി. അവൾ അവിടെനിന്ന് പോയതിനുശേഷം എന്തെങ്കിലും നിക്ഷേപം അവളുടെ പേരിൽ വരുകയാണെങ്കിൽ അത് വിൽസ്ടൗണിലെ അവളുടെ അക്കൗണ്ടിലേക്ക് മാറ്റാനുള്ള ക്രമീകരണം ചെയ്തു. അവൾ തിങ്കളാഴ്ച രാവിലെ ദുഃഖത്തോടെ ആലിസ് സ്പ്രിങ്‌സി നോട് വിടപറഞ്ഞു. സോയറിന്റെ വീട്ടുകാർക്കും മക്ലീനിന്റെ വീട്ടു കാർക്കും. അവളോട് വിടപറയാൻ വിഷമം ഉണ്ടായിരുന്നു

അവൾ അന്ന് പകൽ മുഴുവൻ ഒരു വിമാനത്തിൽ പറക്കുകയായി രുന്നു. അത് അവളെ സംബന്ധിച്ചിടത്തോളം വളരെ വിജ്ഞാനപ്രദമായ ഒരു ദിവസം ആയിരുന്നു. വിമാനം നേരിട്ട് ക്ലോൺകറിയിലേക്ക് പോയി രുന്നില്ല. അത് മദ്ധ്യ ആസ്ട്രേലിയയിലെ തരിശുഭൂമിയുടെ മുകളിലൂടെ അങ്ങോട്ടും ഇങ്ങോട്ടും വളഞ്ഞുപുളഞ്ഞു പറന്നുനടന്ന് തപാൽ ഉരുപ്പ ടികൾ നിറച്ച ചെറിയ സഞ്ചികൾ കന്നുകാലി വളർത്തൽ കേന്ദ്രങ്ങളിൽ ഏല്പിച്ചിട്ട് അവിടെനിന്ന് യാത്രക്കാരെയും കന്നുകാലി സംരക്ഷകരെയും കയറ്റി നൂറോ നൂറ്റിഅൻപതോ മൈൽ ദുരെയുള്ള മറ്റുകേന്ദ്രങ്ങളിൽ ഇറ ക്കിവിട്ടുകൊണ്ട് കറങ്ങിനടക്കുകയായിരുന്നു. ഒരുദിവസം അവർ എട്ടോ പത്തോ പ്രാവശ്യം എമ്മാറൂവിലും ഹച്ചസ്ക്രീക്കിലും കുറുണ്ടിയിലും റോക്ക് ഹാംപ്ടൺ ഡൗൺസിലും എന്നല്ല മറ്റുപല കേന്ദ്രങ്ങളിലും

ഇറങ്ങി ഒരു കപ്പ് ചായ കുടിച്ച് അവിടുത്തെ ഉടമസ്ഥനോടോ നടത്തിപ്പു കാരനോടോ വെടിപറഞ്ഞതിനുശേഷം വിമാനത്തിൽക്കയറി തോന്നിയ വഴിക്ക് പറന്നുപോയിരുന്നു. പകൽ അവസാനിക്കാറായപ്പോൾ ജീൻ പാഗ റ്റിന് ഒരു കന്നുകാലി സംരക്ഷണ കേന്ദ്രത്തിന്റെ സ്ഥലം കാഴ്ചയിൽ എങ്ങനെ ആയിരിക്കുമെന്ന് കൃത്യമായി അറിയാമായിരുന്നു. അവിടെ എന്താണ് നടക്കുന്നതെന്നതിനെപ്പറ്റി ആ സമയംകൊണ്ട് അവൾക്ക് വളരെ തൃപ്തികരമായ ഒരു അറിവ് ലഭിച്ചുതുടങ്ങിയിരുന്നു

അവർ ടൗൺവിൽ പട്ടണത്തിലെ കടൽത്തീരത്തെ ലക്ഷ്യമാക്കി ക്കൊണ്ട് കിഴക്കോട്ട് പോയിരുന്ന റെയിൽപ്പാതയുടെ വഴിയിലുള്ള സാമാന്യം വിശാലമായ പട്ടണം ആയിരുന്ന ക്ലോൺകറിയിൽ സന്ധ്യ യോടെ എത്തിച്ചേർന്നു. ഇവിടെ എത്തിയപ്പോൾ അവൾ ക്വീൻസ് ലാന്റിൽ പ്രവേശിച്ചുകഴിഞ്ഞിരുന്നു. ഉടൻതന്നെ ജോ ഹാർമാനെപ്പറ്റി യുള്ള ഓർമ്മകളിലേക്ക് കൂട്ടിക്കൊണ്ടുപോകുന്ന ക്വീൻസ്ലാന്റുകാരന്റെ സാവധാനമുള്ള ഔപചാരികമായ സംസാരം ആദ്യമായി അവളുടെ ചെവി യിൽ വീണു. അവളെ ഒരു വളരെ പഴയ കാറിൽ പട്ടണത്തിൽ എത്തിച്ച് പോസ്റ്റ് ഓഫീസ് ഹോട്ടലിൽ ഇറക്കിവിടുകയായിരുന്നു. അവൾക്ക് ഒരു കിടക്കമുറി കിട്ടി. പക്ഷേ, ചായ തീർന്നുപോയിരുന്നു. അവൾക്ക് പൊടി നിറഞ്ഞ വിശാലമായ പ്രധാനവഴിയിലൂടെ വൈകുന്നേരത്തെ ഭക്ഷണ ത്തിനുവേണ്ടി ഒരു കാപ്പിക്കടയിലേക്ക് പോകേണ്ടിവന്നിരുന്നു. ക്ലോൺക റിക്ക് ആലിസ് സ്പ്രിങ്സിന്റെ വൃത്തിയുടെ പകിട്ട് അല്പംപോലും ഇല്ലെന്ന് അവൾ മനസ്സിലാക്കി. അത് കന്നുകാലികളുടെ മണമുള്ള വിശാ ലമായ വഴികൾ നിറഞ്ഞ ഒരു പട്ടണം ആയിരുന്നു. ഈ വഴികൾ ഏതാനും കടകളിലേക്കും പല പല ഹോട്ടലുകളിലേക്കും കന്നുകാലി കളുടെ പറമ്പുകളിലേക്കും കന്നുകാലിക്കൂട്ടത്തെ തെളിച്ചുകൊണ്ടുപോ കാൻ വേണ്ടി വിശാലമായി നിർമ്മിച്ചിരുന്നു. എല്ലാ വീടുകൾക്കും ചുവന്ന നിറം പൂശിയ ചുളിഞ്ഞ തകിടുകൾകൊണ്ടുള്ള മേൽക്കുരകൾ ഉണ്ടായി രുന്നു. എല്ലാ വീടുകളും തടികൊണ്ടാണ് നിർമ്മിച്ചിരുന്നത്. ഹോട്ടലു കൾക്ക് രണ്ടുനിലകൾ ഉണ്ടായിരുന്നു. പക്ഷേ, ബംഗ്ലാവുകളേക്കാൾ കൂടു തൽ വലിപ്പമുള്ള വീടുകൾ വിരളമായിരുന്നു.

അവൾക്ക് ഒരാഴ്ച ഇവിടെ ചെലവഴിക്കേണ്ടി വന്നിരുന്നു. കാരണം നോർമാൻടണിലേക്കും വിൽസ് ടൗണിലേക്കും വിമാനം ഉണ്ടായിരുന്നത്. ആഴ്ചയിലൊരിക്കൽ ബുധനാഴ്ച ദിവസം മാത്രമായിരുന്നു. അവൾ പ്രഭാത ഭക്ഷണത്തിനുശേഷം പുറത്തിറങ്ങി വളരെ വലിയ പ്രധാനവഴി യിലൂടെ പട്ടണം അവസാനിക്കുന്നതുവരെ നടന്നു. അതിന് അരമണി ക്കൂർ സമയം വേണ്ടിവന്നിരുന്നു. പിന്നീട് അവൾ ആ വഴിയിലൂടെ പട്ട ണത്തിന്റെ മറ്റേ അറ്റത്ത് എത്തുന്നതുവരെയുള്ള കാൽമെൽ ദൂരം ഇറക്കം തുടങ്ങി. അതിനുശേഷം വിമാനത്താവളം നേരത്തെതന്നെ കണ്ടി രുന്നതുകൊണ്ട് അവൾ റെയിൽവെ സ്റ്റേഷൻ കാണാൻവേണ്ടി പോയി രുന്നു. അതോടെ ക്ലോൺകറിയിലെ കാഴ്ചകൾ മുഴുവൻ അവളെ സംബ

ഡിച്ചിടത്തോളം തീർന്നുപോയിരുന്നു. അവൾ കളിപ്പാട്ടങ്ങളും വാർത്താ പത്രങ്ങളും വില്ക്കുന്ന ഒരു കട പരിശോധിച്ചുനോക്കി. പക്ഷേ, വായന യ്ക്കുള്ള എല്ലാ സാധനങ്ങളും വിറ്റുതീർന്നിരുന്നു. ഏതാനും വസ്ത്ര നിർമ്മാണം സംബന്ധിച്ചുള്ള ആനുകാലികങ്ങൾ മാത്രമാണ് അവശേ ഷിച്ചിരുന്നത്. പകലിന് ചൂടുപിടിക്കാൻ തുടങ്ങിയിരുന്നതുകൊണ്ട് അവൾ ഹോട്ടലിലേക്ക് തിരിച്ചുപോയി. അവൾക്ക് ഹോട്ടലിന്റെ നടത്തിപ്പുകാരി യുടെ പക്കൽനിന്നും ആസ്ട്രേലിയയിലെ സ്ത്രീകൾക്കുവേണ്ടിയുള്ള ഒരു മാസിക കടം വാങ്ങി അവളുടെ മുറിയിൽ കൊണ്ടുവരാൻ കഴി ഞ്ഞിരുന്നു. അതിനുശേഷം വിയർപ്പ് വറ്റാൻവേണ്ടി ചുട്ടുപൊള്ളുന്ന പക ലിൽ ഏറക്കുറെ മിക്കവസ്ത്രങ്ങളും ഊരിമാറ്റിയതിനുശേഷം അവൾ സ്വന്തം കിടക്കയിൽ അഭയം കണ്ടെത്തി. ക്ലോൺകറിയിലെ മറ്റ് നഗര വാസികളും ഇതേകാര്യം ചെയ്തുകൊണ്ടിരിക്കുകയാണെന്ന് തോന്നു ന്നുണ്ടായിരുന്നു.

അവൾ ചായയ്ക്ക് അല്പംമുമ്പ് ഉണർന്ന് കുളികഴിഞ്ഞ് ഒരു ഐസ്ക്രീം സോഡാ കഴിക്കാൻവേണ്ടി പുറത്തുപോയിരുന്നു. ക്വീൻസ് ലാന്റുകാർ 'ചായ' എന്ന് വിളിക്കുന്ന വറുത്ത മാട്ടിറച്ചിയും മധുര പല ഹാരവും ഉൾപ്പെടെയുള്ള ഭാരിച്ചഭക്ഷണത്തിനുശേഷം അവൾ അല്പ സമയം ഒരു തട്ടുകസേരയിൽ വിശ്രമിച്ചു. അങ്ങനെ എട്ടുമണിയോടെ വീണ്ടും അവൾ കിടക്കയിലേക്ക് പോയി.

നേരം പുലരുന്നതിനുമുമ്പ് അവൾ ഉണർന്നിട്ടുണ്ടായിരുന്നു. ആദ്യ വെളിച്ചത്തിൽ അവൾ വിമാനത്താവളത്തിൽ എത്തിയിരുന്നു. ഈ പ്രാവ ശ്യത്തെ വിമാനം കഴിഞ്ഞ വിമാനയാത്രയിലെ പോലെ കനോബി, വാൻഡുലാ, മിൽഗാറാ തുടങ്ങിയ കന്നുകാലി സംരക്ഷണ കേന്ദ്രങ്ങളി ലൂടെയെല്ലാം ചുറ്റിക്കറങ്ങിയിരുന്ന ഒരു പഴയ വിമാനം ആയിരുന്നു. നാലോ അഞ്ചോ പ്രാവശ്യം നിലത്തിറങ്ങിയതിനുശേഷം ഉച്ചയോടെ അവർ കട ലിന്റെ മുകളിലൂടെ പറന്ന് കടലോരത്തെ വിജനമായ ഒരു ചതുപ്പ് പ്രദേ ശത്ത് എത്തി. അല്പസമയത്തിനുശേഷം അവർ നോർമാൻടണിൽ വിമാനം ഇറങ്ങി. അരമണിക്കൂർ കഴിഞ്ഞ് അവർ വീണ്ടും ആകാശത്തിൽ ആയിരുന്നു. ഒരു കേന്ദ്രത്തിൽക്കൂടി ഇറങ്ങി അവിടുത്തെ മാനേജരുടെ ഭാര്യയുടെ കൂടെ സംസാരവും ചായ കുടിയും കഴിഞ്ഞ് അവർ വിൽസ്ടൗ ണിലേക്കുള്ള അവസാന പറക്കലിനുവേണ്ടി പുറപ്പെട്ടു.

വൈകുന്നേരത്തോടെ അവർ അവിടെ എത്തിച്ചേർന്നു. വിമാനം ഇറ ങ്ങാൻ വേണ്ടി ചുറ്റിത്തിരിഞ്ഞുകൊണ്ടിരുന്നപ്പോൾ ജീനിന് ആ സ്ഥല ത്തിന്റെ ഒരു വിഹഗവീക്ഷണം ലഭിച്ചിരുന്നു. ആ പ്രദേശത്ത് പശമര ങ്ങൾ തിങ്ങിനിറഞ്ഞ് നില്ക്കുന്നുണ്ടായിരുന്നു. ഒരുവിധം പച്ചനിറം ഉണ്ടാ യിരുന്നു. പട്ടണത്തിന് മൂന്നു മൈൽ താഴെയായി ഗിൽബർട്ട് നദി കടലി ലേക്ക് ഒഴുകിയിറങ്ങിയിരുന്നു. അതിൽ എല്ലാസമയത്തും വിൽസ്ടൗൺ വരെയും അതുകഴിഞ്ഞും ആഴത്തിൽ വെള്ളം ഉണ്ടായിരുന്നതുകൊണ്ട് തടികൊണ്ടുള്ള കടവും കടന്ന് ഗിൽബർട്ട് നദി ഒഴുകുന്നത് കണ്ണിൽനിന്ന്

അപ്രത്യക്ഷമാകുന്നതുവരെ അവൾക്ക് കാണാൻ കഴിഞ്ഞിരുന്നു. എന്താ
യാലും മറ്റുള്ള എല്ലാ പുഴകളും വരണ്ടുകിടക്കുകയാണെന്ന് തോന്നുന്നു
ണ്ടായിരുന്നു.

പട്ടണത്തിൽ പരസ്പരം കുറുകെക്കടന്നുപോകുന്ന കല്ലുപാകാത്ത
രണ്ട് പ്രധാന തെരുവുകളിലായി ചിതറിക്കിടക്കുന്ന ഏകദേശം മുപ്പതു
കെട്ടിടങ്ങൾ ഉണ്ടായിരുന്നു. അവൾ പിന്നീട് ഹോട്ടൽ ആണെന്ന് തിരിച്ച
റിഞ്ഞ ഒരേയൊരു കെട്ടിടത്തിന് മാത്രമാണ് രണ്ട് നിലകൾ ഉണ്ടായിരു
ന്നത്. പട്ടണത്തിൽനിന്ന് പ്രദേശത്തിന്റെ വിവിധഭാഗങ്ങളിലേക്ക് വൃത്തി
ഹീനമായ വഴികൾ പോകുന്നുണ്ടായിരുന്നു. ഇത്രയും കാര്യങ്ങളും
കൂടാതെ ഒരു മൈൽദൂരം നീണ്ടുകിടക്കുന്ന മൂന്ന് ടാറിട്ട വലിയ റൺവേ
കളുള്ള രാജ്യരക്ഷയ്ക്കുവേണ്ടി യുദ്ധസമയത്ത് നിർമ്മിച്ച ഉജ്ജ്വലമായ
വിമാനത്താവളം മാത്രമായിരുന്നു വിൽസ് ടൗണിന്റെ ഭാഗമായി ഒരാൾക്ക്
കാണാൻ കഴിഞ്ഞിരുന്നത്.

അവർ ഈ വലിയ റൺവേകളിൽ ഒരെണ്ണത്തിൽ നിലംതൊട്ടു.
റൺവേകൾ അന്യോന്യം കുറുകെക്കടക്കുന്നതിനടുത്ത് നിർത്തിയിട്ടിരുന്ന
ലോറിയുടെ അടുത്തേക്ക് അവരെ ഒരു ടാക്സിയിലാണ് കൊണ്ടുപോ
യിരുന്നത്. ഈ ലോറിയിൽ രണ്ട് പെട്രോൾ വീപ്പകളും വീണ്ടും ഇന്ധനം
നിറയ്ക്കാൻ വേണ്ടിയുള്ള ഒരു പറമ്പും കയറ്റിയിട്ടുണ്ടായിരുന്നു. പൈലറ്റ്
അയാളുടെ മുറിയിൽനിന്ന് പുറത്തേക്ക് വന്നപ്പോൾ ജീനിനോട് ചോദിച്ചു.
"മിസ് പാഗറ്റ്, നിങ്ങൾ ഇവിടെയാണോ ഇറങ്ങുന്നത്? നിങ്ങളെ കാണാൻ
വേണ്ടി ആരെങ്കിലും എത്തിയിട്ടുണ്ടോ?"

അവൾ തലകുലുക്കി. "ഈ ജില്ലയിലെ കന്നുകാലി സംരക്ഷണ
കേന്ദ്രങ്ങളിൽ ഒന്നിൽ താമസിക്കുന്ന ഒരു മനുഷ്യനെ കാണാൻ ഞാൻ
ആഗ്രഹിക്കുന്നു. എനിക്ക് ഹോട്ടലിൽ പോകേണ്ടിവരും എന്നാണ് ഞാൻ
ആലോചിക്കുന്നത്."

"അത് ആരാണ്? അവിടെ ആ ലോറിയിൽ ഇരിക്കുന്ന ഇന്ധനക്ക
മ്പനിയുടെ പ്രതിനിധിയായ ആൽബേൺസിന് ഇവിടെയുള്ള എല്ലാവ
രെയും പരിചയമുണ്ട്."

അവൾ പറഞ്ഞു. "ഓ! അത് ഒരു നല്ല അറിവാണ്. എനിക്ക് ജോ
ഹാർമാനെ കാണണം. അയാൾ മിഡ് ഹസ്റ്റിലെ കാലിവളർത്തൽ കേന്ദ്ര
ത്തിന്റെ നടത്തിപ്പുകാരനാണ്."

അവർ ഒന്നിച്ച് വിമാനത്തിൽ നിന്ന് പുറത്തിറങ്ങി. "ആൽബേൺസ്,
വിമാനത്തിന് നാല്പത് ഗാലൻ വേണ്ടിവരും. ഞാൻ ഇന്ധനം ഒന്ന് പരി
ശോധിക്കട്ടെ. ജോ ഹാർമാൻ പട്ടണത്തിൽ ഉണ്ടോ?" പൈലറ്റ് ചോദിച്ചു.

"ജോ ഹാർമാനോ?" ലോറിയിലെ മനുഷ്യൻ ചോദിച്ചു. അയാൾ
ഇരുണ്ട മുടിയുള്ള ഏറക്കുറെ നാല്പത് വയസ്സ് തോന്നിക്കുന്ന ഒരു
മെലിഞ്ഞ മനുഷ്യൻ ആയിരുന്നു. "ജോ ഹാർമാൻ ഇംഗ്ലണ്ടിൽ ആണ്.
അയാൾ അവിടെ അവധിക്കാലം ചെലവഴിക്കാൻ പോയിരിക്കുകയാണ്."

ജീൻ കണ്ണുമിഴിച്ച് നോക്കി. അവൾ അവളുടെ ചിന്തകൾ സമാഹരി

ച്ചെടുക്കാൻ പരിശ്രമിച്ചു. ജോ ഹാർമാൻ അയാളുടെ സ്ഥലത്താണെന്നോ അല്ലെങ്കിൽ അയാൾ ക്രെയിൻസിലോ ടൗൺസ് വില്ലിലോ പോയിരിക്കു കയാണെന്നോ കേൾക്കാൻ അവൾ തയ്യാറായിരുന്നു. പക്ഷേ, അയാൾ ഇംഗ്ലണ്ടിലാണെന്ന് കേൾക്കുന്നത് ബുദ്ധിമുട്ടായിരുന്നു. ഒരു നിമിഷം അവൾ പതറിപ്പോയിരുന്നു. അതിനുശേഷം അവൾ ആഗ്രഹിച്ചത് ചിരി ക്കാൻ ആയിരുന്നു. ആളുകൾ ജിജ്ഞാസയോടെ അവളെ ഈ സമയത്ത് നോക്കുന്നുണ്ടായിരുന്നെന്ന് അവൾക്ക് ബോദ്ധ്യപ്പെട്ടിരുന്നു. "ഞാൻ വരു ന്നുണ്ടെന്ന് അയാൾക്ക് കമ്പി അടിച്ചിരുന്നു." അവൾ ഒന്നും ആലോചി ക്കാതെ പറഞ്ഞു. "അത് അയാൾക്ക് കിട്ടിക്കാണില്ലെന്നാണ് എനിക്ക് തോന്നുന്നത്."

"കിട്ടിക്കാണില്ല." ആൽബേൺസ് സാവധാനം പറഞ്ഞു. "നിങ്ങൾ അത് അയച്ചത് എന്നായിരുന്നു?"

"ആലിസ് സ്പ്രിങ്സിൽനിന്ന് നാലഞ്ചുദിവസം മുമ്പാണ് അയച്ചത്."

"അയാൾക്ക് അത് കിട്ടിക്കാണില്ല. ഒരുപക്ഷേ, അത് മിഡ്ഹസ്റ്റിലെ കേന്ദ്രത്തിലുള്ള ജിംലനന്റെ കൈയിൽ കിട്ടിക്കാണും."

"അതാണ് സത്യം അല്ലേ?" പൈലറ്റ് ചോദിച്ചു. "അയാൾ ഇംഗ്ല ണ്ടിൽ പോയിക്കാണും? അല്ലേ?"

"അയാൾ ഒരു മാസം മുമ്പ് പോയി." ആൽബേൺസ് പറഞ്ഞു. "ഒക്ടോബർ അവസാനത്തോടെ അയാൾ തിരിച്ചുവരുമെന്നാണ് കഴിഞ്ഞ രാത്രിയിൽ ജിംലനൻ പറഞ്ഞത്."

പൈലറ്റ് ജീനിനെ നോക്കി. "മിസ് പാഗറ്റ് എന്താണ് ചെയ്യാൻ പോകുന്നത്? ഇപ്പോൾ ഇവിടെ താമസിക്കാൻ നിങ്ങൾക്ക് ആഗ്രഹം ഉണ്ടോ? ഇത് ഒരു വലിയ സ്ഥലം ഒന്നുമല്ല. അത് നിങ്ങൾക്ക് അറിയാം."

അവൾ ആലോചനയോടെ ചുണ്ടുകടിച്ചു. "നിങ്ങൾ എപ്പോഴാണ് പറക്കാൻ പോകുന്നത്?" അവൾ ചോദിച്ചു. "നിങ്ങൾ ക്ലോൺകറിയിലേക്ക് തിരിച്ചുപോകുകയാണോ?"

"അത് ശരിയാണ്." അയാൾ മറുപടി പറഞ്ഞു. "ഞങ്ങൾ തിരിച്ചു പോകുന്നത് നോർമൻ ടണിലേക്കാണ്. രാത്രിയിൽ അവിടെ നിർത്തും. നാളെ രാവിലെ തിരിച്ച് ക്ലോൺകറിയിലേക്ക് പോകും? ആൽബേൺസ് വിമാനത്തിൽ ഇന്ധനം നിറച്ചുകൊണ്ടിരിക്കുമ്പോൾ ഞാൻ പട്ടണം വരെ ഒന്നുപോകുന്നു. അരമണിക്കൂറിനുള്ളിൽ പറക്കും."

അവൾ പോകാൻ ആഗ്രഹിച്ചിരുന്ന അവസാനത്തെ സ്ഥലം ക്ലോൺകറി ആയിരുന്നു. "എനിക്ക് ഇതിനെപ്പറ്റി ആലോചിക്കേണ്ടിയിരി ക്കുന്നു." അവൾ പറഞ്ഞു. "എനിക്ക് ജോ ഹാർമാനെ കാണുന്നതുവരെ ആസ്ട്രേലിയയിൽ താമസിക്കേണ്ടിവരും." ക്യാൻസ് താമസിക്കാൻ പറ്റിയ സ്ഥലമാണ്. അല്ലേ?"

"ക്യാൻസ് ഒന്നാംതരം പട്ടണം. ആണ്." അയാൾ പറഞ്ഞു. ടൗൺസ്‌വില്ലും നല്ല പട്ടണം ആണ്. മിസ് പാഗറ്റിന് ആറോ എട്ടോ ആഴ്ച കാത്തുനില്ക്കേണ്ടിവരുമെന്ന് ഉണ്ടെങ്കിൽ നിങ്ങൾ ഇവിടെ കാത്തുനി

ല്ക്കാമെന്ന് വിചാരിക്കരുത്."

"എനിക്ക് എങ്ങനെ ക്യാൻസിൽ എത്താൻ പറ്റും?" അവൾ ചോദിച്ചു.

"പറഞ്ഞുതരാം." അയാൾ പറഞ്ഞു. "നിങ്ങൾക്ക് എന്റെകൂടെ ക്ലോൺകറിയിലേക്ക് വരാൻ കഴിയും. അവിടെനിന്ന് ട്രെയിനിൽ ടൗൺസ്‌വിൽ വഴി ക്യാൻസ് വരെ പോകാൻ പറ്റും. ട്രെയിൻ എത്രസ മയം എടുക്കുമെന്ന് എനിക്ക് കൃത്യമായി അറിയില്ല. നിശ്ചയമായും അത് അറുന്നൂറ് മൈലിനും എഴുന്നൂറുമൈലിനും ഇടയിൽ ആയിരിക്കും. അല്ലെ ങ്കിൽ ഈ ആഴ്ചയിൽ നിങ്ങൾക്ക് ഇവിടെ ബുധനാഴ്ച വരെ കാത്തുനി ല്ക്കാൻ കഴിയുമെങ്കിൽ ഏകദേശം രണ്ടരമണിക്കൂർ കൊണ്ട് നിങ്ങൾക്ക് ക്യാൻസിൽ എത്താൻ പറ്റും."

"ക്ലോൺകറിയിൽ നിന്ന് ക്യാൻസിലേക്ക് ട്രെയിനിൽ പോകാൻ എന്ത് സമയം വേണ്ടിവരും?"

"അതിനെപ്പറ്റി എനിക്ക് അറിയില്ല. അവർ എല്ലാദിവസവും ടൗൺസ്‌വില്ലിൽനിന്ന് ക്യാൻസിൽ പോകുന്നുണ്ടെന്ന് ഞാൻ വിചാരിക്കു ന്നില്ല. പക്ഷേ, സത്യത്തിൽ എനിക്ക് ഉറപ്പില്ല. നിങ്ങൾക്ക് ട്രെയിൻ യാത്രയ്ക്കുവേണ്ടി മൂന്ന് ദിവസം അനുവദിക്കേണ്ടിവരും." അയാൾ അല്പസമയം സംസാരിച്ചില്ല. "തീർച്ചയായും ഏറ്റവും നല്ല വഴി ക്ലോൺക റിയിൽനിന്ന് ടൗൺസ് വില്ലിലേക്കും അവിടെ ക്യാൻസിലേക്കും പറക്കു ന്നതായിരിക്കും."

"അത് എനിക്ക് അറിയാം." ഈ വലിയ ദൂരങ്ങൾ പറക്കുന്നതിന്റെ ചെലവിനെപ്പറ്റി അവൾ കൂടുതൽ ഉൽക്കണ്ഠ കാണിച്ചു തുടങ്ങിയിരു ന്നു. പക്ഷേ, ആളൊഴിഞ്ഞ പ്രദേശത്തുകൂടിയുള്ള ട്രെയിനിൽ പൊള്ളുന്ന ചൂട് സഹിച്ചുകൊണ്ടുള്ള മൂന്നുദിവസത്തെ യാത്ര സാമാന്യം അസ്വഹ നീയമായിരുന്നു. "ഇവിടെ താമസിച്ചിട്ട് അടുത്ത ആഴ്ച വിമാനത്തിൽ പോകുന്നതിന് ചെലവ് കുറവായിരിക്കും. ആയിരിക്കില്ലേ?"

പൈലറ്റ് പറഞ്ഞു. "വളരെ കുറവ് ആയിരിക്കും. ഇവിടെനിന്ന് ക്യാൻസിൽ എത്താൻ നിങ്ങൾക്ക് പത്ത് പൗണ്ടും പതിനഞ്ച് ഷില്ലിങ്ങും ചെലവുണ്ട്. ക്ലോൺകറിയിലേക്ക് തിരിച്ചു പറന്നിട്ട് അതിനുശേഷം ടൗൺസ് വില്ലിലേക്കും ക്യാൻസിലേക്കും പറക്കാൻ ഏതാണ്ട് മുപ്പത് പൗണ്ട് വേണ്ടിവരും."

"ഇവിടെയുള്ള ഹോട്ടലിൽ ചെലവ് കുറവാണെന്നാണ് ഞാൻ വിശ്വ സിക്കുന്നത്. അങ്ങനെ അല്ലേ?"

"ഒരു ദിവസം ഏതാണ്ട് പന്ത്രണ്ടും ആറും. ഞാൻ അങ്ങനെയാണ് വിചാരിക്കുന്നത്." അയാൾ ഇന്ധനത്തിന്റെ പ്രതിനിധിയുടെ നേർക്ക് തിരിഞ്ഞു. അയാൾ ഇന്ധനം നിറയ്ക്കുന്നതിൽ ശ്രദ്ധിക്കുകയായിരുന്നു. "ആൽബേൺസ് എത്രയ്യാണ് മിസിസ്സ് കോണോർ ചാർജ് ചെയ്യുന്നത്?"

"പത്തും ആറും."

ജീൻ പെട്ടെന്ന് മനസ്സിൽ ഒരു കണക്കുകൂട്ടൽ നടത്തി. ഇവിടെ

വിമാനം കാത്തുനിന്നാൽ ഒരാഴ്ചകൊണ്ട് അവൾക്ക് പതിനാറ് പൗണ്ടു മിച്ചംപിടിക്കാൻ കഴിയും. "ഞാൻ ഇവിടെ താമസിക്കാമെന്നാണ് വിചാ രിക്കുന്നത്." അവൾ പറഞ്ഞു. "അത് നിങ്ങളുടെകൂടെ തിരിച്ചു പോകുന്ന തിനേക്കാൾ ലാഭം ആണ്. ഞാൻ ഇവിടെ ജിംലനെ കാണാൻ വേണ്ടിയും അടുത്ത ആഴ്ചയിലെ വിമാനത്തിനുവേണ്ടിയും കാത്തിരിക്കാം."

"മിസ് പാഗറ്റ്, അത് എങ്ങനെ ആയിരിക്കുമെന്ന് നിങ്ങൾക്ക് അറി യാം. അല്ലേ?"

"ക്ലോൺകറിയിലെ 'പോസ്റ്റ് ഓഫീസ് ഹോട്ടൽ' പോലെ – ശരി യല്ലേ?"

"അതിനേക്കാൾ അല്പംകൂടി പ്രാകൃതമായിരിക്കും. പിൻവശത്ത് വേണ്ടാത്തത് എല്ലാം കാണും."

അവൾ ചിരിച്ചു. "എനിക്ക് മുറിക്കുള്ളിൽ കൈത്തോക്കുമായി മുറി പൂട്ടി ഇരിക്കേണ്ടിവരും. അല്ലേ?"

അയാൾ ചെറിയതോതിൽ ഞെട്ടിപ്പോയിരുന്നു. "അതൊന്നും വേണ്ടി വരില്ല. നിങ്ങൾക്ക് അത് സാമാന്യം ഉത്തരവാദിത്വമുള്ള സ്ഥാപനം ആണെന്ന് കണ്ടെത്താൻ കഴിയും. പക്ഷേ, അത് അല്പം പ്രാകൃതം ആണെന്ന് നിങ്ങൾക്ക് മനസ്സിലാകും."

"ഞാൻ പിടിച്ചുനില്ക്കും എന്നാണ് എന്റെ പ്രതീക്ഷ."

അപ്പോഴേക്കും മറ്റൊരു ലോറി പ്രത്യക്ഷപ്പെട്ടിരുന്നു. രണ്ട് മനുഷ്യർ ഉള്ളിൽ ഉണ്ടായിരുന്ന ഒരു ലോറി. അവർ ജിജ്ഞാസയോടെ ജീനിനെ നോക്കുന്നുണ്ടായിരുന്നു. പൈലറ്റ് അവളുടെ പെട്ടി എടുത്ത് ലോറിഡ്രൈ വറുടെ സീറ്റിനുപിന്നിൽ വച്ചു. ഡ്രൈവർ അയാളുടെ മുറിക്കുള്ളിൽ കയറി ഇരിക്കാൻ അവളെ സഹായിച്ചു.

ആളിക്കത്തുന്ന വെളിച്ചത്തിൽനിന്നും രക്ഷപ്പെട്ട് വീണ്ടും നിഴലിൽ എത്തിയത് ഒരു ആശ്വാസം ആയിരുന്നു.

ലോറി ഡ്രൈവർ ചോദിച്ചു. "വില്ലിങ്ടണിൽ താമസിക്കുകയാണോ?"

"എനിക്ക് ജോ ഹാർമാനെ കാണണമെന്നുണ്ട്. പക്ഷേ, അയാൾ ദൂരെയാണെന്നാണ് അവർ പറയുന്നത്. മിസിസ്റ്റ് കോണറിന് എന്നെ സ്വീകരിക്കാൻ കഴിഞ്ഞാൽ ഞാൻ ഇവിടെ അടുത്ത ആഴ്ചവരെ താമ സിക്കും. പിന്നീട് വിമാനത്തിൽ ക്യാൻസിലേക്ക് പോകും."

അയാൾ ജിജ്ഞാസയോടെ അവളെ നോക്കി. "ജോ ഹാർമാൻ ഇംഗ്ലണ്ടിൽ പോയിരിക്കുകയാണ്. നിങ്ങൾ ഇംഗ്ലീഷുകാരി അല്ലേ?"

ലോറി വീതി കൂടിയ ടാറിട്ട റൺവേയിൽനിന്നും പുറത്തുകടന്നപ്പോൾ അവൾ മറുപടി പറഞ്ഞു. "അത് ശരിയാണ്."

അയാൾ അവളെ നോക്കി പുഞ്ചിരിച്ചു. "എന്റെ അച്ഛനും അമ്മയും – അവർ രണ്ടുപേരും ഇംഗ്ലണ്ടിൽനിന്ന് വരുന്നവരാണ്. എന്റെ അച്ഛൻ ജനിച്ചത് ലിവിഷത്തിൽ ആയിരുന്നു. അത് ലണ്ടന്റെ ഒരു ഭാഗം ആണെ ന്നാണ് ഞാൻ വിചാരിക്കുന്നത്. എന്റെ അമ്മ വരുന്നത് ഹളളിൽനിന്ന് ആയിരുന്നു." അയാൾ അല്പസമയം സംസാരിച്ചില്ല. "എന്റെ പേർ

സ്മാൾ എന്നാണ്." അയാൾ പറഞ്ഞു. "സാംസ്മാൾ– കൈത്തോക്ക് സ്വന്തമായുള്ള ചങ്ങാതിയെ പോലെ."

ലോറി റൺവേയിൽനിന്ന് വിട്ടുമാറി പട്ടണത്തിലേക്ക് പോകുന്ന ടാറി ടാത്ത വഴിയിലൂടെ ആടി ഉലഞ്ഞ് കുതിച്ചുചാടാൻ ആരംഭിച്ചിരുന്നു. പൊടി മുറിക്കുള്ളിലേക്ക് അടിച്ചുകയറ്റി. ലോറിയുടെ യന്ത്രം ഗർജ്ജിച്ചു. അവരെ നീലനിറമുള്ള പുക വലയം ചെയ്തു. ലോറിയുടെ ഓരോ ഭാഗങ്ങളും കർക്കശ ശബ്ദങ്ങൾ പുറപ്പെടുവിച്ചു കിലുങ്ങി. "ജോ ഹാർമാൻ എന്തി നാണ് ഇംഗ്ലണ്ടിൽ പോയത്?" അവൾ ലോറിയുടെ ഇരമ്പലിനേക്കാൾ ഉച്ചത്തിൽ അലറിവിളിച്ചു. "അയാൾ പോയത് എന്തിനാണ്?"

"വെറുതെ ഒരു കമ്പം തോന്നിയിട്ട് പോയതാണെന്നാണ് ഞാൻ വിചാരിക്കുന്നത്." മിസ്റ്റർ സ്മാൾ മറുപടി പറഞ്ഞു. "ഏകദേശം രണ്ട് വർഷങ്ങൾക്ക് മുമ്പ് അയാൾ 'കാസ്കറ്റിൽ' വിജയിച്ചിരുന്നു." ഇത് അവൾക്ക് ഗ്രീക്ക് ഭാഷപോലെ ആയിരുന്നു. "ഒന്നും മനസ്സിലായില്ല." മിസ്റ്റർ സ്മാൾ തുടർന്നു. "എല്ലാ വർഷവും ഈ സമയത്ത് കന്നുകാലി സംരക്ഷണകേന്ദ്രങ്ങളിൽ കൂടുതൽ ഒന്നും ചെയ്യാനില്ല."

അവൾ ഉച്ചത്തിൽ വിളിച്ചു ചോദിച്ചു. "ഹോട്ടലിൽ ഒരു മുറി ഒഴി വുണ്ടോ? അത് നിങ്ങൾ അന്വേഷിക്കാറുണ്ടോ?"

"തീർച്ചയായും നിങ്ങൾക്ക് അവിടെ മുറികാണും. നിങ്ങൾ ഇപ്പോൾ ഇംഗ്ലണ്ടിൽനിന്ന് വരുന്നവഴി അല്ലേ?"

"അതെ."

"വീട്ടിൽ ഇപ്പോൾ റേഷൻ ലഭിക്കുന്നത് എത്രമാത്രം ആണ്."

ലോറി നാട്ടിൻപുറത്തുകൂടി ആടി ഉലഞ്ഞ് പട്ടണത്തിലേക്ക് കട ക്കുന്നതിനിടയിൽ അവൾ വിളിച്ചു ചോദിച്ചു. വഴിയുടെ ഒരുവശത്ത് തടി കൊണ്ടുള്ള ഒരു കുടിൽ പ്രത്യക്ഷപ്പെട്ടിരുന്നു. നൂറ്റിഅൻപത് അടി ദൂരത്ത് ഇടതുവശത്തായി മറ്റൊരു കുടിൽകൂടി ഉണ്ടായിരുന്നു. അതുകഴിഞ്ഞ പ്പോൾ അവർ പ്രധാനവഴിയിൽ ആയിരുന്നു. അവർ രണ്ടാമത്തെ നില യുടെ വരാന്തയിൽ 'ആസ്ട്രേലിയൻ ഹോട്ടൽ' എന്ന മങ്ങിയ ചുണ്ടുപ ലകയുള്ള രണ്ടു നില കെട്ടിടത്തിന്റെ മുമ്പിൽ ലോറി നിർത്തി. "അത് ഇതാണ്." മിസ്റ്റർ സ്മാൾ പറഞ്ഞു. "അകത്തു വരൂ. ഞാൻ മിസിസ്സ് കോണറിനെ കണ്ടുപിടിക്കാം."

'ആസ്ട്രേലിയൻ ഹോട്ടൽ' മുകളിലത്തെ നിലയുടെ വരാന്തയി ലേക്ക് തുറക്കുന്ന പത്ത് ചെറിയ കിടക്കമുറികൾ ഉള്ള സാമാന്യം വലിയ ഒരു കെട്ടിടം ആയിരുന്നു. അതിന് തടികൊണ്ടുള്ള തറയും വാതിലു കളും ഉണ്ടായിരുന്നു. മറ്റുള്ള ഭാഗങ്ങൾ എല്ലാം തടികൊണ്ടുള്ള ചട്ടക്കൂ ടുകളിൽ ഉറപ്പിച്ച ചുളിവുകളും മടക്കുകളും ഉള്ള ഇരുമ്പുപാളികൾ കൊണ്ട് നിർമ്മിച്ചിരിക്കുകയായിരുന്നു.

മിസ്റ്റർ സ്മാൾ മിസിസ്സ് കോണറെ കണ്ടുപിടിക്കാൻ വേണ്ടി പോയി രുന്ന സമയത്ത് അവൾ മുകളിലത്തെ നിലയിലെ വരാന്തയിൽ കാത്തു നില്ക്കുകയായിരുന്നു. വരാന്തയിൽ ഒന്നോ രണ്ടോ കിടക്കകൾ കിടക്കു

നുണ്ടായിരുന്നു. ഉടമസ്ഥ പ്രത്യക്ഷപ്പെടുന്ന സമയത്ത് അവർ ഉറക്ക ത്തിൽനിന്ന് ഉണർന്നുവരുകയായിരുന്നെന്ന് ഒറ്റനോട്ടത്തിൽ ആർക്കും മന സ്സിലാകുമായിരുന്നു. അവർ ഒത്ത ഉയരവും നരച്ചമുടിയുമുള്ള ഒരു അൻപ തുകാരി ആയിരുന്നു.

ജീൻ പറഞ്ഞു. "എന്റെ പേരു ജീൻ പാഗറ്റ് എന്നാണ്. എനിക്ക് അടുത്ത ആഴ്ചവരെ ഇവിടെ യാത്ര അവസാനിപ്പിക്കേണ്ടി വന്നിരിക്കു ന്നു. നിങ്ങൾക്ക് ഇവിടെ ഒരു മുറി ഒഴിവുണ്ടോ?"

സ്ത്രീ അവളെ ആത്മവിശ്വാസത്തോടെ അടിമുടി നോക്കി. "എനിക്ക് നിങ്ങളെ അറിയില്ലെന്ന് ഉറപ്പാണ്. നിങ്ങൾ തനിച്ചാണോ യാത്ര ചെയ്യുന്നത്?"

"അതെ, ഞാൻ സത്യത്തിൽ ജോഹാർമാനെ കാണാൻ വേണ്ടി വന്ന താണ്. പക്ഷേ, അയാൾ ദൂരെ പോയിരിക്കുകയാണെന്ന് അവർ പറഞ്ഞു. ഞാൻ ക്യാൻസിലേക്ക് പോകുകയാണ്."

"ക്യാൻസിലേക്കുള്ള വിമാനം ഇപ്പോഴാണ് പോയത്. നിങ്ങൾക്ക് അതിൽ കയറാൻ കഴിഞ്ഞില്ല."

"എനിക്ക് അറിയാം. അടുത്ത വിമാനത്തിനുവേണ്ടി ഒരാഴ്ച കാത്തു നില്ക്കേണ്ടിവരും എന്നാണ് അവർ പറയുന്നത്."

"അത് ശരിയാണ്." സ്ത്രീ നാലുചുറ്റും നോക്കി. "ശരി, എനിക്ക് അറിയില്ല. ഈ വരാന്തയിൽ ചില സമയത്ത് പുരുഷന്മാർ കിടന്ന് ഉറങ്ങു ന്നത് നിങ്ങൾക്ക് കാണേണ്ടിവരും. അത് നിങ്ങൾക്ക് ഇഷ്ടപ്പെട്ടെന്ന് വരില്ല."

സാംസ്മാൾ ചോദിച്ചു. "പിൻവശത്തെ രണ്ട് മുറികളിൽ ഒന്നും ഒഴി വില്ലേ?"

"ഇവർക്ക് അവിടെ പോകാൻ പറ്റുമോ?" അവർ ജീനിന്റെ മുഖ ത്തേക്ക് നോക്കി. "അത് പിൻവശത്തെ വരാന്തയിൽനിന്നും മുറ്റത്തേക്ക് തുറക്കുന്നതാണ്. അവിടെ എല്ലാസമയത്തും ആൺകുട്ടികൾ കാണും. പക്ഷേ, എനിക്ക് അതിൽ ഒന്നും ചെയ്യാൻ കഴിയില്ല."

ജീൻ പറഞ്ഞു. "ഞാൻ അത് മറികടക്കുമെന്നാണ് എന്റെ പ്രതീക്ഷ."

"നിങ്ങൾ ഇതിനുമുമ്പ് ഒഴിഞ്ഞ പ്രദേശങ്ങളിലെ പട്ടണങ്ങളിൽ കഴി ഞ്ഞിട്ടുണ്ടോ?"

അവൾ തലകുലുക്കി. "ഞാൻ ഇപ്പോൾ ഇംഗ്ലണ്ടിൽനിന്ന് വരുന്ന വഴി ആണ്."

"അങ്ങനെയാണോ? ഇംഗ്ലണ്ടിൽ ഇപ്പോൾ കാര്യങ്ങൾ എങ്ങനെ യുണ്ട്. കഴിക്കാൻ വേണ്ടതെല്ലാം നിങ്ങൾക്ക് അവിടെ ഇപ്പോൾ കിട്ടു ന്നുണ്ടോ?" ജീൻ വീണ്ടും അവളുടെ കഥ അവരോട് പറഞ്ഞു.

"എന്റെ ഒരു സഹോദരി വിവാഹം കഴിച്ചത് ഒരു ഇംഗ്ലീഷുകാരനെ ആണ്." സ്ത്രീ പറഞ്ഞു. "അവൾ താമസിക്കുന്നത് "ഗൂൾ" എന്ന് പറ യുന്ന സ്ഥലത്താണ്. ഞാൻ അവളുടെ വീട്ടിലേക്ക് എല്ലാ മാസവും ഓരോ പൊതി അയച്ചുകൊടുക്കുന്നുണ്ട്."

അവർ ജീനിനെ സ്വീകരിച്ചുകൊണ്ടു പോയി അവൾക്ക് മുറി കാണി ച്ചുകൊടുത്തു. അത് വൃത്തിയുള്ള ഒരു ചെറിയ മുറി ആയിരുന്നു. മുറി

ക്കുള്ളിൽ ഒരു നല്ല കൊതുകുവലയും ഉണ്ടായിരുന്നു. പക്ഷേ, മുറിക്കു ള്ളിലേക്ക് കടക്കാനുള്ള വാതിൽ വരാന്തയിലേക്ക് തുറക്കുന്ന ഇരട്ട ജനലിന്റെ എതിർവശത്ത് ആയിരുന്നു. ഇത് വ്യക്തമായും കാറ്റ് കടന്നു പോകാനുള്ള ഒരു വഴി ആയിരുന്നു. "ഈ വരാന്തയിലൂടെ ജോലിക്കാരി ആനി അല്ലാതെ മറ്റാരും കടന്നുവരാറില്ല. അവൾ ഈ കാണുന്ന രണ്ടാ മത്തെ മുറിയിലാണ് ഉറങ്ങുന്നത്. രാത്രിയിൽ ആരെങ്കിലും പോകുന്നത് കേൾക്കുകയാണെങ്കിൽ നിങ്ങൾ അത് എന്നെ അറിയിക്കുമെന്ന് ഞാൻ പ്രതീക്ഷിക്കുന്നു. ആ പെണ്ണിന്റെ മുകളിൽ ഏതു സമയത്തും എന്റെ ഒരു കണ്ണ് ഉണ്ട്." അവർ കാറ്റിന്റെ വിഷയത്തിലേക്ക് മടങ്ങിവന്നു. "നിങ്ങൾ നിങ്ങളുടെ വാതിൽ അല്പം തുറന്നിട്ടേക്കണം. നിങ്ങളുടെ പെട്ടി എടുത്ത് അവിടെ ചേർത്തുവെച്ചാൽ ഒരാൾക്കും തെറ്റുപറ്റി ഉള്ളിലേക്ക് തള്ളിത്തുറന്ന് കടന്നുവരാൻ കഴിയില്ല. ജന്നലുകൾ തുറന്നിട്ടേക്കണം. മുറിക്കുള്ളിൽ നിങ്ങൾക്ക് മനോഹരമായ കാറ്റ് ലഭിക്കും. ഈ സ്ഥലത്ത് കിടന്ന് ഉറങ്ങാൻ എനിക്ക് ഒരിക്കലും ഒരു ബുദ്ധിമുട്ട് ഉണ്ടായിട്ടില്ല."

അവർ ജീനിന്റെ കൈപ്പത്തികളിലേക്ക് കണ്ണോടിച്ചു. "നിങ്ങൾ വിവാ ഹിത അല്ല. അല്ലേ?"

"അതെ. ശരിയാണ്."

"ഈ ജില്ലയിലെ ഓരോ കന്നുകാലികേന്ദ്രത്തിന്റെയും നടത്തിപ്പു കാർ നിങ്ങളെ കാണാൻ വേണ്ടി പട്ടണത്തിൽ വരും. നിങ്ങൾ അതിനു വേണ്ടി ഒരു തയ്യാറെടുപ്പ് നടത്തുന്നത് നല്ലതായിരിക്കും."

ജീൻ ചിരിച്ചു. "ഞാൻ അത് ചെയ്യും?"

"നിങ്ങൾ ജോ ഹാർമാന്റെ ഒരു ചങ്ങാതി ആണോ?"

"അയാളെ ഞാൻ യുദ്ധകാലത്ത് സിങ്കപ്പൂരിൽ വച്ച് കണ്ടുമുട്ടിയ താണ്." അവൾ പറഞ്ഞു. "അന്ന് ഞങ്ങൾ രണ്ടുപേരും വീട്ടിലേക്കുള്ള യാത്രയ്ക്ക് കാത്തിരിക്കുകയായിരുന്നു." എന്തായാലും ഇത് അവൾ അവ സാനം പറഞ്ഞ കള്ളത്തെക്കാൾ സത്യത്തിനോട് കൂടുതൽ അടുത്തു നില്ക്കുന്ന ഒന്ന് ആയിരുന്നു. "അന്ന് ഞാൻ ആസ്ട്രേലിയയിൽ ആയി രുന്നതുകൊണ്ട് ഞാൻ അയാളെ വന്നുകാണും എന്ന് അറിയിക്കാൻ വേണ്ടി ഒരു കമ്പി അടിച്ചിരുന്നു. എനിക്ക് ഒരു മറുപടി കിട്ടിയിരുന്നില്ല. അതുകൊണ്ട് എങ്ങനെയെങ്കിലും ഞാൻ ഇവിടെ വന്നുചേർന്നു. പക്ഷേ, അയാൾ ഇവിടെനിന്ന് പുറപ്പെട്ടുപോയിരിക്കുകയാണ്."

സ്ത്രീ പുഞ്ചിരിച്ചു. "നിങ്ങൾ ആസ്ട്രേലിയായിലെ നാടൻ സംസാ രശൈലി സമ്പാദിച്ചിരിക്കുന്നു."

"അത് ഞാൻ യുദ്ധകാലത്ത് ജോ ഹാർമാനെ കണ്ടപ്പോൾ അയാൾ പഠിപ്പിച്ചതാണ്."

സാംസ്മാൾ അവളുടെ പെട്ടി മുകളിലത്തെ നിലയിലേക്ക് എടുത്തു കൊണ്ടുവന്നിരുന്നു. അവൾ അയാൾക്ക് നന്ദി പറഞ്ഞു. അയാൾ ചമ്മ ലോടെ തിരിച്ചുപോയി. അവൾ അവളുടെ മുറിക്കുള്ളിൽ കയറി ഉണ ങ്ങിയ വസ്ത്രങ്ങൾക്ക് വേണ്ടി തണുപ്പുള്ള വസ്ത്രങ്ങൾ ഊരിമാറ്റിയതി

നുശേഷം കുളിമുറിയിൽ കയറിക്കുളിച്ച് ചായകുടിക്കാൻ തയ്യാറെടുത്തു. ആററയ്ക്ക് ചുളിവും മടക്കുമുള്ള ഇരുമ്പു പാളികളിൽ തട്ടി മണിമുഴക്കം പ്രതിധ്വനിച്ചപ്പോൾ അവൾ ചായ കുടിക്കാൻ തയ്യാറായിക്കഴിഞ്ഞിരുന്നു.

അവൾ ഭക്ഷണ മുറിയിലേക്കുള്ള വഴി കണ്ടെത്തി. മൂന്നോ നാലോ പുരുഷന്മാർ നേരത്തെതന്നെ അവിടെ ഇരിക്കുന്നുണ്ടായിരുന്നു. അവർ അവളെ ജിജ്ഞാസയോടെ നോക്കുന്നുണ്ടായിരുന്നു. ആനി ആണെന്നു അവൾ തിരിച്ചറിഞ്ഞിരുന്ന നല്ല വളർച്ചയുള്ള ഒരു പതിനാറുകാരി ഒരാൾക്കുവേണ്ടി തയ്യാറാക്കി ഇട്ടിരുന്ന ഒരു ചെറിയ മേശ അവൾക്ക് ചൂണ്ടിക്കാണിച്ചുകൊടുത്തു. "പൊരിച്ച മാട്ടിറച്ചി, പൊരിച്ച ആട്ടിറച്ചി, പൊരിച്ച പന്നിയിറച്ചി, പൊരിച്ച ടർക്കിക്കോഴി" അവൾ പറഞ്ഞു. "ചായ അല്ലെങ്കിൽ കാപ്പി?"

ഈ സമയത്തും എരിപൊരി കൊള്ളിക്കുന്ന ചൂട് ഉണ്ടായിരുന്നു. ഭക്ഷണമുറി മുഴുവൻ ഈച്ചകൾ ആയിരുന്നു. അവ ജീനിന്റെ മുഖത്തും ചുണ്ടുകളിലും കൈകളിലും വിശ്രമിക്കാൻ എത്തുന്നുണ്ടായിരുന്നു. അവൾ പറഞ്ഞു. "പൊരിച്ച ടർക്കിക്കോഴി" അവൾ "ചായ" എന്ന ഉപ ചാരത്തിന്റെ അർത്ഥം അറിഞ്ഞുകഴിയുമ്പോൾ നാളെ അവൾക്ക് കാര്യ മായ ഭക്ഷണം പരീക്ഷിച്ചുനോക്കാൻ വേണ്ടത്ര സമയം ലഭിക്കും. "ചായ" അവൾ പറഞ്ഞു.

ഇറച്ചിയും പച്ചക്കറികളും ഉയരത്തിൽ കൂനകൂട്ടി വെച്ചിരുന്ന ഒരു പാത്രം അവളുടെ മുമ്പിൽ കൊണ്ടുവച്ചിരുന്നു. ചൂടും എണ്ണമയവും ഉള്ള ഈ ഭക്ഷണം ഈച്ചകൾക്ക് നേരത്തെതന്നെ ഒരു ആകർഷണം ആയി രുന്നു. ചായ തകരപ്പാട്ടയിൽ നിന്നുള്ള പാലിനോടൊപ്പം വന്നുചേർന്നു. ഉരുളക്കിഴങ്ങ് പുതിയതാണെന്ന് തോന്നി. പക്ഷേ, കാരറ്റും മുള്ളങ്കിക്കി ഴങ്ങും തകരപ്പാട്ടകളിൽ ലഭിക്കുന്നതാണെന്ന് വ്യക്തമായിരുന്നു. ഈച്ച കളുടെ പരിണിതഫലം മിക്കവാറും വയറുകടിയായിരിക്കുമെന്ന് അവൾക്ക് അറിവുണ്ടായിരുന്നു. പക്ഷേ, അതിന് ചെയ്യേണ്ടത് എന്താണെന്ന് അവൾക്ക് അറിയാമായിരുന്നു. അവൾ തത്ത്വചിന്താപരമായി ഈ കാര്യം ആലോചിച്ചിരുന്നു. ഈ ആഴ്ച മുഴുവൻ അവളെ സംരക്ഷിക്കാനുള്ള സൽഫാട്രിയാഡ് അവളുടെ കൈവശം ഉണ്ടായിരുന്നു. കുന്നുകൂട്ടിവെ ച്ചിരുന്ന ഭക്ഷണത്തിന്റെ കാൽഭാഗത്തോളം അവൾ അകത്താക്കിയിരുന്നു. രണ്ട് കപ്പ് ചായ കൂടി കുടിച്ചതിനുശേഷം അവൾ പരാജയപ്പെടുകയായി രുന്നു.

അവൾ കഴിയുന്നതും വേഗം ഈച്ചകളിൽനിന്ന് രക്ഷപ്പെട്ട് പുറത്തി റങ്ങിനില്ക്കുകയായിരുന്നു. താഴത്തെ നിലയുടെ വരാന്തയിൽ തറ യിൽനിന്നും മൂന്ന് അടി ഉയരത്തിൽ രണ്ടുമൂന്ന് തട്ടുകസേരകൾ മദ്യശാ ലയുടെ വാതിലിൽനിന്നും അല്പം ദൂരത്തായി നിരന്നുകിടന്നിരുന്നു. ഹോട്ടലിനുള്ളിൽ മറ്റൊരിടത്തും ഇരിക്കാനുള്ള സ്ഥലം അവൾക്ക് കാണാൻ കഴിഞ്ഞിരുന്നില്ല. മദ്യശാലയുടെ അടുത്തുകൂടി പോകരുതെ ന്നുള്ള ആസ്ട്രേലിയയിലെ ആചാരത്തെപ്പറ്റി അവൾക്ക് വേണ്ടത്ര അറിവ്

ലഭിച്ചുകഴിഞ്ഞിരുന്നു. അവൾ പ്രാദേശികമായ ആചാരങ്ങളെ അവഹേളിക്കുകയാണ്ണോ എന്ന അമ്പരപ്പോടെ ആ കസേരകളിൽ ഒന്നിൽ ഇരിപ്പുറപ്പിച്ചു.

അവൾ അവിടെ ഇരുന്ന് നാലുചുറ്റും നോക്കിക്കൊണ്ട് ഒരു സിഗററ്റ് കത്തിച്ച് വലിച്ചു. വൈകുന്നേരം ആയിരുന്നു. പക്ഷേ, ഈ സമയത്തും സൂര്യൻ പ്രബലൻ ആയിരുന്നു. പൊതുവഴിയായി പ്രയോജനപ്പെട്ടിരുന്ന പൊടിനിറഞ്ഞ ആ വലിയ പുരയിടത്തിൽ സ്വർണ്ണപ്രഭയുടെ ഒരു വേലി യേറ്റം സംഭവിച്ചിരുന്നു. വഴിയുടെ എതിർവശത്ത് സാമാന്യം വിശാല മായ ഒരു ഒറ്റനിലകെട്ടിടത്തിന്റെ മുമ്പിൽ "വും ഡങ്കാൻ, മൊത്തക്കച്ചവ ടക്കാരൻ" എന്ന ചുണ്ടുപലക ഉണ്ടായിരുന്നു. പട്ടണത്തിൽ മറ്റൊരു കട യുടെയും ലക്ഷണം ഉണ്ടായിരുന്നില്ല. മിസ്റ്റർ ഡങ്കാന്റെ സ്ഥാപനത്തിനു പുറത്തു മൂന്ന് ആസ്ട്രേലിയക്കാരായ കന്നുകാലി സംരക്ഷകർ സംസാ രിച്ചുകൊണ്ടിരിക്കുന്നുണ്ടായിരുന്നു. ഒരാൾ കുതിരയുടെ കടിഞ്ഞാൺ കൈയിൽ പിടിച്ചിരുന്നു. അവർ നല്ല വലിപ്പവും ആരോഗ്യവുമുള്ള ചെറു പ്പക്കാർ ആയിരുന്നു. കാഴ്ചയിൽ അവർ നീഗ്രോകളെപ്പോലെ ആയി രുന്നു. നീഗ്രോകളെപ്പോലെ അവർക്കും ചിരിക്കാൻ ധാരാളം കാര്യങ്ങൾ ഉള്ളതുപോലെ തോന്നുന്നുണ്ടായിരുന്നു.

വലിയ വഴിയുടെ മറ്റേവശത്ത് അല്പം ദൂരെയായി ഒരു ആറിഞ്ച് പൈപ്പ് ഭൂമിയിൽനിന്നും ഏതാണ്ട് എട്ടടി ഉയരത്തിൽ ഉയർന്നുനിന്നിരുന്നു. ഈ പൈപ്പിന്റെ മുകളറ്റത്തുനിന്നും വെള്ളം പുറത്തേക്ക് കുതിച്ചുചാടി ക്കൊണ്ടിരുന്നു. വെള്ളത്തിന് തിളയ്ക്കുന്ന ചൂട് ആണെന്നു തോന്നി. കാരണം പശ്ചാത്തലത്തിൽ നീരാവിയുടെ ഒരു പുകമറ പൈപ്പിൽനിന്ന് പുറത്തേക്ക് ഒഴുകിയിറങ്ങിയ അരുവിയെ പൊതിഞ്ഞിട്ടുണ്ടായിരുന്നു. അരുവി ഒഴുകിയിരുന്ന വഴിയിൽ കാൽമൈൽ ദൂരത്തായി ഒരു ചെറിയ കുടിൽ നിർമ്മിച്ചിട്ടുണ്ടായിരുന്നു. അതുകൊണ്ട് അരുവി കുടിലിനുള്ളി ലേക്ക് ഒഴുകിച്ചെന്ന് മറുവശത്തുകൂടി പുറത്തുവന്നിരുന്നു. പക്ഷേ, ഈ കുടിലിന്റെ ഉദ്ദേശ്യം ജീനിന് എപ്പോഴെങ്കിലും ഒരിക്കൽ കണ്ടെത്തേണ്ടി യിരിക്കുന്നു.

ശബ്ദങ്ങളുടെ താഴ്ന്ന സ്ഥായിയിലുള്ള ഒരു മർമ്മരം മദ്യശാല യിൽനിന്ന് അവളുടെ ചെവിയിൽ എത്തുന്നുണ്ടായിരുന്നു. ഇടയ്ക്കിടയ്ക്ക് ഒരു മനുഷ്യൻ അവളെ മറികടന്ന് തുറന്നുകിടന്ന വാതിലിലൂടെ അക ത്തേക്ക് പോകുന്നുണ്ടായിരുന്നു. അവിടെ അവൾ സ്ത്രീകളെ ഒന്നും തന്നെ കണ്ടിരുന്നില്ല.

പെട്ടെന്ന് വഴിയിലൂടെ കടന്നുപോയിരുന്ന ഒരു ചെറുപ്പക്കാരൻ അവളെ നോക്കി പുഞ്ചിരിച്ചുകൊണ്ട് പറഞ്ഞു. "ഗുഡ് മോർണിങ്ങ്" അവൾ അയാളെ നോക്കി പുഞ്ചിരി തിരിച്ചുകൊടുത്തുകൊണ്ട് പറഞ്ഞു. "ഗുഡ്മോർണിങ്."

അയാൾ പെട്ടെന്ന് നടത്തം നിർത്തി. അവൾ ഏതോ ഒരു കാര്യ ത്തിന് തുടക്കം ഇട്ടുകഴിഞ്ഞെന്ന് അവൾക്ക് അറിയാമായിരുന്നു. അയാൾ

പറഞ്ഞു. "നിങ്ങൾ സാം സ്മാളിന്റെ കൂടെ ഇന്നു വൈകുന്നേരത്ത് വരു ന്നത് ഞാൻ കണ്ടിരുന്നു. നിങ്ങൾ വന്നത് വിമാനത്തിൽ ആയിരുന്നു. അല്ലേ?"

അയാൾ കാഴ്ചയിൽ വൃത്തിയുള്ള ഒരു ഗ്രാമീണൻ ആയിരുന്നു. അയാൾ ഒരു കന്നുകാലി സംരക്ഷകനുമാത്രം വശമുള്ള സവിശേഷ ചല നങ്ങളോടെ ആണ് നടന്നുവന്നത്. അയാൾ അയാളുടെ തൊഴിലിനെ അട യാളപ്പെടുത്തുന്ന രീതിയിലുള്ള പച്ചനിറമുള്ള കാലുറകളാണ് ധരിച്ചിരു ന്നത്. "അത് ശരിയാണ്." അവൾ പറഞ്ഞു. "ഞാൻ ക്ലോൺകറി യിൽനിന്നും വിമാനത്തിലാണ് വന്നത്. ആ വെള്ളം സാധാരണ വെള്ളം ആണോ?"

അവൾ കൈ ചൂണ്ടിയ ഭാഗത്തേക്ക് അയാൾ നോക്കി. "സാധാരണ വെള്ളം? അത് ഒരു കുഴൽക്കിണർ ആണ്. നിങ്ങൾ മുമ്പ് ഒരിക്കലും ഒരു കുഴൽക്കിണർ കണ്ടിട്ടില്ലേ?"

അവൾ തലകുലുക്കി. "ഞാൻ ഇംഗ്ലണ്ടിൽനിന്ന് ഇപ്പോൾ വന്ന താണ്."

"ഇംഗ്ലണ്ടിൽനിന്നോ?" ആളൊഴിഞ്ഞ പ്രദേശത്തിന്റെ സാവധാനത്തി ലുള്ള സംസാരശൈലിയിലാണ് അയാൾ സംസാരിച്ചിരുന്നത്. "ഇംഗ്ല ണ്ടിൽ എങ്ങനെയാണ്? നിങ്ങൾക്ക് അവിടെ ആവശ്യത്തിനുള്ള ഭക്ഷണ സാധനങ്ങൾ ലഭിക്കുന്നുണ്ടോ?"

അവൾ വീണ്ടും അവളുടെ കഥ പറഞ്ഞുകേൾപ്പിച്ചു. "എന്റെ അച്ഛൻ ഇംഗ്ലണ്ടിൽനിന്ന് വന്നതായിരുന്നു." അയാൾ പറഞ്ഞു. "വോൾവർ ഹാംപ്ടൺ എന്ന് പറയുന്ന സ്ഥലത്തുനിന്ന്. അത് നിങ്ങൾ താമസിക്കുന്ന സ്ഥലത്തിന് അടുത്താണോ?"

"ഏതാണ്ട് ഇരുന്നൂറ് മൈൽ ദൂരം കാണും." അവൾ മറുപടി പറഞ്ഞു.

"അപ്പോൾ വളരെ അടുത്താണ്. അപ്പോൾ നിങ്ങൾക്ക് ആ കുടും ബത്തെപ്പറ്റി അറിവുണ്ടായിരിക്കും. കുടുംബപ്പേര് ഫ്ളച്ചർ എന്നാണ്. എന്റെ പേര് പീറ്റ് ഫ്ളച്ചർ എന്നാണ്."

അവൾ ഇംഗ്ലണ്ടിൽ ധാരാളം മനുഷ്യർ ഉണ്ടെന്ന് പീറ്റിനെ പറഞ്ഞു മനസ്സിലാക്കിയതിനുശേഷം കിണറിന്റെ വിഷയത്തിലേക്ക് തിരിച്ചുവന്നു. "നിങ്ങൾക്ക് എല്ലാ കുഴൽക്കിണറുകളിലും നിന്ന് കിട്ടുന്ന വെള്ളം മുഴു വൻ ഇതുപോലെ ചുടുവെള്ളം ആണോ?"

"അതും ശരിയാണ്." അയാൾ പറഞ്ഞു. "അതിൽ ധാതുപദാർത്ഥ ങ്ങളും ഉണ്ട് – നിങ്ങൾക്ക് ആ വെള്ളം കുടിക്കാൻ കഴിയില്ല. കിണറിൽ നിന്ന് വാതകവും പുറത്തുവരുന്നുണ്ട്. കാണാൻ നിങ്ങൾക്ക് താല്പര്യം ഉണ്ടെങ്കിൽ ഞാൻ നിങ്ങൾക്ക് അത് കാണിച്ചുതരാം." അതിൽനിന്നുള്ള വാതകം ആറോ ഏഴോ അടി ഉയരത്തിലുള്ള തീജ്വാല സൃഷ്ടിക്കുമെന്ന് അയാൾ അവളോട് വിശദീകരിച്ചു. "കുറച്ചുകൂടി ഇരുട്ടുന്നതുവരെ കാത്തി രിക്കണം. അപ്പോൾ ഞാൻ അത് നിങ്ങൾക്ക് കത്തിച്ചുകാണിച്ചുതരാം."

അത് അയാളുടെ ഭാഗത്തുനിന്നുള്ള ഒരു ഭീകരമായ ഔദാര്യം

ആണെന്ന് അവൾ പറഞ്ഞു. അയാൾ അതുകേട്ട് ചമ്മിയതായി തോന്നി. 'ആൽബെൺ' എന്ന ഇന്ധനത്തിന്റെ പ്രതിനിധിയും ലോറിയുടെ കേടു പാടുകൾ പോക്കുന്നവനും അതുവഴി കടന്നുപോകുന്നതിനിടയിൽ അവരുടെ ചർച്ചയിൽ ഒത്തുചേരാൻ വേണ്ടി നടത്തം അവസാനിപ്പിച്ചിരുന്നു. "മിസ്. പാഗറ്റ്, താമസം ശരിയായോ?"

"ശരിയായി. നന്ദി. ബുധനാഴ്ച വരെ ഞാൻ ഇവിടെ താമസിക്കുക യാണ്. അതിനുശേഷം കാൻസിലേക്ക് പോകുന്നു."

"നല്ല കാര്യം. ഇവിടെ വിൽസ്ടൗണിൽ ഞങ്ങൾ അധികം അപരി ചിതരെ കണ്ടുമുട്ടാറില്ല."

"ഞാൻ പീറ്റിനോട് ഇവിടുത്തെ കുഴൽക്കിണറിനെപ്പറ്റി ചോദിക്കു കയായിരുന്നു. പീറ്റ്, ആ വെള്ളം കന്നുകാലികൾ കുടിക്കാറുണ്ടോ?"

അയാൾ ചിരിച്ചു. "കൂടുതൽ ശുദ്ധമായ വെള്ളം കിട്ടാത്തപ്പോൾ അവ അത് കുടിക്കും. മഴക്കാലത്ത് അവർ അത് തൊടത്തില്ലെന്ന് നിങ്ങൾക്ക് മനസ്സിലാകും. അതിനുശേഷം വരൾച്ച വരുമ്പോൾ അവയ്ക്ക് അത് കുടിക്കാൻ കുഴപ്പം ഇല്ലെന്ന് നിങ്ങൾക്ക് കാണാൻ പറ്റും."

"ചില കുഴൽക്കിണറുകളിലെ വെള്ളം അവ തൊടാറില്ല." ആൽബെൺ പറഞ്ഞു. അയാൾ സ്വയം ഒരു സിഗററ്റ് തെറുത്തെടുക്കുക യായിരുന്നു. "അവർ ഇൻവർഗോർഡനിൽ ഒരു കുഴൽക്കിണർ കുഴിച്ചു. അത് ഇവിടെനിന്ന് തെക്കോട്ട് നോർമാനടണിലേക്ക് പോകുന്നതിനിടയി ലുള്ള ഒരു കന്നുകാലി സംരക്ഷണ കേന്ദ്രം ആണ്. അവർക്ക് വെള്ളം കിട്ടാൻവേണ്ടി ഏതാണ്ട് മൂവ്വായിരം അടിയോളം താഴോട്ട് പോകേണ്ടിവ ന്നിരുന്നു. അതിന് അവർക്ക് ചെലവായത് എന്തുമാത്രം ആയിരുന്നു. എന്റെ ദൈവമേ! കുഴൽക്കിണർ കുഴിക്കുന്നവരുടെ സംഘം അവിടെ മൂന്നുമാസത്തോളം ഉണ്ടായിരുന്നു. അതിനുശേഷം വെള്ളം അവർക്ക് കിട്ടിയപ്പോൾ അതിന് ധാതുക്കളുടെ ദുർഗ്ഗന്ധം ആയിരുന്നു. കന്നുകാലി കൾ വരൾച്ചയിൽപോലും അത് തൊട്ടുനോക്കില്ല. അതിനേക്കാൾ കൂടു തലായി എന്താണ് പറയാനുള്ളത്. ആ വെള്ളംകൊണ്ട് പുല്ലുപോലും വളരില്ല."

അവളുടെ കസേരയ്ക്ക് ചുറ്റും ഉണ്ടായിരുന്ന ചെറിയ ആൾക്കൂട്ട ത്തിലേക്ക് രണ്ടുപേർകൂടി പുതിയതായി പ്രവേശിച്ചിരുന്നു. അവൾ ചോദിച്ചു, "ഈ പട്ടണത്തിന് ഇത്രമാത്രം വിസ്താരം വരാനുള്ള കാരണം എന്താണ്? ഇവിടുത്തെ വീടുകൾക്കിടയിൽ ഇത്രമാത്രം അകലം എന്തി നാണ്?" പുതുതായി വന്നവരിൽ നാല്പതോളം വയസ്സുള്ള ഒരാൾ പറഞ്ഞു. "ഒരുകാലത്ത് ഇവിടെ എല്ലാ സ്ഥലത്തും വീടുകൾ ഉണ്ടായിരുന്നു. എന്റെ കൈവശം ഈ പട്ടണത്തിന്റെ 1905 ൽ എടുത്ത ഒരു ഫോട്ടോഗ്രാഫ് ഉണ്ട്. ഞാൻ അത് നാളെ കൊണ്ടുവന്ന് നിങ്ങൾക്ക് കാണിച്ചുതരാം."

"അന്ന് ഇവിടെ കൂടുതൽ ആളുകൾ താമസിച്ചിരുന്നോ?"

ആൽബെൺസ് പറഞ്ഞു. "ഇത് സ്വർണ്ണഖനികളിൽ ഒന്നായിരു ന്നെന്ന് മിസ് പാഗറ്റ് മനസ്സിലാക്കണം. ഒരുപക്ഷേ, ആ കാര്യം നിങ്ങൾക്ക്

അറിയില്ലായിരിക്കും. പക്ഷേ, ഒരുകാലത്ത് ഇവിടെ മുപ്പതിനായിരം ആളു കൾ താമസിച്ചിരുന്നു."

പുതിയതായി വന്ന മറ്റയാൾ പറഞ്ഞു. "എണ്ണായിരം ഉണ്ടായിരു ന്നെന്നാണ് ഞാൻ ഒരു പുസ്തകത്തിൽ കണ്ടിരുന്നത്,"

ആൽബെൺസ് വാശി പിടിച്ചു. "എന്റെ അച്ഛൻ ഇവിടെ ആദ്യംവ രുന്ന സമയത്ത് മുപ്പതിനായിരം ഉണ്ടായിരുന്നെന്ന് പലതവണ അച്ഛൻ എന്നോട് പറഞ്ഞിട്ടുണ്ട്."

അത് ഒരു പഴയ തർക്കം ആണെന്ന് വ്യക്തം ആയിരുന്നു. ജീൻ ചോദിച്ചു. "ഇപ്പോൾ ഇവിടെ എത്രപേർ ഉണ്ട്?"

"ഓ, എനിക്ക് അറിയില്ല." എല്ലാവരും മറ്റുള്ളവരുടെ മുഖങ്ങളിലേക്ക് നോക്കി. "എത്രപേർ ഇപ്പോൾ ഉണ്ടെന്നാണ് ടിമ്മിന് തോന്നുന്നത്?" അയാൾ ഒരു വശത്തേക്ക് ജീനിനെ മാറ്റിനിർത്തിക്കൊണ്ട് പറഞ്ഞു. "അയാളാണ് ശവപ്പെട്ടി നിർമ്മിക്കുന്നത്. അതുകൊണ്ട് അയാൾക്ക് അറി യാമായിരിക്കും."

"ഒരു നൂറ്റി അൻപത്." മിസ്റ്റർ വെലൻ പറഞ്ഞു.

സാംസ്മാൾ ആ വരാന്തയിൽ വച്ച് അവരോടൊപ്പം സമ്മേളനത്തിൽ പങ്കെടുത്തിരുന്നു. "ഇപ്പോൾ വിൽസ്ടൗണിൽ നൂറ്റൻപത് പേരൊന്നും താമസിക്കുന്നില്ല. നൂറ്റിരുപതിൽ കൂടുതൽ ഇല്ല." അയാൾ അല്പസ മയം സംസാരിച്ചില്ല. "ഈ പട്ടണത്തിൽ താമസിക്കുന്ന ആസ്ട്രേലിയ ക്കാരുടെ എണ്ണം ഇതിൽ കൂട്ടിയിട്ടില്ല."

സാവധാനത്തിൽ ഒരു വഴക്ക് വികസിക്കുന്നുണ്ടായിരുന്നു. അതു കൊണ്ട് അവർ അവരുടെ കണക്കെടുപ്പ് തുടങ്ങിയിരുന്നു. കണക്കെടുപ്പ് നടക്കുന്നതിനിടയിൽ ജീൻ വൈകുന്നേരത്തെ വെളിച്ചം മങ്ങുന്നത് കാണു ന്നുണ്ടായിരുന്നു. കണക്കെടുപ്പിന്റെ ഫലം നൂറ്റിനാല്പത്തിയാറ് ആയി രുന്നു. തീരുമാനത്തിൽ എത്താൻ എടുത്ത സമയത്തിനിടയിൽ പട്ടണ ത്തിലെ കൂടുതൽ ആളുകളുടെയും പേരും തൊഴിലും അവൾ കേട്ടുക ഴിഞ്ഞിരുന്നു.

"ഇവിടെ സ്വർണ്ണഖനികൾ ഉണ്ടായിരുന്നോ?" അവൾ ചോദിച്ചു.

"അത് ശരിയാണ്." മിസ്റ്റർ സ്മാൾ പറഞ്ഞു. "ഒരു സമയത്ത് നൂറെണ്ണം ഉണ്ടായിരുന്നതായി അവർ അവകാശവാദം പുറപ്പെടുവിക്കു ന്നുണ്ട്. എല്ലാം ഈ നദിക്കരയിൽ അങ്ങോട്ടും ഇങ്ങോട്ടും ആയിരുന്നു ഇവിടെ പതിനേഴ് ഹോട്ടലുകൾ ഉണ്ടായിരുന്നു. പതിനേഴെണ്ണം."

മറ്റുള്ളവരിൽ ഒരാൾ പറഞ്ഞു. "ആ ദിവസങ്ങളിൽ ബ്രിസ്ബെയി നിൽനിന്നും ഇവിടെ ആവിക്കപ്പലുകൾ വരുന്ന പതിവുണ്ടായിരുന്നു. ഞാൻ അവയെ ഒരിക്കലും നേരിട്ട് കണ്ടിട്ടില്ല. പക്ഷേ, എന്റെ അച്ഛൻ എന്നോട് അങ്ങനെ പറയാറുണ്ടായിരുന്നു."

ജീൻ ചോദിച്ചു. "എന്താണ് സംഭവിച്ചത്? സ്വർണ്ണം തീർന്നുപോയി രുന്നോ?"

"ഇല്ല. അവർക്ക് സാധനം അരുവികളിൽനിന്നും മണൽത്തിട്ടക

ളിൽനിന്നും എളുപ്പത്തിൽ ലഭിച്ചിരുന്നു. അതിനുശേഷം അവർക്ക് ആഴ ത്തിലേക്ക് ഇറങ്ങിപ്പോകേണ്ടിവരികയും ധാരാളം യന്ത്രങ്ങൾ ഉപയോ ഗിക്കേണ്ടിവരികയും ചെയ്തപ്പോൾ ലാഭം ഇല്ലാതായി. ക്രോയിഡോറും നോർമാൻടണും ഇതുപോലെ ആയിരുന്നു.''

"ക്രോയിഡോണിൽ വീണ്ടും ഒരു ഖനി അവർ തുടങ്ങാൻ പോകു കയാണെന്ന് പറയുന്നുണ്ട്.''

"എനിക്ക് ഓർമ്മയുള്ള കാലം മുതൽ അവർ ഇതു പറയുന്നുണ്ട്.''

ജീൻ ചോദിച്ചു. "പക്ഷേ, വീടുകൾക്ക് എന്താണ് സംഭവിച്ചത്? ആളു കൾ ദൂരദേശങ്ങളിലേക്ക് പോയോ?''

"വീടുകൾ താഴെ വീണിരുന്നു. അല്ലെങ്കിൽ താല്ക്കാലിക പരിഹാ രമായി ഇടിച്ചുതകർത്തിരുന്നു.'' ആൽബേൺസ് അയാളോട് പറഞ്ഞു. "സ്വർണ്ണം കഴിഞ്ഞപ്പോൾ ആളുകൾ ഇവിടെ താമസിച്ചിരുന്നില്ല – അവർക്ക് അത് കഴിയില്ല. ഇപ്പോൾ ഇവിടെ കന്നുകാലി വളർത്തൽ കേന്ദ്ര ങ്ങൾ മാത്രം ആണ് ഉള്ളത്.''

ജീനിന്റെ വല്ലപ്പോഴും ഉള്ള ഒരു അഭിപ്രായപ്രകടനത്തോടെ അല്ലെ ങ്കിൽ ഒരു ചോദ്യത്തോടെ ആളുകൾക്കിടയിൽ സംസാരം വികസിച്ചി രുന്നു. "പ്രേതനഗരങ്ങൾ – ഞാൻ ഒരിക്കൽ വായിച്ച ഒരു പുസ്തക ത്തിൽ അവർ ഉൾക്കടൽ പ്രദേശത്തെ പട്ടണങ്ങളെ അങ്ങനെയാണ് വിളി ച്ചിരുന്നത്. അതിന്റെ കാരണം അവയെല്ലാം ഇപ്പോൾ ഒരിക്കൽ സ്വർണ്ണം ഉണ്ടായിരുന്ന സമയത്തെ അവയുടെ പ്രേതങ്ങളായി മാറിയിരിക്കുക യാണ്.''

"അത് വളരെക്കാലം നീണ്ടുനിന്നില്ല.'' ആരോ ഒരാൾ പറഞ്ഞു. "ഇവിടെ ആദ്യമായി സ്വർണ്ണം കണ്ടുപിടിച്ചത് 1893 ൽ ആയിരുന്നു. എന്നാൽ 1905 ൽ ഇവിടെ കൂടുതൽ ആളുകൾ താമസിക്കുന്നുണ്ടായിരു ന്നില്ല.''

ഉപേക്ഷിക്കപ്പെട്ടുകിടന്ന ഈ ചെറിയ സ്ഥലത്തെ എണ്ണായിരമോ മുപ്പതിനായിരമോ സ്ഥിരതാമസക്കാർ ഉണ്ടായിരുന്ന അല്ലെങ്കിൽ പതി നേഴു ഹോട്ടലുകളും തെരുവുകളുടെ ചുറ്റുപാടും അടുത്തടുത്ത് വീടു കളും ഉണ്ടായിരുന്ന ഒരു പട്ടണം എന്ന നിലയിൽ മനസ്സിൽ കാണാൻ ജീൻ ശ്രമിക്കുകയായിരുന്നു. അവൾ ആളുകൾ ചുറ്റുംനിന്ന് സംസാരിച്ചു കൊണ്ടിരിക്കുമ്പോൾ ഈ പ്രദേശത്തെ ഭാവനയിൽ തിരക്കുള്ള നഗര മായി കണ്ടുകൊണ്ടിരിക്കുകയായിരുന്നു. ആളുകൾ ഈ സ്ഥലത്തെ ഏതാനും ദിവസങ്ങൾ കൂടുമ്പോൾ ജനസംഖ്യ ഇരട്ടിക്കുന്ന ഒരു പട്ട ണമായിരുന്നെന്ന അവകാശവാദം ഉയർത്തുമ്പോൾ അതുമായി ഒത്തു പോകുന്ന സ്വപ്നം കണ്ട് ഇതിന്റെ രൂപരേഖ തയ്യാറാക്കിയത് ആരായി രുന്നെങ്കിലും അയാൾക്ക് ഈ സ്ഥലത്തെ കാർപ്പന്റേറിയാ ഉൾക്കടൽ പ്രദേശത്തെ ഒരു ന്യൂയോർക്ക് പട്ടണമായി സ്വപ്നം കണ്ടതിന് നിശ്ചയ മായും പറയാൻ ഏതാനും ചില ഒഴികഴിവുകൾ ഉണ്ടായിരുന്നിരിക്കുമെന്ന് ഉറപ്പായിരുന്നു. ഇപ്പോൾ ആകപ്പാടെ ഇവിടെ അവശേഷിച്ചിരുന്നത് ഒരി

ക്കൽ തടികൊണ്ടുള്ള വീടുകൾക്ക് മുന്നിലെ തെരുവുകൾ ആയിരുന്ന വഴികളുടെ ഒരു ശൃംഖല ആയിരുന്നു. ഈ ശൃംഖലയിൽ അങ്ങിങ്ങായി സ്വപ്നം എന്തായിരുന്നെന്ന് കാണിച്ചുതരാൻ വേണ്ടി ഒറ്റപ്പെട്ടുപോയ ചില പഴയ കെട്ടിടങ്ങൾ മാത്രം അങ്ങിങ്ങായി അവശേഷിച്ചിരുന്നു.

വെളിച്ചം മങ്ങിയപ്പോൾ ആൽബേൺസും പീറ്റും കൂടി പുറത്തിറങ്ങി ജീനിനെ കാണിക്കാൻ വേണ്ടി കുഴൽക്കിണർ കത്തിച്ചു. അവർ അതിന് തീപിടിപ്പിക്കാൻ വേണ്ടി അരഡസൻ തീപ്പെട്ടിക്കൊള്ളികൾ ഉരച്ചിരുന്നു. കുഴൽക്കിണറിൽനിന്നും ഒരു തീജ്ജ്വാല പട്ടണത്തിൽ മുഴുവൻ വെളിച്ചം വിതറിക്കൊണ്ട് മുകളിലേക്ക് കുതിച്ചുയർന്നു. അവസാനം വെള്ളത്തിന്റെ ഒരു കുതിച്ചുചാട്ടത്തിൽപെട്ട് അത് അണഞ്ഞുപോകുമായിരുന്നു. അവർ അതിനെ വീണ്ടും കത്തിച്ചു. ജീൻ വേണ്ടവിധത്തിൽ അതിനെ പ്രശം സിച്ചു. നഗരം കരുതിവച്ചിരുന്ന ഒരേയൊരു വിനോദം ഇതായിരുന്നെന്ന് വ്യക്തം ആയിരുന്നു. അവൾക്ക് ഒരു നല്ല സമയം നല്കാൻവേണ്ടി ആൽബേൺസും പീറ്റും കഴിവിന്റെ പരമാവധി ശ്രമിക്കുന്നുണ്ടായിരുന്നു. "അത് അത്ഭുതകരം ആയിരുന്നു." അവൾ പറഞ്ഞു. "അതുപോലെ എന്തെങ്കിലും കാര്യം ഇംഗ്ലണ്ടിൽ ഞാൻ ഒരിക്കലും കണ്ടിട്ടില്ല."

അവർ വേണ്ടവിധത്തിൽ മര്യാദ ഉള്ളവർ ആയിരുന്നു. "ഇവിടെ ചുറ്റു പാടും ഉള്ള കൂടുതൽ പട്ടണങ്ങളിലും ഇതുപോലെ നിങ്ങൾക്ക് തീ കത്തി ക്കാൻ പറ്റുന്ന ഒരു കുഴൽക്കിണർ ഉണ്ട്." അവർ പറഞ്ഞു.

പകൽസമയത്തെ വിമാനയാത്രകൊണ്ട് അവൾ തളർന്നുപോയിരു ന്നു. ഒൻപതു മണിയായപ്പോൾ അവൾ അവരുടെ സംഘത്തോട് ക്ഷമ ചോദിച്ചുകൊണ്ട് എഴുന്നേറ്റു. അവർ എല്ലാവരും അവൾക്ക് ശുഭരാത്രി ആശംസിച്ചു. പോകുന്നതിനുമുമ്പ് അവൾ ആൽബേൺസിനെ ഒരുവശ ത്തേക്ക് അല്പം മാറ്റിനിർത്തിക്കൊണ്ട് പറഞ്ഞു. "ആൽബേൺസിനോട് ഒരു കാര്യം പറയാനുണ്ട്. എനിക്ക് ജിംലനനെക്കാണാൻ താല്പര്യം ഉണ്ട്. അയാൾ മിഡ്ഹസ്റ്റിൽ താമസിക്കുന്ന മനുഷ്യൻ ആണ്. അല്ലേ? ബുധ നാഴ്ച ഞാൻ പോകുന്നതിനുമുമ്പ് എനിക്ക് അയാളെ കാണണമെന്നുണ്ട്. അയാൾ പട്ടണത്തിൽ വരുന്നുണ്ടോ?"

"ശനിയാഴ്ച ഒരുപക്ഷേ, അയാൾ ഇവിടെ ഉണ്ടായിരിക്കും. ശനി യാഴ്ചത്തെ അയാളുടെ മദ്യപാനത്തിനുവേണ്ടി അയാൾ ഇവിടെ എത്തു മെന്ന് ഞാൻ പറയും. ആ വഴിക്ക് ആരെങ്കിലും പോകുന്നുണ്ടെന്ന് കേട്ടാൽ നിങ്ങൾ പട്ടണത്തിൽ ഉണ്ടെന്ന് അയാളോട് പറയാൻ ഞാൻ പറഞ്ഞുവി ടാം. നിങ്ങൾ അയാളെ കാണാൻ ആഗ്രഹിക്കുന്നുണ്ടെന്ന് പറയണമെന്ന് പ്രത്യേകം പറയാം." ആൽബേൺസ് പറഞ്ഞു.

അവൾ ചോദിച്ചു. "മിഡ്ഹസ്റ്റിൽ അവർ റേഡിയോവഴിയുള്ള ആശ യവിനിമയം നടപ്പിലാക്കിയിട്ടുണ്ടോ?"

അയാൾ തലകുലുക്കി. "ആർക്കെങ്കിലും അസുഖം വന്നാൽ അല്ലെ ങ്കിൽ അപകടം സംഭവിച്ചാൽ അവർക്ക് അയാളെ ഏകദേശം ഒരുമണി ക്കൂർകൊണ്ട് പട്ടണത്തിൽ കൊണ്ടുവരാൻ പറ്റും. നേഴ്സിന് ആശുപ

ത്രിയിൽ ഒരു ടെലിഫോൺ ഉണ്ട്." അയാൾ അല്പസമയം സംസാരി
ച്ചില്ല. "അടുത്ത ദിവസമോ മറ്റോ ആരെങ്കിലും ആ വഴിക്ക് പോകുന്നു
ണ്ടാകും. ആരെങ്കിലും പോകുന്നില്ലെങ്കിൽ നിങ്ങളെ ഞാൻ ഞായറാഴ്ച
ലോറി ഓടിച്ച് അവിടെ എത്തിച്ചുതരാം. ശനിയാഴ്ച ഇവിടെ ജിംലനൻ
വന്നില്ലെങ്കിലും ഞാൻ നിങ്ങളെ അവിടെ എത്തിക്കും."

"അത് നിങ്ങളുടെ അങ്ങേയറ്റത്തെ അനുകമ്പയാണ്." അവൾ
പറഞ്ഞു. "നിങ്ങളെ ആ ബുദ്ധിമുട്ടിലേക്ക് തള്ളിയിടാൻ എനിക്ക്
ആഗ്രഹം ഇല്ല."

"അത് ബുദ്ധിമുട്ട് അല്ല." അയാൾ പറഞ്ഞു.

അവൾ ഉറങ്ങാൻ പോയി. ഹോട്ടലിൽ പിൻവശത്തെ മുറ്റത്ത് അവ
ളുടെ മുറിയുടെ പുറത്ത് അവിരാമം പ്രകമ്പനം സൃഷ്ടിച്ചുകൊണ്ടിരുന്ന
ഒരു ജനറേറ്റർ ഉണ്ടായിരുന്നു. പത്തുമണിക്ക് മദ്യശാല അടയ്ക്കുന്നതു
വരെ അവൾക്ക് അതിന്റെ മുഴക്കം കേൾക്കാൻ കഴിഞ്ഞിരുന്നു. പത്ത്
കഴിഞ്ഞ് അഞ്ചുമിനിറ്റ് കടന്നു പോയപ്പോൾ ജനറേറ്റർ നിന്നു. എല്ലാ
വിളക്കുകളും അണഞ്ഞു. വിൽസ്ടൗൺ ഉറങ്ങി.

അഞ്ച് മണിക്ക് ആളുകൾ ഉണർന്ന് എഴുന്നേറ്റ് കുളിക്കുന്നതിന്റെ
ശബ്ദം കേട്ട് അവൾ എഴുന്നേറ്റു. പ്രഭാതത്തിലെ ശബ്ദങ്ങൾക്ക് ചെവി
കൊടുത്തുകൊണ്ട് അവൾ മയക്കത്തിലേക്ക് പോയി. ഏഴരവരെ പ്രഭാ
തഭക്ഷണം ഉണ്ടായിരുന്നില്ല. അവൾ എഴുന്നേറ്റ് കുളികഴിഞ്ഞ് ഭക്ഷണ
മുറിയിൽ കൃത്യസമയത്ത് എത്തിയിരുന്നു. വിൽടൗണിൽ അംഗീകാരം
നേടിയ പ്രഭാതഭക്ഷണം അരറാത്തൽ വറുത്ത ഇറച്ചിയും അതിന്റെ മുക
ളിൽ ഇരിക്കുന്ന രണ്ട് പൊരിച്ച മുട്ടകളും ചേർന്നതാണെന്ന് അവൾ
കണ്ടെത്തി. അവൾ ഒരു പൊരിച്ചമുട്ട മാത്രം ആവശ്യപ്പെട്ടുകൊണ്ട്
ആനിയെ വളരെ അധികം അമ്പരപ്പെടുത്തി. അരക്കിറുക്കിയായ ഈ
ഇംഗ്ലീഷുകാരിയോട് പ്രഭാത ഭക്ഷണം ഇറച്ചിയും മുട്ടയും ആണെന്ന്
ആനി ക്ഷമയോടെ വിശദീകരിച്ചു കൊടുത്തു.

"അത് എനിക്ക് അറിയാം." ജീൻ പറഞ്ഞു. "പക്ഷേ, എനിക്ക് ഇറ
ച്ചിവേണ്ട."

"ശരി. നിങ്ങൾ അത് കഴിക്കണമെന്നില്ല." ആനി അമ്പരന്നുപോ
യെന്ന് വ്യക്തം ആയിരുന്നു. "എനിക്ക് വറുത്ത ഇറച്ചി ഇല്ലാതെ ഒരു
പൊരിച്ച മുട്ട മാത്രം കിട്ടുമോ?" ജീൻ ചോദിച്ചു.

"ഒരു പാത്രത്തിൽ ഒരു പൊരിച്ച മുട്ട മാത്രം കൊണ്ടുവരണം.
എന്നാണോ നിങ്ങൾ ഉദ്ദേശിച്ചത്?"

"അത് ശരിയാണ്."

വിൽസ്ടൗണിൽ ഭക്ഷണത്തെ പറ്റിയുള്ള സംസാരം തികച്ചും പുതു
മയുള്ള ഒരു വിഷയം ആയിരുന്നെന്ന് വ്യക്തമായിരുന്നു. "ഞാൻ മിസിസ്സ്
കൊണ്ണോറിനോട് ചോദിച്ചുനോക്കാം." അവൾ വറുത്ത ഇറച്ചിക്ക് മുക
ളിൽ രണ്ട് പൊരിച്ച മുട്ടകളുമായി അടുക്കളയിൽനിന്ന് തിരിച്ചുവന്നു.
"ഞങ്ങൾക്ക് പ്രഭാത ഭക്ഷണത്തിന് ഇത് മാത്രമേ ഉള്ളൂ. ഞാൻ മിസിസ്സ്

കോണറോട് ചോദിച്ചിരുന്നു." അവൾ വിശദീകരിച്ചു. ജീൻ പോരാട്ടം ഉപേ ക്ഷിച്ചു.

അവൾ പ്രഭാത ഭക്ഷണം കഴിഞ്ഞ് അടുക്കളയിലെത്തി മിസിസ്സ് കോണറെ കണ്ടെത്തുന്നതിൽ വിജയിച്ചു. "എനിക്ക് കുറച്ചുസാധനങ്ങൾ കഴുകാൻ ഉണ്ട്." അവൾ ചോദിച്ചു. "എനിക്ക് നിങ്ങളുടെ തുണികഴു കുന്ന തൊട്ടി ഉപയോഗിക്കാൻ പറ്റുമോ? നിങ്ങൾക്ക് ഒരു തേപ്പുപെട്ടി ഉണ്ടോ?"

"നിങ്ങൾക്ക് വേണ്ടി ആനി അത് ചെയ്തുതരും." മിസിസ്സ് കോണർ പറഞ്ഞു. "അത് അവളെ ഏല്പിച്ചാൽ മതി."

ജീനിന് അവളുടെ വേഷങ്ങൾ ആനിയെ ഏല്പിക്കാൻ ഉദ്ദേശ്യം ഇല്ലായിരുന്നു. "അവൾക്ക് ധാരാളം ജോലികൾ ചെയ്യാനുണ്ട് എനിക്ക് ജോലിയൊന്നും ഇല്ല." അവൾ പറഞ്ഞു. "എനിക്ക് തൊട്ടി കടംവാങ്ങാൻ കഴിഞ്ഞാൽ എനിക്ക് സ്വയം അത് കഴുകാൻ കഴിയും."

"അത് നല്ല കാര്യമാണ്." മിസിസ്സ് കോണർ പറഞ്ഞു.

ജീൻ അടുക്കളയുടെ അടുത്തുള്ള പിൻവശത്തെ വരാന്തയിൽ തുണികഴുകലും ഇസ്തിരിയിടലും നടത്തിക്കൊണ്ട് ചെലവഴിച്ചു. അവിടെ വരിവരിയായി കഴുകി വൃത്തിയാക്കി തൂക്കിയിട്ടിരുന്ന വസ്ത്രങ്ങൾ പത്തു മിനിട്ടുകൊണ്ട് ഉണങ്ങിക്കിട്ടിയിരുന്നു. അടുക്കളയിലെ ചൂട് നിശ്ചയമായും നൂറ്റി ഇരുപത് ഫാറൻഹീറ്റിന് സമീപത്ത് ആയിരിക്കും. ജീൻ ഇരുമ്പടു പ്പിൽനിന്നും വളരെപ്പെട്ടെന്ന് തേപ്പുപെട്ടികൾ എടുത്തുമാറ്റാൻ വേണ്ടി തിടുക്കം കൂട്ടിക്കൊണ്ടിരുന്നു. ഇത്തരം കാലാവസ്ഥയിൽ ദിവസം മൂന്നു നേരം ചൂടുള്ള ഭക്ഷണം പാചകം ചെയ്യുന്ന സ്ത്രീകളുടെ സഹനശ ക്തിയെപ്പറ്റി അവൾ അത്ഭുതപ്പെട്ടിരുന്നു. പിൻവശത്തെ വരാന്തയിലേക്ക് പെട്ടെന്ന് കടന്നുവന്ന ആനി ജീൻ തുണി കഴുകുന്നത് മറ്റാർക്കും സംശയം തോന്നാത്ത രീതിയിൽ പരിശോധിച്ചുകൊണ്ട് ചുറ്റിപ്പറ്റി നിന്നിരുന്നു.

അവൾ സോപ്പ് ചില്ലുകളുടെ കാർഡ്ബോർഡ് പെട്ടി പൊക്കിയെടു ത്തുകൊണ്ട് ചോദിച്ചു. "ഇത് എത്രമാത്രം നിങ്ങൾ വെള്ളത്തിൽ ഇടും?"

ജീൻ പറഞ്ഞു. "ഒരു ഗാലൻ വെള്ളത്തിൽ ഒരു ഔൺസ് ഇടുമെ ന്നാണ് ഞാൻ വിചാരിക്കുന്നത്. അങ്ങനെ അല്ലേ? എനിക്ക് അറിയാമാ യിരുന്നു. ഞാൻ അത് കുറച്ചെടുത്ത് വെള്ളത്തിൽ ഇടും. അവർ അത് കൂടിന്റെ പുറത്ത് എഴുതിയിട്ടുണ്ട്."

പെൺകുട്ടി കൂട് എടുത്ത് പരിശോധിച്ചുകൊണ്ട് തിരിച്ചും മറിച്ചും നോക്കി. "ഉപയോഗിക്കുന്നതിനുള്ള നിർദ്ദേശങ്ങൾ എന്ന് എഴുതിയിരി ക്കുന്ന ഭാഗത്ത് ഉണ്ട്." ജീൻ പറഞ്ഞു.

അവളുടെ പിന്നിൽ ഉണ്ടായിരുന്ന വാതിലിൽനിന്നും മിസിസ്സ് കോണർ പറഞ്ഞു. "ആനി നല്ലപോലെ വായിക്കത്തില്ല."

പെൺകുട്ടി പറഞ്ഞു. "എനിക്ക് വായിക്കാൻ പറ്റും."

"ഓ, നിനക്ക് പറ്റും? ശരി, ആ കൂടിൽ എഴുതിയിരിക്കുന്നത് ഞങ്ങളെ ഒന്ന് വായിച്ചു കേൾപ്പിക്കൂ."

പെൺകുട്ടി കൂട് താഴെവച്ചു. "അടുത്തൊന്നും ഞാൻ കൂടുതൽ ശ്രമം നടത്തിയിരുന്നില്ല. സ്കൂളിൽ ആയിരുന്നപ്പോൾ എനിക്ക് നല്ലപോലെ വായിക്കാൻ പറ്റുമായിരുന്നു."

സാഹചര്യം മയപ്പെടുത്താൻ വേണ്ടി ജീൻ പറഞ്ഞു. "വെള്ളം വേണ്ട രീതിയിൽ പതയുന്നതുവരെ നിങ്ങൾ വെള്ളത്തിൽ സോപ്പ് ഇടണം. വെള്ളത്തിന്റെ കാഠിന്യം കാരണം പലതരം വെള്ളത്തിന് പല അളവിൽ സോപ്പ് ഇടേണ്ടിവരും."

"ഞാൻ സാധാരണ സോപ്പാണ് ഉപയോഗിക്കുന്നത്." ആനി പറഞ്ഞു. "അത് ഇതുപോലെ നല്ലരീതിയിൽ പതയില്ല."

പെട്ടെന്ന് ആനി ചോദിച്ചു. "നിങ്ങൾ നഴ്സ് ആണോ?"

ജീൻ തലകുലുക്കി. "ഞാൻ ടൈപ്പിസ്റ്റ് ആണ്."

"അതുശരി. ഞാൻ നിങ്ങൾ നഴ്സ് ആയിരിക്കുമെന്ന് വിചാരിച്ചിരുന്നു. വിൽഡ് ടൗണിൽ വരുന്ന കൂടുതൽ സ്ത്രീകളും നഴ്സുമാർ ആണ്. അവർ ഇവിടെ വളരെക്കാലം താമസിക്കില്ല. ആറുമാസം, അതുകഴിഞ്ഞ് അവർ മതിയാക്കും."

അവിടെ ഒരു ഇടവേള ഉണ്ടായിരുന്നു. പെൺകുട്ടി പറഞ്ഞു. "നിങ്ങൾ നഴ്സ് ആയിരുന്നെങ്കിൽ ഞാൻ നിങ്ങളോട് ചില മരുന്നുകൾ ചോദിക്കുമായിരുന്നു. എനിക്ക് ഉണർന്നെഴുന്നേറ്റാൽ ഉടൻതന്നെ തീരെ സുഖം ഇല്ലെന്നുള്ള തോന്നൽ കുറച്ചുകാലംകൊണ്ട് ഉണ്ട്. ഇന്ന് രാവിലെതന്നെ എനിക്ക് സുഖം ഇല്ലായിരുന്നു."

"അത് നല്ലകാര്യം അല്ല." ജീൻ കരുതലോടെ പറഞ്ഞു. അവിടെ കൂടുതൽ ഒന്നുംതന്നെ പറയാനുണ്ടെന്ന് തോന്നിയിരുന്നില്ല.

ആനി പറഞ്ഞു. "ഞാൻ ആശുപത്രിയിൽ പോയി ഡഗ്ലസ് നേഴ്സി നോട് എന്തെങ്കിലും മരുന്ന് വേണമെന്ന് പറയാം."

"ഞാനായാലും അതുതന്നെ ചെയ്യും." ജീൻ പറഞ്ഞു.

"മുന്നേറിക്കൊണ്ടിരുന്ന അന്നത്തെ പകലിൽ അവൾ വിൽസ്ടൗ ണിലെ പ്രധാനപ്പെട്ട മിക്ക ആളുകളെയും നേരിട്ട് കണ്ടിരുന്നു. അവൾ റോഡ് കുറുകെ കടന്നുചെന്ന് ഏതെങ്കിലും സിഗററ്റ് വാങ്ങാൻ ശ്രമം നടത്തി. പക്ഷേ, ഒരുപാട് പുകയിലയും കുറച്ചു സിഗററ്റ് ചുരുട്ടുന്ന കട ലാസും വാങ്ങുന്നതിൽ മാത്രം ആണ് അവൾക്ക് വിജയിക്കാൻ കഴിഞ്ഞി രുന്നത്. അവൾ കടയിൽവച്ച് മിസ്റ്റർ ഡങ്കനോട് അയാൾ അവൾക്ക് കാണിച്ചുകൊടുത്ത ഉള്ളിൽ സ്വർണ്ണം ഉള്ള വെള്ളാരം കല്ല് പരിശോധി ച്ചുകൊണ്ട് സംസാരിക്കുന്നതിനിടയിൽ സ്കൂൾ ടീച്ചറായ മിസ് കെൻറോയ് കടയിലേക്ക് കടന്നുപോയിരുന്നു. അരമണിക്കൂറിനുശേഷം ജീൻ റോഡ് കുറുകെകടന്ന് ഹോട്ടലിലേക്ക് തിരിച്ചു നടക്കുന്നതിനിട യിൽ ആൽബെൻസ് അവളെ കണ്ടിരുന്നു. അയാൾ പള്ളിയിലെ ഗുമ സ്ഥനായ മിസ്റ്റർ കാർട്ടറെ അവൾക്ക് പരിചയപ്പെടുത്തണമെന്ന് ആഗ്ര ഹിച്ചിരുന്നു.

അവൾ ഉച്ചതിരിഞ്ഞ് കൂടുതൽ സമയവും വിൽസ് ടൗണിലെ മറ്റു

ള്ളവർക്കൊപ്പം അവളുടെ കിടക്കയിൽ കിടന്ന് ഉറങ്ങുകയായിരുന്നു. പക ലിന്റെ ചൂട് മാറിയപ്പോൾ അവൾ കഴിഞ്ഞ വൈകുന്നേരത്തെപ്പോലെ താഴത്തെ നിലയിലെ വരാന്തയിൽ എത്തി. അവിടെ ഉണ്ടായിരുന്ന തട്ടു കസേരയിൽ ഇരിപ്പുറപ്പിച്ചിരുന്നു. കന്നുകാലി സംരക്ഷകർ അവളെ കണ്ടെ ത്തുന്നതിനുമുമ്പ് അവൾക്ക് കൂടുതൽ സമയം കാത്തിരിക്കേണ്ടി വന്നി രുന്നില്ല. അവർ വളരെയധികം സങ്കോചത്തോടെ ഇംഗ്ലീഷുകാരി പെൺകു ട്ടിയുടെ അടുത്തുനിന്ന് ഒഴിഞ്ഞുമാറാൻ കഴിയാതെ ഓരോരുത്തരായി അവളുടെ മുന്നിലേക്ക് കടന്നുവരുകയായിരുന്നു. പെട്ടെന്ന് വരാന്തയിൽ അവൾക്ക് ചുറ്റും കുത്തിയിരിക്കുന്ന കന്നുകാലി സംരക്ഷകരുടെ ഒരു ചെറിയ സംഘം രൂപപ്പെട്ടിരുന്നു.

അവൾ അവരെ സ്വയം അവരെപ്പറ്റി സംസാരിക്കുന്ന അവസ്ഥയി ലേക്ക് കൊണ്ടുവന്നിരുന്നു. അത് അവരുടെ മനസ്സിന്റെ പിരിമുറുക്കം അവ സാനിപ്പിക്കാനുള്ള ഏറ്റവും നല്ല വഴിയാണെന്ന് അവൾക്ക് തോന്നിയി രുന്നു. "ഇവിടെ കുഴപ്പം ഒന്നും ഇല്ല." ഒരാൾ പറഞ്ഞു. "ഇത് കന്നുകാ ലികൾക്ക് പറ്റിയ ഒരു നല്ല സ്ഥലം ആണ്. കുറച്ചുകൂടി തെക്കോട്ട് പോയാൽ കിട്ടുന്നതിലും കൂടുതൽ മഴ ഇവിടെ കിട്ടുന്നുണ്ട്. പക്ഷേ, അടു ത്തവർഷം ഞാൻ ഇവിടെ ഉണ്ടായിരിക്കില്ല. റോക്ക് ഹാംപ്ടണിലെ റെയിൽവെയിൽ എന്റെ സഹോദരൻ ജോലി ചെയ്യുന്നുണ്ട്. ഞാൻ അവി ടെയെത്തി അയാളുടെ കൂടെ ചേരുകയാണെങ്കിൽ എന്നെ അവരുടെ കൂട്ട ത്തിൽ ചേർത്തുതരാമെന്ന് അയാൾ പറഞ്ഞിട്ടുണ്ട്."

ജീൻ ചോദിച്ചു. "അവിടെ ഇതിലും മെച്ചപ്പെട്ട ശമ്പളം ആണോ?"

"അതൊന്നും അല്ല. അവിടെ വളരെ നല്ല ശമ്പളം ആണെന്നൊന്നും ഞാൻ വിചാരിക്കുന്നില്ല. ഇവിടെ അഞ്ചു പൗണ്ടിൽ കൂടുതൽ ഞങ്ങൾക്ക് കിട്ടുന്നുണ്ട്. അത് ഒരു സാധാരണ കന്നുകാലി സംരക്ഷകന് കിട്ടുന്ന ശമ്പളം ആണ്."

അവൾ അത്ഭുതപ്പെട്ടുപോയിരുന്നു. "അത് ഒരാൾക്ക് കിട്ടാവുന്ന ഒരു മോശം ശമ്പളം അല്ല. ശരിയല്ലേ?"

പീറ്റ് ഫ്ലച്ചർ പറഞ്ഞു. "ശമ്പളത്തിന് കുഴപ്പമൊന്നുമില്ല. ഈ സ്ഥലം ആണ് കുഴപ്പം. ഇവിടെ ഒരു കാര്യവും ചെയ്യാനില്ല."

"ഇവിടെ നിങ്ങൾ സിനിമാ എന്നെങ്കിലും കൊണ്ടുവന്നിട്ടുണ്ടോ?"

"ദേവാലയത്തിനു പുറത്തുള്ള വലിയ മുറിയിൽ രണ്ടാഴ്ച കൂടു മ്പോൾ ഒരാൾ സിനിമ പ്രദർശിപ്പിക്കാൻ വരാറുണ്ടായിരുന്നു — അവിടെ കാണുന്ന ആ കെട്ടിടത്തിൽ." തടികൊണ്ട് നിർമ്മിച്ച ധാന്യപ്പുരപോലെ യുള്ള ഒരു കെട്ടിടം അവൾ കണ്ടു. "ഒരു മാസമായി അയാൾ വന്നിട്ടില്ല. പക്ഷേ, അയാൾ അടുത്തയാഴ്ച വരുന്നുണ്ടെന്നാണ് മിസ്റ്റർ കാർട്ടർ പറ യുന്നത്."

"നൃത്തങ്ങളുടെ കാര്യം എങ്ങനെ ആണ്?" ജീൻ ചോദിച്ചു.

അവിടെ വിദ്വേഷ സൂചകമായ ഒരു ചിരി ഉണ്ടായിരുന്നു. "ചിലപ്പോൾ അവർ അതിന് ശ്രമിച്ചിട്ടുണ്ട്. പക്ഷേ, ഇവിടം പറ്റിയ സ്ഥലം അല്ല.

വേണ്ടത്ര പെൺകുട്ടികൾ ഇല്ല."

പീറ്റ് ഫ്ളച്ചർ പറഞ്ഞു. "വിൽസ് ടൗണിൽ ഞങ്ങൾ അൻപത് കന്നു കാലിനോട്ടക്കാർ ഉണ്ട്. മിസ്. പാഗറ്റ് ഒരു കാര്യം മനസ്സിലാക്കണം. നൃത്തം ചെയ്യാൻ ഇവിടെ രണ്ട് അവിവാഹിതകൾ മാത്രമാണുള്ളത്. ഡോറിസ് നാഷും സൂസി അൻഡേഴ്സണും. പതിനേഴിനും ഇരുപത്തിരണ്ടിനും ഇടയിലുള്ളവരുടെ കാര്യമാണ് പറയുന്നത്. കുട്ടികളുടെയും വിവാഹി തകളുടെയും എണ്ണം ഇതിൽ കൂട്ടിയിട്ടില്ല.

ഒരു കന്നുകാലി നോട്ടക്കാരൻ അല്പം വെറുപ്പോടെ ചിരിച്ചു. "സൂസിക്ക് ഇരുപത്തിരണ്ടിൽ കൂടുതൽ ഉണ്ട്."

ജീൻ ചോദിച്ചു. "പക്ഷേ, പെൺകുട്ടികൾക്കെല്ലാം എന്താണ് സംഭ വിച്ചത്? പക്ഷേ, ഈ ചുറ്റുവട്ടത്തിൽ ഇതിലും കൂടുതൽ പെൺകുട്ടികൾ നിശ്ചയമായും കണ്ടുകാണും?"

"അവർ എല്ലാവരും ജോലിക്കുവേണ്ടി മഹാനഗരങ്ങളിലേക്ക് പോകു ന്നു. ഏതോ ഒരാൾ പറഞ്ഞു. "വിൽസ് ടൗണിൽ ഒരു പെൺകുട്ടിക്ക് ഒരു കാര്യവും ചെയ്യാനില്ല. അവർ ടൗൺസ് വില്ലിലേക്കും റോക്ക് ഹാംപ്ട ണിലേക്കും പോകുന്നു. ബ്രിസ്ബെയിനിലേക്ക് കൂടി പോകുന്നുണ്ട്."

പീറ്റ് ഫ്ളച്ചർ പറഞ്ഞു. "ഞാൻ അവിടേക്കാണ് പോകുന്നത് – ബ്രിസ് ബെയിൻ."

ജീൻ ചോദിച്ചു. "അപ്പോൾ ഒരു കന്നുകാലി കേന്ദ്രത്തിലെ താമസം നിങ്ങൾക്ക് ഇഷ്ടം അല്ലേ?" അവൾ ജോ ഹാർമാനെപ്പറ്റിയും ഒറ്റപ്പെട്ട സ്ഥലങ്ങളോടുള്ള അയാളുടെ അഭിനിവേശത്തെപ്പറ്റിയും ചിന്തിക്കുകയയാ യിരുന്നു.

"ഈ സ്ഥലത്തിന് കുഴപ്പമൊന്നും ഇല്ല." പീറ്റ് പറഞ്ഞു. ഈ ഇംഗ്ലീ ഷുകാരിയോട് ഒരു പ്രാകൃതമായ വാക്ക് കരുതലില്ലാതെ ഉപയോഗി ക്കാതെ അയാൾക്ക് മനസ്സിൽ തോന്നിയത് എങ്ങനെ പറയാൻ പറ്റു മെന്നാലോചിച്ച് അയാൾ അറച്ചുനിൽക്കുകയായിരുന്നു. "ഞാൻ പറയാൻ ഉദ്ദേശിച്ചത് ഒരാൾക്ക് മറ്റ് ഏതൊരാൾക്കും ഉള്ളതുപോലെ ഒരു പെൺകു ട്ടിയെ സ്വീകരിച്ച് വിവാഹം കഴിക്കാനുള്ള അവകാശം ഉണ്ടെന്നായിരുന്നു."

അവൾ അയാളെ അമ്പരപ്പോടെ നോക്കി. "അത് സത്യത്തിൽ അങ്ങനെ ആണല്ലോ. അങ്ങനെ അല്ലേ?"

"അത് അങ്ങേയറ്റം ബുദ്ധിമുട്ടാണ്." ഏതോ ഒരാൾ പറഞ്ഞു. "ഇവിടെ അത് വളരെ ബുദ്ധിമുട്ട് ആയിരിക്കും. നേരമ്പോക്ക് അല്ല. വിൽസ്ടൗണിൽ അൻപത് പുരുഷന്മാർക്ക് രണ്ട് അവിവാഹിതകളാണ് ഉള്ളത്. ഒരാൾക്ക് ഇവിടെ വിവാഹം കഴിക്കാനുള്ള അവസരം ഇല്ല."

ആരോ ഒരാൾ അവളോട് വിശദീകരിച്ചു. "മിസ് പാഗറ്റ്, നിങ്ങൾ മനസ്സിലാക്കണം. ഒരു പെൺകുട്ടി ഒരു സാധാരണ പെൺകുട്ടി ആണെ ങ്കിൽ ഉദാഹരണത്തിന് നിങ്ങളെപ്പോലെ ഒരു പെൺകുട്ടി ആണെങ്കിൽ നിങ്ങൾ ഇവിടെ താമസിക്കില്ല. വീട്ടിൽനിന്ന് അകന്നുപോകാനുള്ള പ്രായം ആകുമ്പോൾ നിങ്ങൾ ഒരു ജോലി കിട്ടി. എല്ലാക്കാലവും നിങ്ങളുടെ

സ്വന്തക്കാരെ ആശ്രയിച്ചു ജീവിക്കാതെ സ്വന്തം ജീവിതമാർഗ്ഗം കണ്ടെ
ത്താൻ വേണ്ടി പോയിരിക്കും. നിങ്ങൾ പോകുമെന്ന് ഞാൻ ഉറപ്പുപറ
യുന്നു. വിൽസ് ടൗണിൽ താമസിക്കുന്നത് കൂട്ടത്തിൽ അല്പം മന്ദബു
ദ്ധികളായിപ്പോയതുകൊണ്ട് മറ്റൊരു സ്ഥലത്തുപോയി ജീവിക്കാൻ കഴി
യാത്തവർ മാത്രമാണ്. അല്ലെങ്കിൽ ഇവിടെ താമസിച്ച് അവരുടെ പ്രായ
മായ ബന്ധുക്കളെ സംരക്ഷിക്കണമെന്ന് തോന്നുന്നവരാണ്."

ഏതോ ഒരാൾ പറഞ്ഞു. "അങ്ങനെ ഉള്ളവർ അവരുടെ പ്രായമായ
ബന്ധുക്കളെ അവരോടൊപ്പം വൻനഗരങ്ങളിലേക്ക് എൽസീ ഫ്രീമാനെ
പോലെ കൊണ്ടുപോകാറുണ്ട്."

ജീൻ ചിരിച്ചു. "വിൽടൗണിൽ താമസിക്കുകയാണെങ്കിൽ നിങ്ങൾക്ക്
ഒരു മന്ദബുദ്ധിയായ പെൺകുട്ടിയെ വിവാഹം കഴിച്ച് ജീവിതം അവസാ
നിപ്പിക്കേണ്ടിവരും എന്നല്ലേ നിങ്ങൾ ഉദ്ദേശിച്ചത്?"

അവർ അമ്പരപ്പോടെ പരസ്പരം നോക്കി. "ഒരാൾ നാലുചുറ്റും
അല്പം ഒന്ന് പരിശോധിച്ചുനോക്കാൻ ആഗ്രഹിക്കില്ലേ?"

"നിങ്ങൾ എല്ലാവരും മഹാനഗരങ്ങളിലേക്ക് പോകുകയാണെങ്കിൽ
ചുറ്റുപാടുമുള്ള കന്നുകാലി വളർത്തൽ കേന്ദ്രങ്ങൾ നോക്കി നടത്താൻ
പോകുന്നത് ആരായിരിക്കും?" ജീൻ ചോദിച്ചു.

"അത് നടത്തിപ്പുകാരന്റെ തലവേദന ആണ്." പീറ്റ് പറഞ്ഞു.
"എനിക്ക് എന്റെ സ്വന്തം തലവേദനകൾ ഉണ്ട്."

അന്ന് വൈകുന്നേരത്തെ ചായയ്ക്ക് അല്പംമുമ്പ് ലോറിയുടേതു
പോലെ തുറന്ന പിൻഭാഗവും മുമ്പിൽ ഒരു മുറിയുമുള്ള ഒരു തകർന്ന
പഴയ 'ഷവർലെ' അവിടെ എത്തിയിരുന്നു. അത് ഓടിച്ചിരുന്നത് ഒരു
ബുദ്ധിമാന്റെ മുഖഭാവമുള്ള ഒരു അൻപതുവയസ്സുകാരൻ ആയിരുന്നു.
അയാളുടെ ഒരുവശത്ത് മിനുസമുള്ള തൊലിയും ശാന്തമായ മുഖഭാ
വവും ഉള്ള ഒരു പെൺകുട്ടി ഇരിക്കുന്നുണ്ടായിരുന്നു. അവൾക്ക് തവിട്ടു
നിറവും ഇരുപതോ ഇരുപത്തഞ്ചോ വയസ്സ് പ്രായവും ഉണ്ടായിരുന്നു.
അവൾ സങ്കരവർഗ്ഗക്കാരി അല്ലാത്ത ഒരു നാട്ടുകാരി ആയിരുന്നില്ല. ഒരു
പക്ഷേ, ഒരു നാലിലൊന്ന് വെള്ളക്കാരി ആയിരിക്കാം. അവൾ
തിളക്കമുള്ള ഒരു ചുവന്നവേഷം ആണ് ധരിച്ചിരുന്നത്. അവൾക്ക് വലിയ
താല്പര്യവും സ്നേഹവും ഉണ്ടെന്ന് വ്യക്തമായിരുന്ന ഒരു പൂച്ചക്കുട്ടിയെ
അവൾ ചുമന്നുകൊണ്ടുവന്നിരുന്നു അവർ സഞ്ചിയുമായി ഹോട്ടലിനു
ള്ളിലേക്ക് പ്രവേശിച്ചു. സഞ്ചി ചുമന്നിരുന്നത് പുരുഷൻ ആയിരുന്നു.
അവർ രാത്രിയിൽ അവിടെ താമസിക്കുകയാണെന്ന് വ്യക്തം ആയിരുന്നു.
ചായ കുടിക്കാനുള്ള സമയത്ത് അവർ മറ്റൊരു മേശയിൽ ഇരുന്നിരുന്ന
പുരുഷന്മാരോടൊപ്പം ഇരിക്കുന്നത് ജീൻ കണ്ടിരുന്നു. പക്ഷേ, അവർ
മറ്റുള്ളവരോട് കൂടുതലൊന്നും സംസാരിക്കുന്നുണ്ടായിരുന്നില്ല.

അവർ ആരായിരുന്നെന്ന് ജീൻ മിസിസ്സ് കോണറോട് ചായകുടി
കഴിഞ്ഞ് അന്വേഷിച്ചിരുന്നു. "അത് എഡ്ഡിപേജ് ആണ്." അവൾ പറഞ്ഞു.
"അയാൾ നൂറുമൈൽ ദൂരെയുള്ള കാലെൽ കന്നുകാലി വളർത്തൽ

കേന്ദ്രത്തിന്റെ നടത്തിപ്പുകാരനാണ്. ലുബ്രാ അയാളുടെ ഭാര്യ ആണ്. അവർ സാധനങ്ങൾ വാങ്ങാൻ വന്നതാണ്."

"ശരിയായ ഭാര്യ ആണോ?" ജീൻ ചോദിച്ചു.

"തീർച്ചയായും ആണ്. "അയാൾ അവളെ ന്യായമായി വിവാഹം കഴിച്ചതാണ്. പുരോഹിതൻ 'കോപ് ലാന്റ്' കഴിഞ്ഞവർഷം അതുവഴി പോയിട്ടുണ്ടായിരുന്നു. അദ്ദേഹമാണ് അവരെ വിവാഹം കഴിപ്പിച്ചത്. അവർ ഇടയ്ക്കിടയ്ക്ക് ഇവിടെ വരാറുണ്ട്. അവൾ ഒരിക്കലും ഒരു ബുദ്ധി മുട്ട് ഉണ്ടാക്കില്ലെന്ന് ഞാൻ ഉറപ്പിച്ച് പറയുന്നു. അവൾക്ക് എഴുതാനും വായിക്കാനും അറിയില്ല. അതുകൊണ്ട് അവൾ കൂടുതൽ സംസാരിക്കി ല്ല. എല്ലാസമയത്തും അവളുടെ കൂടെ ഒരു പൂച്ചക്കുട്ടിയോ പട്ടിക്കുട്ടിയോ ഉണ്ടായിരിക്കും. അതിനെ അവൾക്ക് ഇഷ്ടമാണ്."

ആ മനുഷ്യന്റെ ബുദ്ധിശക്തിയും വിവേകവും പ്രതിഫലിച്ചിരുന്ന മുഖം തികച്ചും അവിചാരിതമായി ജീനിന്റെ മനസ്സിലേക്ക് കടന്നുവന്നിരുന്നു.

"അയാൾ അങ്ങനെ ചെയ്തതിൽ എനിക്ക് അത്ഭുതം തോന്നുന്നു." ജീൻ പറഞ്ഞു.

മിസിസ്സ് കോണർ അവരുടെ തോളുകൾ വെട്ടിച്ചു. "ഒറ്റപ്പെടൽ കൊണ്ട് ആയിരിക്കും എന്നാണ് ഞാൻ വിചാരിക്കുന്നത്."

അന്നുരാത്രിയിൽ ജീൻ അവളുടെ മുറിയിലേക്ക് പോകുന്നതിനിട യിൽ പിൻവശത്തെ മുറ്റത്തിന് മുകളിലുള്ള ബാൽക്കണിയുടെ കൈവ രിയിൽ ചാരി ഒരാൾ നില്ക്കുന്നത് അവൾ കണ്ടിരുന്നു. അവിടെ ആ ബാൽക്കണിയിലേക്ക് തുറക്കുന്ന രണ്ട് കിടക്കമുറികളാണ് ഉണ്ടായിരു ന്നത്. അവളുടെ സ്വന്തം മുറിയും ആനിയുടെ മുറിയും. വെളിച്ചത്തിലൂടെ അവളുടെ മുറിയിലേക്ക് പോകുന്നതിനിടയിൽ ആനിയുടെ ജനലിനടുത്ത് എത്തിയപ്പോൾ അവൾ പറഞ്ഞു. "ഗുഡ്നൈറ്റ് ആനി."

പെൺകുട്ടി അവളുടെ അടുത്തേക്ക് വന്നിരുന്നു. "എനിക്ക് തീരെ സുഖം ഇല്ലെന്ന് തോന്നുന്നു." അവൾ ശബ്ദം താഴ്ത്തി പറഞ്ഞു. "മിസ് പാഗറ്റ്, ഞാൻ ഒരു കാര്യം നിങ്ങളോട് അന്വേഷിക്കുന്നതിൽ നിങ്ങൾക്ക് വിരോധം ഇല്ലല്ലൊ?"

"തീർച്ചയായും ഇല്ല. കാര്യം എന്താണ്?" ജീൻ സംസാരം അവ സാനിപ്പിച്ചു.

"മിസ് പാഗറ്റ് എങ്ങനെയാണ് ഒരു കുഞ്ഞിനെ ഒഴിവാക്കുന്നതെന്ന് നിങ്ങൾ മനസ്സിലാക്കിയിട്ടുണ്ടോ?"

രാവിലത്തെ സംസാരത്തിൽനിന്നും ജീൻ ഈ ചോദ്യത്തിനുള്ള തയ്യാറെടുപ്പ് നടത്തിക്കഴിഞ്ഞിരുന്നു. അവളുടെ ഉള്ളിൽ കുട്ടിയോടുള്ള സഹതാപം പതഞ്ഞുപൊങ്ങി. "ആനി, എനിക്ക് വളരെ വിഷമം ഉണ്ട്. പക്ഷേ, ഞാൻ മനസ്സിലാക്കിയിട്ടില്ല. അങ്ങനെ ചെയ്യുന്നത് വളരെ നല്ല ഒരു കാര്യം ആണെന്ന് ഞാൻ വിചാരിക്കുന്നില്ല."

"ഞാൻ ഡഗ്ലസ് നേഴ്സിനെ കാണാൻ പോയിരുന്നു. എന്റെ കാര്യം അതാണെന്നാണ് അവർ പറയുന്നത്. അച്ഛൻ ഇത് കേൾക്കുകയാണെ ങ്കിൽ എന്നെ അടിച്ച് പഞ്ചറാക്കും."

ജീൻ അവളുടെ കൈകടന്നുപിടിച്ച് കിടക്കമുറിയിലേക്ക് വലിച്ചു കൊണ്ടുപോയി. "ഇവിടെ അകത്തുവന്നിരുന്ന് അതിനെപ്പറ്റി എന്നോട് പറഞ്ഞു കൊള്ളു."

ആനി പറഞ്ഞു. "എന്തെങ്കിലും സാധനങ്ങൾ കഴിക്കുക അല്ലെങ്കിൽ കുതിരപ്പുറത്തുകയറി സവാരി നടത്തുക എന്നിങ്ങനെയുള്ള നിങ്ങൾക്ക് ചെയ്യാൻ കഴിയുന്ന കാര്യങ്ങൾ ഉണ്ടെന്ന് എനിക്കറിയാം. നിങ്ങൾക്ക് ഒരു പക്ഷേ, ഇത് ചെയ്യേണ്ടിവന്നുകാണും എന്ന് ഞാൻ വിചാരിച്ചു. പക്ഷേ, നിങ്ങൾക്ക് അറിയില്ല."

"ആനി എനിക്ക് ഒരിക്കലും ഇത് ചെയ്യേണ്ടി വന്നിട്ടില്ല. എനിക്ക് അറിയില്ല. നിങ്ങളെ വിവാഹം കഴിക്കാൻ നിങ്ങൾക്ക് അയാളോട് ആവ ശ്യപ്പെട്ടുകൂടെ?"

പെൺകുട്ടി പറഞ്ഞു. "അത് ആരായിരുന്നെന്ന് നിങ്ങൾക്ക് എങ്ങനെ പറയാൻ പറ്റുമെന്ന് എനിക്ക് അറിയില്ല. അവർ എല്ലാവരും അത് മറ്റുള്ള വരിൽ ഒരാൾ ആണെന്ന് പറയും. അവർ അങ്ങനെ പറയില്ലെ?"

അത് ജീനിന് ഒരിക്കലും അഭിമുഖീകരിക്കേണ്ടി വന്നിട്ടില്ലാത്ത ഒരു പ്രശ്നം ആയിരുന്നു. "അവർ അങ്ങനെ പറയുമെന്നാണ് ഞാൻ വിചാരി ക്കുന്നത്."

"ഞാൻ എന്റെ ചേച്ചി ബെസിയോട് ചോദിക്കാമെന്ന് വിചാരിച്ചിരുന്നു. അവൾക്ക് അറിയാതിരിക്കില്ല. വിവാഹം കഴിക്കുന്നതിനുമുമ്പ് അവൾക്ക് രണ്ട് കുട്ടികൾ ഉണ്ടായിരുന്നു."

ജീനിന് ബെസിയുടെ അറിവുകൾ ഇവൾക്ക് വലിയ പ്രയോജനം ചെയ്യുമെന്ന് തോന്നിയിരുന്നില്ല. ജീൻ ചോദിച്ചു. "നിങ്ങളെ സഹായിക്കാൻ ഈ സഹോദരി എന്തെങ്കിലും ചെയ്യാതിരിക്കുമോ?"

"എന്നെ ദുഷിച്ചവൾ എന്ന് വിളിച്ചു. അതുമാത്രമാണ് അവൾ ചെയ്തുതന്നത്. അത് ഒരു വലിയ സഹായം ഒന്നുമല്ല. ഞാൻ ഒരു ദുഷി ച്ചവൾ ആണെന്ന് വിചാരിക്കുന്നതിൽ കുഴപ്പമൊന്നും ഇല്ല. ഇതുപോലെ യുള്ള ഒരു സ്ഥലത്ത് മറ്റൊന്നും തന്നെ ചെയ്യാനില്ല."

ജീൻ അവളെ വാക്കുകൾകൊണ്ട് ആശ്വസിപ്പിക്കാൻ അവൾക്ക് കഴി യുന്ന രീതിയിൽ പരിശ്രമിച്ചിരുന്നു. പക്ഷേ, ആനിയുടെ കാര്യത്തിൽ വാക്കുകൾക്ക് വലിയ പ്രയോജനം ഒന്നും ചെയ്യാൻ കഴിഞ്ഞിരുന്നില്ല. അവളുടെ താല്പര്യങ്ങൾ ധാർമ്മികമായിരുന്നില്ല. പ്രായോഗികമായിരുന്നു. "ഇതിനെപ്പറ്റി കേൾക്കുമ്പോൾ അച്ഛന് അങ്ങേയറ്റത്തെ ഭ്രാന്ത് പിടിക്കും." അവൾ ഭയത്തോടെ പറഞ്ഞു. "അച്ഛൻ എന്നെ ഇടിച്ചു ചമ്മന്തിയാക്കും."

ജീനിന് ഈ പെൺകുട്ടിയെ സഹായിക്കാൻ വേണ്ടി ഒരു കാര്യവും ചെയ്യാൻ ഉണ്ടായിരുന്നില്ല. താമസിയാതെ അവർ കിടക്കയിലേക്ക് പോയി. ജീൻ വളരെനേരം മനുഷ്യരുടെ കഷ്ടപ്പാടുകളെപ്പറ്റിയുള്ള ആലോചന സഹിച്ചുകൊണ്ട് വളരെനേരം ഉണർന്നുകിടന്നു.

അടുത്ത രണ്ടു ദിവസം വരാന്തയിൽ ഇരുന്ന് കന്നുകാലി സംരക്ഷ കരോട് സംസാരിച്ചുകൊണ്ടും പട്ടണത്തിലെ വിവിധ സ്ഥാപനങ്ങൾ സന്ദർശിച്ചുകൊണ്ടും ജീൻ വിൽസ്ടൗണിലെ താമസം തുടർന്നിരുന്നു.

മിസ് കെയ്റോയ് അവളെ സ്കൂൾ കൊണ്ടുപോയി കാണിച്ചു. ഡ്ഗ്ലസ് നേഴ്സ് അവളെ ആശുപത്രി കാണിച്ചു. മിസ്റ്റർ കാർട്ടർ അവളെ ദേവാല യത്തിനുപുറത്തെ വലിയ മുറിയും ഏതാനും പുസ്തകങ്ങൾകൊണ്ട് ദയ നീയമായി രൂപവല്ക്കരിച്ച പൊതുജനങ്ങൾക്കുവേണ്ടിയുള്ള വായനശാ ലയും കാണിച്ചു. മിസ്റ്റർ വാട്ട്കിൻസ് അവളെ ബാങ്ക് കാണിച്ചു. അതി നുള്ളിൽ മുഴുവൻ ഈച്ചകൾ ആയിരുന്നു. പൊലീസുകാരൻ ഹെയിൻസ് അവളെ പൊലീസ് സ്റ്റേഷൻ കാണിച്ചു. ആ ആഴ്ച അവസാനിക്കാറായ പ്പോൾ അവൾ വിൽസ് ടൗണിനെപ്പറ്റി ധാരാളം കാര്യങ്ങൾ അറിഞ്ഞു തുടങ്ങിയിരുന്നു.

ജിംലനൻ പ്രവചിച്ചിരുന്നതുപോലെ അയാളുടെ മദ്യപാനത്തിനു വേണ്ടി ശനിയാഴ്ച പട്ടണത്തിൽ എത്തിയിരുന്നു. അയാൾ എത്തിയത് പരുക്കൻ വഴികളിലൂടെ യാത്ര ചെയ്യാൻ രൂപകല്പന ചെയ്ത ഒരു ലോറി യിൽ ആയിരുന്നു. അത് ജോ ഹാർമാന്റെ ആസ്തി ആണെന്ന് ജീൻ മന സ്സിലാക്കി. മുൻവശത്തെ സീറ്റുകൾക്ക് പിന്നിൽ എഴുപതു ഗാലൺ പെട്രോളും അൻപതു ഗാലൺ വെള്ളവും നിറയ്ക്കാവുന്ന രണ്ട് ടാങ്കു കൾ സജ്ജീകരിച്ചിട്ടുള്ള ഒരു ലോറി. മിസ്റ്റർ ലനൻ വെങ്കലത്തിന്റെ നിറമുള്ള മിതഭാഷിയായ ഒരു മെലിഞ്ഞ മനുഷ്യൻ ആയിരുന്നു.

"ഇന്നലെ എനിക്ക് വിമാനത്തപാലിൽ എത്തിയ ഒരു എഴുത്ത് കിട്ടി." ഒരു ക്വീൻസ് ലാന്റുകാരന്റെ മുൻകരുതലോടെ അയാൾ പറഞ്ഞു. "ജോ ഇംഗ്ലണ്ടിൽനിന്നുള്ള അയാളുടെ തിരിച്ചുള്ള യാത്ര ഒരു കപ്പലിൽ ആണ് നടത്താൻ പോകുന്നത്. അയാൾ ഒക്ടോബർ മദ്ധ്യത്തോടെ എത്തി ചേരുമെന്നാണ് പറഞ്ഞത്."

"അത് ശരി" ജീൻ പറഞ്ഞു. "ഇംഗ്ലണ്ടിലേക്ക് തിരിച്ചുപോകുന്നതി നുമുമ്പ് എനിക്ക് അയാളെ കാണണമെന്ന് ആഗ്രഹം ഉണ്ട്. ബുധനാഴ്ച ഞാൻ ക്യാൻസിലേക്ക് പറക്കാനുള്ള ക്രമീകരണങ്ങൾ നടത്തിയിട്ടുണ്ട്. ഞാൻ അയാൾക്കുവേണ്ടി അവിടെ കാത്തുനില്ക്കും."

"ഏയ് നിങ്ങൾ ഇവിടെ ചുറ്റിപ്പറ്റി കാത്തുനിന്നിട്ട് കൂടുതൽ കാര്യ ങ്ങൾ ഒന്നും ചെയ്യാനില്ലെന്നാണ് ഞാൻ വിചാരിക്കുന്നത്. നിങ്ങൾ പുറ ത്തുവന്ന് മിഡ് ഹസ്റ്റിൽ താമസിക്കാൻ ഞാൻ പറയും. പക്ഷേ, അവിടെ ഇതിലുംകുറച്ച് കാര്യങ്ങളേ ചെയ്യാനുള്ളൂ."

"മിസ്റ്റർ ലനൻ, ഇംഗ്ലണ്ടിൽ ജോ എന്താണ് ചെയ്തുകൊണ്ടിരുന്നത്? അയാൾ പോകുന്നത് എന്തിനാണെന്ന് നിങ്ങളോട് പറഞ്ഞിരുന്നോ?"

കന്നുകാലിനോട്ടക്കാരൻ ചിരിച്ചു. "അയാൾ പോകുന്നുണ്ടെന്നു പോലും എനിക്ക് അറിയില്ലായിരുന്നു. എനിക്ക് ആകെ അറിയാവുന്നത് അയാൾ ബ്രിസ്ബെയിനിൽ പോയിരുന്നു എന്ന് മാത്രമാണ്. അതിനു ശേഷം അയാൾ ഇംഗ്ലണ്ടിൽ പോയി എന്ന് അറിയിക്കുന്ന ഒരു എഴുത്ത് കിട്ടി. അയാൾ എന്തിനാണ് പോയതെന്ന് എനിക്ക് അറിയില്ല. എനിക്ക് ഇന്നലെ കിട്ടിയ ഒരു എഴുത്തിൽ സർ ഡെനിസ് ഫ്രാംപ്ടണിന്റെ 'ഹിയർ ഫോർഡ്' കന്നുകാലികളുടെ ഒരു ഒന്നാംതരം സംഘത്തെ കണ്ടിരുന്ന തായി പറഞ്ഞിട്ടുണ്ടായിരുന്നു. ഒരുപക്ഷേ, കന്നുകാലികളുടെ മേന്മ

ഉയർത്താൻവേണ്ടി അയാൾ മൂരിക്കാളകളെ കപ്പലിൽക്കയറ്റി അയച്ചിട്ടു
ണ്ടാകാം. അയാൾ ഒരു കാര്യവും എന്നോട് പറഞ്ഞിരുന്നില്ല."

അവൾ ക്യാൻസിലെ അവളുടെ മേൽവിലാസമായി അവിടുത്തെ
സ്റ്റ്രാന്റ് ഹോട്ടലിന്റെ മേൽവിലാസം അയാളുടെ കൈയിൽ കൊടുത്തു
കൊണ്ട് ജോ ഹാർമാൻ വരുന്നതിന്റെ കൃത്യമായ വാർത്ത അറിഞ്ഞുക
ഴിയുമ്പോൾ അവളെ അറിയിക്കണമെന്ന് അയാളോട് ആവശ്യപ്പെട്ടു.

അന്ന് വൈകുന്നേരം അവൾ വരാന്തയിൽക്കിടന്നിരുന്ന അവളുടെ
തട്ടുകസേരയിൽ ഇരുന്ന് കന്നുകാലിനോട്ടക്കാരുമായി സംസാരിച്ചുകൊ
ണ്ടിരിക്കുമ്പോൾ ആൽബേൺസ് ഒരു സഭാകമ്പമുള്ള താടിവച്ച കിഴ
വനെ അവളുടെ അടുത്ത് കൊണ്ടുവന്നിരുന്നു. അയാൾ കൈയിൽ ഒരു
ചാക്ക് ചുമന്നുകൊണ്ടുവന്നിരുന്നു. "മിസ് പാഗറ്റ്" ആൽബേൺസ് ചോദി
ച്ചു. "ജഫ് പോക്കോക്കിനെ പരിചയപ്പെടാൻ നിങ്ങൾക്ക് ആഗ്രഹം
ഉണ്ടോ?" ജീൻ എഴുന്നേറ്റുനിന്ന് കൈകൊടുത്തു. "ജഫിനെ പരിചയ
പ്പെടാൻ നിങ്ങൾക്ക് താല്പര്യം കാണും എന്ന് ഞാൻ വിചാരിച്ചു."
ആൽബേൺസ് സന്തോഷത്തോടെ പറഞ്ഞു. "ജഫ് ക്വീൻസ്
ലാൻഡിലെ ഏറ്റവും നല്ല ചീങ്കണ്ണിവേട്ടക്കാരൻ ആണ്. ശരിയല്ലേ?"

വൃദ്ധൻ തലയാട്ടി. "ഞാൻ കുട്ടിക്കാലം മുതൽ ചീങ്കണ്ണികളെ വേട്ട
യാടിയിട്ടുണ്ട്." അയാൾ പറഞ്ഞു. "ഈ സമയംകൊണ്ട് എനിക്ക് ചീങ്ക
ണ്ണികളുടെ വില മനസ്സിലായിട്ടുണ്ട്."

ആൽബേൺസ് പറഞ്ഞു. "മിസ് പാഗറ്റ് നിങ്ങളെ കാണിക്കാൻ
വേണ്ടി അയാളുടെ കൈവശം ഒരു ചീങ്കണ്ണിയുടെ തോൽ ഉണ്ട്." അയാൾ
വൃദ്ധന്റെ നേർക്ക് തിരിഞ്ഞുകൊണ്ട് പറഞ്ഞു. "അവർക്ക് നിങ്ങളുടെ
തോൽ കാണിച്ചുകൊടുത്തു. അവർ ഇതുപോലെ ഒരു തോൽ ഇംഗ്ല
ണ്ടിൽവച്ച് ഒരിക്കലും കണ്ടിരിക്കില്ലെന്ന് ഞാൻ പന്തയം വെയ്ക്കാം."

ജഫ് പോക്കോക്ക് ചാക്ക് എടുത്തുതുറന്ന് ചുരുട്ടിവച്ച ഒരു ചെറിയ
ചീങ്കണ്ണിയുടെ തോൽ പുറത്തെടുത്തു. അയാൾ പറഞ്ഞു. "ഇത് വൃത്തി
യാക്കി ചെത്തിമിനുക്കി ഉറയിട്ടെടുത്തത് ഞാൻതന്നെ ആയിരുന്നു.
സാധാരണയായി ഞങ്ങൾ ഇതിനെ വെറുതെ ഉപ്പിലിട്ടെടുത്ത് അതു
പോലെ ഉറയ്ക്കിടുന്നവർക്ക് വില്ക്കും." അയാൾ തോൽ വരാന്തയിൽ
അവൾക്ക് കാണാൻവേണ്ടി നിവർത്തിയിട്ടുകൊണ്ട് പറഞ്ഞു. "മനോഹ
രമായ പുള്ളികൾ, ശരിയല്ലേ? ഇംഗ്ലണ്ടിൽ നിങ്ങൾ ഇതുപോലെ ഒരു
തോൽ കണ്ടിരിക്കില്ലെന്ന് ഞാൻ പന്തയം വെക്കാം."

ചീങ്കണ്ണിത്തോലിന്റെ കാഴ്ച പെരിവെയിലിലെ ഗ്രേറ്റ് വെസ്റ്റ് റോഡി
ലൂടെ ഓടിക്കൊണ്ടിരുന്ന ചുവന്ന ബസുകളെപ്പറ്റിയും ചീങ്കണ്ണിത്തോലു
കൊണ്ടുള്ള അലങ്കാരപ്പെട്ടികളും ഹാന്റ് ബാഗുകളും ഷൂസുകളും നിർമ്മി
ച്ചുകൊണ്ട് ജോലിചെയ്യുന്ന ബഞ്ചുകളിൽ നിരന്നിരിക്കുന്ന 'പാക്ക്
ആന്റ്‌ലെവിയിലെ' ജോലിക്കാരികളെപ്പറ്റിയും ഉള്ള ഗൃഹാതുരത്വം
നിറഞ്ഞ ഓർമ്മകളെ ജീനിന്റെ മനസ്സിലേക്ക് കൂട്ടിക്കൊണ്ടുവന്നിരുന്നു.
അവൾ ചിരിച്ചു. "ഞാൻ ഇംഗ്ലണ്ടിൽവച്ച് നൂറുകണക്കിന് ചീങ്കണ്ണിത്തോ
ലുകൾ കണ്ടിട്ടുണ്ട്." അവൾ മറുപടി പറഞ്ഞു. "സത്യത്തിൽ എനിക്ക്

അറിയാവുന്ന ഒരുകാര്യം ഇതാണ്. ഈ തോലുകൊണ്ട് അലങ്കാരസ ഞ്ചികളും പെട്ടികളും നിർമ്മിക്കുന്ന ഒരു ഫാക്ടറിയിലാണ് ഞാൻ ജോലി ചെയ്തിരുന്നത്." അവൾ തോൽ കൈയിൽ എടുത്ത് പരിശോധിച്ചു നോക്കി. "ഞങ്ങളുടെ തോലിന് ഇതിനെക്കാൾ കട്ടി ഉണ്ടായിരുന്നു. ജഫ് ഈ തോലിൽ നല്ലരീതിയിൽ ഉപ്പ് വിതറിയിട്ടുണ്ടെന്നാണ് ഞാൻ വിചാ രിക്കുന്നത്."

രണ്ടോ മൂന്നോ ആളുകൾകൂടി എത്തിച്ചേർന്നിരുന്നു. അവളുടെ കഥ അങ്ങോട്ടും ഇങ്ങോട്ടും പലതവണ മറ്റ് വാക്കുകളിൽ ആവർത്തിക്കപ്പെ ട്ടിരുന്നു. അവൾ അവരോട് 'പാക്ക് ആൻഡ് ലെവി ലിമിറ്റഡിനെപ്പറ്റി' എല്ലാ കാര്യങ്ങളും പറഞ്ഞു. അവർക്ക് വലിയ താല്പര്യം ഉണ്ടായിരുന്നു. അവരിൽ ഒരാൾക്കും ഉൾക്കടൽ പ്രദേശത്തുനിന്ന് പുറത്തുപോകുന്ന തോലിന് എന്താണ് സംഭവിക്കുന്നതെന്ന് അറിയില്ലായിരുന്നു. ജഫ് പറഞ്ഞു. "അവർ തോലുകൊണ്ട് ഷൂസുകൾ ഉണ്ടാക്കുന്നുണ്ടെന്ന് എനിക്ക് അറിയാം. പക്ഷേ, ഞാൻ ഒരിക്കലും അതിൽ ഒരെണ്ണംപോലും കണ്ടിട്ടില്ല."

ജീനിന്റെ മനസ്സിൽ അവ്യക്തമായ ഒരു ആശയം രൂപമെടുക്കുകയാ യിരുന്നു. "ഒരു വർഷം നിങ്ങൾക്ക് ഇതുപോലെയുള്ള എത്ര ചീങ്കണ്ണി കളെ കിട്ടും." അവൾ ചോദിച്ചു.

"കഴിഞ്ഞകൊല്ലം എനിക്ക് എൺപത്തിരണ്ട് എണ്ണത്തിനെ കിട്ടി." വൃദ്ധൻ പറഞ്ഞു. "തീർച്ചയായും ഈ ചീങ്കണ്ണി അല്പം ചെറുതാണ്. കൂടുതൽ ചീങ്കണ്ണികളുടെയും തോലിന്റെ വീതി മുപ്പതുമുതൽ മുപ്പത്താറ് ഇഞ്ച് വരെ കാണും. ആ ചീങ്കണ്ണിക്ക് ഏതാണ്ട് പതിനൊന്ന് അടിനീളം കാണും."

"ഈ ഒരെണ്ണം ജഫ് എനിക്ക് വില്ക്കുമോ?"

"അത് നിങ്ങൾക്ക് എന്തിനുവേണ്ടി ആണ്?"

അവൾ പറഞ്ഞു. "എനിക്ക് അതുകൊണ്ട് സ്വയം ഒരു ജോഡി ഷൂസ് ഉണ്ടാക്കാൻ ആഗ്രഹം ഉണ്ട്."

അയാൾ അമ്പരന്നുപോയതുപോലെ തോന്നിയിരുന്നു. "അതിന് ഞാൻ ഒരു കാര്യവും ആഗ്രഹിക്കുന്നില്ല." അയാൾ പറഞ്ഞു. "അത് ഞാൻ നിങ്ങൾക്ക് വെറുതെ തരും."

അവൾ അല്പസമയം അയാളോട് തർക്കിച്ചു. അതിനുശേഷം സന്തോഷത്തോടെ സ്വീകരിച്ചു. "ഉള്ളങ്കാലിനു വേണ്ടി എനിക്ക് ഒരു പശു ക്കുട്ടിയുടെ അല്പം തോല് വേണ്ടിവരും." അവൾ പറഞ്ഞു. "ഉപ്പൂറ്റി യുടെ ഭാഗത്തിനുവേണ്ടി ഏതെങ്കിലും അല്പംകൂടി കട്ടിയുള്ള സാധനം ഞാൻ ആഗ്രഹിക്കുന്നുണ്ട്."

അവൾ കൈയിൽ പിടിച്ചിരുന്ന തോലിൽ തടവിനോക്കി. "ഇത് വളരെ മിനുസമുള്ളതാണ്." അവൾ പറഞ്ഞു. "ഇതുകൊണ്ട് എന്തുചെയ്യണ മെന്ന് ഞാൻ നിങ്ങൾക്ക് കാണിച്ചു തരാം."

ഏഴ്

ജീൻ അവളുടെ കിടക്കമുറിയിലെ ഒരുങ്ങാനുള്ള മേശയുടെ പുറ ത്തുവച്ച് അവൾ പറഞ്ഞിരുന്ന ഒരു ജോഡി ഷൂസുകൾ നിർമ്മിച്ചു. കൃത്യ മായി പറഞ്ഞാൽ അവൾക്ക് ധരിക്കാൻ പറ്റുന്ന ഒരു ജോഡി ഷൂ കിട്ടുന്ന തിനുമുമ്പ് അവൾ മൂന്ന് ജോഡികൾ നിർമ്മിച്ചിരുന്നു.

അവൾ ടിം വെലനിൽ നിന്ന് ആരംഭിച്ചു. ടിംവെലൻ പല ചെരുപ്പ് കുത്തികൾക്കും വേണ്ടി ഇടയ്ക്കിടയ്ക്ക് ഷൂസുകൾക്കുള്ള തടികൊ ണ്ടുള്ള മാതൃകകൾ നിർമ്മിച്ചിരുന്നു. ആളൊഴിഞ്ഞ പ്രദേശത്തെ തടിപ്പ ണിക്കാരൻ അവന്റെ കൈ എന്ത് കാര്യത്തിനുവേണ്ടിയും നിശ്ചയമായും തിരിച്ചുവിടണം. ജീൻ അവളുടെ ഷൂസുകളിൽ ഒരെണ്ണം അയാൾക്ക് കടം കൊടുത്തു. അവൾ മരപ്പണിക്കാരന്റെ ജോലിസ്ഥലത്ത് എത്തി അവ ളുടെ പാദങ്ങളുടെ അളവ് എടുക്കാൻ അനുവാദം കൊടുത്തു. രണ്ട് ദിവ സങ്ങൾക്കുള്ളിൽ അയാൾ പാഴ്ത്തടികൊണ്ടുള്ള ഒരു ജോഡി മാതൃക കൾ നിർമ്മിച്ചു. അവൾ ഉള്ളങ്കാലിനും ഉപ്പൂറ്റിക്കും വേണ്ട തുകലിനെ പ്പറ്റി പീറ്റ് ഫ്ലച്ചറോടെ ചോദിച്ചു. അയാൾ ഉള്ളങ്കാലിന് യോജിച്ച കന ത്തിലുള്ള ഉറയിട്ട പശുവിൻതോലിന്റെ ഏതാനും ചെറിയ കഷണങ്ങൾ ഹാജരാക്കി. ഉപ്പൂറ്റികൾ ഉയർത്താൻവേണ്ടി അയാൾ ഒരുകഷണം കാള യുടെ തോൽ ഹാജരാക്കി. ഷൂസുകൾക്കുള്ളിലെ കനംകുറഞ്ഞ 'ലൈനിങ്' ആരോ ഒരാൾ പ്രായംകുറഞ്ഞ കംഗാരുവിന്റെ തോൽ നിർദ്ദേ ശിക്കുന്നതുവരെ ഒരു വലിയ ബുദ്ധിമുട്ട് ആയിരുന്നു. പീറ്റ് ഫ്ലച്ചർ പുറ ത്തുപോയി കംഗാരുക്കുട്ടിയെ വെടിവെച്ച് തൊലി ഉരിഞ്ഞെടുത്തു. പീറ്റ് ഫ്ലച്ചറും ആൽബേൺസും ഡോൺ ഡങ്കനും ചേർന്നുള്ള ഒരു സമിതി ആയിരുന്നു ബിൽ ഡങ്കന്റെ കടയുടെ പിൻവശത്തുവച്ച് ഉറയ്ക്കിടൽ നട പ്പിലാക്കിയത്. ഒരു ജോഡി ഷൂസുകളുടെ ഇടപാട് വിൽസ് ടൗണിലെ

ജീവിതത്തിൽ നേടിയെടുത്ത അമിത പ്രാധാന്യം കാരണം ജീൻ അവ
ളുടെ കെയിൻസിലേക്കുള്ള യാത്ര ഒരാഴ്ചത്തേക്ക് വേണ്ടെന്നു തീരുമാ
നിച്ചിരുന്നു. അതിനുശേഷം ഒരാഴ്ചകൂടി അവൾ യാത്ര ഉപേക്ഷിച്ചിരുന്നു.

ഷൂസുകൾക്ക് ഉള്ളിലെ ലൈനിങ്ങിനുള്ള കംഗാരുവിന്റെ തോൽ
തയ്യാറാക്കിക്കഴിഞ്ഞിരുന്നില്ല. അതുകൊണ്ട് ആദ്യത്തെ ജോഡിയുടെ
ലൈനിങ് കടയിൽനിന്ന് വാങ്ങിയ വെളുത്ത സാറ്റിൻ തുണികൊണ്ട്
നിർമ്മിക്കാൻ ജീൻ തീരുമാനിച്ചു ഒരു കാഴ്ചക്കാരന്റെ കാഴ്ചപ്പാടിൽ
ഷൂസുകളുടെ നിർമ്മാണത്തിനുള്ള എല്ലാ നടപടികളിലും ജീനിന് അഗാ
ധമായ അറിവുണ്ടായിരുന്നു. പക്ഷേ, അവൾ മുമ്പ് ഒരിക്കലും ഷൂസു
കൾ നിർമ്മിച്ചിട്ടുണ്ടായിരുന്നില്ല. അങ്ങനെ ആദ്യത്തെ ജോഡി ഷൂസു
കൾ ഭയാനകമായിരുന്നു. അവ ഒരു തരത്തിലുള്ള ഷൂസുകൾ ആയി
രുന്നു. പക്ഷേ, അവ അവളുടെ കാല്പത്തികളിലും ഉപ്പൂറ്റികളിലും കുത്തി
ക്കയറി വേദന ഉണ്ടാക്കിയിരുന്നു. എന്നാൽ അവയുടെ കാല്പത്തിക്കും
ഉപ്പൂറ്റിക്കും കാൽ ഇഞ്ച് വലിപ്പം കൂടുതൽ ആയിരുന്നു. അങ്ങനെ അവ
അവളുടെ പുറങ്കാലിൽ മുറിവേല്പിച്ചിരുന്നു. സാറ്റിൻ തുണികൊണ്ടുള്ള
ലൈനിങ് ഒരു വിജയം ആയിരുന്നില്ല. മൊത്തം ജോലിയും അവളുടെ
വിരലുകളിലെ വിയർപ്പുകാരണം വൃത്തികേടായിപ്പോയിരുന്നു. എങ്കിലും
അവ ഷൂസ് ആയിരുന്നു. അവയുടെ ആകൃതിയിൽ കാല്പാദങ്ങൾ ഉള്ള
ആർക്ക് വേണമെങ്കിലും അവ ധരിക്കാൻ കഴിയുമായിരുന്നു.

അവൾക്ക് അതുപോലെയുള്ള ഷൂസ് താഴത്തെ നിലയിലുള്ള പുരു
ഷന്മാരെ ഒന്നും കാണിക്കാൻ കഴിയുമായിരുന്നില്ല. അതുകൊണ്ട് അവൾ
മറ്റൊരു ജോഡിയുടെ ജോലി ആരംഭിച്ചു. മാതൃകയിൽ മാറ്റംവരുത്താൻ
വേണ്ടി അവൾക്ക് 'ടിംലെവനെ' കിട്ടി. അവൾ മറ്റൊരു കത്തിയും മറ്റൊരു
കാർബൊറാൺഡം കല്ലും കടയിൽനിന്ന് കൊണ്ടുവന്ന് വീണ്ടും ജോലി
ആരംഭിച്ചു. പശയ്ക്കുവേണ്ടി കടയിൽനിന്ന് ലഭിക്കുന്ന ഡ്യൂറോഫി
ക്സിന്റെ ചെറിയ ട്യൂബുകളാണ് അവൾ ഉപയോഗിച്ചിരുന്നത്.

ഈ ജോലികളിലെല്ലാം ആനി വലിയ താല്പര്യമെടുത്തു. ജീൻ
നനഞ്ഞ ചീങ്കണ്ണിത്തോൽ നിവർത്തുന്ന സമയത്തും ഷൂസുകളുടെ
ഉൾഭാഗം രാകി വൃത്തിയാക്കുന്നസമയത്തും എല്ലാം ആനി അവിടെ
യെത്തി ജീൻ ജോലി ചെയ്യുന്നത് ശ്രദ്ധിക്കുന്ന പതിവ് ഉണ്ടായിരുന്നു.
"നിങ്ങൾക്ക് അത് ചെയ്യാനുള്ള അറിവ് ഉണ്ടെന്നാണ് ഞാൻ വിചാരിക്കു
ന്നത്." ആനി പറഞ്ഞു. "അവ കടയിൽനിന്ന് വാങ്ങാൻ കഴിയുന്നവയോളം
തന്നെ ഏറക്കുറെ മെച്ചപ്പെട്ടവയാണ്."

രണ്ടാമത്തെ ജോഡി മെച്ചമായിരുന്നു. അവ ജീനിന് ഒരുവിധം പാക
മായിരുന്നു. പക്ഷേ, കുട്ടിക്കംഗാരുവിന്റെ തോലിൽ മുഴകൾ ഉണ്ടായി
രുന്നു. അതിന് ഈ പ്രാവശ്യവും നാനാവിധമായി പോയിരുന്നു. എന്ന്
മാത്രമല്ല അവയിലെല്ലാം വിയർപ്പിന്റെ വിരലടയാളങ്ങൾ വീണിട്ടുണ്ടാ
യിരുന്നു. അതിനുശേഷം അവൾ യാതൊരു കുലുക്കവും ഇല്ലാതെ മൂന്നാ
മത്തെ ജോഡിയുടെ ജോലി ആരംഭിച്ചിരുന്നു. ഈ പ്രാവശ്യം അവൾ

കംഗാരുക്കുട്ടിയുടെ തോലിന്റെ നിരപ്പുള്ള ഭാഗം മാത്രമാണ് ഉപയോഗി ച്ചിരുന്നത്. അവസാനത്തെ കൂട്ടിച്ചേർക്കലുകളുടെ സമയം എത്തിയപ്പോൾ കൈകളിലെ വിയർപ്പ് ഏറ്റവും കുറവുള്ള പ്രഭാതത്തിലായിരുന്നു അവൾ ആ ജോലികൾ പൂർത്തിയാക്കിയത്. അന്തിമഫലം അകത്തെ ലൈനി ങ്ങിന് വൃത്തികെട്ട നിറം ഉള്ളതും എന്നാൽ ഏത് സ്ഥലത്തും അവൾക്ക് അണിഞ്ഞുകൊണ്ട് പോകാൻ കഴിയുന്നതുമായ വളരെ ശ്രദ്ധേയമായ ഷൂകൾ ആയിരുന്നു.

അവൾ മൂന്നു ജോഡികളും താഴത്തെ നിലയിൽ കൊണ്ടുപോയി വരാന്തയിൽ ഉണ്ടായിരുന്ന ആൽബേൺസിനെ കാണിച്ചു. ആൽബേൺസ് രണ്ടുമൂന്ന് ആളുകളെക്കൂടി കൂട്ടിക്കൊണ്ടുവന്നു. അങ്ങനെ മിസിസ്സ് കോണർ ഷൂസ് കാണാൻവേണ്ടി വന്നിരുന്നു. "ചീങ്കണ്ണിയുടെ തോലിന് ഇംഗ്ലണ്ടിൽ ഇതാണ് സംഭവിക്കുന്നത്." ജീൻ പറഞ്ഞു. "അവർ അതു കൊണ്ട് ഇതുപോലെയുള്ള ഷൂസ് ഒരുക്കിയെടുക്കുന്നു. അവയ്ക്ക് ഭംഗി യുണ്ട്. ഇല്ലേ?"

പുരുഷന്മാരിൽ ഒരാൾ ചോദിച്ചു. "മിസ് പാഗറ്റ്, ഈ ഷൂസ് നിങ്ങൾ തനിയെ ഉണ്ടാക്കിയതാണോ?"

അവൾ ചിരിച്ചു. "മിസിസ്സ് കോണറിനോട് ചോദിച്ചു നോക്കൂ. ഞാൻ കിടക്കമുറി കുട്ടിച്ചോറക്കിയതിനെപ്പറ്റി മിസിസ്സ് കോണറിന് അറിവുണ്ട്."

ആ മനുഷ്യൻ ഷൂസ് കൈയിലെടുത്ത് തിരിച്ചുംമറിച്ചും നോക്കി. "എന്റെ ദൈവമേ!" അയാൾ സാവധാനം പറഞ്ഞു. "ഇതു നിങ്ങൾ കട യിൽനിന്ന് വാങ്ങുന്നതുപോലെ നല്ല ഷൂസ് ആണ്."

ജീൻ തലകുലുക്കി. "അത് ശരിയല്ല." അവൾ പറഞ്ഞു "സത്യ ത്തിൽ അത് അങ്ങനെയല്ല." അവൾ അതിന്റെ ന്യൂനതകൾ അയാൾക്ക് ചൂണ്ടിക്കാണിച്ചുകൊടുത്തു. "എനിക്ക് കൃത്യമായ പശകിട്ടിയിരുന്നില്ല. മൊത്തം കാര്യങ്ങൾക്കും അടുക്കും ചിട്ടയും ഇല്ലായിരുന്നു. ഞാൻ ഇത് ഉണ്ടാക്കിയത് ജഫ് ഇവിടെ കൊണ്ടുവന്ന് തരുന്ന തോലുകൊണ്ട് അവർ എന്താണ് ചെയ്യുന്നതെന്ന് നിങ്ങൾക്ക് കാണിച്ചുതരാൻ ആയിരുന്നു."

"നിങ്ങൾക്ക് ഇത് ക്യാൻസിൽ വില്ക്കാൻ കഴിയുമെന്ന് ഞാൻ പന്തയം വെയ്ക്കാം." ആ മനുഷ്യൻ പിടിവാശിയോടെ പറഞ്ഞു. "ഞാൻ വാക്കുപറയുന്നു. നിങ്ങൾക്ക് അത് വില്ക്കാൻ പറ്റും."

സാംസ്മാൾ ചോദിച്ചു. "ഇംഗ്ലണ്ടിൽ ഇതുപോലെയുള്ള ഒരു ജോഡി ഷൂസുകൾക്ക് എന്ത് വില വരും?"

"കടയിലെ വില ആണോ?" അവൾ ഒരു മിനിറ്റ് ആലോചിച്ചു. "ഏക ദേശം നാല് പൗണ്ടും പതിനഞ്ച് ഷില്ലിങ്ങും വരുമെന്നാണ് എനിക്ക് തോന്നുന്നത്. നിർമ്മിക്കുന്നവന് ഏതാണ്ട് നാല്പത്തിയഞ്ച് ഷില്ലിങ് കിട്ടും. പിന്നീട് അതിൽ വാങ്ങൽ നികുതിയും ചില്ലറക്കച്ചവടക്കാരന്റെ പ്രതിഫ ലവും കൂടി വരുന്നുണ്ട്." അവൾ അല്പസമയം സംസാരം അവസാനി പ്പിച്ചു. "നിങ്ങൾക്ക് ഒരു നല്ല ഷൂ വാങ്ങുന്നതിന് അതിലും കൂടുതൽ തീർച്ചയായും കൊടുക്കാൻ കഴിയും. ചില കടകളിൽ ആളുകൾ പത്ത്

പൗണ്ട് വരെ കൊടുക്കുന്നുണ്ട്."

"ഒരു ജോഡി ഷൂവിന് പത്ത് പൗണ്ടോ?" എന്റെ ദൈവമേ!"

ജഫ് പട്ടണത്തിന് പുറത്തെത്തി. നദിവരെ അയാളുടെ കെണികൾ സന്ദർശിക്കാൻ വേണ്ടി പോയിരുന്നു. അതുകൊണ്ട് അന്നത്തെ ദിവസം അവൾക്ക് അയാളെ ഷൂസ് കാണിക്കാൻ കഴിഞ്ഞിരുന്നില്ല. ആ സമയം കൊണ്ട് വിൽസ്ടൗണിൽ എങ്ങനെ കുളിക്കാൻ പറ്റും എന്ന് അവൾ കണ്ടെത്തിക്കഴിഞ്ഞിരുന്നു. അത് അവൾക്ക് കാണിച്ചുകൊടുത്തത് ആനി ആയിരുന്നു. ആസ്ട്രേലിയൻ ഹോട്ടലിന് സ്ത്രീകൾക്കുവേണ്ടി തണുത്ത വെള്ളത്തിന്റെ ജനധാരകളാണ് ഉണ്ടായിരുന്നത്. അവയിലെല്ലാം പതി വായി ചൂടുവെള്ളമാണ് ഒഴുകിയിരുന്നത്. കാരണം വെള്ളത്തിന്റെ ടാങ്ക് വെയിലത്താണ് നിന്നിരുന്നത്. പക്ഷേ, നിങ്ങൾ ചൂടുവെള്ളത്തിൽക്കിടന്ന് കുത്തിമറിയാൻ ആഗ്രഹിക്കുന്നുണ്ടെങ്കിൽ അതിന് മൊത്തത്തിൽ മറ്റൊരു സമ്പ്രദായം ഉണ്ടായിരുന്നു.

കുഴൽക്കിണറിൽനിന്നുള്ള വെള്ളം ചൂടുള്ള അരുവിയായി ഒഴുകു ന്നതിനിടയിൽ ചൂടു വെള്ളത്തിന് കുളിക്കാൻ പാകത്തിൽ ചൂടുള്ള സ്ഥലത്ത് നീളത്തിൽ ഒരു ചെറിയ തടികൊണ്ടുള്ള കുടിൽ നിർമ്മിച്ചി രുന്നു. ഇവിടെ രണ്ടുപേർക്ക് ഉള്ളിൽ ചേർന്നുകിടക്കാനുള്ള വലിപ്പത്തിൽ ഒരു കോൺക്രീറ്റ് കുളം നിർമ്മിച്ചിട്ടുണ്ടായിരുന്നു. നിങ്ങൾ നിങ്ങളുടെ സോപ്പും തോർത്തും എടുത്തുകൊണ്ട് കുടിലിനുള്ളിൽക്കയറി അത് പൂട്ടി യതിനുശേഷം കോൺക്രീറ്റ് കുളത്തിലൂടെ ഒഴുകുന്ന ഇളംചൂടും ഉപ്പുര സവുമുള്ള വെള്ളത്തിൽ കുളിക്കുന്നു. വെള്ളത്തിലുള്ള ലവണങ്ങൾ ഈ കുളിയെ അസാധാരണമായ രീതിയിൽ ഉത്സാഹജനകമാക്കി മാറ്റിയി രുന്നു.

ജീൻ ചെറിയകുടിൽ പൂട്ടിക്കൊണ്ട് കുടിലിനുള്ളിൽ തനിച്ച് ഇളം ചൂടുള്ള വെള്ളത്തിൽ കിടന്നു. അവൾ കിടന്നിരുന്ന സമയത്ത് സൂര്യപ്ര കാശം തടിപ്പണികൾക്കിടയിലെ ചെറിയ വിടവുകൾ വഴി അകത്തുക ടന്ന് വെള്ളത്തിനു മുകളിൽ വിളയാടുന്നുണ്ടായിരുന്നു. ജഫ്പോക്കോ ക്കിന്റെ മുതലയുടെ തോൽ കണ്ടതിനുശേഷം അവളുടെ മനസ്സിൽ ഷൂസ് നിർമ്മിക്കാനുള്ള ആശയം ആയിരുന്നു. എന്നെ ആദ്യമായി കണ്ട അവ ളുടെ പാരമ്പര്യ സ്വത്തിനെപ്പറ്റി മനസ്സിലാക്കുന്ന സമയത്ത് അവൾ അമ്പ രന്നുപോയിരുന്നു. ചില സമയങ്ങളിൽ അവൾ അവളുടെ ജീവിതംകൊണ്ട് എന്താണ് ചെയ്യാൻ പോകുന്നതെന്നുള്ള പ്രശ്നം കാരണം അവൾ തീവ്ര ദുഃഖത്തിൽ ആയിരുന്നു. സുഖസൗകര്യങ്ങൾ ഉള്ള ഒരു ജീവിതത്തെ സുന്ദരമായി സ്വീകരിക്കാനുള്ള വിദ്യാഭ്യാസമോ സാഹചര്യമോ അവൾക്ക് ഉണ്ടായിരുന്നില്ല. അവൾ വ്യവസായവുമായി പരിചയം ഉണ്ടായിരുന്ന ഒരു ജോലിക്കാരി ആയിരുന്നു. വർഷത്തിൽ തൊള്ളായിരം പൗണ്ട് അവൾക്ക് പാരമ്പര്യ സ്വത്തായി ലഭിക്കുമ്പോൾ അവൾ "പാക്ക് ആന്റ് ലെവിയിലെ" അവളുടെ ജോലി ഉപേക്ഷിച്ചത് സ്വാഭാവികം മാത്രം ആയിരുന്നു. പക്ഷേ, അവളുടെ ജീവിതത്തിൽ അതുകാരണം ഉണ്ടായ വിടവ് നികത്താൻ

വേണ്ടി ഒരു കാര്യവും കണ്ടെത്താൻ അവൾക്ക് ഇതുവരെ കഴിഞ്ഞിട്ടു ണ്ടായിരുന്നില്ല. അവൾ കഴിഞ്ഞ ആറുമാസമായി അവൾക്ക് ജോലി ചെയ്യാൻ കഴിയുന്ന എന്തെങ്കിലും കാര്യം അന്വേഷിച്ചു കൊണ്ടിരിക്കുക യായിരുന്നു. അവൾക്ക് ശരിക്കും അറിയാവുന്ന ഒരേ ഒരു ജോലി ചീങ്ക ണ്ണിത്തോടുകൊണ്ടുള്ള ഷൂസും ഹാൻബാഗും ഉൾപ്പെടെയുള്ള മനോ ഹരവസ്തുക്കളെപ്പറ്റി ആയിരുന്നു. അവയുടെ നിർമ്മാണവും വില്പനയും സംബന്ധിച്ച് അവൾക്ക് ചെറിയതോതിൽ അറിവുണ്ടായിരുന്നു.

അവൾ ആഴത്തിലുള്ള ആലോചനയോടെ ഇളംചൂടും ഔഷധഗു ണവുമുള്ള വെള്ളത്തിൽ കിടന്നു. അഞ്ച് പെൺകുട്ടികളും പുറത്ത് ഒരു ചെറിയ തുകൽ സംസ്കരണശാലയും ഉള്ള ഒരു തൊഴിലിടം ഉണ്ടെന്ന് വിചാരിക്കുക. ഒരുപക്ഷേ, അവൾക്ക് വൈദ്യുതി ഹോട്ടലിൽനിന്ന് വിലയ്ക്ക് വാങ്ങാൻ കഴിഞ്ഞാൽ പെൺകുട്ടികളുടെ കൈകൾ ജോലി സമയത്ത് വിയർക്കുന്നത് ഒഴിവാക്കാൻ വേണ്ടി ഒരു ശീതീകരണയന്ത്രം തൊഴിലിടത്തിൽ ഉപയോഗിക്കാൻ കഴിയും. കുറ്റം തീർത്തെടുക്കുന്ന ഷൂസുകൾ പുതുപുത്തൻ ആയിരിക്കണം. അത് വളരെ നിർണ്ണായക മായ കാര്യം ആയിരുന്നു.

ഇത്തരം ഒരു സജ്ജീകരണത്തിൽനിന്ന് പ്രതിഫലം ലഭിക്കാൻ ഇട യുണ്ടോ? ജഫ് പോക്കോക്കിന് സംസ്കരിക്കാത്ത ഒരു ശരാശരി ചീങ്ക ണ്ണിത്തോലിന് എഴുപത് ഷില്ലിങ്ങോളം കിട്ടുന്നുണ്ടെന്ന് അവൾ കണ്ടെ ത്തിയിരുന്നു. 'പാക് ആന്റ് ലെവി' സംസ്കരിച്ച തോലിന് ഏകദേശം നൂറ്റി എൺപത് ഷില്ലിങ് കൊടുക്കുന്നുണ്ടെന്ന് അവൾക്ക് അറിയാം. അവൾ കുളിക്കിടയിൽ കണക്കുകൂട്ടി നോക്കി. ചീങ്കണ്ണിത്തോൽ ചെത്തി മിനുക്കി സംസ്കരിച്ചെടുക്കുന്നതിന് ഇരുപത് ഷില്ലിങ്ങിൽക്കൂടുതൽ ചില വുണ്ടെന്ന് അവൾക്ക് തോന്നിയിരുന്നില്ല. അവളുടെ കണക്കുകൂട്ടലുകൾ എല്ലാം ആസ്ട്രേലിയയിലെ പണത്തിൽ ആയിരുന്നു. തോലുകൾക്ക് നിശ്ചയമായും ഇംഗ്ലണ്ടിലെക്കാൾ വളരെ വിലക്കുറവ് ആയിരിക്കും. അദ്ധ്വാനത്തിനും ചെലവ് കുറവായിരിക്കും. പൊരിവെയിലിലെ സ്ത്രീക ളുടെ അദ്ധ്വാനത്തേക്കാൾ വിൽസ് ടൗണിലെ സ്ത്രീകളുടെ അദ്ധ്വാന ത്തിന് ചെലവ് കുറവായിരിക്കും. പക്ഷേ, അപ്പോൾ ഇംഗ്ലണ്ടിലേക്ക് ഷൂസ് കപ്പലിൽ അയയ്ക്കുന്നതിന്റെയും ഒരു ഇടനിലക്കാരന്റെ പ്രതിഫലത്തി ന്റെയും ചെലവ് ഉണ്ടായിരിക്കും.

അവൾക്കുവേണ്ടി 'പാക്ക് ആന്റ് ലെവി' ഇത് വില്ക്കാൻ ഇടയുണ്ടോ എന്ന് അവൾ അത്ഭുതപ്പെട്ടു. കച്ചവടത്തിന്റെ നിർമ്മാണഭാഗത്തെപ്പറ്റി മിസ്റ്റർ പാക്കിന് വലിയ താല്പര്യം ഉണ്ടായിരുന്നില്ലെന്ന് അവൾക്ക് അറി വുണ്ടായിരുന്നു. അവർ മറ്റുള്ളവരുടെ ഉല്പന്നങ്ങളും വില്ക്കുന്നുണ്ടാ യിരുന്നു. 'പാക്ക് ആന്റ് ലെവി' സ്വയം ഹാന്റ്ബാഗുകൾ നിർമ്മിച്ചിരു ന്നെങ്കിലും അവർ 'ഡുക്രോസ്ഫ്രറസ്' എന്ന ഫ്രെഞ്ച് കമ്പനിയുടെ ഹാന്റ് ബാഗുകളും വില്ക്കുന്നുണ്ടായിരുന്നു.

മുഖ്യമായ പ്രശ്നം കച്ചവടം ആയിരുന്നില്ല. അവൾ ആലോചിച്ചു.

വിൽസ് ടൗണിൽ അദ്ധ്വാനത്തിനും നിർമ്മാണത്തിനും ചെലവ് കുറവാ
യിരുന്നു. അതിന്റെ കച്ചവടത്തിന്റെ അവസാനഭാഗത്തിന് കുഴപ്പമൊന്നും
ഇല്ല. ബോണ്‍സ്ട്രീറ്റിലെ കടകളിൽ വില്ക്കപ്പെടുന്ന ഗുണനിലവാരത്തി
ലുള്ള ഉല്പന്നങ്ങള്‍ നിർമ്മിക്കാൻ പറ്റുന്ന ടൗണിൽനിന്ന് അവൾക്ക് പരി
ശീലിപ്പിച്ചെടുക്കാൻ കഴിയുമോ എന്നുള്ളതാണ് അവളുടെ യഥാർത്ഥ
പ്രശ്നം.

വളരെ ആഴത്തിൽ ആലോചിച്ചുകൊണ്ട് അവൾ വളരെനേരം ഔഷ
ധഗുണവും ഇളംചൂടും ഉള്ള വെള്ളത്തിൽ കിടന്നു.

അന്ന് വൈകുന്നേരം വരാന്തയിലുള്ള അവളുടെ തട്ടുകസേരയിൽ
അവൾ ഇരിക്കുന്ന സമയത്ത് സാംസ്മാൾ അവളുടെ അടുത്ത് വന്നി
രുന്നു. "മിസ് പാഗറ്റ്" അയാൾ പറഞ്ഞു. "നമ്മൾ തമ്മിൽ ഒന്ന് സംസാ
രിക്കുന്നതിൽ വിരോധം ഇല്ലല്ലോ?" "നിശ്ചയമായും ഇല്ല." അവൾ പറ
ഞ്ഞു.

"ഞാൻ നിങ്ങൾ നിർമ്മിച്ച ഷൂസിനെപ്പറ്റി ആലോചിക്കുകയായിരുന്നു."
അയാൾ പറഞ്ഞു. "നിങ്ങൾക്ക് ഞങ്ങളുടെ ജൂഡിയെ പഠിപ്പിക്കാൻ കഴി
യുമോ എന്ന് ഞാൻ സംശയിക്കുകയായിരുന്നു."

"ജൂഡിക്ക് എത്ര വയസ്സുണ്ട്?"

"പതിനഞ്ച്" അയാൾ പറഞ്ഞു. "അടുത്ത നവംബറിൽ പതിനാറ്
തുടങ്ങും."

"നിങ്ങൾ അവളെ ഷൂസ് നിർമ്മാണം പഠിപ്പിക്കാൻ ആഗ്രഹിക്കു
ന്നുണ്ടോ?"

അയാൾ പറഞ്ഞു. "അതുപോലെ മെച്ചപ്പെട്ട സ്ത്രീകളുടെ ഷൂസ്
നിർമ്മിക്കാൻ കഴിയുന്ന ആർക്കും ക്യാൻസിലെ കടകളിൽ അത്
വില്‍ക്കാൻ പറ്റും. ജൂഡിക്ക് എന്തെങ്കിലും ജോലി ചെയ്യാനുള്ള പ്രായം
എത്തിക്കൊണ്ട് ഇരിക്കുകയാണ്. ഒരു പെൺകുട്ടിക്ക് ജീവിതമാർഗ്ഗത്തി
നുവേണ്ടി ഇവിടെ ഒരു കാര്യവും ചെയ്യാനില്ല. അവൾക്ക് മറ്റ് പെൺകുട്ടി
കളെപ്പോലെ മഹാനഗരങ്ങളിലേക്ക് പോകേണ്ടിവരും. അവളുടെ
അമ്മയ്ക്ക് അത് ഒരു വലിയ ബുദ്ധിമുട്ടാണ്. ഞങ്ങൾക്ക് ഒരു പെൺകു
ട്ടിയാണ് ആകെയുള്ളത്. മൂന്ന് ആൺകുട്ടികളും ഒരു പെൺകുട്ടിയും.
അങ്ങനെ ഞാൻ ഈ ഷൂസ് ഉണ്ടാക്കലിനെപ്പറ്റി ആലോചിച്ചു. ഒരുപക്ഷേ,
അത് അവൾക്ക് വീട്ടിൽ ഇരുന്നുകൊണ്ട് ചെയ്യാൻ കഴിയുന്ന ഒരുകാര്യം
ആയിരിക്കും." അയാൾ പറഞ്ഞു. "എന്തായാലും നിങ്ങൾക്ക് അത്
ചെയ്യാൻവേണ്ട എല്ലാ കാര്യങ്ങളും ഇവിടെ വിൽസ് ടൗണിൽതന്നെ
നമുക്ക് കിട്ടുമെന്നാണ് തോന്നുന്നത്."

"കൊളുത്തുകൾ ഇല്ല." അവൾ ആലോചനയോടെ പറഞ്ഞു.
"കൊളുത്തുകൾ സംബന്ധിച്ച് നമുക്ക് എന്തെങ്കിലും ചെയ്യേണ്ടിവരും."
അവൾ പകുതി ആത്മഗതമായി പറഞ്ഞു.

അവൾ ഒരുമിനിറ്റ് ആലോചിച്ചതിനുശേഷം പറഞ്ഞു. "സാം അത്
നടക്കില്ല." അവൾ പറഞ്ഞു. "നിങ്ങൾ ആ ഷൂസ് അത്ഭുതകരമാണെന്ന്

വിചാരിക്കുന്നു. പക്ഷേ, അത് ശരിയല്ല. അവ ഒരു ജോഡി മഹാമോശം ഷൂകൾ ആണ്. നിങ്ങൾക്ക് അതുപോലെയുള്ള ഒരു ജോഡി ഇംഗ്ലണ്ടിൽ വില്ക്കാൻ കഴിയില്ല. ക്യാൻസിൽ പോലും ഒരു ഒന്നാംതരം കടയിൽ നിങ്ങൾക്ക് അത് വില്ക്കാൻ കഴിയുമെന്ന് ഞാൻ വിചാരിക്കുന്നില്ല."

"എനിക്ക് അത് കണ്ടിട്ട് കുഴപ്പം ഒന്നും തോന്നുന്നില്ല." അയാൾ വാശിയോടെ പറഞ്ഞു.

അവൾ തലയാട്ടി. "അത് ശരിയല്ല. ഞാൻ ഇതിന്റെ കച്ചവടത്തിൽ ആയിരുന്നു. ഒരു ഷൂ കണ്ടാൽ എങ്ങനെയായിരിക്കണമെന്ന് എനിക്ക് അറിയാം. നമുക്ക് വിൽസ് ടൗണിൽ ഒരു നല്ല ഷൂ ഉല്പാദിപ്പിക്കാൻ കഴി യില്ലെന്നല്ല ഞാൻ പറഞ്ഞത്. പക്ഷേ, അത് ശരിയായ രീതിയിൽ ചെയ്യ ണമെങ്കിൽ എനിക്ക് യന്ത്രങ്ങൾ ഉപയോഗിക്കണം. എനിക്ക് അതിനു വേണ്ട എല്ലാത്തരം സാധനങ്ങളും വേണം. അത് നിർമ്മിക്കാനുള്ള ഉപ കരണങ്ങൾ വേണം. ജൂഡിയെ പറ്റിയുള്ള നിങ്ങളുടെ ഉദ്ദേശ്യം എനിക്ക് മനസ്സിലായി. ഇവിടെ വിൽസ്ടൗണിൽ അവൾ ജോലി ചെയ്യുന്നത് കാണാൻ എനിക്കും ഇഷ്ടമാണ്. പക്ഷേ, അത് അവൾക്ക് തനിച്ച് കൈകാര്യം ചെയ്യാൻ പറ്റുന്നതിനേക്കാൾ വലിയ ഒരു കാര്യമാണ്."

അയാൾ അവളെ സൂക്ഷിച്ചുനോക്കി. "നിങ്ങൾ ഒരു ഫാക്ടറിയെ പറ്റി അല്ലെങ്കിൽ അതുപോലെ എന്തെങ്കിലും കാര്യത്തെപ്പറ്റി ആലോചി ക്കുകയായിരുന്നോ?"

"എനിക്ക് അറിയില്ല ആരെങ്കിലും അതുപോലെ എന്തെങ്കിലും കാര്യം ഇവിടെ ആരംഭിക്കുകയാണെങ്കിൽ രാവിലെയും ഉച്ചതിരിഞ്ഞും ക്ലിപ്ത സമയത്ത് ജോലിചെയ്യാൻ നിങ്ങൾക്ക് എത്ര പെൺകുട്ടികളെ കിട്ടും – ആഴ്ചയിൽ അഞ്ചു പൗണ്ട് ശമ്പളം കിട്ടുകയാണെങ്കിൽ?"

"ഇവിടെ വിൽസ്ടൗണൽ എത്ര പെൺകുട്ടികളെ കിട്ടും എന്നാണോ ചോദിച്ചത്?"

"അതെ."

"നിങ്ങൾ എത്ര ചെറുപ്പത്തിൽ പെൺകുട്ടികളെ ജോലി തുടങ്ങാൻ അനുവദിക്കും?"

അവൾ ഒരു മിനിറ്റ് ആലോചിച്ചു. "അവർ സ്കൂളിൽനിന്ന് പുറത്തു വരുന്ന സമയത്ത് അവർക്ക് ജോലി തുടങ്ങാമെന്നാണ് ഞാൻ വിചാരി ക്കുന്നത്. അത് പതിനാല് വയസ്സിലാണ്. അല്ലേ?" "പതിനാലു വയസ്സുള്ള ഒരു പെൺകുട്ടിക്ക് നിങ്ങൾ ആഴ്ചയിൽ അഞ്ചു പൗണ്ട് ശമ്പളം കൊടു ക്കുമോ?"

"ഇല്ല അവർ അതിനുള്ള പരിശീലനം നേടിക്കഴിയുമ്പോൾ കൊടുക്കും."

അയാൾ ആലോചിച്ചു. "മിസ് പാഗറ്റ്, നിങ്ങൾക്ക് പതിനാറിനും പതി നേഴിനും അടുത്തുള്ള ആറോ ഏഴോ പെൺകുട്ടികളെ കിട്ടുമെന്നാണ് ഞാൻ വിചാരിക്കുന്നത്. അതിനുശേഷം നിങ്ങൾക്ക് സ്കൂളിൽനിന്ന് കൂടു തൽ പെൺകുട്ടികൾ വരും."

അവൾ കാര്യത്തിന്റെ മറ്റൊരു വശത്തേക്ക് സംസാരം തിരിച്ചുവിട്ടു. "സാം, ഒരു പണിപ്പുരയ്ക്കുവേണ്ടി ഒരു ഷെഡ് ഉണ്ടാക്കാൻ എന്ത് ചെലവ് വരും?"

"എത്ര വലിപ്പത്തിൽ?"

അവൾ ചുറ്റുപാടും നോക്കി. "ഏതാണ്ട് ഇവിടുന്ന് വരാന്തയുടെ അറ്റം വരെയുള്ള നീളം വേണം. വീതി ഏകദേശം അതിന്റെ പകുതി വേണ്ടിവരും."

"അത് മുപ്പത് അടി നീളവും പതിനഞ്ച് അടി വീതിയും കാണും. നിങ്ങൾ പട്ടാളത്തിന്റെ ഷെഡ് പോലെയുള്ള തടികൊണ്ടുള്ള ഷെഡ്ഡാണോ ഉദ്ദേശിക്കുന്നത് – ഇരുമ്പ് മേല്‍ക്കൂരയും എല്ലാ സ്ഥലത്തും മേല്‍ക്കൂരയുള്ള ഷെഡ്."

"അത്തരം ഷെഡ്ഡാണ് ഞാൻ ഉദ്ദേശിച്ചത്." അയാൾ സാവധാനം മനസ്സിൽ കണക്കുകൂട്ടി നോക്കി. "ഏകദേശം ഇരുന്നൂറ് പൗണ്ട്."

"സർജന്റ് ഹെയിൻസ് താമസിക്കുന്ന വീടുപോലെ അതിന് ഒരു ഇരട്ടമേല്‍ക്കൂരയും ഒരു വരാന്തയും വേണമെന്നാണ് ഞാൻ വിചാരിക്കുന്നത്. അതിനുള്ളിൽ തണുപ്പ് വേണം."

"അപ്പോൾ ചെലവ് കൂടും. അതുപോലെ ഒരു വീടിന് നാലുചുറ്റും വരാന്ത ഉള്ളപ്പോൾ നിങ്ങൾക്ക് നാന്നൂറിനടുത്ത് ചെലവ് വരും."

"അതു പണിയാൻ എത്രകാലം വേണ്ടിവരും."

"എനിക്കറിയില്ല. തടി നോർമാൻ ടണിൽനിന്ന് കൊണ്ടുവരണം. അത് ഞാൻ ടിംവെലനേയും അയാളുടെ പയ്യന്മാരെയും ഏല്‍പിക്കാം. ജോലി രണ്ട് മാസത്തിനുള്ളിൽ തീർക്കാം എന്ന് ഞാൻ പറയും."

തുകലുകൾ ഉറയ്ക്കിടാനും ചായം മുക്കാനും വേണ്ടി അവിടെ മറ്റൊരു കെട്ടിടവും ഉണ്ടാവണം. "സാം, ഒരു കാര്യംകൂടി എന്നോട് പറയണം." അവൾ പറഞ്ഞു. "ആ രീതിയിൽ എന്തെങ്കിലും തുടങ്ങുന്നത് ഇവിടുത്തെ ആളുകൾ ഇഷ്ടപ്പെടാൻ ഇടയുണ്ടോ? അതോ അവർ അത് അല്‍പം അസംബന്ധം ആണെന്ന് വിചാരിക്കുമോ?"

"ഈ പട്ടണത്തിലെ പെൺകുട്ടികൾക്ക് അതുകൊണ്ട് പണം സമ്പാദിക്കാൻ കഴിയുകയാണെങ്കിൽ അവർ അങ്ങനെ ചിന്തിക്കുമോ എന്നാണോ നിങ്ങൾ ഉദ്ദേശിച്ചത്?"

"അതുതന്നെയാണ് ഉദ്ദേശിച്ചത്?"

അയാൾ പറഞ്ഞു. "ഞാൻ ഉറപ്പു പറയാം. അവർക്ക് അത് ഇഷ്ടപ്പെടും. പെൺകുട്ടികൾക്ക് സന്തോഷത്തോടെ ജോലി ചെയ്ത് വീട്ടിൽ താമസിക്കാൻ കഴിയുന്നിടത്തോളം കാലം അവർക്ക് എന്ത് കാര്യവും ഇഷ്ടപ്പെടും." അയാൾ അല്‍പസമയം ആലോചിച്ച് കഴിഞ്ഞ് സംസാരം അവസാനിപ്പിച്ചു. "ഈ പ്രദേശത്തെ വീടുകളിൽനിന്നും ഒരു ആയിരം മൈൽ ദൂരത്തേക്ക് പെൺകുട്ടികൾ വിട്ടുപോകുന്നത് സ്വാഭാവികമായ ഒരു സമ്പ്രദായം അല്ല." അയാൾ സാവധാനം പറഞ്ഞു. "ഇന്നലെ രാത്രിയിൽ ഞാനും ഭാര്യയും കൂടി ഈ കാര്യമാണ് പറഞ്ഞുകൊണ്ടിരുന്നത്.

അത് സ്വാഭാവികമായ സമ്പ്രദായം അല്ല."

അവർ കുറച്ച് സമയം നിശ്ശബ്ദരായി ഇരുന്നു. "അതിനെപ്പറ്റി സാം അല്പം ആലോചിച്ചുനോക്ക്— അവസാനം അവൾ പറഞ്ഞു.

അടുത്ത ബുധനാഴ്ച ഡക്കോട്ടവിമാനം എത്തിയപ്പോൾ അവൾ ക്യാൻസിൽ എത്തിച്ചേരാൻവേണ്ടി വിൽസ്ടൗണിൽ നിന്ന് യാത്രതിരിച്ചു. അവൾക്ക് അവിടെ എത്തിച്ചേരാൻ രണ്ട് ദിവസം വേണ്ടിവന്നിരുന്നു. കാരണം ഡക്കോട്ടായുടെ സഞ്ചാരം അത്രമാത്രം സാവധാനത്തിൽ ആയി രുന്നു. അവർ വൈകുന്നേരം വില്ലിങ്ടണിൽനിന്ന് യാത്രതിരിച്ചു. ക്യാൻസിലെ സ്കൂളിൽനിന്നും കുട്ടികൾക്കുള്ള പാഠങ്ങൾ സംബന്ധിച്ച് എഴുത്തുകളും മറ്റ് തപാൽ ഉരുപ്പടികളും വഹിച്ചുകൊണ്ട് ഡൺബാർ, മിറാൻഡാ, വാൻറൂക്ക് മുതലായ കന്നുകാലികേന്ദ്രങ്ങൾ സന്ദർശിച്ചതി നുശേഷം അവർ വെളിച്ചം അവസാനിക്കാറായപ്പോൾ നോർമാൻ ടണിൽ യാത്ര അവസാനിപ്പിച്ചു. അവർ രാത്രി ചെലവഴിക്കാൻ വേണ്ടി അപ്പോൾ ത്തന്നെ ഒരു ലോറിയിൽ പട്ടണത്തിലെത്തി.

നോർമാൻ ടണിലെ ഹോട്ടൽ വിൽസ്ടൗണിലെ ഹോട്ടലിന് സമാ നമായിരുന്നു, പക്ഷേ, അതിനേക്കാൾ വലുതായിരുന്നു. ജീൻ മക്കൻസി എന്ന പൈലറ്റിനോടൊപ്പം ചായകുടിച്ചിരുന്നു. ചായകുടി കഴിഞ്ഞ് അവൾ അയാളോടൊപ്പം വരാന്തയിൽ ഇരിക്കുമ്പോൾ അവൾ നോർമാൻ ടണിൽ ആരെങ്കിലും ഷൂ നിർമ്മിക്കുന്നുണ്ടോ എന്ന് അയാളോട് ചോദിച്ചു. "എനിക്ക് തോന്നുന്നില്ല" അയാൾ പറഞ്ഞു. അയാൾ ഒരു പരിചയക്കാ രനെ ഉറക്കെവിളിച്ചു. "ടെഡ് ഇവിടെ അടുത്ത് ആരെങ്കിലും ഷൂസ് ഉണ്ടാ ക്കുന്നുണ്ടോ?"

ടെഡ് നിഷേധാർത്ഥത്തിൽ തലകുലുക്കി. "ഷൂ ബേൻസ് ഫിൽപ്പിൽനിന്ന്* വാങ്ങാൻ പറ്റും." അയാൾ പറഞ്ഞു. "ഷൂ നന്നാക്കാൻ ആണോ?"

ജീൻ പറഞ്ഞു. "അല്ല, വെറുതെ അറിയാൻവേണ്ടി ആയിരുന്നു. അവ എല്ലാം മഹാനഗരങ്ങളിൽനിന്ന് വരുന്നവയാണ്. അങ്ങനെയല്ലേ?"

"അതു ശരിയാണ്." ടഡ് സ്വയം ഒരു സിഗററ്റ് ചുരുട്ടിയെടുത്തു. എന്റെ ഭാര്യയുടെ സഹോദരി റോക്ക് ഹാംടണിലുള്ള ഒരു ഷൂ ഫാക്ടറി യിലാണ് ജോലി ചെയ്യുന്നത്. ധാരാളം ഷൂ അവിടെ നിന്നാണ് വരുന്നത്. ബേൻസ് ഫിൽപ് ഷൂ വാങ്ങുന്നത് അവിടെ നിന്നാണ്. *റോക്ക് ഹാംട ണിലെ മാനിങ് കൂപ്പറിൽ നിന്നാണ് അയാൾ ഷൂ വാങ്ങുന്നത്." ജീൻ ചോദിച്ചു. "നിങ്ങളുടെ ഭാര്യയുടെ സഹോദരി ജനിച്ചത് ഈ ചുറ്റുവട്ട ത്തിൽ ആയിരുന്നോ?"

"ക്രോയിഡോണിൽ ആയിരുന്നു." അയാൾ പറഞ്ഞു. "അവരുടെ അച്ഛൻ ക്രോയിഡോണിൽ ഒരു ഹോട്ടൽ നടത്തിയിരുന്നു. പക്ഷേ, അയാൾ അത് ഉപേക്ഷിച്ചു. അവിടെ രണ്ടുപേർക്കുള്ള ജോലി ഉണ്ടായി രുന്നില്ല. ക്രോയിഡോണിൽ ഇപ്പോൾ ഉള്ളത് മിസിസ്സ് ബ്രിഡ്സൺസ്

---

* മധ്യ ക്വീൻസ് ലാന്റിലെ ഒരു കച്ചവട സ്ഥാപനം.

മാത്രമാണ്."

"അവൾ വിവാഹം കഴിച്ചിട്ടില്ലേ?"

"ആര്? എൽസി പീറ്റേഴ്സോ?"

"മാനിങ് കൂപ്പറിൽ ജോലി ചെയ്യുന്നത്. അവളല്ലേ?"

"അതെ. അവൾ വിവാഹം കഴിച്ചിട്ടില്ല. ഇപ്പോൾ ധാരാളം പെൺകു
ട്ടികൾ അവളുടെ താഴെ ജോലിചെയ്യുന്ന ഒരു ചാർജ് ഹാന്റ് ആണ്."

അയാൾ പോയപ്പോൾ ജീൻ പൈലറ്റിനോട് ചോദിച്ചു. "അത് ആരാ
യിരുന്നു."

"അയാളോ?" ടെഡ് ഹോർണർ. ഇവിടെയുള്ള ഗ്യാരേജ് നടത്തു
ന്നത് അയാൾ ആണ്?"

അവൾ ഭാവിയിലെ വിവരം തേടലിനുവേണ്ടി അയാളുടെ പേർ കുറി
ച്ചുവച്ചു.

അടുത്തദിവസം അതിരാവിലെ അവൾ ക്യാൻസിലേക്ക് പറന്നിരുന്നു.
അവൾ പട്ടണത്തിലേക്ക് വണ്ടിയിൽ എത്തി സ്ട്രാന്റ് ഹോട്ടലിലേക്ക്
പോയി. ഉൾക്കടലിന്റെ തുടർച്ചയായുള്ള ഭാഗത്തെ സാമാന്യം മനോഹ
രമായ സ്ഥലത്ത് ഏകദേശം ഇരുപതിനായിരത്തോളം ആളുകളുള്ള ഒരു
പട്ടണമാണ് ക്യാൻസ് എന്ന് അവൾ കണ്ടെത്തി. അത് തഴച്ചു വളർന്നു
കൊണ്ടിരിക്കുന്ന സമ്പന്നമായ ഒരു പട്ടണം ആയിരുന്നു. അവിടെ ധാരാളം
തെരുവുകളും കടകളും മദ്ധ്യത്തിലൂടെ പൂന്തോട്ടമുള്ള വിശാലമായ വഴി
കളും ഉണ്ടായിരുന്നു. കെട്ടിടങ്ങൾ എല്ലാം തടികൊണ്ട് ആയിരുന്നു. കൂടു
തൽ കെട്ടിടങ്ങൾക്കും ഇരുമ്പ് മേൽക്കൂരകൾ ഉണ്ടായിരുന്നു. കടകളുടെ
ഉൾഭാഗം ഏറക്കുറെ കടകളുടെ ജനാലവഴി നിങ്ങൾക്ക് കാണാൻ കഴി
യുന്ന വിധത്തിൽ ആയിരുന്നു. അത് നടപ്പാതകളുടെ മുകളിൽ വെയി
ലിനെ തടഞ്ഞുനിർത്തിയിരുന്ന ചലച്ചിത്രങ്ങളിൽ അവൾ കണ്ട തെക്കേ
അമേരിക്കയിലെ പട്ടണങ്ങൾപോലെ തോന്നിച്ചിരുന്നു. പക്ഷേ, ക്യാൻസ്
അതിന്റെ ആത്മാർത്ഥതയിൽ ഏറക്കുറെ ഇംഗ്ലണ്ട് പോലെ ആയിരുന്നു.
അവൾക്ക് ക്യാൻസിനെ തുടക്കം മുതൽ ഇഷ്ടമായിരുന്നു.

അവൾ അവിടെനിന്ന് എനിക്ക് എഴുത്ത് എഴുതിയിരുന്നു. അവൾ
വിൽസ് ടൗണിൽനിന്ന് രണ്ടുപ്രാവശ്യം എനിക്ക് എഴുതി. സ്ട്രാന്റ് ഹോട്ട
ലിൽ എത്തിയപ്പോൾ കുറച്ചുദിവസങ്ങളായി അവൾക്കുവേണ്ടി കാത്തു
കിടന്നിരുന്ന എന്റെ ഒരു എഴുത്ത് അവൾ കണ്ടെത്തി. മറുപടി എഴു
താൻ വന്ന താമസം വിശദീകരിച്ചു അവൾ എനിക്ക് എഴുത്ത് എഴുതി.

സ്ട്രാന്റ് ഹോട്ടൽ
ക്യാൻസ്
വടക്കേ ക്വീൻസ്‌ലാന്റ്

എന്റെ പ്രിയപ്പെട്ട നോയലിന്,

ഇന്നലെ ഞാൻ ഇവിടെ എത്തിയപ്പോൾ 24-ാം തീയതിയിലെ നിങ്ങ
ളുടെ കത്തു എനിക്കു കിട്ടി. ഈ സമയംകൊണ്ട് ഞാൻ വിൽസ്
ടൗണിൽനിന്ന് എഴുതിയ രണ്ട് എഴുത്തുകൾ നിങ്ങൾക്ക് ലഭിച്ചുകാണും.

എനിക്ക് ഒരു ടൈപ്പ്റൈറ്റർ ഉണ്ടായിരുന്നെങ്കിൽ എന്ന് ഞാൻ ആഗ്രഹി ക്കുന്നു. കാരണം ഇത് ഒരു നീണ്ട എഴുത്താകാൻ പോകുകയാണ്. എന്റെ എഴുത്തുകളുടെ പകർപ്പുകൾ സൂക്ഷിക്കാൻവേണ്ടി കൈയിൽ കൊണ്ടു നടക്കാവുന്ന ഒരു ടൈപ്പ് റൈറ്റർ വാങ്ങണം എന്നാണ് ഞാൻ വിചാരി ക്കുന്നത്— നിങ്ങൾക്കുള്ള എഴുത്തുകൾക്കുവേണ്ടി അല്ല. പക്ഷേ, ഞാൻ ഇവിടെയെത്തി അല്പം കച്ചവടത്തിൽ പങ്കെടുത്തു തുടങ്ങിയിരിക്കുക യാണ്.

ആദ്യമായി ജോ ഹാർമാനെ സംബന്ധിച്ച് നിങ്ങൾ ചെയ്തുകൊ ടുത്ത കാര്യങ്ങൾ എന്നെ അറിയിച്ചതിൽ നിങ്ങളോട് വളരെയധികം നന്ദി യുണ്ട്. നിങ്ങൾ അയാളോട് വളരെ മാന്യമായി പെരുമാറിയെന്ന് വ്യക്തമായിരുന്നു. അത് എന്നോട് മാന്യത കാണിച്ചതിനു തുല്യമാണെന്ന് നിങ്ങൾക്ക് അറിയാം. അയാൾ എന്നെ വീണ്ടും കാണാൻ വേണ്ടിമാത്രം വളരെയധികം പണം ചെലവാക്കി ഇംഗ്ലണ്ടിലേക്ക് തിരക്കിട്ട് ഓടിവന്ന തിനെപ്പറ്റി നിങ്ങൾ പറഞ്ഞപ്പോൾ എനിക്ക് അതിൽനിന്ന് മുക്തയാകാൻ കഴിയുന്നില്ല. പക്ഷേ, ഇവിടെയുള്ള ആളുകൾ അങ്ങനെ ആണെന്നാണ് ഞാൻ വിചാരിക്കുന്നത്. എനിക്ക് ഈ സമയംകൊണ്ട് ആസ്ട്രേലിയ ക്കാരെ പറ്റി വളരെ മോശപ്പെട്ട ധാരാളം കാര്യങ്ങൾ നിങ്ങളോട് പറ യാൻ കഴിയും. പക്ഷേ, എനിക്ക് ഇതുകൂടി പറയാൻ കഴിയും. ഈ ആളൊഴിഞ്ഞ പ്രദേശത്ത് ഞാൻ കണ്ടുമുട്ടിയ ആളുകൾ എല്ലാംതന്നെ ജോ ഹാർമാനെപ്പോലെ ആയിരുന്നു— വളരെ നിഷ്കളങ്കരും വളരെ ശുദ്ധരും വളരെ വിശ്വസ്തരുമായ മനുഷ്യർ.

ഇനി ഇപ്പോൾ വിൽസ് ടൗണിനെപ്പറ്റി പറയാം. ജോ ഹാർമാൻ എന്നെ കാണുമ്പോൾ ഇപ്പോഴും എന്നെ വിവാഹം കഴിക്കുന്നതിൽ അങ്ങേയറ്റത്തെ താല്പര്യം കാത്തുസൂക്ഷിക്കുന്നുണ്ടോ എന്ന് എനിക്ക് അറിയില്ല. ആറുവർഷം ഒരു നീണ്ട കാലയളവ് ആണ്. അയാളെ വിവാഹം കഴിക്കാൻ എനിക്ക് വലിയ താല്പര്യം ഉണ്ടോ എന്ന് എനിക്കും അറി യില്ല. പക്ഷേ, ഞങ്ങൾ വിവാഹിതരാകാൻ ആഗ്രഹിച്ചിരുന്നെങ്കിൽ വിൽസ്ടൗണിനെപ്പറ്റി അയാൾ നിങ്ങളോട് പറഞ്ഞ കാര്യങ്ങൾ പൂർണ്ണ മായും സത്യമാണ്.

വിൽസ്ടൗൺ വളരെ മോശമാണ്. ഒരാൾക്ക് പൂർണ്ണമായും സന്തോഷമുള്ള ഒരു ജീവിതം ജീവിക്കാൻ കഴിയുന്ന ചില സ്ഥലങ്ങൾ ഈ ആളൊഴിഞ്ഞ പ്രദേശത്തുണ്ട്. ആലിസ് സ്പ്രിങ്സ് ഒരു മഹത്തായ ചെറിയ പട്ടണം ആണ്. പക്ഷേ, വിൽസ് ടൗൺ അത്തരത്തിലുള്ള ഒരു പട്ടണം അല്ല. അത് തീർച്ചയായും അങ്ങേയറ്റം മോശമാണ്. അവിടെ കുളിക്കാനും തുണികഴുകാനുമുള്ള തൊട്ടി അല്ലാതെ സ്ത്രീകൾക്ക് വേണ്ട മറ്റ് യാതൊരു കാര്യങ്ങളും ഇല്ല. ഒരാൾക്ക് റേഡിയോ, ലിപ്സ്റ്റിക്, ഐസ്ക്രീം, ഭംഗിയുള്ള വേഷങ്ങൾ തുടങ്ങിയവ ഒന്നുമില്ലാതെ ജീവി ക്കാൻ കഴിയുമെന്ന് എനിക്ക് അറിയാം. ഇതൊന്നും ഇല്ലാതെ എനിക്ക് ജീവിക്കാൻ കഴിയുമെന്നാണ് ഞാൻ വിചാരിക്കുന്നത് — ഞാൻ മലയാ

യിൽ അങ്ങനെ ജീവിച്ചിട്ടുണ്ട്. പക്ഷേ, പുതിയ പാലും പുതിയ പച്ചക്കറി
കളും പുതിയ പഴങ്ങളും ഇല്ലാതെ വരുമ്പോൾ അത് അല്പം ബുദ്ധി
മുട്ടാണ്. ജോ ഹാർമാൻ നിങ്ങളോട് പറഞ്ഞിരുന്ന ആ കാര്യം പൂർണ്ണ
മായും സത്യമാണ്. ഇംഗ്ലണ്ടിൽ നിന്ന് നേരിട്ട് ഇവിടെവന്ന് ഒരു പെൺകു
ട്ടിക്കും വിൽസ്ടൗണിൽ സന്തോഷത്തോടെ ജീവിക്കാൻ കഴിയുമെന്ന്
ഞാൻ വിചാരിക്കുന്നില്ല. എന്തായാലും എനിക്ക് കഴിയുമെന്ന് ഞാൻ വിചാ
രിക്കുന്നില്ല.

എന്നാലും ജോ ഹാർമാൻ പരിശ്രമം നടത്തി അയാളുടെ ജീവിത
രീതി മാറ്റുന്നത് കാണാൻ ഞാൻ ആഗ്രഹിച്ചിട്ടില്ല. അയാൾ ഒരു പ്രധാന
കന്നുകാലി സംരക്ഷണകേന്ദ്രത്തിന്റെ ഒന്നാംതരം നടത്തിപ്പുകാരൻ
ആണ്. അയാൾക്ക് അത് നല്ലതുപോലെ നടത്തിക്കൊണ്ട് പോകാൻ കഴിയും.
ഞാൻ എല്ലാത്തരം ആളുകളോടും മിഡ് ഹസ്റ്റിലെ കന്നുകാലികേന്ദ്രം
നടത്തിയിരുന്ന രീതിയെപ്പറ്റി അന്വേഷിച്ചിരുന്നു. അത് നല്ലരീതിയിലാണ്
നടത്തിയിരുന്നത്. അയാൾ കുറച്ചുകൂടി വിശാലമായി സഞ്ചാരങ്ങൾ
നടത്തി മറ്റ് കന്നുകാലിനോട്ടക്കാർ ചെയ്തിരുന്ന കാര്യങ്ങൾ മനസ്സിലാ
ക്കിയിരുന്നെങ്കിൽ അയാളുടെ കേന്ദ്രത്തിന്റെ നടത്തിപ്പ് കൂടുതൽ മെച്ച
പ്പെടില്ലായിരുന്നു എന്ന് ഞാൻ പറഞ്ഞിട്ടില്ല. പക്ഷേ, ഉൾക്കടൽ പ്രദേ
ശത്തെ മറ്റ് കേന്ദ്രങ്ങളുമായി താരതമ്യപ്പെടുത്തിയാൽ മിഡ് ഹസ്റ്റ് മെച്ച
മാണെന്ന് മാത്രമല്ല ഓരോ വർഷത്തിലും അത് കൂടുതൽ മെച്ചപ്പെട്ടു
കൊണ്ടിരിക്കുകയും ആണ്. അവസാനം അവിടെ ഉണ്ടായിരുന്ന നടത്തി
പ്പുകാരൻ അതിനെ നശിപ്പിച്ചിരുന്നു എന്നാണ് അവർ എന്നോട് പറഞ്ഞത്.
പക്ഷേ, ജോ ഹാർമാൻ രണ്ടുവർഷമായി അവിടെ നല്ലതുപോലെ അദ്ധ്വാ
നിച്ചിട്ടുണ്ട്. അയാൾ നല്ല ഒരു ജോലി അവിടെ പൂർത്തിയാക്കിയിട്ടുണ്ട്.
ജോ ഹാർമാൻ വിൽസ്ടൗണിൽ ജീവിക്കാൻ തയ്യാറല്ലാത്ത അല്ലെങ്കിൽ
ജീവിക്കാൻ കഴിയാത്ത സമ്പന്നയായ ഒരു ഭാര്യ ഉള്ളതുകൊണ്ട് മാത്രം
അയാൾ മറ്റൊരു സ്ഥലത്ത് അയാളുടെ ജീവിതം കുരുപ്പിടിപ്പിക്കുന്നതി
നുവേണ്ടി പരിശ്രമിക്കുന്നതുകാണാൻ ഞാൻ ഒരിക്കലും ആഗ്രഹിച്ചിട്ടില്ല.

കുറേക്കൂടി മെച്ചപ്പെട്ട ഒരു പട്ടണത്തിനടുത്തുള്ള ഒരു കേന്ദ്രം ഒരു
പക്ഷേ, ആലിസിനടുത്തുള്ള ഒരു കേന്ദ്രം അയാൾക്ക് ലഭിക്കുമായിരിക്കും.
അത് വളരെ എളുപ്പമായിരിക്കും എന്ന് ഉറപ്പ് തോന്നിയ ഞാൻ അതിനെ
പ്പറ്റി വളരെക്കൂടുതൽ ആലോചിച്ചിരുന്നു. പക്ഷേ, അത് സംഭവിച്ചിരുന്നെ
ങ്കിലും എനിക്ക് അതിൽ വലിയ താല്പര്യം കാണില്ലായിരുന്നു. മിഡ്ഹസ്റ്റ്
ഇംഗ്ലണ്ടിനെക്കാൾ മഴ കിട്ടുന്ന കൂടുതൽ മെച്ചപ്പെട്ട ഒരു നാട്ടിൻപുറം
ആണ്. ആലിസിന് ചുറ്റുമുള്ള ഏത് പ്രദേശത്തേക്കാളും ഉൾക്കടൽ
പ്രദേശം ഒരു ജീവിതകാലത്തെ ജോലിക്ക് കൂടുതൽ മെച്ചം ആണെ
ന്നാണ് എനിക്ക് തോന്നുന്നത്. നിശ്ചയമായും ഉണ്ട്. അയാൾ നല്ല പ്രദേശം
ഉപേക്ഷിച്ചിട്ട് മോശം പ്രദേശത്തേക്ക് ഞാൻ കാരണം പോകണമെന്ന്
ചിന്തിക്കാൻ പോലും എനിക്ക് താല്പര്യമില്ല. അത് ഒരു കന്നുകാലി സംര
ക്ഷണ കേന്ദ്രത്തിന്റെ നടത്തിപ്പുകാരന്റെ ഭാര്യക്ക് ഒരു നല്ല തുടക്കം ആയി

രിക്കില്ല.

എനിക്ക് മൂലധനമായി അയ്യായിരം പൗണ്ട് ഉണ്ടായിരിക്കുമെന്ന് നോയൽ വിചാരിക്കുന്നുണ്ടോ? നിങ്ങൾ എല്ലാ സമയത്തും എന്റെ തല യിൽ തള്ളിക്കയറ്റാൻ ശ്രമിക്കുന്ന എടുത്തുചാടി ഒന്നും ചെയ്യരുതെന്നുള്ള ഉപദേശം ഞാൻ സ്വീകരിക്കാൻ പോകുകയാണ്. ഞാൻ ജോ ഹാർമാനെ കണ്ടുമുട്ടുമ്പോൾ അയാൾ എന്നെ വിവാഹം കഴിക്കാനും ഞാൻ അയാളെ വിവാഹം കഴിക്കാനും ഈ സമയത്തും ആഗ്രഹിക്കുകയാണെങ്കിൽ എനിക്ക് അയാളെക്കൊണ്ട് സമ്മതിപ്പിക്കാൻ കഴിഞ്ഞാൽ ഞാൻ വിവാ ഹത്തിനുവേണ്ടി അല്പംകൂടി കാത്തിരിക്കാൻ പോകുകയാണ്. വിൽസ്ടൗണിൽ എല്ലാക്കാലത്തും ജീവിക്കാമെന്ന് വാക്കുകൊടുക്കുന്ന തിനുമുമ്പ് ഞാൻ അവിടെ ഒരു വർഷമോ മറ്റോ ജോലിചെയ്യാൻ ഇഷ്ട പ്പെടുന്നു. എനിക്ക് ആ സ്ഥലത്തെ എന്നെങ്കിലും അംഗീകരിക്കാൻ കഴി യുന്നുണ്ടോ എന്ന് മനസ്സിലാക്കാൻ ഞാൻ ആഗ്രഹിക്കുന്നു. ആ സ്ഥലം ആശയ്ക്ക് വകയില്ലാത്തതാണെങ്കിൽ അതും എനിക്ക് മനസ്സിലാക്കണം. ഞാൻ അങ്ങനെ ചിന്തിക്കാൻ ആഗ്രഹിക്കുന്നില്ല. ഞാൻ ഇംഗ്ലണ്ടിലാണ് വളർന്നതെങ്കിലും ഉൾക്കടൽ പ്രദേശത്ത് ജീവിക്കാൻ എനിക്ക് കഴിയുമോ എന്ന് കണ്ടെത്താൻ എനിക്ക് താല്പര്യമുണ്ട്. കാരണം ഇവിടെ താമസി ക്കുന്നവർ വളരെവളരെ മാന്യതയുള്ള മനുഷ്യരാണ്.

ഞാൻ ഒരു തൊഴിൽശാല തുടങ്ങി പരീക്ഷണം നടത്താൻ ആഗ്ര ഹിക്കുന്നു— ചീങ്കണ്ണിത്തോലുകൊണ്ട് ഷൂസും ഹാന്റ് ബാഗും ഉണ്ടാക്കുന്ന ഒരു പണിപ്പുര. ഞാൻ എന്റെ കഴിഞ്ഞ എഴുത്തിൽ ഈ കാര്യം നിങ്ങ ളോട് പറഞ്ഞിരുന്നു. അത് എനിക്ക് പരിചിതമായ ഒരു ജോലിയാണ്. ലോഹത്തിന്റെ ഭാഗങ്ങൾ ഒഴിച്ചാൽ അതിനുവേണ്ട എല്ലാ സാധനങ്ങളും ഉൾക്കടൽ പ്രദേശത്ത് നിങ്ങളുടെ കൈയിലെത്തും. ഞാൻ ഇന്ന് രാവിലെ എന്റെ ഉല്പന്നങ്ങൾ വേണ്ടത്ര മെച്ചമാണെങ്കിൽ എനിക്കുവേണ്ടി അതിന്റെ ഇംഗ്ലണ്ടിലെ വില്പന ഏറ്റെടുക്കുമോ എന്ന് ചോദിച്ചുകൊണ്ട് മിസ്റ്റർ പാക്കിന് ഒരു നീണ്ട എഴുത്ത് എഴുതിയിരുന്നു. പെരിവെയിലിൽ എത്തിച്ചുകൊടുക്കുന്ന ഷൂവിന് അയാൾക്ക് കൊടുക്കാൻ പറ്റുന്ന ഏറ്റവും കൂടിയ വില എന്നെ അറിയിക്കണമെന്നും ഞാൻ എഴുത്തിൽ ആവശ്യ പ്പെട്ടിട്ടുണ്ട്. അതുകൂടാതെ പത്തുപെൺകുട്ടികളെ ജോലിയിൽ ഏർപ്പെ ടുത്തിയിട്ടുള്ള ഒരു പണിശാലയിൽ അവർക്ക് വേണ്ടിവരുന്ന മൊത്തം ചെലവും 'പ്രസ്' തുകൽ മിനുക്കിയെടുക്കാനുള്ള യന്ത്രം 'നൈെട്ടൺ നമ്പർ പത്ത് തയ്യൽ യന്ത്രം' തുടങ്ങിയവയുടെ വിലയും അറിയാൻ എനിക്ക് ആഗ്രഹം ഉണ്ടെന്ന് ഞാൻ മിസ്റ്റർ പാക്കിന് എഴുതിയിട്ടുണ്ട്.

ഏറ്റവും കൂടുതൽ ചെലവുള്ള കാര്യം തുകലിന്റെ തയ്യൽയന്ത്രം ആണ്. ജോലി ചെയ്യാനുള്ള കെട്ടിടത്തിനുള്ള നാന്നൂറ് പൗണ്ട് ഉൾപ്പെടെ ഒരുപാട് കാര്യങ്ങൾ എനിക്ക് ആലോചിക്കാനുണ്ട്. പക്ഷേ, അതുകൊണ്ട് മൊത്തം കഥയും കഴിഞ്ഞിട്ടില്ലെന്ന് ഞാൻ ഭയക്കുന്നു. ഞാൻ പെൺകു ട്ടികൾക്ക് വേണ്ടിയുള്ള ഒരു തൊഴിൽശാല തുടങ്ങാൻ പോകുകയാണെ

ങ്കിൽ അവർക്ക് അവരുടെ ശമ്പളം ചെലവാക്കാനുള്ള എന്തെങ്കിലും കാര്യം ഇവിടെ ഉണ്ടായിരിക്കണം. ഞാൻ സ്ത്രീകൾ ആഗ്രഹിക്കുന്ന സാധനങ്ങൾ വില്ക്കാനുള്ള ഒരു കട ആരംഭിക്കാനും ആഗ്രഹിക്കുന്നുണ്ട്.

ഒരു വലിയ കട അല്ല. വളരെ ചെറിയ ഒരു കട. ക്രോമിയം പൂശിയ ഏതാനും കസേരകളും സ്ഫടികമേശകളുമുള്ള ഒരുതരം ഐസ്ക്രീം പാർലർ ആണ് ഞാൻ ആഗ്രഹിക്കുന്നത്. എനിക്ക് മറ്റേതെങ്കിലും രീതി യിൽ പഴങ്ങളും പുതിയ പച്ചക്കറികളും കിട്ടുകയാണെങ്കിൽ ഞാൻ അതു കൂടി അവിടെ വില്ക്കാൻ ആഗ്രഹിക്കുന്നുണ്ട്. എനിക്ക് അവയൊന്നും മറ്റൊരു രീതിയിലും കിട്ടുന്നില്ലെങ്കിൽ ഞാൻ കെയിൻസിൽനിന്ന് അതെല്ലാം വിമാനത്തിൽ കൊണ്ടുവരും. അതെല്ലാം വാങ്ങാൻ ഒറ്റപ്പെട്ട ഈ പ്രദേശത്ത് ധാരാളം പണം ഉണ്ട്. ഞാൻ അവിടെ പുതിയ പാലും വില്ക്കാൻ ആഗ്രഹിക്കുന്നുണ്ട്. ജോ ഹാർമാന് പാലുകറക്കുന്ന ഏതാനും പശുക്കളെ സംരക്ഷിക്കേണ്ടിവരും. മധുര പലഹാരങ്ങൾ, ലിപ്സ്റ്റിക്, പൗഡർ, മുഖത്തുപുരട്ടുന്ന ക്രീമുകൾ എങ്ങിനെയുള്ള ഏതാനും ചെറിയ സാധനങ്ങൾകൂടി അവിടെ വില്ക്കണമെന്ന് എനിക്ക് ആഗ്രഹമുണ്ട്.

നിശ്ചയമായും ഫ്രിഡ്ജും ഐസ് പെട്ടിയും ആണ് ഇവിടുത്തെ ഏറ്റവും വലിയ ചെലവ്. അതിന് നമുക്ക് അഞ്ഞൂറ് പൗണ്ട് അനുവദി ക്കേണ്ടിവരും എന്നാണ് ഞാൻ വിചാരിക്കുന്നത്. അതിനുശേഷം അവിടെ കെട്ടിടവും അകത്തിടുന്ന മേശ, കസേര തുടങ്ങിയ സാധനങ്ങളും വേണം — അതിനെല്ലാംകൂടി ആയിരത്തി ഇരുന്നൂറ് പൗണ്ട് എന്ന് പറയാം. എനിക്ക് മൂലധനമായി അയ്യായിരം ഉണ്ടായിരുന്നെങ്കിൽ എനിക്ക് കടയിലും തൊഴിൽശാലയിലും ആവശ്യംവരുന്ന സാധനങ്ങൾ വാങ്ങിയതിനുശേഷം അഞ്ചോ ആറോ പെൺകുട്ടികൾക്ക് സാധനങ്ങൾ ഒന്നും വിറ്റില്ലെങ്കിൽ പോലും ഒരു വർഷത്തേക്ക് ജോലി നല്കാൻ കഴിയും. ആ സമയം കൊണ്ട് വരുമാനം വന്നു തുടങ്ങുമെന്നാണ് ഞാൻ വിചാരിക്കുന്നത്. വരു മാനം വരുന്നില്ലെങ്കിൽ അത് വളരെ മോശം ആണ്. നിശ്ചയമായും എനിക്ക് എന്റെ പണം നഷ്ടപ്പെടും.

നോയൽ, ഞാൻ ഇത് ചെയ്യാൻ ആഗ്രഹിക്കുന്നു. എന്നെയും ജോ ഹാർമാനെയും മാറ്റിനിർത്തിയാൽ വിൽസ്ടൗണിലെ ആളുകൾ മാന്യത യുള്ള മനുഷ്യരാണ്. അവർക്ക് വളരെക്കുറച്ച് കാര്യങ്ങൾ മതിയാകും. ഒരുതരത്തിൽ പറഞ്ഞാൽ സ്വയം അച്ചടക്കം പരിശീലിക്കുന്നതിനുവേണ്ടി ഞാൻ ഒരു വർഷം വിൽസ്ടൗണിൽ ജോലിചെയ്യാൻ ഇഷ്ടപ്പെടുന്നുണ്ട്. ജോ ഹാർമാനെ പോലെ ഒരാൾ ഇതിന്റെ പശ്ചാത്തലത്തിൽ ഇല്ലായിരു ന്നെങ്കിലും ഞാൻ ഇത് ചെയ്യാൻ ആഗ്രഹിക്കും എന്നാണ് ഞാൻ വിചാ രിക്കുന്നത്. പക്ഷേ, ജോ ഹാർമാനോട് സംസാരിക്കുന്നതുവരെ ഞാൻ ഇതിനെപ്പറ്റി വ്യക്തമായ തീരുമാനമൊന്നും എടുക്കില്ല. അതുവരെ ഞാൻ ഉറച്ച നടപടികൾ ഒന്നും സ്വീകരിക്കില്ല.

മുകളിൽ വിവരിച്ചതുപോലെ എനിക്ക് വേണ്ടത് അയ്യായിരം പൗണ്ട് ആണ്. നോയൽ എന്നോട് ദയവായി ഒരു കാര്യം പറയണം. ഈ ജോലി

യുമായി മുന്നോട്ടുപോകാൻ എനിക്ക് അയ്യായിരം പൗണ്ട് കിട്ടുമോ?"

ജീൻ.

ഈ എഴുത്ത് എനിക്ക് അഞ്ചുദിവസം മുമ്പ് കിട്ടി. ഞാൻ അതിലെ പണം സംബന്ധിച്ചുള്ള വാക്യങ്ങൾ ഒരു ചുവന്ന പെൻസിൽകൊണ്ട് അടയാളപ്പെടുത്തിയതിനുശേഷം ഒരു കുറിപ്പുകൂടി എഴുതിച്ചേർത്ത് ലസ്റ്ററിനു വായിക്കാൻവേണ്ടി അയച്ചുകൊടുത്തു. അന്ന് അല്പസമയത്തിനു ശേഷം ഞാൻ അയാളുടെ ഓഫീസിൽ പോയിരുന്നു. "നിങ്ങൾ ആ പാഗറ്റ് എന്ന പെൺകുട്ടിയുടെ എഴുത്ത് വായിച്ചോ?" ഞാൻ ചോദിച്ചു.

അയാൾ മുമ്പിലുള്ള മേശപ്പുറത്തുനിന്നും എഴുത്ത് കൈയിലെടുത്തു. "വായിച്ചു. ഞാൻ ഇപ്പോൾ വില്പത്രം ഒന്ന് ഓടിച്ചുനോക്കുകയായിരുന്നു. അതിലെ വിവേചനപരമായ ഉപാധികൾ നിങ്ങൾ തിരഞ്ഞെടുത്ത താണോ?"

"ഞാൻ ചെയ്തതാണ്."

അയാൾ പുഞ്ചിരിച്ചു. "ഞാൻ ഇത് ഒരു അമൂല്യകലാസൃഷ്ടിയാണെ ന്നാണ് വിചാരിക്കുന്നത്. "അവൾക്ക് ഈ പണം വേണമെന്ന് തോന്നു ന്നുണ്ടെങ്കിൽ അതിനുള്ള എല്ലാ അവകാശവും നിങ്ങൾ വിചാരിക്കുക യാണെങ്കിൽ ഞങ്ങൾക്ക് വേണ്ടി ഇതിനുള്ളിൽ ഒളിച്ചു വച്ചിരിക്കുന്നു."

"അവൾ മുഴുവൻ സമയവും ജോലിചെയ്യാൻ ഉദ്ദേശിക്കുന്ന വ്യവ സായ സംരംഭത്തിന് അവളുടെ മൂലധനത്തിന്റെ ഏകദേശം ഒൻപതു ശതമാനത്തോളം വേണ്ടിവരും."

"മരണപത്രിക എഴുതിയ മനുഷ്യന് അവളെ പരിചയം ഇല്ലായിരു ന്നു. അല്ലേ?"

"അത് ശരിയാണ്."

"നമുക്ക് അവളെ അതിന് അനുവദിക്കാമെന്നാണ് ഞാൻ വിചാരി ക്കുന്നത്." അയാൾ പറഞ്ഞു. "മറ്റേ കാര്യം ചെയ്യുന്നത് അതായത് അത് കൊടുക്കാതിരിക്കുന്നത് വളരെ അസാധാരണമായിരിക്കും. അവൾക്ക് അത് ലഭിക്കാനുള്ള നിങ്ങളുടെ വിവേചനപരമായ നിബന്ധനയിൽ നമുക്ക് വേണ്ടത്ര സ്വാതന്ത്ര്യം ലഭിക്കുന്നുണ്ട്. അവൾ ഒരു ചുമതലാബോധമുള്ള വ്യക്തി ആണെന്നാണ് തോന്നുന്നത്."

"ഒന്ന് രണ്ട് ദിവസം ഇതിനെപ്പറ്റി ആലോചിക്കാൻ ഞാൻ ഇഷ്ടപ്പെ ടുന്നു." ഞാൻ പറഞ്ഞു. "അവൾ ചെയ്യാൻ ആഗ്രഹിക്കുന്നതിന് വളരെ ചെറിയ മൂലധനം മതിയെന്നാണ് എനിക്ക് തോന്നുന്നത്."

ഞാൻ ഒന്നുരണ്ട് ദിവസത്തേക്ക് അവളുടെ എഴുത്തിനെ ഒരുഭാഗ ത്തേക്ക് മാറ്റിവെച്ചു. കാരണം ഞാൻ ഒരു കോടതി നടപടിയും തിടുക്ക ത്തിൽ ചെയ്യാൻ ഒരുകാലത്തും ആഗ്രഹിച്ചിരുന്നില്ല. പുനരാലോചനയുടെ ഒരു കാലത്തിനുശേഷം ജീൻ പാഗറ്റിന് അവളുടെ ഈ സംരംഭത്തിൽ പണം നഷ്ടപ്പെടില്ലെന്ന് ഉറപ്പാക്കാൻവേണ്ടി ഞാൻ സ്വയം അദ്ധ്വാനിക്കു കയാണെങ്കിൽ ഞാൻ മരിച്ചുപോയ മിസ്റ്റർ ഡഗ്ലസ് മാക്ഫാഡന്റെ ആഗ്ര ഹങ്ങൾ നടപ്പിലാക്കുകയാണെന്ന് എനിക്ക് തോന്നുന്നുണ്ടായിരുന്നു. അതി

നുശേഷം ഞാൻ എന്റെ ടെലഫോൺ എടുത്ത് 'പാക്ക് ആന്റ് ലെവി ലിമിറ്റഡിലെ' മിസ്റ്റർ പാക്കിനെ വിളിച്ചു.

ഞാൻ പറഞ്ഞു. "മിസ്റ്റർ പാക്ക്, ഇത് സ്ട്രാച്ചൻ ആണ്. ഓവൻ ഡൽഹൗസി ആന്റ് പീറ്റേഴ്സിലെ മിസ്റ്റർ സ്ട്രാച്ചൻ. നിങ്ങൾക്ക് മിസ് ജീൻ പാഗറ്റ് എന്ന എന്റെ ഒരു കക്ഷിയുടെ എഴുത്ത് കിട്ടിയിരുന്നെന്ന് ഞാൻ വിശ്വസിക്കുന്നു."

"അത് ശരിയാണ്." അയാൾ പറഞ്ഞു. "നിങ്ങൾ അവളുടെ വക്കീൽ അല്ലേ? അവളുടെ രക്ഷാധികാരിയായിട്ടുള്ള വക്കീൽ?"

"അത് ശരിയാണ്." ഞാൻ പറഞ്ഞു. "എനിക്കും അവളുടെ ഒരു എഴുത്ത് കിട്ടിയിരുന്നു. മിസ്റ്റർ പാക്ക് നമ്മൾ തമ്മിൽ പരിചയപ്പെട്ട് അതി നെപ്പറ്റി സംസാരിച്ചാൽ അത് ഒരു നല്ലകാര്യം ആയിരിക്കുമെന്നാണ് ഞാൻ ആലോചിച്ചത്."

"ശരി, ഞാൻ അതിനോട് യോജിക്കുന്നു." അയാൾ മറുപടി പറഞ്ഞു. അവർ ചെറിയ തോതിൽ ആരംഭിക്കാൻ ആഗ്രഹിക്കുന്ന കാര്യത്തിന് ആവശ്യമുള്ള കാര്യങ്ങളുടെ ഒരു പട്ടിക അവൾ ആവശ്യപ്പെട്ടിരുന്നു. എന്റെ കൈവശം മൊത്തത്തിലുള്ള പട്ടിക ഉണ്ട്. പക്ഷേ, എനിക്ക് ഇതു വരെ അതിന്റെയെല്ലാം എഫ് ഒ ബി[1] വിലകൾ അറിയില്ല."

ഞാൻ അയാളുമായി അയാൾ ലണ്ടനിൽ മറ്റ് കാര്യങ്ങൾക്ക് വേണ്ടി വന്നുചേരുമെന്ന് പ്രതീക്ഷിക്കപ്പെട്ടിരുന്ന അടുത്ത വെള്ളിയാഴ്ചത്തേക്ക് ഒരു കൂടിക്കാഴ്ചയ്ക്കുള്ള അനുമതി വാങ്ങിയിരുന്നു. അതിനുശേഷം അയാൾ എന്റെ ഓഫീസിൽ എന്നെ കാണാൻവേണ്ടി വന്നിരുന്നു. അയാൾ ചുറുചുറുക്കുള്ള തടിച്ചുപൊക്കം കുറഞ്ഞ ഒരു മനുഷ്യനായി രുന്നു. അയാൾ ഒരു ബ്രൗൺ പേപ്പറിന്റെ പൊതി അയാളോടൊപ്പം കൊണ്ടുവന്നിരുന്നു

"നമ്മൾ തുടങ്ങുന്നതിനുമുമ്പ് ഇതെല്ലാം കണ്ടിരിക്കണം. ഇതെല്ലാം ഇന്നുരാവിലെ വന്നതാണ്." അയാൾ പൊതിയുടെ കെട്ടഴിച്ചു. അതിൽനിന്ന് ചീങ്കണ്ണിയുടെ തോലുകൊണ്ട് നിർമ്മിച്ച ഒരു ജോഡി ഷൂ പുറത്തെടുത്ത് ഹാജരാക്കി. ഒരെണ്ണം ഞാൻ ജിജ്ഞാസയോടെ മേശ പ്പുറത്തുനിന്ന് കൈയിൽ എടുത്തു.

"ഇത് എന്താണ്?" ഞാൻ ചോദിച്ചു.

"അവ വിൽസ്ടൗൺ എന്ന സ്ഥലത്തുവച്ച് അവൾ സ്വയം നിർമ്മിച്ച സാധനം ആണ്." അയാൾ പറഞ്ഞു. "അതിനെപ്പറ്റി അവൾ നിങ്ങളോട് പറഞ്ഞിരുന്നില്ലേ?"

ഞാൻ തലകുലുക്കിയതിനുശേഷം പുതിയ താല്പര്യത്തോടെ അവ പരിശോധിച്ചു. "ഇവയെല്ലാം അവൾ സ്വന്തം കൈകൊണ്ട് സ്വയം നിർമ്മി ച്ചതാണോ?"

"ഇത് അവളുടെ ഹോട്ടൽ മുറിയിലെ കിടക്കയിൽ ഇരുന്നുകൊണ്ട്

---

1.   സാധനങ്ങൾ കയറ്റുമതി ചെയ്യുമ്പോൾ അതിന് വരാവുന്ന കേടുപാടുകളുടെ ബാധ്യത വിൽപനക്കാരനാണോ വാങ്ങുന്നവനാണോ എന്ന് സൂചിപ്പിക്കുന്ന വില.

സ്വന്തം കൈകൊണ്ട് നിർമ്മിച്ചതാണെന്നാണ് അവൾ പറഞ്ഞത്." അവൾ മറുപടി പറഞ്ഞു. ഞാൻ ഒരെണ്ണം എടുത്തു തിരിച്ചുംമറിച്ചും നോക്കി. "ഇതുകൊണ്ട് എന്തെങ്കിലും പ്രയോജനം ഉണ്ടോ?"

"അത് നിങ്ങൾ ഇതിനെ കാണുന്നതിന് അനുസരിച്ചിരിക്കും." അയാൾ നിരീക്ഷിച്ചു. "കച്ചവടത്തിനാണെങ്കിൽ അവ അങ്ങേയറ്റം മോശം ആണ്. ഇതെല്ലാം കണ്ടില്ലേ?" അയാൾ പലവിധ ക്രമക്കേടുകളും അപാ കതകളും ചൂണ്ടിക്കാണിച്ചു. "അവയ്ക്ക് അളവിൽപോലും വ്യത്യാസം ഉണ്ട്. മുമ്പ് ഒരിക്കലും ഒരു ഷൂപോലും ഉണ്ടാക്കിയിട്ടില്ലാത്ത ഒരു ടൈപ്പിസ്റ്റ് അവളുടെ കിടക്കയിൽ ഇരുന്ന് ഒരു ഉപകരണവും ഇല്ലാതെ ഉണ്ടാക്കിയ തെന്ന രീതിയിൽ കണക്കാക്കുകയാണെങ്കിൽ അവ അങ്ങേയറ്റം അത്ഭു തകരമാണ്."

ഞാൻ ഷൂ താഴെവെച്ചതിനുശേഷം അയാൾക്ക് ഒരു സിഗററ്റ് എടു ത്തുനീട്ടി. "അവൾ ചെയ്യാൻ ആഗ്രഹിക്കുന്നതെന്താണെന്ന് നിങ്ങളോട് പറഞ്ഞിരുന്നോ?"

അയാൾ അവളിൽനിന്ന് കേട്ടകാര്യങ്ങൾ എന്നോട് പറഞ്ഞു. അവൾ എനിക്ക് എന്താണോ എഴുതിയിരുന്നത് അതിൽ ചിലതെല്ലാം ഞാൻ അയാളോട് പറഞ്ഞു. ഞങ്ങൾ കാൽമണിക്കൂറോളം സംസാരിച്ചു. ആ സമയം കഴിഞ്ഞപ്പോൾ ഞാൻ അയാളോട് ചോദിച്ചു. "മിസ്റ്റർ. പാക്ക്, അവളുടെ നിർദ്ദേശത്തെപ്പറ്റി സത്യത്തിൽ നിങ്ങൾ എന്താണ് വിചാരി ക്കുന്നത്."

"അത് അവൾക്ക് ചെയ്യാൻ കഴിയുമെന്ന് ഞാൻ വിചാരിക്കുന്നില്ല." അയാൾ വ്യക്തമാക്കി. "അവൾ വിചാരിക്കുന്ന രീതിയിൽ അത് നടക്കില്ല. ഷൂ നിർമ്മാണം വിജയിപ്പിക്കാൻ വേണ്ട കാര്യങ്ങളെപ്പറ്റി അവൾക്ക് വേണ്ടത്ര അറിവുണ്ടെന്ന് ഞാൻ വിചാരിക്കുന്നില്ല."

ഞാൻ നിരാശനായെന്ന് ഉറപ്പിച്ച് പറയാം. പക്ഷേ, വസ്തുതകൾ അറിഞ്ഞിരിക്കുന്നത് നല്ലതാണ്. "ഞാൻ മനസ്സിലാക്കുന്നു." ഞാൻ ശാന്ത മായി പറഞ്ഞു.

അയാൾ വിശദീകരിച്ചു. "അവൾക്ക് അതിനുള്ള പരിചയം ഇല്ലെന്ന് നിങ്ങൾ മനസ്സിലാക്കണം. മിസ്റ്റർ സ്ട്രാച്ചൻ, അവൾ ഒരു നല്ല പെൺകുട്ടി ആണ്. പക്ഷേ, അവൾക്ക് വില്ക്കാനുള്ള ഷൂ നിർമ്മിച്ച് പരിചയമില്ല. അതിനുവേണ്ടി പെൺകുട്ടികളെക്കൊണ്ട് അവരുടെ ശമ്പളത്തിനുവേണ്ടി എങ്ങനെയാണ് നല്ലതുപോലെ ജോലി ചെയ്യിക്കാൻ കഴിയുന്നതെന്നും അവൾക്ക് അറിയില്ല. അവരെ ജോലിയിൽ നിലനിർത്തിക്കൊണ്ട് പോകു ന്നതിലും പരിചയക്കുറവുണ്ട്. അത് അവളുടെ സ്വന്തം രാജ്യത്തുപോലും അല്ല. അവൾ എഴുതിയിരുന്ന ഈ ആസ്ട്രേലിയയിലെ പെൺകുട്ടികൾ അവൾക്ക് മറ്റ് പല വിദേശികളേയും പോലെയാണ്. അവർ ജോലി ചെയ്യാൻ ആഗ്രഹിക്കുന്നുണ്ടായിരിക്കാം. പക്ഷേ, അവർ മുമ്പൊരിക്കലും ഒരു ഫാക്ടറി കണ്ടിരിക്കില്ല. അവർക്ക് അതിനെപ്പറ്റി യാതൊരറിവും കാണില്ല. അവൾക്ക് ഒരേസമയത്ത് അവളുടെ സ്വന്തം ജോലി പഠിക്കു

കയും മറ്റുള്ളവരെ അവരുടെ ജോലി പഠിപ്പിക്കുകയും വേണം. ശരി, അവൾക്ക് അത് ചെയ്യാൻ കഴിയില്ല."

"ഞാൻ മനസ്സിലാക്കുന്നു." ഞാൻ വീണ്ടും പറഞ്ഞു.

"എനിക്ക് അവളെ സഹായിക്കണമെന്നുണ്ട്." ആ ഉയരം കുറഞ്ഞ മനുഷ്യൻ പറഞ്ഞു. "അവൾ ഉപ്പിട്ട് ഉണക്കിയെടുത്തിട്ടില്ലാത്ത ഒരു ചീങ്ക ണ്ണിത്തോലിന് അവിടെ എഴുപത് ഷില്ലിങ് കൊടുക്കുന്നുണ്ടെന്ന് എഴു ത്തിൽ എഴുതിയിരിക്കുന്ന ഭാഗം വായിച്ചപ്പോൾ ഞാൻ പരിപൂർണ്ണമായും അമ്പരന്നുപോയിരുന്നു. ഇവിടെ ഞാൻ ഒരു ഉപ്പിട്ടുണക്കിയ ചീങ്കണ്ണി ത്തോലിന് പോയവർഷങ്ങളിലെല്ലാം നൂറ്റി എഴുപത് ഷില്ലോങ്ങോ നൂറ്റി എൺപതു ഷില്ലങ്ങോ കൊടുക്കുന്നുണ്ടായിരുന്നു. ഞാൻ വിചാരിച്ചിരു ന്നത് കഴിഞ്ഞ കാലത്തെല്ലാം ഞാൻ അവ കുറഞ്ഞവിലയ്ക്കു വാങ്ങു കയാണെന്ന് ആയിരുന്നു. നമ്മൾ രണ്ട് പരമവിഡ്ഢികൾ ആണെന്ന് ഞാൻ മിസ്റ്റർ ലെവിയോട് പറഞ്ഞിട്ടുണ്ടായിരുന്നു."

"അവളെ സഹായിക്കാൻ നിങ്ങൾക്ക് എന്താണ് നിർദ്ദേശിക്കാനു ള്ളത്?" ഞാൻ ചോദിച്ചു.

"ഞാൻ വിചാരിച്ചത് ഇതായിരുന്നു." അയാൾ പറഞ്ഞു. "അവൾക്ക് ഒരു സ്ത്രീയുടെ യാത്രയ്ക്കുള്ള പണം ചെലവാക്കാൻ കഴിഞ്ഞാൽ ഞാൻ ഒരു പെൺകുട്ടിയെ ആദ്യത്തെ ഒരു വർഷം അവൾക്കുവേണ്ടി വിട്ടുകൊടുക്കാം. എനിക്ക് അടങ്ങിയിരിക്കാത്ത ഒരു പെൺകുട്ടി ഉണ്ട്— ശരി. അവൾ ഒരു സ്ത്രീയാണ്. പെൺകുട്ടിയെന്ന് പറഞ്ഞാൽ പോരെ ന്നാണ് തോന്നുന്നത്. ഇപ്പോൾ അവൾക്ക് മുപ്പത്തിയഞ്ച് വയസ്സ് കാണും. അവൾ വിവാഹം കഴിഞ്ഞ ഒരു സ്ത്രീ ആണ്. പക്ഷേ, അവൾ ഒരുപാട് കാലമായി ഭർത്താവിനോടൊപ്പം അല്ല ജീവിക്കുന്നത്. യുദ്ധകാലത്ത് അവൾ പട്ടാളത്തിലെ ഒരു സെർജന്റ് ആയിരുന്നു. അവൾ എ ടി എസി'ൽ ആയിരുന്നു. കുറച്ചുകാലം അവൾ ഈജിപ്റ്റിൽ ഉണ്ടായിരുന്നു. അതു കൊണ്ട് ഒരു ചൂട് രാജ്യത്തെപ്പറ്റി അവൾക്ക് അറിവുണ്ട്. പേര് ആഗീ ടോപ്പ് എന്നാണ്. ആഗീടോപ്പിന്റെ ചുമതലയിൽ നിങ്ങൾക്ക് ഒരിക്കലും ഒരു ഫാക്ടറിയിലും കുസൃതികാണിക്കുന്ന പെൺകുട്ടികളെ കാണാൻ കഴിയില്ല."

"മിസ് പാഗറ്റിന് അവളെ പരിചയമുണ്ടോ?" ഞാൻ ചോദിച്ചു.

"അറിയാം, ജീനിന് ആഗിയെ അറിയാം. ആഗിക്ക് ജീനിനെയും അറിയാം. സത്യത്തിൽ ആഗി ഇന്നലെ വന്ന് അവളുടെ അവധിക്കുള്ള കത്ത് എന്നെ ഏല്പിച്ചിരുന്നു. ഞാൻ അത് അവളുടെ കൈയിൽ സന്തോ ഷത്തോടെ തിരിച്ചുകൊടുത്തുകൊണ്ട് അവളോടൊപ്പം നടന്നു. രണ്ടോ മൂന്നോ മാസങ്ങൾ കഴിയുമ്പോൾ ഞാൻ പറഞ്ഞിരുന്നതുപോലെ അവൾ ഒരു തവണത്തേക്ക് അസ്വസ്ഥയാകും. പക്ഷേ, ആ സമയത്ത് ഞാൻ മിസ് പാഗറ്റിനോടൊപ്പം ജോലി ചെയ്യാൻവേണ്ടി ആസ്ട്രേലിയയിലേക്ക്

---

1. എ ടി എസ് ആക്സിലറി ടെറിട്ടോറിയൽ സർവീസ് - രണ്ടാംലോക യുദ്ധകാലത്തെ ബ്രിട്ടീഷ് പട്ടാളത്തിന്റെ സ്ത്രീകളുടെ ശാഖ.

പോകാൻ അവൾക്ക് താല്പര്യമുണ്ടോ എന്ന് അന്വേഷിച്ചു. ഭക്ഷണപ ദാർത്ഥങ്ങൾക്കുവേണ്ടിയുള്ള നശിച്ച ക്യൂവിൽനിന്ന് രക്ഷപ്പെടാൻ വേണ്ടി അവൾ ഏത് സ്ഥലത്തും പോകുമെന്ന് മറുപടി പറഞ്ഞു. ജീൻ അവളെ ആഗ്രഹിക്കുന്നുണ്ടെങ്കിലും അവൾ ഒരു വർഷത്തേക്ക് പുറത്തുപോകും. അവർ എല്ലാവരും ജീനിനെ ഇഷ്ടപ്പെട്ടിരുന്നു.”

ഞാൻ ചോദിച്ചു. “നിങ്ങൾക്ക് അവളെ വിട്ടുകൊടുക്കാൻ പറ്റുമോ?”

“ഏതു വിധത്തിലായാലും അവൾ കൂടുതൽകാലം താമസിക്കാൻ തയ്യാറാവില്ല.” അവൾ പറഞ്ഞു. എനിക്ക് അവൾ നഷ്ടപ്പെടണമെന്ന് ആഗ്രഹം ഇല്ല. ഒരുപക്ഷേ, അവൾ നഷ്ടപ്പെടാൻ സാധ്യത ഇല്ല. അവൾ ആസ്ട്രേലിയയിൽ എത്തി മറ്റ് സ്ഥലങ്ങൾ ഇംഗ്ലണ്ടിനോളം നല്ലതല്ലെന്ന് മനസ്സിലാക്കിക്കഴിയുമ്പോൾ ഒരുപക്ഷേ, തിരിച്ചുവന്ന് ഞങ്ങൾക്കൊപ്പം ജോലിചെയ്യാനും സാധ്യതയുണ്ട്.”

ഞങ്ങൾ ഇതിനെപ്പറ്റി കുറച്ചുസമയം സംസാരിച്ചു. സ്ത്രീയുടെ യാത്രയും ആ സമയത്തുള്ള അവളുടെ ശമ്പളവും എല്ലാംകൂടി ഏക ദേശം മുന്നൂറ് പൗണ്ട് വരും. പക്ഷേ, അത് ഈ സംരംഭത്തിന്റെ തുടക്ക ത്തിലുള്ള ഘട്ടങ്ങളെ മറികടക്കാൻ സഹായകമാകുമെങ്കിൽ എനിക്ക് അത് ഒരു ചെലവാണെന്നുപോലും തോന്നിയില്ല. അത് ഒഴിച്ചുള്ള ജീനിന്റെ കണക്കുകൂട്ടലുകളിൽ എല്ലാം മൂലധനം കുറവാണെന്നാണ് മിസ്റ്റർ പാക്ക് വിചാരിച്ചിരുന്നത്. പക്ഷേ, വളരെക്കുറവ് ആയിരുന്നില്ല. “ഷൂവിന്റെ വ്യവസായത്തിൽ നിങ്ങൾക്ക് കൂടുതൽ യന്ത്രവല്ക്കരണം അനുവദിക്കാൻ കഴിയില്ല.” അയാൾ പറഞ്ഞു. “നിങ്ങൾക്ക് എല്ലാ സമ യത്തും അതിന്റെ ആകൃതിയിൽ മാറ്റങ്ങൾ വരുത്തിക്കൊണ്ടിരിക്കേണ്ടി വരും.”

ആകൃതിയിലെ മാറ്റങ്ങൾക്ക് വേണ്ടി ജീനിന്റെ സംഘത്തിലേക്ക് ഇട യ്ക്കിടയ്ക്ക് വിൽസ്ടൗണിലെ മേൽവിലാസത്തിൽ അവർ ഒരു മാതൃക അയച്ചുകൊണ്ടിരിക്കാമെന്ന് അയാൾ അഭിപ്രായപ്പെട്ടു. അവൾക്കുവേണ്ടി വില്പന നടത്താൻ അയാൾക്ക് പൂർണ്ണസമ്മതം ആയിരുന്നു. “നമുക്ക് വില്ക്കാൻ കഴിയുന്ന വിലയിൽ അവൾക്ക് അത് മുന്നോട്ടുകൊണ്ടുപോ കാൻ കഴിയുമോ എന്ന് എനിക്കറിയില്ല.” അയാൾ പറഞ്ഞു. “ഞാൻ അവളോട് നമുക്ക് വാങ്ങാൻ കഴിയുന്ന വില പറയും. ബാക്കി കാര്യ ങ്ങൾ അവളാണ് തീരുമാനിക്കേണ്ടത്. ഈ രാജ്യത്ത് നിയന്ത്രണങ്ങളും മറ്റും നിലനില്ക്കുന്നതുകൊണ്ട് ഉല്പാദനം വളരെക്കൂടുതൽ ബുദ്ധിമു ട്ടായിക്കൊണ്ടിരിക്കുകയാണ്. ഒരാൾക്ക് മറ്റെന്തെങ്കിലും വ്യവസായം പരീക്ഷിച്ചുനോക്കണമെന്ന് തോന്നും.”

ഞാൻ അയാളോട് വളരെ ആത്മാർത്ഥതയോടെ നന്ദി പറഞ്ഞു. അതിനുശേഷം അയാൾ പോയി. ഞാൻ ഈ കാര്യങ്ങൾ മുഴുവൻ ജീൻ പാഗറ്റിനെ എഴുതി അറിയിച്ചു. മിസ്റ്റർ പാക്കും ജീൻ പാഗറ്റിന് ഇതേ സമയത്ത് എയർമെയിലിൽ എഴുത്ത് എഴുതിക്കാണും എന്നാണ് ഞാൻ വിശ്വസിക്കുന്നത്. ഈ എഴുത്തുകൾ വന്നതിനുശേഷവും ഏതാനും ദിവ

സത്തേക്ക് അവൾക്ക് കാണാൻ കഴിഞ്ഞിരുന്നില്ല. കാരണം അവൾ ഷൂ ഫാക്ടറിയിൽ ജോലി ചെയ്തിരുന്ന എൽ സി പീറ്റേഴ്സ് എന്ന പെൺകുട്ടിയെ കാണാൻവേണ്ടി റോക്ക് ഹാംപ്ടണിലേക്ക് പോയിരിക്കുകയായിരുന്നു. അവൾ ചെലവ് കുറച്ച് ട്രെയിനിൽ ആണ് പോയിരുന്നത്. ഏതാണ്ട് എഴുന്നൂറ് മൈലോളം ദൂരം വരുന്ന ചൂട് കാലാവസ്ഥയിലുള്ള ഒരു യാത്ര. ക്വീൻസ്ലാന്റ് എത്രമാത്രം വിശാലമാണെന്നും എത്രമാത്രം ആളൊഴിഞ്ഞ ഒരു പ്രദേശമാണെന്നും ആ യാത്ര നടത്തുന്നതുവരെ അവൾക്ക് മനസ്സിലാക്കാൻ കഴിഞ്ഞിരുന്നില്ല. വിമാനങ്ങൾ ക്വീൻസ് ലാന്റിനെ അവളുടെ കണ്ണുകൾക്കു മുമ്പിൽ ചെറുതാക്കിയിരുന്നു. റോക്ക് ഹാംപ്റ്റണിലേക്കുള്ള ട്രെയിൻ യാത്രയുടെ അൻപത്തിയൊന്ന് മണിക്കൂറുകളാണ് അതിനെ വീണ്ടും അവൾക്കുവേണ്ടി വിശാലമാക്കിയത്.

അവൾ എൽ സി പീറ്റേഴ്സിനെ കണ്ടെത്തി. അവരുടെ ഒത്തുചേരൽ ഒരു സമ്പൂർണ്ണ പരാജയമായിരുന്നു. അത് പത്തുമിനിറ്റ് മാത്രം ആയിരുന്നു. അവർ ജോലിസ്ഥലത്തിന് അടുത്തുള്ള ഒരു ഹോട്ടലിലാണ് സമ്മേളിച്ചത്. ജീൻ ഉൾക്കടൽപ്രദേശത്തെ ജോലിയുടെ കാര്യം അവതരിപ്പിച്ച പ്പോൾത്തന്നെ എൽ സി പീറ്റേഴ്സ് അവൾക്ക് ഈ വിഷയം സംസാരി ക്കാൻ താല്പര്യമില്ലെന്ന് അവളോട് പറഞ്ഞു. ഒരുപക്ഷേ, അത് ഒരു നല്ല കാര്യം ആയിരിക്കുമെന്ന് അവൾ സമ്മതിച്ചു. പക്ഷേ, ഉൾക്കടൽ പ്രദേശത്ത് എന്തെങ്കിലും ആരംഭിക്കുന്നത് അവളെ സംബന്ധിച്ചിട ത്തോളം ഒരു നല്ലകാര്യം അല്ല. കാട്ടുകുതിരകൾ അവളെ വലിച്ചിഴച്ച് ഇവിടെ തിരികെ എത്തിക്കില്ല.

ജീൻ ഹോട്ടലിൽനിന്ന് ഒരു തരത്തിലുള്ള ആശ്വാസത്തോടെയാണ് തിരിച്ചുപോന്നത്. പക്ഷേ, അവൾക്ക് ധൈര്യം ചോർന്നുപോയിരുന്നു. ആ മാനസികാവസ്ഥയിലുള്ള ഒരാളെപ്പോലും അവൾ ആഗ്രഹിച്ചിരുന്നില്ല. പക്ഷേ, ഈ അപരിചിതയായ സ്ത്രീയുടെ മുകളിൽ അവൾ സാമാന്യം ഭയങ്കരമായ കണക്കുകൂട്ടലുകൾ നടത്തിയിരുന്നു. അവളുടെ ഭരണനിർവ്വ ഹണത്തിലുള്ള പരിചയക്കുറവിനെപ്പറ്റി ജീൻ അങ്ങേയറ്റം ബോധവതി ആയിരുന്നു. പദ്ധതി ആരംഭിക്കാറായപ്പോൾ ഈ ആശയത്തിന്റെ ജനന സമയത്ത് വളരെ അവ്യക്തമായിരുന്ന ബുദ്ധിമുട്ടുകൾ പ്രത്യക്ഷപ്പെടാൻ ആരംഭിച്ചു. അവൾ ഹോട്ടലിൽ വിഷാദത്തിന്റെ ഒരു വൈകുന്നേരം കഴി ച്ചുകൂട്ടി. അടുത്ത ദിവസം അവൾ നീണ്ടുനിന്ന ട്രെയിൻ യാത്രയോടുള്ള പ്രതിഷേധം എന്ന നിലയിൽ ക്യാൻസിലേക്ക് തിരിച്ചുപറന്നു. വിമാന ക്കൂലിയിൽ വളരെ ചെറിയ വർദ്ധനവ് മാത്രമാണ് ഉള്ളതെന്ന് അവൾ കണ്ടെത്തി.

അവൾ സ്ട്രാൻസ് ഹോട്ടലിലേക്ക് തിരിച്ചെത്തിയപ്പോൾ ഞങ്ങളുടെ എഴുത്തുകൾ അവിടെ അവൾക്കുവേണ്ടി കാത്തു കിടക്കുന്നുണ്ടെന്ന് അവൾക്ക് മനസ്സിലായി. അവളുടെ ഉന്മേഷം തിരിച്ചെത്തി. അവൾ വിട്ടു വീഴ്ച ഇല്ലാത്ത കർക്കശക്കാരിയായ ആഗിയെ വളരെ കൃത്യമായി ഓർമ്മ യുണ്ടായിരുന്നു. ഒരു വർഷത്തേക്ക് ക്വീൻസ് ലാന്റിൽ ജോലി ചെയ്യാൻ

ആഗി തയ്യാറായിരുന്നെങ്കിൽ അത് സത്യത്തിൽ പ്രധാനപ്പെട്ട ഒരു കാര്യം ആയിരുന്നു. ക്യാൻസിൽ ജോ ഹാർമാനുവേണ്ടി അപരിചിതർക്കിടയിൽ കാത്തിരിക്കുമ്പോൾ അവൾക്ക് അങ്ങേയറ്റത്തെ ഏകാന്തത തോന്നിത്തു ടങ്ങിയിരുന്നെന്നാണ് ഞാൻ വിചാരിക്കുന്നത്.

ജോ ഹാർമാനെ കാണുന്നതുവരെ ഒരുകാര്യത്തിലും അവൾ തീരു മാനമെടുക്കില്ലെന്ന് പറയുന്ന കൗശലം നിറഞ്ഞ എഴുത്തുകൾ അവൾ ഞങ്ങൾക്ക് എഴുതിയിരുന്നു. റോക്ക് ഹാംപ്റ്റണിൽനിന്ന് തിരിച്ചെത്തി. സ്റ്റാൻറ് ഹോട്ടലിൽ താമസിച്ചിരുന്ന മൂന്നാഴ്ച അവളുടെ ജീവിതത്തിലെ ഏറ്റവും മോശംകാലം ആയിരുന്നെന്ന് അവൾ എന്നോട് പറഞ്ഞിരുന്നു. അവൾ ഓരോ പ്രഭാതത്തിലും സ്വയം ഒരു ഗംഭീര വിഡ്ഢിയാക്കപ്പെടു കയാണെന്ന് മനസ്സിലാക്കിക്കൊണ്ടാണ് ഉണർന്നിരുന്നത്. ഒരിക്കലും അവൾക്ക് ഈ വിചിത്രമായ രാജ്യത്ത് സ്ഥിരതാമസമാക്കാൻ കഴിയി ല്ലെന്ന് അവൾക്ക് ബോദ്ധ്യപ്പെട്ടിരുന്നു. അവൾക്കും ഹാർമാനും പൊതു വായി താല്പര്യമുള്ള ഒരു കാര്യവും ഇല്ലെന്നും അയാളെ ഒരിക്കലും കാണാതിരിക്കുന്നതായിരിക്കും കൂടുതൽ നല്ലതെന്നും അവൾക്ക് തോന്നു ന്നുണ്ടായിരുന്നു. അടുത്ത വിമാനത്തിൽ സിഡ്നിയിലെത്തി സ്വന്തം രാജ്യ മായ ഇംഗ്ലണ്ടിലേക്ക് കഴിയുന്നത്ര ചെലവുകുറഞ്ഞ ഒരു യാത്ര നടത്തു ന്നതായിരിക്കും ഏറ്റവും എളുപ്പമുള്ള വഴി. ഉച്ചയോടെ ഒരു ജോലിക്കാ രിയിൽനിന്നോ അല്ലെങ്കിൽ ഒരു ഭരണക്കാരിയിൽനിന്നോ ഉള്ള ഏതോ ആസ്ട്രേലിയയുടേതായ അനുകമ്പ അവളുടെ തീരുമാനത്തിന്റെ നിര പ്പായ മണൽത്തിട്ടയിൽ സംശയത്തിന്റെ ഒരു വിത്ത് വിതച്ചുകഴിഞ്ഞി രുന്നു. അത് ഏതൊരു വിത്തിനെയും പോലെ ഉച്ചതിരിഞ്ഞുള്ള സമ യത്ത് മുഴുവൻ അവിടെക്കിടന്ന് വളർന്നിരുന്നു. വൈകുന്നേരത്തോടെ അവൾ ആ രാജ്യം ഉപേക്ഷിക്കുകയാണെങ്കിൽ ജീവിതത്തിൽ ഒരിക്കലും കാണാൻ ഇടയില്ലാത്തതും എന്നാൽ പ്രയോജനകരമാകാൻ സാദ്ധ്യത യുള്ളതുമായി കാര്യങ്ങളിൽ നിന്ന് അവൾ പേടിച്ചോടുകയായിരിക്കുമെന്ന് അവൾക്ക് അറിയാമായിരുന്നു. അതുകൊണ്ട് ക്ഷമയോടെ ഇരിക്കാൻ തീരുമാനം എടുത്തുകൊണ്ട് അവൾ കിടക്കയിലേക്ക് തിരിച്ചുപോകും. രാവിലെ വീണ്ടും ഇതേ ചക്രം കറങ്ങിത്തുടങ്ങും.

നിശ്ചയമായും എന്റെ എഴുത്തുകളിൽനിന്ന് ജോ ഹാർമാന്റെ കപ്പ ലിന്റെ പേര് അവൾ മനസ്സിലാക്കിയിരുന്നു. അത് ബ്രിസ്ബെയിനിൽ നങ്കൂരം ഇടുന്നത് എപ്പോഴാണെന്ന് മനസ്സിലാക്കാൻ അവൾക്ക് യാതൊരു ബുദ്ധിമുട്ടും ഇല്ലായിരുന്നു. ഏതാനും ശ്രദ്ധാപൂർവ്വമുള്ള അന്വേഷണ ങ്ങൾ നിശ്ചയമായും വിൽസ്ടൗണിൽ എത്താൻവേണ്ടി ഹാർമാൻ കെയിൻസിൽ കാത്തിരിക്കണമെന്നും അയാളുടെ കപ്പൽ ബ്രിസ്ബെയി നിൽ തിങ്കളാഴ്ച നങ്കൂരം ഇടുന്നതുകൊണ്ടും ആഴ്ചയിൽ ഒരിക്കൽ ഉൾക്കടൽ പ്രദേശത്തേക്കുള്ള വിമാനം പുറപ്പെടുന്നത് ചൊവ്വാഴ്ച പ്രഭാ തത്തിൽ ആയതുകൊണ്ടും അയാൾക്ക് ഒരിക്കലും ആ വിമാനയാത്ര ശരിയാകില്ലെന്നും പല ദിവസങ്ങൾ അയാൾക്ക് ക്യാൻസിലെ കാത്തി

റിപ്പ് തുടരേണ്ടിവരുമെന്നും അവൾക്ക് ബോദ്ധ്യപ്പെട്ടിരുന്നു. അയാൾ ക്യാൻസിലെ സ്ട്രാന്റ് ഹോട്ടലിലാണ് താമസിക്കുന്നതെന്ന് വിൽസ്ടൗ ണിൽവച്ച് അവൾ കണ്ടെത്തിയിരുന്നു. അതുകൊണ്ട് അവൾ അയാൾക്കു വേണ്ടി അവിടെ കാത്തിരുന്നു.

അയാൾ ബ്രിഡ്ബെയിനിലെ കപ്പലുകാരുടെ മേൽവിലാസത്തിൽ അയാൾക്ക് എഴുത്ത് എഴുതിയിരുന്നു. ആ എഴുത്തിന്റെ കാര്യത്തിൽ അവർക്ക് ചില ബുദ്ധിമുട്ടുകൾ ഉണ്ടായിരുന്നു. അവസാനം അവൾ എഴു തി.

പ്രിയപ്പെട്ട ജോ,

നിങ്ങൾ ഇംഗ്ലണ്ടിൽ ആയിരുന്നപ്പോൾ മിസ്റ്റർ സ്ട്രാച്ചനെ കാണാൻ വേണ്ടി ചെന്നിരുന്നെന്ന് പറഞ്ഞുകൊണ്ടുള്ള ഒരു എഴുത്ത് മിസ്റ്റർ. സ്ട്രാച്ചൻ എനിക്ക് എഴുതിയിരുന്നു. എന്നെ കാണാൻ കഴിയാതെ പോയ തിൽ നിങ്ങൾ വളരെ വിഷമിച്ചിരുന്നതായി മിസ്റ്റർ സ്ട്രാച്ചൻ എന്നെ അറി യിച്ചിരുന്നു. ഏതാനും ആഴ്ചകളായി ഞാൻ ആസ്ട്രേലിയായിൽ ഉണ്ടാ യിരുന്നു എന്നതാണ് വലിയ തമാശ. ഞാൻ ഇവിടെ ക്യാൻസിൽ കാത്തി രിക്കും. അതുകൊണ്ട് വിൽസ്ടൗണിലേക്ക് പോകുന്നതിനുമുമ്പ് നമുക്ക് തമ്മിൽ സംസാരിക്കാൻ കഴിയും.

നമ്മൾ കണ്ടുമുട്ടുമ്പോൾ മലയായെപ്പറ്റി നമുക്ക് കൂടുതൽ സംസാ രിക്കേണ്ട. എന്താണ് സംഭവിച്ചതെന്ന് നമുക്ക് രണ്ടുപേർക്കും അറിയാ വുന്നതാണ്. നമുക്ക് അതിനെപ്പറ്റി മറക്കാൻ ശ്രമിക്കാം.

നിങ്ങളുടെ യാത്ര നിങ്ങൾ എന്നെ അറിയിക്കുമോ? നിങ്ങൾ ക്യാൻസിൽ എത്തുന്നത് എപ്പോൾ ആണ്? നിങ്ങളെ വീണ്ടും കണ്ടുമു ട്ടാൻ എനിക്കും ആഗ്രഹമുണ്ട്."

നിങ്ങളുടെ സ്വന്തം
ജീൻ പാഗറ്റ്

ചൊവ്വാഴ്ച രാവിലെ അയാൾ മിഡ്ഹസ്റ്റിന്റെ ഉടമയായ മിസിസ്സ് സ്പിയേഴ്സിനെ കാണാൻ വേണ്ടി താമസിക്കുകയാണെന്നും വ്യാഴാഴ്ച അയാൾ ക്യാൻസിലേക്ക് വിമാനത്തിൽ വരുന്നുണ്ടെന്നും അറിയിച്ചുകൊ ണ്ടുള്ള ഒരു കമ്പിസന്ദേശം അവൾക്ക് കിട്ടി.

ആദ്യ സമാഗമത്തിന്റെ വാക്കുപാലിക്കുന്ന ഒരു പതിനേഴുകാരിയുടെ യുക്തിഹീനമായ മനോഭാവത്തോടെ അയാളെ കണ്ടുമുട്ടാൻവേണ്ടി അവൾ വിമാനത്താവളത്തിലേക്ക് പോയി.

ഡക്കോട്ട വിമാനം കെയിൻസിലേക്ക് അടുത്തുകൊണ്ടിരുന്നപ്പോൾ ജോ ഹാർമാൻ അല്പം ബുദ്ധിമുട്ടുള്ള അവസ്ഥയിൽ ആയിരുന്നെന്നാണ് ഞാൻ വിചാരിക്കുന്നത്. ആറുവർഷത്തോളം അയാൾ ഈ പെൺകുട്ടി യുടെ പ്രതിബിംബം അയാൾ അയാളുടെ ഹൃദയത്തിൽ കൊണ്ടുനട ക്കുകയായിരുന്നു. പക്ഷേ, അവൾ ഇപ്പോൾ കാഴ്ചയിൽ എങ്ങനെയാ ണെന്ന് പോലും സത്യത്തിൽ അയാൾക്ക് അറിയില്ലായിരുന്നു. അവളുടെ

ഓർമ്മയിൽ ഉണ്ടായിരുന്ന പെൺകുട്ടിക്ക് ഒരു ചൈനാക്കാരിയെപ്പോലെ അറ്റം ഒരു ചരടുകൊണ്ട് കെട്ടി പിന്നിലേക്ക് പന്നിവാലുപോലെ മെടഞ്ഞിട്ട കറുത്ത നീണ്ട തലമുടി ഉണ്ടായിരുന്നു. അവൾക്ക് വെയിലുകൊണ്ട് ഒരു മലയാക്കാരിയുടെ നിറംപോലെയുള്ള തവിട്ടുനിറം ആയിരുന്നു. അവൾ ധരിച്ചിരുന്നത് ലുങ്കിലും കീറിപ്പറിഞ്ഞ് നിറം മങ്ങിയ വിലകുറഞ്ഞ ചീട്ടി ത്തുണികൊണ്ടുള്ള മേലുടുപ്പും ആയിരുന്നു. അവളുടെ നഗ്നമായ പാദ ങ്ങൾ സാധാരണ അഴുക്കുപുരണ്ടവ ആയിരുന്നു. അവൾ പതിവായി ഒരു കുട്ടിയെ അവളുടെ അരക്കെട്ടിൽ ചുമന്നുകൊണ്ടുനടന്നിരുന്നു. കെയിൻസിൽ അവൾ ഇതേരീതിയിൽ കാണപ്പെടുമെന്ന് അയാൾ സത്യ ത്തിൽ വിചാരിച്ചിരുന്നില്ല. ഒരുപക്ഷേ, അയാൾക്ക് അവളെ സത്യത്തിൽ തിരിച്ചറിയാൻ കഴിയില്ലെന്ന കാര്യം ആലോചിച്ച് അയാൾ വിഷമിക്കു ന്നുണ്ടായിരുന്നു.

അയാളുടെ ബുദ്ധിമുട്ടിന്റെ ഒരംശം ജീനിന് വ്യക്തമായിരുന്നു. അവൾ അയാൾക്കുവേണ്ടി സ്വന്തം മുറിയിൽ ഒരുങ്ങിക്കൊണ്ടിരിക്കുമ്പോൾ അയാൾക്ക് അവളെ തിരിച്ചറിയാൻ കഴിയുമോ എന്ന് അവൾ സ്വയം അത്ഭുതപ്പെടുന്നുണ്ടായിരുന്നു. അവൾക്ക് സ്വയം അത്തരത്തിലുള്ള ഒരു ബുദ്ധിമുട്ട് വരാൻ സാദ്ധ്യതയില്ല. കാരണം അയാൾക്ക് അവളെപ്പോലെ വ്യത്യാസം വന്നിരിക്കില്ല. എന്തായാലും അയാൾ സംശയ നിവാരണ ത്തിനുവേണ്ടി കൈയിൽ ഒരു പേരെഴുതിയ കടലാസ് ഉയർത്തിപ്പിടിച്ചി രുന്നു. ചൂടത്ത് റൺവേയിലൂടെ വിമാനം. ഉരുണ്ടുനീങ്ങിക്കൊണ്ടിരിക്കു മ്പോൾ അവൾ റൺവേയുടെ അതിർത്തിയിൽ ഉള്ള വെളുത്ത അഴി കൾക്ക് പിന്നിൽ അയാൾക്കുവേണ്ടി കാത്തുനില്ക്കുകയായിരുന്നു. വെളുത്ത തലമുടിയും നീലക്കണ്ണുകളും വിശാലമായ മാറിടവും ഉള്ള അയാളെ വിമാനത്തിൽനിന്ന് പുറത്തുവന്നപ്പോൾത്തന്നെ അവൾ തിരി ച്ചറിഞ്ഞു. അയാൾ ഉൽക്കണ്ഠയോടെ അങ്ങുമിങ്ങും നോക്കുന്നുണ്ടായി രുന്നു. അയാളുടെ നോട്ടം അവളുടെ മുകളിൽ വീണു. ഒരു മിനിറ്റ് അവിടെ തങ്ങിനിന്നതിനുശേഷം വീണ്ടും അതിന്റെ വഴിക്ക് നീങ്ങി. തനിക്ക് കാഴ്ച യിൽ കൂടുതൽ പ്രായം തോന്നുന്നുണ്ടോ എന്ന് അത്ഭുതപ്പെട്ടുകൊണ്ട് അവൾ അയാളെ ശ്രദ്ധിച്ചു. അയാൾ അയാളുടെ വഴക്കമില്ലാത്ത വിചി ത്രമായ ചലനങ്ങളോടെ വിമാനക്കമ്പനിയുടെ ഓഫീസിലേക്ക് നടക്കാൻ തുടങ്ങുന്നത് അവൾ കണ്ടു. ഒരു ചെറിയ വടികൊണ്ടുള്ള വേദനയുള്ള അടി അവൾക്ക് കിട്ടി. ആ വടി കുവാൻടാൻ ആയിരുന്നു. കുവാൻടാൻ അയാളുടെ മുകളിൽ അതിന്റെ അടയാളം ഉപേക്ഷിച്ചിട്ടുണ്ടായിരുന്നു. അവളുടെ ബുദ്ധിശക്തികൊണ്ട് നിശ്ചയമായും ഈ ചലനങ്ങൾ അതു കൊണ്ടായിരിക്കും എന്ന് അവൾ മനസ്സിലാക്കിക്കഴിഞ്ഞിരുന്നു. എങ്കിൽപോലും ആദ്യമായി ഇതുകാണുന്നത് പരിതാപകരമായിരുന്നു.

അവൾ അഴികളിൽനിന്ന് വിട്ടുമാറി വളരെ പെട്ടെന്ന് റൺവെ കുറുകെക്കടന്ന് അയാളുടെ അടുത്തേക്ക് നടന്നെത്തിക്കൊണ്ട് വിളിച്ചു പറഞ്ഞു. "ജോ!" അയാൾ നടത്തം നിർത്തിയതിനുശേഷം അവളെ സംശ

യത്തോടെ തുറിച്ചുനോക്കി. അയാൾ ഒരു അപരിചിതയെ ആണ് പ്രതീ ക്ഷിച്ചിരുന്നത്. എന്നിട്ടുപോലും ഈ വേനൽക്കാലവേഷം ധരിച്ച സുന്ദ രിയായ പെൺകുട്ടി മലയായിൽവച്ച് അയാൾ അവസാനം കണ്ടിരുന്ന ജപ്പാന്റെ പട്ടാളക്കാർ ഉപദ്രവിച്ച മുഖത്ത് ചോരയുമായി നിന്നിരുന്ന വൃത്തികെട്ട വെയിലേറ്റ് നിറംമങ്ങിയ പരിതാപകരമായ രൂപമാണെന്ന് വിശ്വസിക്കാൻ അയാൾക്ക് കഴിഞ്ഞിരുന്നില്ല. അപ്പോഴേക്കും അവളുടെ സവിശേഷമായ തലയാട്ടൽ അയാൾക്ക് മനസ്സിലായിക്കഴിഞ്ഞിരുന്നു. ഓർമ്മകൾ അയാളുടെ മുകളിലേക്ക് തിരിച്ചുപ്രവഹിച്ചു. ഇത് വീണ്ടും ശ്രീമതി കറമ്പി ആണ്. ഈ വർഷങ്ങൾ മുഴുവൻ അയാൾ ഓർമ്മയിൽ കൊണ്ടുനടന്നിരുന്ന ശ്രീമതി കറമ്പി.

അയാളുടെ വികാരങ്ങൾ പ്രകടമാക്കാൻ അയാൾക്ക് കഴിഞ്ഞിരു ന്നില്ല. അയാൾ അല്പം നാണത്തോടെ പല്ലിളിച്ചുകൊണ്ട് പറഞ്ഞു. "മിസ് പാഗറ്റ്."

അവൾ ആവേശത്തോടെ അയാളുടെ കൈയിൽ പിടിമുറുക്കി ക്കൊണ്ട് പറഞ്ഞു. "ജോ!" അയാൾ അവളുടെ കൈയിൽ അമർത്തി ക്കൊണ്ട് അവളുടെ കണ്ണുകളിലേക്ക് നോക്കിപ്പറഞ്ഞു. "നിങ്ങൾ എവി ടെയാണ് താമസിക്കുന്നത്? നിങ്ങൾ ഇവിടെ എന്നാണ് എത്തിയത്?" അവൾ പറഞ്ഞു. ഞാൻ സ്ട്രാൻസ് ഹോട്ടലിൽ ആണ് താമസിക്കുന്നത്."

"ഞാനും അവിടെയാണ് താമസിക്കുന്നത്." അയാൾ പറഞ്ഞു. "ഞാൻ എല്ലാസമയത്തും അവിടെ എത്താറുണ്ട്."

"എനിക്ക് അറിയാം." അവൾ പറഞ്ഞു. "മിസിസ്സ് സ്മൈത്ത് എന്നോട് പറഞ്ഞിരുന്നു."

അവിടെ അയാൾക്ക് മനസ്സിലാകാത്ത പലതും ഉണ്ടായിരുന്നു. പക്ഷേ, ആദ്യത്തെ കാര്യങ്ങൾ ആദ്യം പുറത്തുവന്നു. "ഞാൻ എന്റെ ചുമട് എടുത്തുകൊണ്ടുവരുന്നതുവരെ കാത്തുനില്ക്കണം." അയാൾ പറഞ്ഞു. "നമുക്ക് ഒന്നിച്ചു പോകാൻ കഴിയും."

"ഞാൻ ഒരു ടാക്സി കൊണ്ടുവന്നിട്ടുണ്ട്." അവൾ പറഞ്ഞു. "നമുക്ക് ബസിൽ പോകണ്ട."

ടാക്സി പട്ടണത്തിലേക്ക് ഓടിക്കൊണ്ടിരുന്നപ്പോൾ അവൾ അയാ ളോട് ചോദിച്ചു. "ജോ, മിസ്റ്റർ. സ്ട്രാച്ചൻ എങ്ങനെ ഉണ്ടായിരുന്നു?"

"അയാൾക്ക് ഒരു കുഴപ്പവും ഇല്ല." അയാൾ പറഞ്ഞു. "ഞാൻ അയാളുടെകൂടെ അയാളുടെ ഫ്ളാറ്റിൽ കൂടുതൽ ദിവസങ്ങൾ താമസി ച്ചിരുന്നു."

"അയാളുടെ കൂടെ താമസിച്ചിരുന്നോ?" നിങ്ങൾ എത്രകാലം ഇംഗ്ല ണ്ടിൽ ഉണ്ടായിരുന്നു?"

"മൂന്നാഴ്ചയോളം ഉണ്ടായിരുന്നു."

അവൾ മുൻകൂട്ടി അറിഞ്ഞിരുന്നതുകൊണ്ട് അയാൾ എന്തിനാണ് ഇംഗ്ലണ്ടിൽ പോയതെന്ന് അവൾ ചോദിച്ചില്ല. അത് എന്തായാലും ഒരു ടാക്സി ഡ്രൈവറുടെ പിന്നിൽ ഇരുന്നുകൊണ്ട് ചർച്ച നടത്തേണ്ട കാര്യം

അല്ല. എന്തായാലും അയാൾ മുൻകൂട്ടി ചോദ്യം ചോദിച്ചുകൊണ്ട് അവളെ തടസ്സപ്പെടുത്തി. മിസ് പാഗററ് ആസ്ട്രേലിയയിൽ നിങ്ങൾ എന്താണ് ചെയ്തുകൊണ്ടിരുന്നത്?"

അവൾ തന്ത്രപരമായി ചോദിച്ചു. "ഞാൻ ഇവിടെ ഉണ്ടായിരുന്നെന്ന് നിങ്ങൾക്ക് അറിയില്ലേ?"

അയാൾ തലകുലുക്കി. "നിങ്ങൾ കിഴക്കൻ രാജ്യങ്ങളിൽ യാത്ര ചെയ്തിരുന്നു എന്ന് സ്ട്രാച്ചൻ പറഞ്ഞിരുന്നു. അതുമാത്രമാണ് ഞാൻ അറിഞ്ഞിരുന്നത്. ബ്രിസ്ബെയിനിൽ നിന്നുള്ള നിങ്ങളുടെ എഴുത്തുകി ട്ടുമ്പോൾ നിങ്ങൾ എന്നെ അങ്ങേയറ്റം അത്ഭുതപ്പെടുത്തുകയായിരുന്നു. നിങ്ങൾ ക്യാൻസിൽ എന്തുചെയ്യുകയാണെന്ന് എന്നോട് പറയണം?"

ഒരു ചെറിയ പുഞ്ചിരി അവളുടെ ചുണ്ടുകൾക്കുചുറ്റും തത്തിക്ക ളിച്ചു. "നിങ്ങൾ ഇംഗ്ലണ്ടിൽ എന്തു ചെയ്യുകയായിരുന്നു?"

ആ ചോദ്യത്തിന് എന്തുമറുപടി പറയണമെന്ന് അറിയാതെ അയാൾ നിശ്ശബ്ദതയിൽ അഭയംതേടി. അയാൾ മുൻകൂട്ടി ഒരു കള്ളം തയ്യാറാക്കി വച്ചിരുന്നില്ല. അവർ പള്ളികളെ മറികടന്ന് പട്ടണത്തിന്റെ പ്രാന്തപ്രദേശ ങ്ങളിലൂടെ ഓടിക്കൊണ്ടിരിക്കുകയായിരുന്നു. "ജോ, നമുക്ക് നല്ലരീതി യിലുള്ള കുറച്ച് വിശദീകരണം നടത്തണം." അവൾ പറഞ്ഞു. "നിങ്ങൾക്ക് ഹോട്ടലിൽ മുറി കിട്ടുന്നതുവരെ നമുക്ക് അത് മാറ്റിവെക്കാം. അതിനു ശേഷം സംസാരിക്കാൻ പറ്റിയ ഒരു സ്ഥലം നമുക്ക് കണ്ടുപിടിക്കാം."

ഹോട്ടലിൽ എത്തുന്നതുവരെ അവർ നിശ്ശബ്ദരായിരുന്നു. ജീനിന് കടലിനും അപ്പുറമുള്ള ഗ്രാഫ്റ്റൺ മുനമ്പിന്റെ പിന്നിലെ വന്യമായി കാടു പിടിച്ചുകിടക്കുന്ന കുന്നുകൾ വരെ കാണാൻ കഴിയുന്ന വരാന്തയിലേക്ക് തുറക്കുന്ന ഒരു കിടക്കമുറിയാണ് ലഭിച്ചിരുന്നത്. അയാളുടെ കുളികഴി ഞ്ഞപ്പോൾ അവർ അവിടെവെച്ച് സംസാരിക്കാം എന്ന് തീരുമാനിച്ചു. ഈ സമയംകൊണ്ട് അവൾ ആസ്ട്രേലിയക്കാരുടെ ശീലങ്ങളിലെ ചിലകാ ര്യങ്ങൾ മനസ്സിലാക്കിക്കഴിഞ്ഞിരുന്നു. "ഒന്നോ രണ്ടോ ബിയറിനെപ്പറ്റി എന്തു പറയുന്നു?" അവൾ ചോദിച്ചു. അയാൾ മുഖത്ത് ചിരി വരുത്തി. "നല്ല കാര്യം" അയാൾ പറഞ്ഞു.

അവൾ ഹോട്ടലിലെ ജോലിക്കാരിയായ ഡോറിസിനോട് നാലു ബിയർ കൊണ്ടുവരാൻ ആവശ്യപ്പെട്ടു. മൂന്നെണ്ണം ജോ ഹാർമാനും ഒരെണ്ണം അവൾക്കും. അത്യുഷ്ണം അനുഭവപ്പെടുന്ന ഈ പ്രദേശത്ത് വലിയ അളവിലുള്ള തണുത്ത ദ്രാവകം ഒരു ആവശ്യമായിരുന്നു. അവർ അവരുടെ ആദ്യത്തെ വൈകാരികമായ സംഭാഷണം നടത്തുന്നത് നാല് കുപ്പി ബിയറിന്റെ അകമ്പടിയോടെ ആയിരിക്കണമെന്ന് അവൾക്ക് തോന്നി.

അവൾ അവളുടെ മുറിയുടെ പുറത്തുള്ള നിഴലിലേക്ക് രണ്ട് തട്ടുക സേരകൾ വലിച്ചുകൊണ്ടുവന്ന് വെച്ചു. ബിയറും ജോ ഹാർമാനും ഏറ ക്കുറെ ഒരേസമയത്തുതന്നെ വന്നുചേർന്നു. ഹോട്ടലിലെ ജോലിക്കാരി പോയിക്കഴിഞ്ഞപ്പോൾ അവരല്ലാതെ മറ്റൊരാളും അവിടെ ഉണ്ടായിരു

ന്നില്ല. അവൾ പെട്ടെന്ന് പറഞ്ഞു. "ജോ, ഞാൻ നിങ്ങളെ ഒന്ന് നല്ല വണ്ണം കണ്ടോട്ടെ?"

അയാൾ അവളുടെ മുമ്പിൽ അവളുടെ സൗന്ദര്യം പരിശോധിച്ചു കൊണ്ട് എഴുന്നേറ്റ് നില്ക്കുകയായിരുന്നു. മലായായിൽവച്ച് അവളെ കണ്ടുമുട്ടിയ സമയത്ത് അവൾ ഇതുപോലെയുള്ള ഒരു പെൺകുട്ടിയാ ണെന്ന് അയാൾ സ്വപ്നത്തിൽപോലും വിചാരിച്ചിരുന്നില്ല. "നിങ്ങൾക്ക് വ്യത്യാസം ഒന്നും വന്നിട്ടില്ല." അവൾ പറഞ്ഞു. "മുതുകിന്റെ ഭാഗം നിങ്ങളെ ബുദ്ധിമുട്ടിക്കുന്നുണ്ടോ?"

"കൂടുതൽ ബുദ്ധിമുട്ടിക്കുന്നില്ല." അയാൾ പറഞ്ഞു. "അത് യാത്ര തടസ്സപ്പെടുത്തുന്നില്ല. ദൈവത്തിന് നന്ദി. പക്ഷേ, എനിക്ക് കൂടുതൽ ഭാരം ഉയർത്താൻ കഴിയില്ല. എനിക്ക് വീണ്ടും കൂടുതൽ ഭാരം ഉയർത്താൻ കഴിയില്ലെന്ന് ആശുപത്രിയിൽവച്ച് അവർ എന്നോട് പറഞ്ഞിരുന്നു. ഞാൻ അതിൽ ശ്രമിക്കാതിരിക്കുന്നതാണ് കൂടുതൽ നല്ലത്."

അവൾ തലയാട്ടിക്കൊണ്ട് അയാളുടെ കൈകളിൽ ഒരെണ്ണം അവ ളുടെ കൈകളിൽ എടുത്തു. അവൾ അതിന്റെ പുറംഭാഗത്തും പത്തി യിലുമുള്ള വലിയ മുറിപ്പാടുകൾ തിരിച്ചുംമറിച്ചും നോക്കിക്കൊണ്ടിരിക്കു മ്പോൾ അയാൾ അവളുടെ അടുത്ത് അനങ്ങാതെ നില്ക്കുകയായിരുന്നു. "ജോ, ഇതെല്ലാം എങ്ങനെയുണ്ട്?"

"അതുകൊണ്ട് കുഴപ്പമൊന്നുമില്ല." അയാൾ പറഞ്ഞു. "എനിക്ക് ഏത് സാധനവും അമർത്തിപ്പിടിക്കാൻ കഴിയും — ഒരു ലോറിയോ മറ്റ് ഏതെങ്കിലും വണ്ടിയോ ഓടിക്കാൻ യാതൊരു ബുദ്ധിമുട്ടുമില്ല."

അവൾ മേശയുടെ ഭാഗത്തേക്ക് തിരിഞ്ഞു. "ഒരു ബിയർ കുടിക്കാം." അവൾ ഒരു ഗ്ലാസ് അയാളുടെ കൈയിൽ കൊടുത്തു. "നിങ്ങൾക്ക് നിശ്ച യമായും ദാഹം കാണും. ഇതിൽ മൂന്നെണ്ണം നിങ്ങൾക്ക് വേണ്ടി ആണ്."

"അത് നല്ല കാര്യം." അയാൾ ഗ്ലാസിന്റെ പകുതിയോളം ബിയർ നിറച്ചു. അവർ ഒന്നിച്ച് തട്ടു കസേരകളിൽ ഇരുന്നു. "നിങ്ങൾക്ക് എന്താണ് സംഭവിച്ചതെന്ന് എന്നോട് പറയണം." അയാൾ ആവശ്യപ്പെട്ടു. "നിങ്ങൾ മലായയെ പറ്റി സംസാരിക്കരുതെന്ന് പറഞ്ഞു. അത് എനിക്ക് മനസ്സിലായി. അത് വലിയ ബുദ്ധിമുട്ട് ആയിരുന്നു. പ്രത്യേകിച്ചും ആ സ്ഥലത്തെ കാര്യങ്ങൾ ഞാൻ അതിനെപ്പറ്റിയൊക്കെ ഓർമ്മിക്കാൻ ആഗ്രഹിക്കുന്നി ല്ല. പക്ഷേ, കുവാൻടാനിനുശേഷം നിങ്ങൾക്ക് എന്ത് സംഭവിച്ചു എന്നു അറിയാൻ എനിക്ക് ആഗ്രഹമുണ്ട്."

അവൾ ബിയർ നുണഞ്ഞു. "ഞങ്ങൾ യാത്ര തുടരുകയായിരുന്നു." അവൾ പറഞ്ഞു. "ക്യാപ്റ്റൻ സുഗാമോ അതിനുശേഷം അന്നുതന്നെ ഞങ്ങളെ പറഞ്ഞയച്ചു. ഞങ്ങൾ ഒരേയൊരു പട്ടാളക്കാരന്റെ മേൽനോട്ട ത്തിൽ കിഴക്കുഭാഗത്തെ കടൽത്തീരത്തുകൂടി നടക്കുകയായിരുന്നു. ജോ, എനിക്ക് ആ പട്ടാളക്കാരനെപ്പറ്റി വിഷമം തോന്നിയിരുന്നു. കാരണം സംഭ വിച്ച കാര്യങ്ങളെ പറ്റി അയാൾക്ക് വളരെയധികം അപമാനം സഹിക്കേ ണ്ടിവന്നിരുന്നു. അയാൾ അതിൽനിന്ന് ഒരിക്കലും രക്ഷപ്പെട്ടിരുന്നില്ല.

അതിനുശേഷം അയാൾ പനിപിടിച്ചുകിടപ്പിലായി. അയാൾ കുവാൻടാ നിനും കോടാബാഹ്രുവിനും മദ്ധ്യത്തിലുള്ള കോലാതലാങ്ങ് എന്ന സ്ഥല ത്തുവെച്ച് മരിച്ചുപോയി. അയാൾ മരിച്ചത് ഏകദേശം ഒരുമാസം കഴിഞ്ഞി ട്ടായിരുന്നു."

"നിങ്ങൾക്ക് കാവൽ ഉണ്ടായിരുന്ന ഒരേയൊരു ജപ്പാൻകാരൻ അയാൾ മാത്രമായിരുന്നോ?"

അവൾ തലയാട്ടി.

"ശരി, നിങ്ങൾ അതിനുശേഷം എന്താണ് ചെയ്തിരുന്നത്?"

"അവർ ഞങ്ങളെ യുദ്ധസമയത്തുമുഴുവൻ അവിടെ താമസിക്കാൻ അനുവദിച്ചിരുന്നു." അവൾ പറഞ്ഞു. "ഞങ്ങൾ യുദ്ധം കഴിയുന്നതുവരെ നെല്പാടങ്ങളിൽ ജോലി ചെയ്തുകൊണ്ട് ഒരു ഗ്രാമത്തിൽ വെറുതെ ജീവിക്കുകയായിരുന്നു."

"മലയാക്കാരികളെപ്പോലെ വെള്ളത്തിൽ താറുടുത്തുനിന്ന് നെല്ല് നട്ടുകൊണ്ടിരിക്കുകയായിരുന്നോ? അതാണോ നിങ്ങൾ ഉദ്ദേശിച്ചത്?"

"അത് ശരിയാണ്." അവൾ പറഞ്ഞു,

"എന്റെ ദൈവമേ" അയാൾ ദീർഘനിശ്വാസം വിട്ടു.

അവൾ പറഞ്ഞു. "അത് ഒരു മോശം ജീവിതം ആയിരുന്നില്ല. ഒരി ക്കൽ നമ്മൾ താമസമാക്കിക്കഴിഞ്ഞാൽ പട്ടാളത്താവളത്തേക്കാൾ ഭേദം അവിടുത്തെ ജീവിതമായിരുന്നെന്നാണ് ഞാൻ വിചാരിക്കുന്നത്. ഞങ്ങൾ എല്ലാവരുംതന്നെ യുദ്ധം അവസാനിക്കുമ്പോൾ സാമാന്യം ആരോഗ്യ മുള്ളവർ ആയിരുന്നു. ഞങ്ങൾക്ക് ഒരു സ്കൂൾ ഉണ്ടാക്കിയെടുത്ത് കുട്ടി കളെ എന്തെങ്കിലും ഒക്കെ പഠിപ്പിക്കാനും കഴിഞ്ഞിരുന്നു. ഞങ്ങൾ മല യായിലെ ചില കുട്ടികളെയും പഠിപ്പിക്കുന്നുണ്ടായിരുന്നു."

"ഞാൻ അതിനെപ്പറ്റി അല്പം കാര്യങ്ങൾ കേട്ടിരുന്നു." അയാൾ ആലോചനയോടെ പറഞ്ഞു. "ജൂലിയാക്രീക്കിൽ ഇറങ്ങിയപ്പോൾ വിമാ നത്തിന്റെ പൈലറ്റ് പറഞ്ഞാണ് ഞാൻ കേട്ടത്." അവൾ അയാളെ സൂക്ഷിച്ചുനോക്കി. "അയാൾ എങ്ങനെയാണ് ഞങ്ങളെപ്പറ്റി അറിഞ്ഞത്?"

"1945 ൽ നിങ്ങളെ പുറത്തേക്ക് പറത്തിക്കൊണ്ടുവന്ന വിമാനത്തിന്റെ പൈലറ്റ് അയാൾ ആയിരുന്നു." അയാൾ മറുപടി പറഞ്ഞു. "നിങ്ങളെ കോടാബാഹ്രുവിലേക്ക് കൊണ്ടുവന്നത് ലോറിയിൽ ആയിരുന്നെന്നാണ് അയാൾ പറഞ്ഞത്. അയാൾ നിങ്ങളെ കോടാബാഹ്രുവിൽനിന്ന് സിംഗ പ്പൂരിലേക്ക് വിമാനത്തിൽ കൊണ്ടുവന്നിരുന്നു. അയാൾ ഇപ്പോൾ ടൗൺസ്വില്ലിനും മൗണ്ട് ഇസായിക്കും ഇടയിൽ ടി എ എയ്ക്കു വേണ്ടി ജോലി ചെയ്തുകൊണ്ടിരിക്കുകയാണ്. അത് ജൂലിയാ ക്രീക്കിലൂടെയാണ് കടന്നുപോകുന്നത്. ഞാൻ അവിടെ കന്നുകാലികളെ ട്രെയിനിൽ കയ റ്റാൻവേണ്ടി ഇറങ്ങിയ സമയത്ത് കഴിഞ്ഞ മേയ്മാസത്തിൽ അവിടെ വച്ച് അയാളെ കണ്ടുമുട്ടിയിരുന്നു."

"ഞാൻ ഓർമ്മിക്കുന്നു." അവൾ സാവധാനം പറഞ്ഞു. "ഞങ്ങളെ പുറത്തുകൊണ്ടുവന്നത് ആസ്ട്രേലിയായുടെ ഒരു ഡക്കോട്ട വിമാനം

ആയിരുന്നു. അയാൾ നല്ല തലമുടിയുള്ള ഒരു മെലിഞ്ഞ ചെറുപ്പക്കാ രൻ ആയിരുന്നോ?"

"അയാൾതന്നെ ആയിരിക്കും."

അവൾ ഒരുമിനിറ്റ് സമയം ആലോചിച്ചുകൊണ്ടിരുന്നു. "ജോ, അയാൾ നിങ്ങളോട് എന്താണ് പറഞ്ഞത്?"

"ഞാൻ ഇപ്പോൾ പറഞ്ഞതുതന്നെയാണ് അയാൾ പറഞ്ഞത്. അയാൾ നിങ്ങളെ സിങ്കപ്പൂരിൽ എത്തിച്ചെന്നാണ് പറഞ്ഞത്."

"അയാൾ എന്നെപ്പറ്റി എന്താണ് നിങ്ങളോട് പറഞ്ഞത്?" അവൾ അയാളെ നോക്കി. അവളുടെ കണ്ണുകളിൽ ഒരു ചിരി ഉണ്ടായിരുന്നു.

അയാൾ ജാള്യതയോടെ പല്ലിളിച്ചു. അയാൾ ഒന്നുംതന്നെ മറുപടി പറഞ്ഞില്ല.

അവൾ പറഞ്ഞു. "ജോ, ഒരു ബിയർകൂടി കുടിക്കൂ. നമുക്ക് നേരിട്ട് കാര്യത്തിലേക്ക് വരാം."

"ശരി." അയാൾ പറഞ്ഞു. അയാൾ ഗ്ലാസ് എടുത്ത് കൈയിൽ പിടി ച്ചു. പക്ഷേ, കുടിച്ചില്ല. "ശ്രീമതി കറമ്പി വിവാഹിതയല്ലെന്ന് അയാൾ പറഞ്ഞു. നിങ്ങൾ വിവാഹം കഴിച്ചെന്ന് ഞാൻ എല്ലാസമയത്തും വിചാ രിച്ചിരുന്നു."

"ഞാൻ ഒഴിച്ച് മറ്റുള്ളവരെല്ലാം വിവാഹം കഴിഞ്ഞവർ ആയിരുന്നു. അതുകൊണ്ടാണോ നിങ്ങൾ ഇംഗ്ലണ്ടിലേക്ക് പാഞ്ഞെത്തിയത്?"

അയാൾ അവളുടെ കണ്ണുകളിലേക്ക് സൂക്ഷിച്ചുനോക്കി. "അത് ശരി യാണ്."

"എന്റെ ജോ! നമ്മൾ ഇവിടെ ക്യായിൻസിൽ ഉള്ളപ്പോൾ എത്ര മാത്രം പണം ആണ് വെറുതെ പോയത്!"

അയാൾ അവളോടൊപ്പം ചിരിച്ചുകൊണ്ട് ഒരു ഗ്ലാസ് നിറയെ ബിയർ ഒറ്റവലിക്ക് കുടിച്ചുതീർത്തു. "ശരി, നിങ്ങൾ ക്യായിൻസിലേക്ക് വരുന്നു ണ്ടെന്ന് എനിക്ക് എങ്ങനെ അറിയാൻ പറ്റും?" അയാൾ ഒരുമിനിറ്റ് സമയം ആലോചിച്ചുകൊണ്ടിരുന്നു. "എന്തായാലും നിങ്ങൾ ഇവിടെ എന്തുചെ യ്യുകയായിരുന്നു?" അയാൾ ചോദിച്ചു. "അത് നിങ്ങൾ എന്നോട് പറ ഞ്ഞിട്ടില്ല."

സംസാരിക്കാനുള്ള അവളുടെ ഊഴം എത്തിയപ്പോൾ അവൾ ചെറി യതോതിൽ അമ്പരന്നുപോയിരുന്നു. "ഞാൻ കുറച്ചുപണത്തിന്റെ അവ കാശിയായിത്തീർന്നിരുന്നു." അവൾ പറഞ്ഞു. "നോയൽ സ്ട്രാച്ചൻ അതി നെപ്പറ്റി നിങ്ങളോട് പറഞ്ഞിരിക്കുമെന്നാണ് ഞാൻ വിചാരിക്കുന്നത്."

"അയാൾ പറഞ്ഞിരുന്നു." അയാൾ അനുകമ്പയോടെ പറഞ്ഞു.

"അതുകൊണ്ട് അപ്പോൾ എന്തുചെയ്യണമെന്ന് എനിക്ക് സ്വയം അറി യില്ലായിരുന്നു." അവൾ പറഞ്ഞു. "ലണ്ടന്റെ പ്രാന്തപ്രദേശത്ത് ഒരു ടൈപ്പിസ്റ്റായി ജോലി തുടരാൻ ഞാൻ ആഗ്രഹിച്ചിരുന്നില്ല. അതിനുശേഷം മൂന്നുവർഷത്തോളം ഞങ്ങൾ താമസിച്ചിരുന്ന കോലാതലാണ്ട് എന്ന ഗ്രാമ ത്തിനുവേണ്ടി എന്തെങ്കിലും ചെയ്യണമെന്ന ആശയം എന്റെ തലയിൽ

കയറിപ്പറ്റി. ഞാൻ അവർക്ക് ഒരു കിണർ കുഴിച്ചുകൊടുക്കാൻ ആഗ്ര
ഹിച്ചു.''

''ഒരു കിണറോ?''

അവൾ ഒരു ഗ്ലാസ് ബിയറും കൈയിൽ പിടിച്ചിരുന്ന് കോലാതലാ
ങ്ങിനെപ്പറ്റിയും അവിടെയുള്ള അവളുടെ കൂട്ടുകാരെപ്പറ്റിയും കുളിപ്പുര
യെപ്പറ്റിയും കിണറിനെപ്പറ്റിയും അയാളോട് പറഞ്ഞുകൊണ്ടിരിക്കുകയാ
യിരുന്നു. അതിനുശേഷം അവൾ സംസാരിക്കാൻ അല്പം ബുദ്ധിമുട്ടു
ന്നുണ്ടായിരുന്നു. ''കിണർ കുഴിക്കുന്നവർ വന്നത് കുവാൻടാനിൽനിന്ന്
ആയിരുന്നു. ജോ, ഞങ്ങൾ വിചാരിച്ചിരുന്നത് നിങ്ങൾ മരിച്ചെന്നായിരുന്നു.
ഞങ്ങൾ എല്ലാവരും അങ്ങനെയാണ് വിചാരിച്ചിരുന്നത്.''

അയാൾ പല്ലിളിച്ചു. ''ഞാൻ ചോരയൊലിച്ച് ഏതാണ്ട് മരിക്കാറായി
ട്ടുണ്ടായിരുന്നു.''

''നിങ്ങൾ മരിച്ചിട്ടില്ലെന്ന് കിണർ കുഴിക്കുന്നവർ എന്നോട് പറഞ്ഞി
ട്ടുണ്ടായിരുന്നു.'' അവൾ പറഞ്ഞു. ''നിങ്ങളെ ആശുപത്രിയിലാക്കിയിരു
ന്നെന്നും നിങ്ങൾ രക്ഷപ്പെട്ടെന്നും അവർ എന്നോട് പറഞ്ഞിരുന്നു.''

''അത് ശരിയാണ്.'' അയാൾ പറഞ്ഞു. ''നിങ്ങൾക്ക് എന്ത് സംഭവി
ച്ചെന്ന് കണ്ടെത്താൻ ഞാൻ ശ്രമിച്ചിരുന്നു. പക്ഷേ, അവർക്ക് അറിയില്ലാ
യിരുന്നു. അറിഞ്ഞിരുന്നെങ്കിലും അവർ അത് പറയില്ലായിരുന്നു. അവർ
എല്ലാവരും ആ സുഗാമോയെ പറ്റി അങ്ങേയറ്റം ഭയന്നു പോയിരുന്നെ
ന്നാണ് ഞാൻ വിശ്വസിക്കുന്നത്.''

അവൾ തലയാട്ടി. ''ഞാൻ കുവാൻടാനിൽ പോയിരുന്നു. ഇപ്പോൾ
ആ സ്ഥലം വളരെ ശാന്തമാണ്. ടെന്നിസ് കോർട്ടുകളിൽ ആളുകൾ ആ
ഭയാനകമായ മരത്തിന്റെ താഴെ ഇരുന്ന് വെടിപറഞ്ഞുകൊണ്ട് ടെന്നിസ്
കളി കാണുന്നുണ്ടായിരുന്നു. ആശുപത്രിയിൽവച്ച് നിങ്ങൾ ഞങ്ങളെ
അന്വേഷിച്ചിരുന്നതായി അവർ ഞങ്ങളോട് പറഞ്ഞിരുന്നു.'' അവൾ പുഞ്ചി
രിച്ചുകൊണ്ട് പറഞ്ഞു. ''ശ്രീമതി കറമ്പിയെ ആണോ നിങ്ങൾ അന്വേ
ഷിച്ചത്?''

അയാൾ വിഡ്ഢിച്ചിരി ചിരിച്ചു. ''പക്ഷേ, അവിടെനിന്നാണോ
നിങ്ങൾ ആസ്ട്രേലിയയിലേക്ക് എത്തിയത്?''

അവൾ തലയാട്ടി. ''അതെ.''

''എന്ത് കാര്യത്തിന്?''

''പറയാം'' അവൾ പരുങ്ങലോടെ പറഞ്ഞു. ''നിങ്ങൾക്ക്
കുഴപ്പമൊന്നും ഇല്ലെന്ന് മനസ്സിലാക്കാൻ എനിക്ക് ആഗ്രഹമുണ്ടായിരുന്നു.
ഒരുപക്ഷേ, നിങ്ങൾ ഈ സമയത്തും ആശുപത്രിയിൽ ആയിരിക്കുമെന്ന്
ഞാൻ വിചാരിച്ചിരുന്നു.''

''ഇത് സത്യം ആണോ?'' അയാൾ ചോദിച്ചു. ''ഞാൻ കാരണം
ആണോ നിങ്ങൾ ആസ്ട്രേലിയയിലേക്ക് വന്നത്?''

അവൾ പറഞ്ഞു. ''ഒരു രീതിയിൽ അത് ശരിയാണ്. അതുകൊണ്ട്
നിങ്ങളുടെ തലയിലേക്ക് പദ്ധതികളൊന്നും തള്ളിക്കയറ്റരുത്.''

അയാൾ പല്ലിളിച്ചു. "നിങ്ങൾ ഒരു ആസ്ട്രേലിയക്കാരി ആയിരുന്നെ ങ്കിൽ ഞാനും ഇതുതന്നെ ചെയ്യുമായിരുന്നു."

"പണം ഞാൻ വെറുതെ കളഞ്ഞെന്ന് എന്നോട് പറഞ്ഞത് നിങ്ങ ളുടെ നല്ല മനസ്സാണ്." അയാൾ പറഞ്ഞു. "നിങ്ങൾ ഇംഗ്ലണ്ടിൽ താമ സിച്ചിരുന്നെങ്കിൽ നമ്മൾ യാതൊരു കുഴപ്പവുമില്ലാതെ അവിടെവെച്ച് കണ്ടു മുട്ടുമായിരുന്നു."

അവൾ കോപത്തോടെ പറഞ്ഞു. "നിങ്ങൾ ഒരു ചെള്ളിന്റെ ആരോ ഗൃത്തോടെ ഇംഗ്ലണ്ടിൽ ചുറ്റിത്തിരിയുമെന്ന് എനിക്ക് എങ്ങനെ മനസ്സി ലാക്കാൻ പറ്റും?"

അവൾ ബിയർ കുടിച്ചുകൊണ്ട് കുറച്ചുസമയം വെറുതെ ഇരുന്നു. "നിങ്ങൾ എങ്ങനെയാണ് ഇവിടെ എത്തിയത്?" അയാൾ ചോദിച്ചു. "ആദ്യം നിങ്ങൾ എവിടെയാണ് വന്നിരുന്നത്?"

അവൾ പറഞ്ഞു. "നിങ്ങൾ വൊല്ലാറായിൽ ജോലി ചെയ്തിരുന്ന തായി ഞാൻ മനസ്സിലാക്കിയിരുന്നു. അവിടെയുള്ളവർക്ക് നിങ്ങളെപ്പറ്റി അറിവുണ്ടായിരിക്കുമെന്ന് ഞാൻ വിചാരിച്ചിരുന്നു. അതുകൊണ്ട് ഞാൻ സിങ്കപ്പൂരിൽ നിന്ന് ഡാർവ്വാനിലേക്ക് പറക്കുകയായിരുന്നു. അതിനുശേഷം ഞാൻ ആലിസിലേക്ക് പോയത് ബസിൽ ആയിരുന്നു."

"എന്റെ ദൈവമെ, നിങ്ങൾ ആലിസ് സ്പ്രിങ്സിൽ പോയിരുന്നോ?" നിങ്ങൾ വൊല്ലാറായിൽ പോയി ടോമി ഡുവീനെ കണ്ടിരുന്നോ?

അവൾ തലകുലുക്കി. "ഞാൻ ആലിസിൽ ഒരാഴ്ചയോളം താമസി ച്ചിരുന്നു. എനിക്ക് നിങ്ങളുടെ മിഡ് ഹസ്റ്റിലെ മേൽവിലാസം കിട്ടിയത് മിസ്റ്റർ ഡുവീൻ റേഡിയോ വഴി ആശുപത്രിയിൽ അത് അറിയിച്ചതു കൊണ്ട് ആയിരുന്നു. എനിക്ക് മേൽവിലാസം കിട്ടിയത് ആശുപത്രി യിൽനിന്ന് ആയിരുന്നു. അതുകൊണ്ട് ഞാൻ അതിനുശേഷം വിൽസ് ടൗൺവരെ വിമാനത്തിൽ പറന്നിരുന്നു. ഞാൻ വരുന്നുണ്ടെന്ന് അറിയി ച്ചുകൊണ്ട് ഞാൻ നിങ്ങളുടെ മിഡ്ഹസ്റ്റിലെ മേൽവിലാസത്തിൽ ഒരു കമ്പി അടിച്ചിട്ടുണ്ടായിരുന്നു. പക്ഷേ, നിശ്ചയമായും നിങ്ങൾ ഇംഗ്ലണ്ടിൽ ആയിരുന്നെന്ന് അവിടെ എത്തിയപ്പോൾ അവർ എന്നോട് പറഞ്ഞിരുന്നു."

അയാൾ അവളെ സൂക്ഷിച്ചുനോക്കി. "അതാണോ ആ സത്യം? നിങ്ങൾ വിൽസ്ടൗണിൽ പോയിരുന്നോ?"

"ഞാൻ വിൽസ്ടൗണിൽ മൂന്നാഴ്ച ഉണ്ടായിരുന്നു." അവൾ തല യാട്ടി.

"മൂന്നാഴ്ചയയോ!" അയാൾ അവളെ തുറിച്ചു നോക്കി. "നിങ്ങൾ എവി ടെയാണ് താമസിച്ചിരുന്നത്?"

"മിസിസ്സ് കോണറുടെ ഹോട്ടലിൽ."

"പക്ഷേ, മൂന്നാഴ്ച എന്തിനാണ് താമസിച്ചത്? കൂടുതൽ ആളു കൾക്കും മൂന്നുമണിക്കൂർ തന്നെ ധാരാളം ആയിരിക്കും."

"എവിടെയെങ്കിലും എനിക്ക് താമസിക്കണം." അവൾ പറഞ്ഞു. "നിങ്ങൾ ഇംഗ്ലണ്ടിലേക്ക് ഓടിപ്പോകുകയാണെങ്കിൽ നിങ്ങളെ കാണാൻ

ആഗ്രഹിക്കുന്നവർക്ക് വെറുതെ ചുറ്റിത്തിരിയേണ്ടിവരും. നിങ്ങൾ പോയിട്ട് തിരിച്ചുവരുമ്പോൾ ഒരുപക്ഷേ, ആസ്ത്രേലിയക്കാരുടെ ഹോട്ടലിൽ നിങ്ങൾക്ക് സ്ഥലം ഉണ്ടാവില്ല."

"എന്റെ ദൈവമേ! ഈ സമയം മുഴുവൻ നിങ്ങൾ എന്താണ് ചെയ്തി രുന്നത്?"

"ആൽബേൺസിനോടും പീറ്റർ ഫ്ളച്ചറോടും സാംസ്മാളിനോടും മറ്റുള്ളവരോടും അടുത്തുതാമസിച്ചുകൊണ്ട് സംസാരിക്കുകയായിരുന്നു."

"നിങ്ങൾ നിശ്ചയമായും ഒരു വിപ്ലവം സൃഷ്ടിച്ചുകാണും." കാര്യ ത്തിന്റെ ഈ പുതിയ സ്വഭാവത്തെപ്പറ്റി ആലോചിച്ചുകൊണ്ട് അയാൾ അല്പസമയം മിണ്ടാതിരുന്നു. "നിങ്ങൾ മിഡ് ഹസ്റ്റിലേക്ക് പോയി രുന്നോ?"

അവൾ തലകുലുക്കി. "ഞാൻ മുഴുവൻ സമയവും വിൽസ്ടൗണിൽ താമസിക്കുകയായിരുന്നു. എങ്കിലും ഞാൻ ജിം ലനനെ കണ്ടുമുട്ടിയി രുന്നു."

താഴത്തെ നിലയിൽനിന്ന് ചായ കുടിക്കാനുള്ള മണി മുഴങ്ങി. "ജോ. നമ്മൾ താഴത്തെ നിലയിലേക്ക് പോകുന്നതാണ് കൂടുതൽ നല്ലത്." അവൾ പറഞ്ഞു. "നിങ്ങൾ താമസിച്ചു ചെല്ലുന്നത് അവർക്ക് ഇഷ്ടമല്ല."

"എനിക്ക് അറിയാം." അയാൾ ഗ്ലാസ് കാലിയാക്കാൻവേണ്ടി കൈയിൽ എടുത്തു. പക്ഷേ, അത് കുടിച്ചുതീർക്കാതെ കൈയിൽ പിടി ച്ചുകൊണ്ട് വെറുതെ ഇരുന്നു. അവസാനം അയാൾ പറഞ്ഞു. "മിസ് പാഗററ്, നിങ്ങൾ വിൽസ്ടൗണിനെപ്പറ്റി എന്താണ് വിചാരിച്ചിരുന്നത്?"

അവൾ ചെറുതായി പുഞ്ചിരിച്ചു. "ജോ, മിസ് പാഗറ്റിനെപ്പറ്റി നിങ്ങൾ മറന്നുകളയണം. നിങ്ങൾക്ക് എന്നെ മിസ് കറമ്പിയെന്ന് വിളിക്കാം. അല്ലെ ങ്കിൽ ജീൻ എന്ന് വിളിക്കാം. പക്ഷേ, നിങ്ങൾ മിസ് പാഗറ്റുമായി തുടരു കയാണെങ്കിൽ ഞാൻ നാളെത്തന്നെ സ്വന്തം നാട്ടിലേക്ക് പോകും."

"ശരി, ശ്രീമതി കറമ്പി. നിങ്ങൾ വിൽസ് ടൗണിനെപ്പറ്റി എന്താണ് വിചാരിച്ചിരുന്നത്?" "ജോ, നമ്മൾ ഇത് സംസാരിക്കാൻ തുടങ്ങിയാൽ ചായ കുടിക്കാൻ താമസിച്ചുപോകും."

"എന്നോട് പറയൂ." അയാൾ പറഞ്ഞു.

അവൾ അയാളോട് അവളുടെ കണ്ണുകൾകൊണ്ട് പുഞ്ചിരിച്ചു. "ഞാൻ അത് ഒരു മോശപ്പെട്ട സ്ഥലമാണെന്നായിരുന്നു വിചാരിച്ചിരു ന്നത്." അവൾ ശാന്തമായി പറഞ്ഞു. "അവിടെ ജീവിക്കുന്നത് സഹി ക്കാൻ ഏതെങ്കിലും ഒരാൾക്ക് എങ്ങനെ കഴിയുമെന്ന് എനിക്ക് മനസ്സി ലായില്ല." അവൾ അയാളുടെ കൈയിൽ പിടിച്ചു. "അതിനെപ്പറ്റി നിങ്ങ ളോട് സംസാരിക്കാൻ എനിക്ക് ആഗ്രഹമുണ്ട്. പക്ഷേ, നമുക്ക് നിശ്ചയ മായും ഇപ്പോൾ ചായ കുടിക്കാൻ പോകാതെ പറ്റില്ല."

അയാൾ കസേരയിൽനിന്ന് എഴുന്നേറ്റുകൊണ്ട് ഗ്ലാസ് താഴെവച്ചു. "അതും ശരിയാണ്." അയാൾ വിഷമത്തോടെ പറഞ്ഞു. "ഇത് ഒരു സ്ത്രീക്ക് ഒട്ടുംതന്നെ യോജിച്ച സ്ഥലമല്ല."

അവർ താഴെ ഇറങ്ങിച്ചെന്ന് ഒരു മേശയിൽ ചായ കുടിക്കാൻ വേണ്ടി ഇരുന്നു. ജോ ആഴത്തിലുള്ള മ്ലാനതയിൽ ആയിരുന്നു. അവർ ചായ കൊണ്ടുവരാൻ പറഞ്ഞുകഴിഞ്ഞപ്പോൾ ജീൻ പറഞ്ഞു. "നിങ്ങൾ ഇവിടെ എന്നുവരെ ഉണ്ടായിരിക്കും? നിങ്ങൾക്ക് എന്നാണ് മിഡ് ഹസ്റ്റിൽ തിരി ച്ചെത്തേണ്ടത്?"

അയാൾ തല ഉയർത്തിക്കൊണ്ട് മുഖത്ത് ചിരി വരുത്തി. "ഞാൻ തിരിച്ചുപോകാൻ തയ്യാറായിക്കഴിയുമ്പോൾ തിരിച്ചുപോകും." അയാൾ പറഞ്ഞു. "ഞാൻ ഏതാനും ദിവസങ്ങൾകൂടി ദൂരെ കഴിഞ്ഞുകൂടിയാലും അതുകൊണ്ട് പ്രത്യേകിച്ച് വ്യത്യാസമൊന്നും വരാൻ പോകുന്നില്ല." അയാൾ അല്പസമയത്തേക്ക് നിശ്ശബ്ദനായി. "നിങ്ങൾ എന്നാണ് തിരി ച്ചുപോകുന്നത്?"

"ജോ, ഞാൻ നിങ്ങൾക്ക് കുഴപ്പമൊന്നും ഇല്ലെന്ന് മനസ്സിലാക്കാൻ വേണ്ടിയാണ് ഇവിടെ എത്തിയത്." അവൾ പറഞ്ഞു. "ഞാൻ അടുത്ത ആഴ്ച ബ്രിസ്ബെയിനിൽ എത്തി നാട്ടിലേക്ക് കപ്പലുണ്ടോ എന്ന് അന്വേ ഷിക്കും."

അവരുടെ ഭക്ഷണം വന്നുചേർന്നു. ജോ ഹാർമാന് പൊരിച്ച മാട്ടിറ ച്ചിയും ജീനിന് ഉപ്പിട്ടുണക്കിയ പന്നിത്തുടയും പച്ചക്കറികളും. "കെയിൻസിൽ എത്തിയതിനുശേഷം നിങ്ങൾ എന്തു കാര്യമാണ് ചെയ്തുകൊണ്ടിരുന്നത്?" അയാൾ പെട്ടെന്ന് ചോദിച്ചു. "നിങ്ങൾ റീഫിൽ പോയിരുന്നോ?"

അവൾ തലകുലുക്കി. "ഒരിക്കൽ ഞാൻ റോക്ക് ഹാംപ്ടണിൽ പോയിരുന്നു. അതിന്റെ കൂടെ ഞാൻ വൈറ്റ് ടൂർസിന്റെ ഒരു വണ്ടിയിൽ ¹ടേബിൾ ലാന്റുവരെ പോയിട്ടുണ്ടായിരുന്നു. ഒരു രാത്രി ഞാൻ ²അതർട ണിൽ താമസിച്ചിരുന്നു. ഞാൻ മറ്റൊരിടത്തും പോയിരുന്നില്ല."

"എന്റെ ദൈവമേ" അയാൾ പറഞ്ഞു. "നിങ്ങൾക്ക് 'ഗ്രേറ്റ് ബാറി യർ റീഫ്' കാണാതെ സ്വന്തം നാട്ടിലേക്ക് പോകാൻ കഴിയില്ല." അയാൾ അല്പസമയം കഴിഞ്ഞ് വീണ്ടും സംസാരിച്ചു. അയാൾ പറഞ്ഞു. "ഈ ആഴ്ച അറുതിയിൽ നിങ്ങൾ ഗ്രീൻ ഐലന്റിൽ പോകാൻ ഇഷ്ടപ്പെടുന്നുണ്ടോ?"

അവൾ അയാളെ ഇടംകണ്ണിട്ട് നോക്കി. "ഗ്രീൻ ഐലന്റ് ഏത് രീതി യിലുള്ള സ്ഥലമാണ്?"

"അത് റീഫിലെ ഒരു പവിഴദ്വീപ് ആണ്." അയാൾ വിശദീകരിച്ചു. "ഏകദേശം അരമൈൽ ദൂരമുള്ള ഒരു ചെറിയ വൃത്തം. അവിടെ ഒരു ഭക്ഷണശാല ഉണ്ട്. കൂടാതെ ചെറിയ കിടക്കമുറികളുള്ള കുടിലുകൾ ഉണ്ട്. അവിടെ നിങ്ങൾക്ക് താമസിക്കാൻ പറ്റും. മരങ്ങൾക്കിടയിലുള്ള ചെറിയ കുടിലുകൾ. നിങ്ങൾ കുളിക്കാൻ ഇഷ്ടപ്പെടുന്നുണ്ടെങ്കിൽ അത് ഒരു ഒന്നാന്തരം സ്ഥലമാണ്. പകൽ മുഴുവൻ നിങ്ങൾക്ക് നീന്തൽ വേഷം ധരിക്കാൻ പറ്റും."

---

1. വടക്കേ ആസ്ട്രേലിയയിലെ കെയിൻസിനടുത്തുള്ള ഒരു ഉയർന്ന പ്രദേശം.

2. കെയിൻസിന്റെ തെക്കുഭാഗത്തുള്ള ഒരു ടൂറിസ്റ്റ് കേന്ദ്രം

മരങ്ങൾക്കിടയിലെ കിടക്കമുറികളുള്ള കുടിലുകൾ പരിശോധി
ക്കേണ്ട ആവശ്യമുണ്ടെന്ന് ജീൻ ആലോചിച്ചിരുന്നു. പക്ഷേ, ഈ നിർദ്ദേ
ശത്തിന് നിശ്ചയമായും അതിന്റേതായ സവിശേഷതകൾ ഉണ്ടായിരുന്നു.
അവർക്ക് പരസ്പരമുള്ള അറിവ് വളരെ പരിമിതമായിരുന്നു. അവർക്ക്
വളരെയധികം കാര്യങ്ങൾ പരസ്പരം മനസ്സിലാക്കാൻ ഉണ്ടായിരുന്നു.
വളരെക്കൂടുതൽ കാര്യങ്ങൾ സംസാരിക്കാൻ ഉണ്ടായിരുന്നു. അവൾ ഒരു
വാരാന്ത്യം അവളുടെ നീന്തൽവേഷത്തിൽ ജോ ഹാർമാനോടൊപ്പം ഒരു
പവിഴദ്വീപിൽ ചെലവഴിച്ചാൽ മറ്റെന്തൊക്കെ കാര്യങ്ങൾ സംഭവിച്ചാലും
നിശ്ചയമായും അവർക്ക് ക്യാൻസിലെ നിയന്ത്രണങ്ങളുടെ അധീനത
യിൽ മനസ്സിലാക്കാൻ കഴിയുന്നതിലും കൂടുതൽ കാര്യങ്ങൾ പരസ്പരം
മനസ്സിലാക്കാൻ കഴിയുമെന്ന് അവൾക്ക് ഉറപ്പുണ്ടായിരുന്നു.

"ജോ, അവിടെ പോകാൻ എനിക്ക് ആഗ്രഹമുണ്ട്." അവൾ പറഞ്ഞു.
"നമ്മൾ അവിടെ എങ്ങനെ എത്തിച്ചേരും?"

അയാൾ സന്തോഷത്തോടെ പുഞ്ചിരിച്ചു. അവൾ അയാൾക്കു
വേണ്ടി അനുകൂല മനസ്ഥിതി കാണിക്കുകയായിരുന്നു. "ഞാൻ ചായ
കുടി കഴിഞ്ഞ് പുറത്തുപോയി എർനിയെ കണ്ടുപിടിക്കും." അയാൾ
പറഞ്ഞു. "അയാൾ ഒരുപക്ഷേ, രഹസ്യ മദ്യശാലയിൽ ഉണ്ടായിരിക്കും.
അയാൾക്ക് ഒരു ബോട്ട് ഉണ്ട്. അയാൾ നമ്മളെ നാളെ അവിടെ ബോട്ടിൽ
എത്തിക്കും. അതിന് മൂന്നു മണിക്കൂറോളം വേണ്ടിവരും. നമ്മൾ ഉച്ചയാ
കുന്നതിനുമുമ്പ് ഏകദേശം എട്ടുമണിയോടെ യാത്ര തിരിക്കുന്നതായി
രിക്കും കൂടുതൽ നല്ലത്. ഞാൻ അയാളോട് അതിനുശേഷം തിങ്കളാഴ്ച
തിരിച്ചുവന്ന് നമ്മളെ ഇങ്ങോട്ട് കൂട്ടിക്കൊണ്ടു പോരാൻ ആവശ്യപ്പെടാം."

"ശരി" അവൾ സമ്മതിച്ചു. "പക്ഷേ, ജോ ഒരു കാര്യം ശ്രദ്ധിക്ക
ണം. ഇത് ഡച്ചുകാരുടെ രീതിയിലുള്ള ഒരു യാത്ര ആയിരിക്കും."
അയാൾക്ക് ആ നിബന്ധന മനസ്സിലായില്ല. "ഒരു വഴിക്കുള്ള ബോട്ടു
കൂലി നിങ്ങൾ കൊടുക്കും. തിരിച്ചുവരാനുള്ള ബോട്ടുകൂലി ഞാൻ കൊടു
ക്കും. ഞാൻ അതാണ് ഉദ്ദേശിച്ചത്. അവരവരുടെ ചെലവ് അവരവർ തന്നെ
നോക്കും." അയാൾ ഇതിനെ ശക്തിയായി എതിർത്തു. അവൾ പറഞ്ഞു.
"ജോ, നമ്മൾ ഇങ്ങനെ ചെയ്തില്ലെങ്കിൽ ഞാൻ വരുന്നില്ല. നിങ്ങൾ
എനിക്ക് യാതൊരു പ്രയോജനവുമില്ലാത്ത ഒരു ഗൂഢാലോചന നടത്തു
കയാണെന്ന് ഞാൻ വിചാരിക്കും."

അയാൾ വിഡ്ഢിച്ചിരി ചിരിച്ചു. "അതും ശരിയാണ്." അതിനുശേഷം
അയാൾ പറഞ്ഞു. "ശ്രീമതി കറമ്പി പറഞ്ഞത് ഞാൻ സമ്മതിച്ചു. ഓരോ
രുത്തരും അവരവരുടെ വിഹിതം കൊടുക്കും."

അയാൾ പുറത്തേക്ക് പോയി അരമണിക്കൂർ കഴിഞ്ഞ് വരാന്തയിൽ
ഇരുന്നിരുന്ന അവളുടെ സമീപം തിരിച്ചെത്തിയിരുന്നു. അയാൾ എർനിയെ
കണ്ടുപിടിച്ച് ബോട്ട് ഏർപ്പാടുചെയ്തിരുന്നു. അതിന്റെ കൂടെ അവർക്ക്
കൊണ്ടുപോകാൻ ഒരു കൂട പഴങ്ങളും അയാൾ കൊണ്ടുവന്നിരുന്നു.
പെട്ടെന്ന് കടന്നുവന്ന സന്ധ്യയുടെ ഇരുട്ടിൽ വിൽസ് ടൗൺ ഒഴിച്ച് മറ്റുള്ള

എല്ലാ കാര്യങ്ങളും സംസാരിച്ചുകൊണ്ട് ഏതാനും മണിക്കൂറുകളോളം അവർ അവിടെ ഇരുന്നിരുന്നു. അവൾ അയാളുടെ അനേകം തരത്തി ലുള്ള കന്നുകാലികേന്ദ്രങ്ങളിലെ ആദ്യകാല ജീവിതത്തെപ്പറ്റിയും ക്ലോൺകറിക്ക് ചുറ്റുമുള്ള അയാളുടെ ബന്ധങ്ങളെപ്പറ്റിയും അയാളുടെ യുദ്ധകാല സേവനത്തെപ്പറ്റിയും മിഡ്ഹസ്റ്റിനെ പറ്റിയും ഒരുപാട് കാര്യങ്ങൾ മനസ്സിലാക്കി. "മിഡ് ഹസ്റ്റിൽ മികച്ച രീതിയിലുള്ള മഴ ലഭി ക്കുന്നുണ്ട്." അയാൾ പറഞ്ഞു. "കഴിഞ്ഞ മഴയിൽ ഞങ്ങൾക്ക് മുപ്പത്തി നാല് ഇഞ്ച് മഴ കിട്ടി. പത്തിഞ്ച് കിട്ടിയാൽ പോലും ആലിസിൽ നിങ്ങൾക്ക് ഒരു നല്ല വർഷം ആണ്. കുറച്ച് വെള്ളം സംഭരിച്ചുവെയ്ക്കാൻ വേണ്ടി അരുവികളുടെ അറ്റത്ത് രണ്ട് അണക്കെട്ടുകൾ നിർമ്മിക്കുന്നതിനെപ്പറ്റി ഞാൻ മിസിസ്സ് സ്പിയേഴ്സുമായി സംസാരിക്കുന്നുണ്ടായിരുന്നു — ഒരെണ്ണം കംഗാരു അരുവിക്ക് കുറുകെയും ഒരെണ്ണം റബ്ബർ മരങ്ങൾക്ക് ഇടയിലും."

"അവർ സമ്മതിച്ചോ?"

"അവർ അതിനുവേണ്ട പണം ചെലവാക്കും." അയാൾ പറഞ്ഞു. "ബുദ്ധിമുട്ട് തീർച്ചയായും തൊഴിലാളികളെ ജോലിക്ക് കിട്ടാനാണ്. നിങ്ങൾക്ക് ആളൊഴിഞ്ഞ പ്രദേശങ്ങളിൽവന്ന് ജോലിചെയ്യാൻ ആളുകളെ കിട്ടില്ല. അത് ബുദ്ധിമുട്ടാണ്."

"ബുദ്ധിമുട്ടിന്റെ കാരണം എന്താണ്?" അവൾ ചോദിച്ചു. അവൾക്ക് സ്വയം ഒരു നല്ല നിർദ്ദേശം ഉണ്ടായിരുന്നു. പക്ഷേ, അവൾ അയാളുടെ ആശയങ്ങൾ കേൾക്കാൻ ആഗ്രഹിച്ചിരുന്നു.

"എനിക്ക് അറിയില്ല." അയാൾ പറഞ്ഞു. "അവർ എല്ലാവരും പട്ട ണങ്ങളിൽ പോയി ജോലി ചെയ്യാനാണ് ആഗ്രഹിക്കുന്നത്."

അവൾ ആ വിഷയം തുടർന്നുകൊണ്ടു പോയിരുന്നില്ല. അതിന് വേണ്ടത്ര സമയം ഉണ്ടായിരുന്നു. അവർ അപ്രധാനമായ ആഹ്ലാദകര മായ കാര്യങ്ങളാണ് സംസാരിച്ചിരുന്നത്. അയാൾക്ക് മിഡ്ഹസ്റ്റിൽ തിരി ച്ചെത്തി അയാളുടെ കുതിരകളുടെയും പട്ടികളുടെയും അവസ്ഥ അറി യാൻ വളരെയധികം ജിജ്ഞാസ ഉണ്ടെന്ന് അവൾ കണ്ടെത്തിയിരുന്നു.

"എനിക്ക് ലില്ലി എന്ന് പേരുള്ള ഒരു പെൺപട്ടി ഉണ്ട്" അയാൾ പറഞ്ഞു. "അവളുടെ അമ്മ കന്നുകാലികളുടെ സംരക്ഷണത്തിനുള്ള ഒരു പട്ടിയാ യിരുന്നു. അവളെ ഒരു ഡിങ്കോ നായയുമായി ഇണചേർത്തിരുന്നു. അതു കൊണ്ട് ലില്ലി പകുതി ഡിങ്കോ പട്ടി ആണ്. അവൾ ഒരു ഒന്നാംതരം പെൺകുട്ടി ആണ്. ഞാൻ ലില്ലിയെ മറ്റൊരു കന്നുകാലികളുടെ നായ യുമായി അവിടെനിന്ന് പോരുന്നതിനുമുമ്പ് ഇണ ചേർത്തിരുന്നു. അവൾക്ക് ഇപ്പോൾ കുഞ്ഞുങ്ങൾ കാണും. അവ കാൽഭാഗം ഡിങ്കോ കുട്ടികൾ ആയിരിക്കും. ഡിങ്കോ നായ്ക്കളും കന്നുകാലികളുടെ കാവൽപ ട്ടികളും ഇണചേർന്നാൽ ഒരു മികച്ച പട്ടിയെ കിട്ടും. പക്ഷേ, നിങ്ങൾക്ക് അതിന്റെ ഡിങ്കോ സ്വഭാവം ദുർബ്ബലപ്പെടുത്തിയെടുക്കണം. അല്ലെങ്കിൽ അവയ്ക്ക് വിശ്വസ്തത ഉണ്ടാവില്ല. എനിക്ക് യുദ്ധത്തിനുമുമ്പ് വേല്ലാ

റായിൽവെച്ച് ഒരു കാൽഭാഗം ഡിങ്കോ നായ ഉണ്ടായിരുന്നു. അവൻ ഒരു മികച്ച നായ ആയിരുന്നു."

അയാൾക്ക് അറുപത് ചുമട്ടു കുതിരകളും ജീനികളും ഉണ്ടായിരു ന്നെന്ന് അയാൾ അവളോട് പറഞ്ഞു. പക്ഷേ, അവയ്ക്കൊന്നും അയാ ളുടെ പട്ടികളെപ്പോലെ അയാളുമായി അടുത്ത ഹൃദയബന്ധം ഉണ്ടെന്ന് അയാൾക്ക് തോന്നിയിരുന്നില്ല. "ഒരു പട്ടി വൈകുന്നേരങ്ങളിൽ പറമ്പിൽ നിങ്ങൾ ഇരിക്കുന്നതിന്റെ അടുത്തുവന്നിരിക്കും." അയാൾ പറഞ്ഞു. അവൾക്ക് അയാളുടെ പതിവുജീവിതത്തിലെ ഏകാന്തരാത്രികളെപ്പറ്റി സങ്കല്പിക്കാൻ കഴിയുന്നുണ്ടായിരുന്നു. "ആളൊഴിഞ്ഞ പ്രദേശങ്ങളിൽ പട്ടികൾ ഇല്ലാതെ നിങ്ങൾക്ക് തനിച്ച് മുന്നോട്ടുപോകാൻ കഴിയില്ല.

അതിരാവിലെ ഉള്ള യാത്രയ്ക്ക് തയ്യാറെടുത്തുകൊണ്ട് അവർ പത്തു മണിക്ക് ഉറങ്ങാൻ പോയി. അവളുടെ മുറിയുടെ വാതിലിൽ അവർ ഇരു ട്ടിൽ ഒരുനിമിഷം ഒന്നിച്ചു നിന്നിരുന്നു. "ജോ, എനിക്ക് ഒരുപാട് വ്യത്യാസം വന്നിട്ടുണ്ടോ?" അവൾ ചോദിച്ചു.

അയാൾ വിഡ്ഢിച്ചിരിചിരിച്ചു. "എനിക്ക് നിങ്ങളെ വീണ്ടും തിരിച്ച റിയാൻ കഴിയില്ലായിരുന്നു."

"നിങ്ങൾ എന്നെ തിരിച്ചറിയുമെന്ന് ഞാനും വിചാരിച്ചിരുന്നില്ല. ആറു വർഷം ഒരു നീണ്ട കാലയളവ് ആണ്."

"സത്യത്തിൽ നിങ്ങൾക്ക് യാതൊരു വ്യത്യാസവും വന്നിട്ടില്ല." അയാൾ പറഞ്ഞു. "അടിത്തട്ടിൽ നിങ്ങൾ അതേവ്യക്തിതന്നെ ആണ്."

"ഞാൻ അതുതന്നെ ആണെന്നാണ് ഞാനും വിചാരിക്കുന്നത്." അവൾ സാവധാനം പറഞ്ഞു. "ജോ, യുദ്ധത്തിനുശേഷം ഞാൻ ഒരു വൃദ്ധയാണെന്ന് എനിക്ക് തോന്നിയിരുന്നു. കുവാൻടാനിലെ സംഭവം കഴിഞ്ഞ് ഞാൻ വീണ്ടും എന്തെങ്കിലും കാര്യം എന്നെങ്കിലും ആസ്വദി ക്കുമെന്ന് ഞാൻ വിചാരിച്ചിരുന്നില്ല." അവൾ പുഞ്ചിരിച്ചു. "ഗ്രീൻ ഐലന്റിലെ വാരാന്ത്യം പോലെ ഒരു കാര്യം."

"അവിടെ ഒരു കാര്യവും ചെയ്യാനില്ലെന്ന് നിങ്ങൾക്ക് അറിയാം" അയാൾ പറഞ്ഞു. "നിങ്ങൾ കുളികഴിഞ്ഞ് അടിത്തട്ടിൽ സ്ഫടികത്തിന്റെ പാളികളുള്ള ഒരു ബോട്ടിൽ കയറി അതിലൂടെ പവിഴങ്ങളും മത്സ്യങ്ങളും കാണാൻവേണ്ടി യാത്ര ചെയ്യുന്നു."

"എനിക്ക് അറിയാം. അത് വലിയ നേരമ്പോക്ക് ആയിത്തീരാൻ പോകുകയാണ്."

അവർ അടുത്ത പ്രഭാതത്തിൽ എർനിയുടെ മേലാപ്പുള്ള മോട്ടോർ ബോട്ടിൽ കടൽത്തീരത്തോട് വിട പറഞ്ഞു. രണ്ടു മണിക്കൂർ സമയം അവർ ശാന്തമായ കടലിന് മുകളിലൂടെ രണ്ട് വർണ്ണശബളമായ വലിയ മത്സ്യങ്ങളെ ചൂണ്ടിയിട്ട് പിടിക്കുന്നതിനിടയിൽ ബോട്ടിന്റെ ഇരമ്പൽ സഹി ച്ചുകൊണ്ട് മുന്നോട്ടു നീങ്ങി. ഒരു മണിക്കൂറിനുശേഷം ചക്രവാളത്തിനു മുകളിൽ കാണാൻ കഴിയുന്ന പനമരങ്ങളുടെ മേലറ്റങ്ങളുടെ രൂപത്തിൽ ഗ്രീൻ ഐലന്റ് അവർക്ക് മുന്നിൽ പ്രത്യക്ഷപ്പെട്ടു. അവർ വട്ടത്തിലുള്ള

ആ ചെറിയ ദ്വീപിലേക്ക് അടുത്തുകൊണ്ടിരുന്നപ്പോൾ ദ്വീപിന് ചുറ്റും വെളുത്ത പവിഴമണ്ണിന്റെ കടൽത്തീരം പ്രത്യക്ഷപ്പെട്ടു. അവിടെ കരയി ലേക്ക് ഇറങ്ങാൻവേണ്ടി പാറക്കൂട്ടത്തിനു മുകളിലൂടെ നിർമ്മിച്ച ഒരു നീളംകൂടിയ തട്ട് ഉണ്ടായിരുന്നു. അവർ കരയിൽ എത്തിയതിനുശേഷം ഒരുമയോടെ ഈ തട്ടിലൂടെ താഴെയുള്ള പവിഴപ്പുറ്റുകൾക്ക് ചുറ്റും കളിച്ചു നടക്കുന്ന കടുംചുവപ്പ് മീനുകളെയും നീലനിറമുള്ള മീനുകളേയും കാണാൻവേണ്ടി ഇടയ്ക്കിടയ്ക്ക് നടത്തം നിർത്തിക്കൊണ്ട് മുന്നോട്ടു നടന്നു.

അവിടെ ആ ദ്വീപിൽ താമസിക്കാൻ വേണ്ടി മറ്റ് സന്ദർശകർ ആരും തന്നെ ഉണ്ടായിരുന്നില്ല. അവർക്ക് മരങ്ങൾക്കിടയിൽ ചെറിയ കിടക്കമു റികളുള്ള രണ്ട് കുടിലുകൾ ലഭിച്ചു. ഈ കുടിലുകൾക്ക് ഇളംകാറ്റ് കട ന്നുപോകാൻ വേണ്ടി തുറന്നിടാൻ കഴിയുന്ന ജനാലകൾ ഉണ്ടായിരുന്നു. അവയ്ക്ക് സ്വകാര്യതയ്ക്കുവേണ്ടി വല്ലപ്പോഴും ഉപയോഗിക്കാൻ കഴി യുന്ന തിരശ്ശീലകളും ഉണ്ടായിരുന്നു. അവർ ഉടൻതന്നെ കുളിച്ചു. കടൽത്തീരത്തുവച്ച് അവർ കണ്ടുമുട്ടി. ജീനിന് രണ്ട് കഷണങ്ങളുള്ള ഒരു വെളുത്ത പുതുപുത്തൻ നീന്തൽ വേഷം ഉണ്ടായിരുന്നു. ഹോട്ട ലിൽ സന്ദർശകരെ സ്വീകരിക്കുന്ന മുറിയിൽവച്ച് അവളുടെ നീന്തൽ വേഷത്തെപ്പറ്റി ജോ അവളെ പുകഴ്ത്തി സംസാരിച്ചിരുന്നു. "എന്റെ ദൈവമേ, ഇതിന് ഒരു ഛായാപടത്തിലെന്നപോലെയുള്ള അഴകുണ്ട്." അയാൾ പറഞ്ഞു.

അവൾ ചിരിച്ചു. "ജോ, ഒരു ഛായാപടത്തിന്റെ ചട്ടക്കൂട് നിറയ്ക്കാൻ വേണ്ടതൊന്നും ഇതിന് വേണ്ടത്ര ഇല്ല,"

"വളരെ ശരിയാണ്." അയാൾ പറഞ്ഞു. "പക്ഷേ, ഇവിടെ അത്ഭു തപ്പെട്ട് വായപൊളിച്ചു നില്ക്കാൻ ഒരാൾപോലും ഇല്ല."

"എനിക്ക് പൊള്ളൽ ഏല്ക്കാതിരിക്കാനുള്ള സ്ഥലം അന്വേഷി ക്കണം." അവൾ പറഞ്ഞു. "ഇവിടെ എന്നെങ്കിലും കുളിച്ചിട്ടുള്ളവരിൽവച്ച് ഏറ്റവും കൂടുതൽ വെളുത്തനിറമുള്ള സ്ത്രീ ഞാൻ ആണെന്ന് ഞാൻ പന്തയം വയ്ക്കാം."

"നിങ്ങൾ നീന്തൻ വേഷത്തിൽ ആണ്." അയാൾ പ്രസ്താവിച്ചു. അവളുടെ ചന്തം കണ്ടിട്ട് കണ്ണെടുക്കാൻ പറ്റാതെ അവളെത്തന്നെ നോക്കി നിന്നുകൊണ്ട് അയാൾ പറഞ്ഞു. "എന്നിട്ടും നിങ്ങൾ വെയിൽ ധാരാളം കൊണ്ടുകഴിഞ്ഞു."

അവളുടെ തോളുകളും കൈത്തണ്ടകളും തവിട്ടുനിറമായിരുന്നു. അവളുടെ മാറിടങ്ങൾക്ക് മുകളിലായി താഴെ വെള്ളനിറവും മുകളിൽ തവിട്ടുനിറവും ഉള്ള വ്യക്തതയോടെ തെളിഞ്ഞുനില്ക്കുന്ന ഒരു രേഖ ഉണ്ടായിരുന്നു. "മലയായിൽവച്ച് ഞാൻ സരോങ് ധരിച്ചിരുന്നു." അവൾ പറഞ്ഞു. "അവർ അവിടെ കിണർ നിർമ്മിക്കുമ്പോൾ ഗ്രാമത്തിൽ വച്ച് ഞങ്ങൾ പതിവായി സരോങ് കുറേക്കൂടി ഉയർത്തി കക്ഷത്തിനിടയിലാണ് ഉടുത്തിരുന്നത്. അതുപോലെ ഉടുക്കുകയാണെങ്കിൽ നല്ല തണുപ്പാണ്.

എന്നാൽ കൂടുതൽ ആളുകളെയും അത് സൂര്യതാപത്തിൽനിന്ന് സംര ക്ഷിക്കുന്നുണ്ട്. കൂടാതെ അത് സാമാന്യം സഭ്യമായ വേഷവും ആണ്."

"നിങ്ങൾ അത് ഇവിടെ കൊണ്ടുവന്നിട്ടുണ്ടോ?" അയാൾ ചോദിച്ചു.

അവൾ തലയാട്ടി "താമസിയാതെ ഞാൻ അത് അണിയാൻ പോകു കയാണ്."

അവർ വെള്ളത്തിലേക്ക് ഇറങ്ങാൻ വേണ്ടി തിരിഞ്ഞപ്പോൾ അവൾ ആദ്യമായി അയാളുടെ പിൻഭാഗം കാണുകയായിരുന്നു. പിൻഭാഗം വളരെ വലിയ മുറിപ്പാടുകൾകൊണ്ട് വികൃതമാക്കപ്പെട്ടിരുന്നു. അതുക ണ്ടപ്പോൾ അയാളെപ്പറ്റി അവളുടെയുള്ളിൽ ആഴത്തിലുള്ള അനുകമ്പ അണപൊട്ടിയൊഴുകാൻ തുടങ്ങിയിരുന്നു. ഈ മനുഷ്യൻ അവൾക്കു വേണ്ടി വേണ്ടത്ര പീഡനങ്ങൾ ഇപ്പോൾത്തന്നെ സഹിച്ചുകഴിഞ്ഞിട്ടുണ്ട്. അവൾ നിശ്ചയമായും അയാളെ ഇതിലും കൂടുതൽ പീഡിപ്പിക്കാൻ പാടില്ല. അയാൾ അവളെ പിന്നോട്ട് തിരിഞ്ഞുനോക്കിക്കൊണ്ട് പറഞ്ഞു. "നമ്മൾ മുട്ടിനുതാഴെ വെള്ളത്തിലേക്ക് ഇറങ്ങാതിരിക്കുന്നതാണ് കൂടു തൽ നല്ലത്. ഇവിടെ നാലുചുറ്റും ധാരാളം സ്രാവുകൾ ഉണ്ട്." അതിനു ശേഷം അയാൾ അവളുടെ മുഖത്തേക്ക് കൂടുതൽ സൂക്ഷിച്ചുനോക്കി ക്കൊണ്ട് ചോദിച്ചു. "എന്താണ് കാര്യം?" അവൾ നിറകണ്ണുകൾ അയാ ളിൽ നിന്ന് മറച്ചുവെക്കാൻ പാടുപെട്ടുകൊണ്ട് പെട്ടെന്ന് ചിരിച്ചു. "സൂര്യൻ" അവൾ പറഞ്ഞു. "സൂര്യൻ കാരണം എന്റെ കണ്ണുനിറയുന്നു. എന്റെ കറുത്ത കണ്ണട ഞാൻ കൊണ്ടുവരേണ്ടതായിരുന്നു."

"ഞാൻ പോയി അത് എടുത്തുകൊണ്ടു വരാം. കണ്ണട എവിടെ യാണ് സൂക്ഷിക്കുന്നത്?"

"സത്യത്തിൽ എനിക്ക് കണ്ണടയുടെ ആവശ്യമില്ല." അവൾ ഏക ദേശം രണ്ട് അടിമാത്രം ആഴമുള്ള വെള്ളത്തിലൂടെ മുന്നോട്ടു കുതിച്ചു നീന്തി. അവൾ മുഖത്തെ വെള്ളം തെറിപ്പിച്ചു കളഞ്ഞുകൊണ്ട് ആഴമില്ലാത്ത വെള്ളത്തിൽ കിടന്ന് ഉരുണ്ടു. "ഇത് അത്ഭുതകരമാണ്" അവൾ പറഞ്ഞു. അയാൾ സ്വയം എടുത്തുചാടി. അല്പസമയം അയാൾ വെള്ളത്തിൽ കിടന്നു മറിഞ്ഞു. അതിനുശേഷം അയാൾ അവളുടെ ഒരു വശത്തുവന്ന് ഇളംചൂടുള്ള കടലിലെ പവിഴമണ്ണിന്റെ മുകളിലിരുന്നു. അവൾ ചോദിച്ചു. "ജോ, സത്യത്തിൽ സ്രാവുകൾ ഇതുപോലെ തൊട്ട ടുത്ത് വരാറുണ്ടോ?"

"അരയറ്റം വെള്ളത്തിൽ നിന്നുപോലും അവ നിങ്ങളെ പിടിച്ചുവ ലിച്ച് കൊണ്ടുപോകും." അയാൾ പറഞ്ഞു. "സ്രാവുകൾ അങ്ങനെ ചെയ്യു മെന്ന് ഞാൻ ഉറപ്പിച്ചു പറയാം. ഈ നിമിഷത്തിൽ ഏതെങ്കിലും ഒരെണ്ണമെങ്കിലും ഇവിടെ എത്തിയിട്ടുണ്ടോ എന്ന് എനിക്ക് അറിയില്ല. നിങ്ങൾക്ക് ഒരിക്കലും അതിന്റെ കാര്യം പറയാൻ കഴിയില്ല. അതാണ് ബുദ്ധിമുട്ട്. മലയായിൽ നിങ്ങൾക്ക് സ്രാവുകൾ ഉണ്ടായിരുന്നില്ലേ?"

"അവിടെ ഉണ്ടായിരുന്നെന്നാണ് ഞാൻ വിചാരിക്കുന്നത്." അവൾ പറഞ്ഞു. "ഗ്രാമീണർ ഒരിക്കലും മുട്ടിന് മുകളിൽ വെള്ളമുള്ള സ്ഥലങ്ങ

ലിലേക്ക് ഇറങ്ങിപ്പോയിരുന്നില്ല. അതുകൊണ്ട് ഞങ്ങളും ഇറങ്ങിയില്ല. അവിടെയുള്ള നദിയിൽ മുതലകളും ഉണ്ടായിരുന്നു." അവൾ ചിരിച്ചു. "ഏതു രീതിയിൽ നോക്കിയാലും ഒരു ചൂടുരാജ്യത്ത് ഒരു നല്ല നീന്തൽക്കു ളത്തിനെ തോല്പിക്കാൻ മറ്റൊന്നുംതന്നെ അവിടെ ഉണ്ടാവില്ല."

അവർ നീലനിറത്തിലുള്ള സുതാര്യമല്ലാത്ത വെള്ളത്തിലൂടെ നീന്തി ത്തുടിച്ചു. സൂര്യൻ തിരമാലകൾക്കിടയിലൂടെ കടന്നുവന്ന് അവർക്കുചുറ്റും ഉണ്ടായിരുന്ന പവിഴമണ്ണിൽ പറ്റിപ്പിടിച്ച് വെള്ളിപോലെ തിളങ്ങി. "ഞാൻ ഒരിക്കലും ഒരു നീന്തൽക്കുളത്തിൽ കുളിച്ചിട്ടില്ല." അയാൾ പറഞ്ഞു. "അവർ അതിന്റെ അതിരുകളിലെല്ലാം ആഴം കുറച്ചാണ് നിർമ്മിച്ചിരിക്കു ന്നത്. അങ്ങനെയല്ലേ? അവിടെ നിങ്ങൾക്ക് ഇതുപോലെ ഇരിക്കാൻ പറ്റും. അല്ലേ?"

"നിശ്ചയമായും ഇരിക്കാൻ പറ്റും. നീന്തൽക്കുളങ്ങൾക്ക് ആഴം കുറഞ്ഞ ഒരു അറ്റവും ആഴമുള്ള ഒരു അറ്റവും ഉണ്ട്. ഡൈവിങ് ബോർഡു കൾ ആഴമുള്ള അറ്റത്താണ്. അവർക്ക് ഇവിടെ ആസ്ട്രേലിയായിൽ നീന്തൽക്കുളങ്ങൾ ഇല്ലേ?"

"ഇവിടെ അവർക്ക് സിഡ്നിയും മെൽബണും പോലെയുള്ള സ്ഥല ങ്ങളിൽ നീന്തൽക്കുളങ്ങൾ ഉണ്ട്. കന്നുകാലികേന്ദ്രങ്ങളുടെ ഉടമസ്ഥ ന്മാർക്ക് അവരുടെ രാജ്യത്ത് നീന്തൽക്കുളങ്ങൾ ഉണ്ടെന്ന് ഞാൻ കേട്ടി ട്ടുണ്ട്. പക്ഷേ, ക്യാൻസും ടൗൺസ് വില്ലും പോലെയുള്ള സ്ഥലങ്ങൾ കടൽക്കരയിൽ ആണ്. അതുകൊണ്ട് ആ സ്ഥലങ്ങളിൽ നീന്തൽക്കുള ങ്ങളുടെ ആവശ്യം അവർക്ക് ഇല്ല."

"മിസിസ്സ് മാക്ലീനിന് ആലിസ് സ്പ്രിങ്സിൽ ഒരു കുളമുണ്ട്."

"എനിക്കറിയാം. അവർ അത് നിർമ്മിച്ചത് ഒന്നോ രണ്ടോ വർഷ ങ്ങൾക്ക് മുമ്പ് ആയിരുന്നു. അത് ഞാൻ ഇതുവരെ കണ്ടിട്ടില്ല."

അവൾ മലർന്നുകിടന്ന് കടൽക്കാക്കകൾ ദ്വീപിലെ ചൂടിൽനിന്ന് കുതിച്ചുയരുന്നത് ശ്രദ്ധിക്കുകയായിരുന്നു. "വിൽസ്ടൗണിൽ നിങ്ങൾക്ക് ഒരു കുളം ആവശ്യമായിരുന്നു." അവൾ പറഞ്ഞു. "നിങ്ങൾക്ക് കിണ റിൽനിന്ന് ലോകത്തിലെ വെള്ളം മുഴുവൻ ലഭിക്കുന്നുണ്ട്. അത് പട്ടണ ത്തിന്റെ നടുക്ക് നിന്നുതന്നെ പാഴായി പോകുകയാണ്. ഹോട്ടലിന്റെ എതിർവശത്തുതന്നെ നിങ്ങൾക്ക് ഒരു മനോഹരമായ നീന്തൽക്കുളം നിർമ്മിക്കാൻ കഴിയും."

"വെള്ളം പാഴായിപ്പോകുന്നില്ല." അയാൾ പ്രസ്താവിച്ചു. "അതു മുഴുവൻ ഇവിടെയുള്ള കന്നുകാലികൾ കുടിക്കുന്നുണ്ട്."

"നമ്മൾ അത് ആദ്യം കടമെടുത്ത് നീന്തൽക്കുളത്തിനുവേണ്ടി ഉപ യോഗിച്ചാലും അതിന്റെ സ്വാദിന് വ്യത്യാസമൊന്നും വരാൻ പോകുന്നില്ല."

"ഒരുപക്ഷേ, നിങ്ങൾ അതിൽ നീന്തിയാൽ അതിന്റെ മാധുര്യം വർദ്ധിക്കുമായിരിക്കും." അയാൾ സമ്മതിച്ചു. "ഞാൻ നീന്തിയാൽ എന്ത് സംഭവിക്കുമെന്ന് എനിക്കറിയില്ല."

കാൽമണിക്കൂറിൽ കൂടുതൽ അവളെ വെള്ളത്തിൽ കിടക്കാൻ

അയാൾ അനുവദിച്ചില്ല. "നിങ്ങൾ അതിൽ കിടന്ന് വെന്തുപോകും." അയാൾ പറഞ്ഞു. "ഇതുപോലെയുള്ള നട്ടുച്ചസമയത്ത് കടലിൽ കിട ന്നാലും നിങ്ങൾ കരയിലെപ്പോലെ വെന്തുപോകും. നിങ്ങളുടെ തൊലി പോലെ വെളുത്തതൊലി ഉള്ളപ്പോൾ നിങ്ങൾക്ക് ശ്രദ്ധ ഉണ്ടായിരി ക്കണം." അവർ കടൽത്തീരത്തുനിന്ന് മരങ്ങളുടെ നിഴലിൽ പോയിരുന്ന് അല്പസമയം പുകവലിച്ചുകൊണ്ടിരുന്നു. അതിനുശേഷം അവർ ഉച്ചഭ ക്ഷണത്തിനുവേണ്ടി അല്പംകൂടി വസ്ത്രധാരണം നടത്താൻ ആഗ്രഹി ച്ചിരുന്നു. ആസ്ട്രേലിയായിലെ ഹോട്ടലുകൾ ഭക്ഷണസമയത്തെ വേഷ ങ്ങളെപ്പറ്റി വളരെക്കൂടുതൽ ശ്രദ്ധിക്കുന്നുണ്ടെന്ന് അവൾ കണ്ടുപിടിച്ചി രുന്നു. ക്യാൻസിൽ വേനലിലെ ഏറ്റവും കൂടുതൽ ചൂടുള്ള ദിവസ ത്തിൽപോലും കോട്ടും ടൈയും ഇല്ലാത്ത പുരുഷനോ അയഞ്ഞ വേഷം ധരിച്ച സ്ത്രീയോ ഭക്ഷണ മുറിയിൽ ആഹാരം വിളമ്പിയിരുന്നില്ല.

ജോ ഹർമാൻ അവൾക്കുവേണ്ടി തണുത്ത ഇറച്ചിയും പഴങ്ങളും ഉൾപ്പെടെയുള്ള ഒരു ലഘുവായ ഉച്ചഭക്ഷണം ഏർപ്പാടുചെയ്തിരുന്നു. അവളുടെ വാരാന്ത്യത്തെ ഒരു വിജയമാക്കി മാറ്റാൻ അയാൾ കാണി ക്കുന്ന ശ്രദ്ധ അവളെ സ്പർശിച്ചിരുന്നു. മാമ്പഴം മാന്യമായി കഴിക്കാൻ പാടുപെടുന്നതിനിടയിൽ അവൾ ചോദിച്ചു. "ജോ, വിൽസ്ടൗൺ പോലെ യുള്ള സ്ഥലങ്ങളിൽ കൂടുതൽ പുതിയ പഴങ്ങൾ ഇല്ലാത്തത് എന്തുകൊ ണ്ടാണ്? ഇവിടെ പഴങ്ങൾ വളരില്ലേ?"

"മാവ് ശരിക്ക് വളരുന്നുണ്ട്." അയാൾ പറഞ്ഞു. "ഞങ്ങൾക്ക് മിഡ് ഹസ്റ്റിൽ മൂന്നോ നാലോ മാവുകൾ ഉണ്ട്. പട്ടണത്തിൽ ഒന്നുപോലും ഇല്ലേ? ഉണ്ടായിരിക്കുമെന്നാണ് ഞാൻ വിചാരിക്കുന്നത്?"

"ഉണ്ടെന്ന് ഞാൻ വിശ്വസിക്കുന്നില്ല. "ഹോട്ടലിനുള്ളിൽ ഒരു പഴം പോലും ഞാൻ കണ്ടിരുന്നില്ല. എവിടെയെങ്കിലും വില്ക്കാൻ വെച്ചിരി ക്കുന്നതും ഞാൻ കണ്ടിട്ടില്ല."

"ഒരുപക്ഷേ, നിങ്ങൾ കണ്ടിരിക്കില്ല. ആളുകൾ അതിനെപ്പറ്റി കൂടു തൽ വിഷമിക്കുന്നുണ്ടെന്ന് തോന്നുന്നില്ല. ചില സ്ഥലങ്ങളിൽ നിഴൽ മര ങ്ങളെല്ലാം മാവുകൾ ആണ്. കുക്ക് ടൗണിൽ വേനലിന്റെ തുടക്കത്തിൽ റോഡ് മുഴുവൻ മാങ്ങകൾക്ക് മുകളിലൂടെ ആണ് നിങ്ങൾ വണ്ടി ഓടി ക്കുന്നത്."

"ആളുകൾക്ക് പുതിയ പഴങ്ങളിലും പച്ചക്കറികളിലും താല്പര്യം ഇല്ലേ? അത് കഴിക്കാതിരുന്നാൽ. അവർക്ക് എല്ലാത്തരം ത്വക്ക് രോഗ ങ്ങളും കിട്ടാൻ ഇടയുണ്ടെന്നാണ് ഞാൻ ഉദ്ദേശിച്ചത്."

"പ്രായമായവർക്ക് മറ്റുള്ള സ്ഥലങ്ങളിലെപ്പോലെ തോട്ടങ്ങളിൽ ജോലി ചെയ്യാൻ ചൂട് കൂടുതലാണ്." അയാൾ പറഞ്ഞു. "അതുപോലെ യുള്ള കാര്യങ്ങൾ വളർത്തിയെടുക്കാൻ രാജ്യത്ത് വേണ്ടത്ര ആളുകൾ ഇല്ല. ഞങ്ങൾക്ക് കന്നുകാലി കേന്ദ്രങ്ങളിൽ നോട്ടക്കാരായി ജോലി ചെയ്യാൻ പോലും ആളുകളെ കിട്ടുന്നില്ല– ഞങ്ങൾക്ക് മൂന്നിൽ രണ്ട് ഭാഗം ആസ്ട്രേലിയക്കാരെ ഉപയോഗിക്കേണ്ടി വരുന്നുണ്ട്. അല്ലെങ്കിൽ

അതിലും കൂടുതൽ ഉപയോഗിക്കേണ്ടിവരുന്നുണ്ട്. വേണ്ടത്ര അതിനു പറ്റിയ ആളുകൾ ഇവിടെ ഇല്ല. ആളൊഴിഞ്ഞ ഇത്തരം സ്ഥലങ്ങളിലേക്ക് ആസ്ട്രേലിയാക്കാർ വരില്ല." അവൾ ആലോചനയോടെ പറഞ്ഞു. "ആലിസ് സ്പ്രിങ്സിൽ ധാരാളം പുതിയ പച്ചക്കറികൾ ഉണ്ടായിരുന്നു."

"അതു ശരിയാണ്." അയാൾ മറുപടി പറഞ്ഞു. "ആലിസ് വ്യത്യ സ്തമാണ്. ആലിസ് ഒരു ഒന്നാംതരം ചെറിയ പട്ടണമാണ്."

അവർ ഉച്ചഭക്ഷണത്തിനുശേഷം ഉറങ്ങി. അതിനുശേഷം ചായയ്ക്കു മുമ്പ് അവർ ഒരിക്കൽക്കൂടി കുളിച്ചു. വൈകുന്നേരത്തെ തണുപ്പിൽ അവർ പുറത്തിറങ്ങി കടൽപാലത്തിന്റെ അറ്റത്തെത്തി ചൂണ്ടയിട്ടു. അവർക്ക് ഏതാനും കോര മീനിനെ കിട്ടി. അതിന്റെ കൂടെ കടിച്ചാൽ വിഷമുള്ള കൈയുറ ധരിച്ചുകൊണ്ട് കൈകാര്യംചെയ്യേണ്ട ചുവപ്പും നീലയും നിറ ത്തിലുള്ള ഏതാനും മത്സ്യങ്ങളെയും അവർ പിടികൂടിയിരുന്നു. അതി നുശേഷം ലാഭകരമല്ലാത്ത ഈ കളി ഉപേക്ഷിച്ചുകൊണ്ട് അവർ ചൂണ്ട യുടെ ചരട് ചുറ്റിവച്ചു. അതിനുശേഷം അവർ ചക്രവാളത്തിൽ അതർടൺ പീഠഭൂമിക്ക് മുകളിലെ സൂര്യാസ്തമയം കാണാൻ വേണ്ടി ജാഗ്രതയോടെ നോക്കിയിരിക്കുകയായിരുന്നു. "ഇത് ഒരു അമ്പരപ്പിക്കുന്ന കാര്യമാണ്." ജീൻ പറഞ്ഞു. "നിങ്ങൾ ഒരു പുതിയ രാജ്യത്തേക്ക് പോകുന്നു. അവിടെ എല്ലാ കാര്യങ്ങളും വ്യത്യസ്തമായിരിക്കണമെന്ന് നിങ്ങൾ പ്രതീക്ഷിക്കു ന്നു. അതിനുശേഷം ഒരുപാട് കാര്യങ്ങൾക്ക് വ്യത്യാസമില്ലെന്ന് നിങ്ങൾ കണ്ടെത്തുന്നു. ഇംഗ്ലണ്ടിലെ ഒരു മനോഹരമായ വൈകുന്നേരത്തെ സൂര്യാസ്തമയം പോലെയാണ് ഇവിടുത്തെ സൂര്യാസ്തമയവും" ജീൻ സംസാരം അവസാനിപ്പിച്ചു.

"നിങ്ങൾക്ക് കൂടുതൽ കാര്യങ്ങളും ഇവിടെ ഇംഗ്ലണ്ടിലെപ്പോലെ ആണെന്ന് തോന്നുന്നുണ്ടോ?" അയാൾ ചോദിച്ചു.

അവൾ പുഞ്ചിരിച്ചു. "ഗ്രീൻ ഐലന്റ് ഇംഗ്ലണ്ടുപോലെ അല്ല. വിൽസ്ടൗണിനും ഇംഗ്ലണ്ടിനോട് സാമ്യം ഉണ്ടെന്ന് ഉറപ്പിച്ച് പറയാൻ കഴിയില്ല. പക്ഷേ, ക്യാൻസിന് വളരെ അധികം സാമ്യമുണ്ട്. തെരുവുക ളിൽ വോക്സോൾ കാറുകളും ഓസ്റ്റിൻ കാറുകളും നിർത്തിയിട്ടിരി ക്കുന്നു. രാഷ്ട്രീയക്കാർ ആളുകളോട് ബ്രിട്ടീഷ് സാധനങ്ങൾ വാങ്ങാൻ പറയുന്നു. ഹോട്ടലിൽ ഇരുന്ന് ബാങ്കിലെ ഗുമസ്തന്മാർ റേഡിയോയിലെ സാമ്പത്തിക വാർത്തകൾ ശ്രദ്ധിക്കുന്നു. തെരുവുകളിലെ പത്രം വില്ക്കുന്ന ആൺകുട്ടികൾക്ക് പോലും ഇംഗ്ലണ്ടുമായി സാമ്യമുണ്ട്. "അതിനെപറ്റി എല്ലാ കാര്യങ്ങളും വായിച്ചു മനസ്സിലാക്കൂ." കണ്ണടച്ചിരുന്ന് അവരെ ശ്രദ്ധിച്ചു കേൾക്കുകയാണെങ്കിൽ അവരുടെ ശബ്ദംപോലും അതു തന്നെ ആണ്. ഞാൻ ഈലിങ്ങിൽ താമസിക്കുമ്പോൾ അവർ കൃത്യ മായും ഇതുപോലെ വിളിച്ചുകൂവുന്ന പതിവ് ഉണ്ടായിരുന്നു."

"നിങ്ങൾ ജോലി ചെയ്തിരുന്ന സമയത്ത് താമസിച്ചിരുന്ന ലണ്ടന് സമീപമുള്ള സ്ഥലത്തിന്റെ പേര് ഈലിങ് എന്നാണോ?"

"അതു ശരിയാണ്. സത്യത്തിൽ അത് ലണ്ടന്റെ ഒരു ഭാഗമാണ്,

ഒരു പ്രാന്തപ്രദേശം."

"നിങ്ങൾ നാട്ടിൽ പോകുമ്പോൾ അവിടെയാണോ താമസിക്കാൻ പോകുന്നത്?"

"എനിക്ക് അറിയില്ല." അവൾ സാവധാനം പറഞ്ഞു. "ജോ, ഞാൻ എന്താണ് ചെയ്യാൻ പോകുന്നതെന്ന് എനിക്കറിയില്ല."

കടൽപാലത്തിന് മുകളിൽ ഒന്നിച്ചിരുന്ന് ശാന്തമായ വെള്ളത്തിന് മുകളിൽ സൂര്യൻ അസ്തമിക്കുന്നത് നോക്കിയിരിക്കുമ്പോൾ അവൾ തുട ക്കമിട്ട അവസരത്തിന്റെ തുടർനടപടികൾ അയാളിൽ നിന്ന് ഉണ്ടാകു മെന്ന് അവൾ പ്രതീക്ഷിച്ചിരുന്നു. പക്ഷേ, അയാൾ അത് ചെയ്യാതിരുന്ന തിൽ അവൾക്ക് നിരാശ ഉണ്ടായിരുന്നു. അവൾ അയാളിൽനിന്ന് ഇതി നേക്കാൾ കൂടുതൽ പ്രതീക്ഷിച്ചിരുന്നു. എന്നാൽ അവൾക്ക് അത് ലഭി ച്ചിരുന്നില്ല. അത് അവളെ ബുദ്ധിമുട്ടിക്കാൻ തുടങ്ങിയിരുന്നു. അവൾ വാരാന്ത്യം മുഴുവൻ പ്രതിരോധം നടത്തിക്കൊണ്ട് ചെലവഴിക്കാമെന്ന് അവൾ പ്രതീക്ഷിച്ചിരുന്നു. പക്ഷേ, ഇതുവരെ വളരെ വ്യത്യസ്തമായ രീതിയിലാണ് കാര്യങ്ങൾ പുരോഗമിക്കുന്നത്. ജോ ഹാർമാന്റെ അവ ളോടുള്ള പെരുമാറ്റം അവജ്ഞയ്ക്കും അപ്പുറമായിരുന്നു. അയാൾ അവളെ ചുംബിക്കാൻ ശ്രമിച്ചിരുന്നില്ല. അവളെ സ്പർശിക്കാനുള്ള അവ സരങ്ങൾ സൃഷ്ടിക്കാൻ പോലും അയാൾ ശ്രമിച്ചിരുന്നില്ല. അവളെ അന്വേ ഷിക്കാൻ മാത്രമായി അയാൾ ഇംഗ്ലണ്ടുവരെ എത്തിയെന്ന സത്യം ഒഴി വാക്കുകയയാണെങ്കിൽ ഒരുപക്ഷേ, തന്നെപ്പറ്റി അയാൾക്ക് യാതൊരു താല്പര്യവും ഇല്ലെന്ന് അവൾ വിചാരിച്ചിരിക്കാൻ സാദ്ധ്യത ഉണ്ടായിരു ന്നു. പകൽ അവസാനിക്കാറായപ്പോൾ അയാളുടെ നിയന്ത്രണത്തെപ്പറ്റി അവൾ കാര്യമായി വേവലാതിപ്പെടാൻ തുടങ്ങിയിരുന്നു. അവൾ അയാൾക്ക് വേണ്ടത്ര വേദന ഉണ്ടാക്കിക്കഴിഞ്ഞിരുന്നു.

അവർ ഉറങ്ങാൻപോയ സമയത്തും അവളുടെ മനോനില മെച്ചപ്പെ ട്ടിരുന്നില്ല. അവൾ ചുംബിക്കപ്പെട്ടിരുന്നെങ്കിൽ അതവൾക്ക് ഇഷ്ടമാകുമാ യിരുന്നു. പക്ഷേ, പനമരങ്ങൾക്ക് താഴെയുള്ള പ്രശാന്തമായ ഇരുട്ടിൽവച്ച് ജോ ഹാർമാൻ അങ്ങനെ ചെയ്തിരുന്നില്ല. അവർ കൈകൊടുക്കുക പോലും ചെയ്യാതെ ഏറ്റവും കൂടുതൽ അച്ചടക്കത്തോടെ പൂർണ്ണമായും മാന്യത പാലിച്ചുകൊണ്ട് അവരവരുടെ കുടിലുകളിലേക്ക് ശുഭരാത്രി ആശംസിച്ചുകൊണ്ട് പിൻവാങ്ങുകയായിരുന്നു. ജീൻ കുറച്ചുസമയം അസ്വസ്ഥതയോടെ ഉണർന്നു കിടന്നു. അവർ ഗ്രീൻ ഐലന്റിൽ വച്ച് ഏതോ ചില വൈകാരികമായ തീരുമാനങ്ങളിലേക്ക് എത്തിച്ചേരുമെന്ന് അവൾ വിശ്വസിച്ചിരുന്നു. പക്ഷേ, ഇതുപോലെയാണ് കാര്യങ്ങൾ പോകു ന്നതെങ്കിൽ അവർ തിങ്കളാഴ്ച ഒരുകാര്യത്തിനും തീരുമാനമാകാതെ ഇവി ടെനിന്ന് പിരിഞ്ഞുപോകും. അങ്ങനെ സംഭവിച്ചാൽ അവൾക്ക് ബ്രിസ്ബെ യിനിൽ എത്തി വീട്ടിലേക്ക് പോകേണ്ടിവരും. മറ്റെന്തെങ്കിലും കാര്യം ചെയ്യുന്നതിന് അവൾക്ക് പറയാൻ യാതൊരു ഒഴികഴിവും അതിനുശേഷം ഉണ്ടായിരിക്കില്ല. ഈ ആലോചന ഏറക്കുറെ അസഹനീയമായിരുന്നു.

അയാൾക്ക് ഇംഗ്ലീഷുകാരുടെ രീതികൾ അപരിചിതമായിരുന്നെന്ന് അവൾ മനസ്സിലാക്കിയിട്ടുണ്ടായിരുന്നു. അവളുടെ ജീവിതത്തെ ക്വീൻസ് ലാന്റിലെ അയാളുടെ ജീവിതവുമായി ഒന്നിപ്പിക്കാൻ അവൾ എത്രമാത്രം ആഗ്രഹിക്കുന്നുണ്ടെന്ന് മനസ്സിലാക്കാൻ അയാൾക്ക് കഴിഞ്ഞിരുന്നില്ല. ഒരുപക്ഷേ, അവളുടെ പണംകൂടി അവർക്കിടയിൽ എഴുന്നേറ്റ് നില്ക്കു ന്നുണ്ടായിരിക്കാം. ഇത്രമാത്രം ആത്മാർത്ഥതയും സത്യസന്ധതയുമുള്ള ഒരു മനുഷ്യന് പണമുള്ള ഒരു പെൺകുട്ടിയെ വിവാഹം കഴിക്കാൻ എന്തെങ്കിലും മനസ്സാക്ഷിക്കുത്ത് ഉണ്ടായിരിക്കുമെന്ന് അവൾ വിചാരി ച്ചിരുന്നില്ല. പക്ഷേ, അത് അയാളെ ഒഴിഞ്ഞുമാറാൻ ഇടയാക്കിയേക്കാം. അപരിചിതയും സമ്പന്നയുമായ ഒരു ഇംഗ്ലീഷുകാരി പെൺകുട്ടി എന്ന നിലയിലുള്ള അവൾക്കും ക്യാൻസിൽ നിന്നുള്ള ഒരു ആസ്ട്രേലിയക്കാരി പെൺകുട്ടിക്കും ഇടയിൽ ഒരു വ്യത്യാസം നിലനില്ക്കുന്നുണ്ടെന്നുള്ള ഒരു തോന്നൽ ജീനിന്റെ മനസ്സിൽ ഉണ്ടായിരുന്നു. ജോ ഹാർമാൻ ക്യാൻസിൽനിന്നുള്ള ഒരു പെൺകുട്ടിയോട് അമിതമായ താല്പര്യം കാണിച്ചിരുന്നെങ്കിൽ ഈ സമയംകൊണ്ട് അവൾ അയാളോടൊപ്പം കിടക്ക പങ്കിടുമായിരുന്നെന്ന് ജീൻ ആലോചിക്കുന്നുണ്ടായിരുന്നു. എന്നാൽ അവൾക്ക് ഇപ്പോൾ ചുംബിക്കപ്പെടുന്നതിന്റെ അനുഭവം പോലുമില്ല.

അവൾ വളരെക്കൂടുതൽ സമയം ഉണർന്നുകിടന്നു.

അടുത്ത ദിവസവും കാര്യങ്ങൾ മെച്ചപ്പെട്ടിരുന്നില്ല. സുതാര്യമല്ലാത്ത മനോഹരമായ കടലിൽ ഇറങ്ങി പ്രഭാതത്തിലെ തണുപ്പ് കണക്കിലെടു ക്കാതെ അവർ കുളിച്ചുകയറി. അപ്പോൾ വേലിയിറക്കം ആയിരുന്നതു കൊണ്ട് കടലിലെ പാറക്കൂട്ടത്തിനു മുകളിലൂടെ നിറമുള്ള പവിഴപ്പുറ്റു കൾ കാണാൻവേണ്ടി അവർ ചുറ്റിനടന്നു. അവർ അടിഭാഗത്ത് കണ്ണാടി കൾ ഉറപ്പിച്ചിട്ടുള്ള വള്ളത്തിൽ നിറമുള്ള മത്സ്യങ്ങളെ കാണാൻവേണ്ടി തുഴഞ്ഞു നടന്നു. ആ സമയം മുഴുവൻ അവർ ഏറ്റവും കുറഞ്ഞത് ആറിഞ്ച് അകലത്തിൽ ആയിരുന്നു. ചായ കുടിക്കാനുള്ള സമയം എത്തി യപ്പോൾ അവരുടെ കഴമ്പില്ലാത്ത സംസാരം പൂർണ്ണമായും അവർ സംസാ രിച്ചുകഴിഞ്ഞിരുന്നു. അവർക്ക് രണ്ടുപേർക്കും മുകളിൽ നിയന്ത്രണ ത്തിന്റെ ഭാരം വളരെയധികം വർദ്ധിച്ചിട്ടുണ്ടായിരുന്നു. അവരിൽ ഒരാൾക്കും എന്താണ് പറയേണ്ടതെന്ന് അറിയില്ലെന്ന് തോന്നിയിരുന്ന സന്ദർഭങ്ങൾ അവർക്കിടയിൽ നീണ്ട വൃത്തികെട്ട ഇടവേളകൾ സൃഷ്ടി ക്കുന്നുണ്ടായിരുന്നു.

വൈകുന്നേരത്തെ വെളിച്ചത്തിൽ അവർ കടൽത്തീരത്തുകൂടി ദ്വീപിൽ ചുറ്റിത്തിരിയാൻ തീരുമാനിച്ചിരുന്നു. അവൾ അയാളെ അവളുടെ കുടിലിന്റെ വാതിലിൽ ഉപേക്ഷിച്ചുകൊണ്ട് പറഞ്ഞു. "ജോ, എനിക്ക് ഒരു രണ്ട് മിനിറ്റ് തരണം ഞാൻ കടപ്പുറത്തുകൂടി ഈ ഫ്രോക്ക് ധരിച്ചു കൊണ്ട് ചുറ്റിത്തിരിയാൻ ആഗ്രഹിക്കുന്നില്ല." അവൾ സ്വകാര്യതയ്ക്കു വേണ്ടി തിരശ്ശീലകളിൽ ഒന്ന് വലിച്ചുമൂടി. വേഷം മാറുന്നതിനിടയിൽ

അവർക്ക് ഒരു ദിവസം മാത്രമാണ് ബാക്കിയുള്ളതെന്ന് അവൾ ആലോ ചിച്ചിരുന്നു. അവർക്ക് അതുതന്നെ തീരുമാനമെടുക്കാൻ ധാരാളം കാര്യ ങ്ങൾ ഉണ്ടായിരുന്നു. അതിൽ ഒരെണ്ണംപോലും ഇതുവരെ ആരംഭിച്ചിട്ടു ണ്ടായിരുന്നില്ല. അല്പം സാഹസത്തിനു മുതിരാതെ അവൾ ഒരിടത്തും എത്തിച്ചേരാൻ പോകുന്നില്ല. ജോ ഹാർമാന് വേണ്ടിയുള്ള ആ സാഹ സത്തിൽ തെറ്റ് ഉണ്ടായിരുന്നില്ല.

അവൾ കുടിലിൽനിന്ന് പുറത്തേക്ക് ഇറങ്ങിയപ്പോൾ അയാൾ തിരി ഞ്ഞുനിന്നു. അയാൾ ആറുവർഷം മുമ്പുള്ള മലയായിലെ പഴയ രംഗ ത്തിലേക്ക് തിരിച്ചുപോകുകയായിരുന്നു. അവൾ ആ പഴയ നിറം മങ്ങിയ ചീട്ടിത്തുണികൊണ്ടുള്ള സരോങ് ആണ് ധരിച്ചിരുന്നത്. അല്ലെങ്കിൽ അതുപോലെയുള്ള മറ്റൊരു സരോങ്. അത് അവൾ കക്ഷത്തിനടിയിൽ ചുരുട്ടിവെച്ചിരിക്കുകയായിരുന്നു. അവളുടെ തവിട്ടുനിറമുള്ള തോളുകളും കൈകളും നഗ്നമാക്കിയിരുന്നു. അവൾ കാലിൽ ഷൂ ധരിച്ചിരുന്നില്ല. അവ ളുടെ മുടി അറ്റത്ത് ഒരു ചരടുകെട്ടി പിന്നിലേക്ക് നീളത്തിൽ പിന്നിയിട്ടി രിക്കുകയായിരുന്നു. മലയായിൽവെച്ച് അവൾ ഈ രീതിയിലായിരുന്നു മുടി പിന്നിയിരുന്നത്. അവൾ ഇപ്പോൾ പണക്കാരിയും അപരിചിതയുമായ ഒരു ഇംഗ്ലീഷുകാരി ആയിരുന്നില്ല. അവൾ വീണ്ടും ശ്രീമതി കറമ്പി ആയി രുന്നു. അയാൾ പോയ വർഷങ്ങളിലെല്ലാം ഓർമ്മയിൽ കൊണ്ടുനടന്നി രുന്ന ശ്രീമതി കറമ്പി. അവൾ സാമാന്യം ലജ്ജയോടെ നടന്നുവന്ന് അയാ ളുടെ അടുത്തെത്തി. രണ്ട് കൈകളും അയാളുടെ തോളുകളിൽ വച്ചു കൊണ്ട് ചോദിച്ചു. "ജോ, ഈ വേഷം മെച്ചമാണോ?"

പിന്നീട് അവൾക്ക് ഒരിക്കലും അടുത്ത അഞ്ചുമിനിറ്റുകളിൽ എന്താണ് സംഭവിച്ചതെന്ന് ഓർമ്മിക്കാൻ കൃത്യമായി കഴിഞ്ഞിരുന്നില്ല. അയാൾ അവളെ ചുറ്റിപ്പിടിച്ച് അവളുടെ മുഖത്തും കഴുത്തിലും തോളു കളിലും ആർത്തിയോടെ ചുംബിക്കുമ്പോൾ അവളുടെ ശരീരത്തെ അയാ ളുടെ കൈകൾ താലോലിക്കുകയായിരുന്നു. അവളിലൂടെ അതിശക്ത മായി വീശിയടിച്ച വികാരങ്ങളുടെ ബഹളത്തിൽ ഈ മനുഷ്യൻ മറ്റൊ രാളും ഇതുവരെ അവളെ ആഗ്രഹിച്ചിട്ടില്ലാത്ത രീതിയിൽ ആഗ്രഹിക്കു ന്നുണ്ടെന്ന് അവൾ മനസ്സിലാക്കുന്നുണ്ടായിരുന്നു. അവൾ അയാളുടെ കൈകളിൽ എതിർപ്പുകളില്ലാതെ ഒതുങ്ങിനില്ക്കുകയായിരുന്നു. എതിർക്കണമെന്നോ ഒഴിഞ്ഞു മാറണമെന്നോ ഒരുസമയത്തും അവൾക്ക് തോന്നിയിരുന്നില്ല. പക്ഷേ, അവൾക്ക് ശ്വസിക്കാനുള്ള സമയം കിട്ടിയ പ്പോൾ ജീൻ പെട്ടെന്ന് പറഞ്ഞു. "ജോ അവർക്ക് നമ്മളെ വീട്ടിൽ നിന്നു കൊണ്ട് കാണാം."

അവൾ അതിനുശേഷം മനസ്സിലാക്കിയ കാര്യം അവർ അവളുടെ കിടക്കമുറിയുള്ള കുടിലിനുള്ളിൽ എത്തിയിരുന്നു എന്ന സത്യമായിരുന്നു. അവർ എങ്ങനെ അവിടെയെത്തിയെന്ന് അവൾക്ക് ഒരിക്കലും മനസ്സിലാ ക്കാൻ കഴിഞ്ഞിരുന്നില്ല. പക്ഷേ, പിന്നീട് അതിനെപ്പറ്റി ആലോചിച്ചപ്പോൾ ഒരുപക്ഷേ, അയാൾ അവളെ കൈയിലെടുത്ത് കൊണ്ടുവന്നിരിക്കാം

എന്ന തീരുമാനത്തിൽ അവൾ എത്തിച്ചേർന്നിരുന്നു. ഇപ്പോൾ അവളുടെ മനസ്സിലേക്ക് ഒരു സംഭ്രമം കടന്നുവന്നു. മാറിടങ്ങൾക്ക് മുകളിൽവച്ച് മുറുകെ ചുറ്റിക്കെട്ടിവെച്ച ഒരു സരോങ് വേണ്ടരീതിയിൽ ഉപയോഗിച്ചാൽ ഒരു പകൽമുഴുവനും അതിന് യാതൊരു സ്ഥാനചലനവും സംഭവിക്കാ റില്ല. അത് അതിന്റെ സ്ഥാനത്തുതന്നെ ഉണ്ടായിരിക്കും. പക്ഷേ, അതിനെ ശക്തനായ ഒരു പുരുഷന്റെ സ്പർശനത്തെ അതിജീവിക്കാൻ കഴിയില്ല. സരോങ് അഴിഞ്ഞുവീഴാൻ തുടങ്ങുന്നതായി അവൾക്ക് തോന്നുന്നുണ്ടാ യിരുന്നു. അവൾ മറ്റ് അടിവസ്ത്രങ്ങളൊന്നുംതന്നെ ധരിച്ചിരുന്നില്ല.

എതിർപ്പ് പ്രകടിപ്പിക്കാതെ അയാളുടെ കരവലയത്തിൽ ഒതുങ്ങി നിന്ന് അയാളുടെ ചുംബനങ്ങളിൽ ശ്വാസം മുട്ടുമ്പോൾ അവൾ ആലോ ചിച്ചു. ഇതാണ് വേണ്ടത്. അതിന്റെ കൂടെ അവൾ ചിന്തിച്ചു. ഏതെങ്കിലും സമയത്ത് ഇത് സംഭവിക്കും. അത് ജോ ഹാർമാൻ ആയതിൽ ഞാൻ സന്തോഷിക്കുന്നു. അതിനുശേഷം അവൾ ആലോചിച്ചു. അത് അയാ ളുടെ കുറ്റമല്ല. ഞാൻ അതിനെ സ്വയം എന്റെ മുകളിലേക്ക് കൊണ്ടുവ ന്നതാണ്. അതിനുശേഷം അവൾ ആലോചന തുടർന്നു. ഇപ്പോൾ ഞാൻ നിശ്ചയമായും ഇരിക്കണം. അല്ലെങ്കിൽ അതുപോലെ എന്തെങ്കിലും ചെയ്യണം. അല്ലെങ്കിൽ ഞാൻ പൂർണ്ണനഗ്നയായിരിക്കും. ആ സമയത്ത് അവൾ അയാളുടെ കൈകളിൽനിന്ന് രക്ഷപ്പെട്ട് പിന്നോട്ട് മാറി കിടക്ക യിൽ ഇരുന്നു. അയാൾ ചിരിച്ചുകൊണ്ട് അവളെ പിന്തുടർന്നു. അവൾ അവളുടെ മാറിടം മൂടാൻ വേണ്ടി സരോങ് ഉയർത്തിപ്പിടിക്കാൻ ശ്രമി ക്കുന്നതിനിടയിൽ അയാളെ നോക്കി കണ്ണുകൾകൊണ്ട് പുഞ്ചിരിച്ചു. അതി നുശേഷം അവൾ വീണ്ടും അയാളുടെ കരവലയത്തിലായിരുന്നു. അവൾ അയാളെ തടസ്സപ്പെടുത്തിക്കൊണ്ടിരുന്നു. അതിനുശേഷം അയാൾ തികച്ചും സാധാരണമട്ടിൽ ചോദിച്ചു. "നിങ്ങൾക്ക് വിരോധമില്ലെങ്കിൽ?"

അവൾ അവളുടെ വലതുകൈ അയാളുടെ തോളിലൂടെ ചുറ്റിപ്പിടി ച്ചുകൊണ്ട് പതുക്കെപ്പറഞ്ഞു. "പ്രിയപ്പെട്ട ജോ, നിങ്ങൾക്ക് നിർബ്ബന്ധ മാണെങ്കിൽ ഇല്ല. നമ്മൾ വിവാഹിതരാകുന്നതുവരെ നിങ്ങൾക്ക് കാത്തി രിക്കാൻ കഴിഞ്ഞാൽ ഞാൻ നിങ്ങളെ കൂടുതൽ സ്നേഹിക്കുമായിരിക്കും. പക്ഷേ, നിങ്ങൾ ഇപ്പോൾ എന്തുതന്നെ ചെയ്താലും ഞാൻ നിങ്ങളെ ഇതുപോലെതന്നെ സ്നേഹിക്കും. എന്റെ സ്നേഹത്തിന് വ്യത്യാസമൊന്നും വരാൻ പോകുന്നില്ല."

അയാൾ അവളുടെ കണ്ണുകളിലേക്ക് സൂക്ഷിച്ചുനോക്കി. "ആ പറ ഞ്ഞത് ഒന്നുകൂടി പറയാമോ?"

അവൾ അയാളുടെ തലപിടിച്ച് കുനിച്ചുകൊണ്ട് അയാളെ ചുംബിച്ചു. "പ്രിയപ്പെട്ട ജോ തീർച്ചയായും ഞാൻ നിങ്ങളുമായി സ്നേഹത്തിലാണ്. ഞാൻ ആസ്ട്രേലിയയിൽ വന്നത് എന്തിനാണെന്നാണ് നിങ്ങൾ വിചാ രിക്കുന്നത്?"

"നിങ്ങൾ എന്നെ വിവാഹം കഴിക്കുമോ?"

"തീർച്ചയായും ഞാൻ നിങ്ങളെ വിവാഹം കഴിക്കും." അവൾ വാത്സ

ല്യത്തോടെ അയാളെ നോക്കി. അവളുടെ കണ്ണുകളിൽ ചിരി ഉണ്ടായി
രുന്നു. "ഇപ്പോൾ നമ്മളെ കാണുന്ന ഏതൊരാളും നമ്മൾ വിവാഹിതരാ
ണെന്നുതന്നെ പറയും."

അയാൾ മുഖത്ത് ചിരി വരുത്തി. ഇപ്പോൾ അയാൾ കൂടുതൽ മാന്യ
തയോടെയാണ് അവളെ ആലിംഗനം ചെയ്തിരുന്നത്. "നിങ്ങൾ എന്നെ
പറ്റി എന്താണ് വിചാരിക്കുന്നതെന്ന് എനിക്ക് അറിയില്ലെന്ന് ഉറപ്പാണ്."

"ഞാൻ അത് നിങ്ങളോട് പറയട്ടോ?" അവൾ അയാളുടെ പരിക്കേറ്റ
കൈകളിൽ ഒരെണ്ണം അവളുടെ കൈയിൽ എടുത്ത് വലിയ മുറിപ്പാടുക
ളിൽ തടവി. "ഞാൻ വിവാഹം കഴിക്കാൻ ആഗ്രഹിക്കുന്നത് നിങ്ങളെ
യാണ്. കുട്ടികളുടെ അമ്മ ആകാൻ ആഗ്രഹിക്കുന്നത് നിങ്ങളിൽ
നിന്നുമാണ്." സരോങ് അരക്കെട്ടിലേക്ക് വീണുപോയത് ഇപ്പോൾ പരി
ഗണിക്കേണ്ട കാര്യം തോന്നിയിരുന്നില്ല. "ജോ, ഞാൻ ഏതാനും മാസ
ങ്ങൾ നമ്മുടെ ജീവിതത്തിൽ അല്പംകൂടി ക്രമീകരണങ്ങൾ നടത്താൻ
വേണ്ടി കാത്തിരിക്കാമെന്നാണ് വിചാരിക്കുന്നത്. വിവാഹം ഒരു വലിയ
സംഭവം ആണ്. അവിടെ നമ്മൾ വിവാഹം കഴിക്കുന്നതിനുമുമ്പ് ആദ്യം
ചെയ്തിരിക്കേണ്ട കാര്യങ്ങൾ ഉണ്ട്. പക്ഷേ, നമുക്ക് കാത്തിരിക്കാൻ കഴി
യില്ലെന്ന് നിങ്ങൾ പറയുകയാണെങ്കിൽ ഞാൻ നിങ്ങളെ നാളെ വിവാഹം
കഴിക്കും. അല്ലെങ്കിൽ ഇന്നു രാത്രിയിൽ വിവാഹം കഴിക്കും."

അയാൾ അവളെ മാന്യമായി വലിച്ചടുപ്പിച്ചുകൊണ്ട് അവളുടെ വിര
ലുകളുടെ അറ്റത്ത് ചുംബിച്ചു. "എനിക്ക് കാത്തിരിക്കാൻ കഴിയില്ല, ഞാൻ
ആറുവർഷം കാത്തിരിക്കുകയായിരുന്നു. ഇനിയും എനിക്ക് അല്പം
പോലും കാത്തിരിക്കാൻ കഴിയില്ല."

അവൾ സാവധാനത്തിൽ പറഞ്ഞു. "പാവം ജോ, ഞാൻ നിങ്ങളെ
കൊതിപ്പിച്ചു വശംകെടുത്താതെ കഴിയുന്നത്ര വേഗത്തിൽ വിവാഹിത
രാകാൻ ശ്രമിക്കാം. ഞാൻ ഇത് മുൻകൂട്ടിത്തന്നെ ചെയ്യേണ്ടതായിരുന്നു."
അവൾ അയാളുടെ കരവലയത്തിൽനിന്ന് സ്വതന്ത്രയായതിനുശേഷം
സരോങ് വലിച്ചു കയറ്റി ചുറ്റിവച്ചുകൊണ്ട് പറഞ്ഞു. "ഒരു മിനിറ്റ് ഒന്ന്
പുറത്തിറങ്ങി നില്ക്കണം. എനിക്ക് കുറച്ചുകൂടി വസ്ത്രങ്ങൾ ധരി
ക്കണം."

അയാൾ പറഞ്ഞു. "നിങ്ങൾ അത് ചെയ്യേണ്ട ആവശ്യമില്ല. നിങ്ങളെ
കൂടെക്കൂടെ ചുംബിക്കുന്നതൊഴിച്ച് ഞാൻ ഒരു കാര്യവും ചെയ്യില്ല. ഇത്
മലയായിലാണെന്ന രീതിയിൽ ഇന്നു രാത്രിയിൽ ഇവിടെ കഴിഞ്ഞു
കൂടാം."

"ഇന്നു രാത്രിയിൽ മാത്രമോ?" അവർ പെട്ടെന്ന് പുറത്തിറങ്ങി തിള
ക്കമുള്ള നിലാവത്ത് കടൽക്കരയിലെത്തി പരസ്പരം കെട്ടിപ്പിടിച്ചുകൊണ്ട്
നില്ക്കുകയായിരുന്നു. "ഒരു മനുഷ്യന് ഇത്രമാത്രം സന്തോഷിക്കാൻ
കഴിയുമെന്ന് എനിക്ക് ഒരുകാലത്തും അറിയില്ലായിരുന്നു." അയാൾ
ഏതോ ഒരു സമയത്ത് പറഞ്ഞു.

അരമണിക്കൂറിനു ശേഷം അവൾ പറഞ്ഞു. "ജോ, നമ്മൾ രണ്ടു

പേരും ഇപ്പോൾ തളർന്നുകഴിഞ്ഞു. ഉറങ്ങാനുള്ള സമയം കഴിഞ്ഞിരി ക്കുന്നു. നമുക്ക് ഭീകരമായ ധാരാളം കാര്യങ്ങൾ സംസാരിക്കാനുണ്ട്. പക്ഷേ, അതെല്ലാം നമ്മൾ നാളെ സംസാരിക്കുന്നതാണ് കൂടുതൽ നല്ലത്. ഇന്ന് രാത്രിയിൽ ഒരു കാര്യംമാത്രം എനിക്ക് പറയണമെന്നുണ്ട്. നിങ്ങൾക്ക് കൂടുതൽ കാത്തിരിക്കാൻ കഴിയില്ലെന്ന് എന്നെങ്കിലും തോന്നു ന്നുണ്ടെങ്കിൽ അത് നിങ്ങൾ എന്നോട് പറയണം. പറയില്ലേ? നിങ്ങൾ അങ്ങനെ പറഞ്ഞുകൊണ്ട് എന്റെ അടുത്ത് വരുകയാണെങ്കിൽ നമ്മൾ ഉടൻതന്നെ വിവാഹിതരാകും. അല്ലെങ്കിൽ അതിനേക്കാൾ മുമ്പ് നമ്മൾ വിവാഹിതരാകുമെന്ന് ഞാൻ വാക്കുതരുന്നു."

അയാൾ ശാന്തമായി പറഞ്ഞു. "ഇതിനുശേഷം നിങ്ങൾക്കുവേണ്ടി എനിക്ക് വളരെക്കാലം കാത്തിരിക്കാൻ കഴിയും."

"പ്രിയപ്പെട്ട ജോ, എനിക്ക് കുറയ്ക്കാൻ കഴിയുന്ന സമയം ഞാൻ കുറയ്ക്കും. അതിലും കൂടുതൽ നിങ്ങൾക്ക് കാത്തിരിക്കേണ്ടി വരില്ല."

അവൾ അവളുടെ കുടിലിലേക്ക് കയറുമ്പോൾ മെഴുകുതിരി കൊളു ത്തിയിരുന്നില്ല. കാരണം അവൾ വളരെക്കൂടുതൽ ക്ഷീണിച്ചുപോയിരുന്നു. അവൾ മലയായിലെ രീതിയിൽ ഉടുത്തിരുന്ന സരോങ് അഴിച്ചിട്ടുകൊണ്ട് കിടക്കയിലേക്ക് വീഴുകയായിരുന്നു. ഉടൻതന്നെ അവൾ ഉറക്കം പിടിച്ചു. അവൾ പുലരിയുടെ ആദ്യവെളിച്ചത്തിൽ ഭ്രാന്തമായ സന്തോഷത്തോടെ സംഭവിച്ച കാര്യങ്ങളെപ്പറ്റി ആലോചിച്ചുകൊണ്ട് ഉറക്കമുണർന്നു. അവ സാനം അവർക്കിടയിൽ കാര്യങ്ങൾ ശരിയായ രീതിയിൽ പോകാൻ തുട ങ്ങിയിരുന്നതായി അവൾക്ക് തോന്നുന്നുണ്ടായിരുന്നു. സൂര്യനുദിക്കാൻ തുടങ്ങിയ സമയത്ത് അവൾ എഴുന്നേറ്റ് ജോയുടെ കുടിലിലേക്കും ഭക്ഷ ണമുറിയുടെ കെട്ടിടത്തിലേക്കും ജാഗ്രതയോടെ ഉള്ളിൽനോക്കി. അവിടെ ഒരിടത്തും എന്തെങ്കിലും ചലനങ്ങളുടെ യാതൊരു സൂചനയും ഉണ്ടായിരുന്നില്ല. അതുകൊണ്ട് അവൾ അവളുടെ കുളിക്കാനുള്ള വേഷം ധരിച്ചുകൊണ്ട് കടലിൽ ഇറങ്ങി കുളിച്ചു. സൂര്യൻ ഉദിച്ചുവരുമ്പോൾ കട ലിന്റെ ആഴംകുറഞ്ഞ ഭാഗത്തുകിടന്നിരുന്ന അവൾ അവളുടെ ശരീര ത്തിൽ ധാരാളം ക്ഷതങ്ങൾ സംഭവിച്ചിരിക്കുന്നതായി കണ്ടെത്തി. അതോടെ മരണത്തെക്കാൾ മോശമായ ഒരു വിധിയിൽ നിന്നുമുള്ള അവ ളുടെ രക്ഷപ്പെടലിനെ പറ്റി അവൾക്ക് ബോധ്യപ്പെട്ടിരുന്നു.

അവൾ വളരെ പെട്ടെന്ന് കുടിലിൽ തിരിച്ചെത്തി ഒരു ഫ്രോക്ക് എടുത്ത് ധരിച്ചുകൊണ്ട് ഭക്ഷണമുറിയിലേക്ക് പോയി. അത് തുറന്നിട്ടു ണ്ടായിരുന്നു. പക്ഷേ, ഒരാൾപോലും അവിടെ ഉണ്ടായിരുന്നില്ല. അവൾ മണ്ണെണ്ണ സ്റ്റൗവിൽ ചായ ഉണ്ടാക്കുന്ന പാത്രമെടുത്തുവച്ച് ചായ ഉണ്ടാക്കി അവൾ ഒരു കപ്പ് ചായയും എടുത്തുകൊണ്ട് ജോ ഹാർമാന്റെ കുടി ലിലെത്തി ഉള്ളിലേക്ക് ജാഗ്രതയോടെ ഉള്ളിഞ്ഞു നോക്കി.

അയാൾ മുട്ടുവരെ എത്തുന്ന ഒരു ചെറിയ കാലുറമാത്രം ധരിച്ചു കൊണ്ട് കിടക്കയിൽക്കിടന്ന് ഉറങ്ങുകയായിരുന്നു. അവൾ ഏതാനും മിനി റ്റുകളോളം അയാൾ ഉറങ്ങുന്നതു ശ്രദ്ധിച്ചുകൊണ്ട് അവിടെ നിന്നു. അയാ

ളൂടെ മുഖത്തുനിന്നും അസ്വസ്ഥതയുടെ രേഖകൾ അപ്രത്യക്ഷപ്പെട്ടി രുന്നു. അയാൾ ഒരു ചെറിയ കുട്ടിയെപ്പോലെ അനായാസമായ ഉറക്ക ത്തിലായിരുന്നു. അയാളുടെ പിൻഭാഗത്തെ മുറിപ്പാടുകൾ താരതമ്യം ചെയ്യാൻ പറ്റാത്തതും മനസ്സിനെ ഉലയ്ക്കുന്നതുമായ ക്രൂരതയുടെ വിളം ബരം പോലെ തെളിഞ്ഞുനില്ക്കുന്നുണ്ടായിരുന്നു. അവൾ അല്പസമയം കണ്ണുകളിൽ സ്നേഹത്തിന്റെ തിളക്കവുമായി അയാളെ ശ്രദ്ധിച്ചുകൊണ്ട് നിശ്ശബ്ദയായി നിന്നു. വരാൻ പോകുന്ന കൂടുതൽ പ്രഭാതങ്ങളിലും അവൾ കാണാൻ പോകുന്നത് അയാളുടെ ഈ ഉറക്കം ആയിരിക്കുമെന്ന് അവൾക്ക് അറിവുണ്ടായിരുന്നു. ഈ അറിവ് അവൾക്ക് സന്തോഷം നല്കുന്നതായിരുന്നു.

അവൾ അല്പം മുമ്പോട്ടുവന്നു കപ്പ് താഴെവച്ചു. അതിനുശേഷം അവൾ നോക്കിയപ്പോൾ അയാൾ കണ്ണുതുറന്ന് അവളെ നോക്കിക്കൊണ്ട് കിടക്കുകയായിരുന്നു. "ഗുഡ് മോർണിങ് ജോ." അവൾ അതിരുവിട്ട സ്വാതന്ത്ര്യം കാണിക്കുകയാണോ എന്ന സംശയത്തോടെ പറഞ്ഞു. "ഞാൻ നിങ്ങൾക്കുവേണ്ടി ഒരു കപ്പ് ചായ ഉണ്ടാക്കി."

അയാൾ ഒരുവശം ചരിഞ്ഞ് കൈത്തണ്ടയിൽ തല ഉയർത്തിപ്പിടിച്ച് കിടന്നുകൊണ്ട് പറഞ്ഞു. "കഴിഞ്ഞ രാത്രിയിൽ സംഭവിച്ചെന്ന് ഞാൻ വിചാരിക്കുന്നത് സത്യത്തിൽ സംഭവിച്ചോ?"

"ജോ, സംഭവിച്ചെന്നാണ് ഞാൻ വിചാരിക്കുന്നത്." അവൾ പറഞ്ഞു. "അത് ഉറപ്പായും സംഭവിച്ചുകാണുമെന്നാണ് ഞാൻ വിചാരിക്കുന്നത്. എനിക്ക് ശരീരം മുഴുവൻ ക്ഷതങ്ങളുണ്ട്."

അയാൾ ഒരു കൈ മുന്നോട്ടു നീട്ടി "ഇവിടെ വരൂ, നിങ്ങൾക്ക് ഒരു ചുംബനം തരാൻ എന്നെ അനുവദിക്കണം."

അവൾ പിന്നോട്ട് നീങ്ങിനിന്നു. "അത് ഞാൻ അനുവദിക്കില്ല. നിങ്ങൾ എഴുന്നേറ്റ് കുളികഴിഞ്ഞ് ഏതെങ്കിലും വസ്ത്രം ധരിച്ചുകൊണ്ട് വരുമ്പോൾ ഞാൻ നിങ്ങൾക്ക് ഒരു ചുംബനം തരും."

അയാൾ ചിരിച്ചു. "നിങ്ങൾ കുളിക്കാൻ പോകുന്നില്ലേ?"

"ഞാൻ കുളിച്ചുകഴിഞ്ഞു." അവൾ പറഞ്ഞു. "നിങ്ങൾ ഉറങ്ങിയി രുന്നസമയത്ത് ഞാൻ ഒരുമണിക്കൂർമുമ്പ് ഉണർന്നെഴുന്നേറ്റ് ഒരു കാര്യവുമില്ലാതെ തെണ്ടി നടക്കുകയായിരുന്നു."

"നിങ്ങൾ നല്ലവണ്ണം ഉറങ്ങിയോ?" അയാൾ ചോദിച്ചു.

അവൾ തലയാട്ടി. "ഒരു വെട്ടിയിട്ട തടിപോലെ ഉറങ്ങി."

"ഞാനും അതുപോലെ ഉറങ്ങി." അവർ പരസ്പര ധാരണയോടെ പുഞ്ചിരിച്ചു. "എനിക്ക് ഒരു മിനിറ്റ് തരണം ഞാനും കടൽത്തീരത്തേക്ക് വരാം."

അയാൾ കുളിച്ചുകൊണ്ടിരിക്കുമ്പോൾ അവൾ മണ്ണിലിരുന്ന് അയാ ളോട് സംസാരിക്കുകയായിരുന്നു. പിന്നീട് അയാൾ കരയിൽ കയറി താടി വടിക്കാൻ വേണ്ടി പോയി. വളരെ പെട്ടെന്ന് അയാൾ വൃത്തിയുള്ള ഷർട്ടും കാക്കിനിറത്തിലുള്ള മേൽവസ്ത്രവും ധരിച്ചുകൊണ്ട് പ്രത്യക്ഷപ്പെട്ട

പ്പോൾ അവൾ അയാളുടെ നിവർത്തിപ്പിടിച്ച കൈകൾക്കുള്ളിലേക്ക് വന്നു കൊണ്ട് അയാൾക്ക് ഒരു ചുംബനം നല്കി. അതിനുശേഷം അവിടെ ഇതുവരെ പ്രഭാതഭക്ഷണത്തിനുള്ള സൂചനകളൊന്നും ഇല്ലാതിരുന്നതു കൊണ്ട് അവർ കടൽത്തീരത്ത് ഒന്നിച്ച് തൊട്ടുതൊട്ടിരുന്ന് പ്രഭാതത്തിലെ തണുപ്പുള്ള ഇളംകാറ്റിൽ അവസാനമില്ലാത്ത സംസാരം തുടർന്നുകൊണ്ടി രിക്കുകയായിരുന്നു. ഇപ്പോൾ സംസാരിക്കാനുള്ള കാര്യങ്ങൾ കണ്ടെ ത്താൻ അവർക്ക് ഒരു ബുദ്ധിമുട്ടും ഉണ്ടായിരുന്നില്ല. അവരുടെ നിശ്ശബ്ദ തയിൽപോലും ഗാഢമായ സൗഹൃദം ഉണ്ടായിരുന്നു.

അവർ പ്രഭാതഭക്ഷണത്തിനുശേഷം ഉള്ള കാപ്പി കുടിച്ചുകൊണ്ടി രിക്കുമ്പോൾ സിഗററ്റ് വലിക്കുന്നതിനിടയിൽ അയാൾ പറഞ്ഞു. "മിസിസ്സ് സ്പിയേഴ്സിന് മറ്റൊരു നടത്തിപ്പുകാരനെ കണ്ടെത്തിക്കഴിഞ്ഞാൽ ഉടൻതന്നെ ഞാൻ മിഡ്ഹസ്റ്റ് ഉപേക്ഷിക്കാൻ പോകുകയാണ്." അവൾ സംഭ്രമത്തോടെ അയാൾ ഇപ്പോൾ പറയാൻ പോകുന്നത് എന്താണെന്ന് അറിയാൻവേണ്ടി ശ്രദ്ധയോടെ കേൾക്കുന്നുണ്ടായിരുന്നു. "നമുക്ക് മല്ലാ ലയിലെ അഡ്‌ലൈഡിന്റെ പിന്നിലോ, ഹാംലെ ബ്രിഡ്ജിലോ ബലക്ലാ വായിലോ കന്നുകാലികളെ കൊഴുപ്പിച്ചെടുക്കാനുള്ള ഒരു മേച്ചിൽസ്ഥലം കിട്ടുകയാണെങ്കിൽ ഞാൻ അതാണ് ചെയ്യാൻ ഇഷ്ടപ്പെടുന്നത്. അത് ആലിസ് സ്പ്രിങ്സിൽ നിന്നുള്ള റെയിൽപ്പാതയിൽനിന്നും കൂടുതൽ ദൂരത്തില്ല. എന്നുമാത്രമല്ല, അറവുശാലയിൽനിന്ന് അവിടെ എത്താൻ കൂടുതൽ ദൂരം ഇല്ല. നമുക്ക് ഏത് സമയത്തും ചെന്നെത്താൻ പറ്റുന്ന അത്തരം ഒരു സ്ഥലം പട്ടണത്തിൽ നിന്ന് അൻപതുമൈൽ ദൂരത്തിനു ള്ളിൽ കണ്ടെത്താൻ കഴിയുമെന്നാണ് ഞാൻ വിചാരിക്കുന്നത്."

അവൾ ഒരു മിനിറ്റ് നേരം മറുപടി പറയാതെ വെറുതെ ഇരുന്നു. ഈ സംസാരം വളരെ ശ്രദ്ധാപൂർവ്വം കൈകാര്യം ചെയ്യേണ്ട ആവശ്യ മുണ്ട്. "നിങ്ങൾ അങ്ങനെ ചെയ്യാൻ ആഗ്രഹിക്കുന്നത് എന്തുകൊ ണ്ടാണ്? മിഡ്ഹസ്റ്റിന് എന്താണ് കുഴപ്പം?"

"എവിടെനിന്നായാലും അവിടെ എത്താൻ ദൂരം കൂടുതലാണ്." അയാൾ പറഞ്ഞു. ഒരുപക്ഷേ, ഒരാൾക്ക് അത് മതിയാകും. പക്ഷേ, വിവാ ഹിതരായ ദമ്പതിമാർക്ക് അത് പറ്റില്ല. ഇപ്പോൾ അഡിലൈഡ് ഒരു ഒന്നാം തരം പട്ടണമാണ്. ഞാൻ ഒരു ക്വീൻസ് ലാന്റുകാരനാണ് പക്ഷേ, ഞാൻ ബ്രിസ്ബെയിനിനേക്കാൾ അഡ്‌ലൈഡാണ് ഇഷ്ടപ്പെടുന്നത്. ഞാൻ സിഡ്നിയോ മെൽബണോ കണ്ടിട്ടില്ല. പക്ഷേ, എന്റെ ദൈവമേ, അഡ് ലൈഡ് ഒരു ഒന്നാംതരം പട്ടണം ആണ്. അവിടെ ധാരാളം തെരുവു കളുണ്ട്. കടകളുണ്ട്. ട്രാമുകളുണ്ട്. നൃത്തവിരുന്നുകൾക്കുള്ള വളരെ വിശാലമായ ഹാളുകളുണ്ട്. സിനിമകളുണ്ട്. എല്ലാമുണ്ട്. അതിന്റെകൂടെ പിന്നിൽ വീഞ്ഞ് ഉണ്ടാക്കാനുള്ള മുന്തിരി വളർന്നുകൊണ്ടിരിക്കുന്ന മുന്തി രിത്തോപ്പുകൾ നിറഞ്ഞ ആ സ്ഥലം ഒരു മനോഹരമായ സ്ഥലം കൂടിയാണ്. അഡ്‌ലൈഡിന് അടുത്ത് നമുക്ക് ഒരു മേച്ചിൽസ്ഥലം ഉണ്ടെ ങ്കിൽ നമുക്ക് നമ്മുടെ സമയം മെച്ചപ്പെടുത്താൻ പറ്റും."

"പക്ഷേ, ജോ, നിങ്ങൾ ചെയ്യാൻ ആഗ്രഹിച്ചിരുന്നത് ഇത്തര ത്തിലുള്ള ഒരു ജോലി ആയിരുന്നോ? ജനവാസമില്ലാത്ത സ്ഥലങ്ങ ളിൽനിന്ന് കന്നുകാലികളെ വാങ്ങിക്കൊണ്ട് വന്ന് അവയെ വെറുതെ തീറ്റി പ്പൊറ്റി തടിപ്പിച്ചെടുക്കുന്നത് എനിക്ക് കേട്ടിട്ട് അങ്ങേയറ്റം വിരസമാണെ ന്നാണ് തോന്നുന്നത്. ജനവാസമില്ലാത്ത സ്ഥലത്തിനോട് നിങ്ങൾക്ക് മടു പ്പുതോന്നുന്നുണ്ടോ?"

അയാൾ അയാളുടെ സിഗററ്റ് തറയിൽ ഇട്ട് ഉപ്പൂറ്റിക്കൊണ്ട് ചവിട്ടി ഞെരിച്ചു. "ഒരു മനുഷ്യന് ജീവിക്കാൻ പറ്റിയ സ്ഥലങ്ങളുണ്ട്. അതു പോലെ വിവാഹിതരായവർക്ക് ചേർന്ന സ്ഥലങ്ങളുമുണ്ട്." അയാൾ പറഞ്ഞു. "നിങ്ങൾ വിവാഹം കഴിക്കുമ്പോൾ നിങ്ങൾക്ക് ഒന്നൊരണ്ടോ സ്ഥലംമാറ്റങ്ങൾ നടത്തേണ്ടിവരും."

അവർക്കിടയിൽ പ്രഭാതഭക്ഷണം കഴിക്കാനുള്ള ഒരു മേശ അവ രുടെ പുതിയതായി കണ്ടെത്തിയ സൗഹൃദത്തിന്റെ അകലം വർദ്ധിപ്പി ച്ചുകൊണ്ട് കിടക്കുന്നുണ്ടായിരുന്നു. അവൾക്ക് ഇതുപോലെ അങ്ങേയറ്റം ഗൗരവമുള്ള ഒരു കാര്യത്തെ അയാളുടെ ശരീരത്തിൽ സ്പർശിക്കാതെ ഇരുന്നുകൊണ്ട് കൈകാര്യം ചെയ്യാൻ കഴിഞ്ഞിരുന്നില്ല. "നമുക്ക് പുറ ത്തു പോകാം." അവൾ പറഞ്ഞു. അങ്ങനെ അവർ പുറത്തിറങ്ങി കടൽത്തീരത്ത് നിഴലുള്ള ഭാഗത്തെ മണ്ണിൽ പുല്ല് വളർന്ന് പടർന്നിരുന്ന ഒരു തുണ്ട് സ്ഥലം കണ്ടെത്തി. അവർ അവിടെ പുല്ലിന്റെ മുകളിൽ അടു ത്തടുത്ത് ഇരുന്നു. "ജോ, അത് ശരിയാണെന്ന് ഞാൻ വിചാരിക്കുന്നില്ല." അവൾ സാവധാനം പറഞ്ഞു. "നമ്മൾ വിവാഹം കഴിക്കാൻ പോകുന്ന തുകൊണ്ട് മാത്രം നിങ്ങൾ ഈ ജനവാസമില്ലാത്ത സ്ഥലം ഉപേക്ഷി ക്കേണ്ട കാര്യമുണ്ടെന്ന് ഞാൻ വിചാരിക്കുന്നില്ല."

അയാൾ അവളെ നോക്കി പുഞ്ചിരിച്ചു. "ഉൾക്കടൽ പ്രദേശം സ്ത്രീകൾക്ക് വേണ്ടിയുള്ള സ്ഥലമല്ല." അയാൾ പറഞ്ഞു. "അവൾ ജന വാസമില്ലാത്ത പ്രദേശത്ത് വളർന്നവൾ അല്ലെങ്കിൽ ഉൾക്കടൽ പ്രദേശം അവൾക്ക് പറ്റില്ല. ചില സമയങ്ങളിൽ ഇത്തരം സ്ഥലങ്ങളിൽ വളർന്ന വളാണെങ്കിൽ പോലും പറ്റില്ല. ഇംഗ്ലണ്ടിൽനിന്ന് ഇവിടെ വരുന്ന ചില ദമ്പതികൾ ഇതിനുവേണ്ടി ശ്രമിക്കുന്നത് ഞാൻ കണ്ടിട്ടുണ്ട്. ഒരിക്കലും ഞാൻ അവരുടെ ശ്രമം വിജയിച്ചുകണ്ടിട്ടില്ല. ഇവിടുത്തെ ജീവിതം കൂടു തൽ വ്യത്യസ്തമാണ്. കൂടുതൽ ദുസ്സഹമാണ്."

അവൾ പതുക്കെപ്പറഞ്ഞു. "അത് വളരെ വ്യത്യസ്തവും ദുസ്സഹവും ആണെന്ന് എനിക്കറിയാം. ജോ, ഞാൻ മൂന്ന് ആഴ്ച വിൽസ്ടൗണിൽ താമസിച്ചിരുന്നു. അതുകൊണ്ട് വിൽസ്ടൗണിനെ പറ്റി എനിക്ക് കുറ ച്ചൊക്കെ അറിയാം." അവൾ അയാളുടെ കൈ എടുത്ത് അവളുടെ രണ്ട് കൈപ്പത്തികൾക്കും ഇടയിൽവച്ചുകൊണ്ട് വലിയ മുറിപ്പാടുകളിൽ തലോ ടി. "നിങ്ങൾ എന്താണ് ഭയക്കുന്നതെന്ന് എനിക്കറിയാം. എന്നെപ്പോലെ ഇവിടെ ഇംഗ്ലണ്ടിൽനിന്ന് നേരിട്ടെത്തിയ ഒരു പെൺകുട്ടിക്ക് ജന വാസമില്ലാത്ത ഈ പ്രദേശത്ത് സന്തോഷം കാണില്ലെന്ന് നിങ്ങൾ ഭയ

ക്കുന്നു. ജോ, ഞാൻ ദന്തഡോക്ടറുടെ കാര്യം പറഞ്ഞ് അല്ലെങ്കിൽ കട യിൽപോയി സാധനങ്ങൾ വാങ്ങുന്ന കാര്യം പറഞ്ഞ് അല്ലെങ്കിൽ അതു പോലെയുള്ള പല കാര്യങ്ങളും പറഞ്ഞ് ഞാൻ പട്ടണത്തിൽ പോകാൻ വേണ്ടിയുള്ള ഒഴികഴിവുകൾ കണ്ടുപിടിക്കുമെന്ന് നിങ്ങൾ ഭയക്കുന്നു. നമ്മൾ മിഡ് ഹസ്റ്റിൽ ജീവിക്കാൻ തുടങ്ങുകയാണെങ്കിൽ നിങ്ങൾ എന്നെ വളരെയധികം ബുദ്ധിമുട്ടിക്കുകയായിരിക്കുമെന്ന് നിങ്ങൾക്ക് ഭയം ഉണ്ട്. അങ്ങനെ നമ്മുടെ വിവാഹം അവതാളത്തിലാവും എന്നുള്ള ഭയം ഉണ്ട്.”

അവൾ കണ്ണുകളുയർത്തി അയാളെ നോക്കി. “ജോ, അതല്ലേ നിങ്ങ ളുടെ ഭയം?”

അയാൾ അവളുടെ കണ്ണുകളെ നേരിട്ടു. “വളരെ ശരിയാണ്.” അയാൾ പറഞ്ഞു. “ഒരാൾക്ക് ഒരു ഇംഗ്ലീഷുകാരിയോട് വിൽസ്ടൗൺ പോലെയുള്ള ഒരു മോശം സ്ഥലത്ത് ജീവിക്കാൻ ശ്രമിക്കണേ എന്ന് പറയാനുള്ള അവകാശമില്ല.”

അവൾ പുഞ്ചിരിച്ചു. “ജോ, ഇത് ഇംഗ്ലീഷുകാരികളുടെ മാത്രം കാര്യമില്ല. വിൽസ്ടൗണിൽ ജനിച്ച ആസ്ട്രേലിയക്കാരികളും ഇവിടുന്ന് രക്ഷപ്പെടാൻ വേണ്ടി വേണമെങ്കിൽ ആയിരം മൈൽ ദൂരത്തേക്ക് ഓടാൻ തയ്യാറാകും.”

അയാൾ ചിരിവരുത്താൻ ശ്രമിച്ചു. “അതു ശരിയാണ്. അവർക്ക് ഇത് സഹിക്കാൻ, കഴിയില്ലെങ്കിൽ നിങ്ങൾ എങ്ങനെ സഹിക്കും?”

“എനിക്ക് സഹിക്കാൻ പറ്റും എന്ന് എനിക്ക് അറിയില്ലായിരുന്നു.” അവൾ ആലോചനയോടെ പറഞ്ഞു. “ഒരാൾക്ക് സത്യസന്ധത ഉണ്ടാ യിരിക്കണം. ഉൾക്കടൽ പ്രദേശത്തെ എല്ലാ പട്ടണങ്ങളും ഇതുപോലെ ആണോ?”

അയാൾ തലയാട്ടി. “നോർമാൻടൺ കുറച്ചുകൂടി വലുതാണ്. അവിടെ ഒന്നിനുപകരം മൂന്ന് മദ്യശാലകളുണ്ട്. അതുമാത്രമല്ല. ഒരു പള്ളിയും ഉണ്ട്.”

അവിടെ വളരെനേരം നീണ്ടുനിന്ന ഒരു നിശ്ശബ്ദത ഉണ്ടായിരുന്നു. “എനിക്കും കാര്യങ്ങളെപ്പറ്റി ഭയം ഉണ്ട്.” അവൾ അവസാനം പറഞ്ഞു.

അയാൾ അവളുടെ കൈപ്പത്തി സ്വന്തം കൈയിൽ എടുത്തു. അവ രുടെ മുമ്പിലുള്ള ജീവിതത്തിൽ അവൾ എന്തിനെയെങ്കിലും ഭയക്കുന്നത് അയാൾക്ക് സഹിക്കാൻ കഴിഞ്ഞിരുന്നില്ല. കഴിഞ്ഞ രാത്രിയിൽ അവൾ വേണ്ടത്ര ധൈര്യമുള്ളവൾ ആയിരുന്നു. “എന്ത് കാര്യത്തെ ആണ് ഭയ ക്കുന്നത്?” അയാൾ ശാന്തമായി ചോദിച്ചു.

അവൾ പറഞ്ഞു. “ഞാൻ ഭയക്കുന്നത് നിങ്ങൾ ജോലി മാറുന്നതി നെപ്പറ്റി ആണ്.” അവൾ അല്പസമയം സംസാരിച്ചില്ല. “ഒരാൾ അയാൾക്ക് സഹിക്കാൻ കഴിയുന്ന ജോലി അയാളുടെ ഭാര്യക്ക് സഹി ക്കാൻ കഴിയാത്തതുകൊണ്ട് അയാൾ ആ ജോലി മാറണമെന്ന് പറ ഞ്ഞാൽ ഒരിക്കലും അതുവേണ്ടതുപോലെ നടത്തിയെടുക്കാൻ കഴിയി ല്ല. രണ്ടായിരം ചതുരശ്രമൈൽ വലിപ്പമുള്ള ഒരു വസ്തുവിൽ നിങ്ങൾക്ക്

ജോലി ചെയ്ത് പരിചയമുണ്ട്. നിങ്ങളെപ്പോലെയുള്ള ഒരു മനുഷ്യന് ആയിരം ഏക്കറിൽ എന്ത് ചെയ്യാൻ പറ്റും? നിങ്ങൾ ഒരേസമയം അവി ടെനിന്ന് മൂന്ന് ആഴ്ചകൾ മാറിനിന്നിട്ടുണ്ട്. അങ്ങനെയാണെങ്കിലും നിങ്ങൾ ഒരിക്കലും സ്വന്തം ഭൂമിയിൽനിന്ന് ഒരിക്കലും ദൂരെപ്പോയിരുന്നില്ല. ആയിരം ഏക്കറിൽ നിങ്ങളെപ്പോലെ ഒരാൾക്ക് എന്താണ് ചെയ്യാൻ കഴി യുന്നത്?"

അയാൾ മുഖത്ത് ദുർബ്ബലമായ ചിരി വരുത്താൻ ശ്രമിച്ചു. അവൾ അയാളുടെ ചിരിയുടെ കാരണം മനസ്സിലാക്കാൻ ശ്രമിച്ചു. "ഞാൻ അതു മായി വളരെപ്പെട്ടെന്ന് പരിചയിക്കുമെന്നാണ് വിചാരിക്കുന്നത്."

"നിങ്ങൾ അത് ചെയ്യുമെന്ന് എനിക്കറിയാം." അവൾ ശാന്തമായി പറഞ്ഞു. "നിങ്ങൾ അത് ഒരുപക്ഷേ, സാമാന്യം മെച്ചപ്പെട്ട രീതിയിൽ ചെയ്യുമായിരിക്കും. പക്ഷേ, ഉൾക്കടൽ പ്രദേശത്തിനുശേഷം അതിന് നിങ്ങളെ ഒരിക്കലും തൃപ്തിപ്പെടുത്താൻ കഴിയില്ല. എന്നുമാത്രമല്ല, സിനി മകൾ ആ വിടവ് നികത്താൻ പോകുന്നില്ല. അല്ലെങ്കിൽ തെരുവുകളോ കടകളോ നൃത്തശാലകളോ ആ വിടവ് നികത്താൻ പോകുന്നില്ല. അതിന്റെ കൂടെ നമ്മൾ ചില സമയങ്ങളിൽ വഴക്കിടുമ്പോൾ ജോ, നമ്മൾ നിശ്ചയമായും വഴക്കിടും — നിങ്ങൾ നിങ്ങളുടെ ഉൾക്കടൽ പ്രദേശത്തെ പഴയ ജീവിതത്തെപ്പറ്റി ആലോചിക്കും. അത് ഞാൻ കാരണം നിങ്ങൾക്ക് എങ്ങനെയാണ് ഉപേക്ഷിക്കേണ്ടിവന്നത് എന്ന് ആലോചിക്കും. നിങ്ങൾ അത് ചിന്തിക്കുന്നുണ്ടെന്നും എന്റെ മുകളിൽ അതിന്റെ കുറ്റം കാണു ന്നുണ്ടെന്നും എനിക്ക് മനസ്സിലാകും. അത് എല്ലാ സമയത്തും നമ്മൾക്കി ടയിൽ ഉണ്ടായിരിക്കും. നിങ്ങൾ ജോലിചെയ്യുന്ന ഈ ഉൾക്കടൽ രാജ്യത്ത് നമ്മൾ താമസിക്കേണ്ടതാണെന്നാണ് ഞാൻ വിചാരിക്കുന്നത്."

"നിങ്ങൾക്ക് വിൽസ്ടൗൺ സഹിക്കാൻ പറ്റില്ലെന്ന് ഇപ്പോളാണ് പറ ഞ്ഞത്." അയാൾ എതിർത്തു. "ശരിയാണ്. ബ്രൂക്ക്ടൗണോ ക്രോയി ഡോണോ പറ്റില്ല — അതെല്ലാം ഇതുപോലെയുള്ള സ്ഥലങ്ങളാണ്."

"എനിക്കറിയം" അവൾ ആലോചനയോടെ പറഞ്ഞു. "ഞാൻ വളരെ ആലോചിച്ചല്ല സംസാരിക്കുന്നത്. അല്ലേ? ആദ്യം ഞാൻ ഇതുപോലെ യുള്ള ഒരു സ്ഥലത്ത് ജീവിക്കാൻ എനിക്ക് കഴിയില്ലെന്ന് പറഞ്ഞു. അതി നുശേഷം നിങ്ങൾ മറ്റൊരു സ്ഥലത്ത് ജീവിക്കുന്നതിനെപ്പറ്റി ആലോചി ക്കരുതെന്ന് ഞാൻ പറയുന്നു."

"അത് ശരിയാണ്."

അവൾ അയാളെ നോക്കി പുഞ്ചിരിച്ചു. "നമുക്ക് വിൽസ്ടൗണിന്റെ ചുറ്റുവട്ടത്തിൽ എന്തെങ്കിലും ചെയ്യേണ്ടിയിരിക്കുന്നു."

എട്ട്

അവർ പ്രണയസാഫല്യത്തിന്റെയും സമ്പത്തിക ചർച്ചയുടെയും വിചിത്രമായ ഒരു സങ്കല്പനത്തിനുള്ളിൽ അന്നത്തെ പകൽ ചെലവ ഴിച്ചു. "നാടിനേക്കാൾ മൂന്നിരട്ടി മഴ കിട്ടുന്ന ഒരു രാജ്യത്തിന് ആലിസ് പോലെ ഒരു നല്ല പട്ടണത്തെ നിലനിർത്താൻ കഴിയില്ലെന്ന് നിങ്ങൾക്ക് എന്നോട് പറയാൻ കഴിയില്ല." അവൾ ഒരിക്കൽ പറഞ്ഞു. "ആലിസിൽ റെയിൽപ്പാത ഉണ്ടെന്ന് എനിക്ക് അറിയാം. വിൽസ്ടൗണിൽ മഴയും ഉണ്ട്. കന്നുകാലികളെ വളർത്താൻ എന്താണ് വേണ്ടതെന്ന് എനിക്ക് അറിയാം. നിങ്ങൾ അത് തുടരുകയാണെങ്കിൽ ഞാൻ പോയി വെറുതെ ഇരുന്ന് സമയം കളയും. നമ്മൾ ഇതുവരെ വിവാഹിതരല്ല." അവൾ അയാളുടെ കൈ എടുത്തുമാറ്റിക്കൊണ്ട് കൈപ്പത്തിയിൽ ചുംബിച്ചു.

"കന്നുകാലികളെ വളർത്തുന്നതിന് മഴ മാത്രമല്ല നിങ്ങൾ ആഗ്ര ഹിക്കുന്നത്." അയാൾ പറഞ്ഞു. "കൂടുതൽ മെച്ചപ്പെട്ട രീതിയിൽ തീറ്റ കൊടുത്താൽ നിശ്ചയമായും കൂടുതൽ കന്നുകുട്ടികൾ ചൂടുകാലത്തെ അതിജീവിക്കും. വില്ക്കാൻ നിങ്ങൾക്ക് കൂടുതൽ എണ്ണത്തിനെ കിട്ടും. പക്ഷേ, എന്റെ ദൈവമേ, അതിനേക്കാൾ വളരെ കൂടുതൽ അതിലുണ്ട്."

"ജോ, അതെല്ലാം എന്നോട് പറയു." അവൾ അയാളുടെ കൈപ്പ ത്തിയിൽ മുറുകെപ്പിടിച്ചിരുന്നു.

"ഒരു കാര്യംപറയാം." അയാൾ പറഞ്ഞു. "വെള്ളമുള്ള സമയത്ത് നിങ്ങൾ അതിനെ കാത്തുസൂക്ഷിക്കണം. മിഡ്‌ഹസ്റ്റിൽ ധാരാളം മഴകി ട്ടുന്നുണ്ടെന്നുള്ളത് സത്യമാണ്. പക്ഷേ, കണ്ണടച്ചുതുറക്കുന്ന നേരം കൊണ്ട് അതെല്ലാം ഒഴുകിപ്പോയിരിക്കും. ഡിസംബർ പകുതി മുതൽ ഫെബ്രുവരി അവസാനം വരെ നമുക്ക് മഴ കിട്ടും. എല്ലാ പോഷകനദി കളും കരകവിഞ്ഞൊഴുകുന്നത് നമുക്ക് കാണാൻ പറ്റും. പക്ഷേ, മൂന്ന്

ആഴ്ചകൾ കഴിഞ്ഞ് മാർച്ച് അവസാനത്തോടെ അവയെല്ലാം വറ്റിവരണ്ട് കിടക്കും. നാട് ഏത് സമയത്തും കാണുന്നതുപോലെ വരണ്ടുകിടക്കും."

"കംഗാരു പോഷകനദിയിലും ഡ്രൈഢഗം പോഷകനദിയിലും അണ കൾ നിർമ്മിക്കണമെന്ന് അതുകൊണ്ടാണോ നിങ്ങൾ ആഗ്രഹിക്കുന്നത്?"

"അത് ശരിയാണ്." അയാൾ പറഞ്ഞു. "ഞാൻ വെള്ളം കെട്ടി നിർത്താൻ വേണ്ടി ഒരുതരം ചെറിയ അണക്കെട്ടുകൾ നിർമ്മിച്ചുകൊണ്ട് തുടക്കമിടാനാണ് ആഗ്രഹിക്കുന്നത്. ഓരോ പോഷകനദികളുടെയും അറ്റ ത്തുനിന്ന് ജോലി ആരംഭിക്കണം. രണ്ടോ മൂന്നോ മൈലുകൾ ഇടവിട്ട് എല്ലാ പോഷക നദികളിലും താഴോട്ട് വർഷംതോറും കുളങ്ങൾ കുഴി ക്കുന്ന ഈ ജോലി ചെറിയ തോതിൽ പുരോഗമിച്ച് അവസാനം അവ യെല്ലാം ഗിൽബർട്ട് നദിയിൽ ഒഴുകിയെത്തുന്ന സ്ഥലങ്ങൾവരെ തുടർന്നു കൊണ്ടിരിക്കണം. വേനൽക്കാലം മുഴുവൻ നിശ്ചയമായും ഈ നദികൾക്ക് വെള്ളം പിടിച്ചുനിർത്താൻ കഴിയില്ല. സൂര്യന് ചൂട് വെള്ളം വളരെ കൂടു തലാണ്. പക്ഷേ, നിങ്ങൾക്ക് ഇതുപോലെയുള്ള ധാരാളം ചെറിയ അണ ക്കെട്ടുകൾ മിഡ് ഹസ്റ്റിൽ ഉണ്ടായിരുന്നെങ്കിൽ അവിടുത്തെ കന്നുകാലി കളുടെ എണ്ണത്തിൽ നിങ്ങൾക്ക് വലിയ വർദ്ധനവ് വരുത്താൻ പറ്റും."

അവൾ അയാളുടെ കൈപ്പത്തിയെ അവളുടെ കൈപ്പത്തികൾക്കു ള്ളിൽനിന്ന് സ്വതന്ത്രമാക്കി. "ജോ, മിഡ് ഹസ്റ്റിന് എത്രമാത്രം വലിപ്പം ഉണ്ട്."

"പതിനോരായിരം ചതുരശ്ര മൈൽ."

"അവിടെ എത്ര കന്നുകാലികൾ ഉണ്ട്."

"ഏകദേശം ഒൻപതിനായിരം. കൂടുതൽ കന്നുകാലികൾ ഉണ്ടാവേ ണ്ടതാണ്. പക്ഷേ, മുകളിലെ അറ്റത്ത് പൂർണ്ണവരൾച്ച ആണ്. ആ ഭാഗം വളരെ വരണ്ടുകിടക്കുകയാണ്."

"നിങ്ങൾ സങ്കല്പിക്കുന്ന എല്ലാ ചെറിയ അണക്കെട്ടുകളും ലഭി ക്കുകയാണെങ്കിൽ ആ സ്ഥലത്തിന് എത്രമാത്രം കന്നുകാലികളെ ഉൾക്കൊള്ളാൻ പറ്റും?"

അയാൾ ഒരു മിനിറ്റ് നേരം ആലോചിച്ചു. "ഇപ്പോൾ ഉള്ളതിന്റെ ഇരട്ടി ഉൾക്കൊള്ളാൻ കഴിയാത്തത് എന്തുകൊണ്ടാണെന്ന് എനിക്ക് മന സ്സിലാകുന്നില്ല. അത് ഒരു മൈലിന് ഏകദേശം പതിനാറ് ആയിരിക്കും. നമുക്ക് കിട്ടുന്നതുപോലെയുള്ള മഴ കിട്ടുമ്പോൾ നിങ്ങൾക്ക് അത് ചെയ്യാൻ കഴിയും?"

"ഈ വർഷം നിങ്ങൾ പതിനാലായിരം എണ്ണത്തിനു വിറ്റു. ശരി യല്ലേ"

"അതു ശരിയാണ്."

"ഒന്നിന് എന്താണ് വില?"

"നാല് പൗണ്ടും പതിനാറും."

അവൾ അയാളുടെ കൈപ്പത്തിയിൽ വീണ്ടും കടന്നുപിടിച്ചു. അവൾ അതിൽ പിടിമുറുക്കി. "ജോ, ഞാൻ ആലോചിക്കാൻ ശ്രമിക്കുകയായി

രുന്നു. നിങ്ങൾ കേന്ദ്രത്തിലുള്ള കന്നുകാലികളുടെ എണ്ണം ഇരട്ടിയാക്കു കയാണെങ്കിൽ ഓരോ വർഷവും നിങ്ങൾക്ക് പതിനാലായിരം എണ്ണത്തി നെക്കൂടി വില്ക്കാൻ പറ്റും. അതായത് ഓരോ വർഷവും ആറായിരം ഏഴായിരം പൗണ്ടിനുള്ള കൂടുതൽ വില്പന നടത്താൻ പറ്റും. ജോ, അപ്പോൾ ഓരോ വർഷവും നിങ്ങൾ പന്തീരായിരം അല്ലെങ്കിൽ പതിമൂവ്വായിരം പൗണ്ടിനുള്ള കച്ചവടം നടത്തും. അത് ആകെ വില്പനയിൽ ആ വർദ്ധ നവ് ലഭിക്കാൻവേണ്ടി അണക്കെട്ടുകൾക്ക് മുകളിൽ അല്പംകൂടി മൂല ധനം ചെലവാക്കുന്നതിന് യോഗ്യതയുള്ള കാര്യമായിരിക്കും. ആയിരി ക്കില്ലേ?"

അയാൾ ഒരു പുതിയ ബഹുമാനത്തോടെ അവളുടെ മുഖത്തേക്ക് നോക്കി. "ശരിയാണ്. ആ രീതിയിലാണ് ഞാനും ഇത് കണക്കുകൂട്ടി യത്. ഞാൻ അത് മിസിസ്സ് സ്പിയേഴ്സിനോട് പറഞ്ഞിരുന്നു. മൂന്ന് പുരു ഷന്മാരുടെയും ഏതാനും ആസ്ട്രേലിയക്കാരുടെയും ഒരു സ്ഥിരം സംഘത്തെ ഇതിനുവേണ്ടി നിലനിർത്താൻ ഞാൻ ആഗ്രഹിക്കു ന്നുണ്ടെന്ന് ഞാൻ മിസിസ്സ് സ്പിയേഴ്സിനോട് പറഞ്ഞു. ഓരോ വർഷവും മുകളിൽനിന്ന് താഴോട്ട് അല്പം ജോലി നടത്തണം. വർഷം ആയിരത്തി അഞ്ഞൂറ് ചെലവാകുമെന്ന് വേണമെങ്കിൽ നിങ്ങൾക്ക് പറയാം. ആദ്യത്തെ കൊല്ലം ലാഭം കുറവായിരിക്കും. പക്ഷേ, അതിനുശേഷം ലാഭം ഏക ദേശം ഇരട്ടിയായി ഉയരുമെന്ന് ഉറപ്പാണ്. അതാണ് ഞാൻ അവരോട് പറഞ്ഞിരുന്നത്."

"അവർ അത് സമ്മതിച്ചിരുന്നോ?"

"അവർ പണം ചെലവാക്കാമെന്ന് സമ്മതിച്ചു. പക്ഷേ, അത് ഇതിന്റെ തുടക്കത്തിൽ വരുന്ന എളുപ്പമുള്ള ഭാഗം മാത്രമാണ്. ഇത് ഒരുപക്ഷേ, എനിക്ക് ആളുകളെ കിട്ടുന്നതിന് വർഷങ്ങൾക്ക് മുമ്പ് ആയിരിക്കും."

അവൾ അയാളെ ആശങ്കയോടെ നോക്കി. "വർഷങ്ങൾക്ക് മുമ്പോ?"

"വളരെ ശരിയാണ്." അയാൾ സാവധാനത്തിൽ പറഞ്ഞു. "കാര്യ ങ്ങളെപ്പറ്റി അങ്ങനെ വിചാരിക്കുന്നതിൽ കുഴപ്പം ഒന്നുമില്ല. പക്ഷേ, അത് ചെയ്യുന്നത് മറ്റൊരു കാര്യമാണ്. ഒരുപക്ഷേ, എനിക്ക് ഈ ജോലി ലഭി ക്കുന്നതിനുമുമ്പ് അഞ്ച് വർഷങ്ങൾ ഉണ്ടായിരിക്കാൻ സാദ്ധ്യതയുണ്ട്. മിഡ് ഹസ്റ്റിൽ ഞങ്ങൾ മൂന്നുപേർ മാത്രമാണ് ഉള്ളതെന്ന് നിങ്ങൾ മന സ്സിലാക്കണം - വെള്ളക്കാർ, അതായത് ഞാനും ജിംലെനനും ഡേവ്ഹോപ്പും മാത്രമാണ് ഇവിടെ ഉള്ളത്. ദിവസം മുഴുവൻ പുരയിട ത്തിൽനിന്ന് നാല്പതുമൈൽ ദൂരെപ്പോയി ആഴ്ച മുഴുവൻ കട്ടപ്പാരയും മൺവെട്ടിയുംകൊണ്ട് ജോലി ചെയ്യാൻ തയ്യാറുള്ള മൂന്നുപേരെക്കൂടി നമ്മൾ കണ്ടുപിടിക്കേണ്ടിയിരിക്കുന്നു. ആഴ്ചയിൽ ഒരിക്കലോ രണ്ടാഴ്ച യിൽ ഒരിക്കലോ മാത്രം പുരയിടം സന്ദർശിക്കാമെന്ന് സ്വയം ചിന്തിക്കാൻ പറ്റുന്ന തരത്തിൽ ചുമതലബോധം അവർക്ക് ഉണ്ടായിരിക്കണം. നിങ്ങൾക്ക് അതുപോലെയുള്ള ആളുകളെ കിട്ടുകയില്ല. ഓരോ വർഷവും ഉൾക്കടൽ പ്രദേശത്തെ ഇംഗ്ലീഷുകാരുടെ എണ്ണത്തിൽ കുറവ് വരുന്നു

ണ്ട്. ആസ്ട്രേലിയക്കാരായ കന്നുകാലിനോട്ടക്കാർ അല്ലാത്തവരെ കിട്ടാൻ നമ്മൾ എന്തുചെയ്യുമെന്ന് എനിക്കറിയില്ല."

"മിഡ് ഹസ്റ്റ് നടത്തിക്കൊണ്ടുപോകാൻ നിങ്ങൾ മൂന്നു വെള്ളക്കാർ മാത്രമാണോ സത്യത്തിൽ അവിടെയുള്ളത്?"

അയാൾ അയാളുടെ രണ്ട് കൈപ്പത്തികളും അവളുടെ ചുമലിൽ വച്ചു. "നിങ്ങൾകൂടി വരുമ്പോൾ അത് നാലുപേർ ആകും."

അതിനുശേഷം വളരെ പെട്ടെന്ന് അത് അഞ്ചോ ആറോ ആയിരി ക്കുമെന്ന് അവൾ വിചാരിച്ചു. പക്ഷേ, അവൾ അത് പറയുന്നതിൽനിന്ന് അകന്നുനിന്നു. "എത്രപേർ വേണമെന്നാണ് നിങ്ങളുടെ താല്പര്യം?"

"ഭാവിയിൽ എന്നെങ്കിലും പതിനെണ്ണായിരം കന്നുകാലികൾ ഉള്ള പ്പോൾ എത്രപേർ വേണമെന്നാണോ നിങ്ങൾ ഉദ്ദേശിച്ചത്?" അയാൾ ചോദിച്ചു.

അവൾ തലയാട്ടി.

"അതുപോലെയുള്ള ഒരു കേന്ദ്രത്തിൽ എനിക്ക് ഇരുപത് പേരെ ഉപയോഗിക്കാൻ കഴിയും." അയാൾ പറഞ്ഞു. "നിങ്ങൾ കന്നുകാലികളെ മെച്ചപ്പെടുത്താൻ വേണ്ടി ഒരു മൈതാനത്ത് ഇണക്കിയെടുത്ത മൂരിക്കാ ളകളെ അഴിച്ചുവിട്ടിട്ടുണ്ടെങ്കിൽ ഇരുപത് ആളുകൾ അധികമായിരിക്കില്ല. അവിടെ വേലികളും കന്നുകാലികൾക്കുള്ള മേച്ചിൽ സ്ഥലങ്ങളും എന്നു വേണ്ട എല്ലാത്തരം കാര്യങ്ങളും നിർമ്മിക്കാനുണ്ട്. എനിക്ക് ഇരുപത് വെള്ളക്കാരായ കന്നുകാലിനോട്ടക്കാരെയും കൂടാതെ മറ്റുചില ജോലി ക്കാരെയും ഉപയോഗിക്കാൻ കഴിയും."

അവൾ സാവധാനം പറഞ്ഞു. "വിൽസ് ടൗണിനെ സ്വന്തം പട്ടണ മായി ഉപയോഗിക്കുന്ന അൻപത് കന്നുകാലി നോട്ടക്കാർ അവിടെ വന്നി രുന്നെന്ന് പീറ്റ് ഫ്ളച്ചർ പറഞ്ഞു."

"അത് ഏറക്കുറെ ശരിയാണ്." അയാൾ പറഞ്ഞു. അവൾ പറഞ്ഞു. "എല്ലാ കന്നുകാലി കേന്ദ്രങ്ങളും നിങ്ങൾ പറയുന്നതുപോലെ വികസി ക്കുകയാണെങ്കിൽ ഏഴ് ഇരട്ടി കന്നുകാലിനോട്ടക്കാർ വേണ്ടിവരുമെന്നാണ് അതിന്റെ അർത്ഥം. കാരണം ഇപ്പോൾ നിങ്ങൾ മൂന്നുപേർ മാത്രമാണ് അവിടെ ഉള്ളത്. ഈ ജില്ലയിൽ ഭാര്യമാരും കുടുംബങ്ങളുമുള്ള മുന്നൂറോ നാന്നൂറോ കന്നുകാലിനോട്ടക്കാർ വരും. അവർക്കുവേണ്ട കടകളും മദ്യ ശാലകളും ഗ്യാരേജുകളും റേഡിയോയും സിനിമയും വരും. ജോ, ഇവിടെ രണ്ടായിരമോ മൂവായിരമോ ആളുകളുള്ള ഒരു പട്ടണത്തിന് ആവശ്യമുള്ള സ്ഥലമുണ്ട്."

അയാൾ പുഞ്ചിരിച്ചു. "അടുത്തതായി നിങ്ങൾ ഇതിനെ ബ്രിസ്ബെ യിനോളം തന്നെ വലിപ്പമുള്ള ഒരു പട്ടണമാക്കി മാറ്റും."

അവൾ ഗൗരവത്തിൽ പറഞ്ഞു. "മലയായിലെ ഞങ്ങളുടെ സംഘ ത്തിൽ മിസിസ്സ് ഫ്രിത്ത് എന്നുപേരുള്ള ഒരു പ്രായമായ സ്ത്രീ ഉണ്ടായി രുന്നു. ജോ, തീർച്ചയായും അവരെപ്പറ്റി നിങ്ങൾ അറിയണം. നിങ്ങൾ യേശുക്രിസ്തു ആയിരിക്കുമെന്ന് അവർ വിചാരിച്ചിരുന്നു. കാരണം

നിങ്ങൾ കുരിശിലേറ്റപ്പെട്ടിരുന്നു. നിങ്ങൾ ക്രിസ്തു അല്ലെന്ന് അവരോട് പറയാൻ ഞാൻ ശ്രമിച്ചിട്ടുണ്ടായിരുന്നു. ഒരുപക്ഷേ, നിങ്ങൾ ഇപ്പോൾ ചെയ്യുന്ന കാര്യം അവർ കാണുകയാണെങ്കിൽ അവർ ഞാൻ പറഞ്ഞത് വിശ്വസിക്കാൻ ശ്രമിക്കുമായിരുന്നു.”

അവർ കുറച്ചുസമയം മിസിസ്സ് ഫ്രിത്തിനെപ്പറ്റി സംസാരിക്കുന്നു ണ്ടായിരുന്നു. അതിനുശേഷം അവർ കൂടുതൽ ലൗകികമായ കാര്യങ്ങ ളിലേക്ക് സംസാരം തിരിച്ചുവിട്ടു. “ജോ” അവൾ പറഞ്ഞു. “ഞാൻ പറ യുന്നത് നിങ്ങൾ കേൾക്കാൻ ശ്രമിക്കണം. വിൽസ്ടൗണിൽ ഞാൻ ഒരു വ്യവസായം തുടങ്ങാൻ ആഗ്രഹിക്കുന്നുണ്ടെന്ന് പറഞ്ഞാൽ ഞാൻ ഒരു മന്ദബുദ്ധിയാണെന്ന് നിങ്ങൾ വിചാരിക്കാൻ സാധ്യതയുണ്ടോ?”

അയാൾ അവളെ അമ്പരപ്പോടെ നോക്കി. “ഒരു വ്യവസായമോ? വിൽസ്ടൗണിൽ നിങ്ങൾക്ക് എന്തുതരം വ്യവസായമാണ് നടത്താൻ കഴി യുന്നത്?”

“ഞാൻ ഇംഗ്ലണ്ടിൽ ചെയ്തിരുന്നത് എന്താണെന്ന് നിങ്ങൾ മനസ്സി ലാക്കിയിട്ടുണ്ടോ?” അവൾ അന്വേഷിച്ചു.

“ഷോർട്ട് ഹാന്റ് ആയിരുന്നില്ലേ?” അയാൾ ചോദിച്ചു. അവൾ അയാ ളുടെ കൈപ്പത്തി സ്വന്തം കൈപ്പത്തികൾക്ക് ഉള്ളിലാക്കിക്കൊണ്ട് തലോടി. “നിങ്ങൾ എന്നെപ്പറ്റി അറിഞ്ഞിട്ടില്ലാത്ത ധാരാളം കാര്യ ങ്ങളുണ്ട്.” അവൾ പറഞ്ഞു. “ഒരുപാട് കാര്യങ്ങൾ നിങ്ങളോട് പറയാ നുണ്ട്.” അവൾ അയാളോട് പാക്ക് ആൻഡ് ലെവിയെക്കുറിച്ചും ചീങ്ക ണ്ണിത്തോലുകൊണ്ടുള്ള ഷൂസിനെക്കുറിച്ചും ആഗിടോപ്പിനെക്കുറിച്ചും പറ യാൻ ആരംഭിച്ചു. അരമണിക്കൂറിനുശേഷം അവൾ പറഞ്ഞു. “ജോ, അതാണ് ഞാൻ ചെയ്യാൻ ആഗ്രഹിക്കുന്നത്. നിങ്ങൾ അത് കിറുക്കാ ണെന്ന് വിചാരിക്കുന്നുണ്ടോ?”

“എനിക്ക് അറിയില്ല.” അതിനുശേഷം വളരെ അപ്രതീക്ഷിതമായി അയാൾ പറഞ്ഞു. “ഞാൻ ബോൺഡ് സ്ട്രീറ്റ് വഴി കടകളിൽ നോക്കി ക്കൊണ്ട് നടന്നുപോയിരുന്നു.”

അവൾ ആശ്ചര്യത്തോടെ അയാളുടെ മുഖത്തേക്ക് നോക്കി. “ജോ, നിങ്ങൾ അവിടെ പോയിരുന്നോ?”

അയാൾ തലയാട്ടി. “ഞാൻ എനിക്ക് ലണ്ടനിൽ എന്തൊക്കെ കാണാ നുണ്ടെന്ന് മിസ്റ്റർ സ്ട്രാച്ചനോട് ചോദിച്ചിരുന്നു. എനിക്ക് എത്രമാത്രം ചരിത്രം അറിയാമെന്ന് അയാൾ എന്നോട് തിരിച്ചുചോദിച്ചു. ഞാൻ സ്കൂളിൽനിന്ന് കൂടുതൽ കാര്യങ്ങളൊന്നും പഠിച്ചിട്ടില്ലെന്ന് അയാളോട് പറഞ്ഞു. അതുകൊണ്ട് അയാൾ എന്നോട് സെയിന്റ് പോൾസ് സന്ന്യാ സിമഠവും വെസ്റ്റ് മിൻസ്റ്റർ സന്ന്യാസിമഠവും പോയിക്കാണാൻ അതിനു ശേഷം പറഞ്ഞു. അതിനുശേഷം പിക്കാഡിലി സർക്കസ്സിലേക്കുള്ള ബസ് പിടിച്ച് യാത്ര ചെയ്യാൻ അയാൾ എന്നോട് പറഞ്ഞു. അതിനുശേഷം റീഗസ്റ്റ് സ്ട്രീറ്റു വഴിയും ബോണ്ട് സ്ട്രീറ്റ് വഴി താഴോട്ടും നടന്ന് ഓക്സ്ഫോഡ് സ്ട്രീറ്റിലൂടെ പോയി ബോണ്ട് സ്ട്രീറ്റിലൂടെ താഴോട്ട്

നടന്ന് പിക്കാഡിലിവഴി തിരിച്ചെത്താൻ പറഞ്ഞു. അതുകൊണ്ട് ആ വഴി കളിൽ എല്ലാമുള്ള ഏറ്റവും നല്ല കടകൾ എനിക്ക് കാണാൻ കഴിയു മെന്ന് അയാൾ പറഞ്ഞു."

അവൾ തലയാട്ടി. അവൾക്ക് ഇപ്പോൾ അവൾ ഗ്രീൻ ഐലന്റിൽ നിന്ന് വളരെ അകലെയായാണെന്ന് തോന്നി. കടൽക്കാറ്റിൽ തലയ്ക്കു മുക ളിൽ ഉള്ള തെങ്ങുകളുടെ മർമ്മരം വളരെ ദൂരം നിന്നാണെന്ന് തോന്നി.

"ഞാൻ ചീങ്കണ്ണിത്തോലുകൊണ്ടുള്ള ധാരാളം ഷൂസ് കണ്ടിരുന്നു." അയാൾ പറഞ്ഞു. "അലങ്കാരപ്പണികൾ നടത്തിയിരുന്ന സ്ത്രീകളുടെ സൗന്ദര്യവർദ്ധകസാധനങ്ങൾ സൂക്ഷിക്കുന്ന തുകൽപ്പെട്ടികളും കണ്ടി രുന്നു." അയാൾ അവളുടെ നേർക്ക് തിരിഞ്ഞു. അതെല്ലാം കാണാൻ വളരെ ഭംഗിയുള്ളവ ആയിരുന്നു. അവയെല്ലാം കിഴവൻ പോക്കോക്ക് കെണിവച്ചുപിടിച്ച ചീങ്കണ്ണികളുടെ തോലുകളാണെന്ന് ആലോചിച്ച പ്പോൾ ഞാൻ അത്ഭുതപ്പെട്ടുപോയിരുന്നു. അവയെല്ലാം വളരെ മനോഹ രമായി നിർമ്മിച്ചവ ആയിരുന്നു. പക്ഷേ, വില എനിക്ക് അത് വിശ്വസി ക്കാൻപോലും വയ്യ. കൂടുതൽ ഷൂസുകൾക്കും ലേബൽ ഉണ്ടായിരുന്നില്ല. പക്ഷേ, അവിടെ ഒരെണ്ണം ഉണ്ടായിരുന്നു, വെള്ളിമുത്തുകൾ പതിച്ച സ്ത്രീകൾക്കുവേണ്ടിയുള്ള ചീങ്കണ്ണിത്തോലുകൊണ്ടു നിർമ്മിച്ച ഒരു പെട്ടി. ആ ഒരെണ്ണത്തിന് വില നൂറ് സ്വർണ്ണ നാണയങ്ങൾ ആയിരുന്നു."

അവൾ ആവേശത്തോടെ പറഞ്ഞു. "ജോ, അത് നിർമ്മിച്ചത് പാക്ക് ആന്റ് ലവി ആയിരുന്നെന്ന് ഞാൻ പന്തയംവെക്കാം. അത്തരത്തിലുള്ള എല്ലാ ജോലികളും ഞങ്ങൾ ചെയ്യുന്നുണ്ടായിരുന്നു."

"വിൽസ്ടൗണിൽ നിങ്ങൾക്ക് അതുപോലെയുള്ള സാധനങ്ങൾ നിർമ്മിക്കാൻ കഴിയില്ലെന്നാണ് നിങ്ങൾ ചിന്തിച്ചിരുന്നത്. അല്ലേ?"

"പെട്ടികൾ പറ്റില്ല. പക്ഷേ, ഷൂസു നിർമ്മിക്കാൻ പറ്റും. ഷൂസു മാത്രം - എന്തുതന്നെ ആയാലും തുടക്കമിടാൻ ഷൂസ് മതിയാകും. ചീങ്കണ്ണി ത്തോലുകൊണ്ടുള്ള ഷൂസ് നിർമ്മിക്കുന്ന ആറോ ഏഴോ പെൺകുട്ടി കൾ ജോലിചെയ്യുന്ന ഒരു ചെറിയ തൊഴിൽശാല. ജോ, അതിന് വളരെക്കൂടുതൽ ചെലവ് ഉണ്ടാവില്ല. അതിന് എന്തെങ്കിലും കുഴപ്പം സംഭ വിച്ചാൽ എനിക്ക് താങ്ങാവുന്ന തുകയേക്കാൾ കൂടുതൽ നഷ്ടപ്പെടുക യില്ല. കാര്യങ്ങൾ ശരിയായി വന്ന് പ്രതിഫലം ലഭിച്ചു തുടങ്ങുകയാണെ ങ്കിൽ അത് ഈ പട്ടണത്തിനുതന്നെ ഒരു നല്ല കാര്യം ആയിരിക്കും."

"വിൽസ്ടൗണിലെ ജോലിയിൽനിന്ന് പണം സമ്പാദിക്കുന്ന ആറോ ഏഴോ പെൺകുട്ടികൾ?" അയാൾ ആലോചനയോടെ പറഞ്ഞു. "നിങ്ങൾ അവരെ ആറാഴ്ചപോലും ജോലിചെയ്യിക്കാൻ പോകുന്നില്ല. അവർ എല്ലാ വരും വിവാഹം കഴിച്ച് സ്ഥലംവിടും. ഞാൻ ഉറപ്പു പറയാം. അവർ സ്ഥലം വിട്ടിരിക്കും."

അവൾ ചിരിച്ചു. "അപ്പോൾ എനിക്ക് ആറോ ഏഴോ പെൺകുട്ടി കളെ കൂടി കണ്ടത്തേണ്ടി വരും."

അവൾ എഴുന്നേറ്റു. "നമുക്ക് പോയി കുളിക്കാൻ നോക്കാം. നമ്മൾ

പെട്ടെന്ന് കുളിച്ചില്ലെങ്കിൽ പിന്നീട് ചൂട് വളരെ കൂടുതൽ ആയിരിക്കും."

അവർ പോയി വസ്ത്രം മാറി വന്ന് പവിഴമണലിന്റെ മുകളിലെ വെട്ടി ത്തിളങ്ങുന്ന വൃത്തിയുള്ള വെള്ളത്തിൽ ഇറങ്ങിക്കിടന്നു. "ഈ പരുക്ക കൾ ഒന്നു കണ്ടുനോക്കൂ." അവൾ പറഞ്ഞു. "എന്ത് ശല്യമാണ്. നിങ്ങ ളുടെ വലിപ്പമുള്ള ഏതോ തെമ്മാടി എന്റെ പരുക്കിൽ ഇടിക്കുന്നു." അതിനുശേഷം അവൾ പെട്ടെന്ന് പറഞ്ഞു. "എന്റെ കൈവശം നിങ്ങളെ ഞെട്ടിക്കാൻ മറ്റൊന്നുകൂടി ഉണ്ട്. ഞാൻ അത് ഇപ്പോൾ പറഞ്ഞാൽ നിങ്ങൾ വെള്ളത്തിൽ മുങ്ങിമരിക്കില്ലല്ലോ? ഞാൻ ഒരു ഐസ്ക്രീം പാർലർ തുടങ്ങാൻ ആഗ്രഹിക്കുന്നു."

"എന്റെ ദൈവമേ!" അയാൾ പറഞ്ഞു.

"ജോ, ഞാൻ ഈ പെൺകുട്ടികൾക്ക് ധാരാളം പണം ശമ്പളം കൊടുക്കാൻ പോകുകയാണ്." അവൾ ഗൗരവത്തിൽ പറഞ്ഞു. "എനിക്ക് അതിൽക്കുറച്ച് പണമെങ്കിലും തിരിച്ചുകിട്ടേണ്ടിയിരിക്കുന്നു."

അവൾ ചിരിച്ചുകൊണ്ടിരിക്കുകയായിരുന്നോ അല്ലയോ എന്ന് തീർച്ച പ്പെടുത്താൻ കഴിയാത്തതുകൊണ്ട് അയാൾ അവളുടെ മുഖത്തേക്ക് സൂക്ഷിച്ചുനോക്കി. "വിൽസ്ടൗണിൽ ഒരു ഐസ്ക്രീം പാർലർ തുടങ്ങി യാൽ" അയാൾ പറഞ്ഞു. "അതിൽനിന്ന് ഒരിക്കലും ലാഭം കിട്ടില്ല."

"ഞാൻ ഒരു ഐസ്ക്രീമിന് വാങ്ങാൻ പോകുന്ന വില തീരുമാനി ക്കുന്നതുവരെ നിങ്ങൾ കാത്തിരിക്കണം." അവൾ പറഞ്ഞു. "ഐസ്ക്രീം മാത്രമല്ല ജോ — പഴവും പച്ചക്കറികളും കാണും, തണുത്ത സാധന ങ്ങൾ കാണും, സ്ത്രീകളുടെ മാസിക കാണും. സുഗന്ധദ്രവ്യങ്ങൾ കാണും, അതിനോടൊപ്പം സ്ത്രീകൾ ആഗ്രഹിക്കുന്ന എല്ലാത്തരം ചെറിയ സാധനങ്ങളും ആ കടയ്ക്കുള്ളിൽ കാണും. എനിക്കുവേണ്ടി ഇവിടെ വന്ന് അത് നടത്തിത്തരാൻ ആഗ്രഹിക്കുന്ന ഒരു സുന്ദരിയായ പെൺകുട്ടിയെ എനിക്ക് ലഭിച്ചിട്ടുണ്ട്. ആലിസ് സ്പ്രിങ്സിൽ താമസി ക്കുന്ന റോസ് സോയർ എന്നുപേരുള്ള ഒരു പെൺകുട്ടി."

അയാൾ സാവധാനം പറഞ്ഞു. "നിങ്ങൾക്ക് അത് നടത്തിക്കൊണ്ടു പോകാൻ ഇതുപോലെയുള്ള ഒരു പെൺകുട്ടിയെ ലഭിക്കുകയാണെങ്കിൽ സ്ത്രീകൾക്ക് നിങ്ങളുടെ കടയ്ക്കുള്ളിൽ കടന്നുവരാൻ കഴിയില്ല. കട എല്ലാസമയത്തും കന്നുകാലി നോട്ടക്കാരെക്കൊണ്ട് നിറഞ്ഞിരിക്കുകയാ യിരിക്കും."

അവൾ പറഞ്ഞു. "അവർ ഐസ്ക്രീം വാങ്ങുന്ന കാലത്തോളം അതുകൊണ്ട് കുഴപ്പമൊന്നുമില്ല." അവൾ അയാളുടെ മുഖത്തേക്ക് തിരിഞ്ഞുനോക്കിക്കൊണ്ട് ചോദിച്ചു. "ജോ, നിങ്ങൾ എന്നെങ്കിലും ആലിസ് സ്പ്രിങ്സിൽ ഒരു ഞായറാഴ്ച ചെലവഴിച്ചിട്ടുണ്ടോ?"

അയാൾ തലകുലുക്കി. "ഞാൻ എന്നെങ്കിലും ചെലവഴിച്ചിട്ടു ള്ളതായി ഞാൻ വിചാരിക്കുന്നില്ല. എന്തായാലും യുദ്ധം തുടങ്ങിയതു മുതൽ ഇല്ല."

"അത് എന്തുകൊണ്ട് ആണെന്നുകൂടി എനിക്ക് അറിയാം?" അവൾ

പറഞ്ഞു. "മദ്യശാലകൾ എല്ലാം അടച്ചിരിക്കുകയായിരിക്കും."

അയാൾ മുഖത്ത് ചിരി വരുത്തി. "വളരെ ശരിയാണ്." അയാൾ പറഞ്ഞു.

"വിൽസ് ടൗണിലും ഞായറാഴ്ചകളിൽ മദ്യശാലകൾ അടച്ചിരിക്കു കയാണ്."

"മദ്യശാലകൾ അടഞ്ഞുകിടക്കും" അയാൾ പറഞ്ഞു. "പക്ഷേ, ശ്രീമതി. കൊണോറിന്റെ പിൻവശം ചുറ്റിച്ചെന്നാൽ അതെല്ലാം നിങ്ങൾക്ക് ഇഷ്ടംപോലെ ലഭിക്കും."

അവൾ വെള്ളത്തിൽ കിടന്ന് തലകുത്തിമറിഞ്ഞു. "ജോ, എനിക്ക് സർജന്റ് ഹെയിൻസിനോട് സൂചിപ്പിക്കേണ്ടിവരും. എല്ലാവർക്കും ആലിസ് സ്പ്രിങ്സിലെ ഐസ്ക്രീം പാർലറിൽ പോകാൻ പറ്റിയ ദിവസം ഞായറാഴ്ചയാണ്. ആഴ്ച മുതൽ മദ്യശാലയിൽ ഉണ്ടാവാറുള്ള മനു ഷ്യർ മുഴുവൻ ഞായറാഴ്ചകളിൽ അവരുടെ ഭാര്യമാരെയും കുട്ടികളെയും കൂട്ടിക്കൊണ്ട് ഐസ്ക്രീം പാർലറിലെത്തി ഐസ്ക്രീം സോഡായും കൊക്കക്കോളായും വാങ്ങിക്കഴിക്കുന്നത് പതിവ് കാഴ്ചയാണ്. ഞായറാ ഴ്ചകളിൽ വിൽസ്ടൗണിൽ ഗംഭീര കച്ചവടമാണ് നടക്കുന്നത്."

"അത് ഉണ്ടായിരിക്കും." അയാൾ ആലോചനയോടെ പറഞ്ഞു. "അവിടെ മറ്റൊന്നുംതന്നെ ചെയ്യാൻ ഉണ്ടായിരിക്കില്ല."

അവർ താമസിയാതെ കടലിൽ നിന്ന് കരയിലെത്തി ഒരു മരത്തിന്റെ നിഴലിലേക്ക് നടന്നുപോയി. അവർ മരങ്ങൾക്ക് അടിയിൽ ഇരുന്ന് പുക വലിച്ചുകൊണ്ടിരിക്കുമ്പോൾ അയാൾ പറഞ്ഞു. "നിങ്ങൾ ചെയ്യാൻ എല്ലാ കാര്യങ്ങൾക്കും കൂടി ധാരാളം പണച്ചെലവ് വരും. മൂവ്വായിരമോ നാലാ യിരമോ പൗണ്ട് വേണ്ടിവരും. അല്ലെങ്കിൽ അതിലും കൂടുതൽ വേണ്ടി വരും."

"എന്റെ കൈവശം വേണ്ടത്ര പണം ഉണ്ട്." അവൾ പറഞ്ഞു.

അയാൾ അവളെ സൂക്ഷിച്ചു നോക്കിക്കൊണ്ട് പറഞ്ഞു. "നിങ്ങൾ ഒരു സമ്പന്നയാണെന്ന് മിസ്റ്റർ സ്ട്രാച്ചൻ എന്നോട് പറഞ്ഞിരുന്നു." അയാൾ ശാന്തമായി പറഞ്ഞു. "ഞാൻ ആ അറിവിനെപ്പറ്റി മനസ്സിലാ ക്കിക്കഴിയുന്നതുവരെ ഈ കാര്യത്തെപ്പറ്റി ഞാൻ വേവലാതിപ്പെട്ടിരുന്നു. നിങ്ങൾക്ക് എന്തുമാത്രം കിട്ടിയിട്ടുണ്ട്. നിങ്ങൾ അത് പറയില്ലെന്ന് മാത്രം എന്നോട് പറയരുത്. പക്ഷേ, അത് ഏകദേശം എന്തുകാണും എന്ന് ഞാൻ അറിഞ്ഞിരിക്കുകയാണെങ്കിൽ എനിക്ക് നിങ്ങളെ കൂടുതൽ സഹായി ക്കാൻ പറ്റും."

"തീർച്ചയായും പറയാം." അവൾ പറഞ്ഞു. കഴിഞ്ഞ രാത്രിക്ക് ശേഷം ഒരു കാര്യത്തിനും അവർക്കിടയിലേക്ക് കടന്നുവരാൻ കഴിയില്ല. "എനിക്ക് ഏകദേശം അൻപത്തിമൂവായിരം പൗണ്ട് ഉണ്ടെന്നാണ് മിസ്റ്റർ സ്ട്രാച്ചൻ പറയുന്നത്. എനിക്ക് മുപ്പത്തിയഞ്ച് ആകുന്നതുവരെ ആ പണം മുഴുവൻ എനിക്കുവേണ്ടിയുള്ള ഒരു നിക്ഷേപം ആയിരിക്കും. അതിനു ശേഷം ഞാൻ മുപ്പത്തിയഞ്ചിനുമുമ്പ് ആ നിക്ഷേപം എടുത്തു ചെലവ

ഴിക്കാൻ ആഗ്രഹിക്കുകയാണെങ്കിൽ, എനിക്ക് അയാളോട് ചോദിക്കേ
ണ്ടിവരും."

"എന്റെ ദൈവമേ!"

"അത് ധാരാളം പണം ഉണ്ട്. ഇല്ലേ?" അവൾ ചോദിച്ചു. "ഒരു തര
ത്തിൽ അത് എന്റെ പേരിലുള്ള ഒരു നിക്ഷേപമായതിൽ എനിക്ക്
സന്തോഷം ഉണ്ട്. നോയൽ സ്ട്രാച്ചൻ അത്രമാത്രം നല്ലവനാണ്." അവൾ
അല്പസമയത്തേക്ക് സംസാരം അവസാനിപ്പിച്ചതിനുശേഷം തുടർന്നു.
"അതുകൊണ്ട് എന്തെങ്കിലും പ്രയോജനമുള്ള കാര്യം ചെയ്യണമെന്നാണ്
ഞാൻ ആഗ്രഹിക്കുന്നത്." അവൾ പറഞ്ഞു. "എനിക്ക് യഥാർത്ഥ കച്ച
വടത്തെപ്പറ്റി ഒരുകാര്യവും അറിയത്തില്ല. 'പാക്ക് ആൻഡ്ലെവി' അത്
ഉണ്ടാക്കുന്നുണ്ടെന്ന് മാത്രമാണ് എനിക്ക് അറിയാവുന്ന ഒരേയൊരു
കാര്യം. നമ്മൾ അതുപോലെയുള്ള ഒരു ചെറിയ തൊഴിൽ ശാലയും
സ്ത്രീകൾക്ക് അവൾ ഇഷ്ടപ്പെടുന്ന അതുപോലെയുള്ള സാധനങ്ങൾ
വാങ്ങാൻ കഴിയുന്ന ഒരു കടയും തുടങ്ങുന്നതിനെപ്പറ്റി ഞാൻ ആലോ
ചിച്ചിരുന്നു. ശരി, വിൽസ്ടൗൺ പോലെയുള്ള സ്ഥലങ്ങളിൽ അതു
കൊണ്ട് വലിയ ലാഭം കിട്ടിയില്ലെങ്കിലും അതുകൊണ്ട് ഇവിടെ പണം
ചെലവഴിക്കപ്പെടേണ്ട രീതിയിൽ ചെലവഴിക്കപ്പെടും."

അയാൾ അവളെ തലകുനിച്ച് ചുംബിച്ചു. "ജോ, അവിടെ മറ്റൊരു
കാര്യം ഉണ്ട്." അവൾ പറഞ്ഞു. "എനിക്ക് അറിയില്ല. പക്ഷേ, ഏതാനും
പെൺകുട്ടികൾക്ക് വെറുതെ തൊഴിൽ കൊടുക്കുന്നതിനേക്കാൾ കൂടു
തലായി അവിടെ എന്തൊക്കെയോകൂടി ഉണ്ടെന്നുള്ള തോന്നൽ എനിക്ക്
ഉണ്ടായിരുന്നു. നിങ്ങൾ പറയുന്നത് കന്നുകാലി സംരക്ഷകർ എല്ലാം
ഉൾക്കടൽ പ്രദേശത്തെ ഉപേക്ഷിച്ച് പോകുകയാണെന്നും ആളുകൾ
ആളൊഴിഞ്ഞ ഈ പ്രദേശത്തേക്ക് വരില്ലെന്നുമാണ്. ശരിയാണ്. അവർക്ക്
ഒരു പെൺകുട്ടിയെ കിട്ടിയില്ലെങ്കിൽ നിശ്ചയമായും അവർ വരില്ല. എല്ലാ
പെൺകുട്ടികളും പോകുന്നതിന്റെ കാരണം അവർക്ക് ഇവിടെ ജോലി
ലഭിക്കാത്തതാണ്. ഞാൻ ജോലി കൊടുക്കുന്ന ഓരോ പെൺകുട്ടിക്കും
വേണ്ടി നിങ്ങൾക്ക് മിഡ് ഹസ്റ്റിൽ ജോലി ചെയ്യാൻ വേണ്ടി ഓരോ ആളു
കളെ കിട്ടും എന്നാണ് ഞാൻ വിശ്വസിക്കുന്നത്. നിങ്ങൾ അത്
സത്യമാണെന്ന് വിചാരിക്കുന്നില്ലേ?"

"എനിക്ക് അറിയില്ല." അയാൾ കടലിനുമുകളിലൂടെ ടേബിൾ
ലാന്റിന്റെ മങ്ങിയ നീലനിറത്തിലുള്ള നേർവരയിലേക്ക് നോക്കി. "അത്
നാലുചുറ്റും പെൺകുട്ടികളുടെ ഒരു സംഘം ഉണ്ടാവാൻ സഹായിക്കു
മെന്ന് ഉറപ്പാണ്. എന്റെ ദൈവമേ, ജനവാസമില്ലാത്ത സ്ഥലങ്ങളിൽ മനു
ഷ്യൻ ഒറ്റപ്പെട്ടുപോകും."

അയാളുടെ ഒറ്റപ്പെടലിനെക്കുറിച്ചുള്ള ദയനീയമായ തിരിച്ചറിവ് അവ
ളുടെ മനസ്സിൽ തറച്ചു. ജനവാസമില്ലാത്ത സ്ഥലത്ത് ഒഴിഞ്ഞ പുരയിട
ത്തിൽ പട്ടികൾ ഇല്ലാതെ നിങ്ങൾക്ക് ജീവിക്കാൻ കഴിയാത്ത സുദീർഘ
മായ രാത്രികളിൽ തനിച്ചാക്കപ്പെടുന്ന മനുഷ്യരെപ്പറ്റി അവൾ ആലോ

ചിച്ചു. അക്ഷരാഭ്യാസമില്ലാത്ത അയാളുടെ ലുബ്രായെ വിവാഹം കഴി ച്ചിരുന്ന കലെയിലെ മാനേജർ എസ്ലിപേജിന്റെ പ്രതികരിക്കുന്ന ബുദ്ധി യുള്ള മുഖം അവളുടെ മനസ്സിലേക്ക് കടന്നുവന്നു. ഉടൻതന്നെ അവൾ അയാളുടെ നേർക്ക് പെട്ടെന്നുണ്ടായ അനുകമ്പയോടെ തിരിഞ്ഞുനിന്നു. "എനിക്ക് നിങ്ങളോട് കാത്തുനില്ക്കാൻ പറഞ്ഞതിൽ വിഷമം ഉണ്ട്." അവൾ പറഞ്ഞു. അയാൾ അവളുടെ കൈ എടുത്ത് ഞെരിച്ചു. "ജോ, ഞാൻ ഈ വ്യവസായം നമ്മൾ വിവാഹിതരാകുന്നതിന്റെ മുമ്പ് തുടങ്ങാനാണ് ആഗ്രഹിക്കുന്നത്." അവൾ പറഞ്ഞു. അവൾ അയാളുടെ മുഖത്തേക്ക് നോക്കി പുഞ്ചിരിച്ചു. "നിങ്ങൾ ചെറിയ തോതിൽ ഉത്സാഹമുള്ള ഒരു കാമുകനാണെന്ന് നിങ്ങൾ അറിയണം. നിങ്ങൾ ഒരു കുടുംബം തുട ങ്ങാൻവേണ്ടി കൂടുതൽ സമയം കളയുമെന്ന് ഞാൻ വിശ്വസിക്കുന്നില്ല." അയാൾ മുഖത്ത് ചിരിവരുത്തി. "നിങ്ങൾ ആഗ്രഹിക്കുന്നതിനേക്കാൾ കൂടുതൽ വേഗതയിൽ ഞാൻ പോകില്ല."

"ഞാനും അവരെ ആഗ്രഹിക്കുന്നുണ്ട്." അവൾ അയാളുടെ തല അവളുടെ അടുത്തേക്ക് വലിച്ചടുപ്പിച്ചുകൊണ്ട് അയാളെ ചുംബിച്ചു. "പക്ഷേ, അതിന്റെ അർത്ഥം നമ്മുടെ വിവാഹം കഴിഞ്ഞ് എനിക്ക് വ്യവ സായത്തിനുവേണ്ടി കിട്ടുന്നത് വെറും ആറ് മാസം ആയിരിക്കും എന്നാണ്. അതിനുശേഷം എനിക്ക് മറ്റ് കാര്യങ്ങളെപ്പറ്റി ആലോചിച്ചു തുടങ്ങേണ്ടി വരും. ജോ, നിങ്ങൾ എപ്പോഴാണ് കന്നുകാലികളെ ഒന്നിച്ചു കൂട്ടാൻ തുട ങ്ങുന്നത്?"

"മഴയ്ക്ക് ശേഷം" അയാൾ പറഞ്ഞു. "മഴ താമസിച്ചുപോയതു കൊണ്ട് ഈ വർഷം അത് മാർച്ചിൽ ആയിരുന്നു. പക്ഷേ, സാധാരണഗ തിയിൽ ഞങ്ങൾ അത് ഫെബ്രുവരി പകുതിയോടെ ആരംഭിക്കും."

"അത് എത്രകാലം നീണ്ടുനില്ക്കും?"

"ഏകദേശം മൂന്നാഴ്ച അല്ലെങ്കിൽ ഒരുമാസം. അതിനുശേഷം പശു ക്കുട്ടികളുടെ മുദ്രകുത്തലും കന്നുകാലികളെ ജൂലിയാക്രീക്കിലേക്ക് തെളി ച്ചുപോകലും ഉണ്ട്."

"ജോ, കന്നുകാലികളുടെ കണക്കെടുപ്പിനുശേഷം നമുക്ക് വിവാഹം കഴിക്കാൻ പറ്റുമോ? ഏപ്രിലിന്റെ തുടക്കത്തിൽ വിവാഹിതരാകാൻ പറ്റുമോ?

"തീർച്ചയായും പറ്റും." അയാൾ പറഞ്ഞു.

അവൾ ആലോചനയോടെ പറഞ്ഞു. "അതിന്റെ അർത്ഥം നമ്മൾ കുടുംബജീവിതം ആരംഭിക്കുന്ന സമയത്ത് ഈ വ്യവസായത്തിൽനിന്ന് ഒന്നോ രണ്ടോ മാസം വിട്ടുനില്ക്കാൻ പറ്റിയ അവസ്ഥയിൽ എത്തിച്ചേ രാൻ വേണ്ടി എനിക്ക് ഇപ്പോൾ മുതൽ ഏറക്കുറെ ഒരു വർഷത്തോളം സമയം ലഭിക്കും. അത് മതിയാകുമെന്നാണ് ഞാൻ വിചാരിക്കുന്നത്. ഞാനില്ലാതെ ആ സമയംകൊണ്ട് ഇതിന് ഒരുമാസം മുന്നോട്ടുപോകാൻ കഴിയുമെങ്കിൽ മൊത്തം കാര്യങ്ങളും വളരെക്കൂടുതൽ മെച്ചപ്പെട്ടിട്ടു ണ്ടാകും."

അയാൾ പറഞ്ഞു. "ഞാൻ തീർച്ചയായും ചുറ്റുവട്ടത്തിൽ ഉണ്ടായി രിക്കും."

അവൾ ചിരിച്ചു. "ചെറുപ്പക്കാരികൾക്ക് ഐസ്ക്രീമും ലിപ്സ്റ്റിക്കും വില്പന നടത്താനോ? ജോ, അതുചെയ്യാൻ ഞാൻ നിങ്ങളോട് ആവശ്യ പ്പെടില്ല."

അയാൾ ഈ നടപടികളെപ്പറ്റി ആലോചിച്ചു. "നമ്മൾ വിവാഹിത രാകുമ്പോൾ ഈ കന്നുകാലികളെ ജിമ്മിന് ജൂലിയാ ക്രീക്കിലേക്ക് തനിയെ നയിച്ചുകൊണ്ടുപോകാൻ പറ്റും. ഞാൻ അയാളുടെ കൂടെ ബോൺവെല്ലിനെയും മറ്റു ചില ആസ്ട്രേലിയക്കാരെയും പറഞ്ഞയ യ്ക്കും. അപ്പോൾ നമുക്ക് നമ്മുടെ ചെറിയ ലോറി ഓടിച്ച് അയാൾ അവിടെ എത്തുന്ന സമയത്ത് അവിടെ എത്തി അവയെ ട്രെയിനിൽ കയറ്റാം. അത് നമുക്ക് ഒരുതരം മധുവിധുവായി മാറ്റിയെടുക്കാൻ പറ്റും."

അവൾ പുഞ്ചിരിച്ചു. "എനിക്ക് നിങ്ങളുടെ മധുവിധുവിനെ പറ്റിയുള്ള നിർദ്ദേശം ഇഷ്ടപ്പെട്ടു" അയാൾ പല്ലിളിച്ചു. "ജോ, ജൂലിയാ ക്രീക്കിൽ ബിയർ കുടിക്കുന്നത് ഒഴിച്ചുനിർത്തിയാൽ മറ്റെന്തെങ്കിലും കാര്യങ്ങൾ അവിടെ ചെയ്യാനുണ്ടോ?"

"എന്റെ ദൈവമേ" അയാൾ പറഞ്ഞു. "അവിടെ ജൂലിയാക്രീക്കിൽ ഒരുപാട് കാര്യങ്ങൾ ചെയ്യാനുണ്ട്."

"അവിടെ എന്താണ് ചെയ്യാനുള്ളത്?"

"ആയിരത്തിഅഞ്ഞൂറ് കന്നുകാലികളെ ട്രെയിനിൽ കയറ്റാം" അയാൾ അവളെ നോക്കി പല്ലിളിച്ചു. "ഇതുപോലെ ഒരു മധുവിധുവി നുള്ള അവസരം ലഭിച്ചിട്ടുള്ള കൂടുതൽ ഇംഗ്ലീഷുകാരികൾ ഇല്ല." അയാൾ പറഞ്ഞു.

അവർ ഉച്ചഭക്ഷണം കഴിക്കാൻ വേണ്ടി മുറിയിൽ പോയി വസ്ത്രം മാറി വന്നു. ഉച്ചഭക്ഷണം കഴിച്ചുകൊണ്ടിരിക്കുമ്പോൾ അയാൾ പറഞ്ഞു. "ചീങ്കണ്ണിത്തോലുകൾ ഉറയ്ക്കിട്ട് മയപ്പെടുത്തിയെടുക്കാൻ വിൽസ് ടൗൺ പറ്റുമോ എന്ന് ഞാൻ ആലോചിക്കും." അയാൾക്ക് വിൽസ്ടൗണിൽ അത് ചെയ്യാൻ ശ്രമിക്കുന്നതിനോട് അങ്ങേയറ്റത്തെ എതിർപ്പുണ്ടായിരുന്നു. അത് പെൺകുട്ടികൾക്ക് യോജിക്കാത്ത ഒരു വൃത്തിയില്ലാത്ത ജോലി ആയിരുന്നു. അവിടെ അതുചെയ്യാൻ ഒരു പുരുഷനെപ്പോലും ലഭിക്കുമാ യിരുന്നില്ല. അയാൾ അയച്ചുകൊടുക്കുന്ന ഏത് തോലും വൃത്തിയാക്കി മയപ്പെടുത്തിയെടുക്കാൻ കഴിയുന്ന ഒരു തോൽ ഉറയ്ക്കിടുന്നസ്ഥലം ക്യാൻസിൽ ഉണ്ടെന്ന് അയാൾ അവളോട് പറഞ്ഞു. "അത് നടത്തുന്നത് ഗോർഡൻ എന്നുപേരുള്ള ഒരു കോമാളി ആണ്." അയാൾ പറഞ്ഞു. "കഴിഞ്ഞവർഷം അയാൾ ഉൾക്കടൽ പ്രദേശത്ത് ഉണ്ടായിരുന്നു. നിങ്ങൾക്ക് താല്പര്യം ഉണ്ടെങ്കിൽ നാളെ ഉച്ചതിരിഞ്ഞ് നമുക്ക് അയാളെ പോയി കാണാം."

"അയാൾക്ക് സൈക്കിളിൽ ഉറപ്പിച്ചു വെക്കുന്ന കുടകൾ ഉണ്ടോ?"

"ഉണ്ടായിരിക്കും. ഇല്ലെങ്കിൽ അയാൾ അത് വാങ്ങിക്കൊണ്ടുവരും."

കന്നുകാലി വളർത്തൽ കേന്ദ്രം നടത്തിപ്പിലുള്ള അയാളുടെ അറിവ് കാരണം തൊഴിൽ ശാലയ്ക്കുവേണ്ടിയുള്ള നിർദ്ദേശങ്ങളിൽ അവൾക്ക് അയാൾ ഒരു വലിയ സഹായം ആയിരുന്നു. "നിങ്ങൾ അതു ചെയ്യു മ്പോൾ ഞാൻ അത് നല്ലരീതിയിൽ വലുതാക്കിത്തരാം." അയാൾ പറഞ്ഞു. "വിൽസ് ടൗണിലേക്ക് വിറക് കൊണ്ടുവരുന്നതിനാണ് കൂടുതൽ പണം ചെലവാകാൻ പോകുന്നത്." അയാൾ ഒരു മിനിറ്റ് നേരം ആലോചിച്ചു. "എല്ലാ കാര്യങ്ങളും ശരിയായി പോകുകയാണെങ്കിൽ നിങ്ങൾ മൂന്ന് പെൺകുട്ടികൾ പുതുതായി വിൽസ്ടൗണിൽ താമസിക്കാൻ വരുകയാ ണ്." അയാൾ പറഞ്ഞു. "നിങ്ങളും ഈ പറഞ്ഞ റോസ് സോയറും ഒടു വിൽ പറഞ്ഞ ആഗിടോപ്പും അവിടെയുണ്ട്. ഇരിക്കാനും കിടക്കാനുമുള്ള പ്രത്യേകം പ്രത്യേകം വാതിലുകളുള്ള മറ്റ് ഭാഗങ്ങളിൽ നിന്ന് ഭിത്തികെ ട്ടിവേർതിരിച്ച് മൂന്ന് മുറികൾ കൂടി പണിഞ്ഞ് നിങ്ങൾക്ക് നിങ്ങളുടെ പണി പ്പുരയുടെ കെട്ടിടത്തെ അല്പംകൂടി വലുതാക്കരുതോ? അപ്പോൾ നിങ്ങൾക്ക് ഹോട്ടലിൽ താമസിക്കേണ്ടിവരില്ല. അതിനുശേഷം ഇടപാട് വളരുകയാണെങ്കിൽ നിങ്ങൾക്ക് ഭിത്തി ഇടിച്ചുകളഞ്ഞ് അതിനെ എല്ലാംകൂടി ഒന്നിപ്പിക്കാം." ഇത് ഒരു വളരെ നല്ല ആശയം ആണെന്ന് അവൾക്ക് തോന്നിയെന്ന് ഉറപ്പാണ്.

അവർ ഉച്ചഭക്ഷണം കഴിഞ്ഞ് ഒരു കടലാസും പെൻസിലും എടു ത്തുകൊണ്ട് ക്യാൻസിൽ തിരിച്ചെത്തുമ്പോൾ അവർ അവിടെ ചെയ്യാ നുള്ള പ്രധാനപ്പെട്ട ചില കാര്യങ്ങളും മുൻകൂട്ടി കൊണ്ടുവരാൻ പറഞ്ഞി രിക്കേണ്ട ചില സാധനങ്ങളുടെ പേരുകളും കുറിച്ചുവച്ചു. പിന്നീട് അവർ സ്വന്തം കുടിലുകളിലേക്ക് തിരിച്ചുപോയി പകലിന്റെ ചൂടിൽക്കിടന്ന് ഉറ ങ്ങി. അവളുടെ കുടിലിന്റെ പുറത്തുനിന്നുകൊണ്ടുള്ള ജോയുടെ വിളി യാണ് അവളെ ഉണർത്തിയത്. "ദയവായി ഇറങ്ങിവന്ന് കുളിക്കൂ." അയാൾ പറയുന്നുണ്ടായിരുന്നു. "സമയം അഞ്ചുമണിയോട് അടുക്കുന്നു."

അവൾ പെട്ടെന്ന് വിരിപ്പ് എടുത്ത് പുതച്ചു. "ഞാൻ ഒരുമിനിറ്റ് പോലും എടുക്കില്ല. നിങ്ങൾ മുറിക്കുള്ളിൽ നോക്കിയിരുന്നോ?"

"ഞാൻ അതുപോലെ ഒരു കാര്യം ചെയ്യില്ല."

"നിങ്ങളെ എനിക്ക് വിശ്വസിക്കാൻ കഴിയണമെന്നാണ് എന്റെ ആഗ്രഹം."

അവൾ ജനലിന്റെ മറ നിവർത്തിയിട്ടതിനുശേഷം നീന്തൽ വേഷം ധരിച്ചുകൊണ്ട് കടൽത്തീരത്തെത്തി അയാളോടൊപ്പം ഒന്നിച്ചുചേർന്നു. മണൽപ്പരപ്പിന്റെ മുകളിലുള്ള ഇളംചൂടുള്ള വെള്ളത്തിൽ കിടന്നുകൊണ്ട് അവൾ പറഞ്ഞു. "ജോ, ഒരു മോതിരവും മറ്റുള്ള എല്ലാ കാര്യങ്ങളു മായി വിവാഹനിശ്ചയം നടത്തണമെന്ന് നിങ്ങൾക്ക് ആഗ്രഹമുണ്ടോ?"

"നിങ്ങൾക്ക് അത് താല്പര്യമായിരിക്കും. അല്ലേ?"

അവൾ തലകുലുക്കി. "അത് നിങ്ങളുടെ ഉൾക്കണ്ഠയെ തടസ്സപ്പെ ടുത്തുമെങ്കിൽ മാത്രം. ജോ, ഏപ്രിലിന്റെ തുടക്കത്തിൽ ഞാൻ നിങ്ങളെ വിവാഹം കഴിക്കും. ഇത് സത്യമാണ്." അയാൾ പുഞ്ചിരിച്ചു. "പക്ഷേ,

തല്ക്കാലത്തേക്ക്, നമ്മൾ ഔദ്യോഗികമായി നിശ്ചയം നടത്തിയില്ലെങ്കിൽ നമ്മൾ കൂടുതൽ മെച്ചപ്പെട്ട രീതിയിൽ മുന്നോട്ടു പോകുമെന്നാണ് ഞാൻ വിശ്വസിക്കുന്നത്." അവൾ അയാളുടെ മുഖത്തേക്ക് നോക്കി. "ഒരു കാര്യം ഞാൻ പറയാം, നമ്മൾ വിൽസ് ടൗണിൽ തിരിച്ചെത്തുമ്പോൾ ഞാൻ ആളുകൾ എനിക്ക് ഭ്രാന്താണെന്ന് വിചാരിക്കുന്ന തരത്തിലുള്ള ചില ഒറ്റപ്പെട്ട അസാധാരണമായ കാര്യങ്ങൾ ചെയ്യും. അവയിൽ ചിലതി ലൊക്കെ ഒരുപക്ഷേ, തെറ്റുകൾ ഉണ്ടാവാം. നമ്മുടെ വിവാഹനിശ്ചയം കഴിഞ്ഞതുകൊണ്ട് മാത്രം നിങ്ങൾ അതുമായി കൂടിക്കലരണമെന്ന് എനിക്ക് ആഗ്രഹമില്ല. നിങ്ങൾക്ക് തുടർന്നുകൊണ്ടു പോകാൻ പറ്റുന്ന ഒരു ഉദ്യോഗം ഉണ്ട്."

"നിങ്ങൾ ചെയ്യുന്ന എന്ത് കാര്യത്തിലും ഞാൻ നിങ്ങളുടെ കൂടെ ഉണ്ടെന്ന് ആളുകൾ വിചാരിക്കുകയാണെങ്കിൽ അത് നിങ്ങൾക്ക് സഹായം ആവില്ലേ?"

അവൾ പുഞ്ചിരിച്ചുകൊണ്ട് വെള്ളത്തിനുമുകളിലൂടെ തിരിഞ്ഞുവന്ന് അയാളെ ചുംബിച്ചു. "നിങ്ങൾ വളരെ സമർത്ഥനാണ്. ഓരോ ശനിയാ ഴ്ചകളിലും മദ്യശാലയിൽ കിടന്ന് ആരോ ഒരാൾ നിങ്ങളുടെ പ്രതിശ്രുത വധുവിനെപ്പറ്റി ഏതോകാര്യം മോശമായി സംസാരിച്ചതിന് അടിപിടി ഉണ്ടാ ക്കുകയാണെങ്കിൽ അത് നിങ്ങൾക്ക് സഹായകമാവില്ല." അയാൾ മുഖത്ത് ചിരിവരുത്തി. "അവരാണ് അടിപിടി ഉണ്ടാക്കുന്നതെന്ന് നിങ്ങൾ മനസ്സി ലാക്കണം. അവർ എനിക്ക് ഭ്രാന്താണെന്ന് വിചാരിക്കാൻ ബാദ്ധ്യസ്ഥ രാണ്."

അവർ പെട്ടെന്ന് വെള്ളത്തിൽനിന്ന് കരയ്ക്കുകയറി മരങ്ങളുടെ നിഴ ലിൽ പോയി ഇരുന്ന് ഭാവിയെപ്പറ്റി വാതോരാതെ സംസാരിച്ചുകൊണ്ടി രുന്നു. "ജോ" അവൾ ഒരിക്കൽ പറഞ്ഞു. "ഒരു ആസ്ട്രേലിയക്കാരൻ ഐസ്ക്രീം പാർലറിൽവന്ന് ഒരു സോഡാ ആവശ്യപ്പെടുകയാണെങ്കിൽ ഞാൻ എന്താണ് ചെയ്യേണ്ടത്? ആസ്ട്രേലിയക്കാരനായ ഒരു കന്നുകാലി നോട്ടക്കാരൻ? എനിക്ക് അയാൾക്ക് അതേസ്ഥലത്തുതന്നെ സോഡാ കൊടുക്കാൻ പറ്റില്ലേ? അതോ അയാൾ മറ്റൊരു കടയിൽ പോയി സോഡാ കുടിക്കണോ?"

അയാൾ തല ചൊറിഞ്ഞു "വിൽസ്ടൗണിൽ എന്നെങ്കിലും ഇത് സംഭവിച്ചിട്ടുണ്ടോ? എന്ന് എനിക്കറിയില്ല. അവർ ബിൽ ഡങ്കന്റെ കടയി ലാണ് പോകുന്നത്. പണം വാങ്ങുന്ന മേശയ്ക്കു പിന്നിൽ ഒരു വെളുത്ത പെൺകുട്ടിയുമായി നിങ്ങൾക്ക് ഒരിക്കലും ഒരു ഐസ്ക്രീം പാർലറിൽ അവർക്ക് ഐസ്ക്രീം കൊടുക്കാൻ കഴിയില്ല."

അവൾ ആത്മവിശ്വാസത്തോടെ പറഞ്ഞു. "അപ്പോൾ എനിക്ക് അവർക്കുവേണ്ടി ഒരു കറുത്ത പെൺകുട്ടിയുമായി മറ്റൊരു പാർലർ തുട ങ്ങേണ്ടിവരും. അവർ വളരെക്കൂടുതൽ ഉണ്ട്. ജോ; നമുക്ക് അവരെ ഒഴി വാക്കി പുറത്തുനിർത്താൻ പറ്റില്ല. നമുക്ക് രണ്ട് പാർലറുകൾ ഉണ്ടായി രിക്കും. അവയ്ക്ക് ഇടയിലായിരിക്കും അടുക്കളയും ഐസ് പെട്ടികളും."

അവൾ ചൂണ്ടുവിരൽകൊണ്ട് വെളുത്തമണ്ണിൽ ഒരു രേഖാചിത്രം വരച്ചു. "ഇതുപോലെ."

"എന്റെ ദൈവമേ." അയാൾ പറഞ്ഞു. "നിങ്ങൾ വിൽസ്ടൗണിൽ ഒരു സംസാരത്തിന് തുടക്കമിടുകയാണ്."

അവൾ തലയാട്ടി. "എനിക്കറിയാം. അതുകൊണ്ടാണ് നമ്മൾ വിവാഹം കഴിക്കുന്നതിന് തൊട്ടുമുമ്പുവരെ നമ്മുടെ നിശ്ചയം നടത്തരു തെന്ന് ഞാൻ ആഗ്രഹിക്കുന്നത്."

സന്ധ്യക്ക് അവരുടെ കിടക്കമുറികളുള്ള കുടിലുകൾക്ക് മദ്ധ്യത്തിൽ നിന്നുകൊണ്ട് അവർ ശുഭരാത്രി ആശംസിച്ചുകൊണ്ട് ചുംബിക്കുമ്പോൾ അവൾ പറഞ്ഞു. "വിൽസ്ടൗണിൽ നമുക്ക് ഇത് ചെയ്യാൻ കഴിയില്ല. ജോ, ഈ പച്ചനിറമുള്ള ദ്വീപിനെ ഞാൻ എന്റെ ജീവിതകാലം മുഴുവൻ ഓർമ്മിക്കും."

അയാൾ മുഖത്തു ചിരിവരുത്തി. "നിങ്ങൾക്ക് താല്പര്യമുണ്ടെങ്കിൽ ഏപ്രിലിൽ ഇവിടെ ജൂലിയാ ക്രീക്കിന് മുമ്പ് തിരിച്ചുവരാം."

അടുത്ത ദിവസം രാവിലെ അവർക്കുവേണ്ടി എസ്ലി അയാളുടെ മോട്ടോർബോട്ട് കൊണ്ടുവന്നപ്പോൾ അവർ ദ്വീപ് ഉപേക്ഷിച്ചുകൊണ്ട് ഉച്ച യോട് ക്യാൻസിൽ എത്തിച്ചേർന്നു. അവർ അവരുടെ സഞ്ചികൾ ഹോട്ട ലിൽ കൊണ്ടുവച്ചതിനുശേഷം മിസ്റ്റർ ഗോർഡനെ കാണാൻവേണ്ടി നേരിട്ട് തോൽ ഉറയ്ക്കിടുന്ന സ്ഥലത്തേക്ക് പോകുകയായിരുന്നു. അവർ ഒരു മണിക്കൂർ ചീങ്കണ്ണിത്തോലിനെ പറ്റിയും ഷൂ ഉണ്ടാക്കാനുള്ള മറ്റ് സാധനങ്ങളെപ്പറ്റിയും അയാളുമായി ചർച്ച ചെയ്തുകൊണ്ട് ചെലവഴിച്ചു. അയാൾ കന്നുകുട്ടികളുടെ തോൽ ഷൂവിനുള്ളിൽ ഒട്ടിച്ചുവെക്കുന്ന പാളി ക്കുവേണ്ടി ഉപയോഗിക്കാം എന്ന ആശയം തള്ളിക്കളയാൻ അവരെ ഉപ ദേശിച്ചു. "നിങ്ങൾക്ക് കന്നുകുട്ടികളുടെ തോലുകൊണ്ട് ചെയ്യാൻ കഴി യുന്ന ഏത് കാര്യവും 'വല്ലബി' ഇനത്തിൽപെട്ട കംഗാരുവിന്റെ തൊലി കൊണ്ട് ചെയ്യാൻപറ്റും." അയാൾ പറഞ്ഞു. "അവിടെ പുറത്തെല്ലാം ഇഷ്ടം പോലെ അത്തരം കംഗാരുക്കൾ ഉണ്ട്. അതിന്റെ തോൽ കന്നുകുട്ടിയുടെ തോലുപോലെ നല്ലതാണ്. അതിന് ഭംഗിയും തിളക്കവും എന്നുവേണ്ട നിങ്ങൾക്കുവേണ്ട എല്ലാ കാര്യങ്ങളുമുണ്ട്." അടുത്ത ലോറിയിൽ സംസ്കരണം നടത്തിനോക്കാൻ വേണ്ടി അരഡസൻ തോലുകൾ അയ ച്ചുകൊടുക്കാൻ ജോ ഹാർമാൻ അയാളെ ചുമതലപ്പെടുത്തി. "ഈ 'വല്ലബി' കംഗാരുക്കളുടെ എണ്ണം കൂടാതിരിക്കാൻ ശ്രദ്ധിക്കുന്നത് നല്ല കാര്യമാണ്." ജോ ഹാർമാൻ പറഞ്ഞു. "അവ കാലിവളർത്തൽ കേന്ദ്ര ത്തിനു പുറത്തുള്ള പുൽത്തകിടിയിൽനിന്നും കൂട്ടമായി വന്ന് ഭീകരമായി പുല്ലുതിന്നു തീർത്തുകളയും."

അവർ രാവിലത്തെ വിമാനത്തിൽ അവരുടെ വിൽസ്ടൗണിലേ ക്കുള്ള യാത്ര ഉറപ്പാക്കിയതിനുശേഷം ഉച്ചതിരിഞ്ഞ് കടകളിൽ കയറി യിറങ്ങി തളർന്ന് സന്ധ്യയോടെ ഹോട്ടലിൽ തിരിച്ചെത്തി. ജീൻ പറഞ്ഞു. "ജോ, ക്യാൻസിൽനിന്ന് പോകുന്നതിനുമുമ്പ് ഇന്നുരാത്രിയിൽ എനിക്ക്

ഒരുകാര്യം തീർച്ചയായും ചെയ്യണം. സംഭവിച്ചതെല്ലാം നോയൽ സ്ട്രാച്ചനെ നിശ്ചയമായും എനിക്ക് എഴുതി അറിയിക്കണം."

ക്വിൻസ് ലാന്റിലെ കടലിനടുത്തുള്ള പ്രദേശങ്ങളിലെ വേനലിന്റെ തുടക്കത്തിലുള്ള ഇളംചൂടും പൂക്കളുടെ സുഗന്ധവുമുള്ള രാത്രിയിൽ അവൾ ചായകുടി കഴിഞ്ഞ് വരാന്തയിൽ ഇരുന്നുകൊണ്ട് സുദീർഘമായ ഒരു എഴുത്ത് എനിക്കെഴുതി. അവൾ എഴുതുമ്പോൾ അവളുടെ ഒരുവശത്ത് ജോ ഹാർമാൻ നിശ്ശബ്ദമായി പുകവലിച്ചുകൊണ്ട് ഇരിക്കുന്നുണ്ടാ യിരുന്നു.

അവൾ എഴുത്ത് എഴുതുന്ന കാര്യത്തിൽ വളരെ മെച്ചം ആയിരു ന്നു. ഇപ്പോഴും അവൾ അങ്ങനെതന്നെയാണ്. എല്ലാ ആഴ്ചയിലും അവൾ ഇപ്പോഴും എഴുതാറുണ്ട്. എനിക്ക് നവംബർ തുടക്കത്തിൽ ആ എഴുത്ത് കിട്ടി. എനിക്കത് വളരെ കൃത്യമായി ഓർമ്മയുണ്ട്. അത് ചെറിയ മഴചാറ്റലുള്ള മൂടിക്കെട്ടി നില്ക്കുന്ന ഒരു ഇരുണ്ട പ്രഭാതം ആയിരുന്നു. പ്രാതൽ കഴിക്കാൻ എനിക്ക് വൈദ്യുത വിളക്കുകളുടെ ആവശ്യം വന്നി രുന്നു. വഴിയുടെ മറുവശത്തുള്ള കൊട്ടാരത്തിലെ കുതിരാലയങ്ങൾ കാണാൻപോലും കഴിഞ്ഞിരുന്നില്ല. താഴെയുള്ള തെരുവിലെ തറയിൽ പാകിയിരുന്ന നനഞ്ഞ മരയോടുകളുടെ മുകളിലേക്ക് ചെളിവെള്ളം തെറി പ്പിച്ചുകൊണ്ട് ടാക്സിക്കാറുകൾ അതിവേഗത്തിൽ കടന്നുപോകുന്നുണ്ടാ യിരുന്നു.

അതുവളരെ സന്തോഷമുള്ള ഒരു പെൺകുട്ടി അവളുടെ പ്രണ യത്തെപ്പറ്റി എന്നോടുപറയുന്ന ഒരു നീണ്ട എഴുത്തായിരുന്നു. ഞാൻ തീർച്ചയായും ഈ വാർത്തയിൽ ആഹ്ലാദിച്ചിരുന്നു. ഞാൻ എന്റെ മുമ്പിൽ ഉണ്ടായിരുന്ന പ്രഭാത ഭക്ഷണം കഴിച്ചുകൊണ്ടിരിക്കുമ്പോൾ ആ എഴുത്ത് വായിച്ചിരുന്നു. അതിനുശേഷം വീണ്ടും ഞാൻ അത് വായിച്ചു. അതിനു ശേഷം ഞാൻ അത് മൂന്നാമതും വായിച്ചു. അതിനുശേഷം ഞാൻ യാഥാർത്ഥ്യത്തിലേക്ക് ഉണർന്നപ്പോൾ എന്റെ കാപ്പി തണുത്തുപോയി രുന്നു. മുട്ട പൊരിച്ചത് തണുത്ത് മരവിച്ച് നശിച്ചുപോയിരുന്നു. പക്ഷേ, ഞാൻ അവളുടെ വാർത്തയിൽ വളരെക്കൂടുതൽ ആണ്ടുപോയിരുന്നതു കൊണ്ട് എനിക്ക് പ്രഭാതഭക്ഷണം കഴിക്കാൻ ആഗ്രഹം ഉണ്ടായിരുന്നില്ല. ഞാൻ ഓഫീസിൽപോകാൻ എന്റെ ഷൂസും കോട്ടും എടുക്കാൻ വേണ്ടി കിടക്കമുറിയിലെ ഭിത്തി അലമാര തുറന്നപ്പോൾ ഞാൻ അവളുടെ ബൂട്ടു കളും സ്കേറ്റുകളും ഇരിക്കുന്നത് കണ്ടു. അവൾ അത് എടുത്തുകൊ ണ്ടുപോകാൻ വരുന്നതുവരെ ഞാൻ അവയെല്ലാം. സൂക്ഷിച്ചുവെച്ചിരി ക്കുകയായിരുന്നു. വൃദ്ധന്മാർ ചില സമയങ്ങളിൽ ഏറക്കുറെ ബാലിശ മായി പെരുമാറാറുണ്ട്. അവ എന്നെ ഒരുനിമിഷത്തേക്ക് സമ്മർദ്ദത്തിലാ ക്കിയെന്ന് ഞാൻ നിശ്ചയമായും പറഞ്ഞിരിക്കണം. കാരണം അവൾ അതിനുവേണ്ടി തിരിച്ചുവരില്ല. അവൾ ഇംഗ്ലണ്ടിലേക്ക് ഒരിക്കൽപോലും തിരിച്ചുവരാൻ പോകുന്നില്ല.

ഞാൻ മുൻവശത്തെ വാതിലിന് അടുത്തുവരെ പോയി. എന്റെ വീടു

വൃത്തിയാക്കുന്ന സ്ത്രീ ഫ്ളാറ്റിൽ ഉണ്ടായിരുന്നു. അവർ ഭക്ഷണമു റിയിൽനിന്ന് അപ്പോൾ പുറത്തേക്ക് വരുകയായിരുന്നു. "മിസിസ്റ്റ് ചെയിം ബേഴ്സ്, വളരെ നല്ല വാർത്തകൾ ഉണ്ട്." ഞാൻ പറഞ്ഞു. "നിങ്ങൾക്ക് മിസ് പാഗറ്റിനെ ഓർമ്മയുണ്ടോ? ചിലപ്പോൾ ഇവിടെ വരാറുണ്ടായിരുന്ന ഒരു മിസ് പാഗറ്റ്. അവൾ പുറത്തുപോയി ക്വീൻസ് ലാന്റിൽവച്ച് ഒരു ആസ്ട്രേലിയക്കാരനെ വിവാഹം കഴിക്കാൻവേണ്ടി വിവാഹനിശ്ചയം നട ത്തിക്കഴിഞ്ഞിരിക്കുന്നു."

"എനിക്ക് സന്തോഷമാണ്." അവൾ പറഞ്ഞു. "അവൾ അതു പോലെ നല്ല ഒരു സ്ത്രീ ആയിരുന്നു."

"അതെ, അവൾ അങ്ങനെ ആയിരുന്നു." ഞാൻ ആവർത്തിച്ചു. "അതുപോലെ നല്ല ഒരു സ്ത്രീ."

അവൾ പറഞ്ഞു. "സാർ, സാറിന്റെ പ്രഭാതഭക്ഷണം സാർ കഴി ച്ചില്ല. എല്ലാ കാര്യങ്ങളും ശരിയായിരുന്നില്ലേ?"

"മിസിസ്റ്റ് ചെയിംബേഴ്സിനു ഞാൻ നന്ദി പറയുന്നു. എല്ലാ കാര്യ ങ്ങളും ശരിയായിരുന്നു." ഞാൻ പറഞ്ഞു. "എനിക്ക് ഇന്നു രാവിലെ ഒന്നുംതന്നെ കഴിക്കാനുള്ള ആഗ്രഹം ഉണ്ടായിരുന്നില്ല."

തെരുവിൽ തണുപ്പായിരുന്നു. നിങ്ങൾക്ക് ചുമയ്ക്കാതിരിക്കാൻ കഴി യാത്ത തരത്തിൽ രൂക്ഷമായ തണുപ്പുള്ള കാർമേഘങ്ങൾനിറഞ്ഞ വിള റിയ പ്രഭാതങ്ങളിൽ ഒരെണ്ണം. ഞാൻ ഓഫീസിലേക്ക് വല്ലബി ഇനത്തി ലുള്ള കംഗാരുക്കളെ പറ്റിയും പരിഹസിക്കപ്പെടുന്ന കറുത്ത കന്നുകാലി നോട്ടക്കാരെ പറ്റിയും വെളുത്ത പവിഴമണലിന്റെ മുകളിലൂടെ ഒഴുകുന്ന നീല നിറമുള്ള വെള്ളത്തെ പറ്റിയും എല്ലാ വസ്ത്രങ്ങളും ഒരു ഭാരമായി മാറുന്ന ആ ചൂട് രാജ്യത്ത് ജീൻ പാഗറ്റ് അവളുടെ കൈലിപോലെയുള്ള സരോങ് കാരണം അനുഭവിച്ച ബുദ്ധിമുട്ടുകളെപ്പറ്റിയും അവസാനം ജീൻ പാഗറ്റിനെപ്പറ്റിയും ആലോചിച്ചുകൊണ്ട് ഒരു സ്വപ്നാടനം നടത്തുകയയാ യിരുന്നു. അതിനുശേഷം അവിടെ എന്റെ തൊട്ടടുത്തായി എന്തോ ഉര യുന്നതിന്റെ വലിയ ശബ്ദം കേട്ടിരുന്നു. അതിന്റെ കൂടെ എന്റെ വലത്തെ കൈത്തണ്ടയിൽ അതിശക്തമായ ഒരു അടിയും ലഭിച്ചിരുന്നു. ഞാൻ കാലിടറി വീഴേണ്ട അടിയും ലഭിച്ചിരുന്നു. ഞാൻ കാലിടറി വീഴേണ്ടതാ യിരുന്നു. ഞാൻ ഒരു 'പൾമാൾ സിഗററ്റിന്റെ' പകുതിയിൽ എത്തി നില്ക്കുകയായിരുന്നു. ഒരു ടാക്സിയുടെ ഒരുവശം എന്റെ ഒരു വശ ത്തോടു ചേർന്നു നില്ക്കുന്നുണ്ടായിരുന്നു. ഒരു നിമിഷം ഞാൻ ഇപ്പോൾ എവിടെയാണെന്ന് എനിക്ക് അറിയില്ലായിരുന്നു. അതിനുശേഷം വെളുത്ത മുഖമുള്ള ഒരു ഡ്രൈവർ വിളിച്ചുകൂവുന്നത് ഞാൻ കേട്ടു. "ക്രിസ്തു വിന് സ്തുതി. നിങ്ങൾ ഇപ്പോഴും ജീവിച്ചിരിക്കുന്നതിൽനിന്ന് നിങ്ങൾ ഒരു മഹാഭാഗ്യവാൻ ആണെന്ന് നിങ്ങൾക്ക് വിചാരിക്കാം."

"എനിക്ക് വിഷമം ഉണ്ട്" ഞാൻ പറഞ്ഞു. "ഞാൻ എങ്ങോട്ടാണ് പോകുന്നതെന്ന് ഞാൻ കാണുന്നുണ്ടായിരുന്നില്ല."

"അതുപോലെ റോഡിലേക് നടന്നുകയറിയാൽ" അയാൾ കോപ

ത്തോടെ പറഞ്ഞു. "നിങ്ങളുടെ പ്രായത്തിൽ കൂടുതൽ ബോധം ഉണ്ടാ വേണ്ടതായിരുന്നു. ഞാൻ നിങ്ങളെ തട്ടിയോ?"

ഒരു ചെറിയ ആൾക്കൂട്ടം രൂപപ്പെടാൻ തുടങ്ങിയിരുന്നു. "എന്റെ കൈയിൽ മാത്രം ഒന്ന് തട്ടി. ഞാൻ ഒഴിഞ്ഞുമാറി. എന്റെ ചാട്ടം ശരിയാ യിരുന്നു. ഒരു കുഴപ്പവും ഇല്ല." ഞാൻ പറഞ്ഞു.

"ശരി. അത് അങ്ങേയറ്റത്തെ ഒരു മഹാത്ഭുതം ആയിരുന്നു." അയാൾ പറഞ്ഞു. "അടുത്ത പ്രാവശ്യം നിങ്ങൾ എങ്ങോട്ടാണ് പോകുന്നതെന്ന് വിശദമായി അന്വേഷിച്ചിട്ടു വേണം റോഡിൽ കയറി നടക്കുന്നത്. അയാൾ ഗിയറിട്ട് ടാക്സിയുടെ ദിശ ശരിയാക്കിക്കൊണ്ട് കാറോടിച്ചുപോയി. ഞാൻ ഓഫീസിലേക്കുള്ള നടത്തം തുടർന്നു.

പെൺകുട്ടി പതിവുപോലെ എനിക്കു വായിച്ചുനോക്കാൻ വേണ്ടി എഴുത്തുകൾ മുറിക്കുള്ളിൽ കൊണ്ടുവന്നുവച്ചു. പക്ഷേ, എന്റെ പോക്ക റ്റിൽ ഉണ്ടായിരുന്ന മറ്റൊരു എഴുത്തിനോടുള്ള താല്പര്യം കണക്കിലെ ടുത്തുകൊണ്ട് ആ എഴുത്തുകളെല്ലാം ഞാൻ ഒരു വശത്തേക്ക് മാറ്റിവച്ചു. അന്നത്തെ പ്രഭാതത്തിൽ എനിക്ക് രണ്ടോ മൂന്നോ കക്ഷികൾ ഉണ്ടായി രുന്നെന്നാണ് ഞാൻ വിചാരിക്കുന്നത്. സാധാരണ എനിക്ക് രണ്ടോ മൂന്നോ കക്ഷികൾ ഉണ്ടാവാറുണ്ട്. ഞാൻ അവർക്ക് ചില ഉപദേശങ്ങൾ കൊടു ത്തെന്നാണ് വിചാരിക്കുന്നത്. പക്ഷേ, എന്റെ മനസ്സ് പന്തീരായിരം മൈലു കൾ ദൂരത്തായിരുന്നു. ലസ്റ്റർ റോബിൻസൺ ഏതോ കാര്യത്തിനുവേണ്ടി മുറിക്കുള്ളിൽ വന്നിരുന്നു. ഞാൻ ആ സമയത്ത് അയാളോട് സംസാരി ച്ചു. "നിങ്ങൾ എന്റെ ആ പാഗറ്റ് എന്ന പെൺകുട്ടിയെ ഓർക്കുന്നുണ്ടോ? ആ മാക്ഫാഡന്റെ സമ്പത്തിന്റെ അവകാശി? അവൾ സ്വയം ഒരു ആസ്ട്രേലിയക്കാരനുമായുള്ള വിവാഹനിശ്ചയം നടത്തി. അയാൾ ഒരു നല്ല മനുഷ്യനാണെന്ന് തോന്നുന്നു."

അയാൾ അതൃപ്തിയോടെ പറഞ്ഞു. "അത് നമ്മുടെ ട്രസ്റ്റിനെ അവ സാനിപ്പിക്കുമോ?"

"ഇല്ല." ഞാൻ പറഞ്ഞു. "അത് കുറച്ചുകാലം കൂടി തുടരും. അവൾക്ക് മുപ്പത്തിയഞ്ച് തികയുന്നതുവരെ തുടരും."

അയാൾ പറഞ്ഞു. "അത് നിങ്ങൾക്ക് ഒരുപാട് ജോലി ഉണ്ടാക്കി ത്തന്നു - ആ ട്രസ്റ്റ് അത് നിർത്തിയിരുന്നെങ്കിൽ അത് ഒരു നല്ല കാര്യം ആകുമായിരുന്നു."

"സത്യത്തിൽ അതുകൊണ്ട് ബുദ്ധിമുട്ടൊന്നും ഉണ്ടായിരുന്നില്ല." ഞാൻ പറഞ്ഞു.

പകൽ അവസാനിക്കാറായപ്പോൾ എട്ടേകാൽ പേജോളം ഉണ്ടായി രുന്നെങ്കിലും എനിക്ക് അവളുടെ എഴുത്ത് മനഃപാഠം ആയിരുന്നെന്നാണ് ഞാൻ വിചാരിക്കുന്നത്. പക്ഷേ, ക്ലബ്ബിലേക്ക് ഞാൻ അത് എടുത്തു കൊണ്ട് പോയിരുന്നു. മദൃശാലയിൽനിന്ന് ഞാൻ ഒരു ഗ്ലാസ് ഷെറി കുടി ച്ചു. അവളുടെ കഥയിലെ ചില കാര്യങ്ങൾ മുറിന് അറിയുമായിരുന്നതു കൊണ്ട് ഞാൻ അവളുടെ വിവാഹനിശ്ചയത്തെപ്പറ്റി അയാളോട് പറഞ്ഞു.

അത്താഴത്തിനുശേഷം എല്ലാ ദിവസവും വൈകുന്നേരം ഒന്നിച്ച് ബ്രിഡ്ജ് കളിക്കാറുള്ള ഞങ്ങൾ നാലുപേരുംകൂടി അഞ്ചോ ആറോ കൈ ബ്രിഡ്ജ് കളിച്ചിരുന്നു. ഞാനും ഡെന്നിസണും കസ്ട്രൈക്ലാൻറും കൽഹാനും കൂടി ആയിരുന്നു ബ്രിഡ്ജ് കളിച്ചത്. ഞാൻ അവരോട് അവളെപ്പറ്റി പറ ഞ്ഞിരുന്നു.

ഞാൻ പാർക്കിലൂടെ എൻറെ ഫ്ളാറ്റിലേക്ക് പോകുന്നതിനുമുമ്പ് അവ സാനത്തെ സിഗററ്റ് വലിക്കാൻ വേണ്ടി പതിനൊന്ന് മണിയോടെ ക്ലബ്ബിലെ വായനാമുറിയിലേക്ക് പോയി. അവളുടെ കഥ അറിയുന്ന മലയാ പൊലീ സിൽ ഉണ്ടായിരുന്ന 'റൈറ്റ്' അല്ലാതെ മറ്റൊരാളും വായനമുറിയിൽ ഉണ്ടാ യിരുന്നില്ല. വലിയ മുറി ഒഴിഞ്ഞുകിടക്കുകയായിരുന്നു. ഞാൻ അയാ ളുടെ കസേരയുടെ വശത്തുകിടന്നിരുന്ന ഒരു കസേരയിൽ പോയി വീണുകൊണ്ട് ചോദിച്ചു. "നിങ്ങൾക്ക് ജീൻ പാഗറ്റ് എന്ന് പറയുന്ന ആ പെൺകുട്ടിയെ അറിയില്ലേ? ഞാൻ ഇതിനുമുമ്പ് ഒന്നുരണ്ട് തവണ നിങ്ങ ളോട് അവളെപ്പറ്റി പറഞ്ഞിട്ടുണ്ടെന്നാണ് വിചാരിക്കുന്നത്."

അയാൾ പുഞ്ചിരിച്ചു. "നിങ്ങൾ പറഞ്ഞിട്ടുണ്ടായിരുന്നു."

"അവൾ വിവാഹിതയാകാൻവേണ്ടി സ്വയം വിവാഹനിശ്ചയം നടത്തി." ഞാൻ അയാളോട് പറഞ്ഞു. "വടക്കേ ക്വീൻസ് ലാൻറിലെ ഒരു കന്നുകാലി വളർത്തൽ കേന്ദ്രത്തിൻറെ നടത്തിപ്പുകാരനുമായിട്ടാണ് അവൾ വിവാഹനിശ്ചയം നടത്തിയത്."

"ശരിയാണോ?" അയാൾ ചോദിച്ചു. "അയാൾ എങ്ങനെയാണ്?"

"ഞാൻ അയാളെ കണ്ടിരുന്നു." ഞാൻ മറുപടി പറഞ്ഞു. "അയാൾ വളരെ നല്ല ഒരു മനുഷ്യൻ ആണ്. അവൾക്ക് അയാളോട് വളരെ വലിയ പ്രണയമാണ്. അവർ വളരെ സന്തോഷമായി ജീവിക്കാൻ പോകുകയാ ണെന്നാണ് ഞാൻ വിചാരിക്കുന്നത്."

"അവൾ വിവാഹിതയാകുന്നതിനുമുമ്പ് ഇംഗ്ലണ്ടിലേക്ക് തിരിച്ചുവ രുന്നുണ്ടോ?" അയാൾ ചോദിച്ചു.

ഞാൻ മുകൾത്തട്ടിലെ മൂലയിൽ ഇരുന്നിരുന്ന സ്വർണ്ണനിറത്തിൽ എഴുന്നുനിൽക്കുന്ന അക്ഷരങ്ങൾ മുദ്രണം ചെയ്തിട്ടുള്ള തടിച്ച പുസ്ത കങ്ങളുടെ നിരകളിലേക്ക് തുറിച്ചു നോക്കിക്കൊണ്ട് കസേരയിൽ ഇരു ന്നു. "ഇല്ല," ഞാൻ പറഞ്ഞു. "അവൾ വീണ്ടും എന്നെങ്കിലും ഒരിക്കൽ ഇംഗ്ലണ്ടിലേക്ക് തിരിച്ചുവരുമെന്ന് ഞാൻ വിചാരിക്കുന്നില്ല."

അയാൾ മറുപടി പറഞ്ഞില്ല. ഞാൻ പറഞ്ഞു. "അവൾ ഇനി ഇപ്പോൾ ക്വീൻസ് ലാൻറിൽ ആയിരിക്കുമെന്നാണ് ഞാൻ വിചാരിക്കു ന്നത്."

അവിടെ വളരെനേരം നീണ്ടുനിന്ന ഒരു ഇടവേള ഉണ്ടായിരുന്നു. "എന്തായാലും അവൾ ഇപ്പോൾ ഇംഗ്ലണ്ടിലേക്ക് തിരിച്ചെത്താനുള്ള ഒരു കാരണവും ഇല്ല." അവസാനം ഞാൻ പറഞ്ഞു. "തിരിച്ചുവരാൻ അവൾക്ക് ഇവിടെ ഒരു കാര്യവും ഇല്ല. അവൾക്ക് ഈ രാജ്യത്ത് കെട്ടു പാടുകൾ ഒന്നുമില്ല."

അതിനുശേഷം അയാൾ ഒരു വലിയ വിഡ്ഢിത്തം പറഞ്ഞു. അയാൾ ഒരുവിധം നല്ല രീതിയിലാണ് അത് പറഞ്ഞത്. പക്ഷേ, അത് പറയുന്നത് ഒരു വിവരക്കേട് ആയിരുന്നു. ഞാൻ എഴുന്നേറ്റ് അയാളുടെ അടുത്തുനിന്ന് എന്റെ ഒഴിഞ്ഞുകിടക്കുന്ന ഇരുണ്ട ഫ്ളാറ്റിലേക്ക് തിരി ച്ചുപോയി. അതിനുശേഷം ഞാൻ കുറച്ചു കാലത്തേക്ക് അയാളെ കണ്ടു മുട്ടുന്നത് ഒഴിവാക്കിയിരുന്നു. ആ ശരൽക്കാലത്ത് എനിക്ക് എഴുപത്തി മൂന്ന് വയസ്സ് തികഞ്ഞിരുന്നു. അവളുടെ മുത്തച്ഛനാകാനുള്ള പ്രായം. ഒരുപക്ഷേ, എനിക്ക് അവളുമായി പ്രണയത്തിലാകാൻ കഴിയില്ലായി രിക്കും.

ഒൻപത്

ജീൻ പാഗറ്റ് ആ വർഷത്തെ നവംബറിലും ഡിസംബറിലും മുമ്പ് എന്നെങ്കിലും ജോലിചെയ്തിട്ടുള്ളതിനേക്കാൾ കഠിനമായി ജോലി ചെയ്തിരുന്നു.

റോസ് സോയർ രണ്ടാഴ്ചകൾക്കുള്ളിൽ വിൽസ് ടൗണിൽ അവ ളുടെ കൂടെ ജോലിക്ക് ചേർന്നു. ആഗിടോപ്പ് നവംബറിന്റെ തുടക്കത്തിൽ കപ്പൽയാത്ര തുടങ്ങിയിരുന്നു. പോകുന്നതിനുമുമ്പ് ആഗിയോട് എന്നെ കാണണമെന്ന് പറയാൻവേണ്ടി ഞാൻ മിസ്റ്റർ പാക്കിനെ അയച്ചിട്ടുണ്ടാ യിരുന്നു. അവൾ കണിശക്കാരിയായ ഒരു മെലിഞ്ഞ സ്ത്രീ ആയിരുന്നു. പക്ഷേ, എനിക്ക് ഉടൻതന്നെ പാക്ക് പറഞ്ഞത് വളരെ ശരിയായിരുന്നെന്ന് മനസ്സിലാക്കാൻ കഴിഞ്ഞിരുന്നു. ആർക്കെങ്കിലും പെൺകുട്ടികളെക്കൊണ്ട് ജോലി ചെയ്യിക്കാൻ കഴിയുമെങ്കിൽ അത് ഈ സ്ത്രീക്ക് ആയിരിക്കും. ഞാൻ അവൾക്ക് അവളുടെ ടിക്കറ്റും സിഡ്നിയിൽനിന്ന് വിൽസ്ടൗണി ലേക്ക് എങ്ങനെ വിമാനത്തിൽ എത്തിച്ചേരുമെന്ന് അവളോട് വിവരിക്കുന്ന ടൈപ്പ് ചെയ്ത ഒരു കടലാസും ഏല്പിച്ചതിനുശേഷം ജോലിയെപ്പറ്റി സംസാരിച്ചു. "ആ സ്ഥലം സഹിക്കാൻ ബുദ്ധിമുട്ടുള്ളതാണെന്ന് നിങ്ങൾക്ക് അറിയാമായിരിക്കും" ഞാൻ പറഞ്ഞു. "അവിടെ കുന്നുംകു ഴിയും ആണ്. അവിടെ ചൂടാണ്. മിസ് പാഗറ്റിന് വട്ടപൂജ്യത്തിൽനിന്ന് എല്ലാം ആരംഭിക്കേണ്ടിവരും. അവൾക്ക് ധാരാളം പണം ഉണ്ട്. പക്ഷേ, പണം ഇല്ലായിരുന്നെങ്കിൽ എല്ലാ സമയത്തും ഇത് ഒരു ബുദ്ധിമുട്ടായി മാറുമായിരുന്നു. മിസിസ്സ് ടോപ്പിന് അത് മനസ്സിലായില്ലേ?"

അവൾ പറഞ്ഞു. "എനിക്ക് മിസ് പാഗറ്റിന്റെ രണ്ട് എഴുത്തുകൾ ഉണ്ടായിരുന്നു. അവൾ എനിക്ക് ആ സ്ഥലത്തിന്റെ ഒരു ഫോട്ടോ അയ ച്ചുതന്നിരുന്നു. അവിടുത്തെ പ്രധാന പൊതുവഴിയുടെ ഒരു ഫോട്ടോ.

അത് കണ്ടിട്ട് വളരെ മെച്ചമല്ലെന്ന് ഞാൻ തീർച്ചയായും പറയും."

"നിങ്ങൾക്ക് പുറത്തുള്ള ആ സ്ഥലത്തേക്ക് പോകാൻ താല്പര്യം ആണോ?"

അവൾ പറഞ്ഞു. "ഞാൻ മുമ്പും ഇതുപോലെയുള്ള മോശം സ്ഥല ങ്ങളിൽ ഉണ്ടായിരുന്നു. എന്തായാലും അത് തുടക്കത്തിലുള്ള ഒരു വർഷ ത്തേക്ക് മാത്രമാണ്." പിന്നീട് അല്പസമയം കഴിഞ്ഞ് അവൾ പറഞ്ഞു. "മിസ് പാഗറ്റിനെ എനിക്ക് എല്ലാ സമയത്തും ഇഷ്ടമായിരുന്നു."

എനിക്ക് ആഗിടോപ്പുമായി തീരുമാനിക്കാൻ മറ്റൊരു കാര്യമുണ്ടാ യിരുന്നു. ഒരു മുറിയിൽ ഇരിക്കാനുള്ള വലിപ്പമുള്ളതും ചൂട് വായു അതിന്റെ ഉള്ളിലേക്ക് വലിച്ചെടുക്കാനും പെൺകുട്ടികൾ ജോലിചെയ്യുന്ന മുറിക്കുള്ളിലേക്ക് അത് തണുപ്പിച്ച് കയറ്റിവിടാനും കഴിയുന്ന ചെറിയ ഫ്രിഡ്ജിനോളം വലിപ്പമുള്ള ഒരു ശീതീകരണ ഉപകരണത്തെപ്പറ്റി ജീനിന് വളരെക്കൂടുതൽ ഉൽക്കണ്ഠ ഉണ്ടായിരുന്നു. പെൺകുട്ടികൾ കൈപ്പത്തികൊണ്ട് ഷൂ ഉണ്ടാക്കാൻവേണ്ടി കൂടുതൽ മിനുസമുള്ള തുക ലുകളിൽ ജോലിചെയ്യുമ്പോൾ വിയർക്കുന്നത് ഒഴിവാക്കേണ്ടത് വളരെ പ്രാധാന്യമുള്ള കാര്യമാണെന്ന് ജീനിന് തോന്നിയിരുന്നു. അവൾക്ക് അത്തരത്തിലുള്ള ഒരെണ്ണം ആസ്ട്രേലിയയിൽ നിന്ന് സ്വന്തമാക്കാൻ കഴി ഞ്ഞിരുന്നില്ല. ഈ കാര്യം പറഞ്ഞുകൊണ്ട് അവൾ എനിക്ക് ഒരു കമ്പി അടിച്ചിരുന്നു. ഞാൻ അവ നിർമ്മിക്കുന്ന ഒരു കമ്പനി കണ്ടെത്തി കുറച്ച ധികം ബുദ്ധിമുട്ടി ചെറിയ തോതിൽ ഒരു പണം കൊടുക്കലും നടത്തി ഒരെണ്ണം കൈവശപ്പെടുത്തിയിരുന്നു. 'ഡറക് ഹാരിസ്' അത്തരത്തിലുള്ള വിലപേശലുകൾക്ക് സാമാന്യം മെച്ചമാണ്. അത് എന്റെ ഓഫീസിലെ കോണിപ്പടിയുടെ താഴെ ഞാൻ എത്തിച്ചിരുന്നു. ഞാൻ മിസിസ്സ് ടോപ്പിനെ അത് കാണിച്ചുകൊടുത്തു. അതുകൂടാതെ അവളുടെകൂടെ അതുകൂടി സിഡ്നിയിലേക്ക് വിമാനത്തിൽ കൊണ്ടുപോകാനുള്ള ക്രമീകരണങ്ങളും നടത്തിയിരുന്നു. സിഡ്നിയിൽനിന്നും അവൾക്ക് അത് ക്യാൻസിലേക്കും വിൽസ്ടൗണിലേക്കും വിമാനത്തിൽ കൊണ്ടുപോകാൻ വേണ്ടി ധാരാളം പണച്ചെലവ് വരും. പക്ഷേ, വർഷത്തിൽ ഏറ്റവും കൂടുതൽ ചൂടുള്ള സമയം അപ്പോൾ ആയിരുന്നതുകൊണ്ട് എനിക്ക് ആ ചെലവ് ലാഭകര മാണെന്ന് തോന്നുന്നുണ്ടായിരുന്നു.

ജീനിന്റെ കൈയിൽനിന്ന് എനിക്ക് കിട്ടിയ ഏറ്റവും വലിയ പ്രതി ഫലം ഇതായിരുന്നു. അതുകൂടാതെ ഈ സാഹസിക സംരംഭത്തിനു വേണ്ടിയുള്ള എന്റെ പ്രധാന സംഭാവനയും ഇതായിരുന്നു. അവളുടെ ബാക്കി കമ്പിസന്ദേശങ്ങളെല്ലാം ഒരു ബുദ്ധിമുട്ടുമില്ലാത്ത ചെറിയ ചെറിയ കാര്യങ്ങൾ സംബന്ധിച്ച് ആയിരുന്നു. ആഗിടോപ്പ് 'പാക്ക് ആന്റ് ലെവി'യിൽനിന്ന് ധാരാളം സാധനങ്ങളും കൂടി അവൾക്കൊപ്പം കൊണ്ടു പോകാൻ വേണ്ടി എടുത്തിട്ടുണ്ടായിരുന്നു. ഉപകരണങ്ങളും തിരശ്ശീല കളും എല്ലാത്തരം സാധനങ്ങളും നിറച്ച മൂന്ന് പെട്ടികൾ. അതിന്റെ വില എല്ലാംകൂടി ഏകദേശം നൂറ്റി നാല്പത്തിയാറ് പൗണ്ടോളം വരുന്നുണ്ടാ

യിരുന്നു. അവ ഞാൻ ജീനിനുവേണ്ടി ഇംഗ്ലണ്ടിൽനിന്ന് വിലകൊടുത്ത് വാങ്ങിയവയായിരുന്നു.

ജോ ഹാർമാൻ കെട്ടിടങ്ങളുടെ പണിതുടങ്ങാൻ അവരെ വിൽസ് ടൗണിൽ എത്തിയ ദിവസം മുതൽ സഹായിച്ചിരുന്നു. അവർക്ക് ശവപ്പെ ട്ടികളുടെ ഇടയിലുള്ള ആശാരിയുടെ പണിശാലയിൽ ഇരുന്ന് ടിംവെല നോടും മക്കളോടുമൊപ്പം ഒരു കൂടിക്കാഴ്ച ഉണ്ടായിരുന്നു. അവർ രണ്ടു ലോറി ചപ്പുചവറുസാധനങ്ങൾക്കുള്ള ആജ്ഞ ക്യാൻസിൽവച്ചുതന്നെ കൊടുത്തുകഴിഞ്ഞിരുന്നു. ആളുകൾ കന്നുകാലി സംരക്ഷകരുടെ രീതി യിൽ നിലത്ത് അവരുടെ മുമ്പിൽ കടലാസ് നിവർത്തിയിട്ട് കെട്ടിടങ്ങ ളുടെ കരടുരൂപം ആസൂത്രണം ചെയ്തുകൊണ്ട് ഇരിക്കുകയോ നില്ക്കു കയോ ആയിരുന്നു. ആദ്യം നിർമ്മിക്കേണ്ടത് മൂന്ന് കിടക്കമുറികളുള്ള ഉപഗൃഹം കൂട്ടിയോജിപ്പിച്ചിട്ടുള്ള പണിപ്പുര ആയിരുന്നു. അതിനുശേഷം അതിനു തൊട്ടടുത്തുള്ള ഐസ്ക്രീം പാർലർ. അതുകഴിഞ്ഞ് ഒരുവഴിക്ക് പണിശാലയുടെയും മറ്റൊരു വഴിക്ക് പാർലറിന്റെയും വിസ്താരം വർദ്ധി പ്പിക്കാൻ പറ്റുന്നതരത്തിലുള്ള സ്വീകരണമുറി. വിൽസ് ടൗണിൽ നിർമ്മിച്ചു കഴിഞ്ഞ വിസ്താരത്തിൽ വർദ്ധനവ് വരുത്തുന്നതിന് വലിയ നിയന്ത്രണങ്ങൾ ഉണ്ടായിരുന്നില്ല.

അവർ പുതിയ കെട്ടിടത്തിന്റെ രൂപരേഖകൾ അംഗീകരിക്കുന്നതിനും പ്രധാന തെരുവിലുള്ള ആ സ്ഥലം വാടകയ്ക്ക് വിട്ടുനല്കുന്നതിനും വേണ്ടി താലൂക്ക് ഗുമസ്ഥനായ മിസ്റ്റർ കാർട്ടറെ കണ്ടെത്താൻ ഉടൻതന്നെ ടിംവെലനെ പറഞ്ഞയച്ചു. "അവിടെ കുഴപ്പമൊന്നും ഉണ്ടാ വാൻ ഇടയില്ല." അയാൾ ആലോചനയോടെ പറഞ്ഞു. "അവിടെ 1905 ൽ വീടുകളുടെ ഒരു വലിയ നിര ഉണ്ടായിരുന്നു. എന്റെ കൈവശം ഒരു ഫോട്ടോഗ്രാഫ് ഉണ്ട്. പക്ഷേ, എന്റെ കാലത്ത് ആ ഭൂമിക്ക് വാടക ഒരാൾപോലും ഒരിക്കലും നല്കിയിരുന്നില്ല." ജീൻ അവൾ ആഗ്രഹി ക്കുന്ന വിസ്താരമുള്ള ഭൂമിക്ക് എന്ത് വാടകവരുമെന്ന് ചോദിച്ചു. മാതൃ കകൾ ഇല്ലാതിരുന്നതുകൊണ്ട് അവൾ ആഗ്രഹിക്കുന്ന ഭൂമിയുടെ വിസ്തീർണ്ണം വളരെ അനിശ്ചിതമായിരുന്നു എന്ന സത്യം കണക്കിലെ ടുക്കുമ്പോൾ അവൾക്ക് വേണ്ടിവരുന്ന ഭൂമിയുടെ വിസ്താരം കണക്കു കൂട്ടുന്നത് ഒരു ബുദ്ധിമുട്ടുള്ള കാര്യമായിരുന്നു. "ഇത് സ്വയം ഭരണാധി കാരം ഉള്ള ഒരു പട്ടണം ആണ്." മിസ്റ്റർ കാർട്ടർ പറഞ്ഞു. "സ്വയം ഭര ണാധികാരം ഉള്ള ഒരു പട്ടണത്തിൽ നിങ്ങൾ ഏക്കറളവ് കണക്കാക്കി അതിന്റെ അടിസ്ഥാനത്തിൽ ഭൂമി നിങ്ങൾ വാടകയ്ക്ക് നല്കില്ല. നിങ്ങൾ കെട്ടിടം പണിഞ്ഞ് ആ ഭൂമി വികസിപ്പിക്കുകയാണെങ്കിൽ അപ്പോൾ വഴി യോടു ചേർന്നുള്ള ഓരോ നൂറടിക്കും ഒരു ഷില്ലിങ്ങോളും വാടകവരു മെന്ന് ഞാൻ പറയും. നിങ്ങൾ അവിടെ കോഴിവളർത്താനോ അല്ലെങ്കിൽ അതുപോലെയുള്ള ഏതെങ്കിലും കാര്യങ്ങൾ ചെയ്യാനോ ആണ് ഉദ്ദേശി ക്കുന്നതെങ്കിൽ എനിക്ക് അഞ്ച് ഷില്ലിങ് വാടക കണക്കാക്കേണ്ടിവരും."

അവർ കരാറുകൾ മുദ്രവെക്കാൻ വേണ്ടി ഹോട്ടലിലെ മദ്യശാലയി

ലേക്ക് ഇരിപ്പടം മാറ്റി. ജീൻ വിൽസ്ടൗണിൽ മതിപ്പ് നിലനിർത്തേണ്ട ആവശ്യമുള്ള ഒരു സ്ത്രീക്ക് യോജിച്ച മട്ടിൽ പുറത്തെ പടിക്കെട്ടിൽ ഇരുന്നു.

ഒരാഴ്ച കഴിഞ്ഞ് അവൾ ക്യാൻസിലേക്കും അന്നുതന്നെ അവിടെ നിന്ന് ബ്രിസ്ബെയിനിലേക്കും വിമാനത്തിൽ പറന്നിരുന്നു. അവൾ അവിടെ മൂന്നുദിവസം താമസിച്ച് ഒരു വൈദ്യുതി ഉല്പാദിപ്പിക്കുന്ന ജന റേറ്ററും ഒരു വലിയ റിഫ്രിജറേറ്ററും രണ്ട് കടുംനിറമുള്ള ഫ്രീസുകളും സ്റ്റെയിൽലസ് സ്റ്റീലിന്റെ ഒരു കൗണ്ടറും എട്ട് കണ്ണാടി മേശകളും മുപ്പ ത്തിരണ്ട് കസേരകളും രണ്ട് കൈകഴുകുന്ന സിങ്കുകളും കടയിൽ ആവശ്യം വരുന്ന ഗ്ലാസുകളും പ്ലേറ്റുകളും കത്തിമുള്ള്, സ്പൂൺ മുത ലായവയും വൈദ്യുതി ഉപകരണങ്ങളും എല്ലാം വാങ്ങാനുള്ള നടപടി കൾ പൂർത്തിയാക്കിയതിനുശേഷം തിരിച്ചുവന്നു. അവൾ ഈ സാധന ങ്ങളെല്ലാം അതിനുയോജിച്ച വീഞ്ഞപ്പെട്ടികളിലോ ചട്ടക്കൂടുകളിലോ ആക്കി 'ഫോർസൈത്തിലേക്ക്' അയയ്ക്കാൻ അവ വാങ്ങിയ കമ്പനിക ളെത്തന്നെ ചുമതലപ്പെടുത്തി. ഫോർസൈത്തിൽനിന്നും ക്യാൻസിലേക്ക് ഈ സാധനങ്ങൾ ലോറിയിൽ കൊണ്ടുപോകുന്നതിനുള്ള ക്രമീകരണം അവൾ ക്യാൻസിൽ നടത്തിയിരുന്നു. അവൾക്ക് എല്ലാ കാര്യത്തിനും പണം കൊടുക്കാൻ ആവശ്യമായി വരുന്ന വായ്പയ്ക്കുള്ള സൗകര്യ ങ്ങൾ ഞാൻ ഏർപ്പാടു ചെയ്തിരുന്നു.

അവൾ ഒരാഴ്ച കഴിഞ്ഞ് വിൽസ്ടൗണിലേക്ക് അവളുടെ ഐസ്ക്രീം പാർലറിനുള്ള സാധനങ്ങൾ എത്തിക്കാനുള്ള താല്ക്കാലിക ക്രമീകരണങ്ങൾ നടത്തിയതിനുശേഷം തിരിച്ചുവന്ന് പണിപ്പുരയുടെ ചട്ട ക്കൂടിന്റെ നിർമ്മാണം പൂർത്തിയാക്കിയത് കണ്ടിരുന്നു. തടികൊണ്ടുള്ള കെട്ടിടത്തിന്റെ ജോലി പെട്ടെന്ന് പുരോഗമിക്കും. വിൽസ്ടൗണിൽ ഈ കാര്യം ഒരു ഒൻപതുദിവസത്തെ അത്ഭുതം ആയിരുന്നു. ഉൾക്കടൽ പ്രദേ ശത്ത് അപരിചിതയായിരുന്ന ഒരു പെൺകുട്ടി ഉൾക്കടൽ പ്രദേശത്ത് ഷൂ നിർമ്മിച്ച് വളരെദൂരെയുള്ള ഇംഗ്ലണ്ടിലേക്ക് കയറ്റി അയച്ച് അവയുടെ കച്ചവടം നടത്താനുള്ള മധ്യവേനലിലെ ഉച്ചക്കിറുക്കിൽ അത്ഭുതപ്പെട്ടു കൊണ്ട് പ്രായംകുടിയ ആളുകൾ അവിടെ നോക്കിനില്ക്കുന്ന പതിവുണ്ടാ യിരുന്നു. ഇത്തരത്തിലുള്ള ഒരു അരക്കിറുക്കിൽ അവളെ പരിഹസി ക്കാനോ അവളോട് മോശമായി പെരുമാറാനോ അവർക്ക് കഴിഞ്ഞിരു ന്നില്ല. കാരണം അവർക്ക് അവളോട് വളരെക്കൂടുതൽ അനുകമ്പ ഉണ്ടാ യിരുന്നു. പക്ഷേ, ആ സാഹസിക സംരംഭത്തെ അവിശ്വാസത്തിന്റെ ഒരു പരിവേഷം ആവരണം ചെയ്യുകയും ഇത് ജോലിയുടെ തുടക്കത്തിലുള്ള ആഴ്ചകളിൽ അവളെ ഒറ്റപ്പെട്ടുപോയെന്ന തോന്നലിന് അടിമപ്പെടുത്തു കയും ചെയ്തിരുന്നു.

കെട്ടിടം പണിയുടെ ആദ്യകാലഘട്ടത്തിൽ ജോലികളൊന്നും നട ന്നുകൊണ്ടിരിക്കാത്ത ഒരു ഞായറാഴ്ച ദിവസം അവൾ മിഡ് ഹസ്റ്റ് സന്ദർശിച്ചിരുന്നു. ജോ ഹാർമാൻ അയാളുടെ ചെറിയ ലോറി ഒരു ദിവസം

അതിരാവിലെ പ്രഭാതഭക്ഷണസമയത്ത് അവളെ മിഡ് ഹസ്റ്റിൽ കൊണ്ടു പോകാൻ വേണ്ടി ഓടിച്ചുകൊണ്ടു വന്നിരുന്നു. ലോറി പട്ടണത്തിൽനിന്ന് പുറത്തുകടന്ന് അഞ്ചുമിനിറ്റ് സമയം കഴിഞ്ഞപ്പോൾ അവർ ചുംബിക്കാൻ വേണ്ടി ലോറി നിർത്തിയിരുന്നു.

വളരെ പെട്ടെന്ന് അവർ ചുംബനത്തിന്റെ കുരുക്കഴിച്ചുകൊണ്ട് യാത്ര തുടർന്നു. ഈ സമയംകൊണ്ട് രാജ്യത്തെ ഒരു റോഡിൽപോലും മെറ്റൽ ഇട്ടിട്ടില്ല എന്ന അറിവിനോട് ജീൻ പരിചിതയായിക്കഴിഞ്ഞിരുന്നു. ഇതു വരെ അവൾ പട്ടണത്തിനു പുറത്തേക്ക് പോയിട്ടുണ്ടായിരുന്നില്ല. റോഡ് ആ പ്രദേശത്തിന് കുറുകെയാണെന്ന് വലിയ താമസമില്ലാതെ അവൾ കണ്ടെത്തിയിരുന്നു. വേനലിന്റെ ചൂടിൽ ഭൂമി കരിഞ്ഞുപോയ ചെറിയ പുൽക്കൂട്ടങ്ങളുമായി വരണ്ടുണങ്ങിപ്പോയിരുന്നു. അത് ശരാശരി ഇരു പത് മുതൽ മുപ്പതടിവരെ ഉയരമുള്ള മെലിഞ്ഞ് വളഞ്ഞുപോയ യൂക്കാ ലിപ്റ്റസ് മരങ്ങൾ ഒരുവിധം നല്ല അകലത്തിൽ വളർന്നു നിന്നിരുന്ന ഒരു പ്രദേശമായിരുന്നു. പ്രദേശത്തിനുകുറുകെ ഓടിച്ചുകൊണ്ടുപോകുന്ന ഒരു കാറിനോ ലോറിക്കോ ഈ മരങ്ങൾക്കിടയിലൂടെ മറ്റൊരു വഴി കണ്ടെ ത്താൻ കഴിയുന്ന അകലം ഈ മരങ്ങൾക്കിടയിൽ ഉണ്ടായിരുന്നു. വഴി യുടെ ഉപരിതലത്തിൽ ഗതാഗതം കാരണം ആഴമുള്ള വലിയ കുഴികൾ രൂപപ്പെടുമ്പോൾ കാറുകളും ലോറികളും വഴിമാറി മറ്റൊരു യാത്രാവഴി തെരഞ്ഞെടുക്കും. ഈ യാത്രാവഴികൾ പ്രധാനവഴിയുടെ അതേ ദിശ യിൽ മുന്നോട്ടുപോയി ഇപ്പോൾ വരണ്ടുണങ്ങി കല്ലുകൾ നിറഞ്ഞുകിട ക്കുന്ന അരുവി കുറുകെക്കടന്നിരുന്ന കടവുകളിലെത്തി ഒന്നിച്ചുചേർന്നു. അതിനുശേഷം അരുവിയുടെ മറ്റേഭാഗത്തേക്ക് കടന്നു വീണ്ടും കൈവ ഴികളായി പല ദിശകളിലേക്ക് പിരിഞ്ഞുപോയിരുന്നു.

ഓരോ ഇരുപതുമൈൽ കഴിയുമ്പോഴും അവൾ അരഡസൻ കന്നു കാലികളെ കാണുന്നുണ്ടായിരുന്നു. അവ ലോറിയുടെ ശബ്ദംകേട്ട് വില റിപിടിച്ച് നിരപ്പില്ലാത്ത ഭൂമിക്ക് മുകളിൽക്കൂടി കുതിച്ചു ചാടിക്കൊണ്ടി രുന്നു. അവൾ ജോ ഹാർമാനോട് ഈ കന്നുകാലികൾ ഈ പ്രദേശത്ത് എന്ത് സാധനമാണ് കഴിക്കാൻ കണ്ടെത്തുന്നതെന്ന് ചോദിച്ചു. "അവ ജീവിച്ചു കൊള്ളും." അയാൾ പറഞ്ഞു. "അവയ്ക്ക് ഇവിടെ തിന്നാൻ ധാരാളം ഉണ്ടെന്ന് ഞാൻ വാക്ക് തരുന്നു. ഈ ഉണങ്ങിക്കിടക്കുന്ന പുല്ല് എന്തിനുള്ളതാണ്. അതിന് വൈക്കോലുമായി യാതൊരു വ്യത്യാസവും ഇല്ല." അവരുടെ യാത്രാവഴിയിൽനിന്നും അല്പംമാറി ആ പ്രദേശത്ത് ഒരു വെള്ളക്കുഴി ഉണ്ടായിരുന്നെന്ന് അയാൾ അവളോട് പറഞ്ഞു. "കന്നു കാലികൾ ഒരിക്കലും വെള്ളം കിട്ടുന്ന സ്ഥലത്തുനിന്ന് മൂന്നുനാല് മൈലു കൾക്ക് അപ്പുറത്തേക്ക് പോകുകയില്ല." അയാൾ പറഞ്ഞു. "എന്നാൽ കുതിരകൾ വെള്ളം കുടിക്കാൻ കിട്ടുന്ന സ്ഥലത്തു നിന്ന് ഇരുപത് മൈൽ ദൂരത്തുവരെ പോയി പുല്ലുമേഞ്ഞു നടക്കുന്നത് നിങ്ങൾക്ക് കാണാൻ പറ്റും."

ഒരിക്കൽ അവൾ മരങ്ങൾക്കിടയിൽ തവിട്ടുനിറമുള്ള രോമങ്ങളുള്ള

മൂന്ന് മൃഗങ്ങൾ കുതിച്ചു ചാടുന്നതുകണ്ടപ്പോൾ അവൾ ഉറക്കെ വിളിച്ചു പറഞ്ഞു: "ജോ, നോക്കൂ, കംഗാരുക്കൾ!"

അയാൾ അവളെ തിരുത്തി. "അത് വല്ലബി കംഗാരു ആണ്. നമുക്ക് ഈ ഭാഗത്ത് കംഗാരുക്കളെ കിട്ടുകയില്ല."

അവൾ ആ മൃഗങ്ങളെ ഹർഷോന്മാദത്തോടെ തുറിച്ചുനോക്കി. "ജോ, ഒരു വല്ലബി കംഗാരുവും കംഗാരുവും തമ്മിൽ എന്താണ് വ്യത്യാസം?"

"വല്ലബികൾ കുറേക്കൂടി ചെറുതാണ്." അയാൾ പറഞ്ഞു. "ഒരു സാധാരണ ആൺ കംഗാരുവിന് എഴുന്നേറ്റുനിന്നാൽ ആറടിവരെ പൊക്കം കാണും. അവന് മാനിന്റെ മുഖം പോലെയുള്ള ഒരു മുഖമാണ്. വല്ലബിക്ക് എലിയുടെ മുഖം പോലെയുള്ള മുഖമാണ്; അല്ലെങ്കിൽ ഒരു മുയലിന്റെ മുഖം പോലെയുള്ള മുഖമാണ്. എനിക്ക് എന്റെ സ്ഥലത്ത് നിങ്ങൾക്ക് കാണിച്ചുതരാൻ ഒരു കുഞ്ഞു വല്ലബി സ്വന്തമായുണ്ട്."

"അതിനെ കാട്ടിൽനിന്ന് പിടിച്ചതാണോ?" "ഇപ്പോൾ അവൻ ഇണ ങ്ങിക്കഴിഞ്ഞിട്ടുണ്ട്. അവന് പ്രായം കൂടുന്നതനുസരിച്ച് അവൻ കൂടുതൽ വന്യമായി മാറും. അവൻ അവന്റെ കൂട്ടരുടെ അടുത്തേക്ക് പോകും." അവൾക്കുവേണ്ടി തോലുകൾ ക്യാൻസിലേക്ക് അയച്ചിരുന്നപ്പോൾ അവർ വല്ലബി കംഗാരുക്കളെ വെടിവെച്ചിരുന്നതിനിടയിൽ അവർ കുട്ടിയുള്ള പെൺമാനിനെ വെടിവെച്ചിരുന്നതായി അയാൾ അവളോട് പറഞ്ഞു. എതിർത്തുനില്ക്കാൻ കഴിവില്ലാത്ത ആ കുഞ്ഞുമൃഗത്തിനെ മരിക്കാൻ വേണ്ടി ഉപേക്ഷിക്കാതെ അവർ വളർത്താൻവേണ്ടി വീട്ടിലേക്ക് കൊണ്ടു വന്നിരുന്നു. "ഈ ഭാഗത്തുള്ള വല്ലബി കംഗാരുവിനെ എനിക്ക് ഇഷ്ടമാ ണ്." അയാൾ പറഞ്ഞു.

അവർ വലിയ താമസമില്ലാതെ മിഡ്ഹസ്റ്റിൽ എത്തിച്ചേർന്നു. മര ങ്ങളിൽ ചുറ്റിക്കെട്ടിയിട്ടുള്ള രണ്ട് പിരിക്കമ്പികളുടെ ഒരു വേലി അവ രുടെ യാത്രാവഴിയുടെ ഒരു വശത്തുകൂടി നീണ്ടുകിടന്നിരുന്നു. അതിന് വല്ലപ്പോഴും മരങ്ങൾക്കിടയിലുള്ള അകലം കൂടുന്ന സ്ഥലങ്ങളിൽ ഒരു തൂണ് ഉണ്ടായിരുന്നു. അവർ ആ വേലിയിൽ ഉണ്ടായിരുന്ന ഒരു ഇരുമ്പു ഗേറ്റിനടുത്ത് അവരുടെ ചെറിയ ലോറി നിർത്തി. ഗേറ്റ് കടക്കുമ്പോൾ അവരുടെ ഇടവഴി ഒരു പൊതുവഴിപോലെ വിശാലമായി മാറിയിരുന്നു. അവൾ ലോറിയിൽനിന്ന് ഇറങ്ങി ഇരുമ്പുഗേറ്റ് തുറന്നിട്ടു. അയാൾ ഉള്ളി ലേക്ക് ലോറി ഓടിച്ചു. "ഇതാണ് വീട്ടിലെ പുൽത്തകിടി" അയാൾ പറഞ്ഞു. "പ്രധാനമായും കുതിരകൾക്കുവേണ്ടി ആണ്." മരങ്ങൾക്കിട യിൽ മെലിഞ്ഞ സവാരിക്കുതിരകൾ കറുത്ത് നീളം കൂടിയ വാലുകൾ ചുറുചുറുക്കോടെ വീശിക്കൊണ്ട് നില്ക്കുന്നത് അവൾക്ക് കാണാൻ കഴി ഞ്ഞിരുന്നു. "എനിക്ക് വീടിനുചുറ്റും ഇതുപോലെ വേലി കെട്ടിത്തിരിച്ചിട്ട മൂന്ന് ചതുരശ്രമൈലുകളോളം സ്ഥലമുണ്ട്."

പൊതുവഴിപോലെയുള്ള വഴി വളഞ്ഞുപുളിഞ്ഞ് മുന്നോട്ടുപോയി. അവൾ മിഡ്ഹസ്റ്റിലെ വീട് കണ്ടു. വീട് ഒരു അരുവിയുടെ വളവിനു മുകളിലുള്ള പൊക്കംകുറഞ്ഞ കുന്നിന്റെ മുകളിൽ മനോഹരമായി പണി

തുയർത്തിയിരിക്കുകയായിരുന്നു. ഈ അരുവി ഇപ്പോൾ ഒഴുകുന്നുണ്ടാ
യിരുന്നില്ല. പക്ഷേ, അതിലുടനീളം വെള്ളം നിറഞ്ഞു നില്ക്കുന്ന ചെറിയ
കുളങ്ങൾ ഉണ്ടായിരുന്നു. "തീർച്ചയായും നിങ്ങൾ അത് കാണുന്നത് വർഷ
ത്തിലെ ഏറ്റവും മോശം സമയത്താണ്." അയാൾ പറഞ്ഞു. അവൾ
അയാളുടെ ഉൽക്കണ്ഠയെപ്പറ്റി ബോധവതിയായിമാറി. "അത് ശിശിര
ത്തിൽ വളരെ മനോഹരമായ ഒരു ചെറിയ നദി ആണെന്ന് ഞാൻ വാക്കു
തരുന്നു. പക്ഷേ, ചൂടുകാലത്തെ ഏറ്റവും മോശം സമയത്തുപോലും
ഇപ്പോൾ ഉള്ളതുപോലെ അതിൽ വെള്ളം ഉണ്ടായിരിക്കും."

വീട് തറയിൽനിന്നും തൂണുകളിൽ ഉയർത്തി നിർത്തിയിരുന്ന
സാമാന്യം വലിപ്പമുള്ള ഒരു കെട്ടിടം ആയിരുന്നു. അതുകൊണ്ട് വീടിന്റെ
താഴത്തെ നിലയിലുള്ള വരാന്തയിലെത്താൻ നിങ്ങൾ എട്ടടി ഉയരത്തി
ലുള്ള ചവിട്ടുപടികൾ ചവുട്ടിക്കയറണം. വീട് തടികൊണ്ട് നിർമ്മിച്ചതാ
യിരുന്നു. അതിന് സ്ഥിരമായുള്ള ചുളിവും മടക്കുമുള്ള ഇരുമ്പുഷീറ്റു
കൾകൊണ്ടു നിർമ്മിച്ച മേല്ക്കൂര ഉണ്ടായിരുന്നു. പന്ത്രണ്ട് അടി വീതി
യുള്ള വരാന്തകൊണ്ട് നാലുവശവും ചുറ്റപ്പെട്ടിരുന്നു. നാലുമുറികൾ–
മൂന്നുകിടക്കമുറികളും ഒരു സ്വീകരണമുറിയും ഇവയെല്ലാം പന്ത്രണ്ട് അടി
വീതിയുള്ള വരാന്തകൊണ്ട് ചുറ്റപ്പെട്ടിരിക്കുന്നു. ഈ വരാന്തയിൽ ഉണ്ടാ
യിരുന്ന ചട്ടികളിൽ നിന്നിരുന്ന ചിത്രപ്പുല്ലുകളും മറ്റ് ഇലച്ചെടികളും കൂടു
തൽ സൂര്യരശ്മികളേയും പരാജയപ്പെടുത്തിയിരുന്നു. അവിടെ ഒറ്റത്ത്
ഒരു ചെറിയ അടുക്കളയും മറ്റേ അറ്റത്ത് ഒരു ചെറിയ കുളിമുറിയും ഉണ്ടാ
യിരുന്നു. കക്കൂസ് മുറി പുൽത്തകിടിയിലെ കുഴിയുടെ മുകളിലുള്ള ഒരു
ചെറിയ കുടിൽ ആയിരുന്നു. അത് വീട്ടിൽനിന്നും അല്പം ദൂരെ ആയി
രുന്നു. കെട്ടിടത്തിലെ ജീവിതം കൂടുതലും നിശ്ചയമായും വരാന്തയിലാണ്
നടന്നുകൊണ്ടിരുന്നത്. മുറികൾ വളരെക്കുറച്ചു മാത്രം ഉപയോഗിച്ചിരു
ന്നതായി തോന്നുന്നുണ്ടായിരുന്നു. ജോ ഹാർമാന്റെ കിടക്കയും കൊതു
കുവലയും വരാന്തയിൽ ആയിരുന്നു. കൂടാതെ ഭക്ഷണമുറിയിലെ മേശ
കളും കസേരകളും അനേകം വിശ്രമിക്കാനുള്ള ചൂരൽക്കസേരകളും വരാ
ന്തയിൽ കിടന്നിരുന്നു. കഴുക്കോലിൽനിന്ന് വെള്ളംനിറച്ച ഒരു വലിയ
ക്യാൻവാസ് സഞ്ചിയും വെള്ളിനിറംപൂശിയ ഒരു മൊന്തയും തൂക്കിയിട്ടി
ട്ടുണ്ടായിരുന്നു

പടിക്കെട്ടുകൾക്കു താഴെ ചെറിയ ലോറി വന്നു നിന്നപ്പോൾ അഞ്ചോ
ആറോ പട്ടികൾ അവരെ ഉപചാരപൂർവ്വം സ്വാഗതം ചെയ്തു. അയാൾ
അവയെ ഒരു വശത്തേക്ക് നിസ്സാരമായി തള്ളിക്കളഞ്ഞു. പക്ഷേ, അയാൾ
ജീൻ മുമ്പ് ഒരിക്കലും കണ്ടിട്ടില്ലാത്ത തരത്തിലുള്ള ഒരു നീലയും
മഞ്ഞയും കലർന്ന ഒരു പെൺപട്ടിയെ അവൾക്ക് ചൂണ്ടിക്കാണിച്ചുകൊ
ടുത്തു. "അത് ലില്ലി ആണ്." അയാൾ വാത്സല്യത്തോടെ പറഞ്ഞു.
"അവൾക്ക് ഒരു ഒന്നാന്തരം കുട്ടി ഉണ്ടായിരുന്നു."

അയാൾ അവളെ വരാന്തയിലെ ശാന്തതയിലേക്ക് കൂട്ടിക്കൊണ്ടു
പോയി. അവൾ അയാളുടെ മുഖത്തേക്ക് നോക്കി. "ജോ, പറയാതെവയ്യ.

ഇവിടം വളരെ സുന്ദരമാണ്!"

"നിങ്ങൾക്ക് ഈ സ്ഥലം ഇഷ്ടപ്പെട്ടോ?" നായ്ക്കുട്ടികൾ അവർക്കു ചുറ്റും ഓടിക്കളിക്കുന്നുണ്ടായിരുന്നു. അവ ഇഴഞ്ഞുവന്ന് വിനയത്തോടെ അവരുടെ കൈപ്പത്തികളിൽ നക്കുന്നുണ്ടായിരുന്നു. വിചിത്രമായ ആകൃ തിയിലുള്ള മഞ്ഞയും നീലയും കലർന്ന നായ്ക്കുട്ടികൾ. വരാന്തയുടെ അറ്റത്ത് ഒരു കസേരയ്ക്ക് പിന്നിൽ അവരുടെ മൂലയിലേക്ക് സൂക്ഷിച്ചു നോക്കിക്കൊണ്ട് ഒരു ചെറിയ പട്ടി തല ഉയർത്തി നില്ക്കുന്നുണ്ടായി രുന്നു. ജോ പട്ടിക്കുട്ടികളെ ഓരോന്നായി പിടികൂടി അവരുടെ മൂലയിൽ ഇരുന്നിരുന്ന കമ്പിവല കൊണ്ടുള്ള കൂട്ടിനുള്ളിലേക്ക് കടത്തിവിട്ടു. "ഞാൻ ഇന്നുരാവിലെ വണ്ടി ഓടിക്കാൻ തുടങ്ങുന്നിനുമുമ്പ് അവരെ പുറത്തുതുറന്നുവിട്ടിരുന്നു." അയാൾ പറഞ്ഞു. "വലിയ താമസമില്ലാതെ അവർ മുറ്റത്തിറങ്ങി നടക്കാൻ വേണ്ടത്ര വലുതാകും."

"ജോ, ആരാണ് ആ ചെടികൾ എല്ലാം നട്ടുവച്ചത്? നിങ്ങൾ ആയി രുന്നോ?"

അയാൾ തലകുലുക്കി, "മിസിസ്സ് സ്പിയേഴ്സ് ഇവിടെ താമസിച്ചി രുന്ന സമയത്ത് ചെയ്തതാണ്. ഞാൻ അത് തുടർന്നുകൊണ്ടിരുന്നു. ലുബ്രാസ് രാവിലെയും വൈകിട്ടും അവയെല്ലാം നനയ്ക്കും." അയാൾക്ക് അയാളുടെ മൂന്ന് ആസ്ട്രേലിയക്കാരായ കന്നുകാലിനോട്ടക്കാരുടെ ഭാര്യ മാരായ മൂന്ന് ആസ്ട്രേലിയക്കാരികളെ വീട്ടിലെ ചുമതലകൾ പങ്കുവ യ്ക്കാനും അയാൾക്ക് ഭക്ഷണം പാചകം ചെയ്യാനും വേണ്ടി കിട്ടിയു ണ്ടെന്ന് അവളോട് പറഞ്ഞു.

അയാൾ നാലുചുറ്റും നോക്കി. "എവിടെയെങ്കിലും കുഞ്ഞുവല്ലബി കാണും." അവർ വരാന്തയുടെ മറുവശത്ത് ഒരു കുഞ്ഞുവല്ലബി കം ഗാരു കിടന്ന് ഉരുളുന്നത് കണ്ടെത്തി. അതിന് എഴുന്നേറ്റപ്പോൾ ഏതാണ്ട് പതിനെട്ട് ഇഞ്ച് പൊക്കം ഉണ്ടായിരുന്നു. അവരെപ്പറ്റി അതിന് ഭയം ഉണ്ടാ യിരുന്നില്ല. ജീൻ അതിന്റെ അടുത്തുപോയി കുനിഞ്ഞുനിന്നു. അത് അവ ളുടെ വിരലുകളിൽ കരണ്ടു. "ജോ, നിങ്ങൾ ഇതിന് ഭക്ഷണം എന്താണ് കൊടുക്കുന്നത്?"

"റൊട്ടിയും പാലും. അതെല്ലാം ഇത് ശരിക്ക് കഴിക്കുന്നുണ്ട്."

"നായ്ക്കുട്ടികൾ അതിനെ ഉപദ്രവിക്കില്ലെ?"

"അവർ അതിനെ ഇടയ്ക്കിടയ്ക്ക് വിരട്ടിഓടിക്കും. പക്ഷേ, അതിന് നല്ല തൊഴികൊടുക്കാൻ പറ്റും. ഒരു വളർന്ന വല്ലബി കംഗാരുവിന് ഒരു നായയെ കൊല്ലാൻ പറ്റും. കംഗാരു നായയെ വലിച്ചുകീറിക്കളയും." അയാൾ അവൾ എത്രമാത്രം സുന്ദരിയാണെന്ന് ആലോചിച്ചുകൊണ്ട് ആ ചെറിയ ജീവിയെ അവൾ തലോടുന്നത് നോക്കിക്കൊണ്ടുനിന്ന് അല്പ സമയത്തേക്ക് സംസാരിച്ചിരുന്നില്ല. "അത് രസമുള്ള ഒരു കാര്യം ആണ്." അയാൾ പറഞ്ഞു. "അവർ കുഴപ്പമൊന്നും ഉണ്ടാക്കാതെ ജീവിച്ചു പോകു ന്നുണ്ട്. പിന്നീട് അവനും നായ്ക്കുട്ടികളും വളർന്നു കഴിയുമ്പോൾ അവന് അവരോട് ദേഷ്യംവരും. അപ്പോൾ അവൻ പൊന്തക്കാടുകളിലേക്ക്

പോകും."

കറുത്ത കളിപ്പാവപോലെയുള്ള മദ്ധ്യവയസ്കയായ ഒരു ആസ്ട്രേ ലിയക്കാരി അവിടുത്തെ പ്രഭാതഭക്ഷണത്തിൽ അനിവാര്യമായിട്ടുള്ള വറുത്ത മാംസക്കഷണങ്ങളും അതിന്റെ മുകളിലുള്ള രണ്ട് മുട്ടകളും അല കരിച്ചുവച്ച രണ്ട് പ്ലേറ്റുകൾക്കൊപ്പം കടുപ്പത്തിലുള്ള ചായ നിറച്ച ഒരു ലോഹപ്പാത്രവും കൂടി ചുമന്നുകൊണ്ട് പെട്ടെന്ന് പ്രത്യക്ഷപ്പെട്ടു. ഈ സമയംകൊണ്ട് ജീൻ ജനവാസമില്ലാത്ത ആ പ്രദേശത്തെ പ്രഭാതഭക്ഷ ണവുമായി പരിചയത്തിലായിക്കഴിഞ്ഞിരുന്നു. പക്ഷേ, ഈ ഇറച്ചിക്കഷ ണങ്ങൾക്ക് മറ്റ് പലതിനേക്കാളും കൂടുതൽ കട്ടി ഉണ്ടായിരുന്നു. അവൾ ഇറച്ചിക്കഷണങ്ങളുമായി ബലപരീക്ഷണം നടത്തുന്നതിനിടയിൽ മിഡ് ഹസ്റ്റിലെ ഭക്ഷണം പാചകം ചെയ്യലിനെപ്പറ്റി മനസ്സിലാക്കണമെന്ന് മന സ്സിൽ കുറിച്ചിട്ടു. അവസാനം അവൾ അത് ഉപേക്ഷിച്ചതിനുശേഷം പൊട്ടി ച്ചിരിച്ചുകൊണ്ട് കസേരയിൽ ചാരി മലർന്നിരുന്നു. "ജോ, എനിക്ക് വിഷമം ഉണ്ട്. ഇതിന്റെ കാരണം ഞാൻ ഇംഗ്ലീഷുകാരിയായതാണെന്നാണ് ഞാൻ വിചാരിക്കുന്നത്."

"അയാൾക്ക് വളരെയധികം ഉൽക്കണ്ഠ ഉണ്ടായിരുന്നു. "രണ്ട് പൊരി ച്ചമുട്ട കൂടി കഴിക്കൂ. നിങ്ങൾ ഒരു സാധനവും കഴിച്ചിട്ടില്ല."

"ഞാൻ ഇംഗ്ലണ്ടിൽ വച്ച് എന്നും കഴിക്കുന്നതിന്റെ ആറിരട്ടി കഴിച്ചി ട്ടുണ്ട്. ജോ, ആരാണ് ഇതെല്ലാം പാചകം ചെയ്യുന്നത്?"

"പാമോലിവ് ആണ് പാചകം ചെയ്തത്" അയാൾ പറഞ്ഞു. "ഇന്ന് അവളുടെ ദിവസം ആണ്. മേരി ഇതിനേക്കാൾ നന്നായി പാചകം ചെയ്യും. പക്ഷേ, ഇന്ന് അവളുടെ അവധി ദിവസം ആണ്."

"ജോ, അവർ ആരാണ്?"

"എനിക്ക് മൂൺഷൈൻ എന്ന് പേരുള്ള ഒരു കന്നുകാലിനോട്ടക്കാ രൻ ഉണ്ട്." അയാൾ പറഞ്ഞു. "പാമോലിവ് അയാളുടെ ഭാര്യ ആണ്. എന്റെ യജമാനനായ ആസ്ട്രേലിയാക്കാരന്റെ പേര് ബോൺവിൽ എന്നാണ്. അയാൾ ഒരു ഒന്നാംതരം ആൺകുട്ടി ആണ്. മേരി അയാ ളുടെ ഭാര്യ ആണ്. മേരി നന്നായി പാചകം ചെയ്യും."

"ജോ, ഒരുകാര്യം എന്നോടു പറയൂ." അവൾ ചോദിച്ചു. "നിങ്ങൾക്ക് എന്നെങ്കിലും ദഹനക്കേട് ഉണ്ടായിട്ടുണ്ടോ?"

അയാൾ മുഖത്ത് ചിരി വരുത്തി. "ഇടയ്ക്കിടയ്ക്ക് ദഹനക്കേട് ഉണ്ടാ വാറില്ല. വല്ലപ്പോഴും ഉണ്ടാവാറുണ്ട്."

"ഞാൻ ഇവിടെ സ്ഥിരമായി വരുമ്പോൾ ഇവിടുത്തെ പാചകത്തിൽ ചെറിയ നവീകരണം നടത്തുകയാണെങ്കിൽ നിങ്ങൾ അത് സമ്മതി ക്കില്ലേ?"

"നിങ്ങൾ ആ നവീകരണം മുഴുവൻ സ്വന്തം കൈകൊണ്ടാണ് ചെയ്യു ന്നതെങ്കിൽ ഞാൻ സമ്മതിക്കില്ല."

"ഞാൻ അത് സ്വന്തം കൈകൊണ്ട് ചെയ്യുന്നത് നിങ്ങൾക്ക് ഇഷ്ടമല്ലേ?"

അയാൾ തലകുലുക്കി. "നിങ്ങൾ ഷൂ നിർമ്മാണവും ഐസ്ക്രീം പാർലർ നടത്തിപ്പുംപോലെ നിങ്ങൾ ഇഷ്ടപ്പെടുന്ന കാര്യങ്ങൾ ചെയ്യുന്നത് കാണാനാണ് ഞാൻ കൂടുതൽ ഇഷ്ടപ്പെടുന്നത്."

അവൾ അയാളുടെ കൈയിൽ സ്പർശിച്ചു. "എനിക്ക് നിങ്ങൾക്കു വേണ്ടി സമയം മാറ്റിവെക്കാൻ ആഗ്രഹമുണ്ട്."

അയാൾ ഉച്ചയ്ക്കുമുമ്പ് അവളെ പുറത്തുകൊണ്ടുപോയി അവളെ ആ സ്ഥാപനം മുഴുവൻ കാണിച്ചുകൊടുത്തു. ആ സ്ഥലം ആയിരം ചതുരശ്രമൈലുകൾ ഉണ്ടെങ്കിലും അവൾ ഇംഗ്ലണ്ടിലുള്ള ഒരു നാന്നൂറ് ഏക്കർ തോട്ടത്തിൽ കണ്ടിരുന്ന കെട്ടിടങ്ങളെക്കാൾ കൂടുതൽ കെട്ടിടങ്ങൾ ഇവിടെ ഈ വീടിനുചുറ്റും ഉണ്ടായിരുന്നില്ല. കൂടിപ്പോയാൽ കന്നുകാലി നോട്ടക്കാർക്കുവേണ്ടിയുള്ള രണ്ടുമുറികളുള്ള മൂന്നോ നാലോ കുടിലുകൾ ഉണ്ടായിരുന്നു. കറുപ്പും വെളുപ്പുമായ അവിവാഹിതരായ കന്നുകാലിനോട്ടക്കാർക്ക് ഭക്ഷണം കഴിച്ച് കിടന്ന് ഉറങ്ങാൻ വേണ്ടി ഒന്നിനുമുകളിൽ ഒന്നായി കിടക്കകൾ ക്രമീകരിച്ച രണ്ട് ചെറിയ കെട്ടിടങ്ങളും ഉണ്ടായിരുന്നു. ചെറിയ ലോറിക്കും മറ്റുചില യന്ത്രോപകരണങ്ങൾക്കും വേണ്ടിയുള്ള ഒരു പന്തൽപ്പുരകൂടി അവിടെ ഉണ്ടായിരുന്നു. ഇതിലും കൂടുതലായി അവിടെ ഉണ്ടായിരുന്നത് ആറു കുതിരകൾക്കുവേണ്ടിയുള്ള ഒരു ഒഴിഞ്ഞ കുതിരാലയവും ജീനികൾ സൂക്ഷിക്കാനുള്ള ഒരു മുറിയും ഒരു അറവുകാരന്റെ മുറിയും ആയിരുന്നു. അവിടെ അരുവിയിൽനിന്ന് വെള്ളം പമ്പ് ചെയ്യാനുള്ള ഇലക്ട്രിക് ജനറേറ്റർ പ്രവർത്തിപ്പിക്കാനുള്ള ഒരു ഡീസൽ എൻജിൻ ഉണ്ടായിരുന്നു. ഇതോടെ എല്ലാം വിശദീകരിച്ചുകഴിഞ്ഞു.

ഒരിക്കൽ അയാൾ പറഞ്ഞു. "നിങ്ങൾക്ക് കുതിരസവാരി നടത്താൻ പറ്റുമോ?"

അവൾ തലകുലുക്കി "ജോ, എനിക്ക് അത് പറ്റില്ലെന്നാണ് ഞാൻ ഭയക്കുന്നത്. ഇംഗ്ലണ്ടിൽ സാധാരണ മനുഷ്യർ കുതിരപ്പുറത്ത് കൂടുതലൊന്നും കയറാറില്ല."

"ഞാൻ വാക്കു പറയുന്നു." അയാൾ പറഞ്ഞു. "നിങ്ങൾക്ക് തീർച്ചയായും കുതിരസവാരി നടത്താൻ പറ്റും."

"അത് എനിക്ക് പഠിക്കാൻ പറ്റുമോ?"

"വളരെ ശരിയാണ് നിങ്ങൾ ചോദിച്ചത്."

അയാൾ സ്കൂൾകുട്ടിയെപ്പോലെ അയാളുടെ വിരലുകൾ വായിലേക്കിട്ട് തുളച്ചുകയറുന്ന ശബ്ദത്തിൽ ഒരു ചൂളംവിളിച്ചു. ഒരു മുറി മാത്രമുള്ള ഒരു കുടിലിന്റെ ജനാലയിൽനിന്നും ഒരു കറുത്തതല പുറത്തേക്ക് എത്തി നോക്കി. "ബോൺവിൽ" അയാൾ വിളിച്ചു പറഞ്ഞു. "പുറത്തുവന്ന് ആറ്റിയേയും റോബിനേയും കൂട്ടിക്കൊണ്ടുവരു. ഒരു ജീനി മുകളിൽ കെട്ടിവെച്ചുകൊള്ളൂ. ഒരു മിനിറ്റിനുള്ളിൽ ഞാൻ നിങ്ങളെ സഹായിക്കാനെത്താം."

ജോ ഹാർമാൻ അവളുടെ കോട്ടൺഫ്രോക്ക് പരിശോധിച്ചുകൊണ്ട്

അവളുടെ മുഖത്തേക്ക് നോക്കി. "നിങ്ങളുടെ വേഷങ്ങളെ പറ്റി എനിക്ക് അറിയില്ല. നിങ്ങൾക്ക് എന്റെ കാലുറകൾ ധരിക്കാൻ പറ്റുമോ? അതോ നിങ്ങൾക്ക് അതിന്റെ ആവശ്യം ഇല്ലെന്നുണ്ടോ?"

അവൾ ചിരിച്ചു. "എന്റെ ജോ, എന്നെപ്പോലെ രണ്ടുപേർക്ക് അതി നുള്ളിൽ കയറാം!"

"എനിക്ക് എല്ലാ സമയത്തും ഇതുപോലെ വണ്ണം ഉണ്ടായിരുന്നില്ല." അയാൾ പറഞ്ഞു. "യുദ്ധത്തിനുമുമ്പ് ഞാൻ ധരിച്ചിരുന്ന ഒരു കാലുറ എന്റെ കൈയിലുണ്ട്. ഇപ്പോൾ എനിക്ക് അത് ധരിക്കാൻ കഴിയില്ല. അത് കൃത്യം പാകമായില്ലെങ്കിലും കുഴപ്പമില്ല. നമ്മൾ കുതിരയെ നടത്താൻ മാത്രമാണ് ഇപ്പോൾ പോകുന്നത്. അതുകൊണ്ട് നിങ്ങൾക്ക് അത് എങ്ങ നെയുണ്ടെന്ന് ധരിച്ചുനോക്കാം."

അയാൾ അവളെ വീട്ടിനുള്ളിലേക്ക് കൂട്ടിക്കൊണ്ടുപോയി പുരുഷ ന്മാരുടെ ഒരു വൃത്തിയുള്ള ഒരു ഷർട്ടും ജോഡ്പൂർ കാലുറകളും ഒരു ബെൽറ്റും അവൾക്കുവേണ്ടി എടുത്തുകൊണ്ടു വന്നു. അവൾ ചിരിച്ചു കൊണ്ട് അത് അയാളുടെ കൈയിൽനിന്ന് വാങ്ങി ഒഴിഞ്ഞുകിടന്ന ഒരു ഉപയോഗിക്കാതിരിക്കുന്ന മുറിയിൽക്കയറി അതെല്ലാം ധരിച്ചതിനുശേഷം അടിഭാഗം തേഞ്ഞുപോയ കുതിരസവാരിക്കുള്ള ഒരു ജോഡി വളരെ വലിയ ബൂട്ടുകളുംകൂടി ധരിച്ചുകൊണ്ട് പുറത്തുവന്നു. അയാളുടെ വേഷ ങ്ങളും ബൂട്ടുകളും എല്ലാം ധരിച്ചുകഴിഞ്ഞപ്പോൾ അവൾക്ക് അത് ഉടമ സ്ഥാവകാശത്തിന്റേതായ ഒരു വിചിത്രമായ മനോഭാവം നല്കിയിരുന്നു. അവൾ മറ്റൊരു അവിസ്മരണീയ സന്ദർഭത്തിൽ സംഭവിച്ചിരുന്നതു പോലെ താഴെ വീഴാനുള്ള എല്ലാ സാദ്ധ്യതയും ഉണ്ടെന്നുള്ള തോന്ന ലോടെ മുറ്റത്തിറങ്ങി ഏറ്റവും ജാഗ്രതയോടെ സാവധാനം നടന്ന് അയാ ളുടെ അടുത്തെത്തി.

ജീനിയുടെ അകത്തേക്ക് ഇരിക്കാൻ അയാൾ അവളെ സഹായിച്ചു. ഒരിക്കൽ കാലുകവച്ച് പതിനാല് വയസ്സുള്ള കിഴവിയായ ആറ്റിയുടെ മുക ളിൽ ഇരുന്നുകഴിഞ്ഞപ്പോൾ അവളുടെ അരക്ഷിതാവസ്ഥയെപ്പറ്റിയുള്ള ബോധം അവളിൽനിന്ന് അകന്നുപോയിരുന്നു. ഒരിക്കൽ ഒരുവിധം ഉറ ച്ചിരുന്നു കഴിഞ്ഞപ്പോൾ അവൾക്ക് വളരെ സുരക്ഷിതത്വം തോന്നിയി രുന്നു. ആ സമയത്ത് അവൾക്ക് കുതിരസവാരിയെ പറ്റിയോ അതിൽ ഉപയോഗിക്കുന്ന ഉപകരണങ്ങളെ പറ്റിയോ വലിയ വിവരമൊന്നും ഉണ്ടാ യിരുന്നില്ല. പക്ഷേ, ഈ ജീനി അവൾ എന്നെങ്കിലും കണ്ടിട്ടുള്ള ഏതെ ങ്കിലും ജീനിപോലെ ആയിരുന്നില്ല. ഒരു സിനിമയിൽ കണ്ട ജീനിപോലെ പോലും ആയിരുന്നില്ല. അത് അവളുടെ ഇരിപ്പടത്തിനുപിന്നിൽ ഒരു മേലാപ്പ് പോലെ ഉയർന്നുനിന്നു. അതുപോലെ അവളുടെ മുൻവശത്തും അത് ഉയർന്നുനിന്നിരുന്നു. അതുകൊണ്ട് ഒരു തൂക്കുമഞ്ചത്തിൽ ഇരി ക്കുന്നതുപോലെ ആണ് അവൾ അതിനുള്ളിൽ ഇരുന്നിരുന്നത്. അവളെ ഒരു സ്ഥലത്ത് പട്ടയിട്ടുറപ്പിച്ചു വച്ചിരിക്കുന്നതുപോലെ അവളുടെ ഓരോ തുടയുടെ മുകളിലും താഴെയുമായി ഓരോ കൊളുത്തുകൾ ഉണ്ടായിരു

ന്നു. "ഇതുപോലെ ഒരു ജീനിയിൽനിന്നും ആർക്കെങ്കിലും നിലത്ത് വീഴാൻ കഴിയുമെന്ന് ഞാൻ വിശ്വസിക്കുന്നില്ല." അവൾ പറഞ്ഞു. "ഞാനും നിങ്ങൾ നിലത്തുവീഴുമെന്ന് വിചാരിക്കുന്നില്ല." അയാൾ മറു പടി പറഞ്ഞു. അവർ മുറ്റത്തിന് പുറത്തേക്ക് കുതിരകളെ നടത്തി. അതി നുശേഷം അവർ അരുവിയിലേക്കുള്ള നടപ്പാതയിലൂടെ കുതിരയെ അരു വിയുടെ അടുത്തേക്ക് നയിച്ചുകൊണ്ടുപോയി. അവർ പോയിക്കൊണ്ടി രിക്കുമ്പോൾ കടിഞ്ഞാൺ എങ്ങനെയാണ് പിടിക്കേണ്ടതെന്നും അവളുടെ ഉപ്പൂറ്റികൾ എങ്ങനെയാണ് ഉപയോഗിക്കേണ്ടതെന്നും അയാൾ അവൾക്ക് കാണിച്ചു കൊടുത്തു. അയാൾ അരുപിയുടെ തീരത്തുകൂടി ഒരു മൈലോളം അവളെ മുന്നോട്ടുകൊണ്ടുപോയി. അതിനുശേഷം അയാൾ കഴിയുന്നത്ര നിഴൽ അന്വേഷിച്ചുകൊണ്ട് മരങ്ങൾക്കടിയിലുള്ള കുറ്റിക്കാ ടുകൾക്കിടയിലൂടെ വിശാലമായ ഒരുതിരിവ് തിരിഞ്ഞു. നാല് കറുത്ത രൂപങ്ങൾ മരങ്ങൾക്കിടയിലൂടെ തിടുക്കത്തിൽ ഓടി മറയുന്നത് അവൾ കണ്ടിരുന്നു. അത് കാട്ടുപന്നികൾ ആയിരുന്നെന്ന് അയാൾ അവളോട് പറഞ്ഞു. പിന്നീട് ഒരിക്കൽ വെള്ളാമ്പലുകൾ മൂടിക്കിടന്നിരുന്ന അരുവി യുടെ വിശാലമായ ഒരു ഭാഗത്ത് ഒരു ചീങ്കണ്ണി അവരുടെ അടുത്തുനിന്നും ഊളിയിട്ട് ഒഴിഞ്ഞുമാറിയതിന്റെ തീക്ഷ്ണമായ നീർച്ചുഴികൾ ഉണ്ടായി രുന്നു. അവരുടെ കുതിരയ്ക്ക് മുന്നിലായി ധാരാളം വല്ലബി കംഗാരു ക്കൾ ദൂരത്തേക്ക് കുതിച്ചു ചാടിക്കൊണ്ടിരിക്കുന്നത് അവൾ കണ്ടു.

ഒരു മണിക്കൂറോ മറ്റോ കഴിഞ്ഞപ്പോൾ അവർ വീട്ടിൽ തിരിച്ചെ ത്തിയിരുന്നു. അവർ ആ ദൂരം മുഴുവൻ കുതിരകളെ നടത്തുകയായിരു ന്നെങ്കിലും ജീൻ സൂര്യന്റെ ചൂടുകൊണ്ട് വിയർപ്പിൽ നനഞ്ഞുകുതിർന്നു പോയിരുന്നു. അതുകൂടാതെ അവൾക്ക് ഉഗ്രമായ ദാഹവും ഉണ്ടായിരുന്നു. വരാന്തയിൽവച്ച് തന്നെ അവൾ ധാരാളം വെള്ളംകുടിച്ചു. അതിനുശേഷം അവൾ കുളിമുറിയിൽ പോയി കുളിച്ചുവന്നു. അവൾ പിന്നീട് ധരിക്കാൻ ആശ്വാസകരമായ സ്വന്തം വേഷങ്ങളിലേക്ക് മാറി.

അവർ വരാന്തയിൽ ഇരുന്ന് വറുത്ത മാംസക്കഷണങ്ങളും റൊട്ടിയും ജാമും ഉൾപ്പെടെയുള്ള ഉച്ചഭക്ഷണം കഴിച്ചു. മുട്ടകൾ ഒഴിവാക്കിക്കൊ ണ്ടുള്ള പ്രഭാതഭക്ഷണത്തിന്റെ ഒരു ആവർത്തനം. "ഭക്ഷണസാധന ങ്ങളുടെ കാര്യത്തിൽ പാമോലിവിന് വലിയ സങ്കല്പങ്ങൾ ഒന്നുമില്ല." അയാൾ ക്ഷമാപണസ്വരത്തിൽ പറഞ്ഞു.

"ആറ്റി കാഴ്ചയിൽ വളരെ കൂടുതൽ ക്ഷീണിച്ചിരിക്കുന്നു." ജീൻ പറഞ്ഞു. അവളുടെ കണ്ണുകൾക്ക് താഴെ വലിയ കറുത്ത വൃത്തങ്ങൾ കാണുന്നുണ്ട്. ജോ, ഉച്ചതിരിഞ്ഞ് അവൾക്ക് അവധി കൊടുക്കണം. ഞാൻ നിങ്ങൾക്ക് ചായ ഉണ്ടാക്കിത്തരാം."

ഉച്ചഭക്ഷണത്തിനുശേഷം ഒഴിഞ്ഞു കിടന്ന മുറിയിലെ കിടക്ക അവൾക്ക് ഉറങ്ങാൻവേണ്ടി ഉപയോഗിക്കാമെന്ന് അയാൾ അവൾക്ക് വാഗ്ദാനം ചെയ്തു. പക്ഷേ, കഴിഞ്ഞ രണ്ടാഴ്ചകളായി അവർ പരസ്പരം വളരെക്കുറച്ച് സമയം മാത്രമേ കണ്ടിട്ടുണ്ടായിരുന്നുള്ളൂ. അതുകൊണ്ട്

സമയം ഉറക്കത്തിനുവേണ്ടി പാഴാക്കിക്കളയാൻ കഴിയുന്നതിനേക്കാൾ വളരെക്കൂടുതൽ അമൂല്യമാണെന്ന് അവൾക്ക് തോന്നിയിരുന്നു. "നമുക്ക് ഇവിടെ പുറത്ത് ഇരിക്കാം." അവൾ പറഞ്ഞു. അതുകൊണ്ട് അവർ നീളം കൂടിയ ചൂരൽക്കസേരകളിൽ രണ്ടെണ്ണം വരാന്തയുടെ മൂലയിലേക്ക് വലി ച്ചുകൊണ്ടുവന്ന് അല്പം ഇളംകാറ്റ് കിട്ടാൻ ഇടയുള്ള സ്ഥലം നോക്കി അടുത്തടുത്തിരുന്നു. അതുകൊണ്ട് അവർക്ക് അവരുടെ കൈകളിൽ പര സ്പരം സ്പർശിക്കാൻ കഴിഞ്ഞിരുന്നു. "എല്ലാ സമയത്തും ഇതുപോലെ യുള്ള ചൂട് കാണില്ല." ഈ സ്ഥലത്തെ പറ്റിയുള്ള അവളുടെ അംഗീകാ രത്തിനുവേണ്ടിയുള്ള ആകാംക്ഷ ഈ സമയത്തും അയാളെ വിട്ടുപോ യിരുന്നില്ല. അയാൾ പറഞ്ഞു. "ഈ രണ്ടുമാസങ്ങൾ മാത്രം മോശമാണ്. ജനുവരി ആകുമ്പോൾ മഴക്കാലം വരുന്നുണ്ടാകും. അപ്പോഴേക്കും തണുപ്പ് തുടങ്ങും."

"ഇത് വളരെ മോശം സമയമല്ല." അവൾ പറഞ്ഞു. "ഞാൻ മാലാ യായിൽ ആയിരിക്കുമ്പോൾ ഇതുപോലെ ചൂട് സമയം എനിക്ക് ഓർമ്മ യുണ്ട്."

അവൾ കന്നുകാലി സംരക്ഷണ കേന്ദ്രത്തിലെ അയാളുടെ ജോലിയെപ്പറ്റിയുള്ള സംസാരത്തിലേക്ക് അവളെ നയിച്ചുകൊണ്ടുപോയി. അന്നുരാവിലെ ആ ഭൂപ്രദേശത്തിന്റെ അല്പമെങ്കിലും നേരിട്ടുകണ്ട സ്ഥിതിക്ക് അയാൾ പറയുന്നതെല്ലാം ഇപ്പോൾ അവൾക്ക് കൂടുതൽ മെച്ച പ്പെട്ട രീതിയിൽ ആസ്വദിക്കാൻ കഴിയുന്നുണ്ടെന്ന് അവൾക്ക് തോന്നു ന്നുണ്ടായിരുന്നു. "വർഷത്തിലെ ഈ സമയത്ത് വളരെക്കൂടുതൽ കാര്യ ങ്ങൾ ഒന്നും ഇവിടെ ചെയ്യാനില്ല." അയാൾ പറഞ്ഞു. "രണ്ടാഴ്ചയിൽ ഒരിക്കൽ ഞാൻ ഈ കേന്ദ്രത്തിന്റെ മറ്റേ അറ്റം വരെ പോകാൻ ഇഷ്ടപ്പെ ടുന്നു. കഴിയുമെങ്കിൽ പോകണം. കള്ളന്മാർ ഉണ്ടെങ്കിൽ പോകണം. അതിന്റെ കൂടെ നിങ്ങളുടെ ചുറ്റും കാണുന്ന രണ്ടാംതരം കാളകളെ വെടി വയ്ക്കണം."

"ജോ, എന്ത് കള്ളൻ?"

"സംശയം എന്താണ്? കന്നുകാലികളെ മോഷ്ടിക്കുന്നവൻ. ഈ വർഷം ഞങ്ങൾക്ക് കൂടുതലൊന്നും ഉണ്ടായിരുന്നില്ല. ചില സമയങ്ങ ളിൽ മുനമ്പിലെ കേന്ദ്രങ്ങളിൽ നിന്ന് ജൂലിയാ നദിയുടെ അടുത്തേക്ക് വരുന്ന കന്നുകാലികളെ മേയ്ക്കുന്നവർ— അവർ ഈ വസ്തുവിലൂടെ കടന്നുപോകുമ്പോൾ ഏതാനും കന്നുകാലികളുടെ ഉത്തരവാദിത്വം ഏറ്റെ ടുത്തുകൊണ്ട് അവയെക്കൂടി കൂട്ടത്തിൽ ചേർക്കും. അതിന്റെ അർത്ഥം നിശ്ചയമായും കന്നുകാലികളുടെ ഇനത്തിൽ വഞ്ചനകാണിക്കുന്നു എന്നാ ണ്. പുതിയ ഇനം കന്നുകാലികളെ ട്രെയിനിലേക്ക് കൊണ്ടുപോകു മ്പോൾ അവയെ പരിശോധിക്കാൻ ജൂലിയായിൽ പൊലീസുകാർ ഉണ്ട്. രണ്ടുവർഷം മുമ്പ് അവർ ഒരു ചുമതല ഇല്ലാത്തവനെ പിടികൂടിയിരു ന്നു. അയാൾക്ക് ആറുമാസം കിട്ടിയിരുന്നു. അതിനുശേഷം നമുക്ക് കൂടു തൽ കള്ളന്മാരെ കിട്ടിയിട്ടില്ല. ഇപ്പോൾ ഉള്ളത് കന്നുകാലികളുടെ കുട്ടി

കളുടെ മോഷണം ആണ്. അതാണ് മറ്റൊരു കാര്യം."

"ജോ, എന്താണ് ഈ കന്നുകാലികളുടെ കുട്ടികളുടെ മോഷണം എന്നു പറയുന്നത്?" അവൾക്ക് ഉറക്കം വന്നുതുടങ്ങിയിരുന്നു. പക്ഷേ, കഴിയാവുന്നത്ര കാര്യങ്ങൾ അറിയാൻ അവൾ ആഗ്രഹിച്ചിരുന്നു.

"കഴിഞ്ഞ ഒന്നിച്ചുകൂട്ടലിനുശേഷം ജനിച്ച കന്നുകുട്ടികളുടെ ഇനം തിരിച്ചിട്ടില്ല. ചില കന്നുകാലിനോട്ടക്കാർ, നിങ്ങളുടെ ഏറ്റവും നല്ല കൂട്ടുകാർപോലും നിങ്ങളുടെ കേന്ദ്രത്തിൽവന്ന് കന്നുകുട്ടികളെ വളഞ്ഞുവച്ച് അവരുടെ സ്വന്തം പ്രദേശത്തേക്ക് ഓടിച്ചുവിടും. അതിനുശേഷം അവ നിങ്ങളുടേതാണ് എന്ന് പറയാൻ യാതൊന്നും തന്നെ ഇല്ല. അതാണ് കന്നുകുട്ടികളുടെ മോഷണം. അത് വളരെ കൂടുതൽ ബുദ്ധിമുട്ടുള്ള കാര്യമാണ്. തീർച്ചയായും എല്ലാ സമയത്തും അവിടെ കന്നുകാലിക ളുടെ സങ്കരം ഉണ്ടായിരിക്കും. കാരണം അതിർത്തികളിൽ എന്തെങ്കിലും വേലികൾ ഇല്ല. അതുകൊണ്ട് ഒന്നിച്ചു കൂട്ടലിന്റെ കാര്യം വരുമ്പോൾ അത് ഒരുതരം കൂട്ടിപ്പെരട്ടൽ ആയിരിക്കും. പക്ഷേ, ഞാൻ നമ്മൾ ഒന്നി ച്ചുകൂട്ടാൻ വേണ്ടിവരുമ്പോൾ ഒറ്റ കന്നുകുട്ടിപോലും ഇല്ലാതിരുന്നിട്ടുള്ള കേന്ദ്രങ്ങൾ ഉണ്ടായിരുന്നിട്ടുണ്ട്. മറ്റ് കേന്ദ്രങ്ങളിൽ ഉണ്ടായിരുന്ന എല്ലാ കന്നുകാലി നോട്ടക്കാർക്കും കന്നുകുട്ടികളെ കിട്ടിയിട്ടുണ്ടായിരുന്നു."

അവൾ ചോദിച്ചു. "പക്ഷേ, ഈ കന്നുകുട്ടികൾ ഈ പുതിയ പ്രദേ ശത്ത് വെറുതെ താമസിക്കാൻ കൂട്ടാക്കുമോ? അവർ അമ്മയുടെ അടു ത്തേക്ക് തിരിച്ചുപോകാൻ ആഗ്രഹിക്കില്ലേ?"

അയാൾ അവളുടെ ചോദ്യത്തെ അഭിനന്ദിച്ചുകൊണ്ട് അവളെ നോക്കി. "അത് ശരിയാണ് അവരെ അനുവദിക്കുകയാണെങ്കിൽ അവർ പോകും. അവരുടെ സ്വന്തം പ്രദേശം അമ്പത് മൈൽ ദൂരെ ആണെങ്കിലും അവർ അവരുടെ കൂട്ടത്തിലേക്ക് മറ്റൊരു സ്ഥലത്തും പോകാതെ തിരി ച്ചുപോകും. പക്ഷേ, ഈ കന്നുകാലി നോട്ടക്കാർ ഇതിനുവേണ്ടി ഇതാണ് ചെയ്യുന്നത്. അവർ അവരുടെ പ്രദേശത്ത് ഒരിക്കലും പരിശോധിക്കാൻ സാദ്ധ്യതയില്ലാത്ത സ്ഥലത്ത് ഒരു ചെറിയ കന്നുകാലി കേന്ദ്രം നിർമ്മി ക്കുന്നു. പിന്നീട് അവർ നിങ്ങളുടെ കന്നുകുട്ടികളെ അതിനുള്ളിലേക്ക് തെളിയുന്നു. അതിനുശേഷം ഭക്ഷണമോ വെള്ളമോ ഇല്ലാതെ നാലഞ്ചു ദിവസം അവയെ അവിടെ ഉപേക്ഷിക്കുന്നു— ഒരു സാധനവും അവയ്ക്ക് കൊടുക്കില്ല. നിങ്ങൾ ഒരു കന്നുകുട്ടിയെ ഇങ്ങനെ ചെയ്യുകയാണെങ്കിൽ അത് അതിന്റെ അമ്മയെപ്പറ്റിയും അതിന്റെ കൂട്ടത്തെപ്പറ്റിയും മറന്നുപോ കും. നിങ്ങളെയും എന്നെയും പോലെ അതിന് വേണ്ടത് കുടിക്കാൻ അല്പം വെള്ളമായിരിക്കും. അപ്പോൾ നിങ്ങൾ അതിനെ സ്വതന്ത്രനാക്കി ഒരു വെള്ളക്കുഴിയിൽനിന്ന് കഴിയുന്നത്ര വെള്ളം കുടിക്കാൻ അനുവദി ക്കുന്നു. അതിന്റെ ദാഹം അത്രമാത്രം രൂക്ഷമായിരുന്നതുകൊണ്ട് പിന്നീട് മാസങ്ങളോളം അത് ആ വെള്ളക്കുഴിയിൽനിന്ന് ദൂരത്തേക്ക് അകന്നു പോകില്ല. അത് അതിന്റെ സ്വന്തം പ്രദേശത്തെപ്പറ്റിയുള്ള എല്ലാ കാര്യ ങ്ങളും മറന്നുപോകും. അത് അതിന്റെ പുതിയ സ്ഥലത്ത് വെറുതെ താമ

സിച്ചുകൊള്ളും."

അവളുടെ കണ്ണുകൾ അടഞ്ഞുവന്നു. അവൾ ഉറങ്ങി. അവൾ ഉണ രുമ്പോൾ സൂര്യൻ ആകാശത്തുനിന്ന് താഴോട്ട് ഇറങ്ങിവന്നിരുന്നു. ജോ അവളെ ഉപേക്ഷിച്ച് സ്ഥലംവിട്ടിരുന്നു. അവൾ എഴുന്നേറ്റ് കുളിമുറി യിൽപോയി മുഖം നനഞ്ഞ തുണികൊണ്ട് തുടച്ചു. അയാൾ പുറത്തു നിർത്തിയിട്ടിരുന്ന ലോറിയുടെ യന്ത്രത്തിൽ ജോലി ചെയ്തുകൊണ്ടിരി ക്കുന്നത് അവൾ കണ്ടു. അവൾ സ്വയം കുളിച്ചുവൃത്തിയായതിനുശേഷം അവളുടെ വാച്ചിൽ നോക്കിയിട്ട് അടുക്കള പരിശോധിക്കാൻ വേണ്ടി പോയി.

അവൾ ആലോചിച്ചു. അടുക്കളയ്ക്ക് യോജിക്കുന്ന വാക്ക് പ്രാകൃതം ആയിരുന്നു. അവിടെ വിറകുകൊണ്ട് കത്തിക്കുന്ന ഒരു അടുപ്പ് ഉണ്ടായി രുന്നത് ചാരംമൂടി അണഞ്ഞു കിടക്കുകയായിരുന്നു. അതിന്റെ കൂടെ ഒരു തിരികത്തിക്കുന്ന എണ്ണ സ്റ്റൗ ഉണ്ടായിരുന്നു. പാചകത്തിനുള്ള ഉപ കരണം ഇതായിരുന്നു. അവിടെ മണ്ണെണ്ണ ഉപയോഗിക്കുന്ന ഒരു ചെറിയ റിഫ്രിജറേറ്റർ ഉണ്ടായിരുന്നു. ധാരാളം വേവിച്ച ഇറച്ചി ഒരു കമ്പിവല കൊണ്ടുള്ള അലമാരയ്ക്കുള്ളിൽ ശേഖരിച്ചിരുന്നു. അലമാരയുടെ അക ത്തുള്ള ഈച്ചകളുടെ എണ്ണത്തിന് അതിനു പുറത്തുള്ള ഈച്ചകളുടെ എണ്ണത്തേക്കാൾ അല്പംപോലും കുറവ് ഉണ്ടായിരുന്നില്ല. അടുക്കളയിലെ പാത്രങ്ങളും മറ്റ് ഉപകരണങ്ങളും പഴഞ്ചനായിരുന്നു. അഴുക്കുപിടിച്ചവ ആയിരുന്നു. എണ്ണത്തിൽ കുറവും ആയിരുന്നു. അത് പേടിസ്വപ്നത്തിൽ ഒരു അടുക്കള ആയിരുന്നു. അത് കത്തിച്ചു കളഞ്ഞിട്ട് മറ്റൊരു പുതിയ അടുക്കള തുടങ്ങുന്നതാണ് ശരിയായ വഴിയെന്ന് ജീനിന് തോന്നുന്നു ണ്ടായിരുന്നു. അത് ആ വീട് പൂർണ്ണമായും കത്തിച്ചുകളയാതെ നടത്തി യെടുക്കാൻ വഴിയുണ്ടോ എന്ന് അവൾ അത്ഭുതപ്പെട്ടു. അല്പം ഗോത മ്പുപൊടി, ഉപ്പ്, സോപ്പ് തുടങ്ങിയ പ്രധാനപ്പെട്ട സാധനങ്ങൾ ഒഴിച്ച് മറ്റൊന്നുംതന്നെ സ്റ്റോർ മുറിയിലെ ഭിത്തി അലമാരയിൽ ഉണ്ടായിരുന്നില്ല.

അവൾ ചായ തിളപ്പിക്കാൻ വെള്ളം ലോഹപ്പാത്രത്തിൽ എടുത്ത തിനുശേഷം ഇറച്ചിയൊഴിച്ച് മറ്റെന്തെങ്കിലും അവിടെ പാചകം ചെയ്യാൻ ഇരിക്കുന്നുണ്ടോ എന്ന് നാലുചുറ്റും നോക്കി. മിഡ് ഹസ്റ്റിൽ മുട്ടയ്ക്ക് ക്ഷാമം ഇല്ലായിരുന്നു. അവൾ അല്പം പഴകിപ്പോയ പാൽക്കട്ടി കണ്ടെ ത്തിയിരുന്നു. അവൾ പോയി ജോയുമായി കൂടിയാലോചിച്ചതിനുശേഷം തിരിച്ചുവന്ന് അയാൾക്കുവേണ്ടി എട്ടുമുട്ടകളുടെ ഒരു മുട്ടയപ്പം പാൽക്കട്ടി പുരട്ടി ഉണ്ടാക്കിക്കൊടുത്തു. അയാൾ കൈകൾ വൃത്തിയാക്കിയതിനു ശേഷം അവൾ മുട്ടയപ്പം ഉണ്ടാക്കുന്നത് ശ്രദ്ധിച്ചുകൊണ്ടിരുന്നു. "എന്റെ ദൈവമേ," അയാൾ ചോദിച്ചു. "നിങ്ങൾ എവിടെനിന്നാണ് പാചകം പഠി ച്ചത്?"

"ഈലിങ്ങിൽ വച്ചാണ് പഠിച്ചത്?" അവൾ പറഞ്ഞു. അതെല്ലാം വള രെദൂര നടന്നതുപോലെ തോന്നുന്നു: ഇരുണ്ട ആകാശവും, വലിയ ചുവന്ന ബസുകളും എല്ലാംതന്നെ വളരെ ദൂരെ എവിടെയോ ആണെന്ന്

തോന്നിയിരുന്നതായി അവൾ പറഞ്ഞു. "എനിക്ക് ഒരു വൈദ്യുതി അടുപ്പ് ഉള്ള ഒരു ചെറിയ അടുക്കള ഉണ്ടായിരുന്നു. എല്ലാസമയത്തും വൈകു ന്നേരത്തെ ഭക്ഷണത്തിന് ഞാൻ രണ്ട് കറികൾ ഉണ്ടാക്കുമായിരുന്നു."

അയാൾ പരുങ്ങലോടെ പല്ലിളിച്ചു. "ഈ ജനവാസം ഇല്ലാത്ത പ്രദേ ശത്ത് നിങ്ങൾക്ക് കൂടുതൽ വൈദ്യുത അടുപ്പുകൾ കാണാൻ കഴിയി ല്ലെന്ന ഭയം എനിക്കുണ്ട്." അയാൾ പറഞ്ഞു.

പിന്നീട് അവൾ അയാളുടെ കൈയിൽ സ്പർശിച്ചു. "ജോ, അത് എനിക്ക് അറിയാം. പക്ഷേ, ഇവിടെ ഭക്ഷണം പാചകം ചെയ്യുന്നത് എളു പ്പമാക്കാൻ വേണ്ടി ധാരാളം കാര്യങ്ങൾ നിങ്ങൾക്ക് ചെയ്യാൻ കഴിയും." അവർ ചായ കഴിച്ചുകൊണ്ടിരിക്കുമ്പോൾ അവർ അടുക്കളയെപ്പറ്റിയും വീടിനെപ്പറ്റിയും സംസാരിക്കുന്നുണ്ടായിരുന്നു. "അടുക്കള മാത്രമാണ് അല്പം മെച്ചപ്പെടുത്തേണ്ട ആവശ്യമുള്ളത്." അവൾ പറഞ്ഞു. "ബാക്കി ഭാഗങ്ങൾ എല്ലാം മനോഹരം ആണ്."

"നിങ്ങൾ വരുന്നതിനുമുമ്പ് ഞാൻ വീട്ടിനുള്ളിൽ ഒരു കക്കൂസ് ഏർപ്പാടാക്കും." അയാൾ അവളോട് വാക്കുപറഞ്ഞു. "എനിക്ക് അവിടെ പുറത്തുപോകുന്നതിന് കുഴപ്പമൊന്നുമില്ല. പക്ഷേ, നിങ്ങൾക്ക് അത് നല്ല തായിരിക്കില്ല."

അവൾ ചിരിച്ചു. "ഞാൻ അത് കാര്യമാക്കുന്നില്ല. നിങ്ങൾ 'സാറ്റർഡെ ഈവനിങ് പോസ്റ്റ്' പത്രം എത്തിച്ചുതരുന്നത് തുടരുന്നിടത്തോളം കാലം ഞാൻ അത് കാര്യമാക്കില്ല." അയാൾ മുഖത്ത് ചിരി വരുത്തി. പക്ഷേ, അയാൾ ഈ മാറ്റംവരുത്തുന്ന കാര്യത്തിൽ ഉറച്ചു നില്ക്കുകയാണെന്ന് അവൾക്ക് മനസ്സിലായി. "ചില സ്ഥലങ്ങളിൽ സെപ്റ്റിക് ടാങ്കും എല്ലാ കാര്യങ്ങളും ഉണ്ട്." അയാൾ പറഞ്ഞു. "ഇടപ്രഭുവും പ്രഭിയും അവിടെ താമസിച്ചപ്പോൾ അവർ ആഗസ്തിൽ ഒരു സെപ്റ്റിക് ടാങ്ക് സ്ഥാപിച്ചിരു ന്നു. അതിനുവേണ്ടി നമുക്ക് അല്പം കാത്തിരിക്കേണ്ടിവരുമെന്ന് ഞാൻ കണക്കുകൂട്ടുന്നു."

സൂര്യൻ അസ്തമിച്ചുകൊണ്ടിരുന്നപ്പോൾ അവർ പുറത്ത് ഒഴുകി ക്കൊണ്ടിരുന്ന നദിയിലേക്കും കുറ്റിക്കാടുകളിലേക്കും നോക്കിയിരുന്ന് പുകവലിച്ചുകൊണ്ട് ശാന്തമായി സംസാരിക്കുകയായിരുന്നു. "നിങ്ങൾ അടുത്ത ആഴ്ച എന്താണ് ചെയ്യുന്നത്?" അവൾ ചോദിച്ചു. "ജോ നിങ്ങൾ ടൗണിൽ ഉണ്ടാകുമോ?"

അയാൾ തലയാട്ടി "ചൊവ്വാഴ്ചയോ അല്ലെങ്കിൽ വെള്ളിയാഴ്ചയോ ഞാൻ ടൗണിൽ എത്തിയിരിക്കും. ഞാൻ നാളെ മുകളിലത്തെ അറ്റ ത്തേക്ക് രണ്ടുദിവസത്തേക്ക് പോകുകയാണ്. അവിടെ നടക്കുന്നത് എന്താ ണെന്ന് വെറുതെ ഒന്ന് കാണാൻ വേണ്ടിയാണ് പോകുന്നത്."

അവൾ പുഞ്ചിരിച്ചു. "കന്നുകുട്ടികളെ അന്വേഷിച്ചാണോ?"

അയാൾ മുഖത്ത് ചിരിവരുത്തി. "അത് ശരിയാണ്. വർഷത്തിലെ ഈ സമയത്ത് ചൂടിൽ അത് അല്പം ബുദ്ധിമുട്ടാണ്. കാരണം പാത കൾ കാഴ്ചയിൽ വളരെ മെച്ചം ആയിരിക്കില്ല. എനിക്ക് കേന്ദ്രത്തിൽ

ഇപ്പോൾ നഗററ് എന്ന് പേരുള്ള ഒരു ആൺകുട്ടി ഉണ്ട്. അയാൾ ഒരു ഒന്നാം തരം കണ്ടെത്തലുകാരൻ ആണ്. ഞാൻ അയാളെക്കൂടി എന്നോടൊപ്പം കൊണ്ടുപോകുന്നുണ്ട്. എനിക്ക് വിൻഡർമിയർ കേന്ദ്രത്തിലെ ആ 'ഡോൺ കർട്ടിസ്' എന്റെ കന്നുകുട്ടികളെ നോട്ടം ഇട്ടിരിക്കുന്നതായി ഒരു തോന്നലുണ്ട്."

"ജോ, നിങ്ങൾ വഴികൾ കണ്ടെത്തുകയാണെങ്കിൽ അതിനുശേഷം നിങ്ങൾ എന്താണ് ചെയ്യാൻ പോകുന്നത്? നിങ്ങളുടെ പ്രദേശത്തുനിന്ന് അയാളുടെ പ്രദേശത്തേക്ക് പോകുന്ന വഴികൾ?"

അയാൾ പല്ലിളിച്ചു. "അതിലൂടെ മുന്നോട്ടുപോയി അവരെ കണ്ടെത്തി തിരിച്ചുനയിച്ചുകൊണ്ടുവരും." അയാൾ പറഞ്ഞു. "ഞങ്ങൾ അത് ചെയ്യുമ്പോൾ ഡോൺ കർട്ടിസ് കൂടെ വരില്ലെന്ന് പ്രതീക്ഷിക്കു ന്നു."

അയാൾ ഏകദേശം ഒമ്പതുമണിയോടെ അന്നുരാത്രിയിൽ അവളെ വിൽസ് ടൗണിലേക്ക് ചെറിയ ലോറി ഓടിച്ച് കൊണ്ടുപോയിരുന്നു. അവർ ശരിയായ രീതിയിൽ ഗുഡ്നൈററ് പറയാൻ വേണ്ടി പട്ടണത്തിന് പുറത്ത് എത്തിയപ്പോൾ അല്പസമയം അത് നിർത്തിയിട്ടിരുന്നു. അവൾ പൊന്ത ക്കാട്ടിൽ നിന്നുള്ള ശബ്ദങ്ങളും തവളകളുടെ കരച്ചിലും രാക്കുയിലിന്റെ പാട്ടും ചീവിടുകളുടെ ചിലയ്ക്കലും ശ്രദ്ധിച്ചുകൊണ്ട് അവളെ ചുറ്റിയി രുന്ന അയാളുടെ കൈകൾക്കുള്ളിൽ കിടന്നുകൊണ്ട് അയാളുടെ തോളി ലേക്ക് ചാരിക്കിടന്നു. "ജോ, നിങ്ങൾ ജീവിക്കുന്നത് ഒരു മനോഹരമായ സ്ഥലത്താണ്." അവൾ പറഞ്ഞു. "അവിടെ വേണ്ടത് ഒരു പുതിയ അടു ക്കള മാത്രമാണ്. ഞാൻ അവിടം ഇഷ്ടപ്പെടുന്നില്ലെന്ന് ഒരിക്കലും വേവ ലാതിപ്പെടരുത്."

അയാൾ അവളെ ചുംബിച്ചു. "നിങ്ങൾ തിരിച്ചുവരുമ്പോൾ അതെല്ലാം നിങ്ങൾക്കുവേണ്ടി ശരിയാക്കിയിട്ടുണ്ടാവും."

"ഏപ്രിലിൽ" അവൾ പറഞ്ഞു. "ജോ, ഏപ്രിലിന്റെ തുടക്കത്തിൽ ഞാൻ തിരിച്ചുവരും."

ആഗിടോപ്പ് വന്നതിനുശേഷം നാലോ അഞ്ചോ ദിവസങ്ങൾ കഴി ഞ്ഞപ്പോൾ അവൾ ഷൂസുകൾ നിർമ്മിക്കുന്ന തൊഴിൽശാല ആരംഭിച്ചു. തുടങ്ങാൻ അവൾക്ക് അഞ്ച് പെൺകുട്ടികൾ ഉണ്ടായിരുന്നു. ജൂഡിയും സ്മാളും അവളുടെ കൂട്ടുകാരി ലോയിസും, സ്ട്രാൻജും, ആനിയും – അതിന്റെ കൂടെ വളരെയടുത്ത കാലത്ത് സ്കൂൾ ഉപേക്ഷിച്ചുപോന്ന രണ്ട് പതിനഞ്ചുകാരികളും ഉണ്ടായിരുന്നു. അവർ ജോലി ചെയ്തുകൊണ്ടിരു ന്നത് ഒരു പതിവായ ജോലിയിലാണെന്ന് അവരെ ബോദ്ധ്യപ്പെടുത്താനും വൃത്തിക്കും വേണ്ടി അവൾ അവർക്കെല്ലാം തൊഴിൽശാലയിൽ ആയിരി ക്കുമ്പോൾ പുറത്തിടാൻവേണ്ടി ഒരു പച്ചക്കോട്ട് നിർബ്ബന്ധമാക്കിയിരുന്നു. അവർ കാഴ്ചയിൽ എങ്ങനെയുണ്ടെന്ന് അവർക്ക് കാണാൻ വേണ്ടി അവൾ അവർക്ക് ഒരു വലിയ കണ്ണാടി ഭിത്തിയിൽ ഉറപ്പിച്ചുകൊടുത്തി രുന്നു.

ആദ്യദിവസങ്ങൾ മുതൽ പതിനഞ്ചുകാരികളാണ് ഏറ്റവും നല്ല തൊഴിലാളികൾ എന്ന് അവൾ കണ്ടെത്തിയിരുന്നു. സ്കൂളിൽനിന്ന് നേരിട്ടെത്തുന്ന പെൺകുട്ടികൾ ജോലിയുടെ കൃത്യമായ മണിക്കൂറുക ളുടെ ചിട്ടയെപ്പറ്റി ബോധമുള്ളവർ ആയിരുന്നു. പ്രായം കുറഞ്ഞ ഈ പെൺകുട്ടികളെപ്പോലെ ജനവാസമില്ലാതെ പ്രദേശത്തെ വീടുകളിൽ നിന്നും വരുന്ന പെൺകുട്ടികളെ അവൾക്ക് ലഭിക്കുന്നത് അപൂർവ്വമായി രുന്നു. കുറച്ചുവർഷങ്ങൾക്ക് മുമ്പ് സ്കൂൾ ഉപേക്ഷിച്ചുപോന്ന പെൺകു ട്ടികൾക്ക് അല്ലെങ്കിൽ ഒരിക്കലും സ്കൂളിൽ പോയിട്ടില്ലാത്ത പെൺകുട്ടി കൾക്ക് വിരസത മടുപ്പിക്കുന്നതായിരുന്നു. അവൾ അവരെ സഹായി ക്കാൻവേണ്ടി ക്യാൻസിൽ നിന്ന് തനിയെ പ്രവർത്തിക്കുന്ന ഒരു ഗ്രാമ ഫോൺ എത്തിക്കാനുള്ള നടപടികൾ സ്വീകരിച്ചു. സംഗീതം നിശ്ചയ മായും വിൽസ്ടൗണിനെ മൊത്തത്തിൽ ആഹ്ലാദിപ്പിച്ചിരുന്നു. അമ്പരപ്പി ച്ചിരുന്നു. ഒരുപക്ഷേ, അത് പ്രായംകൂടുതലുള്ള പെൺകുട്ടികളെ കൂടു തൽ സഹായിച്ചിരിക്കാം. പക്ഷേ, അധികമൊന്നും സഹായിച്ചിരുന്നില്ല. തൊഴിൽശാലയിലെ വലിയ ആകർഷണം താപനില നിയന്ത്രിക്കാനുള്ള ഉപകരണം ആയിരുന്നു.

പെൺകുട്ടികളുടെ അംഗസംഖ്യ വർദ്ധിപ്പിക്കാനുള്ള ഏറ്റവും നല്ല കാരണഭൂതൻ ഈ താപനില നിയന്ത്രിക്കാനുള്ള ഉപകരണം ആയിരുന്നു. വേനലിലെ നൂറുമുതൽ നൂറ്റിപ്പത്തുവരെയുള്ള പൊള്ളുന്ന ചൂടിൽ തൊഴിൽശാലയിലെ ചൂട് ഏകദേശം എഴുപത് ഡിഗ്രിയായി നിലനിർത്തു ന്നതിൽ അവൾ വിജയിച്ചിരുന്നു. ഈ ചൂടിൽ പെൺകുട്ടികൾക്ക് അവ രുടെ കൈപ്പത്തി വിയർക്കാതെ ജോലി ചെയ്യാൻ കഴിഞ്ഞിരുന്നു. പെൺകുട്ടികൾക്ക് പകലിലെ ചൂടിൽനിന്ന് താല്ക്കാലികമായ ഇളവ് കിട്ടി യിരുന്നു. കേൾക്കാൻ സംഗീതം ഉണ്ടായിരുന്നു. അതിന്റെ കൂടെ വൃത്തി യുള്ള പച്ചകോട്ട് ധരിക്കാൻ ലഭിച്ചിരുന്നു. ആഴ്ച അറുതിയിൽ ഇതുകൂ ടാതെ അവരുടെ പോക്കറ്റുകളിൽ പണവും എത്തിച്ചേരുന്നുണ്ടായിരുന്നു. തുടക്കം മുതൽ തൊഴിൽശാല ജനസമ്മതി നേടിയിരുന്നു. ജീനിന് ഒരി ക്കലും അവൾക്ക് കൈകാര്യം ചെയ്യാൻ കഴിയുന്നിടത്തോളം പുതിയ പെൺകുട്ടികളെ ജോലിക്ക് നിയമിക്കാൻ ഒരു ബുദ്ധിമുട്ടും ഉണ്ടായിരു ന്നില്ല. എന്തായാലും ആദ്യത്തെ മാസങ്ങളിൽ അവർ അഞ്ചുപെൺകുട്ടി കളെക്കൊണ്ട് സംതൃപ്തയായിരുന്നു.

തൊഴിൽശാല തുറന്നതിനുശേഷം രണ്ടാഴ്ചയോളം അവൾ ഐസ്ക്രീം കട ശരിയാക്കിയെടുക്കുന്നതിനുവേണ്ടി വിശ്രമമില്ലാതെ രാത്രികൾ ചെലവഴിച്ചിരുന്നു. ക്രിസ്മസിന് ഇത് തുറക്കണമെന്ന് അവൾ തീരുമാനം എടുത്തിരുന്നു. അവൾ ഈ ലക്ഷ്യം ഡിസംബർ ഇരുപതിന് തന്നെ കട തുറന്നുകൊണ്ട് കൈവരിച്ചിരുന്നു. ജോയുടെ ഉപദേശം സ്വീക രിച്ചുകൊണ്ട് അവൾ കടയുടെ പകുതിഭാഗം മാത്രമേ തുടക്കത്തിൽ തുറ ന്നിരുന്നുള്ളൂ. ആസ്ട്രേലിയക്കാർക്കു വേണ്ടിയുള്ള അടുത്ത പകുതിഭാഗം അവൾ കട അംഗീകാരം നേടുന്ന സമയത്തിനുവേണ്ടി മാറ്റിവെച്ചു. ഇത്

അവളെ ഒരു നിറമുള്ള പെൺകുട്ടിയെ ജോലിചെയ്യാൻ നിയമിക്കുന്ന തിൽനിന്നും കട മോടിപ്പിടിപ്പിക്കുന്നതിൽനിന്നും ഉണ്ടാകുന്ന ചെലവുക ളിൽനിന്നും രക്ഷപ്പെടുത്തിയിരുന്നു. ഒരു വർഷത്തോളം ഐസ്ക്രീമിന് കൂടുതൽ ആവശ്യക്കാർ സത്യത്തിൽ ഉണ്ടായിരുന്നില്ല. ആസ്ട്രേലിയ ക്കാരായ കന്നുകാലിനോട്ടക്കാർ അടുക്കളയുടെ വാതിലിനുചുറ്റും 'ഐസ്ക്രീം സോഡ' വാങ്ങുന്നതിനുവേണ്ടി ചുറ്റിത്തിരിയാൻ ആരംഭി ച്ചിരുന്നു. അടുത്ത സെപ്തംബറിൽ അവൾ അവർക്കുവേണ്ടിയുള്ള കട ആരംഭിച്ചു.

അവൾ ജോയോടൊപ്പം കടുത്ത വെയിലിൽ നിരത്തിൽ ഇറങ്ങിനിന്ന് അവൾ ചെയ്തു പൂർത്തിയാക്കിയ ജോലി പരിശോധിച്ചുകൊണ്ട് സമയം ചെലവഴിച്ചിരുന്നു. പ്രധാന നിരത്തിൽ തൊഴിൽശാലയും ഐസ്ക്രീം കടയും ഏറക്കുറെ അടുത്തടുത്തുള്ള കെട്ടിടങ്ങളിൽ ആയിരുന്നു. തൊഴിൽശാലയുടെ ജനലുകൾ അകത്തുനിന്നും തണുത്ത വായു നഷ്ട പ്പെടാതിരിക്കാൻ വേണ്ടി അടച്ചിട്ടിരിക്കുകയായിരുന്നു. പക്ഷേ, അവർക്ക് ഷൂസിന്റെ ജോലി ചെയ്യുന്നതിനിടയിൽ പെൺകുട്ടികൾ പാടുന്നത് കേൾക്കാൻ കഴിഞ്ഞിരുന്നു. ക്രിസ്മസ് അടുത്തെത്തിയിരുന്നു. അവർ കരോളിന്റെ പാട്ടുകളാണ് പാടിയിരുന്നത്. ഷർട്ട് ജീനിന്റെ പുറത്ത് ഒട്ടി പ്പിടിക്കുന്നുണ്ടായിരുന്നു. ഉള്ളിലേക്ക് അല്പം കാറ്റ് കടന്നുവരാൻ വേണ്ടി അവൾ തോളിൽ പറ്റിപ്പിടിച്ചിരുന്ന മേൽവസ്ത്രം ഉയർത്തി. "ശരി, അവിടെ എല്ലാ കാര്യങ്ങളും ശരിയായിക്കഴിഞ്ഞു." അവൾ പറഞ്ഞു. "ഇനിയി പ്പോൾ നമുക്ക് അതിന് കൂലികൊടുക്കാൻ പറ്റുമോ എന്ന് പരിശോധി ക്കേണ്ടിയിരിക്കുന്നു.

"വരൂ, ഞാൻ നിങ്ങൾക്ക് ഒരു സോഡ വാങ്ങിച്ചുതരാം." അയാൾ പറഞ്ഞു. "അത് സഹായിക്കും." അവർ അകത്തുപോയി കൗണ്ടറിന്റെ പിന്നിൽ നിന്നിരുന്ന റോസ് സോയറുടെ അടുത്തുനിന്നും ഒരു സോഡ വാങ്ങിക്കൊണ്ടുവന്നു. "കച്ചവടത്തിന്റെ ഈ ഭാഗത്തുനിന്നും പണം ലഭിക്കും." അയാൾ പറഞ്ഞു. "ഷൂവിന്റെ കാര്യം എനിക്കറിയില്ല. പക്ഷേ, ഇത് നല്ല രീതിയിൽ മുന്നോട്ടുപോകും. ഞാൻ ഹോട്ടലിൽവച്ച് ജോർജ് കോണറു മായി സംസാരിച്ചിരുന്നു. നിങ്ങൾ ഇത് തുടങ്ങിയതിനു ശേഷം ജോർജ്ജ് കോണർ അയാളുടെ മദ്യശാലയെപ്പറ്റി വളരെ കൂടുതൽ വേവലാതിപ്പെ ട്ടുതുടങ്ങിയിട്ടുണ്ട്."

"അയാൾ വേവലാതിപ്പെടേണ്ട കാര്യങ്ങൾ ഒന്നും ഞാൻ കാണു ന്നില്ല. അയാൾ എന്തിനാണ് വേവലാതിപ്പെടുന്നത്?" അവൾ പറഞ്ഞു. ഞാൻ ഇവിടെ ബിയർ വില്ക്കാൻ പോകുന്നില്ല."

"നിങ്ങൾ കന്നുകാലിനോട്ടക്കാർക്ക് പലതരം പാനീയങ്ങൾ വില്ക്കാൻ പോകുകയാണ്." അയാൾ അഭിപ്രായപ്പെട്ടു. "നിങ്ങൾക്ക് ഇതി നകത്ത് ഇതിനുപകരം ഒരു മദ്യശാല ഉണ്ടെങ്കിൽ അത് നിങ്ങളെ ശല്യ പ്പെടുത്തുമോ?"

അവൾ ചിരിച്ചു. "ജോ, അത് ശല്യമാകുമെന്നാണ് ഞാൻ വിചാരി

ക്കുന്നത്."

"എല്ലാം നിങ്ങൾ ഇതുപോലെ നല്ല രീതിയിൽ നടത്തുമെന്ന് കാണാൻ എനിക്ക് കഴിയുന്നുണ്ട്." അയാൾ പറഞ്ഞു. അവർ കണ്ണാടി കൊണ്ട് മുകൾഭാഗമുള്ള ചെറിയ മേശയുടെ അടുത്ത് ഇരിക്കാൻ തുട ങ്ങുമ്പോൾ പീറ്റ് ഫ്ളച്ചർ ശങ്കയോടെ ഒരു വശത്തുകൂടി നടന്നുവന്ന് ഒരു ഐസ്ക്രീം ആവശ്യപ്പെട്ടുകൊണ്ട് റോസ് സോയറുമായി സംസാ രിക്കാൻ ആരംഭിച്ചിരുന്നു ജോ പറഞ്ഞു. "പാവം കിഴവൻ ജോർജ്ജ് കോണർ" അവർ രണ്ടുപേരും ഒന്നിച്ച് ചിരിച്ചു. ചിരിക്ക് ശേഷം ജോ പറഞ്ഞു. "റോസ് സോയറിനെ ആറുമാസം കഴിഞ്ഞാൽ നിങ്ങൾക്ക് ഇവിടെ കൈവശം വയ്ക്കാൻ കഴിയില്ലെന്ന് ഞാൻ നിങ്ങളോട് പന്തയം വയ്ക്കാം."

കഴിഞ്ഞ ആറുമാസം കൊണ്ട് ജീൻ റോസ് സോയറെപ്പറ്റി ധാരാളം കാര്യങ്ങൾ മനസ്സിലാക്കിക്കഴിഞ്ഞിരുന്നു. "ഞാൻ നിങ്ങളുടെ പന്തയം സ്വീകരിക്കും." അവൾ പറഞ്ഞു. "ജോ, ഇന്നുമുതൽ ഒരു വർഷം കഴി ഞ്ഞാലും അവൾ അവിടെ കാണുമെന്ന് ഞാൻ നിങ്ങളോട് ഒരു പവൻ പന്തയം വെയ്ക്കാം." അവർ ആ സ്ഥലത്തെ രീതി അനുസരിച്ച് പര സ്പരം കൈ പിടിച്ച് കുലുക്കി. "അവൾ ഉണ്ടെങ്കിൽ അതൊരു അത്ഭുതം ആയിരിക്കും." അയാൾ പറഞ്ഞു.

ഇപ്പോൾ കാര്യങ്ങൾ എല്ലാം ആരംഭിച്ചുകഴിഞ്ഞിരുന്നു. അവൾ വള രെയധികം തളർന്നുപോയിരുന്നു. അന്നു വൈകുന്നേരം അവൾ ജോയോ ടൊപ്പം മിഡ് ഹസ്റ്റിലേക്ക് തിരിച്ചുപോകാൻ ഇഷ്ടപ്പെടുമായിരുന്നു. ഒന്നോ രണ്ടോ ദിവസം അവിടെയെത്തി ഉറങ്ങിയും കുതിരസവാരി നടത്തിയും കുഞ്ഞു വല്ലബി കംഗാരുവിന്റെ കൂടെ കളിച്ചും ശാന്തമായി ജീവിക്കാൻ അവൾ താല്പര്യപ്പെടുമായിരുന്നു. അത്തരത്തിലുള്ള ഒരു അവിവേക ത്തിലൂടെ അവിടുത്തെ ഗ്രാമീണമായ പെരുമാറ്റങ്ങളുടെ നിയമാവലിക്ക് വിരുദ്ധമായി പ്രവർത്തിച്ച് നാട്ടുകാരെ അവഹേളിക്കാൻ പാടില്ലെന്ന് ജന്മ വാസന അവൾക്ക് താക്കിത് നല്കിയിരുന്നു. ആ സ്ഥലത്തെ സ്ത്രീകൾക്ക് വേണ്ടി അവൾ ചെയ്യാൻ ഉദ്ദേശിച്ച കാര്യം വിജയിക്കണ മെങ്കിൽ അവളുടെ സ്വന്തം പെരുമാറ്റം കുറ്റപ്പെടുത്തലുകൾക്ക് അതീത മായിരിക്കണം. ജനവാസമില്ലാത്ത ആ പ്രദേശത്തെ ഒരു അമ്മയും അവൾ തനിച്ച് മിഡ്ഹസ്റ്റിൽ പോയി ജോ ഹാർമന്റെ കൂടെ രാത്രി ചെലവഴി ച്ചെന്ന് അറിയാൻ ഇടയായാൽ അവരുടെ മകളെ അവൾക്കുവേണ്ടി ജോലി ചെയ്യാൻ അയയ്ക്കില്ലെന്ന് അവൾക്ക് അറിയാമായിരുന്നു. അത്തരത്തിൽ സ്വാതന്ത്ര്യം കാണിക്കുന്ന ഒരു സ്ത്രീ നടത്തുന്ന ഐസ്ക്രീം പാർലറി ലേക്ക് ഒരു വിവാഹിതനായ പുരുഷനും അയാളുടെ ഭാര്യയെയും പെൺമ ക്കളെയും കൂട്ടിക്കൊണ്ട് വരില്ലെന്നും അവൾക്ക് അറിവ് ഉണ്ടായിരുന്നു.

അത് ഒരു ബുധനാഴ്ച ആയിരുന്നു. പക്ഷേ, ഞായറാഴ്ച ജീനിന് ഇപ്പോൾ ഒരു അവധി ദിവസം ആയിരുന്നില്ല. കാരണം ഞായറാഴ്ച ഐസ്ക്രീമിനും മധുരപാനീയങ്ങൾക്കും വേണ്ടിയുള്ള ഏറ്റവും മഹ ത്തായ ദിവസം ആണെന്ന് അവൾക്ക് തോന്നുന്നുണ്ടായിരുന്നു. അവൾ

തൊഴിൽശാലയിലെ ജോലി അവസാനിച്ചപ്പോൾ ഉടൻതന്നെ അവൾ അയാളോട് വിടപറഞ്ഞുകൊണ്ട് അവളുടെ സ്വന്തം മുറിയിലേക്ക് പോയി. അവൾ അവളുടെ കിടക്കയിൽ പോയി കിടന്നു. അന്നുരാത്രിയിൽ ക്ഷീണം കാരണം അവൾ ഭക്ഷണം കഴിച്ചിരുന്നില്ല. തൊഴിൽശാലയുടെ കെട്ടിടത്തിനുള്ളിൽ എയർകണ്ടീഷണറിന് പകൽ മുഴുവൻ ജോലി ചെയ്തുകൊണ്ടിരുന്നതുകൊണ്ട് ഉന്മേഷം പകർന്നുതരുന്ന രീതിയിലുള്ള തണുപ്പ് ഉണ്ടായിരുന്നു. അവൾ വസ്ത്രങ്ങൾ ഊരിമാറ്റിയതിനുശേഷം പൈജാമയെടുത്ത് ധരിച്ചു. അവൾ തണുപ്പ് ആസ്വദിച്ചുകൊണ്ട് ഉറങ്ങി. അവൾ അതുകൊണ്ട് പന്ത്രണ്ട് മണിക്കൂർ ഉറങ്ങി.

അന്നത്തെ ആ ആദ്യത്തെ സന്ദർശനത്തിനുശേഷം അവൾ പലത വണ പുറത്ത് മിഡ്ഹസ്റ്റിലേക്ക് പോയിരുന്നു. അവൾ ഡങ്കന്റെ കടയിൽ നിന്നും കന്നുകാലിനോട്ടക്കാരുടെ ഒരു ജോഡി കാലുറകളും അതിനു യോജിക്കുന്ന കുതിര സവാരിക്കുള്ള ബൂട്ടുകളും വാങ്ങിയിരുന്നു. അവൾ അതിരാവിലെ കക്ഷത്തിനടിയിൽ കുതിരസവാരിക്കുള്ള സാധനങ്ങളുടെ ഒരു ചെറിയ കെട്ടുമായി ജോയെ കണ്ടുമുട്ടി. അവൾ അയാളുടെ കൂടെ ചെറിയ ലോറിയിൽ കയറിയിരുന്നു. അവർ പതിവുപോലെ ടൗണിനു പുറത്തേക്ക് വണ്ടി ഓടിച്ചു പോയതിനുശേഷം തമ്മിൽത്തമ്മിൽ ഉള്ള മതിപ്പ് കൈമാറ്റാൻ വേണ്ടി ലോറി നിർത്തി. അയാൾ അവളെ ആലിം ഗനം ചെയ്തുകൊണ്ട് ചോദിച്ചു. "ഇന്നു രാവിലെ നിങ്ങൾക്ക് എന്താണ് തോന്നുന്നത്?"

അവൾ പുഞ്ചിരിച്ചു. "ഞാൻ ഇപ്പോൾ കൂടുതൽ മെച്ചമാണ്. അതിന്റെ പണിപൂർത്തിയാക്കി തുറന്നതിന്റെ ക്ഷീണം ആയിരുന്നെ ന്നാണ് ഞാൻ വിചാരിക്കുന്നത്. നിങ്ങളുടെ അടുത്തുനിന്ന് പോയതിനു ശേഷം ഞാൻ ഉറങ്ങുകയായിരുന്നു- പന്ത്രണ്ടു മണിക്കൂർ. എനിക്ക് ക്ഷീണം കുറവുണ്ട്."

"ഇന്ന് കാര്യങ്ങളെ വളരെ ലളിതമായി സ്വീകരിക്കുക." അയാൾ പറഞ്ഞു.

അവൾ അയാളുടെ തലമുടിയിൽ തലോടി. "പ്രിയപ്പെട്ട ജോ, കാര്യ ങ്ങൾ ഇപ്പോൾ മുതൽ കൂടുതൽ എളുപ്പമാകാൻ പോകുകയാണ്."

"ഇവിടുത്തെ മോശം കാലാവസ്ഥ ഉടൻതന്നെ ആരംഭിക്കും." അയാൾ പറഞ്ഞു. "ഈ ആഴ്ചയ്ക്കുള്ളിൽ നമുക്ക് മഴ ലഭിക്കും. അതി നുശേഷം ഈ സ്ഥലം തണുത്തു തുടങ്ങും."

അയാൾ വലിയ വേഗതയോടെ മുന്നോട്ട് ലോറി ഓടിക്കുകയായി രുന്നു. "ജോ" അവൾ പറഞ്ഞു. "ഈ ആഴ്ച ബാങ്കിന്റെ മാനേജർ മിസ്റ്റർ വിക്കിൻസുമായി തീരെ മോശപ്പെട്ട രീതിയിൽ ഞാൻ ഒരു വഴക്കിട്ടിരുന്നു. നിങ്ങൾ അതിനെപ്പറ്റി കേട്ടിട്ടുണ്ടായിരുന്നോ?"

അയാൾ മുഖത്ത് ചിരിവരുത്തി. "എന്തൊക്കെയോ കാര്യങ്ങൾ കേട്ടി ട്ടുണ്ടായിരുന്നു." അയാൾ സമ്മതിച്ചു. "എന്താണ് സത്യത്തിൽ സംഭവി ച്ചത്?"

"അതിന്റെ കാരണം ഈച്ചകൾ ആയിരുന്നു." അവൾ പറഞ്ഞു. "വെള്ളിയാഴ്ച ഭയങ്കര ചൂട് ആയിരുന്നു. ഞാൻ വളരെ ക്ഷീണിച്ചുപോയി രുന്നു. ഞാൻ ശമ്പളത്തിന്റെ ചെക്ക് മാറാൻവേണ്ടി ആ വൃത്തികെട്ട ബാങ്കിൽ പോയി. അവിടെ എല്ലാ സമയത്തും ഈച്ചകൾ നിറഞ്ഞിരിക്കു കയാണെന്ന് നിങ്ങൾക്ക് അറിയാം. എനിക്ക് ഏതാനും മിനിറ്റ് അവിടെ കാത്തിരിക്കേണ്ടിവന്നു. അതോടെ ഈച്ചകൾ എന്റെ മുകളിൽ മുഴുവൻ ഇഴഞ്ഞുനടക്കാൻ തുടങ്ങി. എന്റെ തലമുടിയിലും വായിലും കണ്ണിലു മെല്ലാം അവ ഇഴയാൻ ആരംഭിച്ചു. ഞാൻ വിയർത്തിരുന്നു എന്നാണ് ഞാൻ വിചാരിക്കുന്നത്. ജോ, എനിക്ക് എന്റെ മാനസികനില താറുമാറാ യി. ഞാൻ അത് ചെയ്യരുതായിരുന്നു."

"ആ ബാങ്ക് ഒരു വൃത്തികെട്ട സ്ഥലത്താണുള്ളത്." അയാൾ നിരീ ക്ഷിച്ചു. "അവിടെ ഇത്രയധികം ഈച്ചകൾ വരാനുള്ള കാരണം ഒന്നും ഇല്ല. നിങ്ങൾ എന്താണ് പറഞ്ഞത്?"

"എല്ലാ കാര്യങ്ങളും പറഞ്ഞു." അവൾ മറുപടി പറഞ്ഞു. "എനിക്ക് ഈ വൃത്തികെട്ട ഈച്ചകളെ സഹിക്കാൻ പറ്റാത്തതുകൊണ്ട് ഞാൻ എന്റെ അക്കൗണ്ട് അവസാനിപ്പിക്കുകയാണെന്ന് അയാളോട് പറഞ്ഞു. ഞാൻ ക്യാൻസിലെ ബാങ്കിലേക്ക് പോകുകയാണെന്നും എല്ലാ ആഴ്ച യിലും ഡക്കോട്ടാ വിമാനത്തിൽ പണം കൊണ്ടുവരാൻ പോകുകയാ ണെന്നും പറഞ്ഞു. സിഡ്നിയിലെ അയാളുടെ പ്രധാന ഓഫീസിലേക്ക് എന്തുകൊണ്ടാണ് ഞാൻ ഇങ്ങനെ ചെയ്തതെന്ന് എഴുതാൻ പോകുക യാണെന്ന് അയാളോട് പറഞ്ഞു. കൂടാതെ ബാങ്ക് ഓഫ് സൗത്ത് വെയിൽസിലേക്ക് അവർക്ക് ഇവിടെ ഈച്ചകളില്ലാത്ത ഒരു ശാഖ തുട ങ്ങാൻ കഴിയുകയാണെങ്കിൽ ഞാൻ എന്റെ അക്കൗണ്ട് അവർക്ക് വാഗ്ദാനം ചെയ്യാൻ തയ്യാറാണെന്ന് എഴുതി അറിയിക്കുമെന്നും അയാ ളോട് പറഞ്ഞു. ഞാൻ എന്റെ തൊഴിൽ ശാലയിൽ ഡി ഡി റ്റി ലായിനി തളിക്കുന്നുണ്ടെന്നും എന്റെ ബാങ്കിലും ഈച്ചകളെ ഞാൻ കാണാൻ ആഗ്രഹിക്കുന്നില്ലെന്നും അയാൾ അറിയിച്ചു. അയാൾ വെറുതെ ഇരി ക്കുന്നതിന് പകരം ഈച്ചകളെ ആട്ടി ഓടിച്ചുകൊണ്ട് വിൽസ്ടൗണിലെ മനുഷ്യർക്ക് ഒരു ഉദാഹരണം മുൻകൂട്ടി കാണിച്ചുകൊടുക്കണമെന്നും ഞാൻ അയാളോട് പറഞ്ഞു."

"എന്തിന് പകരം എന്നാണ് നിങ്ങൾ പറഞ്ഞത്?"

അവൾ ശബ്ദം താഴ്ത്തി പറഞ്ഞു. "ഞാൻ എന്താണ് പറഞ്ഞതെന്ന് മറന്നുപോയി." അയാൾ മുമ്പിൽ ഉണ്ടായിരുന്ന വഴിയിലേക്ക് സൂക്ഷിച്ചു നോക്കി ഇരുന്നു. "നിങ്ങൾ അയാളോട് ബാങ്കിൽ വെറുതെ ചൊറിയും കുത്തി ഇരിക്കാതെ അയാൾ ഒരു ഉദാഹരണം മുൻകൂട്ടി കാണിച്ചു കൊടു ക്കണം എന്ന് പറഞ്ഞെന്നാണ് ഞാൻ മദ്യശാലയിൽ വച്ച് കേട്ടിരുന്നത്?"

"ജോ, ഞാൻ അത് പറയാൻ പാടില്ലായിരുന്നു!"

അയാൾ മുഖത്ത് ചിരി വരുത്തി. "വിൽടൗണിൽ അവർ പറയുന്നത് നിങ്ങൾ അയാളോട് അങ്ങനെ പറഞ്ഞെന്നാണ്."

അവർ അല്പസമയം പരസ്പരം സംസാരിക്കാതെ വണ്ടി ഓടിച്ചു കൊണ്ടിരുന്നു. "ഞാൻ വെള്ളിയാഴ്ച അവിടെപ്പോയി അയാളോട് ക്ഷമ ചോദിക്കാം." അവൾ പറഞ്ഞു. "ഇതുപോലെയുള്ള സ്ഥലങ്ങളിൽ പോയി വഴക്കിടുന്നത് നല്ലതല്ല."

"നിങ്ങൾ ക്ഷമ ചോദിക്കേണ്ട ആവശ്യമൊന്നും ഞാൻ കാണുന്നില്ല." അയാൾ എതിർത്തു. "അയാളാണ് നിങ്ങളോട് ക്ഷമ ചോദിക്കേണ്ടത്. എന്തായാലും നിങ്ങൾ അയാളുടെ ബാങ്കിലെ ഇടപാടുകാരിയാണ്. അയാൾ അല്പസമയം സംസാരിച്ചില്ല. "ഞാൻ വെള്ളിയാഴ്ച അവിടെ പോയി അയാൾ എങ്ങനെ മുന്നോട്ടുപോകുന്നെന്ന് നോക്കാം." അയാൾ ഉപദേശിച്ചു. "അയാൾ ശനിയാഴ്ച പത്ത് ഗാലൺ ഡി ഡി റ്റി ദ്രാവകം വാങ്ങിയിട്ടുണ്ടെന്ന് എനിക്ക് അറിയാൻ കഴിഞ്ഞിട്ടുണ്ട്. ഈ കാര്യം എന്നോട് പറഞ്ഞത് ആൽബേൺസാണ്."

അവർ മിഡ്ഹസ്റ്റിൽ എത്തിച്ചേർന്നപ്പോൾ അയാൾ ഉടൻതന്നെ അവളെ വരാന്തയുടെ മൂലയിൽ കിടന്നിരുന്ന ഒരു നീളമുള്ള കസേര യിൽ കൊണ്ടുപോയി ഇരുത്തിയതിനുശേഷം റിഫ്രിജറേറ്ററിൽ നിന്നുള്ള തണുത്തവെള്ളവും ചെറുനാരങ്ങാസത്തും ചേർത്തുണ്ടാക്കിയ ലായനി അവൾക്ക് കൊടുത്തു. അയാൾ അവളെ പ്രഭാതഭക്ഷണം കഴിക്കാൻ വേണ്ടി പോകാൻ അനുവദിച്ചില്ല. പക്ഷേ, ഒരു കപ്പ് ചായയും ഒരു വേവിച്ച മുട്ടയും കുറച്ച് റൊട്ടിയും വെണ്ണയും കൂടി ഒരു തളികയിൽ വച്ച് അയാൾ അവൾക്ക് ഇരുന്നിരുന്ന സ്ഥലത്ത് വാങ്ങിക്കൊണ്ടുവന്ന് കൊടുത്തു. അയാൾ അവൾക്കുവേണ്ടി തിരക്കുകൂട്ടുന്നതിന്റെ സംതൃപ്തിയോടെ ക്ഷീണം അവളിൽനിന്ന് ഒഴിഞ്ഞു പോകുന്നത് അറിഞ്ഞുകൊണ്ട് വിശ്ര മിച്ചു. പകൽ ചൂടു കൂടിയപ്പോൾ അയാൾ അവളോട് ഒഴിഞ്ഞുകിടന്നി രുന്ന മുറിയിലേക്ക് പോകാം എന്നുള്ള അഭിപ്രായം പറഞ്ഞു. അവൾ മുറിയുടെ ഓരോ അറ്റത്തും ഉണ്ടായിരുന്ന ഇരട്ടവാതിലുകൾ തുറന്നിട്ടു കൊണ്ട് കിടക്കയിൽക്കയറി കിടന്നു. വായു സഞ്ചാരം അനുവദിക്കാനാണ് അവൾ വാതിലുകൾ തുറന്നിട്ടത്. അയാൾ വരാന്തയിലൂടെ പോകുകയാ ണെങ്കിൽ മുറിക്കുള്ളിലേക്ക് നോക്കുകയില്ലെന്ന് അവൾക്ക് വാക്കു കൊടുത്തു. അവൾ അയാളുടെ വാക്ക് വിശ്വാസത്തിൽ എടുത്തുകൊണ്ട് അവളുടെ കൂടുതൽ വസ്ത്രങ്ങളും ഊരിമാറ്റിയതിനുശേഷം കിടക്ക യിൽക്കയറിക്കിടന്നുകൊണ്ട് ഉച്ചസമയത്തെ ചൂടിൽ ഉറങ്ങിപ്പോയിരുന്നു.

അവൾ ഉണർന്നപ്പോൾ സമയം നാലുമണിയോട് അടുത്തിരുന്നു. വിശ്രമംകൊണ്ട് അവൾക്ക് ആശ്വാസം തോന്നിയിരുന്നു. അവൾ അല്പ സമയം അയാൾ മുറിക്കുള്ളിലേക്ക് നോക്കിയിരുന്നോ എന്ന സന്ദേഹ ത്തോടെ ഉണർന്നുകിടന്നിരുന്നു. അതിനുശേഷം അവൾ എഴുന്നേറ്റ് ഫ്രോക്ക് അഴിച്ചിട്ടതിനുശേഷം കുളിമുറിയിലേക്ക് പോയി ചുടുവെള്ള ത്തിന്റെ ജലധാരയ്ക്ക് താഴെ വളരെക്കൂടുതൽ സമയം നിലയുറപ്പിച്ചി രുന്നു. അവൾ വലിയ താമസമില്ലാതെ വരാന്തയിൽ ഇരുന്നിരുന്ന അയാ ളുടെ അടുത്തെത്തി. അയാളുടെ ഔദാര്യത്തിൽ അയാളോടുള്ള അവ

ളുടെ സ്നേഹം വിശ്രമത്തിനുശേഷം നിറഞ്ഞുതുളുമ്പുകയായിരുന്നു. അയാൾ നിലത്തിരുന്ന് സൂചിയും മെഴുകുപുരട്ടിയ നൂലും ഉപയോഗിച്ച് ഒരു കടിഞ്ഞാണിനെ നവീകരിച്ചുകൊണ്ടിരിക്കുന്നത് അവൾ കണ്ടു. അവൾ കുനിഞ്ഞുനിന്ന് അയാളെ ചുംബിച്ചുകൊണ്ട് പറഞ്ഞു. "ജോ, എല്ലാ കാര്യങ്ങൾക്കും നന്ദി. എനിക്ക് മനോഹരമായ ഒരു ഉറക്കം ലഭിച്ചി രുന്നു." അല്പസമയം കഴിഞ്ഞ് അവൾ പറഞ്ഞു. "ചായകുടി കഴിഞ്ഞ് നമുക്ക് കുതിരപ്പുറത്ത് സഞ്ചരിക്കാൻ പറ്റുമോ?"

"ഈ സമയത്തും അല്പം ചൂടുണ്ട്." അയാൾ പറഞ്ഞു. "അതൊരു നല്ലകാര്യം ആണെന്നാണ് ഞാൻ വിചാരിക്കുന്നത്."

"എനിക്ക് കുതിരസവാരി ഇഷ്ടമാണ്." അവൾ പറഞ്ഞു. "ഞാൻ കുതിരപ്പുറത്ത് ശരിയായ രീതിയിൽ ഇരിക്കാൻ കഴിയണമെന്ന് ആഗ്ര ഹിക്കുന്നുണ്ട്."

അയാൾ പറഞ്ഞു. "കഴിഞ്ഞ തവണ നിങ്ങൾ അത് ശരിയായ രീതി യിൽ ചെയ്തിരുന്നു." അവൾ ഒരു വൃദ്ധയുടെ മനോഭാവമുള്ള പെൺകു ട്ടിയിൽ നിന്ന് ഉത്സാഹമുള്ള സഞ്ചാരിയിലേക്ക് മെച്ചപ്പെട്ടു കഴിഞ്ഞിരുന്നു. അവൾ സാവധാനം കുതിരസവാരി നടത്തേണ്ടത് എങ്ങനെയാണെന്ന് പഠിച്ചുകൊണ്ടിരിക്കുകയായിരുന്നു. ആ കാലാവസ്ഥയിൽ കുതിരസവാരി നടത്തുമ്പോൾ കുതിരയേക്കാൾ കൂടുതൽ അവൾ വിയർക്കുന്നുണ്ടെന്ന് അവൾ കണ്ടെത്തി. അതുകാരണം അടുത്തദിവസം കുതിരപ്പുറത്തു സഞ്ചരിക്കാൻ അവൾക്ക് ബുദ്ധിമുട്ടായിരുന്നു. പക്ഷേ, ഈ വ്യായാമം അവൾക്ക് നല്ലതാണെന്ന് അവൾക്ക് അറിയാമായിരുന്നു. അവളുടെ പ്രായ ത്തിൽ ആരംഭിക്കുമ്പോൾ അവൾക്ക് ഒരിക്കലും ഒരു വളരെ നല്ല സവാ രിക്കാരിയാകാൻ കഴിയില്ല. പക്ഷേ, ആ രാജ്യത്തെ സഞ്ചാരത്തിനുള്ള മാർഗ്ഗം എന്ന രീതിയിൽ അതിനുള്ള കഴിവ് നേടിയെടുക്കണമെന്ന് അവൾ തീരുമാനം എടുത്തുകഴിഞ്ഞിരുന്നു.

അന്ന് വൈകുന്നേരം മിഡ് ഹസ്റ്റിലേക്ക് തിരിച്ചുവരുമ്പോൾ അവർ ഒന്നരമണിക്കൂർ സമയം കുതിരസവാരി നടത്തിയിരുന്നു. അവൾ ആഗ്ര ഹിച്ചിരുന്നെങ്കിലും അതിലും കൂടുതൽ സമയം സവാരി നടത്താൻ അയാൾ അവളെ അനുവദിച്ചിരുന്നില്ല. "എനിക്ക് ഇപ്പോൾ അല്പംപോലും ക്ഷീണം ഇല്ല." അവൾ പറഞ്ഞു. "ഞാൻ കുതിരസവാരിയിൽ കടിച്ചു തൂങ്ങുകയാണെന്നാണ് ഞാൻ വിശ്വസിക്കുന്നത്. ആറ്റിയുടെ പുറത്തുള്ള സവാരിയേക്കാൾ സാലിയുടെ പുറത്തുള്ള സവാരിയാണ് എളുപ്പം."

അയാൾ പറഞ്ഞു. "കുതിര മെച്ചം ആണെങ്കിൽ നിങ്ങൾക്ക് അവനെ നിയന്ത്രിക്കാൻ കഴിയുന്നിടത്തോളം കാലം സവാരിക്കാരന് ക്ഷീണം കുറ വായിരിക്കും."

"എനിക്ക് ഒരുദിവസം നിങ്ങളുടെ കൂടെ മറ്റേ അറ്റംവരെ വരാൻ ഇഷ്ടമായിരിക്കും." അവൾ പറഞ്ഞു. "അത് നമ്മുടെ വിവാഹത്തിനു ശേഷം വേണമെന്നാണ് ഞാൻ വിചാരിക്കുന്നത്."

അയാൾ മുഖത്ത് ചിരി വരുത്തി, "നിങ്ങൾ അതിനുമുമ്പ് വരുകയാ

ണെങ്കിൽ അതിനെപ്പറ്റി സംസാരിക്കാൻ ഇപ്പോൾ വിൽസ്ടൗണിൽ ധാരാളം സദാചാരവാദികൾ തിരിച്ചെത്തിയിട്ടുണ്ട്."

"ഞാൻ അതുവരെ സഞ്ചരിക്കാൻ കഴിയുന്നതരത്തിൽ കുതിരസ വാരി നടത്തുന്നുണ്ടോ?" അവൾ ചോദിച്ചു.

"നടത്തുന്നുണ്ട്" അയാൾ പറഞ്ഞു. "ഞാൻ ഒരിക്കലും പ്രത്യേക കാരണം ഒന്നും ഇല്ലെങ്കിൽ ഇരുപത് മൈലിൽ കൂടുതൽ സഞ്ചരിക്കാ റില്ല. നിങ്ങൾക്ക് സാലിയുടെ മുകളിൽ അതിലും കൂടുതൽ സഞ്ചരിക്കാൻ പറ്റും."

അയാൾ അവളെ വിൽടൗണിലേക്ക് അയാളുടെ ചെറിയ ലോറി ഓടിച്ച് കൊണ്ടുവന്നു. അവർ ശുഭരാത്രി ചുംബിച്ചു പിരിയുന്നതിനിടയിൽ അയാൾ അടുത്തയാഴ്ച അവിടെ ഉണ്ടായിരിക്കുമെന്ന് അവളോട് പറഞ്ഞു. അവൾ തിരക്കൊഴിഞ്ഞ ഒരു പകലിൽനിന്നും ഉന്മേഷം വീണ്ടെടുത്തുകൊണ്ട് അന്നു രാത്രിയിൽ സംതൃപ്തിയോടെ കിടക്കയി ലേക്ക് പോയി.

അവൾ വെള്ളിയാഴ്ച പതിവുപോലെ കൂലികൊടുക്കാനുള്ള പണം എടുക്കാനുള്ള ചെക്കുംകൊണ്ട് ബാങ്കിൽ പോയി. അവിടുത്തെ ഭിത്തിക ളിൽ ഡിസ്റ്റംബർ അടിച്ചുകൊണ്ട് ഇരിക്കുകയാണെന്ന് അവൾ കണ്ടെത്തി. ആ സ്ഥലത്ത് ഒരിടത്തും ഒറ്റ ഈച്ച പോലും ഉണ്ടായിരു ന്നില്ല. മിസ്റ്റർ വിക്കിൻസ് പെരുമാറ്റത്തിൽ അകൽച്ച പാലിച്ചുകൊണ്ട് അവളെ അവഗണിച്ചു. ബാങ്കിലെ ചെറുപ്പക്കാരനായ ഗുമസ്തൻ 'ലെൻ ജെയിംസ്' വിശാലമായ ഒരു ചിരി മുഖത്തു വരുത്തിക്കൊണ്ട് അവളുടെ പണം അവളെ ഏല്പിച്ചു. പണം കൈമാറുന്നതിനിടയിൽ അയാൾ അവ ളുടെ മുഖത്തുനോക്കി അർത്ഥം വച്ച് കണ്ണിറുക്കിക്കാണിച്ചിരുന്നു. ശനി യാഴ്ച വൈകുന്നേരത്ത് ഡോറിസ് നാഷിനെ ഐസ്ക്രീം സോഡ കഴി ക്കാൻ വേണ്ടി ഐസ്ക്രീം പാർലറിൽ കൊണ്ടുവന്നിരുന്ന സമയത്ത് അവൾ ലെൻ ജെയിംസിനെ വീണ്ടും കണ്ടിരുന്നു. അയാൾ അവളെ നോക്കി പല്ലിളിച്ചുകൊണ്ട് പറഞ്ഞു. "മിസ് പാഗറ്റ്, നിങ്ങൾക്ക് ബാങ്കിനെ പ്പറ്റി അറിയില്ല."

"ഞാൻ ഇന്നലെ അവിടെ വന്നിട്ടുണ്ടായിരുന്നു." അവൾ പറഞ്ഞു. "നിങ്ങൾ അവിടെ മുഴുവൻ ഡിസ്റ്റംബർ പൂശുകയാണ്."

"അതുശരിയാണ്." അയാൾ പറഞ്ഞു. "നിങ്ങൾ ഏതോ ഒരു കാര്യ ത്തിന് ഇന്നലെ തുടക്കമിട്ടിരുന്നു."

"അയാൾക്ക് മനസ്സിൽ നീരസം ഉണ്ടോ?" അവൾ ചോദിച്ചു.

"സത്യത്തിൽ ഇല്ല." ലെൻ ജെയിംസ് പറഞ്ഞു. "അയാൾ വളരെ ക്കാലമായി ബാങ്ക് അലങ്കരിക്കാൻ ആഗ്രഹിക്കുന്നുണ്ടായിരുന്നു. പക്ഷേ, പ്രധാന ഓഫീസിൽനിന്ന് എന്ത് മറുപടി വരുമെന്ന് അയാൾക്ക് പേടി ഉണ്ടായിരുന്നു. ഇതുപോലെ ഒരു സ്ഥലത്ത് ധാരാളം ലാഭം കിട്ടില്ലെന്ന് നിങ്ങൾക്കറിയാം. എന്തായാലും അയാൾ ഇപ്പോൾ അത് ചെയ്തു കൊണ്ടിരിക്കുകയാണ്."

"ഞാൻ മോശമായി പെരുമാറിയതിൽ എനിക്ക് വിഷമം ഉണ്ട്." അവൾ പറഞ്ഞു. "നിങ്ങൾക്ക് അവസരം കിട്ടുകയാണെങ്കിൽ ഞാൻ ഇങ്ങനെ പറഞ്ഞെന്ന് അയാളോട് പറയണം."

"ഞാൻ പറയാം." ലെൻ ജെയിംസ് അവളോട് വാക്ക് പറഞ്ഞു. "നിങ്ങൾ അവിടെ ഉണ്ടായിരുന്നതിൽ എനിക്ക് സന്തോഷമുണ്ട്. വർഷ ങ്ങളായിട്ട് ഞാൻ ഇതുപോലെ സന്തോഷിച്ചിട്ടില്ല. എനിക്കും ഈച്ചകളെ ഇഷ്ടമില്ല."

ആദ്യത്തെ ഞായറാഴ്ച അവൾ റോസ് സോയറുടെകൂടെ രാവിലെ ഒമ്പതുമണി മുതൽ രാത്രി പത്തുമണിവരെ ഐസ്ക്രീം പാർലറിൽ ഉത്സാ ഹത്തോടെ ജോലി ചെയ്തിരുന്നു. അവർ ഒരു ഷില്ലിങ് വിലയുള്ള നൂറ്റി എൺപത്തിരണ്ട് ഐസ്ക്രീമുകളും ആറ് പെൻസ് വിലയുള്ള മുന്നൂറ്റി നാല്പത്തിയൊന്ന് ശീതളപാനീയങ്ങളും വിറ്റു. ദിവസം അവസാനിച്ച പ്പോൾ കടയിലെ പണപ്പെട്ടിയിൽ ഉണ്ടായിരുന്ന പണം ജീൻ എണ്ണിനോ ക്കി. അവൾ അങ്ങേയറ്റം ക്ഷീണിച്ചുപോയിരുന്നു. അവൾ ക്ഷീണ ത്തോടെ പറഞ്ഞു. "പതിനേഴ് പൗണ്ടും പതിമൂന്നു ഷില്ലിങ്ങും" അവൾ അത്ഭുതത്തോടെ റോസ്സോയറെ നോക്കി. "അത് നൂറ്റിനാല്പത്തിയാറ് മനുഷ്യരുള്ള ഒരു പട്ടണത്തെ സംബന്ധിച്ചിടത്തോളം മോശമാണെന്ന് തോന്നുന്നില്ലെന്നാണ് എല്ലാവരും പറയുന്നത്. ഒരാൾവച്ച് കണക്കാക്കി യാൽ അത് എത്രവരും?"

"ഏകദേശം രണ്ടും ആറും. അല്ലേ?"

"ഇത് ഇങ്ങനെ മുന്നോട്ടുപോകുമെന്ന് നിങ്ങൾ വിചാരിക്കു ന്നുണ്ടോ?"

"പോകാതിരിക്കാൻ ഞാൻ കാരണങ്ങളൊന്നും കാണുന്നില്ല. ഒരു പാട് ആളുകൾ ഇന്ന് വന്നിട്ടില്ല. അവരിൽ കൂടുതൽ ആളുകളും രണ്ടോ മൂന്നോ തവണ അകത്തു വന്നിരുന്നു. ജൂഡി നിശ്ചയമായും പത്തു നേടി യിട്ടുണ്ടാകും."

"അവൾക്ക് അത് തുടർന്നുകൊണ്ടുപോകാൻ കഴിയില്ല." ജീൻ പറ ഞ്ഞു. "അവൾക്ക് അസുഖം വരും. അതോടെ നമുക്ക് ഒരു സാമ്പത്തിക മാന്ദ്യം വരും. വരൂ, നമുക്ക് കിടക്കയിലേക്ക് പോകാം."

അവൾ ക്രിസ്മസ് ദിവസം ഉച്ചഭക്ഷണത്തിനുശേഷം ഐസ്ക്രീം പാർലർ തുറന്ന് വൈകുന്നേരത്തോടെ ഇരുപത് പൗണ്ടിന്റെ കച്ചവടം നടത്തി. അന്നു വൈകുന്നേരം തൊഴിൽ ശാലയിൽനിന്നും അവൾ ഗ്രാമ ഫോൺ ഐസ്ക്രീം പാർലറിലേക്ക് കൊണ്ടുവന്നിരുന്നു. അതുകൊണ്ട് ഒരു ചെറിയ തടികൊണ്ടുള്ള കുടിലായിരുന്ന അവളുടെ ഐസ്ക്രീം പാർലറിൽനിന്നും പ്രധാന തെരുവിലെ ഇരുണ്ട മാലിന്യത്തിനു മുകളി ലേക്ക് നൃത്തത്തിനുള്ള സംഗീതവും പ്രകാശവും പ്രവഹിക്കുന്നുണ്ടാ യിരുന്നു. അവിടുത്തെ സ്ഥിരം താമസക്കാർക്ക് അതിലൂടെ *മാൻലി കടൽത്തീരത്തിന്റെ ഒരു ചെറിയഭാഗം വിൽസ്ടൗണിലേക്ക് വീണു

പോയിരിക്കുന്നതുപോലെ തോന്നുന്നുണ്ടായിരുന്നു. അന്നു രാത്രിയിൽ
ജീൻ അതുവരെ കണ്ടിട്ടില്ലാത്ത മെലിഞ്ഞ വൃദ്ധകൾ അതുപോലെ വൃദ്ധ
രായ പുരുഷന്മാരോടൊപ്പം ഐസ്ക്രീം സോഡ കഴിക്കാൻവേണ്ടി പാർല
റിനുള്ളിൽ വന്നിട്ടുണ്ടായിരുന്നു. വെളിച്ചവും സംഗീതവും അവരെ അതി
നുള്ളിലേക്ക് ആകർഷിച്ചിരുന്നു. പാർലർ നിറയെ ആളുകൾ ഉണ്ടായിരു
ന്നെങ്കിലും കൃത്യം പത്തുമണിക്ക് അവൾ അത് അടച്ചു. പാർലർ അട
യ്ക്കുന്ന സമയം കൃത്യമായി പാലിക്കേണ്ടത് കൂടുതൽ മെച്ചപ്പെട്ട കാര്യ
മാണെന്നും അതിനു വിപരീതമായി രാത്രിയിൽ കൂടുതൽ സമയം പാർലർ
തുറന്നുവച്ച് നിശാജീവിതത്തിന്റെ സങ്കീർണ്ണതകളിലേക്ക് ഗ്രാമീണ ജന
തയെ പരിചയപ്പെടുത്തരുതെന്നും അവൾ ആലോചിച്ചിട്ടുണ്ടായിരുന്നു.

ആഗിടോപ്പിന്റെ ഭരണത്തിൽകീഴിൽ തൊഴിൽശാല സാമാന്യം ഭേദ
പ്പെട്ട രീതിയിൽ മുന്നോട്ടു പോയിരുന്നു. അങ്ങനെ അവർ ബ്രിസ്ബെയി
നിലേക്ക് തീവണ്ടിയിലും ഇംഗ്ലണ്ടിലേക്ക് കപ്പൽ മാർഗ്ഗവും അയച്ചുകൊ
ടുക്കാൻ വേണ്ടി ഷൂവിന്റെ ഓരോ കെട്ടുകൾവീതം നിറച്ച രണ്ട് തടിപ്പെ
ട്ടികൾ ഫോർസൈത്തിലേക്ക് അയച്ചുകൊടുത്തിരുന്നു. അവൾ നേരത്തേ
തന്നെ തുടക്കത്തിൽ നിർമ്മിച്ചിരുന്ന ഏതാനും ഷൂവിന്റെ മാതൃകകൾ
ഇംഗ്ലണ്ടിലെ പാക് ആന്റ് ലവിയുടെ ഓഫീസിലേക്കും വിമാനത്തിൽ
അയച്ചുകൊടുത്തിരുന്നു.

ക്രിസ്മസ് സമ്മാനങ്ങൾ കൊടുക്കേണ്ട ദിവസത്തിൽ മഴ വന്നു.
അവർക്ക് അതിനുമുമ്പ് ഒന്നോ രണ്ടോ ചെറിയ മഴ ലഭിച്ചിരുന്നു. പക്ഷേ,
ആ ദിവസം മഴമേഘങ്ങൾ അത്യുന്നതങ്ങളിൽ ഉരുണ്ടുകൂടിയിരുന്നു. അവ
ആകാശം മുഴുവൻ പടർന്ന് ലോകം മുഴുവൻ ഇരുണ്ടുപോയിരുന്നു.
പിന്നീട് അത് നിർത്താതെ കുത്തനെ പെയ്തിറങ്ങുന്ന മഴയായി ഭൂമിയി
ലേക്ക് വീണ്ടും വീണ്ടും ഒഴുകിയിറങ്ങിക്കൊണ്ടിരുന്നു. തുടക്കത്തിലെ
അവസ്ഥ കൂടുതൽ മോശമായിരുന്നു. ചൂട് കുറഞ്ഞിരുന്നില്ല.
തൊഴിൽശാലയിലെ പെൺകുട്ടികൾ എഴുപത് ഡിഗ്രിയിൽ പോലും
വേണ്ടുവോളം വിയർത്തുകുളിച്ചിരുന്നു. ആഗിടോപ്പിന് ഷൂവിന്റെ അവ
സാന മിനുക്കുപണികൾ മാറ്റിവെക്കേണ്ടി വന്നിരുന്നു. അവർക്ക് ഷൂവിന്റെ
ആദ്യജോലികളിൽ ശ്രദ്ധ കേന്ദ്രീകരിക്കേണ്ടിവന്നു. ഷൂവിന്റെ വിദഗ്ധ
മായി കൈകാര്യം ചെയ്യേണ്ട നിർമ്മാണ ജോലികളെ ഒഴിവാക്കിക്കൊണ്ട്
ആഗിടോപ്പ് ശ്രദ്ധ ആവശ്യമില്ലാത്ത നിർമ്മാണത്തിന്റെ തുടക്കത്തിലുള്ള
ജോലികളിലേക്ക് തിരിച്ചുപോയിരുന്നു.

പുതുവർഷത്തിനുശേഷം ഒരു ദിവസത്തേക്ക് ജീൻ ജോയയോടൊപ്പം
മിഡ് ഹസ്റ്റിൽ പോയിരുന്നു. അയാൾ പതിവുപോലെ നേരം പുലർന്നു
തുടങ്ങിയപ്പോൾ അവളെ വിളിച്ചുകൊണ്ടുപോകാൻ വന്നിരുന്നു. ഈ
പ്രാവശ്യം മഴ ആയിരുന്നു. അവൾ അവളുടെ മുറിയുടെ വാതി
ലിൽനിന്നും ചെറിയ ലോറിയുടെ മുമ്പിലുള്ള ചെറിയ മുറിയിലേക്ക് വളരെ

---

* ആസ്ട്രേലിയയിലെ മാൻലിയിൽ ഉള്ള കടൽത്തീരം. സഞ്ചരികളുടെ ഒരു സുഖ
വാസ കേന്ദ്രം

പെട്ടെന്ന് ഓടിക്കയറി. ഈ സമയംകൊണ്ട് തൊലിവരെ നനയാനും അതു ണങ്ങിയതിനുശേഷം വീണ്ടും നനയാനും അവൾ പരിശീലിച്ചുകഴിഞ്ഞി രുന്നു. ശരീരത്തിൽ വീഴുന്ന വെള്ളത്തിന് ഏറക്കുറെ ചോരയുടെ ചൂട് ആയിരുന്നതുകൊണ്ട് തണുത്തു വിറയ്ക്കാനുള്ള അവസരം വളരെക്കുറ വായിരുന്നു. അവൾ ലോറിക്കുള്ളിലേക്ക് കയറുമ്പോൾ ചോദിച്ചു. "ജോ, അരുവികളുടെ അവസ്ഥ എന്താണ്?"

"വെള്ളം ഉയരുന്നുണ്ട്." അയാൾ പറഞ്ഞു. "ഇതുവരെ വേവലാതി പ്പെടേണ്ട കാര്യമൊന്നുമില്ല." മിഡ് ഹസ്റ്റിൽനിന്നും വിൽസ്ടൗണിലേക്ക് ലോറിയിൽ വരാൻ പറ്റാത്ത ഒരു സാഹചര്യം ഏതാനും ആഴ്ചകൾ നീണ്ടുനില്ക്കും. ആ സമയത്ത് അവർക്ക് തമ്മിൽ കാണണമെന്നുണ്ടെ ങ്കിൽ കുതിരസവാരി നടത്തേണ്ടിവരും. കഴിഞ്ഞ രണ്ടാഴ്ചയായി അവൾ വീട്ടിലേക്കുള്ള ഭക്ഷണസാധനങ്ങൾ ശേഖരിച്ചുവയ്ക്കുകയായിരുന്നു.

വിൽസ്ടൗണിനും മിഡ്ഹസ്റ്റിനും ഇടയ്ക്ക് രണ്ട് അരുവികൾ ഉണ്ടാ യിരുന്നു. വിശാലമായ അവയുടെ അടിത്തട്ടിൽ മണ്ണും പാറക്കല്ലുകളും നിറഞ്ഞുകിടന്നിരുന്നു. അവയെല്ലാം ചുടുകാലത്ത് വറ്റിവരണ്ടുകിടന്ന സ്ഥലങ്ങളാണെന്ന് അവൾക്ക് അറിയാമായിരുന്നു. ഇപ്പോൾ അവയെല്ലാം അവളെ ഏറക്കുറെ ഭയപ്പെടുത്തുന്ന തരത്തിലുള്ള മഞ്ഞച്ചേറുകലങ്ങിയ വെള്ളം കുത്തിയൊലിച്ചുകൊണ്ടിരുന്ന വിശാലമായ പോഷകനദികൾ ആയിരുന്നു. ആദ്യത്തെ അരുവിയുടെ അടുത്തെത്തിയപ്പോൾ അവൾ ചോദിച്ചു. "ജോ, നമുക്ക് അതിലൂടെ കുറുകെക്കടക്കാൻ പറ്റുമോ?"

"അത് കുഴപ്പമൊന്നുമില്ല." അയാൾ പറഞ്ഞു. "അതിന് ഒരടി ആഴം മാത്രമാണുള്ളത്. നിങ്ങൾ നദിയുടെ മുകളിലേക്ക് വളഞ്ഞുകിടക്കുന്ന ശാഖയുള്ള മരം കണ്ടോ? ആ ശാഖയുടെ കവരം വെള്ളത്തിൽ മുങ്ങു മ്പോൾ അതിന് അല്പം കൂടുതലാഴം കാണും."

അവർ ചെറിയ ലോറി വെള്ളം ഉഴുതുമറിച്ച് മുന്നോട്ടോടിച്ച് അക്ക രെയെത്തി വെള്ളത്തിൽനിന്നും പുറത്തുവന്നു. ഇതേരീതിയിൽ അവർ രണ്ടാമത്തെ അരുവിയുടെ ആഴം കുറഞ്ഞ ഭാഗത്തുകൂടി പാറക്കല്ലു കൾക്ക് മുകളിലൂടെ ചാടിച്ചാടി പുറത്തുവന്ന് മിഡ്ഹസ്റ്റിലേക്ക് പോയി രുന്നു. അവർ പതിവുപോലെ പ്രഭാത ഭക്ഷണത്തിന്റെ സമയത്ത് അവിടെ എത്തിച്ചേർന്നു. അവിടെ ആ സമയത്തും തുറസ്സായ സ്ഥലത്ത് ഒരു ജോലിയുംചെയ്യാൻ കഴിയാത്തതരത്തിൽ മഴവെള്ളം കുത്തിയൊലിച്ചു കൊണ്ടിരിക്കുകയായിരുന്നു. അവർ പ്രഭാതഭക്ഷണത്തിനുശേഷം അയാൾ മനസ്സിൽ വിചാരിച്ചിരുന്ന പുതിയ അടുക്കളയുടെയും കക്കൂസ് ഉൾപ്പെടെയുള്ള കുളിമുറിയുടെയും പദ്ധതി നടപ്പാക്കാനുള്ള ജോലി ആരം ഭിച്ചു.

അന്നുരാവിലെ അവരുടെ സ്ഥലത്തുംനിന്നും നാന്നൂറ് മൈൽ പടി ഞ്ഞാറോട്ടുമാറി മിസ് ജാക്വിലിൻ ഷേക്കൺ വീട്ടിൽനിന്നും മഴയത്ത് ക്യാൻസിലെ അഗ്നിശമനകേന്ദ്രം ഉൾപ്പെടെയുള്ള ആംബുലൻസ് കേന്ദ്ര ത്തിലേക്ക് പോകാൻവേണ്ടി കല്പടവുകൾ ഇറങ്ങി വരുകയായിരുന്നു.

അവൾ ആ സമയത്ത് ഒരു നീല മഴക്കോട്ട് ധരിച്ചിരുന്നു. കൂടാതെ ഒരു കുടയും അവൾ കൈയിൽ കരുതിയിട്ടുണ്ടായിരുന്നു. അവൾ അഗ്നിശ മന യന്ത്രങ്ങളുടെ ഇടയിലൂടെ തിടുക്കപ്പെട്ട് നടന്നുവന്ന് അവളുടെ കുട യിൽ നിന്ന് മഴവെള്ളം കുടഞ്ഞുകളഞ്ഞു. അവൾ ജോലിയിൽ ഉണ്ടായി രുന്ന അഗ്നിശമന സേനാംഗങ്ങളിൽ ഒരുവനോട് ചോദിച്ചു. "ഞാൻ നന ഞ്ഞുപോയി. ഇല്ലേ?"

അയാൾ അയാളുടെ ഒഴിഞ്ഞപൈപ്പ് വെറുതെ വലിച്ചുകൊണ്ട് പുറത്തെ മഴയിലേക്ക് തുറിച്ചുനോക്കി. "താറാവുകൾക്ക് യോജിച്ച ഒന്നാം തരം കാലാവസ്ഥ."

അവൾ തിളക്കമുള്ള അഗ്നിശമനയന്ത്രങ്ങൾ നിന്നിരുന്ന പ്രധാന തള ത്തിൽനിന്നും അല്പം അകന്നുമാറിയുള്ള അവളുടെ ചെറിയ ഓഫീസ് മുറിയിലെത്തി ക്ലോക്കിലേക്ക് നോക്കി. അവൾക്ക് ഈ സമയത്തും ഓഫീസ് തുറക്കാൻ ഇനിയും മൂന്ന് മിനിറ്റ് ഉണ്ടായിരുന്നു. മുറിയിൽ ഒരു മേശയും മൈക്രോഫോണും കമ്പിയില്ലാക്കമ്പിയുടെ ഉപകരണങ്ങൾ സൂക്ഷിച്ചിട്ടുള്ള രണ്ട് ഉയരംകൂടിയ ഇരുമ്പ് അലമാരകളും സജ്ജീകരി ച്ചിരുന്നു. അവൾക്ക് എഴുതാനുള്ള ലെറ്റർപാഡിനുമുന്നിൽ ഒരു കമ്പി യില്ലാ കമ്പിയുടെ ഉപകരണം ഉയർന്നുനിന്നിരുന്നു. അവൾ ആ ഉപക രണം ചൂടായിക്കിട്ടുവാൻവേണ്ടി മൂന്ന് സ്വിച്ചുകൾ തലകീഴാക്കിയിട്ടതി നുശേഷം അവളുടെ നനഞ്ഞ കോട്ടും തൊപ്പിയും ഊരിമാറ്റി. അതിനു ശേഷം അവൾ പെൻസിൽ കണ്ടെത്തി. ലെറ്റർപാഡ് അവളുടെ അടു ത്തേക്ക് വലിച്ചുവച്ചു. കൂടാതെ വിളിക്കാനുള്ള അടയാളങ്ങളുടെയും കേന്ദ്രങ്ങളുടെയും ഒരു നീണ്ടപട്ടികയുള്ള ഒരു കട്ടിക്കടലാസും അവ ളുടെ അടുത്തേക്ക് നീക്കിവച്ചു. അവൾ അവിടെ ഇരുന്നുകൊണ്ട് അന്നത്തെ ജോലി ആരംഭിച്ചു.

അവൾ അവളുടെ മുമ്പിലിരുന്ന പെട്ടിയുടെ മുൻവശത്തുള്ള സ്വിച്ച് തലകീഴാക്കിയിട്ടുകൊണ്ട് പറഞ്ഞു. "എയിറ്റ് ബേക്കർ ടാറി, എയിറ്റ് ബേക്കർ ടാറി, ഇത് എയിറ്റ് ക്വീൻ ചാർലി, എയിറ്റ് ബേക്കർ ടാറിയെ വിളിക്കുന്നതാണ്. എയിറ്റ് ബേക്കർ ടാറി, നിങ്ങൾക്ക് എയിറ്റ് ക്വീൻ ചാർലിയെ കേൾക്കാൻ കഴിയുന്നുണ്ടെങ്കിൽ ദയവായി ഇതിനുള്ളിലേക്ക് വരണം. നിങ്ങൾക്ക് തുടരാം. ഞാൻ സംസാരിച്ചുകഴിഞ്ഞു." അവൾ സ്വിച്ച് തിരിച്ചിട്ടു.

അവളുടെ മുമ്പിൽ ഉണ്ടായിരുന്ന ഉപകരണത്തിന്റെ ഉച്ചഭാഷിണി യിൽനിന്നും ഒരു സ്ത്രീയുടെ ശബ്ദം പുറത്തേക്ക് വന്നു "എയിറ്റ് ക്വീൻ ചാർലി, എയിറ്റ് ക്വീൻ ചാർലി, ഇത് എയിറ്റ് ബേക്കർ ടാറിയാണ്. ജാക്കി, നിങ്ങൾക്ക് ഞാൻ പറയുന്നത് കേൾക്കാൻ കഴിയുന്നുണ്ടോ?"

മിസ് ജാക്വിലിൻ ബേക്കൺ സ്വിച്ച് തിരിച്ചിട്ടുകൊണ്ട് പറഞ്ഞു. "എയിറ്റ് ബേക്കർ ടാറി ഇത് എയിറ്റ് ക്വീൻ ചാർലി ആണ്. എനിക്ക് നിങ്ങൾ പറയുന്നത് നല്ലതുപോലെ കേൾക്കാൻ കഴിയുന്നുണ്ട്. ഏതാണ്ട് നാല് കടുപ്പത്തിൽ കേൾക്കാൻ കഴിയുന്നുണ്ട്. മിസിസ്സ് കോർബെറ്റ്,

നിങ്ങൾക്ക് അവിടെ കാലാവസ്ഥ എങ്ങനെയുണ്ട്? നിങ്ങൾക്ക് തുടരാം. ഞാൻ സംസാരിച്ചു കഴിഞ്ഞു."

"എന്റെ പ്രിയപ്പെട്ടവളെ" ഉച്ചഭാഷിണി പറഞ്ഞു, "ഇവിടെ മഴ പെയ്ത് വെള്ളം കുത്തിയൊലിക്കുകയാണ്. ഞങ്ങൾക്ക് ഒരു മനോഹര മായ മഴ ലഭിച്ചിരിക്കുകയാണ്. ജിം പറയുന്നത് അവസാനം ഞങ്ങൾക്ക് മഴ ശരിക്കും ലഭിച്ചിട്ടുണ്ടെന്നാണ്. ഇപ്പോൾത്തന്നെ കൂടുതൽ തണുത്തു തുടങ്ങിയിട്ടുണ്ടെന്നാണ് ഞാനും വിശ്വസിക്കുന്നത്. നിങ്ങൾക്ക് തുടരാം."

"എയിറ്റ് ബേക്കർ ടാറി." മിസ് ജാക്വിലിൻ ബേക്കൺ പറഞ്ഞു. "ഇത് എയിറ്റ് ക്വീൻ ചാർലി ആണ്. ഞങ്ങൾക്കും ഇവിടെ മനോഹരമായ മഴ ലഭിച്ചുകൊണ്ടിരിക്കുന്നുണ്ട്. മിസിസ്സ് കോർബറ്റ്, എനിക്ക് നിങ്ങളോട് ഒന്നും പറയാനില്ല. പക്ഷേ, ജോർജ് ടൗണിലേക്ക് ആരെങ്കിലും പോകു ന്നുണ്ടെന്ന് അറിയാമെങ്കിൽ മിസിസ്സ് കട്ടറിനോട് അവരുടെ മകൻ റോണി കഴിഞ്ഞ രാത്രിയിൽ മാക്കെയിൽനിന്ന് ട്രെയിനിൽ വന്നിട്ടുണ്ടെന്നും അയാൾ ഫോർസെത്തിലേക്ക് ട്രെയിനിൽ വരുന്നുണ്ടെന്നും നിങ്ങൾ ഒന്ന് അറിയിക്കണം. അയാൾ അവിടെ വ്യാഴാഴ്ച രാവിലെ എത്തിച്ചേരും. അതുകൊണ്ട് അയാൾക്ക് വ്യാഴാഴ്ച രാത്രിയിൽ വീട്ടിൽ എത്താൻ പറ്റും. മിസിസ്സ് കോർബറ്റ്; ഈ പറയുന്നത് ആ റോജർ ആണോ? നിങ്ങൾക്ക് തുടരാം. ഞാൻ സംസാരിച്ചുകഴിഞ്ഞു."

ഉച്ചഭാഷിണി പറഞ്ഞു. "ജാക്കി, അത് റോജർ തന്നെ ആണ്. ആൺകുട്ടികളിൽ ഒരാളോ ജിമ്മോ ഇന്ന് കുറച്ചുസമയം കഴിഞ്ഞ് ജോർജ് ടൗണിൽ ഉണ്ടായിരിക്കും. മിസിസ്സ് കട്ടറിന് ഈ സന്ദേശം കിട്ടുന്നുണ്ടെന്ന് ഞാൻ ഉറപ്പുവരുത്തും. ഞാൻ സംസാരിച്ചു കഴിഞ്ഞു."

"എയിറ്റ് ബേക്കർ ടാറി" മിസ് ബേക്കൺ പറഞ്ഞു. "ഇത് എയിറ്റ് ക്വീൻ ചാർലി ആണ്; മിസിസ്സ് കോർബറ്റ്, റോജർ വന്നിട്ടുണ്ട്. ഞാൻ ഇപ്പോൾ സംപ്രേക്ഷണം അവസാനിക്കുന്നു. ഞാൻ കേൾവിക്ക് പുറ ത്താണ്. എയിറ്റ് ഈസി വിക്ടർ, എയിറ്റ് ഈസി വിക്ടർ. ഇത് എയിറ്റ് ക്വീൻ ചാർലി എയിറ്റ് ഈസി വിക്ടറിനെ വിളിക്കുന്നതാണ്. മിസിസ്സ് മാർഷൽ നിങ്ങൾക്ക് എന്നെ കേൾക്കാൻ കഴിയുന്നുണ്ടെങ്കിൽ നിങ്ങൾ ദയവായി ഇതിനകത്തേക്ക് വരണം. നിങ്ങൾക്ക് സംസാരിക്കാം. ഞാൻ അവസാനിപ്പിക്കുന്നു."

അവിടെ നിശ്ശബ്ദത ആയിരുന്നു. മിസ് ബേക്കൺ ഒരു മിനിറ്റ് സമയം എയിറ്റ് ഈസി വിക്ടറിനെ വിളിച്ചുകൊണ്ടിരുന്നു പക്ഷേ, രാവിലത്തെ പരിപാടിയുടെ സമയത്ത് മിസിസ്സ് മാർഷലിന് പിടക്കോഴികൾക്ക് തീറ്റി കൊടുക്കുന്ന ശീലം ഉണ്ടെന്ന് മിസ് ബേക്കണിന് അറിയാമായിരുന്നു. കൂടുതലും അവർ വൈകുന്നേരത്താണ് സംസാരിച്ചിരുന്നത്. അവൾ നിയ മപ്രകാരമുള്ള അവളുടെ വിളികളുടെ എണ്ണം കുറിച്ചുവച്ചതിനുശേഷം അടുത്ത വിളിയിലേക്ക് പോയി. "എയിറ്റ് നാൻ ഹൗ ഇത് എയിറ്റ് ക്വീൻ ചാർലി ആണ്." അവൾ അത് സ്വയം ആവർത്തിച്ചു. "എയിറ്റ് നാൻ ഹൗ, നിങ്ങൾ എന്നെ കേൾക്കുന്നുണ്ടെങ്കിൽ നിങ്ങൾ ദയവായി ഈ സംസാര

ത്തിൽ പങ്കെടുക്കൂ. നിങ്ങൾക്ക് സംസാരം തുടരാം. ഞാൻ അവസാനി പ്പിക്കുന്നു."

ഒരു പുരുഷ ശബ്ദം പറഞ്ഞു. "എയിറ്റ് ക്വീൻ ചാർലി, ഇത് എയിറ്റ് നാൻ ഹൗ ആണ്. ഞാൻ സംസാരം അവസാനിപ്പിക്കുന്നു."

മിസ് ബേക്കൺ പറഞ്ഞു. "എയിറ്റ് നാൻ ഹൗ, ഇത് എയിറ്റ് ക്വീൻ ചാർലി ആണ്. മിസ്റ്റർ ഗോസ് ലിങ് എന്റെ കൈയിൽ നിങ്ങൾക്കുള്ള ഒരു കമ്പിസന്ദേശം ഉണ്ട്. നിങ്ങളുടെ കൈവശം ഒരു പെൻസിലും പേപ്പറും ഉണ്ടോ? ഒരു മിനിറ്റ് എനിക്ക് കാത്തുനില്ക്കാൻ കഴിയും. ഒരു മിനിറ്റ് മാത്രം. ശ്രദ്ധിക്കണം. നിങ്ങൾ തയ്യാറായിക്കഴിയുമ്പോൾ എന്നെ വിളിക്കുന്നതാണ് കൂടുതൽ നല്ലത്. ഞാൻ സംസാരിച്ചുകഴിഞ്ഞു."

അയാൾ അവളെ തിരിച്ചുവിളിക്കുന്നതുവരെ അവൾ കാത്തിരുന്നു. തിരിച്ചുവിളിച്ചപ്പോൾ അവൾ പറഞ്ഞു. "എയിറ്റ് നാൻ ഹൗ, ഇത് എയിറ്റ് ക്വീൻ ചാർലി ആണ്. നിങ്ങൾക്കുള്ള കമ്പിസന്ദേശം ടൗൺസ് വില്ലിൽ നിന്നാണ്. അത് ഇങ്ങനെ ആണ്. കഴിഞ്ഞരാത്രി ഏഴുമണിക്ക് മോളിക്ക് ഒരു മകൻ ജനിച്ചു. എട്ടു പൗണ്ടും നാല് ഔൺസുമാണ് തൂക്കം. രണ്ടു പേരും സുഖമായിരിക്കുന്നു. ഒപ്പിട്ടിരിക്കുന്നത് ബർട്ട് ആണ്. മിസ്റ്റർ ഗേസ്ലിങ്, നിങ്ങൾക്ക് അത് മനസ്സിലായോ? നിങ്ങൾക്ക് തുടരാം, ഞാൻ സംസാരിച്ചുകഴിഞ്ഞു."

ഉച്ചഭാഷിണി പറഞ്ഞു. "എനിക്ക് അത് മനസ്സിലായി. മറ്റൊരു ആൺകുട്ടികൂടി എനിക്ക് ജനിച്ചു. ഞാൻ സംസാരിച്ചു കഴിഞ്ഞു."

മിസ് ബേക്കൺ പറഞ്ഞു. "എല്ലാം നല്ല രീതിയിൽ നടന്നതിൽ ഞാൻ വളരെ സന്തോഷിക്കുന്നു. നിങ്ങൾ എഴുത്തെഴുതുമ്പോൾ മോളിയോട് എന്റെ സ്നേഹാന്വേഷണം പറയണം. മിസ്റ്റർ ഗോസിലിങ്, നിങ്ങൾ പറ യില്ലെ? നിങ്ങൾക്ക് എന്നോട് മറ്റെന്തെങ്കിലും പറയാനുണ്ടോ? ഞാൻ സംസാരിച്ചു കഴിഞ്ഞു."

ഉച്ചഭാഷിണി പറഞ്ഞു. "ജാക്കി, ഇതിന് ഒരു മറുപടി ഞാൻ ആലോ ചിച്ചു കണ്ടെത്താം. വൈകുന്നേരത്തെ പരിപാടിയിൽ ഞാൻ അത് നിങ്ങ ളോട് പറയാം. നിങ്ങൾക്ക് സംസാരിക്കാം. ഞാൻ സംസാരിച്ചു കഴി ഞ്ഞു."

മിസ് ബേക്കൺ പറഞ്ഞു. "ശരി, മിസ്റ്റർ ഗോസ്ലിങ്. അത് ഞാൻ അപ്പോൾ എഴുതിയെടുത്തുകൊള്ളാം. ഇപ്പോൾ നിശ്ചയമായും എനിക്ക് നിങ്ങളുമായുള്ള സംസാരം അവസാനിപ്പിക്കണം. എയിറ്റ് ഐറ്റം യോക്ക്, എയിറ്റ് ഐറ്റം യോക്ക് ഇത് എയിറ്റ് ക്വീൻ ചാർലി എയിറ്റ് ഐറ്റം യോക്കിനെ വിളിക്കുന്നതാണ്." അവൾ അവളുടെ ജോലിയുമായി മുന്നോ ട്ടുപോയി.

ഇരുപത് മിനിറ്റ് കഴിഞ്ഞും അവൾ ജോലിയിൽ തുടരുന്നുണ്ടായി രുന്നു. "എയിറ്റ് ഏബിൾ ജോർജ്ജ്, എയിറ്റ് ഏബിൾ ജോർജ്, ഇത് എയിറ്റ് ക്വീൻ ചാർലി എയിറ്റ് ഏബിൾ ജോർജിനെ വിളിക്കുന്നതാണ്. എയിറ്റ് ഏബിൾ ജോർജ്ജ്, എയിറ്റ് ക്വീൻ ചാർലിയ നിങ്ങൾക്ക് കേൾക്കാൻ

കഴിയുന്നുണ്ടെങ്കിൽ ഇപ്പോൾ നിങ്ങൾക്ക് സംസാരിക്കാൻ കഴിയുമോ? ഞാൻ സംസാരിച്ചു കഴിഞ്ഞു."

മറുപടി ഏറക്കുറെ മുന്നൂറുമൈൽ ദൂരത്തുനിന്നും എത്തുന്നതിന്റെ തടസ്സങ്ങൾ ഉൾപ്പെടെയുള്ള ഒരു തേങ്ങലിന്റെ മലവെള്ള പ്രവാഹമാ യാണ് കേൾക്കാൻ കഴിഞ്ഞിരുന്നത്. "ഹോ ജാക്കി നിങ്ങൾ സംസാരിച്ച തിൽ ഞാൻ വളരെയധികം സന്തോഷിക്കുന്നു ഞങ്ങൾ ഇവിടെ അതു പോലെയുള്ള ഒരു ബുദ്ധിമുട്ടിലാണ്. കഴിഞ്ഞ രാത്രിയിൽ ഡോണിന്റെ കുതിര തിരിച്ചുവന്നിട്ടില്ല. വെളുപ്പിന് രണ്ടുമണിക്ക് ഡോണിന്റെ കുതിര തിരിച്ചുവന്നത് ഞാൻ കേട്ടെന്നാണ് ഞാൻ വിചാരിച്ചിരുന്നത്. മരങ്ങൾ കാരണം ഡോൺ ഒരിക്കലും രാത്രിയിൽ സഞ്ചരിക്കാറില്ലെന്ന് നിങ്ങൾക്ക് അറിയാം. അത് അസാധാരണ കാര്യം ആണല്ലോ എന്ന് ഞാൻ വിചാരി ച്ചിരുന്നു. പിന്നീട് അവിടെ ഒരു കുതിര മാത്രമാണ് ഉള്ളതെന്നും അതിനെ സാംസൺ അയാളോടൊപ്പം കൊണ്ടുപോയിരിക്കുകയാണല്ലോ എന്നും ഞാൻ ആലോചിച്ചിരുന്നു. അതുകൊണ്ട് ഞാൻ നോക്കാൻ വേണ്ടി എഴു ന്നേറ്റു. എന്റെ പ്രിയപ്പെട്ടവളെ, എനിക്ക് കുതിരയെ കാണാൻ കഴിഞ്ഞി രുന്നില്ല. അതുകൊണ്ട് ഞാൻ എന്റെ കോട്ടും ഇട്ട് ടോർച്ചും എടുത്തു കൊണ്ട് മഴയത്ത് പുറത്തിറങ്ങി. എന്റെ പ്രിയപ്പെട്ടവളെ ഡോണിന്റെ കുതിര ജൂബിലി ജീനിയും വച്ചുകെട്ടി എല്ലാ കാര്യങ്ങളുമായി അവിടെ ഉണ്ടായിരുന്നു. അതിന്റെ കൂടെ ഡോൺ അവിടെ ഉണ്ടായിരുന്നില്ല." ശബ്ദം തേങ്ങലുകളുടെ ഒരു മലവെള്ളപ്രവാഹമായി അലിഞ്ഞില്ലാതായി.

മിസ് ബേക്കൺ മൈക്രോഫോണിനു മുന്നിൽ ഒരു കൈ സംപ്രേ ക്ഷണ ഉപകരണത്തിന്റെ സ്വിച്ചിൽ വച്ചുകൊണ്ട് മുന്നൂറു മൈൽ ദൂര ത്തുനിന്നും വ്യക്തമായി തിരിച്ചറിയാൻ കഴിഞ്ഞിരുന്ന മറ്റേ അറ്റത്തുനി ന്നുള്ള താഴ്ന്ന ശബ്ദത്തിലുള്ള തേങ്ങലുകൾക്ക് ചെവി കൊടുക്കുകയാ യിരുന്നു. ഹെലൻ കർട്ടിസ് സ്വയം തിരിച്ചുവന്ന് അവൾ പറയുന്നത് കേൾക്കാൻ വേണ്ടി തയ്യാറാകുന്നതിന് മുമ്പ് അവിടെ മറ്റൊന്നുംതന്നെ ചെയ്യാൻ ഉണ്ടായിരുന്നില്ല. അവൾ പെട്ടെന്ന് അവളുടെ മുമ്പിൽ ഉണ്ടാ യിരുന്ന പട്ടികയിലൂടെ കണ്ണോടിച്ചു. അവൾ അല്പസമയം അറച്ചുനിന്നു അതിനുശേഷം കസേരയിൽനിന്ന് എഴുന്നേറ്റ് കതക് തുറന്നു ജോലി യിൽ ഉണ്ടായിരുന്ന അഗ്നിശമനസേനാംഗത്തിനോട് വിളിച്ചു പറഞ്ഞു. "ഫ്രഡ്, മിസ്റ്റർ ബായിൻസിനെ ടെലിഫോൺ ചെയ്ത് അയാളോട് കഴി യുമെങ്കിൽ ഇവിടെവരെ വരാൻ പറയണം. വിൻഡർമിയറിൽ എന്തൊ ക്കെയോ സംഭവിച്ചിട്ടുണ്ട്."

അവൾ അവളുടെ കസേരയിലേക്ക് തിരിച്ചുപോയി. ഏതോ വിഡ്ഢി യായ സ്ത്രീ ഇതേ തരംഗത്തിൽ അവ്യക്തമായി എന്തോ പറഞ്ഞു കൊണ്ട് കടന്നുവന്നിരുന്നതു കാരണം ഒന്നുംതന്നെ കേൾക്കാൻ കഴി ഞ്ഞിരുന്നില്ല. അവൾ ക്ഷമയോടെ അന്തരീക്ഷം തെളിയാൻവേണ്ടി കാത്തിരുന്നു. കടന്നുവരവുകൾ അവസാനിച്ചു. ഹെലൻ കർട്ടിസ് മുന്നൂ റുമൈൽ ദൂരത്തുനിന്ന് ഉച്ചഭാഷിണിയിലൂടെ ഏങ്ങലടിച്ചുകൊണ്ട് ഇരി

ക്കുകയായിരുന്നു. അവരുടെ ഉച്ചഭാഷിണിയുടെ മുകളിൽ രാജാവിന്റെയും രാജ്ഞിയുടെയും കിരീടധാരണസമയത്തെ ഒരു വർണ്ണചിത്രവും അവ രുടെ മകൾ അവളുടെ വിവാഹത്തിൽ പങ്കെടുത്തിരുന്നവരുടെ കൂടെ നില്ക്കുന്ന മറ്റൊരു ചിത്രവും സൂക്ഷിച്ചിരുന്നു. ഹെലൻ കർട്ടിസ് പറ ഞ്ഞു. "ജാക്കി, ജാക്കി, ഓ, ഞാൻ മറന്നുപോയി. നിങ്ങൾ അവിടെ ഉണ്ടോ?"

മിസ് ബേക്കൺ അവളുടെ സ്വിച്ച് തിരിച്ചിട്ടുകൊണ്ട് പറഞ്ഞു. "ശരി. ഞാൻ ഇവിടെ ഉണ്ട്, ഹെലൻ. ഇത് ജാക്കി ആണ്. എല്ലാവരും ശ്രദ്ധി ക്കണം. ഇത് എയിറ്റ് ക്വീൻ ചാർലി എയിറ്റ് ഏബിൾ ജോർജിനോട് സംസാരിക്കുന്നതാണ്. എല്ലാവരും സംപ്രേക്ഷണം നിർത്തിവെക്കണം. നിങ്ങൾക്ക് സംപ്രേക്ഷണം നടത്താതെ ഞാൻ പറയുന്നത് ശ്രദ്ധിച്ചു കേൾക്കാൻ കഴിയും. നിങ്ങൾക്ക് എന്തെങ്കിലും കാര്യം ചെയ്യാൻ കഴിയു മെങ്കിൽ ഞാൻ നിങ്ങളെ വിളിക്കും. മിസിസ്സ് കർട്ടിസ്, ഞാൻ മിസ്റ്റർ ബാൺസിനോട് ഇവിടെ വരാൻ പറയാൻവേണ്ടി ഫ്രഡിനെ പറഞ്ഞുവി ട്ടിട്ടുണ്ട്. ഇപ്പോൾ സമാധാനമായി ഇരുന്ന് എന്താണ് സംഭവിച്ചതെന്ന് എന്നോട് പറയണം. ഞാൻ അത് എഴുതിയെടുത്തുകൊള്ളാം. നിങ്ങളുടെ പതിവു നടപടി ഓർമ്മ വേണം. നിങ്ങൾ ഞാൻ മറുപടി പറയണമെന്ന് ആഗ്രഹിക്കുമ്പോൾ സ്വിച്ച് തിരിച്ചിടണം. ഹെലൻ, എല്ലാ കാര്യങ്ങളും ശരിയാകാൻ പോകുകയാണ്. എന്താണ് സംഭവിച്ചതെന്ന് സമാധാന ത്തോടെ കൃത്യമായി എന്നോട് പറയണം. നിങ്ങൾക്ക് സംസാരിക്കാം. ഞാൻ സംസാരിച്ചു കഴിഞ്ഞു."

ഉച്ചഭാഷിണി പറഞ്ഞു. "ഓ, ജാക്കി. നിങ്ങളുടെ സംസാരം കേൾക്കാൻ കഴിഞ്ഞത് നല്ല കാര്യമാണ്. എനിക്ക് ഇവിടെ ആദിവാസി കളായ ആസ്ട്രേലിയക്കാർ അല്ലാതെ മറ്റൊരാളും ഇല്ല. ദവെ അവധിയി ലാണ്. പേറ്റ് നോർമാൻടണിൽ ആണ്. സംഭവിച്ചത് ഇത് ആയിരുന്നു. ഡോൺ മൂന്നു ദിവസം മുമ്പ് ഈ കേന്ദ്രത്തിലെ നിരാശാ അരുവിയുടെ ഭാഗത്തേക്ക് പോയിട്ടുണ്ടായിരുന്നു. അയാൾ സാംസണെക്കൂടി അയാ ളുടെ കൂടെ കൊണ്ടുപോയിരുന്നു. അയാൾ രണ്ടുദിവസം ദൂരെ ആയിരി ക്കും എന്നാണ് പറഞ്ഞിരുന്നത്. ഞാൻ അവർ തിരിച്ചുവരാതിരുന്നപ്പോൾ വേവലാതിപ്പെട്ടിരുന്നില്ല. മഴ കാരണം അരുവികളിൽ വെള്ളം ഉയർന്ന പ്പോൾ അവർക്ക് നാടുചുറ്റി സഞ്ചരിക്കേണ്ടി വന്നിരിക്കുമെന്ന് ഞാൻ വിചാ രിച്ചു. അതെല്ലാം കഴിഞ്ഞ് പിന്നീട് കഴിഞ്ഞ രാത്രിയിൽ ഡോണിന്റെ കുതിര തനിച്ച് തിരിച്ചുവന്നിരുന്നു. സാംസണിന്റെ യാതൊരു സൂചനയും ഉണ്ടായിരുന്നില്ല. സാംസൺ ഞങ്ങളുടെ ആസ്ട്രേലിയക്കാരനായ പുതിയ കന്നുകാലിനോട്ടക്കാരൻ ആണ്. എനിക്ക് ഇവിടെ വളരെ നല്ല രീതിയിൽ പിന്തുടരാൻ കഴിവുള്ള ഒരു മനുഷ്യൻ ഉണ്ട്. അയാളുടെ പേര് ജോണി വാക്കർ എന്നാണ്. ജോണി സന്ധ്യക്ക് കുതിരകളുടെ വഴി കണ്ടെത്താൻ വേണ്ടി ഇന്നലെ ഇവിടെനിന്ന് പോയിരുന്നു. പക്ഷേ, മഴകാരണം ഒരു മണിക്കൂർമുമ്പ് ഒരു പ്രയോജനവും ഇല്ലാതെ അയാൾ തിരിച്ചുവന്നിരുന്നു.

അയാൾക്ക് മൂന്നുമൈൽ ദൂരം മാത്രമാണ് പിന്തുടരാൻ കഴിഞ്ഞിരുന്നത്. പിന്നീട് അയാൾക്ക് അതിന് കഴിഞ്ഞില്ല. അതിനുശേഷം ഇപ്പോൾ എന്തു ചെയ്യണമെന്ന് എനിക്ക് അറിയില്ല."

മിസ് ബേക്കണിന്റെ ലെറ്റർപാഡ് മുഴുവൻ കുത്തിക്കുറിച്ചിരിക്കുക യായിരുന്നു. അവൾ അവളുടെ സ്വിച്ച് തിരിച്ചിട്ടുകൊണ്ട് പറഞ്ഞു. "ഹെലൻ, ഇത് ജാക്കിയാണ്. നിങ്ങളുടെ വടക്കും തെക്കുമായി ഏതൊക്കെ കേന്ദ്രങ്ങളാണ് ഉള്ളതെന്ന് എന്നോട് പറയൂ. ഞാൻ സംസാ രിച്ചുകഴിഞ്ഞു."

"ജാക്കി, ഞങ്ങളുടെ വടക്കുഭാഗത്ത് കാർലൈൽ ആണ്. അതായത് അവിടെ എയ്റ്റി പേജ് ഉണ്ട്. തെക്ക് മിഡ്ഹസ്റ്റും കിഴക്ക് പെലിക്കനും ആണ്. മിഡ്ഹസ്റ്റിൽ ജോ ഹാർമാനും പെലിക്കനിൽ ലെൻ ഡ്രൈവറും ഉണ്ട്. മിഡ്ഹസ്റ്റിൽ എന്തായാലും ഒരു റേഡിയോ ഉണ്ടെന്ന് ഞാൻ വിചാ രിക്കുന്നില്ല. ഞാൻ സംസാരിച്ചു കഴിഞ്ഞു."

മിസ് ബേക്കൺ പറഞ്ഞു. "ശരി ഹെലൻ, ഞാൻ അവരിൽ ആരെ യെങ്കിലും വിളിക്കാം. ഞാൻ പറയുന്നത് കേട്ടുകൊണ്ടിരിക്കണം മിസ്റ്റർ ബാൺസ് സംസാരിക്കാൻ വരുന്ന സമയത്ത് അയാൾ നിങ്ങളോട് സംസാ രിക്കാൻ ആഗ്രഹിക്കും. ഇപ്പോൾ ഞാൻ കാലൈയിലേക്ക് പോവുകയാണ്. എയ്റ്റ് ഡോഗ് ഷുഗറിനും എയ്റ്റ് ജിഗ് വില്യമിനും ഉള്ള കമ്പി സന്ദേശ ങ്ങൾ എന്റെ കൈയിൽ ഉണ്ട്. എന്റെ തിരക്കൊഴിയുമ്പോൾ ഉടൻതന്നെ ഞാൻ അത് അവർക്ക് എത്തിച്ചുകൊടുക്കും. എയ്റ്റ് ചാർലി പീറ്റർ, എയ്റ്റ് ചാർലി പീറ്റർ ഇത് എയ്റ്റ് ക്വീൻ ചാർലി ആണ്. നിങ്ങൾക്ക് എന്നെ കേൾക്കാൻ കഴിയുന്നുണ്ടെങ്കിൽ നിങ്ങൾ ഈ സംസാരത്തിൽ പങ്കെടു ക്കൂ. ഞാൻ സംസാരിച്ചു കഴിഞ്ഞു."

അവൾ സ്വിച്ച് തിരിച്ചിട്ടുകൊണ്ട് എയ്റ്റി പേജിന്റെ അടക്കിപ്പിടിച്ചുള്ള ശബ്ദംകേട്ട് ആശ്വാസത്തോടെ നെടുവീർപ്പിട്ടു. "എയ്റ്റ് ക്വീൻ ചാർലി, ഇത് എയ്റ്റ് ചാർലി പീറ്റർ ആണ്. ജാക്കി പറഞ്ഞതെല്ലാം ഞാൻ കേട്ടു. ഇവിടെ എനിക്ക് ഫ്രഡ് ഡൗസൺ ഉണ്ട്. ഞങ്ങൾ കഴിയുന്നത്ര വേഗ ത്തിൽ വിൻഡർമിയറിലേക്ക് പോകും. ഞങ്ങൾ ഏകദേശം നാലുമണി ക്കൂറിനുള്ളിൽ അവിടെയെത്തി ഞങ്ങൾക്ക് എന്ത് ചെയ്യാൻ കഴിയുമെന്ന് നോക്കുമെന്ന് ഹെലനോട് പറയണം. നിങ്ങൾ ഇത് ശ്രദ്ധിച്ച് കേൾക്കു ന്നത് തുടരുമോ? ഞാൻ സംസാരിച്ചുകഴിഞ്ഞു."

അവൾ പറഞ്ഞു. "മിസ്റ്റർ പേജ് അത് നല്ല കാര്യമാണ്. അത് ശരി യാകുന്നതുവരെ ഓരോ മണിക്കൂറിലും ഞങ്ങൾ ഇവിടെ ഇരുന്ന് എല്ലാ മണിക്കൂറിലും പത്തുമിനിറ്റ് കഴിയുന്നതുവരെ ശ്രദ്ധിക്കുന്നുണ്ടായിരിക്കും. ഇത് റോജർ ആണോ? ഞാൻ സംസാരിച്ചു കഴിഞ്ഞു."

അയാൾ പറഞ്ഞു. "ശരി ജാക്കി, അത് റോജർ ആയിരുന്നു. ഞാൻ ഇപ്പോൾ കുതിരയുടെ മുകളിൽ ജീനി വച്ചുകെട്ടാൻ വേണ്ടി പോകുക യാണ്. നിങ്ങൾക്ക് കൂടുതൽ കാര്യങ്ങൾ പറയാൻ എന്നെ ലഭിക്കില്ല. ഒലീവിന് ഇത് പ്രവർത്തിപ്പിക്കാൻ അറിയില്ല. ഞാൻ പുറത്തേക്ക്

പോകുന്നു."

അവൾ അടുത്തതായി പെലിക്കനെ വിളിച്ചു. പക്ഷേ, മറുപടി ലഭി
ച്ചില്ല. അതുകൊണ്ട് അവൾ എയിറ്റ് ലൗ മൈക്കിനെ വിളിച്ചു. അവൾക്ക്
വിൽസ്ടൗൺ മൗണ്ടഡ് പൊലീസ് സ്റ്റേഷനിലെ പൊലീസുകാരനായ
ഹെയിൻസിനെ ഉടൻതന്നെ ഉച്ചഭാഷിണിയിൽ ലഭിച്ചു. അയാൾ പറഞ്ഞു.
"ശരി ജാക്കി. ആ കാര്യങ്ങൾ എല്ലാം ഞാൻ കേട്ടിരുന്നു. ഞാൻ ഫിൽ
ഡങ്കനെ എന്റെ വഴി പിന്തുടരാനുള്ള ഒരു വിദഗ്ധനേയും കൂട്ടി അങ്ങോട്ട്
അയയ്ക്കുന്നുണ്ട്. ആൺകുട്ടികളിൽ ആർക്കെങ്കിലും അവരുടെ കൂടെ
വരാൻ പറ്റുമോ എന്ന് ഞങ്ങൾ നോക്കാം. ആരെങ്കിലും മിഡ്ഹസ്റ്റ് വഴി
പോയി ജോ ഹാർമാനെ വിവരം ധരിപ്പിക്കുമെന്ന് ഞാൻ ഉറപ്പുവരുത്തും.
ഇന്നു വൈകുന്നേരം ഏകദേശം മൂന്ന് അല്ലെങ്കിൽ നാല് മണിയോടെ
കോൺസ്റ്റബിൾ ഡങ്കൻ വിൽഡർമിയറിൽ ഉണ്ടായിരിക്കുമെന്ന് മിസ്റ്റർ
ബാൺസിനോട് പറയണം. നിങ്ങളെ കേൾക്കാൻ നിയോഗിച്ചിരിക്കുന്നത്
റോജറെ ആണ്. ജാക്കി, നല്ല പെൺകുട്ടി ആണ്. ഞാൻ പുറത്തേക്ക്
പോകുന്നു."

മനസ്സിൽ തട്ടുന്ന സംഭവങ്ങളും അല്ലാത്ത സംഭവങ്ങളും ചേർന്നുള്ള
അന്നത്തെ ജോലി ഈ സമയത്തും അവസാനിച്ചിട്ടുണ്ടായിരുന്നില്ല. മിസ്
ബേക്കൺ പറഞ്ഞു. "എയിറ്റ് ഡോഗ് ഷുഗർ, ഇത് എയിറ്റ് ക്വീൻ ചാർലി
എയിറ്റ് ഡോഗ് ഷുഗറിനെ വിളിക്കുന്നതാണ്. എന്റെ കൈവശം എയിറ്റ്
ഡോഗ് ഷുഗറിനുള്ള ഒരു കമ്പിസന്ദേശം ഉണ്ട്. നിങ്ങൾക്ക് എയിറ്റ് ക്വീൻ
ചാർലിയെ കേൾക്കാൻ കഴിയുന്നുണ്ടെങ്കിൽ നിങ്ങൾ ദയവായി സംസാ
രത്തിൽ പങ്കുചേരണം. ഞാൻ സംസാരിച്ചുകഴിഞ്ഞു." അവൾ അവളുടെ
ജോലി തുടർന്നു.

മിഡ്ഹസ്റ്റിൽ ഏകദേശം ഉച്ചയോടെ ജീൻ ജോ ഹാർമാനോടൊപ്പം
അടുക്കളയുടെ അളവെടുത്ത് ഒരു കടലാസിൽ അതു പുതുക്കിപ്പണി
യാനുള്ള ഒരു പദ്ധതി തയ്യാറാക്കിക്കൊണ്ടിരിക്കുമ്പോൾ ഒരു കുതിര അവ
രുടെ അടുത്തേക്ക് വരുന്നതിന്റെ ശബ്ദം അവർ കേട്ടു. ആ സമയത്തും
മുമ്പ് ഉണ്ടായിരുന്ന ശക്തി കുറഞ്ഞിരുന്നെങ്കിലും മഴ പെയ്തുകൊണ്ടി
രിക്കുകയായിരുന്നു. അവർ വീടിന്റെ മറ്റേവശത്തേക്ക് പീറ്റ് ഫ്ളച്ചർ അയാ
ളുടെ കുതിരയെ മൂൺഷെനിന്റെ കൈയിൽ ഏല്പിക്കുന്നത് അവൾ
കണ്ടു. അയാൾ വരാന്തയിലേക്ക് വന്നു. അയാൾ അയാളുടെ വിസ്താര
മുള്ള കന്നുകാലിനോട്ടക്കാരുടെ തൊപ്പിയാണ് ധരിച്ചിരുന്നത്. അയാളുടെ
വേഷം മഴയിൽ കുതിർന്ന് തൊലിയോട് ഒട്ടിപ്പിടിച്ചിരുന്നു. പടികൾ കയ
റുമ്പോൾ അയാളുടെ ബൂട്ടുകൾ സീൽക്കാരം പുറപ്പെടുവിക്കുന്നുണ്ടാ
യിരുന്നു.

അയാൾ ചോദിച്ചു. "നിങ്ങൾ റേഡിയോ കേട്ടിരുന്നോ?"

"ഇല്ല. എന്താണ് കാര്യം?"

"വിൻഡർമിയറിൽ എന്തൊക്കെയോ ബുദ്ധിമുട്ടുകൾ ഉണ്ട്."
ആൺകുട്ടി പറഞ്ഞു. "ഡോൺകർട്ടിസ് ഒരു ആസ്ട്രേലിയക്കാരൻ കന്നു

കാലിനോട്ടക്കാരന്റെ കൂടെ ഈ കേന്ദ്രത്തിന്റെ ഉയർന്ന അറ്റത്തേക്ക് മൂന്നു ദിവസം മുമ്പ് പോയിട്ടുണ്ടായിരുന്നു. ഇപ്പോൾ അയാളില്ലാതെ കുതിര മാത്രം തിരിച്ചുവന്നിരിക്കുന്നു."

"കുതിരയെ വന്ന വഴിയിലൂടെ തിരിച്ചുകൊണ്ടുപോയില്ലേ?" ജോ ഹാർമാൻ ഉടൻതന്നെ ചോദിച്ചു.

"അതിന് ശ്രമിച്ചിരുന്നു. പക്ഷേ, നടന്നില്ല. വഴിയെല്ലാം നനഞ്ഞു കുതിർന്നുപോയിരുന്നു." ആൺകുട്ടി വരാന്തയുടെ അറ്റത്തിരുന്നുകൊണ്ട് ബൂട്ടുകൾ ഊരി അവയുടെ അറ്റത്തുനിന്നും വെള്ളം ഊറ്റിക്കളഞ്ഞുകൊ ണ്ടിരുന്നു. അയാൾക്ക് ചുറ്റും ഒരു ചെറിയ കുളം രൂപപ്പെട്ടു. "ക്യാൻസ് റേഡിയോയിലെ ജാക്കി ബേക്കണ എന്ന പെൺകുട്ടിക്ക് ഇന്ന് രാവി ലത്തെ പരിപാടിയിൽ ഒരു വാർത്ത ഉണ്ടായിരുന്നു. അവൾ പൊലീസു കാരൻ ഹെയിൻസിനെ വിളിച്ചിരുന്നു. അയാൾ ഫിൽ ഡങ്കനെ വിൻഡർമി യറിലേക്ക് അയച്ചിരുന്നു. ഫിൽ ഡങ്കൻ ഇപ്പോൾ ആൽബേൺസിന്റെ കൂടെ അങ്ങോട്ടുള്ള വഴിയിലാണ്. ഞാൻ ഈ കാര്യം ഇതുവഴി വന്ന് നിങ്ങളോട് പറയാമെന്ന് അയാളോട് പറഞ്ഞിരുന്നു. എസ്റ്റിപേജ് ഫ്രഡ് ഡൗസണിന്റെ കൂടെ വിൻഡർമിയറിലേക്കുള്ള യാത്രയിലാണ്."

ജോ ചോദിച്ചു. "അയാളുടെ കൂടെ ഉണ്ടായിരുന്ന ആസ്ട്രേലിയൻ ആദിവാസിയായ കന്നുകാലിനോട്ടക്കാരൻ ആയിരുന്നു?"

"മീച്ചൽ നദിയിൽ നിന്നുള്ള ഒരു സാംസൺ എന്ന് വിളിക്കുന്ന മനു ഷ്യൻ ആയിരുന്നു. അയാൾ ഒരു മാസം ആയിട്ട് ഡോണിന്റെ കൂടെ ഉണ്ടാ യിരുന്നു."

"അയാൾ എവിടെയാണ് പോയിരുന്നതെന്ന് കേന്ദ്രത്തിൽ ഉള്ളവർക്ക് അറിയാമായിരുന്നോ?"

"നിരാശാ അരുവിവരെയാണ് പോയിരുന്നത്."

"ക്രിസ്തുവിനുവേണ്ടി ഞാൻ പറയുന്നു." ജോ പറഞ്ഞു. "അയാൾ എന്തിനാണ് പോയതെന്ന് എനിക്കറിയാം." ജീൻ അയാളുടെ മുഖത്തേക്ക് നോക്കി. അയാളുടെ മുഖത്ത് ഒരു വളരെ മോശം വാർത്തകേട്ടതിന്റെ നടുക്കം ഉണ്ടായിരുന്നു.

"എന്താണ് കാര്യം?" പേറ്റ് ചോദിച്ചു. "അയാൾ വീണ്ടും എന്റെ കന്നുകാലികളെ നോട്ടം ഇട്ടിരിക്കുകയാണ്." ജോ പറഞ്ഞു. "കവർച്ച ക്കാർക്ക് ഇവിടെ ഒരു കന്നുകാലിത്തൊഴുത്ത് ഉണ്ടായിരുന്നു."

"അത് നിങ്ങൾക്ക് എങ്ങനെ അറിയാം?" പേറ്റ് ചോദിച്ചു.

"ഞാൻ അവിടെ ഒരു പുൽത്തകിടി കണ്ടെത്തിയിരുന്നു." ജോ പറ ഞ്ഞു. "അത് എവിടെയാണെന്ന് ഞാൻ നിങ്ങളോട് പറയാം. നിരാശാ അരുവി ഫിഷ്നദിയിലേക്ക് ഒഴുകി വീഴുന്നത് എവിടെയാണെന്ന് നിങ്ങൾക്ക് അറിയാം." ആൺകുട്ടി തലയാട്ടി. "അവിടെ നിന്ന് നിരാശാ അരുവിവഴി ഏകദേശം നാലുമെൽ മുകളിലേട്ട് പോകണം. നിങ്ങൾ ഒരുവശം ചേർന്ന് ഒരു ചെറിയ അരുവി ഒഴുകിക്കൊണ്ടിരിക്കുന്ന ഒരു ചെറിയ ദ്വീപിൽ എത്തിച്ചേരും. അതുകഴിഞ്ഞ് ഏകദേശം ഒരുമെൽ

കൂടി മുന്നോട്ടുപോകണം. നിങ്ങൾ അരുവിയുടെ വടക്കുഭാഗത്തായി പിന്നിൽ ഒരു കുന്നും മുന്നിൽ ധാരാളം കുറ്റിക്കാടുകളും ഉള്ള ഒരു സ്ഥലം കാണും. നിങ്ങൾക്ക് ആ സ്ഥലം തെറ്റില്ല. ആ മൊട്ടക്കുന്നിന്റെ തൊട്ടു താഴെ ഇടതൂർന്ന കുറ്റിക്കാടുകളുടെ പിന്നിലാണ് കന്നുകാലികളുടെ തൊഴുത്ത്. നിങ്ങൾ ആ കുന്നുകയറി ചെല്ലുകയാണെങ്കിൽ അതിന് അൻപത് അടി ഉയരം മാത്രമാണ് ഉള്ളത്. നിങ്ങളുടെ തെക്കുവശത്ത് നിങ്ങൾക്ക് ആ കന്നുകാലിത്തൊഴുത്ത് കാണാൻ കഴിയും." അയാൾ അല്പസമയം സംസാരം അവസാനിപ്പിച്ചു. "നിങ്ങൾ ഒരു അന്വേഷണ ത്തിനുള്ള സംഘമായി പോകുന്നുണ്ടെങ്കിൽ ഞാനും നിങ്ങളുടെ കൂടെ വരുന്നുണ്ട്."

"ജോവിന് നന്ദി പറയുന്നു." പേറ്റ് പറഞ്ഞു. "ഞാൻ വിൻഡർമിയ റിൽ ഉള്ളവരോടെല്ലാം പറയാം."

"നിങ്ങൾ വരുന്നത് കൂടുതൽ മെച്ചമാണ്. മിസിസ്സ് കർട്ടിസിന് അതി നെപ്പറ്റി എന്തെങ്കിലും അറിയാമെന്ന് ഞാൻ വിചാരിക്കുന്നില്ല."

അവൾക്ക് യാതൊരറിവുമില്ലാത്ത കാര്യങ്ങളെ പറ്റിയുള്ള ചർച്ച തട സ്സപ്പെടുത്താൻ ജീൻ അറച്ചു നില്ക്കുകയായിരുന്നു. പക്ഷേ, അവൾ ചോദിച്ചു. "ജോ, നിങ്ങൾ അതിനെപ്പറ്റി എങ്ങനെയാണ് അറിഞ്ഞത്?"

അയാൾ അവളുടെ നേർക്ക് തിരിഞ്ഞു. "ഞാൻ ക്രിസ്മസ് കഴിഞ്ഞ് ഉടൻതന്നെ ബോൺവില്ലിന്റെ കൂടെ ഉയർന്ന അറ്റംവരെ പോയിരുന്നു. കന്നുകാലികൾ അല്പം കൂടുതൽ ഭയന്നിട്ടുള്ളതുപോലെ എനിക്ക് തോന്നി. അതുകൊണ്ട് ബോൺവിൽ പിന്തുടർന്നുനോക്കിയിരുന്നു. ആ സമയത്ത് മഴ കാര്യമായി പെയ്യാൻ ആരംഭിച്ചിരുന്നില്ല. അതുകൊണ്ട് ആ ജോലി എളുപ്പമായിരുന്നു. അവിടെത്തന്നെയാണ് കാട്ടറൈറ്റ് നദി നമ്മുടെ കേന്ദ്രത്തിന്റെ അതിർത്തിയായി തീരുമാനിച്ചിരുന്നത്. ഞങ്ങൾ കന്നുകാലികളുടെ കാൽപാടു നോക്കി പിന്തുടർന്ന് നദി കുറുകെക്കടന്ന് വിൻഡർമിയറിലേക്ക് പോയിരുന്നു. അവിടെ രണ്ട് കുതിരകളും ധാരാളം കന്നുകാലികളും ഉണ്ടായിരുന്നു. ഞാൻ പറഞ്ഞിരുന്നുപോലെയുള്ള കന്നു കാലിത്തൊഴുത്ത് ഞങ്ങൾ അവിടെ കണ്ടെത്തി. അവ അവിടെ ഉണ്ടായി രുന്നു. അവ രണ്ടുമൂന്നു ദിവസമായി അവിടെ ഉണ്ടായിരുന്നു. തീർച്ച യായും ഞാൻ അവയെ പുറത്തിറക്കി തിരിച്ചുകൊണ്ടുവന്നു. എന്റെ ദൈവമേ! ആദ്യത്തെ അരുവി കടക്കുന്നത് വളരെ ബുദ്ധിമുട്ടായിരുന്നു."

പേറ്റ് ചോദിച്ചു, "ജോ അവിടെ എത്രയെണ്ണം ഉണ്ടായിരുന്നു?"

"നാല്പത്തിയേഴ്."

"എല്ലാം ചൂടുവച്ചുപൊള്ളിച്ച പാട് ഇല്ലാത്തവ ആയിരുന്നോ?"

"ആയിരുന്നു." ജോ ആ സൂചനയിൽ അടങ്ങിയിരുന്ന അന്തരാർത്ഥ ത്തിൽ ഏറക്കുറെ ഞെട്ടിപ്പോയിരുന്നു.

"ഡോൺ അവിടെപ്പോയി അതുപോലെ ഒരു കാര്യം ചെയ്യുകയില്ല." അയാൾ പറഞ്ഞു.

ആൺകുട്ടി ബൂട്ടുകൾ ധരിച്ചുകൊണ്ട് എഴുന്നേറ്റു, "ജോ, നിങ്ങൾ

എന്താണ് ചെയ്യാൻ പോകുന്നത്? എന്റെ കൂടെ വരുന്നുണ്ടോ?"

"ഞാൻ അങ്ങനെ വിചാരിക്കുന്നില്ല." ജോ സാവധാനം മറുപടി പറഞ്ഞു. "ഞാൻ എന്റെ കേന്ദ്രത്തിന്റെ മുകളറ്റംവരെ പോകണമെന്നാണ് ആലോചിക്കുന്നത്. അവിടെ നിന്നാണ് അയാൾ ആ കന്നുകാലികളെ പിടിച്ചുകൊണ്ടുവന്നിരിക്കുന്നത്. ഒരുപക്ഷേ, അയാൾ കുറേക്കൂടി കന്നു കാലികളുടെ പുറകെ പോയിരുന്നുകാണും. അയാൾക്ക് അപകടം പറ്റി യത് അവിടെവെച്ച് ആയിരിക്കണം. അതായത് കാറ്റ്‌റൈറ്റ് നദിയുടെ തെക്കു ഭാഗത്തും നമ്മൾ പുതിയതായി കുഴിച്ച കിണറിന്റെ കിഴക്കുഭാഗത്തു വെച്ചും ആയിരിക്കും അത് സംഭവിച്ചത്. എനിക്ക് എന്റെ സ്ഥലത്ത് അയാ ളുടെ വഴി കണ്ടുപിടിക്കാൻ കഴിഞ്ഞില്ലെങ്കിൽ അയാൾ ആ കന്നുകാലി കളെ അയാളുടെ കന്നുകാലിത്തൊഴുത്തിലേക്ക് നടത്തിക്കൊണ്ടുപോയ വഴിയിലൂടെ ഞാൻ പിന്തുടരും. ഒരുപക്ഷേ, അവിടെ എവിടെയെങ്കിലും വെച്ച് നിങ്ങളെ നാളെയോ മറ്റന്നാളോ കണ്ടുമുട്ടിയെന്നുവരും."

പേറ്റ് തലയാട്ടി. "ഞാൻ ഫില്ലിനോട് പറയും."

"ഞാൻ ബോൺവില്ലിനെ എന്റെ കൂടെ കൊണ്ടുപോയെന്ന് അയാ ളോട് പറയണം. ഞാൻ മിസ് പാഗറ്റിനെ തിരിച്ച് പട്ടണത്തിൽ എത്തിച്ചു കഴിഞ്ഞാലുടൻ ചെറിയ ലോറിയിൽ അവിടെനിന്ന് യാത്ര തിരിക്കുമെന്ന് അയാളോട് പറയണം."

ചെറിയ ലോറിയിൽ നനഞ്ഞ കാലാവസ്ഥയിൽ നാല്പതു മൈൽ സഞ്ചരിക്കാൻ ഏറ്റവും കുറഞ്ഞത് മൂന്ന് മണിക്കൂർ വേണ്ടിവരും. ജീൻ പറഞ്ഞു. "ജോ, എന്നെപ്പറ്റി വിഷമിക്കേണ്ട. നിങ്ങൾ തിരിച്ചുവരുന്നതു വരെ ഞാൻ ഇവിടെ താമസിക്കാം. നിങ്ങൾക്ക് ഉടൻതന്നെ യാത്ര തുട ങ്ങാം."

അയാൾ മടിച്ചുനിന്നു. "ഞാൻ ഒരുപക്ഷേ, ദിവസങ്ങളോളം ദൂരെ ആയിരിക്കും."

"അതിന് കുഴപ്പമൊന്നുമില്ല. ഞാൻ ടൗണിലേക്ക് സാലിയുടെ പുറ ത്തുകയറി സഞ്ചരിച്ചുകൊള്ളാം. ആസ്ത്രേലിയക്കാരായ ആദിവാസിക ളിൽ ഒരാൾക്ക് എന്നോടൊപ്പം വന്ന് സാലിയെ തിരിച്ചുകൊണ്ടുവരാൻ പറ്റും."

"നിങ്ങൾക്ക് അത് ചെയ്യാൻ കഴിയും" അയാൾ സാവധാനം പറഞ്ഞു. "മൂന്നു ഷ്ഷെൻ ഇവിടെ വരും. അയാൾ നിങ്ങളുടെ കൂടെ വരും. ഞാൻ ബോൺവില്ലിനെ എന്റെ കൂടെ കൊണ്ടുപോകും."

"ശരി. അപ്പോൾ അതുകൊണ്ടൊന്നും യാതൊരു കുഴപ്പവുമില്ല. എപ്പോഴാണ് ഡേവ് തിരിച്ചുവരുന്നത്?"

ഉച്ചതിരിഞ്ഞ് അയാൾ നിശ്ചയമായും തിരിച്ചെത്തും." അയാൾ പറ ഞ്ഞു. അയാൾ പേറ്റിന്റെ നേർക്ക് തിരിഞ്ഞു. "എന്റെ കൂടെയുള്ള ജിംലെ നൻ അവധി എടുത്തിരിക്കുകയാണ് ഡേവ് ഒരു പെൺകുട്ടിയെ സന്ദർശി ക്കുകയാണ്. നോർമൻടണിലെ ഒരു നേഴ്സിനെ സന്ദർശിക്കാനാണ് അയാൾ പോയിരിക്കുന്നത്. പക്ഷേ, അയാൾ ഇന്ന് തിരിച്ചുവരും."

ജീൻ പറഞ്ഞു. "ജോ, എന്തെങ്കിലും മാറ്റമുണ്ടെങ്കിൽ ഡേവ് വരു ന്നതുവരെ ഞാൻ ഇവിടെത്തന്നെ താമസിക്കും."

അയാൾ അവളെനോക്കി പുഞ്ചിരിച്ചു. "ശരി, അത് ഒരു സഹായം ആയിരിക്കും. ഞാൻ ആസ്ട്രേലിയക്കാരായ ആദിവാസികൾ മാത്രം ഇവിടെ ഉള്ളപ്പോൾ ഈ സ്ഥലം ഉപേക്ഷിച്ചിട്ടുപോകാൻ ഇഷ്ടപ്പെടുന്നില്ല. ഞാൻ മൂൺഷൈനിനോട് പറയാം. അയാൾ നിങ്ങളെ നിങ്ങൾക്ക് ഇഷ്ടമുള്ള സമയത്ത് പട്ടണത്തിൽ കൊണ്ടുപോയിരിക്കും." അയാൾ പേറ്റിന്റെ നേർക്ക് തിരിഞ്ഞു. "മറ്റൊരു കുതിരകൂടി വേണമെന്നുണ്ടോ?"

"ഞാൻ അങ്ങനെ വിചാരിക്കുന്നില്ല. ഇവിടെനിന്ന് വിൻഡർമിയറി ലേക്ക് ഏകദേശം മുപ്പത് മൈൽ ആണ് അല്ലേ?"

"അത് ശരിയാണ്. ഇവിടെയുള്ള നദി കുറുകെക്കടക്കാൻ നിങ്ങൾക്ക് അറിയാം. അതുകഴിയുമ്പോൾ അവിടേക്ക് നിങ്ങളെ നയിക്കുന്ന വഴി നിങ്ങൾക്ക് കാണാൻ കഴിയും. അത് ഒരുപാട് കാലംകൊണ്ട് വലുതായി ഉപയോഗിക്കപ്പെട്ടിട്ടില്ല. നിങ്ങൾ അതു കണ്ടില്ലെങ്കിൽ വടക്കോട്ട് ഗിൽബർട്ടുവരെ ചെന്നിട്ട് ഒന്നുരണ്ട് മൈൽകൂടി മുന്നോട്ടുപോകുക. ജഫ്പോക്കോക്ക് ചീങ്കണ്ണികളെ വേട്ടയാടുമ്പോൾ ഉപയോഗിക്കുന്ന ഒരു ചെറിയ കുടിൽ നിങ്ങൾക്ക് കാണാൻ പറ്റും. അവിടെനിന്ന് രണ്ടുമൈൽ മുകളിലോട്ട് പോയാൽ കുറുകെക്കടക്കാൻ കഴിയുന്ന ഒരു ആഴംകുറഞ്ഞ ഭാഗമുണ്ട്. അവിടെനിന്ന് പത്തുമൈൽ വടക്കോട്ട് പോകണം. വീട്ടിൽനിന്ന് വിൽസ്ടൗണിലേക്കുള്ള അവരുടെ നടപ്പാത നിങ്ങൾക്ക് കാണാൻ കഴി യും. അത് നിങ്ങൾക്ക് ഒരിക്കലും തെറ്റില്ല."

"ശരി."

"ഭക്ഷണത്തെപ്പറ്റി എന്ത് പറയുന്നു?"

ആൺകുട്ടി അയാളുടെ തലകുലുക്കി. "ഞാൻ പോകുന്ന വഴിയിൽ ഭക്ഷണം കിട്ടുമെന്നാണ് വിചാരിക്കുന്നത്."

അവർ മുറ്റത്തിറങ്ങിയപ്പോൾ അയാൾ കുതിരപ്പുറത്ത് കയറിപ്പോ കുന്നത് അവർ കണ്ടു. മഴ ഏറക്കുറെ അവസാനിച്ചുകഴിഞ്ഞിരുന്നു. പക്ഷേ, മേഘങ്ങൾ തലയ്ക്ക് മുകളിൽ കറുത്തിരുണ്ട് കിടക്കുന്നുണ്ടാ യിരുന്നു. ജോ അവളുടെ നേർക്ക് തിരിഞ്ഞു. "ഇതിനെപ്പറ്റി വിഷമം ഉണ്ട്." അയാൾ ശാന്തമായി പറഞ്ഞു. "മഴ നമ്മുടെ ദിവസത്തെ നശിപ്പിച്ചുകള ഞ്ഞു. മൂൺഷൈനിന്റെ കൂടെ കുതിരപ്പുറത്തു പോകുന്നതിൽ നിങ്ങൾക്ക് ബുദ്ധിമുട്ട് ഒന്നും ഇല്ലല്ലോ?"

"തീർച്ചയായയും ഇല്ല." അവൾ പറഞ്ഞു. "നിങ്ങൾ ഉടൻ തന്നെ യാത്ര തിരിക്കണം." അവൾക്ക് പോകുന്ന സമയത്ത് കൂടെക്കൊണ്ടുപോകാൻ വേണ്ടി എന്തെങ്കിലും ഉച്ചഭക്ഷണം തയ്യാറാക്കാൻ പാമോലിവിനെ ഏല്പി ക്കാൻ വേണ്ടി അവൾ തിടുക്കത്തിൽ അകത്തേക്ക് പോയി. താഴെ മുറ്റത്ത് ആളുകൾ കുതിരയുടെ മുകളിൽ ജീനിവച്ച് കെട്ടുന്നുണ്ടായിരുന്നു. അവർ അവരുടെ സവാരിക്കുതിരകളെയും ഒരു ചുമട്ടുകുതിരയെയും അവരോ ടൊപ്പം കൊണ്ടുപോകുന്നുണ്ടായിരുന്നു. ചുമട്ടുകുതിരയുടെ മുകളിൽ

അവർ കൂടാരവും മറ്റ് സാധനങ്ങളും വച്ചുകെട്ടിയിരുന്നു. ജോ ഹാർമാൻ അവർക്കൊപ്പം കൊണ്ടുപോകാൻ ഉദ്ദേശിച്ചിരുന്ന ആഹാരസാധനങ്ങളുടെ മോശം ഗുണനിലവാരത്തിലും അളവിലും അവൾക്ക് വിഷമം ഉണ്ടായി രുന്നു. അയാൾ മൂന്ന് റൊട്ടിയും അമിതമായി വേവിച്ച് ഭയാനകമായി കറുത്തുപോയ ഒരു വലിയ ഇറച്ചിക്കഷണവും ഇറച്ചിവയ്ക്കുന്ന അല മാരയിൽ നിന്ന് പുറത്തെടുത്ത് ചാക്കിനുള്ളിലേക്ക് ഇട്ടു. അയാൾ ഒന്നു രണ്ടുതവണ കൈനിറയെ തേയിലയും പഞ്ചസാരയുമെടുത്തു രണ്ട് പഴയ ചോക്കലേറ്റ് ടിന്നുകളിൽ നിറച്ചുവച്ചു. ഒരു ക്ലിപ്തമല്ലാത്ത യാത്രയ്ക്കു വേണ്ടിയുള്ള അയാളുടെ മൊത്തം കരുതൽനടപടികൾ ഇത്ര മാത്രം ആയിരുന്നു. അയാൾ അയാളുടെ തയ്യാറെടുപ്പുകളിൽ മുഴുകിയി രിക്കുകയാണെന്നും അതിനിടയിൽ ഒരു ഇടപെടൽ അയാൾ ആഗ്രഹി ക്കുന്നില്ലെന്നും മനസ്സിലാക്കിക്കൊണ്ട് അവൾ അയാളെ തടസ്സപ്പെടുത്തി യില്ല. പക്ഷേ, ഈ അറിവ് അവളുടെ ഭാവിയിലേക്കുള്ള ഒരു വിവരം എന്ന നിലയിൽ അവൾ സൂക്ഷിച്ചുവച്ചു.

അയാൾ വരാന്തയിൽവച്ച് അവളോട് ഒരു ചുംബനത്തിനുശേഷം വിടപറഞ്ഞു. "ജോ, നിങ്ങൾ നിങ്ങളുടെ ആരോഗ്യം സൂക്ഷിക്കണം." അവൾ പറഞ്ഞു.

അയാൾ മുഖത്ത് ചിരിവരുത്തി. "അടുത്ത ആഴ്ച നിങ്ങളെ വിൽടൗ ണിൽവച്ച് കാണാം." അയാൾ പറഞ്ഞു. അതിനുശേഷം അയാൾ അയാ ളുടെ ഒരുവശത്ത് ബോൺവില്ലിനേയും അയാളുടെ പിന്നിൽ ചുമട്ടുകു തിരയെയും നയിച്ചുകൊണ്ട് ഗേറ്റിലൂടെ പുറത്തേക്ക് പോകുകയായിരുന്നു.

വീണ്ടും മഴപെയ്യാൻ തുടങ്ങിയിരുന്നു. അവൾ വരാന്തയിലേക്ക് ഇറ ങ്ങിനിന്നു. ഇപ്പോൾ അവിടെ തികഞ്ഞ നിശ്ശബ്ദത ആയിരുന്നു. ജോ പോയിക്കഴിഞ്ഞപ്പോൾ വരാന്ത പൂർണ്ണമായും ഒഴിഞ്ഞുകിടക്കുകയായി രുന്നു. പാമോലിവ് അവളുടെ സ്ഥലത്തേക്ക് പിൻവാങ്ങിയിരുന്നു. ഇരുമ്പ് മേല്ക്കൂരയിൽ മഴ നിരന്തരമായി ഏകാഗ്രതയോടെ താളം പിടിച്ചുകൊ ണ്ടിരുന്നു. മൊത്തം കാര്യങ്ങളും അവസാനിച്ചുകാണുമെന്ന് അവൾക്ക് തോന്നിയിരുന്നു. വിൻഡർ മിയറിൽ ഡോൺ കർട്ടിസ് ഒരുപക്ഷേ, പ്രത്യ ക്ഷപ്പെട്ടിരിക്കുമെന്നും ജോയുടെ യാത്ര ഒരുപക്ഷേ, ഒരു പ്രയോജനവും ഇല്ലാത്ത ഒരു അദ്ധ്വാനം ആയിരിക്കുമെന്നും അവൾക്ക് തോന്നുന്നുണ്ടാ യിരുന്നു. മിഡ്ഹസ്റ്റിന് ഒരു റേഡിയോ സംപ്രേക്ഷണ സാമഗ്രി ഇല്ലാ ത്തത് പരിഹാസ്യമായിരുന്നു. അവർ ആശുപത്രിയിൽനിന്ന് ഇരുപത് മൈൽ മാത്രം ദൂരത്താണെന്നുള്ളത് സത്യമായിരുന്നു. അതുകൊണ്ട് അവർക്ക് സ്വന്തം അപകടങ്ങൾക്ക് ഈ റേഡിയോ സംപ്രേക്ഷണ സാമഗ്രി ഉപയോഗിക്കേണ്ട വലിയ ആവശ്യമൊന്നും ഉണ്ടായിരുന്നില്ല. അവർ വിവാഹിതരാകുമ്പോൾ മിഡ്ഹസ്റ്റിൽ ഒരു റേഡിയോ സംപ്രേ ക്ഷണ സാമഗ്രി ഉണ്ടായിരിക്കണമെന്ന് അവൾ മനസ്സുകൊണ്ട് തീരുമാ നിച്ചു. അതില്ലാത്ത ഒരു കന്നുകാലി സംരക്ഷണ കേന്ദ്രം ഈ കാലത്ത് വളരെ അപരിഷ്കൃതം ആയിരിക്കും.

ഇതിനുമുമ്പ് അവൾ ഒരിക്കലും മിഡ്ഹസ്റ്റിൽ തനിച്ച് നിന്നിട്ടില്ല. അവൾ മുറികൾതോറും ആഴത്തിൽ പല കാര്യങ്ങളും ആലോചിച്ചു കൊണ്ട് അലഞ്ഞുതിരിഞ്ഞു. ആ വല്ലഭി കംഗാരുക്കുട്ടി അവളുടെ പിന്നാലെ തുള്ളിച്ചാടുന്നുണ്ടായിരുന്നു. ഇടയ്ക്കിടയ്ക്ക് അതിനെ തഴു കാൻവേണ്ടി അവൾ അവളുടെ കൈപ്പത്തി താഴ്ത്തുന്നുണ്ടായിരുന്നു. അത് അവളുടെ വിരലുകളിൽ കരളുന്നുണ്ടായിരുന്നു. അവൾ അയാളുടെ മുറിയിൽ വളരെക്കൂടുതൽ സമയം ചെലവഴിച്ചു. പ്രധാനമായും അവിടെ കിടന്നിരുന്ന ജോ ഹാർമാന്റേതായ വസ്ത്രങ്ങളിലും മറ്റ് പരുക്കൻ തുണി ക്കഷണങ്ങളിലും അവൾ വിരലോടിക്കുന്നുണ്ടായിരുന്നു. സ്പർശിക്കു ന്നുണ്ടായിരുന്നു. അയാൾക്ക് ഉണ്ടായിരുന്നത് വളരെക്കുറച്ച് സാധനങ്ങൾ ആയിരുന്നു. എങ്കിലും അവയെല്ലാം അയാളുടെ മുറിയിൽ ഉണ്ടായിരു ന്നു. അയാൾ അവളെ അന്വേഷിച്ചുകൊണ്ട് ഇംഗ്ലണ്ടിലേക്കുള്ള ആ അസാ ധാരണ യാത്ര സ്വപ്നം കണ്ടിരുന്നു. അതിനുള്ള പദ്ധതിയും അയാൾ മുൻകൂട്ടി തയ്യാറാക്കിയിരുന്നു. ആ യാത്ര അവസാനിച്ചിരുന്നത് നോയൽ സ്ട്രാച്ചന്റെ ചാൻസറി ഇടവഴിയുള്ള ഓഫീസിൽ ആയിരുന്നു. അവൾക്ക് ചാൻസറി ഇടവഴി വളരെയധികം ദൂരെയാണെന്ന് തോന്നുന്നുണ്ടായിരു ന്നു.

ഏകദേശം മൂന്നുമണിയോടെ ഡേവ് ഹോപ്പ് എത്തിച്ചേർന്നു. അയാൾ രാവിലെ പീറ്റർ ഫ്ളച്ചർ വന്നിരുന്നതുപോലെ വിൽസ്ടൗ ണിൽനിന്ന് മഴയത്ത് കുതിരപ്പുറത്താണ് വന്നത്. നോർമാൻ ടണിൽനിന്ന് അയാൾക്ക് ഒരു ലോറി കിട്ടിയിരുന്നു. അയാൾക്ക് റേഡിയോയിൽ നിന്നുള്ള കുറേക്കൂടി വിവരങ്ങൾ കൂട്ടിച്ചേർക്കാൻ കഴിയുന്നുണ്ടായിരുന്നു. അയാൾ ആസ്ട്രേലിയക്കാരനായ ആ കന്നുകാലിനോട്ടക്കാരൻ ആദി വാസി സാംസൺ സ്ഥലത്തു തിരിച്ചെത്തിയിട്ടുണ്ടെന്ന് അവളോട് പറ ഞ്ഞു.

"അവർ ഏതൊക്കെയോ കന്നുകാലികളെ അന്വേഷിക്കുകയായിരു ന്നെന്നാണ് തോന്നുന്നത്." അയാൾ പറഞ്ഞു. "ചിലത് കേന്ദ്രത്തിന്റെ അറ്റത്തുള്ള നിരാശാ അരുവിയുടെ അറ്റത്തുവരെ പോയിട്ടുണ്ടായിരുന്നു. അവർ എന്തുകൊണ്ടോ വേർപിരിഞ്ഞ് ഓരോ വഴിക്ക് ഓരോരുത്തരാ യാണ് പോയിരുന്നത്. അവർ വൈകുന്നേരത്ത് തിരിച്ചുവന്ന് വീണ്ടും കണ്ടുമുട്ടാൻ തീരുമാനിച്ചിരുന്നു. ഡോൺ അന്നുവൈകുന്നേരത്ത് തിരി ച്ചുവന്നിരുന്നില്ല. തീർച്ചയായും ആദിവാസിക്ക് അയാളെ ഇരുട്ടത്ത് പിന്തു ടർന്നു പോകാൻ കഴിയില്ലായിരുന്നു. രാവിലെ നേരം വെളുത്തപ്പോൾ ആ സ്ഥലം മുഴുവൻ വെള്ളത്തിൽ കിടന്ന് നീന്തുകയായിരുന്നു. അയാൾക്ക് ഒരുതരത്തിലും ഡോണിനെ പിന്തുടരാൻ കഴിയില്ലായിരുന്നു. അത് അങ്ങനെ സംഭവിച്ചതാണെന്നാണ് തോന്നുന്നത്."

അവർ അതിനെപ്പറ്റി കുറച്ച് സമയം വരാന്തയിൽനിന്ന് സംസാരിച്ചി രുന്നു. അവരുടെ അടുത്തുനിന്ന് മുപ്പതോ നാല്പതോ മൈൽ ദൂരെയുള്ള ഏതോ ഒരു സ്ഥലത്ത് ഒരു മനുഷ്യൻ നിശ്ചയമായും മുറിവേറ്റ് നിലത്തു

വീണ് കിടക്കുന്നുണ്ടാകും. അയാൾ മുപ്പത് മൈൽ വ്യാസത്തിനുള്ളി
ലുള്ള ഏത് സ്ഥലത്തു വേണമെങ്കിലും ഉണ്ടായിരിക്കാനുള്ള സാധ്യത
യുണ്ട്. അയാൾ ഒരുപക്ഷേ, ഒരു കുറ്റിക്കാടിനുള്ളിൽ ഈ സമയംകൊണ്ട്
ബോധംപോലും നഷ്ടപ്പെട്ട് കിടക്കാനുള്ള സാദ്ധ്യതയുമുണ്ട്. അയാളെ
അന്വേഷിക്കുന്നത് ഒരു കെട്ട് വൈക്കോലിനുള്ളിൽനിന്നും ഒരു സൂചി
കണ്ടെത്താൻ ശ്രമിക്കുന്നതുപോലെ ആണ്.

"ഡേവ് ഹോപ്പ്, നിങ്ങൾ പോയി അവരെ സഹായിക്കുന്നതാണ് കൂടു
തൽ നല്ലത്." ജീൻ അവസാനം പറഞ്ഞു. "ഇവിടെ ചെയ്യാൻ ഒരു
കാര്യവുമില്ല. ഞാൻ ഇവിടെ താമസിച്ച് കാര്യങ്ങൾ നോക്കിക്കൊള്ളാം."

അയാൾക്ക് ചെറിയ തോതിൽ സംശയം ഉണ്ടായിരുന്നു. "ഞാൻ
എന്ത് ചെയ്യണമെന്ന് ആയിരുന്നു ജോ ഹാർമാൻ പറഞ്ഞിരുന്നത്?"

"അയാൾ ഒന്നുംതന്നെ പറഞ്ഞിരുന്നില്ല. ഞാൻ അയാളോട് നിങ്ങൾ
ഇവിടെ തിരിച്ചുവരുന്നതുവരെ ഞാൻ ഇവിടെ താമസിക്കാമെന്ന് പറഞ്ഞി
രുന്നു. ആരുമില്ലാതെ ഈ കേന്ദ്രത്തിന്റെ ചുമതല ആദിവാസികൾക്ക്
മാത്രമായി ഏല്പിച്ചുകൊടുത്തിട്ട് ഇവിടെനിന്ന് പോകാൻ അയാൾ ആഗ്ര
ഹിക്കുന്നില്ല. ഡേവ് ഹോപ്പ്, മറ്റാരെങ്കിലും വരുന്നതുവരെ ഞാൻ ഇവിടെ
താമസിക്കും. നിങ്ങൾ വിൻഡർമിയറിൽപോയി അവരോടൊപ്പം പങ്കു
ചേരൂ. അതാണ് നിങ്ങൾക്ക് ചെയ്യാൻ പറ്റുന്ന ഏറ്റവും നല്ല കാര്യം."

"ഇവിടെ ഒന്നുംചെയ്യാതെ താമസിക്കുന്നത് നിശ്ചയമായും കൗശല
മാണെന്ന് തോന്നും." അയാൾ സമ്മതിച്ചു.

അവൾ അയാളെ പകൽവെളിച്ചം അവസാനിക്കാൻ രണ്ട് മണിക്കൂർ
ഉള്ളപ്പോൾ പറഞ്ഞയച്ചു. അയാൾക്ക് വിൻഡർമിയറിലെ കേന്ദ്രം നല്ല
പോലെ അറിയാമായിരുന്നു. രാത്രിയിൽ അയാളുടെ യാത്ര അവസാനിപ്പി
ക്കുന്നതിനെപ്പറ്റി അയാൾക്ക് സത്യത്തിൽ സന്തോഷമായിരുന്നു. തനി
ച്ചായപ്പോൾ അവൾ നിർമ്മിച്ചുകാണാൻ ആഗ്രഹിച്ചിരുന്ന അടുക്കളയുടെ
മാതൃകയുമായി മുന്നോട്ടുപോയിരുന്നു. ജോ ഹാർമാന്റെ അനുവാദ
ത്തോടെ പഴയ അടുക്കള പൊളിച്ചു മാറ്റിയതിനുശേഷം പുതിയ അടു
ക്കളയുടെ പണി ആരംഭിക്കാം എന്നുള്ള ഒരു കാഴ്ചപ്പാട് അവൾക്കുണ്ടാ
യിരുന്നു. പെട്ടെന്ന് പാമോലിവ് അടുക്കളയിലേക്ക് കടന്നുവന്ന് അവളുടെ
ചായയ്ക്ക് വേണ്ടിയുള്ള മുട്ടകൾ വേവിച്ചുവച്ചു. അതിനുശേഷം അവൾ
പലതരം മൃഗങ്ങൾക്ക് ഭക്ഷണം കൊടുത്തു. വരാന്തയിൽ ഉണ്ടായിരുന്ന
ചെടികൾക്ക് അവൾ വെള്ളം നനച്ചു.

പാമോലിവ് പോയിക്കഴിഞ്ഞപ്പോൾ ആ രാത്രിയിൽ മിഡ്ഹസ്റ്റിൽ
അവൾ തനിച്ചായിരുന്നു. നായ്ക്കുട്ടികളും അവിടെ ഉണ്ടായിരുന്ന വല്ലബി
കംഗാരുവിന്റെ കുട്ടിയും മാത്രമായിരുന്നു അവളുടെ ചങ്ങാതികളായി
അവിടെ ഉണ്ടായിരുന്നത്. പുറത്ത് എവിടെയോ ഇരുട്ടിൽ മഴ നനഞ്ഞു
കൊണ്ട് ജോ ഹാർമാൻ നനഞ്ഞുകുതിർന്ന കുതിരകളെയും മനുഷ്യ
രെയും ഇരുട്ടിൽ വഴികണ്ടെത്തി ശ്രദ്ധയോടെ ആ പ്രദേശത്തിന്റെ ഉയർന്ന
അറ്റത്തേക്ക് നയിച്ചുകൊണ്ടിരിക്കുകയായിരിക്കും. അവരെ സഹായി

ക്കാൻവേണ്ടി അവൾക്ക് ഇവിടെ കാത്തിരിക്കാമെന്നല്ലാതെ മറ്റൊരു കാര്യവും ചെയ്യാൻ കഴിയില്ല.

അന്നു വൈകുന്നേരം അവൾ ഒരുപാട് കാര്യങ്ങൾ മനസ്സിലാക്കി. അവൾ ഒരു കന്നുകാലികേന്ദ്രത്തിലെ ഭാര്യ നിശ്ചയമായും വളർത്തി യെടുക്കേണ്ട സഹനശക്തിയെപ്പറ്റിയുള്ള കുറച്ചുകാര്യങ്ങൾ മനസ്സി ലാക്കി. അൻപത്തിമൂവായിരം പൗണ്ട് സ്വന്തമായുള്ള ഒരു ഭാര്യയെ സംബന്ധിച്ചിടത്തോളം അത് അല്പം ഭീകരമാണെന്നുപോലും അവൾ ആലോചിച്ചിരുന്നു. ഇത്തരത്തിലുള്ള ഒരു ഭാര്യക്ക് റേഡിയോ സംപ്രേ ക്ഷണം നടത്താനും വാർത്തകൾ സ്വീകരിക്കാനും കഴിയുന്ന ഒരു സംവി ധാനം ഒഴിച്ചുനിർത്താൻ പറ്റില്ലെന്ന് ആദ്യദിവസത്തിൽത്തന്നെ അവൾ മനസ്സിലാക്കി. ആദ്യത്തെ ദിവസത്തിൽപോലും വൈകുന്നേരത്ത് ക്യാൻസിലെ ജാക്കി ബേക്കണുമായി ഒന്നോ രണ്ടോ വാക്കുകൾ കൈമാ റാൻ അവൾ ആഗ്രഹിച്ചിരുന്നുകാണും. ഒരു ഒറ്റപ്പെട്ട മനുഷ്യൻ മൃഗങ്ങ ളുടെ നേർക്ക് എത്രമാത്രം ശ്രദ്ധ തിരിക്കുമെന്ന് അവൾക്ക് മനസ്സിലായി. ഒലീവ് എന്ന് പേരുള്ള ഇരുണ്ട ആദിവാസി പെൺകുട്ടിയുടെ ഓർമ്മ അവ ളുടെ മനസ്സിലേക്ക് അല്പം വിചിത്രമായ രീതിയിൽ തിരിച്ചുവന്നത് അസാ ധാരണമായ കാര്യമായിരുന്നു. വിൽസ്ടൗണിലെ ഹോട്ടൽ സന്ദർശിക്കുന്ന സമയത്തുപോലും ഒലീവിന് അവളുടെ പൂച്ചക്കുട്ടികളെ വിട്ടുപിരിയാൻ കഴിഞ്ഞിരുന്നില്ല. അന്ന് അവൾ കിടക്കയിലേക്ക് പോകുന്ന സമയത്ത് ഒലീവിനെപ്പറ്റി അവൾക്ക് അല്പംകൂടി മെച്ചപ്പെട്ട രീതിയിൽ മനസ്സിലാ ക്കാൻ കഴിഞ്ഞിരുന്നു.

ഒൻപതു മണിയോടെ അവൾ കിടക്കയിലേക്ക് പോയി. അവിടെ ആ സ്ഥലത്തെപ്പറ്റി എഴുതിയിരുന്ന വായനകൊണ്ട് കീറിപ്പറിഞ്ഞുപോയ ഒന്നോ രണ്ടോ അമേരിക്കൻ മാസികകളോ ബ്രിട്ടീഷ് മാസികകളോ കിട ക്കുന്നുണ്ടായിരുന്നു. ഒരു വ്യത്യസ്ത ലോകത്തെപ്പറ്റി ധാരാളം വായന നടന്നുകഴിഞ്ഞിട്ടുള്ള കഥകൾ. അവൾ അതിൽനിന്ന് ഒരെണ്ണം കൈയിലെടുത്ത് കിടക്കയിൽ കിടന്നുകൊണ്ട് വായിക്കാൻ ശ്രമിച്ചു. പക്ഷേ, അതിന്റെ ശൈലി അവളെ തൃപ്തിപ്പെടുത്തിയില്ല. മഴ അവസാ നിച്ചു. അതിനുശേഷം അത് വീണ്ടും ആരംഭിച്ചു. വീണ്ടും മഴ അവസാ നിച്ചു. പെട്ടെന്ന് അവൾ ഉറങ്ങി.

അവൾ ആഴത്തിൽ ഉറങ്ങിയില്ല. അവൾ പലതവണ ഉണർന്നിരുന്നു. വീണ്ടും അവൾ മയങ്ങി. മുറ്റത്ത് ഒരു കുതിരയുടെ ശബ്ദംകേട്ട് നേരം പുലരുന്നതിനുമുമ്പ് അവൾ ഉണർന്നെഴുന്നേറ്റ് വരാന്തയിലെത്തി സ്വിച്ചിട്ടു കൊണ്ട് ചോദിച്ചു. "അതാരാണ്?"

ഒരു മനുഷ്യൻ പടിക്കെട്ടിന്റെ അടുത്തേക്ക് നീങ്ങിനിന്ന് വെളിച്ചത്തി ലേക്ക് വന്നുകൊണ്ട് പറഞ്ഞു. "മിസ്സി, ഇത് ഞാനാണ്... ബോൺവിൽ..."

അയാൾ വ്യക്തതയില്ലാത്ത ഉച്ചരണത്തിലാണ് സംസാരിച്ചത്. അയാൾ എന്താണ് പറയുന്നതെന്ന് അവൾക്ക് മനസ്സിലാക്കാൻ കഴി ഞ്ഞില്ല. അവൾ പറഞ്ഞു. "ബോൺവിൽ ഇങ്ങോട്ട് അടുത്തു വരൂ...

എന്താണ് കാര്യം?"

അയാൾ വരാന്തയിലേക്ക് കയറി അവളുടെ അടുത്തേക്ക് വന്നു. അയാൾ എണ്ണക്കറുപ്പ് നിറമുള്ള ഒരു അമ്പത് വയസ്സുകാരൻ ആയിരുന്നു. അയാൾക്ക് ചുളിവുകൾ വീണ മുഖവും നരച്ചുതുടങ്ങിയ തലമുടിയും ഉണ്ടായിരുന്നു. അയാൾ വീണ്ടും പറഞ്ഞപ്പോൾ അവൾക്ക് കാര്യം മനസ്സിലായി.

"മിസ്റ്റർ ഹോപ്പ് ഇവിടെയില്ല." അവൾ പറഞ്ഞു. "അയാൾ വിൻഡർമിയറിൽ പോയിരിക്കുകയാണ്. അയാൾ ഇവിടെ തിരിച്ചുവന്നതിനുശേഷം വീണ്ടും വിൻഡർമിയറിലേക്ക് പോയി. ബോൺവിൽ, മിസ്റ്റർ ഹാർമാന് എന്ത് സംഭവിച്ചു?"

അയാൾ പറഞ്ഞത് അവൾ വളരെ ബുദ്ധിമുട്ടി മനസ്സിലാക്കിയെടുത്തു. "മിസ്റ്റർ ഹാർമാൻ മുകളിൽ അറ്റത്തുണ്ട്. മിസ്റ്റർ കർട്ടിസിന്റെ കാൽ ഒടിഞ്ഞിരിക്കുകയാണ്. മിസ്റ്റർ ഹോപ്പിനെ വിളിച്ചുകൊണ്ടുവരാൻ വേണ്ടി മിസ്റ്റർ ഹാർമാൻ എന്നെ പറഞ്ഞുവിട്ടതാണ്. അയാൾ ചെറിയ ലോറി ഓടിച്ച് മുകളിലെത്തി കർട്ടിസിനെ തിരിച്ചുകൊണ്ടുവരുമെന്നാണ് മിസ്റ്റർ ഹാർമാൻ പറഞ്ഞത്."

അവൾക്ക് അയാൾ പറഞ്ഞ കാര്യങ്ങൾ പൂർണ്ണമായും മനസ്സിലാക്കാൻ കഴിയാത്തതിൽ അവളോടുതന്നെ ദേഷ്യം വന്നിരുന്നു. തെറ്റ് അവളുടേതായിരുന്നു. ഉൾക്കടൽ രാജ്യത്തെ ഒരു സ്ത്രീക്ക് അയാൾ പറയുന്നത് ഉടൻതന്നെ മനസ്സിലാക്കാൻ കഴിയുമായിരുന്നു. പാമോലീവിനെ പറഞ്ഞുവിട്ടത് അവൾ ആയിരുന്നു.

അയാൾ അല്പസമയം നിശ്ശബ്ദനായി നിന്നു. അതിനുശേഷം അയാൾ ചോദിച്ചു. "ചെറിയ ലോറി ഓടിക്കാൻ ഇവടെ വെള്ളക്കാർ ആരുമില്ലേ?"

അവൾ ഇല്ലെന്നുള്ള അർത്ഥത്തിൽ തലകുലുക്കി. അതിനുശേഷം അവൾ ചോദിച്ചു.

"ബോൺവിൽ നിങ്ങൾക്ക് ഈ ചെറിയ ലോറി ഓടിക്കാൻ പറ്റുമോ?"

"പറ്റില്ല മിസ്സി."

മറ്റേതെങ്കിലും ആസ്ട്രേലിയക്കാരന് പറ്റുമോ?"

"പറ്റില്ല മിസ്സി."

ബോൺവില്ലിനെ വഴികാട്ടിയാക്കിക്കൊണ്ട് അവർക്കുവേണ്ടി അവൾതന്നെ വണ്ടി ഓടിക്കാമെന്നുള്ള ആലോചന അവളിലേക്ക് കടന്നുവന്നിരുന്നു. പക്ഷേ, അത് വളരെ എളുപ്പത്തിൽ ഏറ്റെടുക്കാൻ കഴിയുന്ന ഒരു കാര്യമല്ല. അവൾക്ക് ഒരിക്കലും ഒരു കാർ സ്വന്തമായി ഉണ്ടായിരുന്നില്ല. അവൾ പല ചെറുപ്പക്കാരുടെയും കാറുകൾ ഇടയ്ക്കിടയ്ക്ക് ഓടിച്ചിട്ടുണ്ടായിരുന്നെങ്കിലും അവളുടെ കാറോടിച്ചുള്ള മൊത്തം പരിചയം അഞ്ചുമണിക്കൂറിൽ കൂടുതൽ ഉണ്ടായിരുന്നില്ല. അവൾക്ക് ഒരു കാറിന്റെ ചലനങ്ങൾ കുറച്ചൊക്കെ പരിചിതമായിരുന്നു. അവൾ സ്വന്തം കഴിവുകേടിനെപ്പറ്റി വീണ്ടും സ്വയം അപമാനിതയായി വീണ്ടും അവൾക്ക്

ദേഷ്യം വരുന്നുണ്ടായിരുന്നു.

അവൾ ഒരു സിഗററ്റ് കത്തിച്ചുകൊണ്ട് ആഴത്തിൽ ആലോചിച്ചു. അവൾ ചെറിയ ലോറി ഓടിച്ച് അപകടം ഉണ്ടാക്കുകയാണെങ്കിൽ അതു കൊണ്ട് ആർക്കും ഒരു പ്രയോജനം ഉണ്ടാകില്ല. അവൾ മുമ്പ് ഒരിക്കലും അതുപോലെ ഒരു വലിയ വാഹനം ഓടിച്ചിരുന്നില്ല. മറ്റൊരു വഴി ബേൺവില്ലിനെ വിൽസ് ടൗണിലേക്ക് കുതിരപ്പുറത്ത് പറഞ്ഞുവിടുന്ന തായിരിക്കും. ഒരുപക്ഷേ, പൊലീസ് സ്റ്റേഷനിൽ എത്തിയാൽ ഡ്രൈവർ ഉൾപ്പെടെ ഒരു വാഹനം അവർ ബോൺവില്ലിന് വിട്ടുകൊടുക്കുമായിരി ക്കും. വിൽസ്ടൗണിലേക്ക് തിരിച്ചെത്താനുള്ള യാത്ര നാല്പത് മൈൽ ആയിരുന്നു. അതിന്റെ അർത്ഥം മുകളറ്റത്തേക്ക് യാത്ര തിരിക്കാൻ ചെറിയ ലോറി മിഡ്ഹസ്റ്റിൽ എത്തിച്ചേരാൻ വേണ്ടി ആറുമണിക്കൂർ സമ യത്തെ താമസം വരും എന്നാണ്. അവൾ ചോദിച്ചു. "ജോ ഹാർമാൻ എത്രമാത്രം ദൂരത്താണെന്ന് ബോൺവില്ലിന് അറിവുണ്ടോ?"

അയാൾ ആലോചിച്ചു. "കിണറുകഴിഞ്ഞ് നാലുമൈൽ കൂടിയുണ്ട്."

കന്നുകാലി വളർത്തൽ കേന്ദ്രത്തിൽനിന്നും പുതിയ കിണറിലേക്ക് ഇരുപത്തിരണ്ട് മൈൽ ഉണ്ടെന്ന് ജോ ഹാർമാൻ ഒരിക്കൽ അവളോട് പറഞ്ഞിട്ടുണ്ടായിരുന്നു. കണക്കുകൂട്ടിയപ്പോൾ അപകട സ്ഥലം ഇരുപ ത്തിയാറ് മൈൽ ദൂരത്താണെന്ന് തിരിച്ചറിയാൻ കഴിഞ്ഞിരുന്നു. അവൾ ചോദിച്ചു. "പാത എങ്ങനെയാണ്? ചെറിയ ലോറിക്ക് അവിടെ എത്താൻ പറ്റുമോ?"

"കിണർ വരെ ചുടുകാലത്ത് വഴി ഒന്നാംതരമാണ്." അയാൾ പറ ഞ്ഞു. അവൾ തലയാട്ടി; അയാളുടെ ഈ പ്രസ്താവന നിശ്ചയമായും ശരിയായിരിക്കും. കാരണം കിണർ കുഴിച്ചിട്ട് ഏതാനും മാസങ്ങൾ മാത്രമേ കഴിഞ്ഞിട്ടുള്ളൂ. തീർച്ചയായും ലോറികൾ കിണറിനടത്തുവരെ പോകുന്നുണ്ടായിരുന്നു കാണും. ഒരുപക്ഷേ, മഴയിൽ പോലും അവിടെ വരെ എത്തിച്ചേരാൻ കഴിയുമായിരിക്കും. ആകാശം ചാരനിറമായി മാറാൻ തുടങ്ങിക്കഴിഞ്ഞിരുന്നു. പൂർണ്ണമായ സൂര്യപ്രകാശം അകലെയായിരു ന്നില്ല.

അവൾ ചോദിച്ചു. "കുറുകെക്കടക്കാൻ ഏതെങ്കിലും അരുവികൾ ഉണ്ടോ?"

അയാൾ മൂന്നുവിരലുകൾ ഉയർത്തിക്കാണിച്ചുകൊണ്ട് പറഞ്ഞു. "മൂന്ന്."

"അവ ആഴമുള്ള നദികളാണോ? ചെറിയ ലോറിക്ക് അത് കുറുകെക്കടക്കാൻ പറ്റുമോ?"

"മിസ്സി അരുവികൾക്ക് കൂടുതൽ ആഴമില്ല."

ബോൺവിൽ ചെറിയ ലോറിയുടെ ഒരു വശത്തുകൂടി കുതിരപ്പു റത്തു സഞ്ചരിക്കുകയാണെങ്കിൽ ആഴം കുറഞ്ഞ അരുവി കുറുകെക്കട ക്കാൻ കഴിയുമെന്ന് അവൾ വിചാരിച്ചു. അത് എന്തായാലും ശ്രമിച്ചു നോക്കാവുന്ന ഒരു കാര്യമാണ്. സംഭവിക്കാവുന്ന ഏറ്റവും മോശം കാര്യം

ലോറി ഓടാതെ നിന്നുപോകുന്നതായിരിക്കും. അങ്ങനെ വന്നാൽ അവൾക്ക് ബോൺവില്ലിനെ വീണ്ടും വിൽസ്ടൗണിലേക്ക് തിരിച്ചയ ക്കേണ്ടി വരും. കൂടുതൽ സമർത്ഥനായ ഒരു ഡ്രൈവറെ അയച്ചുതരണ മെന്നുള്ള ഒരു കുറിപ്പ് ബോൺവില്ലിന്റെ കൈയിൽ അവർക്ക് കൊടു ത്തുവിടേണ്ടി വരും. അയാളുടെ കുതിര അയാളുടെ കൈവശമുള്ളപ്പോൾ യാത്രയ്ക്ക് കൂടുതൽ താമസമൊന്നും വരാനില്ല. അവൾ പറഞ്ഞു. "ശരി ബോൺവിൽ, ചെറിയ ലോറി ഞാൻ ഓടിക്കും. നിങ്ങൾ കുതിരപ്പുറത്ത് എന്റെ കൂടെ വരണം."

"മിസ്സി, പുതിയ കുതിരയെ കൊണ്ടുവരണം. ഇവൻ ക്ഷീണിച്ചിരിക്കു ന്നു."

"ശരി ഒരു പുതിയ കുതിരയെ കൊണ്ടുവന്നു കൊടുക്കു. ബോൺവില്ലും നിശ്ചയമായും ക്ഷീണിച്ചു കാണും." പക്ഷേ, അവൾക്ക് ഈ ചുളിവുവീണ കറുത്ത മുഖങ്ങളിൽനിന്നും ക്ഷീണം കണ്ടെത്താ നുള്ള പരിചയക്കുറവ് ഉണ്ടായിരുന്നു. "ബോൺവില്ലിന് ഭക്ഷണസാധന ങ്ങൾ നിറയ്ക്കാനുള്ള സഞ്ചി ഉണ്ടോ?" അവൾ ചോദിച്ചു.

"ഞാൻ ഭക്ഷണസാധനങ്ങൾ കൊണ്ടുപോകാനുള്ള സഞ്ചിയും കൊണ്ടുവരാം. നമുക്ക് അരമണിക്കൂറിനുള്ളിൽ യാത്ര ആരംഭിക്കാം."

അയാൾ പോയി. അവൾ ഒരു കപ്പ് ചായയ്ക്കുവേണ്ടി ലോഹപ്പാത്രം ചൂടാക്കാൻ വച്ചതിനുശേഷം പോയി അവളുടെ കുതിരസവാരിക്കുള്ള വേഷങ്ങളും കാലുറകളും ധരിച്ചു. ജോയുടെ മുറിയിൽ കഴിഞ്ഞ രാത്രി യിൽ അവൾ കണ്ടെത്തിയ ഒരു പഴയ തകരപ്പെട്ടി ഇരിക്കുന്നുണ്ടായിരു ന്നു. അതിന്റെ പകുതി ഭാഗംവരെ മുറിവും വ്രണങ്ങളും വച്ചുകെട്ടാനുള്ള തുണികളും എല്ലൊടിഞ്ഞാൽ അത് നേരെയാക്കാൻ വേണ്ടി വച്ചുകെ ട്ടുന്ന തടിക്കഷണങ്ങളും മരുന്നുകളുംകൊണ്ട് നിറഞ്ഞിരിക്കുകയായിരു ന്നു. തകരം ആയിരുന്നതുകൊണ്ട് അതിനുള്ളിൽ വെള്ളം നനയില്ലെന്ന് അവൾ വിചാരിച്ചു. അവൾ അതിനുള്ളിലെ ബാക്കിഭാഗത്ത് പുതപ്പുകളും സ്റ്റോർ മുറിയിലെ അലമാരയിൽനിന്നുള്ള ഭക്ഷണസാധനങ്ങൾ നിറച്ച തകരപ്പാട്ടകളും അതിന്റെ കൂടെ ഒരു ചെറിയ ചാക്ക് ഗോതമ്പു പൊടിയും കൂടി എടുത്ത് കുത്തിനിറച്ചുവച്ചു. അവളുടെ ലോറി പകുതി വഴിയിൽ എവിടെയെങ്കിലും നിന്നുപോകുകയാണെങ്കിൽ ഒന്നോ രണ്ടോ രാത്രി കൾ ചെലവഴിക്കാൻ ആവശ്യംവരുന്ന അവശ്യസാധനങ്ങളെപ്പറ്റി അവൾക്ക് ഇതിലും കൂടുതൽ ആലോചിക്കാൻ കഴിഞ്ഞിരുന്നില്ല.

അവൾ ഇറച്ചിയും റൊട്ടിയും ജാമും ഉൾപ്പെടെയുള്ള ഭക്ഷണവും ഒരു ചായയും കഴിച്ചു. അതിനുശേഷം അവൾ താഴെ മുറ്റത്തിറങ്ങി ചെറിയ ലോറി പരിശോധിച്ചു. വലിയ പെട്രോൾ ടാങ്കിനുള്ളിൽ ഇരുപത് ഗാലൺ പെട്രോൾ ഉണ്ടായിരുന്നു. എണ്ണസംഭരണിക്കുള്ളിൽ എണ്ണ നിറഞ്ഞു നില്ക്കുകയായിരുന്നു. അവൾ വെള്ളത്തിന്റെ കുഴലെടുത്ത് റേഡിയേറ്റ റിൽ വെള്ളം നിറച്ചു. വിളക്ക് തൂക്കിയിടുന്ന വളഞ്ഞ കമ്പിയിൽ വെള്ളം നിറച്ച് കൊണ്ടുപോകുന്ന സഞ്ചി തൂക്കിയിട്ടു. പിന്നീട് അവൾ ലോറിക്കു

ള്ളിൽ കയറിയിരുന്നു. ഗിയറുകൾ വ്യക്തമായി കാണാൻ കഴിഞ്ഞിരു ന്നത് അവൾക്ക് ഒരു ആശ്വാസമായിരുന്നു. വളരെ ജാഗ്രതയോടെ അവൾ എൻജിൻ പ്രവർത്തിപ്പിച്ചതിനു ശേഷം പിന്നോട്ടുപോകാനുള്ള ഗിയർ ഇട്ട് ലോറി മുറ്റത്തേക്ക് ഇറക്കി നിർത്തി.

അവർ തകരപ്പെട്ടിയെടുത്ത് ലോറിയുടെ പിന്നിൽ വച്ചുകൊടുത്തു. അവളുടെ മുമ്പിൽ വഴി കാണിച്ചുകൊടുക്കാൻ കുതിരപ്പുറത്തിരിക്കുന്ന ബോൺവില്ലിനോടൊപ്പം അവർ യാത്ര ആരംഭിച്ചു. വഴിയിൽ ഒരിടത്തും അവൾ ടോപ്പ്ഗിയറിൽ യാത്ര ചെയ്തില്ല. അതിനുള്ള കാരണത്തിന്റെ ഒരുഭാഗം ബോൺവിൽ സഞ്ചരിക്കുന്നത് കുതിരപ്പുറത്ത് ആണെന്നുള്ള തായിരുന്നു. അതിന്റെ ബാക്കിഭാഗം അവൾക്ക് ലോറി ഓടിക്കാനുള്ള സ്വന്തം യോഗ്യതയെക്കുറിച്ച് തികഞ്ഞ അവിശ്വാസം ആയിരുന്നു എന്ന താണ്. അവളുടെ വേഗത ഒരു സമയത്തും മണിക്കൂറിൽ പത്തുമൈലു കൾക്ക് അപ്പുറത്തേക്ക് പോയിരുന്നില്ല. അവൾ മൂന്ന് അരുവികളിൽ ഓരോ ന്നിലും ബോൺവിൽ കാണിച്ചുകൊടുത്തിരുന്ന വഴിയിലൂടെയാണ് ലോറി ഓടിച്ചിരുന്നത്. കാലുകൾക്ക് ചുറ്റും നിറഞ്ഞു നില്ക്കുന്ന മഞ്ഞനിറമുള്ള വെള്ളം തെറിപ്പിച്ചുകൊണ്ട് അസ്വസ്ഥതയോടെ കുതിച്ചു ചാടുന്ന കുതി രയെ അവൾ ലോറിയിൽ ഇരുന്നുകൊണ്ട് ജാഗ്രതയോടെ പിന്തുടരുക യായിരുന്നു. ഒരിക്കൽ ലോറിക്കുള്ളിലേക്ക് വെള്ളം കയറുമെന്ന് തോന്നി യപ്പോൾ അവൾ അങ്ങേയറ്റം ഭയന്നുപോയിരുന്നു. പക്ഷേ, അവൾ ആ ചെറിയ ലോറി മുന്നോട്ടുതന്നെ കൊണ്ടുപേകുകയായിരുന്നു. അത് എല്ലാ ദ്വാരങ്ങളിൽനിന്നും വെള്ളം പുറത്തേക്ക് തെറിപ്പിച്ചുകൊണ്ട് ഒരു പാറ യിൽനിന്നും മറ്റൊരു പാറയിലേക്ക് ചാടിച്ചാടി വെള്ളത്തിൽനിന്നും പുറ ത്തുവന്നു.

കിണറു കഴിഞ്ഞ് നാലുമൈൽ അകലെ ജോ ഹാർമാൻ അയാ ളുടെ ചെറിയ കൂടാരത്തിന്റെ മുമ്പിൽ ഇരിക്കുകയായിരുന്നു. അയാൾ ഇടതൂർന്ന് വളർന്നിരുന്ന കുറ്റിച്ചെടികൾ ഒരു ചെറിയ മലയടിവാരത്തു നിന്നും വെട്ടിമാറ്റി വൃത്തിയാക്കിയെടുത്ത സ്ഥലത്താണ് ആ കൂടാരം അടിച്ചിരുന്നത്. വൃത്തിയാക്കിയെടുത്ത ഈ സ്ഥലത്തിന്റെ അടുത്ത് കനത്ത തടികൊണ്ടുള്ള ഒരു കന്നുകാലിവളപ്പ് നിർമ്മിച്ചിരുന്നു. തള്ളിനീക്കാൻ പറ്റുന്ന തടിക്ഷണങ്ങൾകൊണ്ട് ഉണ്ടാക്കിയിരുന്ന ഈ വളപ്പിന്റെ ഗേറ്റ് നശിപ്പിക്കപ്പെട്ടിരുന്നു. ജോ ഹാർമാൻ ടെന്റിനു മുന്നിൽ ഒരു തീച്ചൂള ഉണ്ടാക്കിയിരുന്നു. അതിന്റെ മുകളിൽ അയാൾ ഒരു ഇനാ മൽ പൂശിയ പാത്രത്തിൽ ഏതോ ദ്രാവകം തിളപ്പിക്കുകയായിരുന്നു. ചുള്ളിക്കമ്പുകൾ നിരത്തിവച്ച് അതിന്റെ മുകളിൽ വെള്ളം നനയാത്ത ഒരു വിരിപ്പ് മൂടി നിർമ്മിച്ച കിടക്കയിൽ ഒരു മനുഷ്യൻ കിടക്കുന്നുണ്ടാ യിരുന്നു. അയാൾ ഒരു പുതപ്പിനടിയിലാണ് കിടന്നിരുന്നത്. ജോ ഹാർമാൻ അയാളുടെ തലതിരിച്ചുകൊണ്ട് പറഞ്ഞു. "ഡോൺ എന്താണ് സംഭവി ച്ചത്? നിങ്ങൾ അവിടെ ഉണ്ടായിരുന്ന ആ തടിക്ഷണം ഊരിമാറ്റിയ പ്പോൾ അവ നിങ്ങളെ തള്ളിത്താഴെയിട്ടിരുന്നോ?"

കൂടാരത്തിനുള്ളിലെ മനുഷ്യൻ പറഞ്ഞു. "ഞാൻ ആണയിടുന്നു. അവർ ആ തടിക്കഷണം എടുത്ത് എന്റെ തലയ്ക്കടിച്ച് എന്നെ താഴെയി ട്ടു. അതിനുശേഷം അവർ ആറുപേർ എന്റെ പുറത്തുചവിട്ടി ഓടിപ്പോയി."

ജോ ഹാർമാൻ പറഞ്ഞു. "അവർ നിങ്ങളെ വളരെ നല്ല രീതിയിൽ സൽക്കരിച്ചു. മറ്റ് ആളുകളുടെ പ്രദേശത്ത് മോഷ്ടിക്കാൻ പോകരുതെന്ന് അവർ നിങ്ങളെ പഠിപ്പിച്ചു."

അവിടെ അല്പസമയത്തെ നിശ്ശബ്ദത ഉണ്ടായിരുന്നു. അതിനു ശേഷം ജോ ഹാർമാൻ ചോദിച്ചു. "ഡോൺ, കഴിഞ്ഞ കൊല്ലം എന്റെ എത്ര എണ്ണത്തിനെ നിങ്ങൾക്ക് കിട്ടിയിരുന്നു?"

"ഏതാണ്ട് മുന്നൂറോളം."

മിസ്റ്റർ ജോ ഹാർമാൻ ചിരിച്ചു. "എനിക്ക് നിങ്ങളുടെ മുന്നൂറ്റിഅൻപ തെണ്ണത്തിനെ കിട്ടിയിരുന്നു."

ടെന്റിനുള്ളിൽനിന്നും മിസ്റ്റർ ഡോൺ കർട്ടിസ് വളരെ പ്രാകൃതമായ ഒരു വാക്ക് വിളിച്ചുകൂവി.

പത്ത്

ഒരുവശത്ത് കുതിരസവാരി നടത്തുന്ന ബോൺവില്ലിനോടൊപ്പം ജീൻ ചെറിയ ലോറി സാവധാനം കൂടാരത്തിനടുത്തുവരെ ഓടിച്ചു കൊണ്ടുവന്ന് ഗിയർ ഒഴിവാക്കിയിട്ട് ആശ്വാസത്തിന്റെ ഒരു നെടു വീർപ്പോടെ ലോറി നിർത്തി. "ഡേവിന് എന്ത് സംഭവിച്ചു?" അയാൾ ചോദിച്ചു. "അയാൾ തിരിച്ചുവന്നില്ലേ?"

അവൾ എന്താണ് സംഭവിച്ചതെന്ന് അയാൾക്ക് പറഞ്ഞുകൊടുത്തു. "ഇത് ഞാൻ തന്നെ ഓടിച്ചുകൊണ്ടുവരുന്നതാണ് കൂടുതൽ നല്ലതെന്ന് ഞാൻ വിചാരിച്ചു." അവൾ പറഞ്ഞു. "ഞാൻ ഇതിനുമുമ്പ് മൂന്ന് പ്രാവശ്യം ഒരു കാർ ഓടിച്ചിരുന്നു. ഞാൻ ഇത് നല്ലരീതിയിൽ ഓടിച്ചെന്ന് വിചാരിക്കുന്നില്ല."

അയാൾ പിന്നോട്ട് നീങ്ങിനിന്ന് ലോറിയിലേക്ക് നോക്കി. "കണ്ടിട്ട് കുഴപ്പമൊന്നുമില്ല." അയാൾ പറഞ്ഞു. "നിങ്ങൾ എന്തിലെങ്കിലും തട്ടിയോ?"

"ഞാൻ ഒന്നിലും തട്ടിയില്ല. ചില സമയത്ത് എനിക്ക് ശരിക്ക് ഗിയർ ഇടാൻ കഴിഞ്ഞില്ല. അപ്പോൾ ലോറി ഒരു വല്ലാത്ത ശബ്ദം ഉണ്ടാക്കി."

"അത് ഇപ്പോൾ ശരിയായയോ?"

"ശരിയായെന്നാണ് ഞാൻ വിചാരിക്കുന്നത്."

"അപ്പോൾ അതുകൊണ്ട് പ്രശ്നമില്ല. അരുവികൾ എങ്ങനെ ഉണ്ടാ യിരുന്നു."

"ധാരാളം വെള്ളം ഉയർന്നിട്ടുണ്ട്." അവൾ പറഞ്ഞു "വെള്ളം ലോറി യുടെ അടിത്തട്ടിന് മുകളിലേക്ക് വന്നിരുന്നു."

അയാൾ മൂളി. "നമുക്ക് കഴിയുന്നതും വേഗം തിരിച്ചുപോകാം. ഈ

വൃത്തികെട്ട മഴ നില്ക്കണമെന്നാണ് ഞാൻ ആഗ്രഹിക്കുന്നത്." അവൾ ചോദിച്ചു. "ജോ, മിസ്റ്റർ കർട്ടിസ് ഇവിടെ ഉണ്ടോ?"

അയാൾ തലയാട്ടി. "കൂടാരത്തിനുള്ളിൽ ഉണ്ട്?"

"എന്ത് അബദ്ധമാണ് പറ്റിയത്?"

"അയാളുടെ കാൽ ഒടിഞ്ഞു." അയാൾ പറഞ്ഞു. "കോമ്പൗണ്ട് ഫ്രാക്ച്ചർ. എല്ല് ഒടിഞ്ഞ് പുറത്തേക്ക് വന്നാൽ നിങ്ങൾ അങ്ങനെയല്ലേ പറയുന്നത്? ശരിയല്ലേ? അയാളുടെ നെരിയാണിക്കും പൊട്ടൽ ഉണ്ടെ ന്നാണ് ഞാൻ വിചാരിക്കുന്നത്."

അവൾ ചുണ്ടുകൾ കൂട്ടിയടച്ചു. "ഞാൻ നിങ്ങളുടെ എല്ലൊടിഞ്ഞാൽ വെച്ചുകെട്ടാനുള്ള തടിക്ഷണങ്ങളും മറ്റുകാര്യങ്ങളും വെച്ചിരുന്ന ഇരുമ്പ് പെട്ടി കൊണ്ടുവന്നിട്ടുണ്ട്."

അയാൾ ചോദിച്ചു. "ഒടിവുകളെപ്പറ്റി നിങ്ങൾക്ക് അറിവുണ്ടോ? എന്നെങ്കിലും കുതിരപ്പുറത്തുനിന്ന് വീണിരുന്നോ? മറ്റെന്തെങ്കിലും അപ കടം ഉണ്ടായിട്ടുണ്ടോ?"

അവൾ തലകുലുക്കി. "എനിക്ക് ഒന്നും ഉണ്ടായിട്ടില്ല."

അയാൾ പറഞ്ഞു. "ഞാൻ ആ ഒടിവ് പരിശോധിച്ചിരുന്നു. അതുക ഴിഞ്ഞ് ആ കാൽ കഴുകി." അയാൾ സംസാരം തുടർന്നു. "എനിക്ക് കഴി യുന്നതുപോലെ ഞാൻ അത് ശരിയാക്കിയിട്ടുണ്ട്. പക്ഷേ, അത് കുഴപ്പ ത്തിലാണ്. ഞാൻ ഇന്നു രാവിലെ ഒരു നീണ്ട തടിക്ഷണം എടുത്ത് ഒരുതരം വെച്ചുകെട്ടാനുള്ള തടിയാക്കി മാറ്റി കാലിൽ അരയ്ക്ക് താഴേട്ട് പാദംവരെ കെട്ടിവച്ചിരിക്കുകയാണ്. നമ്മൾ കഴിയുന്നത്ര വേഗത്തിൽ അയാളെ ആശുപത്രിയിലേക്ക് കൊണ്ടുപോകും. ഞാൻ അത് കാലിൽ വച്ചുകെട്ടിയത് രണ്ടുദിവസം മുമ്പായിരുന്നു." അവർ കൂടാരം നീക്കം ചെയ്യാൻ വേണ്ടിയുള്ള ജോലി ആരംഭിച്ചു. അവർ കാലൊടിഞ്ഞ മനു ഷ്യന്റെ മുകളിൽനിന്നും കൂടാരം നീക്കംചെയ്തു. അയാൾ ജീനിനെ ആദ്യമായി കാണുകയായിരുന്നു. "ഹല്ലോ, മിസ് പാഗറ്റ്" അയാൾ പറഞ്ഞു. "നിങ്ങൾക്ക് എന്നെ ഓർമ്മയില്ലേ? നിങ്ങൾ വന്നെത്തിയ ദിവസം ഞാൻ നിങ്ങളെ വിൽസ്ടൗണിൽവച്ച് കണ്ടിരുന്നു."

അവൾ അയാളോട് പുഞ്ചിരിച്ചു. "അല്പ സമയത്തിനുള്ളിൽ നിങ്ങൾ അവിടെ തിരിച്ചെത്തും. നിങ്ങളെ അവിടെയുള്ള ആശുപത്രിയിൽ എത്തിക്കും."

അവൾ ജോലി ചെയ്തുകൊണ്ടിരിക്കുന്നതിനിടയിൽ ഒരു അമ്പര പ്പോടെ ജോ ഹാർമാന്റെ മുഖത്തേക്ക് തിരിച്ചുനോക്കി. "ജോ, നമ്മൾ ഇപ്പോൾ ആരുടെ സ്ഥലത്താണ്."

"മിഡ്ഹസ്റ്റിൽ ആണ്." അയാൾ പറഞ്ഞു. "എന്താണ് കാര്യം?"

അവൾ അവിടെ ഉണ്ടായിരുന്ന കന്നുകാലികളുടെ വളപ്പിലേക്ക് കണ്ണോടിച്ചു. "അത് എന്തിനുവേണ്ടി ആണ്?"

"അതോ?" അയാൾ പറഞ്ഞു. "അത് ഞങ്ങൾ ചിലസമയങ്ങളിൽ കന്നുകാലികളെ പൊള്ളിച്ച് മുദ്രകുത്താനും മറ്റുമായി കൊണ്ടിടുന

സ്ഥലമാണ്."

അവൾ പിന്നീട് ഒന്നുംതന്നെ സംസാരിച്ചില്ല. പക്ഷേ, അവൾ അവ
ളുടെ ജോലി തുടരുന്നുണ്ടായിരുന്നു. ഒന്നോ രണ്ടോ തവണ ഒരു ചെറി
യപുഞ്ചിരി അവളുടെ ചുണ്ടുകൾക്കു ചുറ്റും തത്തിക്കളിച്ചു. അവർ കുറ്റി
ക്കാടുകൾ വെട്ടിനിരത്തി ഉണ്ടാക്കിയ കിടക്കയുടെ താഴെ വെറും പുഴി
മണ്ണ് ആയിരുന്നു. അതുകൊണ്ട് അവർ അതിനുതാഴെ ഒരു കരിമ്പടം
തിരുകിവച്ചു. അതിനുശേഷം അവൾ ലോറിയുടെ പിൻഭാഗത്തെ പലക
താഴ്ത്തിയിട്ടു. അതിനുശേഷം അതീവ ശ്രദ്ധയോടെ വളരെയധികം
അദ്ധ്വാനിച്ച് അവർ അയാളെ കിടക്കസഹിതം ലോറിയുടെ പിൻവശത്ത്
കയറ്റിവച്ചു. അവർ ഇത് ചെയ്തുകഴിഞ്ഞപ്പോൾ കിടക്കയിൽ കിടന്നി
രുന്ന മനുഷ്യൻ വിളറി വെളുത്തു പോയിരുന്നു. അയാൾ വിയർപ്പിൽ
കുളിച്ചിരുന്നു. അവർ അയാളെ ലോറിയിൽ കയറ്റിക്കഴിഞ്ഞപ്പോൾ അയാ
ളുടെ മേൽച്ചുണ്ടിൽനിന്ന് അല്പം ചോര പുറത്തുവന്നിരിക്കുന്നത് അവർ
കാണുന്നുണ്ടായിരുന്നു. അത് അയാൾ കടിച്ച ഭാഗത്തുനിന്ന് പുറത്തുവ
ന്നതായിരുന്നു. പക്ഷേ, അയാളുടെ വേദന ഇല്ലാതാക്കാൻ അവർക്ക്
മറ്റൊരു കാര്യവും ചെയ്യാൻ കഴിവുണ്ടായിരുന്നില്ല.

അവർ ഏകദേശം ഒൻപതുമണിക്ക് യാത്ര ആരംഭിച്ചു. ജോ
ഹാർമാൻ ചെറിയ ലോറി ഓടിച്ചു. ജീൻ ലോറിയുടെ പിൻവശത്ത് കാലൊ
ടിഞ്ഞ മനുഷ്യനോടൊപ്പം യാത്ര ചെയ്തു. ബോൺവിൽ ലോറിയുടെ
പിന്നിൽ രണ്ട് കുതിരകളെ നയിച്ചുകൊണ്ട് പിന്തുടർന്നു. അവർ കിണ
റിനെ പിന്തള്ളിക്കൊണ്ട് അരുവികളുടെ അടുത്ത് എത്തുന്നതുവരെയുള്ള
അഞ്ചുമൈലോളം ദൂരം മുന്നോട്ടുപോയി. രണ്ടുമണിക്കൂർ മുമ്പ് ജീൻ
കുറുകെക്കടക്കുമ്പോൾ ഉണ്ടായിരുന്നതിനേക്കാൾ അരുവിയിലെ ജലനി
രപ്പ് വളരെ കൂടുതൽ ഉയർന്നിട്ടുണ്ടായിരുന്നു.

അവർ ആദ്യത്തെ അരുവി ബുദ്ധിമുട്ടില്ലാതെ വെള്ളത്തിലൂടെ ലോറി
ഓടിച്ച് കുറുകെക്കടന്നു. വെള്ളം പക്ഷേ, കാലൊടിഞ്ഞമനുഷ്യൻ കിട
ന്നിരുന്ന ലോറിയുടെ അടിത്തട്ടിന്റെ തൊട്ടുതാഴെ വരെ എത്തിയിട്ടുണ്ടാ
യിരുന്നു. രണ്ടാമത്തെ അരുവിയിൽ വെള്ളം കൂടുതൽ ഉയരത്തിൽ ആയി
രുന്നു. ജോ അരുവിയുടെ തൊട്ടടുത്ത് ലോറി നിർത്തി. അവർ
കുറുകെക്കടന്ന അരുവിയുടെ ജലനിരപ്പിനെപ്പറ്റി ബോൺവില്ലിനോടും
ജീനിനോടും അഭിപ്രായം ചോദിച്ചറിഞ്ഞിരുന്നു. ജോ ബോൺവില്ലിനെ
വെള്ളത്തിലൂടെ അരുവി കുറുകെക്കടക്കാൻ പറഞ്ഞുവിട്ടതിനുശേഷം
അയാളുടെ യാത്ര ജാഗ്രതയോടെ ശ്രദ്ധിച്ചുകൊണ്ടിരുന്നു. അത് വേണ്ടത്ര
മെച്ചമാണെന്ന് തോന്നുന്നുണ്ടായിരുന്നു. അതുകൊണ്ട് അയാൾ ചെറിയ
ലോറി വെള്ളത്തിലേക്കിറക്കി.

പെട്ടെന്ന് വെള്ളത്തിന്റെ ആഴം കൂടി. അയാൾ ലോറി മുന്നോട്ടു
കുതിക്കാൻ വേണ്ടി അതിന്റെ വേഗത വർദ്ധിപ്പിച്ചു. കലങ്ങിമറിയുന്ന
മഞ്ഞനിറത്തിലുള്ള വെള്ളത്തിന്റെ താഴെയുള്ള അരുവിയുടെ അടിത്തട്ട്
അങ്ങേയറ്റം പരുക്കനായിരുന്നു. ചെറിയ ലോറി വെള്ളത്തിനടിയിലുള്ള

പാറക്കല്ലുകളുടെ പുറത്തുകൂടി ചാടിച്ചാടി മുന്നോട്ടു പോകുകയായിരുന്നു. അതിനുശേഷം ലോറി ഏതോ ലോഹത്തിൽ തട്ടിയതിന്റെ ശബ്ദത്തോടെ ഓട്ടം നിർത്തി.

ജോ വിളിച്ചുകൂവി "എന്റെ യേശുവേ!" അയാൾ ലോറി മുന്നോട്ടെടുക്കാൻ ശ്രമിച്ചു. പക്ഷേ, അതിന്റെ യന്ത്രത്തിന് അനക്കമുണ്ടായിരുന്നില്ല. ചുഴികൾ ഉണ്ടായിരുന്ന മഞ്ഞനിറത്തിലുള്ള വെള്ളത്തിന്റെ ഉപരിതലത്തിൽ എണ്ണ പ്രത്യക്ഷപ്പെടാൻ തുടങ്ങിയിരുന്നു. അയാൾ സംഭ്രമത്തോടെ ലോറി മുന്നോട്ടെടുക്കാൻ ശ്രമിച്ചു.

ജീൻ ചോദിച്ചു. "ജോ, എന്താണ് സംഭവിച്ചത്?"

"ഞാൻ ആ നാശം പിടിച്ച എണ്ണ സംഭരണി തകർത്തു."

അയാൾ ഡ്രൈവറുടെ ഇരിപ്പിടത്തിൽനിന്നും ശ്രദ്ധയോടെ വെള്ളത്തിലേക്ക് ഇറങ്ങി. മുട്ടിനു മുകളിൽ ഏതാണ്ട് അരക്കെട്ടുവരെ വെള്ളം ഉണ്ടായിരുന്നു. അയാൾ ബോൺവില്ലിനോട് ലോറിയുടെ പിന്നിൽനിന്നും ഒരു വടത്തിന്റെ ചുരുൾ ജീനിനെക്കൊണ്ട് എടുപ്പിച്ച് അയാളുടെ കൈയിലെത്തിക്കാൻ വിളിച്ചുപറഞ്ഞു. ലോറി കരയിൽനിന്നും വെറും പത്തുഗജം ദൂരത്തിൽ ആയിരുന്നു. അവർ ജീനികളുടെ മുകളിൽ ചുമടു ചുമന്നുകൊണ്ടുവന്നിരുന്ന കുതിരകളെ മേയാനുള്ള സമയത്ത് കെട്ടിയിടുന്ന കയറുകൾകൊണ്ട് ഊരാക്കുടുക്കുണ്ടാക്കി ലോറിയുടെ പിൻവശത്തുള്ള അച്ചാണിയിൽ ചുറ്റി വെള്ളത്തിനടിയിലൂടെ കെട്ടിവലിച്ച് പതുക്കെപ്പതുക്കെ ശബ്ദത്തോടെ വെള്ളം തെറിപ്പിച്ചുകൊണ്ട് കരയിൽ എത്തിച്ചു. പത്തുമിനിറ്റിനുള്ളിൽ ലോറി കരയിൽ എത്തിയിരുന്നു. കാര്യശേഷിക്കൊണ്ട് ജീനിനെ വിസ്മയിപ്പിച്ച ഒരു പ്രകടനം.

അവൾ ലോറിയുടെ പിൻവശത്തുനിന്ന് ഇറങ്ങി ജോയുടെ അടുത്തേക്ക് പോയി. ജോ ലോറിയുടെ മുൻവശത്തെ ആക്സിലിനുതാഴെ മലർന്നുകിടക്കുകയായിരുന്നു. അവൾ അയാളെ കാണാൻവേണ്ടി കുനിഞ്ഞുനിന്നു. വാർപ്പിരുമ്പിന്റെ എണ്ണസംഭരണി ഉടഞ്ഞു തകർന്നു പോയിരുന്നു. "ജോ, കാര്യം പറയൂ." അവൾ പതുക്കെ ചോദിച്ചു.

അയാൾ അവളെ നോക്കി മുഖത്ത് ചിരിവരുത്തിക്കൊണ്ട് പറഞ്ഞു. "അത് ഒരു സുന്ദരൻ മുതല ആയിരുന്നു. അയാൾ ഒരു ദ്വാരത്തിൽനിന്ന് വാർപ്പിരുമ്പിന്റെ പൊടിഞ്ഞ കഷണങ്ങൾ പെറുക്കിയെടുത്തുകൊണ്ട് ലോറിയുടെ അടിയിൽനിന്ന് പുറത്തേക്ക് വന്നു. അയാൾ ലോറിയുടെ മുൻവശത്തുള്ള മുറിയിൽനിന്ന് ലോറിയുടെ യന്ത്രത്തിന്റെ പ്രവർത്തനം ആരംഭിക്കാനുള്ള ഇരുമ്പുദണ്ഡ് എടുത്തുകൊണ്ടുവന്ന് ശ്രദ്ധയോടെ യന്ത്രം തിരിച്ചു. അയാൾ ആശ്വാസത്തോടെ നെടുവീർപ്പിച്ചു. "ക്രാങ്ക് ഷാഫ്റ്റിന് കുഴപ്പമൊന്നും ഇല്ല." അയാൾ പറഞ്ഞു. "എണ്ണ സംഭരണിക്ക് മാത്രമേ കുഴപ്പം പറ്റിയുള്ളൂ."

അല്പസമയം അയാൾ കൈയിൽ ഇരുമ്പു ദണ്ഡുമായി ആഴത്തിൽ ആലോചിച്ചുകൊണ്ട് നിന്നിരുന്നു. മഴ അവരുടെ മുകളിലേക്ക് നിർത്താതെ പെയ്തിറങ്ങി. അവൾ ചോദിച്ചു. "ജോ, നമ്മൾ ഇവിടെനിന്ന് എങ്ങോ

ട്ടാണ് പോകുന്നത്?"

"എനിക്ക് അത് ശരിയാക്കിയെടുക്കാൻ കഴിഞ്ഞാൽ മാത്രമേ എനിക്ക് ഈ ലോറി ഓടിക്കാൻ കഴിയുകയുള്ളൂ." അയാൾ പറഞ്ഞു. "പക്ഷേ, നമ്മുടെ കൈവശം അല്പംപോലും എണ്ണ ഇരിപ്പില്ല. ഈ അരുവിക ളിൽ ഇങ്ങനെ വെള്ളമുയരുന്ന സ്ഥിതിക്ക് ലോറിക്ക് എണ്ണകൊണ്ടുവ രാൻ പോയിട്ട് യാതൊരു കാര്യവുമില്ല." അയാൾ ഒന്നുരണ്ട് മിനിറ്റ് നേരം അരുവിയിലെ വെള്ളം ശ്രദ്ധിച്ചുകൊണ്ട് നിന്നു. അയാൾ അവസാനം പറഞ്ഞു. "ഇപ്പോൾ ഒരു കാര്യം മാത്രമേ ഈ സമയത്ത് ചെയ്യാൻ കഴി യുകയുള്ളൂ. അയാളെ വിമാനത്തിൽ നമുക്ക് കൊണ്ടുപോകാൻ കഴി യണം."

"ഈ സ്ഥലത്ത് നാലുചുറ്റും പാറകളും മരങ്ങളും ആയിരുന്നു. "ഇവിടെ എവിടെയെങ്കിലും ഒരു വിമാനത്തിന് ഇറങ്ങാൻ സ്ഥലമുണ്ടോ?" അവൾ ചോദിച്ചു.

"ഒരുപക്ഷേ, അതിനു പറ്റിയ ഒരു സ്ഥലം എനിക്കറിയാം." അയാൾ പറഞ്ഞു. "അവർക്ക് അഞ്ഞൂറ് ഗജം വേണം. അതിന്റെകൂടെ പറന്നു വരാൻ പറ്റിയ വഴിയും വേണം."

അയാൾ അയാളുടെ കുതിരപ്പുറത്തുകയറി തെക്കു ഭാഗത്തേക്ക് സഞ്ചരിച്ചു. നദിക്കരയിൽ അവർ കൂടാരത്തിന്റെ കെട്ടഴിച്ച് ഡോൺ കർട്ടി സിനു മുകളിൽ മഴനനയാതിരിക്കാൻ വേണ്ടി വിടർത്തിവച്ചു. പരിക്കുപ റ്റിയ മനുഷ്യൻ ഒരിക്കൽ അവ്യക്തമായി പറഞ്ഞു. "ജോ ഹാർമാൻ ഒരു കാറുംകൊണ്ട് നടക്കുന്ന വിദഗ്ദ്ധനായ ഒരു കന്നുകാലി മോഷ്ടാവാണ്. അയാൾ പൊള്ളിച്ച് മുദ്രകുത്താത്ത കന്നുകാലികളെയാണ് മോഷ്ടിക്കു ന്നതെങ്കിലും അയാൾ ഒരു കന്നുകാലി മോഷ്ടാവാണ്." ജീൻ ചിരിച്ചു. "നിങ്ങൾ രണ്ടുപേരുംകൂടി ഒരു ജോഡി കുറ്റവാളികളാണ്." അവൾ പറഞ്ഞു. "ഞാൻ മിസിസ്സ് കർട്ടിസുമായി ഒന്ന് സംസാരിക്കാൻ പോകു കയാണ്."

"അത് ചെയ്യരുത്." അയാൾ പറഞ്ഞു. "അവൾക്ക് ഇതിനെപ്പറ്റി ഒരു കാര്യവും അറിയില്ല."

അവൾ പറഞ്ഞു. "എന്നിട്ടും കള്ളമാണ് പറയുന്നത്. സംസാരി ക്കാതെ കിടക്ക്. നിങ്ങളെ ഇവിടെ വിമാനത്തിൽ കൊണ്ടുപോകാൻ വേണ്ടി വിമാനമിറങ്ങാൻ സൗകര്യമുള്ള ഒരു സ്ഥലം കണ്ടെത്താൻ വേണ്ടി ജോ പോയിരിക്കുകയാണ്."

"ഈ നാശംപിടിച്ച ലോറി ഓടിക്കുന്നതിലും നല്ല ഒരു ജോലി ആണ് അയാൾ ചെയ്യുന്നതെന്ന് പ്രതിക്ഷിക്കാം." മിസ്റ്റർ കർട്ടിസ് പറഞ്ഞു.

കാൽ മണിക്കൂറിനുള്ളിൽ ജോ ഹാർമാൻ തിരിച്ചുവന്നിരുന്നു. "നമുക്ക് എന്തെങ്കിലും ചെയ്യാൻ കഴിയുമെന്നാണ് വിചാരിക്കുന്നത്." അയാൾ പറഞ്ഞു. "ഒരു മൈൽ ദൂരമാണ് അവിടെ എത്താനുള്ളത്." ബോൺ വില്ലിനൊപ്പം അയാൾ മൂന്ന് കുതിരകളുടെ സംഘത്തെ മുമ്പി ലുള്ള ആക്സിലിൽ ബന്ധിച്ചു നിർത്തി. കടിഞ്ഞാൺ ജീനിനെ ഏല്പി

ച്ചുകൊണ്ട് അവർ കുറ്റിച്ചെടികൾക്കിടയിലെ മരങ്ങൾക്കിടയിലൂടെ ലോറി
യുടെ ഗതി വൈദഗ്ദ്ധ്യത്തോടെ നിയന്ത്രിച്ചുകൊണ്ട് യാത്ര ആരംഭിച്ചു.

അവർ താമസിയാതെ ഒരു തുറന്ന സ്ഥലത്ത് എത്തിച്ചേർന്നിരുന്നു.
അവിടെയും ഇവിടെയുമായി ഉയരം കുറഞ്ഞ കുറ്റിച്ചെടികൾ വളർന്നു
നില്ക്കുന്ന ഒരു പുൽത്തകിടി. അതിന് അഞ്ഞൂറ് ഗജത്തിൽ കൂടുതൽ
നീളമുണ്ടായിരുന്നു. പക്ഷേ, അതിന്റെ ഓരോ അറ്റത്തും മരങ്ങൾ നിന്നി
രുന്നു. ഇവിടെ അടിയന്തര ഘട്ടങ്ങളിൽ താല്ക്കാലികമായി വിമാനം ഇറ
ങ്ങാനുള്ള സൗകര്യം സൃഷ്ടിക്കാൻ കഴിയുമായിരിക്കും. "ആ കുറ്റിക്കാടു
കളിൽ കുറേയൊക്കെ വെട്ടിമാറ്റണം." ജോ ഹാർമാൻ പറഞ്ഞു. ആ മര
ങ്ങളിൽ ചിലതെല്ലാം മുറിച്ചു കളയണം. ഇതിലും മോശം സ്ഥലങ്ങൾ
അവർ വിമാനം ഇറക്കാൻ ഉപയോഗിക്കുന്നത് ഞാൻ കണ്ടിട്ടുണ്ട്."

ഒരു കോടാലിയും ഒരു മൺവെട്ടിയും ലോറിയിലെ ഉപകരണങ്ങ
ളുടെ ഭാഗം ആയിരുന്നു. അവർക്ക് വേണ്ടത്ര ആയുധങ്ങൾ ഉണ്ടായി
രുന്നു. ഈ ജോലിക്ക് അവരുടെ അദ്ധ്വാനം വളരെ അപര്യാപ്തമായി
രുന്നു "നമുക്ക് മിഡ്ഹസ്റ്റിൽനിന്ന് ആൺകുട്ടികളെ കൊണ്ടുവരേണ്ടിവ
രും." അയാൾ പറഞ്ഞു. "അവിടെയുള്ള എല്ലാവരെയും കൊണ്ടുവര
ണം. അതിന്റെകൂടെ വിമാനത്തിന്റെ കാര്യം പറഞ്ഞുകൊണ്ട് വിൽസ്ടൗ
ണിലേക്ക് ഒരു സന്ദേശം എത്തിക്കുകയും വേണം."

അവൾ പറഞ്ഞു. "ജോ, ഞാൻ ബോൺവില്ലിനൊപ്പം കന്നുകാലി
കേന്ദ്രത്തിലേക്ക് പോകാം. അപ്പോൾ അയാൾക്ക് ആൺകുട്ടികളെ
ഇങ്ങോട്ട് വിളിച്ചുകൊണ്ടുവരാൻ പറ്റും. ഞാൻ അവിടെനിന്ന് വിൽസ്ടൗ
ണിലേക്ക് പോകും."

അയാൾ അവളെ സൂക്ഷിച്ചുനോക്കി. "നിങ്ങൾക്ക് അത്രയും ദൂരം
കുതിരപ്പുറത്തു സഞ്ചരിക്കാൻ സാധിക്കില്ല."

"അവിടെവരെ എന്ത് ദൂരമുണ്ട്?"

"വിൽസ്ടൗണിലേക്ക് നാല്പത് മൈൽ ഉണ്ട്."

"എന്തായാലും എനിക്ക് മിഡ്ഹസ്റ്റ് വരെ സഞ്ചരിക്കാൻ പറ്റും."
അവൾ പറഞ്ഞു. "എനിക്ക് തുടർന്നും യാത്രചെയ്യാൻ കഴിയുന്നില്ലെ
ങ്കിൽ ഞാൻ പൊലീസുകാരൻ ഹെയിൻസിനുള്ള ഒരു കുറിപ്പുമായി
മുണ്ട്ഷെനിനെ പറഞ്ഞുവിടും. ഈ കാര്യം ഏല്പിക്കാൻ ഏറ്റവും പറ്റിയ
മനുഷ്യൻ അയാളാണ്. ശരിയല്ലേ?"

"അത് ശരിയാണ്. നിങ്ങൾ ഇത് ചെയ്യുകയാണെങ്കിൽ, ഒറ്റയ്ക്ക്
കുതിരപ്പുറത്തുകയറിപ്പോകാൻ പാടില്ല. നിങ്ങൾ മിഡ്ഹസ്റ്റിൽ നിന്ന് പട്ട
ണത്തിലേക്ക് പോകുകയാണെങ്കിൽ നിങ്ങൾ മുണ്ട്ഷെനിനേയോ അല്ലെ
ങ്കിൽ മറ്റ് ഏതെങ്കിലും ആൺകുട്ടിയെയോ നിങ്ങളുടെ കൂടെ കൊണ്ടു
പോയിരിക്കണം. നിങ്ങൾ തനിച്ച് അവിടെയുള്ള അരുവികൾ കുതിരപ്പു
റത്ത് കുറുകെക്കടക്കാൻ ശ്രമിക്കുന്നതായിന്‍ എന്റെ സമ്മതം കിട്ടില്ല."

അവൾ അയാളുടെ കണംകൈയിൽ സ്പർശിച്ചു. "ജോ, ഞാൻ
അങ്ങനെ ചെയ്യാം. ഞാൻ എന്റെകൂടെ ആരെയെങ്കിലും കൊണ്ടു

പോകാം." അവൾ അല്പസമയം സംസാരിച്ചില്ല. അതിനുശേഷം അവൾ പറഞ്ഞു. "നമുക്ക് വിൽസ്ടൗണിൽനിന്നും റേഡിയോയിലൂടെ ബന്ധ പ്പെടാൻ പറ്റും." അവൾ പറഞ്ഞു. "നമുക്ക് വിൽഡർമിയരിൽനിന്നും ഏതാനും ആളുകളെ അപ്പോൾ നിങ്ങളെ സഹായിക്കാൻ വേണ്ടി കൊണ്ടു വരാൻ പറ്റും. പറ്റില്ലേ?"

അത് ശരിയാണ്. അയാൾ പറഞ്ഞു. "നമുക്ക് ഒരു റേഡിയോ സ്റ്റേഷൻ മിഡ്ഹസ്റ്റിൽ ഉണ്ടായിരുന്നെങ്കിൽ അത് കൂടുതൽ മെച്ചപ്പെട്ട ഒരുകാര്യമാകുമായിരുന്നു." അയാൾ അല്പസമയം സംസാരിച്ചില്ല. "അവരെയെല്ലാം അറിയാൻ ആഗ്രഹിക്കുന്ന ഒരു കാര്യമുണ്ട്." അയാൾ പറഞ്ഞു. "അത് ഈ സ്ഥലം എവിടെയാണെന്നുള്ളതാണ്. നമ്മൾ പുതിയ കുഴൽക്കിണറിന്റെ ഭാഗത്തുനിന്നും ഏകദേശം ആറുമൈൽ പടി ഞ്ഞാറ് തെക്ക് പടിഞ്ഞാറായിട്ടാണ് നമ്മൾ ഉള്ളത്. നിങ്ങൾക്ക് അത് ഓർമ്മിച്ചുവയ്ക്കാൻ കഴിയുന്നുണ്ടോ?"

"ജോ, എനിക്ക് അത് മനസ്സിലായി." അവൾ പറഞ്ഞു. "പുതിയ കുഴൽക്കിണറിന്റെ ഭാഗത്തുനിന്നും ആറുമൈൽ പടിഞ്ഞാറ് തെക്കുപടി ഞ്ഞാറെന്ന് പറഞ്ഞത് എനിക്ക് മനസ്സിലായി." അവൾ അല്പസമയം സംസാരിച്ചില്ല. അതിനുശേഷം അവൾ ചോദിച്ചു. "നിങ്ങൾ എന്താണ് ചെയ്യാൻ പോകുന്നത്?"

"ഞാൻ ഇവിടെ ഒരുതാവളം ഉണ്ടാക്കും." അയാൾ നാലുചുറ്റും നോക്കി. "ഞാൻ ചെറിയ ലോറിയുടെ പിൻവശത്തിനു മുകളിൽ കൂടാരം സ്ഥാപിക്കും." അയാൾ പറഞ്ഞു. "പറ്റുമെങ്കിൽ അയാളെ വീണ്ടും സ്ഥാനം മാറ്റാൻ നമ്മൾക്ക് ആഗ്രഹമില്ല. രോഗികൾക്കായുള്ള മഞ്ചൽ കിട്ടുന്നതുവരെ നമ്മൾ അതു ചെയ്യില്ല. അതിനുശേഷം ഞാൻ വിമാന ത്തിന് ഇറങ്ങാൻ വേണ്ടി ആ മരങ്ങളിൽ ചിലതെല്ലാം വെട്ടി താഴെയിടാം."

"നിങ്ങളുടെ മുതുകിന്റെ കാര്യം എങ്ങനെയാണ്. അതിനെപറ്റി ആലോചന ഇല്ലേ?"

"അത് കുഴപ്പമൊന്നുമില്ല. എല്ലാം ശരിയാകും."

ഒരുമരം വെട്ടിയിടാൻ വേണ്ടി അയാൾ കോടാലി രണ്ടു കൈയും കൊണ്ട് ആഞ്ഞുവീശുന്നതിനെപ്പറ്റി അവൾ ആലോചിച്ചു. "ജോ, നിങ്ങൾ അത് മുമ്പ് ചെയ്തിട്ടുണ്ടോ?"

"ഇല്ല. പക്ഷേ, അത് ശരിയാകും. എനിക്ക് അത് ചെയ്യാൻ പറ്റും."

"നിങ്ങൾ മരങ്ങൾ വെട്ടിയിടാൻ പോകുകയാണെങ്കിൽ ഞാൻ ഒറ്റക്ക് കുതിരപ്പുറത്ത് പോകില്ലെന്ന് പറഞ്ഞത് ഞാൻ തിരിച്ചെടുക്കും. ഞാൻ മൂൺ ഷൈനിനേയും മറ്റ് ആസ്ട്രേലിയക്കാരേയും നിങ്ങളെ സഹായി ക്കാൻ വേണ്ടി ഇങ്ങോട്ട് പറഞ്ഞുവിടും."

"നിങ്ങൾ അത് ചെയ്യാൻ പാടില്ലാത്തതാണ്." അയാൾ പറഞ്ഞു. "അരുവികൾ കുറുകെക്കടക്കുന്നത് നിങ്ങൾക്ക് അപകടം ആണ്."

"കോടാലിയെടുത്ത് വീശുന്നത് നിങ്ങൾക്കും അപകടമാണ്." അവൾ പറഞ്ഞു. "ജോ, അത് നിങ്ങളുടെ ഇവിടുത്തെ കാര്യങ്ങളെ സഹാ

യിക്കില്ല." അവൾ വീണ്ടും അയാളുടെ കണംകൈയിൽ സ്പർശിച്ചു. "നമുക്ക് രണ്ടുപേർക്കും ബുദ്ധിപൂർവ്വം കാര്യങ്ങൾ ചെയ്യാം." അവൾ പറഞ്ഞു. "നിങ്ങൾ ചെയ്യാൻ പോകുന്ന മരങ്ങൾ മുറിച്ചിടുന്ന ജോലി മാത്രമാണ് ആസ്ട്രേലിയക്കാർ ഇവിടെ എത്തിയാൽ അവർ ഒരു മണി ക്കൂറിനുള്ളിൽ ചെയ്തു തീർക്കാൻ പോകുന്നത്. ജോ, നിങ്ങൾ എന്തി നാണ് സാഹസം കാണിക്കുന്നത്?"

അയാൾ അവളെനോക്കി പുഞ്ചിരിച്ചു. "ശരി, പക്ഷേ, നിങ്ങൾ തനിയെ കുതിരപ്പുറത്തുകയറി പോകാൻ പാടില്ല."

"ഞാൻ അത് വാക്കുതരുന്നു." അവൾ പറഞ്ഞു.

അവർ അവളെ ജോ ഹാർമാന്റെ റോബിൻ എന്ന് പേരുള്ള കുതിര യുടെ പുറത്ത് കയറ്റി ഇരുത്തുമ്പോൾ സമയം ഏകദേശം പത്തര കഴി ഞ്ഞിരുന്നു. റോബിൻ അവൾ ഓടിച്ചിട്ടുള്ള മറ്റ് കുതിരകളേക്കാൾ വളരെ വലിയ ഒരു കുതിര ആയിരുന്നു. അവൾക്ക് അവനോട് സാമാന്യം ഭയം ആയിരുന്നു. അവൾ പരിചയിച്ചിട്ടുള്ള കുതിരകളേക്കാൾ അവന്റെ പുറത്ത് കയറി ഇരിക്കുമ്പോൾ അവൾക്ക് കാലു കവച്ചുവെക്കാൻ അല്പംകൂടി ബുദ്ധിമുട്ട് ആയിരുന്നു. എന്നാൽ ജോയുടെ ജീനി അവൾ ഇതുവരെ ഉപയോഗിച്ചിട്ടുള്ള സാധാരണ ജീനികളേക്കാൾ വളരെക്കൂടുതൽ മെച്ചം ആയിരുന്നു. അത് വളരെയധികം ഉപയോഗിച്ചു കഴിഞ്ഞിരുന്നതുകൊണ്ട് മൃദുലവും വഴക്കമുള്ളതും ആയിരുന്നു. എന്നിരുന്നാലും നല്ല രീതിയിൽ അതിന്റെ കേടുപാടുകൾ തീർത്തിരുന്നതുകൊണ്ട് അതിന്റെ പുറത്തു കയറിയിരുന്നു യാത്ര ചെയ്യുന്നത് കൂടുതൽ സുഖകരം ആയിരുന്നു. അവർ അതിന്റെ കാല് ചവിട്ടാനുള്ള പടി അവളുടെ പാകത്തിന് ക്രമീക രിച്ചു കഴിഞ്ഞപ്പോൾ അവൾക്ക് സ്വയം യാത്ര കൂടുതൽ സുഖകരമാ ണെന്ന് കണ്ടെത്താൻ കഴിഞ്ഞിരുന്നു.

അവൾ സാവധാനം ബോൺവില്ലിനോടൊപ്പം മരങ്ങൾക്കിടയിലൂടെ യാത്ര ആരംഭിച്ചു. അങ്ങനെ വരാൻ പോകുന്ന വർഷങ്ങളിൽ അവൾക്ക് അമ്പരപ്പോടെ തിരിഞ്ഞുപോകേണ്ടി വരാൻ ഇടയുള്ള സഹനത്തിന്റെ ഒരു സാഹസകൃത്യം ആരംഭിച്ചു. അവൾ ആ കുതിര ഇണക്കമുള്ളതും അനുസരണയുള്ളതും ഉത്സാഹമുള്ളതും ആണെന്ന് കണ്ടെത്തി. എന്നു മാത്രമല്ല അവന് ഒരാളെ പുറത്തിരുത്തിക്കൊണ്ട് കുതിച്ചുചാടാൻ വളരെ എളുപ്പമായിരുന്നു. അതേസമയം അവൾ ഒരു കുതിരപ്പുറത്തുകയറിയത് വെറും ആറ് തവണ മാത്രമായിരുന്നു എന്നതും ഒരുതവണ ഒന്നര മണി ക്കൂറിൽ കൂടുതൽ ഒരിക്കൽപോലും യാത്ര ചെയ്തിട്ടില്ല എന്നതും ഉൾപ്പെ ടെയുള്ള നഗ്നമായ സത്യങ്ങൾ അവിടെ നിലനില്ക്കുന്നുണ്ടായിരുന്നു.

മഴ തല്ക്കാലത്തേക്ക് അവസാനിച്ചിരുന്നു. അവർ അരുവിയിലെത്തി അവളുടെ ഒരു വശത്ത് ബോൺവില്ലുമായി കലങ്ങിമറിഞ്ഞ് ഒഴുകുന്ന മഞ്ഞനിറമുള്ള വെള്ളത്തിലൂടെ ഏന്തിവലിഞ്ഞ് മുന്നോട്ടുപോയി. ആ അരുവി അവർ കുറുകെക്കടന്ന് ഇടവിട്ടിടവിട്ട് നടന്നും കുതിരപ്പുറത്തു മായി സഞ്ചരിക്കുന്ന ബോൺവില്ലിനോടൊപ്പം യാത്ര തുടർന്നു. ഒരു മണി

ക്കുറിനുശേഷം അവർ രണ്ടാമത്തെ അരുവിയുടെ അടുത്തെത്തി. അവർ അതിന് ആഴം കൂടുതലാണെന്ന് കണ്ടെത്തി. ബോൺവിൽ കുതിരസ വാരി നടത്തുമ്പോൾ ചവിട്ടുന്ന പടിയിൽനിന്നും അവളുടെ കാലുകൾ പുറത്തേക്ക് എടുത്തു മാറ്റിവച്ചുകൊണ്ട് അവളെ കുതിരകളുടെ കുഞ്ചി രോമത്തിൽ പിടിച്ചു നീന്താൻ വേണ്ടി തയ്യാറെടുപ്പിച്ചു. അതിന്റെ ആവശ്യം ഉണ്ടായിരുന്നില്ല. അവർ മറ്റേവശത്തുകൂടി നല്ല രീതിയിൽ അരുവി കുറു കെക്കടന്നു. അതോടെ അരുവികൾ എല്ലാം കഴിഞ്ഞിരുന്നു.

"ചെറിയ ലോറിക്ക് പോകാൻ ആഴം കൂടുതലാണ്." അവൾ പറ ഞ്ഞു.

"ശരിയാണ്. മിസ്സി പറഞ്ഞത് ശരിയാണ്. ഇപ്പോൾ ആഴം കൂടുത ലാണ്."

ഇപ്പോൾ അവർക്ക് മിഡ്ഹസ്റ്റിൽ എത്തുന്നതിനുമുമ്പ് കുറുകെക്ക ടക്കാൻ അരുവികൾ ഇല്ല. അവശേഷിക്കുന്ന ദൂരം അവർക്ക് കുതിരപ്പു റത്ത് സഞ്ചരിച്ചാൽ മതിയാകും. മഴ വീണ്ടും ആരംഭിച്ചിരുന്നു. അവളുടെ വിയർപ്പിനൊപ്പം കൂടിക്കലർന്ന് മഴ അവളെ കുതിർത്തെടുത്തിരുന്നു. വളരെപ്പെട്ടെന്ന് നനവ് കാരണം അവളുടെ കാലുകളും തുടകളും ഉര യാൻ ആരംഭിച്ചിരുന്നു. വേദന കൂടിക്കൊണ്ടിരിക്കുന്നത് അവൾക്ക് അനു ഭവിക്കാൻ കഴിഞ്ഞിരുന്നു. പക്ഷേ, അവിടെ അതിനുവേണ്ടി അവൾക്ക് ഒരു കാര്യവും ചെയ്യാൻ കഴിയുമായിരുന്നില്ല. കുതിരപ്പുറത്ത് കയറി പോകുമെന്ന് അവൾ പറഞ്ഞിരുന്നതാണ്. അങ്ങനെ പറഞ്ഞിരുന്നതു കൊണ്ട് അവൾ കുതിരപ്പുറത്തുകയറി പോകും.

ഇപ്പോൾ അവർക്ക് മുന്നിൽ ഉണ്ടായിരുന്ന നല്ല വഴി അവൾക്ക് കാണാൻ കഴിയുന്നുണ്ടായിരുന്നു. ആ വഴിയിലൂടെ അവൾക്ക് ബോൺവി ല്ലിനേക്കാൾ വേഗതയിൽ സഞ്ചരിക്കാൻ കഴിയും. അവൾ കൂടുതൽ മെച്ച പ്പെട്ട ഒരു കുതിരയുടെ മുകളിലായിരുന്നു. എന്നാൽ അയാൾ മിഡ്ഹ സ്റ്റിൽനിന്നും ചെറിയ ലോറിയുടെ കൂടെ അയാളുടെ കുതിരയുടെ മുക ളിൽ സഞ്ചരിക്കുകയായിരുന്നു. റോബിൻ മുന്നേറിക്കഴിയുമ്പോൾ ബോൺവിൽ ഒപ്പമെത്താൻ വേണ്ടി ഇടയ്ക്കിടയ്ക്ക് അവൾക്ക് റോബിന്റെ വേഗത കുറയ്ക്കേണ്ടിവന്നിരുന്നു. ഈ വേഗത കുറയ്ക്കൽ അവളുടെ ക്ഷീണം മാറ്റാൻ അവളെ സഹായിച്ചിരുന്നു.

അവർ മിഡ്ഹസ്റ്റിലെ കന്നുകാലികേന്ദ്രത്തിൽ ഏറക്കുറെ രണ്ടരമ ണിയോടെ എത്തിച്ചേർന്നു. ആ സമയംകൊണ്ട് അവൾക്ക് തീവ്രമായ വിശപ്പ് ഉണ്ടായിരുന്നു. അവളുടെ ക്ഷീണം കൂടിക്കൊണ്ടിരിക്കുകയായി രുന്നു. മൂൺഷൈനും മറ്റ് ഒന്ന് രണ്ട് ആൺകുട്ടികളും കൂടി ഓടിച്ചെന്ന് അവളെ റോബിന്റെ മുകളിൽനിന്ന് താഴെ ഇറങ്ങാൻ സഹായിച്ചിരുന്നു. അവൾക്ക് കുതിരസവാരിക്കാർക്ക് കാല് ചവിട്ടാനുള്ള പടിയിൽനിന്നു കൊണ്ട് കാല് നീട്ടി കുതിരപ്പുറത്തുനിന്ന് താഴെ ഇറങ്ങാൻ കഴിഞ്ഞിരു ന്നില്ല. അവൾ പറഞ്ഞു. "ബോൺവിൽ, നിങ്ങൾ മൂൺഷൈനിനോട് കുതി രയുടെ ജീനിവച്ചുകെട്ടി എന്റെ കൂടെ വിൽസ്ടൗണിലേക്ക് വരാൻ പറയൂ.

ഞാൻ ഒരു ചായയും എന്തെങ്കിലും ഭക്ഷണവും കഴിക്കാൻ പോകുക യാണ്. അതുകഴിഞ്ഞാൽ നമുക്ക് യാത്ര ആരംഭിക്കാം. നിങ്ങൾ എല്ലാ ആൺകുട്ടികളെയും ഒന്നിപ്പിച്ച് ഹാർമാന്റെ അടുത്തേക്ക് തിരിച്ചുപോക ണം. അതുകൊണ്ട് ബുദ്ധിമുട്ട് ഇല്ലല്ലോ?"

അയാൾ പറഞ്ഞു. "ശരി, മിസ്സി." അവൾ ക്ഷീണിച്ചിട്ടുണ്ടെങ്കിൽ അയാൾ നിശ്ചയമായും തളർന്നിരിക്കുമെന്ന് അവൾക്ക് തോന്നുന്നുണ്ടാ യിരുന്നു. അയാൾ ഇരുപത്തിനാല് മണിക്കൂർ തുടർച്ചയായി ജീനിയുടെ മുകളിൽ ഇരിക്കുകയായിരുന്നു. അവൾ ചുളിവുകൾ വീണ കറുത്ത മുഖ ത്തേക്ക് നോക്കി ചോദിച്ചു. "ബോൺവിൽ, നിങ്ങൾക്ക് അതു ചെയ്യാൻ കഴിയുമോ? നിങ്ങൾ തളർന്നു പോയിട്ടുണ്ടോ?"

അയാൾ മുഖത്തു ചിരി വരുത്തി. "മിസ്സി, ഞാൻ തളർന്നിട്ടില്ല. ഞാൻ ഭക്ഷണത്തിനുശേഷം ആൺകുട്ടികളേയുംകൂട്ടി മിസ്റ്റർ ഹാർമാന്റെ അടു ത്തേക്ക് തിരിച്ചുപോകും." അയാൾ വിളിച്ചുകൂവിക്കൊണ്ട് അപ്പുറത്തേക്ക് പോയി. "പാമോലിവ്, പാമോലിവ്, നിങ്ങൾ അടുക്കളയിൽ പോയി മിസിക്ക് കഴിക്കാൻ ചായയും ഭക്ഷണവും ഉണ്ടാക്കൂ. പെട്ടെന്ന് വേണം."

അവൾ തളർച്ചയോടെ വരാന്തയിൽ കിടന്ന കസേരയിൽ ഇരുന്നു. വളരെക്കുറച്ച് സമയത്തിനുള്ളിൽ ഒരു ചായപ്പാത്രവും ഏറക്കുറെ കഴി ക്കാൻ പറ്റാത്ത ഇറച്ചിക്ക് മുകളിൽ വച്ചിരുന്ന രണ്ട് മുട്ടകളുമായി പാമോ ലീവ് പ്രത്യക്ഷപ്പെട്ടു. അവൾ മുട്ടകളും ഇറച്ചിയുടെ ഒരു മൂലയും കഴി ച്ചതിനുശേഷം ആറ് വലിയ കപ്പ് ചായയും കൂടി കുടിച്ചിരുന്നു. അവൾ അവളുടെ വേഷം മാറ്റാനോ, വേദനയെടുക്കുന്ന മറിവുകൾ പരിശോധി ക്കാനോ ധൈര്യപ്പെട്ടില്ല. അത്തരം കാര്യങ്ങൾ ഒരിക്കൽ ആരംഭിച്ചാൽ അവൾ ഒരിക്കലും യാത്ര തുടരില്ലെന്ന് അവൾക്ക് അറിയാമായിരുന്നു. അവൾ ഭക്ഷണം കഴിഞ്ഞ് മൂൺഷൈനിനെ ഉറക്കെ വിളിച്ചുകൊണ്ട് താഴെയിറങ്ങി മുറ്റത്തേക്ക് പോയി. കറുത്ത നിറമുള്ള കന്നുകാലിനോട്ട ക്കാരൻ മഴയത്ത് നിന്നുകൊണ്ട് സ്വന്തം കുതിരകൾക്ക് ജീനിവച്ചുകെട്ടു കയും ചുമട്ടു കുതിരകളുടെ മുകളിൽ തൂക്കിയിട്ടുകൊണ്ടുപോകാനുള്ള ചുമടുകൾ തയ്യാറാക്കിവയ്ക്കുകയും ആയിരുന്നു. അവൾ വീണ്ടും മൂൺഷൈനിനോടൊപ്പം വിൽസ്ടൗണിലേക്കുള്ള യാത്ര തുടങ്ങിക്കഴി ഞ്ഞിരുന്നു.

അല്പസമയത്തെ വിശ്രമം അവളുടെ ശരീരത്തിന്റെ വഴക്കം കുറ ച്ചിരുന്നു. അവളുടെ മുന്നിൽ ഉണ്ടായിരുന്ന ഇരുപത് മൈൽ ദൂരം സഞ്ച രിക്കാൻ അവൾക്ക് അവളുടെ മൊത്തം ധൈര്യവും ആവശ്യമായി വന്നി രുന്നു. അവളുടെ ശരീരത്തിലെ ഓരോ മാംസപേശികൾക്കും വേദന ഉണ്ടാ യിരുന്നു. ഓരോ മാംസംപേശികളും വലിഞ്ഞുമുറുകുന്നുണ്ടായിരുന്നു. അവളുടെ കാലുകൾ അവളെ ജീനിയിൽ ഉറപ്പിച്ചിരുത്തുന്ന ജോലി അവ സാനിപ്പിച്ചിരുന്നു. പക്ഷേ, അവളുടെ തുടകൾക്ക് താഴെയും മുകളിലു മായി ഉണ്ടായിരുന്ന ജീനിയിലെ വലിയ മുഴകൾ അവളെ താഴെ വീഴാതെ താങ്ങിനിർത്തി.

അവർ ഇപ്പോൾ ഒരു കാറിന് കുറുകെക്കടക്കാൻ പറ്റാത്തതരത്തിൽ ആഴക്കൂടുതലുള്ള അരുവികൾ കുറുകെക്കടന്ന് മുന്നോട്ടു പോകുകയായിരുന്നു. അവർ കാർ പോയിരുന്ന വഴിയിലൂടെയാണ് സഞ്ചരിച്ചിരുന്നത്. ഇപ്പോൾ പിന്നിലായിപ്പോയത് അവൾ ആയിരുന്നു. കാരണം മൂൺഷൈനിന്റെ കുതിരയ്ക്ക് ഉന്മേഷം ഉണ്ടായിരുന്നു. എന്നുമാത്രമല്ല; അവളുടെ കുതിര റോബിൻ ക്ഷീണിച്ചുപോയിരുന്നു. അവസാനത്തെ പത്തുമൈലുകൾ അവൾ പരിഭ്രാന്തിയിലായിരുന്നു. അവൾ ഇടയ്ക്കിടയ്ക്ക് കുതിരയുടെ തളർച്ച മാറ്റാൻവേണ്ടി റോബിനെ നടത്തുന്നുണ്ടായിരുന്നു. അവസാനത്തെ അഞ്ചുമൈൽ കറുത്ത കന്നുകാലിനോട്ടക്കാരൻ അഥവാ അവൾ വീഴുകയാണെങ്കിൽ പരിശ്രമം നടത്തി അവളെ താഴെവീഴാതെ പിടികൂടാൻവേണ്ടി അവളുടെ തൊട്ടടുത്തുകൂടിയാണ് കുതിരയെ ഓടിച്ചിരുന്നത്. പക്ഷേ, അവൾ താഴെ വീണിരുന്നില്ല. അവൾ ഏകദേശം ഏഴു മണിയോടെ ഇരുട്ടത്ത് കുതിരപ്പുറത്തുകയറി വിൽസ്ടൗണിൽ എത്തിച്ചേർന്നിരുന്നു. ഒരുവശത്ത് ഒരു കറുത്ത കന്നുകാലിനോട്ടക്കാരനോടൊപ്പം തളർന്ന ഒരു കുതിരയുടെ മുകളിൽ ഇരുന്നിരുന്ന വളരെ ക്ഷീണിതയായ ഒരു പെൺകുട്ടി — അവളുടെ അവസ്ഥ അതായിരുന്നു. അവൾ തെരുവിലേക്ക് വെളിച്ചം പ്രവഹിപ്പിച്ചുകൊണ്ടിരുന്ന ഐസ്ക്രീം പാർലറും ഹോട്ടലും പിന്തള്ളിക്കൊണ്ട് മുന്നോട്ടുപോയി പൊലീസുകാരൻ ഹെയിൻസിന്റെ സ്റ്റേഷനും വീടും ഒരുമിച്ചുള്ള കെട്ടിടത്തിന് പുറത്ത് കുതിരസവാരി അവസാനിപ്പിച്ചു. അവൾ ഏകദേശം എട്ടുമണിക്കുറോളം ജീനിയിൽ ഇരിക്കുകയായിരുന്നു.

മൂൺഷൈൻ കുതിരപ്പുറത്തുനിന്ന് താഴെ ഇറങ്ങി റോബിന്റെ തലയിൽ പിടിച്ചു അവൾ ഒരു അവസാനശ്രമം നടത്തിക്കൊണ്ട് അവളുടെ വലതുകാൽ ജീനിക്ക് മുകളിലൂടെ തിരിച്ചെടുത്ത് കുതിരപ്പുറത്തുനിന്നും തെന്നി താഴെ ഇറങ്ങി. ആദ്യം അവൾക്ക് എന്തെങ്കിലും സാധനത്തിൽ പിടിക്കാതെ നില്ക്കാൻ കഴിഞ്ഞിരുന്നില്ല. അവൾ റോബിന്റെ ജീനിയിൽ പിടിച്ചു. അപ്പോഴേക്കും പൊലീസുകാരൻ ഹെയിൻസ് അവിടെ എത്തിയിരുന്നു

"എന്താണ് മിസ് പാഗറ്റ്" അയാൾ ചോദിച്ചു. അയാൾ ക്വീൻസ് ലാന്റുകാരുടെ രീതിയിൽ ചുറുചുറുക്കില്ലാതെ അന്വേഷിച്ചു. "നിങ്ങൾ എവിടെ നിന്നാണ് വരുന്നത്?"

"ജോ ഹാർമാന്റെ അടുത്തുനിന്നാണ്" അവൾ പറഞ്ഞു. "മിഡ് ഹസ്റ്റിന്റെ ഉയർന്ന ഭാഗത്ത് ഹാർമാന്റെ കൂടെ ഡോൺ കർട്ടിസ് താമസിക്കുന്നുണ്ട്. ഡോൺ കർട്ടിസിന്റെ ഒരു കാൽ ഒടിഞ്ഞിരിക്കുകയാണ്. നോക്കൂ, മൂൺ ഷൈനിനോട് അയാൾക്ക് ഈ കുതിരകളെക്കൊണ്ട് എന്തു ചെയ്യാൻ കഴിയുമെന്ന് നോക്കാൻ പറയൂ. അതിനുശേഷം എന്നെ അകത്തുകയറാൻ സഹായിക്കൂ. എന്നിട്ട് ഞാൻ നിങ്ങളോട് സംസാരിക്കാം."

ഹെയിൻസ് ആ കുതിരകളെ പൊലീസിന്റെ കന്നുകാലി വളപ്പിൽ ഏല്പിച്ചതിനുശേഷം പൊലീസിന്റെ നായാട്ടുകാരോടൊപ്പം ഉറങ്ങാനുള്ള

മുറിയിൽ കിടന്ന് ഉറങ്ങാൻ മുൺഷൈനിനോട് പറഞ്ഞു. അതിനുശേഷം ഹെയിൻസ് ജീനിന്റെ നേർക്ക് തിരിഞ്ഞു. "കെട്ടിടത്തിനുള്ളിലേക്ക് വരൂ," അയാൾ പറഞ്ഞു. "എന്റെ കൈയിൽ പിടിച്ചുകൊള്ളൂ. നിങ്ങൾ എത്ര ദൂരം കുതിരപ്പുറത്ത് യാത്ര ചെയ്തു."

"നാല്പതുമൈൽ." അവൾ പറഞ്ഞു. ഈ നേട്ടത്തെ പറ്റി അവ ളുടെ അമിതമായ ക്ഷീണത്തിൽപോലും ആത്മാഭിമാനത്തിന്റെ ഒരു സ്പർശനം ഉണ്ടായിരുന്നു. "ജോ ഹാർമാൻ മിസ്റ്റർ കർട്ടിസിനോടൊപ്പം അവിടെ ഉണ്ട്. മിഡ്ഹസ്റ്റിലെ എല്ലാ കന്നുകാലിനോട്ടക്കാരും അവിടെ വിമാനം ഇറങ്ങാനുള്ള സ്ഥലമുണ്ടാക്കാൻ വേണ്ടി അങ്ങോട്ടു പോയിരി ക്കുകയാണ്. മിസ്റ്റർ കർട്ടിസിനെ അവിടെനിന്ന് പുറത്തേക്ക് കൊണ്ടുവ രാൻ ഒരേയൊരു വഴി അത് മാത്രമാണെന്നാണ് ജോ ഹാർമാൻ പറയു ന്നത്. നിങ്ങൾക്ക് ഒരു ചെറിയ ലോറിയിൽ അരുവികൾ കുറുകെക്കട ക്കാൻ കഴിയില്ല."

അയാൾ അവളെ ഉള്ളിലേക്ക് കൊണ്ടുപോയി കൊതുകുവല ഉണ്ടാ യിരുന്ന വരാന്തയിലെ കട്ടിലിൽ ഇരുത്തി. എന്നുമാത്രമല്ല മിസിസ്സ് ഹെയിൻസ് ഒരു കപ്പ് ചായ അവൾക്ക് കൊണ്ടുവന്നു കൊടുത്തിരുന്നു. അയാൾ ക്ലോക്കിലേക്ക് നോക്കിയിട്ട് അവളുടെ സംസാരം അല്പസമയം കഴിഞ്ഞ് കേൾക്കാം എന്ന തീരുമാനത്തോടെ ഇരിപ്പുറപ്പിച്ചു. ക്യാൻസ് ആംബുലൻസ് റേഡിയോയുടെ ഏഴുമണിക്കുള്ള വാർത്തകൾ അയാൾ കേട്ടിരുന്നില്ല. ഇപ്പോൾ എന്തെങ്കിലും നടപടി എടുക്കുന്നതിനുമുമ്പ് അയാൾക്ക് മുക്കാൽ മണിക്കൂർ കാത്തിരിക്കേണ്ടിവരും. "പുതിയ കുഴൽക്കിണറിൽനിന്നും ആറുമൈൽ പടിഞ്ഞാറ് തെക്ക് പടിഞ്ഞാറായി." അയാൾ ആലോചനയോടെ പറഞ്ഞു. "ആ ഭാഗത്ത് എവിടെയോ തുറന്ന സ്ഥലം ഉണ്ടെന്ന് എനിക്കറിയം. ഞാൻ ഉടൻതന്നെ റേഡിയോയിലൂടെ ഒരുമിക്കാൻ ശ്രമിക്കാം. രാവിലെ ഞാൻ അവിടെ വിമാനം എത്തിച്ചു കൊടുക്കാം."

"നിങ്ങൾ റേഡിയോയിലൂടെ ബന്ധപ്പെടുകയാണെങ്കിൽ നിങ്ങൾക്ക് വിൻഡർമിയറിൽ നിന്ന് വിമാനം ഇറക്കാനുള്ള സ്ഥലം തല്ക്കാലത്തേക്ക് തയ്യാറാക്കാൻവേണ്ടി കുറച്ച് കന്നുകാലിനോട്ടക്കാരെ മിഡ്ഹസ്റ്റിലേക്ക് പറഞ്ഞയയ്ക്കാൻ കഴിയുമെന്നാണ് ജോ ഹാർമാൻ ചിന്തിക്കുന്നത്." അവൾ പറഞ്ഞു. "അയാൾ ഏതാനും മരങ്ങൾ വെട്ടിമുറിക്കുന്നതിനെ പറ്റി പറയുന്നുണ്ടായിരുന്നു. ഞാൻ അയാളുടെ മുതുകിന്റെ പ്രശ്നം കാരണം അയാൾ അങ്ങനെ ചെയ്യണമെന്ന് ആഗ്രഹിക്കുന്നില്ല."

അയാൾ തലയാട്ടി. "ഞാൻ ഒരേസമയത്ത് വിൻഡർമിയറുമായി ബന്ധപ്പെടാം." അല്പസമയം കഴിഞ്ഞ് അയാൾ പറഞ്ഞു. "മിസ് പാഗറ്റ്, നിങ്ങൾക്ക് കുതിരസവാരി അറിയുമെന്ന് ഞാൻ ഒരിക്കലും മനസ്സിലാ ക്കിയിരുന്നില്ല."

"എനിക്ക് അറിയില്ല." അവൾ പറഞ്ഞു. "ഞാൻ മുമ്പ് ആറുതവണ കുതിരപ്പുറത്തു കയറിയിട്ടുണ്ട്."

അയാൾ പുഞ്ചിരിച്ചു. അതിനുശേഷം അയാൾ പറഞ്ഞു. "എന്റെ ദൈവമേ, നിങ്ങൾക്ക് വേദനയെടുക്കുന്ന മുറിവുകൾ പറ്റിയിട്ടുണ്ടോ?"

അവൾ ക്ഷീണത്തോടെ എഴുന്നേറ്റു. "ഞാൻ വീട്ടിൽ പോയിക്കിട ക്കാൻ പോകുകയാണ്." അവൾ കസേരയുടെ പിൻഭാഗത്ത് പിടിച്ചു കൊണ്ട് പറഞ്ഞു. "ഞാൻ കൂടുതൽ സമയം ഇവിടെ താമസിക്കുകയാ ണെങ്കിൽ എനിക്ക് അല്പംപോലും നടക്കാൻ കഴിഞ്ഞെന്നു വരില്ല."

"നിങ്ങൾ എവിടെയാണോ അവിടെ താമസിക്കണം." അയാൾ പറഞ്ഞു. "ഞാൻ ചെറിയ ലോറി പുറത്തെടുത്ത് നിങ്ങളെ ആശുപത്രിയിൽ കൊണ്ടുപോകാം."

"എനിക്ക് ആശുപത്രിയിൽ പോകാൻ ആഗ്രഹമില്ല."

"നിങ്ങൾക്ക് ആഗ്രഹമുണ്ടോ ഇല്ലയോ എന്ന് ഞാൻ ശ്രദ്ധിക്കുന്നില്ല." അയാൾ പറഞ്ഞു. "പക്ഷേ, നിങ്ങൾ പോകാൻ പോകുന്നത് അവിടെ ആണ്. നിങ്ങൾ ഇന്നുരാത്രിയിൽ അവിടെ കഴിയുന്നതാണ് കൂടുതൽ നല്ലത്. മാത്രമല്ല; നിങ്ങൾ ആഗ്രഹിക്കാൻ ഇടയുള്ള എല്ലാ കാര്യങ്ങളും സിസ്റ്റർ ഡഗ്ലസിന്റെ കൈവശം ഉണ്ട്."

അരമണിക്കൂറിനുശേഷം അവൾ ഒരു വളരെ ചെറിയ കുട്ടിയാണെ ന്നുള്ള തോന്നൽ ഉണ്ടാക്കുന്ന തരത്തിൽ അവളുടെ ശരീരത്തിന്റെ വിവിധ ഭാഗങ്ങളിൽ കുളികഴിഞ്ഞ് പെൻസിലിൻ ഓയിന്റ്മെന്റ് പുരട്ടിക്കൊണ്ട് ഒരു ആശുപത്രി കിടക്കയിൽ കിടക്കുകയായിരുന്നു. പൊലീസുകാരൻ ഹെയിൻസ് അയാളുടെ ഓഫീസിൽ തിരിച്ചെത്തി അയാളുടെ സന്ദേശ ങ്ങൾ അയയ്ക്കാനുള്ള സംപ്രേക്ഷണ സാമഗ്രിയുടെ മുന്നിൽ ഇരിപ്പുറ പ്പിച്ചിരുന്നു.

"എയിറ്റ് ക്വീൻ ചാർലി, എയിറ്റ് ക്വീൻ ചാർലി" അയാൾ പറഞ്ഞു. "ഇത് എയിറ്റ് ലൗമൈക്ക് എയിറ്റ് ക്വീൻ ചാർലിയെ വിളിക്കുന്നതാണ്. എയിറ്റ് ക്വീൻ ചാർലി, നിങ്ങൾക്ക് എയിറ്റ് ലൗ മൈക്കിനെ കേൾക്കാൻ കഴിയുന്നുണ്ടെങ്കിൽ ദയവായി ഈ സംസാരത്തിലേക്ക് കടന്നുവരണം. നിങ്ങൾക്ക് സംസാരിക്കാം. ഞാൻ സംസാരിച്ചു കഴിഞ്ഞു."

അയാൾ അയാളുടെ സ്വിച്ച് തിരിച്ചിട്ടു. സംപ്രേക്ഷണ സാമഗ്രിയുടെ മുകളിൽ ഇരുന്നിരുന്ന ഉച്ചഭാഷിണിയിൽനിന്നും ഒരു പെൺകുട്ടിയുടെ ശബ്ദം പറഞ്ഞു. "എയിറ്റ് ലൗ മൈക്ക്, ഇത് എയിറ്റ് ക്വീൻ ചാർലി മറു പടി പറയുന്നതാണ്. നിങ്ങളെ കേട്ടുകൊണ്ടിരിക്കുകയാണ്. നിങ്ങളുടെ സന്ദേശം കൈമാറാം. ഞാൻ സംസാരിച്ചു കഴിഞ്ഞു.

അയാൾ പറഞ്ഞു. "എയിറ്റ് ക്വീൻ ചാർലി ഞങ്ങൾക്ക് ഡോൺ കർട്ടി സിനെ കിട്ടിയിട്ടുണ്ട്. ജോ ഹാർമാൻ അയാളെ മിഡ്ഹസ്റ്റിന്റെ ഉയർന്ന അറ്റത്തുവച്ച് കണ്ടെത്തി. അയാളുടെ ഇടതുകാലിലെ എല്ലിൽ രണ്ട് ഒടി വുകൾ ഉണ്ട്. ഇത് സംഭവിച്ചിട്ട് രണ്ടര ദിവസം കഴിഞ്ഞിട്ടുണ്ട്. ഒരുപക്ഷേ, ഇതുകൂടാതെ ഇടതുകാലിന്റെ നെരിയാണിയിൽ ഒരു ഒടിവുകൂടി ഉണ്ടാ യിരിക്കാനുള്ള സാധ്യത ഉണ്ട്. തല്ക്കാലത്തേക്ക് കൂടാരം അടിച്ചിരിക്കുന്ന സ്ഥലം ജോ ഹാർമാന്റെ പുതിയ കുഴൽക്കിണറിൽനിന്നും ആറുമൈൽ

പടിഞ്ഞാറ് തെക്ക് പടിഞ്ഞാറോട്ട് മാറി ആണ്. ഇത് റോജർ ആണെങ്കിൽ ഇപ്പോൾ എന്നോട് പറയണം. ഞാൻ സംസാരിച്ചുകഴിഞ്ഞു."

ഉച്ചഭാഷിണിയിൽ നിന്നുള്ള പെൺകുട്ടിയുടെ ശബ്ദം പറഞ്ഞു. "ഈ അറ്റത്ത് ഞങ്ങൾ എല്ലാവരും വളരെക്കൂടുതൽ അങ്കലാപ്പിൽ ആണ്. ഞാൻ സന്തോഷിക്കുന്നു. അത് റോജർ ആണ്. പക്ഷേ, ഞാൻ ആവർത്തിക്കാം." അവൾ ആവർത്തിച്ചു. "നിങ്ങൾക്ക് സംസാരിക്കാം. ഞാൻ സംസാരിച്ചുകഴിഞ്ഞു."

അയാൾ പറഞ്ഞു. "ശരി, ജാക്കി, ഇപ്പോൾ മിസ്റ്റർ ബാൺസിനുള്ള ഒരു സന്ദേശം എഴുതിയെടുക്കൂ. സന്ദേശം ഇതാണ്. കഴിയുന്നതും വേഗത്തിൽ ഒരു ആംബുലൻസ് വിമാനം കുറ്റിക്കാടുകൾക്ക് ഇടയിൽ ഇറക്കാൻ തയ്യാറാക്കിക്കൊണ്ട് വിൽസ്ടൗണിൽ എത്തിക്കാൻ അപേക്ഷിക്കുന്നു. അത് എന്നെ ഒന്ന് തിരിച്ചുവായിച്ച് കേൾപ്പിക്കണം. ഞാൻ സംസാരിച്ചു കഴിഞ്ഞു."

അവൾ സന്ദേശം അയാളെ തിരിച്ചുവായിച്ചു കേൾപ്പിച്ചു.

"ശരി ജാക്കി" അയാൾ പറഞ്ഞു. "ഇപ്പോൾ എനിക്കുവേണ്ടി വിൻഡർമിയറിലേക്ക് വിളിക്കണം. എന്നെ അവരോട് സംസാരിക്കാൻ അനുവദിക്കണം. ഞാൻ സംസാരിച്ചുകഴിഞ്ഞു."

അവൾ പറഞ്ഞു. "എയിറ്റ് ഏബിൾ ജോർജ്, എയിറ്റ് ഏബിൾ ജോർജ്ജ്. ഇത് എയിറ്റ് ഏബിൾ ജോർജ്ജിനെ എയിറ്റ് ക്വീൻ ചാർലി വിളിക്കുന്നതാണ്. നിങ്ങൾക്ക് ഞാൻ പറയുന്നത് കേൾക്കാൻ കഴിയുന്നുണ്ടെങ്കിൽ ദയവായി ഈ സംസാരത്തിലേക്ക് കടന്നുവരണം. നിങ്ങൾക്ക് സംസാരിക്കാം. ഞാൻ സംസാരിച്ചു കഴിഞ്ഞു."

മുപ്പത് സ്ഥലങ്ങളിലെ മുപ്പത് ഉച്ചഭാഷിണികളിലൂടെ ഒരു പതറിയ സ്ത്രീയുടെ ശബ്ദം പറഞ്ഞു. "എയിറ്റ് ക്വീൻ ചാർലി, ഇത് എയിറ്റ് ഏബിൾ ജോർജ് ആണ്. ജാക്കി, അത് മുഴുവൻ ഞാൻ കേട്ടിരുന്നു. ഇത് പ്രാർത്ഥനയ്ക്ക് ലഭിക്കുന്ന അത്ഭുതകരമായ മറുപടിയല്ലേ? എനിക്ക് എന്താണ് പറയേണ്ടതെന്ന് അറിയില്ല. എനിക്ക് അത്രമാത്രം ആശ്വാസം തോന്നുന്നുണ്ട്. നമ്മൾ എല്ലാവരും ഇന്ന് രാത്രിയിൽ മുട്ടിൽനിന്ന് ദൈവത്തിനോട് നന്ദി പറയുമെന്ന് എനിക്ക് ഉറപ്പാണ്. നമ്മൾ എല്ലാവരും അത് ചെയ്യേണ്ടതാണെന്ന് എനിക്ക് ഉറപ്പാണ്. ഓ, ഞാൻ സംസാരിച്ചുകഴിഞ്ഞു."

മിസ് ബെക്കൺ അവളുടെ സ്വിച്ച് തിരിച്ചിട്ടു. "ഹെലൻ, ഇന്നു രാത്രിയിൽ നമ്മൾ എല്ലാവരും ദൈവത്തിനോട് നന്ദി പറയുമെന്ന് എനിക്ക് ഉറപ്പാണ്. ഹെലൻ, പൊലീസുകാരൻ ഹെയിൻസ് നിങ്ങളോട് സംസാരിക്കാൻവേണ്ടി കാത്തിരിക്കുകയാണ്. ഹെലൻ, നിങ്ങൾ അയാളുടെ സംസാരം കേൾക്കാൻ വേണ്ടി ശ്രദ്ധയോടെ അവിടെ തുടരുക. എയിറ്റ് ലൗ മൈക്ക്, നിങ്ങൾ ഇപ്പോൾ ഈ സംസാരത്തിൽ പങ്കുചേരുമോ? ഞാൻ സംസാരിച്ചുകഴിഞ്ഞു."

വിൽസ്ടൗണിൽ ഉള്ള പൊലീസുകാരൻ ഹെയിൻസ് പറഞ്ഞു. "എയിറ്റ് ലൗ മൈക്ക് എയിറ്റ് ഏബിൾ ജോർജ്ജിനെ വിളിക്കുകയാണ്.

മിസിസ്സ് കർട്ടിസ്, മിഡ്ഹസ്റ്റിന്റെ ഉയർന്ന അറ്റത്ത് നിങ്ങളുടെ ഭർത്താ വിന്റെ കൂടെ ജോ ഹാർമാൻ ഉണ്ടെന്ന് നിങ്ങൾ കേട്ടിട്ടുണ്ടാവും. ജോ ഹാർമാൻ ആംബുലൻസ് വിമാനം ഇറക്കാൻ വേണ്ടി ഒരു താല്ക്കാലിക വിമാനത്താവളം നിർമ്മിക്കേണ്ടിവന്നിരിക്കുന്നു. അയാൾ അയാളുടെ എല്ലാ കന്നുകാലിനോട്ടക്കാരെയും അങ്ങോട്ട് കൊണ്ടുപോയിരിക്കുക യാണ്. ഈ താല്ക്കാലിക വിമാനത്താവള നിർമ്മാണത്തിന് അയാളെ സഹായിക്കാൻ വേണ്ടി നിങ്ങളുടെ കേന്ദ്രത്തിലുള്ള എല്ലാവരെയും നിങ്ങൾക്ക് അയച്ചുകൊടുക്കാൻ പറ്റുമോ? ഞാൻ നിങ്ങൾക്ക് സ്ഥലം പറ ഞ്ഞുതരാം. നിങ്ങൾക്ക് ഒരു പെൻസിലും അല്പം കടലാസും ഉണ്ടെ ങ്കിൽ ഇത് എഴുതിയെടുക്കണം." അയാൾ താല്ക്കാലികമായി സംസാരം അവസാനിപ്പിച്ചു. അല്പസമയത്തിനുശേഷം അയാൾ സംസാരം തുടർന്നു. "ജോ ഹാർമാൻ ഈ വിമാനം ഇറങ്ങാനുള്ള സ്ഥലം ഉണ്ടാ ക്കുന്നത് അയാളുടെ പുതിയ കുഴൽക്കിണറിന്റെ ആറുമൈൽ പടിഞ്ഞാറ് തെക്ക് പടിഞ്ഞാറായിട്ടാണ്. അയാളുടെ പുതിയ കുഴൽക്കിണറിൽനിന്ന് ആറുമൈൽ പടിഞ്ഞാറ് തെക്ക് പടിഞ്ഞാറോട്ട് മാറിയാണ്. അയാളെ സഹായിക്കാൻ പറ്റുന്നവരായ എല്ലാവരേയും അവിടെനിന്ന് അയാളെ സഹായിക്കാൻ വേണ്ടി നിങ്ങൾ അയച്ചുകൊടുക്കണമെന്നാണ് ഞാൻ ആഗ്രഹിക്കുന്നത്. അതിന്റെ കൂടെ പൊലീസുകാരൻ ഡങ്കൻ നിങ്ങളുടെ കൂടെ ഉണ്ടെങ്കിൽ ഈ സന്ദേശം അയാൾക്ക് കൈമാറുകയും വേണം. മിസിസ്സ് കർട്ടിസ്, ഈ പൊലീസുകാരൻ ഡങ്കൻ എന്ന് പറയുന്നത് റോജൻ ആണോ? ഞാൻ സംസാരിച്ചു കഴിഞ്ഞു."

ഒരു പതറിയ സ്ത്രീയുടെ ശബ്ദം പറഞ്ഞു. "അത് പൊലീസുകാ രൻ റോജൻ ആണ്. ജോ ഹാർമാന്റെ പുതിയ കുഴൽക്കിണറിൽ നിന്ന് ആറുമൈൽ പടിഞ്ഞാറ് തെക്കുപടിഞ്ഞാറോട്ട് മാറിയാണ് എന്ന് പറ ഞ്ഞത് ഞാൻ എഴുതിയെടുത്തു കഴിഞ്ഞു. എസ്റ്റി പേജ് ഇവിടെ ഉണ്ട്. ഇന്നുരാത്രിയിൽ ഫിൽ ഡങ്കൻ തിരിച്ചുവരുമെന്ന് ഞാൻ പ്രതീക്ഷിക്കു ന്നുണ്ട്. എല്ലാവരേയും ഞാൻ അങ്ങോട്ട് പറഞ്ഞയയ്ക്കും. ദൈവം നമുക്കുവേണ്ടി ചെയ്യുന്നത് എന്തുമാത്രം വിശിഷ്ടമായ കാര്യങ്ങളാണ്. നമ്മളെപ്പോലെ പീഡനം അനുഭവിക്കുന്ന പാപികൾക്ക് വേണ്ടിയുള്ള ദൈവത്തിന്റെ കാരുണ്യത്തെപ്പറ്റി ആലോചിക്കുമ്പോൾ ഞാൻ എന്റെ മുട്ടുകാലിൽ ഇരുന്ന് കരഞ്ഞുപോകുകയാണ്." അവിടെ ഒരു ഇടവേള ഉണ്ടായിരുന്നു. അതിനുശേഷം അവൾ പറഞ്ഞു. "ഓ, ഞാൻ മറവി തുട രുകയാണ്. ഞാൻ സംസാരിച്ചുകഴിഞ്ഞു."

അയാൾ സ്വിച്ച് തിരിച്ചിട്ടുകൊണ്ട് പറഞ്ഞു. "മിസിസ്സ് കർട്ടിസ്, നിങ്ങൾ നന്ദി പറയേണ്ടത് ദൈവത്തിന് മാത്രമല്ല." ഉൾക്കടൽ പ്രദേ ശത്തെ ഒരുലക്ഷം ചതുരശ്ര മൈലുകൾക്കുള്ളിലുള്ള കൂടുതൽ വീട്ട മ്മമാരും ഈ സംസാരം കേൾക്കുന്നുണ്ടാവുമെന്ന് അയാൾക്ക് ഉറപ്പ് ണ്ടായിരുന്നു. ഒരു നല്ല അവസരത്തിന് മറ്റൊരു നല്ല അവസരത്തിനുള്ള അർഹത ഉണ്ട്. മിഡ്ഹസ്റ്റിന്റെ ഉയർന്ന അറ്റത്തുനിന്ന് ഡോണിനെപ്പറ്റി

യുള്ള ഈ സന്ദേശം കൊണ്ടുവരാൻവേണ്ടി മിസ് പാഗറ്റ് നാല്പതുമൈ
ലുകൾ താഴോട്ട് കുതിരപ്പുറത്തു കയറി സഞ്ചരിച്ചിരുന്നു. ജീൻ പാഗ
റ്റിനെ നിങ്ങൾക്ക് അറിയാം — ഷൂ നിർമ്മിക്കുന്ന തൊഴിൽശാലയും
ഐസ്ക്രീം കടയും ആരംഭിച്ച ആ ഇംഗ്ലീഷുകാരി പെൺകുട്ടി. നിങ്ങൾക്ക്
അറിയില്ല? ഡോണിനെ കാണാനില്ലെന്ന് ഞങ്ങൾ കേൾക്കുന്ന സമയത്ത്
അവൾ മിഡ്ഹസ്റ്റിൽ പകൽസമയം ചെലവഴിക്കുകയായിരുന്നു. അവൾ
ഈ വിമാനം ഇറക്കാനുള്ള സ്ഥലം എവിടെയാണെന്ന് എന്നോട് പറ
യാൻ വേണ്ടി നാല്പതുമൈൽ കുതിരപ്പുറത്തുകയറി വരുകയായിരുന്നു.
അവൾ ഇതിനുമുമ്പ് ഒരു കുതിരയുടെ പുറത്തു കാൽ കവച്ചുവച്ച് ഇരു
ന്നുട്ടുള്ളത് വെറും ആറുതവണ മാത്രമായിരുന്നു. അതുകൊണ്ട് ആ
പാവം പെൺകുട്ടിക്ക് അത്രത്തോളം വേദന ഉണ്ടായതുകൊണ്ട്
നില്ക്കാൻ പോലും കഴിഞ്ഞിരുന്നില്ല. ഡഗ്ലസ് നേഴ്സ് നല്ല വിശ്രമത്തി
നുവേണ്ടി അവളെ ആശുപത്രിയിലാക്കി. ഒന്നോ രണ്ടോ ദിവസങ്ങൾക്കു
ള്ളിൽ അവളുടെ അസുഖം മാറും. ഞാൻ സംസാരിച്ചുകഴിഞ്ഞു."

മിസിസ്സ് കർട്ടിസ് പറഞ്ഞു. "അവളോട് നന്ദി പറയാൻ എന്താണ്
പറയേണ്ടതെന്ന് എനിക്ക് അറിയില്ല. എന്റെ ഏറ്റവും സ്നേഹം നിറഞ്ഞ
സ്നേഹാന്വേഷണം അവളോട് പറയണം. അവൾ ഉടൻതന്നെ സുഖം
പ്രാപിക്കുമെന്ന് ഞാനും പ്രതീക്ഷിക്കുന്നുണ്ട്." അവിടെ അല്പസമയം
ഒരു ഇടവേള ഉണ്ടായിരുന്നു. അതിനുശേഷം മിസിസ്സ് കർട്ടിസ് പറഞ്ഞു.
"എന്റെ മനസ്സിൽ ആ ഐസ്ക്രീം പാർലറിനെ പറ്റി വലിയ ബുദ്ധിമുട്ടു
കൾ ഉണ്ടായിരുന്നു. വിൽസ് ടൗണിൽ അതുപോലെ ഒരു കാര്യം ഞായ
റാഴ്ചകളിലും ക്രിസ്മസ് ദിവസത്തിലും തുറന്നുപ്രവർത്തിക്കുന്നത് ശരി
യാണെന്ന് തോന്നിയിരുന്നില്ല. എനിക്ക് *ബൈബിളിൽ* അതിനുവേണ്ടിയോ
അല്ലെങ്കിൽ അതിനെതിരായിട്ടോ ഒരു കാര്യവും കാണാൻ കഴിഞ്ഞിരു
ന്നില്ല. ഞാൻ അത്രമാത്രം അന്തംവിട്ടുപോയിരുന്നു. പക്ഷേ, ഇപ്പോൾ
അത് മറ്റെല്ലാ കാര്യങ്ങളും ദൈവത്തിന്റെ കൈയിൽ ആയിരുന്നതു
പോലെ ഇതും അദ്ദേഹത്തിന്റെ കൈയിലായിരുന്നെന്ന് തോന്നുന്നുണ്ട്.
അത് അത്ഭുതകരമാണെന്ന് ഞാനും വിചാരിക്കുന്നുണ്ട്. ഞാൻ സംസാ
രിച്ചു കഴിഞ്ഞു."

"അതു ശരിയാണ്." പൊലീസുകാരൻ ഹെയിൻസ് അവിശ്വാസ
ത്തോടെ പറഞ്ഞു. കട അടച്ചിടുന്ന മണിക്കൂറുകളെപ്പറ്റി അയാൾക്കും
ഉറപ്പുണ്ടായിരുന്നില്ല. അയാൾ അയാളുടെ മേലധികാരികളോട് ഇതു
സംബന്ധിച്ചുള്ള മാർഗ്ഗനിർദ്ദേശത്തിനുവേണ്ടി എഴുത്ത് എഴുതിയിട്ടുണ്ടാ
യിരുന്നു. അത് അയാൾ ഒരു കട അടയ്ക്കാനുണ്ടായിരുന്ന ഒരു ജില്ല
യിൽ ഉണ്ടായിരുന്ന സമയത്ത് ആയിരുന്നു. അത് കഴിഞ്ഞിട്ട് ഒരുപാട്
കാലം കഴിഞ്ഞിരുന്നു.

"മിസിസ്സ് കർട്ടിസ്, ഇപ്പോൾ എനിക്ക് നിശ്ചയമായും സംപ്രേക്ഷണം
അവസാനിപ്പിക്കണം. എയിറ്റ് ക്വീൻ ചാർലി; ഇത് എയിറ്റ് ലൗ മൈക്ക്
ആണ്. ജാക്കി, നിങ്ങൾ ഇന്നത്തേക്ക് നിങ്ങളുടെ ജോലി അവസാനിപ്പി

ക്കാൻ ആഗ്രഹിക്കുകയയാണെങ്കിൽ ഇവിടെ അതുകൊണ്ട് കുഴപ്പമെന്നും ഇല്ല. നിങ്ങൾ നാളെ പകൽ ഏഴുമണി മുതൽ ശ്രദ്ധയോടെ കേട്ടു കൊണ്ടിരിക്കുന്നതിൽ എനിക്ക് താല്പര്യം ഉണ്ട്. ഇത് റോജർ ആണോ? ഞാൻ സംസാരിച്ചു കഴിഞ്ഞു."

മിസ് ബേക്കൻ പറഞ്ഞു. "അത് പൊലീസുകാരൻ റോജർ ആണ്. ഞാൻ മിസ്റ്റർ ബാൺസിനോട് പറയും. നിങ്ങൾക്ക് കൂടുതൽ ഒന്നും എന്നോട് പറയാനില്ലെങ്കിൽ ഞാൻ സംസാരം അവസാനിപ്പിക്കാം. ഞാൻ സംസാരിച്ചു കഴിഞ്ഞു."

"ജാക്കി. കൂടുതൽ ഒന്നും പറയാനില്ല. ഗുഡ് നൈറ്റ്. ഞാൻ നിർത്തു ന്നു."

"ഗുഡ്നൈറ്റ്, സർജന്റ് ഹെയിൻസ്. ഞാൻ നിർത്തുന്നു."

മിസ് ബേക്കൺ അവളുടെ റേഡിയോ സംപ്രേക്ഷണ സാമഗ്രിയി ലൂടെയുള്ള സംപ്രേക്ഷണം നന്ദിപൂർവ്വം അവസാനിപ്പിച്ചു. "ഇരുപത്തി നാല് മണിക്കൂറും ശ്രദ്ധയോടെ കേട്ടുകൊണ്ടിരിക്കുന്നതിനുള്ള സംവി ധാനം ക്യാൻസ് ആംബുലൻസിന് വേണ്ട രീതിയിൽ ഉണ്ടായിരുന്നില്ല. ഇതുപോലെയുള്ള അടിയന്തരാവശ്യങ്ങൾ വരുമ്പോൾ എല്ലാവരും ഒന്നി ച്ചുചേർന്ന് സഹായിക്കേണ്ടിവന്നിരുന്നു. കഴിഞ്ഞ ദിവസം രാവിലെ എട്ടു മണി മുതൽ അർദ്ധരാത്രിവരെ അവൾ ജോലി ചെയ്യുകയായിരുന്നു. അതി നുശേഷം രാവിലെ എട്ടുമണിമുതൽ ഇതുവരെ അവൾ ജോലി തുടർന്നി രുന്നു. മിസ്റ്റർ ബാൺസ് രാത്രിയിലെ ചുമതല ഏറ്റെടുത്തിരുന്നു. അയാൾ വീണ്ടും ആ ചുമതല ഏറ്റെടുക്കാനുള്ള തയ്യാറെടുപ്പ് നടത്തുകയായിരു ന്നു. അവൾ *ഹംഫ്രിബോഗർട്ടിനേയും *ലോറൻ ബക്കാളിനെയും കാണാ നുള്ള അവസരം നഷ്ടപ്പെടുത്തിയെന്ന് അവൾ ദുഃഖത്തോടെ ആലോ ചിച്ചു. സിനിമാ പകുതിയിലും കൂടുതലും ഇപ്പോൾ കഴിഞ്ഞുകാണും. പക്ഷേ, ഒരു രാത്രിയിൽക്കൂടി അത് ഉണ്ടായിരിക്കും. എന്തെങ്കിലും ഭാഗ്യം ഉണ്ടെങ്കിൽ ഈ ചാഞ്ചാട്ടം അവസാനിക്കും. അങ്ങനെയാണെങ്കിൽ അവൾക്ക് അത് നാളെ കാണാൻ കഴിയും. അവൾ മിസ്റ്റർ ബാൺസിന് ടെലിഫോൺ ചെയ്യാൻവേണ്ടി പോയി.

മിസ്റ്റർ ബാൺസ് ആസ്ട്രേലിയൻ നാഷണൽ എയർവെയ്സിലെ മിസ്റ്റർ സ്മെത്തിന് ടെലിഫോൺ ചെയ്തു. മിസ്റ്റർ സ്മെത്ത് അവ രുടെ കരുതലിലുള്ള ക്യാപ്റ്റൻ ജിമ്മി കോപ്പ് എന്ന പൈലറ്റിനോട് ഫോണിൽ സംസാരിച്ചു. മിസ്റ്റർ കോപ്പ് പറഞ്ഞു. "ഇന്നു രാവിലെ കാലാ വസ്ഥ ഇന്നലെത്തേതിലും മെച്ചം ആണെന്ന് ഞാൻ പ്രതീക്ഷിച്ചു. ഇന്ന് നമുക്ക് ഒരിക്കലും പീഠഭൂമി തരണം ചെയ്യാൻ കഴിയില്ല. ആറുമണിക്ക് വിമാനം പുറപ്പെടുന്നതാണ് നല്ലതെന്നാണ് ഞാൻ വിചാരിക്കുന്നത്. ഞാൻ ആ സമയത്ത് താഴ്വരയിൽ ഒന്നിച്ച് ഉണ്ടായിരിക്കും."

അയാൾ നേരം പുലരുന്ന സമയത്ത് വിമാനത്താവളത്തിൽ എത്തു

---

*   അമേരിക്കൻ സിനിമാതാരങ്ങൾ

മ്പോൾ ജനവാസം ഇല്ലാത്ത പ്രദേശത്തെ ആംബുലൻസ് ജോലികൾക്ക്
വേണ്ടി നിർമ്മിച്ചിട്ടുള്ള ഏറ്റവും നല്ല വിമാനമായ പഴയ ഡ്രാഗൺവിമാ
നത്തിന്റെ രണ്ട് യന്ത്രങ്ങളും പ്രവർത്തിച്ചുകൊണ്ടിരിക്കുകയായിരുന്നു.
വിമാനത്താവളത്തിന്റെ തൊട്ടുപിറകിലുള്ള കുന്നിനെ മറച്ചുകൊണ്ട് ഏക
ദേശം അഞ്ഞൂറടി താഴെ വരെ മേഘങ്ങൾ തൂങ്ങിക്കിടക്കുന്നുണ്ടായി
രുന്നു. ചെറിയ തോതിൽ മഴ പെയ്തുകൊണ്ടിരുന്നു. വിൽസ്റ്റൗണിന്റെ
സ്ഥാനം ഏതാണ്ട് നാന്നൂറ് മൈലോളം പടിഞ്ഞാറ് വടക്കുപടിഞ്ഞാറോട്ട്
മാറി ആണ്. ഈ വഴിക്കുള്ള ആദ്യത്തെ എഴുപത് മൈൽ ദൂരം മൂവ്വായി
രത്തി അഞ്ഞൂറ് അടിവരെ പൊക്കമുള്ള പർവ്വതങ്ങൾ ഉള്ള ആതർഡൺ
പീഠഭൂമിക്ക് മുകളിലൂടെ ആയിരുന്നു. ഈ വഴി മുഴുവൻ റേഡിയോയുടെ
വ്യോമയാന സഹായങ്ങൾ ഇല്ലാതെ അയാൾക്ക് കാഴ്ചയുടെ സഹാ
യംകൊണ്ട് മാത്രം മേഘങ്ങൾക്കും മരങ്ങളുടെ മുകൾഭാഗത്തിനും ഇട
യിലൂടെ കഴിയുന്നത്ര നല്ല രീതിയിൽ വിമാനം പറത്തേണ്ടി വരും.

അയാൾ ഒന്നോ രണ്ടോ മോശം വാക്കുകൾ കൺട്രോൾ ഓഫീസ
റോട് പറഞ്ഞതിനുശേഷം ഒരു ആംബുലൻസ് സേവകനെക്കൂടി വിമാ
നത്തിൽ കയറ്റിക്കൊണ്ട് റൺവേയിലൂടെ പറന്നുയർന്നു. ഒരിക്കൽ ആകാ
ശത്തിൽ എത്തിക്കഴിഞ്ഞപ്പോൾ അന്തരീക്ഷം എന്നത്തേതിലും മോശം
ആയിരുന്നു. അയാൾ ബാരൺ നദിയുടെ മുകളിലൂടെ മുന്നൂറടി ഉയര
ത്തിൽ കുരന്ദാച്ചുരത്തിലൂടെ പറന്ന് പീഠഭൂമിയുടെ മുകളിലൂടെ പറക്കു
മ്പോൾ താഴെയുള്ള മേഘങ്ങൾക്കിടയിൽ പർവ്വതത്തിലേക്കുള്ള ഒരു
വിടവ് കണ്ടെത്താൻ കഴിയുമെന്നുള്ള പ്രതീക്ഷയോടെ അയാൾ പറന്നു.
അയാളുടെ വിമാനത്തിന്റെ ചിറകുകളുടെ വളരെ അടുത്തുള്ള കാടുമൂ
ടിക്കിടക്കുന്ന താഴ്വാരത്തിന് ചുറ്റും ചാരനിറമുള്ള മൂടൽമഞ്ഞ് മൂടിക്കി
ടന്നിരുന്നു. മുന്നോട്ടുപോകാനുള്ള വിടവിന്റെ യാതൊരു സൂചനയും
അവിടെ ഉണ്ടായിരുന്നില്ല. അയാൾ ഏകദേശം നൂറടിമാത്രം ഒഴിവാക്കി
യിട്ട് ദുഷ്കരമായ ഒരുതിരിവ് തിരിച്ചുകൊണ്ട് കടൽത്തീരത്തേക്ക് തിരി
ച്ചുവിട്ടു. അയാൾ മൈക്രോഫോൺ കൈയിൽ എടുത്തുകൊണ്ട് പറഞ്ഞു.

"ക്യാൻസ് ടൗവർ അല്ലെ? ഇതു വിക്ടർ ഹൗ ഏബിൾ മൈക്ക്
ബേക്കർ ആണ്. എനിക്ക് കുരന്ദാച്ചുരത്തിലൂടെ വിജയം നേടാൻ പറ്റു
ന്നില്ല. ഞാൻ തീരപ്രദേശത്തുകൂടി കുക്ക് ടൗൺ വരെ പോയി അവിടെ
നിന്ന് ശ്രമിക്കാൻ പോകുകയാണ്. ഞാൻ ഒരു മണിക്കൂറിനുള്ളിൽ
അവിടെ വിമാനം ഇറക്കുമെന്ന് കുക്ക്ടൗണിൽ ഉള്ളവരോട് പറയണം.
എനിക്ക് ഒക്ടേൻ-73* വാതകത്തിന്റെ ഇരുപത് ഗാലൺ ആവശ്യമുണ്ട്."

അയാൾ ക്വീൻസ് ലാന്റിലെ ഉഷ്ണമേഖലയിലുള്ള കടൽത്തീരത്തു
കൂടി ഏകദേശം മുന്നൂറടി ഉയരത്തിലാണ് പറന്നുകൊണ്ടിരുന്നത്.
അയാൾ ഒരു മണിക്കൂർ താമസിച്ച് കുക്ക്ടൗണിൽ വന്നുചേർന്നു.
കുക്ക്ടൗൺ ഏകദേശം മുന്നൂറ് ആളുകൾ താമസിക്കുന്ന ഭംഗിയുള്ള

---

*   വിമാനത്തിൽ ഉപയോഗിക്കുന്ന ഇന്ധനവാതകം.

ഒരു ചെറിയ പട്ടണമായിരുന്നു. പക്ഷേ, അയാൾ ഇവിടെ എത്തിയപ്പോൾ അത് മഴ നനഞ്ഞ് വിരസമായിക്കിടക്കുകയായിരുന്നു. അയാൾ വിമാന ത്താവളത്തിൽ വിമാനം ഇറക്കി വീണ്ടും ഇന്ധനം നിറച്ചു. "ഞാൻ ഇവിടെ വിൽസ്ടൗണിൽ പോകാൻ ശ്രമിക്കാൻ പോകുകയാണ്." അയാൾ പറഞ്ഞു. "വഴിയിൽ കൂടുതൽ ഉയരമുള്ള വസ്തുക്കൾ ഒന്നും ഇല്ല. കാലാവസ്ഥ വളരെ മോശം ആകുകയാണെങ്കിൽ ഞാൻ തിരിച്ചു വരും. ഞാൻ ഇവിടെനിന്ന് വിൽസ്ടൗണിലേക്ക് നേരിട്ടുള്ള വിമാന പാത യിൽ ആയിരിക്കും." അയാൾ അത് പറഞ്ഞത് ഒരുപക്ഷേ, ഒരു അന്വേ ഷണ സംഘം ആവശ്യമായി വന്നേക്കാം എന്ന സംശയത്തിൽ ആയി രുന്നു. വീണ്ടും ഇന്ധനം നിറച്ചുകഴിഞ്ഞപ്പോൾ അയാൾ ഒരു വളഞ്ഞ വഴിയിലൂടെ ഉൾപ്രദേശത്തിനു മുകളിലെത്തി പറന്നു. മൊത്തം വിമാന യാത്രയിലും അയാൾ ഒരിക്കലും മരങ്ങളുടെ മുകൾഭാഗത്തുനിന്ന് ഇരു ന്നൂറ്‌ അടി ഉയരത്തിൽ കൂടുതൽ പറന്നിരുന്നില്ല. മുമ്പിൽ അവ്യക്ത മായ ഒരു വിള്ളൽ കാണാൻ കഴിഞ്ഞിരുന്നതുകൊണ്ട് എല്ലാ സമയത്തും മടങ്ങിപ്പോരാനുള്ള ആഗ്രഹത്തിന്റെ അതിർത്തിയിലായിരുന്നെങ്കിലും അയാൾക്ക് മേഘങ്ങൾക്കിടയിലൂടെ മുന്നോട്ടുപോകേണ്ടത് ആവശ്യമാ ണെന്ന് തോന്നുന്നുണ്ടായിരുന്നു. അയാളുടെ പിന്നിൽ സേവകൻ ആ വിമാനയാത്രയിലെ അപകടത്തെപ്പറ്റിയുള്ള നല്ല ബോധം ഉണ്ടായിട്ടും അതിനുവേണ്ടി ഒരു കാര്യവും ചെയ്യാനുള്ള കഴിവില്ലാതെ അയാളുടെ ഇരിപ്പിടത്തിൽ മുറുകെ പിടിച്ചുകൊണ്ട് ഇരിക്കുന്നുണ്ടായിരുന്നു. മൂന്നു മണിക്കൂർ സമയം അവർ അതുപോലെ പറന്നുകൊണ്ടിരുന്നു. അതിനു ശേഷം അവർ കാർപൻടേറിയാ ഉൾക്കടൽ പ്രദേശത്തിനടുത്ത് എത്തി യപ്പോൾ പൈലറ്റ് അയാൾക്ക് അറിയുന്ന സ്ഥലങ്ങൾ ഓരോന്നായി മന സ്സിലാക്കിയെടുക്കാൻ തുടങ്ങിയിരുന്നു. ഒരു നദിയുടെ വളവ്, കത്തിക്ക രിഞ്ഞ കുറ്റിച്ചെടികളുടെ ഒരു കൂട്ടം, ഏത്തപ്പഴം പോലെ വളഞ്ഞ മണൽ പരപ്പിന്റെ ഒരു പാഴ്നിലം എന്നിവയെല്ലാം അയാൾക്ക് മനസ്സിലാക്കാൻ കഴിഞ്ഞ സ്ഥലങ്ങൾ ആയിരുന്നു. അയാൾ വിൽസ്ടൗണിൽ എത്തി ഏതാനും വീടുകൾക്കു മുകളിലൂടെ നൂറ് അടി ഉയരത്തിൽ കറങ്ങി പറ ന്നിരുന്നു. അയാൾ അവിടെയുണ്ടെന്ന് അവരെ അറിയിച്ചുകൊണ്ട് താല്ക്കാലികവിമാനത്താവളത്തിൽ വിമാനം ഇറക്കാനായിരുന്നു അയാ ളുടെ ഉദ്ദേശ്യം. അയാൾ അയാൾക്കുവേണ്ടി കാത്തുകിടന്നിരുന്ന ലോറി യുടെ അടുത്തേക്ക് ഒരു ടാക്സിയിൽ കയറിയാണ് പോയിരുന്നത്. അയാൾ അത്യദ്ധ്വാനത്തിനുശേഷം തളർന്നുപോയിരുന്നു. ആ സമ യത്തും മഴ പെയ്തുകൊണ്ടിരിക്കുകയായിരുന്നു.

അയാൾ പൊലീസുകാരൻ ഹെയിൻസുമായും ഡഗ്ലസ് നേഴ്സു മായും ആൽബേൺസുമായും ലോറിയുടെ ഒരു വശത്തുവച്ച് ഒരു ചെറിയ കൂടിയാലോചന നടത്തി. "എനിക്ക് അയാളെ ഇവിടെ തിരിച്ചുപറത്തി ക്കൊണ്ടുവരുമ്പോൾ ഒരു ഒടിവ് ഉണ്ടാകാനുള്ള സാദ്ധ്യത ഉണ്ട്." അയാൾ പറഞ്ഞു. "ഇന്നു വൈകുന്നേരത്ത് ഇത് മെച്ചപ്പെടുന്നില്ലെങ്കിൽ അയാൾ

ഇന്നു രാത്രിയിൽ ഇവിടെയുള്ള ആശുപത്രിയിൽ ചെലവഴിക്കുന്നതാണ് കൂടുതൽ നല്ലത്. എനിക്ക് ഈ കാലാവസ്ഥയിൽ അയാളെ ക്യാൻസി ലേക്ക് പറത്തിക്കൊണ്ടുപോകാൻ കഴിയില്ല. ഒരുപക്ഷേ, നാളെ അയാ ളുടെ അവസ്ഥ മെച്ചപ്പെടുമായിരിക്കും." അവർ അയാൾക്ക് അരുവികളും മിഡ്ഹസ്റ്റിലെ സ്ഥലവും പുതിയ കുഴൽക്കിണറും താല്ക്കാലികവിമാ നത്താവളത്തിന്റെ ഏകദേശ സ്ഥാനവും അടയാളപ്പെടുത്തിക്കൊണ്ട് പൊലീസുകാരൻ തയ്യാറാക്കിയ കൈകൊണ്ട് വരച്ച ഒരു ചിത്രം അവർ അയാൾക്ക് കൊടുത്തു. അതിനുശേഷം അയാൾ വീണ്ടും പറന്നുയർന്നു. അത് ഏതാണ്ട് പതിനൊന്നുമണിയോടെ ആയിരുന്നു.

ഈ ഭൂപടം പിന്തുടർന്നുകൊണ്ട് അയാൾ വലിയ ബുദ്ധിമുട്ടില്ലാതെ ആ സ്ഥലം കണ്ടെത്തി. അവർ അയാൾക്ക് വിമാനം ഇറക്കാൻ ഉദ്ദേശി ച്ചിരുന്ന സ്ഥലം വ്യക്തമായിരുന്നു. കാരണം അയാൾക്ക് കടന്നുവരാനുള്ള വഴിയിലുള്ള മരങ്ങളെല്ലാം വെട്ടിമാറ്റിയിരുന്നു. കുറച്ചുദൂരത്തേക്ക് കുറ്റി ക്കാടുകൾ എടുത്തു മാറ്റിയിരുന്നു. അതെല്ലാം കഴിഞ്ഞപ്പോൾ ആ സ്ഥലം പുല്ലുനിറഞ്ഞ ഒരു മൈതാനം പോലെ തോന്നുന്നുണ്ടായിരുന്നു. ഏക ദേശം പത്ത് ആളുകൾ അവിടെനിന്ന് ജോലി ചെയ്യുന്നതോ അല്ലെങ്കിൽ തല ഉയർത്തി അയാളെ നോക്കിക്കൊണ്ടു നില്ക്കുന്നതോ അയാൾക്ക് കാണാൻ കഴിഞ്ഞിരുന്നു. അവിടെ ഉണ്ടായിരുന്ന ഒരു കൂടാരത്തിനടുത്ത് ഒരു ചെറിയ ലോറി നിർത്തിയിട്ടിരിക്കുന്നതും അയാൾക്ക് കാണാൻ കഴി ഞ്ഞിരുന്നു. അയാൾ അപകടസാദ്ധ്യത കണക്കിലെടുത്തുകൊണ്ട് താഴ്ന്നു കിടന്നിരുന്ന മേഘങ്ങൾക്ക് അടിയിലൂടെ വട്ടമിട്ടു പറന്നിരുന്നു. അയാൾ തയ്യാറാക്കിയിരുന്ന വിമാനം ഇറക്കാനുള്ള സ്ഥലം ഒരു ഡ്രാഗൺ വിമാനത്തിനുപോലും ദയനീയമായ രീതിയിൽ നീളം കുറഞ്ഞതായിരു ന്നു. സമയവും കുറവായിരുന്നു. എന്തായാലും ആ മനുഷ്യന്റെ കാല് ഒടിഞ്ഞുതൂങ്ങിയിട്ട് ഇപ്പോൾ മൂന്ന് ദിവസം കഴിഞ്ഞിരിക്കുന്നു. അഴുകലും വ്രണം വലുതാകുന്നതും അത്തരത്തിലുള്ള പല കാര്യങ്ങളും സംഭവി ച്ചിട്ടുണ്ടാകാം. അയാളെ ചികിത്സിക്കാൻ നിശ്ചയമായും കാലതാമസം വരുത്താൻ പാടില്ല. അയാൾ ചുണ്ടുകടിച്ചുകൊണ്ടു വിമാനം ഇറക്കാ നുള്ള ഒരു പരിശോധന നടത്താൻ വേണ്ടി റൺവെയുടെ തൊട്ടുമുകളി ലൂടെ പറന്നുയർന്നു.

അയാൾ റൺവെയുടെ മുകളിലേക്ക് വന്നത് ധൈര്യത്തോടെ മര ങ്ങൾക്കു മുകളിലൂടെ അഞ്ചടിക്ക് താഴെയുള്ള ഒരു അകലം നിലനിർത്തി മരങ്ങളിൽ തട്ടാതെ വിമാനം പറത്തിയായിരുന്നു. മുറിച്ചിട്ട മരങ്ങൾക്ക് മുകളിൽ എത്തിയപ്പോൾ അയാൾ വിമാനത്തിന്റെ വേഗത വീണ്ടും കുറ ച്ചിരുന്നു. അയാൾ പുല്ലിന്റെ മുകളിലേക്ക് അത് നിരപ്പായിരിക്കും എന്ന പ്രതീക്ഷയോടെ വിമാനം താഴെയിറക്കാൻ ശ്രമിച്ചിരുന്നു. അത് അയാൾക്ക് കഴിയുമായിരുന്നു... ഇല്ല അയാൾക്ക് അത് കഴിഞ്ഞിരുന്നില്ല; അയാൾക്ക് ഒരിക്കലും വിമാനത്തെ കൃത്യസമയത്ത് നിർത്താൻ കഴി ഞ്ഞിരുന്നില്ല. നിലത്തുനിന്നും രണ്ടടിയിൽ കുറഞ്ഞ ഒരു ഉയരത്തിൽ

വിമാനത്തിന്റെ ചക്രങ്ങളെ താങ്ങിനിർത്തിക്കൊണ്ട് അയാൾ ഒരു നിമിഷം വിമാനത്തെ അന്തരീക്ഷത്തിൽ ചലനമില്ലാതെ നിർത്തിയിരുന്നു. അതി നുശേഷം അയാൾ വിമാനത്തെ ഉയരങ്ങളിലേക്ക് പറത്തിക്കൊണ്ടു പോകുകയായിരുന്നു.

അയാൾ അയാളുടെ പിന്നിൽ ഇരുന്നിരുന്ന സേവകനോട് മേഘ ങ്ങൾക്ക് അടിയിലൂടെ വട്ടമിട്ടുപറക്കുന്നതിനിടയിൽ താല്ക്കാലിക വിമാ നത്താവളത്തിൽനിന്ന് കണ്ണെടുക്കാതെ തിരിഞ്ഞുനോക്കി വിളിച്ചു ചോദി ച്ചു. ഒരു പെൻസിലും പേപ്പറും നിങ്ങളുടെ കൈവശം ഉണ്ടോ? ഇത് എഴു തിയെടുക്കണം." അയാൾ ഒരു നിമിഷം ആലോചിച്ചു. "എനിക്ക് വിഷമം ഉണ്ട്. എനിക്ക് റൺവെ വ്യക്തമായി കാണാൻ കഴിയുന്നില്ല. റൺവെ യിക്ക് തീർച്ചയായും ഏകദേശം നൂറുഗജം നീളമെങ്കിലും വേണം. അല്ലെ ങ്കിൽ നിങ്ങൾക്ക് കഴിയുമെങ്കിൽ നീളം നൂറ്റി അൻപത് ഗജം കിട്ടിയാൽ അത് കൂടുതൽ മെച്ചമാണ്. ഇന്ന് വൈകുന്നേരം നാലുമണിക്ക് ഞാൻ തിരിച്ചുവരും." അവർ ഇത് സന്ദേശങ്ങൾ അയയ്ക്കാനുള്ള സഞ്ചിക്കു ള്ളിൽ ഇട്ട് അതിന്റെ മുകളിൽ നിറമുള്ള കൊടിക്കൂറകൾ കെട്ടിവച്ച് പറ ത്തിക്കൊണ്ട് റൺവെയുടെ മദ്ധ്യഭാഗത്തേക്ക് എറിഞ്ഞുകൊടുത്തതിനു ശേഷം അയാൾ പറന്നുയർന്നു

വിൽസ്ടൗണിന്റെ വ്യോമപരിധിയിൽ തിരിച്ചെത്തിയപ്പോൾ അയാൾ അവരോട് എന്താണ് സംഭവിച്ചതെന്ന് പറഞ്ഞു. "അവർക്ക് അതിന് വേണ്ടത്ര നീളം ഉണ്ടാക്കാനുള്ള സമയം കിട്ടിയില്ല." സർജെന്റ് പറഞ്ഞു. "ഇന്നു വൈകുന്നേരം അതിന് കുഴപ്പമില്ലെന്ന് നിങ്ങൾക്ക് കണ്ടെത്താൻ കഴിയും." സർജെന്റ് പൈലറ്റിനെ ഹോട്ടലിലേക്ക് കാറോടിച്ച് കൊണ്ടു പോയി. അതിനുശേഷം ആൽബേൻസ് അയാളെ ബാറിലേക്ക് കൊണ്ടു പോയി. പക്ഷേ, പൈലറ്റ് നാരങ്ങാ വെള്ളം അല്ലാതെ വൈകുന്നേരത്തെ ബുദ്ധിമുട്ടുള്ള പറക്കൽ കഴിയുന്നതുവരെ മറ്റൊന്നും കഴിക്കാൻ കൂട്ടാ ക്കിയില്ല.

അയാൾ ഹോട്ടലിൽ നിന്ന് ഉച്ചഭക്ഷണത്തിന്റെ സമയം കഴിഞ്ഞ് ഐസ്ക്രീം പാർലറിലേക്ക് നടന്നുചെന്നു. വിൽസ്ടൗണിൽ അയാൾ അവ സാനം എത്തിയതിനുശേഷം അത് ഒരു പുതുമ ആയിരുന്നു. അയാൾ അത്ഭുതത്തോടെ നാലുചുറ്റും നോക്കി. അയാൾ ഒരു ഐസ്ക്രീം കൊണ്ടു വരാൻ പറഞ്ഞു. റോസ് സോയർ അയാളോട് അത് പെട്ടെന്ന് കഴിക്കണ മെന്ന് പറഞ്ഞു. കാരണം അവൾ ഐസ്ക്രീം പാർലർ അടയ്ക്കുകയാണ്. എല്ലാ വൈകുന്നേരത്തും ഈ സമയത്താണോ അടയ്ക്കുന്നതെന്ന് അയാൾ അവളോട് ചോദിച്ചു. അവൾ ഇന്ന് മിസ് പാഗറ്റിനെ ആശുപത്രി യിൽ പോയി കാണാൻ പോകുകയാണെന്ന് മറുപടി പറഞ്ഞു. അതിനു ശേഷം അയാൾ മിസ് പാഗറ്റിന്റെ കുതിരസവാരിയെപ്പറ്റി എല്ലാ കാര്യ ങ്ങളും കേട്ടിരുന്നു.

നാലുമണിക്ക് മിഡ്ഹസ്റ്റിന്റെ ഉയർന്നഭാഗത്തെ താല്ക്കാലിക വിമാ നത്താവളത്തിനു മുകളിൽ അയാൾ തിരിച്ചുവന്നിരുന്നു. മഴ അവസാനി

ച്ചിരുന്നതുകൊണ്ട് അയാൾക്ക് എണ്ണൂറടി ഉയരത്തിൽ വിമാനത്താവള
ത്തിനടുത്തേക്ക് പറന്നെത്താൻ കഴിഞ്ഞിരുന്നു. അയാൾ ഒരു തവണ
വട്ടമിട്ട് പറന്നു നല്ല രീതിയിൽ കാര്യങ്ങൾ നോക്കി മനസ്സിലാക്കിയിരു
ന്നു. അവർ താല്ക്കാലിക വിമാനത്താവളത്തിലെ റൺവേയുടെ നീളം
വർദ്ധിപ്പിച്ചിരുന്നു. ഇപ്പോൾ അയാൾക്ക് ബുദ്ധിമുട്ടേണ്ടി വരില്ല. അയാൾ
കാഴ്ചയിലേക്ക് കടന്നുവന്ന് സമീപത്ത് കാണാൻ കഴിഞ്ഞ റൺവേയുടെ
അറ്റത്തായി നിലംതൊട്ടു. ഡ്രാഗൺ വിമാനം നിരപ്പില്ലാത്ത ഭൂമിയുടെ
മുകളിലൂടെ കുതിച്ചുചാടിക്കൊണ്ട് വീണ്ടും താഴെയിറങ്ങി വലിയ ഇര
മ്പലോടെ ചക്രങ്ങളിൽ ഉരുണ്ട് ആടിയാടി നിശ്ചലമായി.

അയാൾ വിമാനത്തിലെ യന്ത്രങ്ങളുടെ പ്രവർത്തനം അവസാനിപ്പി
ച്ചതിനുശേഷം പുറത്തിറങ്ങി. അവർ മുറിയിൽനിന്ന് രോഗികളെ കിട
ത്താനുള്ള സ്ട്രെച്ചർ എടുത്തുകൊണ്ടുവന്ന് കന്നുകാലി വളർത്തൽ
കേന്ദ്രത്തിലെ ആസ്ട്രേലിയക്കാരായ കന്നുകാലിനോട്ടക്കാരുടെ സഹാ
യത്തോടെ ഡോൺ കർട്ടിസിനെ സ്ട്രെച്ചറിൽ കിടത്തി വിമാനത്തിന്റെ
മുറിയിലേക്ക് എടുത്തുമാറ്റി. പൈലറ്റ് ഒരു സിഗററ്റ് കത്തിച്ചതിനുശേഷം
ഒരെണ്ണം ജോ ഹാർമാന് കൊടുത്തു.

ജോ ഹാർമാൻ ചോദിച്ചു. "വിൽസ് ടൗണിൽ വച്ച് മിസ് പാഗറ്റിനെ
പറ്റി നിങ്ങൾ എന്തെങ്കിലും കാര്യം കേട്ടിട്ടുണ്ടായിരുന്നോ?"

പൈലറ്റ് പറഞ്ഞു. "അവൾ ആശുപത്രിയിലാണ്. വലിയ കുഴപ്പ
ങ്ങൾ ഒന്നുമല്ല. അവർ പറയുന്നത് വെറും ക്ഷീണവും ചില മുറിവുകളും
മാത്രം ആണെന്നാണ്. അവൾ നിശ്ചയമായും ഒരു നല്ല പെൺകുട്ടി
ആണ്."

ജോ ഹാർമാൻ പറഞ്ഞു. "വളരെ ശരിയാണ്. നിങ്ങൾ ആശുപത്രി
യിൽനിന്നുള്ള ഒരാളെ എങ്കിലും കാണുകയാണെങ്കിൽ മിസ് പാഗറ്റിനുള്ള
ഒരു സന്ദേശം അയാളോട് പറയണം. പറയില്ലേ?"

"ഞാൻ അത് ചെയ്യാം." പൈലറ്റ് പറഞ്ഞു. "ഇന്നുരാത്രിയിൽ ഞാൻ
അവിടെയാണ് താമസിക്കാൻ പോകുന്നത്? ഇപ്പോൾ ക്യാൻസിലേക്ക്
പോകാൻ കൂടുതൽ താമസിച്ചുപോയി. ഈ കാലാവസ്ഥയിൽ എനിക്ക്
രാത്രിയിൽ വിമാനം പറത്താൻ കഴിയില്ല. ഈ വിമാനത്തിൽ അത്
പറ്റില്ല."

ഭാരം കയറ്റൽ ഇപ്പോൾ അവസാനിച്ചിരുന്നു. അയാൾ സീറ്റിൽ കയറി
ഇരുന്നു. സേവകൻ വണ്ടിയുടെ പ്രൊപ്പല്ലർ കറക്കി. അവർ റൺവേയുടെ
മറ്റേ അറ്റത്തേക്ക് ടാക്സി ഓടിച്ചുപോയി. റൺവേക്ക് നീളം കുറവായി
രുന്നു. പൈലറ്റ് റൺവേയിലൂടെ പറന്നുയർന്നു. അകലെയുള്ള അറ്റത്ത്
ഉണ്ടായിരുന്ന മരങ്ങളെ പതിനഞ്ച് അടി ദൂരത്തുവച്ചുതന്നെ അയാൾ ഒഴി
വാക്കിയിരുന്നു. അരമണിക്കൂറിനുശേഷം അയാൾ ഡോൺ കർട്ടിസിനെ
ആശുപത്രിയിൽ കൊണ്ടുപോകാനുള്ള ലോറിയിലേക്ക് എടുത്തുമാറ്റാൻ
സഹായിച്ചുകൊണ്ട് വിൽസ്ടൗണിൽ ഉണ്ടായിരുന്നു.

ആ വൈകുന്നേരത്ത് ജീൻ പാഗറ്റ് അവളുടെ പെട്ടെന്ന് ശ്രദ്ധയിൽ

വരുന്ന ആഴത്തിലുള്ള മുറിവുകൾ റോസ് സോയറെ കാണിച്ചു കൊടു ത്തു— ആറിഞ്ച് നീളത്തിൽ ഉരഞ്ഞുണ്ടായ മുറിവുകൾ. "അഭിമാനാർഹ മായ മുറിപ്പാടുകൾ" റോസ്സോയർ പറഞ്ഞു. "പലമുറിവുകളും നിങ്ങൾക്ക് കാണിക്കാൻ പറ്റാത്തതിൽ ദുഃഖിക്കുന്നു."

"അതിന്റെ കാരണം വലിയ മഴ ആയിരുന്നു." ജീൻ പറഞ്ഞു. "പക്ഷേ, ഞാൻ കുതിരസവാരിക്ക് യോജിച്ച ഒരു കാലുറ സ്വന്തമാക്കാൻ പോകുകയാണ്. കന്നുകാലി നോട്ടക്കാരുടെ കാലുറകൾ കന്നുകാലിനോ ട്ടക്കാരുടെ തൊലിക്കുള്ളതാണെന്നാണ് ഞാൻ വിചാരിക്കുന്നത്."

"എനിക്ക് പറ്റിയ കാലുറ ഇല്ലെങ്കിൽ ഞാൻ ഒരിക്കലും കുതിരയുടെ പുറത്തുകയറാൻ ആഗ്രഹിക്കില്ല."

"എനിക്ക് അത് ലഭിക്കാൻ കുറിച്ചുകൂടി സമയം വേണ്ടിവരും." ജീൻ പറഞ്ഞു.

പെട്ടെന്ന് റോസ് സോയർ പറഞ്ഞു. "ജീൻ, അവിടെ ഒരു കരാറു കാരന് എന്തെങ്കിലും ജോലി ഉണ്ടാകുമെന്ന് നിങ്ങൾ വിചാരിക്കു ന്നുണ്ടോ?"

ജീൻ അവളെ സൂക്ഷിച്ചുനോക്കി. "ഏത് രീതിയിലുള്ള കരാറുകാ രൻ?"

"റോഡ് നിർമ്മാണവും അതുപോലെയുള്ള മറ്റ് കാര്യങ്ങളും ചെയ്യുന്ന കരാറുകാരൻ. കെട്ടിട നിർമ്മാണവും അതിൽ ഉൾപ്പെടുന്നുണ്ട്."

"അത് ആലിസിൽ നിന്നുള്ള ബില്ലിവേക്ക് ലിങ് ആണോ?"

റോസ് തലയാട്ടി. "അയാൾ എനിക്ക് എഴുതിയിരുന്നു." അവൾ അല ക്ഷ്യമായി പറഞ്ഞു. എല്ലാ ബുധനാഴ്ചയും ഏഴ് എഴുത്തുകളുടെ ഒരു കെട്ട് ഡക്കോട്ടാവിമാനത്തിൽ വന്നുചേർന്നിരുന്നതുകൊണ്ട് ഈ പ്രസ്താ വന ശരിയായ രീതിയിലല്ലെന്ന് ജീനിന് തോന്നിയിരുന്നു. "അയാളുടെ അച്ഛൻ ന്യൂകാസിലിൻ ഒരു കരാറുകാരൻ ആയിരുന്നെന്ന് നിങ്ങൾ മന സ്സിലാക്കണം. അയാൾക്ക് ഗ്രേഡറുകളും ബുൾഡോസറുകളും സ്റ്റീം ഷോവറുകളും അതുപോലെയുള്ള എല്ലാത്തരം സാധനങ്ങളും ഉണ്ട്. അയാൾ ബില്ലിയെ ജോലി തുടങ്ങാൻവേണ്ടി യുദ്ധത്തിനുശേഷം ആലിസിലേക്ക് പറഞ്ഞുവിട്ടിരുന്നു. കാരണം ആലിസ് യുദ്ധത്തിനുശേഷം വികസിച്ചുകൊണ്ടിരിക്കുകയാണെന്ന് പറഞ്ഞത് ബില്ലി ആയിരുന്നു. വിക സിച്ചുകൊണ്ടിരിക്കുന്ന സ്ഥലത്തിന്റെ അർത്ഥം കരാറുകാർക്ക് ജോലി ഉണ്ടെന്നാണ്. പക്ഷേ, ബില്ലി പറയുന്നത് ആലിസ് അയാൾക്ക് മടുത്തെ ന്നാണ്."

"മഴ കഴിയുമ്പോൾത്തന്നെ ഒരു സന്ദർശനത്തിനുവേണ്ടി അയാൾ ഇവിടെ വരുന്നുണ്ട്." അവൾ നിഷ്കളങ്കമായി കൂട്ടിച്ചേർത്തു.

"അയാൾക്ക് ഇവിടെ നിന്ന് റോഡുകളും കെട്ടിടങ്ങളും പണിയാ നുള്ള കരാറുകൾ കിട്ടുകയില്ല." ജീൻ നിരീക്ഷിച്ചു. "ഇവിടെ അതിനുള്ള പണം കൊടുക്കാൻ ഒരാളും ഇല്ല. ജോ ഹാർമാൻ മിഡ്ഹസ്റ്റിൽ ചില ചെറിയ അണക്കെട്ടുകളും നിർമ്മിക്കാൻ ആഗ്രഹിക്കുന്നുണ്ട്. അത് അയാ

ളുടെ പ്രവർത്തനത്തിൽ ഉണ്ടോ എന്ന് എനിക്കറിയില്ല."

"അത് ഒരുപക്ഷേ, കഴിയുമെന്നാണ് ഞാൻ വിചാരിക്കുന്നത്. അത് വേനലിൽ ഒരു ബുൾഡോസർകൊണ്ട് അയാൾക്ക് ചെയ്യാൻ പറ്റും. അയാൾക്ക് ചെയ്യാൻ പറ്റില്ലേ?"

"എനിക്ക് ഏറ്റവും ചെറിയ അറിവ് പോലും ഇല്ല." ജീൻ പറഞ്ഞു. "അയാൾക്ക് ഒരു ബുൾഡോസർ സ്വന്തമാക്കാൻ കഴിയുമോ?"

"ന്യൂ കാസിലിൽ അയാളുടെ അച്ഛന് ഏകദേശം നാല്പത് എണ്ണം ഉണ്ട്." റോസ് പറഞ്ഞു. "അയാൾ ഒരെണ്ണം ബില്ലിക്ക് വിട്ടുകൊടുക്കുമെന്നാണ് ഞാൻ വിചാരിക്കുന്നത്."

"അവയെല്ലാം ചെറിയ അണക്കെട്ടുകൾ ആണ്." ജീൻ പറഞ്ഞു.

"ശരി. എല്ലാ കാര്യങ്ങളും തുടങ്ങേണ്ടിയിരിക്കുന്നു. ബില്ലി സിഡ്നി ഹാർബറിലെ പാലം പോലെയുള്ള ഒരു കരാർ ആദ്യത്തെ വർഷം പ്രതീക്ഷിക്കുമെന്ന് ഞാൻ വിചാരിക്കുന്നില്ല."

ജീൻ ചോദിച്ചു. "നിങ്ങൾക്ക് ഒരു നീന്തൽക്കുളത്തിനുള്ള കുഴി ബുൾഡോസർകൊണ്ട് കുഴിക്കാൻ പറ്റുമേ?"

"പറ്റുമെന്നാണ് ഞാൻ വിചാരിക്കുന്നത്. നിങ്ങൾക്ക് അത് ചെയ്യാൻ കഴിയുമെന്ന് എനിക്ക് ഉറപ്പുണ്ട്. ഒരിക്കൽ ഞാൻ അയാളുടെ കൂടെ പുറത്തുപോയി ഒരു ബുൾഡോസർ ജോലിചെയ്യുന്നത് ശ്രദ്ധിച്ചിരുന്നു. അയാൾ അത് ഓടിക്കാൻ എന്നെ അനുവദിച്ചു. അത് ഭയങ്കര രസമായിരുന്നു. നിങ്ങൾ ഒരു ബുൾഡോസർ കൊണ്ട് ആദ്യം കുഴികുഴിക്കും. അതിനുശേഷം അവർ കോൺക്രീറ്റ് കുഴിച്ചിട്ട് കുഴിയുടെ വശങ്ങളിലെ ഭിത്തികൾ നിർമ്മിക്കാനുള്ള ഷട്ടറിങ് എന്ന് പറയുന്ന തടികൊണ്ടുള്ള പണി നടത്തും."

"ആ ജോലിയും അയാൾക്ക് ചെയ്യാൻ കഴിയുമോ?"

"ബില്ലിക്ക് അതെല്ലാം ചെയ്യാൻ കഴിയും. എന്താണ് നിങ്ങൾ ഇത് ചോദിച്ചത്? നിങ്ങൾക്ക് ഒരു നീന്തൽക്കുളം വേണമെന്നുണ്ടോ?"

ജീൻ വെള്ളനിറം പൂശിയ ഭിത്തിയിലേക്ക് നോക്കി. "അത് വെറും ഒരു പദ്ധതി ആയിരുന്നു. കുഴൽക്കിണറിന് തൊട്ടടുത്ത് ഡൈവിങ് ബോർഡുകളും മറ്റ് കാര്യങ്ങളും എല്ലാമുള്ള ഒരു വലിയ നീന്തൽക്കുളം. എല്ലാവർക്കും കടന്നുവന്ന് കുളിക്കാൻ പറ്റുന്ന വലിപ്പത്തിലുള്ള ഒരു നീന്തൽക്കുളം. അവിടെ പ്രധാന വഴിയിൽത്തന്നെ നിങ്ങൾക്ക് വെള്ളം ഉണ്ട്. അവിടെ കുളത്തിലേക്ക് വെള്ളം പോകുന്നതിനുമുമ്പ് വെള്ളം തണുപ്പിക്കാനുള്ള ഗോപുരം എന്ന് അവർ പറയുന്ന തടികൊണ്ടുള്ള ഗോപുരം ഉണ്ട്. ഒരുവശത്ത് ഒരു പുൽത്തകിടി ഉണ്ടെങ്കിൽ അവിടെ ആളുകൾക്ക് കിടന്ന് വേണമെങ്കിൽ സൂര്യപ്രകാശം കൊള്ളാൻ കഴിയും. ഗേറ്റിൽ പണം വാങ്ങാൻ ഒരു വൃദ്ധൻ വേണം. ഒരു കുളിക്ക് ഒരു നാണയം..."

റോസ് അവളെ അമ്പരപ്പോടെ നോക്കി. "നിങ്ങൾ അതെല്ലാം തീരുമാനിച്ചുകഴിഞ്ഞു. ജീൻ, നിങ്ങൾ അത് നിർമ്മിക്കുന്നതിനെപ്പറ്റി ആലോചിക്കുകയാണോ?"

"എനിക്ക് അറിയില്ല. അത് ഉണ്ടായിരുന്നെങ്കിൽ വളരെ രസമായിരി ക്കും. അതുകൊണ്ട് എന്തിനെക്കാളും പണം ലഭിക്കുമെന്നാണ് ഞാൻ വിശ്വസിക്കുന്നത്. നിശ്ചയമായും ഒന്നിച്ചുള്ള കുളി അനുവദിക്കണം."

റോസ് ചിരിച്ചു. "എല്ലാ വായീനോക്കികളും എന്താണ് നടന്നുകൊ ണ്ടിരിക്കുന്നതെന്ന് അറിയാൻ അഴികൾക്ക് മുകളിലൂടെ എത്തിനോക്കും."

"അതിന് അവരുടെ കൈയിൽ നിന്ന് ആറു പെൻസ് ഈടാക്കണം." ജീൻ പറഞ്ഞു. അവൾ റോസിന്റെ നേർക്ക് തിരിഞ്ഞു. "ബില്ലിയോട് രൂപരേഖയും മറ്റും മനസ്സിലാക്കാൻ പറയണം." അവൾ പറഞ്ഞു. "മഴ കഴിഞ്ഞ് അയാൾ വരുമ്പോൾ അതിന് എന്ത് ചെലവ് വരുമെന്ന് നമ്മ ളോട് പറയണമെന്ന് അയാളെ അറിയിക്കണം. ഉൾക്കടൽ പ്രദേശത്ത് ഒരിടത്തും ഒരു നീന്തൽക്കുളം ഉണ്ടെന്ന് ഞാൻ വിശ്വസിക്കുന്നില്ല. ഒരെണ്ണം ഉണ്ടെങ്കിൽ അത് വലിയ നേരമ്പോക്ക് ആയിരിക്കും."

"ഞാൻ അത് അയാളോട് ചോദിക്കാം. മറ്റെന്തെങ്കിലും കാര്യം ഉണ്ടോ?"

ജീൻ അവളുടെ കിടക്കയിൽ നീണ്ടു നിവർന്നുകിടന്നു. "അവിടെ ഒരാളെ *റീത്താ ഹെവർത്തിനെപ്പോലെ ഒരുക്കിയെടുക്കാൻ കഴിവുള്ള ഒരു തവിട്ടുനിറമുള്ള ഫ്രഞ്ചുകാരിയായ സുന്ദരി ഉണ്ടായിരിക്കണം. കൂടാതെ അവൾക്ക് അവളുടെ ജോലി നല്ലതുപോലെ അറിയുകയും വേണം. ചിലപ്പോൾ എന്റെ ആഗ്രഹം അതാണ്. പക്ഷേ, അത് ബില്ലിക്ക് അറിവുള്ള വിഷയം ആണെന്ന് തോന്നുന്നില്ല."

"അയാൾക്ക് അതിനെപ്പറ്റി അറിവില്ലാത്തതാണ് കൂടുതൽ നല്ലത്." റോസ് പറഞ്ഞു.

ജീൻ അടുത്ത ദിവസം ആശുപത്രിയിൽനിന്ന് പുറത്തുവന്ന് തൊഴിൽശാലയിലേക്ക് ക്ഷീണിതയായി നടന്നുവന്നു. അവിടെ നിന്ന് വിമാ നത്തിൽ അയച്ചിരുന്ന ഷൂസ് മിസ്റ്റർ പാക്ക് കൈപ്പറ്റിയിരുന്നു. അയാൾ ആ ഷൂസിനെപ്പറ്റി ഒരു എഴുത്ത് മറുപടിയായി വിമാനത്തിൽ അയച്ചത് അവിടെ കിട്ടിയിട്ടുണ്ടായിരുന്നു. അയാൾക്ക് അമിതമായ താല്പര്യം ഉണ്ടാ യിരുന്നില്ല. ഒന്നിച്ചുള്ള നിർമ്മാണം നടത്തുമ്പോൾ പരിഹരിക്കേണ്ട കുറ്റ ങ്ങളും അപാകതകളും അയാൾ ചൂണ്ടിക്കാണിച്ചിരുന്നു. അവയിൽ പലതും അവർക്ക് അറിവുള്ളതായിരുന്നു. അവർ അത് പരിഹരിക്കാൻ ശ്രമവും നടത്തിയിരുന്നു. അയാൾ ഷൂസുകൾ കൊണ്ടുപോകാൻ ശ്രമിക്കാം എന്ന് പറഞ്ഞുകൊണ്ട് എഴുത്ത് അവസാനിപ്പിച്ചു. മിസ്റ്റർ പാക്കിനെ പരിചയം ഉള്ളതുകൊണ്ട് ജീനും അഗിടോപ്പും അയാളുടെ എഴുത്തിനെ ഒരു പ്രശംസയായി വ്യാഖ്യാനിച്ചു.

"അടുത്തതായി അയയ്ക്കാൻപോകുന്ന ഷൂസുകൾ കൂടുതൽ മെച്ചം ആകണമെന്ന് അയാൾ ആഗ്രഹിക്കുന്നുണ്ട്." ആഗിടോപ്പ് പറഞ്ഞു. അതി നുശേഷം അവൾ പറഞ്ഞു. "നിങ്ങൾ ദൂരെ ആയിരുന്ന സമയത്ത് എനിക്ക്

---

*   അമേരിക്കയിലെ ഒരു സിനിമാതാരം

ഇവിടെ ജോലി അന്വേഷിച്ചുവന്ന രണ്ട് പെൺകുട്ടികളെ ജോലിക്ക് കിട്ടി
യിട്ടുണ്ട്. ഒന്ന് ഫ്രഡ് ഡൗസണിന്റെ മകളാണ്. അയാൾ കാലെ എന്ന്
പറയുന്ന കേന്ദ്രത്തിലെ പ്രധാന കന്നുകാലി സംരക്ഷകനോ മറ്റോ ആയി
രുന്നു. അവൾക്ക് പതിനഞ്ച് വയസ്സുണ്ട്. അവളുടെ അമ്മയാണ് അവളെ
ഇവിടെ കൊണ്ടുവന്നത്. അവൾക്ക് അല്പം പ്രായക്കുറവാണ്. പക്ഷേ,
അവൾ ശരിയാകും. അടുത്തത് പത്തൊൻപത് വയസ്സുള്ള ഒരു പെൺകുട്ടി
ആണ്. അവൾ നോർമാൻ ടൗണിലെ ഒരുകടയിൽ ജോലി ചെയ്യുക
യായിരുന്നു. എനിക്ക് അവളെ വളരെക്കൂടുതൽ ഇഷ്ടമായിട്ടില്ല."

"ഷൂസിന്റെ ആദ്യത്തെ കൂട്ടം വില്ക്കുന്നതുവരെ എനിക്ക് മറ്റ് ഒരാ
ളെപ്പോലെ ജോലിക്കെടുക്കാൻ ആഗ്രഹം ഇല്ല." ജീൻ പറഞ്ഞു. "മിസിസ്സ്
ഡൗസൺ വീണ്ടും വരുകയാണെങ്കിൽ കുട്ടിയുടെ കാര്യം മഴ കഴിഞ്ഞ്
അവരെ നമ്മൾ അറിയിക്കുമെന്ന് അവരോട് പറയണം. കഴിയുമെങ്കിൽ
അവളെ നമുക്ക് ജോലിക്ക് എടുക്കണമെന്നുണ്ട്. മറ്റവളെ നമുക്ക് വേണ
മെന്ന് ഞാൻ വിചാരിക്കുന്നില്ല. നമുക്ക് വേണോ?"

"വേണമെന്ന് ഞാനും വിചാരിക്കുന്നില്ല. അവൾ ഒന്നിലും താല്പര്യം
ഇല്ലാത്ത സ്വഭാവക്കാരി ആണ്."

അവർ ഒരു മണിക്കൂറോളം അവിടുത്തെ ജോലിയുടെ കാര്യങ്ങൾ
സംസാരിച്ചു. "നമുക്ക് ഇതുവരെ ആ നീളം കൂടിയ പുറംകുപ്പായങ്ങൾ
തിരിച്ചുകിട്ടിയിട്ടില്ല." ആഗി പറഞ്ഞു. "ഞാൻ പോയി മിസിസ്സ് ഹാരി
സണെ കണ്ടിരുന്നു. പക്ഷേ, അവരുടെ മുതുക് വീണ്ടും മോശമായിരി
ക്കുകയാണ്. നമുക്ക് മറ്റൊരാളെ കണ്ടെത്തണം." പെൺകുട്ടികൾക്ക്
ജോലി ചെയ്യാൻ അവർ ഓരോ ആഴ്ചയിലും ഓരോ വൃത്തിയുള്ള മേൽവ
സ്ത്രങ്ങൾ നല്കുന്നുണ്ടായിരുന്നു. ഈ മേൽവസ്ത്രങ്ങൾ സമയത്ത്
കഴുകി ഉണക്കി വൃത്തിയാക്കി എടുക്കുന്നത് അവർക്ക് ഒരു പ്രശ്നം
ആയിരുന്നു.

ജീൻ പറഞ്ഞു. "നമുക്ക് വേണ്ടത് വീട്ടിൽത്തന്നെ തുണികഴുകാ
നുള്ള കാര്യങ്ങൾ ആണ്. നമുക്ക് അത് തീർച്ചയായും ആ ജനറേറ്റർ ഉപ
യോഗിച്ച് പ്രവർത്തിപ്പിക്കാൻ കഴിയും. തീർച്ചയായും അതിന് ചുടുവെ
ള്ളത്തിന്റെ ആവശ്യം ഉണ്ട്..." അവൾ ഒരു മിനിറ്റ് ആലോചിച്ച്. "അതിനെ
പ്പറ്റി ആലോചിക്കണം." അവൾ പറഞ്ഞു. "അത് വാടകയ്ക്ക് എടുക്കണം.
എന്തായാലും തല്ക്കാലത്തേക്ക് നിങ്ങൾക്ക് മറ്റൊരു മിസിസ്സ് ഹാരി
സണെ കണ്ടെത്താൻ കഴിയുമോ എന്ന് നോക്കണം."

ആഗി പറഞ്ഞു. "മിസ് പാഗറ്റ്, എല്ലാവരും നിങ്ങളുടെ കുതിരസവാ
രിയെ പറ്റിയാണ് സംസാരിച്ചുകൊണ്ടിരിക്കുന്നത്."

"അങ്ങനെയാണോ?"

അവൾ തലയാട്ടി. "നോർമാൻടൗണിൽ നിന്നുള്ള പെൺകുട്ടിപോലും
അതാണ് പറയുന്നത്. അവൾക്കും അതിനെപ്പറ്റി അറിവുണ്ട്."

"അവൾ അത് എങ്ങനെ അറിഞ്ഞു?"

"അത് അവൾ അറിഞ്ഞത് കന്നുകാലി കേന്ദ്രങ്ങളിലെ റേഡിയോ

സംപ്രേക്ഷണങ്ങൾ വഴി ആണ്." ആഗി പറഞ്ഞു. "മറ്റുള്ളവർ എല്ലാം പറയുന്നത് അവർ ശ്രദ്ധിക്കുന്നുണ്ടെന്ന് ഇവിടെയുള്ള ആൺകുട്ടികൾ എന്നോട് പറയുന്നുണ്ടായിരുന്നു, കമ്പിസന്ദേശങ്ങളും എല്ലാ കാര്യങ്ങളും. അവർക്ക് മറ്റൊരു കാര്യവും ചെയ്യാനില്ല. ഈ രാജ്യത്ത് നിങ്ങൾക്ക് ഒരു കാര്യവും രഹസ്യമാക്കിവെക്കാൻ കഴിയില്ല." അല്പസമയത്തിനുശേഷം അവൾ പറഞ്ഞു. "വിമാനം ഇന്നു രാവിലെ പെട്ടെന്ന് പോയെന്ന് ഞാൻ കേട്ടിരുന്നു. "ആ മനുഷ്യന്റെ അവസ്ഥ വളരെ മോശമാണോ?"

"വളരെ മെച്ചമല്ല." ജീൻ പറഞ്ഞു. "നേഴ്സ് വിചാരിക്കുന്നത് അവർക്ക് കാല് രക്ഷപ്പെടുത്തിയെടുക്കാൻ കഴിയുമെന്നാണ്. തീർച്ച യായും അതിന് നമുക്ക് ഇവിടെ ഒരു ഡോക്ടർ ഉണ്ടായിരിക്കണം."

"ഇത്തരം ഒരു സ്ഥലത്ത് ഒരു ഡോക്ടറെ താമസിപ്പിക്കാൻ വേണ്ടത്ര ജോലി ഉണ്ടാവില്ല." ആഗി പറഞ്ഞു. "അവർ അയാളെ എവിടേക്കാണ് പറത്തിക്കൊണ്ടുപോയത്."

"ക്യാൻസിലേക്ക്. ക്യാൻസിൽ അവിടെ ഒരു നല്ല ആശുപത്രി ഉണ്ട്." അവൾ വാതിലിന്റെ നേർക്ക് അല്പസമയം നോക്കിനിന്നു. "ആഗി" അവൾ പറഞ്ഞു. "വിൽസ് ടൗണിൽ ഒരു നീന്തൽക്കുളം എങ്ങനെ പോകു മെന്നാണ് നിങ്ങൾ വിചാരിക്കുന്നത്? ആളുകൾ അത് ഉപയോഗിക്കാൻ ഇടയുണ്ടോ?"

അന്ന് വൈകുന്നേരം ജോ ഹാർമാൻ പീറ്റ് ഫ്ളച്ചറുടെ കൂടെ പട്ട ണത്തിലേക്ക് കുതിരപ്പുറത്തു കയറി വന്നിട്ടുണ്ടായിരുന്നു. അയാൾ അയാ ളുടെ കുതിരയെ ആസ്ട്രേലിയൻ ഹോട്ടലിന്റെ പിൻവശത്തുള്ള കുതി രാലയത്തിൽ കെട്ടിയതിനുശേഷം ജീനിനെ കാണാൻവേണ്ടി വന്നിരു ന്നു. അയാൾ അയാളുടെ നനഞ്ഞുകുതിർന്ന് അഴുക്കുപുരണ്ട കുതിര സവാരിക്കുള്ള വേഷങ്ങളിൽ ആയിരുന്നു. കാരണം അരുവികളിൽ വെള്ളം ഉയർന്നിരുന്നു. അയാൾ മിഡ്ഹസ്റ്റിൽനിന്ന് യാത്രതിരിച്ചത് സ്വന്തം പെൺകുട്ടിയെ കാണാൻ വേണ്ടി പട്ടണത്തിലേക്ക് പോകുന്ന ഒരുവനെപ്പോലെ വൃത്തിയുള്ള പുതിയ വേഷങ്ങൾ ധരിച്ചുകൊണ്ട് ആയി രുന്നെങ്കിലും അയാൾക്ക് വഴിയിൽവച്ച് കുതിരയുടെ കുഞ്ചിരോമത്തിലും ജീനിയിലും അള്ളിപ്പിടിച്ചുകൊണ്ട് ഒന്നോ രണ്ടോ അരുവികൾ നീന്തി ക്കടക്കേണ്ടിവന്നിരുന്നു അയാളുടെ പരിഷ്കൃതമായ രൂപത്തെ നശിപ്പി ച്ചത് അരുവിയിലൂടെയുള്ള നീന്തൽ ആയിരുന്നു. അയാൾ വിൽസ്ടൗ ണിൽ എത്തിയപ്പോൾ ഏറക്കുറെ നനഞ്ഞിരിക്കുകയായിരുന്നു. അയാൾ തലമുടി ചീകിയതിനുശേഷം ബൂട്ടുകളിൽനിന്ന് വെള്ളം ഒഴുക്കിക്കളഞ്ഞു. അതിനുശേഷം അയാൾ ജീൻ എവിടെയാണെന്ന് റോസിനോട് ചോദി ക്കാൻ വേണ്ടി ഐസ്ക്രീം പാർലറിലേക്ക് പോയി.

അയാൾ അവളെ അവളുടെ കിടക്കമുറിയിൽ എനിക്കുള്ള ഒരു നീണ്ട എഴുത്ത് എഴുതിക്കൊണ്ടിരിക്കുന്ന സമയത്താണ് കണ്ടെത്തിയത്. അയാൾ വാതിലിൽ മുട്ടി. അവൾ കതക് തുറന്ന് അയാളുടെ അടുത്തേക്ക് വന്നു. "ജോ, നമുക്ക് ഇവിടെ സംസാരിക്കാൻ കഴിയില്ല. നമുക്ക്

ഐസ്ക്രീം പാർലറിൽ പോയി ഒരു ഐസ്ക്രീം കഴിക്കാം."

ഒരു ചെറുപ്പക്കാരനും ചെറുപ്പക്കാരിക്കും വിൽസ്ടൗണിൽ വിശ്വാ
സത്തോടെ കണ്ടുമുട്ടി സംസാരിക്കാൻ കഴിയുന്ന ഒരു സ്ഥലം അവളുടെ
കാഴ്ചപ്പാടിൽ ഐസ്ക്രീം പാർലർ ആയിരുന്നു. മഴക്കാലത്ത് അതിനു
പകരമുള്ള മാർഗ്ഗങ്ങൾ കുതിരലായവും കുളപ്പുരകളും ആയിരിക്കും.
അവർ ഭിത്തിയോടുചേർന്ന് കിടന്നിരുന്ന ഒരു മേശ തെരഞ്ഞെടുത്തു.
അവൾ നാലുചുറ്റും ഉള്ള ദീർഘചതുരാകൃതിയിലുള്ള ഭിത്തികളിലേക്കും
അടുത്തുകിടന്നിരുന്ന മേശകളിലേക്കും അതൃപ്തിയോടെ നോക്കി. "ഇത്
ഒരിക്കലും ശരിയാകില്ല." അവൾ പറഞ്ഞു. "ആളുകൾക്ക് രഹസ്യമായി
സംസാരിക്കാൻ കഴിയുന്ന ചെറിയ മൂലകളും മുറികളും ഉള്ള ഒരു കെട്ടിടം
എനിക്ക് നിർമ്മിക്കണം."

"നിങ്ങൾ എന്താണ് കഴിക്കുന്നത്?" അയാൾ ചോദിച്ചു.

"ഞാൻ ഒരു ഏത്തായ്ക്കാ അപ്പം കഴിക്കാം." അവൾ പറഞ്ഞു.
"എനിക്ക് ഭക്ഷണം വേണം. നിങ്ങൾ അറിഞ്ഞോ എന്ന് എനിക്ക് അറി
യില്ല. പക്ഷേ, എനിക്ക് സുഖമില്ലായിരുന്നു. പണം കൊടുക്കരുത്. അതിന്
വില ഈടാക്കുന്നില്ല."

അയാൾ മുഖത്ത് ചിരിവരുത്തി. "ഞാൻ ഒരു പെൺകുട്ടിയെ പുറ
ത്തുവിളിച്ചുകൊണ്ടുവന്ന് അവളെക്കൊണ്ട് വിളിച്ചുകൂവിക്കുന്ന മനുഷ്യ
രുടെ കൂട്ടത്തിൽ ഉള്ളവനാണോ?"

"നിങ്ങൾക്ക് അങ്ങനെ തോന്നുന്നുണ്ടെങ്കിൽ എനിക്ക് വിളിച്ചുകൂ
വേണ്ടിവരും. ഏത്തയ്ക്കാ അപ്പം നാളത്തേക്ക് ചീത്തയായിപ്പോകും."
അവൾ എല്ലാ ബുധനാഴ്ചയും പഴങ്ങൾ ഡകോട്ടാവിമാനത്തിൽ പറ
ത്തിക്കൊണ്ടുവരികയായിരുന്നു. അവൾ വിമാനക്കൂലികൊടുത്ത് കൊണ്ടു
വരുന്ന ചെറിയ അളവിലുള്ള പഴങ്ങൾ വിൽക്കാൻ അവൾക്ക് യാതൊരു
ബുദ്ധിമുട്ടും ഉണ്ടായിരുന്നില്ല. അവളുടെ ബുദ്ധിമുട്ട് അവൾക്ക് അത് ഒരാ
ഴ്ചയിൽ കൂടുതൽ സൂക്ഷിച്ചുവെക്കാൻ കഴിയാത്തതായിരുന്നു.

അയാൾ ഐസ്ക്രീം എടുത്തുകൊണ്ട് തിരിച്ചുവന്ന് അവളുടെ കൂടെ
ഇരുന്നു. അവൾ പറഞ്ഞു. "ജോ, ഇപ്പോൾ മിഡ്ഹസ്റ്റിലെ കന്നുകാലി
വളപ്പുകളെപ്പറ്റി എന്താണ് പറഞ്ഞത്?"

അയാൾ ഒരു ഇളിഞ്ഞ ചിരി ചിരിച്ചു. അയാൾ സംശയത്തോടെ
നോക്കിക്കൊണ്ട് പറഞ്ഞു. "അത് വഞ്ചനയാണ്." അയാൾ പറഞ്ഞു.
"മിഡ് ഹസ്റ്റിൽ കന്നുകാലി വളപ്പ് ഇല്ല."

"അതുപോലെ എന്തോ ഒരു കാര്യമുണ്ട്." അവൾ ചിരിച്ചുകൊണ്ട്
പറഞ്ഞു. "ജോ, സത്യം പറയണം. എന്തായാലും ഡോൺ കർട്ടിസിന്
എന്താണ് സംഭവിച്ചത്?"

"അയാൾക്ക് പോകാൻ യാതൊരു അവകാശവും ഇല്ലാത്ത എന്റെ
സ്ഥലത്ത് അയാൾ എത്തിയിരുന്നു." ജോ ശ്രദ്ധാപൂർവ്വം പറഞ്ഞു.
"ഞാൻ കുറച്ച് കന്നുകാലികളെ സൂക്ഷിച്ചിരുന്ന വളപ്പ് അയാൾ കണ്ടെത്തി.
എന്റെ സ്വന്തം കന്നുകാലികളാണെന്ന് നിങ്ങൾ ഓർക്കണം. ഞാൻ

അവയെ അവിടെ ഇട്ടിരുന്നത്. അവ വെറുതെ അലഞ്ഞുതിരിയണ്ട എന്ന ഉദ്ദേശ്യത്തിൽ ആയിരുന്നു. ശരി, ഡോൺ കർട്ടിസ് എന്റെ അടുത്തുനിന്ന് അവയെ മോഷ്ടിക്കാൻ വേണ്ടി പോയിരുന്നു. അയാൾ ഏറ്റവും മുകളിൽ ഉണ്ടായിരുന്ന പലക ഊരിമാറ്റി. പക്ഷേ, അവ വളരെ ക്ഷോഭിച്ചിരിക്കുക യായിരുന്നു. അവയ്ക്ക് നാലുദിവസമായി മഴവെള്ളമല്ലാതെ കുടിക്കാൻ വെള്ളം കിട്ടിയിരുന്നില്ല. എനിക്ക് മനസ്സിലാക്കാൻ കഴിയുന്ന കാര്യ ങ്ങൾവച്ച് പറഞ്ഞാൽ അയാൾ രണ്ടാമത്തെ പലക ഇളക്കി മാറ്റാൻ ശ്രമി ക്കുന്ന സമയത്ത് അവ അയാളെ തള്ളിയിട്ടുകൊണ്ട് അയാളുടെ മുക ളിൽ ചവുട്ടി പുറത്തേക്ക് കുതിച്ചോടിക്കാണും. അവ മുഴുവൻ അയാ ളുടെ പുറത്തുകൂടി ഓടി അയാളുടെ കാല് ചവുട്ടി ഒടിച്ചു. അവ കുതിര യുടെ നേർക്കും കുതിച്ചിരുന്നു. കടിഞ്ഞാൺ പൊട്ടിച്ചുകൊണ്ട് അവനും ഓടിപ്പോയി. ഡോൺ അയാളുടെ കുതിരയെ അതിനടുത്ത് ഏതോ തൂണിലോ മറ്റോ കെട്ടിയിട്ടിരിക്കുകയായിരുന്നു. അങ്ങനെ ഡോൺ അയാൾക്ക് യാതൊരു എടപാടിനും വേണ്ടി പോകേണ്ട ആവശ്യമില്ലാത്ത സ്ഥലത്തു പോയതിന്റെ ഫലം അനുഭവിക്കുകയായിരുന്നു."

"ജോ, സത്യത്തിൽ ആ കന്നുകാലികൾ ആരുടെയായിരുന്നു?"

"എന്റെയായിരുന്നു." അയാൾ ഉറപ്പിച്ചു പറഞ്ഞു. അവൾ പുഞ്ചി രിച്ചു. "അവ അലഞ്ഞുതിരിഞ്ഞത് എവിടെയായിരുന്നു?"

അയാൾ മുഖത്തു ചിരിവരുത്തി. "വിൻഡർ മിയറിൽ. പക്ഷേ, അവ എന്റെ കന്നുകാലികൾ ആയിരുന്നു. അയാൾ അവയെ എന്റെ അടുത്തു നിന്ന് മോഷ്ടിച്ചുകൊണ്ടുപോകാൻ നോക്കി. ഞാൻ പെറ്റിനോട് അയാൾക്ക് ഒരു കന്നുകാലിവളപ്പ് അവിടെ ഉണ്ടെന്ന് പറയുന്നത് നിങ്ങൾ കേട്ടിട്ടുണ്ട്."

"നിങ്ങളുടെ കന്നുകാലി വളപ്പിലുള്ള ഈ കന്നുകാലികൾ അയാ ളുടെ കന്നുകാലി വളപ്പിൽ നിന്ന് നിങ്ങൾ പുറത്തുകൊണ്ടുവന്നവ ആയി രുന്നോ?" അവൾ ചോദിച്ചു. അത് അല്പം കുഴയ്ക്കുന്ന ചോദ്യമാണെന്ന് തോന്നി.

"അവയിൽ കൂടുതലും അങ്ങനെയുള്ളവ ആയിരുന്നു." അയാൾ പറഞ്ഞു. "അവയിൽ ഒന്നോ രണ്ടോ എണ്ണം നിങ്ങൾക്ക് അസുഖം ബാധി ച്ചവയെന്ന് പറഞ്ഞ് മാറ്റിനിർത്താം." അയാൾ അല്പസമയം സംസാരി ച്ചില്ല. "ചിലപ്പോൾ കാര്യങ്ങൾ അല്പസ്വല്പം കൂടിക്കുഴഞ്ഞുപോകും."

"ഇപ്പോൾ ആ കന്നുകാലികൾ എവിടെയാണ്?" അവൾ ചോദിച്ചു. "ഡോൺ പുറത്തിറക്കിവിട്ട കന്നുകാലികൾ?"

"അവ മിഡ്ഹസ്റ്റിൽ ഉണ്ടായിരിക്കും." അയാൾ പറഞ്ഞു. "അവ കുഴൽക്കിണറിന്റെ ചുറ്റുവട്ടത്ത് എവിടെയെങ്കിലും ഉണ്ടായിരിക്കുമെന്ന് ഞാൻ പറയും. അവ ആദ്യം വെള്ളം കണ്ട സ്ഥലത്തുനിന്ന് ഒരിക്കലും വിട്ടുപോകില്ല. മഴക്കാലത്തുപോലും അവ അവിടെനിന്ന് മാറിപ്പോകില്ല."

അവൾ അവളുടെ ഏത്തയ്ക്കാ അപ്പത്തിന്റെ ഒരു ചെറിയ ഭാഗം കടിച്ചുതിന്നു. അതിനുശേഷം അവൾ പറഞ്ഞു. "ശരി, എന്തായാലും അയാൾ ആശുപത്രിയിൽ ആയിരിക്കുമ്പോൾ അയാളുടെ കന്നുകാലിക

ലൂടെ പിറകെ നിങ്ങൾ പോകാൻ പാടില്ല. അത് ശരിയല്ല. അയാൾ ആശു പത്രിയിൽനിന്ന് പുറത്തുവന്ന് നോക്കുമ്പോൾ ഒരു കന്നുകാലിപോലും അവിടെ ഉണ്ടായിരിക്കില്ല."

"ഞാൻ അതുപോലെ ഒരുകാര്യം ചെയ്യില്ല." ജോ ഹാർമാൻ പറഞ്ഞു.

"നിങ്ങൾ ചെയ്യുമെന്ന് ഞാൻ പന്തയം വെയ്ക്കാം. ഈ കളി എങ്ങ നെയാണ് കളിക്കുന്നതെന്ന് എനിക്ക് അറിയില്ല. ജോ, പക്ഷേ, ഇത് നിയമവിരുദ്ധമാണെന്ന് എനിക്കറിയാം."

അയാൾ മുഖത്ത് ചിരി വരുത്തി. "ശരി, പക്ഷേ, അയാൾ തിരിച്ചുവ ന്നുകഴിയുമ്പോൾ എന്റെ കന്നുകാലികൾക്ക് പിറകെ ആയിരിക്കുമെന്ന് എനിക്ക് ഉറപ്പാണ്."

"നിങ്ങൾക്ക് ഓരോരുത്തരുടെയും കന്നുകാലികളെ അവരവർക്കായി വിട്ടുകൊടുത്തുകൂടെ?"

"ഞാൻ അയാളുടെ കന്നുകാലികളെ തൊടില്ല. പക്ഷേ, അയാൾ എന്റെ കന്നുകാലികളെ തൊടാതിരിക്കില്ല. നിങ്ങൾ മനസ്സിലാക്കണം." അയാൾ പറഞ്ഞു. "കഴിഞ്ഞവർഷം അയാൾക്ക് കിട്ടിയ എന്റെ കന്നു കാലികളെക്കാൾ കൂടുതലായി അയാളുടെ അൻപതു കന്നുകാലികളെ കൂടി എനിക്ക് കിട്ടിയിരുന്നു."

ഈ സംസാരം അവരെ ഒരിടത്തും എത്തിക്കില്ലെന്ന് ജീനിന് തോന്നു ന്നുണ്ടായിരുന്നു. കന്നുകാലികളുടെ കാര്യത്തിൽ ജോയുടെ ധാർമ്മിക നിലവാരം വളരെ താഴെയാണെന്ന് തോന്നി. അവൾ വിഷയം മാറ്റി ക്കൊണ്ട് പറഞ്ഞു. "ജോ, ഗ്രീൻ ഐലന്റിലുള്ള ചെറിയ അണക്കെട്ടു കളെ പറ്റി നിങ്ങൾ പറയുന്നുണ്ടായിരുന്നു. അവ നിങ്ങൾക്കുവേണ്ടി പണി ഞ്ഞുതരാനുള്ള ആരെയെങ്കിലും ഇതിനകം നിങ്ങൾക്ക് കിട്ടിയിട്ടുണ്ടോ?"

അയാൾ തലകുലുക്കി. "വേനൽ വരുന്നതിന് മുമ്പ് അതിനെപ്പറ്റി ആലോചിച്ചതുകൊണ്ട് പ്രയോജനമില്ല."

"ഒരു ബുൾഡോസറിന് അവ നിർമ്മിക്കാൻ കഴിയുമോ?"

"ഞാൻ വാക്കു പറയുന്നു." അയാൾ പറഞ്ഞു. "ആർക്കെങ്കിലും ഒരു ബുൾഡോസർ ഉണ്ടായിരുന്നെങ്കിൽ അയാൾക്ക് ഈ ചെറിയ അണ ക്കെട്ടുകൾ എല്ലാം ഒരു മാസത്തിനുള്ളിൽ നിർമ്മിക്കാൻ കഴിയും. പക്ഷേ, 'കറി'യുടെ ഈ ഭാഗത്ത് ബുൾഡോസർ ഇല്ല."

"ഒരുപക്ഷേ, ഒരെണ്ണം ഉണ്ടായിരിക്കും." അവൾ പറഞ്ഞു. അവൾ അയാളോട് റോസ് സോയറെ പറ്റിയും ബില്ലി വേക്ലിങ്ങിനെപ്പറ്റിയും പറഞ്ഞു. "എന്തായാലും അയാൾ അവളെ കാണാൻവേണ്ടി ഇവിടെ വരുന്നുണ്ട്." അവൾ പറഞ്ഞു. "അയാൾ ആ രീതിയിലുള്ള ഒരു ജോലി ഇവിടെ ചെയ്യാനുണ്ടോ എന്ന് അന്വേഷിക്കുന്നുണ്ടെന്നാണ് അവൾ പറ യുന്നത്. അയാൾ റോസിനെ ഇടയ്ക്കിടയ്ക്ക് കാണാൻ വരുന്നതാണെ ന്നാണ് ഞാൻ ഊഹിക്കുന്നത്. അയാൾ വരുമ്പോൾ നിങ്ങൾ അയാളെ മിഡ്ഹസ്റ്റിലേക്ക് കൂട്ടിക്കൊണ്ടുപോയി അയാളുമായി സംസാരിക്കുന്നത് കൂടുതൽ മെച്ചമായിരിക്കും."

അയാൾ പറഞ്ഞു. "വിൽസ്ടൗണിൽ ഒരു ബുൾഡോസർ ഉണ്ടെ ങ്കിൽ അത് ഇവിടുത്തെ കാലിവളർത്തൽ കേന്ദ്രങ്ങളിൽ വലിയ വ്യത്യാസം ഉണ്ടാക്കും. ഞാൻ ഇത് വാക്ക് തരുന്നു."

"അത് ഈ വിൽസ്ടൗണിലും ധാരാളം വ്യത്യാസങ്ങൾ ഉണ്ടാക്കും." അവൾ അഭിപ്രായം ചോദിച്ചു. "നമുക്ക് ഈ കുഴൽക്കിണറിനടുത്ത് ഒരു മാന്യമായ നീന്തൽക്കുളം വസ്ത്രങ്ങൾ മാറാനുള്ള മുറികളോടും സൂര്യ പ്രകാശം ആസ്വദിക്കാനുള്ള പുൽത്തകിടികളോടും കൂടി ഉണ്ടായിരുന്നെ ങ്കിൽ ആളുകൾ ഇവിടെ കുളിക്കാൻവേണ്ടി വരുമെന്ന് ജോ ഹാർമാൻ തോന്നുന്നുണ്ടോ? ഈ നീന്തൽക്കുളത്തിൽ വസ്ത്രംമാറാനുള്ള മുറി കൂടാതെ ഡൈവിങ്ങിനുള്ള പലകകളും ഉണ്ടായിരിക്കും എന്നുമാത്രമല്ല, കുളിക്കാൻ വരുന്നവരുടെ കൈയിൽനിന്ന് കൂലിപിരിച്ചെടുക്കാനും പുൽത്തകിടിയും കുളിമുറിയും വൃത്തിയാക്കാനും വേണ്ടി ഒരു കിഴവനും ഉണ്ടായിരിക്കും. നമുക്ക് ഇതിനെല്ലാംകൂടി ഒന്നിച്ച് ഒരു കുളിക്ക് ഒരു നാണയം എന്ന നിരക്കിൽ ഈടാക്കാൻ പറ്റില്ലെ?"

അവർ കുറച്ചുസമയം നീന്തൽക്കുളത്തെ പറ്റി ചർച്ച നടത്തിയിരുന്നു. നൂറ്റി അൻപത് ആളുകൾ മാത്രം താമസിക്കുന്ന ഒരു പട്ടണം എന്ന നില യിൽ ഒരിക്കലും അത് ഇവിടെ ലാഭകരം ആയിരിക്കില്ല എന്ന തീരുമാന ത്തിൽ അവർ എത്തിച്ചേർന്നിരുന്നു. "അത് ഈ പട്ടണം എത്രമാത്രം വേഗത്തിൽ പുരോഗമിക്കും എന്നതിനെ ആശ്രയിച്ചാണ് ഇരിക്കുന്നത്." അവൾ പറഞ്ഞു. "ഒരു നീന്തൽക്കുളം ഈ പട്ടണം വളരാനുള്ള മറ്റൊരു കാര്യമാണ്. ഉൾക്കടൽ പ്രദേശത്തെ പട്ടണങ്ങളിൽ ഒരിടത്തും ഒരു നീന്തൽക്കുളം ഇല്ല."

"ഐസ്ക്രീം പാർലർ തീർച്ചയായും ലാഭത്തിലാണ്." ജീൻ പറ ഞ്ഞു. "നമുക്ക് അതിന്റെ ഗുണനിലവാരം സംരക്ഷിക്കാൻ കഴിഞ്ഞാൽ അത് ലാഭകരമാണെന്നാണ് എനിക്ക് തോന്നുന്നത്. അടുത്തതായി ഒരു നീന്തൽക്കുളം പരീക്ഷിക്കാനാണ് ഞാൻ ആഗ്രഹിക്കുന്നത്. എനിക്ക് അതിനുള്ള പണം നോയൽ സ്ട്രാച്ചൻ തരാൻ തയ്യാറാണെങ്കിൽ അത് നിർമ്മിക്കാനാണ് ഞാൻ ആലോചിക്കുന്നത്."

അയാൾ അത്ഭുതപ്പെട്ടു. ജിജ്ഞാസയോടെ പുഞ്ചിരിച്ചുകൊണ്ട് അയാൾ ചോദിച്ചു. "നീന്തൽക്കുളത്തിനുശേഷം എന്താണ് ചെയ്യാൻ പോകുന്നത്?"

അവൾ ചേറുവെള്ളം കെട്ടിനിന്നിരുന്ന നിരത്തിലേക്ക് നോക്കിനിന്നു. "നീന്തൽക്കുളത്തിൽ വച്ച് അവരുടെ തലമുടി നനഞ്ഞുകുതിരും. അതു കൊണ്ട് നമുക്ക് ഒരു ബ്യൂട്ടിപാർലർ ആവശ്യമായിവരും" അവൾ പറഞ്ഞു. "അടുത്തകാര്യം അതാണെന്നാണ് ഞാൻ വിചാരിക്കുന്നത്. അതിനുശേഷം ഒരു തുറന്ന സിനിമാപ്രദർശനശാല. അതിനുശേഷം തുണികഴുകി വൃത്തിയാക്കാനുള്ള ഒരു അലക്കുകമ്പനി. അതിനുശേഷം മാന്യമായ ഒരു തുണിക്കട." അവൾ അയാളുടെ മുഖത്തേക്ക് നോക്കി. "ജോ, ചിരിക്കണ്ട. കേട്ടാൽ ഭ്രാന്താണെന്ന് തോന്നുമെന്ന് എനിക്കറിയാം.

പക്ഷേ, അതിന്റെ ഫലം നിങ്ങൾക്ക് കാണാൻ കഴിയും. ഞാൻ ഒരു ഐസ്ക്രീം പാർലർ തുടങ്ങി. റോസിനെ ഞാൻ അവിടെ നിയമിച്ചു. അവളുടെ പിറകെ ബുൾഡോസറുമായി ചെറുപ്പക്കാരനായ വേക്ലിങ് വന്നു. അതുകൊണ്ട് നിങ്ങൾക്ക് നിങ്ങളുടെ ചെറിയ അണക്കെട്ടുകൾ പണിയാൻ കഴിഞ്ഞു."

"നിങ്ങൾ അല്പം മുന്നിലാണ്." അയാൾ പറഞ്ഞു. "ഇതുവരെ അണക്കെട്ടുകൾ പണിഞ്ഞിട്ടില്ല."

"എന്നാൽ അവ ഉടൻതന്നെ പണിയും." അവൾ മറുപടി പറഞ്ഞു.

അയാൾ ഐസ്ക്രീം പാർലറിനുള്ളിൽ എല്ലാ സ്ഥലത്തും കണ്ണോടിച്ചു. "നിങ്ങൾ ചെയ്യാൻ ആഗ്രഹിക്കുന്ന കാര്യങ്ങൾ എല്ലാം ഇതുപോലെ ചെയ്തുതീർക്കുകയാണെങ്കിൽ അതിനുശേഷം അയാൾ സംസാരത്തിന്റെ വേഗത കുറച്ചുകൊണ്ടുപറഞ്ഞു. "നിങ്ങൾക്ക് ഏറ്റവും കുറഞ്ഞ സമയത്തിനുള്ളിൽ ആലിസ് സ്പ്രിങ്സ് പോലെയുള്ള ഒരു പട്ടണം ഉണ്ടായിരിക്കും."

"അതാണ് ഞാൻ ആഗ്രഹിക്കുന്ന കാര്യം." അവൾ പറഞ്ഞു. "ആലിസ് പോലെ ഒരു പട്ടണം."

പതിനൊന്ന്

അതെല്ലാം സംഭവിച്ചത് ഏകദേശം മൂന്ന് വർഷങ്ങൾക്ക് മുമ്പായിരുന്നു.

ആ സമയത്ത് അവളുടെ എഴുത്തുകളിൽ എനിക്ക് വലിയ താല്പര്യം ഉണ്ടായിരുന്നില്ലെന്ന് പറയാൻ എനിക്ക് കഴിയില്ല. ഒരുപക്ഷേ, അവ എന്റെ ജീവിതത്തിലെ ഏറ്റവും വലിയ താല്പര്യം അവയായിരുന്നു. ഡോൺ കർട്ടിസിന്റെയും കന്നുകാലിമോഷണത്തിന്റെയും സംഭവങ്ങൾക്കുശേഷം അവൾ ഉൾക്കടൽ പ്രദേശത്തെ ജീവിതവുമായി കൂടുതൽ അടുപ്പത്തോടെ യോജിച്ചുപോയിരുന്നതായാണ് ഞാൻ വിചാരിക്കുന്നത്. കാരണം അവളുടെ വിവാഹത്തിന് മുമ്പുപോലും അവളുടെ എഴുത്തുകളിൽ പെട്ടെന്ന് കണ്ടുപിടിക്കാൻ ബുദ്ധിമുട്ടുള്ള വ്യത്യാസങ്ങൾ ഉണ്ടായിരുന്നു. അവൾ വിദേശത്തുള്ള ഒരു അസാധാരണ പ്രദേശത്ത് താമസിക്കുന്ന ഒരു ഇംഗ്ലീഷുകാരി എഴുതുന്നതുപോലെയുള്ള എഴുത്തുകൾ അവസാനിപ്പിച്ചിരുന്നു. അവൾ പതുക്കെപ്പതുക്കെ അവിടുത്തെ ആളുകളെപ്പറ്റിയും സ്ഥലത്തെപ്പറ്റിയും അത് അവളുടെ സ്ഥലവും ആളുകളും ആണെന്നുള്ള രീതിയിൽ എഴുതിത്തുടങ്ങിയിരുന്നു. അത് ഒരുപക്ഷേ, ഒരു വെറും തോന്നൽമാത്രം ആയിരിക്കാം. അല്ലെങ്കിൽ ഒരുപക്ഷേ, ഞാൻ അവളുടെ എഴുത്തുകൾ വീണ്ടും വീണ്ടും വായിച്ച് അവയെപ്പറ്റി ഒരു പഠനം നടത്തിയിരുന്നതുകൊണ്ടും ആയിരിക്കാൻ ഇടയുണ്ട്. ഞാൻ അവയെല്ലാം ഒരു പ്രത്യേക ഫയലിൽ ശ്രദ്ധാപൂർവ്വം എന്റെ ഫ്ളാറ്റിൽ സൂക്ഷിച്ചുവച്ചിരുന്നു. അവയിൽ കൂടുതൽ സാധാരണക്കാരനായ ഒരു വായനക്കാരൻ ശ്രദ്ധിച്ചിട്ടുള്ളതിനെക്കാൾ സൂക്ഷ്മമായ വ്യത്യാസങ്ങൾ ഞാൻ കണ്ടെത്തിയിരുന്നു

അവൾ കന്നുകാലികളെ ഒന്നിച്ചുകൂട്ടിയുള്ള ഏപ്രിൽ മാസത്തിലെ

ഗുണനിലവാരം കണക്കാക്കിയുള്ള കണക്കെടുപ്പിനും മുദ്രകുത്തലിനും ശേഷം അവൾ വാഗ്ദാനം ചെയ്തിരുന്നതിനനുസരിച്ച് ജോ ഹാർമാനെ വിവാഹം കഴിച്ചിരുന്നു. അവർ ഒരു ഇംഗ്ലീഷ് പുരോഹിതന്റെ നേതൃത്വ ത്തിലുള്ള ഒരു സഞ്ചരിക്കുന്ന പള്ളിയിൽവച്ചാണ് വിവാഹിതരായത്. ആ പുരോഹിതൻ തെയിംസിന്റെ കരയിലുള്ള കിങ്സ്റ്റണിലെ സെയിന്റ് ജോൺസ് പള്ളിയിലെ വികാരിയുടെ സഹായിയായിരുന്ന പുരോഹിതൻ ആയിരുന്നു. അയാൾ ഞാൻ വിംബിൾഡണിൽ താമസിച്ചിരുന്ന സ്ഥല ത്തുനിന്നും പത്തുമൈലിനുള്ളിലുള്ള ഒരു സ്ഥലത്ത് ഉണ്ടായിരുന്ന ബുഷ് സഹോദരന്മാരിൽ ഒരുവനായിരുന്നു നിശ്ചയമായും ആ സമയത്ത് വിൽസ്ടൗണിൽ പള്ളികൾ ഒന്നുംതന്നെ ഉണ്ടായിരുന്നില്ല. അടുത്തവർഷം ഒരു പള്ളിയുടെ പണി പൂർത്തിയാകുമായിരുന്നു. അവർ വിവാഹിതരാ യത് പള്ളിയുടെ ഉടമസ്ഥതയിലുള്ള ഒരു വലിയ മുറിയിൽ വച്ചായിരുന്നു. വിവാഹത്തിന് നാട്ടുകാർ മുഴുവൻ പങ്കെടുത്തിരുന്നു. അവർക്ക് അവ രുടെ മധുവിധു അല്ലെങ്കിൽ മധുവിധുവിന്റെ ഒരുഭാഗം ഗ്രീൻ ഐലന്റിൽ ആയിരുന്നു. അവൾ എന്നോട് പറഞ്ഞില്ലെങ്കിലും അവൾ അവളുടെ സരോങ് കൂടെക്കൊണ്ടുപോയിരുന്നെന്നാണ് ഞാൻ വിചാരിക്കുന്നത്.

അവളുടെ വിവാഹ ജീവിതത്തിന്റെ ആദ്യത്തെ രണ്ടുവർഷങ്ങളിൽ അവളുടെ മൂലധനത്തിലേക്ക് അവൾ ധാരാളം പ്രധാനപ്പെട്ട കൈയേറ്റ ങ്ങൾ നടത്തിയിരുന്നു. അവൾ ഈ കൈയേറ്റങ്ങളുടെ കാര്യത്തിൽ വളരെ മെച്ചം ആയിരുന്നു. അവൾ എല്ലാ സമയത്തും ഒരു കാര്യം ആരംഭിച്ച് അത് അനായാസമായി പ്രവർത്തിച്ചു തുടങ്ങിയതിനുശേഷം ആയിരുന്നു അടുത്ത കാര്യം ആരംഭിച്ചത്. ആദ്യത്തെ പരിശ്രമത്തിനുശേഷം അവൾ ഐസ്ക്രീം പാർലറും തൊഴിൽശാലയും ഒന്നിച്ചാണ് ആരംഭിച്ചിരുന്നത്. ബാങ്കിൽ ജോലിചെയ്തിരുന്ന ലെൻജെയിംസ് എന്ന ചെറുപ്പക്കാരൻ അവൾക്കുവേണ്ടി തയ്യാറാക്കിയ അവളുടെ സാഹസിക സംരംഭങ്ങളുടെ വരവുചെലവ് കണക്കുകളും അവൾ എനിക്ക് പതിവായി അയച്ചുതന്നി രുന്നു. എന്നിരുന്നാലും അവൾ ഓരോ ആറുമാസത്തിലും അവൾ മൂവ്വാ യിരമോ നാലായിരമോ പൗണ്ടുകൾ എന്നോട് ആവശ്യപ്പെടുന്നുണ്ടായി രുന്നു. അവൾ എന്റെ പേരിനെ പിന്തുടർന്നുകൊണ്ട് നോയൽ എന്നുവി ളിച്ചിരുന്ന അവളുടെ രണ്ടാമത്തെ മകൻ ജനിക്കുന്നതുവരെ ഈ ആവശ്യം തുടരുന്നുണ്ടായിരുന്നു. ആ സമയംകൊണ്ട് അവളുടെ പലത രത്തിലുള്ള പ്രാദേശികമായ ഇടപാടുകൾക്കുവേണ്ടി അവൾ പതിനെ ണ്ണായിരം പൗണ്ട് വാങ്ങിക്കഴിഞ്ഞിരുന്നു. അവളുടെ സംരംഭങ്ങളെല്ലാം ലാഭകരമാണെന്ന് തോന്നിയിരുന്നെങ്കിലും ഈ സമയം കൊണ്ട് ഞാനും ലസ്റ്ററും അവളുടെ ട്രസ്റ്റികൾ എന്ന നിലയിലുള്ള ചുമതലകളെപ്പറ്റി അല്പം ഉൽക്കണ്ഠയുള്ളവർ ആയിരുന്നു. മാക്ഫാഡന്റെ വിൽപത്ര ത്തിലെ ഞങ്ങളുടെ പരിശോധനാ വിഷയങ്ങൾ വളരെ വിശാലമായിരു ന്നെങ്കിലും ഞങ്ങൾക്ക് അല്പം ഉൽക്കണ്ഠ തോന്നിയിരുന്നു. ഞങ്ങളുടെ ചുമതല അവളുടെ മൂലധനം ക്ഷയിക്കാതെ സൂക്ഷിക്കാനും മുപ്പത്തി

യഞ്ച് വയസ്സാകുമ്പോൾ അവൾക്ക് അത് കൈമാറ്റം ചെയ്യാനും ആയി രുന്നു. ഞങ്ങൾ അവൾക്ക് സ്വന്തമാക്കിക്കൊടുത്തിരുന്ന അവളുടെ പിന്തുടർച്ചാവകാശത്തിന്റെ മുപ്പതുശതമാനം ആസ്ട്രേലിയയിലെ അറി യപ്പെടാത്ത ഏതോ ദുരന്തം അല്ലെങ്കിൽ പെട്ടെന്നുള്ള വിലയിടിവ് കാരണം ഇല്ലാതാകും എന്നുള്ള ഒരു ഭയംകൊണ്ട് ഞാൻ സ്വയം വേവ ലാതിപ്പെടാൻ ആരംഭിച്ചിരുന്നു. പല കാര്യങ്ങളിൽ ഒരേസമയം ഇടപെ ടുന്നതു പ്രശംസനീയം ആയിരുന്നെങ്കിലും അവളുടെ മുതൽമുടക്കുകൾ ചുമതലക്കാരുടെ മൂലധനമായി തരംതിരിക്കാൻ കഴിഞ്ഞിരുന്നില്ല.

നോയൽ ജനിച്ചതിനുശേഷം ഉടൻതന്നെ അവൾ വിൽസ്ടൗണിലെ ആശുപത്രിയിൽനിന്നും ഒരു നീണ്ട എഴുത്ത് എഴുതിയിരുന്ന ഫെബ്രുവ രിയിലായിരുന്നു കാര്യങ്ങൾ മൂർദ്ധന്യത്തിൽ എത്തിയത്. അവൾ എന്നോട് അവന്റെ തലതൊട്ടപ്പന്മാരിൽ ഒരാൾ ആയിരിക്കില്ലേ എന്ന് ചോദിച്ചിരുന്നു അവനോടുള്ള കടമകൾ നിർവ്വഹിക്കാൻവേണ്ട കാലത്തോളം ഞാൻ ജീവിക്കുമോ എന്ന കാര്യത്തിന് വളരെക്കുറച്ച് സാദ്ധ്യത മാത്രമാണ് ഉണ്ടായിരുന്നതെങ്കിലും തീർച്ചയായും അവളുടെ ആവശ്യം എന്നെ വള രെയധികം സന്തോഷിപ്പിച്ചിരുന്നു. ആറുമാസം മുമ്പ് റോസ് സോയറെ വേക്ക് ലിങ്ങി വിവാഹം കഴിച്ചിരുന്നതുകൊണ്ടും അയാൾ അതേ ജില്ല യിൽ താമസമാക്കിയിരുന്നതുകൊണ്ടും രണ്ടാമത്തെ തലതൊട്ടപ്പൻ അയാൾ ആയിരുന്നു. ലോകത്തിന്റെ മറ്റൊരു ഭാഗത്ത് ജീവിക്കുന്ന വൃദ്ധ നായ ഒരു തലതൊട്ടപ്പനെ അവളുടെ മകന് നല്കിക്കൊണ്ട് അവൾ അവ ളുടെ കുട്ടിയെ ദ്രോഹിക്കില്ലെന്ന് എനിക്ക് തോന്നിയിരുന്നു. ഞാൻ ഉടൻതന്നെ എന്റെ വില്പത്രത്തിൽ അനുയോജ്യമായ ചില മാറ്റങ്ങൾ വരുത്തി.

അവൾ അതേ എഴുത്തിൽ മിഡ്ഹസ്റ്റിലെ കാര്യങ്ങളും ചർച്ച ചെയ്തിരുന്നു. "ജോ ഇപ്പോൾ നടത്തിപ്പുകാരൻ മാത്രമാണെന്ന് നിങ്ങൾക്കറിയാം." അവൾ എഴുതി. "അയാൾ അങ്ങേയറ്റം മെച്ചപ്പെട്ട രീതിയിൽ പ്രവർത്തിച്ചിട്ടുണ്ട്. അയാൾ മിഡ്ഹസ്റ്റിൽ പോകുന്ന സമയത്ത് അവിടെ എണ്ണായിരം കന്നുകാലികൾ ഉണ്ടായിരുന്നു. പക്ഷേ, ഇപ്പോൾ പന്തീരായിരമോ പതിമൂവ്വായിരമോ കന്നുകാലികൾ അവിടെയുണ്ട്. ഞങ്ങൾ ഈ വർഷം രണ്ടായിരത്തിൽ കൂടുതൽ കന്നുകാലികളെ വില്ക്കു ന്നുണ്ട്. ജൂലിയായിലേക്ക് ഒരു പറ്റമായി അത്രയും കന്നുകാലികളെ അയ യ്ക്കാൻ കഴിയില്ല. അതുകൊണ്ട് ജോ ഹാർമാന് രണ്ട് യാത്രകൾ നട ത്തേണ്ടിവരും. അടുത്ത ഏതാനും വർഷങ്ങളിൽ അവിടെ ഒരു നിരന്തര മായ വർദ്ധനവ് കന്നുകാലികളുടെ എണ്ണത്തിൽ ഉണ്ടായിരിക്കുമെന്നാണ് തോന്നുന്നത്. കാരണം ഓരോ വർഷവും ബിൽ വേക്ലിങ് ഒന്നോ രണ്ടോ അണക്കെട്ടുകൾകൂടി ഞങ്ങൾക്കുവേണ്ടി നിർമ്മിക്കും. അതുകൊണ്ട് ഓരോവർഷവും ഞങ്ങളുടെ കന്നുകാലികൾക്ക് കൂടുതൽ കൂടുതൽ തീറ്റ ലഭിക്കും.

അവൾ ഉടമസ്ഥയായ മിസിസ് സ്പിയേഴ്സിനെ പറ്റി എന്നോട് പറ

ഞ്ഞുകൊണ്ടിരുന്നു. "പത്തുവർഷം മുമ്പ് അവരുടെ ഭർത്താവ് മരിച്ചപ്പോൾ അവർ ഉൾക്കടൽ പ്രദേശം ഉപേക്ഷിച്ചുപോയി." അവൾ പറഞ്ഞു. "ഇപ്പോൾ അവർ ബ്രിസ്‌ബെയിനിലാണ് താമസിക്കുന്നത്. ജോയും ഞാനും കഴിഞ്ഞ ഒക്ടോബറിൽ അവിടെപ്പോയി രണ്ടുരാത്രികൾ അവ രോടൊപ്പം താമസിച്ചിരുന്നു. അപ്പോൾ ഞാൻ അത് നിങ്ങളോട് പറഞ്ഞി രുന്നില്ല. കാരണം ഞാൻ അതിനെപ്പറ്റി ആലോചിക്കാൻ ആഗ്രഹിച്ചിരുന്നു. അതിന്റെ കൂടെ ഞങ്ങൾക്ക് ഒരു കടം കിട്ടാനുള്ള സാദ്ധ്യത ഉണ്ടോ എന്ന് കണ്ടുപിടിക്കാനും ഞാൻ ആഗ്രഹിച്ചിരുന്നു."

മിസിസ്സ് സ്പിയേഴ്‌സിന് പ്രായം വളരെ കൂടിക്കൊണ്ടിരിക്കുകയാ ണെന്ന് അവൾ എന്നോട് പറഞ്ഞു. അവർ മിഡ്‌ഹസ്റ്റിൽ മുടക്കിയിട്ടുള്ള വലിയ മൂലധനത്തിന്റെ ഒരു ഭാഗം അവർ തിരിച്ചെടുക്കാൻ ആഗ്രഹിച്ചി രുന്നു. ഒരുപക്ഷേ, അവർ അത് അവരുടെ ജീവിതകാലത്ത് വില്‌ക്കാൻ ആഗ്രഹിച്ചതിന്റെ കാരണം മരണത്തിനുമുമ്പ് അവർ ബാദ്ധ്യതകൾ ഒഴി വാക്കാൻ ആഗ്രഹിച്ചിരുന്നതുകൊണ്ട് ആയിരിക്കും. "അവർ ഞങ്ങളോട് ആ കേന്ദ്രത്തിന്റെ പകുതി ഓഹരി ഞങ്ങൾക്ക് വാങ്ങാൻ കഴിയുമോ എന്ന് ചോദിച്ചിരുന്നു." അവൾ പറഞ്ഞു. "മറ്റേ പകുതി എപ്പോഴാണോ അവർ മരിക്കുന്നത് ആ സമയത്തുള്ള വില അനുസരിച്ച് വാങ്ങാനുള്ള ഒരു അവകാശം തരാമെന്നുള്ള ഒരു താല്‌പര്യവും അവർ മുന്നോട്ടുവച്ചി രുന്നു. അതിന്റെ അർത്ഥം ഏകദേശം മുപ്പതിനായിരം പൗണ്ട് കണ്ടെ ത്തണമെന്നാണ്. അതായത് ഓഹരിയുടെ പകുതി വില. നിശ്ചയമായും ഭൂമി രാജ്യത്തുനിന്നും വാടകയ്ക്ക് എടുത്തതാണ്. ഇപ്പോഴുള്ള ഉടമ്പടി അനുസരിച്ച് പതിനേഴ് വർഷംകൂടി അവകാശം ഉണ്ട്. അതായത് വാടക ച്ചീട്ടിൽ അവരുടെ പേരിനൊപ്പം ജോയുടെ പേരുകൂടി ചേർത്തുകൊണ്ട് ഒരു മാറ്റം നടത്തണമെന്നാണ്."

അവർ ബാങ്കിൽ പോയിരുന്നെന്ന് അവൾ എന്നോട് പറഞ്ഞിരുന്നു. അവർക്ക് കണ്ടെത്താനുള്ള മുപ്പതിനായിരം പൗണ്ടിന്റെ മൂന്നിൽ രണ്ടു ഭാഗം ബാങ്ക് മുൻകൂറായി കൊടുക്കും. "അവർ കന്നുകാലികളുടെ ഇട പാട് അറിയാവുന്ന ഒരു പരിശോധകനെ അയച്ചിരുന്നു. അയാൾ മിഡ്‌ഹ സ്റ്റിൽ എത്തിയിരുന്നു." അവൾ എഴുതി. "ജോ ഹാർമാൻ ഉൾക്കടൽ പ്രദേശത്ത് നല്ല പേരുണ്ട്. എന്നുമാത്രമല്ല, ആ സമ്പത്തിന്റെ കാര്യത്തിൽ ഞങ്ങൾ ശരിയായ രീതിയിൽ പ്രവർത്തിക്കുന്നുണ്ടെന്നാണ് അയാൾ വിചാരിക്കുന്നത്. അങ്ങനെ ഞങ്ങൾക്ക് ഇപ്പോൾ പതിനായിരം പൗണ്ടിന്റെ ആവശ്യം വന്നിരിക്കുന്നു. അതിനെപ്പറ്റിയാണ് ഞാൻ നിങ്ങളോട് ചോദി ക്കാൻ ആഗ്രഹിക്കുന്നത്."

അവൾ അല്‌പം പ്രധാനവിഷയത്തിൽനിന്ന് വ്യതിചലിച്ചു. "മിഡ്‌ഹസ്റ്റ് ഒരു നല്ലസ്ഥലം ആണ്." അവൾ പറഞ്ഞു. "ഞങ്ങൾ ഇവിടെ വളരെ സന്തോഷത്തിൽ ആണ്. ഞങ്ങൾക്ക് ഇത് ഏറ്റെടുക്കാൻ കഴിയു ന്നില്ലെങ്കിൽ മിസിസ്സ് സ്പിയേഴ്‌സ് ഒരുപക്ഷേ, അത് വില്‌ക്കും. അങ്ങ നെയാണെങ്കിൽ ഞങ്ങൾക്ക് മറ്റ് എവിടെയെങ്കിലും എത്തി വീണ്ടും

ഒരെണ്ണം ആരംഭിക്കേണ്ടിവരും. ഞാൻ അത് ചെയ്യാൻ ഇഷ്ടപ്പെടുന്നില്ല. മിഡ് ഹസ്റ്റിൽ ഇത്രയധികം ജോലികൾ ആരംഭിച്ച ഹാർമാന് അത് ഒരു വലിയ നിരാശ ആയിരിക്കും. ഇപ്പോൾ മിഡ്ഹസ്റ്റ് വിട്ടുപോയാൽ ഞാൻ ദുരിതത്തിലാകും. കാരണം ഇത് സാമാന്യം വലിപ്പമുള്ള ഒരു സ്ഥല മായി മാറിക്കൊണ്ടിരിക്കുകയാണ്. അത് ഇപ്പോൾ ജീവിക്കാൻ പറ്റിയ ഒരു ചെറിയ നല്ല പട്ടണമാണ്. ഞങ്ങൾക്ക് ഇവിടെ താമസിക്കാൻ കഴി യുമെങ്കിൽ ഞാനും ഇവിടെ താമസിക്കാൻ ആഗ്രഹിക്കുന്നുണ്ട്."

അവൾ തുടർന്നു. "നോയൽ, എന്റെ പണം നിക്ഷേപിക്കാൻ നിങ്ങൾ എന്നെ അനുവദിച്ചിട്ടുള്ള മറ്റുകാര്യങ്ങളിൽ ഏതിനേക്കാളും ഒരു കന്നു കാലി കേന്ദ്രം കൂടുതൽ വിശ്വസനീയമായ മുതൽമുടക്കല്ലെന്ന് എനിക്കറിയാം. നിങ്ങൾ ഇതിനെപ്പറ്റി വീണ്ടും ആലോചിച്ച് ഞങ്ങൾക്ക് അത് കിട്ടാൻ ഇടയുണ്ടോ എന്ന് എന്നെ അറിയിക്കില്ലേ? ഞങ്ങൾക്ക് അത് ലഭിക്കില്ലെങ്കിൽ എനിക്ക് വീണ്ടും ആലോചിക്കേണ്ടിവരും; ഒരുപ ക്ഷേ, എനിക്ക് ഇവിടെ വന്നതിനുശേഷം ഞാൻ തുടങ്ങിയ എന്റെ സംരം ഭങ്ങളിൽ ഏതെങ്കിലും വില്ക്കാൻ കഴിയും. അല്ലെങ്കിൽ പണയം വയ്ക്കാൻ കഴിയും. ഞാൻ അത് ചെയ്യാൻ ഇഷ്ടപ്പെടുന്നില്ല. കാരണം ഒരുപക്ഷേ, അത് മോശം കൈകളിൽ എത്തി നശിച്ചുപോകും. ഈ പട്ടണം ഒരു ചെറിയ കുഞ്ഞിനെപ്പോലെയാണ്— നോയൽ! എനിക്ക് കൊച്ചുകുഞ്ഞുങ്ങളെപ്പറ്റി ചില കാര്യങ്ങൾ അറിയാം. കൊച്ചുകുഞ്ഞു ങ്ങൾക്ക് അല്പം വളരുന്നതുവരെ എല്ലാ സമയത്തും പരിചരണം ആവ ശ്യമാണ്."

മറ്റൊരു പതിനായിരം പൗണ്ടിന്റെ അർത്ഥം തീർച്ചയായും മാക്ഫാ ഡൻ അയാളുടെ വില്പത്രം എഴുതുമ്പോൾ ഞങ്ങൾ അവളെ അവൾക്ക് അയാളുടെ അനന്തരാവകാശമായിക്കിട്ടിയ സമ്പത്തിന്റെ പകുതിഭാഗം ഒരു ജില്ലയിലെ അങ്ങേയറ്റം ലാഭം കണക്കാക്കിയുള്ള ഒരു സംരംഭത്തിൽ മുതൽ മുടക്കാൻ അനുവദിക്കണമെന്ന് ഒരുകാലത്തും ഉദ്ദേശിച്ചിരിക്കാൻ ഇടയില്ല. തീർച്ചയായും നിയമസാധുത അനുസരിച്ച് ഞാൻ വില്പത്ര ത്തിൽ രഹസ്യമായി വച്ചിരുന്ന വിവേചനപരമായ അധികാരത്തിന്റെ വിശാ ലമായ ഭാഷാരീതി കാരണം നിശ്ചയമായും ഞങ്ങൾ ഒരുപക്ഷേ, വിശ്വാ സവഞ്ചനയ്ക്കുള്ള ഏത് കോടതിവ്യവഹാരത്തിൽനിന്നും രക്ഷനേടിയി രുന്നു. അവളുടെ എഴുത്ത് ലസ്റ്ററിന് കാണിച്ചുകൊടുക്കുന്നതിനുമുമ്പ് ഞാൻ ഇതിനെപ്പറ്റി ഒന്നോ രണ്ടോ ദിവസം ആലോചിച്ച് ചെലവഴിച്ചിരു ന്നു. അവസാനം ഇതുപോലെയുള്ള ഒരു സാഹചര്യത്തിൽ മിസ്റ്റർ മാക്ഫാഡൻ സ്വയം ചെയ്തിരിക്കാൻ സാദ്ധ്യതയുള്ളത് ചെയ്യുകയാണ് ഞങ്ങളുടെ ചുമതല എന്ന് ഞാൻ തീരുമാനിച്ചു.

അയറിൽ അസാധാരണമായ ഒറ്റപ്പെട്ട ജീവിതം നയിച്ചിരുന്ന ആ മനു ഷ്യൻ ഈ വിഷയത്തിന് പരിഹാരം കാണാൻ എന്ത് ചെയ്തിരിക്കാനാണ് ഇടയുള്ളത്? തീർച്ചയായും അയാൾ ഒരു രോഗി ആയിരുന്നു. പക്ഷേ, അയാൾ ഒരു ദയ ഇല്ലാത്തവനോ വിവേകം ഇല്ലാത്തവനോ അല്ല. വള

രെക്കാലം നീണ്ടുനില്ക്കുന്ന ഒരു ഉത്തരവാദിത്വം അയാൾ സൃഷ്ടിക്കാ
തിരുന്നതിന്റെ കാരണം അയാൾ ജീൻ പാഗറ്റിനെ അവിശ്വസിച്ചിരു
ന്നതുകൊണ്ടാണ്. അയാൾക്ക് അവളെ പരിചയംപോലും ഇല്ലായിരുന്നു.
അയാൾ അത് ചെയ്തത് അവളുടെ നന്മയ്ക്കുവേണ്ടി ആയിരുന്നു.
കാരണം ഒരു വലിയ തുകയുടെ ഉടമസ്ഥയാക്കപ്പെടുന്ന അവിവാഹിത
യായ ഒരു ഇരുപതുകാരിക്ക് അത് സംരക്ഷിച്ചുകൊണ്ടുപോകാൻ കഴി
യില്ലെന്ന് അയാൾ വിശ്വസിച്ചിരുന്നു. ആ കാര്യത്തിൽ ഒരുപക്ഷേ, അയാൾ
ശരിയായിരുന്നിരിക്കാം. പക്ഷേ, ഇപ്പോൾ ജീൻ പാഗറ്റ് രണ്ടുകുട്ടികളുള്ള
ഒരു വിവാഹിതയാണ്. കന്നുകാലി മോഷണത്തെക്കുറിച്ചുള്ള അയാളുടെ
ധാരണകൾ എന്തുതന്നെയാണെങ്കിലും അവൾ വിവാഹം കഴിച്ചത് നിശ്ച
യദാർഢ്യവും വിവേകവുമുള്ള ഒരു മനുഷ്യനെ ആയിരുന്നു. ഈ സാഹ
ചര്യങ്ങളിലും ആദ്യത്തെ രൂപത്തിലുള്ള ഉത്തരവാദിത്വം അതുപോലെ
തന്നെ തുടരണമെന്ന് മിസ്റ്റർ മാക്ഫാഡൻ നിർബ്ബന്ധം പിടിക്കാൻ സാദ്ധ്യ
തയുണ്ടോ?

സാദ്ധ്യതയില്ലെന്ന് ഞാൻ ചിന്തിച്ചിരുന്നു. അയാൾ അനുകമ്പയുള്ള
ഒരു മനുഷ്യൻ ആയിരുന്നു— അതിനെപ്പറ്റി എനിക്ക് ഉറപ്പുതോന്നി
യിരുന്നു— അയാൾ അപ്പോൾ അവളുടെ വീടും താല്പര്യങ്ങളും നിലനി
ന്നിരുന്ന മിഡ്ഹസ്റ്റ് കന്നുകാലികേന്ദ്രം അവളുടെ സ്വന്തമാക്കണമെന്ന്
നിശ്ചയമായും ആഗ്രഹിക്കുന്നുണ്ടാകും. എന്തായാലും അയാൾ മുൻക
രുതലുള്ള ഒരു സ്കോട്ട്ലാന്റുകാരൻ ആയിരുന്നു. അവളുടെ ഈ പതി
നായിരം പൗണ്ടിന്റെ മുതൽമുടക്കിന് നല്ല പ്രയോജനം കിട്ടുന്നുണ്ടെന്ന്
ഉറപ്പാക്കാൻ വേണ്ടി അയാൾ അവളുടെ മുതൽമുടക്കിന്റെ വിശദാംശങ്ങ
ളിലേക്ക് മനസ്സ് തിരിച്ചിരിക്കാൻ സാദ്ധ്യതയുണ്ടെന്ന് ഞാൻ വിചാരിച്ചി
രുന്നു. ഈ കാഴ്ചപ്പാടിൽ അത് പരിശോധിക്കുമ്പോൾ വാടകയ്ക്കു കൊടു
ക്കലിന്റെ കുറഞ്ഞ അധികാരകാലത്തെക്കുറിച്ച് ഞാൻ അസ്വസ്ഥനായി
രുന്നു. പതിനേഴ് വർഷം ജോ ഹാർമാന് അയാൾ വസ്തുവിൽ നിർമ്മി
ക്കുന്ന അണക്കെട്ടിന്റെയും മറ്റ് പരിഷ്കാരങ്ങളുടെയും ചെലവുകൾ
വീണ്ടെടുക്കാൻ കിട്ടുന്ന വളരെ ചെറിയ ഒരു കാലയളവ് ആയിരുന്നു.
വളരെക്കൂടുതൽ കാലം നീണ്ടുനില്ക്കുന്ന ഒരു വാടകളടമ്പടിയെപ്പറ്റി ധാര
ണയുണ്ടാക്കാതെ അയാൾക്ക് പ്രധാനപ്പെട്ട പരിഷ്കാരങ്ങളുമായി
മുമ്പോട്ട് പോകാൻ കഴിയില്ല.

അതിനുശേഷം ഞാൻ അവളുടെ എഴുത്ത് എന്റെ പങ്കാളിക്ക് കാണി
ച്ചുകൊടുത്തു. ഞങ്ങൾ അതിനെപ്പറ്റി വളരെനേരം സംസാരിച്ചിരുന്നു.
അയാൾ വാടകയ്ക്ക് കൊടുക്കൽ ഒരുപ്രധാന വിഷയം ആണെന്നുള്ള
എന്റെ കാഴ്ചപ്പാടിനോട് യോജിച്ചിരുന്നു. "നോയൽ ഞാൻ ഈ ഉത്തര
വാദിത്വത്തിൽ വളരെ ഗൗരവമുള്ള ഒരു കാഴ്ചപ്പാട് സ്വീകരിച്ചിട്ടുണ്ടെന്ന്
എനിക്ക് പറയാൻ കഴിയില്ല." അയാൾ പറഞ്ഞു. "നിങ്ങളുടെ നിലപാട്
ശരിയാണെന്നാണ് ഞാൻ വിചാരിക്കുന്നത്. ഈ കാര്യം പരിശോധിക്കു
മ്പോൾ വില്പത്രം എഴുതിയവന്റെ സ്ഥാനത്ത് സ്വയം പ്രതിഷ്ഠിച്ചു

കൊണ്ട് പരിശ്രമിച്ചുനോക്കി കണ്ടെത്തുക. അയാൾ അയാളുടെ സഹോ
ദരിയുടെ ഭർത്താവ് സഹോദരിയെ സഹായിക്കാൻ വേണ്ടി ജീവിച്ചിരി
ക്കുന്ന സമയത്ത് ഒരു ട്രസ്റ്റ് ഇല്ലാതെതന്നെ അയാളുടെ പണം സഹോദ
രിയുടെ പേരിൽ നിക്ഷേപിക്കാൻ തയ്യാറായിരുന്നു. അവൾക്കുവേണ്ടി
പണം നിക്ഷേപിക്കുന്നതിൽ അയാൾ സംതൃപ്തനായിരുന്നു. ശരി.
ഇപ്പോൾ സഹോദരിയുടെ മകൾക്ക് അവളെ സഹായിക്കാൻ ഒരു
ഭർത്താവുണ്ട്. അയാൾ ഇപ്പോഴാണ് പണം നിക്ഷേപിക്കുന്നതെങ്കിൽ
അയാൾ ഇപ്പോൾ ഒരു 'ട്രസ്റ്റി'നെക്കുറിച്ച് ആലോചിച്ച് ബുദ്ധിമുട്ടിയിരി
ക്കില്ല."

"അതൊരു കാര്യമാണ്." ഞാൻ പറഞ്ഞു. "ഞാൻ അതിനെപ്പറ്റി
ആലോചിച്ചിരുന്നില്ല." "ഞാൻ 'ട്രസ്റ്റി'നെ അവഗണിക്കണമെന്ന് അഭി
പ്രായപ്പെട്ടില്ല." അയാൾ പറഞ്ഞു. "ഈ വാടക ഉടമ്പടി അവൾക്ക് ശരി
യായി വ്യക്തമാക്കാനുള്ള ഒരു ഉത്തോലകമായി നമുക്ക് ഇതിനെ ഉപ
യോഗിക്കാൻ പറ്റും. പാട്ടത്തിനേല്പിച്ച വസ്തു നമ്മുടെ തൃപ്തിക്ക് തിട്ട
പ്പെടുത്തുന്നതുവരെ നമ്മൾ അവളുടെ പണം കൊടുക്കില്ലെന്ന് എല്ലാവ
രോടും പ്രത്യേകം പ്രത്യേകമായി പറയണം. അപ്പോൾ എന്നെ സംബ
ന്ധിച്ചിടത്തോളം അവൾ ആഗ്രഹിക്കുന്നതെല്ലാം അവൾക്ക് ലഭിക്കും."

ഞാൻ പുഞ്ചിരിച്ചു. "ഞാൻ അത് അവളോട് പറയില്ല."

ഞാൻ അടുത്തദിവസം ഇരുന്ന് അവൾക്കുള്ള മറുപടിയായി ഒരു
എഴുത്തിന്റെ കരടുരൂപം എഴുതിയുണ്ടാക്കി. "കൂടുതലായി ഒരു പതിനാ
യിരം പൗണ്ട് കൂടി അനുവദിക്കുന്നത് അസാദ്ധ്യമാണെന്ന് ഞാൻ വിചാ
രിക്കുന്നില്ല." ഞാൻ എഴുതി. "പക്ഷേ, വാടക ഉടമ്പടിയുടെ കാര്യം ഞങ്ങ
ളുടെ തൃപ്തിക്ക് ക്രമീകരിക്കപ്പെടുന്നതുവരെ എനിക്ക് അത് ചെയ്യാൻ
വളരെ ബുദ്ധിമുട്ടുണ്ട്. കാര്യങ്ങൾ ഈ നിമിഷത്തിൽ നില്ക്കുന്നതിന്
അനുസരിച്ച് പതിനേഴ് വർഷത്തിനുള്ളിൽ നിങ്ങൾക്ക് നിങ്ങളുടെ വീട്
നഷ്ടപ്പെട്ടെന്നുവരാം. അതിനോടൊപ്പം നിങ്ങളും മിസിസ്സ് സ്പിയേഴ്സും
അണക്കെട്ടുകൾക്കും മറ്റ് ജലസംരക്ഷണ പദ്ധതികൾക്കുംവേണ്ടി
മൊത്തം പണവും എനിക്ക് ഇപ്പോഴുള്ള അറിവനുസരിച്ച് നഷ്ടപരിഹാരം
പോലും ഇല്ലാതെ സർക്കാരിന് കൈമാറ്റം ചെയ്യപ്പെടും." അത് ശരിയാ
യിരുന്നില്ലെന്ന് പിന്നീട് ഞാൻ മനസ്സിലാക്കിയിരുന്നു.

അടുത്തതായി ഞാൻ എന്റെ എഴുത്തിന്റെ പ്രധാന വിഷയത്തിലേക്ക്
കടന്നുവന്നിരുന്നു. "നിങ്ങൾക്ക് വിശ്വസിക്കാൻ കഴിയുന്ന ഒരു വക്കീൽ
ഉണ്ടെന്നുള്ളതിൽ സംശയമില്ല. പക്ഷേ, അത് നിങ്ങളെ സഹായിക്കുമെ
ങ്കിൽ ഞാൻ വളരെ സന്തോഷത്തോടെ ക്വീൻസ് ലാന്റിൽവന്ന് ഏതാനും
ആഴ്ചകളോളം നിങ്ങളോടൊപ്പം താമസിച്ച് നിങ്ങൾ ഈ പണം മിഡ്ഹ
സ്റ്റിൽ നിക്ഷേപിക്കുന്നതിനുമുമ്പ് ഈ വാടക ഉടമ്പടിയുടെ കാര്യം തൃപ്തി
കരമായ രീതിയിൽ ക്രമപ്പെടുത്തിത്തരാം. ഞാൻ ഇംഗ്ലണ്ടിൽനിന്ന്
പോന്നിട്ട് ധാരാളം വർഷങ്ങൾ കഴിഞ്ഞിരിക്കുന്നു. ഞാൻ അതിൽ പശ്ചാ
ത്താപിക്കുന്നുണ്ട്. എനിക്ക് യാത്രചെയ്ത് ലോകം കാണാൻ ധാരാളം

വർഷങ്ങൾ ബാക്കി കിടക്കുന്നുണ്ടെന്ന് എനിക്ക് പ്രതീക്ഷിക്കാൻ കഴി
യില്ല. ഞാൻ വളരെയധികം അവശനായി പോകുന്നതിനുമുമ്പ് ഒരു നീണ്ട
അവധി എടുത്തുകൊണ്ട് അല്പം യാത്ര ചെയ്യണമെന്നുണ്ട്. വാടക ഉട
മ്പടിയുടെ കാര്യത്തിൽ എനിക്ക് നിങ്ങളെ സഹായിക്കാൻ കഴിയുമെ
ങ്കിൽ ഞാൻ അവിടെവന്ന് അത് ചെയ്തുതരുന്നതിൽ എനിക്ക് കൂടുതൽ
സന്തോഷമാണുള്ളത്." ഞാൻ കൂട്ടിച്ചേർത്തു. "ഞാൻ എന്റെ ചെലവി
ലാണ് യാത്ര ചെയ്യുന്നതെന്ന് പ്രത്യേകം പറയേണ്ട ആവശ്യം ഇല്ലല്ലൊ."

പത്തുദിവസത്തിനുശേഷം ഒരു രാത്രിയിൽ മറുപടി കമ്പിസന്ദേശ
മായി വന്നിരുന്നു. അവൾ എന്നെ അവരുടെ അടുത്ത് എത്താൻവേണ്ടി
തിടുക്കം കൂട്ടിയിരുന്നു. ഞാൻ ഏപ്രിൽ അവസാനത്തോടെ വിമാനത്തിൽ
എത്തണമെന്ന് അവൾ അഭിപ്രായപ്പെട്ടു. കാരണം അവരുടെ ശൈത്യ
കാലം അടുത്തുകൊണ്ടിരിക്കുകയായിരുന്നു. അതിനുശേഷം കാലാവസ്ഥ
ഇംഗ്ലണ്ടിലെ വേനൽപോലെ ആയിരിക്കും. അവൾ ഞാൻ കരുതിവെ
ക്കേണ്ട വസ്ത്രങ്ങളുടെയും മരുന്നുകളുടെയും യാത്രയിൽ ആവശ്യം
വരാൻ ഇടയുള്ള സാധനങ്ങളുടെയും ഒരു പട്ടിക തയ്യാറാക്കിക്കൊണ്ട്
എനിക്ക് ഒരു എഴുത്ത് എഴുതുന്നുണ്ടെന്ന് കമ്പിസന്ദേശത്തിൽ വ്യക്ത
മാക്കിയിരുന്നു. അത് എന്നെ ചെറിയ തോതിൽ സ്പർശിച്ചിരുന്നു.

ഞാൻ അടുത്തദിവസം വിംപോൾ തെരുവിൽ താമസിച്ചിരുന്ന
ഡോക്ടർ കെന്നഡിയെ അയാളുടെ താമസസ്ഥലത്ത് പോയികണ്ടിരുന്നു.
"ഞാൻ ക്വീൻസ് ലാന്റിൽനിന്ന് പുറത്തേക്ക് വിമാനത്തിൽ പോകാതിരി
ക്കാനുള്ള എന്തെങ്കിലും പ്രത്യേക കാരണങ്ങൾ ഉണ്ടോ?" ഞാൻ ചോദി
ച്ചു.

അയാൾ തമാശ കേട്ടതുപോലെ പുഞ്ചിരിച്ചുകൊണ്ട് എന്റെ മുഖ
ത്തേക്ക് നോക്കി. "ഞാൻ കൃത്യമായി നിങ്ങൾക്ക് തരേണ്ട ഉപദേശം
അതല്ലെന്ന് നിങ്ങൾക്കറിയാം. നിങ്ങൾക്ക് ക്യൂൻസ്ലാന്റിൽ പോകേണ്ട
ആവശ്യം ഉണ്ടോ?"

"എനിക്ക് അവിടെ പോകാൻ വളരെയധികം ആഗ്രഹം ഉണ്ട്. അവി
ടെപ്പോയി ഒരു മാസത്തോളം താമസിച്ച് നേരിട്ട് ഇടപെടേണ്ട ഒരു കാര്യം
ഉണ്ട്."

"ഈയിടെയായി നിങ്ങൾ എന്ത് ദൂരം നടക്കുന്നുണ്ട്?"

അയാളോട് കള്ളം പറയുന്നത് ശരിയല്ല. "മിക്കവാറും രാവിലെ
ഞാൻ ട്രഫാൾഗർ സ്ക്വയറുവരെ നടക്കുന്നുണ്ട്." ഞാൻ പറഞ്ഞു.
"അവിടെ നിന്ന് ഞാൻ ഒരു ടാക്സി എടുക്കും."

"നിങ്ങളുടെ ഓഫീസ് വരെയുള്ള മൊത്തം ദൂരം നിങ്ങൾക്ക് നട
ന്നുപോകാൻ പറ്റില്ലേ?"

"പറ്റില്ല." ഞാൻ പറഞ്ഞു. "കുറച്ചുകാലംകൊണ്ട് ഞാൻ അവിടെ
വരെ നടക്കാറില്ല."

"നിങ്ങൾക്ക് നടത്തം നിർത്താതെ നിങ്ങളുടെ ക്ലബ്ബിന്റെ ഒന്നാം നില
വരെ നടന്നുകയറാൻ പറ്റുന്നുണ്ടോ?"

ഞാൻ തലകുലുക്കി. "ഞാൻ എപ്പോഴും മുകളിലോട്ട് പോകുന്നത് ലിഫ്റ്റിൽ ആണ്. പക്ഷേ, എന്തായാലും ക്വീൻസ് ലാന്റിൽ കോണിപ്പടികൾ ഇല്ലെന്ന് പറയാൻപറ്റും. എല്ലാ വീടുകളും ഒറ്റനിലയുള്ള ബംഗ്ലാവുകളാണ്."

അയാൾ പുഞ്ചിരിച്ചു. "നിങ്ങൾ നിങ്ങളുടെ കോട്ടും ഷർട്ടും അഴിച്ചു മാറ്റണം. ഞാൻ ഒന്നു പരിശോധിക്കട്ടെ."

"പരിശോധന കഴിഞ്ഞപ്പോൾ അയാൾ പറഞ്ഞു. "ശരി. നിങ്ങൾ തനിച്ചുപോകാനാണോ ഉദ്ദേശിച്ചത്."

"ഞാൻ തലയാട്ടി. "ഞാൻ അവിടെ താമസിക്കുന്നത് എന്റെ കൂട്ടുകാരുടെ കൂടെ ആയിരിക്കും. ഞാൻ വിമാനത്തിൽ നിന്ന് ഇറങ്ങുമ്പോൾ അവർ വിമാനത്താവളത്തിൽ കാണും."

"അവിടെ പോകേണ്ടത് ആവശ്യമാണെന്ന് സത്യത്തിൽ നിങ്ങൾക്ക് തോന്നുന്നുണ്ടോ?"

ഞാൻ അയാളുടെ കണ്ണുകളിൽ നോക്കി "നിശ്ചയമായും ഞാൻ അവിടെപ്പോകാൻ വളരെയധികം ആഗ്രഹിക്കുന്നുണ്ട്."

"ശരി. അയാൾ പറഞ്ഞു. "നിങ്ങളുടെ അവസ്ഥ എനിക്കറിയാവുന്നതുപോലെ നിങ്ങൾക്കും അറിയാം. പുതിയതായി ഒരു കാര്യവും ഇല്ല- പ്രതീക്ഷിക്കാവുന്ന തരത്തിൽ ക്ഷീണം അല്പം കൂടിയിട്ടുണ്ട്. യുദ്ധസമയത്ത് നിങ്ങൾക്ക് പത്തുവയസ്സ് കൂടി. മൊത്തത്തിൽ പറഞ്ഞാൽ വിമാനത്തിൽ പോകാമെന്ന് വിചാരിച്ചത് ബുദ്ധിയായെന്നാണ് ഞാൻ വിചാരിക്കുന്നത്. ചെങ്കടൽ അല്പംപോലും സഹിക്കാൻ പറ്റില്ലെന്ന് നിങ്ങൾക്ക് മനസ്സിലാകും." അയാൾ എനിക്ക് ചെയ്യാൻ കഴിയുന്ന കാര്യങ്ങളും ശ്രമിക്കാൻ പാടില്ലാത്ത കാര്യങ്ങളും എന്തൊക്കെയാണെന്ന് പറഞ്ഞുകൊണ്ടിരുന്നു. അയാൾ അവസാനം, മുമ്പ് പറഞ്ഞിരുന്ന മുൻകരുതലുകളെല്ലാം എന്നോട് ഒരുതവണ കൂടി ആവർത്തിച്ചു.

ഞാൻ എന്റെ ഓഫീസിലേക്ക് തിരിച്ചുപോയി ലസ്റ്ററെ കണ്ടു. ഞാൻ എന്താണ് ചെയ്യാൻ ഉദ്ദേശിക്കുന്നതെന്ന് അയാളോട് പറഞ്ഞു. "ഞാൻ മൂന്നുമാസം അവധി എടുക്കാൻ പോകുകയാണ്." ഞാൻ പറഞ്ഞു. "ഏപ്രിൽ അവസാനം മുതലാണ് ഞാൻ അവധി എടുക്കുന്നത്. ഞാൻ വിമാനത്തിലാണ് പുറത്തുപോകുന്നത്. ഞാൻ തിരിച്ചുവരാൻ എത്രകാലം എടുക്കുമെന്ന് എനിക്കറിയില്ല. വിമാനയാത്ര വളരെ മുഷിപ്പിക്കുന്നതാണെന്ന് തോന്നിയാൽ ഞാൻ വീട്ടിലേക്ക് വരുന്നത് കടൽവഴി ആയിരിക്കും." ഞാൻ അല്പസമയം സംസാരിച്ചില്ല. "എന്തായാലും ഞാൻ വളരെയധികം സമയം ദൂരെ ആയിരിക്കും എന്ന ധാരണയിൽ നിങ്ങൾക്ക് ജോലി ചെയ്യേണ്ടിവരും. എന്തായാലും ഇപ്പോൾ ഞാൻ അവിടെ പോകേണ്ട സമയം ആയിട്ടുണ്ടാകും."

"നിങ്ങൾ നേരിട്ട് അവിടെ പോകേണ്ടത് ആവശ്യമാണെന്ന് നിങ്ങൾക്ക് സത്യത്തിൽ തോന്നുന്നുണ്ടോ?" അയാൾ ചോദിച്ചു.

"തോന്നുന്നുണ്ട്."

"ശരി നോയൽ. നിങ്ങൾ ഇതിൽ നിങ്ങളുടെ ഇത്രയധികം ഊർജ്ജം ചെലവഴിക്കരുതെന്ന് മാത്രമാണ് ഞാൻ ആഗ്രഹിക്കുന്നത്. എന്തായാലും അത് ഒരുവിധം ബാലിശമായ ഒരു കാര്യമാണ്."

"എനിക്ക് അതിനോട് യോജിക്കാൻ കഴിയില്ല." ഞാൻ പറഞ്ഞു. "ഞാൻ ജീവിതത്തിൽ ഇതുവരെ കൈകാര്യം ചെയ്തിട്ടുള്ളതിൽ ഏറ്റവും പ്രധാനപ്പെട്ട കാര്യം ഇതാണെന്ന് ഞാൻ ആലോചിച്ചു തുടങ്ങിയിരിക്കുകയാണ്."

ഞാൻ തിങ്കളാഴ്ച രാവിലെ ലണ്ടനിൽനിന്ന് യാത്രതിരിച്ചു. അതേ വിമാനത്തിൽ ബുധനാഴ്ച അർദ്ധരാത്രി കഴിഞ്ഞ് നേരിട്ട് സിഡ്നിയിൽ എത്തിച്ചേർന്നു. ഞങ്ങൾ കെയ്റോയിലും കറാച്ചിയിലും കൽക്കട്ടായിലും സിങ്കപ്പൂരിലും ഡാർവ്വിനിലും ഓരോ മണിക്കൂറോളം വിമാനം നിർത്തി യിട്ടിരുന്നു. വിമാനം വളരെ സുഖകരമായിരുന്നെന്നും അതിലെ പരിചാ രിക ഏറ്റവും കൂടുതൽ അനുകമ്പയുള്ളവൾ ആയിരുന്നെന്നും ഞാൻ നിശ്ചയമായും പറയണം. തീർച്ചയായും യാത്ര ക്ഷീണം ഉണ്ടാക്കുന്ന തായിരുന്നു. ചാരിക്കിടക്കുന്ന കസേരയിൽ കിടന്നുള്ള ഉറക്കം കഴിഞ്ഞ പ്പോൾ ഞാൻ വളരെക്കൂടുതൽ സന്തോഷിച്ചിരുന്നു. രണ്ടുദിവസം ഞാൻ വിശ്രമത്തിനുവേണ്ടി സിഡ്നിയിൽ താമസിച്ചിരുന്നു. ഉച്ചതിരിഞ്ഞ് ഞാൻ ഒരു കാർ വാടകയ്ക്ക് എടുത്തുകൊണ്ട് അവിടെ കറങ്ങി നടന്നിരുന്നു. അടുത്തദിവസം ഞാൻ ക്യാൻസിലേക്കുള്ള വിമാനത്തിൽ കയറി. ബ്രിസ്ബയിനിനു ശേഷം ക്വീൻസ് ലാന്റിന്റെ കടൽത്തീരത്തുകൂടിയുള്ള വിമാനയാത്ര മനോഹരമായിരുന്നു. ക്യാൻസിനും ടൗൺസ് വില്ലിനും ഇട യിലുള്ള ഹിച്ചിൽബ്രൂക്ക് നദീതടത്തിനു മുകളിലൂടെയുള്ള യാത്ര നിശ്ച യമായും ലോകത്തിലെ ഏറ്റവും സുന്ദരമായ തീരപ്രദേശങ്ങളിൽ ഒന്നിനു മുകളിലൂടെയുള്ള യാത്രയായിരിക്കണം.

വൈകുന്നേരത്തോടെ ഞങ്ങൾ ക്യാൻസിൽ വിമാനം ഇറങ്ങി. ഇവിടെ എനിക്ക് ഒരു വലിയ വിസ്മയം ഉണ്ടായിരുന്നു. കാരണം വിമാന ത്താവളത്തിൽ ഞാൻ ജോ ഹാർമാനെ കണ്ടുമുട്ടിയിരുന്നു. ആ ഡക്കോട്ടാ വിമാനം ഇപ്പോൾ ആഴ്ചയിൽ രണ്ടുദിവസം ഭാഗികമായി വിൽസ് ടൗണിന്റെ വളർച്ചകാരണം ഉൾക്കടൽ പ്രദേശത്തേക്ക് പറക്കുന്നുണ്ടെന്ന് അയാൾ എന്നോട് പറഞ്ഞു. അയാൾ തിങ്കളാഴ്ച എന്നെ പുറത്തുകൊ ണ്ടുവരാൻ വേണ്ടി വെള്ളിയാഴ്ച വന്നിരുന്ന വിമാനത്തിൽ അവിടെ വന്നു ചേർന്നതായിരുന്നു. "എനിക്ക് ഒന്നുരണ്ട് ചെറിയ കാര്യങ്ങൾകൂടി ഇവിടെ നോക്കാനുണ്ടായിരുന്നു." അയാൾ പറഞ്ഞു. "എന്റെ വക്കീൽ ബെൻഹോപ്പ് ഇപ്പോൾ ഇവിടെ ക്യാൻസിൽ ഉണ്ട്. മിഡ്ഹസ്റ്റിലെ പൊതു വായ കാര്യങ്ങൾ അയാളുമായി സംസാരിക്കാൻ നിങ്ങൾ ഇഷ്ടപ്പെടുമെന്ന് ഞാൻ വാരാന്ത്യത്തിൽ ആലോചിച്ചിരുന്നു."

മൂന്നുവർഷംമുമ്പ് അയാൾ ചാൻസറി ഇടവഴിയിലെത്തി എന്റെ അടുത്ത് വന്നിരുന്നതിനുശേഷം ഞാൻ അയാളുടെ ക്വീൻസ് ലാന്റിലെ രീതിയിലുള്ള ഇഴഞ്ഞ സംസാരം ഒരിക്കൽപോലും കേട്ടിട്ടുണ്ടായിരുന്നില്ല.

അയാൾ എന്നെ ഒരു കാറിൽ ഹോട്ടലിലേക്ക് കൂട്ടിക്കൊണ്ടുപോയിരു
ന്നു. മുഖ്യ ആകർഷണ കേന്ദ്രം എന്ന് തോന്നിയിരുന്ന വളരെ മനോഹര
മായ ഒരുസ്ഥലത്ത് സ്ഥിതിചെയ്യുന്ന ഒരു വലിയ മദ്യശാലയോടുകൂടിയ
രൂപരേഖയില്ലാതെ പണിതീർത്ത ഒരു വിചിത്രമായ കെട്ടിടം. ഞങ്ങൾ
ചായ എന്നു പറയുന്ന വൈകുന്നേരത്തെ ഭക്ഷണത്തിന് തൊട്ടുമുമ്പ്
അവിടെ എത്തിച്ചേർന്നു. ഞങ്ങൾ ഉടൻതന്നെ ഉള്ളിൽ പ്രവേശിച്ച് ഒന്നിച്ച്
ഒരു മേശയിൽ പോയി ഇരുന്നു. അയാൾ എന്നോട് ചായയോ ബിയറോ
വീഞ്ഞോ ഏതാണ് കുടിക്കുന്നതെന്ന് ചോദിച്ചു.

"എന്ത് വീഞ്ഞ്?" ഞാൻ ചോദിച്ചു.

"ചുവന്ന വീഞ്ഞ്" അയാൾ പറഞ്ഞു. "ഞാൻ അത് കൂടുതൽ കഴി
ക്കാറില്ല. പക്ഷേ, വീഞ്ഞിനെപ്പറ്റി അറിയാവുന്നവർ അത് കുഴപ്പം ഇല്ലെ
ന്നാണ് പറയുന്നത്."

അവർക്ക് വീഞ്ഞിന്റെ ഒരു പട്ടിക ഉണ്ടായിരുന്നു. ഞാൻ ഹണ്ടർ
റിവർ വീഞ്ഞ് തിരഞ്ഞെടുത്തു. അത് പൂർണ്ണമായും തൃപ്തികരമായിരു
ന്നെന്ന് കണ്ടെത്തിയെന്ന് തീർച്ചയായയും എനിക്ക് പറയാൻ കഴിയും."
"ജീനിന് ഇവിടെ വന്ന് നിങ്ങളെ കണ്ടുമുട്ടാൻ കഴിയാത്തതിൽ വളരെ
വിഷമം ഉണ്ട്." അയാൾ പറഞ്ഞു. "പക്ഷേ, അവൾ നോയലിന് ആഹാരം
കൊടുത്തുകൊടുത്തുകൊണ്ടിരിക്കുകയാണ്. അതുകൊണ്ടാണ് അവൾ
വരാത്തത്. അവൾ വിൽസ്ടൗണിലേക്ക് കാറോടിച്ച് വന്ന് തിങ്കളാഴ്ചത്തെ
ഡക്കോട്ട വിമാനത്തിൽ വച്ച് കണ്ടുമുട്ടും."

"അവൾ എങ്ങനെയുണ്ട്?"

"അവൾക്ക് കുഴപ്പമൊന്നുമില്ല." അയാൾ പറഞ്ഞു. "കുഞ്ഞ് ഉള്ള
തുകൊണ്ട് അവൾക്ക് സന്തോഷമാണ്. അവൾ എന്നത്തേക്കാളും കാഴ്ച
യിൽ സുന്ദരിയാണ്."

ഞങ്ങൾ ചായകുടി കഴിഞ്ഞ് എന്റെ കിടക്കമുറിക്ക് പുറത്തുള്ള വരാ
ന്തയിൽ ഇരുന്ന് മിഡ്ഹസ്റ്റിലെ ഇടപാടുകളെപ്പറ്റി ചർച്ച ചെയ്യാൻ തുട
ങ്ങിയിരുന്നു. അയാൾ അയാളോടൊപ്പം കഴിഞ്ഞ മൂന്നുവർഷത്തെ കന്നു
കാലികേന്ദ്രത്തിന്റെ വരവുചെലവ് കണക്കുകൾ വളരെ എളുപ്പത്തിൽ
മനസ്സിലാക്കാവുന്നവിധത്തിൽ വൃത്തിയായി ടൈപ്പ് ചെയ്ത് കൂടെ
കൊണ്ടുവന്നിരുന്നു. ഞാൻ അവരുടെ കണക്കെഴുത്തിനെപ്പറ്റി അഭി
പ്രായം പറഞ്ഞു. അതിനുശേഷം അയാൾ പറഞ്ഞു. "ഇത്തരത്തിലുള്ള
കാര്യങ്ങളിൽ എനിക്ക് വലിയ പരിചയം ഇല്ല. ആശുപത്രിയിൽ പോകു
ന്നതിനുമുമ്പ് ഇതെല്ലാം ചെയ്തിരുന്നത് ജീൻ ആയിരുന്നു. എനിക്കു
വേണ്ടി വരവ് ചെലവ് കണക്കുകളിൽ കൂടുതലും എഴുതിയിരുന്നത്
അവൾ ആണ്. ഞാൻ കന്നുകാലികേന്ദ്രത്തിൽ എന്താണ് ചെയ്യാൻ ആഗ്ര
ഹിക്കുന്നതെന്ന് അവളോട് പറയും. അതിനുശേഷം അവൾ എനിക്ക്
ചെലവഴിക്കാൻ വേണ്ടി എത്രമാത്രം പണം ബാക്കിയുണ്ടെന്ന് എന്നോട്
പറയും. ഞങ്ങൾക്ക് രണ്ടുപേർക്കും കൂടിയുള്ള സ്കൂളിൽനിന്നുള്ള വിദ്യാ
ഭ്യാസം അവൾക്ക് കിട്ടിയിട്ടുണ്ട്."

എന്തായാലും അയാൾ വളരെ സാമർത്ഥ്യമുള്ള ഒരു മനുഷ്യനാ
ണെന്ന് ഞാൻ മനസ്സിലാക്കി. അയാളുടെ പ്രധാനപ്പെട്ട പരിഷ്കാരങ്ങ
ളിലും വാടക ഉടമ്പടിയിലും ഉയർന്നുവന്നിരുന്ന ഏറക്കുറെ സങ്കീർണ്ണമായ
വിഷയങ്ങളെ നല്ലവണ്ണം അംഗീകരിക്കാൻ അയാൾക്ക് കഴിയുന്നുണ്ടായി
രുന്നു. ഞങ്ങൾ അയാളുടെ കന്നുകാലികേന്ദ്രത്തെപ്പറ്റിയും പട്ടണത്തിൽ
ജീൻ ആരംഭിച്ചിരുന്ന പലതരം സംരംഭങ്ങളെ പറ്റിയും അന്നുരാത്രിയിൽ
രണ്ടുമണിക്കൂർ സമയം സംസാരിച്ചുകൊണ്ടിരുന്നു അയാൾക്ക് അതി
ലെല്ലാം വലിയ താല്പര്യം ഉണ്ടായിരുന്നു.

"അവൾക്ക് തൊഴിൽ ശാലയിൽ ഇരുപത്തിരണ്ട് പെൺകുട്ടികളെ
ജോലി ചെയ്യാൻ കിട്ടിയിട്ടുണ്ട്." അയാൾ പറഞ്ഞു. "ഷൂസും, രേഖകൾ
സൂക്ഷിക്കാനുള്ള ചെറിയ തുകൽസഞ്ചികളും സ്ത്രീകളുടെ സഞ്ചികളും
ആണ് തൊഴിൽശാലയിൽ നിർമ്മിക്കുന്നത്. മറ്റ് സംരംഭങ്ങളെപ്പോലെ
വളരെ ലാഭകരമല്ലാതെ പ്രവർത്തിക്കുന്ന ഒന്ന് അതാണ്." അയാൾ വരവു
ചെലവുകണക്കുകളുടെ താളുകൾ എന്നെ കാണിക്കാൻ വേണ്ടി മറിച്ചു
നോക്കി. "ഇപ്പോൾ അത് ലാഭം ഉണ്ടാക്കുന്നുണ്ട്. പക്ഷേ, കഴിഞ്ഞവർഷം
ഇരുന്നൂറ് പൗണ്ട് നഷ്ടം ഉണ്ടായിരുന്നു — ഇരുന്നൂറ്റി ഇരുപത്തിയേഴ്
പൗണ്ട്. പക്ഷേ, മറ്റ് സംരംഭങ്ങൾ എല്ലാം — ഞാൻ വാക്ക് തരുന്നു.."
അയാൾ ഐസ്ക്രീം പാർലർ, സിനിമാ, ബ്യൂട്ടിപാർലർ, അലക്കുകമ്പനി,
വസ്ത്രക്കട എന്നിവയുടെയെല്ലാം വരവ് ചെലവ് കണക്കുകൾ എനിക്ക്
കാണിച്ചുതന്നു. "അവയെല്ലാം നല്ല രീതിയിൽ പോയിക്കൊണ്ടിരിക്കുന്നു.
പഴവും പച്ചക്കറികളും വില്ക്കുന്ന കടയ്ക്കും കുഴപ്പമൊന്നുമില്ല." ഞങ്ങൾ
ലാഭനഷ്ടക്കണക്കുകൾ എല്ലാംകൂടി കൂട്ടിനോക്കി ഏഴ് സംരംഭങ്ങളുംകൂടി
കഴിഞ്ഞ വർഷത്തിൽ രണ്ടായിരത്തി അറുന്നൂറ്റി എഴുപത്തിമൂന്ന്
പൗണ്ടിന്റെ വ്യക്തമായ ലാഭം നേടിയിട്ടുള്ളതായി കണ്ടെത്തി. "ഈ
ലാഭംകൊണ്ട് അവൾക്ക് നഷ്ടത്തിൽ പോകുന്ന തൊഴിൽശാല നടത്താ
നുള്ള പണം ലഭിക്കും. അയാൾ പറഞ്ഞു. "കന്നുകാലികേന്ദ്രങ്ങളിലെ
കന്നുകാലി സംരക്ഷകരുടെ സൗന്ദര്യം വർദ്ധിപ്പിക്കാൻവേണ്ടി പെൺകു
ട്ടികൾ പണം ചെലവഴിക്കും. കന്നുകാലി സംരക്ഷകർ പെൺകുട്ടികളെ
പുറത്തുകൊണ്ടുപോകാൻ വേണ്ടി പണം ചെലവഴിക്കും. ഈ രണ്ട് ചെല
വുകളിലൂടെയും അവൾക്ക് അവൾ കൊടുത്ത പണം തിരിച്ചുകിട്ടും."

തൊഴിൽശാലയെപ്പറ്റി ഞാൻ ചെറിയ തോതിൽ അസ്വസ്ഥനായി
രുന്നു "അവൾക്ക് അത് വികസിപ്പിക്കാൻ കഴിയുമോ?" ഞാൻ ചോദിച്ചു.
"ഒരു വലിയ സംരംഭം നടത്തുകയാണെങ്കിൽ അവൾക്ക് അധികച്ചെലവ്
കുറയ്ക്കാൻ പറ്റുമോ?"

അയാൾക്ക് അതിനെപ്പറ്റി സംശയം ഉണ്ടായിരുന്നു. "അവൾ ജെഫ്
പോക്കോക്കിനും മറ്റ് രണ്ടുപേർക്കും കൊണ്ടുവരാൻ കഴിയുന്ന മൊത്തം
ചീങ്കണ്ണിത്തോലുകളും ഉപയോഗിക്കുന്നുണ്ട്." അയാൾ പറഞ്ഞു.
"വല്ലബി കംഗാരുക്കളുടെ തോലും ഉപയോഗിക്കുന്നുണ്ട്. പക്ഷേ, അവ
മുമ്പ് ഉണ്ടായിരുന്നതിനെക്കാൾ ദുർല്ലഭമായിക്കൊണ്ടിരിക്കുകയാണ്.

തൊഴിൽശാല അവൾക്ക് വലുതാക്കാൻ ആഗ്രഹമില്ല. അവൾക്ക് അതു കൂടുതൽ വലുതാക്കാൻ കഴിയുകയുമില്ല. ഏതാനും വർഷങ്ങൾക്കുള്ളിൽ തൊഴിൽശാലയുടെ ആവശ്യംപോലും കാണില്ലെന്ന് അവൾക്ക് ഒരു ഊഹമുണ്ട്. പട്ടണം വളരെ വലുതായിമാറുന്നതുകൊണ്ട് ഇരുപത് പെൺകുട്ടികൾക്ക് ജോലി നല്കുന്ന ഒരു തൊഴിൽശാല ഒരിടത്തും ഉണ്ടാ യിരിക്കില്ല."

"അത് ശരി." ഞാൻ ആലോചനയോടെ പറഞ്ഞു. "ഇപ്പോൾ പട്ടണം എത്രമാത്രം വലുതാണ്?"

"വിൽസ് ടൗണിൽ നാന്നൂറ്റി അൻപത് ആളുകൾ താമസിക്കു ന്നുണ്ട്." അയാൾ പറഞ്ഞു. "അതിൽ ആസ്ട്രേലിയക്കാരുടെയും കന്നു കാലികേന്ദ്രങ്ങളിൽ താമസിക്കുന്നവരുടെയും എണ്ണം കൂട്ടിയിട്ടില്ല. കഴിഞ്ഞ മൂന്നു വർഷംകൊണ്ട് ജനസംഖ്യ മൂന്നിരട്ടിയായിട്ടുണ്ട്."

"ഇത് ഈ തൊഴിൽശാലകൊണ്ട് മാത്രം ആണോ?" ഞാൻ ചോദിച്ചു.

അയാൾ സാവധാനം പറഞ്ഞു. "അത് നിശ്ചയമായും അതുകൊണ്ട് ആവണമെന്നാണ് ഞാൻ വിചാരിക്കുന്നത്. എല്ലാ കാര്യങ്ങളും നിങ്ങൾ അതിലേക്ക് നോക്കുകയാണെങ്കിൽ അങ്ങോട്ട് തിരിച്ചുവരും. അത് തൊഴിൽശാലമാത്രം അല്ലെന്ന് നിങ്ങൾ മനസ്സിലാക്കണം. അവൾ ഐസ്ക്രീം പാർലറിൽ രണ്ട് പെൺകുട്ടികൾക്ക് ജോലി കൊടുത്തിട്ടു ണ്ട്. അതിലൊന്ന് ഒരു ആസ്ട്രേലിയാക്കാരി ആണ്. രണ്ട് ബ്യൂട്ടി പാർല റിലുണ്ട്. മൂന്ന് പെൺകുട്ടികൾ തുണിക്കടയിലും രണ്ടെണ്ണം പഴക്കടയിലും മൂന്നെണ്ണം സിനിമാപ്രദർശനശാലയിലും ഉണ്ട്. അവൾ വളരെയധികം ആളുകൾക്ക് ജോലി നല്കിയിട്ടുണ്ട്."

ഞാൻ അമ്പരന്നു പോയിരുന്നു. പക്ഷേ, തൊഴിൽശാലയിലെ ഇരു പത് പെൺകുട്ടികൾക്കും മറ്റ് എല്ലാ പെൺകുട്ടികൾക്കും ജോലി നല്കാൻ കഴിയുമോ?" ഞാൻ ചോദിച്ചു.

"അത് ആ രീതിയിൽ ആണെന്ന് തോന്നുന്നില്ല." അയാൾ പറഞ്ഞു. "അടുത്തകാലത്ത് ഞങ്ങൾ അത് കൂട്ടിനോക്കിയിരുന്നു. അവൾ ഒരിക്കലും ഒരു സമയത്ത് മുപ്പത്തഞ്ചിൽ കൂടുതൽ പെൺകുട്ടികൾക്ക് ജോലി നല്കി യിട്ടില്ല. പക്ഷേ, അവൾ തുടങ്ങിയതിനുശേഷം അവളുടെ സംരംഭ ത്തിൽനിന്നും നാല്പത്തിരണ്ട് പെൺകുട്ടികൾ വിവാഹിതരായിട്ടുണ്ട്. അവർ കൂടുതലും വിവാഹം കഴിക്കുന്നത് കന്നുകാലി സംരക്ഷകരെ ആണ്. ശരി, അതായത് നാല്പത്തിരണ്ട് കുടുംബങ്ങൾ ആരംഭിക്കുന്നു. സിനിമാപ്രദർശനശാലയും ബ്യൂട്ടി പാർലറും പുതിയ പച്ചക്കറികളും ആഗ്രഹിക്കുന്ന നാല്പത്തിരണ്ട് പെൺകുട്ടികൾ വിവാഹിതരാകുന്നു. അതിനു പുറമെ ഇപ്പോൾ ജോലികൊടുത്തിട്ടുള്ള മുപ്പത്തിഅഞ്ച് പെൺകുട്ടികളും ഉണ്ട്. അത് മഞ്ഞുകട്ടികൾ പോലെയാണ്. പെട്ടെന്ന് വളർന്ന് വലുതാകും. അയാൾ അല്പസമയം ആലോചിച്ചു. "ബാങ്കിന്റെ കാര്യമെടുക്കാം. അവിടെ ഗുമസ്ഥകളായി രണ്ട് പെൺകുട്ടികളുണ്ട്.

അവർ മുമ്പ് അവിടെ ഉണ്ടായിരുന്നില്ല. കൂടുതൽ വലിയ സംരംഭം ആയി രുന്നിട്ടും അവർ അവിടെ ഉണ്ടായിരുന്നില്ല. 'എ എം പി' എന്ന കമ്പനി ഒരു ഓഫീസ് തുടങ്ങി. അവിടെ ഒരു പെൺകുട്ടിയുണ്ട്. ബിൽ വേക്ലി ങ്ങിന് അയാളുടെ ഓഫീസിൽ ഒരു പെൺകുട്ടിയുണ്ട്. അയാൾ എന്റെ മുഖത്തേക്ക് നോക്കി "വിൽസ്ടൗണിൽ ഇപ്പോൾ ഇരുപത്തഞ്ച് വയസ്സിനു താഴെയുള്ള നൂറോളം വിവാഹിതരായ സ്ത്രീകളും പെൺകുട്ടികളുമുണ്ട്. അത് ഒരു സത്യമാണ്." അയാൾ പറഞ്ഞു. "ജീൻ വരുമ്പോൾ അവിടെ രണ്ട് പെൺകുട്ടികളാണ് ഉണ്ടായിരുന്നത്."

"അതുകൂടാതെ കൊച്ചുകുഞ്ഞുങ്ങൾ!" അയാൾ പറഞ്ഞു. "നിങ്ങൾക്ക് ഒരുവടിയെടുത്ത് കുലുക്കി ഭയപ്പെടുത്തി നിർത്താൻ കഴി യുന്നതിലും കൂടുതൽ കുഞ്ഞുങ്ങൾ ഇവിടെയുണ്ട്. അവർക്ക് ആശുപ ത്രിയിലേക്ക് ഒരു പ്രത്യേക പ്രസവവാർഡ് നോക്കാനുള്ള നേഴ്സിനെ അയയ്ക്കേണ്ടി വന്നിരുന്നു. അത് മറ്റൊരു പെൺകുട്ടി ആണ്. അവൾക്ക് കഴിഞ്ഞമാസം പൊലീസുകാരൻ കോപ്പറുമായുള്ള വിവാഹനിശ്ചയം നട ന്നുകഴിഞ്ഞു. അതുകൊണ്ട് മറ്റൊരു കുഞ്ഞുകൂടി ഉണ്ടായിരിക്കും."

ഞാൻ പുഞ്ചിരിച്ചു. "എല്ലാവർക്കും പങ്കുവെക്കാനുള്ള ആണുങ്ങൾ ഉണ്ടായിരിക്കുമോ?"

"ഞാൻ വാക്കുതരുന്നു." അയാൾ പറഞ്ഞു. "വിൽസ്ടൗണിൽ ജോലിചെയ്യാൻ ആണുങ്ങളെ കിട്ടാൻ ഒരു ബുദ്ധിമുട്ടുമില്ല. എനിക്ക് ക്വീൻസ് ലാന്റിൽ എല്ലാ സ്ഥലത്തുനിന്നും കന്നുകാലിസംരക്ഷകരെ കിട്ടി യിരുന്നു. വിൽസ്ടൗണിൽ ജോലിചെയ്യാൻ വടക്കൻ പ്രദേശത്തുനിന്ന് ആളുകൾ വരുന്നുണ്ട്. രണ്ടായിരം മൈലോ മറ്റോ ദൂരെയുള്ള പടിഞ്ഞാ റൻ ആസ്ട്രേലിയയിലെ മാർബിൾ ബാറിൽ നിന്ന് അത്രയും ദൂരം യാത്ര ചെയ്തു ഒരു ചങ്ങാതി ഇവിടെ വന്നിരുന്നു. ജോലിക്കാരുടെ അവസ്ഥ മൂന്നുവർഷം മുമ്പ് ഉണ്ടായിരുന്നതിനേക്കാൾ ഇപ്പോൾ വളരെ വ്യത്യ സ്തമാണ്."

ആ രാത്രിയിൽ ആലോചിക്കാൻ ധാരാളം കാര്യങ്ങളുമായാണ് ഞാൻ ഉറങ്ങാൻ പോയിരുന്നത്. ഞങ്ങൾക്ക് അടുത്തദിവസം രാവിലെ മിസ്റ്റർ ഹോപ്പ് എന്ന വക്കീലുമായി അയാളുടെ ഓഫീസിൽവച്ച് ഒരു കൂടിക്കാഴ്ച ഉണ്ടായിരുന്നു. അതിനുശേഷം ഞങ്ങൾ ക്വീൻസ് ലാന്റിലെ ഭൂമിയുടെ ഭരണാധികാരമുള്ള സമിതിയുമായി മിഡ്ഹസ്റ്റിലെ വാടക ഉടമ്പടിയെ പറ്റി ചർച്ച നടത്താൻ ഒരു കൂടിക്കാഴ്ച നടത്താമെന്ന് അഭിപ്രായപ്പെട്ടു കൊണ്ടുള്ള ഒരു എഴുത്ത് എഴുതി. അന്ന് ഉച്ചതിരിഞ്ഞുള്ള സമയത്ത് ഞങ്ങൾ ക്യാൻസിലെ കാഴ്ചകൾ കാണാൻവേണ്ടി കാറിൽ കറങ്ങിന ടന്ന് സമയം ചെലവഴിച്ചിരുന്നു. അത് ഭംഗിയുള്ള സ്ഥലത്ത് സ്ഥിതി ചെയ്യുന്ന മനോഹരമായ ഒരു ചെറിയ പട്ടണമാണെന്ന് എനിക്ക് തോന്നി യിരുന്നു. ഞായറാഴ്ച ഞങ്ങൾ ഏറക്കുറെ ഇംഗ്ലണ്ടിലെ രീതിയിൽ കൃഷി നടത്തിയിരുന്ന ചരിവുള്ള ഭൂപ്രദേശമായ അതർട്ടൺ പീഠഭൂമിവരെ കാറോ ടിച്ചിരുന്നു.

തിങ്കളാഴ്ച രാവിലെ ഞങ്ങൾ ഒരു ഡക്കോട്ടാവിമാനത്തിൽ വിൽസ് ടൗണിലേക്ക് പറന്നിരുന്നു. വിൽസ്ടൗണിലേക്ക് പോകുന്നതിനിടയിൽ ഞങ്ങൾ ജോർജ് ടൗൺ എന്നും ക്രോയിഡോൺ എന്നും പേരുള്ള രണ്ട് സ്ഥലങ്ങളിൽ വിമാനം നിർത്തിയിരുന്നു. ഓരോ വിമാനത്താവളത്തിലും യാത്രക്കാരെ കയറ്റാനും ഇറക്കാനും ചരക്കുകൾ കയറ്റാനും ഇറക്കാനും മറ്റുമായി ഞങ്ങൾ ഇരുപത് മിനിറ്റോളം സമയം എടുത്തിരുന്നു. വിമാനം ഇറക്കാൻവേണ്ടി ഞങ്ങൾ ജോർജ് ടൗണിനു മുകളിലൂടെ ചുറ്റിത്തിരിയു മ്പോൾ എനിക്ക് ആ പ്രദേശത്തെ പറ്റി മനസ്സിലാക്കാൻ കഴിഞ്ഞിരുന്നു. ആ സ്ഥലം ഒരു തരത്തിൽ ദയനീയമായിരുന്നു. കാരണം നിങ്ങൾക്ക് അന്തരീക്ഷത്തിൽ നിന്നുകൊണ്ട് ഒരിക്കൽ തിരക്കുള്ള വീടുകൾ നിര ന്നുനിന്നിരുന്ന തെരുവുകളിൽ ഇപ്പോൾ മഴവെള്ളം കുത്തിയൊലിച്ച് പുല്ല വളർന്ന് കിടക്കുന്നത് കാണാൻ കഴിഞ്ഞിരുന്നു. ഒരിക്കൽ തെരുവുക ളുടെ കവലകളായിരുന്ന സ്ഥലങ്ങളിൽ ചിതറിക്കിടക്കുന്ന ഏതാനും വീടു കൾ ഉണ്ടായിരുന്നു. അതുപോലെതന്നെ ആ സ്ഥലത്ത് ആകപ്പാടെ ഉണ്ടാ യിരുന്ന ഒരേയൊരു രണ്ടുനില കെട്ടിടമായ ഹോട്ടലിനുചുറ്റും ആയിരുന്നു ഈ വീടുകളെല്ലാം കൂട്ടംകൂടി നിന്നിരുന്നത്. മുമ്പ് പേർ പറഞ്ഞിരുന്ന ഈ രണ്ട് പട്ടണങ്ങളും ഉപേക്ഷിക്കപ്പെട്ട സ്വർണ്ണനഗരങ്ങൾ ആയിരുന്നു.

വിമാനം കാണാൻവേണ്ടി ലോറികളിൽ വന്നിരുന്ന ആളുകൾ ആരോഗ്യമുള്ളവരും ഫലിതബോധം ഉള്ളവരും ആയിരുന്നു. കൂടുതൽ പുരുഷന്മാരും സാമർത്ഥ്യമുള്ളവരും വെയിൽതട്ടി തൊലി കറുത്തുപോ യവരും ആയിരുന്നു. സ്ത്രീകൾ നിഷ്കളങ്കരായ പരാതികൾ ഇല്ലാത്ത വീട്ടമ്മമാർ ആയിരുന്നു.

ക്രോയിഡോണിൽ നിന്ന് വിമാനം പറന്നുയർന്ന് ഞങ്ങളുടെ പിന്നി ലുള്ള കാഴ്ചയിൽനിന്ന് വിമാനത്താവളം അപ്രത്യക്ഷപ്പെടുന്നതുവരെ ഞാൻ ക്രോയിഡോണിനെപ്പറ്റി ആലോചിച്ചുകൊണ്ട് ജനാലയുടെ അടു ത്തുള്ള സീറ്റിൽ ഇരിക്കുകയായിരുന്നു. "നിങ്ങൾ ആ സ്ഥലങ്ങളെല്ലാം കണ്ടതിൽ എനിക്ക് സന്തോഷമുണ്ട്." എന്റെ അടുത്ത സീറ്റിൽ ഇരുന്നി രുന്ന ജോ ഹാർമാൻ പറഞ്ഞു. "വിൽസ്ടൗൺ അതുപോലെ ആയിരുന്നു. അതിനേക്കാൾ അല്പംകൂടി മോശമായിരുന്നു. തീർച്ചയായും അതിന് വലിയ മാറ്റമൊന്നും സംഭവിച്ചിട്ടില്ല. പക്ഷേ, അത് ക്രെയിഡോണിനേ ക്കാൾ മെച്ചമാണ്. അത് ഞാൻ ഉറപ്പു പറയുന്നു."

ഞങ്ങൾ വിമാനം നിലം തൊടാറായപ്പോൾ വിൽസ്ടൗണിനുമുക ളിലൂടെ വട്ടമിട്ട് പറന്നു. വിൽസ്ടൗൺ വളരെ വലിയ ഒരു നദിയുടെ തീരത്താണ് സ്ഥിതിചെയ്യുന്നത്. അതിന് അതിന്റെ രൂപരേഖയിൽ മറ്റു രണ്ട് പട്ടണങ്ങളോടും അസാധാരണമായ രീതിയിലുള്ള സാമ്യം ഉണ്ടാ യിരുന്നു. മറ്റു പട്ടണങ്ങളിലെപ്പോലെ ദീർഘചതുരാകൃതിയിലുള്ള മാതൃ കയിൽ ക്രീകരിച്ചിട്ടുള്ള വിശാലമായ തെരുവുകൾ വിൽസ്ടൗണിലും ഉണ്ടായിരുന്നു. പക്ഷേ, ഇവിടെ ആ മാത്ര വീടുകൾകൊണ്ട് നിറഞ്ഞുക വിയുകയായിരുന്നു. അന്തരീക്ഷത്തിൽ പുതിയ ചുളിവും മടക്കുമുള്ള

ഇരുമ്പ് പാളികൾ കൊണ്ടുതീർത്ത മേല്ക്കൂരകളിൽ നിന്നുള്ള സൂര്യന്റെ തിളക്കം എല്ലായിടത്തും ഉണ്ടായിരുന്നു. അതുകൊണ്ട് ഒരു സന്ദർഭത്തിൽ സൂര്യനെതിരായി ഞങ്ങൾ വലംവച്ചപ്പോൾ എനിക്ക് കണ്ണഞ്ചിപ്പോകാതി രിക്കാൻ കണ്ണുകൾ അടയ്ക്കേണ്ടിവന്നിരുന്നു. ഈ വീടുകളെല്ലാംതന്നെ പുതിയതാണെന്ന് തോന്നിയിരുന്നു. വളരെയധികം വീടുകളും പണി നട ന്നുകൊണ്ടിരിക്കുകയായിരുന്നു.

ഞാൻ ഹോട്ടലാണെന്ന് ഊഹിച്ചിരുന്ന രണ്ട് നിലകെട്ടിടത്തിന്റെ എതിർവശത്തുള്ള പ്രധാനവഴിയിൽ വഴിയുടെ മദ്ധ്യത്തിൽക്കൂടി കുറ്റി ച്ചെടികളുടെ ഒരു നീണ്ടനിര നട്ടുവളർത്തിയിരുന്നു. അത് കന്നുകാലി കൾക്ക് വേണ്ടിയുള്ള വിശാലമായ പാതയെ വാഹനങ്ങൾക്ക് പോകാൻ പാകത്തിലുള്ള രണ്ട് വഴികളായി മാറ്റിയെടുത്തിരുന്നു. നഗരത്തിന്റെ ഈ ഭാഗത്ത് നടപ്പാതകളെല്ലാം ടാറിട്ടിരുന്നു. ഹോട്ടലിന്റെ എതിർവശത്തായി എനിക്ക് ജീൻ അവളുടെ എഴുത്തുകളിൽ വിവരിച്ചിരുന്ന തരത്തിലുള്ള ഡൈവിങ് ബോർഡുകളും ചെറിയ മുറികളും മുറികളുടെ പുറത്ത് പുൽത്തകിടികളുമുള്ള നീന്തൽക്കുളം കാണാൻ കഴിയുന്നുണ്ടായിരുന്നു. അതിനുശേഷം കാഴ്ചയിൽനിന്ന് നഗരം നഷ്ടപ്പെട്ടിരുന്നു. പിന്നീട് ഞങ്ങൾ ഒരു പുതുപുത്തൻ പന്തയസ്ഥലത്തിനു മുകളിലൂടെ വിമാനം നിലത്തി റക്കുകയായിരുന്നു.

അവിടെ അവൾ അവളുടെ ഫോർഡ് യൂട്ടിലിറ്റി ലോറിയിൽ എന്നെ കാണാൻവേണ്ടി എത്തിയിരുന്നു. അത് അവളുടെ സംരംഭത്തിനു വേണ്ടിയുള്ള യാത്രികർക്ക് വേണ്ടി അവൾ വാങ്ങിയതായിരുന്നു. ഇപ്പോളെനിക്ക് ഓർക്കാൻ കഴിയുന്നതിലും കൂടുതൽ പക്വത അവൾക്കു ണ്ടായിരുന്നു. അവൾ വളരെ സുന്ദരിയായ ഒരു സ്ത്രീയായി വളർന്നുക ഴിഞ്ഞിരുന്നു. "ഓ, നോയൽ, നിങ്ങളെ കാണാൻ കഴിഞ്ഞതിൽ വളരെ സന്തോഷം ഉണ്ട്. നിങ്ങൾക്ക് വളരെ ക്ഷീണമുണ്ടോ?"

"എനിക്ക് ക്ഷീണമില്ല." ഞാൻ പറഞ്ഞു. "ഒരുപക്ഷേ, മൂന്നോ നാലോ വയസ്സ് കൂടിയതുകൊണ്ട് ആയിരിക്കും നിങ്ങൾ കാഴ്ചയിൽ വളരെ നന്നായിരിക്കുന്നു."

"എനിക്ക് കുഴപ്പമൊന്നും ഇല്ല." അവൾ പറഞ്ഞു. "എനിക്ക് യാതൊരു കുഴപ്പവുമില്ല. നോയൽ, നിങ്ങൾ ഇതുപോലെ പുറത്തുവരാ മെന്ന് തീരുമാനിച്ചത് നിങ്ങളുടെ നന്മയാണ്. ഞാൻ നിങ്ങളോട് ചില കാര്യങ്ങൾ ചോദിക്കാൻ ആഗ്രഹിച്ചിരുന്നു. അതിനുശേഷം കൂടുതൽ കാര്യങ്ങൾ ചോദിച്ചറിയാനുണ്ടെന്ന് തോന്നി. ഇത് വളരെ നീണ്ട ഒരു യാത്രയാണ്. ലോറിയിൽ കയറി ഇരിക്കൂ. ജോ ഇപ്പോൾത്തന്നെ നിങ്ങ ളുടെ ബാഗുകൾ കൊണ്ടുവരും."

അവർ ഉടൻതന്നെ എന്നെ പുറത്തു മിഡ്ഹസ്റ്റിലേക്ക് കൊണ്ടുവന്നു. ഞങ്ങൾ വിൽസ്ടൗണിലെ പ്രധാന വഴിയിലൂടെ കടന്നുപോയിരുന്നു. ഞാൻ ലോറി നിർത്തി അവൾ എന്തൊക്കെയാണ് ചെയ്തിരുന്നതെന്ന് കാണാൻ ആഗ്രഹിച്ചിരുന്നു. പക്ഷേ, അവർ എന്നെ അനുവദിച്ചില്ല.

"നാളെയോ മറ്റന്നാളോ അതിന് വേണ്ടത്ര സമയം കിട്ടും." അവൾ പറഞ്ഞു. "ഇപ്പോൾ നമ്മൾ മിഡ്ഹസ്റ്റിൽ പോകും. അതിനുശേഷം നിങ്ങൾക്കല്പം വിശ്രമിക്കാം."

അവളുടെ എഴുത്തുകൾ പലതവണ വായിച്ചിരുന്നതുകൊണ്ട് മിഡ്ഹസ്റ്റിലേക്ക് പോകുന്ന വഴിയിൽ എനിക്ക് കാണാൻ കഴിയുന്ന കാഴ്ചകളെപ്പറ്റി ഞാൻ മനസ്സിലാക്കിയിരുന്നു. അവയെല്ലാം ഞാൻ പ്രതീ ക്ഷിച്ചിരുന്ന രീതിയിൽത്തന്നെയായിരുന്നു. പൊതുവെ അംഗീകാരം നേടി യിരുന്നതരത്തിലുള്ള റോഡുകൾ അവിടെ ഉണ്ടായിരുന്നില്ല. പ്രദേശത്തിന് കുറുകെയുള്ള വഴികളുടെ നിലവിലുള്ള രേഖ പിന്തുടർന്നുകൊണ്ട് അവൾ അവളുടെ വഴി തെരഞ്ഞെടുത്തു. എന്നാൽ അവൾ കുഴികൾ ഒഴിവാക്കിയിരുന്നു. എന്തായാലും ഞങ്ങൾ ആദ്യത്തെ അരുവിയിൽ എത്തിയപ്പോൾ അവൾ ഒരുതരത്തിലുള്ള ഒരു കോൺക്രീറ്റ് അടിത്തട്ട് അല്ലെങ്കിൽ ഒരു കോൺക്രീറ്റ് നടവരമ്പ് അരുവിക്ക് കുറുകെ നിർമ്മിച്ചി രുന്നത് കാണാൻ എനിക്ക് താല്പര്യമുണ്ടായിരുന്നു. ഈ കോൺക്രീറ്റടി ത്തട്ട് രണ്ട് കരയിലുമുള്ള രണ്ട് വീതം തടിത്തൂണുകൾ കൊണ്ട് അടയാ ളപ്പെടുത്തിയിരുന്നു. "ഞങ്ങൾക്ക് ഇതുവരെ ഇത്രയും ദൂരമുള്ള പാല ങ്ങൾ ഉണ്ടായിട്ടില്ല." അവൾ പറഞ്ഞു. "പക്ഷേ, ഈ കാര്യം മഴക്കാ ലത്ത് ദൈവം അയച്ചുതരുന്ന ഒരു വരദാനമാണ്. ഇത് അറിഞ്ഞിരുന്നാൽ നിങ്ങൾ വെള്ളത്തിനടിയിലുള്ള വലിയ പാറക്കല്ലുകളിൽ ഇടിക്കില്ല."

വീട് നില്ക്കുന്ന സ്ഥലം ഏറക്കുറെ ഞാൻ പ്രതീക്ഷിച്ചിരുന്നപോലെ ആയിരുന്നു. പക്ഷേ, ഇപ്പോൾ വീടിന്റെ മുമ്പിൽ തിളങ്ങുന്ന പൂക്കൾ വിരിഞ്ഞു നില്ക്കുന്ന ഒരു തോട്ടം ഉണ്ടായിരുന്നു. അവിടെ കന്നുകാലി കളെ തടങ്കലിലാക്കാനുള്ള തടികൊണ്ടുതീർത്ത മേല്ക്കൂരയില്ലാത്ത വേ ലിക്കെട്ടുകൾ ഉണ്ടായിരുന്നു. "രണ്ട് വർഷംകൊണ്ട് അവയുടെ എണ്ണം കൂടിയിട്ടുണ്ട്." ഞങ്ങൾക്കിപ്പോൾ മൂന്ന് ഡബു മൂരിക്കാളകൾ ഉണ്ട്. നിങ്ങൾ കന്നുകാലികളെ ഇണചേർക്കാൻ തുടങ്ങുമ്പോൾ നിങ്ങൾക്ക് കൂടുതൽ വേലിക്കെട്ടുകൾ വേണ്ടിവരും." അയാളുടെ സബു മൂരിക്കാള കൾ ഇംഗ്ലണ്ടിലെ ഹെറിഫോർഡിന്റെയും ഇന്ത്യയിലെ കന്നുകാലികളു ടെയും ഒരു സങ്കരവർഗ്ഗം ആയിരുന്നു. അയാൾ പാൽകറക്കുന്ന ഒരുകൂട്ടം പശുക്കളെക്കൂടി നല്ലനിലയിൽ പോറ്റുന്നുണ്ടെന്ന് എന്നോട് പറഞ്ഞു. അതിന്റെ അർത്ഥം കൂടുതൽ വേലിക്കെട്ടുകൾ നിർമ്മിക്കണമെന്നായി രുന്നു.

"നിങ്ങൾക്ക് ഇപ്പോൾ എത്ര ജോലിക്കാരുണ്ട്." ഞാൻ ചോദിച്ചു.

"വെള്ളക്കാരായ പതിനൊന്ന് കന്നുകാലിനോട്ടക്കാരുണ്ട്." അയാൾ പറഞ്ഞു. "അതിന്റെകൂടെ പത്ത് ആസ്ട്രേലിയക്കാരും ഉണ്ട്. രാജ്യത്തിന്റെ ഈ ഭാഗത്ത് വെളുത്തവരെ കിട്ടാൻ കറുത്തവരേക്കാൾ ഏറക്കുറെ എളു പ്പമാണ്."

അവരെന്നെ ആ ദിവസം നടക്കാൻ അനുവദിച്ചിരുന്നില്ല. കുടിക്കാൻ ഒരു തണുത്ത പാനീയവും തന്ന് അന്ന് വരാന്തയിൽ കിടന്നിരുന്ന ഒരു

നീളമുള്ള കസേരയിൽ ഇരുത്തിയിരിക്കുകയായിരുന്നു. ഞാൻ അവിടെയി രുന്ന് താഴെയുള്ള മുറ്റത്ത് നടന്നുകൊണ്ടിരുന്ന എല്ലാക്കാര്യങ്ങളും ശ്രദ്ധി ക്കുകയായിരുന്നു. അവിടെയിരുന്നു കറുത്തവരും വെളുത്തവരുമായ കന്നുകാലിനോട്ടക്കാരെയും കന്നുകാലികളെയും; പട്ടിക്കുട്ടികളെ വാലു കൊണ്ട് കളിപ്പിച്ചുകൊണ്ട് അവയ്ക്കൊപ്പം ചാടിക്കളിക്കുന്ന പകുതി വളർച്ചയെത്തിയ വല്ലബി കംഗാരുക്കളെയും ശ്രദ്ധിച്ചുകൊണ്ടിരിക്കുന്നത് മോഹിപ്പിക്കുന്ന കാര്യമായിരുന്നു. എനിക്ക് അതെല്ലാം നോക്കിക്കൊണ്ട് എത്രസമയം വേണമെങ്കിലും അവിടെയിരിക്കാൻ കഴിയുമായിരുന്നു. അതിന്റെ കൂടെ ജീൻ വീടിനുചുറ്റും അവളുടെ കുട്ടികളെയും ആസ്ട്രേലി യക്കാരികളെയും ശ്രദ്ധിച്ചുകൊണ്ട് ഓടിനടക്കുന്നതിന്റെ ഭംഗിയും എനിക്ക് ശ്രദ്ധിക്കാൻ കഴിഞ്ഞിരുന്നു. ഞാൻ മൂന്നു ദിവസം അവിടെത്തന്നെ ഇരി ക്കുകയായിരുന്നു.

ഒരു ദിവസം രാവിലെ അവൾ എന്നെ പട്ടണത്തിലേക്ക് കൊണ്ടു പോയി. അവൾ ചെയ്തിരുന്ന എല്ലാ കാര്യങ്ങളും അവൾ എനിക്ക് കാണി ച്ചുതന്നു. അവൾ ആദ്യം എന്നെ തൊഴിൽശാലയിലേക്കാണ് കൊണ്ടു പോയിരുന്നത്. അവൾ, ഞങ്ങൾ തൊഴിൽശാലയിലേക്ക് കടക്കുന്നതി നുമുമ്പ് എന്നെക്കൊണ്ട് എന്റെ തലയിൽ ഒരു സ്കാർഫ് കെട്ടിച്ചിരുന്നു. വിറച്ചുപോകുന്ന തരത്തിലുള്ള തണുപ്പ് അതിനുള്ളിൽ ഇല്ലായിരുന്നു. കാരണം അവൾ വർഷം മുഴുവൻ ശീതീകരണയന്ത്രം പ്രവർത്തിപ്പിക്കു ന്നുണ്ടായിരുന്നു. "പെൺകുട്ടികൾക്ക് ഇത് വളരെ ഇഷ്ടമാണ്." അവൾ പറഞ്ഞു. "ഇവിടെ എല്ലാസമയത്തും എനിക്ക് ജോലി കൊടുക്കാൻ കഴി യുന്നതിലും കൂടുതൽ പെൺകുട്ടികൾ ഈയൊരു കാരണംകൊണ്ടുമാത്രം ജോലിയന്വേഷിച്ച് വന്നുകൊണ്ടിരിക്കുകയാണ്." അവർ എല്ലാവരും അവ രുടെ പച്ച മേൽവസ്ത്രത്തിനുള്ളിൽ തുകൽ സാധനങ്ങളിൽ ജോലി ചെയ്തുകൊണ്ടിരിക്കുന്നത് വളരെ ഭംഗിയുള്ള ഒരു കാഴ്ചയാണെന്ന് തോന്നുന്നുണ്ടായിരുന്നു. തൊഴിൽശാലയുടെ ഒരറ്റത്ത് അവിടെ നീളം കൂടിയ കണ്ണാടി ഉണ്ടായിരുന്നു. തലമുടി അലങ്കരിക്കുന്ന രീതികളും ഫ്രോക്കുകളുടെ മാതൃകകളും വ്യക്തമാക്കുന്ന മാസികകളിൽനിന്ന് മുറി ച്ചെടുത്ത ചിത്രങ്ങൾ കണ്ണാടിയുടെ അടുത്ത് ഭിത്തിയിൽ ആണിയടിച്ച് ഉറപ്പിച്ചുവച്ചിരുന്നു. "ഞങ്ങൾ ആ ചിത്രങ്ങൾ കൂടെക്കൂടെ മാറ്റും." അവൾ പറഞ്ഞു. "അവർ ഏറ്റവും നന്നായി ഒരുങ്ങിയിരിക്കണം. അതാണ് ഞാൻ ഇഷ്ടപ്പെടുന്നത്."

തൊഴിൽശാല ഒരു പ്രത്യേകം കെട്ടിടത്തിൽ ആയിരുന്നു. പക്ഷേ, അവളുടെ മറ്റെല്ലാ സംരംഭങ്ങളും ഒരു നിരയായിട്ടുള്ള തെരുവിലെ ചെറിയ കടകളിൽ ആയിരുന്നു. അവൾ ടാറിട്ട നടപ്പാതയ്ക്ക് മുകളിൽ കടകളിൽ നോക്കി നടക്കുന്നവർക്ക് മഴ നനയാതിരിക്കാനും വെയിൽ കൊള്ളാതിരിക്കാനും വേണ്ടി മേൽക്കൂരയുള്ള ഒരു വരാന്ത നിർമ്മിച്ചിരു ന്നു. ഇവിടെ അവൾക്ക് ഒരു എസ്കോണിയക്കാരിയുടെ ചുമതലയിലുള്ള ഒരു ബ്യൂട്ടിപാർലർ ഉണ്ടായിരുന്നു. അവർ രണ്ട് ആസ്ട്രേലിയക്കാരായ

പെൺകുട്ടികൾ സഹായികളായി ഉണ്ടായിരുന്ന ഇരുണ്ട നിറമുള്ള സുന്ദ രിയായ ഒരു മധ്യവയസ്കയായിരുന്നു. അവിടെ അടുത്തതായി ഉണ്ടാ യിരുന്നത് അലക്കുശാല ആയിരുന്നു. അവിടെ തുണികൾ അലക്കിക്കഴി യാൻ വേണ്ടി കാത്തിരുന്ന് വെടി പറഞ്ഞുകൊണ്ടിരിക്കുന്ന മൂന്ന് ചെറു പ്പക്കാരികളായ വിവാഹിതകൾ ഉണ്ടായിരുന്നു. അടുത്തത് വിത്തും തോട്ടം നിർമ്മിക്കാനുള്ള ഉപകരണങ്ങളും പഴങ്ങളും പച്ചക്കറികളും വില്ക്കുന്ന ചില്ലറ വില്പനക്കാരന്റെ കട ആയിരുന്നു. അടുത്തത് വസ്ത്രങ്ങൾ വില്ക്കുന്ന കടയായിരുന്നു. ഇത് വേനൽക്കാലത്തെ ഫ്രോക്കുകൾ അണി ഞ്ഞുനില്ക്കുന്ന പാവകളും മറ്റുമുള്ള വളരെ വിശാലമായ ഒരു സ്ഥലമായി രുന്നു. അവിടെ പ്രായമായവർക്ക് അവർക്ക് പരിചിതമായിട്ടുള്ള കറുത്ത പാവാടകളും പെറ്റിക്കോട്ടുകളും അടുക്കളയിൽ ഉപയോഗിക്കുന്ന പരു ക്കൻ തുണിയിലുള്ള മേൽവസ്ത്രങ്ങളും വില്ക്കാൻ ഒരു മധ്യവയസ്ക സേവനം നടത്തിയിരുന്നു. ആളൊഴിഞ്ഞ ഈ ഭാഗം കാണാൻ എനിക്ക് താല്പര്യം ഉണ്ടായിരുന്നു.

അവൾ എന്നെ റോഡിന്റെ മറുവശത്ത് കൊണ്ടുപോയി സിനിമാപ്ര ദർശനശാലയും നീന്തൽക്കുളവും എനിക്ക് കാണിച്ചുതന്നു. അത് ചൂട് വളരെക്കൂടുതലുള്ള ഒരു ദിവസം ആയിരുന്നു. ആ സമയംകൊണ്ട് ഞാൻ വേണ്ടത്ര കാര്യങ്ങൾ കണ്ടുകഴിഞ്ഞിരുന്നു. അതുകൊണ്ട് എന്നെ അവൾ ഐസ്ക്രീം പാർലറിലേക്ക് കൊണ്ടുപോയി. ഞങ്ങൾ അവിടെയിരുന്ന് ഒരു തണുത്ത പാനീയം കഴിച്ചിരുന്നു. അവൾക്ക് ഏതോ ഒരു ഇടപാ ടിൽ സംബന്ധിക്കേണ്ടതായി ഉണ്ടായിരുന്നു. അതുകൊണ്ട് അവൾ എന്നെ അരമണിക്കൂറോളം ഐസ്ക്രീം പാർലറിൽ ഉപേക്ഷിച്ചിട്ടുപോയിരുന്നു. ഞാൻ അവിടെയിരുന്ന് ആളുകൾ ഐസ്ക്രീം പാർലറിലേക്ക് കടന്നുവ രുന്നതോ നടപ്പാതയിലൂടെ കടന്നുപോകുന്നതോ ശ്രദ്ധിച്ചുകൊണ്ടിരിക്കു കയായിരുന്നു. അവിടെ പുരുഷന്മാരേക്കാൾ കൂടുതൽ സ്ത്രീകൾ ഉണ്ടാ യിരുന്നു. അവർ എല്ലാവരും സുന്ദരികൾ ആണെന്ന് തോന്നിയിരുന്നു. അതുകൂടാതെ അവരിൽ ഏറ്റവും കുറഞ്ഞത് പകുതിയെങ്കിലും വീടുക ളിലേക്ക് പോകുന്നതിനിടയിൽ അവിടെ കയറിയതാണെന്ന് തോന്നിയി രുന്നു.

അവൾ പെട്ടെന്ന് തിരിച്ചെത്തി പാർലറിൽ എന്റെ കൂടെ ഇരുന്നു. "അടുത്തത് എന്താണ്?" ഞാൻ ചോദിച്ചു. "ഇതിന് എന്നെങ്കിലും അവ സാനമുണ്ടോ?"

അവൾ ചിരിച്ചുകൊണ്ട് എന്റെ കൈയിൽ സ്പർശിച്ചു. "അവ സാനമില്ല." അവൾ പറഞ്ഞു. "ഞാൻ കൂടുതൽ പണത്തിനുവേണ്ടി നിങ്ങ ളോട് ആവശ്യപ്പെടുന്നത് വീണ്ടും വീണ്ടും തുടർന്നുകൊണ്ടിരിക്കുക യാണ്. അങ്ങനെയല്ലേ? സത്യം പറഞ്ഞാൽ അടുത്ത ഒന്ന് ലാഭ ത്തിൽനിന്ന് എനിക്ക് ആരംഭിക്കാൻ കഴിയുമെന്നാണ് ഞാൻ വിചാരി ക്കുന്നത്."

"അടുത്തത് എന്താണ് ആരംഭിക്കാൻ പോകുന്നത്."

"സ്വയം തെരഞ്ഞെടുക്കാൻ പറ്റുന്ന ഒരു പലചരക്ക് കട. നോയൽ, ആവശ്യം മാറിക്കൊണ്ടിരിക്കുകയാണ്. ഞങ്ങൾ തുടങ്ങുമ്പോൾ ആവശ്യമുണ്ടായിരുന്നത് നേരംപോക്ക് ആയിരുന്നു. ഉറപ്പും വിവേ കവുമുള്ള കാര്യങ്ങൾ ആവശ്യമില്ലായിരുന്നു. അന്ന് അവർക്ക് ആവശ്യം ഉണ്ടായിരുന്നത് ഐസ്ക്രീമും നീന്തൽക്കുളവും ബ്യൂട്ടിപാർലറും സിനി മാശാലയും ആയിരുന്നു. ആ സാധനങ്ങൾ അവർക്ക് ഇപ്പോഴും ആവശ്യമുണ്ട്. പക്ഷേ, അവയുടെ ആവശ്യം വളരെയധികം വർദ്ധിക്കില്ല. പട്ടണത്തിന് ഇപ്പോൾ ആവശ്യം ഒരു പുതിയ കുടുംബത്തിനുള്ള കാര്യ ങ്ങളാണ്. സാധനങ്ങൾ വിൽക്കുന്ന ഒരു ചില്ലറ കച്ചവടക്കാരന്റെ ശരിക്കും നല്ല ഒരു കട. നമുക്ക് കിട്ടാവുന്നതിൽവെച്ച് ഏറ്റവും വിലകുറച്ചുകിട്ടുന്ന ഭക്ഷണസാധനങ്ങൾ കിട്ടുന്ന വ്യത്യസ്തമായ ഒരു കട. അതിനുശേഷം ഞാൻ അത് ആരംഭിച്ചുകഴിയുമ്പോൾ നമുക്ക് നിശ്ചയമായും വീട്ടുസാ ധനങ്ങളുടെ ഒരു കടവേണം. വിൽസ് ടൗണിൽ കുഞ്ഞുങ്ങളുടെ ഒരു പാനപോലും വാങ്ങിക്കാൻ പറ്റില്ലെന്ന് നിങ്ങൾക്ക് അറിയാമോ?"

ഞാൻ എതിർവശത്തെ കടയിലേക്ക് നോക്കി തലയാട്ടി: "മിസ്റ്റർ ടങ്കൻ അത്തരം സാധനങ്ങൾ വിൽക്കുന്നില്ലെ?"

"അയാൾക്ക് ഭാവന ഇല്ല. അയാൾ മൊത്തം കുഞ്ഞുങ്ങൾക്കും വേണ്ടിയുള്ള വലിയ സാധനങ്ങളാണ് വിൽക്കുന്നത്."

ഞാൻ പെട്ടെന്ന് അവളോട് ചോദിച്ചു. "നിങ്ങളുടെ എല്ലാ സാധന ങ്ങളും നിങ്ങൾക്ക് ഇവിടെ എങ്ങനെയാണ് കിട്ടുന്നത്. തീർച്ചയായും അവയെല്ലാം വിമാനത്തിൽ പറത്തിക്കൊണ്ടുവരുന്നതല്ല."

അവൾ തലയാട്ടി. "അവ ക്യാൻസിൽ നിന്ന് ഫോർസൈത്തിലേക്ക് ട്രെയിനിൽ വരുന്നു. അതിനുശേഷം അവിടെന്ന് ലോറിയിൽ. തീർച്ച യായും വേണ്ടതുപോലെയുള്ള ഒരു വഴി ഇല്ല. അതുകൊണ്ട് ചെലവ് ഭയങ്കരമായി വർദ്ധിക്കും. കാരണം ലോറി ഏകദേശം രണ്ടുവർഷം കൊണ്ട് ഉപയോഗശൂന്യമായിപ്പോകും. ബിൽവേക്ക് ലിങ് പറയുന്നത് റോഡുകളുടെ സമിതി ഇവിടെ നിന്ന് മറീബയിലേക്കും ക്യാൻസിലേക്കും ഒരു റോഡിനെപ്പറ്റി ചിന്തിക്കുന്നുണ്ടെന്നാണ്- വേണ്ടരീതിയിലുള്ള ഒരു ടാറിട്ട റോഡ്. നിശ്ചയമായും അയാൾ അത് നിർമ്മിക്കാൻ ആഗ്രഹിക്കു ന്നുണ്ട്. അത് രണ്ട് കൊല്ലത്തിനുള്ളിൽ ലഭിക്കുമെന്നാണ് അയാൾ വിചാ രിക്കുന്നത്. കാരണം പട്ടണം വളരെ വേഗത്തിൽ പുരോഗമിച്ചുകൊണ്ടി രിക്കുകയാണ്. നമ്മൾ അത് ചെയ്യുമ്പോൾ അത് ദൈവത്തിന്റെ ഒരു വര ദാനം ആണെന്ന് ഞാൻ നിശ്ചയമായും പറയും. ക്യാൻസ്വരെ ഒരു ദിവ സത്തിൽ കാറോടിച്ച് എത്താൻ കഴിയുന്നതായി സങ്കല്പിച്ചു നോക്കൂ."

ഭൂമിയുടെ ഭരണാധികാരമുള്ള സമിതി വരാൻ പോകുന്ന ചൊവ്വാ ഴ്ചയോ ബുധനാഴ്ചയോ ഒരു കൂടിക്കാഴ്ച അഭിപ്രായപ്പെട്ടുകൊണ്ട് ആ ആഴ്ച അവസാനം ഞങ്ങളുടെ എഴുത്തിന് മറുപടി അയച്ചിരുന്നു. ഞാൻ ജോ ഹാർമാനോടൊപ്പം ക്യാൻസിൽനിന്ന് അയാളുടെ വക്കീലിനെയും കൂട്ടിക്കൊണ്ട് ബ്രിസ്ബെയിനിലേക്ക് പറന്നിരുന്നു. ഞങ്ങൾക്ക് ഭൂമിയുടെ

ഭരണാധികാരമുള്ള സമിതിയുമായി കരാർ ഉടമ്പടിയിൽ ധാരണയിലെ ത്താനുള്ള ഒരുദിവസം നീണ്ടുനിന്ന ഒരു സമ്മേളനം ഉണ്ടായിരുന്നു. അതി നുശേഷം ജോ ഹാർമാൻ അയാളുടെ കേന്ദ്രത്തിലേക്ക് തിരിച്ചുപോയി. ഞാനും മിസ്റ്റർ ഹോപ്പും ഭൂമിയുടെ ഭരണാധികാരമുള്ള സമിതിയിലേക്ക് അവസാന ഉടമ്പടിയിൽ ചുവപ്പുമഷിയിലും പച്ചമഷിയിലും നീലമഷി യിലും കടുംചുവപ്പുമഷിയിലും തെറ്റുതിരുത്തൽ വരുത്തിക്കൊണ്ട് ഉട മ്പടിയുടെ ആദ്യപ്രതിയുമായി ചർച്ച തുടരാൻ വേണ്ടി ബ്രിസ്ബെയി നിൽ താമസിച്ചുകൊണ്ട് അങ്ങോട്ടും ഇങ്ങോട്ടും രണ്ടാഴ്ചയോളം നട ന്നുകൊണ്ടിരുന്നു. അതിനുപുറമെ ഞാൻ മിസിസ്സ് സ്പിയേഴ്സിന്റെ വക്കീ ലന്മാരുമായി മിഡ്ഹസ്റ്റ് വാങ്ങുന്നത് സംബന്ധിച്ചുള്ള ഉടമ്പടിയിലെ താല്പര്യങ്ങൾ അറിയിക്കാൻവേണ്ടി ബന്ധപ്പെടുന്നുണ്ടായിരുന്നു. ഇതെല്ലാംകൂടി രണ്ടാഴ്ചയോളം ഞാൻ ബ്രിസ്ബെയിനിൽ തിരക്കിലാ യിരുന്നു. അവസാനം ലസ്റ്ററിന്റെ കൂടെയുള്ള കമ്പിസന്ദേശങ്ങളുടെ കൈമാറ്റത്തിനുശേഷം ഞാൻ രണ്ട് കൂട്ടരുമായി യോജിപ്പിലെത്തി. മിസിസ്സ് സ്പിയേഴ്സിനെ ക്യാൻസിലേക്ക് തിരിച്ചുകൊണ്ടുവരാൻ കഴിഞ്ഞിരുന്നു. ജോ ഹാർമാൻ അതെല്ലാം ഒപ്പിട്ടതിനുശേഷം ഞങ്ങൾ അത് തപാലിൽ അയച്ചു. അതോടെ ക്വീൻസ് ലാന്റിലെ എന്റെ ഇടപാടുകൾ പൂർത്തിയാ യിരുന്നു.

ഞാൻ ജോയോടൊപ്പം വിൽസ് ടൗണിലേക്ക് തിരിച്ചുപോയി. ഒരാഴ്ച അവരോടൊപ്പം താമസിച്ചിരുന്നു. ഞാൻ അങ്ങനെ ചെയ്തതിന് ഒരു വൃദ്ധന്റെ മനോവികാരമല്ലാതെ മറ്റ് കാരണങ്ങൾ ഉണ്ടായിരുന്നില്ല. ഞാൻ ജീനിന്റെ സ്വയം തെരഞ്ഞെടുക്കാൻ പറ്റുന്ന പലചരക്കുകടയുടെ രൂപ രേഖയുടെ അവൾ വരച്ച ചിത്രം നോക്കി മനസ്സിലാക്കിക്കൊണ്ട് വരാന്ത യിൽ ഇരുന്നു. അതിനെ എന്തുകൊണ്ട് ഹാർഡ്‌വെയർ കടയുമായി ഒന്നി പ്പിക്കാൻ കഴിയില്ലെന്ന് ഞങ്ങൾ ചർച്ച നടത്തിയിരുന്നു. ഞങ്ങൾ വിൽസ്ടൗ ണിൽ പോയി അതിനുള്ള സ്ഥലം സന്ദർശിച്ചിരുന്നു. ഞാൻ ആലിസിലെ ഭരണകേന്ദ്രത്തിലെ ഗുമസ്ഥനായ മിസ്റ്റർ കാർട്ടറിനോടൊപ്പം കുറച്ചുസ മയം പാഗറ്റിന്റെ ഭൂമിയിൽ നിലനില്ക്കുന്ന കടത്തിന്റെ അവസ്ഥയെപറ്റി ചർച്ച നടത്താൻവേണ്ടി സമയം ചെലവഴിച്ചിരുന്നു. അവൾ എനിക്ക് നീന്തൽക്കുളം കാണിച്ചുതന്നു. അതിന്റെ കാഴ്ച മെച്ചപ്പെടുത്താൻ വേണ്ടി പരുക്കൻ കോൺക്രീറ്റിനു മുകളിൽ ഓടുകൾ ഒട്ടിക്കാൻ വേണ്ട ചെല വിനെപ്പറ്റി അവൾ എന്നോട് പറഞ്ഞു. ഞാൻ മണിക്കൂറുകളോളം ചെറു പ്പക്കാരികളായ സുന്ദരികൾ കടകളിൽനിന്ന് കടകളിലേക്ക് അവരുടെ കുട്ടികളെ വണ്ടികളിൽ ഉന്തിക്കൊണ്ടുപോകുന്നത് ശ്രദ്ധിച്ചുകൊണ്ട് മണി ക്കൂറുകളോളം ഐസ്ക്രീം പാർലറിൽ ഇരുന്നിരുന്നു

അവൾ ഒരു അവധിദിവസത്തിനുവേണ്ടി ഇംഗ്ലണ്ടിലേക്ക് വരു ന്നുണ്ടോ എന്ന് ഞാൻ അവളോട് ഒരിക്കൽ അന്വേഷിച്ചിരുന്നു. അവൾ സംശയിച്ചുനിന്നതിനുശേഷം സൗമ്യമായി പറഞ്ഞു. "നോയൽ ഒരിക്കലും ഇല്ല. അടുത്തവർഷം ജോയും ഞാനും ഒരു അവധിയെടുക്കാൻ ആഗ്ര

ഹിക്കുന്നുണ്ട്. പക്ഷേ, ഞങ്ങൾ ഉദ്ദേശിച്ചത് അമേരിക്കയിൽപോകാനാണ്. ഞങ്ങൾ ഒരു പഴയ കാറെടുത്ത് സാൻഫ്രാൻസിസ്കോയിലേക്ക് പോകാ മെന്നാണ് വിചാരിച്ചിരുന്നത്. അതിനുശേഷം പടിഞ്ഞാറൻ തീരത്തുകൂടി കാറോടിച്ച് അരിസോണായിലും ടെക്സാസിലും പോകാൻ പറ്റും. ഞങ്ങൾ അത് ചെയ്യുകയാണെങ്കിൽ ഇവിടെ പ്രയോജനം ഉണ്ടാകുന്ന ഒരുപാട് വലിയ കാര്യങ്ങൾ ഞങ്ങൾ മനസ്സിലാക്കുമെന്ന് എനിക്കുറപ്പു ണ്ട്. അവരുടെ പ്രശ്നങ്ങൾ നിശ്ചയമായും ഞങ്ങളുടെ പ്രശ്നങ്ങൾ തന്നെയാണ്. എന്നാൽ അവർ വളരെക്കാലമായി ആ പ്രശ്നങ്ങളിൽ ആയിരുന്നു."

ഒരു വൈകുന്നേരം ഞാൻ അവരോടൊപ്പം താമസിക്കണമെന്ന് നിർദ്ദേശിച്ചുകൊണ്ട് ജീൻ എന്റെ മനസ്സിനെ വളരെയധികം സ്പർശിച്ചി രുന്നു. "നോയൽ നിങ്ങൾക്ക് ഇംഗ്ലണ്ടിലേക്ക് തിരിച്ചുപോകാനുള്ള ഒരു കാര്യവും അവിടെ ഇല്ല." അവൾ പറഞ്ഞു. "ഇപ്പോൾ നിങ്ങൾ നിങ്ങ ളുടെ ജോലിയിൽനിന്ന് ഏറക്കുറെ വിരമിച്ചിരിക്കുകയാണ്. എന്തുകൊണ്ട് നിങ്ങൾക്ക് ചാൻസറിലെയിനും ഇംഗ്ലണ്ടും ഉപേക്ഷിച്ചിട്ട് ഇവിടെ ഞങ്ങ ളോടൊപ്പം താമസിച്ചുകൂടാ? നിങ്ങൾ ഇവിടെ താമസിക്കുകയാണെങ്കിൽ ഞങ്ങൾക്ക് അത് ഇഷ്ടമായിരിക്കുമെന്ന് നിങ്ങൾക്ക് അറിയാം."

"അത് നിശ്ചയമായും അസാദ്ധ്യമായിരുന്നു. പ്രായമായവർക്ക് അവ രുടെ കാര്യങ്ങൾ ഉണ്ട്. ചെറുപ്പക്കാർക്ക് അവരുടെ കാര്യങ്ങളും ഉണ്ട്. അത് നിങ്ങളുടെ വലിയ മനസ്സാണ്." ഞാൻ പറഞ്ഞു. "എനിക്ക് ഇവിടെ താമസിക്കണമെന്നുണ്ട്. പക്ഷേ, എനിക്ക് ആൺമക്കൾ ഉണ്ട്. കൊച്ചുമ ക്കൾ ഉണ്ട്. അത് നിങ്ങൾക്കറിയാം. ഹാരി അടുത്തവർഷം വീട്ടിലേക്ക് വരുകയാണ്. ഞങ്ങൾ എല്ലാവരും അവന് തീരപ്രദേശത്ത് ഒരു നിയമനം കിട്ടുമെന്നുള്ള പ്രതീക്ഷയിൽ ആണ്. അവന് അഡ്മിറൽ എന്ന നിലയി ലുള്ള സേവനം അവസാനിപ്പിക്കാറായെന്നാണ് ഞാൻ വിചാരിക്കുന്നത്."

അവൾ പറഞ്ഞു. "ഞങ്ങളുടെ ഭാഗത്തുനിന്നും എനിക്ക് വിഷമമമുണ്ട്. ജോയും ഞാനുംകൂടി ഇതിനെപ്പറ്റി സംസാരിച്ചിരുന്നു. നിങ്ങളെ വളരെ ക്കാലം ഞങ്ങളോടൊപ്പം താമസിക്കാൻ കിട്ടുമെന്ന് ഞങ്ങൾ എല്ലാവരും പ്രതീക്ഷിക്കുന്നുണ്ട്. ഇവിടെ നിങ്ങൾക്ക് നിങ്ങളുടെ വീട് പോലെ താമ സിക്കാൻ പറ്റും.

ഞാൻ ശാന്തമായി പറഞ്ഞു. "ജീൻ എനിക്ക് അത് വലിയ ഉപ കാരം ചെയ്യുന്ന ഒരു ആലോചനയാണ്. പക്ഷേ, എനിക്ക് നിശ്ചയമായും തിരിച്ചുപോകണം."

തീർച്ചയായും അവർ എന്നെ വിമാനത്തിൽ യാത്രയാക്കാൻ വേണ്ടി കാറോടിച്ച് വിമാനത്താവളത്തിലേക്ക് കൊണ്ടുവന്നിരുന്നു. വിടവാങ്ങൽ ഏറക്കുറെ നിർവികാരമായ കാര്യമാണ്. ഏറ്റവും നല്ലത് കഴിയുന്നതും വേഗം മറക്കുന്നതാണ്. അവൾ എന്താണ് പറഞ്ഞതെന്ന് എനിക്ക് ഓർക്കാൻപോലും കഴിയുന്നില്ല. ഇവിടെ പറന്നുകൊണ്ടിരിക്കുന്ന ഡക്കോട്ടാ വിമാനത്തിൽ ഒരു പരിചാരിക ഇല്ലാതിരുന്നത് എനിക്ക് വലിയ

നന്ദിയോടെ മാത്രമാണ് ഓർമ്മിക്കാൻ കഴിയുന്നത്. അതുകൊണ്ട് ഞങ്ങൾ പുറപ്പെട്ടതിനുശേഷം പറന്നുതുടങ്ങാൻ വേണ്ടി വട്ടമിട്ട് പറക്കു മ്പോൾ ഒരാൾക്കും എന്റെ മുഖംകാണാൻ കഴിഞ്ഞിരുന്നില്ല. എന്നാൽ ആ സമയത്ത് ഞാൻ ആ ഉൾക്കടൽ പ്രദേശത്തെ പട്ടണത്തിലെ പുതിയ കെട്ടിടങ്ങളും തിളങ്ങുന്ന മേൽക്കൂരകളും അവസാനമായി കണ്ടുകൊ ണ്ടിരിക്കുകയായിരുന്നു.

ഏതാനും ദിവസങ്ങൾക്ക് മുമ്പ് എന്റെ തലയിലേക്ക് കടന്നുവന്ന ഒരു വിചിത്രമായ ആലോചനയെപ്പറ്റി ഞാൻ അവൾക്ക് എഴുത്ത് എഴു തിയിരുന്നു. കഴിഞ്ഞ നൂറ്റാണ്ടിന്റെ അവസാനവർഷങ്ങളിൽ ജെയിംസ് മാക്ഫാഡൻ പടിഞ്ഞാറൻ ആസ്ട്രേലിയയിലെ ഹാൾസ്ക്രീക്കിലെ സ്വർണ്ണപ്പാടങ്ങളിൽനിന്ന് ഉണ്ടാക്കിയ പണത്തിൽനിന്നാണ് തുടക്കത്തിൽ അവളുടെ പണം വന്നിരിക്കുന്നത്. ഹാൽസ്ക്രീക്ക് ഇപ്പോൾ ബ്രൂക്ക്ടൗൺപോലെയോ ക്രോയിഡോൺ പോലെയോ ഉപേക്ഷിക്കപ്പെ ട്ടിരിക്കുകയാണെന്നാണ് ഞാൻ കരുതുന്നത്. ഹാൾസ്ക്രീക്കിൽനിന്ന് എടുത്തിരുന്ന സ്വർണ്ണം ആ പ്രദേശത്തെ അഭിവൃദ്ധിപ്പെടുത്താൻ വേണ്ടി യുള്ള മൂലധനമായി തിരിച്ചെത്തുന്നത് അനുയോജ്യമായ കാര്യമാണെ ന്നാണ് ഞാൻ വിചാരിക്കുന്നത്. ഞാൻ അതിനെപ്പറ്റി ആലോചിച്ചപ്പോൾ ജെയിംസ് മാക്ഫാഡൻ അയാളുടെ വിൽപത്രത്തിൽ അയാളുടെ മകന് നല്കിയിരുന്ന അവകാശങ്ങൾക്ക് വിരുദ്ധമായിരുന്നെങ്കിലും ഞാൻ അയാ ളുടെ പണംകൊണ്ട് അയാൾ സമ്മതിക്കാൻ സാദ്ധ്യതയുള്ള ശരിയായ കാര്യമാണ് ചെയ്തതെന്ന് എനിക്ക് തോന്നുന്നുണ്ടായിരുന്നു. എന്താ യാലും വിൽസ്ടൗണിൽനിന്ന് പണം ഉണ്ടാക്കി ദൂരത്തുള്ള ഇംഗ്ലണ്ടി ലേക്ക് അത് കൊണ്ടുവന്നത് ജെയിംസ് മാക്ഫാഡൻ ആയിരുന്നു അയാ ളുടെ പ്രതിഭാശാലിയായ അനന്തരവൾ വീണ്ടും അത് വിൽസ്ടൗണി ലേക്കുതന്നെ തിരിച്ചെത്തിച്ചതിൽ അയാൾ സന്തോഷിക്കുമെന്നാണ് ഞാൻ വിചാരിക്കുന്നത്. ധൈര്യമുള്ള മനുഷ്യരെപ്പറ്റിയും അസാധാരണ മായ സ്ഥലങ്ങളെ പറ്റിയും ഈ അവസാനവർഷങ്ങളിൽ ഞാൻ എന്താണോ മനസ്സിലാക്കിയത്, അതിനെപ്പറ്റി ഓർമ്മിക്കുന്നതിൽ ഞാൻ ഇത്രമാത്രം സന്തോഷം കണ്ടെത്തിയതിന്റെ കാരണം ഞാൻ ഏറക്കുറെ നിയന്ത്രണമുള്ള ജീവിതം ജീവിച്ചതുകൊണ്ടായിരിക്കും എന്നാണ് ഞാൻ വിചാരിക്കുന്നത്. ഈ തണുത്തകാലത്ത് കൂടുതൽ സമയവും ഞാൻ എന്റെ കസേരയിൽ ഇരുന്ന് തിളയ്ക്കുന്ന വെയിലിനെപ്പറ്റിയും കന്നുകാ ലിമോഷണത്തെപ്പറ്റിയും കറുത്ത കന്നുകാലിനോട്ടക്കാരെപ്പറ്റിയും ക്യാൻസിനെപ്പറ്റിയും ഗ്രീൻ ഐലന്റിനെപ്പറ്റിയും നാല്പതുവർഷം താമ സിച്ച് ഞാൻ കണ്ടുമുട്ടിയ എന്റെ സ്നേഹം നേടിയെടുത്ത പെൺകു ട്ടിയെ പറ്റിയും ഞാൻ വീണ്ടും ഒരിക്കലും കാണാത്ത ഒരു ചെറിയ പട്ട ണത്തിലെ അവളുടെ ജീവിതത്തെപ്പറ്റിയും സ്വപ്നം കണ്ടുകൊണ്ട് ഞാൻ ലണ്ടനിലാണോ ഉൾക്കടൽപ്രദേശത്താണോ എന്നുപോലും അറിയാതെ ഉറങ്ങിക്കൊണ്ടിരിക്കുകയായിരുന്നു.